ಶ್ರೀ ಮದಾಭಗವತ ಭಾಸ್ಕರ ದರ್ಶನ

ಶ್ರೀಮದಾಭ ಗವತ ಪುರಾಣದ ಸಮೀಕ್ಷಾತ್ಮಕ ಅಧ್ಯಯನ

ಸಂಪಾದಕ ಮತ್ತು ಲೇಖಿಕ

ಶೋಧವಿದ್ಯಾ ಕೋವಿದ, ಸಾರಸ್ವತರತ್ನ, ವಿದ್ಯಾರಶ್ಮಿ

ಆ.ರಾ.ಪಂಚಮುಖಿ

ಬಿ.ಈ. (ಎಲೆಕ್ಟ್ರಿಕಲ್), ಎಂ.ಎ. (ಸಂಸ್ಕೃತ)

ಕರ್ನಾಟಕ ಇತಿಹಾಸ ಸಂಶೋಧನ ಮಂಡಲ ಧಾರವಾಡ
ಧಾರವಾಡ-580 001

Srimadbhagavata Bhaskara Darshan by Shri. A. R. Panchamukhi

Published by	:	Karnataka Historical Research Society, Dharwad-580001
		Notion Press Publishing
Size	:	5 x 8
Paper used	:	Seshai Natural Sheet
Pages	:	620
Year	:	2023

ISBN 979-8-88986-945-0

This book has been published with all efforts taken to make the material error-free after the consent of the author. However, the author and the publisher do not assume and hereby disclaim any liability to any party for any loss, damage, or disruption caused by errors or omissions, whether such errors or omissions result from negligence, accident, or any other cause.

While every effort has been made to avoid any mistake or omission, this publication is being sold on the condition and understanding that neither the author nor the publishers or printers would be liable in any manner to any person by reason of any mistake or omission in this publication or for any action taken or omitted to be taken or advice rendered or accepted on the basis of this work. For any defect in printing or binding the publishers will be liable only to replace the defective copy by another copy of this work then available.

|| ಶ್ರೀಮನ್ಮೂಲರಾಮೋ ವಿಜಯತೇ || ಶ್ರೀಗುರುರಾಜೋ ವಿಜಯತೇ ||

ಅನುಗ್ರಹ ಸಂದೇಶ

ಭಗವಾನ್ ಶ್ರೀವೇದವ್ಯಾಸರು ಸಕಲ ಪುರಾಣಗಳಿಗೆ ತಿಲಕಪ್ರಾಯವಾದ ಶ್ರೀಮದ್ಭಾಗವತವನ್ನು ವಿರಚಿಸಿ ಅಜ್ಞಾನ–ಮಿಥ್ಯಾಜ್ಞಾನ ರೂಪದಿಂದ ಸಜ್ಜನರಲ್ಲಿ ಕುಳಿತು ಪೀಡಿಸುತ್ತಿದ್ದ ಕಲಿಯ ಶಿರವನ್ನು ಭಗವತ್ಪರವಾದ ಇಂಥ ಪುರಾಣ ಶಸ್ತ್ರದಿಂದಲೇ ಕತ್ತರಿಸಿದರೆಂದು ಮಹಾಭಾರತ ತಾತ್ಪರ್ಯ ನಿರ್ಣಯದಲ್ಲಿ ಶ್ರೀಮಧ್ವಾಚಾರ್ಯರು ಸಾರಿದ್ದಾರೆ. ಇಂಥ ಶ್ರೀಮದ್ಭಾಗವತ ಪುರಾಣದ ಮಹಾತ್ಮೆಯು ಪದ್ಮಪುರಾಣ, ಸ್ಕಂದ ಪುರಾಣಾದಿಗಳಲ್ಲಿ ಬಂದಿರುವುದನ್ನು ಏಕತ್ರ ಸಂಗ್ರಹಿಸಿ, ಪ್ರತಿ ಸ್ಕಂಧದಲ್ಲಿ ಬರುವ ನೀತಿಗಳನ್ನು ಎತ್ತಿ ತೋರಿಸಿ ಅಲ್ಲಲ್ಲಿ ಕಂಡು ಬರುವ ಅಲೌಕಿಕ ಘಟನೆಗಳನ್ನು ವೈಜ್ಞಾನಿಕವಾಗಿಯೂ ಸಮರ್ಥಿಸಿ ಭಾಗವತದ ಶ್ರೇಷ್ಠತೆ ಹಾಗೂ ವಿಶಿಷ್ಟತೆಯನ್ನು ತಿಳಿಸಿಕೊಡುವ ಭಾಗವತ ಪುರಾಣದ ಸಮೀಕ್ಷಾತ್ಮಕ ಅಧ್ಯಯನದಿಂದ ಹೊರಹೊಮ್ಮಿದ **ಶ್ರೀಮದ್ಭಾಗವತ ಭಾಸ್ಕರ ದರ್ಶನವೆಂಬ** ಈ ಕೃತಿಯು ಶ್ಲಾಘನೀಯವಾಗಿದೆ. ಅತ್ಯುಪಯುಕ್ತವಾಗಿದೆ. ಇದರ ಕರ್ತೃಗಳಾದ ನಮ್ಮ ಪ್ರಿಯ ಶಿಷ್ಯ ಶ್ರೀ ಅನಂದ ತೀರ್ಥಾಚಾರ್ಯ ರಾ. ಪಂಚಮುಖಿ ಇವರಿಗೆ ಜ್ಞಾನ ಭಕ್ತಿ–ವೈರಾಗ್ಯಾದಿಗಳನ್ನಿತ್ತು ನಮ್ಮ ಉಪಾಸ್ಯಮೂರ್ತಿ ಶ್ರೀಮನ್ಮೂಲ ರಘುಪತಿ–ವೇದವ್ಯಾಸದೇವರು ಅನುಗ್ರಹಿಸಲೆಂದು ಪ್ರಾರ್ಥಿಸುತ್ತ ಇವರು ಇನ್ನೂ ಅಧಿಕವಾದ ಸಾರಸ್ವತ ಸೇವೆಯನ್ನು ಮಾಡುತ್ತಿರಲೆಂದು ನಾವು ಆಶೀರ್ವದಿಸುತ್ತೇವೆ.

ಇತಿ ನಾರಾಯಣ ಸ್ಮರಣೆಗಳು

ಶ್ರೀ ಶ್ರೀ 1008 ಶ್ರೀ ಸುಬುಧೇಂದ್ರ ತೀರ್ಥರು

iv

<u>Blank</u>

ಪ್ರಸ್ತಾವನೆ

ಅರ್ಥೋಽಯಂ ಬ್ರಹ್ಮಸೂತ್ರಾಣಾಂ ಭಾರತಾರ್ಥವಿನಿರ್ಣಯಃ ।
ಗಾಯತ್ರೀಭಾಷ್ಯರೂಪೋಽಸೌ ವೇದಾರ್ಥಪರಿಬೃಂಹಿತಃ ॥
ಪುರಾಣಾನಾಂ ಸಾರರೂಪಃ ಸಾಕ್ಷಾತ್ ಭಗವತೋದಿತಃ ।

ಎಂದು ಗರುಡ ಪುರಾಣದಲ್ಲಿ ತಿಳಿಸಿದಂತೆ ಈ ಶ್ರೀಮದ್ಭಾಗವತ ಪುರಾಣವು ಬ್ರಹ್ಮಸೂತ್ರಗಳಲ್ಲಿ ಹೇಳಿದ ಪ್ರಮೇಯಗಳನ್ನೇ ತಿಳಿಸುತ್ತದೆ, ಮಹಾಭಾರತದ ಅರ್ಥವನ್ನು ನಿರ್ಣಯಿಸಿ ಹೇಳುತ್ತದೆ, ಇದು ಗಾಯತ್ರೀ ಮಂತ್ರದ ಭಾಷ್ಯರೂಪವಾಗಿದೆ, ಹೆಜ್ಜೆ ಹೆಜ್ಜೆಗೂ ವೇದಾರ್ಥದ ವ್ಯಾಖ್ಯಾನ ಮಾಡುತ್ತದೆ. ಇದು ಎಲ್ಲ ಪುರಾಣಗಳ ಸಾರರೂಪವಾಗಿದೆ.

'ಇಂಥ ವಿಶಿಷ್ಟವೂ, ಮಹಾಮಹಿಮೋಪೇತವೂ ಆದ ಶ್ರೀಮದ್ಭಾಗವತ ಪುರಾಣವೆಂಬ ಪಕ್ವ ಫಲವನ್ನು 'ಪಿಬತ ಭಾಗವತಂ ರಸಮಾಲಯಂ' ಮೋಕ್ಷೇಚ್ಛುಗಳಾದವರು ನಿತ್ಯವೂ ಲಿಂಗ ದೇಹ ಭಂಗವಾಗುವವರೆಗೂ ಆಸ್ವಾದಿಸಬೇಕು. ಈ ಪುರಾಣದಲ್ಲಿ ಎಲ್ಲವೂ ಸಾರರೂಪವಾಗಿದೆ. ಅಸಾರವಾದ ಭಾಗವೇ ಇಲ್ಲ.' ಎಂದು ಜ್ಞಾನಿಗಳು ಹೇಳುತ್ತಾರೆ. ಭಾಗವತ ಪುರಾಣವೆಂಬ ಪಕ್ವ ಫಲದಲ್ಲಿ ತುಂಬಿರುವ ಮಧುರ ರಸವನ್ನು ಬ್ರಹ್ಮಾದಿ ದೇವತೆಗಳು, ಶುಕಾಚಾರ್ಯರು ನಂತರ ಇತರ ಅನೇಕ ಜ್ಞಾನಿಗಳು ಹೊರ ತೆಗೆದು ಜಗತ್ತಿನ ಸಜ್ಜನರಿಗೆ ಉಪದೇಶಪೂರ್ವಕ ಹಂಚುತ್ತಲೇ ಬಂದಿದ್ದಾರೆ.

ರಸವತ್ತಾದ ಇಂಥ ಉಪದೇಶಾಮೃತದ ಕೆಲವು ಹನಿಗಳನ್ನು "ಶ್ರೀಮದ್ಭಾಗವತ ಭಾಸ್ಕರ ದರ್ಶನ" ಎಂಬ ಈ ಸಂಸ್ಕರಣದಲ್ಲಿ ಯಥಾಮತಿ ಸಂಗ್ರಹಿಸಿ ಕೊಡಲಾಗಿದೆ. ಈ ಮೊದಲು "ಶ್ರೀಮದ್ಭಾಗವತ ಸ್ತುತಿ ದರ್ಶನ" ಎಂಬ ಹೊತ್ತಿಗೆಯಲ್ಲಿ ಶ್ರೀಮದ್ಭಾಗವತದಲ್ಲಿಯ ಪ್ರತಿಸ್ಕಂಧದಲ್ಲಿ ಬರುವ

ವಿವಿಧ ಸ್ತುತಿಗಳನ್ನು ಸಂದರ್ಭ ಮೂಲ ಹಾಗೂ ಅರ್ಥಾನುವಾದದೊಂದಿಗೆ ಪ್ರಕಾಶಪಡಿಸಲಾಗಿತ್ತು.

ಶ್ರೀಮದ್ಭಾಗವತ ಭಾಸ್ಕರ ದರ್ಶನವೆಂಬ ಈ ಹೊತ್ತಿಗೆಯಲ್ಲಿ ಭಾಗವತ ದಲ್ಲಿಯ ವಿವಿಧ ರಸವತ್ತಾದ ವಿಷಯಗಳನ್ನು ಸಂಗ್ರಹಿಸಿ, ಅಮಾನುಷವಾದ ಹಾಗೂ ಲೌಕಿಕವಾದ ಘಟನೆಗಳಿಗೆ ವೈಜ್ಞಾನಿಕ ಹಿನ್ನೆಲೆ ಕೊಡಲು ಪ್ರಯತ್ನಿಸಲಾಗಿದೆ.

ಪ್ರಕೃತ "ಶ್ರೀಮದ್ಭಾಗವತ ಭಾಸ್ಕರ ದರ್ಶನ" ಎಂಬ ಸಂಕಲನವನ್ನು ಕಂಡು ಸಂತೋಷಗೊಂಡು ಅನುಗ್ರಹ ವಚನವನ್ನಿತ್ತು ಅನುಗ್ರಹಿಸಿದ ಪರಮ ಪೂಜ್ಯ ಶ್ರೀ 1008 ಶ್ರೀ ಸುಬುಧೇಂದ್ರ ತೀರ್ಥರ ಚರಣಾರವಿಂದಗಳಲ್ಲಿ ಅನಂತ ದಂಡ ಪ್ರಣಾಮಗಳನ್ನು ಸಲ್ಲಿಸುತ್ತೇನೆ.

ಶ್ರೀಮನ್ಮಧ್ವಾಚಾರ್ಯರ ಮೂಲಮತ ಮತ್ತು ವಿದ್ಯಾಮತವೆಂದು ಪ್ರಸಿದ್ಧವಾಗಿರುವ ಶ್ರೀರಾಘವೇಂದ್ರ ಸ್ವಾಮಿಗಳವರ ಮತದ ಪೀಠಾಧೀಶ್ವರರಾದ ಪರಮಪೂಜ್ಯರಾದ ಶ್ರೀ 1008 ಶ್ರೀ ಸುಬುಧೇಂದ್ರ ತೀರ್ಥ ಶ್ರೀಪಾದಂಗಳವರು ವಿದ್ಯಾಪ್ರಸಾರ ಹಾಗೂ ಸಂಶೋಧನಾ ಕಾರ್ಯಗಳಿಗೆ ಯಾವಾಗಲೂ ಮಾರ್ಗದರ್ಶನ ಮಾಡುತ್ತ ಪ್ರೋತ್ಸಾಹಿಸುತ್ತಿರುವುದು ನಮ್ಮ ಸೌಭಾಗ್ಯವೆಂದು ಭಾವಿಸಿದ್ದೇನೆ.

ಈ ಸಂಕಲನ ಕಾರ್ಯದಲ್ಲಿ ಸಹಾಯವಾದ ವಿವಿಧ ಗ್ರಂಥಗಳ ಸಂಪಾದಕರಿಗೂ, ಅಕ್ಷರ ಜೋಡಣೆ, ಮುದ್ರಣವನ್ನು ಮಾಡಿದವರಿಗೂ, ಪ್ರಕಾಶಕರಾದ ಧಾರವಾಡದ ಕರ್ನಾಟಕ ಇತಿಹಾಸ ಸಂಶೋಧನ ಮಂಡಲಕ್ಕೂ ಚಿರಋಣಿಯಾಗಿದ್ದೇನೆ.

ಆ.ರಾ. ಪಂಚಮುಖಿ

(ಸಂಗ್ರಾಹಕ ಲೇಖಕ)

ವಿಷಯಾನುಕ್ರಮಣಿಕೆ

ಪುಟ

ಪುಟ

ಶ್ರೀಮದ್ಭಾಗವತ ಪುರಾಣದ ಸಮೀಕ್ಷಾತ್ಮಕ ಅಧ್ಯಯನ
೧. ಪೂರ್ವ ಪೀಠಿಕಾ

ಭಗವಾನ್ ಶ್ರೀ ನಾರಾಯಣನು ಮಹಾಪ್ರಲಯವಾದಾಗ ಒಬ್ಬನೇ ಉಳಿದುಕೊಂಡು ಪ್ರಲಯೋದಕದಲ್ಲಿ ಲಕ್ಷ್ಮ್ಯಾಲಿಂಗಿತನಾಗಿ ಶೇಷಶಯನ ನಾಗಿ ಮಲಗಿಕೊಂಡಿದ್ದನು. ಆಗ ಬ್ರಹ್ಮಾದಿ ಚರಾಚರ ಪ್ರಪಂಚವೆಲ್ಲವೂ ಅವನ ಉದರದೊಳಗೇ ಸೇರಿಕೊಂಡಿದ್ದಿತು. ಭಗವಂತನ ಉಪದೇಶಕ್ಕೆ ಅರ್ಹರಾದ ಬ್ರಹ್ಮಾದಿ ಅಧಿಕಾರಿ ಜೀವರೆಲ್ಲರೂ ಅವನ ಉದರದಲ್ಲಿದ್ದುದ ರಿಂದ ಪರಮಾತ್ಮನು ಎಲ್ಲ ಜ್ಞಾನವನ್ನು ಅಂದರೆ ಅನಂತ ವೇದಗಳು, ಉಪನಿಷತ್ತುಗಳು, ಮಹಾಭಾರತ, ಮೂಲರಾಮಾಯಣ, ಸಂಹಿತಾ ವ್ಯತಿರಿಕ್ತವಾದ ಪಂಚರಾತ್ರ, ಶತಕೋಟಿ ಶ್ಲೋಕಗಳಷ್ಟು ವಿಸ್ತಾರವಾದ ಪುರಾಣಪ್ರಪಂಚ, ವೇದ–ವ್ಯಾಖ್ಯಾನಗಳು, ವೇದಾರ್ಥನಿರ್ಣಾಯಕ ವಾದ ಬ್ರಹ್ಮಸೂತ್ರಗಳು ಇವೇ ಮೊದಲಾದವುಗಳಲ್ಲಿರುವ ಎಲ್ಲತತ್ತ್ವಜ್ಞಾನವನ್ನು ತನ್ನಲ್ಲೇ (ಬುದ್ಧಿಯಲ್ಲಿ) ಅಡಗಿಸಿಕೊಂಡು ಮಹಾಪ್ರಲಯದ ಜಲಧಿಯಲ್ಲಿ ಮಲಗಿಕೊಂಡಿದ್ದನು.[೧]

ಆಗ ಸೃಷ್ಟಿಕರ್ತನಾದ ಚತುರ್ಮುಖ ಬ್ರಹ್ಮನಾಗಲಿ, ಸಂಹಾರಕರ್ತನಾದ ರುದ್ರನಾಗಲಿ ಯಾರೂ ಕ್ರಿಯಾಶೀಲರಾಗಿರಲಿಲ್ಲ.

ಒಮ್ಮೆ ಪರಮಾತ್ಮನಿಗೆ ಲೋಕಸೃಷ್ಟಿ ಮಾಡಬೇಕೆಂಬ ಇಚ್ಛೆಯುಂಟಾಗು ತ್ತಲೇ ಅವನ ನಾಭಿಕಮಲದಿಂದ ಉತ್ಪನ್ನವಾದ ಕಮಲದೆಲೆಯ ಮೇಲೆ ಮೊಟ್ಟ ಮೊದಲು ಚತುರ್ಮುಖ ಬ್ರಹ್ಮನ ಸೃಷ್ಟಿಯಾಯಿತು. ಈ ಬ್ರಹ್ಮನು ಕಣ್ಣು ತೆರೆದು ನೋಡುತ್ತಾನೆ – ನೋಡಿದಲ್ಲೆಲ್ಲ ನೀರೇ ತುಂಬಿದೆ, ತಾನು ಯಾರು? ಏತಕ್ಕಾಗಿ ಜನಿಸಿದೆ? ಯಾರಿಂದ ಜನಿಸಿದೆ? ಎಂಬುದನ್ನರಿಯದೇ

---

೧. i. ಆಸೀದುದಾರಗುಣವಾರಿಧಿರಪ್ರಮೇಯೋ ನಾರಾಯಣಃ ಪರತಮಃ ಪರಮಾತ್ಮ ಏಕಃ | ಸಂಶಾಂತಸಂವಿದಖಿಲಂ ಜಠರೇ ನಿಧಾಯ ಲಕ್ಷ್ಮೀಭುಜಾಂತರಗತಃ ಸ್ವರತೋಽಪಿ ಚಾಗ್ರೇ || ೨ || ಮ.ತಾ.ನಿ. ಅಧ್ಯಾಯ ೧.

ii. ಆತ್ಮಾ ವಾ ಇದಮೇಕ ವಿವಾಗ್ರ ಆಸೀತ್ | ನಾನ್ಯತ್ ಕಿಂಚನ ಮಿಷತ್ |
— ಶ್ರೀ ಮಹೈತರೇಯೋಪನಿಷತ್:೨–೪–೧.

iii. ಏಕೋ ನಾರಾಯಣ ಆಸೀನ್ನ ಬ್ರಹ್ಮಾ ನ ಚ ಶಂಕರಃ | ವಾಸುದೇವೋ ವಾ ಇದಮಗ್ರ ಆಸೀನ್ನ ಬ್ರಹ್ಮಾ ನ ಚ ಶಂಕರಃ |

ಕುಳಿತಾಗ 'ತಪ, ತಪ' ಎಂದು ಎರಡು ಸಲ ಭಗವಂತನಿಂದ ಆಕಾಶವಾಣಿ ಯಾದುದನ್ನು ಕೇಳಿದನು. ಈ ಆಕಾಶವಾಣೆಯಂತೆ ಚತುರ್ಮುಖ ಬ್ರಹ್ಮನು ತಪಸ್ಸುಮಾಡಲು ಪ್ರಾರಂಭಿಸಿದನು. ಈ ತಪ್ಪೋಬಲದ ಪ್ರಭಾವದಿಂದ ಅವನು 'ತಾನು ಲೋಕಸೃಷ್ಟಿಗಾಗಿ ಭಗವಂತನ ನಾಭಿಕಮಲದಿಂದ ಹುಟ್ಟಿರುವುದಾಗಿ ಅರಿತು ಕೊಂಡನು'. ಆದರೆ ಸೃಷ್ಟಿ ಎಂದರೇನು? ಸೃಷ್ಟಿಕಾರ್ಯವನ್ನು ಹೇಗೆ ಮಾಡುವುದು? ಎಂಬ ಜ್ಞಾನವು ಅವನಿಗೆ ಇರಲಿಲ್ಲ. ಏಕೆಂದರೆ ಸೃಷ್ಟಿಕಾರ್ಯಕ್ಕೆ ಅವಶ್ಯವಾಗಿದ್ದ ಜ್ಞಾನವೆಲ್ಲವೂ ಪರಮಾತ್ಮನಲ್ಲೇ ಅಡಗಿ ಕುಳಿತಿತ್ತು (ಸಂಶಾಂತ ಸಂವಿತ್). ಹೀಗೆಯೇ ಚಿಂತಿಸುತ್ತ ಕುಳಿತಾಗ 'ಮತ್ತೆ ತಪಸ್ಸನ್ನು ಮಾಡಿ ಎಲ್ಲವನ್ನೂ ತಿಳಿದು ಕೊಳ್ಳುವಂತೆ' ಸೂಚಿಸುವ ನಭೋವಾಣೆಯು ಕೇಳಿಸಿತು. ನಭೋವಾಣೆಯ ಆದೇಶದಂತೆ ಬ್ರಹ್ಮದೇವನು ತಪಸ್ಸನ್ನು ಮುಂದುವರೆಸಿದನು. ಇವನ ತಪಸ್ಸಿನಿಂದ ಪ್ರಸನ್ನನಾದ ಶ್ರೀಹರಿಯು ಬ್ರಹ್ಮದೇವನಿಗೆ ಸೃಷ್ಟಿಯ ಬಗ್ಗೆ ತಿಳಿಯಲು ಮತ್ತು ಸೃಷ್ಟಿಕಾರ್ಯಕ್ಕೆ ಅನುಕೂಲವಾಗಲಿ ಎಂದು ತನ್ನ ಹೃದಯದಲ್ಲಿಟ್ಟುಕೊಂಡಿದ್ದ ಅಪಾರ ಶಾಸ್ತ್ರಗಳ ಕೆಲ ಅಂಶವು ಬ್ರಹ್ಮದೇವನಿಗೆ ಗೋಚರವಾಗುವಂತೆ ಮಾಡಿದನು. ಈ ಶಾಸ್ತ್ರಗಳ ಜ್ಞಾನವನ್ನು ಬ್ರಹ್ಮನು ತನ್ನ ಹೃದಯದಲ್ಲಿಟ್ಟುಕೊಂಡು ಸೃಷ್ಟಿ ಕಾರ್ಯವನ್ನು ಪ್ರಾರಂಭಿಸಲಿ ಎಂಬ ಉದ್ದೇಶದಿಂದ ಪರಮಾತ್ಮನು ಯಾವ

---

೨. i.   ಬ್ರಹ್ಮಾಣಂ ವಿದಧಾತಿ ಪೂರ್ವಂ ಯೋ ವೈ ವೇದಾಂಶ್ಚ
        ಪ್ರಹಿಣೋತಿ ತಸ್ಮೈ ॥ – ಶ್ವೇತ. ಉಪ ೬–೯ಲ.
   ii. ಅಸ್ಯ ಮಹತೋ ಭೂತಸ್ಯ ನಿಶ್ವಸಿತಮೇತತ್ ಯದ್ ಋಗ್ವೇದೋ
        ಯಜುರ್ವೇದಃ ಸಾಮವೇದೋಽಥರ್ವಾಂಗಿರಸ ಇತಿಹಾಸಃ
        ಪುರಾಣಂ ವಿದ್ಯಾ ಉಪನಿಷದಃ ಶ್ಲೋಕಾಃ ಸೂತ್ರಾಣ್ಯನು–
        ವ್ಯಾಖ್ಯಾನಾನಿ ವ್ಯಾಖ್ಯಾನಾನ್ಯಸ್ಯ ವೈತಾನಿ ನಿಶ್ವಸಿತಾನಿ ॥ – ಬೃಹ. ಉಪ. ಅ. ೨.
ಭಾಷ್ಯ : ತಸ್ಮಾದ್ವೇದಾಃ ಸಮುತ್ಪನ್ನಾ ವಿದ್ಯಾಖ್ಯಾ ಮೂಲಿಕಾ ಶ್ರುತಿಃ ।
        ಸರ್ವೋಪನಿಷದಶ್ಚೈವ ಪಂಚರಾತ್ರಾತ್ಮಕಸಂಹಿತಾಃ ॥
        ಬ್ರಹ್ಮಸೂತ್ರಾಣಿ ವೇದಾನಾಂ ವ್ಯಾಖ್ಯಾಸ್ತಾಸಾಂ ಚ ವಿಸ್ತರಃ ।
        ಸರ್ವಮೇತತ್ ಜಗಚ್ಚೈವ ನಿಃಸೃತಂ ತುರಗಾನನಾತ್ ॥

ಉಪನಿಷತ್ ಮತ್ತು ಭಾಷ್ಯಗಳ ಅರ್ಥ :
   ಸರ್ವೋತ್ತಮನೂ, ಶಾಶ್ವತನೂ ಆದ, ಶ್ರೀಹಯಗ್ರೀವರೂಪಿಯಾದ ಶ್ರೀ ಹರಿಯ ಉಚ್ಛ್ವಾಸ ದೊಂದಿಗೆ ಅನಂತ ವೇದರಾಶಿಯೊಳಗಿಂದ ಋಗ್ವೇದ, ಯಜುರ್ವೇದ, ಸಾಮವೇದ, ಅಥರ್ವವೇದ ಎಂಬ ನಾಲ್ಕು ಅವಾಂತರ ವೇದಗಳು, ಉಪನಿಷತ್ತುಗಳು, ಮಹಾಭಾರತ, ಮೂಲರಾಮಾಯಣ, ಸಂಹಿತಾವ್ಯತಿರಿಕ್ತವಾದ ಪಂಚರಾತ್ರ, ಶತಕೋಟಿ ವಿಸ್ತಾರವಾದ ಪುರಾಣ, ಬ್ರಹ್ಮಸೂತ್ರಗಳು, ವೇದ ವ್ಯಾಖ್ಯಾನಗಳು, ಇವೆಲ್ಲವೂ ಆದಿಸೃಷ್ಟಿಯಲ್ಲಿ ಹೊರಹೊಮ್ಮಿದವು.

ಯಾವ ಶಾಸ್ತ್ರಗಳ ಜ್ಞಾನವು ಬ್ರಹ್ಮದೇವನಿಗೆ ಗೋಚರವಾಗುವಂತೆ ಮಾಡಿದ ನೆಂಬುದು ಉಪನಿಷತ್ತುಗಳ ಕೆಳಗಿನ ಮಂತ್ರಗಳಿಂದ ತಿಳಿಯುವುದು. [1]

ಇವೆಲ್ಲವೂ ಅತಿಸುಂದರವಾದ ರೂಪವನ್ನು ತಾಳಿ ತಪಸ್ಸು ಮಾಡುತ್ತಲಿದ್ದ ಬ್ರಹ್ಮದೇವನ ಸನಿಹದಲ್ಲಿ ಬಂದು ನಿಂತವು. ಆಗ ಬ್ರಹ್ಮದೇವನಿಗೆ ಸೃಷ್ಟಿಯ ಪರಿಕಲ್ಪನೆ ಸ್ಮರಣೆಗೆ ಬಂದು ಸೃಷ್ಟಿ ಮಾಡುವ ಜ್ಞಾನವು ಪ್ರಕಾಶಿಸತೊಡಗಿತು. ಇದರಿಂದ ಅವನು ಸೃಷ್ಟಿಕಾರ್ಯಕ್ಕೆ ಸಿದ್ಧನಾದನು.

ಇತ್ತ ಇದೇ ಸಂದರ್ಭದಲ್ಲಿ ಒಂದು ವಿಚಿತ್ರ ಘಟನೆ ನಡೆಯಿತು. ಪ್ರಲಯೋದಕದಲ್ಲಿ ಶೇಷ ಪರ್ಯಂಕದ ಮೇಲೆ ಪವಡಿಸಿದ್ದ ಪರಮಾತ್ಮನ ಕರ್ಣಗಳೊಳಗಿಂದ ಮಧು, ಕೈಟಭ ಎಂಬ ಇಬ್ಬರು ದೈತ್ಯರು ಜನಿಸಿ ಬ್ರಹ್ಮನನ್ನು ಕೊಲ್ಲಲು ಮುಂದಾದರು. [2] ಇದು ಮಾರ್ಕಂಡೇಯ ಪುರಾಣದಲ್ಲಿ ಬರುವ ಇಬ್ಬರು ದೈತ್ಯರ ಜನ್ಮವೃತ್ತಾಂತ.

ಮಹಾಭಾರತದ ಶಾಂತಿಪರ್ವದಲ್ಲಿ ಈ ಇಬ್ಬರು ದೈತ್ಯರ ಜನ್ಮವೃತ್ತಾಂತವು ಭಿನ್ನವಾಗಿದೆ. ಶೇಷಶಾಯಿಯಾಗಿ ಪ್ರಲಯಸಾಗರದಲ್ಲಿ ಮಲಗಿದ್ದ ನಾರಾಯಣನ ನಾಭಿಯಿಂದ ಉತ್ಪನ್ನವಾದ ಕಮಲದ ಒಂದು ಪತ್ರದ ಮೇಲಿದ್ದ ಎರಡು ಜಲಬಿಂದುಗಳಿಂದ ಇಬ್ಬರು ದೈತ್ಯರು ಜನಿಸಿದರು. ಅವರಲ್ಲಿ ಒಬ್ಬನ ಮೈಚರ್ಮವು ಅತಿ ಮೃದುವಾಗಿಯೂ ಮತ್ತು ಅವನ ವರ್ಣವು ಮಧುವಿನಂತೆ ಸುಂದರವೂ ಆಗಿದ್ದುದರಿಂದ ಅವನು 'ಮಧು' ಎಂದು ಖ್ಯಾತನಾದನು. ಇನ್ನೊಬ್ಬನು ಅತಿ ಶಕ್ತಿಶಾಲಿಯೂ ಪರಾಕ್ರಮಿಯೂ ಆಗಿದ್ದರಿಂದ ಅವನು 'ಕೈಟಭ' ಎಂದು ಖ್ಯಾತನಾದನು.

ಈ ದೈತ್ಯರೀರ್ವರೂ ಕಮಲದ ನಾಳಿನ ಮೂಲಕ ಚತುರ್ಮುಖ ಬ್ರಹ್ಮನು ತಪಸ್ಸು ಮಾಡುತ್ತ ಕುಳಿತಿದ್ದ ಸ್ಥಳಕ್ಕೆ ಬಂದು ಅವನನ್ನು ಕೊಲ್ಲಲು ಮುಂದಾದಾಗ ಅವನ ಸನಿಹದಲ್ಲಿಯೇ ಮನಮೋಹಕವಾದ ರೂಪಗಳನ್ನು ಧರಿಸಿ ನಿಂತಿದ್ದ ವೇದಾಧ್ಯಭಿಮಾನಿನಿಯರನ್ನು ನೋಡಿ ಮೋಹಿತರಾದರು. ಆ ಕೂಡಲೇ ಆ ದೈತ್ಯದ್ವಯರು ಬ್ರಹ್ಮನ ಕಡೆಗೆ ಹೋಗದೇ ಆ ವೇದಾಭಿಮಾನಿ

---

೨. ಯೋಗನಿದ್ರಾಂ ಯದಾ ವಿಷ್ಣುಃ ಜಗತ್ಯೇಕಾರ್ಣವೀಕೃತೇ ।
  ಆಸ್ತೀರ್ಯ ಶೇಷಮಭಜತ್ ಕಲ್ಪಾಂತೇ ಬ್ರಹ್ಮಣಮುದ್ಯತೌ ॥ ೫೦ ॥
								– ಮಾರ್ಕಂಡೇಯ ಪು. ಅ. ೭೯

ದೇವತಾ ಸ್ತ್ರೀಯರನ್ನು ಬ್ರಹ್ಮನು ನೋಡುತ್ತಿದ್ದಂತೆಯೇ, ಅಪಹರಿಸಿಕೊಂಡು ಸಮುದ್ರದೊಳಗೆ ಪ್ರವೇಶಿಸಿ ರಸಾತಲಕ್ಕೆ ಕೊಂಡೊಯ್ದರು. ಈ ವಿಷಯವು ಮಹಾಭಾರತದ ಶಾಂತಿಪರ್ವದ ೩೩೯ ನೇ ಅಧ್ಯಾಯದಲ್ಲಿಯ ೨೧–೨೨ ಶ್ಲೋಕಗಳಲ್ಲಿ ನಿರೂಪಿತವಾಗಿದೆ. °

ಇನ್ನೇನು ಸೃಷ್ಟಿಕಾರ್ಯವನ್ನು ಪ್ರಾರಂಭಿಸಬೇಕು ಎನ್ನುವಷ್ಟರಲ್ಲಿ ಸೃಷ್ಟಿ ಕಾರ್ಯಕ್ಕೆ ಆವಶ್ಯಕವಾದ ಜ್ಞಾನವನ್ನು ಹುದುಗಿಸಿಕೊಂಡಿದ್ದ ವೇದಾದಿಗಳು ತನ್ನಸನಿಹದಿಂದ ಮಾಯವಾಗಿರುವುದನ್ನು ತಿಳಿದ ಚತುರ್ಮುಖನು ಅತ್ಯಂತ ದುಃಖಿತನಾಗಿ ಮನದಲ್ಲೇ ಶೋಕಿಸತೊಡಗಿದನು. – "ಹಾಯ್! ಈ ದುಷ್ಟ ದೈತ್ಯರು ನನ್ನ ಕಣ್ಣುಗಳಂತಿದ್ದ ವೇದಾದಿಗಳನ್ನು ಅಪಹರಿಸಿದ್ದರಿಂದ ನಾನು ಕುರುಡನಾಗಿದ್ದೇನೆ. ವೇದಗಳು ನನ್ನ ನೇತ್ರಗಳಾಗಿದ್ದವು, ನನಗೆ ಅದ್ಭುತ

---

೬. ಪೂರ್ವಮೇವ ಚ ಪದ್ಮಸ್ಯ ಪತ್ರೇ ಸೂರ್ಯಾಂಶುಸಪ್ರಭೇ ।
     ನಾರಾಯಣ ಕೃತೌ ಬಿಂದೂ ಅಪಾಮಾಸ್ತಾಂ ಗುಣೋತ್ತರೌ   ॥ ೨೧ ॥

(ಸತ್ತ್ವ–ರಜಸ್–ತಮಸ್)

ತಾವಪಶ್ಯತ್ಸ ಭಗವಾನಸಾದಿನಿಧನೋ$ಚ್ಯುತಃ ।
ಏಕಸ್ತ್ರಾಭವದ್ವಿಂದುಃ ಮಧ್ವಾಭೋ ರುಚಿರಪ್ರಭಃ   ॥ ೨೨ ॥

ತಾವಭ್ಯಧಾವತಾಂ ಶ್ರೇಷ್ಠೌ ತಮೋರಜಗುಣಾನ್ವಿತೌ ।
ಬಲವಂತೌ ಗದಾಹಸ್ತೌ ಪದ್ಮನಾಲಾನುಸಾರಿಣೌ   ॥ ೨೩ ॥

ದದೃಶಾತೇರವಿಂದಸ್ಥಂ ಬ್ರಹ್ಮಾಣಮಮಿತಪ್ರಭಮ್ ।
ಸೃಜಂತಂ ಪ್ರಥಮಂ ವೇದಾಂಷ್ಟುರಶ್ಮಾರುವಿಗ್ರಹಾನ್   ॥ ೨೪ ॥

ತತೋ ವಿಗ್ರಹವಂತೌ ತೌ ವೇದಾನ್ ದೃಷ್ಟ್ವಾಸುರೋತ್ತಮೌ ।
ಸಹಸಾ ಜಗೃಹತುರ್ವೇದಾನ್ ಬ್ರಹ್ಮಣಃ ಪಶ್ಯತಸತಿದಾ   ॥ ೨೫ ॥

ಅಥ ತೌ ದಾನವಶ್ರೇಷ್ಠೌ ವೇದಾನ್ ಗೃಹ್ಯ ಸನಾತನಾನ್ ।
ರಸಾಂ ವಿವಿಶುಃ ತೂರ್ಣಂ ಉದಕೂರ್ವೇ ಮಹೋದಧೌ   ॥ ೨೬ ॥

– ಮಹಾಭಾರತ, ಶಾಂತಿ ಪರ್ವ
ಅಧ್ಯಾಯ ೩೩೯, ಶ್ಲೋ. ೨೧–೨೬

ಶಕ್ತಿಪ್ರದವಾಗಿದ್ದವು. ವೇದಗಳೇ ನನಗೆ ಪರಮಾಶ್ರಯಗಳಾಗಿದ್ದವು ಮತ್ತು ವೇದಗಳೇ ನನ್ನ ಉಪಾಸ್ಯದೇವತೆಯಾಗಿದ್ದವು. ಹೇ ಭಗವಂತ! ನಾನಿನ್ನು ಸೃಷ್ಟಿ ಕಾರ್ಯವನ್ನು ಹೇಗೆ ಪ್ರಾರಂಭಿಸಲಿ? ನಿನ್ನ ಪ್ರಿಯಪುತ್ರನಾದ ನನಗೆ ಪುನಃ ವೇದಾದಿಗಳು ಸಿಗುವಂತೆ ಮಾಡಿ ಅನುಗ್ರಹಿಸು " ಎಂದು ಮುಂತಾಗಿ ಪ್ರಾರ್ಥಿಸತೊಡಗಿದನು.

ಶೇಷಶಾಯಿಯಾಗಿದ್ದ ಪರಮಾತ್ಮನು ಪ್ರಿಯಪುತ್ರ ಚತುರ್ಮುಖ ಬ್ರಹ್ಮನ ವಿಲಾಪವನ್ನು ಹಾಗೂ ಪ್ರಾರ್ಥನೆಯನ್ನು ಕೇಳಿ ಎಚ್ಚೆತ್ತು ಹಯಗ್ರೀವ ರೂಪದಿಂದಲೇ ಆ ಇಬ್ಬರೂ ದೈತ್ಯರನ್ನು ಸಾಮಗಾನದಿಂದ ಮೋಹಗೊಳಿಸಿ ಅವರು ರಸಾತಲದಲ್ಲಿ ಬಚ್ಚಿಟ್ಟಿದ್ದ ವೇದಾದಿಗಳನ್ನೆಲ್ಲ ತಂದು ಬ್ರಹ್ಮದೇವನಿಗೆ ಒಪ್ಪಿಸಿದನು. ನಂತರ ಆ ದೈತ್ಯರನ್ನು ತನ್ನ ಸುದರ್ಶನ ಚಕ್ರದಿಂದ ಸಂಹರಿಸಿದನು. ಇದರಿಂದ ಸಂತುಷ್ಟನಾದ ಬ್ರಹ್ಮನು ಪರಮಾತ್ಮನನ್ನು ಸ್ತುತಿಸಿ ಸೃಷ್ಟಿಕಾರ್ಯವನ್ನು ಪ್ರಾರಂಭಿಸಿದನು.

---

೫. ತತೋ ಹೃತೇಷು ವೇದೇಷು ಬ್ರಹ್ಮಾ ಕಶ್ಮಲಮಾವಿಶತ್ |
    ತತೋ ವಚನಮೀಶಾನಂ ಪ್ರಾಹ ವೇದ್ಯೆರ್ವಿನಾಕೃತಃ || ೭೮ ||

    ವೇದಾ ಮೇ ಪರಮಂ ಚಕ್ಷುಃ ವೇದಾ ಮೇ ಪರಮಂ ಬಲಮ್ |
    ವೇದಾ ಮೇ ಪರಮಂ ಧಾಮ ವೇದಾ ಮೇ ಬ್ರಹ್ಮ ಚೋತ್ತಮಮ್ || ೭೯ ||

    ಮಮ ವೇದಾಃ ಹೃತಾಃ ಸರ್ವೇ ದಾನವಾಭ್ಯಾಂ ಬಲಾದಿತಃ |
    ಅಂಧಕಾರಾ ಹಿ ಮೇ ಲೋಕಾ ಜಾತಾ ವೇದ್ಯೆರ್ವಿನಾಕೃತಃ ||
    ವೇದಾನೃತೇ ಹಿ ಕಿಂ ಕುರ್ಯಾಂ ಲೋಕಾನ್ವೈ ಸೃಷ್ಟುಮುದ್ಯತಃ || ೮೦ ||

    ಅಹೋ ಬತ ಮಹದ್ದುಃಖಂ ವೇದನಾಶನಜಂ ಮಮ |
    ಪ್ರಾಪ್ತಂ ದುನೋತಿ ಹೃದಯಂ ತೀವ್ರಶೋಕಾಯ ರಂಧಯನ್ || ೮೧ ||

    ಕೋ ಹಿ ಶೋಕಾರ್ಣವೇ ಮಗ್ನಂ ಮಾಮಿತೋದ್ಯ ಸಮುದ್ಧರೇತ್ |
    ವೇದಾಸ್ತಾನನಯೇನ್ನಷ್ಟಾನ್ ಕಸ್ಯ ಚಾಹಂ ಪ್ರಿಯೋ ಭವೇ || ೮೨ ||

    ತೇ ಮೇ ವೇದಾ ಹೃತಾಶ್ಚಕ್ಷುರಂಧೋ ಚಾತೋಸ್ಮಿ ಜಾಗೃಹಿ |
    ದದಸ್ವ ಚಕ್ಷುಷೀ ಮಹ್ಯಂ ಪ್ರಿಯೋಹರ ತೇ ಪ್ರಿಯೋಽಸಿ ಮೇ || ೮೩ ||

                                        — ಮಹಾಭಾರತ ಶಾಂತಿಪರ್ವ
                              ಅಧ್ಯಾಯ ೩೩೫, ಶ್ಲೋಕ ೭೮—೮೩, ೮೩

ಈ ಮೇಲಿನ ಘಟನೆಯು ಬ್ರಹ್ಮಾಂಡ ಸೃಷ್ಟಿಯಾಗುವ ಮೊದಲೇ ಅಂದರೆ ಆದಿಸೃಷ್ಟಿಯಲ್ಲಿ ನಡೆದುದಾಗಿದೆ. ಆದಿಸೃಷ್ಟಿಯ ಪ್ರಾರಂಭದಲ್ಲಿ "ಯೋ ಬ್ರಹ್ಮಾಣಂ ವಿದಧಾತಿ ಪೂರ್ವಂ ವೇದಾಶ್ಚ ತಸ್ಮೈ ಪ್ರಹಿಣೋತಿ ನಿತ್ಯಮ್" ಎಂಬ ಶ್ವೇತಾಶ್ವೇತರ ಉಪನಿಷತ್ತಿನ ಮಂತ್ರದಂತೆ (೪—೧೪) ಪರಮಾತ್ಮನು ಮೊದಲು ಚತುರ್ಮುಖ ಬ್ರಹ್ಮನನ್ನು ಸೃಷ್ಟಿಸಿ ಅವನಿಗೆ ವೇದಜ್ಞಾನವನ್ನು ಉಪದೇಶಿಸಿದನೆಂದು ತಿಳಿದು ಬರುತ್ತದೆ. ಭಗವಂತನಿಂದ ವೇದಜ್ಞಾನವನ್ನು ಪಡೆದ ಚತುರ್ಮುಖ ಬ್ರಹ್ಮನು ನಂತರ ಉಳಿದ ಎಲ್ಲ ಶಾಸ್ತ್ರಗಳನ್ನು ಸ್ಮರಿಸಿದನು. ಅನ್ಯಶಾಸ್ತ್ರಗಳಲ್ಲಿಯೂ ಮೊದಲು ಪುರಾಣಗಳನ್ನೇ ಸ್ಮರಿಸಿದನು.

ಪುರಾಣಂ ಸರ್ವಶಾಸ್ತ್ರಾಣಾಂ ಪ್ರಥಮಂ ಬ್ರಹ್ಮಣಾ ಸ್ಮೃತಮ್ ।
ಅನಂತರಂ ಚ ವಕ್ತ್ರೇಭ್ಯೋ ವೇದಾಸ್ತಸ್ಯ ವಿನಿರ್ಗತಾಃ ॥

— (ವಾಯು ಪು. ೧–೬೧, ಪದ್ಮ ಪು. ಸೃಷ್ಟಿಖಂಡ, ಮತ್ಸ್ಯ ಪು. ಅ. ೩೨)

ಏಕೆಂದರೆ ವೇದಗಳಲ್ಲಿ ಸೂಕ್ಷ್ಮ ರೂಪದಿಂದ ನಿರ್ದಿಷ್ಟವಾದ ವಿಷಯಗಳೇ ಪುರಾಣ—ಮಹಾಭಾರತಗಳಲ್ಲಿ ವಿಸ್ತಾರವಾಗಿ ನಿರೂಪಿಸಲ್ಪಟ್ಟಿರುತ್ತವೆ. ಆದ್ದರಿಂದಲೇ 'ಇತಿಹಾಸ ಪುರಾಣಾಭ್ಯಾಂ ವೇದಂ ಸಮುಪಬೃಂಹಯೇತ್' (ಮಹಾಭಾರತ ಆದಿಪರ್ವ) ಎಂದರೆ ಸೂಕ್ಷ್ಮ ರೂಪದಲ್ಲಿರುವ ಅಥವಾ ಅಸ್ಪಷ್ಟವಾಗಿರುವುದನ್ನೇ ಎಲ್ಲರಿಗೂ ತಿಳಿಯುವಂತೆ ಭಾಷ್ಯರೂಪದಿಂದ ತಿಳಿಸುವುದಕ್ಕೆ 'ಉಪಬರ್ಹಣ' ಎಂದು ಹೇಳಲಾಗುತ್ತದೆ.

ಈ ಪ್ರಕಾರವಾಗಿ ಚತುರ್ಮುಖ ಬ್ರಹ್ಮನು ತನಗೆ ಭಗವಂತನಿಂದ ಪ್ರಾಪ್ತವಾದ ವೇದಗಳಲ್ಲಿಯ ಸೂಕ್ಷ್ಮವಾದ, ರಹಸ್ಯವಾದಹಾಗೂ ಅಸ್ಪಷ್ಟವಾಗಿದ್ದ ವಿಷಯಗಳನ್ನು ಇತಿಹಾಸ ಗ್ರಂಥಗಳಾದ ಮೂಲರಾಮಾಯಣ, ಮಹಾಭಾರತ ಹಾಗೂ ಶತಕೋಟಿ ಶ್ಲೋಕಗಳಷ್ಟು ವಿಸ್ತಾರವಾಗಿದ್ದ ಪುರಾಣಗಳಿಂದ ಚೆನ್ನಾಗಿ ತಿಳಿದುಕೊಂಡು ಲೋಕಸೃಷ್ಟಿಯನ್ನು ಮಾಡಲು ಉದ್ಯುಕ್ತನಾದನು.

ಈ ರೀತಿ ವೇದ–ಪುರಾಣಾದಿಗಳು ದೊರೆಯುವವರೆಗೆ ಬ್ರಹ್ಮನು ಸೃಷ್ಟಿಯ ಬಗ್ಗೆ ಮತ್ತು ಸೃಷ್ಟಿಕಾರ್ಯದಲ್ಲಿ ಅನಭಿಜ್ಞನಾಗಿದ್ದನು, ವೇದ– ಪುರಾಣಾದಿಗಳು ಪ್ರಾಪ್ತವಾದ ನಂತರವೇ ಬ್ರಹ್ಮದೇವನ ಎಲ್ಲ ಸಂಶಯಗಳ

ನಿವಾರಣೆಯಾಗಿ, ವೇದ–ಪುರಾಣೋಕ್ತ ಜ್ಞಾನವು ಸ್ಮರಣೆಗೆ ಬಂದು ಆದರ ಸಹಾಯದಿಂದ ಬ್ರಹ್ಮಾಂಡದ ಸೃಷ್ಟಿ ಮಾಡುವಲ್ಲಿ ಸಮರ್ಥನಾದನು.

ಬ್ರಹ್ಮಾಂಡದ ಸೃಷ್ಟಿಯಾದ ನಂತರ ಕಾಲಬಲದಿಂದ, ವಿವಿಧ ಯುಗ–ಗಳಲ್ಲಿಯ ಹಿರಣ್ಯಕಶಿಪು, ರಾವಣ, ದುರ್ಯೋಧನಾದಿ ದುಷ್ಟ ರಾಜರುಗಳ ಪ್ರಭಾವದಿಂದ ಮತ್ತು ದ್ವಾಪರ ಯುಗದಲ್ಲಿ ಗೌತಮ ಮುನಿಗಳ ಶಾಪನಿಮಿತ್ತ–ದಿಂದ ತತ್ತ್ವಜ್ಞಾನವು ತ್ರೇತಾಯುಗದಿಂದ ಕ್ರಮೇಣ ಮರೆಯಾಗುತ್ತಿರಲು ಸಜ್ಜನರು ಪರಿತಪಿಸತೊಡಗಿದರು. ವೇದಗಳ ಮೇಲಿನ ದುರ್ಭಾಷ್ಟಗಳಿಂದಲೂ ಸಜ್ಜನರು ತತ್ತ್ವಜ್ಞಾನದಿಂದ ವಂಚಿತರಾಗ ತೊಡಗಿದರು. [೬] ಭೂಲೋಕ–ದಲ್ಲಿಯ ಸಜ್ಜನರ ತಾಪವನ್ನು ಕಂಡ ಕರುಣಾಳುಗಳಾದ ಬ್ರಹ್ಮಾದಿದೇವತೆಗಳು ಕ್ಷೀರಶಾಯಿಯಾಗಿದ್ದ ಪರಮಾತ್ಮನಿರುವಲ್ಲಿ ಹೋಗಿ ಲೋಕದಲ್ಲಿಯ ಪರಿಸ್ಥಿತಿ ಯನ್ನು ನಿವೇದಿಸಿ ಸಜ್ಜನರನ್ನು ಉದ್ಧರಿಸಲು ಅವತರಿಸಬೇಕೆಂದು ಪ್ರಾರ್ಥಿಸಿದರು–

"ಹೇ ಪರಮಾತ್ಮನೇ! ಹಿಂದೆ ನಿನ್ನಿಂದ ಸಂಹರಿಸಲ್ಪಟ್ಟಿದ್ದ ಕಲಿ ಮತ್ತೆ ಭೂಲೋಕದಲ್ಲಿ ತಲೆ ಎತ್ತಿ, ದೇವತೆಗಳ ವರಬಲದಿಂದ ರುದ್ರಾದಿ ದೇವತೆ ಗಳಲ್ಲಿ ಪ್ರವೇಶ ಮಾಡಿ, ಅನ್ಯಥಾ ಜ್ಞಾನವನ್ನು ಮತ್ತೆ ಪ್ರಚಾರ ಮಾಡುತ್ತಿರು ವನು. ಅವನ ಇಂಥ ದುಷ್ಟಕಾರ್ಯಗಳಿಂದ, ಬೋಧಕರಾದ ಗುರುಗಳಿಗೇ ತತ್ತ್ವಜ್ಞಾನದ ವಿಷಯದಲ್ಲಿ ವಿಪರೀತ ಜ್ಞಾನ, ಸಂಶಯ ಜ್ಞಾನಗಳನ್ನು ಹುಟ್ಟಿಸುತ್ತ ತತ್ತ್ವಜ್ಞಾನವನ್ನು ಮರೆಮಾಡುತ್ತಿರುವನು. ಅವನು ಈ ತರಹದ ದುಷ್ಟಕಾರ್ಯಗಳಿಂದ ಲೋಕದಲ್ಲಿ ವೇದಗಳು ಲುಪ್ತವಾಗುತ್ತಿವೆ, ವೇದಾಂತಾದಿ ಶಾಸ್ತ್ರಗಳೂ ನಷ್ಟವಾಗುತ್ತಿವೆ. ಅಳಿದುಳಿದ ಕೆಲವು ವೇದಗಳ ಭಾಗಗಳು ಅಪಪಾಠಾದಿಗಳಿಂದ ತುಂಬಿದ್ದು ಉಪಯೋಗಕ್ಕೆ ಬಾರದಂತಾಗಿವೆ. ವೇದಾ ಧ್ಯಯನಅಧ್ಯಾಪನೆಗಳು ಲುಪ್ತವಾಗುತ್ತಿವೆ. ವೇದೋಕ್ತ ಕರ್ಮಾನುಷ್ಠಾನ, ಯಜ್ಞಯಾಗಗಳೂ ನಿಂತು ಹೋಗಿವೆ. ದೇವತೆಗಳ ಪೂಜಾದಿಗಳು ಸರಿಯಾಗಿ ನಡೆಯುತ್ತಿಲ್ಲ, ಹೀಗಾಗಿ ದೇವತೆಗಳು ಲೋಕದ ಜನರಿಗೆ ಮಳೆ–

---

೬.   ನಾರಾಯಣಾದ್ವಿನಿಷ್ಪನ್ನಂ ಜ್ಞಾನಂ ಕೃತಯುಗೇ ಸ್ಥಿತಮ್ |
ಕಿಂಚಿತ್ತದನ್ಯಥಾ ಜಾತಂ ತ್ರೇತಾಯಾಂ ದ್ವಾಪರೇಽಖಿಲಮ್ ||
ಗೌತಮಸ್ಯ ಋಷೇಃ ಶಾಪಾತ್ ಜ್ಞಾನೇ ತ್ವಜ್ಞಾನತಾಂ ಗತೇ |
               – ಸ್ಕಂದಪು. (ಬ್ರಹ್ಮಸೂತ್ರಭಾಷ್ಯೋದ್ಧೃತ ೧–೧–೧)

ಬೆಳೆಗಳನ್ನುಸರಿಯಾಗಿ ಕರುಣಿಸುತ್ತಿಲ್ಲ. ಜಗತ್ತಿನ ಉಳಿವಿಗಾಗಿ ವೇದಾಧ್ಯಯನ–ಅಧ್ಯಾಪನೆಗಳು ಮತ್ತು ಯಜ್ಞ–ಯಾಗಾದಿಗಳ ಅನುಷ್ಠಾನವು ಅತ್ಯವಶ್ಯವೆಂದು ನೀನೇ ಉಪದೇಶಿಸಿರುವಿ (**ಇಷ್ಟಾನ್ ಭೋಗಾನ್ ಹಿ ವೋ ದೇವಾ ದಾಸ್ಯಂತೆ ಯಜ್ಞ ಭಾವಿತಾಃ। – ಭ. ಗೀತಾ ೩–೧೨**). ಆದ್ದರಿಂದ ಲೋಕದ ಜನರಿಗೆ ಕ್ಷೇಮವಾಗಬೇಕಾದರೆ ಲುಪ್ತವಾದ ವೇದಗಳ ಉದ್ಧಾರವಾಗಬೇಕು. ತತ್ತ್ವಜ್ಞಾನ ಸೂರ್ಯನು ಮತ್ತೆ ಪ್ರಕಾಶಮಾನವಾಗಿ ವಿಜೃಂಭಿಸುವಂತಾಗಬೇಕು. ಇದಕ್ಕಾಗಿ ನೀನೇ ಅವತರಿಸಿ ಎಲ್ಲರನ್ನೂ ರಕ್ಷಿಸು."

ಬ್ರಹ್ಮಾದಿ ದೇವತೆಗಳ ಪ್ರಾರ್ಥನೆಯನ್ನು ಮನ್ನಿಸಿ ಪರಮ ಕರುಣಾಳುವಾದ ನಾರಾಯಣನು ವೇದೋಕ್ತವಾಗಿ ನಾಲ್ಕು ಹೋತೃಗಳಿಂದ ಕೂಡಿದ ಯಜ್ಞಕರ್ಮವನ್ನ ಸಂಪ್ರದಾಯದಿಂದ ಆಚರಿಸಿದರೆ ಜನರ ಹೃದಯವು ಶುದ್ಧವಾಗುತ್ತದೆ ಎಂದು ಯೋಚಿಸಿ ಯಜ್ಞಗಳನ್ನು ವಿಸ್ತಾರವಾಗಿ ಅನುಷ್ಠಾನಕ್ಕೆ ತರಲು ಸಹಾಯಕವಾಗಲೆಂದು ವ್ಯಾಸರೂಪದಿಂದ ಅವತರಿಸುತ್ತಾನೆ. ಅವತಾರದ ನಂತರ ಭಗವಾನ್ ಶ್ರೀ ವ್ಯಾಸರು ತಾವು ಮೊದಲು ಆದಿಸೃಷ್ಟಿಯಲ್ಲಿ ಹಯಗ್ರೀವರೂಪದಿಂದ ವೇದಗಳನ್ನು ಉದ್ಧರಿಸಿದಂತೆಯೇ ಈಗಲೂ ಅನಂತವಾಗಿರುವ ಹಾಗೂ ಅಖಂಡವಾಗಿದ್ದ ವೇದರಾಶಿಯಿಂದ (**ಅನಂತಾ ವೈ ವೇದಾಃ**) ಕೆಲವನ್ನು ಆರಿಸಿ ಎತ್ತಿ ಋಗ್ವೇದ ಯಜುರ್ವೇದ, ಸಾಮವೇದ, ಅಥರ್ವವೇದ ಎಂಬುದಾಗಿ ನಾಲ್ಕು ಭಾಗವಾಗಿ ವಿಂಗಡಿಸಿ ದರು. (**ವಿವ್ಯಾಸ ವೇದಾನ್ ಸ ವಿಭುಶ್ಚತುರ್ಧಾ ಚಕ್ರೇ ತಥಾ ಭಾಗವತಂ ಪುರಾಣಂ** (ಮಹಾಭಾರತ ತಾ. ನಿ. ೧೦–೭೨). (೬–೮)

ಹೀಗೆ ವಿಂಗಡಿಸಿದ ವೇದಗಳನ್ನು ಅಧ್ಯಯನ ಮಾಡಲು ಅಸಮರ್ಥ ರಾದ ಇನ್ನೂ ಕೆಳಹಂತದ ಜಿಜ್ಞಾಸುಗಳಿಗೆ ಎಟಕುವಂತೆ ಶ್ರೀ ವ್ಯಾಸರು ಋಗ್ವೇದಾದಿ ವೇದಗಳನ್ನು ಪುನಃ ಅನೇಕ ಭಾಗಗಳಲ್ಲಿ ವಿಂಗಡಿಸಿದರು. ಇದರಿಂದ ಋಗ್ವೇದವು ೨೧, ಯಜುರ್ವೇದವು ೧೦೧, ಸಾಮವೇದವು ೧೦೦೦

<hr>

ಮತ್ತು ಅಥರ್ವ ವೇದವು ೧೧ ಭಾಗಗಳಲ್ಲಿ ವಿಭಜಿತವಾಯಿತು. ಈ ರೀತಿ ವೇದ ಗಳನ್ನು ವಿಭಾಗಿಸಿದ್ದರಿಂದಲೇ ಭಗವಾನ್ ವ್ಯಾಸರು 'ವೇದವ್ಯಾಸ' ಎಂದು ಪ್ರಸಿದ್ಧ ರಾದರು. ನಂತರ ಇತಿಹಾಸ, ಭಾಗವತಾದಿ ಪುರಾಣಗಳನ್ನು ರಚಿಸಿದರು.

ಸ್ತ್ರೀ–ಶೂದ್ರ–ಬ್ರಹ್ಮ ಬಂಧುಗಳಿಗೆ ವೇದಗಳ ಶ್ರವಣ ಮತ್ತು ಅಧ್ಯಯನ ದಲ್ಲಿ ಅಧಿಕಾರವಿಲ್ಲದೇ ಇರುವುದರಿಂದ ಅವರಿಗೂ ವೇದೋಕ್ತ ವಿಷಯಗಳು ಸುಲಭವಾಗಿ ತಿಳಿದು ಅವರೂ ಉದ್ಧೃತರಾಗಲೆಂದು ಭಗವಾನ್ ಶ್ರೀ ವೇದ ವ್ಯಾಸರು ಇತಿಹಾಸ ಗ್ರಂಥಗಳೆಂದು ಪ್ರಸಿದ್ಧವಾದ ಮತ್ತು ಪಂಚಮ ವೇದವೆಂದು ಹೇಳಲಾಗುವ ಮೂಲರಾಮಾಯಣ, ಮಹಾಭಾರತಗಳನ್ನು ರಚಿಸಿ ನಂತರ ೧೮ ಪುರಾಣಗಳನ್ನು, ೧೮ ಉಪಪುರಾಣಗಳನ್ನು ರಚಿಸಿದರು. ೭ ಮೊದಲು ಪುರಾಣವು ೧೦೦ ಕೋಟಿ ಶ್ಲೋಕಗಳಿಂದ ಕೂಡಿ ಅಖಂಡವಾಗಿತ್ತು. ಶತಕೋಟಿ ಶ್ಲೋಕಗಳ ಅಖಂಡ ಪುರಾಣವು ಇಂದಿಗೂ ಸ್ವರ್ಗಾದಿ ಲೋಕಗಳಲ್ಲಿ ಪ್ರಚಾರದಲ್ಲಿದೆ. ೮ ಆದರೆ ಯುಗಮಾನದಿಂದ ಮನುಷ್ಯನ ಆಯುಷ್ಯವು ಕಡಿಮೆಯಾಗುತ್ತ ಹೋಗುತ್ತದೆ ಮತ್ತು ಇಷ್ಟು ದೊಡ್ಡದಾದ ಪುರಾಣದ ಶ್ರವಣ ಹಾಗೂ ಪಠನವು ಮನುಷ್ಯನಿಗೆ ಒಂದೇ ಜನ್ಮದಲ್ಲಿ ಪೂರೈಸಲು ಅಸಾಧ್ಯವೆಂದು ಅರಿತು ಪರಮ ದಯಾಳುವಾದ ಶ್ರೀವೇದವ್ಯಾಸರು ವೇದಗಳಂತೆ ಅಖಂಡವಾಗಿದ್ದ ಪುರಾಣವನ್ನುಸಂಕ್ಷೇಪಗೊಳಿಸಿದರು. ಒಂದು ಶತಕೋಟಿ ಶ್ಲೋಕಗಳುಳ್ಳ ಅಖಂಡ ಪುರಾಣದ ಗಾತ್ರವನ್ನು ನಾಲ್ಕು ಲಕ್ಷ ಶ್ಲೋಕಗಳಿಗೆ ಸೀಮಿತಗೊಳಿಸಿದರಲ್ಲದೇ ಅವುಗಳನ್ನು ೧೮ ಮಹಾಪುರಾಣ, ೧೮ ಉಪಪುರಾಣಗಳೆಂದು ವಿಭಾಗಿಸಿ ಜಿಜ್ಞಾಸುಗಳ ಅಧ್ಯಯನ–ಅಧ್ಯಾಪನೆ, ಪ್ರವಚನಗಳಿಗೆ ಅನುಕೂಲ ಮಾಡಿ ಕೊಟ್ಟರು. ಪುರಾಣಗಳ ಈ ಸಂಕ್ಷಿಪ್ತ ಸಂಸ್ಕರಣಗಳೇ ಈಗ ಭೂಲೋಕದಲ್ಲಿ ಪ್ರಚಾರದಲ್ಲಿವೆ.

* * *

---

೭.   i. ವಿಸ್ತಾರಾಯ ಚ ವೇದಾನಾಂ ಸ್ವಯಂ ನಾರಾಯಣಃ ಪ್ರಭುಃ ।
ವ್ಯಾಸರೂಪೇಣ ಕೃತವಾನ್ ಪುರಾಣಾನಿ ಮಹೀತಲೇ ॥

     ii. ಸ್ತ್ರೀಶೂದ್ರದ್ವಿಜಬಂಧೂನಾಂ ತ್ರಯೀ ನ ಶ್ರುತಿಗೋಚರಾ । ಕರ್ಮಶ್ರೇಯಸಿ
ಮೂಢಾನಾಂ ಶ್ರೇಯ ಏವಂ ಭವೇದಿಹ । ಇತಿ ಪೌರಾಣಮಾಖ್ಯಾನಂ ಕೃಪಯಾ
ಮುನಿನಾ ಕೃತಮ್ ।   – ಭಾಗ. ತಾ ೧–೪–೨೫

೮. ಅದ್ಯಾಪಿ ದೇವಲೋಕೇಷು ಶತಕೋಟಿಪ್ರವಿಸ್ತರಮ್ ।
            – ಪದ್ಮ ಪು. ಸೃಷ್ಟಿಖಂಡ ೧–೪೨

೨. ಪುರಾಣಗಳು

ಪುರಾಣವೆಂದರೇನು? ಈ ಶಬ್ದದ ನಿರ್ವಚನವನ್ನು ಜ್ಞಾನಿಗಳು ಅನೇಕ ವಿಧವಾಗಿ ಹೇಳಿದ್ದು ಅವುಗಳಲ್ಲಿ ಕೆಲವನ್ನು ಉದಾಹರಣೆಗಾಗಿ ಕೆಳಗೆ ಕಾಣಿಸ ಲಾಗಿದೆ –

೧. ಪುರಾಣ–ಪುರಾ+ನೀ+ಡ್ ಈ ಮೂರು ಭಾಗಗಳು ವ್ಯಾಕರಣ ಶಾಸ್ತ್ರ ನಿಯಮದಂತೆ ಸೇರಿದಾಗ 'ಪುರಾಣ' ಎಂಬ ರೂಪದಲ್ಲಿ ಪರಿವರ್ತಿತವಾಗುತ್ತವೆ. 'ಪುರಾ' ಎಂಬ ಅವ್ಯಯಪೂರ್ವಕ 'ಣೀಜ್' ಪ್ರಾಪಣೇ ಎಂಬ ಧಾತುವಿಗೆ 'ಡ' ಪ್ರತ್ಯಯ ಸೇರಿ 'ಪುರಾಣ' ಎಂಬ ಶಬ್ದವು ನಿಷ್ಪನ್ನವಾಗಿದೆ.

೨. ಪುರಾ+ಅಣ್ = ಪುರಾ ಅಂದರೆ ಅತೀತ ಮತ್ತು ಅನಾಗತ. ಅಣ್ (ಅಣತಿ) ಅಂದರೆ ಹೇಳುವುದು. ಅರ್ಥಾತ್ ಯಾವುದು ಪ್ರಾಚೀನ (ಭೂತಕಾಲದ) ಮತ್ತು ಅನಾಗತ (ಭವಿಷ್ಯಕಾಲದ) ವಿಷಯ ಗಳನ್ನು ತಿಳಿಸುವುದೋ ಅದೇ ಪುರಾಣವು.

೩. ಪುರಾಣ+ಪುರಾ+ಅಣ್ ಇಲ್ಲಿಯ ಅಣ್ ಧಾತುವಿಗೆ ಉಸಿರಾಡಿಸು ವುದು, ಜೀವಿತವಾಗಿರುವುದು, ಎಂಬ ಅರ್ಥವಿದೆ. ಆಗ ಪುರಾಣ ಶಬ್ದದ ಅರ್ಥವು ಹೀಗಾಗುತ್ತದೆ. ಯಾವುದು ಪ್ರಾಚೀನಕಾಲ ದಿಂದಲೂ ಉಸಿರಾಡಿಸುತ್ತಿದೆಯೋ ಮತ್ತು ಜೀವಿತವಾಗಿರುವುದೋ ಅಂದರೆ ಯಾವುದು ಪಾರಂಪರಿಕ ಜ್ಞಾನದ ನಿರಂತರ ಪ್ರವಾಹದಿಂದ ಕೂಡಿರುವುದೋ ಅದೇ ಪುರಾಣವು.

೪. ವಾಯುಪುರಾಣದಲ್ಲಿ ಇದೇ ಭಾವವನ್ನು ವ್ಯಕ್ತಗೊಳಿಸುತ್ತ ಹೀಗೆ ಹೇಳಿದೆ –

ಯಸ್ಮಾತ್ಪುರಾ ಹ್ಯನತೀದಂ ಪುರಾಣಂ ತೇನ ಹಿ ಸ್ಮೃತಮ್ |
ನಿರುಕ್ತಮಸ್ಯ ಯೋ ವೇದ ಸರ್ವಪಾಪ್ಟೈಃ ಪ್ರಮುಚ್ಯತೇ ||
                                      – ವಾಯು ಪು. ೧–೨೦೨

    – ಪ್ರಾಚೀನ ಕಾಲದಿಂದಲೂ ಇದು ಜೀವಿತವಾಗಿರುವುದ
ರಿಂದಲೂ ಮತ್ತು ಪ್ರವಹಿಸುತ್ತಿರುವುದರಿಂದಲೂ ಇದಕ್ಕೆ 'ಪುರಾಣ'
ವೆನ್ನುತ್ತಾರೆ. ಯಾವ ವ್ಯಕ್ತಿಯು ಪುರಾಣ ಶಬ್ದದ ಈ ನಿರುಕ್ತಿಯನ್ನು
ಅರಿತುಕೊಂಡಿರುವನೋ ಅವನು ಎಲ್ಲ ಪಾಪಗಳಿಂದ ಮುಕ್ತನಾಗುವನು.

೫. ನಿರುಕ್ತಕಾರರಾದ ಯಾಸ್ಕಾಚಾರ್ಯರು –

    ಶಿಕ್ಷಾಂ ವ್ಯಾಕರಣಂ ಛಂದಃ ನಿರುಕ್ತಂ ಜ್ಯೋತಿಷಂ ತಥಾ |
    ಕಲ್ಪಶ್ಚೇತಿ ಷಡಂಗಾನಿ ವೇದಸ್ಯಾಹುಃ ಮನೀಷಿಣಃ || ಎಂದು
ವೇದಾಂಗಗಳಲ್ಲಿ ಒಂದಾದ 'ನಿರುಕ್ತ' ಎಂಬ ತಮ್ಮ ಗ್ರಂಥದಲ್ಲಿ ಪುರಾಣ
ಶಬ್ದದ ನಿರ್ವಚನವನ್ನು ಮಾಡುತ್ತ ಹೀಗೆ ಹೇಳುತ್ತಾರೆ –

ಪುರಾಣಂ ಕಸ್ಮಾತ್–ಪುರಾ ನವಂ ಭವತಿ (ನಿರುಕ್ತ ೩–೧೯–೨೪)

    ಪುರಾಣ ಎಂದರೆ ಯಾವುದು ಹಿಂದೆ ಯಾವಾಗಲಾದರೋ ಹೊಸ
ರೂಪದಿಂದ ಇರುವುದೋ ಅಂದರೆ ಈಗಿನ ಕಾಲದಲ್ಲಿ ಯಾವುದರ
ನವೀನತೆಯು ಅಭೀಷ್ಟವಾಗಿರುವುದಿಲ್ಲವೋ ಆದಕ್ಕೆ 'ಪುರಾಣ'
ಎನ್ನಲಾಗುತ್ತದೆ. ಅರ್ಥಾತ್ ಪೂರ್ವಕಾಲದಿಂದಲೂ ನವೀನವಾಗಿರು–
ವುದೇ ಪುರಾಣವು.

                          * * *

೩. ಪುರಾಣಗಳ ಸಂಖ್ಯೆ ಮತ್ತು ಶ್ರೀಮದ್ಭಾಗವತ

ಭಗವಾನ್ ಶ್ರೀ ವೇದವ್ಯಾಸರು ಮಹಾಭಾರತವನ್ನು ರಚಿಸಿದ ನಂತರ ೧೪ ಪುರಾಣಗಳನ್ನು ರಚಿಸಿದರು. ಶತಕೋಟಿ ಶ್ಲೋಕಾತ್ಮಕವಾಗಿದ್ದ ಅಖಂಡ ಪುರಾಣವನ್ನು ೪ ಲಕ್ಷ ಶ್ಲೋಕಗಳಿಗೆ ಸಂಕ್ಷೇಪಗೊಳಿಸಿ ಮೊದಲು ೧೭ ಪುರಾಣಗಳನ್ನು ರಚಿಸಿದ್ದರೂ ಅವರಿಗೆ ತೃಪ್ತಿಯಾಗಲಿಲ್ಲವಂತೆ.[೯] ಆಗ ತಮ್ಮ ಈ ಅತೃಪ್ತಿಗೆ ಕಾರಣವೇನೆಂದು ವಿಚಾರಿಸುತ್ತ ಸರಸ್ವತೀ ನದೀ ತೀರದ ತಮ್ಮ ಆಶ್ರಮದಲ್ಲಿ ಅತೃಪ್ತರಂತೆ ನಟಿಸುತ್ತ ಕುಳಿತಾಗ ಅಲ್ಲಿಗೆ ಬಂದ ನಾರದರನ್ನು ಕುರಿತು ಶ್ರೀವೇದವ್ಯಾಸರು "ಎಲ್ಲ ಸಾಧಕರಿಗೂ ವೇದಗಳ ಅರ್ಥವ ತಿಳಿಯಲೆಂದೇ ತಾವು ಮಹಾಭಾರತ, ೧೭ ಪುರಾಣಗಳು, ಬ್ರಹ್ಮಸೂತ್ರಾದಿ ಗ್ರಂಥಗಳನ್ನು ರಚಿಸಿದ್ದರೂ ಇನ್ನೂ ತಮ್ಮ ಮನಸ್ಸಿಗೆ ಶಾಂತಿ ಯುಂಟಾಗದಿರಲು ಕಾರಣವೇನೆಂದು ಕೇಳುತ್ತಾರೆ. ಆಗ ನಾರದರು ಹೇಳುತ್ತಾರೆ – ಹೇ ಭಗವನ್ ಮಹರ್ಷಿಗಳೇ! ನೀವೇನೋ ಮಹಾಭಾರತಾದಿ ಗ್ರಂಥಗಳನ್ನು, ೧೭ ಪುರಾಣಗಳನ್ನು ವಿರಚಿಸಿದ್ದು ನಿಜ. ಆದರೂ ಅವುಗಳಲ್ಲಿ ಧರ್ಮಾದಿ ಪುರುಷಾರ್ಥಗಳನ್ನು ವರ್ಣಿಸಿದಂತೆ ಭಗವಂತನ ಪವಿತ್ರಮಯ ವಾದ ಚರಿತ್ರೆಯು ಎಲ್ಲರಿಗೂ ತಿಳಿಯುವಂತೆ ವಿಸ್ತಾರವಾಗಿ ಹೇಳಿದಂತೆ ಆಗಿಲ್ಲ. ಶ್ಲೋಕಗಳೂ ತತ್ವಗೂಢಾರ್ಥಗಳಿಂದ ತುಂಬಿವೆ. ಹೀಗಾಗಿ ನಿಮ್ಮ ಮನಸ್ಸು ಖಿನ್ನವಾದಂತಿರಬಹುದು. ಇವೆಲ್ಲವುಗಳಿಂದ ಜಿಜ್ಞಾಸುಗಳಿಗೂ ತೃಪ್ತಿಯಾಗಿಲ್ಲ. ಸೂರ್ಯೋದಯವನ್ನು ಬಯಸುವ ಮನುಷ್ಯನಿಗೆ ನಕ್ಷತ್ರಗಳ ಉದಯದಿಂದ ತೃಪ್ತಿಯಾಗುವುದೇ? ಆದ್ದರಿಂದ ಭಗವಾನ್ ಶ್ರೀವೇದವ್ಯಾಸ ಮಹರ್ಷಿಗಳೇ! ಸರ್ವಜ್ಞರಾದ ನೀವು ಭಗವಂತನ ಜಗತ್ಸೃಷ್ಟ್ಯಾದಿ ವಿಶಿಷ್ಟ

---

೯. ಸಪ್ತದಶ ಪುರಾಣಾನಿ ಕೃತ್ವಾ ಸತ್ಯವತೀಸುತಃ ।
ನಾಪ್ತವಾನ್ ಮನಸಾ ತೋಷಂ ಭಾರತೇನಾಪಿ ಭಾಮಿನಿ ॥
                          – ಪದ್ಮಪು. ಉ.ಖಂಡ ೧೯೪–೯೫.

ವ್ಯಾಪಾರಗಳನ್ನು ಮತ್ತು ಅವನ ಮಹಿಮೆಗಳನ್ನು ದರ್ಶನ–ಗುಹ್ಯ–ಸಮಾಧಿ ಎಂಬ ಮೂರು ಪ್ರಕಾರವಾಗಿರುವ ಭಾಷೆಗಳ ಮಧ್ಯದಲ್ಲಿ ಕೇವಲ ಸಮಾಧಿ ಭಾಷೆಯಲ್ಲೇ ಭಗವಂತನ ಮಹಿಮಾದಿಗಳನ್ನು ತಿಳಿಸುವ 'ಭಾಗವತ' ಎಂಬ ಪುರಾಣಗ್ರಂಥವನ್ನು ರಚಿಸಿರಿ. ಇದರಿಂದ ನಿಮ್ಮ ಅವತಾರ ಕಾರ್ಯವು ಸಾರ್ಥಕವಾಗಿ ನಿಮ್ಮ ಮನಸ್ಸಿಗೆ ಸಮಾಧಾನವುಂಟಾಗುವುದು. ೧೦ ನಾರದರ ಈ ಪ್ರಕಾರದ ಪ್ರಾರ್ಥನಾಪೂರ್ವಕವಾದ ಸೂಚನೆಯಂತೆ ಶ್ರೀವೇದವ್ಯಾಸರು 'ಭಾಗವತ' ವೆಂಬ ೧೮ ನೆಯ ಪುರಾಣವನ್ನು ರಚಿಸಿದರು. 'ಚಕಾರ ಸಂಹಿತಾಮೇತಾಂ ಶ್ರೀಮದ್ಭಾಗವತೀಂ ಪರಾಂ' ಎಂದು ಭಾಗವತದಲ್ಲೇ ನಿರೂಪಿತವಾಗಿದೆ. ಹೀಗೆ ಮೊದಲು ರಚಿಸಿದ ೧೭ ಪುರಾಣಗಳೊಂದಿಗೆ ಈ ಭಾಗವತ ಪುರಾಣವನ್ನು ಸೇರಿಸಿದಾಗ ಶ್ರೀವೇದವ್ಯಾಸರು ರಚಿಸಿದ ಮಹಾಪುರಾಣಗಳ ಸಂಖ್ಯೆ ೧೮ ಆಗುತ್ತದೆ. ೧೧

---

೧೦. ನಾರದ ಉವಾಚ –

ಭವತಾನುದಿತಪ್ರಾಯಂ ಯಶೋ ಭಗವತೋಽಮಲಮ್ |
ಯೇನೈವಾಸೌ ನ ತುಷ್ಯೇತ ಮನ್ಯೇ ತದ್ದರ್ಶನಂ ಖಿಲಮ್ || ೮ ||

ಯಥಾ ಧರ್ಮಾದಯೋ ಹ್ಯರ್ಥಾ ಮುನಿವರ್ಯಾನುವರ್ಣಿತಾಃ |
ನ ತಥಾ ವಾಸುದೇವಸ್ಯ ಮಹಿಮಾ ಹ್ಯನುವರ್ಣಿತಃ || ೯ ||

ಅತೋ ಮಹಾಭಾಗ ಭವಾನಮೋಘದೃಕ್
ಶುಚಿಶ್ರವಾಃ ಸತ್ಯರತೋ ಧೃತವ್ರತಃ |
ಉರುಕ್ರಮಸ್ಯಾಖಿಲಬಂಧಮುಕ್ತಯೇ
ಸಮಾಧಿನಾನುಸ್ಮರ ಯದ್ವಿಚೇಷ್ಟಿತಮ್ || ೧೨ ||

– ಭಾಗ. ಸ್ಕಂಧ–೧, ಅಧ್ಯಾಯ –೫

೧೧. i. ಬ್ರಾಹ್ಮಂ ಪಾದ್ಮಂ ವೈಷ್ಣವಂ ಚ ಶೈವಂ ಭಾಗವತಂ ತಥಾ | ಭವಿಷ್ಯಂ ನಾರದೀಯಂ ಚ ಸ್ಕಾಂದಂ ಲಿಂಗಂ ವರಾಹಕಮ್ || ಮಾರ್ಕಂಡೇಯಂ ಆಥಾಗ್ನೇಯಂ ಬ್ರಹ್ಮವೈವರ್ತಮೇವ ಚ | ಕೌರ್ಮ್ಯಂ ಮಾತ್ಸ್ಯಂ ಗಾರುಡಂ ಚ ವಾಯುವೀಯ– ಮನಂತರಮ್ || ಅಷ್ಟಾದಶ ಸಮುದ್ದಿಷ್ಟಂ ಬ್ರಹ್ಮಾಂಡಮಿತಿ ಸಂಜ್ಞಿತಮ್||

    ii. ಬ್ರಾಹ್ಮಂ ಪಾದ್ಮಂ ವೈಷ್ಣವಂ ಚ ಶೈವಂ ಲಿಂಗಂ ಸಗಾರುಡಮ್ |
        ನಾರದೀಯಂ ಭಾಗವತಮಾಗ್ನೇಯಂ ಸ್ಕಂದಸಂಜ್ಞಿತಮ್ || ೨೨ ||

        ಭವಿಷ್ಯಂ ಬ್ರಹ್ಮವೈವರ್ತಂ ಮಾರ್ಕಂಡೇಯಂ ಸಹಾಮನಮ್ |
        ವಾರಾಹಂ ಮಾತ್ಸ್ಯಕೌರ್ಮೇ ಚ ಬ್ರಹ್ಮಾಂಡಾಖ್ಯಮಿತಿ ತ್ರಿಷಟ್ || ಭಾಗ. ೧೨–೭.

ಶ್ರೀ ವೇದವ್ಯಾಸರಿಂದ ಪ್ರಣೇತವಾದ ಈ ಹದಿನೆಂಟು ಪುರಾಣಗಳ ಹೆಸರುಗಳು ಕೆಳಗಿನಂತಿವೆ –

೧. ಬ್ರಹ್ಮ ಪುರಾಣ (ಪ್ರಂ), ೨. ಪದ್ಮ ಪು. ೩. ವಿಷ್ಣು ಪು., ೪. ಶಿವ ಪು., ೫. ಭಾಗವತ ಪು., ೬. ನಾರದೀಯ ಪು., ೭. ಮಾರ್ಕಂಡೇಯ ಪು., ೮. ಅಗ್ನಿಪು., ೯. ಭವಿಷ್ಯ ಪು., ೧೦. ಬ್ರಹ್ಮವೈವರ್ತ ಪು., ೧೧. ಲಿಂಗ ಪು., ೧೨. ವಾರಾಹ ಪು., ೧೩. ಸ್ಕಂದ ಪು., ೧೪. ವಾಮನ ಪು., ೧೫. ಕೂರ್ಮ ಪು., ೧೬. ಮತ್ಸ್ಯ ಪು., ೧೭. ಗರುಡ ಪು., ೧೮. ಬ್ರಹ್ಮಾಂಡ ಪು.

ಈ ಮೇಲಿನ ಪುರಾಣಗಳ ಹೆಸರುಗಳ ಆದ್ಯಕ್ಷರವನ್ನು ಅನುಸರಿಸಿ ಪುರಾಣಗಳನ್ನು ಸಂಗ್ರಹಿಸಿರುವ ಕೆಳಗಿನ ಒಂದು ಶ್ಲೋಕವು ದೇವೀ ಭಾಗವತ ದಲ್ಲಿ ಕಂಡುಬರುತ್ತದೆ – ಹದಿನೆಂಟು ಪುರಾಣಗಳ ಹೆಸರುಗಳನ್ನು ಸುಲಭ ವಾಗಿ ಕಂಠಸ್ಥವಾಗಿರಿಸಲು ಈ ಪುರಾಣಗಳ ಈ ತರಹದ ಸಂಗ್ರಹವು ಉಪಯೋಗಿಯಾಗಿದೆ.

ಮದ್ವಯಂ ಭದ್ವಯಂ ಚೈವ ಬ್ರತ್ರಯಂ ವಚತುಷ್ಟಯಮ್ ।
ಅನಾಪಲಿಂಗಕೂಸ್ಕಾನಿ ಪುರಾಣಾನಿ ಪ್ರಚಕ್ಷತೇ ॥   ೧–೨–೩

ಇವುಗಳ ವಿವರಣೆ ಹೀಗಿದೆ –

ಅ. ನಂ.	ಪುರಾಣದ ಪ್ರಾರಂಭದ ಅಕ್ಷರ	ಒಟ್ಟು ಪುರಾಣ	ಆ ಪುರಾಣಗಳ ಹೆಸರುಗಳು
೧.	ಮ	ಮದ್ವಯಂ = ೨	ಮತ್ಸ್ಯ, ಮಾರ್ಕಂಡೇಯ
೨.	ಭ	ಭದ್ವಯಂ = ೨	ಭಾಗವತ, ಭವಿಷ್ಯ
೩.	ಬ್ರ	ಬ್ರತ್ರಯಂ = ೩	ಬ್ರಹ್ಮ, ಬ್ರಹ್ಮವೈವರ್ತ, ಬ್ರಹ್ಮಾಂಡ
೪.	ವ	ವಚತುಷ್ಟಯಂ = ೪	ವಾಮನ, ವಿಷ್ಣು, ವಾಯು, ವಾರಾಹ
೫.	ಆ	ಆ = ೧	ಅಗ್ನಿ
೬.	ನಾ	ನಾ = ೧	ನಾರದ
೭.	ಪ	ಪ = ೧	ಪದ್ಮ
೮.	ಲಿಂ	ಲಿಂ = ೧	ಲಿಂಗ
೯.	ಗ	ಗ = ೧	ಗರುಡ
೧೦.	ಕೂ	ಕೂ = ೧	ಕೂರ್ಮ
೧೧.	ಸ್ಕ	ಸ್ಕ = ೧	ಸ್ಕಂದ.

ಮತ್ಸ್ಯ ಪುರಾಣದಲ್ಲಿ ತಿಳಿಸಿದಂತೆ ಈ ಹದಿನೆಂಟು ಪುರಾಣಗಳನ್ನು ಅಲ್ಲಿ ಪ್ರಚುರವಾಗಿ ವರ್ಣಿತವಾಗಿರುವ ದೇವತಾದಿಗಳ ಆಧಾರದ ಮೇಲೆ ೧. ಸಾತ್ವಿಕ, ೨. ರಾಜಸ, ೩. ತಾಮಸ ಮತ್ತು ೪ ಸಂಕೀರ್ಣ ಪುರಾಣಗಳು ಎಂದು ವಿಂಗಡಿಸಲಾಗುತ್ತದೆ. ಹೇಗೆಂದರೆ ಯಾವ ಪುರಾಣಗಳಲ್ಲಿ ಭಗವಾನ್ ವಿಷ್ಣುವಿನ ಮಹಿಮೆಯು ಅಧಿಕವಾಗಿ ವರ್ಣಿತವಾಗಿರುವುದೋ ಮತ್ತು ಸಾತ್ವಿಕ ಸಾಧಕರಿಗೆ ಸ್ವರೂಪಾನಂದಾವಿರ್ಭಾವಕ್ಕೆ ಅವಶ್ಯವಾಗಿರುವ ಸಾಧನೋಪಾಯಗಳನ್ನು ತಿಳಿಸಲಾಗಿರುವುದೋ ಅವು ಸಾತ್ವಿಕಪುರಾಣ ಗಳೆಂದೂ, ಯಾವ ಪುರಾಣಗಳಲ್ಲಿ ಚತುರ್ಮುಖ ಬ್ರಹ್ಮನ ಮಹಾತ್ಮೆಯು ಹೆಚ್ಚಾಗಿ ಚರ್ಚಿತವಾಗಿರುವುದೋ ಅವು ರಾಜಸ ಪುರಾಣಗಳೆಂದೂ, ಅಗ್ನಿ–ಶಿವಾದಿಗಳ ಮಹಿಮೆಗಳನ್ನು ಮತ್ತು ಅವರ ಉತ್ತಮತ್ವವನ್ನು ಹೆಚ್ಚಾಗಿ ವರ್ಣಿಸುವ ಪುರಾಣಗಳು ತಾಮಸ ಪುರಾಣಗಳೆಂದೂ ಮತ್ತು ಸರಸ್ವತೀ ದೇವಿ, ಪಿತೃಗಳ ವರ್ಣನೆಗಳನ್ನು ಹೆಚ್ಚಾಗಿ ಪ್ರದರ್ಶಿಸುವ ಪುರಾಣಗಳನ್ನು ಸಂಕೀರ್ಣ ಪುರಾಣಗಳೆಂದೂ ವಿಂಗಡಿಸಲಾಗುತ್ತದೆ.[೧೨] ಈ ಮಹಾಪುರಾಣ ಗಳ ಈ ವಿಂಗಡಣೆಯನ್ನು ಕೆಳಗೆ ಸ್ಪಷ್ಟಪಡಿಸಲಾಗಿದೆ.

ಸಾತ್ವಿಕ ಪುರಾಣಗಳು	ರಾಜಸ ಪುರಾಣಗಳು	ತಾಮಸ ಪುರಾಣಗಳು
ವಿಷ್ಣು ಪುರಾಣ (ಪು.)	ಬ್ರಹ್ಮಾಂಡ ಪು.	ಮತ್ಸ್ಯ ಪು.
ನಾರದೀಯ ಪು.	ಬ್ರಹ್ಮವೈವರ್ತ ಪು.	ಕೂರ್ಮ ಪು.
ಭಾಗವತ ಪು.	ಮಾರ್ಕಂಡೇಯ ಪು.	ಲಿಂಗ ಪು.
ಗರುಡ ಪು.	ಭವಿಷ್ಯ ಪು.	ಶಿವ ಪು.
ಪದ್ಮ ಪು.	ವಾಮನ ಪು.	ಸ್ಕಂದ ಪು.
ವರಾಹ ಪು.	ಬ್ರಹ್ಮ ಪು.	ಅಗ್ನಿ ಪು.

೧೨.　ಸಾತ್ವಿಕೇಷು ಪುರಾಣೇಷು ಮಾಹಾತ್ಮ್ಯ ಮಧಿಕಃ ಹರೇಃ ।
ರಾಜಸೇಷು ಚ ಮಾಹಾತ್ಮ್ಯಂ ಆಧಿಕಂ ಬ್ರಹ್ಮಣೋ ವಿದುಃ ॥ ೮೨ ॥

ತದ್ವದಗ್ನೇಶ್ಚ ಮಾಹಾತ್ಮ್ಯಂ ತಾಮಸೇಷು ಶಿವಸ್ಯ ಚ ।
ಸಂಕೀರ್ಣೇಷು ಸರಸ್ವತ್ಯಾಃ ಪಿತೃಣಾಂ ಚ ನಿಗದ್ಯತೇ ॥ ೮೩ ॥

　　　　　　　　　　　　　　– ಮತ್ಸ್ಯ ಪು. ಅ. ೫೩.

ಯಾವ ಪುರಾಣಗಳಲ್ಲಿ "ವಿಷ್ಣುವಿಗೆ ಸದೃಶ ದೈವವಿಲ್ಲವೆಂದೂ, ವಾಯುದೇವನಿಗೆ ಸಮನಾದ ಗುರುವಿಲ್ಲವೆಂದೂ, ಗಂಗೆಗೆ ಸದೃಶವಾದ ತೀರ್ಥವೇ ಇಲ್ಲವೆಂದೂ, ವಿಷ್ಣುಭಕ್ತನಿಗೆ ಸಮನಾದ ಭಕ್ತನಿಲ್ಲವೆಂದೂ ಮುಕ್ತಕಂಠದಿಂದ ನಿರೂಪಿತವಾಗಿರುವುದೋ ಅವು ಸಾತ್ತ್ವಿಕ ಪುರಾಣಗಳು" ಎಂದು ಗರುಡಪುರಾಣಗಳಲ್ಲಿ ಸಾತ್ತ್ವಿಕ ಪುರಾಣಗಳ ಲಕ್ಷಣವನ್ನು ಇನ್ನೂ ವಿಸ್ತಾರದಲ್ಲಿ ತಿಳಿಸಲಾಗಿದೆ.

ಭಗವಾನ್ ಶ್ರೀ ವೇದವ್ಯಾಸರಿಂದ ರಚಿಸಲ್ಪಟ್ಟ ಅಷ್ಟಾದಶ ಪುರಾಣ ಗಳನ್ನು ಉಪಕ್ರಮೋಪಸಂಹಾರಾದಿ ಲಿಂಗಗಳಿಂದ ಮತ್ತು ವಿಷಯಗಳ ದೃಷ್ಟಿಯಿಂದ ಪರಿಶೀಲಿಸಿದಾಗ ಭಾಗವತ ಪುರಾಣ, ವಿಷ್ಣು ಪುರಾಣ, ಗರುಡ ಪುರಾಣ, ನಾರದ ಪುರಾಣ, ಪದ್ಮಪುರಾಣ, ಮತ್ತು ವರಾಹ ಪುರಾಣಗಳೆಂಬ ಆರು ಪುರಾಣಗಳು ಸಾತ್ತ್ವಿಕ ಪುರಾಣಗಳೆಂದು ಪರಿಗಣಿಸಲ್ಪಟ್ಟಿವೆ. ಶ್ರೀಹರಿಗೆ ಅತ್ಯಂತ ಪ್ರಿಯವಾದ ಈ ಸಾತ್ತ್ವಿಕ ಪುರಾಣ ಗಳಲ್ಲಿ ಒಂದಾದ **ಶ್ರೀಮದ್ಭಾಗವತ ಪುರಾಣವು** ಮಾನವರಿಗೆ ಇಹದಲ್ಲಿ ಶ್ರೇಯಸ್ಕರವೂ ಪರದಲ್ಲಿ ಮೋಕ್ಷಪ್ರದವೂ ಆದ ಅತಿಶ್ರೇಷ್ಠ ಪುರಾಣವೆಂದು ಮಾನ್ಯವಾಗಿದೆ. ೧೪

---

೧೪. ಉಪಕ್ರಮ್ಯೈಃ ಉಪಸಂಹಾರಸ್ಯ ಲಿಂಗ್ಯೈಃ
ಹರಿಂ ಗುರುಂ ಹ್ಯಂತರೇಣೈವ ಯಾಂತಿ ।
ತಾನ್ಯೇವಾಹುಃ ಸತ್ಪುರಾಣಾನಿ ವಿಪ್ರಾಃ
ಕಲೌ ಯುಗೇ ನಾಭ್ಯಸೂಯಂತಿ ಸರ್ವೇ   ॥ ೪೯ ॥

ನ ಚಾಸ್ತಿ ವಿಷ್ಣೋಃ ಸದೃಶಂ ಚ ದೈವತಂ ।
ನ ಚಾಸ್ತಿ ವಾಯೋಃ ಸದೃಶೋ ಗುರುಶ್ಚ ॥
ನ ಚಾಸ್ತಿ ತೀರ್ಥಂ ಸದೃಶಂ ವಿಷ್ಣುಪದ್ಯಾಃ
ನ ವಿಷ್ಣುಭಕ್ತೇನ ಸಮೋಽಸ್ತಿ ಭಕ್ತಃ   ॥ ೪೧ ॥

ಕಲೌ ಯುಗೇ ಸರ್ವಪುರಾಣಮಧ್ಯೇ
ಶ್ರೀಷ್ಕೇವ ಮುಖ್ಯಾನಿ ಹರಿಪ್ರಿಯಾಣಿ ।
ಮುಖ್ಯಂ ಪುರಾಣಂ ಹಿ ಕಲೌ ನೃಣಾಂ ಚ
ಶ್ರೇಯಸ್ಕರಂ ಭಾಗವತಂ ಪುರಾಣಮ್   ॥ ೪೪ ॥
                          – ಗರುಡ ಪು. ಅಧ್ಯಾಯ–೧

ಸರ್ವೋತ್ತಮನಾದ ಶ್ರೀಕೃಷ್ಣನು ಪರಂಧಾಮಕ್ಕೆ ಹೊರಡುವ ಮೊದಲು ತನ್ನೆಲ್ಲ ತೇಜಸ್ಸನ್ನು ಈ ಭಾಗವತ ಪುರಾಣದಲ್ಲಿ ಇಟ್ಟಿರುವುದರಿಂದ ಭಾಗವತವು ಶ್ರೀಕೃಷ್ಣನ ಒಂದು ದೃಶ್ಯರೂಪವಾಗಿದೆ. ಅಂದ ಮೇಲೆ ಈ ಪುರಾಣವು ಸರ್ವಶ್ರೇಷ್ಠವಾದುದೆಂದು ಹೇಳುವುದೇನಿದೆ! ಈ ಪುರಾಣದ ಶ್ರೇಷ್ಠತೆಯನ್ನು ಕೆಲವು ಪೌರಾಣಿಕ ಶ್ಲೋಕಗಳಿಂದಲೂ ತಿಳಿದುಕೊಳ್ಳಬಹುದು.

ಶ್ರೀವೇದವ್ಯಾಸ ಕೃತ ಭಾಗವತವು ಪುರಾಣರಾಜ, ಪುರಾಣತಿಲಕ, ಕಾಮಧೇನು, ಕಲ್ಪವೃಕ್ಷ, ಎಂದು ಮುಂತಾಗಿ ಪ್ರಶಂಸಿಸಲ್ಪಟ್ಟಿದೆ. ಅಷ್ಟೇ ಏಕೆ ಈ ಪುರಾಣವು ಬ್ರಹ್ಮಸಂಮಿತ ಅಂದರೆ ವೇದಗಳಿಗೆ ಸಮಾನವೆಂದೂ ಗೌರವಿಸಲ್ಪಡುತ್ತದೆ. ಇದಕ್ಕೆ ಅನೇಕ ಪೌರಾಣಿಕ ವಾಕ್ಯಗಳನ್ನು ಸಂವಾದಿ ಯಾಗಿ ತೋರಿಸಬಹುದು.

ಅಷ್ಟಾದಶ ಪುರಾಣಗಳ ಶ್ಲೋಕಸಂಖ್ಯಾ

ಸೂತರು ಶೌನಕಾದಿ ಋಷಿಗಳನ್ನು ಕುರಿತು ಹದಿನೆಂಟು ಪುರಾಣಗಳ ಶ್ಲೋಕ ಸಂಖ್ಯೆಯನ್ನು ಹೇಳುತ್ತಾರೆ– (ಭಾಗ. ೧೨, ೧೨.೩–೯)

ಪುರಾಣಸಂಖ್ಯಾಸಂಭೂತಿಮಸ್ಯ ವಾಚ್ಯಪ್ರಯೋಜನೇ ।
ದಾನಂ ದಾನಸ್ಯ ಮಾಹಾತ್ಮ್ಯಂ ಪಾಠಾದೇಶ್ಚ ನಿಬೋಧಥ   ॥೨॥

ಶೌನಕಾದಿಗಳೇ! ಈಗ ಪ್ರತಿ ಪುರಾಣಗಳ ಶ್ಲೋಕ ಸಂಖ್ಯೆಯನ್ನೂ ಎಲ್ಲ ಪುರಾಣಗಳ ಒಟ್ಟು ಶ್ಲೋಕ ಸಂಖ್ಯೆಯನ್ನೂ ಈ ಭಾಗವತಪುರಾಣದ ವಿಷಯ ಪ್ರಯೋಜನಗಳನ್ನೂ, ಪುಸ್ತಕದಾನ, ದಾನದ ಮಾಹಾತ್ಮ್ಯ, ಪಠನ ಪಾಠನಾದಿಗಳ ಮಾಹಾತ್ಮ್ಯ ಗಳನ್ನೂ, ಹೇಳುವೆನು ಕೇಳಿರಿ.

ಬ್ರಾಹ್ಮಂ ದಶಸಹಸ್ರಾಣಿ ಪಾದ್ಮಂ ಪಂಚೋನಷಷ್ಟಿಕಮ್ ।
ಶ್ರೀವೈಷ್ಣವಂ ತ್ರಯೋವಿಂಶಚ್ಚತುರ್ವಿಂಶತಿ ಶೈವಕಮ್ ॥೪॥

ಬ್ರಹ್ಮಪುರಾಣದ ಶ್ಲೋಕಸಂಖ್ಯೆ ಹತ್ತು ಸಾವಿರ. ಪದ್ಮಪುರಾಣದಲ್ಲಿ ಐವತ್ತೈದು ಸಾವಿರ. ವಿಷ್ಣುಪುರಾಣದಲ್ಲಿ ಇಪ್ಪತ್ತಮೂರು ಸಾವಿರ. ಶಿವ– ಪುರಾಣದಲ್ಲಿ ಇಪ್ಪತ್ತನಾಲ್ಕು ಸಾವಿರ ಶ್ಲೋಕಗಳು.

ದಶಾಷ್ಟೌ ಶ್ರೀಭಾಗವತಂ ನಾರದಂ ಪಂಚವಿಂಶತಿಃ ।
ಮಾರ್ಕಂಡೇಯಂ ನವಾಗ್ನೇಯಂ ದಶಪಂಚ ಚತುಃಶತಮ್ ॥ ೫ ॥

ಶ್ರೀ ಭಾಗವತದಲ್ಲಿ ಹದಿನೆಂಟು ಸಾವಿರ, ನಾರದ ಪುರಾಣದಲ್ಲಿ ಇಪ್ಪತ್ತೈದು ಸಾವಿರ. ಮಾರ್ಕಂಡೇಯ ಪುರಾಣದಲ್ಲಿ ಒಂಬತ್ತು ಸಾವಿರ ಅಗ್ನಿಪುರಾಣದಲ್ಲಿ ಹದಿನ್ಮೈದು ಸಾವಿರ ನಾನೂರು ಶ್ಲೋಕಗಳು.

ಚತುರ್ದಶ ಭವಿಷ್ಯಂ ಸ್ಯಾತ್ ತಥಾ ಪಂಚಶತಾನಿ ಚ ।
ದಶೋಷ್ಟಾ ಬ್ರಹ್ಮವೈವರ್ತಂ ಲಿಂಗಮೇಕಾದಶೈವ ತು   ॥ ೭ ॥

ಚತುರ್ವಿಂಶತಿ ವಾರಾಹಮೇಕಾಶೀತಿ ಸಹಸ್ರಕಮ್ ।
ಸ್ಕಾಂದಂ ಶತಂ ತಥಾ ಚೈಕಂ ವಾಮನಂ ದಶ ಕೀರ್ತಿತಮ್ ॥ ೭ ॥

ಭವಿಷ್ಯ ಪುರಾಣದಲ್ಲಿ ಹದಿನಾಲ್ಕು ಸಾವಿರದ ಐನೂರು ಶ್ಲೋಕಗಳು, ಬ್ರಹ್ಮವೈವರ್ತ ಪುರಾಣದಲ್ಲಿ ಹದಿನೆಂಟು ಸಾವಿರ, ಲಿಂಗಪುರಾಣದಲ್ಲಿ ಹನ್ನೊಂದು ಸಾವಿರ, ವರಾಹ ಪುರಾಣದಲ್ಲಿ ಇಪ್ಪತ್ತನಾಲ್ಕು ಸಾವಿರ, ಸ್ಕಂದ ಪುರಾಣದಲ್ಲಿಎಂಬತ್ತೊಂದು ಸಾವಿರ ನೂರು. ವಾಮನಪುರಾಣದಲ್ಲಿಹತ್ತು ಸಾವಿರ ಶ್ಲೋಕಗಳು.

ಕೌರ್ಮಂ ಸಪ್ತದಶ ಖ್ಯಾತಂ ಮಾತ್ಸ್ಯಂ ತಚ್ಚ ಚತುರ್ದಶ ।
ಏಕೋನವಿಂಶತ್ಸ್ಟಪರ್ಣಂ ಬ್ರಹ್ಮಾಂಡಂ ದ್ವಾದಶೈವ ತು   ॥ ೭ ॥

ಕೂರ್ಮಪುರಾಣದಲ್ಲಿ ಹದಿನೇಳು ಸಾವಿರ. ಮತ್ಸ್ಯಪುರಾಣದಲ್ಲಿ ಹದಿನಾಲ್ಕು ಸಾವಿರ. ಗರುಡಪುರಾಣದಲ್ಲಿ ಹತ್ತೊಂಬತ್ತು ಸಾವಿರ. ಬ್ರಹ್ಮಾಂಡಪುರಾಣದಲ್ಲಿ ಹನ್ನೆರಡು ಸಾವಿರ ಶ್ಲೋಕಗಳಿವೆ.

ಏವಂ ಪುರಾಣಸಂದೋಹಷ್ಚತುರ್ಲಕ್ಷ ಉದಾಹೃತಃ ।
ತತ್ರಾಷ್ಟಾದಶಸಾಹಸ್ರಂ ಶ್ರೀಭಾಗವತಮಿಷ್ಯತೇ   ॥ ೯ ॥

ಈ ಪ್ರಕಾರ ಎಲ್ಲ ಪುರಾಣಗಳ ಒಟ್ಟು ಶ್ಲೋಕ ಸಂಖ್ಯೆ ನಾಲ್ಕು ಲಕ್ಷ. ಆದರಲ್ಲಿ ಹದಿನೆಂಟು ಸಾವಿರ ಶ್ರೀಮದ್‌ಭಾಗವತ ಪುರಾಣದಲ್ಲಿರುವ ಶ್ಲೋಕ ಸಂಖ್ಯೆ.

—ಭಾಗ. ೧೭—೧೯.

* * *

೮. ಶ್ರೀ ಮದ್ಭಾಗವತ ಪುರಾಣದ ಲಕ್ಷಣಗಳು

ಸಾಮಾನ್ಯವಾಗಿ "ಪುರಾಣಂ ಪಂಚಲಕ್ಷಣಂ" ಎಂದು ಪ್ರಸಿದ್ಧಿ ಇದೆ. ಪಂಚಲಕ್ಷಣಗಳು ಯಾವುವೆಂದರೆ –

ಸರ್ಗಶ್ಚ ಪ್ರತಿಸರ್ಗಶ್ಚ ವಂಶೋ ಮನ್ವಂತರಾಣಿ ಚ ।

ವಂಶಾನುಚರಿತಂ ಚೈವ ಪುರಾಣಂ ಪಂಚಲಕ್ಷಣಮ್ ॥ ಎಂಬಲ್ಲಿ ತಿಳಿಸಿದಂತೆ, ೧. ಸರ್ಗ, ೨. ಪ್ರತಿಸರ್ಗ, ೩. ವಂಶ, ೪. ಮನ್ವಂತರಗಳು ಮತ್ತು ೫. ವಂಶಾನುಚರಿತ ಈ ಐದು ಪುರಾಣ ಹಾಗೂ ಉಪಪುರಾಣಗಳ ಲಕ್ಷಣಗಳಾಗಿವೆ. ಅರ್ಥಾತ್ ಈ ಐದು, ವಿಷಯಗಳೇ ಪುರಾಣಗಳಲ್ಲಿ ಮುಖ್ಯವಾಗಿ ಪ್ರತಿಪಾದಿಸಲ್ಪಟ್ಟಿರುತ್ತವೆ. ಈ ಐದು ವಿಷಯಗಳ ವಿವರಣೆ– ಯನ್ನು ಮುಂದೆ ಕೊಡಲಾಗಿದೆ.

ಎಲ್ಲ ಪುರಾಣಗಳಲ್ಲಿ ಮತ್ತು ಉಪ ಪುರಾಣಗಳಲ್ಲಿ ಮೇಲಿನ ೫ ಲಕ್ಷಣಗಳೇ (ವಿಷಯಗಳೇ) ಮುಖ್ಯವಾಗಿ ವರ್ಣ್ಯ ವಿಷಯಗಳೆಂದು ಹೇಳಲ್ಪಟ್ಟಿದ್ದರೂ ಶ್ರೀಮದ್ಭಾಗವತ ಮತ್ತು ಬ್ರಹ್ಮವೈವರ್ತ ಪುರಾಣಗಳಲ್ಲಿ ಹತ್ತು ವಿಷಯಗಳು ಪ್ರತಿಪಾದಿಸಲ್ಪಟ್ಟಿರುವವೆಂದು ಹೇಳಲಾಗಿದೆ. ೫ ಲಕ್ಷಣ ಗಳಿರುವ ಪುರಾಣಗಳು ಉಪಪುರಾಣಗಳೆಂದೂ ಹತ್ತು ಲಕ್ಷಣಗಳುಳ್ಳ ಪುರಾಣಗಳು ಮಹಾಪುರಾಣಗಳೆಂದೂ ತಿಳಿಯಲ್ಪಟ್ಟಿವೆ.

ಶ್ರೀಮದ್ಭಾಗವತ ಮಹಾಪುರಾಣದ ಹತ್ತು ಲಕ್ಷಣಗಳು ಆದೇ ಪುರಾಣದಲ್ಲಿ ತಿಳಿಸಿದಂತೆ ಕೆಳಗಿನಂತಿವೆ –

ಶ್ರೀ ಶುಕ ಉವಾಚ –

ಅತ್ರ ಸರ್ಗೋ ವಿಸರ್ಗಶ್ಚ ಸ್ಥಾನಂ ಪೋಷಣಮೂತಯಃ ।
ಮನ್ವಂತರೇಶಾನುಕಥಾ ನಿರೋಧೋ ಮುಕ್ತಿರಾಶ್ರಯಃ ।

ದಶಮಸ್ಯ ವಿಶುದ್ಧ್ಯರ್ಥಂ ನವಾನಾಮಿಹ ಲಕ್ಷಣಮ್ ।
ವರ್ಣಯಂತಿ ಮಹಾತ್ಮಾನಃ ಶ್ರುತೇನಾರ್ಥೇನ ಚಾಂಜಸಾ ॥
                                        – ಭಾಗ.೨, ೧೦, ೧, ೨.

      – ಈ ಭಾಗವತ ಮಹಾಪುರಾಣದಲ್ಲಿ ೧. ಸರ್ಗ, ೨. ವಿಸರ್ಗ, ೩.
ಸ್ಥಾನ, ೪. ಪೋಷಣ, ೫. ಊತಿ, ೬. ಮನ್ವಂತರ, ೭. ಈಶಾನುಕಥೆ, ೮.
ನಿರೋಧ, ೯. ಮುಕ್ತಿ ಮತ್ತು ೧೦. ಆಶ್ರಯ ಎಂಬ ಹತ್ತು ವಿಷಯಗಳ
ಪ್ರತಿಪಾದನ ಇದೆ. ಮಹಾತ್ಮರಾದ ಜ್ಞಾನಿಗಳು ಸಂಪ್ರದಾಯ ಬದ್ಧವಾಗಿ
ಶ್ರವಣ ಮಾಡಿ ವಿಚಾರಮಾಡಿ ಹತ್ತನೆಯದಾದ ಆಶ್ರಯತತ್ತ್ವದ ಸರಿಯಾದ
ಜ್ಞಾನಕ್ಕಾಗಿ ಶ್ರುತಿಗಳು, ತಾತ್ಪರ್ಯಗಳು ಮತ್ತು ಇವೆರಡಕ್ಕೂ ಅನುಕೂಲಕರ–
ವಾದ ಅನುಭವಗಳಿಂದ ಉಳಿದ ಒಂಬತ್ತು ವಿಷಯಗಳನ್ನು ಬಹು
ಸುಗಮವಾಗಿ ತಿಳಿಯುವಂತೆ ಈ ಮಹಾ ಪುರಾಣದಲ್ಲಿ ವಿವರಿಸುತ್ತಾರೆ.

      ಇವೇ ಹತ್ತು ಲಕ್ಷಣಗಳನ್ನು ಶ್ರೀಮದ್ಭಾಗವತದ ೧೨ ನೆಯ ಸ್ಕಂಧದಲ್ಲಿ
ಹೀಗೆ ತಿಳಿಸಲಾಗಿದೆ –

ಸರ್ಗಶ್ಚೈವ ವಿಸರ್ಗಶ್ಚ ವೃತ್ತಿರಕ್ಷಾಂತರಾಣಿ ಚ ।
ವಂಶೋ ವಂಶಾನುಚರಿತಂ ಸಂಸ್ಥಾ ಹೇತುರಪಾಶ್ರಯಃ ॥ ೩೨ ॥
                                        ಭಾಗ. ೧೨, ೭

      ಸರ್ಗ, ವಿಸರ್ಗ, ವೃತ್ತಿ, ರಕ್ಷೆ, ಮನ್ವಂತರ, ವಂಶ, ವಂಶಾನುಚರಿತ,
ಸಂಸ್ಥೆ, ಹೇತು ಮತ್ತು ಅಪಾಶ್ರಯ ಇವೇ ಆ ಹತ್ತು ಲಕ್ಷಣಗಳು. ಬಲ್ಲವರು
ಈ ಹತ್ತು ಲಕ್ಷಣಗಳಿಂದ ಯುಕ್ತವಾದುದನ್ನು ಪುರಾಣವೆನ್ನುತ್ತಾರೆ. ಇದೇ
ಸ್ಕಂಧದ ೧೦ ನೆಯ ಅಧ್ಯಾಯದಲ್ಲಿ ೩ ನೆಯ ಶ್ಲೋಕದಿಂದ ೯ ನೆಯ
ಶ್ಲೋಕದವರೆಗಿನ ೩ ಶ್ಲೋಕಗಳಲ್ಲಿ ಶ್ರೀ ಶುಕಾಚಾರ್ಯರು ಮಹಾಪುರಾಣದ
ಈ ಲಕ್ಷಣಗಳ ಅರ್ಥಗಳನ್ನು ಕೆಳಗಿನಂತೆ ಹೇಳಿದ್ದಾರೆ –

೧. ಸರ್ಗ–(ಭೂತಮಾತ್ರೇಂದ್ರಿಯಧಿಯಾಂ ಜನ್ಮ ಸರ್ಗ ಉದಾಹೃತಃ)
      ಶ್ರೀಹರಿಯು ಸೃಷ್ಟಿಕಾಲದಲ್ಲಿ ಮಹತ್ತತ್ತ್ವ, ಅದರಿಂದ ಅಹಂಕಾರತತ್ತ್ವ
ಅದರ ಮೂಲಕ ಆಕಾಶಾದಿ ಪಂಚಭೂತಗಳು, ಶಬ್ದಮೊದಲಾದ ತನ್ಮಾತ್ರೆ
ಗಳು, ಶ್ರೋತ್ರಾದಿ ಇಂದ್ರಿಯಗಳು ಮತ್ತು ಬುದ್ಧಿ ಅಹಂಕಾರಗಳಿಂದ ಕೂಡಿದ
ಬ್ರಹ್ಮಾಂಡ ಪರ್ಯಂತವಾಗಿ ಮಾಡುವ ಸೃಷ್ಟಿ, ಇದಕ್ಕೆ ಸರ್ಗವೆಂದು ಹೆಸರು.

೨. ವಿಸರ್ಗ – ಬ್ರಹ್ಮಸರ್ಗಃ, ಸ್ಥೂಲಶರೀರರಚನಾ =

ಬ್ರಹ್ಮಾಂಡದೊಳಗೆ ಪುರುಷನಾಮಕನಾದ ಶ್ರೀಹರಿಯು ಮೇಲೆ ಹೇಳಿದ ತತ್ತ್ವಗಳನ್ನು ಸೃಷ್ಟಿಸಿದನು ಹಾಗೂ ಚತುರ್ದಶ ಲೋಕಾತ್ಮಕ ವಿರಾಟ್ ಶರೀರದಿಂದ ಚತುರ್ಮುಖಿನನ್ನು ಸೃಷ್ಟಿಮಾಡುವುದು ವಿಸರ್ಗವೆನಿಸುತ್ತದೆ. ಇದನ್ನೇ ಪೌರುಷವೆಂದೂ ಹೇಳುತ್ತಾರೆ.

೩. ಸ್ಥಾನ – ಋತೇನ ಸತ್ಯೇನ ಚ ಜಗತೋ ವ್ಯವಸ್ಥಾ =

ದುಷ್ಟರನ್ನು ಸಂಹರಿಸಿ ಶಿಷ್ಟರನ್ನು ರಕ್ಷಿಸುವ ಶ್ರೀಹರಿಯ ವಿಜಯಕ್ಕೆ ಸ್ಥಿತಿ ಅಥವಾ ಸ್ಥಾನವೆಂದು ಹೆಸರು.

೪. ಪೋಷಣೆ – ಈಶ್ವರಾನುಗ್ರಹೇಣ ಪ್ರಜಾನಾಂ ಪರಿಪಾಲನಂ =

ಶ್ರೀಹರಿಯು ಭಕ್ತರ ಭಕ್ತಿಗೆ ತಕ್ಕಂತೆ ಅವರ ಮೇಲೆ ಮಾಡುವ ಅನುಗ್ರಹ ಅಥವಾ ಭಕ್ತರ ಮೇಲೆ ತೋರುವ ದಯೆಗೆ ಪೋಷಣೆಯೆಂದು ಹೆಸರು.

೫. ಊತಿಗಳು – ಜಗತೋ ರಚನಾಹೇತುಃ =

ವಿವಿಧ ಯೋಗ್ಯತೆಯುಳ್ಳ ವಿವಿಧ ಜೀವರ ಸೃಷ್ಟಿಗೆ ಕಾರಣವಾದ ಅವರವರ ಅನಾದಿ ಕರ್ಮಗಳು ಮತ್ತು ಸಂಸ್ಕಾರಗಳನ್ನು ಊತಿಗಳೆಂದು ಕರೆಯುತ್ತಾರೆ.

೬. ಮನ್ವಂತರ – ಮನೋಃ ಪಂಥಾಃ =

ಬೇರೆ ಬೇರೆ ಮನ್ವಂತರಗಳಲ್ಲಿ ಸಜ್ಜನರು ನಡೆಸುವ ಧರ್ಮಗಳು ಮನ್ವಂತರಗಳು.

೭. ಈಶಕಥೆ – ಮನೋಃ ಶ್ರಾದ್ಧ ದೇವಸ್ಯ ವಂಶಃ ಸೂರ್ಯಸೋಮ– ವಂಶಯೋಃ ವರ್ಣನಂ ಚ =

ಶ್ರೀಹರಿಯು ಮಾಡಿದ ಮತ್ಸ್ಯಾದಿ ಅವತಾರಗಳ ಚರಿತ್ರೆ ಮತ್ತು ಅವನ ಭಕ್ತರಾದ ಬ್ರಹ್ಮಾದಿಗಳ ಚರಿತ್ರೆ ಇವುಗಳಿಗೆ ಈಶಕಥೆ ಎಂದು ಹೆಸರು. ಇವು ಅನೇಕ ಇತಿಹಾಸಗಳಿಂದ ತುಂಬಿರುತ್ತವೆ.

೮. ನಿರೋಧ – ದುಷ್ಟಾನಾಂ ರಾಜ್ಞಾಂ ವಿಧ್ವಂಸಃ =

ಮುಕ್ತಾಮುಕ್ತ ಜೀವರು ಪ್ರಳಯಕಾಲದಲ್ಲಿ ಭಗವಂತನ ಉದರವನ್ನು ಪ್ರವೇಶಿಸಿ ತಮ್ಮ ಕ್ರಿಯಾಶಕ್ತಿಯೊಂದಿಗೆ ತಾವೂ ನಿದ್ರಿಸುವುದಕ್ಕೆ ನಿರೋಧ ವೆಂದು (ಲಯ)ಹೆಸರು.

೯. ಮುಕ್ತಿ – ಮೋಕ್ಷಃ =

ಪ್ರಾಕೃತರೂಪವನ್ನು ಬಿಟ್ಟು ಕೇವಲ ತಮ್ಮ ತಮ್ಮ ಸ್ವರೂಪಗಳಿಂದ ಚಿದಾನಂದಾತ್ಮಕ ರೂಪಗಳಿಂದ ಆನಂದಾನುಭವಿಗಳಾಗಿ ವಿಶೇಷ ರೀತಿಯಿಂದ ಇರುವುದೇ ಮುಕ್ತಿಯು.

೧೦. ಆಶ್ರಯ – ಶ್ರೀಕೃಷ್ಣಃ ಶರಣಂ ಮಮ ಇತಿ ಶ್ರೀಕೃಷ್ಣಂ ಪ್ರತಿ ಭಕ್ತಸ್ಯಾತ್ಮನಿವೇದನಂ =

ಈ ಜಗತ್ತಿನ ಮುಖ್ಯ ಮತ್ತು ಅವಾಂತರ ಸೃಷ್ಟಿಗಳು, ಪಾಲನೆ ಮತ್ತು ಲಯ ಮೊದಲಾದವ್ವ ಯಾವನಿಂದ ಆಗುವವ್ಪೋ ಮತ್ತು ಇವೆಲ್ಲವೂ ಯಾವನನ್ನು ಆಶ್ರಯಿಸಿರುವವ್ಪೋ, ಆ ಜಗದ್ವಿಲಕ್ಷಣನೂ ಪರಿಪೂರ್ಣನೂ ಆದ ಶ್ರೀಹರಿಯು 'ಆಶ್ರಯ' ನೆಂದೆನಿಸಿರುವನು.

ಶ್ರೀಮದ್ಭಾಗವತದ ಈ ಹತ್ತು ಲಕ್ಷಣಗಳು ಸ್ಕಂಧಾನುಸಾರಿಯಾಗಿ ವರ್ಣಿತವಾಗಿರುವುದನ್ನು ಕೆಳಗೆ ಕೊಡಲಾಗಿದೆ.

ಅ.ನಂ.	ಲಕ್ಷಣ	ಸ್ಕಂಧ	ಅ.ನಂ.	ಲಕ್ಷಣ	ಸ್ಕಂಧ
೧	ಸರ್ಗ	೩	೭.	ಈಶಾನುಕಥಾ	೯
೨.	ವಿಸರ್ಗ	೪	೮.	ನಿರೋಧ	೧೦
೩.	ಸ್ಥಾನ	೭		(ದುಷ್ಟರಾಜರ ಸಂಹಾರ)	
	(ಭೂ, ದ್ವೀಪಾದಿಗಳ ಸ್ಥಿತಿ)				
೪.	ಪೋಷಣ	೬	೯.	ಮುಕ್ತಿ	೧೧
೫.	ಊತಿ	೫	೧೦.	ಆಶ್ರಯ	೧೨
	(ಶುಭವಾಸನಾ, ಅಶುಭವಾಸನಾ)				
೬.	ಮನ್ವಂತರ	೪			

* * *

೫. ಭಾಗವತ ಪದದ ನಿರ್ವಚನ

'ಭಾಗವತ' ಎಂಬ ಪದವು ಅ. ನಾಮಪದ (ಸಂಜ್ಞಾರ್ಥ) ಮತ್ತು ಆ. ವಿಶೇಷಣಾರ್ಥ ಈ ಎರಡೂ ಅರ್ಥಗಳಲ್ಲಿ ಪ್ರಯೋಗಿಸಲ್ಪಟ್ಟಿದ್ದನ್ನು ಭಾಗವತ ಪುರಾಣದಲ್ಲಿ ಕಾಣುತ್ತೇವೆ.

ಅ. ಸಂಜ್ಞಾರ್ಥದಲ್ಲಿ ಪ್ರಯೋಗಿಸಲ್ಪಟ್ಟ ಕೆಲವು ನಿದರ್ಶನಗಳು—

೧. 'ಭಾಗವತ' ಎಂಬ ಪದದಲ್ಲಿ ಭಾ, ಗ, ವ, ತ ಎಂಬ ನಾಲ್ಕು ಅಕ್ಷರಗಳಿವೆ. ಈ ಅಕ್ಷರಗಳು ಏನನ್ನು ಸೂಚಿಸುತ್ತವೆ ಎಂಬುದನ್ನು ತಿಳಿಸುವ ಕೌಶಿಕೀ ಸಂಹಿತೆಯ ಶ್ಲೋಕಗಳು ಹೀಗಿವೆ –

ಭಾಶಬ್ದಃ ಕೀರ್ತಿವಚನಃ ಗಶಬ್ದೋ ಜ್ಞಾನವಾಚಕಃ ।
ಸರ್ವೇಷ್ಟವಚನೋ ವಶ್ಚ ತೋ ವಿಸ್ತಾರಸ್ಯ ವಾಚಕಃ   ॥ ೫೨ ॥

ಕೀರ್ತೇರ್ಜ್ಞಾನಸ್ಯ ಸರ್ವೇಷ್ಟಸ್ಯ ಚ ವಿಸ್ತರಣಾದಿಕಮ್ ।
ಅಸ್ಯ ಭಾಗವತಂ ನಾಮ ಶ್ರೀವ್ಯಾಸೇನೇತಿ ಕೀರ್ತಿತಮ್   ॥ ೫೩ ॥
                                    – ಕೌ. ಸಂ. ಅಧ್ಯಯ–೫.

ಅರ್ಥ :

ಭಾ = ಕೀರ್ತಿ, ಗ=ಜ್ಞಾನ, ವ=ಸರ್ವಾಭೀಷ್ಟಗಳು, ತ=ವಿಸ್ತಾರ. ಈ ಅಕ್ಷರಾರ್ಥಗಳ ಹಿನ್ನೆಲೆಯಲ್ಲಿ ಮೇಲಿನ ಶ್ಲೋಕಗಳನ್ನು ಹೀಗೆ ಅರ್ಥೈಸಲಾಗುತ್ತದೆ. ಕೀರ್ತಿ – ಜ್ಞಾನ – ಸರ್ವಾಭೀಷ್ಟಾರ್ಥ ಗಳನ್ನು ವಿಸ್ತರಿಸಿ (ಅಧಿಕವಾಗಿ ಕೊಟ್ಟು) ಯಾವ ಪುರಾಣವು ಭಕ್ತ ಜನರಲ್ಲಿ ಹರಿಭಕ್ತಿಯನ್ನು ವರ್ಧಿಸು ವದೋ ಅದು 'ಭಾಗವತ ಪುರಾಣ'ವು ಎಂದು ಶ್ರೀವೇದವ್ಯಾಸರಿಂದ ಕೀರ್ತಿತವಾಗಿದೆ.

೨) ಧರ್ಮಾರ್ಥಕಾಮಮೋಕ್ಷಾಂಶ್ಚ ವಕ್ತಿ ವರ್ಣಚತುಷ್ಟಯೀ ।
ತೇ ಪ್ರಾಪ್ಯಂತೇ ಯತೋಽನೇನ ತಸ್ಮಾದ ಭಾಗವತಂ ಸ್ಮೃತಮ್ ॥೩೩॥
                                    – ಕೌ. ಸಂ. ಅಧ್ಯಾಯ – ೩

'ಭಾಗವತ' ಎಂಬ ಶಬ್ದದಲ್ಲಿರುವ ಭಾ, ಗ, ವ, ತ ಎಂಬ ನಾಲ್ಕು ವರ್ಣಗಳು ಕ್ರಮವಾಗಿ ಧರ್ಮ, ಅರ್ಥ, ಕಾಮ, ಮೋಕ್ಷ ಎಂಬ ನಾಲ್ಕು ಪುರುಷಾರ್ಥಗಳನ್ನು ನಿರೂಪಿಸುವವು. ಈ ಭಾಗವತ ಪುರಾಣವನ್ನು ಭಕ್ತಿಯಿಂದ ಶ್ರವಣ ಹಾಗೂ ಪಾರಾಯಣ ಮಾಡುವವರು ಧರ್ಮಾದಿ ಚತುರ್ವಿಧ ಪುರುಷಾರ್ಥಗಳನ್ನು ಪಡೆಯುವುದರಿಂದ ಇದಕ್ಕೆ ಭಾಗವತ ಎಂಬ ಅನ್ವರ್ಥಕವಾದ ಹೆಸರು ಪ್ರಾಪ್ತವಾಗಿದೆ.

೩) ಭಾತಿ ಸರ್ವೇಷು ಲೋಕೇಷು ಗೀಯತೇ ನಾರದಾದಿಭಿಃ ।
ವರ್ತತೇ ಸರ್ವಶಾಸ್ತ್ರೇಷು ತಸ್ಮಾದ್ಭಾಗವತಂ ವಿದುಃ ॥

(ಭಾ) = ಎಲ್ಲ ಲೋಕಗಳಲ್ಲಿ ಈ ಪುರಾಣವು ಪ್ರಕಾಶಮಾನವಾಗಿದೆ, (ಗ=) ನಾರದಾದಿ ಮುನಿಗಳು ಎಲ್ಲೆಡೆ ಇದನ್ನು ಗಾನ ಮಾಡುತ್ತ ಸಂಚರಿಸುತ್ತಾರೆ, (ವ, ತ=) ಎಲ್ಲ ಶಾಸ್ತ್ರಗಳಲ್ಲಿ ಈ ಪುರಾಣೋಕ್ತ ಧರ್ಮ–ನೀತಿ–ಪರವಾದ ಕಥಾನಕಗಳು, ಕಾಣಿಸಿಗುತ್ತವೆ. ಆದ್ದರಿಂದಲೇ ಜ್ಞಾನಿಗಳು ಈ ಪುರಾಣವನ್ನು 'ಭಾಗವತ' ಎಂದು ಕರೆದಿರುತ್ತಾರೆ.

೪) ಸ್ಕಂದ ಪುರಾಣದಲ್ಲಿ ಬರುವ ಶ್ರೀಮದ್‌ಭಾಗವತ ಮಹಾತ್ಮೆಯಲ್ಲಿ ಈ ಪುರಾಣವನ್ನು ಹೀಗೆ ವರ್ಣಿಸಲಾಗಿದೆ –

ಶ್ರೀಕೃಷ್ಣಾಸಕ್ತಭಕ್ತಾನಾಂ ತನ್ಮಾಧುರ್ಯಪ್ರಕಾಶಕಮ್ ।
ಸಮುಜ್ಜೃಂಭತಿ ಯದ್ವಾಕ್ಯಂ ತದ್ಧಿ ಭಾಗವತಂ ಹಿ ಸತ್ ॥ ೪ ॥

ಜ್ಞಾನ–ವಿಜ್ಞಾನ–ಭಕ್ತ್ಯಂಗಚತುಷ್ಟಯಪರಂ ವಚಃ ।
ಮಾಯಾಮರ್ದನದಕ್ಷಂ ಚ ವಿದ್ಧಿ ಭಾಗವತಂ ಹಿ ತತ್ ॥ ೩ ॥
                                    – ಸ್ಕಂದ ಪು. ಅ. ೪.

– ಶ್ರೀಕೃಷ್ಣನಲ್ಲಿ ಆಸಕ್ತರಾದ ಜನರಿಗೆ ಜ್ಞಾನ, ಭಕ್ತಿ, ವಿಷಯ–ವೈರಾಗ್ಯ, ಮಾಯಾಮರ್ದನ (ಮೋಹ ನಿರ್ಮೂಲನ), ಇವುಗಳನ್ನುಂಟು ಮಾಡಿ ಮೋಕ್ಷಪ್ರದವಾದುದೇ ಭಾಗವತ ಪುರಾಣವು.

೫. ಯತ್ರಾಧಿಕೃತ್ಯ ಗಾಯತ್ರೀಂ ವರ್ಣ್ಯತೇ ಧರ್ಮೋವಿಸ್ತರಃ ।
   ವೃತ್ರಾಸುರವಧೋಪೇತಂ ತದ್ ಭಾಗವತಮುಚ್ಯತೇ ॥

ಎಲ್ಲಿ ಗ್ರಾಯತ್ರೀ ಮಂತ್ರದ ಅರ್ಥವೂ ಮತ್ತು ಭಾಗವತ ಧರ್ಮಗಳು ವಿಸ್ತಾರವಾಗಿ ಹೇಳಲ್ಪಟ್ಟಿರುವವೋ, ಎಲ್ಲಿ ವೃತ್ರಾಸುರನ ವಧೆಯು ನಿರೂಪಿಸ ಲ್ಪಟ್ಟಿದೆಯೋ ಅದು ಭಾಗವತ ಪುರಾಣವೆಂದು ಕರೆಯಲ್ಪಡುತ್ತದೆ.

ಸಾರಸ್ವತಸ್ಯ ಕಲ್ಪಸ್ಯ ಮಧ್ಯೇ ಯೇ ಸ್ಯುರ್ನರೋತ್ತಮಾಃ ।
ತದ್ವೃತ್ತಾಂತೋದ್ಭವಂ ಲೋಕೇ ತದ್ಭಾಗವತಮುಚ್ಯತೇ ॥
                                        – ಮತ್ಸ್ಯ ಪು. ಅ. ೫೩.

ಭಾಗವತೋತ್ತಮರ ಚರಿತ್ರೆಯನ್ನು ತಿಳಿಸುವ ಪುರಾಣವೇ ಭಾಗವತ ಪುರಾಣವು.

೯) ಪರಮ ಪುರುಷಾರ್ಥಪ್ರಾಪ್ತಿಗೆ ಪರಮಾತ್ಮನು ತಿಳಿಸಿದ ಭಾಗವತ ಧರ್ಮಗಳು ಎಂಬ ಉಪಾಯಗಳು (ಸಂಜ್ಞಾರ್ಥದಲ್ಲಿ)

i. ಯೇ ವೈ ಭಗವತಾ ಪ್ರೋಕ್ತಾ ಉಪಾಯಾ ಹ್ಯಾತ್ಮಲಬ್ಧಯೇ ।
   ಅಂಜಃ ಪುಂಸಾಮವಿದುಷಾಂ ವಿದ್ಧಿ ಭಾಗವತಾನ್ ಹಿ ತಾನ್॥
                                        – ಭಾಗ. ೧೧.೨. ೩೪.

ii. ಜಿತಮಜಿತ ತದಾ ಭವತಾ ಯದಾssಹ
    ಭಾಗವತಧರ್ಮನವದ್ಯಮ್ ।
    ನಿಷ್ಕಿಂಚನಾ ಯೇ ಮುನಯ ಆತ್ಮಾರಾಮಾ
    ಯಮುಪಾಸತೇ ಆತ್ಮಾರಾಮಾಯ ॥
                                        – ಭಾಗ. ೯.೧೯. ೪೦.

iii. ನ ವ್ಯಭಿಚರತಿ ತವೇಕ್ಷಾ ಯಯಾ
     ಹ್ಯಭಿಹಿತೋ ಭಾಗವತೋ ಧರ್ಮಃ ।
     ಸ್ಥಿರಚರಸತ್ತ್ವಕದಂಬೇಷ್ಟಪೃಥಗ್   –
     ಧಿಯೋ ಯಮುಪಾಸತೇ ತ್ವಾರ್ಯಾಃ ॥ ಭಾಗ. ೯. ೧೯. ೪೨.

iv. ಭಾಗವತ ಎಂದರೆ ಭಗವಂತನ ವಚನ ಎಂದು ಸಂಜ್ಞಾರ್ಥದಲ್ಲಿ
    ಪ್ರಯೋಗಿಸಲ್ಪಟ್ಟ ಕೆಲವು ಸಂದರ್ಭಗಳು / ಶ್ಲೋಕಗಳು.

ಇದಂ ಭಾಗವತಂ ನಾಮ ಯನ್ಮೇ ಭಗವತೋದಿತಮ್ |
ಸಂಗ್ರಹೋಽಯಮಂ ವಿಭೂತೀನಾಂ ತ್ವಮೇತದ್ ವಿಪುಲೀಕುರು ||
                                   —ಭಾಗ.೨.೭.೫೧.

(ಚತುರ್ಮುಖ ಬ್ರಹ್ಮನು ನಾರದರಿಗೆ ಆದೇಶಿಸಿದ್ದು)

      —ಹೇ ನಾರದಾ! ಭಗವಂತನಿಂದ ನನಗೆ ಉಪದೇಶಿಸಲ್ಪಟ್ಟಿದ್ದ ಅವನ
ವಿಭೂತಿರೂಪಗಳ ಸಂಗ್ರಹವನ್ನು ವಿಸ್ತಾರಗೊಳಿಸಿ ಪ್ರಚಾರ ಮಾಡು.

   v.   ಪ್ರಾಹ ಭಾಗವತಂ ನಾಮ ಪುರಾಣಂ ಬ್ರಹ್ಮಸಂಮಿತಮ್ |
        ಬ್ರಹ್ಮಣೇ ಭಗವತ್ಪ್ರೋಕ್ತಂ ಬ್ರಹ್ಮಕಲ್ಪ ಉಪಾಗತೇ ||
                                   — ಭಾಗ ೨.೮.೨೮.

   vi. ತಸ್ಮಾ ಇದಂ ಭಾಗವತಂ ಪುರಾಣಂ ದಶಲಕ್ಷಣಮ್ |
        ಪ್ರೋಕ್ತಂ ಭಗವತಾ ಪ್ರಾಹ ಪ್ರೀತಃ ಪುತ್ರಾಯ ಭೂತಕೃತ್ ||
                                   — ಭಾಗ ೨. ೯. ೪೩

   vii. ಪುರಾ ಮಯಾ ಪ್ರೋಕ್ತಮಜಾಯ ನಾಭ್ಯೆ
        ಪದ್ಮೇ ನಿಷಣ್ಣಾಯ ಮಮಾದಿಸರ್ಗೇ |
        ಜ್ಞಾನಂ ಪರಂ ಮನ್ಮಹಿಮಾವಭಾಸಂ
        ಮತ್ಸ್ನರಯೋ ಭಾಗವತಂ ವದಂತಿ || ಭಾಗ. ೩—೪.೧೨.

   viii. ಶ್ರೀಮದ್ಭಾಗವತಾಭ್ಯೋಽಯಂ ಪ್ರತ್ಯಕ್ಷಂ ಕೃಷ್ಣ ಏವ ಹಿ |
                                   — ಭಾಗ. ಮ. ೬—೨೦.

ಅ. 'ಭಾಗವತ' ಎಂಬ ಪದವು ವಿಶೇಷಣಾರ್ಥದಲ್ಲಿ ಪ್ರಯೋಗಿಸಲ್ಪಟ್ಟ
ಕೆಲವು ಸಂದರ್ಭಗಳು ಹೀಗಿವೆ —

   i.   ಸ ವೈ ಮಹಾಭಾಗವತಃ ಪರೀಕ್ಷಿತ್
        ಯೇನಾಪವರ್ಗಾಖ್ಯಮದಭ್ರಬುದ್ಧಿಃ |
        ಜ್ಞಾನೇನ   ವೈಯಾಸಕಿಶಬ್ದಿತೇನ
        ಭೇಜೇ ಖಗೇಂದ್ರಧ್ವಜಪಾದಮೂಲಮ್ ||
                                   — ಭಾಗ. ೧—೧೯—೧೯.

ii. ಸ ರಾಜರಾಜೇನ ವರಾಯ ಚೋದಿತೋ
    ಧ್ರುವೋ ಮಹಾಭಾಗವತೋ ಮಹಾಮತಿಃ |
    ಹತೌ ಸ ವಪ್ರೇಽಚಲಿತಾಂ ಸ್ಮೃತಿಂ ಯಯಾ
    ತರತ್ಯಯತ್ನೇನ ದುರತ್ಯಯಂ ತಮಃ || –ಭಾಗ. ೪–೧೭–೯.
                          (ಮಹಾಭಾಗವತನಾದ ಧ್ರುವ)

iii. ಯತ್ರ ಹ ವಾವ ವೀರವ್ರತಃ ಔತ್ತಾನಪಾದಿಃ ಪರಮ–
     ಭಾಗವತಃ............
           (ಪರಮಭಾಗವತನಾದ ಉತ್ತಾನಪಾದರಾಜನ ಮಗ ಧ್ರುವ)
                          ಭಾಗ. ೫–೧೨–೧.

iv. ಪ್ರಹ್ಲಾದಸ್ಯಾನುಚರಿತಂ ಮಹಾಭಾಗವತಸ್ಯ ಚ |
    ಭಕ್ತಿಜ್ಞಾನಂ ವಿರಕ್ತಿಶ್ಚ ಯಾಥಾತ್ಮ್ಯಂ ಚಾಸ್ಯ ವೈ ಹರೇಃ ||
                          ಭಾಗ.೨–೧೦–೪೨.
    (ಮಹಾಭಾಗವತನಾದ ಪ್ರಹ್ಲಾದ)

v. ಸ ಏವಮಾಶಂಸಿತ ಉದ್ಧವೇನ
    ಭಾಗವತಮುಖ್ಯೇನ ದಾಶಾರ್ಹಮುಖ್ಯಃ |
    ಸಭಾಜಯನ್ ಭೃತ್ಯವಚೋ ಮುಕುಂದ–
    ಸ್ತಮಾಬಭಾಷೇ ಶ್ರವಣೀಯವೀರ್ಯಃ |
                       – ಭಾಗ. ೧೧–೨೯–೧.
    (ಭಾಗವತ ಪ್ರಧಾನನಾದ ಉದ್ಧವ).

vi. ಸಮಯೋಽಥ ಸದಾಚಾರಃ ಸ್ವಾಧ್ಯಾಯದ್ರವ್ಯಸಂಗ್ರಹೌ ||೯೦||

    ಶುದ್ಧಿಃ ಪೂಜಾ ಸ್ತುತಿರ್ಧ್ಯಾನಂ ವಿಧಿರಿತ್ಯಷ್ಟಧಾ ಮತಃ |
    ಯೋಽನೇನ ವಿಧಿನಾ ತಿಷ್ಠೇತ್ಸ ಭಾಗವತ ಇಷ್ಯತೇ ||೯೧||

    ಜ್ಞಾನಾದಿ ಷಡ್ಗುಣಗಣೋ ಭಗ ಇತ್ಯುಚ್ಯತೇ ದ್ವಿಜ |
    ಸ ಯಸ್ಮಿನಸ್ತಿ ಭಗವಾನ್ ಸ ಏವ ಭಗವಾನ್ ಹರಿಃ ||೯೨||
    ತದೀಯೇ ಯಃ ಸುನಿರತಃ ಸ ಭಾಗವತನಾಮಭಾಕ್ |
                       – ವಿಶ್ವಾಮಿತ್ರ ಸಂಹಿತಾ. ೪೯.

                    * * *

೯. ಭಾಗವತ ಶಬ್ದದ ವಿಶೇಷಾರ್ಥಗಳು
(ಇವು ಸಂಜ್ಞಾರ್ಥದಲ್ಲಿವೆ)

೧. 'ತೇನ ಪ್ರೋಕ್ತಂ' ಎಂಬ ಪಾಣಿನೀ ಸೂತ್ರದಂತೆ ಪಾಣಿನಿನಾ ಪ್ರೋಕ್ತಂ ಪಾಣಿನೀಯಂ (ವ್ಯಾಕರಣ ಶಾಸ್ತ್ರ) ಎಂದಾಗುತ್ತದೆ. ಈ ಸೂತ್ರ ದಂತೆ ಭಾಗವತ ಎಂದರೆ ಭಗವತಾ ಪ್ರೋಕ್ತಂ ಭಾಗವತಂ (ಪುರಾಣಂ) ಎಂದಾಗುತ್ತದೆ.

ಇಲ್ಲಿ ಭಾಗವತ ಎಂದರೆ ನಾರಾಯಣನಿಂದ ಚತುರ್ಮುಖಿ ಬ್ರಹ್ಮನಿಗೆ ಉಪದೇಶಪೂರ್ವಕ ಹೇಳಲ್ಪಟ್ಟ ಚತುಃಶ್ಲೋಕೀ ಭಾಗವತವೆಂಬುದು ತಿಳಿದು ಬರುವುದು. (ಚತುಃ ಶ್ಲೋಕೀ ಭಾಗವತಕ್ಕೆ ಭಾಗ. ೨ ನೇ ಸ್ಕಂಧದ ೯ನೇ ಅಧ್ಯಾಯ ಶ್ಲೋಕ ೩೨—೩೫ ನೋಡಬೇಕು).

ಪ್ರೋಕ್ತಂ = ಪ್ರಕರ್ಷಣೋಕ್ತಂ ಪ್ರೋಕ್ತಮಿತ್ಯುಚ್ಯತೇ ।
ಸ್ವಯಮನ್ಯೇನ ವಾ ಕೃತಂ ವ್ಯಾಕರಣಮಧ್ಯಾಪನೇನ /ಅರ್ಥ—
ವ್ಯಾಖ್ಯಾನೇನ ವಾ ಪ್ರಕಾಶಿತಮಿತ್ಯರ್ಥಃ ॥

— (೪—೩—೧೦೧)

೨. ಕೃತೇ ಗ್ರಂಥೇ (೪.೩.೧೧೬) ಎಂಬ ಪಾಣಿನೀ ಸೂತ್ರದಂತೆ ವರರುಚಿನಾ ಕೃತೋ ವಾರರುಚೋ ಗ್ರಂಥಃ ಎಂಬಂತೆ ಭಗವತಾ ಕೃತಃ ಭಾಗವತಾಖ್ಯ ಗ್ರಂಥಃ ಎಂದಾಗುತ್ತದೆ. ಅಂದರೆ ಈ ಭಾಗವತ ಪುರಾಣವು ಭಗವಂತನಿಂದ ಅರ್ಥಾತ್ ಭಗವಾನ್ ಶ್ರೀವೇದವ್ಯಾಸರಿಂದ ರಚಿಸಲ್ಪಟ್ಟ ಗ್ರಂಥ ಎಂದಾಗುತ್ತದೆ.

ಸರಸ್ವತೀ ನದಿಯ ಪಶ್ಚಿಮ ತೀರದಲ್ಲಿರುವ ಶಮ್ಯಾಪ್ರಾಸ ಎಂಬ ಆಶ್ರಮದಲ್ಲಿದ್ದಾಗ ಶ್ರೀವೇದವ್ಯಾಸರು ನಾರದರಿಂದ ಪ್ರಾರ್ಥಿತರಾಗಿ ನಂತರ ಭಾಗವತವನ್ನು ರಚಿಸಬೇಕಾಗಿದ್ದಿತು. ಆದಕ್ಕಾಗಿ ಚಿಂತಾಮಗ್ನರಾಗಿ

ಕುಳಿತಂತೆ ತೋರಿಸಿಕೊಂಡರು. ಚಿಂತಾ ಸಂತಾಪಾದಿಗಳಿಲ್ಲದ ಭಗವಾನ್ ವೇದವ್ಯಾಸರು ಚಿಂತಾಕ್ರಾಂತರಾಗಿ ಕೂಡುವುದೆಂದರೇನು! ಇದು ನಟನೆ ಮಾತ್ರ.

ಅವತಾರೇಷು ಯತ್ಕಿಂಚಿದ್ ದರ್ಶಯೇನ್ನರವದ್ಧರಿಃ |
ತಚ್ಚಾಸುರಾಣಾಂ ಮೋಹಾಯ ದೋಷಾ ವಿಷ್ಣೋರ್ನ ಹಿ ಕ್ವಚಿತ್ ||
(ಮ. ತಾ. ೪. ೧-೪೬) ಎಂದು ಹೇಳಿದಂತೆ ಶ್ರೀ ವೇದವ್ಯಾಸರು ಅಸುರಜನರ ಮೋಹನಾರ್ಥವಾಗಿ ಚಿಂತಾಕ್ರಾಂತರಾಗಿ ಕುಳಿತಂತೆ ತೋರಿ ಕೊಂಡರು. ಇದಲ್ಲದೇ ಮುಂದೆ "ಸಮಾಧಿನಾಸನುಸ್ಮರ ತದ್ವಿಚೇಷ್ಟಿತಂ" ಎಂದು ಭಾಗವತ ಪುರಾಣದ ನಿರ್ಮಾಣಕ್ಕೆ ನಾರದರಿಂದ ಪ್ರಾರ್ಥಿತರಾಗ ಬೇಕಾಗಿದ್ದಿತು. ಅದಕ್ಕಾಗಿ ಹೀಗೆ ತೋರಿಕೊಂಡರು ಎಂದು ತಿಳಿಯಬೇಕು. ನಾರದರ ಪ್ರಾರ್ಥನೆಯ ನಂತರ ಶ್ರೀವೇದವ್ಯಾಸರು ಭಾಗವತ ಪುರಾಣವನ್ನು ರಚಿಸಿ (ಭಾಗವತಂ ಕೃತಂ–ಭಾಗವತಂ)–ಶುಕಾಚಾರ್ಯರಿಗೆ ಉಪದೇಶಿಸಿ ದರು.

ಅನರ್ಥೋಪಶಮಂ ಸಾಕ್ಷಾದ್ಭಕ್ತಿಯೋಗಮಧೋಕ್ಷಜೇ |
ಲೋಕಸ್ಯಾಜಾನತೋ ವಿದ್ವಾನ್ ಚಕ್ರೇ ಸಾತ್ವತಸಂಹಿತಾಮ್ || ೬ ||

ಸ ಸಂಹಿತಾಂ ಭಾಗವತೀಂ ಕೃತ್ವಾನುಕ್ರಮ್ಯ ಚಾತ್ಮಜಮ್ |
ಶುಕಮಧ್ಯಾಪಯಾಮಾಸ ನಿವೃತ್ತಿನಿರತಂ ಮುನಿಃ || ೭ ||
                                             –ಭಾಗ.೧–೨.

೪. ಬ್ರಹ್ಮದೇವನಿಗೆ ಚತುಃಶ್ಲೋಕೀ ಭಾಗವತವನ್ನು ಉಪದೇಶಿಸಿದ ನಾರಾಯಣನು ಬೇರೆ ಮತ್ತು ಶುಕಾಚಾರ್ಯರಿಗೆ ವಿಸ್ತಾರವಾಗಿ ಭಾಗವತ ವನ್ನು ಉಪದೇಶಿಸಿದ ಶ್ರೀವೇದವ್ಯಾಸರು ಬೇರೆ ಮತ್ತು ನಾರಾಯಣನು ಉಪದೇಶಿಸಿದ ಚತುಃಶ್ಲೋಕೀ ಭಾಗವತ ಹಾಗೂ ಶ್ರೀ ವೇದವ್ಯಾಸರಿಂದ ರಚಿಸಲ್ಪಟ್ಟ ೧೮೦೦೦ ಶ್ಲೋಕಗಳ ಭಾಗವತ ಇವೆರಡೂ ಭಿನ್ನವಾದವುಗಳು. ಇವೆರಡಕ್ಕೂ ಯಾವುದೇ ಸಂಬಂಧ ಅಥವಾ ವ್ಯಾಖ್ಯೇಯ ವ್ಯಾಖ್ಯಾನಭಾವ ಸಂಬಂಧವೂ ಇಲ್ಲ ಎಂದು ಮುಂತಾಗಿ ಶಂಕಿಸಿದರೆ ಶ್ರೀ ವೇದವ್ಯಾಸರೇ ಸಮಾಧಾನ ಹೇಳುತ್ತಾರೆ –

i. ಪ್ರಾಹ ಭಾಗವತಂ ನಾಮ ಪುರಾಣಂ ಬ್ರಹ್ಮಸಂಮಿತಮ್ ।
   ಬ್ರಹ್ಮಣೇ ಭಗವತ್ಪ್ರೋಕ್ತಂ ಬ್ರಹ್ಮಕಲ್ಪ ಉಪಾಗತೇ ॥
                                          (ಭಾಗ. ೨-೯-೧೯)

   ಪುರಾ ಮಯಾ ಪ್ರೋಕ್ತಮಜಾಯ ನಾಭ್ಯೇ
   ಪದ್ಮೇ ನಿಷಣ್ಣಾಯ ಮಮಾದಿಸರ್ಗೇ ।
   ಜ್ಞಾನಂ ಪರಂ ಮನ್ಮಹಿಮಾವಭಾಸಂ
   ಯತ್ಸೂರಯೋ ಭಾಗವತಂ ವದಂತಿ ॥
                                   ಭಾಗ. ೨-೯-೧೨

   — ಹಿಂದೆ ಪಾದ್ಮಕಲ್ಪದ ಆದಿ ಸೃಷ್ಟಿಯಲ್ಲಿ ನನ್ನ ನಾಭಿಕಮಲದಲ್ಲಿ
ಕುಳಿತ ಚತುರ್ಮುಖ ಬ್ರಹ್ಮನಿಗೆ ನನ್ನ ಮಹಿಮೆಯನ್ನು ವರ್ಣಿಸುವ ಉತ್ತಮ
ವಾದ ಶಾಸ್ತ್ರವನ್ನು ಸಂಕ್ಷೇಪದಲ್ಲಿ ನಾಲ್ಕು ಶ್ಲೋಕಗಳಲ್ಲಿ ಉಪದೇಶಿಸಿದ್ದೆ.
ಜ್ಞಾನಿಗಳು ಅದನ್ನು ಚತುಃಶ್ಲೋಕೀ ಭಾಗವತವೆಂದು ಕರೆಯುತ್ತಾರೆ. ಆದನ್ನೇ
ನಿನಗೆ (ಶುಕಾಚಾರ್ಯರಿಗೆ) ಈಗ ೧೮೦೦೦ ಶ್ಲೋಕಗಳಲ್ಲಿ ವಿಸ್ತರಿಸಿ
ಹೇಳುತ್ತೇನೆ. ಇದನ್ನೇ ಈಗ ಪ್ರಸಿದ್ಧವಾಗಿರುವ ಭಾಗವತ ಎಂದು ಶ್ರೀವೇದ
ವ್ಯಾಸರು ಹೇಳುತ್ತಾರೆ. ಏಕೆಂದರೆ ಸಂಕ್ಷೇಪವಿಸ್ತರಾಭ್ಯಾಂ ಹಿ ಕಥಯಂತಿ
ಮನೀಷಿಣಃ॥

ii. ಇದಂ ಭಾಗವತಂ ಪೂರ್ವಂ ಬ್ರಹ್ಮಣೇ ನಾಭಿಪಂಕಜೇ ॥
    ಸ್ಥಿತಾಯ ಭಯಭೀತಾಯ ಕಾರುಣ್ಯಾತ್ ಸಂಪ್ರಕಾಶಿತಮ್ ॥
                                       —ಭಾಗ. ೧೨-೧೨-೧೦.

   ಈ ಮೇಲಿನ ವಿವರಣೆಯಿಂದ ಹಿಂದೆ ಶ್ರೀ ನಾರಾಯಣನಿಂದ ಪ್ರೋಕ್ತ
ವಾದ ಚತುಃಶ್ಲೋಕೀ ಭಾಗವತವೇ ಈಗ ಶ್ರೀ ವೇದವ್ಯಾಸರಿಂದ ೧೮೦೦೦
ಶ್ಲೋಕಗಳಲ್ಲಿ ವಿಸ್ತರವಾಗಿ ರಚಿಸಲ್ಪಟ್ಟಿದೆ ಎಂಬುದು ಸ್ಪಷ್ಟವಾಗುವುದು.
೪. ಈ ಮೇಲಿನ ಎಲ್ಲ ಶಂಕೆಗಳನ್ನು 'ಭಾಗವತ' ಎಂಬ ಶಬ್ದದ ಕೆಳಗಿನ
ನಿರ್ವಚನವೇ ನಿವಾರಿಸುತ್ತದೆ.

   ಭಾಸಕಾಃ ಗಾವಃ ಯಸ್ಯ ಸಃ ಭಗುಃ ಶ್ರೀವಾಸುದೇವಃ । ಶುದ್ಧ—
ಸ್ಫಟಿಕಸಂಕಾಶಂ ವಾಸುದೇವಂ (ನಿರಂಜನಮ್) ಇತಿ ಸ್ಮರಣಾತ್ ।

ಚಿತ್ರಗುಃ ಇತಿವತ್ | ಭಗೋಃ (ವಾಸುದೇವಸ್ಯ) ಆಯಂ ಅವತಾರಃ ಭಾಗವಃ ಶ್ರೀವೇದವ್ಯಾಸಃ | "ಯದೇವೇಹ ತದಮುತ್ರ ಯದಮುತ್ರ ತದನ್ವಿಹ" ಇತಿ ಕಾಠಕಶ್ರುತೇಃ (ನೇಹ ನಾನಾಸ್ತಿ ಕಿಂಚನ)| ಭಾಗವೇನ ಶ್ರೀವೇದವ್ಯಾಸೇನ ತನ್ಯತೇ ವಿಸ್ತಾರ್ಯತೇ ಇತಿ ಭಾಗವತಮ್ | ತನು ವಿಸ್ತಾರೇ ಇತಿಧಾತುಃ | ಶ್ರೀಮಚ್ಚ ತತ್ ಭಾಗವತಂ ಚ ಶ್ರೀಮದ್ಭಾಗವತಮ್ ಇತಿ ಸಿದ್ಧಮ್ ||

— ಶುದ್ಧ ಸ್ಫಟಿಕದಂತೆ ಕಾಂತಿಯುಕ್ತನಾದ ಶ್ರೀ ವಾಸುದೇವನು (ನಾರಾಯಣನು) ಪಾದ್ಮ ಕಲ್ಪದ ಆದಿ ಸೃಷ್ಟಿಯಲ್ಲಿ ತನ್ನ ನಾಭಿಕಮಲದ ಮೇಲೆ ಕುಳಿತಿದ್ದ ಚತುರ್ಮುಖ ಬ್ರಹ್ಮದೇವನಿಗೆ ನಾಲ್ಕೇ ಶ್ಲೋಕಗಳಲ್ಲಿ ತತ್ವಗಳನ್ನು ಉಪದೇಶಿಸಿದನು. ಈ ನಾಲ್ಕು ಶ್ಲೋಕಗಳೇ ಚತುಃಶ್ಲೋಕೀ ಭಾಗವತ ಎಂದು ಪ್ರಸಿದ್ಧವಾಯಿತು. ಅದೇ ವಾಸುದೇವ ಮೂರ್ತಿಯು ಮುಂದೆ ದ್ವಾಪರ ಯುಗದ ಅಂತ್ಯದಲ್ಲಿ ಶ್ರೀವೇದವ್ಯಾಸ ರೂಪದಿಂದ ಭಾರತ ಭೂಮಿಯಲ್ಲಿ ಅವತರಿಸಿದಾಗ ನಾರದರಿಂದ ಪ್ರಾರ್ಥಿತರಾಗಿ ಚತುಃಶ್ಲೋಕೀ ಭಾಗವತವನ್ನೇ ಹದಿನೆಂಟು ಸಾವಿರ ಶ್ಲೋಕಗಳಲ್ಲಿ (೪೨ ಅಕ್ಷರಗಳಿಗೆ ಒಂದು ಗ್ರಂಥ) ವಿಸ್ತರಿಸಿದರು. ಇದೇ ಈಗ ಭಾಗವತ ಪುರಾಣವೆಂದು ಪ್ರಸಿದ್ಧವಾಗಿದೆ. ಈ ಪುರಾಣವು ಕೇಳಲು ರಮಣೀಯ ವಾಗಿಯೂ, ಅರ್ಥಪರ್ಯಾಲೋಚನೆ ಮಾಡಿದಲ್ಲಿ ಇತರ ಗ್ರಂಥಗಳಿಗಿಂತ ಉತ್ತಮವೂ ಆಗಿರುವುದರಿಂದ ಇದು **ಶ್ರೀಮತ್** ಭಾಗವತವೆಂದು ಪ್ರಸಿದ್ಧವಾಗಿದೆ.

೩. ಭಾಗವತ —

ಭಾತಿ ಸರ್ವೇಷು ಲೋಕೇಷು ಗೀಯತೇ ನಾರದಾದಿಭಿಃ |

ವರ್ತತೇ ಸರ್ವಶಾಸ್ತ್ರೇಷು ತಸ್ಮಾದ್ ಭಾಗವತಂ ಸ್ಮೃತಮ್ ||

— ಈ ಪುರಾಣವು ಎಲ್ಲ ಲೋಕಗಳಲ್ಲಿ ಪ್ರಸಿದ್ಧವಾಗಿದೆ. ನಾರದಾದಿ ಮಹರ್ಷಿಗಳು ಇದನ್ನು ಸುಶ್ರಾವ್ಯವಾಗಿ ಗಾನ ಮಾಡುತ್ತಾರೆ. ಎಲ್ಲ ಶಾಸ್ತ್ರಗಳಲ್ಲಿ ಇದರ ಮಹಿಮೆಯ ವರ್ಣನೆ ಬರುತ್ತದೆ ಅಥವಾ ಇದರಲ್ಲಿ ಉಕ್ತವಾದ ತತ್ತ್ವಗಳ ವಿವರಣೆ ಬರುತ್ತದೆ ಅಥವಾ ಎಲ್ಲ ಶಾಸ್ತ್ರಗಳು ಇದರಲ್ಲಿ ಅಂತರ್ಭೂತವಾಗಿವೆ. ಈ ಎಲ್ಲ ಕಾರಣಗಳಿಂದ ಈ ಪುರಾಣವು 'ಭಾಗವತ' ಎಂದು ಸ್ಮರಿಸಲ್ಪಟ್ಟಿದೆ.

೭. ಭಾಗವತ –

ಭಗವದವತಾರಚರಿತಾವೇದಕಂ ಪುರಾಣಂ ।
ಭಾಗವತಪುರಾಣಮಿತಿ ಲೋಕೇ ಪ್ರಖ್ಯಾತಮ್ ॥

— ಇತಿ ಅನಂತತೀರ್ಥಾಃ

— ಭಗವಂತನು ವಿವಿಧ ಅವತಾರಗಳಲ್ಲಿ ಅವುಗಳಲ್ಲಿಯೂ ಶ್ರೀಕೃಷ್ಣಾ– ವತಾರದಲ್ಲಿ ನಡೆಸಿದ ವ್ಯಾಪಾರಗಳ ವರ್ಣನೆ ಮಾಡುವ ಪುರಾಣವೇ ಭಾಗವತ ಪುರಾಣವು ಎಂದು ಅನಂತತೀರ್ಥರು ಭಾಗವತ ಪದದ ನಿರ್ವಚನೆಯನ್ನು ತೋರಿಸಿದ್ದಾರೆ.

ಭಗವತಃ ಇಮೇ ಅವತಾರಾಃ ಭಾಗವತಾಃ । ತೇಷಾಂ ನಿರೂಪಕಂ
ಪುರಾಣಂ ಭಾಗವತಂ ।

೭. ಭಾಗವತಂ–ಭಗವಾನ್ ಹರಿಃ ಏಷಾಂ ದೇವತಾ ಇತ್ಯೇಣ್ । ತೇ
ಭಾಗವತಾಃ । ತೇಷಾಂ ಚರಿತಾವೇದಕಂ ಪುರಾಣಮ್ ।

— ಭಗವಾನ್ ಶ್ರೀಹರಿಯೇ ಮುಖ್ಯ ಉಪಾಸ್ಯ ದೇವತೆಯಾಗಿರುವ ಭಗವದ್ಭಕ್ತರೇನಿರುವರೋ ಅವರು ಭಾಗವತರು. ಇಂಥ ಭಾಗವತರ ಚರಿತ್ರೆಯನ್ನು ತಿಳಿಸುವ ಪುರಾಣವು ಭಾಗವತವು.

೮. ಭಗವತಃ ಇಮೇ ಭಾಗವತಾಃ ಭಗವದ್ಭಕ್ತಾಃ ।
ತೇಷಾ ಚರಿತಾವೇದಕಂ ಪುರಾಣಮ್ ॥

— ಇದು ಭಗವದ್ಭಕ್ತರ ಚರಿತ್ರೆಯನ್ನು ತಿಳಿಸುವ ಪುರಾಣ

೯. ಭವಗತಃ ಇದಂ ಭಾಗವತಂ ತತ್ತ್ವಂ । ತತ್ತ್ವವರ್ಣನಪ್ರಧಾನಕಂ
ಪುರಾಣಂ ॥

ಸ್ವತಂತ್ರಂ ಅಸ್ವತಂತ್ರಂ ಚ ದ್ವಿವಿಧಂ ತತ್ತ್ವಮಿಷ್ಯತೇ । ಸ್ವತಂತ್ರೋ
ಭಗವಾನ್ ವಿಷ್ಣುಃ ಭಾವಾಭಾವೌ ದ್ವಿಧೇತರತ್ ॥

ಎಂದು ಶ್ರೀಮದಾಚಾರ್ಯರು ತಿಳಿಸಿದ ವಿಷ್ಣು ಎಂಬ ಸ್ವತಂತ್ರ ತತ್ತ್ವ ಮತ್ತು ಭಾವಾಭಾವರೂಪವಾದ ಅಸ್ವತಂತ್ರತತ್ತ್ವ ಇವುಗಳನ್ನು ಕಥಾನಕ ರೂಪದಿಂದ ವಿವರಿಸುವ ಪುರಾಣವೇ ಭಾಗವತ ಪುರಾಣವು.

೧೦.	ಭಾಗವತ : ಇಮೇ ಭಾಗವತಧರ್ಮಾಃ I ಭಾಗವತ ಧರ್ಮ–
	ವರ್ಣನಪ್ರಧಾನಕಂ ಪುರಾಣಮ್ I

	– ಭಾಗವತ ಧರ್ಮಗಳನ್ನು ತಿಳಿಸುವ ಪುರಾಣ.

	ಧರ್ಮಃ ಪ್ರೋಜ್ಝಿತ ಕೈತವೋಽತ್ರಪರಮೋ..... II

	ಈ ರೀತಿಯಾಗಿ 'ಭಾಗವತ' ಎಂಬ ಒಂದೇ ಪದಕ್ಕೆ ಜ್ಞಾನಿಗಳು ಅನೇಕ ವಿಧವಾದ ನಿರ್ವಚನಗಳನ್ನು ಹೇಳಿದ್ದಾರೆ.

	ಶ್ರೀಮದ್ಭಾಗವತ ಪುರಾಣದ ಹನ್ನೆರಡು ಸ್ಕಂಧಗಳನ್ನು ಅವಲೋಕಿಸಿ–ದಾಗ ಭಗವಂತನ ವಿವಿಧ ಅವತಾರಗಳು, ಆ ಅವತಾರಗಳಲ್ಲಿ ಶ್ರೀಕೃಷ್ಣನು ತೋರಿದ ದುಷ್ಟ ಶಿಕ್ಷಣ – ಶಿಷ್ಟ ರಕ್ಷಣೆಯ ಅದ್ಭುತ ವ್ಯಾಪಾರಗಳು, ಭಗವದ್ಭಕ್ತರ ಚರಿತ್ರೆಗಳು ಮುಂತಾದವುಗಳ ಪರಿಚಯವಾಗಿ ಸಜ್ಜನರಲ್ಲಿ ವಿಷಯವೈರಾಗ್ಯ ಮತ್ತು ಭಗವಂತನಲ್ಲಿ ಭಕ್ತಿಯು ಉದಯಿಸಿ ಅಭಿವೃದ್ಧ ವಾಗುವವು. (ಇದಂ ಭಾಗವತಂ ನಾಮ ಪುರಾಣಂ ಬ್ರಹ್ಮಸಂಮಿತಮ್I ಭಕ್ತಿಜ್ಞಾನವಿರಾಗಾಣಾಂ ಸ್ಥಾಪನಾಯ ಪ್ರಕಾಶಿತಮ್ II – ಪದ್ಮ ಪು. ಭಾ. ಮ. ಅಧ್ಯಾಯ.೭–೬೧).

* * *

೨. ಶ್ರೀಮದ್ಭಾಗವತ ಪುರಾಣದ ಪರಿಮಾಣ

i. ಗ್ರಂಥೋಽಷ್ಟಾದಶಸಾಹಸ್ರೋ ದ್ವಾದಶಸ್ಕಂಧಸಂಯುತಃ ।
ಪರೀಕ್ಷಿತ – ಶುಕಸಂವಾದಃ ಶ್ರೀಮದ್ಭಾಗವತಾಭಿಧಃ ॥ ೨೯ ॥
— ಪದ್ಮ ಪು. ಉತ್ತರಖಂಡ. ಅ–೧೯೪.

— ಶ್ರೀ ವೇದವ್ಯಾಸರಿಂದ ಶ್ರವಣ ಮಾಡಿದ ಶುಕಾಚಾರ್ಯರು ಪರೀಕ್ಷಿತ ರಾಜನಿಗೆ ಯಾವ ಭಾಗವತವನ್ನು ಉಪದೇಶಿಸಿದರೋ ಆದರಲ್ಲಿ ೧೨ ಸ್ಕಂಧಗಳು, ಮತ್ತು ಒಟ್ಟುಗಲಂ೦೦೦ ಶ್ಲೋಕಗಳಿವೆ ಎಂದು ಪದ್ಮಪುರಾಣ ಮೇಲಿನ ಶ್ಲೋಕದಿಂದ ತಿಳಿದು ಬರುತ್ತದೆ.

ಇದೇ ರೀತಿಯಾಗಿ ನಾರದೀಯ ಪುರಾಣ ಮತ್ತು ಸ್ಕಂಧ ಪುರಾಣಗಳೂ ತಿಳಿಸುತ್ತವೆ.

ii. ಗರುಡ ಪುರಾಣದಲ್ಲಿ ಶ್ರೀಮದ್ಭಾಗವತ ಪುರಾಣದ ಪರಿಮಾಣ ವನ್ನು ಇನ್ನೂ ಸ್ವಲ್ಪ ವಿಸ್ತಾರವಾಗಿ ತಿಳಿಸಲಾಗಿದೆ.

ಅರ್ಥೋಽಯಂ ಬ್ರಹ್ಮಸೂತ್ರಾಣಾಂ ಭಾರತಾರ್ಥವಿನಿರ್ಣಯಃ ।
ಗಾಯತ್ರೀಭಾಷ್ಯರೂಪೋಽಸೌ ವೇದಾರ್ಥಪರಿಬೃಂಹಿತಃ ॥
ಪುರಾಣಾನಾಂ ಸಾರರೂಪಃ ಸಾಕ್ಷಾತ್ ಭಗವತೋದಿತಃ ।
ದ್ವಾದಶಸ್ಕಂಧಯುಕ್ತೋಽಯಂ ಶತವಿಚ್ಛೇದಸಂಯುತಃ ।
ಗ್ರಂಥೋಽಷ್ಟಾದಶಸಾಹಸ್ರಃ ಶ್ರೀಮದ್ಭಾಗವತಾಭಿಧಃ ॥

ಶ್ರೀ ವೇದವ್ಯಾಸ ಮಹರ್ಷಿಗಳಿಂದ ಪ್ರಣೀತವಾದ ಈ ಭಾಗವತ ಎಂಬ ಪುರಾಣವು, ಬ್ರಹ್ಮಸೂತ್ರ–ಮಹಾಭಾರತ–ಗಾಯತ್ರೀಮಂತ್ರ– ವೇದಗಳು ಇವೆಲ್ಲವ್ವಗಳ ಅರ್ಥಗಳಿಂದ ಪರಿಬೃಂಹಿತವಾಗಿದೆ. ಈ ಭಾಗವತ ಪುರಾಣದಲ್ಲಿಹನ್ನೆರಡು ಸ್ಕಂಧಗಳು, ನೂರು ವಿಚ್ಛೇದಗಳು ಮತ್ತು ೧೮೦೦೦

ಗ್ರಂಥಗಳು (೩೨ ಅಕ್ಷರಗಳು= ಒಂದು ಗ್ರಂಥ=೧ ಶ್ಲೋಕ) ಅಂದರೆ ಶ್ಲೋಕಗಳಿವೆ.

ಇಲ್ಲಿ 'ವಿಚ್ಛೇದ' ವೆಂದು ಹೇಳಿದ್ದು ಒಂದು ವಿಶೇಷ ವಿಷಯ. 'ಸೂತ–ಶೌನಕ ಸಂವಾದಸಮಾಹಾರೋ ವಿಚ್ಛೇದಃ' ಎಂದು ವಿದ್ವಾಂಸರು ವಿಚ್ಛೇದ ಪದದ ಲಕ್ಷಣವನ್ನು ಹೇಳುತ್ತಾರೆ. ಅಂದರೆ ಶೌನಕರು ಕೇಳುವ ಒಂದು ಪ್ರಶ್ನೆಗೆ ಸೂತರು ಎಷ್ಟು ಉತ್ತರವನ್ನು ಹೇಳುವರೋ ಅಷ್ಟು ಭಾಗಕ್ಕೆ ಒಂದು ವಿಚ್ಛೇದವೆಂದು ಕರೆಯುವರು. ಆದರಂತೆ ಪುನಃ ಶೌನಕರ ಪ್ರಶ್ನೆ ಅದಕ್ಕೆ ಸೂತರಿಂದ ಪ್ರತಿವಚನದ ಭಾಗವು ಇನ್ನೊಂದು ವಿಚ್ಛೇದವು. ಇಂಥ ೧೦೦ ವಿಚ್ಛೇದಗಳು ಈ ಭಾಗವತ ಪುರಾಣದಲ್ಲಿವೆ ಎಂದು ಗರುಡ ಪುರಾಣ ದಿಂದ ತಿಳಿದು ಬರುತ್ತದೆ.

ಆದರೆ, ಸೂತ–ಶೌನಕರ ಸಂವಾದ ರೂಪವಾದ ಇಂಥ ನೂರು ಕಥಾ ವಿಚ್ಛೇದಗಳು ಭಾಗವತದಲ್ಲಿ ಕಂಡುಬರುವುದಿಲ್ಲ. 'ಶತ' ಎಂಬುದಕ್ಕೆ ಬಹು ಎಂದು ಹೇಳಲೂ ಬರುವುದಿಲ್ಲ. ಆದ್ದರಿಂದ ಕೇವಲ 'ಕಥಾವಿಚ್ಛೇದ' ಎಂದು ಮಾತ್ರ ಹೇಳಬೇಕೆಂದು ತೋರುತ್ತದೆ. ಈ ಭಾಗವತ ಪುರಾಣದಲ್ಲಿ ೩೩೫ ಅಧ್ಯಾಯಗಳಿವೆ.

iii. ತದಷ್ಟಾದಶಸಾಹಸ್ರಂ ಕೀರ್ತಿತಂ ಪಾಪನಾಶನಮ್ ।
      ಸುರಪಾದಪರೂಪೋಽಯಂ ಸ್ಕಂಧೈರ್ದ್ವಾದಶಭಿರ್ಯುತಃ ॥
      ಭಗವಾನೇವ ವಿಪ್ರೇಂದ್ರ, ವಿಶ್ವರೂಪೀ ಸಮೀರಿತಃ ।
                              – ನಾರದೀಯ ಪು. ಅ.೯೬.

– ೧೮೦೦೦ ಶ್ಲೋಕಗಳಿಂದ ಮತ್ತು ೧೨ ಸ್ಕಂಧಗಳಿಂದ ಯುಕ್ತವಾದ ಶ್ರೀಮದ್ಭಾಗವತವು ಕಲ್ಪವೃಕ್ಷದಂತಿದ್ದು ಸಕಲ ಪಾಪಗಳನ್ನು ನಾಶ ಮಾಡುವಂಥ– ದಾಗಿದೆ. ಈ ಪುರಾಣದಲ್ಲಿ ಭಗವಾನ್ ಶ್ರೀಕೃಷ್ಣನೇ ಮುಖ್ಯವಾಗಿ ಪ್ರತಿಪಾದಿಸಲ್ಪಟ್ಟಿದ್ದಾನೆ.

*   *   *

೩. ಶ್ರೀಮದ್ಭಾಗವತವು ಒಂದು ಇತಿಹಾಸ ಗ್ರಂಥ

ಶ್ರೀಮದ್ಭಾಗವತದ ಆದ್ಯಂತ ಶ್ಲೋಕಗಳು ಕೆಳಗಿನಂತಿವೆ :

ಆದಿ ಶ್ಲೋಕ—

ಜನ್ಮಾದ್ಯಸ್ಯ ಯತೋಽನ್ವಯಾದಿತರತಶ್ಚಾರ್ಥೇಷು ಅಭಿಜ್ಞಃ ಸ್ವರಾಟ್ ।
ತೇನೇ ಬ್ರಹ್ಮ ಹೃದಾ ಯ ಆದಿಕವಯೇ ಮುಹ್ಯಂತಿ ಯಂ ಸೂರಯಃ ॥
ತೇಜೋವಾರಿಮೃದಾಂ ಯಥಾ ವಿನಿಮಯೋ ಯತ್ರ ತ್ರಿಸರ್ಗೋ ಮೃಷಾ
ಧಾಮ್ನಾ ಸ್ವೇನ ಸದಾ ನಿರಸ್ತಕುಹಕಂ ಸತ್ಯಂ ಪರಂ ಧೀಮಹಿ ॥ ೧ ॥
                                          — ಭಾಗ ೧.೧.೧.

ಅಂತ್ಯ ಶ್ಲೋಕ :

ಉಪಚಿತನವಶಕ್ತಿಭಿಃ ಸ್ವ ಆತ್ಮನ್ಯುಪರಚಿತಸ್ಥಿರಜಂಗಮಪಾಲನಾಯ ।
ಭಗವತ ಉಪಲಬ್ಧಿಮಾತ್ರಧಾಮ್ನೇ ಸುರಋಷಭಾಯ ನಮಃ ಸನಾತನಾಯ॥
                                          — ಭಾಗ. ೧೨–೧೨–೬೯.

ಹೀಗೆ ಶ್ರೀವೇದವ್ಯಾಸರ ಮಂಗಳಾಚರಣೆಯಿಂದ ಆರಂಭವಾದ ಭಾಗವತಪುರಾಣವು ಶ್ರೀಸೂತರು ಮಾಡಿದ ಪರಮಾತ್ಮನ ನುತಿಯೊಂದಿಗೆ ಮುಕ್ತಾಯಗೊಳುತ್ತದೆ.

ಆದಿಶ್ಲೋಕದ 'ಜ' ಎಂಬ ಮೊದಲನೆಯ ಅಕ್ಷರ ಮತ್ತು ಅಂತ್ಯ ಶ್ಲೋಕದ 'ಯ' ಎಂಬ ಕೊನೆಯ ಅಕ್ಷರ ಇವುಗಳನ್ನಷ್ಟೇ ಸೇರಿಸಿದಾಗ 'ಜಯ' ಎಂಬ ಪದವು ರೂಪುಗೊಳುತ್ತದೆ. 'ಜಯ' ಎಂಬ ಪದಕ್ಕೆ ಅದೇನು ವೈಶಿಷ್ಟ್ಯ ಎಂಬ ಜಿಜ್ಞಾಸೆಗೆ ಶ್ರೀಮದಾಚಾರ್ಯರು ಉತ್ತರಿಸುತ್ತಾರೆ —

ಜಯೋ ನಾಮೇತಿಹಾಸೋಽಯಂ ಕೃಷ್ಣದ್ವೈಪಾಯನೇರಿತಃ |
ವಾಯುರ್ನರೋತ್ತಮೋ ನಾಮ ದೇವೀಕ ಶ್ರೀರುದೀರಿತಾ ||

– ಮ. ನಿ. ೪. ೫.

ಎಂಬ ಪ್ರಮಾಣದಂತೆ 'ಜಯ' ಎಂದರೆ 'ಇತಿಹಾಸ' ಎಂದು ಅರ್ಥ.
ಆದ್ದರಿಂದ ಶ್ರೀಭಾಗವತ ಪುರಾಣವೆಂಬುದು ಒಂದು ಇತಿಹಾಸ ಗ್ರಂಥವಾಗಿದೆ.

ಹಿಂಗೆ ಭಗವಾನ್ ಶ್ರೀವೇದವ್ಯಾಸ ಮಹರ್ಷಿಗಳ ಆಜ್ಞೆಯಿಂದಲೇ
ಬ್ರಹ್ಮಾದಿ ದೇವತೆಗಳೂ, ಋಷಿಗಳೂ ಸೇರಿ ತಕ್ಕಡಿಯ ಒಂದು ಬದಿಯ
ತಟ್ಟೆಯಲ್ಲಿ ಎಲ್ಲ ವೇದಗಳನ್ನೂ ಮತ್ತೊಂದೆಡೆ ತಟ್ಟೆಯಲ್ಲಿ ಮಹಾಭಾರತವನ್ನು
ಇಟ್ಟು ತೂಗಿದಾಗ ಮಹಾರ್ಥ ಪ್ರತಿಪಾದಕವಾದ ಭಾರತವು ತನ್ನ
ಅರ್ಥಭಾರದಿಂದ ಹಾಗೂ ಗಾತ್ರದಿಂದ ಇತರೆಲ್ಲ ಗ್ರಂಥಗಳನ್ನು ಗೆದ್ದಿತು.
ಆದ್ದರಿಂದಲೇ ಮಹಾಭಾರತವೆಂಬ ವ್ಯಾಸಕೃತ ಇತಿಹಾಸಕ್ಕೆ 'ಜಯ' ಎಂಬ
ಹೆಸರು ಪ್ರಾಪ್ತವಾಯಿತು ಮತ್ತು ಹಾಗೆಯೇ ಪ್ರಸಿದ್ಧಿಗೂ ಬಂದಿತು.
ಇದರಂತೆ ಪರಮಾತ್ಮನ, ಅವನ ಅವತಾರಗಳ, ಮತ್ತು ಭಗವದ್ಭಕ್ತರ
ಐತಿಹಾಸಿಕ ಚರಿತ್ರೆಗಳನ್ನು ತಿಳಿಸುವ 'ಪುರಾಣರಾಜ' ಎಂದು ಪ್ರಸಿದ್ಧ
ವಾಗಿರುವ ಭಾಗವತ ಪುರಾಣವೂ ಆದ್ಯಂತ್ಯಾಕ್ಷರಗಳಿಂದ ಜಯ ಎಂಬ
ಪದದಿಂದ ಕೀರ್ತಿತವಾಗಿರುವುದರಿಂದ ಇದೂ ಒಂದು ಇತಿಹಾಸ
ಗ್ರಂಥವೆಂದು ತಿಳಿಯಬಹುದೆಂದು ತೋರುತ್ತದೆ. ಇದರಲ್ಲಿ ಮನುಗಳ,
ಚಕ್ರವರ್ತಿಗಳ, ಅನೇಕ ರಾಜ–ಮಹಾರಾಜರ ಚರಿತ್ರೆಗಳು, ಐತಿಹಾಸಿಕ
ಘಟನೆಗಳು ವಿಸ್ತಾರವಾಗಿ ವರ್ಣಿತವಾಗಿವೆ.

* * *

೯. ಭಾಗವತದಲ್ಲಿ ಉಪದೇಶ ಭಾಷೆಯ (ಶೈಲಿಯ) ವೈವಿಧ್ಯತೆ

ಎಲ್ಲ ಭಾಷೆಗಳಲ್ಲಿಯ ಅದರಲ್ಲೂ ವಿಶೇಷವಾಗಿ ಸಂಸ್ಕೃತ ಭಾಷೆಯ ವಾಜ್ಞಯವನ್ನು ಉಪದೇಶದ ಅಥವಾ ಬೋಧನೆಯ ವೈವಿಧ್ಯ ದೃಷ್ಟಿಯಿಂದ i. ಪ್ರಭು ಸಮ್ಮಿತ, ii. ಸುಹೃತ್ಸಮ್ಮಿತ, iii. ಕಾಂತಾ ಸಮ್ಮಿತ ಎಂದು ಮೂರು ಬಗೆಯಾಗಿ ಮಮ್ಮಟ ಭಟ್ಟನಾಯಕರೆಂಬ ಆಲಂಕಾರಿಕರು ವಿಂಗಡಿಸುತ್ತಾರೆ.

i) ವೇದ ಮುಂತಾದ ಶಾಸ್ತ್ರಗಳಲ್ಲಿ ಶಬ್ದವೇ ಪ್ರಧಾನವಾಗಿರುವ ಕಾರಣ ಅವುಗಳ ಆದೇಶಗಳು **ಪ್ರಭು ಸಮ್ಮಿತ** ಅಂದರೆ ಹೀಗೆ ಮಾಡು, ಹೀಗೆ ಮಾಡಬೇಡ ಎಂಬ ರೀತಿಯ ಪ್ರಭುವಿನ ಆದೇಶದಂತೆ ಇರುತ್ತವೆ. ಉದಾ: ಸತ್ಯಂ, ವದ, ಧರ್ಮಂ ಚರ. ಸ್ವಾಧ್ಯಾಯಾನ್ ಮಾ ಪ್ರಮದಃ ಇತ್ಯಾದಿ.

ii) ಇತಿಹಾಸ–ಪುರಾಣಗಳಲ್ಲಿ ಅರ್ಥದ ತಾತ್ಪರ್ಯ ಮಾತ್ರ ಪ್ರಧಾನವಾಗಿರುವುದರಿಂದ ಅವುಗಳ ಆದೇಶವು ಗೆಳೆಯನ ಸೂಚನೆಗೆ ಸಮಾನ ಅಂದರೆ **ಸುಹೃತ್ಸಮ್ಮಿತ** ಎಂದು ಹೇಳಲಾಗುತ್ತದೆ.

ಇತಿಹಾಸ–ಪುರಾಣಗಳು ಅನೇಕ ಪೂರ್ವ ಕಥೆಗಳ ಸಹಾಯದಿಂದ ಯುಕ್ತಿಯುಕ್ತವಾಗಿ ನಿಯಮಾನುಷ್ಠಾನದ ಪ್ರಯೋಜನವನ್ನು ಮನಸ್ಸಿಗೆ ಬಿಂಬಿಸುತ್ತವೆ. ಈ ಕಥೆಗಳು ಅತಿಮಾನುಷವೂ ಅಸಂಭವವೂ ಆಗಿರುವುದ ರಿಂದ ಅವಕ್ಕೆ ಅಕ್ಷರಶಃ ಸತ್ಯತ್ವವನ್ನು ಆರೋಪಿಸುವಂತಿರುವುದಿಲ್ಲ. ಇದಕ್ಕೆ ಅರ್ಥವಾದ ಎನ್ನುವರು. ಅಂದರೆ ಇವುಗಳ ತಾತ್ಪರ್ಯ ಮಾತ್ರ ಗ್ರಾಹ್ಯವೆಂದು ಭಾವ. ಆದ್ದರಿಂದ ಇತಿಹಾಸ ಪುರಾಣಗಳು ಗೆಳೆಯನ ಸಲಹೆಗಳಂತೆ ಅರ್ಥಪ್ರಧಾನ. ಇದಕ್ಕೇ ಸುಹೃತ್ಸಮ್ಮಿತ ಬೋಧನೆ ಎನ್ನುವರು.

iii) ಆದರೆ ಕಾವ್ಯದ ಉಪದೇಶಕ್ರಮವು ಇವೆರಡಕ್ಕೂ ವಿಲಕ್ಷಣವಾಗಿರು ತ್ತದೆ. ಕಾವ್ಯದಲ್ಲಿ ಶಬ್ದ, ಅರ್ಥ ಎರಡೂ ತಮ್ಮ ಪ್ರಾಧಾನ್ಯತೆಯನ್ನು

ಕಳೆದುಕೊಂಡು ರಸಪ್ರತೀತಿಗೆ ಅನುಕೂಲವಾಗುವ ಕಾರ್ಯದಲ್ಲಿ ಮಾತ್ರ ನಿರತವಾಗಿ ಬಿಡುತ್ತವೆ. ಕಾವ್ಯವು ಓದುಗರಿಗೆ ಮೊದಲು ಕಾಂತೆಯಂತೆ ಸರಸವಾಗಿ ಮನೋಲ್ಲಾಸವನ್ನುತರುವ ಮೂಲಕ ಅವರ ಗಮನವನ್ನುತನ್ನೆಡೆ, ಸೆಳೆದುಕೊಂಡು 'ರಾಮಾದಿಗಳಂತೆ ನಡೆಯಬೇಕು, ರಾವಣಾದಿಗಳಂತಲ್ಲ' ಎಂಬ ನೀತಿಯ ಉಪದೇಶವನ್ನು (ಅಪ್ರತ್ಯಕ್ಷವಾಗಿ) ಮಾಡಿ ಕೊಡುತ್ತದೆ. ಇದಕ್ಕೆ **ಕಾಂತಾಸಮ್ಮಿತ** ಉಪದೇಶ ಅಥವಾ ಬೋಧನೆ ಎಂದು ಕರೆಯುವರು.

ಕಾವ್ಯದಲ್ಲಿಯೂ ವೇದ, ಇತಿಹಾಸಗಳಂತೆ ಉಪದೇಶಪರತ್ವ ಇದ್ದೇ ಇರುತ್ತದೆ. ಉಪದೇಶವು ವೇದದಲ್ಲಿ ವಿಧಿರೂಪವಾಗಿಯೂ, ಇತಿಹಾಸದಲ್ಲಿ ಪ್ರೇರಕವಾಗಿಯೂ ಇದ್ದರೆ ಕಾವ್ಯದಲ್ಲಿ ಮಾತ್ರ ಮೃದು ಮಧುರವಾಗಿಯೂ ಸರಸಹೃದಯಂಗಮವಾಗಿಯೂ ಇರುವುದು. ಇಷ್ಟೇ ವ್ಯತ್ಯಾಸ. ಉಪದೇಶದ ಕ್ರಮದಲ್ಲಿ ವ್ಯತ್ಯಾಸವೇ ಹೊರತು ಉಪದೇಶ ವಸ್ತುವಿನಲ್ಲಿ ವ್ಯತ್ಯಾಸವಿರು ವುದಿಲ್ಲ. ಆದ್ದರಿಂದಲೇ ಕಾವ್ಯವನ್ನು **ಕಾಂತಾಸಮ್ಮಿತವೆಂದು** ಕರೆಯಲಾಗಿದೆ.

ಭಾಗವತ ಪುರಾಣದಲ್ಲಿ ಈ ಮೂರೂ ಪ್ರಕಾರದ ಬೋಧನೆಗಳನ್ನು ಕಾಣಬಹುದಾದ್ದರಿಂದ ಈ ಪುರಾಣವು ಪುರಾಣ ಪ್ರಪಂಚದಲ್ಲಿ ಅದ್ವಿತೀಯ ಸ್ಥಾನವನ್ನು ಗಳಿಸಿದೆ.

ವೇದಃ ಪುರಾಣಂ ಕಾವ್ಯಂ ಚ ಪ್ರಭುರ್ಮಿತ್ರಂ ಪ್ರಿಯೇವ ಚ ।
ಬೋಧಯಂತೀತಿ ಹಿ ಪ್ರಾಹುಃ ತ್ರಿವೃದ್ ಭಾಗವತಂ ಪುನಃ ॥

ಸಮಾಧಿಭಾಷೆಯ ಭಾಗವತ :

ಶ್ರೀಮದಾಚಾರ್ಯರು "ಮಹಾಭಾರತ ತಾತ್ಪರ್ಯನಿರ್ಣಯ" ಎಂಬ ಗ್ರಂಥದಲ್ಲಿ ಭಾಷೆಯ ವೈವಿಧ್ಯವನ್ನು ತಿಳಿಸುತ್ತ ಹೇಳುತ್ತಾರೆ –

ಭಾಷಾಸ್ತು ತ್ರಿವಿಧಾಸ್ತತ್ರ ಮಯಾ ವೈ ಸಂಪ್ರದರ್ಶಿತಾಃ ।
ಉಕ್ತೋ ಯೋ ಮಹಿಮಾ ವಿಷ್ಣೋಃ ಸ ತೂಕ್ತೋ ಹಿ ಸಮಾಧಿನಾ ॥

ಶೈವದರ್ಶನಮಾಲಂಬ್ಯ ಕ್ವಚಿತ್ ಶೈವೀ ಕಥೋದಿತಾ ।
ಸಮಾಧಿಭಾಷಯೋಕ್ತಂ ಯತ್ ತತ್ಸರ್ವಂ ಗ್ರಾಹ್ಯಮೇವ ಹಿ ॥ ೧೭ ॥

ಅವಿರುದ್ಧಂ ಸಮಾಧೇಸ್ತು ದರ್ಶನೋಕ್ತಂ ಚ ಗೃಹ್ಯತೇ ।
ಆಧ್ಯಂತಯೋರ್ವಿರುದ್ಧಂ ಯತ್ ದರ್ಶನಂ ಸಮುದಾಹೃತಮ್ ॥ ೧೮ ॥

ದರ್ಶನಾಂತರಸಿದ್ಧಂ ಚ ಗುಹ್ಯಭಾಷಾವನ್ಯಥಾ ಭವೇತ್ |
ತಸ್ಮಾದ್ವಿಷ್ಣೋರ್ಹಿ ಮಹಿಮಾ ಭಾರತೋಕ್ತೋ ಯಥಾರ್ಥತಃ || ೧೨೭ ||
								– ಮಾ. ತಾ. ನಿ. ಅ.– ೨.

— "ಮಹಾಭಾರತದಲ್ಲಿ ಶ್ರೀ ವೇದವ್ಯಾಸರು ಸಮಾಧಿ, ದರ್ಶನ, ಮತ್ತು ಗುಹ್ಯ ಎಂಬ ಮೂರು ವಿಧವಾದ ಭಾಷೆಗಳನ್ನು ಬಳಸಿದ್ದಾರೆ. ಭಗವಾನ್ ವಿಷ್ಣುವಿನ ಮಹಿಮೆಯನ್ನು ತಿಳಿಸುವುದೆಲ್ಲವೂ **ಸಮಾಧಿ** ಭಾಷೆಯಿಂದ ಉಕ್ತವಾಗಿದೆ. ಸಮಾಧಿ ಭಾಷೆಗೆ ವಿರುದ್ಧವಲ್ಲದ ದರ್ಶನ ಭಾಷೋಕ್ತ ವಿಷಯಗಳೂ ಸಹ ಗ್ರಾಹ್ಯವೇ ಆಗಿರುತ್ತವೆ. ಆದಿ ಮತ್ತು ಅಂತಗಳಿಗೆ ವಿರುದ್ಧವಾಗಿ ಮಧ್ಯೆ ಬರುವ ವಿಚಾರಗಳನ್ನು ತಿಳಿಸುವ ಭಾಷೆಯನ್ನು **ದರ್ಶನ ಭಾಷೆ** ಎಂದು ಕರೆಯುವರು. ಇದರಂತೆ ಇತರ ದರ್ಶನಗಳ ಅನುವಾದವನ್ನು ಮಾಡುವ ಭಾಗವೂ ದರ್ಶನ ಭಾಷೆಯೇ ಆಗಿರುವುದು. ಈ ಎರಡೂ ಭಾಷೆಗಳಿಗೆ ಭಿನ್ನವಾದ ಮೂರನೆಯ ಭಾಷೆಯೇ **ಗುಹ್ಯ ಭಾಷೆಯು.** ಮೇಲ್ನೋಟಕ್ಕೆ ಪೂರ್ಣ ಅಗ್ರಾಹ್ಯವಾಗಿದ್ದರೂ, ಆಳಕ್ಕೆ ಇಳಿದು ಅವುಗಳ ಭಾವವನ್ನು ಗ್ರಹಿಸಿದಾಗ ಅದರಲ್ಲಿ ಗ್ರಾಹ್ಯಾಂಶವು ತುಂಬಿರುವುದು ಗೋಚರವಾಗುವುದು. ಇದೇ ಗುಹ್ಯ ಭಾಷೆಯ ವೈಶಿಷ್ಟ್ಯವಾಗಿದೆ. ಇದರಲ್ಲಿಯ ಗುಹ್ಯ ಭಾವವನ್ನು ತಿಳಿಯಲು ಪರಿಶ್ರಮ ಪಡಬೇಕಾಗುತ್ತದೆ."

ಈ ಪ್ರಕಾರದ ತ್ರಿವಿಧ ಭಾಷೆಗಳಲ್ಲಿ ಶ್ರೀಮದ್ಭಾಗವತದಲ್ಲಿಯ ಉಪದೇಶಗಳು, ಸ್ತೋತ್ರಗಳು, ಆಖ್ಯಾನಗಳೆಲ್ಲವೂ ಸಮಾಧಿ ಭಾಷೆಯಲ್ಲೇ ಉಕ್ತವಾಗಿದ್ದು ಈ ಪುರಾಣವನ್ನು ಅವಲೋಕಿಸುವ ಆಬಾಲ–ವೃದ್ಧರಿಗೂ, ಮಂದಮತಿಗಳಿಗೂ ಎಲ್ಲರಿಗೂ ಭಾಗವತ ಧರ್ಮಗಳು ಸುಲಭವಾಗಿ ಮನಮುಟ್ಟುತ್ತವೆ.

ಉತ್ತಮಾಧಿಕಾರಿಗಳಂತೆ ಮಂದಾಧಿಕಾರಿಗಳಿಗೂ ಶಾಸ್ತ್ರಜ್ಞಾನವು ಸುಲಭವಾಗಿ ಆಗಲಿ ಎಂಬ ಉದ್ದೇಶದಿಂದಲೇ ನಾರದ ಮಹರ್ಷಿಗಳ ಪ್ರಾರ್ಥನೆಯಂತೆ ಶ್ರೀವೇದವ್ಯಾಸರು ಈ ಭಾಗವತ ಪುರಾಣವನ್ನು ರಚಿಸಿದರೆಂದು ಭಾಗವತ ಪುರಾಣದಲ್ಲೇ ಹೀಗೆ ಉಕ್ತವಾಗಿದೆ —

"ಸಮಾಧಿನಾ ಸ್ಮರ ಯದ್ವಿಚೇಷ್ಟಿತಂ=ಭಗವಾನ್ ಶ್ರೀವೇದವ್ಯಾಸ ಮಹರ್ಷಿಗಳೇ! ಪರಮಾತ್ಮನ ಮಹಿಮೆಗಳನ್ನು ಮತ್ತು ಇತರರ ಸದುಪದೇಶ

ಗಳನ್ನು ಸಮಾಧಿ ಭಾಷೆಯಲ್ಲಿ ತಿಳಿಸಿರಿ” ಎಂಬ ನಾರದ ಮಹರ್ಷಿಗಳ ಪ್ರಾರ್ಥನೆಯಂತೆ ಭಗವಾನ್ ಶ್ರೀವೇದವ್ಯಾಸರು ಸಮಾಧಿ ಭಾಷೆಯಲ್ಲಿ ಭಾಗವತ ಪುರಾಣವನ್ನು ರಚಿಸಿದರು – ಎಂದು ಭಾಗವತವೇ ತಿಳಿಸುತ್ತದೆ.

ಗುಹ್ಯದರ್ಶನಭಾಷೇ ಚ ಭಾಷಾ ಚೈವ ಸಮಾಧಿಕಾ ।

ತಿಸ್ರಸ್ತು ಮೂಲಭಾಷಾಃ ಸ್ಯುಃ ಏಕೈಕಾ ಚ ತ್ರಿಧಾ ಪುನಃ ॥ – ಭಾಗ–೧೧–೨೧–೪೧) ಎಂದು ಭಾಗ. ತಾ. ನಿರ್ಣಯದಲ್ಲಿ ತಿಳಿಸಿ ದಂತೆ ಭಾಷೆಯು ಗುಹ್ಯ, ದರ್ಶನ, ಸಮಾಧಿ ಎಂದು ಮೂರು ವಿಧವಾಗಿದೆ. ಇವು ಮೂಲ ಭಾಷೆಗಳಾಗಿದ್ದು ಇವುಗಳಲ್ಲಿ ಮತ್ತೆ ೩ ರೀತಿಯ ಉಪಪ್ರಭೇದಗಳಿವೆ. ಇವುಗಳಲ್ಲಿ ಸಮಾಧಿ ಭಾಷೆ ಎಂದರು ಏನು? ‘ಯಥಾ ಪ್ರದೃಶ್ಯಮಾನಾರ್ಥೋ ಸಮಾಧಿಃ ಸಾ ಪ್ರಕೀರ್ತಿತಾ’ ವಿಷ್ಣುಃ ಪರಮ ಇತ್ಯಾದ್ಯಾ ಸಾ ಚ ವಿದ್ವದ್ಭಿರೀರಿತಾ ॥ – (ಭಾಷಾ ವಿವೇಕ) ಎಂದರೆ ಯಥಾಸ್ಥಿತವಸ್ತುಕಥನಲಕ್ಷಣಾ ಸಮಾಧಿಃ (ವಿಜಯಧ್ವಜೀಯ ಟೀಕಾ) ಅರ್ಥಾತ್ ಯಥಾಸ್ಥಿತವಾದ ವಸ್ತುವನ್ನು ಯಥಾಸ್ಥಿತವಾಗಿ ಹೇಳುವ ಭಾಷೆಯೇ ಸಮಾಧಿ ಭಾಷೆಯು. ಉದಾಹರಣೆಗೆ ಅಗ್ನ್ಯಾದಿ ದೇವತೆಗಳು ತಾರತಮ್ಯದಲ್ಲಿ ಅವರರು, ವಿಷ್ಣುವೇ ಸರ್ವೋತ್ತಮನು (ಅಗ್ನಿರ್ವೈ ದೇವಾನಾಮವಮಃ ವಿಷ್ಣುಃ ಪರಮಃ ॥ ಐತರೇಯೀ ಶ್ರುತಿಃ ॥) ಎಂದು ಇಲ್ಲಿ ನೇರವಾಗಿ ಯಥಾಸ್ಥಿತನಾದ ವಿಷ್ಣುವಿನ ಸರ್ವೋತ್ತಮತ್ವವನ್ನು ಯಥಾಸ್ಥಿತವಾಗಿಯೇ ತಿಳಿಸಲಾಗಿದೆ.

ಈ ಪ್ರಕಾರವಾಗಿ ಶ್ರೀಮದ್ಭಾಗವತದಲ್ಲಿ ಕಂಡುಬರುವ, ಉಪದೇಶ, ಆಖ್ಯಾನಗಳೆಲ್ಲವೂ ಕೇವಲ ಸಮಾಧಿಭಾಷೆಯಲ್ಲೇ ಹೃದಯಂಗಮವಾಗಿ ವರ್ಣಿತವಾಗಿವೆ.

* * *

೧೦. ಪುರಾಣಗಳಲ್ಲಿ ಭಾಗವತದ ಪ್ರಶಂಸೆ

೧. ನಿಗಮಕಲ್ಪತರೋಃ ಗಲಿತಂ ಫಲಂ
   ಶುಕಮುಖಾದಮೃತದ್ರಸಸಂಯುತಮ್ ।
   ಪಿಬತ ಭಾಗವತಂ ರಸಮಾಲಯಂ
   ಮುಹುರಹೋ ರಸಿಕಾ ಭುವಿ ಭಾವುಕಾಃ ॥ ೩ ॥

– ಭಾಗ–೧.೧

– ಅಹೋ ರಸಿಕರಾದ ಭಾವುಕರೇ! ಭಾಗವತವೆಂಬುದು ಮಧುರ–
ವಾದ ಅಮೃತರಸದಿಂದ ತುಂಬಿದ ವೇದವೆಂಬ ಕಲ್ಪವೃಕ್ಷದ ಒಂದು ಪಕ್ವ
ಫಲವಾಗಿದೆ. ಈ ಫಲದ ರಸವನ್ನು ಮೋಕ್ಷಪ್ರಾಪ್ತಿಯಾಗುವವವರೆಗೆ ಮತ್ತು
ಅನಂತರವೂ ಆಸ್ವಾದನೆ ಮಾಡಿರಿ.

೨. ಮರೀಚೆ ಶೃಣು ವಕ್ಷ್ಯಮಿ ವೇದವ್ಯಾಸೇನ ಯತ್ಕೃತಮ್ ।
   ಶ್ರೀಮದ್ಭಾಗವತಂ ನಾಮ ಪುರಾಣಂ ಬ್ರಹ್ಮಸಂಮಿತಮ್ ॥
   ಎಂದು ನಾರದೀಯ ಪುರಾಣದ ೯೬ ನೇಯ ಅಧ್ಯಾಯದಲ್ಲಿ–

೩. ಇದಂ ಭಾಗವತಂ ನಾಮ ಪುರಾಣಂ ಬ್ರಹ್ಮಸಂಮಿತಮ್ ।
   ಉತ್ತಮಶ್ಲೋಕಚರಿತಂ ಚಕಾರ ಭಗವಾನ್ ಋಷಿಃ ॥

– ಭಾಗ ೧–೩–೪೦ ರಲ್ಲಿ

೪. ಇದಂ ಭಾಗವತಂ ನಾಮ ಪುರಾಣಂ ಬ್ರಹ್ಮಸಂಮಿತಮ್ ।
   ಅಧೀತವಾನ್ ದ್ವಾಪರಾದೌ ಪಿತುರ್ದ್ವೈಪಾಯನಾದಹಮ್ ॥
   ಎಂದು ಭಾಗವತದಲ್ಲಿ (೨–೧–೮).

೫. ಇದಂ ಭಾಗವತಂ ನಾಮ ಪುರಾಣಂ ಬ್ರಹ್ಮಸಂಮಿತಮ್ ।
   ಭಕ್ತಿಜ್ಞಾನವಿರಾಗಾಣಾಂ ಸ್ಥಾಪನಾಯ ಪ್ರಕಾಶಿತಮ್ ॥ ೮೦॥
   ಎಂದು ಪದ್ಮ ಪುರಾಣದ ಭಾಗ. ಮಹಾತ್ಮೆಯಲ್ಲಿ (ಅಧ್ಯಾಯ–೨)

ಇವೇ ಮೊದಲಾದ ಕಡೆಗಳಲ್ಲಿ ಭಾಗವತವನ್ನು 'ಬ್ರಹ್ಮಸಂಮಿತ್' ಎಂದು ವರ್ಣಿಸಲಾಗಿದೆ. 'ಬ್ರಹ್ಮಸಂಮಿತ್' ಎಂದರೆ ಉಪನಿಷದರ್ಥ ಪ್ರತಿಪಾದಕತ್ವಾತ್ ಪಂಚಮವೇದತ್ವಾದ್ವಾ ಬ್ರಹ್ಮ ಸಂಮಿತಂ=ವೇದಸಮಮ್ ಇತಿ ಪ್ರಾಚೀನ ಟೀಕಾ. ಈ ಪ್ರಾಚೀನ ಟೀಕೆಯನ್ನನುಸರಿಸಿ ಬ್ರಹ್ಮ ಸಂಮಿತಮ್ ಎಂದರೆ ಭಾಗವತವು ಉಪನಿಷದರ್ಥ ಪ್ರತಿಪಾದಕವಾಗಿರುವುದರಿಂದ ಅಥವಾ ಪಂಚಮವೇದವಾಗಿರುವುದರಿಂದ ಇದನ್ನು ವೇದಸಮ ಎಂದು ಪ್ರಶಂಸಿಸ ಲಾಗಿದೆ.

೭. ಸರ್ವವೇದಾಂತಸಾರಂ ಹಿ ಶ್ರೀಮದ್ಭಾಗವತಮಿಷ್ಯತೇ |
     ತದ್ರಸಾಮೃತತೃಪ್ತಸ್ಯ ನಾನ್ಯತ್ರ ಸ್ಯಾದ್ರತಿಃ ಕ್ವಚಿತ್ ||
                                        – ಭಾಗ.೧೭–೧೪–೧೪

     – ಶ್ರೀಮದ್ಭಾಗವತವು ಸರ್ವ ವೇದಾಂತ ಅಂದರೆ ಸರ್ವ ಉಪನಿಷತ್ತು ಗಳ ಸಾರವಾಗಿದೆ. ಶ್ರೀಮದ್ಭಾಗವತವನ್ನು ಶ್ರವಣ ಮಾಡಿದವರಿಗೆ ಇನ್ನೇನೂ ಬೇಕೆಂದು ಅಪೇಕ್ಷೆಯಾಗುವುದಿಲ್ಲ.

೮. ಶ್ರೀಮದಾಚಾರ್ಯರು ತಮ್ಮ 'ಭಾಗವತ ತಾತ್ಪರ್ಯನಿರ್ಣಯ' ಎಂಬ ಗ್ರಂಥದಲ್ಲಿ ಬ್ರಹ್ಮಸೂತ್ರ ಮಹಾಭಾರತ–ಗಾಯತ್ರೀ–ವೇದ–ಸಂಬಂಧ– ಶ್ಚಾಯಂ ಗ್ರಂಥಃ ಎಂದು ಶ್ರೀಮದ್ಭಾಗವತದ ಪರಿಚಯ ಮಾಡಿಕೊಡುತ್ತ ಗರುಡ ಪುರಾಣದ ವಚನವನ್ನು ಉದಾಹರಿಸುತ್ತಾರೆ –

ಉಕ್ತೇ ಚ ಗಾರುಡೇ –

    ಅರ್ಥೋಽಯಂ ಬ್ರಹ್ಮಸೂತ್ರಾಣಾಂ ಭಾರತಾರ್ಥವಿನಿರ್ಣಯಃ |
    ಗಾಯತ್ರೀಭಾಷ್ಯರೂಪೋಽಸೌ ವೇದಾರ್ಥಪರಿಬೃಂಹಿತಃ ||
    ಪುರಾಣಾನಾಂ ಸಾರರೂಪಃ ಸಾಕ್ಷಾದ್ಭಗವತೋದಿತಃ |
    ದ್ವಾದಶಸ್ಕಂಧಯುಕ್ತೋಽಯಂ ಶತವಿಚ್ಛೇದಸಂಯುತಃ |
    ಗ್ರಂಥೋಽಷ್ಟಾದಶಸಾಹಸ್ರಃ ಶ್ರೀಮದ್ಭಾಗವತಾಭಿಧಃ || – ಇತಿ
                                –ಭಾಗ. ತಾ. ನಿ. ಸ್ಕಂಧ ೧–೧.

    –ಶ್ರೀಮದ್ಭಾಗವತ ಪುರಾಣವೆಂಬುದು ಬ್ರಹ್ಮಸೂತ್ರಗಳು, ಮಹಾಭಾರತ, ಗಾಯತ್ರೀ ಮತ್ತು ವೇದಗಳಿಗೆ ಸಂಬಂಧವುಳ್ಳ ಒಂದು ಶ್ರೇಷ್ಠ ಪುರಾಣ ಗ್ರಂಥ–

ವಾಗಿದೆ. ಏಕೆಂದರೆ ಇದು ಬ್ರಹ್ಮಸೂತ್ರಗಳ ಅರ್ಥವನ್ನು ಪ್ರತಿಪಾದಿಸುತ್ತದೆ, ಇದು ಮಹಾಭಾರತ ಗ್ರಂಥದಲ್ಲಿ ಸಮಾಧಿ ಭಾಷೆಯಿಂದ ನಿರ್ಣೇತವಾದ ವಿಷಯಗಳಿಂದ ಕೂಡಿರುತ್ತದೆ. ಇದು ಗಾಯತ್ರೀ ಮಂತ್ರದ ಭಾಷ್ಯರೂಪ ವಾಗಿದೆ ಮತ್ತು ವೇದಾರ್ಥಗಳಿಂದ ತುಂಬಿರುತ್ತದೆ. ಇಷ್ಟಲ್ಲದೇ ಭಾಗವತವು ಇತರೆಲ್ಲ ಮಹಾಪುರಾಣಗಳು ಮತ್ತು ಉಪಪುರಾಣಗಳ ಸಾರರೂಪ ವಾಗಿದೆ. ಇದು ಸಾಕ್ಷಾನ್ನಾರಾಯಣಾವತಾರಿಯಾದ ಶ್ರೀವೇದವ್ಯಾಸರಿಂದ ಶುಕಾಚಾರ್ಯರಿಗೆ ಉಪದೇಶಿಸಲ್ಪಟ್ಟ ಗ್ರಂಥ (ಪುರಾಣ) ವಾಗಿದೆ. ಹನ್ನೆರಡು ಸ್ಕಂಧಗಳು, ಒಂದು ನೂರು ವಿಚ್ಛೇದಗಳು ಮತ್ತು ಹದಿನೆಂಟು ಸಾವಿರ ಶ್ಲೋಕಗಳಿಂದ ಯುಕ್ತವಾದ ಈ ಪುರಾಣವು ಶ್ರೀಮದ್ಭಾಗವತ ಎಂಬ ಅನ್ವರ್ಥನಾಮದಿಂದ ಪ್ರಸಿದ್ಧವಾಗಿದೆ.

೮. ತದಷ್ಟಾದಶಸಾಹಸ್ರಂ ಕೀರ್ತಿತಂ ಪಾಪನಾಶನಮ್ ।
    ಸುರಪಾದಪರೂಪೋತಯಂ ಸ್ಕಂಧೈರ್ದ್ವಾದಶಭಿರ್ಯುತಃ ॥
    ಭಗವಾನೇವ ವಿಪ್ರೇಂದ್ರ! ವಿಶ್ವರೂಪೀ ಸಮೀರಿತಃ ।
                        – ನಾರದೀಯ ಪು. ಅಧ್ಯಾಯ ೯೬.

– ಶ್ರೀಮದ್ಭಾಗವತ ಪುರಾಣದಲ್ಲಿ ೧೨ ಸ್ಕಂಧಗಳು, ೧೮೦೦೦ ಶ್ಲೋಕ ಗಳಿವೆ. ಇದು ಸಕಲ ಪಾಪಗಳನ್ನು ಕಳೆಯುವುದಾಗಿದೆ. ಈ ಪುರಾಣವು ಎಲ್ಲ ಕಾಮನೆಗಳನ್ನು ಪೂರ್ಣಗೊಳಿಸುವ ಕಲ್ಪವೃಕ್ಷದಂತಿದೆ. ವಿಶ್ವರೂಪೀ ಶ್ರೀಕೃಷ್ಣ ಪರಮಾತ್ಮನೇ ಈ ಪುರಾಣದಲ್ಲಿ ಮುಖ್ಯವಾಗಿ ವರ್ಣಿಸಲ್ಪಟ್ಟಿದ್ದಾನೆ. ಅಥವಾ ಈ ಪುರಾಣವು ವಿಶ್ವರೂಪಿಯಾದ ಭಗವಾನ್ ಶ್ರೀವೇದವ್ಯಾಸರಿಂದ ಉಪದೇಶಿಸಲ್ಪಟ್ಟಿದೆ.

೯. ಶ್ರೀಮದ್ಭಾಗವತಾಭಿಧಃ ಸುರತರುಸ್ತಾರಾಂಕುರಃ ಸಜ್ಜನಿಃ
    ಸ್ಕಂಧೈರ್ದ್ವಾದಶಭಿಸ್ತಥಾ ಪ್ರವಿಲಸದ್ ಭಕ್ಯಾಲವಾಲೋದಯಃ।
    ದ್ವಾತ್ರಿಂಶತ್ ತ್ರಿಶತಂ ಚ ಯಸ್ಯ ವಿಲಸಚ್ಛಾಖಾಃ ಸಹಸ್ರಾಣ್ಯಲಂ
    ಪರ್ಣಾನ್ಯಷ್ಟದಶೇಷ್ಟದೋತತಿ ಸುಲಭೋ ವರೀವರ್ತಿ ಸರ್ಪೋಪರಿ॥
                        – ಪದ್ಮ ಪು. ಅ. ೧೯೨

– ಪದ್ಮಪುರಾಣದೊಳಗೆ ಶ್ರೀಮದ್ಭಾಗವತದ ಮಹಾತ್ಮೆಯನ್ನು ತಿಳಿಸುವ ಪ್ರಸಂಗದಲ್ಲಿ ಭಾಗವತ ಪುರಾಣವನ್ನು ಒಂದು ಕಲ್ಪವೃಕ್ಷವೆಂದು ವರ್ಣಿಸಿ ಆ

ವೃಕ್ಷದ ಬೀಜ, ಅದರಲ್ಲಿರುವ ಚಿಗುರು, ಟೊಂಗೆ (ಸ್ಕಂಧ)ಗಳು, ಎಲೆಗಳು ಮುಂತಾದವುಗಳನ್ನು ತಿಳಿಸುತ್ತ ಭಾಗವತದ ಗಾತ್ರವನ್ನು ವಿವರಿಸಲಾಗಿದೆ.

      – ಶ್ರೀಮದ್ಭಾಗವತ ಪುರಾಣವೆಂದರೆ ಭಗವಂತನು ನೆಟ್ಟು ಬೆಳೆಸಿದ ಒಂದು ಕಲ್ಪವೃಕ್ಷವಿದ್ದಂತೆ. ಓಂಕಾರವೇ ಈ ವೃಕ್ಷದ ಬೀಜ ಮತ್ತು ಚಿಗುರು. ಈ ಚಿಗುರು ಬಲಿತು ಹೆಮ್ಮರವಾಗಿ ಭಾಗವತವೆಂದಾಗಿದೆ. ಈ ಹೆಮ್ಮರಕ್ಕೆ ಹನ್ನೆರಡು ಸ್ಕಂಧಗಳು (ಟೊಂಗೆಗಳು/ಕವಲುಗಳು) ಇದ್ದು ಇದು ನಿರ್ಮಲವಾದ ಭಕ್ತಿಯ ಪಾತಿಯಲ್ಲಿ ಬೆಳೆದು ನಿಂತಿದೆ. ಭಾಗವತವೆಂಬ ಈ ಕಲ್ಪವೃಕ್ಷಕ್ಕೆ ೩೩೫ ಉಪಶಾಖಿಗಳು (ಅಧ್ಯಾಯಗಳು) ಇರುತ್ತವೆ. ಇದರಲ್ಲಿ ೧೮೦೦೦ ಎಲೆಗಳಿವೆ (ಶ್ಲೋಕಗಳಿವೆ). ಈ ಇಷ್ಟ ಸಿದ್ಧಿಗೆ ಕಲ್ಪವೃಕ್ಷದಂತೆ ಈ ಮಹಾಪುರಾಣವು ಅತಿಸುಲಭಸಾಧನವಾಗಿದೆ. ಈ ರೀತಿ ಎಲ್ಲ ಶಾಸ್ತ್ರಗಳಲ್ಲಿ ಹಿರಿಯ ಶಾಸ್ತ್ರವಾಗಿ ಈ ಭಾಗವತ ಪುರಾಣವು ಎಲ್ಲಕ್ಕಿಂತ ಎತ್ತರದ ಸ್ಥಾನದಲ್ಲಿದ್ದು ಮೆರೆಯುತ್ತಿದೆ.

೧೦. ಪದ್ಮಪುರಾಣದ ಭಾಗವತ ಮಹಾತ್ಮೆಯ(ಅ. ೬. ಶ್ಲೋಕ ೮೨)ಲ್ಲಿ ಭಾಗವತವನ್ನು ಪುರಾಣತಿಲಕ ಎಂದು ಸ್ತುತಿಸಲಾಗಿದೆ.

ಶ್ರೀಮದ್ಭಾಗವತಂ ಪುರಾಣತಿಲಕಂ ಯದ್ವೈಷ್ಣವಾನಾಂ ಧನಂ
ಯಸ್ಮಿನ್ ಪಾರಮಹಂಸ್ಯಮೇವಮಮಲಂ ಜ್ಞಾನಂ ಪರಂ ಗೀಯತೇ ।
ಯತ್ರ ಜ್ಞಾನವಿರಾಗಭಕ್ತಿಸಹಿತಂ ನೈಷ್ಕರ್ಮ್ಯಮಾವಿಷ್ಕೃತಂ
ತತ್ ಶೃಣ್ವನ್ ಪ್ರಪಠನ್ ವಿಚಾರಣಪರೋ
ಭಕ್ತ್ಯಾ ವಿಮುಚ್ಯೇನ್ನರಃ   ॥ ೮೨ ॥

      – ಶ್ರೀಮದ್ಭಾಗವತವು ಎಲ್ಲ ಪುರಾಣಗಳಿಗೆ ಶಿರೋರತ್ನದಂತಿದ್ದು ವೈಷ್ಣವರ ಅಮೂಲ್ಯ ಸಂಪತ್ತಾಗಿದೆ. ಇದರಲ್ಲಿ ಪರಮಹಂಸರಿಗೆ ಪ್ರಾಪ್ಯವಾಗಿರುವ ವಿಶುದ್ಧವಾದ ಜ್ಞಾನವೇ ವರ್ಣಿತವಾಗಿದೆ, ಜ್ಞಾನ–ವಿರಕ್ತಿ–ಭಕ್ತಿಗಳಿಂದ ಯುಕ್ತ ವಾದ ನಿವೃತ್ತಿ ಮಾರ್ಗವೇ ಇಲ್ಲಿ ಪ್ರಕಾಶಿತವಾಗಿದೆ. ಭಕ್ತಿಯಿಂದ ಈ ಪುರಾಣದ ಶ್ರವಣ–ಪಾರಾಯಣ–ಮನನಗಳಲ್ಲಿ ಆಸಕ್ತನಾದವನು ಮುಕ್ತನಾಗಿ ಬಿಡುತ್ತಾನೆ.

೧೧. ಶ್ರೀಮದ್ಭಾಗವತಂ ಪುಣ್ಯಮಾಯುರಾರೋಗ್ಯಪುಷ್ಟಿದಮ್ ।
    ಪಠನಾದ್ ಶ್ರವಣಾದ್ವಾಪಿ ಸರ್ವಪಾಪೈಃ ಪ್ರಮುಚ್ಯತೇ ॥
                                        – ಭಾಗ.ಮಹಾತ್ಮೆ

–ಶ್ರೀಮದ್ಭಾಗವತ ಪುರಾಣವು ಪುಣ್ಯ–ಆಯುಸ್ಸು–ಆರೋಗ್ಯ–ಪುಷ್ಟಿಗಳನ್ನು ಕೊಡುವಂಥದು. ಇದರ ಶ್ರವಣ –ಪಠನಾದಿಗಳನ್ನು ಶ್ರದ್ಧೆಯಿಂದ ಮಾಡುವವನು ಸರ್ವಪಾಪಗಳಿಂದ ಮುಕ್ತನಾಗುತ್ತಾನೆ.

೧೨. ಶ್ರೀಮದ್ಭಾಗವತಂ ನಾಮ ಪುರಾಣಂ ಲೋಕವಿಶ್ರುತಮ್ ।
     ಶೃಣುಯಾತ್ ಶ್ರದ್ಧಯಾ ಯುಕ್ತೋ ಮಮ ಸಂತೋಷ–
                              ಕಾರಕಮ್ ॥ ೨೦ ॥

ಯಃ ಪಠೇತ್ ಪ್ರಯತೋ ನಿತ್ಯಂ ಶ್ಲೋಕಂ ಭಾಗವತಂ ಸುತ।
ಅಷ್ಟಾದಶಪುರಾಣಾನಾಂ ಫಲಮಾಪ್ನೋತಿ ಮಾನವಃ   ॥ ೨೧ ॥
               (ಸ್ಕಂಧ ಪು. ಮಾರ್ಗಶೀರ್ಷ ಮಹಾತ್ಮೆ ಅ. ೧೫)

–"ಶ್ರೀ ಮದ್ಭಾಗವತ ಎಂಬುದು ಲೋಕಪ್ರಸಿದ್ಧವಾದ ಪುರಾಣ ವಾಗಿದೆ. ಇದನ್ನು ಶ್ರದ್ಧೆಯಿಂದ ಶ್ರವಣ ಮಾಡಿದರೆ ನನಗೆ ಬಹು ಸಂತೋಷ ವಾಗುವದು. ಮಗನೇ! ಈ ಪುರಾಣದ ಒಂದು ಶ್ಲೋಕವನ್ನು ತಪ್ಪದೇ ನಿತ್ಯ ಪಠಿಸಿದರೆ ಅದರಿಂದ ಹದಿನೆಂಟು ಪುರಾಣಗಳ ಪಾರಾಯಣದ ಫಲವು ಪ್ರಾಪ್ತವಾಗುವುದು". ಎಂದು ಪರಮಾತ್ಮನು ತನ್ನ ಮಗನಾದ ಚತುರ್ಮುಖಿ ಬ್ರಹ್ಮನಿಗೆ ಉಪದೇಶಿಸುತ್ತಾನೆ.

೧೨. ನಿಮ್ನಗಾನಾಂ ಯಥಾ ಗಂಗಾ ದೇವಾನಾಮಚ್ಯುತೋ ಯಥಾ।
     ವೈಷ್ಣವಾನಾಂ ಯಥಾ ಶಂಭುಃ ಪುರಾಣಾನಾಮಿದಂ ತಥಾ ॥೧೮॥

ಕ್ಷೇತ್ರಾಣಾಂ ಚೈವ ಸರ್ವೇಷಾಂ ಯಥಾ ಕಾಶೀ ಹ್ಯನುತ್ತಮಾ।
ತಥಾ ಪುರಾಣವ್ರಾತಾನಾಂ ಶ್ರೀಮದ್ಭಾಗವತಂ ದ್ವಿಜಾಃ   ॥೧೮॥
              – ಭಾಗ. ಸ್ಕಂಧ–೧೨, ಅ. ೧೮.

–"ನದಿಗಳಲ್ಲಿ ಗಂಗಾನದಿಯಂತೆ, ದೇವತೆಗಳಲ್ಲಿ ಅಚ್ಯುತನಂತೆ, ವೈಷ್ಣವರಲ್ಲಿ ಶಂಭುವಿನಂತೆ, ಪುರಾಣಗಳಲ್ಲಿ ಭಾಗವತ ಪುರಾಣವು ಶ್ರೇಷ್ಠ ವಾಗಿರುವುದು. ॥೧೮॥ ಎಲ್ಲ ಕ್ಷೇತ್ರಗಳೊಳಗೆ ಕಾಶೀಕ್ಷೇತ್ರವು ಶ್ರೇಷ್ಠವಾಗಿರು ವಂತೆ ಎಲ್ಲ ಪುರಾಣಗಳಲ್ಲಿ ಶ್ರೀಮದ್ಭಾಗವತವು ಶ್ರೇಷ್ಠವಾಗಿದೆ." ॥ ೧೮ ॥ ಎಂದು ಸೂತರು ಶೌನಕಾದಿ ಮುನಿಗಳಿಗೆ ಭಾಗವತದ ಶ್ರೇಷ್ಠತೆಯನ್ನು ತಿಳಿಸುತ್ತಾರೆ.

೧೭.	ಕಲಿಮಲಸಂಸೃತಿಕಾಲನೋಽಖಿಲೇಶೋ
	ಹರಿರಿತರತ್ರ ನ ಗೀಯತೇ ಹ್ಯಭೀಕ್ಷ್ಣಮ್ ।
	ಇಹ ತು ಭಗವಾನಶೇಷಮೂರ್ತಿಃ
	ಪರಿಪರಿತೋಽನುಪದಂ ಕಥಾಪ್ರಸಂಗ್ಯೆಃ ॥

— ಭಾಗ. ೧೨. ೧೨. ೬೬

–"ಕಲಿಕಾಲದಲ್ಲಿ ಮಾಡಿದ ದುಷ್ಕರ್ಮಗಳ ದೋಷಗಳನ್ನು ನಿವಾರಿಸುವ ಶ್ರೀಹರಿಯು ಇತರ ಪುರಾಣಗಳಲ್ಲಿ ಅಲ್ಲಲ್ಲಿ ಸ್ತುತಿಸಲ್ಪಟ್ಟರೆ ಈ ಭಾಗವತ ಪುರಾಣದಲ್ಲಿ ಮಾತ್ರ ಹೆಜ್ಜೆ ಹೆಜ್ಜೆಗೂ (ಪ್ರತಿಪದದಲ್ಲಿ) ಶ್ರೀಕೃಷ್ಣನ ಮಹಿಮಾದಿಗಳು ವಿವಿಧ ಕಥಾನಕಗಳ ಮೂಲಕ ವರ್ಣಿತವಾಗಿವೆ" ಎಂದು ಸೂತರು ಶ್ರೀಭಾಗವತವನ್ನು ಪ್ರಶಂಸಿಸುತ್ತಾರೆ.

ಇವೇ ಮೊದಲಾದ ಪುರಾಣ ಶ್ಲೋಕಗಳಿಂದ ಶ್ರೀಮದ್ಭಾಗವತವು ೧೮ ಪುರಾಣಗಳಲ್ಲಿ ಸರ್ವಶ್ರೇಷ್ಠವಾದ ಪುರಾಣವಾಗಿದೆ ಎಂದು ಸ್ಪಷ್ಟವಾಗುವುದು.

* * *

೧೧. ಶ್ರೀ ವೇದವ್ಯಾಸರಿಂದ ಶ್ರೀಮದ್ಭಾಗವತ-ಪುರಾಣದ ಸಾಕ್ಷಾತ್ ಉಪದೇಶ ಯಾರಿಗೆ?

ವೇದಗಳ ವಿಭಾಗ ಮಾಡಿ ಸ್ತ್ರೀ–ಶೂದ್ರ–ಬ್ರಹ್ಮಬಂಧುಗಳ ಹಾಗೂ ಮಂದಾಧಿಕಾರಿಗಳ ಉದ್ಧಾರಕ್ಕಾಗಿ ಕೃಪೆಯಿಂದ ಮಹಾಭಾರತ, ೧೮ ಪುರಾಣ ಗಳನ್ನು ರಚಿಸಿದ್ದರೂ ಅತೃಪ್ತರಾದವರಂತೆ ತೋರಿಸಿಕೊಳುತ್ತ ತಮ್ಮ ಆಶ್ರಮ ದಲ್ಲಿ ಕುಳಿತಿದ್ದ ಶ್ರೀವೇದವ್ಯಾಸರನ್ನು ಕಂಡ ದೇವರ್ಷಿ ನಾರದರು –

ಯಥಾ ಧರ್ಮಾದಯೋ ಹ್ಯರ್ಥಾ ಮುನಿವರ್ಯಾನುಕೀರ್ತಿತಾಃ ।
ನ ತಥಾ ವಾಸುದೇವಸ್ಯ ಮಹಿಮಾ ಹ್ಯನುವರ್ಣಿತಃ ॥

– (ಭಾಗ. ೧–೫–೯.)

ಅತೋ ಮಹಾಭಾಗ ಭವಾನಮೋಘದೃಕ್
ಶುಚಿಶ್ರವಾಃ ಸತ್ಯರತೋ ಧೃತವ್ರತಃ ।
ಉರುಕ್ರಮಸ್ಯಾಖಿಲಬಂಧಮುಕ್ತಯೇ
ಸಮಾಧಿನಾನುಸ್ಮರ ಯದ್ವಿಚೇಷ್ಟಿತಮ್ ॥   – (ಭಾಗ.೧–೫–೧೨)

–ಮುನಿವರ್ಯರಾದ ಭಗವಾನ್ ಶ್ರೀವೇದವ್ಯಾಸರೇ! ಮಹಾಭಾರತ, ೧೮ ಪುರಾಣಾದಿಗಳಲ್ಲಿ ಧರ್ಮಾದಿಗಳನ್ನು ವಿಸ್ತಾರವಾಗಿ ನಿರೂಪಿಸಿದ್ದರೂ ವಾಸುದೇವನ ಮಹಿಮೆಗಳನ್ನು ಮಂದ ಬುದ್ಧಿಗಳಿಗೆ ತಿಳಿಯುವಂತೆ ಚೆನ್ನಾಗಿ ವರ್ಣಿಸಿರುವುದಿಲ್ಲ. ಆದ್ದರಿಂದ ಪೂಜ್ಯರಾದ ಸರ್ವಜ್ಞರಾದ ಮಹರ್ಷಿಗಳೇ! ಭಗವಾನ್ ವಾಸುದೇವನ ಮಹಿಮೆಗಳನ್ನು ಮತ್ತು ಭಾಗವತ ಧರ್ಮಗಳನ್ನು ಸಮಾಧಿ ಭಾಷೆಯಿಂದ ಸ್ಪಷ್ಟವಾಗಿ ತಿಳಿಸುವ ಪುರಾಣವೊಂದನ್ನು (ಭಾಗವತ) ರಚಿಸಿರಿ. ಇದರಿಂದ ತಮ್ಮ ಅವತಾರ ಕಾರ್ಯವು ಪೂರ್ಣವಾಗಿ, ತೃಪ್ತಿಯಾಗುತ್ತದೆ" ಎಂದು ಪ್ರಾರ್ಥಿಸಿದರು.

ನಾರದರ ಪ್ರಾರ್ಥನೆಯಂತೆ ಶ್ರೀವೇದವ್ಯಾಸರು ಆಲೋಚಿಸಿ ಭಕ್ತಿಪ್ರಚೋದಕವಾದ 'ಶ್ರೀಮದ್ ಭಾಗವತ' ಎಂಬ ಮಹಾಪುರಾಣವನ್ನು ರಚಿಸಿ ನಿವೃತ್ತಿ ಕರ್ಮನಿರತರೂ, ತ್ರಿಕಾಲಜ್ಞಾನಿಗಳೂ, ವಿರಕ್ತರೂ ಆದ ತಮ್ಮ ಪುತ್ರ ಶುಕಾಚಾರ್ಯರಿಗೆ ಅಧ್ಯಯನ ಮಾಡಿಸಿದರು. (ಸ ಸಂಹಿತಾಂ ಭಾಗವತೀಂ ಕೃತ್ವಾನುಕ್ರಮ್ಯ ಚಾತ್ಮಜಮ್ | ಶುಕಮಧ್ಯಾಪಯಾಮಾಸ ನಿವೃತ್ತಿನಿರತಂ ಮುನಿಮ್ || – (ಭಾಗ. ೧-೭-೯).

ಈ ಶುಕಾಚಾರ್ಯರು ಯಾರು? ಇವರು ಶ್ರೀವೇದವ್ಯಾಸರ ಆತ್ಮಜ ಅಂದರೆ ಮಗ ಹೇಗಾದರು? ಎಂಬೀ ಪ್ರಶ್ನೆಗಳಿಗೆ ಶ್ರೀಮದಾಚಾರ್ಯರು ಮಹಾಭಾರತ ತಾತ್ಪರ್ಯನಿರ್ಣಯದಲ್ಲಿ ಸಮಾಧಾನ ಹೇಳಿದ್ದಾರೆ. ಶ್ರೀಮದಾಚಾರ್ಯರು ಶುಕಾವತಾರದ ಬಗ್ಗೆ ತಿಳಿಸುತ್ತ ಹೇಳುತ್ತಾರೆ –

ಅಥಾಸ್ಯ   ಪುತ್ರತ್ವಮವಾಪ್ತುಮಿಚ್ಛನ್
ಚಚಾರ ರುದ್ರಃ ಸುತಪಸ್ತದೀಯಮ್ |
ದದೌ ಚ ತಸ್ಮೈ ಭಗವಾನ್ ವರಂ ತಂ
ಸ್ವಯಂ ಚ ತಪ್ತೇವ ತಪೋ ವಿಮೋಹಯತ್ || ೯ ||

ತತಸ್ತ್ವರಣ್ಯೋಃ ಸ ಬಭೂವ ಪುತ್ರಕಃ
ಶಿವಸ್ಯ ಸೋ಄ಭೂಚ್ಛುಕ ನಾಮಧೇಯಃ |
ಶುಕೀ ಹಿ ಭೂತ್ವಾ ಹ್ಯಗಮದ್ ಹೃತಾಚೀ
ವ್ಯಾಸಂ ವಿಮಹ್ಣಂತಮುತಾರಣೇಂ ತಮ್ || ೨೦ ||

ಆಕಾಮಯನ್ ಕಾಮುಕವತ್ ಸ ಭೂತ್ವಾ
ತಯಾರ್ಥಿತಸ್ತಂ ಶುಕನಾಮಧೇಯಮ್ ||
ಚಕ್ರೇ ಹ್ಯರಣ್ಯೋ಄ಸ್ತನಯಂ ಚ ಸೃಷ್ಟ್ವಾ
ವಿಮೋಹಯನ್ ತತ್ಪಮಾರ್ಗೇಷ್ವಯೋಗ್ಯಾನ್ || ೨೧ ||
                    – ಮಹಾಭಾರತ ತಾ. ನಿ. ಅಧ್ಯಾಯ – ೧೦

–ಒಮ್ಮೆ ರುದ್ರದೇವನು ಶ್ರೀವ್ಯಾಸಮಹರ್ಷಿಗಳ ಮಗನಾಗಿ ಹುಟ್ಟಲು ಬಯಸಿ ಶ್ರೇಷ್ಠವಾದ ತಪಸ್ಸನ್ನಾಚರಿಸಿದನು. ಆದೇ ಸಮಯಕ್ಕೆ ಶ್ರೀವ್ಯಾಸರು ಅಯೋಗ್ಯರನ್ನುಮೋಹಗೊಳಿಸಲು ಶಿವನು ತಮ್ಮೆ ಮಗನಾಗಿ ಜನಿಸಬೇಕೆಂದು

ತಪಸ್ಸನ್ನು ಮಾಡಿದಂತೆ ತೋರಿಕೊಂಡರು. ಶ್ರೀ ವ್ಯಾಸರು ಯಜ್ಞಾಗ್ನಿಗೋಸ್ಕರ ಅರಣಿ ಮಥನ ಮಾಡುವ ಸಮಯಕ್ಕೆ ಘೃತಾಚಿ ಎಂಬ ಅಪ್ಸರೆಯು ಹೆಣ್ಣು ಗಿಳಿಯಾಗಿ ಅಲ್ಲಿಗೆ ಬಂದಳು. ಈ ಹೆಣ್ಣು ಗಿಳಿಯನ್ನು ಕಂಡು ಅಜ್ಞಜನರ ಮೋಹನಾರ್ಥವಾಗಿ ಶ್ರೀವ್ಯಾಸರು ಕಾಮಪರವಶರಾಗಿ ಅರಣಿಯ ಮೇಲೆ ವೀರ್ಯವನ್ನು ಸುರಿಸಿದಂತೆ ನಟಿಸಿದರು. ಮಹರ್ಷಿ ವೇದವ್ಯಾಸರಿಗೆ ಎಂದಿಗೂ ಕಾಮಪರವಶತೆ ಎಂಬುದಿಲ್ಲ, ವೀರ್ಯಸ್ಖಲನವೂ ಇಲ್ಲ. ಶಕ್ಖಾಲದಲ್ಲಿ ಕೃತಕವಾದ ಪ್ರಾಕೃತ ವೀರ್ಯವನ್ನು ನಿರ್ಮಿಸಿ ಸುರಿಸಿದರೆಂದೇ ತಿಳಿಯಬೇಕು. ಏಕೆಂದರೆ ಪರಮಾತ್ಮನು 'ನ ಸ್ತ್ರೀಕೃತಂ ಕಶ್ಮಲಮಶ್ನುವೀತ' ಎಂಬ ವಚನದಂತೆ ಸ್ತ್ರೀ ನಿಮಿತ್ತಕವಾದ ಕಾಮ, ವಿರಹ, ವೀರ್ಯಸ್ಖಲನ ಮೊದಲಾದ ದೋಷಗಳಿಂದ ರಹಿತನು, ಇಷ್ಟೇ ಏಕೆ ಅವನು ಸಕಲದೋಷ ದೂರನು, ಹೀಗಿರುವಾಗ ಶ್ರೀವೇದವ್ಯಾಸರು ಹೆಣ್ಣು ಗಿಳಿಯಾಗಿ ಬಂದಿದ್ದ ಘೃತಾಚಿ ಅಪ್ಸರೆಯನ್ನು ಕಾಮಿಸಿದರೆಂದರೆ ತಪ್ಪಾಗುತ್ತದೆ. ಮನುಷ್ಯರಿಗೆ ಮನುಷ್ಯ ಸ್ತ್ರೀಯನ್ನು ಕಂಡಾಗ ಮಾತ್ರ ಕಾಮೋದ್ರೇಕಾದಿಗಳು ಉಂಟಾಗು ವುದು ಸಾಧ್ಯ. ಒಂದು ಹೆಣ್ಣು ಪಕ್ಷಿ ಪಶುಗಳನ್ನು ಕಂಡಾಗ ಸಾಮಾನ್ಯ ಮಾನವನಿಗೂ ಯಾವುದೇ ಕಾಮವಿಕಾರ ಉಂಟಾಗುವದಿಲ್ಲೆಂಬುದು ಸ್ಪಷ್ಟ, ಹೀಗಿರುವಾಗ ಭಗವಾನ್ ಶ್ರೀ ವೇದವ್ಯಾಸ ಮಹರ್ಷಿಗಳಿಗೆ ಕಾಮವಿಕಾರ ವಾಗುವುದುಂಟೆ? ಶ್ರೀ ವೇದವ್ಯಾಸರು ವೀರ್ಯಸ್ಖಲನ ವಾದಂತೆ ತೋರಿರು ವುದು ಈ ಹಿಂದೆ ಹೇಳಿದಂತೆ ನಟನೆ ಮಾತ್ರ, ತತ್ವ ಮಾರ್ಗದಲ್ಲಿರಲು ಅಯೋಗ್ಯರಾದವರನ್ನು ಮೋಹಗೊಳಿಸುವುದಕ್ಕಾಗಿ ಎಂದೇ ತಿಳಿಯಬೇಕು.

ನಂತರ ಆ ಅರಣಿಗಳೊಳಗಿಂದ ರುದ್ರನು ಜನಿಸುವಂತೆ, ಮಾಡಿ ಆ ಮಗುವಿಗೆ ಅಪ್ಸರೆ ಘೃತಾಚಿಯ ಅಪೇಕ್ಷೆಯಂತೆ 'ಶುಕ' ಎಂದು ಹೆಸರಿಡಲಾಯಿತು. ಇದು ಶುಕಾವತಾರದ ಹಿನ್ನೆಲೆ

ಶುಕಂ ತಮಾಶು ಪ್ರವಿವೇಶ ವಾಯು—
ವ್ಯಾರ್ಸಸ್ಯ ಸೇವಾರ್ಥಮಥಾಸ್ಯ ಸರ್ವಮ್ ।
ಜ್ಞಾನಂ ದದೌ ಭಗವಾನ್ ಸರ್ವವೇದಾನ್
ಸಭಾರತಂ ಭಾಗವತಂ ಪುರಾಣಮ್   ॥ ೨೯ ॥
                                         – (ಮ.ತಾ.ನಿ. ಅ. ೧೦)

ಈ ರೀತಿ ಶಿವನು ಶುಕಾಚಾರ್ಯರೆಂಬ ಹೆಸರಿನಿಂದ ಭಗವಂತನ ಮಗನಾಗಿ ಪ್ರಕಟವಾಗುತ್ತಲೇ ಶ್ರೀವೇದವ್ಯಾಸರ ಸೇವೆ ಮಾಡಲು ಬಯಸಿದ ವಾಯುದೇವನು ಕೂಡಲೇ ಶುಕನಲ್ಲಿ ಪ್ರವೇಶಿಸಿದನು. ಭಗವಾನ್ ಶ್ರೀ ವೇದವ್ಯಾಸರ ಮುಖದಿಂದ ಸಾಕ್ಷಾತ್ತಾಗಿ ಉಪದೇಶ ಪಡೆಯಲು ವಾಯು ದೇವನಿಗೆ ಮಾತ್ರ ಮುಖ್ಯಾಧಿಕಾರವಿರುತ್ತದೆ. ಶಿವಾಂಶನಾದ ಶುಕಮುನಿ ಯಲ್ಲಿ ವಾಯುದೇವನು ಆವೇಶಗೊಂಡಿದ್ದರಿಂದಲೇ ಶ್ರೀವ್ಯಾಸರು ಆ ವಾಯುದೇವನನ್ನು ಉದ್ದೇಶಿಸಿಯೇ ವೇದಾದಿ ಸಕಲ ಶಾಸ್ತ್ರಗಳನ್ನೂ ಭಾರತ ಮತ್ತು ಭಾಗವತಾದಿ ಪುರಾಣಗಳನ್ನೂ ಉಪದೇಶಿಸಿದರು. ಆದ್ದರಿಂದ ಶುಕಾಚಾರ್ಯರು ಪರೀಕ್ಷಿತರಾಜನಿಗೆ ಉಪದೇಶಿಸಿದ ಭಾಗವತವು ಶ್ರೀವೇದವ್ಯಾಸರು ಶುಕಾಂತರ್ಗತ ವಾಯುದೇವನನ್ನೇ ಕುರಿತು ಹೇಳಿದ ಭಾಗವತವೆಂದು ಗೊತ್ತಾಗುತ್ತದೆ.

ಶ್ರೀವೇದವ್ಯಾಸರು ವೇದಗಳನ್ನು ಋಗ್ವೇದಾದಿಯಾಗಿ ವಿಭಜಿಸಿ ಪೈಲ, ಸುಮಂತು, ವೈಶಂಪಾಯನ, ಮತ್ತು ಜೈಮಿನಿ ಮುನಿಗಳಿಗೆ ಸಾಕ್ಷಾತ್ತಾಗಿ ಉಪದೇಶಿಸಲಿಲ್ಲ. ಏಕೆಂದರೆ ಈ ಮುನಿಗಳಿಗೆ ಶ್ರೀ ವೇದವ್ಯಾಸರ ಮುಖದಿಂದ ನೇರವಾಗಿ ಶ್ರವಣ ಮಾಡುವ ಸಾಮರ್ಥ್ಯ ಹಾಗೂ ಅರ್ಹತೆ ಇರಲಿಲ್ಲ. ಆದ್ದರಿಂದಲೇ ಶ್ರೀವ್ಯಾಸರ ಪಾದಸೇವೆಯ ತವಕ ಇರುವ ಶೇಷ, ಗರುಡ, ಬ್ರಹ್ಮ, ಇಂದ್ರ ಈ ನಾಲ್ಕು ದೇವತೆಗಳು ಕ್ರಮವಾಗಿ ಪೈಲ, ಸುಮಂತು, ವೈಶಂಪಾಯನ, ಮತ್ತು ಜೈಮಿನಿ ಮುನಿಗಳನ್ನು ಪ್ರವೇಶಿಸಿದರು. ಮತ್ತು ಈ ನಾಲ್ಕು ದೇವತೆಗಳ ಅಂತರ್ಯಾಮಿಯಾಗಿ ಪ್ರವೇಶಿಸಿದ್ದ ಮುಖ್ಯಪ್ರಾಣ (ಬ್ರಹ್ಮದೇವ)ನನ್ನು ಉದ್ದೇಶಿಸಿಯೇ ಶ್ರೀವೇದವ್ಯಾಸರು ಋಗ್ವೇದಾದಿ ನಾಲ್ಕು ವೇದಗಳನ್ನು ಉಪದೇಶಿಸಿದರೆಂದು ತಿಳಿಯಬೇಕು.

* * *

೧೨. ಶ್ರೀಮದ್ಭಾಗವತದಲ್ಲಿ ಕಂಡುಬರುವ ಪ್ರಮುಖ ಪಾತ್ರಗಳು

ಸಮಗ್ರ ಭಾಗವತವನ್ನು ಅವಲೋಕಿಸಿದಾಗ ಇದರಲ್ಲಿ ಮೂರು ವಿಧದ ಪಾತ್ರಗಳನ್ನು ಕಾಣುತ್ತೇವೆ – ೧. ಸ್ವತಂತ್ರನಾದ ಶ್ರೀ ನಾರಾಯಣ ಹಾಗೂ ಅವನ ಅವತಾರಗಳು. ೨. ಭಗವದ್ಭಕ್ತರಾದ ರಮಾ–ಬ್ರಹ್ಮಾದಿ ದೇವತೆಗಳು, ಗಂಧರ್ವರು, ಅಪ್ಸರೆಯರು ಮುಂತಾದವರು, ಋಷಿ–ಮುನಿಗಳು, ಮನುಷ್ಯರು, ವಾನರರು–ಪಶು–ಪಕ್ಷಿ, ಕ್ರಿಮಿ–ಕೀಟಗಳು, ವೃಕ್ಷಾದಿಗಳು ಮತ್ತು ೩. ಮೂರನೆಯ ವಿಧದ ಪಾತ್ರಗಳೆಂದರೆ ಭಗವದ್ವೇಷಿ ಗಳಾದ ಆಸುರರು, ಆಸುರ ಸ್ವಭಾವದ ಮನುಷ್ಯರು, ಅಥವಾ ಪಶು– ಪಕ್ಷಿ–ಕ್ರಿಮಿ–ಕೀಟ ವನಸ್ಪತಿಗಳಾಗಿರಬಹುದು.

ಮೊದಲನೆಯ ವಿಧದ ಪಾತ್ರದಲ್ಲಿ ಶ್ರೀಮನ್ನಾರಾಯಣ, ಅವನ ದಶಾವತಾರಗಳು, ಚತುರ್ದಶ ಮನ್ವಂತರಗಳಲ್ಲಿಯ ಯಜ್ಞ, ವಿಭು, ಸತ್ಯಸೇನ, ಹರಿ, ವೈಕುಂಠ, ಅಜಿತ, ವಾಮನ, ಪ್ರಭು, ಋಷಭ, ಶಾಂತ, ಧರ್ಮಸೇತು, ಸ್ವಧಾಮಾ, ಯೋಗೇಶ್ವರ ಮತ್ತು ಬೃಹದ್ಭಾನು ಈ ಹೆಸರಿನ ಶ್ರೀಹರಿಯ ಅವತಾರಗಳು, ಕಪಿಲ, ಧನ್ವಂತರಿ, ಸ್ತ್ರೀರೂಪದ ಮೋಹಿನೀ, ಶ್ರೀವೇದವ್ಯಾಸ ಇವೇ ಮೊದಲಾದವು ಭಾಗವತದಲ್ಲಿ ಎದ್ದು ಕಾಣುವ ಶ್ರೀಹರಿಯ ರೂಪಗಳು. ಶ್ರೀಹರಿಯ ಎಲ್ಲ ಅವತಾರಗಳಲ್ಲಿ ಶ್ರೀಕೃಷ್ಣಾವತಾರವು ಇಲ್ಲಿ ಹೆಚ್ಚು ವಿಸ್ತಾರವಾಗಿ ವರ್ಣಿಸಲ್ಪಟ್ಟಿದೆ.

ಭಗವದ್ಭಕ್ತರಲ್ಲಿ ರಮಾದೇವಿ ಶ್ರೀಕೃಷ್ಣನ ಅಷ್ಟಮಹಿಷಿಯರು, ಮುಖ್ಯಪ್ರಾಣ, ಬ್ರಹ್ಮಾದಿ ದೇವತೆಗಳು, ಗಂಧರ್ವಾದಿಗಳು, ಮನುಷ್ಯರು, ಪಶು–ಪಕ್ಷ್ಯಾದಿ–ಕ್ರಿಮಿ–ಕೀಟಗಳು ಎಂದು ಮತ್ತೆ ಉಪವಿಭಾಗಗಳನ್ನು ಮಾಡಬಹುದು. ಭಗವದ್ಭಕ್ತರನ್ನು ಭಾಗವತೋತ್ತಮರು ಮತ್ತು ಭಾಗವತರು

ಎಂದೂ ವಿಂಗಡಿಸಬಹುದು. ರಮಾ, ಬ್ರಹ್ಮಾದಿ ದೇವತೆಗಳು ಭೀಮ, ದ್ರೌಪದೀ, ನಾರದ, ಬ್ರಹ್ಮದೇವರ ಸನಕಾದಿ ನಾಲ್ಕು ಮಾನಸ ಪುತ್ರರು, ರುದ್ರ, ರುದ್ರಾವತಾರಿ ಯಾದ ಶುಕ, ಧ್ರುವ, ಪ್ರಹ್ಲಾದ, ಸೂತ, ಉದ್ಧವ ಮುಂತಾದವರು ಭಾಗವತೋತ್ತಮರೆಂದು ಪ್ರಸಿದ್ಧರಾಗಿದ್ದಾರೆ.

ಸೂತ, ಶೌನಕ, ಕುಂತೀ, ಯುಧಿಷ್ಠಿರ, ಅರ್ಜುನ, ಅಭಿಮನ್ಯು, ಉತ್ತರಾದೇವಿ, ಪರೀಕ್ಷಿತ, ಅಶ್ವತ್ಥಾಮ, ಭೂದೇವೀ, ಧರ್ಮ, ಶಮೀಕ, ಶೃಂಗಿ, ಉದ್ಧವ, ವಿದುರ, ಮೈತ್ರೇಯ, ಸನಕಾದಿಗಳು, ಜಯ– ವಿಜಯರು, ಕರ್ದಮ–ದೇವಹೂತಿ, ಸ್ವಾಯಂಭುವಾದಿ ಮನುಗಳು, ಶತರೂಪಾ, ಸತೀದೇವೀ, ದಕ್ಷ, ಪ್ರಿಯವ್ರತ, ಉತ್ತಾನಪಾದ, ಸುನೀತಿ, ಸುರುಚಿ, ಧ್ರುವ, ಉತ್ತಮ, ಅಂಗರಾಜ, ಪೃಥು ಪುರಂಜನ, ಪ್ರಚೇತಸರು, ನಾಭಿ, ಭರತ, ರಹೂಗಣ, ಅಜಾಮಿಳ, ಬೃಹಸ್ಪತಿ, ಇಂದ್ರ, ಚಿತ್ರಕೇತು, ಹಾಹಾ ಹೂಹೂ ಗಂಧರ್ವರು, ಬಲಿಚಕ್ರವರ್ತಿ, ಶುಕ್ರಾಚಾರ್ಯ, ವಿಂಧ್ಯಾವಲಿ, ಇಲಾ, ಸುಕನ್ಯಾ, ಚ್ಯವನ, ನಾಭಾಗ, ಅಂಬರೀಷ, ದೂರ್ವಾಸ, ಇಕ್ಷ್ವಾಕು, ಮಾಂಧಾತಾ, ಪುರುಕುತ್ಸ, ಹರಿಶ್ಚಂದ್ರ, ಸಗರ, ಸಹಸ್ರಾರ್ಜುನ, ನಹುಷ, ಯಯಾತಿ, ಭರತ, ರಂತಿದೇವ, ವಸುದೇವ– ದೇವಕೀ, ನಂದ–ಯಶೋದಾ, ಗೋಪಿಯರು, ನಲಕೂಬರ– ಮಣಿಗ್ರೀವ, ಬಲರಾಮ, ಅಕ್ರೂರ, ಸಾಂದೀಪಿನೀ, ಶ್ರೀವಕ್ರಾ, ಮುಚುಕುಂದ, ಪ್ರದ್ಯುಮ್ನ ಅನಿರುದ್ಧ, ಶ್ರೀದಾಮಾ, ಸುಭದ್ರಾ, ಅವಧೂತ, ಜನಮೇಜಯ, ಮಾರ್ಕಂಡೇಯ ಮೊದಲಾದವರೆಲ್ಲ ಭಗವದ್ಭಕ್ತರು.

ಇವರಲ್ಲದೇ ಗಜೇಂದ್ರ, ಮೊಸಳೆ, ನೃಗ, ಮೃಗಜನ್ಮದಲ್ಲಿದ್ದ ಜಡಭರತ, ವೃಕ್ಷ ಜನ್ಮ ಹೊಂದಿದ ನಲಕೂಬರ–ಮಣಿಗ್ರೀವರು, ಪಶು ಹಾಗೂ ವೃಕ್ಷ ಜನ್ಮ ಹೊಂದಿದ ಅನೇಕ ಭಗವದ್ಭಕ್ತರೂ ಈ ಪುರಾಣದಲ್ಲಿ ಕಂಡು ಬರುತ್ತಾರೆ.

ಹೀಗೆ ಭಾಗವತದಲ್ಲಿ ೧೩೮ ಕ್ಕೂ ಹೆಚ್ಚಿನ ಭಗವದ್ಭಕ್ತರ ಉಲ್ಲೇಖವಿದೆ.

ಕಲಿ, ಹಿರಣ್ಯಾಕ್ಷ–ಹಿರಣ್ಯಕಶಿಪು, ವೇನ, ವಿಶ್ವರೂಪ, ವೃತ್ರ, ತ್ರಿಪುರ, ಕಾಲನೇಮಿ, ಪೂತನಾ, ಶಕಟಾಸುರ, ತೃಣಾವರ್ತ, ವತ್ಸಾಸುರ, ಬಕಾಸುರ, ಅಘಾಸುರ, ಧೇನುಕಾಸುರ, ಪ್ರಲಂಬಾಸುರ, ಶಂಖಚೂಡ, ಕೇಶಿ,

ವ್ಯೋಮಾಸುರ, ಕುವಲಯಾಪೀಡ (ಗಜ), ಕಂಸ, ಚಾಣೂರ, ಮುಷ್ಟಿಕ, ನರಕಾಸುರ, ಬಾಣಾಸುರ, ಪುಂಡ್ರಕ, ಜರಾಸಂಧ, ಶಿಶುಪಾಲ, ದುರ್ಯೋಧನ, ಶಾಲ್ವ, ದಂತವಕ್ತ್ರ ವಿದೂರಥ, ಬಿಲ್ವಲ, ಹೀಗೆ ಈ ಭಾಗವತ ದಲ್ಲಿ ಸುಮಾರು ಓಓ ಪ್ರಮುಖ ಅಸುರರ ಉಲ್ಲೇಖವಿದೆ. ಇವರಲ್ಲಿ ಕೆಲವರು ಶ್ರೀಹರಿಯಿಂದ ಇನ್ನು ಕೆಲವರು ಅವನ ಭಕ್ತರಿಂದ ಸಂಹರಿಸಲ್ಪಟ್ಟಿದ್ದಾರೆ.

ಭೂಮಿಯ ಮೇಲೆ ಶ್ರೀಕೃಷ್ಣನ ಅವತಾರದ ಉದ್ದೇಶವೆಂದರೆ –

ಜಾತಃ ಕಂಸವಧಾರ್ಥಾಯ ಭೂಭಾರೋತ್ತಾರಣಾಯ ಚ   ।
ಕೌರವಾಣಾಂ ವಿನಾಶಾಯ ದೈತ್ಯಾನಾಂ ನಿಧನಾಯ ಚ   ॥
ಪಾಂಡವಾನಾಂ ಹಿತಾರ್ಥಾಯ ಧರ್ಮಸಂಸ್ಥಾಪನಾಯ ಚ । ಮತ್ತು
ಯದಾ ಯದಾ ಹಿ ಧರ್ಮಸ್ಯ ಗ್ಲಾನಿರ್ಭವತಿ ಭಾರತ ।
ಅಭ್ಯುತ್ಥಾನಮಧರ್ಮಸ್ಯ ತದಾssತ್ಮಾನಂ ಸೃಜಾಮ್ಯಹಮ್   ॥

ಇವೇ ಮೊದಲಾದ ಪ್ರಮಾಣ ವಾಕ್ಯಗಳಲ್ಲಿ ತಿಳಿಸಿದಂತೆ ಭೂಮಿಯ ಮೇಲೆ ಅಸುರ ಜನರೇ ಹೆಚ್ಚಾಗಿ ಅವರಿಂದ ಧರ್ಮಗ್ಲಾನಿ ಮತ್ತು ಅಧರ್ಮದ ಅಭಿವೃದ್ಧಿಯಾದಾಗಲೆಲ್ಲ ಭಗವಂತನು ಬೇರೆ ಬೇರೆ ರೂಪಗಳಿಂದ ಧರ್ಮದ ಗ್ಲಾನಿ, ಅಧರ್ಮದ ಅಭ್ಯುತ್ಥಾನಕ್ಕೆ ಕಾರಣರಾದ ದೈತ್ಯರನ್ನೆಲ್ಲ ಸಂಹರಿಸುವುದಕ್ಕೂ ಮತ್ತು ಸನಾತನ ಧರ್ಮದ ಮರುಸ್ಥಾಪನೆಗೂ ಅವತರಿಸುತ್ತ ಬಂದಿದ್ದಾನೆ. ಧರ್ಮದ ಹ್ರಾಸಕ್ಕೆ ಕಾರಣರಾಗಿರುವ ಕೆಲವು ದೈತ್ಯರ ಉಲ್ಲೇಖವಿರುವ ಭಾಗವತದಲ್ಲಿ ಕಂಡು ಬರುತ್ತಿದೆ. ಪರಮಾತ್ಮನಿಂದಲೂ, ಭೀಮಸೇನನಿಂದಲೂ ಹತರಾಗಿರುವ ಕೆಲವು ದೈತ್ಯರ ಹೆಸರುಗಳನ್ನು ಮೇಲೆ ಕಾಣಿಸಲಾಗಿದೆ.

ಚರಿತಂ ವೈಷ್ಣವಾನಾಂ ಚ ಭಕ್ತ್ಯುದ್ರೇಕಾಯ ಕಥ್ಯತೇ ॥।– (ಮ. ತಾ. ನಿ. ೨–೧೪೨. ಎಂಬಂತೆ ಭಗವಂತನ ಅವತಾರ ಚರಿತ್ರೆಗಳನ್ನು, ಭಗವಂತನಲ್ಲಿ ಅಧಿಕವಾದ ಭಕ್ತಿಯನ್ನು ಮಾಡಿ ಆವನ ಪರಮ ಪ್ರಸಾದಕ್ಕೆ ಪಾತ್ರರಾಗಿ ಮೋಕ್ಷವನ್ನು ಪಡೆದ ನೂರಾರು ಭಗವದ್ಭಕ್ತರ ಚರಿತ್ರೆ ಮತ್ತು ಕಥೆಗಳನ್ನು ಭಾಗವತದಲ್ಲಿ ಕಾಣುತ್ತೇವೆ. ಇವುಗಳನ್ನು ಹಾಗೂ ಭಗವಂತನಲ್ಲಿ ಮತ್ತು ಭಗವದ್ಭಕ್ತರಲ್ಲಿ ದ್ವೇಷ ಮಾಡುವುದರಿಂದ ಅಧಃಪತನವನ್ನು ಹೊಂದಿದ ಆಸುರರ ಕಥೆಗಳನ್ನು ಕೇಳುವುದರಿಂದ ಸರ್ವೋತ್ತಮನಾದ ಭಗವಂತನ

ಮಹಾಮಹಿಮೆಯ ಅರಿವಾಗಿ ನಮಗೂ ಅವನಲ್ಲಿ ಭಕ್ತಿಯನ್ನು ಮಾಡಿ
ಉದ್ಧತರಾಗಬೇಕೆಂಬ ಬುದ್ಧಿಯುಂಟಾಗುವುದು. ಹೀಗೆ ವಿವಿಧ ಪಾತ್ರಗಳ
ಪರಿಚಯ ಮತ್ತು ಕಥಾನಕಗಳಿಂದ ಶ್ರೋತೃವಿನಲ್ಲಿ ಭಕ್ತಿರಸದ ಉದ್ರೇಕಕ್ಕೆ
ಕಾರಣವಾಗುವ ಶ್ರೀಮದ್ಭಾಗವತವನ್ನು ಮುಮುಕ್ಷುಗಳು ನಿತ್ಯ ಸೇವಿಸಬೇಕು
ಎಂಬ ಉದ್ದೇಶದಿಂದಲೇ ಶ್ರೀ ಶುಕಾಚಾರ್ಯರು ಭಾಗವತದ ಮಹಿಮೆ
ಯನ್ನು ವರ್ಣಿಸುತ್ತ ಹೇಳುತ್ತಾರೆ –

ಯತ್ರೋತ್ತಮಶ್ಲೋಕಗುಣಾನುವಾದಃ
ಸಂಗೀಯತೇऽಭೀಕ್ಷ್ಣಮಮಂಗಲಘ್ನ ಃ |
ತಮೇವ ನಿತ್ಯಂ ಶ್ರುಣುಯಾದಭೀಕ್ಷ್ಣಂ
ಕೃಷ್ಣೇऽಮಲಾಂ ಭಕ್ತಿಮಭೀಪ್ಸಮಾನಃ ||
                           – (ಶ್ರೀ ಭಾಗ. ೧೨–೩–೧೫).

– ಉತ್ತಮ ಶ್ಲೋಕನಾದ ಭಗವಂತನ ಮಹಿಮಾವರ್ಣನ ಪರವಾದ
ಮತ್ತು ಉತ್ತಮ ಶ್ಲೋಕರೂ (ಕೀರ್ತಿ ಶಾಲಿಗಳಾದ) ಭಾಗವತೋತ್ತಮರೂ
ಆದ ಭಗವದ್ಭಕ್ತರ ಭಕ್ತಿಚೋದಕವಾದ ಚರಿತೆಗಳಿಂದ ಭರಿತವಾದ
ಶ್ರೀಮದ್ಭಾಗವತವನ್ನು ಮುಮುಕ್ಷುಗಳು ನಿತ್ಯವೂ ಶ್ರವಣ ಮಾಡಬೇಕು,
(ಪಾರಾಯಣ ಮಾಡಬೇಕು), ಇದರಿಂದ ಶ್ರೀಕೃಷ್ಣನ ವಿಷಯದಲ್ಲಿ ನಮಗೆ
ಅಮಲವಾದ ಭಕ್ತಿಯು ಉತ್ಪನ್ನವಾಗುತ್ತದೆ.

ಸದಾ ಸೇವ್ಯಾ ಸದಾ ಸೇವ್ಯಾ ಶ್ರೀಮದ್ಭಾಗವತೀ ಕಥಾ |
ಯಸ್ಯಾಃ ಶ್ರವಣಮಾತ್ರೇಣ ಹರಿಶ್ಚಿತ್ತಂ ಸಮಾಶ್ರಯೇತ್ || ೨೫ ||

ಕಿಂ ಶ್ರುತ್ಯೈಃ ಬಹುಭಿಃ ಶಾಸ್ತ್ರೈಃ ಪುರಾಣೈಶ್ಚ ಭ್ರಮಾವಹೈಃ |
ಏಕಂ ಭಾಗವತಂ ಶಾಸ್ತ್ರಂ ಮುಕ್ತಿದಾನೇನ ಗರ್ಜತಿ || ೨೯ ||
                           – (ಪದ್ಮ ಪು. ಭಾಗ. ಮಹಾತ್ಮೆ ೮–೨.)

– ಉಳಿದೆಲ್ಲ ಶಾಸ್ತ್ರ–ಪುರಾಣಗಳ ಶ್ರವಣ ಮಾಡುವುದಕ್ಕಿಂತಲೂ
ಮುಕ್ತಿ ಪ್ರದವಾದ ಭಾಗವತದ (ಕಥಾನಕಗಳ) ಶ್ರವಣವು ಶ್ರೇಷ್ಠವಾಗಿದೆ.

*   *   *

೧೩. ಶ್ರೀಮದ್ಭಾಗವತವು ಶ್ರೀಕೃಷ್ಣನ ಪ್ರತ್ಯಕ್ಷ ವಿಗ್ರಹ

ಎಲ್ಲ ಪುರಾಣಗಳಲ್ಲಿ ಮೂರ್ಧನ್ಯವಾದ ಶ್ರೀಮದ್ಭಾಗವತ ಪುರಾಣವು ಶ್ರೀಕೃಷ್ಣ ಪರಮಾತ್ಮನ ಪ್ರತ್ಯಕ್ಷ ವಿಗ್ರಹವೆಂದು ಕೌಶೀತಕೀ ಸಂಹಿತೆಯಲ್ಲಿ ಹೇಳಲಾಗಿದೆ. ಭಾಗವತ ಪುರಾಣಕ್ಕೂ ಶ್ರೀಕೃಷ್ಣನ ವಿಗ್ರಹಕ್ಕೂ ಏನು ಸಂಬಂಧ? ಇದಕ್ಕೆ ಸಮಾಧಾನವು ಶೌನಕರ ಆರು ಪ್ರಶ್ನೆಗಳಲ್ಲಿ ಕೊನೆಯ ಪ್ರಶ್ನೆಮತ್ತು ಆ ಪ್ರಶ್ನೆಗೆ ಸೂತರು ಕೊಡುವ ಉತ್ತರದಿಂದ ಸ್ಪಷ್ಟವಾಗುವುದು —

ಬ್ರೂಹಿ ಯೋಗೇಶ್ವರೇ ಕೃಷ್ಣೇ ಬ್ರಹ್ಮಣ್ಯೇ ಧರ್ಮಕರ್ಮಣಿ ।
ಸ್ವಾಂ ಕಾಷ್ಠಾಮಧುನೋಪೇತೇ ಧರ್ಮಃ ಕಂ ಶರಣಂ ಗತಃ ॥

— (ಭಾಗ. ೧–೧–೨೩)

— "ಸೂತ ಮಹಾಭಾಗರೇ! ಯೋಗೇಶ್ವರನಾದ ಶ್ರೀಕೃಷ್ಣನು ಈ ಲೋಕದಿಂದ ಮರೆಯಾಗಿ ತನ್ನ ಲೋಕವಾದ ಪರಮಧಾಮಕ್ಕೆ ಹೋದ ನಂತರ ಅದುವರೆಗೆ ಶ್ರೀಕೃಷ್ಣನಿಂದ ರಕ್ಷಿತವಾಗಿದ್ದ ಭಕ್ತಿಜ್ಞಾನಪ್ರದವಾದ ಭಾಗವತ ಧರ್ಮವು ಯಾರನ್ನು ಆಶ್ರಯಿಸಿತು? ಎಂಬ ಶೌನಕರ ಪ್ರಶ್ನೆಗೆ ಸೂತರು ಉತ್ತರಿಸುತ್ತಾರೆ —

ಕೃಷ್ಣೇ ಸ್ವಧಾಮೋಪಗತೇ ಧರ್ಮಜ್ಞಾನಾದಿಭಿಃ ಸಹ ।
ಕಲೌ ನಷ್ಟದೃಶಾಂ ಪುಂಸಾಂ ಪುರಾಣಾರ್ಕೋ౽ತಮುನೋದಿತಃ   ॥೪೩॥

— (ಭಾಗ. ೧–೩–೪೩).

—ಭೋ ಶೌನಕಾದಿ ಮುನಿಗಳೇ! ಕೇಳಿರಿ. ಧರ್ಮಜ್ಞಾನಾದಿಗಳಿಂದ ಸಹಿತನಾಗಿ ಶ್ರೀಕೃಷ್ಣನು ತನ್ನ ವೈಕುಂಠಲೋಕಕ್ಕೆ ತೆರಳಿ ಇಹಲೋಕದಿಂದ ಅದೃಶ್ಯನಾದಾಗ, ಕಲಿಯುಗದಲ್ಲಿ ತತ್ತ್ವಜ್ಞಾನವನ್ನು ಕಳೆದುಕೊಂಡು ಅಜ್ಞಾನಾಂಧಕಾರದಲ್ಲಿದ್ದ ಅಧಿಕಾರಿ ಜೀವರಿಗೆ ಧರ್ಮಜ್ಞಾನಾದಿಗಳನ್ನು

ಪ್ರಕಾಶಪಡಿಸಲೆಂದು ಶ್ರೀಮದ್ಭಾಗವತವೆಂಬ ಪುರಾಣ ಸೂರ್ಯನು ಶ್ರೀವೇದವ್ಯಾಸರಿಂದ ಉದಯಿಸಿದನು. ಅಂದರೆ ಭಾಗವತವೆಂಬ ಪುರಾಣ ವನ್ನು ರಚಿಸಿ ಶ್ರೀವೇದವ್ಯಾಸರು ಮರೆಯಾಗಿದ್ದ ಶ್ರೀಕೃಷ್ಣನನ್ನು ಭಾಗವತ ಪುರಾಣವೆಂಬ ಸೂರ್ಯನ ರೂಪದಲ್ಲಿ ಪ್ರಕಾಶಿಸುವಂತೆ ಮಾಡಿದರು. ಸೂತರ ಈ ಉತ್ತರದಿಂದ "ರೂಪಮನ್ಯದಿವ ಧನ್ಯಮಾತ್ಮನಃ ಎಂದರೆ ಯಾವುದೇ ಶಾಸ್ತ್ರಗ್ರಂಥವು ಆ ಗ್ರಂಥದ ಕರ್ತೃವಿನ ಇನ್ನೊಂದು ರೂಪವಾಗಿ– ರುತ್ತದೆ" ಎಂಬ ಲೋಕೋಕ್ತಿಯಂತೆ **ಶ್ರೀಮದ್ಭಾಗವತಸ್ಯಾಥ ಶ್ರೀಮದ್ಭಗವತಃ ಸದಾ । ಸ್ವರೂಪಮೇಕಮೇವಾಸ್ತಿ ಸಚ್ಚಿದಾನಂದ ಲಕ್ಷಣಮ್ ॥** ಎಂದು (ಸ್ಕಂದ ಪುರಾಣದ ಭಾಗ. ಮಹಾತ್ಮೆ ಅಧ್ಯಾಯ ೪ ರಲ್ಲಿ) ಅರ್ಥಾತ್ – ಶ್ರೀ ಮದ್ಭಾಗವತದ ಮತ್ತು ಶ್ರೀ ಭಗವಂತನ ಸ್ವರೂಪವು ಸಚ್ಚಿದಾನಂದ ಲಕ್ಷಣದ್ದಾಗಿದೆ. ಎರಡೂ ಸ್ವರೂಪಗಳೂ ಒಂದೇ ಆಗಿವೆ. ಅಂದರೆ ಶ್ರೀಮದ್ಭಾಗವತ ಪುರಾಣದಲ್ಲಿ ನೋಡಿದಲ್ಲೆಲ್ಲ ಶ್ರೀಕೃಷ್ಣನ ಸಚ್ಚಿದಾನಂದ ಲಕ್ಷಣದ ಒಂದೇ ರೂಪವು ಕಂಡು ಬರುತ್ತದೆ ಎಂದು ಹೇಳಿದಂತೆ ಭಾಗವತ ಪುರಾಣವು ವಾಸಿಷ್ಟ ಕೃಷ್ಣನ ಅರ್ಥಾತ್ ಶ್ರೀಕೃಷ್ಣನ ದೃಶ್ಯವಿಗ್ರಹ (ಪ್ರತಿಮೆ) ಎಂದು ಹೇಳಿದಂತಾಗುತ್ತದೆ. ವಾಸಿಷ್ಟ ಕೃಷ್ಣ ಶ್ರೀವೇದವ್ಯಾಸರಿಗೂ ಯಾದವ ಕೃಷ್ಣನಾದ ಶ್ರೀಕೃಷ್ಣನಿಗೂ "**ನೇಹ ನಾನಾಸ್ತಿ ಕಿಂಚನ**" ಎಂಬಂತೆ ಯಾವುದೇ ಭೇದವಿಲ್ಲವಷ್ಟೆ!

ಅಂತೆಯೇ ಇಹಲೋಕದಿಂದ ಯಾದವ ಕೃಷ್ಣನು ಅದೃಶ್ಯನಾಗಿ ಪರಂಧಾಮಕ್ಕೆ ಹೋದರೂ ಅವನ ಪಾದಾದಿ ಅಂಶಗಳನ್ನು ಅವನದೇ ಸಾಕ್ಷಾತ್ ವಿಗ್ರಹದಂತಿರುವ ಶ್ರೀಮದ್ಭಾಗವತ ಪುರಾಣದ ಸ್ಕಂಧಗಳಲ್ಲಿ ಕಾಣಬಹುದೆಂದು ಕೌಶೀತಕೀ ಸಂಹಿತೆ ಮೊದಲಾದ ಗ್ರಂಥಗಳಲ್ಲಿ ವರ್ಣಿಸಿದ್ದು ಯುಕ್ತವೇ ಆಗಿದೆ. ಆದ್ದರಿಂದ ಶ್ರೀಮದ್ಭಾಗವತ ಪುರಾಣದ ಪಾರಾಯಣ, ಪ್ರವಚನ, ಪೂಜಾದಿಗಳಿಂದ ಶ್ರೀಕೃಷ್ಣನ ವಿಗ್ರಹದ ಪೂಜೆ ಮಾಡಿದಂತೆಯೇ ಆಗುತ್ತದೆ.

ಶ್ರೀಕೃಷ್ಣ ಪರಮಾತ್ಮನು ಭೂಲೋಕದಲ್ಲಿ ತನ್ನ ಅವತಾರ ಕಾರ್ಯ ಗಳನ್ನು ಮುಗಿಸಿ ಪರಂಧಾಮಕ್ಕೆ ಹೋಗಲಿರುವನೆಂಬ ವಾರ್ತೆಯನ್ನು ಕೇಳಿದ ಭಾಗವತೋತ್ತಮನಾದ ಉದ್ಧವನು "ಹೇ ಶ್ರೀಕೃಷ್ಣ! ನಿನ್ನ ಪಾದ ಸೇವೆ

ಇಲ್ಲದೇ ಇನ್ನು ಒಂದು ಕ್ಷಣಾರ್ಧವೂ ನಾನು ಜೀವಿಸಿರಲಾರೆನು. ಆದ್ದರಿಂದ ನನ್ನನ್ನು ನಿನ್ನ ಜತೆಗೇ ಕರೆದುಕೊಂಡು ಹೋಗು. (ನಾಹಂ ತವಾಂಫ್ರಿಯುಗಲಂ ಕ್ಷಣಾರ್ಧಮಪಿ ಕೇಶವ | ತ್ಯಕ್ತುಂ ಸಮುತ್ಸಹೇ ನಾಥ ಸ್ವಧಾಮ ನಯ ಮಾಮಪಿ || – ಭಾಗ. ೧೧–೬–೪೩) ಎಂದು ಪ್ರಾರ್ಥಿಸುತ್ತಾನೆ. ಹೇ ಉದ್ಧವಾ! ನಿನ್ನಂಥ ಭಕ್ತರಿಗೆ ಮರೆಯಾಗಿ ನಾನು ವೈಕುಂಠಲೋಕಕ್ಕೆ ಹೋದರೂ ಅದೃಶ್ಯರೂಪದಿಂದ ಸರ್ವತ್ರ ವ್ಯಾಪ್ತನಾಗಿದ್ದೇನೆ. ಅಷ್ಟೇ ಏಕೆ ನನ್ನದೇ ಇನ್ನೊಂದು ರೂಪವಾದ ವ್ಯಾಸರಿಂದ ರಚಿತವಾಗಿ ಈಗ ಲೋಕದಲ್ಲಿ ಪ್ರಸಿದ್ಧವಾಗಿರುವ ಭಾಗವತ ಪುರಾಣದ ಪ್ರತಿಯೊಂದು ಅಕ್ಷರ, ಪದ, ಶ್ಲೋಕದಲ್ಲಿ ನನ್ನದೇ ಆದ ವಿಷ್ಣುಮೂರ್ತಿಗಳ ಸನ್ನಿಧಾನವನ್ನು ಇರಿಸಿದ್ದೇನೆ. ಈ ಪುರಾಣದ ಒಂದೊಂದು ವರ್ಣವನ್ನು ಉಚ್ಚರಿಸಿದಾಗಲೂ ಸಹಸ್ರ ಅಶ್ವಮೇಧಗಳ ಫಲವು ಪ್ರಾಪ್ತವಾಗುವುದು. ೧೩

ಶ್ರೀಮದ್ಭಾಗವತವು ಶ್ರೀಕೃಷ್ಣನ ಪ್ರತ್ಯಕ್ಷ ವಿಗ್ರಹವೆಂದಾಕ್ಷಣ ಆ ವಿಗ್ರಹದಲ್ಲಿ ಪಾದಾದಿ ಅಂಗಗಳು ಕಾಣಬೇಕಷ್ಟೆ! ಆದರೆ ಶಿಲಾ–ಲೋಹ– ಕಾಷ್ಠಾದಿ ವಿಗ್ರಹಗಳಲ್ಲಿ ಕಾಣುವಂತೆ ಈ ಪುರಾಣದಲ್ಲಿ ಕರ–ಚರಣಾದಿ ಅಂಗಗಳು ಕಂಡುಬರುವದಿಲ್ಲ. ಆದರೂ ಈ ಭಾಗವತದ ದೃಶ್ಯವಾಗಿರುವ ಹನ್ನೆರಡು ಸ್ಕಂಧಗಳೇ ಪುರುಷೋತ್ತಮ ಶ್ರೀಕೃಷ್ಣನ ಅದೃಶ್ಯವಾದ ಅಂಗ– ಗಳಾಗಿವೆ ಎಂಬ ಅನುಸಂಧಾನದೊಂದಿಗೆ ಆಯಾ ಸ್ಕಂಧಗಳ ಪಾರಾಯಣ ಪ್ರವಚನಾದಿಗಳನ್ನು ಮಾಡಬೇಕು. ಈ ಅದೃಶ್ಯ ಅಂಗಗಳು ಶ್ರೀಕೃಷ್ಣನ

---

೧೩.   (ಇತ್ಯುದ್ಧವವಚಃ ಶ್ರುತ್ವಾ ಪ್ರಭಾಸೇ ಚಿಂತಯದ್ಧರಿಃ | ಭಕ್ತಾವಲಂಬನಾರ್ಥಾಯ ಕಿಂ ವಿಧೇಯಂ ಮಯೇತಿ ಚ || ೬೦ || ಸ್ಫೇಯಂ ಯದ್ಭವೇತ್ತೇಜಃ ತಛ್ಚ ಭಾಗವತೇ ಆದಧಾತ್ || ತಿರೋಧಾಯ ಪ್ರವಿಷ್ಟೋಽಯಂ ಶ್ರೀಮದ್ಭಾಗವತಾರ್ಣವಮ್ || ೬೧ ||

                                          – (ಪದ್ಮ ಪು. ಭಾಗ ಮ. ಅ. ೨.)

ಪ್ರತ್ಯಕ್ಷರಂ (ಪ್ರತಿಪದಂ) ಪ್ರತಿಶ್ಲೋಕಂ ಸಂಸ್ಥಿತಾ ವಿಷ್ಣುಮೂರ್ತಯಃ | ಅಶ್ವಮೇಧಸಹಸ್ರಸ್ಯ ವರ್ಣೇ ವರ್ಣೇ ಭವೇತ್ಫಲಮ್ ||

ದೃಶ್ಯವಿಗ್ರಹವಾದ ಭಾಗವತ ಪುರಾಣದ ಸ್ಕಂಧಗಳಲ್ಲಿ ಇರುವವೆಂದು ಕೌಶೀತಕೀ ಸಂಹಿತೆಯಲ್ಲಿ ಕೆಳಗಿನಂತೆ ವರ್ಣಿಸಲಾಗಿದೆ. ೧೪

ಭಾಗವತ ಸ್ಕಂಧ   ಶ್ರೀಕೃಷ್ಣವಿಗ್ರಹದ ಅದೃಶ್ಯ ಅಂಗ

೧. ಶ್ರೀ ಕೃಷ್ಣನ ವಿಗ್ರಹದ ಪಾದಗಳಿಂದ ಆರಂಭಿಸಿ ಮೊಣಕಾಲದವರೆಗಿನ ಭಾಗ

೨. ಮೊಣಕಾಲಿನ ಮೇಲಿನಿಂದ ಸೊಂಟದ ಪರ್ಯಂತ.

೩. ಶ್ರೀಕೃಷ್ಣನ ವಿಗ್ರಹದ ನಾಭಿ (ಹೊಕ್ಕುಳು).

೪. ಶ್ರೀಕೃಷ್ಣನ ವಿಗ್ರಹದ ಉದರ.

೫. ಶ್ರೀಕೃಷ್ಣನ ವಿಗ್ರಹದ ಹೃದಯ.

೬. ಶ್ರೀಕೃಷ್ಣನ ವಿಗ್ರಹದ ಬಾಹುಗಳಿಂದ ಸಹಿತವಾದ ಕಂಠಭಾಗ.

೭. ಶ್ರೀಕೃಷ್ಣನ ವಿಗ್ರಹದ ಸರ್ವಲಕ್ಷಣಯುಕ್ತವಾದ ಮುಖ.

೮. ಶ್ರೀಕೃಷ್ಣನ ವಿಗ್ರಹದ ಎರಡೂ ಕಣ್ಣುಗಳು.

೯. ಶ್ರೀಕೃಷ್ಣನ ವಿಗ್ರಹದ ಹುಬ್ಬುಗಳವರೆಗಿನ ಕಪೋಲಗಳು.

೧೦. ಶ್ರೀಕೃಷ್ಣನ ವಿಗ್ರಹದ ಬ್ರಹ್ಮರಂದ್ರ

೧೧. ಶ್ರೀಕೃಷ್ಣನ ಮನಸ್ಸು

೧೨. ಶ್ರೀಕೃಷ್ಣನ ಆತ್ಮ.

---

೧೪. ಪಾದಾದಿ ಜಾನುಪರ್ಯಂತಂ ಪ್ರಥಮಃ ಸ್ಕಂಧ ಈರಿತಃ |
ತದೂರ್ಧ್ವಂ ಕಟಿಪರ್ಯಂತಂ ದ್ವಿತೀಯ ಸ್ಕಂಧ ಉಚ್ಯತೇ ||

ತೃತೀಯೋ ನಾಭಿರಿತ್ಯುಕ್ತಶ್ಚತುರ್ಥಮುದರಂ ಸ್ಮೃತಮ್ |
ಪಂಚಮ ಹೃದಯಂ ಪ್ರೋಕ್ತಂ ಷಷ್ಠಃ ಕಂಠಂ ಸಬಾಹುಕಮ್ ||

ಸರ್ವಲಕ್ಷಣಸಂಯುಕ್ತಂ ಸಪ್ತಮಂ ಮುಖಮುಚ್ಯತೇ |
ಅಷ್ಟಮಷ್ಟಮಷೀ ವಿಷ್ಣೋಃ ಕಪೋಲೋ ಭ್ರಕುಟಿಃ ಪರಃ ||

ದಶಮೋ ಬ್ರಹ್ಮರಂದ್ರಶ್ಚ ಮನ ಏಕಾದಶಃ ಸ್ಮೃತಃ |
ಆತ್ಮಾತು ದ್ವಾದಶಃ ಸ್ಕಂಧಃ ಶ್ರೀಕೃಷ್ಣಸ್ಯ ಪ್ರಕೀರ್ತಿತಃ || – (ಕೌ. ಸಂ. ೨೩-೮)

ಶ್ರೀಮದ್ಭಾಗವತ ಪುರಾಣವೆಂಬುದು ಶ್ರೀಕೃಷ್ಣನ ಒಂದು ಸಜೀವ ವಿಗ್ರಹವೇ ಆಗಿದೆ. ಇಂಥ ಶ್ರೀ ಭಾಗವತದ ಸ್ಕಂಧಗಳನ್ನು ಶ್ರೀಕೃಷ್ಣನ ಅಂಗಗಳೆಂದು ಇನ್ನೊಂದು ಬಗೆಯಿಂದ ಕೆಳಗಿನಂತೆ ವರ್ಣಿಸಲಾಗಿದೆ. ೧೩

ಭಾಗವತ ಸ್ಕಂಧ	ಶ್ರೀಕೃಷ್ಣ ವಿಗ್ರಹದ ಅಂಗಗಳು
೧, ೨.	ಶ್ರೀಕೃಷ್ಣನ ಎರಡು ಚರಣಗಳು.
೩, ೪.	ಶ್ರೀಕೃಷ್ಣನ ಎರಡು ತೊಡೆಗಳು.
೫.	ಶ್ರೀಕೃಷ್ಣನ ನಾಭಿ.
೬.	ಶ್ರೀಕೃಷ್ಣನ ಹೃದಯ.
೭, ೮.	ಶ್ರೀಕೃಷ್ಣನ ಎರಡು ಬಾಹುಗಳು.
೯.	ಶ್ರೀಕೃಷ್ಣನ ಕಂಠ.
೧೦.	ಶ್ರೀಕೃಷ್ಣನ ಮುಖ.
೧೧.	ಶ್ರೀಕೃಷ್ಣನ ಹಣೆ.
೧೨.	ಶ್ರೀಕೃಷ್ಣನ ಶಿಖಾ.

ನಮ್ಮ ಪ್ರಾಕೃತ ಕಣ್ಣುಗಳಿಗೆ ಗೋಚರಿಸದಿರುವ ಶ್ರೀಕೃಷ್ಣ ಪರಮಾತ್ಮನ ಕರ–ಚರಣಾದಿ ಅಂಗಗಳನ್ನು ಶ್ರೀಕೃಷ್ಣನ ಪ್ರತ್ಯಕ್ಷ ಪ್ರತಿಮೆಯಂತಿರುವ ಶ್ರೀಮದ್ಭಾಗವತ ಪುರಾಣದ (ಶ್ರೀ ಮದ್ಭಾಗವತಾಖ್ಯೋಽಯಂ ಪ್ರತ್ಯಕ್ಷಂ ಕೃಷ್ಣ ಏವ ಹಿ || ೨೦ || ಭಾಗ ಮಹಾತ್ಮೆ. ಪದ್ಮ ಪು. ಅ. ೬) ಸ್ಕಂಧಗಳಲ್ಲಿ

---

೧೩. ಪ್ರಥಮಸ್ತ ದ್ವಿತೀಯಸ್ತ ಚರಣೌ ದ್ವಾ ಪ್ರಕೀರ್ತಿತೌ |
    ತೃತೀಯಸ್ತ ಚತುರ್ಥಸ್ತ ದ್ವಾವೂರೂ ಸಮುದೀರಿತೌ ||

ಪಂಚಮೋ ನಾಭಿದೇಶಸ್ತ ಷಷ್ಠೋ ಹೃದಯಮುಚ್ಯತೇ |
ಸಪ್ತಮಸ್ಠಾಷ್ಟಮಶ್ಛೈವ ಬಾಹೂ ದ್ವೌ ಪರಿಕೀರ್ತಿತೌ ||

ನವಮಃ ಕಂಠದೇಶಃ ಸ್ಯಾದ್ದಶಮೋ ಮುಖಮೇವ ಚ |
ಏಕಾದಶೋ ಲಲಾಟಂ ಚ ದ್ವಾದಶಸ್ತು ಶಿಖೋಚ್ಯತೇ
ಏವಂ ಸರ್ವಂ ಭಾಗವತಂ ಶ್ರೀಹರೇರಂಗಮುಚ್ಯತೇ ||

ಕಾಣಬಹುದೆಂದರೆ ಭಾಗವತದ ಸ್ಕಂಧಗಳಲ್ಲಿ ಆಯಾ ಅಂಗಗಳ ಅನುಸಂಧಾನ ದೊಂದಿಗೆ ಆಯಾ ಸ್ಕಂಧಗಳ ಪಾರಾಯಣ ಪ್ರವಚನಾದಿಗಳನ್ನು ಮಾಡ ಬೇಕೆಂದು ಈ ಪುರಾಣ ಶ್ಲೋಕಗಳು ಸೂಚಿಸುತ್ತಿವೆ ಎಂದು ತಿಳಿಯಬೇಕು.

ಭಾಗವತದ ಸ್ಕಂಧಗಳಲ್ಲಿ ಶ್ರೀ ಕೃಷ್ಣವಿಗ್ರಹದ ಅಂಗಗಳನ್ನು ತಿಳಿಸುವ ಮೇಲಿನ ಎರಡು ನಿದರ್ಶನಗಳಲ್ಲಿ ಭಿನ್ನತೆ ಕಂಡು ಬಂದರೂ 'ನೇಹ ನಾನಾಸ್ತಿ ಕಿಂಚನ' ಮುಂತಾದ ಪ್ರಮಾಣಗಳಂತೆ ಶ್ರೀಕೃಷ್ಣನ ಅಂಗಗಳು ಭಾಗವತದ ಯಾವುದೇ ಸ್ಕಂಧದಲ್ಲಿವೆ ಎಂದು ಹೇಳಿದರೂ ಅವುಗಳಲ್ಲಿ ಯಾವುದೇ ಭೇದವಿಲ್ಲ. ಶ್ರೀಕೃಷ್ಣನ ಉಪಾಸನೆಗೆ ಅನುಕೂಲವಾಗಲೆಂದು ಹೀಗೆ ವರ್ಣಿಸಲಾಗಿದೆ ಎಂಬುದು ಮನಸ್ಸಿನಲ್ಲಿರಬೇಕು.

*　*　*

೧೪. ವಿವಿಧ ಭಾಗವತಗಳು

ಶ್ರೀಸ್ಕಂದಪುರಾಣದ ವೈಷ್ಣವ ಖಂಡದಲ್ಲಿ ಶ್ರೀಮದ್ಭಾಗವತದ ಮಹಾತ್ಮೆ ಯನ್ನು ವರ್ಣಿಸುವ ಸಂದರ್ಭದಲ್ಲಿ 'ಭಾಗವತ' ವೆಂದು ಯಾವ ಗ್ರಂಥ ಅಥವಾ ವಾಕ್ಯಗಳಿಗೆ ಹೇಳಬೇಕೆಂಬುದನ್ನು ಸೂತಪುರಾಣಿಕರು ಶೌನಕಾದಿ ಋಷಿಗಳಿಗೆ ತಿಳಿಸುತ್ತಾರೆ –

ಶ್ರೀಮದ್ಭಾಗವತಸ್ಯಾಥ ಶ್ರೀಮದ್ಭಗವತಃ ಸದಾ ।
ಸ್ವರೂಪಮೇಕಮೇವಾಸ್ತಿ ಸಚ್ಚಿದಾನಂದಲಕ್ಷಣಮ್   ॥ ೬ ॥

ಶ್ರೀಕೃಷ್ಣಾಸಕ್ತಭಕ್ತಾನಾಂ   ತನ್ಮಾಧುರ್ಯಪ್ರಕಾಶಕಮ್   ।
ಸಮುಜ್ಜ್ಯಂಭತಿ ಯದ್ವಾಕ್ಯಂ ವಿದ್ಧಿ ಭಾಗವತಂ ಹಿ ತತ್   ॥ ೭ ॥

ಜ್ಞಾನವಿಜ್ಞಾನಭಕ್ತ್ಯಂಗಚತುಷ್ಟಯಪರಂ   ವಚಃ   ।
ಮಾಯಾಮರ್ದನದಕ್ಷಂ ಚ ವಿದ್ಧಿ ಭಾಗವತಂ ಚ ತತ್   ॥ ೮ ॥
                                  – (ಸ್ಕಂದ ಪು. ಭಾಗ. ಮಹಾತ್ಮೆ ಅ. ೪)

–ಭೋ ಶೌನಕಾದಿ ಮುನಿಗಳೇ! ಶ್ರೀಮದ್ಭಾಗವತದ ಮತ್ತು ಶ್ರೀ ಭಗವಂತನ ಸ್ವರೂಪವು ಒಂದೇ ಆಗಿದ್ದು ಅದು ಸಚ್ಚಿದಾನಂದಮಯ ವಾಗಿದೆ. ॥ ೬ ॥ ಶ್ರೀಕೃಷ್ಣನಲ್ಲಿ ಆಸಕ್ತಿಯುಳ್ಳ ಭಾವುಕರಾದ ಭಕ್ತರ ಹೃದಯದಲ್ಲಿ ಮಾಧುರ್ಯ ಭಾವವನ್ನು ಪ್ರಕಾಶಪಡಿಸುವ ಮತ್ತು ಆ ಮಾಧುರ್ಯದ ಮಧುರರಸದ ಸವಿಯನ್ನು ಅನುಭವಕ್ಕೆ ತಂದು ಕೊಡುವ ಯಾವ ಯಾವ ವಾಕ್ಯಗಳುಂಟೋ ಅವೆಲ್ಲವುಗಳನ್ನು ಭಾಗವತವೆಂದೇ ತಿಳಿಯಬೇಕು. ॥ ೭ ॥ ಇದಲ್ಲದೇ ಜ್ಞಾನ, ವಿಜ್ಞಾನ, ಭಕ್ತಿ, ವೈರಾಗ್ಯ ಮತ್ತು ಅವುಗಳಿಗೆ ಅಂಗವಾದ ಸಾಧನಚತುಷ್ಟಯವನ್ನು ಪ್ರಕಾಶಗೊಳಿಸುವ ಮತ್ತು ಮಾಯೆಯನ್ನು ನಿವಾರಿಸುವ ಶಕ್ತಿಯುಳ್ಳ ವಾಕ್ಯಗಳನ್ನು ಭಾಗವತವೆಂದೇ ತಿಳಿಯಿರಿ.

ಸೂತರು ತಿಳಿಸಿದ ಭಾಗವತದ ಈ ಲಕ್ಷಣಗಳನ್ನು ಮನದಲ್ಲಿಟ್ಟುಕೊಂಡು ಶ್ರೀಮದ್ಭಾಗವತ ಪುರಾಣವನ್ನು ಅವಲೋಕಿಸಿದಾಗ ಈ ಮಹಾಪುರಾಣ— ದೊಳಗೇ ಸಂಕ್ಷೇಪದಲ್ಲಿ ಜ್ಞಾನ—ವಿಜ್ಞಾನ—ಭಕ್ತಿ— ವಿರಕ್ತಿ ಮುಂತಾದವುಗಳನ್ನು ಪ್ರಕಾಶಗೊಳಿಸುವ ಅನೇಕ ಕಥಾನಕಗಳು ಮತ್ತು ಪ್ರಸಂಗಗಳು ಕಂಡು ಬರುತ್ತವೆ. ಇವೆಲ್ಲವುಗಳಿಗೆ ಭಾಗವತವೆಂದೇ ಹೇಳಬೇಕಾಗುತ್ತದೆ. ಇವುಗಳನ್ನು **'ಅವಾಂತರ   ಭಾಗವತ'**ಗಳೆಂದು   ಕರೆಯಬಹುದು.   ಇವುಗಳಲ್ಲಿ ಶ್ರೀಮದ್ಭಾಗವತದ ಶ್ಲೋಕಗಳನ್ನೇ ಕಾಣುತ್ತೇವೆ. ಉದಾಹರಣೆಗೆ ೧. ಚತುಃಶ್ಲೋಕೀ ಭಾಗವತ, ೨. ಸಪ್ತಶ್ಲೋಕೀ ಭಾಗವತ ೩. ಭಾಗವತ ಪುರಾಣ, ಬೃಹತ್ಸಂಗ್ರಹ, ಮುಂತಾದವು.

ಇನ್ನೊಂದು ರೀತಿಯ ಭಾಗವತಗಳೂ ಲೋಕದಲ್ಲಿ ಪ್ರಸಿದ್ಧವಾಗಿವೆ. ಅವು ಭಾಗವತೋಕ್ತ ವಿಷಯಗಳನ್ನು ಮತ್ತು ಕಥಾನಕಗಳನ್ನ ಆಧಾರ ವಾಗಿಟ್ಟುಕೊಂಡು ಜ್ಞಾನಿಗಳಿಂದ ಸ್ವಕೃತ ಸಂಸ್ಕೃತ ಶ್ಲೋಕಗಳಲ್ಲಿ ರಚಿತವಾದ ಭಾಗವತಗಳು. ಉದಾಹರಣೆಗೆ – ೧. ಏಕಶ್ಲೋಕೀ ಭಾಗವತ, ೨. ಮಂತ್ರಭಾಗವತ, ೩. ಲಘು ಭಾಗವತ, ೪. ಶ್ರೀಕೃಷ್ಣಲೀಲಾಮೃತ, ೫. ಆರ್ಯಾಭಾಗವತ, ೬. ಭಕ್ತಿರತ್ನಾವಲಿ, ೭. ಸುನೀತಿ ಭಾಗವತ, ೮. ಭಾಗವತದಿವ್ಯದುಗ್ಧಾಂಬುಧಿ, ೯. ಬೃಹದ್ಭಾಗವತಾಮೃತಂ, ೧೦. ಲಘು ಭಾಗವತಾಮೃತಂ, ೧೧. ಭಾಗವತ ಚಂಪೂ, ೧೨. ಭಕ್ತಿಮಂಜರೀ, ೧೩. ನಾರಾಯಣೀಯಂ ಮುಂತಾದವು. ಇವುಗಳನ್ನು "ಇತರ ಭಾಗವತ" ಗಳೆಂದು ಕರೆಯಬಹುದು.

ಅವಾಂತರ ಭಾಗವತಗಳ ಮತ್ತು ಅವುಗಳ ಅರ್ಥ ವಿವರಣೆಯು ಈ ಪ್ರಬಂಧದಲ್ಲಿ ಮುಂದೆ ಕೊಡಲಾಗಿದೆ. ಇತರ ಭಾಗವತಗಳಲ್ಲಿ ಏಕಶ್ಲೋಕೀ ಭಾಗವತ ಮತ್ತು ಆದರ ಅರ್ಥವನ್ನೂ ಈ ಮುಂದೆ ವಿವರಿಸಲಾಗಿದೆ.

ಸಂಸ್ಕೃತ ಭಾಷೆಯಲ್ಲಿ ರಚಿತವಾದ ಈ ಭಾಗವತ ಕೃತಿಗಳಲ್ಲದೇ ಪ್ರಾಕೃತ ಭಾಷೆಯಲ್ಲಿಯೂ ಅನೇಕ ಭಾಗವತಗಳು ರಚಿಸಲ್ಪಟ್ಟಿವೆ.

ಉದಾ : ಬಾಲ ಭಾಗವತ, ೨. ಸಪ್ತಾಹ ಭಾಗವತ ಇತ್ಯಾದಿ.

ಇಡೀ ಪುರಾಣದ ಸಾರವನ್ನು ಸಂಗ್ರಹಿಸಿದ ಗೂಢಕರ್ತೃವಿನಿಂದ ರಚಿತ— ವಾದ ಏಕಶ್ಲೋಕೀ ಭಾಗವತ ಎಂಬುದೊಂದಿಗೆ. ಆದರ ಅರ್ಥ ಮತ್ತು

ಪತನದ ಫಲಗಳನ್ನು ಕೆಳಗೆ ಕೊಡಲಾಗಿದ್ದು. ಅನಂತರ ಶ್ರೀಮದ್ಭಾಗವತ ದಲ್ಲಿಯ ಅವಾಂತರ ಭಾಗವತಗಳನ್ನು ಕೊಡಲಾಗಿದೆ.

೧. ಏಕಶ್ಲೋಕೀ ಭಾಗವತ :

ಯೋ ಹ್ಯಾತ್ಮಾ ಜಗದಾದಿಮಧ್ಯನಿಧನೋ
ಯೋಽವ್ಯಕ್ತ ಜೀವೇಶ್ವರೋ
ಯಃ ಸೃಷ್ಟ್ವೇದಮನುಪ್ರವಿಷ್ಟ ಋಷಿಣಾ
ಚಕ್ರೇ ಪುನಃ ಸಂಹಿತಾಂ ||
ಯಂ ಸಂಪಾದ್ಯ ಜಹಾತ್ಯಜಾಮನುಶಯೀ
ಸುಪ್ತಃ ಕುಲಾಯಂ ಯಥಾ |
ತಂ ಕೈವಲ್ಯನಿರಸ್ತಯೋನಿಮಭಯಂ
ಧ್ಯಾಯೇದಜಸ್ರಂ ಹರಿಮ್ || ೧ ||

ಅರ್ಥ : ಯಾವನು (ಆತ್ಮಾ=) ಸಕಲ ಸದ್ಗುಣಗಳಿಂದ ಪೂರ್ಣನೋ, ದೋಷದೂರನೋ ಸರ್ವನಿಯಾಮಕನೋ, ಕಲ್ಲು ಸಕ್ಕರೆ ಯಂತೆ ಅತ್ಯುಪಾದೇಯನೋ, (ಜಗದಾದಿ ಮಧ್ಯನಿಧನಂ=) ಈ ಜಗತ್ತಿನ ಸೃಷ್ಟಿ–ರಕ್ಷಣ–ನಾಶಕ್ಕೆ ಮುಖ್ಯ ಕಾರಣನೋ ಅಂದರೆ ಈ ಮೂರೂ ಕಾಲಗಳಲ್ಲಿ ಇರುವವನೋ, (ಅವ್ಯಕ್ತಜೀವೇಶ್ವರೋ=) ಯಾವನು ಅವ್ಯಕ್ತನೋ ಅಂದರೆ ತನ್ನ ಇಚ್ಛೆ ಇಲ್ಲದೇ ಕೇವಲ ಮನುಷ್ಯ ಪ್ರಯತ್ನದಿಂದ ತೋರುವವನಲ್ಲವೋ, ಸಕಲಜೀವರಿಗೆ ಸ್ವಾಮಿಯೋ, ಯಾವನು ಈ ಜಗತ್ತನ್ನು ಸೃಷ್ಟಿಸಿ ಅದರ ಚಲನವಲನಾದಿ ವ್ಯಾಪಾರ ನಡೆಸುವುದಕ್ಕಾಗಿ ಸೃಷ್ಟವಾದ ಪ್ರತಿಯೊಂದು ಅಣು–ಮಹತ್ತಾದ ಜಡ–ಚೇತನ ಪದಾರ್ಥ ಗಳಲ್ಲಿ ಪ್ರವೇಶ ಮಾಡಿರುವನೋ ಮತ್ತು ಜೀವರಿಂದ ಕಾರ್ಯ ಮಾಡಿಸಿ ಅವರಿಗೆ ಆಯಾ ಕರ್ಮಗಳ ಫಲವನ್ನು ಅವರವರ ಭಾವನೆಗಳಿಗೆ ಅನುಸಾರ ವಾಗಿ ಕಲ್ಪ್ಯಕ್ಕದಂತೆ ಕೊಡುತ್ತಾನೆಯೋ, (ಋಷಿಣಾ ಚಕ್ರೇ ಪುನಃ ಸಂಹಿತಾಂ=) ಪದಾರ್ಥಗಳಲ್ಲಿ ಪ್ರವೇಶ ಮಾತ್ರದಿಂದ ಜೀವರಿಗೆ ಆ ಪದಾರ್ಥದ ಜ್ಞಾನವಾಗದು. ಪದಾರ್ಥದ ಜ್ಞಾನವಾದರೇನೇ ಜೀವರಿಗೆ ಮಾಡಿದ ಕರ್ಮಕ್ಕೆ ತಕ್ಕ ಫಲ ದೊರೆಯುವುದು ಮತ್ತು ಮಾಡಿದ್ದು ಸಾರ್ಥಕವೂ

ಆಗುವದು ಇಲ್ಲವಾದರೆ ವ್ಯರ್ಥ. ಯಾವನು ಅವ್ಯಕ್ತನಾಗಿರುವನೋ ಅವನು ತನ್ನ ವಿಷಯಕ ಮಾಹಾತ್ಮ್ಯಜ್ಞಾನವು ಇನ್ನೊಬ್ಬರಿಂದ ಆಗದು ಅದಕ್ಕಾಗಿ ಅವಶ್ಯವಾಗಿರುವ ಗ್ರಂಥ ರಚನಾ ಸಾಮರ್ಥ್ಯವೂ ಇನ್ನೊಬ್ಬರಿಗೆ ಇಲ್ಲ. ಆದ್ದರಿಂದ (**ಖುಷಿಣಾ ಚಕ್ರೇ ಪುನಃ ಸಂಹಿತಾಂ=**) ಯಾವನು ಪುನಃ ಶ್ರೀ ವೇದವ್ಯಾಸ ಮಹರ್ಷಿ ರೂಪದಿಂದ ಅವತರಿಸಿ ಶ್ರೀಮದ್ಭಾಗವತವೆಂಬ ಸಂಹಿತೆಯನ್ನು ರಚಿಸಿದ್ದಾನೆಯೋ, (**ಯಂ ಸಂಪಾದ್ಯ ಜಹಾತ್ಯಜಾಂ ಆನುಶಯೀ=**) ಇಂಥ ಭಾಗವತ ಸಂಹಿತೆಯನ್ನು ಅಧ್ಯಯನ ಮಾಡಿ ಜ್ಞಾನವನ್ನು ಸಂಪಾದಿಸಿ, ಭಗವಂತನ ಜ್ಞಾನಕ್ಕೆ ಆದುವರೆಗೆ ಆವರಕವಾಗಿದ್ದ ಲಿಂಗದೇಹವನ್ನು, (**ಸುಪ್ತಃ ಕುಲಾಯಂ ಯಥಾ=**) ಮಲಗಿದವನು ಈ ಸ್ಥೂಲ ದೇಹದ ಮೇಲಿನ ಅಭಿಮಾನದಿಂದ ರಹಿತನಾಗಿರುವಂತೆ, ಬಿಟ್ಟು ವೈರಾಗ್ಯವನ್ನು ಹೊಂದಿ (**ಕೈವಲ್ಯನಿರಸ್ತಯೋನಿಂ ಅಭಯಂ ಹರಿಂ ಅಜಸ್ರಂ ಧ್ಯಾಯೇತ್=**) ಅಂಥ ಸ್ವಭಾವತಃ ಸುಖಿಪೂರ್ಣನಾದ ಶ್ರೀಹರಿಯನ್ನು ಸದಾ ಧ್ಯಾನಿಸಬೇಕು.

ಭಾಗವತ ಶ್ರವಣದ ಅಥವಾ ಏಕಶ್ಲೋಕೀ ಭಾಗವತದ ಫಲಶ್ರುತಿ:

ಯ ಇದಮನುಶೃಣೋತಿ ಶ್ರಾವಯೇದ್ ಮುರಾರೇಃ
ಚರಿತಮಮೃತಕೀರ್ತೇಃ ವರ್ಣಿತಂ ವ್ಯಾಸಪುತ್ರೈಃ ।
ಜಗದಘಭಿದಲಂ ಸತ್ಕರ್ಣಭೂಷಾವತಂಸಂ
ಭಗವತಿ ಕೃತಚಿತ್ತೋ ಯಾತಿ ತತ್ಕ್ಷೇಮಧಾಮ   ॥ ೨ ॥

— ಯಾವ ಮನುಷ್ಯನು ಶ್ರೀ ವ್ಯಾಸಪುತ್ರರಾದ ಶುಕಾಚಾರ್ಯರಿಂದ ವರ್ಣಿತವಾದ, ಅಮೃತದಂತೆ ಸ್ವಾದಿಷ್ಟವಾದ, ಶ್ರವಣ ಮಾತ್ರದಿಂದ ಪಾಪರಾಶಿಯೆಂಬ ಪರ್ವತನ್ನು ಕತ್ತರಿಸಿ ಹಾಕುವ, ಕರ್ಣಾಭರಣದಂತೆ ಶೋಭಾಯಮಾನವಾದ (ಶ್ರವಣದಿಂದ ಮನಕೆ ಆನಂದವನ್ನೀಯುವ), ಶ್ರೀಕೃಷ್ಣನ ಚರಿತ್ರೆಯನ್ನು (ಇಡೀ ಭಾಗವತ ಪುರಾಣ ಅಥವಾ ಏಕಶ್ಲೋಕೀ ಭಾಗವತ) ಭಕ್ತಿಯಿಂದ ಪುನಃ ಪುನಃ ಶ್ರವಣ ಮಾಡುವನೋ ಮತ್ತು ಇತರ ಸದ್ಭಕ್ತರಿಗೆ ಶ್ರವಣ ಮಾಡಿಸುವನೋ ಅವನು ಭಗವಂತನಲ್ಲಿ ಏಕಾಗ್ರ ಮನಸ್ಸುಳ್ಳವನಾಗಿ ಭಗವಂತನ ಕ್ಷೇಮಧಾಮವನ್ನು ಹೊಂದುತ್ತಾನೆ. (ಇದಕ್ಕಿಂತ ಹೆಚ್ಚಿನ ಫಲವನ್ನು ಯಾವನು ಅಪೇಕ್ಷಿಸುವನು!). ॥ ೨ ॥

ಏಕಶ್ಲೋಕೀ ಭಾಗವತವಲ್ಲದೇ ಭಾಗವತದಲ್ಲಿಯ ವಿಷಯಗಳನ್ನು ಮೂಲವಾಗಿಟ್ಟುಕೊಂಡು ಅನೇಕ ಜ್ಞಾನಿಗಳಿಂದ ರಚಿತವಾದ ವಿವಿಧ ಭಾಗವತಗಳು ಭಾಗವತ ಪ್ರಪಂಚವನ್ನು ವಿಸ್ತರಿಸಿ ಸಮೃದ್ಧಿಗೊಳಿಸಿವೆ.

ಪ್ರಕೃತ ಶ್ರೀಮದ್ಭಾಗವತ ಮಹಾಪುರಾಣದಲ್ಲಿಯೇ ಇರುವ ಅವಾಂತರ ಭಾಗವತಗಳನ್ನು ಪರಿಶೀಲಿಸೋಣ.

ಶ್ರೀಮದ್ಭಾಗವತಪುರಾಣದಲ್ಲಿಯ ಅವಾಂತರ ಭಾಗವತಗಳು :

ಶ್ರೀಮದ್ಭಾಗವತವು ಶುಕಾಚಾರ್ಯರಿಂದ ಪರೀಕ್ಷಿತ ಮಹಾರಾಜನಿಗೆ ಉಪದಿಷ್ಟವಾದ ೧೨ ಸ್ಕಂಧಗಳ ಒಂದು ಮಹಾಪುರಾಣವಾಗಿದೆ. ಇದರಲ್ಲಿ ಶ್ರೀಶುಕಾಚಾರ್ಯರು ಪರೀಕ್ಷಿತರಾಜನಿಗೆ ಭಗವತ್ಪ್ರಸಾದವಾಗಲು ಅವನ ಜೀವನಯೋಗ್ಯತೆಯನ್ನು ಅನುಸರಿಸಿ ಮಾಡಿದ ಜ್ಞಾನೋಪದೇಶಗಳ ಸಂಗ್ರಹವಿದೆ. ಇದು ಶುಕಪ್ರೋಕ್ತ ಭಾಗವತವೆಂದು ಪ್ರಸಿದ್ಧ.

ಇದೇ ಭಾಗವತ ಮಹಾಪುರಾಣದಲ್ಲಿ ವಿವಿಧ ಜ್ಞಾನಿಗಳು ವಿವಿಧ ಜೀವರುಗಳಿಗೆ ಅವರವರ ಯೋಗ್ಯತೆಯನ್ನು ಅನುಸರಿಸಿ ಭಗವತ್ಪ್ರಸಾದವಾಗಿ ನಂತರ ಮುಕ್ತಿಯಾಗಲು ಅವಶ್ಯವಿರುವಷ್ಟು ಜ್ಞಾನೋಪದೇಶ ಮಾಡಿದ ಅನೇಕ ಪ್ರಸಂಗಗಳೂ ಕಂಡುಬರುತ್ತವೆ. ಶ್ರೀ ಶುಕಪ್ರೋಕ್ತ ಭಾಗವತದಂತೆ ಇವೆಲ್ಲವೂ ಕೂಡ 'ಭಾಗವತ' ವೆಂಬ ಶಬ್ದದಿಂದಲೇ ವ್ಯವಹರಿಸಲ್ಪಡುತ್ತವೆ. ಉದಾಹರಣೆ ಗೆಂದು ಕೆಳಗೆ ಕೆಲವು ಪ್ರಮುಖ ಅವಾಂತರ ಭಾಗವತಗಳನ್ನು ಕಾಣಿಸಲಾಗಿದೆ–

ಅವಾಂತರ ಭಾಗವತಗಳು :

೧. ಚತುರ್ಮುಖ ಬ್ರಹ್ಮನಿಗೆ ನಾರಾಯಣೋಪದಿಷ್ಟ ಚತುಃಶ್ಲೋಕೀ ಭಾಗವತ.

೨. ನಾರದರಿಗೆ ಬ್ರಹ್ಮೋಪದಿಷ್ಟ ಭಾಗವತ.

೩. ಸನಕಾದಿಗಳಿಗೆ ಶೇಷಾಂತರ್ಗತ ಸಂಕರ್ಷಣೋಪದಿಷ್ಟ ಭಾಗವತ.

೪. ಸಾಂಖ್ಯಾಯನರಿಗೆ ಸನತ್ಕುಮಾರೋಪದಿಷ್ಟ ಭಾಗವತ.

೫. ಪರಾಶರ ಮತ್ತು ಬೃಹಸ್ಪತಿಗಳಿಗೆ ಸಾಂಖ್ಯಾಯನೋಪದಿಷ್ಟಭಾಗವತ.

೬. ಮೈತ್ರೇಯರಿಗೆ ಪರಾಶರೋಪದಿಷ್ಟಭಾಗವತ.

೭. ವಿದುರನಿಗೆ ಮೈತ್ರೇಯರಿಂದ ಉಪದಿಷ್ಟ ಭಾಗವತ.

೮. ದೇವಹೂತಿಗೆ ಕಪಿಲರೂಪೀ ಪರಮಾತ್ಮನಿಂದ ಉಪದಿಷ್ಟಭಾಗವತ.

೯. ಉದ್ಧವನಿಗೆ ಶ್ರೀಕೃಷ್ಣನಿಂದ ಉಪದಿಷ್ಟವಾದ ಭಾಗವತ.

೧೦. ಶುಕಾಚಾರ್ಯರಿಗೆ ಶ್ರೀವೇದವ್ಯಾಸರಿಂದ ಉಪದಿಷ್ಟ ಭಾಗವತ.

೧೧. ಪರೀಕ್ಷಿತರಾಜನಿಗೆ ಶುಕಾಚಾರ್ಯರಿಂದ ಉಪದಿಷ್ಟ ಭಾಗವತ.
ಭಾಗ.೭–೮–೯೯.

೧೨. ಸೂತರಿಂದ ಶೌನಕಾದಿ ಮುನಿಗಳಿಗೆ ಉಪದಿಷ್ಟ ಭಾಗವತ.

ಈ ಅವಾಂತರ ಭಾಗವತಗಳಲ್ಲಿ ಶ್ರೀಮದ್ಭಾಗವತ ಮಹಾಪುರಾಣ ದೊಳಗಿನ ಮೂಲ ಶ್ಲೋಕಗಳನ್ನೇ ಕಾಣಬಹುದು.

ಈ ಅವಾಂತರ ಭಾಗವತಗಳ ಪರಿಚಯವನ್ನು ಕೆಳಗೆ ಸಂಕ್ಷೇಪದಲ್ಲಿ ನಿರೂಪಿಸಲಾಗಿದೆ —

೧. ಚತುರ್ಮುಖ ಬ್ರಹ್ಮನಿಗೆ ನಾರಾಯಣೋಪದಿಷ್ಟ ಚತುಃಶ್ಲೋಕೀ ಭಾಗವತ :

ಈಗ ಉಪಲಬ್ಧವಾಗಿರುವ ದ್ವಾದಶ ಸ್ಕಂಧಾತ್ಮಕ ಭಾಗವತ ಮಹಾಪುರಾಣಕ್ಕೆ ಈ ಚತುಃಶ್ಲೋಕೀ ಭಾಗವತವೇ ಮೂಲ ಪ್ರೇರಕವಾಗಿದೆ.

ಜಗತ್ಸೃಷ್ಟಿ ಮಾಡಲೆಂಬ ಉದ್ದೇಶದಿಂದ ಶ್ರೀಮನ್ನಾರಾಯಣನ ನಾಭಿ ಕಮಲದಿಂದ ಚತುರ್ಮುಖ ಬ್ರಹ್ಮನ ಸೃಷ್ಟಿಯಾಗಿದೆ. ನಾಭಿಕರ್ಣಿಕಾ ಸ್ಥಾನದಲ್ಲಿ ಕುಳಿತಿದ್ದ ಬ್ರಹ್ಮನು (ವಿಧಿಯು) ಸೃಷ್ಟಿಕಾರ್ಯವನ್ನು ಪ್ರಾರಂಭಿಸುವ ಇಚ್ಛೆಯಿಂದ ಎಷ್ಟು ಆಲೋಚಿಸಿದರೂ ಸೃಷ್ಟಿ ವಿಷಯದ ಜ್ಞಾನವನ್ನು ಹೊಂದಲಿಲ್ಲ.

ಸ ಆದಿದೇವೋ ಜಗತಾಂ ಪರೋ ಗುರುಃ
ಸ್ವಧಿಷ್ಣ್ಯಮಾಸ್ಥಾಯ ಸಿಸೃಕ್ಷಯೈಕ್ಷತ ।
ತಾಂ ನಾಧ್ಯಗಚ್ಛನ್ ದೃಶಮತ್ರಸಮ್ಮತಾಂ
ಪ್ರಪಂಚನಿರ್ಮಾಣವಿಧಿರ್ಯಯಾ ಭವೇತ್   ॥ ೫ ॥

ಪ್ರಪಂಚದ ನಿರ್ಮಾಣವು ಹೇಗಾಗುವುದೆಂದು ಬ್ರಹ್ಮನು (ವಿಧಿ ಯು) ಆಲೋಚಿಸುತ್ತಿರುವಾಗ ಪ್ರಳಯೋದಕದಿಂದ ತಪ! ತಪ ಎಂಬ ವಾಣಿಯನ್ನು ಕೇಳಿ, ಇದು ಪರಮಾತ್ಮನ ಆಜ್ಞೆಯೆಂದು ತಿಳಿದು ೧೦೦ ವರ್ಷ ತಪಸ್ಸು ಮಾಡುತ್ತಾನೆ.

ಸ ಚಿಂತಯತ್ ದ್ವ್ಯಕ್ಷರಮೇಕದಾಽಂಭಸಿ
ಉಪಾಶ್ಯಣೋದ್ ದ್ವಿರ್ಗದಿತಂ ವಚೋ ವಿಭುಃ ।
ಸ್ಪರ್ಶೇಷು ಯತ್ಷೋಡಶಮೇಕವಿಂಶಂ
ನಿಷ್ಕಿಂಚನಾನಾಂ ನೃಪ ಯದ್ ಧನಂ ವಿದುಃ ॥ ೬ ॥

– (ಭಾಗ. ಸ್ಕಂಧ–೨, ಅ–೯.)

ಬ್ರಹ್ಮದೇವನ ತಪಸ್ಸಿಗೆ ಮೆಚ್ಚಿ ಪ್ರತ್ಯಕ್ಷನಾದ ಶ್ರೀಹರಿಯು ಹೇಳುತ್ತಾನೆ.

ಜ್ಞಾನಂ ಪರಮಗುಹ್ಯಂ ಮೇ ಯದ್ವಿಜ್ಞಾನಸಮನ್ವಿತಮ್ ।
ಸರಹಸ್ಯಂ ತದಂಗಂ ಚ ಗೃಹಾಣ ಗದಿತಂ ಮಯಾ   ॥ ೨೦ ॥

ಯಾವಾನಹಂ ಯಥಾ ಭಾವೋ ಯದ್ರೂಪಗುಣಕರ್ಮಕಃ ।
ತಥೈವ ತತ್ತ್ವವಿಜ್ಞಾನಮಸ್ತು ತೇ ಮದನುಗ್ರಹಾತ್   ॥ ೨೧ ॥

ಎಂದು ಹೇಳಿ ನಂತರ ಬ್ರಹ್ಮದೇವನ ಪ್ರಾರ್ಥನೆಯಂತೆ ಅವನಿಗೆ ಕೇವಲ ನಾಲ್ಕು ಶ್ಲೋಕಗಳ ಭಾಗವತವನ್ನು ಉಪದೇಶಿಸುತ್ತಾನೆ. ಇದೇ ಚತುಃಶ್ಲೋಕೀ ಭಾಗವತ ಎಂದು ಪ್ರಸಿದ್ಧವಾಗಿದೆ.

ಚತುಃಶ್ಲೋಕೀ ಭಾಗವತ ಃ –

ಅಹಮೇವಾಸಮಗ್ರೇ ಚ ನಾನ್ಯದ್ ಯತ್ ಸದಸತ್ ಪರಮ್ ।
ಪಶ್ಚಾದಹಂ ತ್ವಮೇತಚ್ಚ ಯೋಽವಶಿಷ್ಯೇತ ಸೋಽಸ್ಮ್ಯಹಮ್   ॥೨೧॥

ಋತೇಽರ್ಥಂ ಯತ್ಪ್ರತೀಯೇತ ನ ಪ್ರತಿಯೇತ ಚಾತ್ಮನಿ ।
ತದ ವಿದ್ಯಾದಾತ್ಮನೋ ಮಾಯಾಂ ಯಥಾಭಾಸೋ ಯಥಾ ತಮಃ   ॥೨೨॥

ಯಥಾ ಮಹಾಂತಿ ಭೂತಾನಿ ಭೂತೇಷೂಚ್ಚಾವಚೇಷು ಚ ।
ಪ್ರವಿಷ್ಟಾನ್ಯಪ್ರವಿಷ್ಟಾನಿ ತಥಾ ತೇಷು ನ ತೇಷ್ವಹಮ್   ॥ ೨೩ ॥

ಏತಾವದೇವ ಜಿಜ್ಞಾಸ್ಯಂ ತತ್ವಜಿಜ್ಞಾಸುನಾssತ್ಮನಃ |
ಅನ್ವಯವ್ಯತಿರೇಕಾಭ್ಯಂ ಯತ್ ಸ್ಯಾತ್ ಸರ್ವತ್ರ ಸರ್ವದಾ ||೩೫||
 – (ಭಾಗ. ಸ್ಕಂಧ–೨, ಅ–೯)

ಈ ಭಾಗವತವನ್ನಲ್ಲದೇ ಪರಮಾತ್ಮನು ಬ್ರಹ್ಮದೇವನಿಗೆ ಸೃಷ್ಟಿವಿಷಯಕ ಜ್ಞಾನವನ್ನು ಉಪದೇಶಿಸಿದನು. ಈ ಉಪದೇಶಗಳಿಂದ ಜಾಗೃತನಾದ ಬ್ರಹ್ಮನು ಮೊದಲಿನಂತೆ ಸೃಷ್ಟಿಕಾರ್ಯವನ್ನು ಮಾಡಲು ಸಮರ್ಥನಾದನು. (ಸರ್ವಭೂತಮಯೋ ವಿಶ್ವಂ ಸಸರ್ಜೇದಂ ಸ ಪೂರ್ವವತ್ || ೩೫ ||)

ಬ್ರಹ್ಮದೇವನಿಗೆ ಚತುಃಶ್ಲೋಕೀ ಭಾಗವತವನ್ನು ಪರಮಾತ್ಮನು ಉಪದೇಶಿಸಿದ್ದನ್ನು ಭಾಗವತದ ಕೆಳಗಿನ ಶ್ಲೋಕಗಳು ದೃಢೀಕರಿಸುತ್ತವೆ –

i. ಪುರಾ ಮಯಾ ಪ್ರೋಕ್ತಮಜಾಯ ನಾಭ್ಯೇ
   ಪದ್ಮೇ ನಿಷಣ್ಣಾಯ ಮಮಾದಿಸರ್ಗೇ |
   ಜ್ಞಾನಂ ಪರಂ ಮನ್ಮಹಿಮಾವಭಾಸಂ
   ಯತ್ಸೂರಯೋ ಭಾಗವತಂ ವದಂತಿ || ೩–೪–೧೨ ||

ii. ಇದಂ ಭಗವತಾ ಪೂರ್ವಂ ಬ್ರಹ್ಮಣೇ ನಾಭಿಪಂಕಜೇ |
    ಸ್ಥಿತಾಯ ಭಯಭೀತಾಯ ಕಾರುಣ್ಯಾತ್ ಸಂಪ್ರಕಾಶಿತಮ್ ||
    – ಭಾಗ. ೧೨–೧೩–೧೦

೨. ನಾರದರಿಗೆ ಬ್ರಹ್ಮೋಪದಿಷ್ಟ ಭಾಗವತ (ಭಾಗ. ೨–೫, ೧, ೮–೯):
    ಒಮ್ಮೆ ನಾರದರು ತಮ್ಮ ತಂದೆಗಳಾದ ಶ್ರೀ ಚತುರ್ಮುಖ ಬ್ರಹ್ಮದೇವ ರನ್ನು ಕುರಿತು –

ದೇವ ದೇವ ನಮಸ್ತೇಸ್ತು ಭೂತಭಾವನ ಪೂರ್ವಜ |
ತದ್ವಿಜಾನೀಹಿ ಯದ್ ಜ್ಞಾನಮಾತ್ಮತತ್ವನಿದರ್ಶನಮ್ || ೧ ||

ನಾಹಂ ವೇದ ಪರಂ ಹ್ಯಸ್ಮಿನ್ನಾಪರಂ ನ ಸಮಂ ವಿಭೋ |
ನಾಮರೂಪಗುಣೈರ್ಭಾವ್ಯಂ ಸದಸತ್ ಕಿಂಚಿದನ್ಯತಃ || ೮ ||

ಸ ಭವಾನಚರದ್ ಘೋರಂ ಯತ್ತಪಃ ಸುಸಮಾಹಿತಃ |
ತೇನ ಖೇದಯಸೇ ನಸ್ತ್ವಂ ಪರಾಂ ಶಂಕಾಂ ಪ್ರಯಚ್ಛಸಿ || ೯ ||

ಏತನ್ಮೇ ಪೃಚ್ಛತಃ ಸರ್ವಂ ಸರ್ವಜ್ಞ ಸಕಲೇಶ್ವರ ।
ವಿಜಾನೀಹಿ ಯಥೈವೇದಮಹಂ ಬುದ್ಧ್ಯೇsನುಶಾಸಿತಃ   ॥ ೭ ॥

   —ಪೂಜ್ಯರಾದ ತಾತಪಾದರೇ! ಸಕಲ ಪ್ರಾಣಿಸಮುದಾಯಕ್ಕೂ ಆದಿ
ಯಲ್ಲಿ ಜನಿಸಿದ ನೀವ್ಯ ಈ ಪ್ರಪಂಚದ ಸೃಷ್ಟಿಗೆ ಕರ್ತಾ ಆಗಿರುವಿರಿ.
ಚೇತನಾಚೇತನಾತ್ಮಕವಾದ ಈ ಜಗತ್ತನ್ನು ಸೃಷ್ಟಿಸಿ, ರಕ್ಷಿಸಿ ಕೊನೆಗೆ ಸಂಹರಿಸುವ—
ವರೂ ಆಗಿದ್ದೀರಿ. ನೀವೇ ಎಲ್ಲರಿಗಿಂತಲೂ ಉತ್ತಮರೆಂದೂ ಇತರರೆಲ್ಲರೂ
ನಿಮ್ಮ ಅಧೀನರೆಂದೂ ಮತ್ತು ನಿಮಗೆ ಸಮಾನರು ಯಾರೂ ಇಲ್ಲವೆಂದೂ
ತಿಳಿದಿದ್ದೇನೆ. ಹೀಗಿರುವಾಗ ನೀವ್ಯ ಯಾರ ಅನುಗ್ರಹ ಸಂಪಾದನೆಗಾಗಿ
ಮತ್ತು ಯಾರ ಪ್ರೀತ್ಯರ್ಥವಾಗಿ ಇಂಥ ಉಗ್ರವಾದ ತಪಸ್ಸನ್ನಾಚರಿಸಿದಿರಿ?
ನೀವ್ಯ ಸರ್ವಜ್ಞರಾಗಿರುವುದರಿಂದ ನನ್ನೀ ಸಂದೇಹವನ್ನು ನೀವೇ ನಿವಾರಿಸಿ
ಅನುಗ್ರಹಿಸಬೇಕು ಎಂದು ಪ್ರಾರ್ಥಿಸಿದರು.

   ಮಹಾಜ್ಞಾನಿಗಳಾದ ನಾರದರು ಶ್ರೀಹರಿ ಸರ್ವೋತ್ತಮತ್ವಾದಿ
ತತ್ವಗಳನ್ನೆಲ್ಲ ಚೆನ್ನಾಗಿ ತಿಳಿದಿದ್ದರೂ ಈ ರೀತಿ ಪ್ರಶ್ನಿಸುತ್ತಿರುವುದನ್ನು ನೋಡಿದರೆ
ಆಶ್ಚರ್ಯವಾಗುವುದಲ್ಲವೇ! ಆದರೆ ನಾರದರು ಅಜ್ಞಾನದಿಂದ ಈ ರೀತಿ
ಪ್ರಶ್ನಿಸುತ್ತಿಲ್ಲ. ಈ ತರಹದ ಸಂದೇಹಗಳು ಸಜ್ಜನರಿಗೆ ಬಂದಾಗ ಅವರಿಗೆ
ತತ್ವಗಳ ಸರಿಯಾದ ಜ್ಞಾನವಾಗಲಿ ಎಂದು ಲೋಕಕೃಪೆಯಿಂದ ಹೀಗೆ ಪ್ರಶ್ನೆ
ಮಾಡಿದ್ದಾರೆಂಬ ವಿಷಯವು, ನಾರದರ ಪ್ರಶ್ನೆಗಳಿಗೆ ಬ್ರಹ್ಮದೇವರು ಉತ್ತರಿಸುವ
ಪ್ರಾರಂಭದಲ್ಲಿ ಬ್ರಹ್ಮದೇವರ 'ಕಾರುಣಿಕಸ್ಯ' ಎಂಬ ಮಾತಿನಿಂದ
ಸ್ಪಷ್ಟವಾಗುವುದು.

ಸಮ್ಯಕ್ ಕಾರುಣಿಕಸ್ಯೇದಂ ವತ್ಸ ತೇ ವಿಚಿಕಿತ್ಸಿತಮ್ ।
ಯದಹಂ ಚೋದಿತಃ ಸೌಮ್ಯ ಭಗವದ್ವೀರ್ಯದರ್ಶನೇ   ॥೮॥

   (ಕಾರುಣಿಕಸ್ಯೇತ್ಯನೇನ ಲೋಕೋಪಕಾರಕಂ ಚೇದಮಿತಿ ಲಕ್ಷಯತಿ
—ವಿಜಯಧ್ವಜೀಯ ವ್ಯಾಖ್ಯಾನ)

   ಮಗನಾದ ನಾರದರ ಈ ಪ್ರಕಾರದ ಮಾತುಗಳನ್ನು ಕೇಳಿ ತನ್ನ
ವಿಷಯಕ್ಕೆ ಅವರು (ನಾರದರು) ಈ ರೀತಿ ತಿಳಿದದ್ದು ಸರಿಯಲ್ಲವೆಂದು
ಬ್ರಹ್ಮದೇವರು ಹೇಳುತ್ತಾರೆ ಮತ್ತು ಶ್ರೀಹರಿಯ ಅಧೀನರಾಗಿದ್ದು ಅವನ
ಆಜ್ಞಾನುಸಾರವಾಗಿಯೇ ತಾನು ಸೃಷ್ಟಿಕಾರ್ಯ ಮಾಡುತ್ತಿರುವುದಾಗಿಯೂ,

ರುದ್ರನು ಸಂಹಾರ ಕಾರ್ಯ ಮಾಡುತ್ತಿರುವುದಾಗಿಯೂ, ಮತ್ತು ಪುರುಷ ರೂಪದಿಂದ ಸ್ವತಃ ಶ್ರೀಹರಿಯೇ ಜಗತ್ತನ್ನು ರಕ್ಷಿಸುತ್ತಿರುವುದಾಗಿಯೂ ಬ್ರಹ್ಮದೇವರು ನಾರದರಿಗೆ ತಿಳಿಸುತ್ತಾರೆ. ಇದಲ್ಲದೇ ಪರಮಾತ್ಮನ ಸೃಷ್ಟ್ಯಾದಿ ವ್ಯಾಪಾರಗಳನ್ನು ವಿಸ್ತಾರವಾಗಿ ತಿಳಿಸಿ ಭಗವಂತನ ಕೆಲವು ಪ್ರಧಾನವಾದ ಅವತಾರಗಳ ಚರಿತ್ರೆಯನ್ನು ಸಂಕ್ಷೇಪದಲ್ಲಿ ಬೋಧಿಸುತ್ತಾರೆ. ವರಾಹ, ಸುಯಜ್ಞ, ಕಪಿಲ, ದತ್ತಾತ್ರೇಯ, ಮುನಿಕುಮಾರ, ನರನಾರಾಯಣ, ವಾಸುದೇವ, ಪೃಥುಚಕ್ರವರ್ತಿ, ಋಷಭ, ಹಯಗ್ರೀವ, ಮತ್ಸ್ಯ, ಕೂರ್ಮ, ನೃಸಿಂಹ, ಗಜೇಂದ್ರವರದ, ವಾಮನ, ಹಂಸ, ಬೇರೆ ಬೇರೆ ಮನ್ವಂತರ ಗಳಲ್ಲಿಯ ಭಗವಂತನ ಅವತಾರಗಳು, ಧನ್ವಂತರಿ, ಪರಶುರಾಮ, ಶ್ರೀರಾಮ, ಶ್ರೀಕೃಷ್ಣ, ಶ್ರೀವ್ಯಾಸ, ಬೌದ್ಧ, ಕಲ್ಕಿ ಇವೇ ಮೊದಲಾದ ಭಗವದವತಾರಗಳ ಚರಿತ್ರೆಗಳನ್ನು ತಿಳಿಸುವರು. ತನಗೆ ಭಗವಂತನಿಂದ ಉಪದಿಷ್ಟವಾದ ಚತುಃಶ್ಲೋಕೀ ಭಾಗವತದ ವಿಷಯಗಳನ್ನೂ ನಾರದರಿಗೆ ಸಂಕ್ಷೇಪದಲ್ಲಿ ತಿಳಿಸಿ ನಂತರ ಬ್ರಹ್ಮದೇವರು ಹೇಳುತ್ತಾರೆ –

ಇದಂ ಭಾಗವತಂ ನಾಮ ಯನ್ಮೇ ಭಗವತೋದಿತಮ್ |
ಸಂಗ್ರಹೋತಯಂ ವಿಭೂತೀನಾಂ ತ್ವಮೇತದ್ ವಿಪುಲೀಕುರು ||೯೧||
ಯಥಾ ಹರೌ ಭಗವತಿ ನೃಣಾಂ ಭಕ್ತಿರ್ಭವಿಷ್ಯತಿ |
ಸರ್ವಾತ್ಮನ್ಯಖಿಲಾಧಾರೇ ಇತಿ ಸಂಕಲ್ಪವಳ ವರ್ಣಯ || ೯೨ ||
                                        – ಭಾಗ. ಸ್ಕಂದ–೨, ಅ.೭.

–ಭಗವದ್ಭಕ್ತನಾದ ಹೇ ನಾರದಾ! ಪರಮಾತ್ಮನಿಂದ ನನಗೆ ಸಂಕ್ಷೇಪ ದಲ್ಲಿ ಉಪದಿಷ್ಟವಾದ ಚತುಃಶ್ಲೋಕೀ ಭಾಗವತವನ್ನು ಇದುವರೆಗೆ ನಿನಗೆ ತಿಳಿಯುವಂತೆ ಸ್ವಲ್ಪ ವಿಸ್ತರಿಸಿ ಹೇಳಿದ್ದೇನೆ. ಮತ್ತು ಭಗವಂತನ ಮಹಿಮಾ– ದ್ಯೋತಕವಾದ ಭಗವಂತನ ವಿಭೂತಿ ರೂಪಗಳನ್ನೂ ಸಂಗ್ರಹಿಸಿ ತಿಳಿಸಿದ್ದೇನೆ. ಇದೇ ಶ್ರೀಹರಿಯು ನನಗೆ ತಿಳಿಸಿದ ಭಾಗವತ ಪುರಾಣವು. ನಾರದನೇ! ಸರ್ವೋತ್ತಮನೂ, ಸರ್ವಾಶ್ರಯನೂ ಆದ ಶ್ರೀಹರಿಯ ಜ್ಞಾನವಂತಾಗಿ ಅವನಲ್ಲಿ ಭಕ್ತಿಯು ವರ್ಧಿಸುವಂತೆ ಸಮಾಧಿಭಾಷೆಯಲ್ಲಿ ವಿಸ್ತಾರವಾಗಿ ವರ್ಣಿಸುವ ಭಾಗವತ ಪುರಾಣವನ್ನು ರಚಿಸುವಂತೆ ಶ್ರೀವೇದವ್ಯಾಸರಲ್ಲಿ ಪ್ರಾರ್ಥಿಸು.

ಮಾಯಾಂ ವರ್ಣಯತೋಽಮುಷ್ಯ ಈಶ್ವರಸ್ಯಾನುಮೋದತಃ ।
ಶೃಣ್ವತಃ ಶ್ರದ್ಧಯಾ ನಿತ್ಯಂ ಮಾಯಯಾಽತ್ಮಾ ನ ಮುಹ್ಯತಿ ॥೫೫॥

ದ್ದ — ಪರಮಾತ್ಮನ ಮಾಯೆಯಿಂದ ಮೋಹಿತರಾದ ನಾರದರು ಚತುರ್ಮುಖ ಬ್ರಹ್ಮನನ್ನೇ ಸರ್ವೋತ್ತಮನೆಂದೂ, ಸೃಷ್ಟ್ಯಾದಿಕರ್ತನೆಂದೂ ತಿಳಿದಿದ್ದರು. ಗುರುಗಳಾದ ಬ್ರಹ್ಮದೇವರಿಂದ ಭಾಗವತೋಪದೇಶವನ್ನು ಹೊಂದಿದ ನಂತರ ಭಗವನ್ಮಾಯಾಪಾಶದಿಂದ ಮುಕ್ತರಾಗಿ ಸಮೀಚೀನವಾದ ತತ್ತ್ವ ಜ್ಞಾನವುಳ್ಳವರಾದರು.

ಲೋಕದಲ್ಲಿಯೂ ಭಗವನ್ಮಾಯೆಯಿಂದ ಮೋಹಿತರಾಗಿ ಸಜ್ಜನರು ತತ್ತ್ವ ಜ್ಞಾನದ ವಿಷಯದಲ್ಲಿ ಅನ್ಯಥಾ ಜ್ಞಾನವುಳ್ಳವರಾಗಿ ಅಥವಾ ಸಂದೇಹ ವುಳ್ಳವರಾಗಿ ಕ್ಲೇಶ ಬಡುತ್ತಿರುತ್ತಾರೆ. ಅಂಥವರು ಭಕ್ತಿಯಿಂದ ಈ ಭಾಗವತದ ಶ್ರವಣ ಮಾಡುವುದರಿಂದ ಶ್ರೀಹರಿಯ ಮಹಿಮೆಗಳನ್ನು ತಿಳಿದು ತಮ್ಮ ವಿಪರೀತ ಸಂಶಯಾದಿ ಜ್ಞಾನಗಳನ್ನು ಕಳೆದುಕೊಳ್ಳುವರು ಮತ್ತು ಯಥಾರ್ಥ ಜ್ಞಾನವನ್ನು ಪಡೆದುಕೊಳ್ಳುವರು. ಇದು ನಾರದರಿಗೆ ಬ್ರಹ್ಮೋಪದಿಷ್ಟಭಾಗವತ ದಿಂದ ವ್ಯಕ್ತವಾಗುವ ಭಾಗವತದ ಮಹಿಮೆಯಾಗಿದೆ.

ನಾರದರಿಗೆ ಬ್ರಹ್ಮೋಪದಿಷ್ಟಭಾಗವತವು ಭಾಗವತ ಮಹಾಪುರಾಣದ ೨ನೆಯ ಸ್ಕಂಧದ ಅಧ್ಯಾಯ ೫ ರ ೯ ನೆಯ ಶ್ಲೋಕದಿಂದ ಅಧ್ಯಾಯ ೬ ಮತ್ತು ಅಧ್ಯಾಯ ೭ ಪೂರ್ತಿ ಇದೆ. ಈ ಭಾಗವತದಲ್ಲಿ ಒಟ್ಟುಗಳಿಲ ಶ್ಲೋಕಗಳಿವೆ.

೧. ಸನಕಾದಿಗಳಿಗೆ ಶೇಷಾಂತರ್ಗತ ಸಂಕರ್ಷಣೋಪದಿಷ್ಟ ಭಾಗವತ:

ಆಸೀನಮುರ್ವ್ಯಾಂ ಭಗವಂತಮಾದ್ಯಂ
ಸಂಕರ್ಷಣಂ ದೇವಮಕುಂಠಸತ್ತ್ವಮ್ ।
ವಿವಿತ್ಸವಸ್ತತ್ತ್ವಮತಃ ಪರಸ್ಯ
ಕುಮಾರಮುಖ್ಯಾಃ ಮುನಯೋಽನ್ವಪೃಚ್ಛನ್   ॥ ೧ ॥
                                                          — ಸ್ಕಂಧ–೨, ಅ. ೯.

ಪ್ರೋಕ್ತಂ ಕಿಲೈತದ್ ಭಗವತ್ತಮೇನ ನಿವೃತ್ತಿಧರ್ಮಾಭಿರತಾಯ ತೇನ ।
                                                          ೨–೯–೨.

— ಹಿಂದಕ್ಕೆ ಪಾತಾಳ ಲೋಕದಲ್ಲಿ ಆಸೀನನಾದ ಅಪ್ರತಿಹತ

ಬಲಜ್ಞಾನ ಸ್ವರೂಪಿಯಾದ ಭಗವಾನ್ ಆದಿಶೇಷನಿಂದ ಶ್ರೀಹರಿತತ್ತ್ವವನ್ನು ತಿಳಿಯಬೇಕೆಂದು ಸನಕಾದಿ ಮುನಿಗಳು ಪಾತಾಳಕ್ಕೆ ಹೋಗುತ್ತಾರೆ. ಆಗ ಶೇಷದೇವನು ತನಗೆ ಆಶ್ರಯನಾದ ಸಂಕರ್ಷಣ ರೂಪೀ ಭಗವಂತನನ್ನು ಧ್ಯಾನಿಸುತ್ತಿದ್ದ. ಸನಕಾದಿಗಳು ಶೇಷಾಂತರ್ಗತ ಭಗವಂತನನ್ನು ಸ್ತುತಿಸಿದಾಗ ಆ ಭಗವಂತನು ನಿವೃತ್ತಿ ಧರ್ಮರತರಾದ ಸನಕಾದಿಗಳಿಗೆ ಭಗವತ್ತತ್ತ್ವವನ್ನು ಉಪದೇಶಿಸಿದನು. ಇದೇ ಶೇಷಾಂತರ್ಗತ ಸಂಕರ್ಷಣೋಪದಿಷ್ಟ ಭಾಗವತವೆಂದು ಪ್ರಸಿದ್ಧವಾಗಿದೆ.

ಮೂರನೇಯ ಸ್ಕಂಧದಲ್ಲಿ ಬರುವ ಈ ಭಾಗವತದಲ್ಲಿ (೧೩೪+೬) ೧೪೦ ಶ್ಲೋಕಗಳಿವೆ ಎಂದು ಹೇಳಬಹುದಾದರೂ ಸಂಕರ್ಷಣನು ಎಷ್ಟು ಶ್ಲೋಕಗಳಲ್ಲಿ ಈ ಭಾಗವತವನ್ನು ತಿಳಿಸಿದನೆಂಬುದು ಸ್ಪಷ್ಟವಾಗಿಲ್ಲ.

೬. ಸಾಂಖ್ಯಾಯನರಿಗೆ ಸನತ್ಕುಮಾರೋಪದಿಷ್ಟ ಭಾಗವತ :

ಈ ಭಾಗವತವನ್ನು ತಮಗೆ ತಿಳಿಸುವಂತೆ ವಿಷ್ಣು ವ್ರತನಿಷ್ಠರಾದ ಸಾಂಖ್ಯಾಯನರು ಕೇಳಿಕೊಂಡಾಗ ಸನಕಾದಿಗಳಲ್ಲಿ ಒಬ್ಬರಾದ ಸನತ್ಕುಮಾರರು ಅವರಿಗೆ ಇದನ್ನು ತಮ್ಮ ಮಾತುಗಳಲ್ಲಿ ಉಪದೇಶಿಸುತ್ತಾರೆ. (ಸ ಚಾಹ ಪೃಷ್ಟಃ| ಸಾಂಖ್ಯಾಯನಾಯಾಂಗ ಧೃತವ್ರತಾಯ ॥೨–೮–೨). ಇದೇ ಸಾಂಖ್ಯಾಯನರಿಗೆ ಸನತ್ಕುಮಾರೋಪದಿಷ್ಟ ಭಾಗವತವು.

ಈ ಭಾಗವತದಲ್ಲಿ ಬರುವ ಒಟ್ಟು ಶ್ಲೋಕಗಳ ಸಂಖ್ಯೆ ನಿಗೂಢ. ಹಿಂದಿನ ಭಾಗವತವನ್ನೇ ಪುನರಾವೃತ್ತಿ ಮಾಡಿದರೆಂದು ತಿಳಿದರೆ ೧೪೦ ॥ + ೧ = ೧೪೧ ॥ ಶ್ಲೋಕಗಳು ಇವೆ ಎಂದೆನ್ನಬಹುದು.

೭. ಪರಾಶರ ಮತ್ತು ಬೃಹಸ್ಪತಿಗಳಿಗೆ ಸಾಂಖ್ಯಾಯನೋಪದಿಷ್ಟ
   ಭಾಗವತ :
   ಸಾಂಖ್ಯಾಯನಃ ಪಾರಮಹಂಸ್ಯಮುಖ್ಯೋ
   ವಿವಕ್ಷಮಾಣೋ ಭಗವದ್ವಿಭೂತೀಃ ।
   ಜಗಾದ ಸೋಽಸ್ಮದ್ಗುರವೇಽನ್ವಿತಾಯ
   ಪರಾಶರಾಯಾಥ ಬೃಹಸ್ಪತೇಶ್ಚ   ॥ ೨–೮–೭ ॥

ಪರಮಹಂಸ ಶ್ರೇಷ್ಠರಾದ ಸಾಂಖ್ಯಾಯನರು ಶ್ರೀಹರಿಯ ಮಹಿಮೆ ಗಳನ್ನು, ವಿಭೂತಿ ರೂಪಗಳನ್ನು ತಿಳಿಯಬಯಸಿದ ಸದ್ಗುಣಯುಕ್ತರಾದ ಪರಾಶರರಿಗೂ, ಬೃಹಸ್ಪತಿಗೂ ಅವುಗಳನ್ನು ಉಪದೇಶಿಸಿದರು. ಇದೇ ಸಾಂಖ್ಯಾಯನೋಪದಿಷ್ಟ ಭಾಗವತವಾಯಿತು.

ಹಿಂದೆ ಮಾಡಿದ ಲೆಕ್ಕದಂತೆಯೇ ಈ ಭಾಗವತದಲ್ಲಿಯೂ (೧೯೧।। +೧) ೧೯೨ ।। ಶ್ಲೋಕಗಳಿವೆ ಎಂದು ತಿಳಿಯಬಹುದು.

೬. ಮೈತ್ರೇಯರಿಗೆ ಪರಾಶರೋಪದಿಷ್ಟ ಭಾಗವತ :

ಪ್ರೋವಾಚ ಮಹ್ಯಂ ಸ ದಯಾಳುರುಕ್ತೋ
ಮುನಿಃ ಪುಲಸ್ತ್ಯೇನ ಪುರಾಣಮಾದ್ಯಮ್ ।   ಭಾಗ.೩–೯–೯

ದಯಾಳುಗಳಾದ ಪರಾಶರ ಮುನಿಗಳು ಆದ್ಯ ಪುರಾಣವನ್ನು ಅಥವಾ ಉತ್ತಮವಾದ ಪುರಾಣವನ್ನು ಮೈತ್ರೇಯರಿಗೆ ಉಪದೇಶಿಸಿದರು. ಇದೇ ಪರಾಶರೋಪದಿಷ್ಟ ಭಾಗವತವು. ಆದ್ಯಪುರಾಣವೆಂದರೆ ನಾರಾಯಣನು ಚತುರ್ಮುಖ ಬ್ರಹ್ಮನಿಗೆ ಉಪದೇಶಿಸಿದ ಚತುಃಶ್ಲೋಕೀ ಭಾಗವತ ಪುರಾಣವಿರಬಹುದು ಅಥವಾ ಆದ್ಯನಾದ ಬ್ರಹ್ಮನು ನಾರದರಿಗೆ ಉಪದೇಶಿಸಿದ ಭಾಗವತವಾಗಿರಬಹುದು. ಮೊದಲನೆಯ ಪಕ್ಷದಂತೆ ಈ ಭಾಗವತದಲ್ಲಿ ೪+೧=)೫ ಶ್ಲೋಕಗಳೂ ಎರಡನೆಯ ಪಕ್ಷದಂತೆ (೧೨೪+೧) ೧೨೫ ಶ್ಲೋಕಗಳು ಇವೆ ಎಂದು ತಿಳಿಯಬಹುದು.

೭. ವಿದುರನಿಗೆ ಮೈತ್ರೇಯರಿಂದ ಉಪದಿಷ್ಟ ಭಾಗವತ :

ಸೋತಹಂ ಬತ್ಯೆತತ್ ಕಥಯಾಮಿ ವತ್ಸ
ಶ್ರದ್ಧಾಳವೇ ನಿತ್ಯಮನುವ್ರತಾಯ ॥   – ಭಾಗ. ೩–೯–೯.

ಮುಂದೆ ಮೈತ್ರೇಯರು ತಮಗೆ ಪರಾಶರೋಪದಿಷ್ಟ ಭಾಗವತವನ್ನು ತಮ್ಮ ಮಾತುಗಳಲ್ಲಿ ವಿದುರನಿಗೆ ಉಪದೇಶಿಸಿದ್ದೇ ಮೈತ್ರೇಯೋಪದಿಷ್ಟ ಭಾಗವತವು.

"ಪಾಂಡವರಿಗೆ ದುರ್ಯೋಧನಾದಿಗಳು ಅನ್ಯಾಯ ಮಾಡುತ್ತಿರು ವರು, ಶ್ರೀಕೃಷ್ಣನ ಬೆಂಬಲ ಹಾಗೂ ಭೀಮಾರ್ಜುನರ ಬಲವಿರುವ

ಪಾಂಡವರಿಗೆ ಸೋಲೆಂಬುದೇ ಇಲ್ಲ ಎಂದು ಮುಂತಾಗಿ ವಿದುರನು ಧೃತರಾಷ್ಟ್ರನಿಗೆ ಹೇಳುತ್ತಿದ್ದುದನ್ನು ಕೇಳಿದ ದುರ್ಯೋಧನನು ವಿದುರನನ್ನು ನಿಂದಿಸಿ ಅವಮಾನಿಸುತ್ತಾನೆ. ಆಗ ವಿದುರನು 'ವರಂ ತೇಜಸ್ವಿನೋ ಮೃತ್ಯುಃ ನ ತು ಮಾನಾವಖಂಡನಂ' ಅಂದರೆ ಸ್ವಾಭಿಮಾನಿಯಾದ ವ್ಯಕ್ತಿಯು ಈ ರೀತಿ ನೀಚರಿಂದ ಅವಮಾನಿತನಾಗುವುದಕ್ಕಿಂತಲೂ ಸಾಯುವುದೇ ಲೇಸು" ಎಂದು ಭಾವಿಸುತ್ತಾನೆ. ದುಷ್ಟ ದುರ್ಯೋಧನನಿಂದ ಅವಮಾನಿತನಾದ ವಿದುರನು ಒಂದು ಕ್ಷಣವೂ ಅಲ್ಲಿರಲು ಬಯಸದೇ ರಾಜ್ಯವನ್ನು ತ್ಯಜಿಸಿ ತೀರ್ಥಯಾತ್ರೆಗೆ ಹೊರಟುಬಿಡುತ್ತಾನೆ. ದೀರ್ಘಕಾಲ ಸಂಚರಿಸುತ್ತ, ಪ್ರಭಾಸಕ್ಷೇತ್ರಕ್ಕೆ ಬಂದಾಗ ಕುರುಕ್ಷೇತ್ರದಲ್ಲಿ ನಡೆದ ಯುದ್ಧದಲ್ಲಿ ಪಾಂಡವರು ವಿಜಯಿಗಳಾಗಿ ಹಸ್ತಿನಾವತಿಯ ರಾಜ್ಯಭಾರವನ್ನು ವಹಿಸಿಕೊಂಡ ಮತ್ತು ಶ್ರೀಕೃಷ್ಣನು ಅವತಾರ ಕಾರ್ಯವನ್ನು ಸಮಾಪ್ತಿಗೊಳಿಸಿ ಪರಂಧಾಮಕ್ಕೆ ಹೊರಡಲಿರುವ ಸಮಾಚಾರವನ್ನು ಕೇಳುತ್ತಾನೆ. ಮುಂದೆ ವಿದುರನು ಸಂಚರಿಸುತ್ತ, ಪ್ರಯಾಗ ಕ್ಷೇತ್ರಕ್ಕೆ ಬಂದಾಗ ಭಗವಂತನ ಪರಮಭಕ್ತನಾದ ಉದ್ಧವನ ಭೇಟಿಯಾದಾಗ ಅವನೊಂದಿಗೆ ಕೆಲವು ತಾತ್ತ್ವಿಕ ವಿಷಯಗಳಬಗ್ಗೆ ವಿಚಾರವಿನಿಮಯ ನಡೆಯುತ್ತದೆ.

ವಿದುರನು ಮೈತ್ರೇಯರನ್ನು ಕುರಿತು ಪ್ರಶ್ನಿಸುತ್ತಾನೆ –

ಸುಖಾಯ ಕರ್ಮಾಣಿ ಕರೋತಿ ಲೋಕೋ
ನ ತೈಃ ಸುಖಂ ಚಾನ್ಯದುಪಾರಮಂ ವಾ ।
ವಿಂದೇತ ಭೂಯಸ್ತತ ಏವ ದುಃಖಂ
ಯದತ್ರ ಯುಕ್ತಂ ಭಗವಾನ್ ವದೇನ್ನಃ　　　॥ ೩–೭–೨ ॥

ತತ್ಸಾಧುವರ್ಯಾದಿಶ ವರ್ತ್ಮ ಶಂ ನಃ
ಸಂರಾಧಿತೋ ಭಗವಾನ್ ಯೇನ ಪುಂಸಾಮ್ ।
ಹೃದಿ ಸ್ಥಿತೋ ಯಚ್ಛತಿ ಭಕ್ತಿಪೂತೇ
ಜ್ಞಾನಂ ಸ್ವಸತ್ತ್ವಾಧಿಗಮಂ ಪುರಾಣಮ್　　　॥ ೩–೭–೪ ॥

– ಪೂಜ್ಯರೇ! ಲೋಕದಲ್ಲಿ ಜನರು ಸುಖಪ್ರಾಪ್ತಿಗಾಗಿ ನಾನಾ ಪ್ರಕಾರದ ಕರ್ಮಗಳನ್ನು ಮಾಡಿದರೂ ಅವೆಲ್ಲವುಗಳಿಂದ ಸುಖವನ್ನು

ಹೊಂದುವುದಿಲ್ಲ. ಕರ್ಮ ಮಾಡಿದ್ದಕ್ಕೆ ಕ್ಲೇಶವೇ ಉಂಟಾಗುವುದು, ಮತ್ತು ಜನರು ದುಃಖವನ್ನೇ ಹೊಂದುತ್ತಾರೆ. ಮುನಿವರ್ಯರೇ! ಇಂಥ ದುಃಖ ನಿವೃತ್ತಿಯಾಗಿ ಮತ್ತು ಸುಖಪ್ರಾಪ್ತಿಯಾಗಬೇಕಾದರೆ ಏನು ಉಪಾಯಗಳನ್ನು ಮಾಡಬೇಕು? ಭಗವಂತನು ಚೆನ್ನಾಗಿ ಪೂಜಿಸಲ್ಪಟ್ಟು ಹೃತ್ಪದ್ಮದಲ್ಲಿ ನೆಲೆಸುವ ಮತ್ತು ನಾವು ಮಾಡುವ ಭಕ್ತಿಯಿಂದ ಅವನು ಪ್ರಸನ್ನನಾಗಿ ಅಪರೋಕ್ಷ ಜ್ಞಾನವನ್ನು ಕೊಡುವ ಶುಭಕರವಾದ ಮಾರ್ಗವಾವುದು? ಎಂದು ಮುಂತಾದ ಅನೇಕ ತಾತ್ತ್ವಿಕ ವಿಷಯಗಳ ಬಗ್ಗೆ ವಿದುರನು ಪ್ರಶ್ನಿಸುತ್ತಾನೆ. ಆಗ ಮೈತ್ರೇಯರು ವಿದುರನ ಪ್ರಶ್ನೆಗಳಿಗೆ ಉತ್ತರರೂಪವಾಗಿ ತಮಗೆ ಪರಾಶರದಿಂದ ಉಪದಿಷ್ಟವಾದ ಭಾಗವತವನ್ನೇ ಹೇಳುತ್ತಾರೆ –

ಸೋಽಹಂ ನೃಣಾಂ ಕ್ಷುಲ್ಲಸುಖಾಯ ದುಃಖಂ
ಮಹದ್ಗತಾನಾಂ ವಿರಮಾಯ ತಸ್ಯ ।
ಪ್ರವರ್ತಯೇ ಭಾಗವತಂ ಪುರಾಣಂ
ಯದಾಹ ಸಾಕ್ಷಾದ್ ಭಗವಾನ್ ಋಷಿಭ್ಯಃ ॥

(ಭಾಗ. ೨-೯-೭)

ಎಂದು ಸಂಕರ್ಷಣ ರೂಪೀ ಭಗವಂತನು ಸನಕಾದಿಗಳಿಗೆ ಉಪದೇಶಿಸಿದ ಮತ್ತು ಪರಂಪರೆಯಿಂದ ಪರಾಶರರ ಮೂಲಕ ತಮಗೆ ಉಪದಿಷ್ಟವಾದ ಭಾಗವತವನ್ನು ಉಪದೇಶಿಸುತ್ತಾರೆ.

ಮೈತ್ರೇಯರ ಉಪದೇಶಾಮೃತಪಾನದಿಂದ ಪುನೀತನಾದ ವಿದುರನು

"ಸೋಽಯಮದ್ಯ ಮಹಾಯೋಗಿನ್ ಭವತಾ ಕರುಣಾತ್ಮನಾ ।
ದರ್ಶಿತಸ್ತಮಸಃ ಪಾರೋ ಯತ್ರಾಕಿಂಚನಗೋ ಹರಿಃ ॥

– (ಭಾಗ. ೪-೩೧-೩೪)

–ಭೋ ಮಹಾಯೋಗಿವರ್ಯರೇ! ದಯಾಳುಗಳಾದ ತಾವು ನನಗೆ ಸಂಸಾರ ಸಾಗರವನ್ನು ದಾಟಿ ಆಚೆ ದಡದಲ್ಲಿರುವ ಆಕಿಂಚನರಿಗೆ ಗೋಚರನಾಗುವ ಶ್ರೀಹರಿಯ ಲೋಕವನ್ನು ಹೊಂದುವ ಉಪಾಯವನ್ನು ತೋರಿಸಿರುವಿರಿ" ಎಂದು ಮೈತ್ರೇಯರನ್ನು ಅತ್ಯಂತ ಕೃತಜ್ಞತೆಯಿಂದ ಸ್ಮರಿಸಿ, ನಮಿಸಿ, ಅವರ ಅನುಜ್ಞೆಯನ್ನು ಪಡೆದು ತನ್ನ ಬಂಧುಗಳನ್ನು ಕಾಣಲು ಹಸ್ತಿನಾವತಿಗೆ ಹೊರಟು ಹೋಗುತ್ತಾನೆ.

ಏತದ್ ಯಃ ಶೃಣುಯಾದ್ರಾಜನ್ ರಾಜ್ಞಾಂ ಹರ್ಯಪೀತಾತ್ಮನಾಮ್।
ಆಯುರ್ಧನಂ ಯಶಃ ಸ್ವಸ್ತಿ ಗತಿಮೈಶ್ವರ್ಯಮಾಪ್ನುಯಾತ್ ॥
                                        – (ಭಾಗ. ೪–೩೧–೩೧)

ಮೈತ್ರೇಯರಿಂದ ವಿದುರನಿಗೆ ಉಪದಿಷ್ಟವಾದ ಭಾಗವತದ ಶ್ರವಣ–
ದಿಂದ ದೀರ್ಘಾಯುಷ್ಯ–ಧನ–ಯಶ–ಐಶ್ವರ್ಯಪ್ರಾಪ್ತಿ ಮತ್ತು ಮರಣಾ
ನಂತರ ಶಾಶ್ವತ ಲೋಕ ಪ್ರಾಪ್ತಿಯಾಗುವದೆಂದು ಶುಕಾಚಾರ್ಯರು ಈ
ಭಾಗವತಶ್ರವಣದ ಫಲಗಳನ್ನು ತಿಳಿಸಿದ್ದಾರೆ.

ಸಂಕರ್ಷಣೋಪದಿಷ್ಟಭಾಗವತದ ವಿಸ್ತಾರ (ಪರಿಮಾಣ) ಎಷ್ಟೆಂಬುದು
ಶ್ರೀಮದ್ಭಾಗವತ ಪುರಾಣದಿಂದ ಸ್ಪಷ್ಟವಾಗಿ ತಿಳಿಯದಿದ್ದರೂ ಮೈತ್ರೇಯೋಪದಿಷ್ಟ
ಭಾಗವತವು ಶ್ರೀಮದ್ಭಾಗವತ ಮಹಾಪುರಾಣದ ೩ ನೆಯ ಸ್ಕಂಧದ ೬ ನೆಯ
ಅಧ್ಯಾಯದ ೨ ನೆಯ ಶ್ಲೋಕದಿಂದ ಪ್ರಾರಂಭವಾಗಿ ೪ ನೆಯ ಸ್ಕಂಧ
ಪೂರ್ತಿಯಾಗಿರುವುದು. ಅಂದರೆ (೧೩೫೦+೧೪೨೬=) ೨೭೩೬ ಶ್ಲೋಕ
ಗಳಲ್ಲಿ ವಿದುರನಿಗೆ ಮೈತ್ರೇಯೋಪದಿಷ್ಟ ಭಾಗವತವು ನಿರೂಪಿತವಾಗಿದೆ.

೮. ದೇವಹೂತಿಗೆ ಕಪಿಲರೂಪೀ ಪರಮಾತ್ಮನಿಂದ ಉಪದಿಷ್ಟ ಭಾಗವತ:

ದೇವಹೂತಿಗೆ ಕಪಿಲನಾಮಕ ಪರಮಾತ್ಮನಿಂದ ಉಪದಿಷ್ಟವಾದ
ಕಪಿಲಗೀತೆ ಎಂದೂ ಪ್ರಸಿದ್ಧವಾದ ಭಾಗವತವು ವಿದುರನಿಗೆ ಮೈತ್ರೇಯೋ–
ಪದಿಷ್ಟವಾದ ಭಾಗವತದಲ್ಲಿಯೇ ಅಂತರ್ಗತವಾಗಿರುವುದು.

ಕಪಿಲಾವತಾರದ ನಂತರ ಮೊದಲೇ ನಿರ್ಧರಿಸಿ ಪರಸ್ಪರ ಒಪ್ಪಿದಂತೆ
ಕರ್ದಮರು ವನಕ್ಕೆ ತಪಸ್ಸಿಗೆಂದು ಹೊರಟು ಹೋಗುತ್ತಾರೆ. ಕರ್ದಮರ ಪತ್ನಿ
ಯಾದ ದೇವಹೂತಿಯು ತನ್ನ ಮಗನಾಗಿ ಅವತರಿಸಿದ್ದ ಕಪಿಲನು ಪರಮಾತ್ಮ
ನೆಂದು ತಿಳಿದಿದ್ದಳು. ಈ ಕಪಿಲನನ್ನುಕುರಿತು ದೇವಹೂತಿಯು ಹೇಳುತ್ತಾಳೆ–

ನಿರ್ವಿಣ್ಣಾಂ ನಿತರಾಂ ಭೂಮನ್ಅಸದಿಂದ್ರಿಯತರ್ಷಣಾತ್ ।
ಯೇನ ಸಂಭಾವ್ಯಮಾನೇನ ಪ್ರಪನ್ನಾಂಧಂ ತಮಃ ಪ್ರಭೋ ॥೨॥

ಅಥ ಮೇ ದೇವ ಸಮ್ಮೋಹಮಪಾಕ್ರಷ್ಟುಂ ತ್ವಮರ್ಹಸಿ ।
ಯೋಽವಗ್ರಹೋಽಹಂ ಮಮೇತೀತ್ಯೇತಸ್ಮಿನ್ ಯೋಜಿತಸ್ತ್ವಯಾ ॥೧೦॥

ತಂ ತ್ವಾ ಗತಾಹಂ ಶರಣಂ ಶರಣ್ಯಂ
ಸ್ವಭೃತ್ಯಸಂಸಾರತರೋಃ ಕುಠಾರಮ್ |
ಜಿಜ್ಞಾಸಯಾಽಹಂ ಪ್ರಕೃತೇಃ ಪುರುಷಸ್ಯ
ನಮಾಮಿ ಸದ್ಧರ್ಮವಿದಾಂ ವರಿಷ್ಠಮ್ || ೧೧ ||

– ಭಾಗ–೩, ೩೫.

– "ಹೇ ಭಗವಂತ! ಇಷ್ಟುಕಾಲ ನನ್ನ ಇಂದ್ರಿಯಗಳನ್ನು ತೃಪ್ತಿಪಡಿಸು ವಲ್ಲೇ ಪ್ರಯತ್ನಿಸಿ ಬಹು ನಿರ್ವಿಣ್ಣಳಾಗಿದ್ದೇನೆ, ಅಜ್ಞಾನಾಂಧಕಾರದಲ್ಲಿ ಬಿದ್ದಿದ್ದೇನೆ. ಬಹುಜನ್ಮಗಳ ಸಾಧನೆಯ ಫಲವಾಗಿ ಈ ಜನ್ಮದಲ್ಲಿ ಸಂಸಾರ ಸಾಗರದಿಂದ ದಾಟಿಸುವ ಭಗವಂತನಾದ ನಿನ್ನನ್ನು ಮಗನನ್ನಾಗಿ ಪಡೆದಿದ್ದೇನೆ. ಅಜ್ಞಾನದಿಂದ ಕುರುಡಾಗಿರುವವರಿಗೆ ಸೂರ್ಯನಂತೆ ನೀನು ಉದಯಿಸಿರುವಿ. ವಿಷಯಗಳಿಂದ ವಿರಕ್ತಳಾದ ನಾನು ಈಗ ನಿನಗೆ ಶರಣು ಬಂದಿದ್ದೇನೆ. ನನ್ನನ್ನು ಸಂಸಾರದಿಂದ ಮುಕ್ತಳನ್ನಾಗಿ ಮಾಡು" ಎಂದು ಮುಂತಾಗಿ ಪ್ರಾರ್ಥಿಸುತ್ತಾಳೆ.

ತಾಯಿಯ ಪ್ರಾರ್ಥನೆಯಂತೆ ಕಪಿಲನಾಮಕ ಪರಮಾತ್ಮನು ಸಾಂಖ್ಯ– ಶಾಸ್ತ್ರೋಪದೇಶ ಪೂರ್ವಕ ಅನೇಕ ತಾತ್ತ್ವಿಕ ವಿಚಾರಗಳನ್ನು ಮೊದಲು ಬೋಧಿಸುತ್ತಾನೆ–

ಶ್ರೀ ಭಗವಾನುವಾಚ –

ಯೋಗ ಆಧ್ಯಾತ್ಮಿಕಃ ಪುಂಸಾಂ ಮತೋ ನಿಃಶ್ರೇಯಸಾಯ ತೇ |
ಅತ್ಯಂತೋಪರತಿರ್ಯತ್ರ, ದುಃಖಸ್ಯ ಚ ಸುಖಸ್ಯ ಚ || ೧೩ ||

ತಮಿಮಂ ತೇ ಪ್ರವಕ್ಷ್ಯಾಮಿ ಯಮವೋಚಂ ಪುರಾಽನಘೇ
ಋಷೀಣಾಂ ಶ್ರೋತುಕಾಮಾನಾಂ ಯೋಗಮುರ್ವಂಗನೈಷ್ಠಣಮ್ ||೧೪||

ಅಸೇವಯಾಽಯಂ ಪ್ರಕೃತೇರ್ಗುಣಾನಾಂ
ಜ್ಞಾನೇನ ವೈರಾಗ್ಯವಿಜೃಂಭಿತೇನ |
ಯೋಗೇನ ಮಯ್ಯರ್ಪಿತಯಾ ಚ ಭಕ್ತ್ಯಾ
ಮಾಂ ಪ್ರತ್ಯಗಾತ್ಮನಮಹಾವರುಂಧೇ || ೩೫ || ಭಾಗ.೩–೩೫

ಇವೇ ಮೊದಲಾದ ೧೫ ಶ್ಲೋಕಗಳಿಂದ ತಾಯಿಗೆ ಬೋಧಿಸುತ್ತಾನೆ.

ನಂತರ ದೇವಹೂತಿಯು ಭಕ್ತಿಯೋಗದ ಬಗ್ಗೆ ವಿವರಿಸುವಂತೆ ಕಪಿಲನಾಮಕ ಪರಮಾತ್ಮನನ್ನು ಕೆಳಗಿನಂತೆ ಈ ಶ್ಲೋಕಗಳಿಂದ ಕೇಳಿಕೊಳ್ಳುತ್ತಾಳೆ –

ದೇವಹೂತಿರುವಾಚ –
ಕಾ ಸ್ವಿತ್ ತ್ವಯ್ಯುಪರ್ಿತಾ ಭಕ್ತಿಃ ಕೀದೃಶೀ ಮಮ ಗೋಚರಾ ।
ಯಯಾ ಪದಂ ತೇ ನಿರ್ವಾಣಮಂಜಸಾಭ್ಯಶ್ನವಾನ್ಯಹಮ್ ॥೨೯॥

ಯೋ ಯೋಗೋ ಭಗವತ್‌ಪ್ರಾಪ್ತೌ ನಿರ್ವಾಣಾತ್ಮಂಸ್ತ್ವಯೋದಿತಃ ।
ಕೀದೃಶಃ ಕತಿ ಚಾಂಗಾನಿ ಯತಸ್ತತ್ತ್ವಾವಬೋಧನಮ್		॥೨೮॥

ತದೇತನ್ಮೇ ವಿಜಾನೀಹಿ ಯಥಾಽಹಂ ಮಂದಧೀರ್ಹರೇ ।
ಸುಖಂ ಬುಧ್ಯೇಯ ದುರ್ಬೋಧಂ ಯೇಷಾ ಭವದನುಗ್ರಹಾತ್ ॥೨೦॥

	ಆಗ ಕಪಿಲಪರಮಾತ್ಮನು ೧೨ ಶ್ಲೋಕಗಳಿಂದ ಭಕ್ತಿಯೋಗದ ಬಗ್ಗೆ ತಿಳಿಸುತ್ತಾನೆ.

	ಈ ರೀತಿ ಕಪಿಲಪರಮಾತ್ಮನು (೧೫+೧೨=) ೨೭ ಶ್ಲೋಕಗಳಿಂದ ತನ್ನ ತಾಯಿ ದೇವಹೂತಿಗೆ ಬೋಧಿಸಿದ ತತ್ತ್ವಗಳೇ "ದೇವಹೂತಿಗೆ ಕಪಿಲೋಪದಿಷ್ಟ ಭಾಗವತ"ವೆಂದು ಪ್ರಸಿದ್ಧವಾಗಿವೆ.

	ಈ ಭಾಗವತ ಕಥೆಯ ಶ್ರವಣ ಪಠಣಗಳ ಫಲವನ್ನು ಕಪಿಲ ಪರಮಾತ್ಮನೇ ಹೀಗೆ ತಿಳಿಸಿದ್ದಾನೆ –

ಯ ಇದಂ ಶೃಣುಯಾದಂಬ ಶ್ರದ್ಧಯಾ ಪುರುಷಃ ಸಕೃತ್ ।
ಯೋ ವಾಽಭಿಧತ್ತೇ ಮಚ್ಚಿತ್ತಃ ಸ ಹ್ಯೇತಿ ಪದವೀಂ ಮಮ		॥

					ಭಾಗ.೨–೨೨–೪೨ ॥

	– ಅಮ್ಮಾ! ಯಾರು ಶ್ರದ್ಧೆಯಿಂದ ನನ್ನ ಈ ಉಪದೇಶವನ್ನು ಒಂದು ಸಲವಾದರೂ ಶ್ರವಣ ಮಾಡುವರೋ ಅಥವಾ ಪಠಿಸುವರೋ ಅವರು ನನ್ನ ಲೋಕವನ್ನು ಪಡೆಯುತ್ತಾರೆ. ಮೈತ್ರೇಯರು ಈ ಭಾಗವತದ ಶ್ರವಣಾದಿ– ಗಳ ಫಲವನ್ನು ವಿದುರನಿಗೆ ತಿಳಿಸುತ್ತಾರೆ –

ಯ ಇದಮನುಶೃಣೋತಿ ಯೋಽಭಿಧತ್ತೇ
ಕಪಿಲಮುನೇರ್ಮತಮಾತ್ಮಯೋಗಗುಹ್ಯಮ್		।

ಭಗವತಿ ಕೃತಧೀಃ ಸುಪರ್ಣಕೇತಾಪ್ರಪಲಭತೇ
ಭಗವತ್ಪದಾರವಿಂದಮ್ ।। ೫೭ ।।   — (ಭಾಗ.೫–೫೭)

      — ರಹಸ್ಯವಾದ ಈ ಉಪದೇಶದ ಶ್ರವಣ ಪಠಣ ಮಾಡುವವನು
ಭಗವಂತನ ಪಾದಾರವಿಂದವನ್ನು ಹೊಂದುತ್ತಾನೆ.

೯. ಉದ್ಧವನಿಗೆ ಶ್ರೀಕೃಷ್ಣನಿಂದ ಉಪದಿಷ್ಟವಾದ ಭಾಗವತ :

      ಶ್ರೀಕೃಷ್ಣನು ತನ್ನ ಅವತಾರ ಕಾರ್ಯಗಳನ್ನೆಲ್ಲ ಮುಗಿಸಿ ಏನೋ ಒಂದು
ನಿಮಿತ್ತ ಮಾಡಿಕೊಂಡು ಪರಂಧಾಮಕ್ಕೆ ಹೊರಡುವ ಸಿದ್ಧತೆಯಲ್ಲಿದ್ದಾನೆ.
ಆದೇ ಸಮಯಕ್ಕೆ ದ್ವಾರಕೆಯಲ್ಲಿ ಮಹೋತ್ಪಾತಗಳು ಉಂಟಾಗುತ್ತಿರಲು
ವಿಪ್ರಶಾಪಗ್ರಸ್ತರಾದ ಯಾದವರನ್ನೆಲ್ಲ ಕರೆದು ಪ್ರಭಾಸವೆಂಬ ಪುಣ್ಯಕ್ಷೇತ್ರಕ್ಕೆ
ಹೊರಡುವಂತೆ ಆದೇಶಿಸುತ್ತಾನೆ. ಭಗವಂತನ ಆದೇಶದಂತೆ ಎಲ್ಲರೂ ಆ
ಕ್ಷೇತ್ರಕ್ಕೆ ಹೊರಡಲು ಸಿದ್ಧರಾಗಿ ಪ್ರಯಾಣಿಸುತ್ತಾರೆ. ಆದರೆ ಪರಮಭಗವದ್ಭಕ್ತ
ನಾದ ಉದ್ಧವನಿಗೆ ಶ್ರೀಕೃಷ್ಣನನ್ನು ಅಗಲಿ ಪ್ರಭಾಸಕ್ಷೇತ್ರಕ್ಕೆ ಹೋಗಲು
ಮನಸ್ಸಿಲ್ಲದೇ ವಿರಹವೇದನೆಯಿಂದ ವಿವೇಕರಹಿತನಾಗಿ ನಿಂತುಕೊಂಡಿದ್ದಾನೆ.
ಏಕಾಂತದಲ್ಲಿ ಶ್ರೀಕೃಷ್ಣನನ್ನು ಕಂಡು ಉದ್ಧವನು ಕೈಜೋಡಿಸಿ ಬಹು
ಭಕ್ತಿಯಿಂದ —

ನಾಹಂ ತವಾಂಘ್ರಿಕಮಲಂ ಕ್ಷಣಾರ್ಧಮಪಿ ಕೇಶವ ।
ತ್ಯಕ್ತುಂ ಸಮುತ್ಸಹೇ ನಾಥ ಸ್ವಧಾಮ ನಯ ಮಾಮಪಿ ।।
                        — (ಭಾಗ–೧೧, ೬–೪೪)

      — "ಹೇ ನಾಥ! ಕೇಶವ! ನಾನು ನಿನ್ನ ಪಾದಕಮಲವನ್ನಗಲಿ ಅರೆ
ಕ್ಷಣ ಕೂಡ ಜೀವಿಸಿರಲು ಬಯಸಲಾರೆ. ಆದ್ದರಿಂದ ನಿನ್ನೊಡನೆ ನನ್ನನ್ನೂ
ನಿನ್ನ ಲೋಕಕ್ಕೆ ಕರೆದುಕೊಂಡು ಹೋಗು" ಎಂದು ಪರಿಪರಿಯಾಗಿ
ಬೇಡಿಕೊಳುತ್ತಾನೆ. ಇಂಥ ಪ್ರಸಂಗದಲ್ಲಿ ಶ್ರೀಕೃಷ್ಣನು ಉದ್ಧವನಿಗೆ
ತತ್ತ್ವೋಪದೇಶದ ಮೂಲಕ ಅವನ ಕರ್ತವ್ಯ ಪ್ರಜ್ಞೆಯನ್ನು ಜಾಗ್ರತಗೊಳಿಸ
ಬೇಕೆಂದು ಬಯಸಿ ಉದ್ಧವನಿಗೆ ವಿವಿಧ ತತ್ತ್ವಗಳನ್ನು ಉಪದೇಶಿಸುತ್ತಾನೆ,
ಅವನ ಅನೇಕ ಸಂದೇಹಗಳನ್ನು ಪರಿಹರಿಸುತ್ತಾನೆ.

      ಶ್ರೀಕೃಷ್ಣನ ಈ ಉಪದೇಶವೇ "ಉದ್ಧವನಿಗೆ ಶ್ರೀಕೃಷ್ಣನಿಂದ ಉಪದಿಷ್ಟ–

ವಾದ ಭಾಗವತ್" ಎಂದು ಪ್ರಸಿದ್ಧವಾಗಿದೆ. ಇದು ೧೧ ನೆಯ ಸ್ಕಂಧದ ೨
ನೆಯ ಅಧ್ಯಾಯದ ೭ ನೆಯ ಶ್ಲೋಕವಾದ

ಮಯಾ ನಿಷ್ಪಾದಿತಂ ಹ್ಯತ್ರ ದೇವಕಾರ್ಯಮಶೇಷತಃ |
ಯದರ್ಥಮವತೀರ್ಣೋಽಹಮಂಶೇನ ಬ್ರಹ್ಮಣಾರ್ಥಿತಃ ||೭||

ಎಂಬಲ್ಲಿಂದ ಪ್ರಾರಂಭವಾಗಿ ೭೯ ನೆಯ ಅಧ್ಯಾಯದ ೪೮ ನೆಯ ಶ್ಲೋಕ

ತತಸ್ತಮಂತರ್ಹೃದಿ ಸನ್ನಿವೇಶ್ಯ

ಗತೋ ಮಹಾಭಾಗವತೋ ವಿಶಾಲಾಮ್ |

ಯಥೋಪದಿಷ್ಟಂ ಜಗದೇಕಬಂಧುನಾ

ತಪಃ ಸಮಾಸ್ಥಾಯ ಹರೇರಗಾದ್ಗತಿಮ್ || ೪೮ ||

—ಭಾಗವತೋತ್ತಮನಾದ ಉದ್ಧವನು ಶ್ರೀಕೃಷ್ಣನನ್ನು ತನ್ನ ಅಂತರಂಗ
ದಲ್ಲಿರಿಸಿಕೊಂಡು   ಬದರಿಗೆ   ಹೋಗುತ್ತಾನೆ.   ಜಗದೇಕಬಂಧುವಾದ
ಶ್ರೀಕೃಷ್ಣನ ಆದೇಶದಂತೆ ಅಲ್ಲಿ ತಪಸ್ಸು ಮಾಡಿ ವಿಷ್ಣುಲೋಕಕ್ಕೆ ಹೋಗುತ್ತಾನೆ
ಎಂಬಲ್ಲಿಯವರೆಗೆ ಮುಂದುವರೆದಿದೆ.

ಉದ್ಧವನಿಗೆ ಶ್ರೀಕೃಷ್ಣೋಪದಿಷ್ಟ ಈ ಭಾಗವತವು ಅನೇಕ ತತ್ತ್ವಗಳ ಜ್ಞಾನ
ಮಾಡಿಕೊಟ್ಟು ಮುಮುಕ್ಷುವಿಗೆ ಮೋಕ್ಷಮಾರ್ಗದಲ್ಲಿ ಕೈದೀವಟಿಗೆಯಂತಿದೆ.
ಈ ಭಾಗವತದ ಶ್ರವಣದಿಂದ ಮತ್ತು ಶ್ರೀಕೃಷ್ಣನ ಉಪದೇಶದಂತೆ ನಡೆಯುವುದ
ರಿಂದ ದೊರೆಯುವ ಫಲಗಳನ್ನು ಶ್ರೀಶುಕಾಚಾರ್ಯರು ಹೀಗೆ ತಿಳಿಸುತ್ತಾರೆ—

ಯದೇತದಾನಂದಸಮುದ್ರಸಂಭೃತಂ

ಜ್ಞಾನಾಮೃತಂ ಭಾಗವತಾಯ ಭಾಷಿತಮ್ |

ಕೃಷ್ಣೇನ ಯೋಗೇಶ್ವರಸೇವಿತಾಂಘ್ರಿಣಾ

ಸಚ್ಛ್ರದ್ಧಯಾಽಽಸಸೇವ್ಯ ಜಗದ್ವಿಮುಚ್ಯತೇ || ೪೯ ||

— ಇದು ಮೋಕ್ಷಾನಂದ ನೀಡುವ ಶಾಸ್ತ್ರ ಸಮುದ್ರದಿಂದ ಎತ್ತಿದ
ಜ್ಞಾನಾಮೃತ. ಯೋಗೇಶ್ವರರಿಂದ ಪಾದಸೇವೆಗೊಳ್ಳುವ ಶ್ರೀಕೃಷ್ಣನಿಂದ
ಭಾಗವತೋತ್ತಮನಾದ ಉದ್ಧವನಿಗೆ ಉಪದಿಷ್ಟವಾದ ಈ ಭಾಗವತವನ್ನು
ಶ್ರದ್ಧೆಯಿಂದ ಸೇವಿಸುವವರು ಸಂಸಾರದಿಂದ ಮುಕ್ತರಾಗಿ ಮೋಕ್ಷವನ್ನೇ
ಪಡೆಯುವರು".

೧೦. ಶುಕಾಚಾರ್ಯರಿಗೆ ಶ್ರೀವೇದವ್ಯಾಸರಿಂದ ಉಪದಿಷ್ಟವಾದ ಭಾಗವತ :

ಶ್ರೀಮದ್ಭಾಗವತದಲ್ಲಿ ಶ್ರೀವೇದವ್ಯಾಸರು ಮತ್ತು ಶುಕಾಚಾರ್ಯರ ಸಮಾಗಮವಾದಾಗಿನಿಂದ ಹಿಡಿದು ಶ್ರೀ ಶುಕಾಚಾರ್ಯರ ನಿರ್ಗಮನ ವಾಗುವವರೆಗಿನ ಅವಧಿಯಲ್ಲಿ ಕೆಲವು ಘಟನೆಗಳು ಶ್ರೀವೇದವ್ಯಾಸರ ಸಮಕ್ಷಮದಲ್ಲಿ ನಡೆದಿವೆ. ಇವುಗಳನ್ನು ಶ್ರೀವೇದವ್ಯಾಸರು ಶುಕಾಚಾರ್ಯ ರಿಗೆ ನೇರವಾಗಿ ಹೇಳಿದರೆಂದು ತಿಳಿಯಬಹುದು. ಇನ್ನು ಶುಕಾಚಾರ್ಯರ ಮತ್ತು ಶ್ರೀವೇದವ್ಯಾಸರ ಸಮಕ್ಷಮದಲ್ಲಿ ನಡೆಯದ ಅಥವಾ ಅವರೀರ್ವರ ಅನುಪಸ್ಥಿತಿಯಲ್ಲಿ (ಅಪ್ರತ್ಯಕ್ಷದಲ್ಲಿ) ಸಂಭವಿಸಿದ ಆದರೆ ಭಾಗವತದಲ್ಲಿ ವರ್ಣಿತವಾಗಿರುವ ಘಟನೆಗಳನ್ನು ಶ್ರೀವೇದವ್ಯಾಸರು ಶುಕಾಚಾರ್ಯರಿಗೆ ಹೇಳುವುದು ಹೇಗೆ ಸಾಧ್ಯ? ಎಂದು ಶಂಕಿಸಲು ಅವಕಾಶವಿದೆ. ಇದಕ್ಕೆ ಸಮಾಧಾನವೆಂದರೆ ಸರ್ವಜ್ಞರಾದ ಭಗವಾನ ಶ್ರೀವೇದವ್ಯಾಸರು ತ್ರಿಕಾಲ ಗಳಲ್ಲಿಯ ಘಟನೆಗಳನ್ನು ಕರತಲಾಮಲಕದಂತೆ ತಿಳಿದು ಶುಕಾಚಾರ್ಯರಿಗೆ ತಿಳಿಸಿದ್ದಾರೆ. ಇವುಗಳಲ್ಲಿ ಭಾಗವತದಲ್ಲಿ ಶುಕ–ಪರೀಕ್ಷಿತರ ನಡುವಿನ ಪ್ರಶ್ನೆ– ಸಮಾಧಾನಗಳು, ಸೂತ–ಶೌನಕರ ನಡುವಿನ ಪ್ರಶ್ನೋತ್ತರಗಳು, ವಿದುರ– ಮೈತ್ರೇಯರ ನಡುವಿನ ಪ್ರಶ್ನೋತ್ತರಗಳು, ಶ್ರೀಕೃಷ್ಣ–ಉದ್ಧವರ ಮಧ್ಯದ ಸಂವಾದಗಳು ಮುಂತಾದವು ಪ್ರಮುಖಿವಾದವುಗಳು.

ಇದಂ ಭಾಗವತಂ ನಾಮ ಪುರಾಣಂ ಬ್ರಹ್ಮಸಮ್ಮಿತಮ್ ।
ಅಧೀತವಾನ್ ದ್ವಾಪರಾದೌ ಪಿತುರ್ದ್ವೈಪಾಯನಾದಹಮ್ ॥
– ಭಾಗ.೨–೧–೮

–"ದ್ವಾಪರಯುಗದಲ್ಲಿ ಕೃಷ್ಣಾವತಾರವಾಗುವ ಮೊದಲೇ ಭವಿಷ್ಯಜ್ಞ ರಾದ ನಮ್ಮ ತಂದೆ ವೇದವ್ಯಾಸರಿಂದ ನಾನು ಈ ಪುರಾಣವನ್ನು ಅಧ್ಯಯನ ಮಾಡಿದ್ದೇನೆ" ಎಂದು ಶುಕಾಚಾರ್ಯರು ಹೇಳುತ್ತಿರುವುದನ್ನು ಗಮನಿಸಿದರೆ ಶ್ರೀವೇದವ್ಯಾಸರು ಭಾಗವತ ಪುರಾಣದಲ್ಲಿ ವರ್ಣಿತವಾಗಿರುವ ಎಲ್ಲವನ್ನೂ ಮೊದಲೇ ತಿಳಿದು ಅವೆಲ್ಲವುಗಳನ್ನು ಪುರಾಣರೂಪದಲ್ಲಿ ಪ್ರಕಟಬಡಿಸಿ ಮಗನಾದ ಶುಕಾಚಾರ್ಯರಿಗೆ ಉಪದೇಶಿಸಿದರು ಎಂದು ಸ್ಪಷ್ಟವಾಗುವುದು. ಇದೇ ಶುಕಾಚಾರ್ಯರಿಗೆ ಶ್ರೀವೇದವ್ಯಾಸೋಪದಿಷ್ಟ ಭಾಗವತವು.

ಈ ಹಿನ್ನೆಲೆಯಲ್ಲಿ ವಿಚಾರಿಸಿದಾಗ ಯಾರದೇ ಸಮಕ್ಷಮ ಅಥವಾ ಅನುಪಸ್ಥಿತಿ ಮುಂತಾದ ಯಾವ ಶಂಕೆಗಳಿಗೂ ಆಸ್ಪದವಿಲ್ಲ.

೧೧. ಪರೀಕ್ಷಿತ ರಾಜನಿಗೆ ಶುಕಾಚಾರ್ಯರಿಂದ ಉಪದಿಷ್ಟ ಭಾಗವತ:

ಪರೀಕ್ಷಿತ ರಾಜನು ಗಂಗಾತೀರದಲ್ಲಿ ಪ್ರಾಯೋಪವೇಶಕ್ಕೆ ಕುಳಿತಾಗ ಶ್ರೀವ್ಯಾಸಪುತ್ರರಾದ ಶುಕಾಚಾರ್ಯರ ಆಗಮನವಾಯಿತೆಂದು ಭಾಗವತವು ತಿಳಿಸುತ್ತದೆ –

ತತ್ರಾಭವದ್ ಭಗವಾನ್ ವ್ಯಾಸಪುತ್ರೋ
ಯದೃಚ್ಛಯಾ ಗಾಮಟಮಾನೋಽನಪೇಕ್ಷಃ ।
ಅಲಕ್ಷ್ಯಲಿಂಗೋ ನಿಜಲಾಭತುಷ್ಟೋ
ವೃತಶ್ಚ ಬಾಲೈರವಧೂತವೇಷಃ ॥   – ಭಾಗ.೧–೧೯–೧.

ಅಲ್ಲಿ ಬಂದ ಶುಕಾಚಾರ್ಯರು ತಮ್ಮ ತಂದೆಯಿಂದ ಉಪದೇಶ ಪೂರ್ವಕ ಪಡೆದ ಭಾಗವತವನ್ನೇ ಪರೀಕ್ಷಿತ ಮಹಾರಾಜನ ಪ್ರಶ್ನೆಗಳಿಗೆ ಉತ್ತರ ರೂಪವಾಗಿ ಹೇಳಿದರೆಂಬುದು ಭಾಗವತದಲ್ಲಿ ಶುಕಾಚಾರ್ಯರ ಕೆಳಗಿನ ಮಾತಿನಿಂದಲೇ ಸ್ಪಷ್ಟವಾಗುತ್ತದೆ –

ತದಹಂ ತೇಽಭಿಧಾಸ್ಯಾಮಿ ಮಹಾಪೌರುಷಿಕೋ ಭವಾನ್ ।
ಯತ್ರ ಶ್ರದ್ಧತಾಮಾಶು ಸ್ಯಾನ್ಮುಕುಂದೇ ಮತಿಃ ಸತೀ ॥   ೨–೧–೧೧

ಅನಾಹೂತರಾಗಿ ಬಂದ ಶುಕಾಚಾರ್ಯರನ್ನು ಕಂಡ ಪರೀಕ್ಷಿತ ರಾಜನು ಬಹು ಸಂತುಷ್ಟನಾಗಿ ಅವರನ್ನು ಅರ್ಘ್ಯ ಪಾದ್ಯಾದಿಗಳಿಂದ ಸತ್ಕರಿಸಿ ಕೆಳಗಿನಂತೆ ಪ್ರಶ್ನಿಸುತ್ತಾನೆ ಮತ್ತು ಅನುಗ್ರಹಿಸಲು ಪ್ರಾರ್ಥಿಸುತ್ತಾನೆ, ಏನೆಂದರೆ –

ಆತಃ ಪೃಚ್ಛಾಮಿ ಸಂಸಿದ್ಧಂ ಯೋಗಿನಾಂ ಪರಮಂ ಗುರುಮ್ ।
ಪುರುಷಸ್ಯೇಹ ಯತ್ ಕಾರ್ಯಂ ಮ್ರಿಯಮಾಣಸ್ಯ ಸರ್ವದಾ ॥೧೬॥

ಯಚ್ಛ್ರೋತವ್ಯಮಥೋ ಜಪ್ಯಂ ಯತ್ ಕರ್ತವ್ಯಂ ನೃಭಿಃ ಸದಾ ।
ಸ್ಮರ್ತವ್ಯಂ ಭಜನೀಯಂ ಚ ಬ್ರೂಹಿ ಯದ್ವಾವಿಪರ್ಯಯಮ್ ॥೧೭॥

ನೂನಂ ಭಗವತೋ ಬ್ರಹ್ಮನ್ ಗೃಹೇಷು ಗೃಹಮೇಧಿನಾಮ್ ।
ನ ಲಕ್ಷ್ಯತೇ ಹ್ಯವಸ್ಥಾನಮಪಿ ಗೋದೋಹನಂ ಕ್ವಚಿತ್ ॥೧೮॥
                                    – ಭಾಗ.೧–೧೯.೧೬–೧೮.

—ಭೋ ಯೋಗಿಶ್ರೇಷ್ಠರಾದ ಮುನಿವರ್ಯರೇ! ನಾನು ಕೈಮುಗಿದು ತಮ್ಮಲ್ಲಿ ಕೇಳಿಕೊಳ್ಳುವುದೇನೆಂದರೆ ಸಾವಿನಂಚಿನಲ್ಲಿರುವ ಮುಮುಕ್ಷುವು ಏನು ಮಾಡಬೇಕು, ಏನು ಕೇಳಬೇಕು, ಏನು ಜಪಿಸಬೇಕು, ಏನು ಕರ್ಮ ಮಾಡಬೇಕು, ಯಾರನ್ನು ಸ್ಮರಿಸಬೇಕು ಮತ್ತು ಯಾರನ್ನು ಭಜಿಸಬೇಕು? ಹಾಗೂ ಇವುಗಳಿಗೆ ವಿಪರೀತವಾಗಿ ಏನೆಲ್ಲ ಮಾಡಬಾರದು, ಕೇಳಬಾರದು ಎಲ್ಲವನ್ನೂ ಹೇಳಿರಿ. ನೀವು ಯಾರೇ ಗೃಹಸ್ಥರ ಮನೆಯ ಅಂಗಳದಲ್ಲಿ ಭಿಕ್ಷಾಟನೆಗೆ ಹೋದಾಗ ಗೋವಿನ ಒಂದು ಸ್ತನದಿಂದ ಒಂದು ಝುರುಕೆ ಹಾಲು ಕರೆವಷ್ಟು ಕಾಲವೂ ನಿಲ್ಲುವವರಲ್ಲ. ಆದರೂ ನನ್ನ ಮೇಲಿನ ಕೃಪೆ ಯಿಂದ ಅನಾಹೂತರಾಗಿ ಬಂದಿರುವಿರಿ. ದಯಮಾಡಿ ಇಲ್ಲಿ ಸ್ವಲ್ಪ ಹೆಚ್ಚು ಕಾಲ ನಿಂತು ನನಗೆ ಎಲ್ಲವನ್ನೂ ಉಪದೇಶಿಸಿ ಅನುಗ್ರಹಿಸಿರಿ.

ಹೀಗೆ ಪರೀಕ್ಷಿತ ರಾಜನು ಪ್ರಾರ್ಥಿಸಿದಾಗ ಶುಕಮುನಿಗಳು ರಾಜನ ಎಲ್ಲ ಪ್ರಶ್ನೆಗಳಿಗೆ ಹೇಳಿದ ವಿಸ್ತಾರವಾದ ಉತ್ತರಗಳೇ ಶುಕೋಪದಿಷ್ಟ ಭಾಗವತವಾಗಿದೆ. ಶ್ರೀವ್ಯಾಸರಿಂದ ಕೇಳಿದ ಭಾಗವತವನ್ನು ರಾಜನಿಗೆ ಉಪದೇಶಿಸಿ ಶುಕಾಚಾರ್ಯರು –

ಏತತ್ತೇ ಕಥಿತಂ ತಾತ ಯಥಾ ತ್ವಂ ಪೃಷ್ಟವಾನ್ನೃಪ ।
ಹರೇರ್ವಿಶ್ವಾತ್ಮನಶ್ಚೇಷ್ಟಾಂ ಕಿಂ ಭೂಯಃ ಶ್ರೋತುಮಿಚ್ಛಸಿ ॥

ರಾಜನೇ! ನಿನ್ನೆಲ್ಲ ಪ್ರಶ್ನೆಗಳಿಗೆ ಉತ್ತರಿಸಿದ್ದೇನೆ. ಇನ್ನೇನಾದರೂ ಕೇಳಬೇಕೆಂದಿರುವೆಯಾ? ಎಂದು ಕೇಳಿದಾಗ ರಾಜನು ಅತಿ ವಿನಯದಿಂದ ಶುಕಮುನಿಗಳನ್ನು ಗೌರವಿಸುತ್ತಾನೆ. ನಂತರ ರಾಜನಿಂದ ಗೌರವದಿಂದ ಬೀಳ್ಕೊಂಡ ಮುನಿಗಳು ಅಲ್ಲಿಂದ ತಮ್ಮ ಯತಿಶಿಷ್ಯರೊಂದಿಗೆ ಹೊರಟು ಹೋಗುತ್ತಾರೆ.

ಇತ್ಯುಕ್ತಸ್ತಮನುಜ್ಞಾಯ ಭಗವಾನ್ ಬಾದರಾಯಣಿಃ ।
ಜಗಾಮ ಭಿಕ್ಷುಭಿಃ ಸಾಕಂ ನರದೇವೇನ ಪೂಜಿತಃ ॥ ೮ ॥

                                        – (ಭಾಗ.೧೨–೩೯)

೧೨. ಶೌನಕಾದಿ ಮುನಿಗಳಿಗೆ ಸೂತರಿಂದ ಉಪದಿಷ್ಟ ಭಾಗವತ :

ಒಮ್ಮೆ ಶೌನಕಾದಿ ಮುನಿಗಳೇ ಪ್ರಮುಖರಾದ ಸಾವಿರಾರು ಋಷಿಮುನಿಗಳು

ನೈಮಿಷಾರಣ್ಯದಲ್ಲಿ ಸೇರಿ ಸಾವಿರ ವರ್ಷಗಳವರೆಗೆ ನಡೆಯಲಿರುವ ಒಂದು ಸತ್ರಯಾಗವನ್ನು ಪ್ರಾರಂಭಿಸಿದರು. ಆ ಯಾಗದಲ್ಲಿ ಭಾಗವಹಿಸಲು ಬಂದಿದ್ದ ಋಷಿಮುನಿಗಳನ್ನು ಮತ್ತು ಅಲ್ಲಿ ನಡೆದ ಯಾಗವನ್ನು ನೋಡಬೇಕೆಂಬ ಕುತೂಹಲದಿಂದ ಪ್ರಾತಃಸವನದ ನಂತರ ಯಾಗಸ್ಥಳಕ್ಕೆ ಬಂದ ರೋಮಹರ್ಷಣರ ಪುತ್ರ ಸೂತರನ್ನುಕಂಡು ಆ ಋಷಿಮುನಿಗಳು ಸ್ವಾಗತಿಸಿ, ಉಚ್ಚಾಸನದಲ್ಲಿ ಕುಳ್ಳಿರಿಸಿ ಸತ್ಕರಿಸಿ ಸ್ತುತಿಸುತ್ತಾರೆ. ನಂತರ ಅವರನ್ನು ಕುರಿತು – "ಸೂತ ಮಹಾಭಾಗರೇ!

೧. ಸಜ್ಜನರಿಗೆ ಮುಖ್ಯವಾದ ಶ್ರೇಯಸ್ಸು ಅಂದರೆ ಶ್ರೇಯಸ್ಸಿಗೆ ಸಾಧನವಾ ವುದು?

೨. ಮುಖ್ಯವಾದ ಶ್ರೇಯಸ್ಸನ್ನು (ಮೋಕ್ಷ) ಪಡೆಯಲು ಸಾಧನವಾದ ಸಕಲ ಶಾಸ್ತ್ರಗಳ ಸಾರವಾವುದು?

೩. ಶ್ರೀಕೃಷ್ಣನು ವಸುದೇವನಿಂದ ದೇವಕಿಯಲ್ಲಿ ಯಾವ ಉದ್ದೇಶಕ್ಕಾಗಿ ಅವತರಿಸಿದನು?

೪. ಶ್ರೀಕೃಷ್ಣನ ಜಗತ್ಸೃಷ್ಟ್ಯಾದಿ ಉದಾರ ಕರ್ಮಗಳು ಯಾವುವು?

೫. ಶ್ರೀಕೃಷ್ಣನ ಮತ್ಸ್ಯಾದಿ ಅವತಾರಗಳ ಕಥೆಗಳಾವುವು?

೬. ಬ್ರಹ್ಮಣ್ಯನಾದ ಶ್ರೀಕೃಷ್ಣನು ಪರಂಧಾಮವಾದ ತನ್ನ ವೈಕುಂಠಲೋಕಕ್ಕೆ ಹೊರಟು ಹೋದ ನಂತರ ಭೂಲೋಕದಲ್ಲಿ ಭಾಗವತ ಧರ್ಮಗಳು ಯಾರನ್ನು ಆಶ್ರಯಿಸಿದವು?

ಈ ಆರು ಮಹತ್ತ್ವದ ಪ್ರಶ್ನೆಗಳಿಗೆ ಉತ್ತರವನ್ನು ಹೇಳಿ ನಮಗೆ ಸಮಾಧಾನವ– ನ್ನುಂಟು ಮಾಡಬೇಕು" ಎಂದು ಪ್ರಾರ್ಥಿಸಿದರು.

ಶೌನಕಾದಿ ಮುನಿಗಳ ಈ ಪ್ರಶ್ನೆಗಳನ್ನು ಕೇಳಿ ಉತ್ತರಿಸಲು ಉತ್ಸುಕ್ತರಾದ ಸೂತರು ಪ್ರಾರಂಭದಲ್ಲಿ ಶ್ರೀವೇದವ್ಯಾಸರು ಭಾಗವತ ಪುರಾಣ ಪ್ರಾರಂಭದಲ್ಲಿ ಸೇರಿಸಿದ್ದ ೧. ಜನ್ಮಾದ್ಯಸ್ಯ ..... ೨. ಧರ್ಮಃ ಪ್ರೋಜ್ಝಿತಕೈತವೋಽತ್ರ,....., ೩. ನಿಗಮಕಲ್ಪತರೋಃ ..... ಎಂಬ ಮೂರು ಶ್ಲೋಕಗಳಿಂದ ಭಗವಂತನನ್ನು ವಂದಿಸುತ್ತಾರೆ. ನಂತರ ತಮಗೆ ಭಾಗವತ ಶ್ರವಣ ಮಾಡಲು ಕಾರಣರಾದ ವ್ಯಾಸಪುತ್ರ ಶುಕಾಚಾರ್ಯರನ್ನು ಕೆಳಗಿನಂತೆ ಎರಡು ಶ್ಲೋಕಗಳಿಂದ ನಮಿಸುತ್ತಾರೆ—

ಯಂ   ಪ್ರವ್ರಜಂತಮನುಪೇತಮಪೇತಕೃತ್ಯಂ
ದ್ವೈಪಾಯನೋ ವಿರಹಕಾತರ ಆಜುಹಾವ ।
ಪುತ್ರೇತಿ ತನ್ಮಯತಯಾ ತರವೋಽಪಿ ನೇದುಃ
ತಂ ಸರ್ವಭೂತಹೃದಯಂ ಮುನಿಮಾನತೋಽಸ್ಮಿ   ।।೨।।

ಯಃ ಸ್ವಾನುಭಾವಮಖಿಲಶ್ರುತಿಸಾರಮೇಕಂ
ಅಧ್ಯಾತ್ಮದೀಪಮತಿತಿತೀರ್ಷತಾಂ ತಮೋಽಂಧಮ್ ।
ಸಂಸಾರಿಣಾಂ ಕರುಣಯಾಽಽಸಹ ಪುರಾಣಗುಹ್ಯಂ
ತಂ ವ್ಯಾಸಸೂನುಮುಪಯಾಮಿ ಗುರುಂ ಮುನೀನಾಮ್   ।।೩।।

ನಾರಾಯಣಂ ನಮಸ್ಕೃತ್ಯ ನರಂ ಚೈವ ನರೋತ್ತಮಮ್ ।
ದೇವೀಂ ಸರಸ್ವತೀಂ ವ್ಯಾಸಂ ತತೋ ಗ್ರಂಥ ಮುದೀರಯೇ   ।।೪।।

ನಂತರ ಭಾಗವತ ಪ್ರತಿಪಾದ್ಯ ನಾರಾಯಣ, ಭಾಗವತ ಪುರಾಣ ಕರ್ತೃಗಳಾದ ಶ್ರೀವೇದವ್ಯಾಸರನ್ನು ಭಾಗವತ ಜ್ಞಾನದಿಂದ ಸಿದ್ಧಿಪಡೆದವರಲ್ಲಿ ಮೊದಲಿಗರಾದ ವಾಯುದೇವ, ಶೇಷದೇವರನ್ನೂ, ಸಕಲವಾಕ್ ಮನೋಭಿಮಾನಿನಿ, ಭಾಗ್ಯಾತ್ಮಕಳಾದ ಲಕ್ಷ್ಮೀದೇವಿಯನ್ನೂ ಗ್ರಂಥಾಭಿಮಾನಿ ಸರಸ್ವತೀದೇವಿಯನ್ನೂ ನಮಿಸುತ್ತ ಇವರೆಲ್ಲರ ಅನುಗ್ರಹದಿಂದ ನಿಮ್ಮ ಪ್ರಶ್ನೆಗಳಿಗೆ ಉತ್ತರಿಸುತ್ತೇನೆ ಎಂದು ಸೂತರು ಪ್ರಾರಂಭದಲ್ಲಿ ಹೇಳುತ್ತಾರೆ –

ಈ ಪ್ರಕಾರವಾಗಿರುವ ಶೌನಕರ ಆರು ಪ್ರಮುಖ ಪ್ರಶ್ನೆಗಳಿಗಲ್ಲದೇ ಮಧ್ಯೆ ಮಧ್ಯೆ ಕೇಳುವ ಇನ್ನೂ ಅನೇಕ ಅವಾಂತರ ಪ್ರಶ್ನೆಗಳಿಗೆ ಸೂತರು ಹನ್ನೆರಡು ಸ್ಕಂಧಾತ್ಮಕವಾದ ಶ್ರೀಮದ್ಭಾಗವತವನ್ನು ಶೌನಕಾದಿಗಳ ಮುಂದೆ ನಿರೂಪಿಸುತ್ತಾರೆ. ಕೊನೆಗೆ ಶೌನಕರ ಅಪೇಕ್ಷೆಯಂತೆ ಅವರ ವಂಶದ ಹಿರಿಯರಾದ ಮಾರ್ಕಂಡೇಯರ ಚರಿತ್ರೆಯನ್ನು ತಿಳಿಸುತ್ತಾರೆ. ಆಮೇಲೆ ಭಗವಂತನ ಆವರಣಪೂಜೆಯ ವಿಧಾನ, ದ್ವಾದಶ ಮಾಸಗಳಲ್ಲಿಯ ದ್ವಾದಶ ಸೂರ್ಯರು, ಭಾಗವತದ ಹನ್ನೆರಡು ಸ್ಕಂಧಗಳ ಸಂಕ್ಷಿಪ್ತ ವಿಷಯಾನುಕ್ರಮಣಿಕೆ, ಹರಿಕಥಾ ಶ್ರವಣದ ಮಹತ್ತ್ವ, ಇಂಥ ಶ್ರೇಷ್ಠ ಭಾಗವತ ಪುರಾಣದ ಗುಣಗಾನ, ಅಷ್ಟಾದಶ ಪುರಾಣಗಳ ಶ್ಲೋಕಸಂಖ್ಯೆ ತಿಳಿಸಿ ಮತ್ತೆ ಭಾಗವತದ ಗುಣಗಾನ ಮಾಡಿ ಉಪಸಂಹಾರದಲ್ಲಿ ಮತ್ತೊಮ್ಮೆ

ಶ್ರೀಹರಿವಾಯುಗುರುಗಳನ್ನು ಕೆಳಗಿನಂತೆ ನಮಿಸಿ ಭಾಗವತ ಪುರಾಣದ ಮಂಗಲ (ಸಮಾಪ್ತಿ) ಮಾಡುತ್ತಾರೆ–

ನಮಸ್ತಸ್ಮೈ ಭಗವತೇ ವಾಸುದೇವಾಯ ಸಾಕ್ಷಿಣೇ ।
ಯ ಇದಂ ಕೃಪಯಾ ಕಸ್ಮೈ ವ್ಯಾಚಚಕ್ಷೇ ಮುಮುಕ್ಷವೇ ॥೧೯॥

ಯೋಗೀಂದ್ರಾಯ ನಮಸ್ತಸ್ಮೈ ಶುಕಾಯ ಬ್ರಹ್ಮರೂಪಿಣೇ ।
ಸಂಸಾರಸರ್ಪದಷ್ಟಂ ಯೋ ವಿಷ್ಣುರಾತಮಮೂಮುಚತ್ ॥೨೦॥

ಭವೇ ಭವೇ ಯಥಾ ಭಕ್ತಿಃ ಪಾದಯೋಸ್ತವ ಜಾಯತೇ ।
ತಥಾ ಕುರುಷ್ವ ಯೋಗೇಶ ನಾಥಸ್ತ್ವಂ ಮೇ ಯತಃ ಪ್ರಭೋ ॥೨೧॥

ನಾಮಸಂಕೀರ್ತನಂ ಯಸ್ಯ ಸರ್ವಪಾಪಪ್ರಣಾಶನಮ್ ।
ಪ್ರಣಾಮೋ ದುಃಖಶಮನಸ್ತಂ ನಮಾಮಿ ಹರಿಂ ಪರಮ್ ॥೨೨॥
     – ಭಾಗ. ಸ್ಕಂಧ–೧೨, ಅ–೧೩

 –ಭಕ್ತಿಯಿಂದ ಯಾರ ನಾಮಸಂಕೀರ್ತನೆ ಮಾತ್ರದಿಂದ ಸರ್ವಪಾಪ–ಗಳ ನಾಶವಾಗುವವದೋ, ಯಾರಿಗೆ ಭಕ್ತಿಯಿಂದ ನಮಿಸುವುದರಿಂದ ಸಕಲ ದುಃಖಗಳ ಶಮನವಾಗುವುದೋ ಅಂಥ ಸರ್ವೋತ್ತಮನಾದ ಶ್ರೀಹರಿಯನ್ನು ನಮಿಸುತ್ತೇನೆ. ಇದೆಲ್ಲವೂ ಶೌನಕರಿಗೆ ಸೂತೋಪದಿಷ್ಟ ಭಾಗವತವಾಗಿದೆ.

 ಯಾವ ಯಾವ ಸಮಯದಲ್ಲಿ ಯಾರು ಯಾರು ಏನೇನು ಮಾಡ–ಲಿರುವರೆಂಬುದನ್ನು ಭವಿಷ್ಯಜ್ಞರಾದ ಶ್ರೀವೇದವ್ಯಾಸರು ಶುಕಾಚಾರ್ಯರಿಗೆ ಭಾಗವತವನ್ನು ಉಪದೇಶಿಸುವ ಮೊದಲೇ ಬರೆದಿಟ್ಟಿದ್ದರು. ಅಥವಾ ಸಂಕಲ್ಪಿಸಿಕೊಂಡಿದ್ದರು. ಅದೆಲ್ಲವನ್ನೂ ಶುಕಾಚಾರ್ಯರಿಗೆ ಉಪದೇಶಿಸುವ ಸಂದರ್ಭದಲ್ಲಿ ಪ್ರಕಟಗೊಳಿಸಿ ಪುರಾಣರೂಪದಲ್ಲಿ ಬೆಳಕಿಗೆ ತಂದರು. ಈ ಪುರಾಣಗ್ರಂಥವೇ ಈಗ ನಮಗೆಲ್ಲ ಉಪಲಬ್ಧವಾಗಿರುವ ಭಾಗವತ ಗ್ರಂಥವಾಗಿದೆ.

ಇತರ ಭಾಗವತಗಳು

B. ಮೈಸೂರಿನ ಪ್ರಾಚ್ಯವಿದ್ಯಾ ಸಂಶೋಧನ ಕೇಂದ್ರದಲ್ಲಿ ನೋಡಿದ ಭಾಗವತಗಳು –

೧. ಶ್ರೀಬೃಹದ್ಭಾಗವತಾಮೃತಮ್ – (ಶ್ರೀಮತ್ಸನಾತನ ಗೋಸ್ವಾಮಿ ವಿರಚಿತಮ್ | ಸಟೀಕಂ) – B. 2389, ಇದರಲ್ಲಿ ಎರಡು ಖಂಡಗಳಿವೆ. ಪ್ರಥಮ ಖಂಡದಲ್ಲಿ ೭ ಅಧ್ಯಾಯಗಳು, ಮತ್ತು ದ್ವಿತೀಯ ಖಂಡದಲ್ಲಿಯೂ ೭ ಅಧ್ಯಾಯಗಳಿವೆ.

ಪ್ರಥಮ ಖಂಡ		ದ್ವಿತೀಯ ಖಂಡ	
ಅಧ್ಯಾಯ	ಶ್ಲೋಕ	ಅಧ್ಯಾಯ	ಶ್ಲೋಕ
೧	೬೬	೧	೨೧೯
೨	೧೦೦	೨	೨೪೦
೩	೬೯	೩	೧೯೬
೪	೧೧೩	೪	೨೨೪
೫	೧೨೬	೫	೨೬೦
೬	೧೨೨	೬	೩೬೦
೭	೧೩೮	೭	೧೩೨
ಒಟ್ಟು	೬೬೪		೧೨೧೩

ಎರಡೂ ಖಂಡ ಸೇರಿ ಒಟ್ಟು ೧೮೭೭ ಶ್ಲೋಕಗಳು.

೨. ಶ್ರೀಲಘುಭಾಗವತಾಮೃತಮ್ – A. ೧೧೩೩.

ಶ್ರೀಮತ್ಪೂಜ್ಯ ರೂಪಗೋಸ್ವಾಮಿ ವಿರಚಿತಂ (ಶ್ರೀ ಬಲದೇವ ವಿದ್ಯಾಭೂಷಣ ಕೃತಯಾ ಸಂಸ್ಕೃತಟೀಕಯಾ ಸಮಲಂಕೃತಮ್) – A-೧೧೩೩.

ಇದರಲ್ಲಿಯೂ ಪೂರ್ವಖಂಡ ಮತ್ತು ಉತ್ತರಖಂಡ ಎಂದು ಎರಡು ಖಂಡಗಳಿವೆ.

ಇದು ಬೃಹದ್ಭಾಗವತಾಮೃತದ ಸಂಕ್ಷೇಪ ಎಂದು ಈ ಗ್ರಂಥದಲ್ಲೇ ಹೇಳಲಾಗಿದೆ.—

ಶ್ರೀಮತ್ತ್ರಿಭುಪದಾಂಭೋಜ್ಯೆ ಶ್ರೀಮದ್ಭಾಗವತಾಮೃತಮ್ ।
ಯದ್ವ್ಯಕ್ತಾನಿ ತದೇವೇದಂ ಸಂಕ್ಷೇಪೇಣ ನಿಷೇವ್ಯತೇ   ॥ ೫ ॥

ಇದಂ ಶ್ರೀಕೃಷ್ಣತದ್ಭಕ್ತಸಂಬಂಧಾದಮೃತಂ ದ್ವಿಧಾ ।
ಆದೌ ಕೃಷ್ಣಾಮೃತಂ ತತ್ರ ಸುಹೃದ್ಭ್ಯಃ ಪರಿವೇಷ್ಯತೇ   ॥ ೬ ॥

ಪೂರ್ವಖಂಡ— ಕೃಷ್ಣಾಮೃತ   ಉತ್ತರಖಂಡ

ಅಧ್ಯಾಯ   ವಿಷಯ   ಶ್ಲೋಕ ಅಧ್ಯಾಯ ವಿಷಯ ಶ್ಲೋಕ

i. ಭಗವತ್ತತ್ತ್ವ ನಿರೂಪಣಂ   ೨೦   i. ಶ್ರೀ ಭಕ್ತಾಮೃತಂ ೧೦

ii. ಪುರುಷಾವತಾರ, ಗುಣಾವತಾರ— ೫೫

ನಿರೂಪಣಂ

iii. ಲೀಲಾವತಾರ ನಿರೂಪಣಂ   ೫೨

iv. ಅವತಾರ ತತ್‌ಸ್ಥಾನಂ   ೪೫

v. ಕೃಷ್ಣಾಮೃತಂ   ೧೪೫

೨. ಶ್ರೀಹರಿಲೀಲಾ (Mss. 1157)

ವೋಪದೇವ ಕೃತ ಮತ್ತು ಹೇಮಾದ್ರಿಕೃತ 'ವಿವೇಕ' ವ್ಯಾಖ್ಯಾನ ಸಹಿತ.
ಶ್ರೀಮದ್ಭಾಗವತಸ್ಕಂಧಾಧ್ಯಾಯಾರ್ಥಾದಿ ನಿರೂಪ್ಯತೇ ।
ವಿದುಷಾ ವೋಪದೇವೇನ ಮಂತ್ರಿಹೇಮಾದ್ರಿತುಷ್ಟಯೇ   ॥೧॥
ಪ್ರಣೆಯ ಡಾ. ಭಾಂಡರಕರ ಓರಿಯೆಂಟಲ್ ರೀಸರ್ಚ್ ಇನ್ಸ್ಟಿಟ್ಯೂಟ್‌ದಲ್ಲಿ ನೋಡಿದ ಗ್ರಂಥಗಳು.

೩. ಭಾಗವತ ಚಂಪೂ, ಅಭಿನವ ಕಾಲಿದಾಸ ವಿರಚಿತ.

ಪ್ರಕಾಶಕ — ಗೋಪಾಲ ನಾರಾಯಣ ಮತ್ತು ಕಂಪನಿ. ಬೊಂಬೈ, ೧೯೦೨೩ — VII.

೭. ಭಾಗವತ ದರ್ಶನ – ೨೬೯೨ - VI A.

೮. ಶ್ರೀ ಆರ್ಯಾಭಾಗವತಂ (ಆದ್ಯವಂಶ ಪ್ರದೀಪ ಶಾಮಾಚಾರ್ಯ ವಿರಚಿತಮ್)

೨. ಶ್ರೀಮತ್ ಲಘುಭಾಗವತಮ್ – ೮ + ೧೩೭ = ೧೪೨ ಶ್ಲೋಕಗಳು.

ಅಡಿಯಾರ ಲೈಬ್ರರಿಯಿಂದ ತರಿಸಿದ್ದು

೮. ಸ್ರಗ್ಧರಾ ಭಾಗವತ – ಶ್ರೀರಂಗಸ್ವಾಮಿ ವಿರಚಿತ (೧೮೭೬ ರಲ್ಲಿ ಶಾರದಾ ವಿಲಾಸ ಮುದ್ರಣಾಲಯ ಕುಂಭಕೋಣದಲ್ಲಿ ಮುದ್ರಿತ)

(ಡಾ. ಬಟೋದೀ ಝೂ ಲಕಿನೌ ಇವರಿಂದ ಸಂಕಲಿತ.)

೯. || ಶ್ರೀ ಪಾಂಚರಾತ್ರೇ ಮಹೋಪನಿಷದಿ ಶ್ರೀಸನತ್ಕುಮಾರಸಂಹಿತಾಯಾಂ ಶ್ರೀಮದ್ಭಾಗವತ ಸಪ್ತಾಹ ಮಾಹಾತ್ಮ್ಯಮ್ ||

ಜ್ಞಾನಾನಂದಮಯಂ ದೇವಂ ನಿರ್ಮಲಸ್ಫಟಿಕಾಕೃತಿಮ್ |
ಆಧಾರಂ ಸರ್ವವಿದ್ಯಾನಾಂ ಹಯಗ್ರೀವಮುಪಾಸ್ಮಹೇ ||

ಗಾಲವ :

ಪಾರಾಶರ್ಯ ಮಹಾಭಾಗ ವೇದಸಾಗರಪಾರಗ |
ನಾನಾವೈದಿಕಯಜ್ಞಾನಾಂ ತ್ವಯೋಕ್ತಾ ವಿಧಯಶ್ಮ್ರುತಾಃ ||೧||

ಶುಕಶಾಸ್ತ್ರಮಹಾಯಜ್ಞಮಹಿಮಾ ಚ ವಿಶೇಷತಃ |
ತದ್ವಿಧಿಂ ಕೃಪಯಾ ಬ್ರೂಹಿ ಕಲಿಮಾನುಷಶೇವಧಿಮ್ ||೨||

ಶ್ರೀವೇದವ್ಯಾಸ :

ಪಿತ್ರಾ ಮಮ ಮಹಾಭಾಗಃ ಕುಮಾರೋ ಬ್ರಹ್ಮಸಂಭವಃ |
ಪೃಷ್ಟಃ ಪ್ರೋವಾಚ ಯೋಗೀ ಯತ್ ತದ್ವದಿಷ್ಯಾಮ್ಯಹಂ ಮುನೆ ||

ಪರಾಶರ :

ಸನತ್ಕುಮಾರ ಸರ್ವಜ್ಞ ಸರ್ವಶಾಸ್ತ್ರವಿಶಾರದ |
ನಾರಾಯಣಪದಾಂಭೋಜಚಂಚರೀಕ ದಯಾನಿಧೇ ||೪||

ಶ್ರೀಭಾಗವತಸಪ್ತಾಹಯಾಗಮಾಹಾತ್ಮ್ಯಮುತ್ತಮಮ್	।
ವಿಸ್ತರೇಣ ಶ್ರುತಂ ತಸ್ಯ ವಿಧಿಂ ಮೇ ವಕ್ತುಮರ್ಹಸಿ	॥೭॥

ಕೇನ ವಾಸನುಷ್ಠಿತಂ ಪೂರ್ವಂ ಕೇ ವಾ ತಸ್ಯಾಧಿಕಾರಿಣಃ।
ದೇಶೇ ಕಾಲೇ ಚ ಕಸ್ಮಿನ್ ವಾ ಕರ್ತವ್ಯಂ ವದ ವಿಸ್ತರಾತ್	॥೯॥

ಶ್ರೀ ಸನತ್ಕುಮಾರ :
ಪರಾಶರ ಮಹಾಪ್ರಾಜ್ಞ ಸಾರಜ್ಞೋಸಿ ಮಹಾಮತೇ	।
ತದ್ವಿಧಿಂ ಚಾಭಿಧಾಸ್ಯಾಮಿ ದೇಶಕಾಲಾಧಿಕಾರಿಣಃ	॥೮॥

— — — — — — — — — — — — — — — — — — —

ತನ್ಮಂತಪವಿಶುಧ್ಯರ್ಥಂ ಪುಣ್ಯಾಹಂ ವಾಚಯೇತ್ ದ್ವಿಜ್ಯೈಃ।
ಏವಂ ಸರ್ವವಿಧಾನಾನಿ ಕೃತ್ವಾ ಪಶ್ಚಾತ್ ವ್ರತೀ ಭವೇತ್ ॥೪೦॥

	॥ ಇತಿ ಶ್ರೀ ಪಾಂಚರಾತ್ರೇ ಮಹೋಪನಿಷದಿ ಶ್ರೀಸನತ್ಕುಮಾರ-
ಸಂಹಿತಾಯಾಂ	ಸಪ್ತಾಹಮಾಹಾತ್ಮ್ಯಪ್ರಸ್ತಾವೇ	ಸಪ್ತಾಹಯಜ್ಞವಿಧೌ
ಮಂಟಪಾದಿನಿರ್ಮಾಣಕಥನಂ ನಾಮ ಪ್ರಥಮೋಽಧ್ಯಾಯಃ ॥

	೨. ಅಧ್ಯಯ – ೨. – ಶ್ಲೋಕ – ೪೨.
	ಸಪ್ತಾಹಯಜ್ಞವಿಧೌ ಯುತ್ವಿಗಾದಿಕಥನಂ ನಾಮ ದ್ವಿತೀಯೋಽಧ್ಯಾಯಃ

	೩. ಅಧ್ಯಯ – ೩. – ಶ್ಲೋಕ – ೩೪.
	ಸಪ್ತಾಹ ಮಾಹಾತ್ಮ್ಯಪ್ರಸ್ತಾವೇ ಪಠನಾರಂಭಾದಿವಿಧಿಕಥನಂ ನಾಮ
ತೃತೀಯೋಽಧ್ಯಾಯಃ ॥

	೪. ಅಧ್ಯಯ – ೪. ಶ್ಲೋಕ – ೪೪.
	ಸಪ್ತಾಹಮಾಹಾತ್ಮ್ಯೇ	ಉದ್ಯಾಪನವಿಧಿಕಥನಂ	ನಾಮ
ಚತುರ್ಥೋಽಧ್ಯಾಯಃ ॥

೧೦. ಶ್ರೀಮದ್ಭಾಗವತ ಧೃತಸಾರ : ಅರ್ಥಾತ್
	ಪ್ರತಿಸ್ಕಂಧಗತ ಶ್ರೀಶ್ಲೋಕೀ ಭಾಗವತ–ಮುಂದೆ ಕೊಟ್ಟಿದೆ.

* * * *

೧೫. ಶ್ರೀಮದ್ಭಾಗವತ ಸ್ಕಂಧ ಮಹಿಮೆಗಳು

೧) ಪಾಪ ಪರಿಹಾರ :

ಪ್ರಥಮಸ್ಕಂಧಶ್ರವಣಾತ್ ಮಾತೃಗಾಮೀ ಪ್ರಮುಚ್ಯತೇ ।
ಬ್ರಹ್ಮಸ್ವಹರಣಾನ್ಮುಕ್ತೋ ದ್ವಿತೀಯಶ್ರವಣಾದ್ಭವೇತ್   ॥ ೧ ॥

ಮಿತ್ರದ್ರೋಹಾನ್ಮಿತ್ರಪತ್ನೀಗಮನಾಚ್ಚ ತೃತೀಯಕೇ ।
ಚತುರ್ಥಸ್ಕಂಧಶ್ರವಣಾತ್ ಕೃತಘ್ನೋಽಪಿ ವಿಮುಚ್ಯತೇ   ॥ ೨ ॥

ಬಾಲಹತ್ಯಾಜನ್ಯಪಾಪಾತ್ ಪಂಚಮೇ ಮುಕ್ತಿಮೇಷ್ಯತಿ ।
ಬ್ರಾಹ್ಮಣೀಗಮನಾತ್ ಪಾಪಾತ್ ಷಷ್ಠಸ್ಕಂಧೇ ವಿನಶ್ಯತಿ   ॥ ೩ ॥

ಸಪ್ತಮಶ್ರವಣಾತ್ ಪಾಪಾತ್ ಸ್ತ್ರೀಹತ್ಯಾತೋ ವಿಮುಚ್ಯತೇ ।
ಅಷ್ಟಮಸ್ಕಂಧಶ್ರವಣಾತ್ ಬ್ರಹ್ಮಪಾಪಿ ವಿಮುಚ್ಯತೇ   ॥ ೪ ॥

ನವಮಸ್ಕಂಧಶ್ರವಣಾತ್ ಗೋಹತ್ಯಾತೋ ವಿಮುಚ್ಯತೇ ।
ಗುರುಹತ್ಯಾ–ಸುರಾಪಾನ – ಗುರು ಸ್ತ್ರೀಗಮನಾನಿ ಚ   ॥ ೫ ॥

ಸ್ವರ್ಣಸ್ತೇಯಂ ಸ್ವಪುತ್ರ್ಯಾಶ್ಚ ರಮಣಂ ಮಾಂಸಭಕ್ಷಣಮ್ ।
ದಶಮೇನ ವಿನಶ್ಯಂತಿ ತಥಾನ್ಯೇ ದೋಷಸಂಚಯಾಃ   ॥ ೬ ॥

ಭಗಿನೀಗಮನಾತ್ಪಾಪಾತ್ ಪಿತೃಸಂಹಾರದೋಷತಃ ।
ಏಕಾದಶೇ ಶ್ರುತೇ ಸದ್ಯೋ ಮುಚ್ಯತೇ ನಾತ್ರ ಸಂಶಯಃ   ॥ ೭ ॥

ಪುರಾಣಾನಾಂ ಪ್ರವಕ್ತುಶ್ಚ ಮಹಾವಜ್ಞಾ ಕೃತಾ ಯದಿ ।
ತತ್ಪಾಪಾನ್ಮುಚ್ಯತೇ ಶೀಘ್ರಂ ದ್ವಾದಶಶ್ರವಣಾನ್ನರಃ   ॥ ೮ ॥

ಪಾಪ ಪರಿಹಾರ :

        ಶ್ರೀಮದ್ಭಾಗವತದ ಮೊದಲನೆಯ ಸ್ಕಂಧವನ್ನು ಶ್ರದ್ದೆಯಿಂದ ಕೇಳುವ ನರನು ಮಾತೃಗಾಮಿಯಾಗಿದ್ದರೂ ಆ ಪಾಪದಿಂದ ಮುಕ್ತನಾಗುತ್ತಾನೆ. ಬ್ರಾಹ್ಮಣರ ಸಂಪತ್ತನ್ನು (ಆಸ್ತಿ ಪಾಸ್ತಿ) ಎತ್ತಿ ಹಾಕಿದ ವ್ಯಕ್ತಿಯು ಆ ಪಾಪದಿಂದ ಎರಡನೆಯ ಸ್ಕಂಧದ ಶ್ರವಣದಿಂದ ಮುಕ್ತನಾಗುತ್ತಾನೆ. ॥ ೧ ॥ ಮಿತ್ರದ್ರೋಹ ದಿಂದ ಮತ್ತು ಮಿತ್ರಪತ್ನಿಯ ಗಮನದಿಂದ ಬಂದ ಪಾಪದಿಂದ ಮೂರನೇಯ ಸ್ಕಂಧದ ಶ್ರವಣ ಮಾಡುವ ನರನು ವಿಮುಕ್ತನಾಗುತ್ತಾನೆ. ಭಾಗವತದ ನಾಲ್ಕನೆಯ ಸ್ಕಂಧದ ಶ್ರವಣ ಮಾಡುವವನು ಕೃತಘ್ನನಾಗಿದ್ದರೂ ಪಾಪಮುಕ್ತ ನಾಗುತ್ತಾನೆ. ॥ ೨ ॥ ಐದನೆಯ ಸ್ಕಂಧವನ್ನು ಶ್ರವಣ ಮಾಡಿದವನು ಬಾಲಹತ್ಯೆಯನ್ನು ಮಾಡಿದ್ದರೆ ಆ ಪಾಪದಿಂದ ಮುಕ್ತನಾಗುತ್ತಾನೆ. ಆರನೆಯ ಸ್ಕಂಧವನ್ನು ಶ್ರದ್ಧಾಭಕ್ತಿಯಿಂದ ಶ್ರವಣ ಮಾಡಿದರೆ ಬ್ರಾಹ್ಮಣ ಸ್ತ್ರೀ ಗಮನದ ಪಾಪವು ದೂರಾಗುವುದು. ॥ ೩ ॥ ಏಳನೆಯ ಸ್ಕಂಧದ ಶ್ರವಣದಿಂದ ಸ್ತ್ರೀ— ಹತ್ಯಾ ದೋಷದ ನಿವಾರಣೆಯಾಗುವುದು. ಎಂಟನೆಯ ಸ್ಕಂಧದ ಶ್ರವಣದಿಂದ ಬ್ರಹ್ಮಹತ್ಯಾದಿಂದ ಬಂದ ದೋಷವು ಕಳೆಯುವದು. ॥ ೪ ॥ ಭಾಗವತದ ಒಂಬತ್ತನೆಯ ಸ್ಕಂಧದ ಶ್ರವಣದಿಂದ ಗೋಹತ್ಯಾ ಪಾಪವು ದೂರಾಗುವ ವದು. ಗುರುಹತ್ಯಾ, ಸುರಾಪಾನ, ಗುರುಪತ್ನೀಗಮನ. ॥ ೫ ॥ ಸುವರ್ಣದ ಚೌರ್ಯ, ತನ್ನ ಮಗಳೊಂದಿಗೇ ಕ್ರೀಡಿಸುವುದು, ಮಾಂಸಭಕ್ಷಣ, ಇವೆಲ್ಲವು ಗಳಿಂದ ಬಂದ ಪಾಪವು ಮತ್ತು ಅನ್ಯ ದೋಷಗಳ ಸಂಚಯವು ಹತ್ತನೆಯ ಸ್ಕಂಧದ ಶ್ರವಣದಿಂದ ನಾಶವಾಗಿ ಹೋಗುವವು. ॥ ೬ ॥ ಹನ್ನೊಂದನೆಯ ಸ್ಕಂಧದ ಶ್ರವಣ ಮಾಡಿದರೆ ಸಾಕು ತನ್ನ ಭಗಿನೀ ಸಂಗ ಮಾಡಿದ್ದ ಆ ಪಾಪ ಮತ್ತು ಪಿತೃಸಂಹಾರ ಮಾಡಿದ್ದರೆ ಆ ಎಲ್ಲ ಪಾಪಗಳಿಂದ ಕೂಡಲೇ ಮುಕ್ತಿ ಯಾಗುವುದು. ॥ ೭ ॥ ಶ್ರೇಷ್ಠವಾದ ಭಾಗವತ ಪುರಾಣದ ಮತ್ತು ಈ ಪುರಾಣವನ್ನು ಹೇಳುವ ಪೌರಾಣಿಕನ ಅವಮಾನ ಮಾಡಿದರೆ ಬರುವ ಪಾಪವು ಹನ್ನೆರಡನೆಯ ಸ್ಕಂಧದ ಶ್ರವಣ ಮಾತ್ರದಿಂದ ಶೀಫ್ರದಲ್ಲಿ ದೂರಾಗುವದು. ॥ ೮ ॥

ಪುಣ್ಯಪ್ರಾಪ್ತಿ :

ಪ್ರಥಮಶ್ರವಣಾದೇವ ವೈಷ್ಣವಂ ತನಯಂ ಲಭೇತ್ ।
ದ್ವಿತೀಯಶ್ರವಣಾದೇವ ಪರಮಾಂ ಗತಿಮಾಪ್ನುಯಾತ್   ॥ ೧ ॥

ತೃತೀಯಶ್ರವಣಾದೇವ ಭಗವದ್ ಜ್ಞಾನಮಾಪ್ನುಯಾತ್ ।
ಚತುರ್ಥಶ್ರವಣಾದೇವ ಮುಕ್ತೋ ಭವತಿ ನಾರಕಾತ್   ॥ ೨ ॥

ಪಂಚಮಶ್ರವಣಾದೇವ ಸತ್ಸಂಗತಿಮವಾಪ್ನುಯಾತ್ ।
ಷಷ್ಠಶ್ರವಣಾದೇವ ಬ್ರಹ್ಮಹತ್ಯಂ ವ್ಯಪೋಹತಿ   ॥ ೩ ॥

ಸಪ್ತಮಶ್ರವಣಾದೇವ ಹರೇಃ ಪ್ರೀತಿಮವಾಪ್ನುಯಾತ್ ।
ಅಷ್ಟಮಶ್ರವಣಾದೇವ ಸಾಮ್ರಾಜ್ಯಂ ಸಮವಾಪ್ನುಯಾತ್   ॥ ೪ ॥

ನವಮಶ್ರವಣಾದೇವ ಸಂತತೇರ್ವೃದ್ಧಿಮಾಪ್ನುಯಾತ್ ।
ದಶಮಶ್ರವಣಾದೇವ ಕೃಷ್ಣಸಾಲೋಕ್ಯಮಾಪ್ನುಯಾತ್   ॥ ೫ ॥

ಏಕಾದಶಸ್ಯ ಶ್ರವಣಾಲ್ಲಿಂಗದೇಹಾತ್ ಪ್ರಮುಚ್ಯತೇ ।
ದ್ವಾದಶಶ್ರವಣಾದೇವ ಸರ್ವಾಭೀಷ್ಟಮವಾಪ್ನುಯಾತ್   ॥ ೬ ॥

ದಾರಿದ್ರ್ಯದುಃಖಜ್ವರದಾಹಿತಾನಾಂ ಮಾಯಾಪಿಶಾಚೀ
                          ಪರಿಮರ್ದಿತಾನಾಮ್ ।
ಸಂಸಾರಸಿಂಧೌ ಪರಿಪಾತಿತಾನಾಂ ಕ್ಷೇಮಾಯ ವೈ ಭಾಗವತಂ
                          ಪ್ರಗರ್ಜತಿ ॥ ೭ ॥

ಇತಿ ಚ ಪರಮಗುಹ್ಯಂ ಸರ್ವಸಿದ್ಧಾಂತಸಿದ್ಧಂ
ಸಪದಿ ನಿಗದಿತಂ ತೇ ಶಾಸ್ತ್ರಪುಂಜಂ ವಿಲೋಕ್ಯ ।
ಜಗತಿ ಶುಕಕಥಾತೋ ನಿರ್ಮಲಂ ನಾಸ್ತಿ ಕಿಂಚಿತ್
ಪಿಬ ಪರಸುಖಹೇತೋರ್ದ್ವಾದಶಸ್ಕಂಧಸಾರಮ್   ॥ ೮ ॥

ನಾಮ ಸಂಕೀರ್ತನಂ ಯಸ್ಯ ಸರ್ವಪಾಪಪ್ರಣಾಶನಮ್ ।
ಪ್ರಣಾಮೋ ದುಃಖಶಮನಸ್ತಂ ನಮಾಮಿ ಹರಿಂ ಪರಮ್   ॥ ೯ ॥

॥ ಇತಿ ಶ್ರೀ ಮದ್ಭಾಗವತ ಮಹಿಮಾ ॥
॥ ಶ್ರೀ ಕೃಷ್ಣಾರ್ಪಣಮಸ್ತು ॥

ಸ್ಕಂಧ	ಶ್ರವಣ ಪುಣ್ಯಫಲ
೧.	ವಿಷ್ಣು ಭಕ್ತನಾದ ಪುತ್ರಪ್ರಾಪ್ತಿ,
೨.	ಪರಮಗತಿ ಪ್ರಾಪ್ತಿ.
೩.	ಪರಮಾತ್ಮ ವಿಷಯಕ ತತ್ವಜ್ಞಾನ ಪ್ರಾಪ್ತಿ.
೪.	ನರಕದಿಂದ ಮುಕ್ತಿ.
೫.	ಸಜ್ಜನ ಸಂಗತಿ ಪ್ರಾಪ್ತಿ.
೬.	ಬ್ರಹ್ಮಹತ್ಯೆಯ ನಿವಾರಣೆ.
೭.	ಶ್ರೀಹರಿಯ ಪ್ರಸನ್ನತೆಯ ಪ್ರಾಪ್ತಿ.
೮.	ಸಾಮ್ರಾಜ್ಯ ಪ್ರಾಪ್ತಿ.
೯.	ಸಂತತಿಯ ವೃದ್ಧಿ.
೧೦.	ಶ್ರೀಕೃಷ್ಣನ ಲೋಕಪ್ರಾಪ್ತಿ.
೧೧.	ಲಿಂಗದೇಹದಿಂದ ಮುಕ್ತಿ.
೧೨.	ಸರ್ವಾಭೀಷ್ಟಪ್ರಾಪ್ತಿ.

ದಾರಿದ್ರ್ಯ–ದುಃಖ–ಜ್ವರಾದಿಗಳಿಂದ ಪೀಡಿತರಾದವರು, ಮಾಯಾ–
ಪಿಶಾಚಾದಿಗಳಿಂದ ಪರಿಮರ್ದಿತರಾದವರು, ಸಂಸಾರ ಸಾಗರದಲ್ಲಿ ಬಿದ್ದು
ಕಷ್ಟಪಡುತ್ತಿರುವವರು ಇವರೆಲ್ಲರೂ ಕ್ಷೇಮದಿಂದ ಇರುವಂತೆ ಅನುಗ್ರಹಿಸು
ವುದಾಗಿ ಭಾಗವತ ಪುರಾಣವು ಘೋಷಿಸುತ್ತಿರುತ್ತದೆ. (ಗರ್ಜಿಸುತ್ತಿರುತ್ತದೆ)
|| ೨ ||

ಪರಮಗುಹ್ಯವಾದ, ಸಕಲಸಿದ್ಧಾಂತ ಸಾರಭೂತವಾದ ಮತ್ತು ಶಾಸ್ತ್ರ
ಪುಂಜವಾದ ಭಾಗವತ ಪುರಾಣವು ಶ್ರೀ ವೇದವ್ಯಾಸರಿಂದ ರಚಿಸಲ್ಪಟ್ಟಿದೆ.
ಶುಕಾಚಾರ್ಯರಿಂದ ಪರೀಕ್ಷಿತರಾಜನಿಗೆ ಉಪದಿಷ್ಟವಾದ ಈ ಭಾಗವತ
ಪುರಾಣಕ್ಕಿಂತಲೂ ಶ್ರೇಷ್ಠವಾದ ಮತ್ತು ಪಾವಿತ್ರ್ಯವನ್ನುಂಟು ಮಾಡುವ
ಇನ್ನಾವ ಸಾಧನವೂ ಈ ಜಗತ್ತಿನಲ್ಲಿ ಕಂಡುಬರುವದಿಲ್ಲ. ಆದ್ದರಿಂದ ಸಜ್ಜನರೇ!
ಇಹ–ಪರ ಸುಖಕ್ಕೆ ಕಾರಣವಾದ ಈ ಪುರಾಣದ ದ್ವಾದಶ ಸ್ಕಂಧಗಳ ಸಾರಾರ್ಥ–
ವನ್ನು ಭಕ್ತಿಯಿಂದ ಶ್ರವಣ ಪಾರಾಯಣಾದಿಗಳನ್ನು ಮಾಡಿರಿ. || ೮ ||

ಯಾವನ ನಾಮಸಂಕೀರ್ತನೆ ಮಾತ್ರದಿಂದ ಸಕಲ ಪಾಪಗಳೂ ನಾಶವಾಗು
ವವೋ ಯಾವನಿಗೆ ಭಕ್ತಿಯಿಂದ ನಮಿಸುವುದರಿಂದ ಈಗ ಬಂದಿರುವ
ಮತ್ತು ಮುಂದೆ ಬರಲಿರುವ ದುಃಖಿಗಳೆಲ್ಲವೂ ಹೊರಟು ಹೋಗುವವೋ
ಅಂಥ ಸರ್ವೋತ್ತಮನಾದ ಶ್ರೀಹರಿಯನ್ನು ನಮಿಸುತ್ತೇನೆ. ॥ ೯ ॥.

* * * *

೧೯. ಪದ್ಮ ಪುರಾಣೋಕ್ತ
ಶ್ರೀಮದ್ಭಾಗವತದ-೧೨ ಸ್ಕಂಧಗಳ ಮಹಿಮಾ ಕಥೆಗಳು

ಅಧ್ಯಾಯ – ೧
ಮೊದಲನೆಯ ಸ್ಕಂಧದ ಮಹಿಮೆ

|| ಶ್ರೀ ವೇದವ್ಯಾಸಾಯ ನಮಃ || ಹರಿಃ ಓಂ ||

ನಾರಾಯಣಂ ನಮಸ್ಕೃತ್ಯ ನರಂ ಚೈವ ನರೋತ್ತಮಮ್ |
ದೇವೀಂ ಸರಸ್ವತೀಂ ವ್ಯಾಸಂ ತತೋ ಜಯಮುದೀರಯೇತ್ ||

ಶ್ರೀ ಸೂತ ಉವಾಚ –

ಶ್ರೀಮದ್ಭಾಗವತಸ್ಯೈವ ಮಾಹಾತ್ಮ್ಯಂ ಪಾಪನಾಶನಮ್ |
ಸರ್ವದಾನೈಶ್ಚ ಯತ್ಪುಣ್ಯಂ ಸರ್ವತೀರ್ಥೈಶ್ಚ ಯತ್ಫಲಮ್ ||
ಸರ್ವಯಜ್ಞೈಶ್ಚ ಯತ್ಪುಣ್ಯಂ ಸರ್ವವೇದೈಶ್ಚ ಯತ್ಫಲಮ್ |
ಶ್ಲೋಕಶ್ರವಣಮಾತ್ರೇಣ ಕಲಾಂ ನಾರ್ಹಂತಿ ಷೋಡಶೀಮ್ ||

||ಹರಿಃ ಓಂ || ಶ್ರೀ ಬ್ರಹ್ಮೋವಾಚ –

ಸ್ಕಂಧೇ ಸ್ಕಂಧೇ ಚ ಯತ್ಪುಣ್ಯಂ ನೃಣಾಂ ಶ್ರವಣಮಾತ್ರತಃ |
ತತ್ಪುಣ್ಯಂ ಚ ಪ್ರವಕ್ಷ್ಯಾಮಿ ಸ್ಕಂಧಾನಾಂ ಚ ಪೃಥಕ್ ಪೃಥಕ್ ||೧||

ಶ್ರುತೇ ತು ಪ್ರಥಮಸ್ಕಂಧೇ ಮಾತೃಗಾಮೀ ಪ್ರಮುಚ್ಯತೇ |

ಶ್ರೀನಾರದ ಉವಾಚ –

ಅತ್ಯಾಶ್ಚರ್ಯಮಯಂ ಹ್ಯೇತತ್ ಶ್ರುತಂ ಮೇ ತ್ವನ್ಮುಖಾಂಬುಜಾತ್ |
ಮಾತೃಗಾಮೀ ಭವೇತ್ಕ್ಕೋ ವಾ ಕಸ್ಮಿನ್ ದೇಶೇ ಸ್ಥಿತೋಽಭವತ್ ||೨||

ಏತತ್ಸರ್ವಂ ಸಮಾಚಕ್ಷ್ವ ಪುರಾ ವೃತ್ತಾಂತಮಾದರಾತ್ |

ಶ್ರೀ ಬ್ರಹ್ಮೋವಾಚ –

ಅತ್ರೈವೋದಾಹರಂತೀಮಮಿತಿಹಾಸಂ ಪುರಾತನಮ್ || ೩ ||

ಯಸ್ಯ ಸ್ಮರಣಮಾತ್ರೇಣ ಸದ್ಯೋ ಮುಚ್ಯೇತ ಕಿಲ್ಬಿಷಾತ್ |
ಅವಂತಿನಗರೇ ರಮ್ಯೇ ರಾಜಾಸೀತ್ ಶ್ರೀಕರೋ ಮಹಾನ್ || ೪ ||

ತಸ್ಯ ಭಾರ್ಯಾದ್ವಯಂ ಚಾಸೀತ್ತಾಭ್ಯಂ ರೇಮೇ ಸುಧಾರ್ಮಿಕಃ |
ತಯೋರ್ಮಧ್ಯೇ ತು ಯಾ ಜ್ಯೇಷ್ಠಾ ನಾಮ್ನಾ ಕೇಸರಿಣೇಽಭವತ್ ||೫||

ಕನಿಷ್ಠಿಕಾ ಹ್ಯಜಾ ಪ್ರೋಕ್ತಾ ದುರ್ಮತಿಃ ಪತ್ಯಸಂಮತಾ |
ಜ್ಯೇಷ್ಠಾ ಸಾಧ್ವೀ ಸುಶೀಲಾ ಚ ಶ್ವಶ್ರುಸೇವನತತ್ಪರಾ || ೬ ||

ಪತಿಸೇವಾಸಮಾಸಕ್ತಾ ವಿಕ್ರೀತಾ ಇವ ಕಿಂಕರೀ |
ಜಜ್ಞಾತೇ ಹ್ಯುಭಯೋಃ ಪುತ್ರೌ ರಾಜಸಂಗಾನ್ಮಹಾಬಲೌ ||
ನಾಮಕರ್ಮಾದಿಕಾಂಶ್ಚಕ್ರೇ ರಾಜಾ ದಾನಾನ್ಯನೇಕಶಃ || ೭ ||

ಮುದಮಾಪ್ಯ ಮಹಾರಾಜಃ ಪಶ್ಚಾತ್ಪಂಚತ್ವಮೇಯಿವಾನ್ |
ಸಪತ್ನಾತನಯೇ ಪ್ರಾಪ್ತಂ ರಾಜ್ಯಂ ದೃಷ್ಟ್ವಾ ಸುದುಃಖಿತಾ |
ಕನಿಷ್ಠಿಕಾ ಹ್ಯಜಾಸಾಧ್ವೀ ಜಗಾಮ ವಣಿಜೇನ ಹಿ || ೮ ||

ವಾಣಿಜ್ಯನಗರಂ ಪ್ರಾಪ್ಯ ರೇಮೇ ಸಾ ವಣಿಜೇನ ಹಿ |
ಕದಾಚಿದ್ದೈವಯೋಗೇನ ಮೃತೋ ವಣಿಜನಾಯಕಃ || ೯ ||

ವಣಿಜಂ ಚ ಮೃತಂ ದೃಷ್ಟ್ವಾ ಹ್ಯಜಾ ಪರಮದುಃಖಿತಾ |
ಆಸ್ಫೋಟ್ಯ ಹೃದಯಂ ಮಂದಂ ವಿಲಲಾಪ ಪುನಃ ಪುನಃ || ೧೦ ||

ಆಹೋ ದುಃಖಿಮಹೋದುಃಖಿಂ ಮಯಾ ಪ್ರಾಪ್ತಂ ಸ್ವಕರ್ಮತಃ |
ಶ್ರೀಕರೋಽಪಿ ಮೃತೋ ರಾಜಾ ಜಾರೋಽಪಿ ನಿಧನಂ ಗತಃ || ೧೧ ||

ಜೀವನಂ ಚ ಕಥಂ ಮೇಽದ್ಯ ಸಂಭವೇತ್ಸರ್ವದಾಽಪರಮ್ |
ಇತಿ ಸಂಚಿಂತ್ಯ ಮನಸಾ ನೃತ್ಯಕೀ ಸಾಽಭವತ್ತದಾ || ೧೨ ||

ಗೀತಂ ವಾದ್ಯಂ ತಥಾ ನೃತ್ಯಂ ದೇಶೇ ದೇಶೇ ಚಕಾರ ಸಾ ।
ಏತಸ್ಮಿನ್ನೇವ ಕಾಲೇ ತು ಸಪತ್ನೀತನಯೋ ಮೃತಃ   ॥೧೩॥

ಅಜಾಪುತ್ರೋಽಭವದ್ರಾಜಾ ಕೀರ್ತಿಮಾನಿತಿ ವಿಶ್ರುತಃ ।
ಜಗಾಮ ದಿಗ್ಜಯಾರ್ಥಂ ಹಿ ಕೀರ್ತಿಮಾಂಸ್ತು ಮಹಾಮನಾಃ   ॥೧೪॥

ಕೀರ್ತಿಮಂತಸಮೀಪಂ ತು ನೃತ್ಯಕೀ ಸಂಜಗಾಮಹ ।
ತಾಂ ದೃಷ್ಟ್ವಾ ನೃತ್ಯಕೀಂ ರಾಜಾ ವಿಜಹಾರ ಚ ಮಾತರಮ್   ॥೧೫॥

ಕಾಮಬಾಣೇನ ಸಂತಪ್ತೋ ತಸ್ಯಾಸ್ಸಂಗಂ ಚಕಾರ ಹಿ ।
ಪುನಃ ಪ್ರಭಾತೇ ವಿಮಲೇ ಶಿಬಿರಂ ಸ್ವಂ ಸಮಾಗತಃ   ॥೧೬॥

ದೃಷ್ಟ್ವಾ ದ್ವಿಜವರೌ ತಂ ಚ ರಾಜಾನಂ ದೂಷಿತಂ ತದಾ ।
ಕ್ರೋಧಾತ್ತಮೂಚತುರ್ವಿಪ್ರಾ ಧಿಕ್ ತ್ವಾಮಿತಿ ಭೃಶಾತುರೌ   ॥೧೭॥

ರಾಜನ್ ತ್ವಯಾ ಪಾಪಬುದ್ಧ್ಯ ಕಿಂ ಕೃತಂ ಕರ್ಮ ಗರ್ಹಿತಮ್ ।
ಪತನಂ ನರಕೇ ಘೋರೇ ಕರ್ಮಣಾ ಸಮುಪಾರ್ಜಿತಮ್   ॥೧೮॥

ರಾಜೋವಾಚ –
ಕಿಂ ಕೃತಂ ಚ ಮಯಾ ಹ್ಯದ್ಯ ಲೋಕೇ ಕರ್ಮ ವಿಗರ್ಹಿತಮ್ ॥
ವದಸ್ವತಾಂ ದ್ವಿಜಶ್ರೇಷ್ಠಾ ಪ್ರಾಯಶ್ಚಿತ್ತಂ ಕರೋಮ್ಯಹಮ್   ॥೧೯॥

ವಿಪ್ರಾವೂಚತುಃ –
ನಾಸ್ಮಾಭಿರ್ವರ್ಣಿತಂ ಯೋಗ್ಯಂ ಯದ್ರಾತ್ರೌ ಚ ತ್ವಯಾ ಕೃತಮ್   ॥೨೦॥

ಯಯಾ ಸಾಕಂ ಕೃತಂ ಪಾಪಂ ತಾಂ ತ್ವಂ ಸಂಪ್ರಷ್ಟುಮರ್ಹಸಿ ।
ದ್ವಿಜಯೋರ್ವಚನಂ ಶ್ರುತ್ವಾ ರಾಜಾ ಪರಮದುಃಖಿತಃ   ॥೨೧॥

ಆತ್ಮಾನಂ ಗರ್ಹಯನ್ನಾಶು ಜಗಾಮ ಗಣಿಕಾಗೃಹಮ್ ।
ವಿಕೋಶಮಸಿಮುದ್ಧೃತ್ಯ ಮಾತರಂ ಸಮುವಾಚ ಹಿ   ॥೨೨॥

ಕಾತ್ವಂ ದುಷ್ಟೇ ಕಸ್ಯ ಪುತ್ರೀ ಕಸ್ಯ ಭಾರ್ಯಾಸಿ ನಾಮ ಕಿಮ್ ।
ಸರ್ವಮೇತತ್ಸ್ವಮಾಚಕ್ಷ್ವ ಯದಿ ಚೇಚ್ಛಸಿ ಜೀವಿತಮ್   ॥೨೩॥

ಅಲೀಕಮುಚ್ಚಮಾನಾಯಾಶ್ಚಿರಶ್ಛೇದಂ ಕರೋಮ್ಯಹಮ್ ।
ಇತಿ ಸಂಪೃಷ್ಟಮಾನಾ ಸಾ ಪ್ರರುರೋದ ಸುದುಃಖಿತಾ   ॥೭೭॥

ಸ್ವಜಾತಿಂ ಚ ಸ್ವಕರ್ಮಾಣಿ ಕಥಯಾಮಾಸ ದುಃಖಿತಾ ।
ಸರ್ವಂ ಶ್ರುತ್ವಾ ಕೀರ್ತಿಮಾಂಸ್ತು ನಿಷಸಾದ ತದಗ್ರತಃ   ॥೭೮॥

ಧಿಕ್ ಮಾಮನಂಗಂ ಧಿಕ್ ತ್ವಾಂ ಚ ಧಿಕ್ ಮೇ ಜನ್ಮ ನಿರರ್ಥಕಮ್ ।
ಇತ್ಯಾತ್ಮಾನಂ ಚ ಧಿಕ್ಕೃತ್ವಾ ತಯಾ ಸಹ ಜಗಾಮ ಹ   ॥೭೯॥

ನಿರಾಹಾಕಾ ದಿವಾ ರಾತ್ರಂ ತೀರ್ಥಯಾತ್ರಾಂ ಪ್ರಚಕ್ರತುಃ ।
ಏಕದಾ ಯಮುನಾತೀರೇ ಸ್ನಾನಾರ್ಥಂ ತೌ ಸಮಾಗತೌ   ॥೭೯॥

ತತ್ರ ತಾಭ್ಯಾಂ ಶ್ರುತಶ್ಚೈವ ಪ್ರಥಮಸ್ಕಂಧ ಈರಿತಃ ।
ಶ್ರುತೇ ಚ ಪ್ರಥಮಸ್ಕಂಧೇ ದಿವ್ಯದೇಹಸಮನ್ವಿತೌ   ॥೭೬॥

ದಿವ್ಯಂ ವಿಮಾನಮಾರುಹ್ಯ ವೈಕುಂಠಪದಮಾಗತೌ ।
ಪ್ರಥಮಸ್ಕಂಧಮಾಹಾತ್ಮ್ಯಮತಃ ಪ್ರೋಕ್ತಂ ಮಯಾಽನಘ   ॥೭೯॥

ಅಶ್ವಮೇಧಸಹಸ್ರಸ್ಯ ವಾಜಪೇಯಶತಸ್ಯ ಚ ।
ಯತ್ಫಲಂ ಸಮವಾಪ್ನೋತಿ ಶ್ಲೋಕಾರ್ಧಂ ಶ್ರವಣೇನ ತತ್   ॥೨೦॥

॥ ಇತಿ ಶ್ರೀ ಪದ್ಮ ಪುರಾಣೋಕ್ತ ಶ್ರೀಮದ್ಭಾಗವತ ಸ್ಕಂಧ—
ಮಾಹಾತ್ಮ್ಯೇ ಪ್ರಥಮೋಽಧ್ಯಾಯಃ ॥

ಶ್ರೀ ಮದ್ಭಾಗವತ ಸ್ಕಂಧ ಮಹಿಮಾ ಕಥಾ ಸಾರಾಂಶ
(ಪದ್ಮ ಪುರಾಣೋಕ್ತ ಮೊದಲನೆಯ ಸ್ಕಂಧದ ಮಹಿಮೆ)

॥ಶ್ರೀ ವೇದವ್ಯಾಸಾಯ ನಮಃ ॥ಶ್ರೀ ಗುರುಭ್ಯೋ ನಮಃ ॥ಹರಿಃ ಓಂ॥

ನಾರಾಯಣಂ ನಮಸ್ಕೃತ್ಯ ನರಂ ಚೈವ ನರೋತ್ತಮಮ್ ।
ದೇವೀಂ ಸರಸ್ವತೀಂ ವ್ಯಾಸಂ ತತೋ ಜಯಮುದೀರಯೇತ್ ॥

ಸರ್ವೋತ್ತಮನಾದ ನಾರಾಯಣ, ಮೂಲ ಗುರುಗಳಾದ ಶ್ರೀ ವೇದ—
ವ್ಯಾಸರು, ನಾರಾಯಣನ ಪತ್ನಿಯಾದ ಲಕ್ಷ್ಮೀದೇವಿ, ಬ್ರಹ್ಮನ ಪತ್ನಿ ಸರಸ್ವತೀ

(ಬ್ರಹ್ಮ–ಸರಸ್ವತೀ), ನರೋತ್ತಮನಾದ ವಾಯು, ಅವನ ಪತ್ನಿ ಭಾರತೀ ದೇವಿ, ಶೇಷದೇವ ಇವರೆಲ್ಲರನ್ನು ಗ್ರಂಥಾರಂಭದಲ್ಲಿ ನಮಸ್ಕರಿಸಿ ಗ್ರಂಥದ ಪಠನ, ಪಾರಾಯಣ, ಲೇಖನಾದಿಗಳನ್ನು ಪ್ರಾರಂಭಿಸಬೇಕು ಎಂಬ ಆದೇಶದಂತೆ ಭಾಗವತ ಸ್ಕಂಧ ಮಹಿಮೆಗಳನ್ನು ತಿಳಿಸುವ ಪೂರ್ವದಲ್ಲಿ ಕಾರ್ಯವು ನಿರ್ವಿಘ್ನವಾಗಿ ಸಾಗಲಿ ಎಂದು ಇವರೆಲ್ಲರನ್ನೂ ಭಕ್ತಿಯಿಂದ ನಮಿಸುತ್ತ ಶ್ರೀಸೂತರು ಹೇಳುತ್ತಾರೆ –

ಹೇ ಶೌನಕಾದಿ ಮುನಿಗಳೇ! ಶ್ರೀಮದ್ಭಾಗವತದ ಪ್ರತಿ ಸ್ಕಂಧದ ಮಹಾತ್ಮೆಯನ್ನು ತಿಳಿಯಬಯಸಿದ ನಿಮಗೆ ಸಕಲ ದಾನಗಳಿಂದ ಬರುವ ಪುಣ್ಯ ಮತ್ತು ಸರ್ವ ತೀರ್ಥಗಳಲ್ಲಿ ಸ್ನಾನಾದಿಗಳಿಂದ ಬರುವ ಫಲ, ಸಕಲಯಜ್ಞಗಳ ಅನುಷ್ಠಾನದಿಂದ ಪ್ರಾಪ್ತವಾಗುವ ಪುಣ್ಯ, ಸರ್ವವೇದಗಳ ಅಧ್ಯಯನ ಪಾರಾಯಣಾದಿಗಳಿಂದ ಬರುವ ಫಲ ಇವೆಲ್ಲ ಯಾವ ಶ್ರೀಮದ್ಭಾಗವತದ ಒಂದು ಶ್ಲೋಕದ ಶ್ರವಣ ಮಾತ್ರದಿಂದ ಪ್ರಾಪ್ತವಾಗುವ ಷೋಡಶಾಂಶ ಫಲಕ್ಕೂ ಸಮಾನವಾಗಲಾರವೋ ಅಂಥ ಶ್ರೀಮದ್ಭಾಗವತದ ಪ್ರತಿ ಸ್ಕಂಧದ ಮಹಾತ್ಮೆಯನ್ನು ಸಂಕ್ಷೇಪದಲ್ಲಿ ಕಥಾನುವಾದದೊಂದಿಗೆ ತಿಳಿಸುವೆನು. ಶ್ರದ್ಧೆಯಿಂದ ಶ್ರವಣ ಮಾಡಿರಿ.

(ಶ್ರೀಮದ್ಭಾಗವತ ಪುರಾಣದಲ್ಲಿ ಹನ್ನೆರಡು ಸ್ಕಂಧಗಳಿವೆ. ಪ್ರತಿ ಸ್ಕಂಧದ ಮಹಿಮೆಯು ಒಂದು ಚಿಕ್ಕ ಕಥೆಯ ಮೂಲಕ ಪದ್ಮ ಪುರಾಣದಲ್ಲಿ ತಿಳಿಸಿದ್ದು ಆ ಹನ್ನೆರಡು ಕಥೆಗಳನ್ನು ಈಗ ಸಂಕ್ಷೇಪದಲ್ಲಿ ನಿರೂಪಿಸಲಾಗುವುದು. ಈ ಸ್ಕಂಧ ಮಹಾತ್ಮೆಗಳು ಬ್ರಹ್ಮ–ನಾರದರ ಸಂವಾದ ರೂಪದಲ್ಲಿದ್ದು ನಾರದರು ಕೇಳುವ ಪ್ರಶ್ನೆಗಳಿಗೆ ಬ್ರಹ್ಮದೇವರು ಒಂದು ಐತಿಹಾಸಿಕ ಕಥಾನಕದ ಮೂಲಕ ಆ ಸ್ಕಂಧದ ಮಹಿಮೆಯನ್ನು ತಿಳಿಸುತ್ತ ಹೋಗುತ್ತಾರೆ.)

ಅಧ್ಯಾಯ–೧ (ಶ್ರೀಮದ್ಭಾಗವತದ ೧ ನೆಯ ಸ್ಕಂಧದ ಮಹಿಮೆ)

ಪೂಜ್ಯ ತೀರ್ಥರೂಪರೇ! ಶ್ರೀಮದ್ಭಾಗವತ ಪುರಾಣದ ಒಂದನೆಯ ಸ್ಕಂಧವನ್ನು ಶ್ರದ್ಧೆಯಿಂದ ಕೇಳುವ ಮಾತ್ರದಿಂದ ಮಾತೃಗಾಮಿಯಾದವನೂ ಆ ಮಹಾಪಾಪದಿಂದ ಮುಕ್ತನಾಗುವನು ಎಂದು ಹೇಳಿದಿರಿ. ಇದು ಅತ್ಯಾಶ್ಚರ್ಯವು. ಯಾವನು ಮಾತೃಗಾಮಿಯಾಗಿದ್ದನು? ಅವನೆಲ್ಲಿ

ವಾಸಿಸಿದ್ದನು? ಇಂಥ ಮಹಾಪಾಪದಿಂದ ಅವನು ಹೇಗೆ ಮುಕ್ತನಾದನು? ಇದೆಲ್ಲವನ್ನು ತಿಳಿಸಿ ಅನುಗ್ರಹಿಸಿರಿ ಎಂದು ಪ್ರಾರ್ಥಿಸಲು ಬ್ರಹ್ಮದೇವರು ಹೇಳುತ್ತಾರೆ –

ಹೇ ವತ್ಸ ನಾರದಾ! ಒಳ್ಳೆಯ ಪ್ರಶ್ನೆಯನ್ನು ಮಾಡಿರುವಿ. ನೋಡು, ಹಿಂದಕ್ಕೆ ಅವಂತೀ ಎಂಬ ನಗರದಲ್ಲಿ ಶ್ರೀಕರ ಎಂಬ ಹೆಸರಿನ ಒಬ್ಬ ರಾಜ ನಿದ್ದನು. ಧಾರ್ಮಿಕನಾದ ಈ ರಾಜನಿಗೆ ಇಬ್ಬರು ಪತ್ನಿಯರಿದ್ದರು. ಕೇಸರಿಣೇ ಎಂಬ ಹಿರಿಯ ಪತ್ನಿಯು ಸುಶೀಲೆಯೂ, ಪತಿವ್ರತಾಪರಾಯಣಳೂ ಆಗಿದ್ದಳು. ಅತ್ತೆ–ಮಾವಂದಿರ ಸೇವೆಯನ್ನು ಶ್ರದ್ಧೆಯಿಂದ ಮಾಡುತ್ತಿದ್ದಳು. ಆದರೆ ಅಜಾ ಎಂಬ ಹೆಸರಿನ ಕಿರಿಯ ಪತ್ನಿಯು ದುಷ್ಟ ಬುದ್ಧಿಯವಳಾಗಿದ್ದು ಸದಾ ಪತಿಯೊಡನೆ ಜಗಳವಾಡುತ್ತಿದ್ದಳು. ಕೆಲ ದಿನಗಳ ನಂತರ ಇಬ್ಬರೂ ಪತ್ನಿಯರಲ್ಲಿ ರಾಜನಿಗೆ ಒಬ್ಬೊಬ್ಬ ಗಂಡು ಮಗುವು ಜನಿಸಲು ರಾಜನು ಅನೇಕ ದಾನಾದಿಗಳನ್ನು ಕೊಟ್ಟನು. ಸಂತಾನವೃದ್ಧಿಯಾಗಿದ್ದುದರಿಂದ ರಾಜನು ಮುದದಿಂದ ಇರುವಾಗ ದೈವಸಂಕಲ್ಪದಂತೆ ಅಕಾಲ ಮೃತ್ಯುಗೀಡಾದನು. ಮುಂದೆ ರಾಜ್ಯಭಾರವೆಲ್ಲ ರಾಜನ ಹಿರಿಯ ಪತ್ನಿಯೂ ತನ್ನ ಸವತಿಯೂ ಆದ ಕೇಸರಿಣೆಯ ಮಗನ ಕೈಸೇರಲು ಇದನ್ನು ಸಹಿಸದ ಅಸಾಧ್ವಿಯಾದ ಅಜಾ ಅರಮನೆಯನ್ನು ತೊರೆದು ಒಂದು ಮಹಾನಗರದಲ್ಲಿದ್ದ ಒಬ್ಬ ವ್ಯಾಪಾರಿಯ ಸಂಗ ಮಾಡಿ ಅವನೊಂದಿಗೇ ಇರತೊಡಗಿದಳು. ಮುಂದೆ ಆ ವ್ಯಾಪಾರಿಯೂ ವಿಧಿವಶನಾಗಲು ದಿಕ್ಕು ತೋರದ ಅಜಾ "ಅಯ್ಯೋ! ಕೈ ಹಿಡಿದ ರಾಜನೂ ಮೃತನಾದನು. ನಂತರ ಸಂಗ ಮಾಡಿದ ಜಾರನೂ ವಿಧಿವಶನಾದನು. ಇನ್ನು ನನಗೆ ಯಾರು ಗತಿ? ಏನು ಮಾಡಲಿ? ಎಲ್ಲಿಗೆ ಹೋಗಲಿ?" ಎಂದು ತನ್ನ ಎದೆ ಎದೆ ಬಡಿದುಕೊಂಡು ವಿಲಪಿಸತೊಡಗಿದಳು. ಇನ್ನು ತನ್ನ ಜೀವನವು ಸದಾ ಪರಾಧೀನವಾಗಿಯೇ ಇರುವುದು ಎಂದು ಶೋಕಿಸುತ್ತ ಜೀವನ ನಿರ್ವಹಣೆ ಗೆಂದು ಗೀತ–ವಾದ್ಯ ನೃತ್ಯ ಕಲೆಗಳನ್ನು ಕಲಿತು ನರ್ತಕಿಯಾದಳು. ಬೇರೆ ಬೇರೆ ಸ್ಥಳಗಳಿಗೆ ಹೋಗಿ ಪರಸ್ತ್ರೀ ಪುರುಷರ ಮುಂದೆ ನರ್ತನ ಮಾಡುತ್ತ, ಹಾಡುಗಳನ್ನು ಹೇಳುತ್ತ, ವಾದ್ಯಗಳನ್ನು ಬಾರಿಸುತ್ತ ತನ್ನ ಜೀವನವನ್ನು ಸಾಗಿಸತೊಡಗಿದಳು.

ಇತ್ತ ಆವಂತೀ ನಗರದಲ್ಲಿ ಶ್ರೀಕರ ರಾಜನ ಹಿರಿಯ ಮಗನಾಗಿ ರಾಜನಾಗಿದ್ದ ಕೇಸರಿಣೆಯ ಮಗನು ಮೃತನಾಗಲು ರಾಜ್ಯಭಾರವೆಲ್ಲ ಅಜಾ –

ಪುತ್ರನಾದ ಕೀರ್ತಿಮಾನ್‌ನ ವಶವಾಯಿತು. ಒಂದು ದಿನ ಅಜ್ಞಾ ನರ್ತಕಿಯು ಅವಂತೀ ನಗರಕ್ಕೆ ಬಂದು ರಾಜ ದರ್ಬಾರಿನಲ್ಲಿ ರಾಜನೆದುರು ನರ್ತನ ಮಾಡಿದಳು. ಈ ನರ್ತಕಿಯ ಸೌಂದರ್ಯ ನರ್ತನ, ಹಾವ-ಭಾವ-ವಿಲಾಸಗಳಿಂದ ಮನಸೋತ ಕೀರ್ತಿಮಾನ್‌ನು ಕಾಮಪೀಡಿತನಾಗಿ ಆ ನರ್ತಕಿಯು ತನ್ನ ತಾಯಿಯೆಂಬುದನ್ನು ಅರಿಯದೇ ಅವಳಿರುವಲ್ಲೇ ಗೌಪ್ಯದಿಂದ ಹೋಗಿ ಅವಳೊಂದಿಗೆ ರಾತ್ರಿ ಕ್ರೀಡಿಸಿ ಬೆಳಗಾಗುತ್ತಲೇ ತನ್ನ ಅರಮನೆಗೆ ಬಂದನು. ಒಬ್ಬರನ್ನೊಬ್ಬರು ಅಗಲಿ ಬಹು ಕಾಲ ಗತಿಸಿದ್ದರಿಂದ ಆ ನರ್ತಕಿಗೂ ರಾಜನು ತನ್ನ ಮಗನೆಂಬ ಅರಿವಿರಲಿಲ್ಲ.

ಆ ಊರಿನ ಇಬ್ಬರು ವೃದ್ಧ ಬ್ರಾಹ್ಮಣರಿಗೆ ಇವರೀರ್ವರ ಪರಿಚಯ ವಿದ್ದುದರಿಂದ ರಾಜನು ತನ್ನ ತಾಯಿಯ ಸಂಗ ಮಾಡಿದ್ದನ್ನು ತಿಳಿದು ಬಹು ಜುಗುಪ್ಸಿತರಾಗಿ "ರಾಜನೇ ನೀನು ಬಹು ಅನ್ಯಾಯದ ಅಧರ್ಮ ಕಾರ್ಯವನ್ನು ಮಾಡಿರುವಿ. ಇದರಿಂದ ನಿನಗೆ ಘೋರ ನರಕವಾಗುವುದು ನಿಶ್ಚಿತ" ಎಂದು ರಾಜನೆದುರೇ ನಿಷ್ಠುರವಾಗಿ ಹೇಳಿಬಿಟ್ಟರು.

ಈ ವೃದ್ಧ ಬ್ರಾಹ್ಮಣರ ನಿಷ್ಠುರ ವಚನಗಳನ್ನು ಕೇಳಿ ಭೀತನಾದ ರಾಜನು "ಪೂಜ್ಯರೇ! ನರಕದಲ್ಲಿ ಬೀಳುವಂತಹ ಅದಾವ ನೀಚಕರ್ಮವನ್ನು ನಾನು ಮಾಡಿದ್ದೇನೆ. ನಾನೊಂದನ್ನೂ ಅರಿಯೆನು. ಆ ನೀಚಕರ್ಮಕ್ಕೆ ಪ್ರಾಯಶ್ಚಿತ್ತವೇನಾದರೂ ಇದ್ದರೆ ದಯಮಾಡಿ ತಿಳಿಸಿರಿ ಮಾಡಿಕೊಳ್ಳುವೆನು" ಎಂದು ರಾಜನು ದೈನ್ಯದಿಂದ ಕೇಳಿಕೊಳ್ಳಲು ಆ ಬ್ರಾಹ್ಮಣರು ರಾಜನು ಮಾತೃಗಮನ ಮಾಡಿದ ಸಮಾಚಾರವನ್ನು ಅವಳ ಹಿಂದಿನ ವೃತ್ತಾಂತವನ್ನೆಲ್ಲ ತಿಳಿಸಿ ಬಿಟ್ಟರು. ಇದನ್ನು ಕೇಳಿ ಪರಮ ದುಃಖಿತನಾದ ರಾಜನು ತನ್ನನ್ನು ಅತಿಯಾಗಿ ನಿಂದಿಸಿಕೊಳ್ಳುತ್ತ ಆ ಸ್ತ್ರೀಯ ಮನೆಗೆ ಹೋದನು. ಕೈಯಲ್ಲಿ ಖಡ್ಗವನ್ನೆತ್ತಿ ಹಿಡಿದುಕೊಂಡು, ಎಲೈ ದುಷ್ಟಯೇ! ನೀನಾರು? ಯಾರ ಪುತ್ರಿಯು? ಯಾರ ಪತ್ನಿಯು? ಜೀವಂತವಿರಲು ಬಯಸುವಿಯಾದರೆ ಎಲ್ಲವನ್ನೂ ಮುಚ್ಚಿಡದೇ ಹೇಳು. ಇಲ್ಲದಿದ್ದರೆ ನಿನ್ನ ಶಿರಸ್ಸನ್ನೇ ಕತ್ತರಿಸಿ ಹಾಕುವೆನು". ಎಂದು ಗದರಿಸಲು ಆ ಸ್ತ್ರೀಯು ತನ್ನ ಪೂರ್ವವೃತ್ತಾಂತವನ್ನೆಲ್ಲ ಅತಿ ದುಃಖದಿಂದ ನಿವೇದಿಸಿದಳು. ಇದನ್ನೆಲ್ಲಕೇಳಿ ಕೀರ್ತಿಮಾನ್ ರಾಜನು ಅವಳೆದುರು ಮೂರ್ಛಿತನಾಗಿ ಬಿದ್ದನು. ಸ್ವಲ್ಪ ಸಮಯದ ನಂತರ ಎಚ್ಚತ್ತ

ಅವನು ತನ್ನನ್ನೇ ಧಿಕ್ಕರಿಸಿಕೊಳುತ್ತ, ನಿಂದಿಸುತ್ತ ರಾಜ್ಯಭಾರವನ್ನು ತನ್ನ ಮಕ್ಕಳಿಗೆ ಒಪ್ಪಿಸಿ ವಿರಕ್ತನಾಗಿ ಆ ಸ್ತ್ರೀಯನ್ನು ಕರೆದುಕೊಂಡು ತೀರ್ಥಯಾತ್ರಿಗೆ ಹೊರಟನು. ಉಪವಾಸದಿಂದ ತೀರ್ಥಯಾತ್ರೆ ಮಾಡುತ್ತ, ಯಮುನಾ ನದಿಯ ದಂಡೆಗೆ ಬಂದನು. ಅಲ್ಲಿ ಅವರೀರ್ವರೂ ಯಮುನಾ ನದಿಯಲ್ಲಿ ಸ್ನಾನ ಮಾಡಿ ದಂಡೆಯ ಮೇಲಿದ್ದ ಒಂದು ಆಶ್ರಮದಲ್ಲಿ ನಡೆಯುತ್ತಿದ್ದ ಭಾಗವತಪುರಾಣದ ಪ್ರವಚನವನ್ನು ಕೇಳುತ್ತ ಕುಳಿತರು. ಒಂದನೆಯ ಸ್ಕಂಧದ ಅನುವಾದದ ಶ್ರವಣವು ಮುಗಿಯುತ್ತಲೇ ದಿವ್ಯ ದೇಹಗಳನ್ನು ಹೊಂದಿದ ಅವರೀರ್ವರೂ ಅಲ್ಲಿಗೆ ದೇವಲೋಕದಿಂದ ಬಂದಿದ್ದ ಒಂದು ದಿವ್ಯ ವಿಮಾನದಲ್ಲಿ ಕುಳಿತುಕೊಂಡು ವೈಕುಂಠ ಲೋಕವನ್ನು ಸೇರಿದರು.

ಹೇ ವತ್ಸ! ನಾರದಾ! ಭಾಗವತ ಪ್ರಥಮ ಸ್ಕಂಧ ಪ್ರವಚನದ ಶ್ರವಣದ ಮಹಾತ್ಮೆಯನ್ನು ತಿಳಿದೆಯಲ್ಲವೆ! ಇಂಥ ಈ ಭಾಗವತದ ಅರ್ಧ ಶ್ಲೋಕವನ್ನು ಶ್ರವಣ ಮಾಡಿದರೂ ಒಂದು ಸಾವಿರ ಅಶ್ವಮೇಧ ಯಾಗ ಮಾಡಿದ ಮತ್ತು ಒಂದು ನೂರು ವಾಜಪೇಯ ಯಜ್ಞಗಳ ಅನುಷ್ಠಾನದಿಂದ ಬರುವಷ್ಟು ಪುಣ್ಯವು ಪ್ರಾಪ್ತವಾಗುವುದು.

|| ಇಲ್ಲಿಗೆ ಶ್ರೀ ಪದ್ಮಪುರಾಣೋಕ್ತ ಶ್ರೀಮದ್ಭಾಗವತೋಕ್ತ ಸ್ಕಂಧ ಮಹಾತ್ಮೆಯಲ್ಲಿ ಪ್ರಥಮಾಧ್ಯಾಯವು ಮುಗಿಯಿತು. ||

ದ್ವಿತೀಯೋ ಅಧ್ಯಾಯಃ (ಅಧ್ಯಾಯ – ೨)

||ಹರಿಃ ಓಂ|| ಶ್ರೀ ಬ್ರಹ್ಮೋವಾಚ –
ದ್ವಿತೀಯಸ್ಕಂಧಮಾಹಾತ್ಮ್ಯಂ ಶೃಣು ವತ್ಸ ಸಮಾಸತಃ ।
ಬ್ರಹ್ಮಸ್ವಹರಣಾತ್ ಜನ್ಯಂ ಪಾಪಂ ಸದ್ಯೋ ವಿನಶ್ಯತಿ ||೧||

ಅತ್ರ ತೇಽಹಂ ಪ್ರವಕ್ಷ್ಯಾಮಿ ಪುರಾ ವೃತ್ತಕಥಾಂ ಶೃಣು ।
ಅಯೋಧ್ಯಾನಗರೇ ರಮ್ಯೇ ವೈಶ್ಯೋಽಭೂದ್ ಭೂರಿವಿಶ್ರುತಃ ||೨||

ನಿತ್ಯಂ ಧೇನುಶತಂ ಚೈವ ಬ್ರಾಹ್ಮಣಾನಾಂ ದದಾತಿ ಚ ।
ಸುದರ್ಶನ ಇತಿ ಖ್ಯಾತಃ ಸ ವೈಶ್ಯಃ ಪುಣ್ಯಮಾಚರತ್ ||೩||

ತುಲಾಪುರುಷದಾನಂ ಚ ದತ್ತಂ ತೇನ ಮಹಾತ್ಮನಾ ।
ಕಸ್ಮಿಂಶ್ಚಿತ್ಸಮಯೇ ತತ್ರ ಕಲಾಮಾತ್ರಾ ತು ದ್ವಾದಶೀ ॥೭॥

ತಸ್ಮಿನ್ ದಿನೇ ತು ವೈಶ್ಯಸ್ಯ ನಾಗತಂ ಗೋಶತಂ ತದಾ ।
ದ್ವಾದಶ್ಯುಲ್ಲಂಘನೇ ಜಾತೇ ಮಹಾದೋಷೋ ಭವೇನ್ನೃಣಾಮ್ ॥೮॥

ಇತಿ ಸಂಚಿಂತ್ಯ ಮನಸಾ ಸಂಕಲ್ಪಂ ಕೃತವಾನ್ ತದಾ ।
ಸಂಕಲ್ಪೇ ಚ ಕೃತೇ ತಸ್ಮಿನ್ ಮೃತೋಽಸೌ ವೈಶ್ಯನಾಯಕಃ ॥೯॥

ಪುತ್ರಭ್ರಾತೃಕಲತ್ರೇಣ ನ ದತ್ತಂ ಗೋಶತಂ ತದಾ ।
ಧನಲೋಭಾತ್ತು ತೇನಾಸೌ ರೌರವಂ ನರಕಂ ಗತಃ ॥೬॥

ಲೋಹಚೂರ್ಣಂ ಶಿಲಾಚೂರ್ಣಂ ವಿಷಂ ಹಾಲಾಹಲಂ ಮಹತ್ ।
ಜೀರ್ಯತೇ ಮನುಜೈಸ್ಸರ್ವಂ ಬ್ರಹ್ಮಸ್ವಂ ನೈವ ಜೀರ್ಯತೇ ॥೭॥

ತಸ್ಮಾದ್ ಬ್ರಹ್ಮಸ್ವಹರಣಾತ್ ಭುಕ್ತ್ವಾ ದುಃಖಾನ್ಯನೇಕಶಃ ।
ಜಾತ್ಯಂತರೇ ಸ ಶೂದ್ರೋಽಭೂದ್ವರ್ಷಾಣಾಂ ದ್ವಾದಶೇ ಗತೇ ॥೮॥

ಪ್ರಾಪ್ತೇ ತ್ರಯೋದಶೇ ವರ್ಷೇ ದ್ವಿತೀಯಸ್ಕಂಧ ಈರಿತಃ ।
ಮುದ್ಗಲೇನ ನದೀತೀರೇ ಶ್ರುತಶ್ಶೂದ್ರೇಣ ತತ್ರ ಹಿ ॥೧೦॥

ತಸ್ಯ ಶ್ರವಣಮಾತ್ರೇಣ ದೇಹಂ ತ್ಯಕ್ತ್ವಾ ದಿವಂ ಯಯೌ ।
ಸಂಸ್ಕಾರಂ ಕಾರಯಾಮಾಸುಃ ತಸ್ಯ ಮುದ್ಗಲಶಿಷ್ಯಕಾಃ ॥೧೧॥

ದಹ್ಯಮಾನಸ್ಯ ದೇಹಸ್ಯ ಧೂಮಶ್ಯಾಗರುಸನ್ನಿಭಃ ।
ತದ್ಧೂಮಸ್ಪರ್ಶಮಾತ್ರೇಣ ಬಹವೋ ಮೋಕ್ಷತಾಂ ಗತಾಃ ॥೧೨॥

ಇತಿ ತೇ ಕಥಿತಂ ಸರ್ವಂ ದ್ವಿತೀಯೇ ಶ್ರವಣೇ ಕೃತೇ ।
ಬ್ರಹ್ಮಸ್ವಹರಣಾತ್ಪಾಪಾತ್ ಮುಚ್ಯತೇ ನಾತ್ರ ಸಂಶಯಃ ॥೧೩॥

॥ ಇತಿ ಶ್ರೀಪದ್ಮ ಪುರಾಣೋಕ್ತ ಶ್ರೀಮದ್ಭಾಗವತ ಸ್ಕಂಧ–
ಮಾಹಾತ್ಮ್ಯೇ ದ್ವಿತೀಯೋಽಧ್ಯಾಯಃ ॥

ಅಧ್ಯಾಯ–೨
(ಶ್ರೀಮದ್ಭಾಗವತದ ಎರಡನೆಯ ಸ್ಕಂಧದ ಮಹಿಮೆ)

ಬ್ರಹ್ಮದೇವರು ಹೇಳುತ್ತಾರೆ – ಹೇ ವತ್ಸ! ನಾರದಾ! ಶ್ರೀಮದ್ಭಾಗವತದ ಎರಡನೆಯ ಸ್ಕಂಧದ ಶ್ರವಣದಿಂದ ಬ್ರಹ್ಮಸ್ವಹರಣದಿಂದ ಬರುವ ಪಾಪವು ಕೂಡಲೇ ನಾಶವಾಗುವುದು. ಈ ಬಗ್ಗೆ ನಿನಗೊಂದು ಐತಿಹಾಸಿಕ ಸತ್ಯ ಕಥೆಯನ್ನು ಹೇಳುತ್ತೇನೆ ಕೇಳು. ಹಿಂದಕ್ಕೆ ಅತ್ಯಂತ ವೈಭವೋಪೇತವಾದ ಅಯೋಧ್ಯಾ ನಗರದಲ್ಲಿ ಸುದರ್ಶನ ಎಂಬ ಹೆಸರಿನ ಒಬ್ಬ ಅತಿ ಶ್ರೀಮಂತನಾದ ಒಬ್ಬ ವೈಶ್ಯನಿದ್ದನು. ಪರಮ ಧಾರ್ಮಿಕನಾದ ಆ ವೈಶ್ಯನು ನಿತ್ಯವೂ ಬ್ರಾಹ್ಮಣರಿಗೆ ಒಂದು ನೂರು ಗೋವುಗಳನ್ನು ದಾನ ಮಾಡುತ್ತ, ಹದಿನಾರು ವಿಧ ದಾನಗಳಲ್ಲಿ ಶ್ರೇಷ್ಠವಾದ ತನ್ನ ದೇಹವು ತೂಗುವಷ್ಟು ಬಂಗಾರದ ದಾನ ಮುಂತಾದ ಪುಣ್ಯ ಕರ್ಮಗಳಿಂದ ದಾನಶೂರ ಎಂದು ಬಹು ಪ್ರಸಿದ್ಧನಾಗಿದ್ದನು. ಒಮ್ಮೆ ಸಾಧನೀ ದ್ವಾದಶಿಯ ದಿನ ದಾನ ಕೊಡುವುದಕ್ಕಾಗಿ ಆ ವೈಶ್ಯನಲ್ಲಿ ಒಂದು ನೂರು ಗೋವುಗಳ ಸಂಗ್ರಹವಾಗ ಲಿಲ್ಲ. ದ್ವಾದಶೀ ತಿಥಿಯು ಮೀರುತ್ತದೆಂಬ ಭಯದಿಂದ ಆ ವೈಶ್ಯನು ಶತಗೋದಾನ ಮಾಡಲು ಸಾಧ್ಯವಾಗದೇ ಅಷ್ಟುಗೋದಾನದ ಸಂಕಲ್ಪವನ್ನು ಮಾತ್ರ ಮಾಡಿಬಿಟ್ಟನು. ಸಂಕಲ್ಪ ಮಾಡುವುದೊಂದೇ ತಡ ಆ ವೈಶ್ಯನು ದೈವಾಧೀನನಾದನು. ಮಕ್ಕಳು, ಅಣ್ಣ ತಮ್ಮಂದಿರೊಳಗಿನ ಧನಲೋಭ, ಕಲಹದಿಂದ ವೈಶ್ಯನ ಶತಗೋದಾನದ ಸಂಕಲ್ಪವು ಪೂರ್ತಿಯಾಗದೇ ಉಳಿಯಿತು. ಹೀಗಾಗಿ ವೈಶ್ಯನು ಜೀವಿಸಿರುವಾಗ ಎಷ್ಟೇ ಪುಣ್ಯ ಕಾರ್ಯ ಗಳನ್ನು ಮಾಡಿದ್ದರೂ ಅಂತಿಮ ದಿನದ ಗೋದಾನಸಂಕಲ್ಪವು ಪೂರ್ಣವಾಗದೇ ಇದ್ದುದರಿಂದ ರೌರವ ನರಕವನ್ನು ಹೊಂದಬೇಕಾಯಿತು. ಲೋಹದ ಪುಡಿ, ಕಲ್ಲುಪುಡಿ, ಹಾಲಾಹಲ ವಿಷ, ಇದಾವುದನ್ನು ಸೇವಿಸಿದರೂ ಮನುಷ್ಯರು ಅವುಗಳನ್ನು ಜೀರ್ಣಿಸಿಕೊಳ್ಳಬಲ್ಲರು ಆದರೆ ಬ್ರಹ್ಮಸ್ವವನ್ನು ಮಾತ್ರ ಜೀರ್ಣಿಸಿ ಕೊಳ್ಳಲಾರರು. ಈ ಕಾರಣದಿಂದಲೇ ಬ್ರಹ್ಮಸ್ವವನ್ನು ಹರಣ ಮಾಡಿದ್ದರಿಂದ ಅಂದರೆ ಬ್ರಾಹ್ಮಣಿಗೆ ಶತಗೋದಾನ ಮಾಡುವುದಾಗಿ ಸಂಕಲ್ಪಿಸಿ ಕೊಡದೇ ಇದ್ದುದು ಬ್ರಹ್ಮಸ್ವಹರಣಮಾಡಿದಂತಾಗಿ ಆ ವೈಶ್ಯನು ಅನೇಕ ನರಕ ದುಃಖ ಗಳನ್ನು ಭೋಗಿಸಿಯಾದ ಮೇಲೆ ಶೂದ್ರನಾಗಿ ಜನಿಸಿದನು. ಶೂದ್ರನಾಗಿದ್ದು

ಹನ್ನೆರಡು ವರ್ಷಗಳು ಗತಿಸಿ ಹದಿಮೂರನೆಯ ವರ್ಷವು ನಡೆಯುತ್ತಿರಲು ಮುದ್ಗಲ ಎಂಬ ಋಷಿಯು ಒಂದು ಪವಿತ್ರ ನದಿತೀರದಲ್ಲಿ ಹೇಳುತ್ತಿದ್ದ ಶ್ರೀಮದ್ಭಾಗವತ ಪುರಾಣದ ಎರಡನೆಯ ಸ್ಕಂಧದ ಪ್ರವಚನವನ್ನು ದೂರದಲ್ಲಿ ಕುಳಿತು ಭಕ್ತಿಯಿಂದ ಕೇಳಿದನು. ಅದನ್ನು ಕೇಳುವ ಮಾತ್ರದಿಂದಲೇ ಆ ಶೂದ್ರನು ಆ ದೇಹವನ್ನು ತೃಜಿಸಿ ದೇವಲೋಕವನ್ನು ಸೇರಿದನು. ಆಗ ಅಲ್ಲಿಯೇ ಮುದ್ಗಲ ಋಷಿಯ ಶಿಷ್ಯರು ಆ ಶೂದ್ರನ ಅಂತ್ಯ ಸಂಸ್ಕಾರ ಕರ್ಮವನ್ನು ಮಾಡಿದರು. ಅಗ್ನಿ ಸಂಸ್ಕಾರ ಮಾಡಿದಾಗ ಆ ಶೂದ್ರನ ದೇಹ ದಿಂದ ಆಗರು ಸುಟ್ಟಾಗ ಬರುವಂತೆ ಸುವಾಸಿತ ಧೂಮವು ಬರತೊಡಗಿತು. ಆ ಧೂಮದ ಸ್ಪರ್ಶಮಾತ್ರದಿಂದಲೇ ಅನೇಕರು ಮೋಕ್ಷವನ್ನು ಸೇರಿದರು.

ಹೇ ನಾರದಾ! ಶ್ರೀಮದ್ಭಾಗವತ ಪುರಾಣದ ದ್ವಿತೀಯ ಸ್ಕಂಧದ ಶ್ರವಣ ಮಾತ್ರದಿಂದ ನರನು ಬ್ರಹ್ಮಹತ್ಯರಣದಿಂದ ಬರುವ ಪಾಪದಿಂದಲೂ ಮುಕ್ತನಾಗುವಲ್ಲಿ ಯಾವ ಸಂದೇಹವೂ ಇಲ್ಲ. ಈ ಸ್ಕಂಧದ ಶ್ರವಣ ಮಹಾತ್ಮೆಯು ಎಷ್ಟು ಘನವಾಗಿದೆ ಎಂಬುದನ್ನು ತಿಳಿದೆಯಲ್ಲವೆ!

|| ಇಲ್ಲಿಗೆ ಶ್ರೀ ಪದ್ಮಪುರಾಣೋಕ್ತ ಶ್ರೀಮದ್ಭಾಗವತೋಕ್ತ ಸ್ಕಂಧ– ಮಹಾತ್ಮೆಯಲ್ಲಿ ಎರಡನೆಯ ಅಧ್ಯಾಯವು ಸಮಾಪ್ತವಾಯಿತು.||

ಅಧ್ಯಾಯ – ೩

||ಹರಿಃ ಓಂ|| ಶ್ರೀ ಬ್ರಹ್ಮೋವಾಚ –

ಮಿತ್ರದ್ರೋಹೇ ಚ ಯತ್ಪಾಪಂ ಪರಸ್ತ್ರೀಗಮನೇ ಚ ಯತ್ |
ತತ್ಪಾಪಾಭ್ಯಾಂ ಪ್ರಮುಚ್ಯೇತ ತೃತೀಯಶ್ರವಣಾನ್ನರಃ			||೧||

ಆತ್ಮಾಪ್ಯುದಾಹರಂತೀಮಮಿತಿಹಾಸಂ ಪುರಾತನಮ್ |
ಚಂಪಾವತ್ಯಾಂ ಪುರಾ ಚಾಸೀನ್ನಾಮ್ನಾ ರಾಜಾ ವಿಮರ್ಷಣಃ			||೨||

ಪಿತೇವ ಮೇದಿನೀಪಾಲಃ ಸರ್ವೇಷಾಂ ಸಂಮತಶ್ಶುಚಿಃ |
ಏತಸ್ಮಿನ್ನೇವ ಕಾಲೇ ತು ಗಾನಕರ್ಮವಿಶಾರದಃ			||೩||

ವೈಶ್ಯಃ ಕಶ್ಚಿತ್ತಮಾಗತ್ಯ ರಾಜ್ಞಃ ಸ್ನೇಹಂ ಚಕಾರ ಹ |
ತೇನ ಸಾಕಮಭೂನ್ಮೈತ್ರೀ ವರ್ಧಮಾನಾ ದಿನೇ ದಿನೇ ||೭||

ಏಕಸ್ಮಿನ್ ದಿವಸೇ ಮಂಚೇ ಸುಪ್ತೋ ರಾಜಾ ವಿಮರ್ಷಣಃ |
ವೈಶ್ಯೋ ಹತ್ವಾತು ದುರ್ಬುದ್ಧಿಃ ಪ್ರರುರೋದ ತದಾ ಸ್ವಯಮ್ ||೮||

ಮಂತ್ರಿಣಶ್ಚ ವಿಚಾರ್ಯಾಶು ಮಿತ್ರಭಾವಂ ತದಾ ತಯೋಃ |
ಮೃತಂ ರೋಗೇಣ ತಂ ಜ್ಞಾತ್ವಾ ರಾಜಾನಂ ಚಕ್ರಿರೇ ತದಾ ||೯||

ರಾಜ್ಯಂ ಲಬ್ಧ್ವಾ ತು ವೈಶ್ಯೋಽಸೌ ವಿಷಯಾಸಕ್ತಮಾನಸಃ |
ವಿಮರ್ಷಣಕಲತ್ರೇ ಚ ಮತಿಂ ಚಕ್ರೇ ಸುದುರ್ಮತಿಃ ||೮||

ಬಲಾತ್ಕಾರೇಣ ದುಷ್ಟಾತ್ಮಾ ತಸ್ಯಾಸ್ಸಂಗಂ ಚಕಾರ ಹ |
ಮಿತ್ರದ್ರೋಹಸಮುತ್ಥೇನ ಪಾಪೇನ ಮರಣಂ ಗತಃ ||೯||

ಕುಂಭೀಪಾಕಶತಾನ್ಯೇವಮನುಭುಕ್ತ್ವಾ ವನ್ಯಜನ್ಮನಿ |
ಗೃಹೇ ಶೂದ್ರಸ್ಯ ಮಹಿಷೋ ಭೂತ್ವಾಽಸೌ ವನಮಾಗತಃ ||೮||

ಋಷೇಸ್ತಪೋವನೇ ತತ್ರ ದಶಾಹಂ ಸಂಸ್ಥಿತೋಽಭವತ್ |
ವಿಶ್ವಾಮಿತ್ರೇಣ ಸಂಪ್ರೋಕ್ತಃ ತೃತೀಯಸ್ಕಂಧ ಉತ್ತಮಃ ||೧೦||

ಮಹಿಷೇಣ ಶ್ರುತಸ್ತತ್ರ ಪೂರ್ವಪುಣ್ಯಪ್ರಭಾವತಃ |
ತ್ಯಕ್ತ್ವಾ ತು ಮಾಹಿಷಂ ದೇಹಂ ದಿವ್ಯದೇಹಸಮನ್ವಿತಃ ||೧೧||

ದಿವ್ಯಂ ವಿಮಾನಮಾರುಹ್ಯ ವೈಕುಂಠಂ ಪ್ರಯಯೌ ತದಾ |
ಇತಿ ತೇ ಸರ್ವಮಾಖ್ಯಾತಂ ಮಾಹಾತ್ಮ್ಯಂ ತು ತೃತೀಯಜಮ್ ||೧೨||

|| ಇತಿ ಶ್ರೀಪದ್ಮ ಪುರೋಣೋಕ್ತ ಶ್ರೀಮದ್ಭಾಗವತ ಸ್ಕಂಧ–
ಮಾಹಾತ್ಮ್ಯೇ ತೃತೀಯೋಽಧ್ಯಾಯಃ ||

ಅಧ್ಯಾಯ – ೩
(ಶ್ರೀಮದ್ಭಾಗವತದ ೩ ನೆಯ ಸ್ಕಂಧದ ಮಹಿಮಾ)

ಶ್ರೀ ಬ್ರಹ್ಮದೇವರು ಹೇಳುತ್ತಾರೆ – ವತ್ಸ ನಾರದಾ! ಈಗ ಶ್ರೀಮದ್ಭಾಗವತದ ಮೂರನೆಯ ಸ್ಕಂಧದ ಮಹಿಮೆಯನ್ನು ಹೇಳುತ್ತೇನೆ ಕೇಳು. ಭಾಗವತದ ಮೂರನೆಯ ಸ್ಕಂಧದ ಪಾರಾಯಣ–ಶ್ರವಣಾದಿಗಳನ್ನು ಶ್ರದ್ಧೆಯಿಂದ ಮಾಡಿದರೆ ಮಿತ್ರದ್ರೋಹ, ಮತ್ತು ಪರಸ್ತ್ರೀಗಮನದಿಂದ ಬಂದಿರುವ ಪಾಪಗಳು ಕಳೆದು ಹೋಗುವವು. ಈ ವಿಷಯದಲ್ಲಿ ಬಹು ಹಿಂದಕ್ಕೆ ನಡೆದ ಒಂದು ಸತ್ಯ ಕಥೆಯನ್ನು ನಿನಗೆ ಹೇಳುತ್ತೇನೆ. ಹಿಂದಕ್ಕೆ ಚಂಪಾವತಿ ಎಂಬ ನಗರದಲ್ಲಿ ವಿಮರ್ಷಣ ಎಂಬ ಹೆಸರಿನ ಒಬ್ಬ ರಾಜನಿದ್ದನು. ಆ ರಾಜನು ಪ್ರಜೆಗಳನ್ನು ಮಕ್ಕಳಂತೆ ಪಾಲಿಸುತ್ತ ಎಲ್ಲರ ಪ್ರೀತಿಗೆ ಪಾತ್ರನಾಗಿದ್ದನು. ಅವನು ಧರ್ಮದಿಂದ ರಾಜ್ಯಭಾರವನ್ನು ಸಾಗಿಸುತ್ತಿರಲು ಗಾಯನ ಕಲೆಯಲ್ಲಿ ನಿಪುಣನಾದ ಒಬ್ಬ ವೈಶ್ಯನು ರಾಜನ ಸನ್ನಿಧಿಗೆ ಬಂದು ಅವನೊಂದಿಗೆ ಸ್ನೇಹವನ್ನು ಬೆಳೆಸಿದನು. ಬರಬರುತ್ತ, ಆ ಸ್ನೇಹವು ವರ್ಧಿಸಿ ರಾಜನೊಂದಿಗೆ ಗೆಳೆತನದಲ್ಲಿ ಪರಿವರ್ತಿಸಿತು. ಒಂದು ದಿನ ರಾಜಾ ವಿಮರ್ಷಣನು ಮಂಚದ ಮೇಲೆ ಮಲಗಿದ್ದಾಗ ದುರ್ಬುದ್ಧಿಯ ವೈಶ್ಯನು ರಾಜನನ್ನು ಕೊಂದು ಎಲ್ಲರಿಗಿಂತ ಮೊದಲು ತಾನೇ ದೊಡ್ಡ ಧ್ವನಿಯಿಂದ ಅಳತೊಡಗಿದನು. ಆಗ ಅರಮನೆಯಲ್ಲಿ ಎಲ್ಲರೂ ಸೇರಿ ರಾಜನು ಯಾವುದೋ ಒಂದು ರೋಗದಿಂದ ಮೃತನಾದನೆಂದು ತಿಳಿದು ಶೋಕಿಸತೊಡಗಿದರು. ವಿಮರ್ಷಣ ರಾಜಾ ಮತ್ತು ವೈಶ್ಯನ ನಡುವಿದ್ದ ಮೈತ್ರಿಯನ್ನು ಪರಿಗಣಿಸಿ ಮಂತ್ರಿಗಣದವರು ಆ ವೈಶ್ಯನನ್ನೇ ಚಂಪಾವತಿಯ ರಾಜನನ್ನಾಗಿ ಪಟ್ಟಾಭಿಷೇಕ ಮಾಡಿದರು. ಹೀಗೆ ಮೋಸದಿಂದ ರಾಜ್ಯದ ಅಧಿಪತ್ಯವನ್ನುಸಂಪಾದಿಸಿದ ವೈಶ್ಯನು ವಿಷಯಾಸಕ್ತನಾಗಿದ್ದರಿಂದ ವಿಮರ್ಷಣನ ಪತ್ನಿಯನ್ನೇ ಕಾಮಿಸತೊಡಗಿದನು. ದುರ್ಬುದ್ಧಿಯ ವೈಶ್ಯನು, ಬಲಾತ್ಕಾರದಿಂದ ಅವಳ ಸಂಗವನ್ನು ಮಾಡಿದನು. ಮಿತ್ರನಾದ ವಿಮರ್ಷಣನನ್ನು ಕೊಂದು ಅವನ ಪತ್ನಿಯನ್ನು ಬಲಾತ್ಕಾರದಿಂದ ಭೋಗಿಸಿದ ಪಾಪದ ಫಲವಾಗಿ ವೈಶ್ಯನು ಮೃತನಾಗಿ ನೂರಾರು ಕುಂಭೀಪಾಕ ನರಕಗಳಲ್ಲಿ ಯಾತನೆಗಳನ್ನು ಅನುಭವಿಸಿ ಕೊನೆಗೆ ಭೂಲೋಕದಲ್ಲಿ ಒಬ್ಬ ಶೂದ್ರನ ಮನೆಯಲ್ಲಿ

ಕೋಣನಾಗಿ ಜನ್ಮ ತಾಳಿದನು. ಒಮ್ಮೆ ಹುಲ್ಲು ಮೇಯುತ್ತ, ಕೋಣ ಜನ್ಮದಲ್ಲಿದ್ದ ವೈಶ್ಯನು ಅಡವಿಗೆ ಬಂದು ಅಲ್ಲಿಯೇ ಇದ್ದ ವಿಶ್ವಾಮಿತ್ರರ ಆಶ್ರಮದಲ್ಲಿ ಹತ್ತು ದಿನ ಇದ್ದನು. ಅದೇ ಸಮಯಕ್ಕೆ, ವಿಶ್ವಾಮಿತ್ರರು ತಮ್ಮ ಶಿಷ್ಯರಿಗೆ ಭಾಗವತ ಪುರಾಣವನ್ನು ಹೇಳುತ್ತಿದ್ದರು. ಕೋಣವು ಆಶ್ರಮಕ್ಕೆ ಬಂದಾಗ ಭಾಗವತದ ಮೂರನೇಯ ಸ್ಕಂಧದ ಪ್ರವಚನವು ಬಹು ವಿಸ್ತಾರದಿಂದ ನಡೆದಿದ್ದಿತು. ಆ ಕೋಣವು ಪೂರ್ವಪುಣ್ಯ ಪ್ರಭಾವದಿಂದ ಆಶ್ರಮದಲ್ಲಿ ನಡೆದಿದ್ದ ಮೂರನೆಯ ಸ್ಕಂಧದ ಪ್ರವಚನವನ್ನು ಶ್ರದ್ಧೆಯಿಂದ ಕೇಳಿ ಮಾಹಿಷ (ಕೋಣ) ಜನ್ಮದಿಂದ ಮುಕ್ತವಾಗಿ ದಿವ್ಯ ದೇಹವನ್ನು ಹೊಂದಿತು. ಕೋಣ ಜನ್ಮದಿಂದ ಮುಕ್ತನಾದ ವೈಶ್ಯನು ದೇವ ವಿಮಾನದಲ್ಲಿ ಕುಳಿತು ವೈಕುಂಠ ಲೋಕವನ್ನು ಸೇರಿದನು. ನಾರದಾ! ಈ ಪ್ರಕಾರವಾಗಿರುವ ಭಾಗವತದ ೩ ನೆಯ ಸ್ಕಂಧದ ಮಹಾತ್ಮೆಯನ್ನು ವಿಸ್ತಾರವಾಗಿ ತಿಳಿಸಿದ್ದೇನೆ.

‖ ಇಲ್ಲಿಗೆ ಶ್ರೀ ಪದ್ಮಪುರಾಣೋಕ್ತ ಶ್ರೀಮದ್ಭಾಗವತ–ಸ್ಕಂಧ– ಮಹಾತ್ಮೆಯಲ್ಲಿ ೩ ನೆಯ ಅಧ್ಯಾಯವು ಸಮಾಪ್ತವಾಯಿತು. ‖

ಅಧ್ಯಾಯ – ೪

‖ಹರಿಃ ಓಂ‖ ಶ್ರೀ ಬ್ರಹ್ಮೋವಾಚ –

ಚತುರ್ಥಸ್ಕಂಧಮಾಹಾತ್ಮ್ಯಂ ಶ್ರೂಯತಾಂ ಪರಮಾದ್ಭುತಮ್ ।
ಚತುರ್ಥಶ್ರವಣೇನೈವ ಕೃತಘ್ನೋ ಮುಕ್ತಿಮೇಷ್ಯತಿ   ‖೧‖

ಆತ್ರಾಪ್ಯುದಾಹರಂತೀಮಮಿತಿಹಾಸಂ ಪುರಾತನಮ್ ।
ಮಧುರಾಯಾಂ ಪುರಾ ಕಶ್ಚಿತ್ ಸುಯಜ್ಞ ಇತಿ ವಿಶ್ರುತಃ   ‖೨‖

ಏಕದಾ ಮೃಗಯಾರ್ಥಂ ಹಿ ಗತೋ ವೈ ಕಾನನಂ ಮಹತ್ ।
ಜಘಾನ ಸ ನರಶ್ರೇಷ್ಠೋ ಸಿಂಹವ್ಯಾಘ್ರಾನ್ ರುರೂನ್ ವನೇ   ‖೩‖

ರಾತ್ರಾ ಸುಯಜ್ಞೋ ರಾಜಾಸೌ ಋಷ್ಯಾಶ್ರಮಮುಪೇಯಿವಾನ್।
ರಾಜಾನಂ ಸಮನುಪ್ರಾಪ್ತಂ ಸುದೇವ್ಯೋ ಋಷಿಸತ್ತಮಃ   ॥೬॥

ಆತಿಥ್ಯಮಕರೋತ್ಸರ್ವಂ ವಿಧಿದೃಷ್ಟೇನ ಕರ್ಮಣಾ ।
ಹರ್ಷೇಣ ಮಹತಾ ರಾಜ್ಞಃ ಪೂಜಾಂ ಚಕ್ರೇ ಸುದೇವಕಃ   ॥೭॥

ನಿಶೀಥೇ ತತ್ರ ಸುಪ್ತೋಽಭೂದ್ರಾಜಾ ದಷ್ಟೋ ಮಹಾಹಿನಾ ।
ಅಹಿನಾ ದಷ್ಟಮಾನಸ್ಯ ರಾಜಾ ಪಂಚತ್ವಮೇಯಿವಾನ್   ॥೮॥

ಪ್ರಭಾತೇ ಸಮನುಪ್ರಾಪ್ತೇ ಹಾಹಾಕಾರೋಽಭವತ್ತದಾ ।
ಸೈನ್ಯಂ ದುಃಖಿತಮಾಲೋಕ್ಯ ಸುದೇವ್ಯೋ ದ್ವಿಜಸತ್ತಮಃ   ॥೯॥

ವಿಷಸ್ಯೋತ್ತಾರಣಾರ್ಥಂ ಹಿ ಜಗ್ರಾಹ ಜಲಭಾಜನಮ್ ।
ತಂ ಮಂತ್ರಯಿತ್ವಾ ವಿಧಿವದಭಿಷೇಕಂ ಚಕಾರ ಹ   ॥೧೦॥

ಸಮುತ್ಥಿತಸ್ತದಾ ರಾಜಾ ಯಾಮೇನ್ನೈಕೇನ ತತ್ರ ವೈ ।
ಸಮುತ್ಥಿತಂ ಸುಯಜ್ಞಂ ಚ ದೃಷ್ಟ್ವಾ ಹರ್ಷಮುಪಾಗತಃ   ॥೧೧॥

ದ್ವಿಜೇನ ತತ್ಕೃತಂ ಕರ್ಮ ಸರ್ವಂ ಸೈನ್ಯಂ ನ್ಯವೇದಯತ್ ।
ಜ್ಞಾತ್ವಾ ಪ್ರಾಣಪ್ರದಂ ರಾಜಾ ಸುದೇವಂ ಸಮಪೂಜಯತ್   ॥೧೦॥

ಆಶೀರ್ಭಿರ್ಯೋಜಿತೋ ರಾಜಾ ಹ್ಯಷ್ಟಮೇ ದಿವಸೇ ನಿಜಮ್ ।
ಪುರಮಾಪ ಸುಯಜ್ಞೋಽಸೌ ಯಜ್ಞಾರ್ಥಂ ಚ ಸಮುದ್ಯತಃ   ॥೧೧॥

ಬ್ರಾಹ್ಮಣಾನ್ಸ ಸಮಾಹೂಯ ಯಜ್ಞಂ ಚಕ್ರೇ ಮಹಾಮನಾಃ ।
ಯಜ್ಞೇ ಪ್ರವರ್ತಮಾನೇ ತು ಸುದೇವ್ಯೋ ಬ್ರಾಹ್ಮಣೋ ಹ್ಯಗಾತ್   ॥೧೨॥

ಸುದೇವಂ ಚಾಗತಂ ದೃಷ್ಟ್ವಾ ಸುಯಜ್ಞೋ ನ ಬಭಾಷ ಹ ।
ತೇನ ದುಃಖೇನ ಮಹತಾ ಸುದೇವಃ ಸ್ವಾಶ್ರಮಂ ಯಯೌ   ॥೧೩॥

ತದವಜ್ಞಾನಿಮಿತ್ತೇನ ತದ್ಯಜ್ಞೋ ನಿಷ್ಫಲೋ ಹ್ಯಭೂತ್ ।
ನಷ್ಟೇ ಯಜ್ಞಫಲೇ ರಾಜಾ ಪರಂ ದುಃಖಮುಪಾಗತಃ   ॥೧೪॥

ಬ್ರಾಹ್ಮಣಾನ್ ಪೃಚ್ಛಯಾಮಾಸ ನಷ್ಟಂ ಪುಣ್ಯಂ ಫಲಂ ಕಥಮ್ ।
ಧ್ಯಾತ್ವಾ ಜ್ಞಾತ್ವಾ ಚ ತತ್ಪಾಪಮೂಚುಸ್ತತ್ರ ದ್ವಿಜಾತಯಃ   ॥೧೫॥

ಸ್ತ್ರೀವಧೇ ಯದ್ಭವೇತ್ಪಾಪಂ ಬಾಲಘಾತೇ ಚ ಯಾದೃಶಮ್ |
ಮದ್ಯಪಾನೇ ಚ ಯತ್ಪಾಪಂ ತತ್ಪಾಪಂ ಚ ಕೃತಘ್ನಕೇ ||೧೬||

ಏವಮುಕ್ತ್ವಾ ತು ರಾಜಾನಂ ಗತಾಸ್ತಕ್ತ್ವಾ ದ್ವಿಜೋತ್ತಮಾಃ |
ಗತೇಷು ಬ್ರಾಹ್ಮಣೇಷ್ವೇವಂ ರಾಜಾ ಚಂಡಾಲತಾಂ ಗತಃ ||೧೭||

ಚಂಡಾಲತ್ವೇ ಚ ಸಂಪ್ರಾಪ್ತೇ ಕುಷ್ಠೀ ಜಾತೋ ವ್ರಣಾಂಗವಾನ್ |
ದುರ್ಗಂಧಃ ಸಮನುಪ್ರಾಪ್ತೋ ಬಹುಕೀಟಸಮನ್ವಿತಃ ||೧೮||

ಕದಾಚಿದ್ದೈವಯೋಗೇನ ಕುರುಕ್ಷೇತ್ರಮುಪೇಯಿವಾನ್ |
ತತ್ರ ಭಾಗವತೀ ವಾರ್ತಾ ಚತುರ್ಥಸ್ಕಂಧಸಂಭವಾ ||೧೯||

ಕಥ್ಯಮಾನಾ ದೇವಲೇನ ಚಂಡಾಲೇನ ಶ್ರುತಾ ಹ್ಯಭೂತ್ |
ಚತುರ್ಥಸ್ಕಂಧಶ್ರವಣಾದ್ರಾಜಾ ಪಂಚತ್ವಮೇಯಿವಾನ್ ||೨೦||

|| ಇತಿ ಶ್ರೀಪದ್ಮ ಪುರಾಣೋಕ್ತ ಶ್ರೀಮದ್ಭಾಗವತ ಸ್ಕಂಧ–
ಮಾಹಾತ್ಮ್ಯೇ ಚತುರ್ಥೋಽಧ್ಯಾಯಃ ||

ಅಧ್ಯಾಯ–೫

(ಶ್ರೀಮದ್ಭಾಗವತದ ೫ ನೆಯ ಸ್ಕಂಧದ ಮಹಿಮೆ)

ಶ್ರೀಮದ್ಭಾಗವತದ ಸ್ಕಂಧಗಳ ಮಹಿಮೆಯನ್ನು ಮುಂದುವರೆಸುತ್ತ
ಬ್ರಹ್ಮದೇವರು ಪುತ್ರನಾದ ನಾರದನಿಗೆ ಹೇಳುತ್ತಾರೆ – ಹೇ ವತ್ಸ! ನಿನಗೆ
ಈಗ ಭಾಗವತದ ೫ ನೆಯ ಸ್ಕಂಧದ ಪರಮಾದ್ಭುತವಾದ ಮಹಿಮೆಯನ್ನು
ಹೇಳುತ್ತೇನೆ ಏಕಾಗ್ರತೆಯಿಂದ ಕೇಳು. ಈ ಸ್ಕಂಧದ ಪಾರಾಯಣಾದಿಗಳನ್ನು
ಮಾಡಿದರೆ ಕೃತಘ್ನನಾದವನೂ ಮುಕ್ತನಾಗುತ್ತಾನೆ. ಈ ಸಂದರ್ಭದಲ್ಲಿ
ಒಂದು ಪುರಾತನ ಇತಿಹಾಸವು ಪ್ರಸಿದ್ಧವಾಗಿದ್ದು ಅದನ್ನುನಿನಗೆ ತಿಳಿಸುತ್ತೇನೆ

ಕೇಳು. ಹಿಂದಕ್ಕೆ ಮಧುರಾ ಎಂಬ ಪಟ್ಟಣದಲ್ಲಿ ಸುಯಜ್ಞ ಎಂದು ಪ್ರಸಿದ್ಧನಾದ ಒಬ್ಬ ರಾಜನು ರಾಜ್ಯಭಾರ ಮಾಡುತ್ತ ವಾಸಿಸಿದ್ದನು. ಒಮ್ಮೆ ಆ ರಾಜನು ಬೇಟೆಯಾಡುವುದಕ್ಕಾಗಿ ಒಂದು ಗಹನವಾದ ಅರಣ್ಯವನ್ನು ಪ್ರವೇಶಿಸಿದನು. ಬೇಟೆಯಾಡುತ್ತ ರಾಜನು ಅರಣ್ಯದಲ್ಲಿ ಅನೇಕ ಸಿಂಹ–ಹುಲಿ–ಜಿಂಕೆಗಳನ್ನು ಕೊಂದು ರಾತ್ರಿಯಾಗಲು ಆ ಅರಣ್ಯದಲ್ಲಿದ್ದ ಸುದೇವನೆಂಬ ಒಬ್ಬ ಋಷಿಯ ಆಶ್ರಮವನ್ನು ಕಂಡು ಅಲ್ಲಿ ಪ್ರವೇಶಿಸಿದನು. ದೇಶದ ರಾಜನು ತನ್ನ ಆಶ್ರಮಕ್ಕೆ ಆಗಮಿಸಿರುವುದನ್ನು ನೋಡಿ ಅತಿ ಹರ್ಷಿತನಾದ ಋಷಿಯು ಆ ರಾಜನನ್ನು ಯಥೋಚಿತವಾಗಿ ಸ್ವಾಗತಿಸಿ ಅವನನ್ನು ಪೂಜಿಸಿದನು. ಆ ದಿನ ರಾತ್ರಿಯಲ್ಲಿ ರಾಜನು ಆಶ್ರಮದಲ್ಲಿ ಮಲಗಿರುವಾಗ ಒಂದು ಮಹಾಸರ್ಪ ದಿಂದ ಕಚ್ಚಲ್ಪಟ್ಟು ಮೃತನಾದನು. ಬೆಳಗಾಗುತ್ತಲೇ ರಾಜನು ಮೃತನಾಗಿರು ವುದನ್ನು ತಿಳಿದ ಆಶ್ರಮವಾಸಿಗಳು ಮತ್ತು ರಾಜನ ಪರಿವಾರ ಹಾಗೂ ಸೈನಿಕರು ಹಾಹಾಕಾರ ಮಾಡತೊಡಗಿದರು. ಸೈನಿಕರೆಲ್ಲ ಅತ್ಯಂತ ದುಃಖಿತರಾಗಿರು– ವುದನ್ನು ಕಂಡ ಸುದೇವ ಋಷಿಯು ರಾಜನ ವಿಷವನ್ನು ಇಳಿಸುವುದಕ್ಕೋಸ್ಕರ ಒಂದು ನೀರಿನ ಪಾತ್ರೆಯನ್ನು ಕೈಯಲ್ಲಿ ಹಿಡಿದುಕೊಂಡು ಅದರೊಳಗಿನ ಜಲವನ್ನು ಸರ್ಪವಿಷವನ್ನು ಓಡಿಸುವ ಮಂತ್ರದಿಂದ ಅಭಿಮಂತ್ರಿಸಿ ರಾಜನ ದೇಹದ ಮೇಲೆ ವಿಧಿಪೂರ್ವಕ ಅಭಿಷೇಕ ಮಾಡಿದನು. ಮುಂದೆ ಒಂದೇ ಯಾಮವು ಕಳೆಯಲು ಮೃತನಾಗಿದ್ದ ರಾಜನು ಜೀವಂತನಾಗಿ ಎದ್ದು– ಕೂಡಲು ಅಲ್ಲಿದ್ದವರೆಲ್ಲ ಹರ್ಷಿತರಾದರು. ಸುದೇವನು ತಮ್ಮ ರಾಜನ ಮೇಲೆ ಮಾಡಿದ ಈ ಮಹದುಪಕಾರವನ್ನು ಅಲ್ಲಿಯೇ ಇದ್ದು ಕಂಡಿದ್ದ ಸೈನಿಕರೆಲ್ಲ ರಾಜನಿಗೆ ನಿವೇದಿಸಲು ಆ ಸುಯಜ್ಞ ರಾಜನು ತನಗೆ ಪ್ರಾಣಪ್ರದ ನಾದ ಸುದೇವನನ್ನು ಬಹುವಾಗಿ ಸತ್ಕರಿಸಿ ಪೂಜಿಸಿದನು. ಸುದೇವನಿಂದ ಆಶೀರ್ವಾದಗಳನ್ನು ಪಡೆದ ರಾಜನು ಎಂಟು ದಿನ ಋಷಿಯ ಆಶ್ರಮದಲ್ಲೇ ಇದ್ದು ಎಂಟನೆಯ ದಿನ ತನ್ನ ರಾಜಧಾನಿಗೆ ಮರಳಿ ಅಲ್ಲಿ ಒಂದು ಮಹಾಯಜ್ಞವನ್ನು ಪ್ರಾರಂಭಿಸಿದನು. ಆ ಯಜ್ಞಕ್ಕೆ ಅನೇಕ ಬ್ರಾಹ್ಮಣರನ್ನು ಆಹ್ವಾನಿಸಿ ಯಜ್ಞವನ್ನು ನಡೆಸುತ್ತಿದ್ದಾಗ ಸುದೇವನೂ ಅನಾಹುತನಾಗಿದ್ದರೂ ಆ ಸ್ಥಳಕ್ಕೆ ಆಗಮಿಸಿದನು. ತನಗೆ ಪ್ರಾಣದಾತನಾದ ಸುದೇವನು ಬಂದಿರುವ ದನ್ನು ಕಂಡರೂ ಸುಯಜ್ಞ ರಾಜನು ಅವನನ್ನು ಸ್ವಾಗತಿಸಲಿಲ್ಲ ಮತ್ತು ಅವನೊಂದಿಗೆ ಮಾತುಗಳನ್ನೇ ಆಡಲಿಲ್ಲ. ಇದರಿಂದ ಅವಮಾನಿತನಾದ

ಸುದೇವನು ಅಲ್ಲಿ ನಿಲ್ಲದೇ ತನ್ನ ಆಶ್ರಮಕ್ಕೆ ತಿರುಗಿ ಬಂದನು. ಹೀಗೆ ಬ್ರಾಹ್ಮಣನನ್ನು ಅವಮಾನಿಸಿದ್ದರಿಂದ ರಾಜನ ಯಜ್ಞವು ನಿಷ್ಫಲವಾಯಿತು. ಇದರಿಂದ ಅತಿ ದುಃಖಿತನಾದ ರಾಜನು ತಾನು ಇಷ್ಟು ವೈಭವದಿಂದ ಮತ್ತು ವಿಧಿಪೂರ್ವಕ ಯಾಗವನ್ನು ಮಾಡಿದ್ದರೂ ಆದು ಫಲಪ್ರದವಾಗದಿರಲು ಏನು ಕಾರಣ? ಎಂದು ರಾಜನು ಅಲ್ಲಿದ್ದ ಜ್ಞಾನಿಗಳಾದ ಬ್ರಾಹ್ಮಣರನ್ನು ವಿಚಾರಿಸಲು, ಆ ಬ್ರಾಹ್ಮಣರು ಕ್ಷಣ ಹೊತ್ತು ಧ್ಯಾನಸ್ಥರಾಗಿ ಕುಳಿತು ಧ್ಯಾನ ದೃಷ್ಟಿಯಿಂದ ಎಲ್ಲವನ್ನೂ ತಿಳಿದು ಆ ರಾಜನಿಗೆ ಹೇಳಿದರು – "ಹೇ ರಾಜನ್! ನೀನು ಕೃತಘ್ನನಾಗಿರುವಿ. ಸ್ತ್ರೀವಧೆ, ಬಾಲವಧೆ, ಮದ್ಯಪಾನ ಮುಂತಾದವು ಗಳಿಂದ ಬರುವ ಪಾಪವು ಕೃತಘ್ನನಾಗಿರುವವನಿಗೆ ಬರುತ್ತದೆ. ಆದ್ದರಿಂದ ನೀನೀಗ ಈ ಎಲ್ಲ ಪಾಪಗಳಿಂದ ಯುಕ್ತನಾಗಿರುವುದರಿಂದ ಮಾಡಿದ ಯಜ್ಞವು ನಿಷ್ಫಲವಾಗಿದೆ. ನಿನ್ನಂಥ ಕೃತಘ್ನನಾದವನಿಂದ ನಾವು ಯಾವುದೇ ದಕ್ಷಿಣೆ, ತೀರ್ಥ ಪ್ರಸಾದಗಳನ್ನು ಸ್ವೀಕರಿಸಲಾರೆವು ಎಂದು ಹೇಳಿ ಆ ಬ್ರಾಹ್ಮಣ ರೆಲ್ಲ ಆ ಯಜ್ಞ ಸ್ಥಳದಿಂದ ಹೊರಟು ಹೋದರು. ಹೀಗೆ ಬ್ರಾಹ್ಮಣರಿಂದ ಬಹಿಷ್ಕೃತನಾದ ಆ ರಾಜನು ಚಂಡಾಲನಂತಾದನು. ಚಂಡಾಲನಾದ ಆ ರಾಜನ ದೇಹವೆಲ್ಲ ಹುಣ್ಣುಗಳಿಂದ ತುಂಬಿ ಅವನು ಕುಷ್ಠರೋಗದಿಂದ ಪೀಡಿತನಾದನು. ದುರ್ಗಂಧಯುತವಾದ ರಾಜನ ದೇಹದಲ್ಲಿ ಅನೇಕ ಕೀಟಗಳು ತುಂಬಿದವು. ಹೀಗೆ ಕುಷ್ಠರೋಗದಿಂದ ಪೀಡಿತನಾದ ರಾಜನು ಅನಾಥನಾಗಿ ಸಂಚರಿಸುತ್ತ ಒಮ್ಮೆ ದೈವಯೋಗದಿಂದ ಕುರುಕ್ಷೇತ್ರಕ್ಕೆ ಬರಲು ಅಲ್ಲಿ ಭಾಗವತ ಪುರಾಣದ ಪ್ರವಚನವು ನಡೆದದ್ದನ್ನು ನೋಡಿ ಆ ಸ್ಥಳಕ್ಕೆ ಹೋದನು. ಇವನು ಹೋದ ಸಮಯಕ್ಕೆ ಭಾಗವತದ ನಾಲ್ಕನೆಯ ಸ್ಕಂಧದ ಪ್ರವಚನವು ಪ್ರಾರಂಭವಾಗಿದ್ದಿತು. ರಾಜನು ಆ ಸ್ಕಂಧದ ಅನುವಾದವನ್ನು ಶ್ರದ್ಧೆಯಿಂದ ಕೇಳಿ ಅಲ್ಲಿಯೇ ದೈವವಶಾತ್ ಕಾಲವಶನಾಗಲು ದೇವಲೋಕ ದಿಂದ ಬಂದ ದಿವ್ಯವಿಮಾನದಲ್ಲಿ ಕುಳಿತು ವೈಕುಂಠಲೋಕವನ್ನು ಸೇರಿದನು.

ನಾರದಾ! ಇದು ಭಾಗವತದ ನಾಲ್ಕನೆಯ ಸ್ಕಂಧದ ಶ್ರವಣದ ಫಲ– ವಾಗಿದೆ.

‖ ಇಲ್ಲಿಗೆ ಶ್ರೀಪದ್ಮಪುರಾಣೋಕ್ತ ಶ್ರೀಮದ್ಭಾಗವತ ಸ್ಕಂಧ– ಮಹಾತ್ಮೆಯಲ್ಲಿ ನಾಲ್ಕನೆಯ ಅಧ್ಯಾಯವು ಸಮಾಪ್ತವಾಯಿತು. ‖

ಅಧ್ಯಾಯ – ೫

||ಹರಿಃ ಓಂ|| ಶ್ರೀ ಬ್ರಹ್ಮೋವಾಚ –

ಪಂಚಮಸ್ಕಂಧಮಾಹಾತ್ಮ್ಯಂ ಶೃಣು ವತ್ಸ ಯಥಾವಿಧಿ |
ಬಾಲಹತ್ಯಾಕೃತಂ ಪಾಪಂ ತತ್ಕ್ಷಣಾದೇವ ನಶ್ಯತಿ ||೧||

ಪುರಾ ಕೃತಯುಗೇ ತಾತ ರಾಜಾssಸೀದ್ವಿಮಲೋ ಮಹಾನ್ |
ಕನ್ಯಾಕುಬ್ಜಾಧಿಪಶ್ಚೈವಂ   ಶತಭಾರ್ಯಾಸಮಾವೃತಃ ||೨||

ಸುತಾರ್ಥಂ ತಪ್ಯಮಾನಸ್ಯ ಸಂತಾನೋ ನ ಬಭೂವ ಹ |
ರಾಜ್ಯಂ ಮಂತ್ರಿಷು ವಿನ್ಯಸ್ಯ ಜಗಾಮ ವನಮೇವ ಚ ||೩||

ತತ್ರಸ್ಥಂ ಚ್ಯವನಂ ನತ್ವಾ ರಾಜಾ ದುಃಖಸಮನ್ವಿತಃ |
ಪ್ರಾರ್ಥಯಾಮಾಸ ಬಹುಶೋ ಸಂತಾನಾರ್ಥಂ ಪುನಃ ಪುನಃ ||೪||

ಪುತ್ರಂ ದೇಹಿ ಮಹಾಭಾಗ ಕೃತ್ವಾ ಮಯಿ ದಯಾಂ ಪ್ರಭೋ |
ಇತಿ ಶ್ರುತ್ವಾ ವಚಸ್ತಸ್ಯ ಶಿಷ್ಯಸ್ಯಾಮೃತಸಂನಿಭಮ್ ||೫||

ಉವಾಚ ಚ್ಯವನಸ್ತಂ ಚ ಯಜ ವಿಷ್ಣುಂ ಮಹಾಮತೇ |
ಪತ್ನೀಭಿಸ್ಸಹ ರಾಜೇಂದ್ರ ತತಃ ಪ್ರಾಪ್ಸ್ಯಸಿ ಚಿಂತಿತಮ್ ||೬||

ಗುರೋರ್ವಚನಮಾಕರ್ಣ್ಯ ಪುತ್ರಕಾಮೇಷ್ಟಿಮಾಚರತ್ |
ಏಕೋನಶತಭಾರ್ಯಾಭಿಃ ಜ್ಯೇಷ್ಠಾ ನಾಮ್ನಾ ಚ ಕುತ್ಸಿತಾ ||೭||

ನ ಸಾ ಜಗಾಮ ತದ್ಯಜ್ಞಂ ತಸ್ಮಾತ್ಸಾ ಪುತ್ರವರ್ಜಿತಾ |
ಏಕೋನಶತಪುತ್ರಾಸ್ತು   ರಾಜ್ಞೇ ಜಾತಾ ಮಹಾತ್ಮನಃ ||೮||

ಪುತ್ರಾಭಾವಾದ್ದುಃಖಿತಾ ಸಾ ಕುತ್ಸಿತಾತಪ್ತತಾsನಿಶಮ್ |
ಏಕದಾ ಸಮನುಪ್ರಾಪ್ತ ಆಮಾ ಸೋಮೇನ ಸಂಯುತಾ ||೯||

ಸ್ನಾನಾರ್ಥಂ ವಿಮಲೋ ರಾಜಾ ಪತ್ನ್ಯಶ್ಚಾವಗತಾಃ ನದೀಮ್ |
ಮಧ್ಯಾಹ್ನೇ ಸಮನುಪ್ರಾಪ್ತೇ ಜ್ಯೇಷ್ಠಕಾ ಸಂಸ್ಥಿತಾ ಗೃಹೇ ||೧೦||

ಏಕೋನಶತಪುತ್ರೇಷು ವಿಷಂ ದತ್ತಂ ತದಾ ಹ್ಯಭೂತ್ |
ಸ್ಾತ್ವಾಽಽಗತಾಸ್ತತ್ಸರ್ವಾಃ ಮಹಾನ್ ಕೋಲಾಹಲೋ ಹ್ಯಭೂತ್ ||೧೧||

ಪುತ್ರಾಣಾಂ ಮರಣಂ ದೃಷ್ಟ್ವಾ ರಾಜಾಪಿ ಮರಣಂ ಗತಃ |
ಬಾಲಹತ್ಕೋಽದ್ಭವಾತ್ ಪಾಪಾತ್ ಕುತ್ಸಿತಾ ನರಕಂ ಯಯೌ ||೧೨||

ನರಕಾನ್ವಿವಿಧಾನ್ ಭುಕ್ತ್ವಾ ಚಂಡಾಲೀ ಸಾಽಭವತ್ತದಾ |
ದುರ್ಭಗತ್ವಂ ಸಮಾಸಾದ್ಯ ಪತಿಪುತ್ರವಿವರ್ಜಿತಾ ||೧೩||

ಭದ್ರಾತೀರೇ ಭಾರ್ಗದೇವೇನ ವಾಚಿತಃ ಪಂಚಮಸ್ತಥಾ |
ಸ್ಕಂಧಃ ಶ್ರುತಸ್ತು ಚಂಡಾಲ್ಯಾ ತದ್ಯೈವ ವಿಲಯಂ ಗತಮ್ ||೧೪||

ಬಾಲಹತ್ಯಾಸಮುದ್ಭೂತಂ ಪಾಪಂ ಸಾ ದಿವಮಾಯಯೌ |
ಪಂಚಮಸ್ಕಂಧಮಾಹಾತ್ಮ್ಯಂ ಏತನ್ನಿಗದಿತಂ ಮಯಾ ||೧೫||

|| ಇತಿ ಶ್ರೀ ಪಾದ್ಮೇ ಪಂಚಮಸ್ಕಂಧಮಾಹಾತ್ಮ್ಯೇ
ಪಂಚಮೋಽಧ್ಯಾಯಃ ||

ಅಧ್ಯಾಯ–೬

(ಶ್ರೀಮದ್ಭಾಗವತದ ೬ ನೆಯ ಸ್ಕಂಧದ ಮಹಿಮೆ)

ಹೇ ವತ್ಸ ನಾರದಾ! ಬಾಲಹತ್ಯೆಯಿಂದ ಬಂದಿರುವ ಪಾಪವನ್ನು ತತ್ಕಾಲದಲ್ಲಿಯೇ ಕಳೆಯುವ ಶ್ರೀಮದ್ಭಾಗವತದ ಐದನೆಯ ಸ್ಕಂಧದ ಮಹಿಮೆ ಯನ್ನು ಈಗ ದೃಷ್ಟಾಂತದೊಂದಿಗೆ ನಿನಗೆ ತಿಳಿಸುತ್ತೇನೆ. ಇದನ್ನು ನೀನು ಕೇಳುವವನಾಗು. ಹಿಂದಕ್ಕೆ ಕೃತಯುಗದಲ್ಲಿ ವಿಮಲ ಎಂಬ ಹೆಸರಿನವನು ಕನ್ಯಾಕುಬ್ಜದ ಮಹಾರಾಜನಾಗಿದ್ದನು. ಒಂದು ನೂರು ಪತ್ನಿಯರಿಂದ ಕೂಡಿದ್ದರೂ ಗಂಡು ಮಗನನ್ನು ಅಪೇಕ್ಷಿಸಿ ವಿವಿಧ ವ್ರತಾದಿ ತಪಸ್ಸನ್ನು ಮಾಡಿದರೂ ಆ ರಾಜನಿಗೆ ಸಂತಾನವೇ ಆಗಲಿಲ್ಲ. ಇದರಿಂದ ಬಹು

ಚಿಂತೆಗೊಳಗಾದ ರಾಜನು ತನ್ನ ರಾಜ್ಯವನ್ನೆಲ್ಲ ಮಂತ್ರಿಗಳಿಗೆ ಒಪ್ಪಿಸಿ ತಪಸ್ಸು ಮಾಡಲು ವನಕ್ಕೆ ಹೋದನು. ಆ ವನದಲ್ಲಿದ್ದ ಚ್ಯವನ ಎಂಬ ಮಹಋಷಿಯ ಭೇಟಿಯಾಗಲು ಸಂತಾನವಿಲ್ಲದೇ ದುಃಖಿತನಾಗಿದ್ದ ರಾಜನು ಆ ಋಷಿಗಳ ಪಾದಗಳಲ್ಲಿ ಬಿದ್ದು ತನಗೆ ಪುತ್ರಪ್ರಾಪ್ತಿಯಾಗುವಂತೆ ಅನುಗ್ರಹಿಸುವಂತೆ ಪ್ರಾರ್ಥಿಸತೊಡಗಿದನು. ರಾಜನ ಪ್ರಾರ್ಥನೆಯನ್ನು ಕೇಳಿ ಚ್ಯವನರು "ಹೇ ರಾಜನ್, ನಿನ್ನೆಲ್ಲ ಪತ್ನಿಯರಿಂದ ಕೂಡಿಕೊಂಡು ಭಗವಾನ್ ವಿಷ್ಣುವನ್ನು ಭಕ್ತಿಯಿಂದ ಆರಾಧಿಸು. ಇದರಿಂದ ನಿನ್ನಮನೋಕಾಮನೆಯು ಪೂರ್ತಿಯಾಗುವುದು" ಎಂದು ನುಡಿದರು. ಗುರುಗಳ ಈ ಮಾತನ್ನು ಕೇಳಿ ವಿಮಲರಾಜನು ಹಿರಿಯ ರಾಣಿ ಕುತ್ಸಿತಾ ಎನ್ನುವವಳು ಬಾರದಿದ್ದರೂ ಉಳಿದರ್ಗಗ ಪತ್ನಿಯ ರಿಂದ ಕೂಡಿ ಪುತ್ರಕಾಮೇಷ್ಟಿ ಎಂಬ ಯಾಗವನ್ನು ವೈಭವದಿಂದ ಆಚರಿಸಿದನು. ಯಜ್ಞಾನುಷ್ಠಾನದ ಫಲವಾಗಿ ರಾಜನು ಎಲ್ಲರ್ಗಗ ರಾಣೆಯರಲ್ಲಿ ಒಬ್ಬೊಬ್ಬ ಪುತ್ರನನ್ನು ಪಡೆದನು. ಯಜ್ಞದಲ್ಲಿ ಪಾಲುಗೊಳ್ಳದ ಕುತ್ಸಿತಾ ರಾಣೆಯು ಮಾತ್ರ ಪುತ್ರಭಾಗ್ಯವಿಲ್ಲದೇ ದುಃಖಿತಳಾಗಿ ಹಗಲು–ರಾತ್ರಿ ಪರಿತಪಿಸತೊಡಗಿದಳು.

ಒಮ್ಮೆ ಸೋಮವಾರದ ದಿನ ಅಮಾವಾಸ್ಯೆಯು ಬರಲು ವಿಮಲ ರಾಜನು (ಗಂಗಾ) ನದಿಯಲ್ಲಿ ಸ್ನಾನ ಮಾಡಲು ಹೊರಟನು. ರಾಜನೊಂದಿಗೆ ಕುತ್ಸಿತಾ ಒಬ್ಬಳನ್ನು ಬಿಟ್ಟು ಉಳಿದೆಲ್ಲ ರಾಣೆಯರು ಸ್ನಾನಾರ್ಥವಾಗಿ ರಾಜನೊಂದಿಗೆ ನದಿಗೆ ಹೋದರು. ಕುತ್ಸಿತಾ ಒಬ್ಬಳು ಅರಮನೆಯಲ್ಲೇ ಉಳಿದು ಅರಮನೆಯಲ್ಲಿ ಮಲಗಿಸಿ ಹೋಗಿದ್ದ ಉಳಿದೆಲ್ಲ ಸವತಿಯರ ಶಿಶುಗಳಿಗೆ ವಿಷ ಹಾಕಿ ಕೊಂದುಬಿಟ್ಟಳು. ನದೀ ಸ್ನಾನವನ್ನು ಮುಗಿಸಿ ಅರಮನೆಗೆ ಬಂದ ರಾಜಾ–ರಾಣೆಯರು ಮೃತರಾದ ತಮ್ಮ ಶಿಶುಗಳನ್ನು ಕಂಡು ದೊಡ್ಡ ಧ್ವನಿಯಿಂದ ಶೋಕಿಸತೊಡಗಿದರು. ಮಕ್ಕಳ ಮರಣವನ್ನುಕಂಡು ಹೃದಯಾಘಾತವಾಗಿ ರಾಜನೂ ಮೃತನಾದನು. ಈ ರೀತಿ ಬಾಲಹತ್ಯಾ ಪಾಪ ದಿಂದ ಕುತ್ಸಿತಾ ಮೃತಳಾಗಿ ನರಕವನ್ನು ಸೇರಿ ಯಾತನೆಯನ್ನು ಅನುಭೋಗಿಸ ತೊಡಗಿದಳು. ವಿವಿಧ ನರಕಗಳಲ್ಲಿಯ ಭಯಂಕರವಾದ ಯಾತನೆಗಳನ್ನು ಭೋಗಿಸಿ ನಂತರ ಅವಳು ಭೂಲೋಕದಲ್ಲಿ ಚಾಂಡಾಲಿಯಾಗಿ ಜನಿಸಿದಳು. ಪತಿ–ಪುತ್ರ ರಹಿತಳಾಗಿ ಆ ಚಾಂಡಾಲಿಯು ಸಂಚರಿಸುತ್ತ, ಭದ್ರಾನದಿಯ ತೀರಕ್ಕೆ ಬಂದಾಗ ಅಲ್ಲಿ ಭಾರ್ಗವ ಋಷಿಗಳು ಹೇಳುತ್ತಿದ್ದ ಶ್ರೀಮದ್ಭಾಗವತ

ಪುರಾಣದ ಐದನೆಯ ಸ್ಕಂಧದ ಪ್ರವಚನವನ್ನು ಕೇಳಿದಾಕ್ಷಣವೇ ಆ ಸ್ತ್ರೀಯು ಹಿಂದೆ ಮಾಡಿದ್ದ ಬಾಲಹತ್ಯದಿಂದ ಪ್ರಾಪ್ತವಾಗಿದ್ದ ಪಾಪವೆಲ್ಲ ನಾಶವಾಗಿ ದಿವ್ಯದೇಹವನ್ನು ಹೊಂದಿ ದೇವಲೋಕವನ್ನು ಸೇರಿದಳು. ನಾರದಾ! ಭಾಗವತದ ೫ ನೆಯ ಸ್ಕಂಧದ ಮಹಾತ್ಮೆ ಎಂಥದು ಎಂಬುದನ್ನು ಕೇಳಿದೆಯಲ್ಲವೇ!

|| ಇಲ್ಲಿಗೆ ಪದ್ಮ ಪುರಾಣದ ಶ್ರೀಮದ್ಭಾಗವತ ಸ್ಕಂಧ–
ಮಹಾತ್ಮೆಯಲ್ಲಿ ೫ ನೆಯ ಅಧ್ಯಾಯವು ಸಮಾಪ್ತವಾಯಿತು. ||

ಅಧ್ಯಾಯ–೬

||ಹರಿಃ ಓಂ|| ಶ್ರೀ ಬ್ರಹ್ಮೋವಾಚ –

ಷಷ್ಠಸ್ಕಂಧಸ್ಯ ಮಾಹಾತ್ಮ್ಯಂ ಸಾವಧಾನಂ ಸಮಾಶ್ರಣು |
ಬ್ರಾಹ್ಮಣೇಗಮನೋತ್ಪನ್ನಂ ಪಾಪಂ ಸದ್ಯೋ ವಿನಶ್ಯತಿ ||೧||

ಪುರೈಕದಾ ತು ದೇವೇಂದ್ರೋ ಗೌತಮೀಸಂಗಕಾಮ್ಯಯಾ |
ಮಾರ್ಜಾಲರೂಪಂ ಧೃತ್ವೈವ ಗೌತಮಾಶ್ರಮಮಾಗಮತ್ ||೨||

ಜ್ಞಾತ್ವಾ ತು ಗೌತಮಸ್ತ್ವೇಂದ್ರಂ ಶಪ್ತವಾನ್ ಕ್ರೋಧಸಂಯುತಃ |
ಸುರತಂ ಕೃತವಾನ್ ಮೂಢ ಭಾರ್ಯಯಾ ಸಹ ಮೇ ಖಲು ||೩||

ಆತ್ಮಕ್ರ ಶರೀರೇಽದ್ಯ ಭಗಾನಾಂ ಚ ಸಹಸ್ರಕಮ್ |
ಭವಿಷ್ಯತಿ ನ ಸಂದೇಹಃ ಸುರಾಧಮ ಗೃಹಂ ವ್ರಜ ||೪||

ಇತ್ಯುಕ್ತೋ ಗೌತಮೇನಾಶು ಮಘವಾನನ್ವತಪ್ಯತ |
ಮೋಚನಾರ್ಥಂ ಚ ಪಾಪಸ್ಯ ತಪಶ್ಚಕ್ರೇ ಸುದಾರುಣಮ್ ||೫||

ಪ್ರಾದುರ್ಭೂತಸ್ತದಾ ವಿಷ್ಣುಃ ದೇವೇಂದ್ರಾಯ ವರಂ ದದೌ |
ಭಗಾನಾಂ ಚ ಸಹಸ್ರಂ ಯನ್ನೇತ್ರಾಣಾಂ ತು ಸಹಸ್ರಕಮ್ ||೬||

ಪಶ್ಯಂತಿ ದೇವತಾಸ್ಸರ್ವಾಸ್ತವಾಂಗೇ ತು ಶಚೀಪತೇ ।
ನಾರಾಯಣಾಖ್ಯಿಕವಚಂ ವಿಶ್ವರೂಪಾತ್ ಶೃಣುಷ್ವ ಹಿ   ॥೭॥

ಬ್ರಾಹ್ಮಣೀಗಮನಾದೀನಿ ಮಹಾಪಾಪನಿ ಯಾನಿ ವೈ ।
ಸದ್ಯೋ ಯಾಂತಿ ಲಯಂ ಚೇಂದ್ರ ನಾತ್ರ ಕಾರ್ಯಾ ವಿಚಾರಣಾ   ॥೮॥

ಗೌತಮೀಸಂಗದೋಷೇಣ ಮುಕ್ತೋ ಭವಸಿ ತತ್ಕ್ಷಣಾತ್ ।
ಇತಿ ಶ್ರುತ್ವಾ ವಚೋ ವಿಷ್ಣೋಃ ವಿಶ್ವರೂಪಮುಖೋದ್ಭವಮ್   ॥೯॥

ಷಷ್ಠಸ್ಕಂಧಂ ತದಾ ಶ್ರುತ್ವಾ ಗೌತಮೀಸಂಗದೋಷತಃ ।
ಮುಕ್ತೋ ಭೂತ್ವಾ ತು ದೇವೇಂದ್ರಸ್ತೋಷಯಾಮಾಸ ದೇವತಾಃ
ಷಷ್ಠ ಸ್ಕಂಧಸ್ಯ ಮಾಹಾತ್ಮ್ಯಮೇತಚ್ಚ ಕಥಿತಂ ಮಯಾ   ॥೧೦॥

॥ ಇತಿ ಶ್ರೀ ಪಾದ್ಮೇ ಶ್ರೀ ಭಾಗವತಮಾಹಾತ್ಮ್ಯೇ ಷಷ್ಠೋಽಧ್ಯಾಯಃ ॥

ಅಧ್ಯಾಯ–೭

(ಶ್ರೀಮದ್ಭಾಗವತದ ೭ ನೆಯ ಸ್ಕಂಧದ ಮಹಿಮೆ)

ಶ್ರೀ ಬ್ರಹ್ಮದೇವರು ಮಗನಾದ ನಾರದರನ್ನು ಕುರಿತು – "ಹೇ ವತ್ಸ
ನಾರದಾ! ಬ್ರಾಹ್ಮಣಸ್ತ್ರೀ–ಸಂಗ ಮಾಡುವುದರಿಂದ ಬಂದ ಪಾಪವನ್ನು
ತಡವಿಲ್ಲದೇ ಕಳೆಯುವ ಸಾಮರ್ಥ್ಯವುಳ್ಳ ಶ್ರೀಮದ್ಭಾಗವತದ ೭ ನೆಯ
ಸ್ಕಂಧದ ಮಹಾತ್ಮೆಯನ್ನು ಸದೃಷ್ಟಾಂತವಾಗಿ ತಿಳಿಸುತ್ತೇನೆ. ಸಾವಧಾನದಿಂದ
ಕೇಳು" ಎಂದು ನುಡಿದು ಮಹಿಮೆಯನ್ನು ಹೇಳಲು ಪ್ರಾರಂಭಿಸುತ್ತಾರೆ.
ಹಿಂದಕ್ಕೆ ಒಮ್ಮೆ ಸ್ವರ್ಗಾಧಿ ಪತಿ ದೇವೇಂದ್ರನು ಗೌತಮ ಋಷಿಯ ಸುಂದರ–
ಕಾಯದ ಪತ್ನಿಯೊಂದಿಗೆ ಸಂಗ ಮಾಡಲು ಬಯಸಿ ಬೆಕ್ಕಿನ ವೇಷವನ್ನು ಧರಿಸಿ
ಗೌತಮರ ಆಶ್ರಮವನ್ನು ಪ್ರವೇಶಿಸಿದನು. ಅಲ್ಲಿ ಇಂದ್ರನು ತನ್ನ ಪತ್ನಿಯೊಂದಿಗೆ

ಮಾಡಿದ ಈ ದುಶ್ಚೇಷ್ಟೆಯನ್ನು ಗೌತಮರು ತಮ್ಮ ಜ್ಞಾನದೃಷ್ಟಿಯಿಂದ ತಿಳಿದು ಕುಪಿತರಾಗಿ ಇಂದ್ರನನ್ನು ಕುರಿತು – 'ಎಲಾ ಮೂಢ! ನನ್ನ ಪತ್ನಿಯೊಂದಿಗೆ ಕ್ರೀಡಿಸಿದೆಯಾ? ಈ ದುಷ್ಕಾರ್ಯದ ಫಲವಾಗಿ ಎಲೈ ಶಕ್ರನೇ! ನಿನ್ನ ಶರೀರದ ತುಂಬಾ ಈಗಲೇ ಒಂದು ಸಾವಿರ ಭಗ–ಚಿಹ್ನೆಗಳುಂಟಾಗಲಿ. ಸುರಾಧಮನೇ! ಇಲ್ಲಿಂದ ಹೊರಟು ಹೋಗು' ಎಂದು ಶಪಿಸಿದರು. ಗೌತಮರ ಈ ಅಸಹ್ಯವಾದ ಶಾಪದಿಂದ ಇಂದ್ರನು ಪರಿತಪಿಸಿ ತಾನು ಮಾಡಿದ ಪಾಪಕೃತ್ಯದ ಮೋಚನೆಗಾಗಿ ಭಯಂಕರವಾದ ತಪಸ್ಸನ್ನು ಆಚರಿಸಿದನು. ಇವನ ತಪಸ್ಸಿನಿಂದ ಪ್ರಸನ್ನನಾದ ಶ್ರೀಹರಿಯು ಅವನೆದುರು ಪ್ರಾದುರ್ಭೂತ ನಾಗಿ "ಹೇ ದೇವೇಂದ್ರ! ಗೌತಮರ ಶಾಪದಿಂದ ಸಹ ನಿನ್ನ ದೇಹದಲ್ಲಿ ಕಾಣುತ್ತಿರುವ ಈ ಸಹಸ್ರ ಭಗಚಿಹ್ನೆಗಳು ಇನ್ನುಮುಂದೆ ದೇವತಾ ಸ್ತ್ರೀಯರಿಗೆಲ್ಲ ಸಹಸ್ರ ನೇತ್ರಗಳಂತೆ ತೋರುವವ್ವ ಲಜ್ಜೆ ಪಡಬೇಡ. ಹೇ ಶಚೀಪತೇ! ಶ್ರೀಮದ್ಭಾಗವತದಲ್ಲಿ ಬರುವ ವಿಶ್ವರೂಪಾಚಾರ್ಯರಿಂದ ಹೇಳಲ್ಪಟ್ಟ 'ನಾರಾಯಣ ಕವಚ'ವನ್ನು ಶ್ರವಣ ಮಾಡು. ಇದರಿಂದ ಬ್ರಾಹ್ಮಣ ಸ್ತ್ರೀ ಗಮನಾದಿಗಳಿಂದ ಬಂದಿರುವ ಮಹಾಪಾಪಗಳೆಲ್ಲ ತತ್‌ಕ್ಷಣದಲ್ಲೇ ನಾಶವಾಗಿ ಹೋಗುವವ್ವ. ಈ ವಿಷಯದಲ್ಲಿ ನೀನು ಯಾವುದೇ ಸಂದೇಹಪಡದಿರು. ಗೌತಮಿಯ ಸಂಗದಿಂದ ಬಂದಿರುವ ಪಾಪದಿಂದಲೂ ಮತ್ತು ಗೌತಮರ ಶಾಪದಿಂದಲೂ ಮುಕ್ತನಾಗುವಿ" ಎಂದು ಅಭಯವನ್ನಿತ್ತು ಮರೆಯಾದನು. ವಿಷ್ಣುವಿನ ಈ ಅಭಯವಚನಗಳನ್ನು ಕೇಳಿದ ಇಂದ್ರನು ವಿಶ್ವರೂಪಾಚಾರ್ಯ– ರನ್ನು ಸಂದರ್ಶಿಸಿ ಆವರಿಂದ ಶ್ರೀನಾರಾಯಣ ಕವಚದ ಬಗ್ಗೆ ವಿಸ್ತಾರವಾಗಿ ತಿಳಿಸಿದ್ದ ಶ್ರೀಮದ್ಭಾಗವತದ ಆರನೆಯ ಸ್ಕಂಧವನ್ನು ಪೂರ್ತಿ ಭಕ್ತಿಯಿಂದ ಕೇಳಿ ಗೌತಮೀಸಂಗ ಮಾಡಿ ಬಂದಿದ್ದ ಪಾಪದಿಂದಲೂ ಮತ್ತು ಗೌತಮರ ಶಾಪದಿಂದಲೂ ಮುಕ್ತನಾಗಿ ಎಲ್ಲ ದೇವತೆಗಳಿಗೆ ಸಂತೋಷವಾಗುವಂತೆ ಮಾಡಿದನು. ನಾರದಾ! ಶ್ರೀಮದ್ಭಾಗವತದ ಷಷ್ಠ ಸ್ಕಂಧದ ಶ್ರವಣದ ಮಹಿಮೆಯನ್ನು ನಿನಗೆ ಪುರಾತನ ವೃತ್ತಾಂತದೊಂದಿಗೆ ತಿಳಿಸಿದ್ದೇನೆ.

|| ಇಲ್ಲಿಗೆ ಪದ್ಮಪುರಾಣೋಕ್ತ ಶ್ರೀಮದ್ಭಾಗವತ–ಸ್ಕಂಧ–
ಮಹಾತ್ಮೆಯಲ್ಲಿ ೬ ನೆಯ ಅಧ್ಯಾಯವು ಸಮಾಪ್ತವಾಯಿತು. ||

ಅಧ್ಯಾಯ–೨

||ಹರಿಃ ಓಂ|| ಶ್ರೀ ಬ್ರಹ್ಮೋವಾಚ –

ಸಪ್ತಮಸ್ಕಂಧಮಾಹಾತ್ಮ್ಯಂ ಶೃಣು ವತ್ಸ ಯಥಾವಿಧಿ |
ಸ್ತ್ರೀಹತ್ಯಾ ಸಮುತ್ಪನ್ನಂ ಪಾಪಂ ಚ ಲಯಮೇಷ್ಯತಿ ||೧||

ಅತ್ರಾಪ್ಯುದಾಹರಂತೀಮಮಿತಿಹಾಸಂ ಪುರಾತನಮ್ |
ಪೂರ್ವಂ ತು ಗೂರ್ಜರೇ ದೇಶೇ ದಶಾರ್ಣ ಇತಿ ವಿಶ್ರುತಃ ||೨||

ತಸ್ಯ ಭಾರ್ಯಾದ್ವಯಂ ಚಾಸೀತ್ ತತ್ಸಂಗಂ ನ ಚಕಾರ ಹ |
ರಾಜಾ ವೇಶ್ಯಾಸಮಾಸಕ್ತಃ ಮದಿರಾಂಧೋ ದಿವಾನಿಶಮ್ ||೩||

ಜರದ್ಗೋರಾ ನಾಮ ವೇಶ್ಯಾ ರಮಯಾಮಾಸ ತಂ ನೃಪಮ್ |
ಏಕಪಾತ್ರೇ ದಶಾರ್ಣಶ್ಚ ತಯಾ ಸಾಕಂ ಪ್ರಭುಂಜತೇ ||೪||

ಜರದ್ಗೋರಾಂ ಭೋಜಯಿತ್ವಾ ಪಶ್ಚಾದ್ರಾಜಾ ಭುನಕ್ತಿ ಚ |
ಗಣಿಕಾಪೀತಶೇಷಂ ಚ ಜಲಂ ಪಿಬತಿ ನಿತ್ಯಶಃ ||೫||

ಏವಮಾಸಕ್ತಯಾ ಬುಧ್ಯಾ ರಾಜಾ ಕಿಂಕರತಾಂ ಗತಃ |
ನಿಶೀಥೇ ಏಕದಾ ರಾಜಾ ಕಾಮಬಾಣಪ್ರಪೀಡಿತಃ ||೬||

ಗಣಿಕಾದ್ವಾರಮಾಗತ್ಯ ವಾಚಮೂಚೇ ತದಾ ನೃಪಃ |
ಭೋ ಭೋ ಕಮಲಪತ್ರಾಕ್ಷಿ ದ್ವಾರಸ್ಯೋದ್ಘಾಟನಂ ಕುರು ||೭||

ತವ ಕ್ಷಣವಿಯೋಗೇನ ಪ್ರಾಣೋ ಮೇ ನ ಭವಿಷ್ಯತಿ |
ತವ ಸ್ಮರಣಮಾತ್ರೇಣ ಕಾಮೋ ಮಾಂ ಬಾಧತೇ ಭೃಶಮ್ ||೮||

ರಾಜ್ಞೋ ವಚನಮಾಕರ್ಣ್ಯ ಶಯನಸ್ಥಾ ಬ್ರವೀದ್ವಚಃ |
ಇದಮಂತರಮಿತ್ಯೇವಂ ಜಾನತೀ ಕಾಮುಕಂ ತದಾ ||೯||

ಶೃಣುಷ್ವ ವಚನಂ ಮೇಽದ್ಯ ಮಮ ಸಂಗಂ ಯದೀಚ್ಛಸಿ |
ತವ ಗೃಹೇ ಚ ಯೇ ಪತ್ನ್ಯಾ ಸಂಹಾರಂ ಸಂಕುರುಷ್ವ ಹ ||೧೦||

ದರ್ಶಯಿತ್ವಾ ಮಮಾಗ್ರೇ ತ್ವಂ ಶಿರಸೀ ಮಾಂ ರಮಸ್ವ ಚ ।
ಇತಿ ಶ್ರುತ್ವಾವಚಸ್ತಸ್ಯಾಃ ಪಾಪಿಣ್ಯಾಃ ಪಾಪರೂಪಕಮ್   ॥೧೧॥

ರಾಜಾ ಸ್ಮರಮದಾಂಧೋಽಸೌ ಪುನರ್ಗೃಹಮುಪಾವಿಶತ್ ।
ನಿಶೀಥೇ ನಿಬಿಡೇ ಘೋರೇ ಸುಪ್ತೇ ದಾಸೀಜನೇ ತದಾ   ॥೧೨॥

ವಿಕೋಶಮಸಿಮಾದಾಯ ಚಿಚ್ಛೇದ ಶಿರಸೀ ತಯೋಃ ।
ಮಸ್ತಕೇ ದ್ವೇ ಗೃಹೀತ್ವಾತು ಗಣಿಕಾದ್ವಾರಮಾಗತಃ   ॥೧೩॥

ಭೋ ಭೋ ಪ್ರಾಣಪ್ರಿಯೇ ಚೇಮೇ ಮಸ್ತಕೇ ಚ ಮಯಾಽಽಹೃತೇ ।
ಗೃಹೀತ್ವಾಸಂಸ್ಥಿತೋ ದ್ವಾರಿ ವಿಹರಸ್ವ ಮಯಾ ಸಹ   ॥೧೪॥

ರಾಜ್ಞೀ ಭೂತ್ವಾ ತ್ವಮೇವಾಸಿ ಯಥೇಚ್ಛಸಿ ತಥಾ ಕುರು ।
ರಾಜ್ಞೋ ವಚನಮಾಕರ್ಣ್ಯ ವಿಲೋಕ್ಯ ಶಿರಸೀ ತಯೋಃ   ॥೧೫॥

ರಾಜ್ಞಃ ಕರಂ ಕರೇಣಾಶು ಪೀಡಯಂತೀ ಗೃಹಂ ಗತಾ ।
ರಾಜ್ಞೀ ಭೂತಾ ಚ ಸಾ ವೇಶ್ಯಾ ರಾಜಸದ್ಮನಿ ಸಂಸ್ಥಿತಾ   ॥೧೬॥

ಪ್ರಭಾತೇ ಸಮನುಪ್ರಾಪ್ತೇ ಮಹಾನ್ ಕೋಲಾಹಲೋ ಹ್ಯಭೂತ್ ।
ಸ್ತ್ರೀಹತ್ಯಾ ಚ ಕೃತಾ ರಾಜ್ಞಾ ಗಣಿಕಾಸಕ್ತಚೇತಸಾ   ॥೧೭॥

ಆತೋಽಸ್ಮಾಭಿರ್ನ ವಸ್ತವ್ಯಂ ಯತ್ರ ರಾಜಾ ಹ್ಯಘಾನ್ವಿತಃ ।
ರಾಜಾನಂ ಧಿಕ್ ಚ ಗಣಿಕಾಂ ಧಿಗ್ಧಿಗೀತ್ಯೇವ ವಾದಿನಃ   ॥೧೮॥

ನಿಸ್ಸೃತಾಃ ನಗರಾತ್ಸರ್ವೇ ಜನಾ ವ್ಯಾಕುಲಮಾನಸಾಃ ।
ತೇಷಾಂ ಕೋಲಾಹಲಂ ಜ್ಞಾತ್ವಾ ರಾಜಾ ಪರಮದುಃಖಿತಃ   ॥೧೯॥

ಆತ್ಮಾನಂ ಗರ್ಹಯಿತ್ವಾ ತು ನಿಃಸೃತೋ ನಗರಾದ್ಬಹಿಃ ।
ದಶಾರ್ಣಃ ಪಾಪರೂಪ್ಪೋಽಸೌ ಪಾಪಾತ್ ಸ್ತ್ರೀಹನನೋದ್ಭವಾತ್ ॥೨೦॥

ಮರಣಂ ಪ್ರಾಪ್ತವಾನ್ಮೂಢಃ ಯಾತನಾಮನುಯಾಪಿತಃ ।
ವೇಶ್ಯಾ ತು ಮರಣಂ ಪ್ರಾಪ್ಯ ನರಕೇ ಸನ್ನಿಮಜ್ಜತ   ॥೨೧॥

ಜನ್ಮಾಂತರೇ ಪುನರ್ಜಾತಾ ಕಿರಾತೀ ವನಚಾರಿಣೀ ।
ತಸ್ಯಾಃ ಗೇಹೇ ದಶಾರ್ಣಸ್ತು ಮಾರ್ಜಾಲೋಽಭೂನ್ಮಹಾಬಲಃ   ।।೭೭।।

ಪೂರ್ವಪುಣ್ಯಪ್ರಭಾವೇನ ಕಿರಾತ್ಯಾಃ ಸ್ಮೃತಿರಾಗತಾ ।
ಗೃಹೀತ್ವಾ ತಂ ಚ ಮಾರ್ಜಾಲಂ ತೀರ್ಥಯಾತ್ರಾಂ ಚಕಾರ ಸಾ   ।।೭೮।।

ಸಾ ಕಿರಾತೀ ಸ ಮಾರ್ಜಾಲಃ ಜಾಹ್ನವ್ಯಾಸ್ತೀರಮಾಗತೌ ।
ಪಠಿತಂ ಸಪ್ತಮಸ್ಕಂಧಂ ಪುಲಸ್ತ್ಯೇನ ಸಮಾಗತೌ   ।।೭೯।।

ಶ್ರುತ್ವಾ ದೇಹಂ ಸಮುತ್ಸೃಜ್ಯ ದಿವ್ಯದೇಹಸಮನ್ವಿತೌ ।
ದಿವ್ಯಂ ವಿಮಾನಮಾರುಹ್ಯ ವಿಷ್ಣುಲೋಕಂ ಪ್ರಜಗ್ಮತುಃ ।।
ಇತಿ ತೇ ಸರ್ವಮಾಖ್ಯಾತಂ ಮಾಹಾತ್ಮ್ಯಂ ಸಪ್ತಮೋದ್ಭವಮ್   ।।೮೦।।

।। ಇತಿ ಶ್ರೀ ಪಾದ್ಮೇ ಶ್ರೀಭಾಗವತಸ್ಕಂಧ-ಮಾಹಾತ್ಮ್ಯೇ
ಸಪ್ತಮೋಽಧ್ಯಾಯಃ ।।

ಅಧ್ಯಾಯ – ೮

(ಶ್ರೀಮದ್ಭಾಗವತದ ೮ ನೆಯ ಸ್ಕಂಧದ ಮಹಿಮೆ)

।।ಹರಿಃ ಓಂ।। ಶ್ರೀ ಬ್ರಹ್ಮದೇವರು ನುಡಿಯುತ್ತಾರೆ – ಹೇ ವತ್ಸ! ಶ್ರೀಮದ್ಭಾಗವತದ ಸಪ್ತಮ ಸ್ಕಂಧದ ಮಹಿಮೆಯನ್ನು ನಿನಗೆ ತಿಳಿಸಬೇಕೆಂದು ಮಾಡಿದ್ದೇನೆ. ಇದನ್ನು ಕೇಳುವ ಮಾತ್ರದಿಂದಲೇ ಸ್ತ್ರೀ–ಹತ್ಯೆಯಿಂದ ಪ್ರಾಪ್ತವಾದ ಪಾಪವು ಕಳೆದುಹೋಗುತ್ತದೆ. ನಾರದಾ! ಈ ಸಂದರ್ಭದಲ್ಲಿ ನಿನಗೆ ಹಿಂದಕ್ಕೆ ನಡೆದ ಒಂದು ಘಟನೆಯನ್ನು ತಿಳಿಸುತ್ತೇನೆ ಕೇಳು. ಪೂರ್ವ ದಲ್ಲಿ ಗುರ್ಜರ ಎಂಬ ದೇಶದೊಳಗೆ ದಶಾರ್ಣ ಎಂಬ ಹೆಸರಿನ ಒಬ್ಬ ರಾಜನು ರಾಜ್ಯವಾಳುತ್ತಿದ್ದನು. ಆ ರಾಜನಿಗೆ ಇಬ್ಬರು ಪತ್ನಿಯರಿದ್ದರೂ ಆವರ

ಸಂಗವನ್ನೇ ಮಾಡಿರಲಿಲ್ಲ. ಅವರೊಂದಿಗೆ ಸಂಗವನ್ನು ಮಾಡದೇ ಅನ್ಯ ವೇಶ್ಯೆಯರೊಂದಿಗೆ ಕ್ರೀಡಿಸುತ್ತಿದ್ದನು. ಹಗಲು–ರಾತ್ರಿ ಮದ್ಯಪಾನ ಮಾಡುತ್ತಿದ್ದ ರಾಜನು ಜರದ್ಭೋರಾ ಎಂಬ ವೇಶ್ಯೆಯಿಂದ ಅತಿ ಆಕರ್ಷಿತ ನಾಗಿ ಅವಳೊಂದಿಗೇ ಇರತೊಡಗಿದನು. ದಶಾರ್ಣನು ತಾನು ರಾಜನಾಗಿ– ದ್ದರೂ ತನ್ನೆಲ್ಲ ಗೌರವವನ್ನು ಮರೆತು ಆ ವೇಶ್ಯೆಯೊಂದಿಗೆ ಒಂದೇ ಪಾತ್ರೆಯಲ್ಲಿ ಭೋಜನ ಮಾಡುತ್ತಿದ್ದನು. ಅಷ್ಟೇ ಏಕೆ ಆ ವೇಶ್ಯೆಗೆ ತನ್ನ ಕೈಯಿಂದಲೇ ಮೊದಲು ಉಣ್ಣಿಸಿ ನಂತರ ತಾನು ಭೋಜನ ಮಾಡುತ್ತಿದ್ದನು. ವೇಶ್ಯೆಯು ಕುಡಿದು ಉಳಿಸಿದ ನೀರನ್ನು ತಾನು ಕುಡಿಯುತ್ತಿದ್ದನು. ಈ ಪ್ರಕಾರ ರಾಜ್ಯಕ್ಕೆ ರಾಜನೆಂದಾಗಿದ್ದರೂ ದಶಾರ್ಣನು ಜರದ್ಭೋರಾ ವೇಶ್ಯೆಯ ದಾಸನಾಗಿದ್ದನು. ಒಮ್ಮೆ ರಾತ್ರಿ ಸಮಯದಲ್ಲಿ ಕಾಮಬಾಣ ಪೀಡಿತನಾಗಿ ದಶಾರ್ಣ ರಾಜನು ಅರಮನೆಯಿಂದ ಹೊರ ಹೊರಟು ಆ ವೇಶ್ಯೆಯ ಮನೆಯ ಬಾಗಿಲಿನ ಮುಂದೆ ನಿಂತು – "ಹೇ ಕಮಲ ಪತ್ರಾಕ್ಷಿ! ದಶಾರ್ಣ ರಾಜನಾದ ನಾನು ನಿನ್ನ ಬಾಗಿಲಿನ ಮುಂದೆ ನಿಂತಿದ್ದೇನೆ. ತಡಮಾಡದೇ ಬಾಗಿಲವನ್ನು ತೆರೆ. ನಿನ್ನ ವಿಯೋಗವನ್ನು ಒಂದು ಕ್ಷಣವೂ ಸಹಿಸಲಾರೆನು. ತಡವಾದರೆ ನನ್ನ ಪ್ರಾಣ ಪಕ್ಷಿಯೇ ಹಾರಿ ಹೋಗುತ್ತದೆ. ನಿನ್ನನ್ನು ನೆನೆದಾಕ್ಷಣ ಕಾಮಬಾಧೆಯು ಹೆಚ್ಚಾಗುತ್ತಿದೆ. ಇನ್ನು ತಡಮಾಡದೇ ಬಾಗಿಲವನ್ನು ಬೇಗ ತೆರೆ". ಕಾಮುಕನಾಗಿ ಬಂದಿರುವ ರಾಜನ ಈ ಮಾತುಗಳನ್ನು ಕೇಳಿ ಹಾಸಿಗೆಯಲ್ಲಿ ಮಲಗಿದ್ದ ಆ ವೇಶ್ಯೆಯು ನುಡಿಯುತ್ತಾಳೆ – "ಹೇ ಮಹಾರಾಜ! ನೀನು ಈಗ ನನ್ನ ಸಂಗವನ್ನು ಬಯಸುವಿಯಾದರೆ ನಿನ್ನ ಅರಮನೆಯ ಅಂತಃಪುರದಲ್ಲಿ ಮಲಗಿರುವ ನಿನ್ನ ಈರ್ವರೂ ರಾಣೆಯರ ಸಂಹಾರ ಮಾಡಿ ಅವರ ಶಿರಸ್ಸುಗಳನ್ನು ಕತ್ತರಿಸಿ ತಂದು ನನಗೆ ತೋರಿಸಬೇಕು. ಅನಂತರ ನೀನು ಯಥೇಚ್ಛವಾಗಿ ನನ್ನೊಂದಿಗೆ ರಮಣ ಮಾಡಬಹುದು". ಪಾಪಿ ವೇಶ್ಯೆಯ ಈ ಪಾಪ ವಚನಗಳನ್ನು ಕೇಳಿ ಕಾಮದಿಂದ ಮದಾಂಧನಾದ ರಾಜನು ಕೂಡಲೇ ಅರಮನೆಗೆ ಬಂದು ಎಲ್ಲ ದಾಸೀ ಜನರು ರಾತ್ರಿಯಲ್ಲಿ ಗಾಢ ನಿದ್ರಾಸಕ್ತರಾಗಿರಲು ಕೋಶದೊಳ ಗಿಂದ ಖಡ್ಗವನ್ನು ಹೊರತೆಗೆದು ಇಬ್ಬರೂ ರಾಣಿಯರನ್ನು ಸಂಹರಿಸಿ ಅವರ ಶಿರಸ್ಸುಗಳನ್ನು ಕತ್ತರಿಸಿ ರಕ್ತ ಸುರಿಯುತ್ತಿರುವ ಶಿರಸ್ಸುಗಳನ್ನು ಕೈಯಲ್ಲಿ ಹಿಡಿದುಕೊಂಡು ವೇಶ್ಯೆಯ ಮನೆಗೆ ಬಂದನು. "ಹೇ ಪ್ರಾಣಪ್ರಿಯೆ! ನಿನ್ನ

ಅಪೇಕ್ಷೆಯಂತೆ ನನ್ನ ಇಬ್ಬರೂ ಪತ್ನಿಯರನ್ನು ಸಂಹರಿಸಿ ಇಗೋ ನೋಡು, ಕತ್ತರಿಸಿದ ಅವರ ಶಿರಸ್ಸುಗಳನ್ನು ತಂದಿದ್ದೇನೆ. ಇನ್ನಾದರೂ ಬಾಗಿಲನ್ನು ತೆರೆದು ನನ್ನೊಂದಿಗೆ ವಿಹರಿಸು. ಇನ್ನು ಮುಂದೆ ನೀನೇ ಈ ರಾಜ್ಯದ ರಾಣೆಯಾಗಿ ಯಥೇಚ್ಛವಾಗಿ ವಿಹರಿಸು". ರಾಜನ ಮಾತುಗಳನ್ನು ಕೇಳಿದ ವೇಶ್ಯೆಯು ಒಳಗಿನಿಂದಲೇ ರಾಜನ ಕೈಯಲ್ಲಿರುವ ಅವನ ಇಬ್ಬರೂ ರಾಣೆಯರ ಶಿರಸ್ಸು ಗಳನ್ನು ಕಂಡು ಮನೆಯ ಬಾಗಿಲನ್ನು ತೆರೆದಳು. ರಾಜನ ಕೈಯನ್ನು ಗಟ್ಟಿಯಾಗಿ ಹಿಡಿದುಕೊಂಡು ಒಳಗೆ ಕರೆತಂದು ಅವನೊಂದಿಗೆ ಕ್ರೀಡಿಸಿದಳು. ಅಂದಿನಿಂದ ರಾಣೆಯಾಗಿ ರಾಜನ ಅರಮನೆಯಲ್ಲೇ ವಾಸಮಾಡಲು ಅರಮನೆಗೆ ಬಂದಳು. ಮರುದಿನ ಬೆಳಗಾಗುತ್ತಲೇ ಅರಮನೆ ತುಂಬೆಲ್ಲ ಕೋಲಾಹಲ ನಡೆಯಿತು. ವೇಶ್ಯೆಯಲ್ಲಿ ಅತ್ಯಾಸಕ್ತನಾದ ರಾಜನು ತನ್ನ ಇಬ್ಬರೂ ರಾಣೆಯರ ಹತ್ಯೆ ಮಾಡಿ ಸ್ತ್ರೀ ಹತ್ಯೆಯ ದೋಷಕ್ಕೆ ಪಾತ್ರನಾಗಿದ್ದಾನೆ. ಪಾಪಿಷ್ಠನಾದ ರಾಜನ ಸನ್ನಿಧಾನದಲ್ಲಿರುವುದು ಯೋಗ್ಯವಲ್ಲ. 'ಸ್ತ್ರೀ ಹತ್ಯಾ ದೋಷಿಯಾದ ಈ ರಾಜನಿಗೆ ಧಿಕ್ಕಾರ, ರಾಣೆಯರ ವಧೆಗೆ ಕಾರಣಳಾದ ಈ ವೇಶ್ಯೆಗೂ ಧಿಕ್ಕಾರ' ಎಂದು ಕೂಗುತ್ತ, ಎಲ್ಲರೂ ಆ ನಗರವನ್ನೇ ಬಿಟ್ಟು ಬೇರೆಡೆ ಹೋದರು. ಅರಮನೆಯೊಳಗೂ, ಹೊರಗೂ ನಡೆಯುತ್ತಿರುವ ಈ ಕೋಲಾಹಲವನ್ನು ಕೇಳಿ, ಕಣ್ಣುಗಳಿಂದ ನೋಡಿದ ರಾಜನು ತಾನು ಮಾಡಿದ ಅತಿ ನಿಂದ್ಯವಾದ ಕರ್ಮಕ್ಕೆ ತನ್ನನ್ನೇ ನಿಂದಿಸಿಕೊಳ್ಳುತ್ತ ಅರಮನೆಯನ್ನು ತ್ಯಜಿಸಿ ನಗರದಿಂದ ಯಾರಿಗೂ ಕಾಣದಂತೆ ದೂರ ಹೋದನು. ಮುಂದೆ ಕೆಲವೇ ದಿನಗಳು ಕಳೆಯಲು ಸ್ತ್ರೀಹತ್ಯೆಯಿಂದ ಪ್ರಾಪ್ತವಾದ ಪಾಪದ ಫಲವಾಗಿ ದಶಾರ್ಣ ರಾಜನು ಮೃತನಾಗಿ ನರಕಯಾತನೆಯನ್ನು ಅನುಭವಿಸತೊಡಗಿದನು. ಇತ್ತ ಆ ವೇಶ್ಯೆಯೂ ಮೃತಳಾಗಿ ನರಕವನ್ನು ಸೇರಿದಳು. ಜನ್ಮಾಂತರದಲ್ಲಿ ಮತ್ತೆ ಕಿರಾತರ ಯೋನಿಯಲ್ಲಿ ಹುಟ್ಟಿ ಅಡವಿಯಲ್ಲಿ ಕಿರಾತಿಯಾಗಿ ಜೀವನ ಸಾಗಿಸತೊಡಗಿದಳು. ದಶಾರ್ಣ ರಾಜನಾದರೋ ಇದೇ ಕಿರಾತಿಯ ಮನೆಯಲ್ಲಿ ಒಂದು ಕೊಬ್ಬಿದ ಬೆಕ್ಕಾಗಿ ಇರತೊಡಗಿದನು. ಪೂರ್ವ ಜನ್ಮದ ಪುಣ್ಯ ಪ್ರಭಾವದಿಂದ ಅವರೀರ್ವರಿಗೂ ಪೂರ್ವಜನ್ಮದ ಸ್ಮೃತಿ ಇದ್ದಿತು. ಆ ಕಿರಾತಿಯು ತನ್ನೊಂದಿಗೆ ಬೆಕ್ಕನ್ನು ಕರೆದುಕೊಂಡು ಸಂಚರಿಸುತ್ತ, ಗಂಗಾತೀರಕ್ಕೆ ಬಂದಳು. ಅಲ್ಲಿರುವಾಗ ಇಬ್ಬರೂ ಪುಲಸ್ತ್ಯ ಮುನಿಗಳಿಂದ ನಡೆಯುತ್ತಿದ್ದ ಶ್ರೀಮದ್ಭಾಗವತ ಪುರಾಣದ ಸಪ್ತಮಸ್ಕಂಧದ ಶ್ರವಣ ಮಾಡಿದರು.

ಇದರಿಂದ ಇಬ್ಬರೂ ಆ ನೀಚದೇಹಗಳಿಂದ ಮುಕ್ತರಾಗಿ ದಿವ್ಯದೇಹಗಳನ್ನು ಹೊಂದಿ ದೇವವಿಮಾನದಲ್ಲಿ ಕುಳಿತು ವಿಷ್ಣು ಲೋಕವನ್ನು ಸೇರಿದರು.

ಹೇ ನಾರದ! ಶ್ರೀಮದ್ಭಾಗವತದ ಸಪ್ತಮ ಸ್ಕಂಧದ ಶ್ರವಣದ ಮಹಾತ್ಮೆ– ಯನ್ನು ನಿನಗೆ ತಿಳಿಸಿದ್ದೇನೆ.

॥ ಇಲ್ಲಿಗೆ ಶ್ರೀಪದ್ಮ ಪುರಾಣೋಕ್ತ ಶ್ರೀಮದ್ಭಾಗವತ–ಸ್ಕಂಧ– ಮಹಾತ್ಮೆಯಲ್ಲಿ ೭ ನೆಯ ಅಧ್ಯಾಯವು ಸಮಾಪ್ತವಾಯಿತು. ॥

ಅಧ್ಯಾಯ – ೮

॥ಹರಿಃ ಓಂ॥ ಬ್ರಹ್ಮೋವಾಚ –
ಸ್ಕಂಧಾಷ್ಟಮಸ್ಯ ಶ್ರವಣಾತ್ ಬ್ರಹ್ಮಹಾಪಿ ವಿಮುಚ್ಯತೇ ।
ಅತ್ರಾಪ್ಯುದಾಹರಂತೀಮಮಿತಿಹಾಸಂ   ಪುರಾತನಮ್   ॥೧॥

ವಿದರ್ಭನಗರೇ ರಮ್ಯೇ ರಾಜಾಭೂದಿಂದ್ರಜಿತ್ಪುರಾ ।
ವನಂ ಜಗಾಮ ಸೈನ್ಯೈಸ್ತು ಮೃಗಯಾರ್ಥಂ ಮಹಾಮನಾಃ   ॥೨॥

ಮಾರ್ಗಮಧ್ಯೇ ತದಾ ರಾತ್ರಿಃ ಸಂಭೂತಾ ಸುಭಯಂಕರಾ ।
ತತ್ರಸ್ಥಂ ತಮೃಷಿಂ ವ್ಯಾಘ್ರಂ ಮನ್ಯಮಾನೋ ಮಹಾಮನಾಃ   ॥೩॥

ಬಾಣೇನ ಚ ಜಘಾನಾಶು ಬ್ರಾಹ್ಮಣಂ ವನಚಾರಿಣಮ್ ।
ಜ್ಞಾತ್ವಾ ಸಮೀಪಂ ತಂ ಗತ್ವಾ ಋಷಿಂ ರಾಜಾ ದಯಾನ್ವಿತಃ   ॥೪॥

ರುರೋದ ಬಹುಶಶ್ಚೈವಂ ಬ್ರಹ್ಮಹತ್ಯಾಸಮನ್ವಿತಃ ।
ಯದೃಚ್ಛಯಾಽಸೌ ಗತವಾನ್ ಗೌತಮಾಶ್ರಮಮುತ್ತಮಮ್   ॥೫॥

ಸ್ಕಂಧಾಷ್ಟಮಸ್ಯ ಶ್ರವಣಂ ಕೃತಂ ರಾಜ್ಞಾ ಮಹಾತ್ಮನಾ ।
ಬ್ರಹ್ಮಹತ್ಯಾ ಗತಾ ತತ್ರ ಅಷ್ಟಮಶ್ರುತಿಮಾತ್ರತಃ   ॥೬॥

ದಿವ್ಯಂ ವಿಮಾನಮಾರುಹ್ಯ ಯಯೌ ಯತ್ರ ಶ್ರಿಯಃ ಪತಿಃ ।
ಅಷ್ಟಮಸ್ಕಂಧಮಾಹಾತ್ಮ್ಯಮೇತನ್ನಿಗದಿತಂ   ಮಯಾ   ॥೬॥

॥ ಇತಿ ಶ್ರೀಪಾದ್ಮೇ ಶ್ರೀಮದ್ಭಾಗವತಸ್ಕಂಧ–ಮಾಹಾತ್ಮ್ಯೇ
ಅಷ್ಟಮೋಽಧ್ಯಾಯಃ ॥

ಅಧ್ಯಾಯ–೯
(ಶ್ರೀಮದ್ಭಾಗವತದ ೯ ನೆಯ ಸ್ಕಂಧದ ಮಹಿಮೆ)

ವತ್ಸ ನಾರದಾ! ಈಗ ಶ್ರೀಮದ್ಭಾಗವತದ ೯ ನೆಯ ಸ್ಕಂಧದ ಮಹಿಮೆ
ಯನ್ನು ತಿಳಿಸುತ್ತೇನೆ ಕೇಳು. ಈ ಸ್ಕಂಧದ ಶ್ರವಣ ಮಾಡುವ ಮಾತ್ರದಿಂದಲೇ
ಬ್ರಹ್ಮಹತ್ಯೆ ಮಾಡಿದ ಪಾಪಿಷ್ಠನೂ ಆ ಪಾಪದಿಂದ ಮುಕ್ತನಾಗುತ್ತಾನೆ. ಇದಕ್ಕೆ
ಹಿಂದಕ್ಕೆ ನಡೆದ ಒಂದು ಘಟನೆಯೇ ಸಾಕ್ಷಿಯಾಗಿದೆ. ಅದಾವುದೆಂದರೆ –
ಹಿಂದಕ್ಕೆ ರಮ್ಯವಾದ ವಿದರ್ಭ ನಗರದಲ್ಲಿ ಇಂದ್ರಜಿತ್ ಎಂಬ ಹೆಸರಿನ ಒಬ್ಬ
ರಾಜನಿದ್ದನು. ಒಮ್ಮೆ ಅವನು ಬೇಟೆಯಾಡುವುದಕ್ಕಾಗಿ ತನ್ನ ಸೈನ್ಯವನ್ನು
ಕಟ್ಟಿಕೊಂಡು ದಟ್ಟ ಅರಣ್ಯಕ್ಕೆ ಹೋದನು. ಬೇಟೆಯಾಡುತ್ತ ವನದಲ್ಲಿ
ತಿರುಗುತ್ತಿರುವಂತೆಯೇ ಭಯಂಕರವಾದ ರಾತ್ರಿಯಾಯಿತು. ಆ ರಾತ್ರಿಯಲ್ಲಿ
ಕಾಡಿನಲ್ಲಿ ಸಂಚರಿಸುತ್ತಿದ್ದ ಒಬ್ಬ ಬ್ರಾಹ್ಮಣನನ್ನು ಇಂದ್ರಜಿತ್ ರಾಜನು ಒಂದು
ವ್ಯಾಘ್ರವೆಂದು ಭ್ರಮಿಸಿ ಬಾಣದಿಂದ ಹೊಡೆದು ಬಿಟ್ಟನು. ಸಮೀಪಕ್ಕೆ ಹೋಗಿ
ನೋಡಿದಾಗ ತಾನು ಬಾಣವನ್ನು ಬಿಟ್ಟಿದ್ದು ವ್ಯಾಘ್ರಕ್ಕಲ್ಲ ಆದರೆ ಒಬ್ಬ ಬ್ರಾಹ್ಮಣ
ಋಷಿಗೆಂದು ತಿಳಿದಾಗ ರಾಜನು ಬ್ರಹ್ಮಹತ್ಯಾ ದೋಷದಿಂದ ರೋದಿಸ
ತೊಡಗಿದನು. ಮಹಾತ್ಮನಾದ ರಾಜನು ಶ್ರೀಮದ್ಭಾಗವತ ಪುರಾಣದ
ಎಂಟನೆಯ ಸ್ಕಂಧದ ಶ್ರವಣ ಮಾಡಿದಾಕ್ಷಣವೇ ಅವನಿಗೆ ಬಂದಿದ್ದ ಬ್ರಹ್ಮಹತ್ಯಾ
ದೋಷವು ಕಳೆದುಹೋಯಿತು. ರಾಜನು ಮೃತನಾದಾಗ ದಿವ್ಯ ವಿಮಾನದಲ್ಲಿ

ಕುಳಿತು ಶ್ರೀಪತಿಯ ವಾಸಸ್ಥಾನವಾದ ವಿಷ್ಣುಲೋಕವನ್ನುಸೇರಿದನು. ನಾರದಾ! ಇದು ಶ್ರೀಮದ್ಭಾಗವತದ ಎಂಟನೆಯ ಸ್ಕಂಧದ ಮಹಿಮೆಯಾಗಿದೆ.

|| ಇಲ್ಲಿಗೆ ಪದ್ಮಪುರಾಣೋಕ್ತ ಶ್ರೀಮದ್ಭಾಗವತ ಸ್ಕಂಧ–
ಮಾಹಾತ್ಮೆಯಲ್ಲಿ ಎಂಟನೆಯ ಅಧ್ಯಾಯವು ಸಮಾಪ್ತವಾಯಿತು.||

ಅಧ್ಯಾಯ – ೯

||ಹರಿಃ ಓಂ|| ಬ್ರಹ್ಮೋವಾಚ –

ನವಮಸ್ಕಂಧಮಾಹಾತ್ಮ್ಯಂ ಶೃಣು ವತ್ಸ ಸಮಾಸತಃ |
ಗೋಹತ್ಯಾಜನನಂ ಪಾಪಂ ತತ್ಕ್ಷಣಾದೇವ ನಶ್ಯತಿ ||೧||

ವಂಗದೇಶೇ ಪುರಾ ಕಶ್ಚಿತ್ ಕೃಷಿಕಾರೋ ಬಭೂವ ಹ |
ವಿಶ್ರಾಮ ಇತಿ ಶೂದ್ರೋಽಭೂತ್ ಕೃಷಿಕರ್ಮವಿಶಾರದಃ ||೨||

ಪುರಾಣಶ್ರವಣೇ ಸಕ್ತೋ ಬ್ರಾಹ್ಮಣಾನಾಂ ಪ್ರಪೂಜಕಃ |
ದಿನೇ ದಿನೇ ಸುತೀರ್ಥೇ ಚ ಸ್ನಾನಂ ಕೃತ್ವಾ ಪ್ರಭುಂಜತೇ ||೩||

ರಾಜ್ಞಃ ಸ್ನೇಹಂ ಪ್ರಚಕ್ರೇ ಸಃ ಪುರಾಣಾನಿ ಪ್ರಶುಶ್ರುವಾನ್ |
ಏವಂ ಸ ಕೃಷಿಕಾರೋಽಪಿ ಕಾಲಕ್ಷೇಪಂ ಚಕಾರ ಹ ||೪||

ಏಕದಾ ಸ ತು ವರ್ಷಾಂತೇ ಸ್ವಕ್ಷೇತ್ರೇ ಸಂವ್ಯವಸ್ಥಿತಃ |
ರಾತ್ರೌ ಪ್ರವಿಷ್ಟಃ ತತ್ಕ್ಷೇತ್ರೇ ಗಾವಸ್ಸರ್ವಾಸ್ನ ದೃಷ್ಟವಾನ್ ||೫||

ದಂಡಮುದ್ಯಮ್ಯ ಸರ್ವಾಸ್ತಾಃ ಕೃಷಿಕಾರೋ ಪ್ರದುದ್ರುವೇ |
ತಂ ದೃಷ್ಟ್ವಾ ದುದ್ರುವುರ್ಗಾವಃ ಸಸ್ಯರಕ್ಷಣತತ್ಪರಃ ||೬||

ಏಕಾ ಗೌಸ್ತಲನಾಶಕ್ತಾ ನ ಚ ಸಾ ಸಂಪ್ರದುದ್ರುವೇ |
ಏಕಂ ದಂಡಪ್ರಹಾರಂ ತು ತಸ್ಯಾಃ ಮೂರ್ಧ್ನಿ ಚಕಾರ ಹ ||೭||

ತೇನೈವ ತು ಪ್ರಹಾರೇಣ ಗೌಶ್ಚಾಪ ಮರಣಂ ತದಾ ।
ಮೃತಾಂ ಗಾಂ ಚ ವಿಲೋಕ್ಯೈವ ಶೂದ್ರೋ ದುಃಖಸಮನ್ವಿತಃ ॥೭॥

ಗೃಹೀತ್ವಾ ತಂ ನದೀತೀರೇ ಸಂಸ್ಥಾಪ್ಯ ಸ್ವಗೃಹಂ ಯಯೌ ।
ತೇನ ಪಾಪೇನ ಮಹತಾ ಚಾಂಡಾಲ್ಯಾಃ ಗರ್ಭಮಾವಿಶತ್   ॥೮॥

ತಸ್ಮಿನ್ ಸಂಜಾತಮಾತ್ರೇ ತು ತನ್ಮಾತಾ ಮರಣಂ ಗತಾ ।
ದಶಮೇ ದಿವಸೇ ತತ್ರ ಪಿತಾಪಿ ನಿಧನಂ ಗತಃ   ॥೧೦॥

ಮಾತಾಮಹಗೃಹೇ ತಿಷ್ಠನ್ ಚಂಡಾಲೋ ವೃದ್ಧತಾಂ ಗತಃ ।
ಯಷ್ಟಿಂ ಸಂಗೃಹ್ಯ ಹಸ್ತೇನ ಸಂಸ್ಖಲನ್ ಪ್ರರುದನ್ ಮುಹುಃ   ॥೧೧॥

ವೃಷ್ಟ್ವಾ ಸತ್ಯಂ ಸ ಚಂಡಾಲೋ ದ್ವಿಜಾನಾಂ ವೀಧಿಕಾಂ ಯಯೌ ।
ವೃಕ್ಷಮೂಲಸ್ಥಿತೋಽಭೂತ್ಸ ಶ್ರುತೋಽಭೂನ್ನವಮಸ್ತದಾ   ॥೧೨॥

ಈರಿತೇ ಚ ಸುದೇವೇನ ಸಭಾಯಾಂ ಸಂಸ್ಥಿತೇನ ವೈ ।
ನವಮಶ್ರವಣಾದೇವ ದೇಹಂ ತ್ಯಕ್ತ್ವಾ ಸಮಾಯಯೌ   ॥೧೩॥

ವೈಕುಂಠಂ ಸ ಸಮಾರುಹ್ಯ ವಿಮಾನಂ ಭಾಸ್ಕರೋಪಮಮ್ ।
ಏತತ್ತೇ ಸರ್ವಮಾಖ್ಯಾತಂ ಮಾಹಾತ್ಮ್ಯಂ ನವಮೋದ್ಭವಮ್   ॥೧೪॥

॥ ಇತಿ ಶ್ರೀಮದ್ಭಾಗವತ ಸ್ಕಂಧ–ಮಾಹಾತ್ಮ್ಯೇ ಪಾದ್ಮೇ
ನವಮೋಽಧ್ಯಾಯಃ ॥

ಅಧ್ಯಾಯ – ೯

(ಶ್ರೀಮದ್ಭಾಗವತದ ೯ ನೆಯ ಸ್ಕಂಧದ ಮಹಿಮೆ)

॥ಹರಿಃ ಓಂ॥ ಚತುರ್ಮುಖ ಬ್ರಹ್ಮದೇವರು ಹೇಳುತ್ತಾರೆ –

ಹೇ ವತ್ಸ! ಶ್ರೀಮದ್ಭಾಗವತದ ೯ ನೆಯ ಸ್ಕಂಧದ ಮಹಿಮೆಯನ್ನು
ಹೇಳುತ್ತೇನೆ. ಗೋಹತ್ಯೆಯಿಂದ ಬಂದ ಪಾಪವನ್ನು ತಡವಿಲ್ಲದೇ ಕಳೆಯುವ

ಈ ಸ್ಕಂಧದ ಮಹಾಮಹಿಮೆಯನ್ನು ಏಕಾಗ್ರಚಿತ್ತದಿಂದ ಕೇಳುವವನಾಗು. ಹಿಂದಕ್ಕೆ ವಂಗ ದೇಶದಲ್ಲಿ ಕೃಷಿಕರ್ಮದಲ್ಲಿ ನಿಪುಣನಾದ ವಿಶ್ರಾಮ ಎಂಬ ಹೆಸರಿನ ಒಬ್ಬ ಶೂದ್ರನಿದ್ದನು. ಪುರಾಣ ಶ್ರವಣದಲ್ಲಿ ಬಹು ಆಸಕ್ತಿ ಇದ್ದ ಅವನು ಪ್ರತಿದಿನ ತೀರ್ಥಸ್ನಾನ ಮಾಡಿ ಪುರಾಣ ಕೇಳಿ ಊಟ ಮಾಡುತ್ತಿದ್ದನು. ಆ ಶೂದ್ರನು ಯಾವುದೋ ಒಂದು ನಿಮಿತ್ತದಿಂದ ಆ ದೇಶದ ರಾಜನ ಸ್ನೇಹವನ್ನು ಸಂಪಾದಿಸಿದನು. ರಾಜಸಭಾ ಗೃಹದಲ್ಲಿ ಪೌರಾಣಿಕರಿಂದ ನಡೆಯುತ್ತಿದ್ದ ಪುರಾಣ ಪ್ರವಚನವನ್ನು ರಾಜನು ಕೇಳುವಾಗ ಈ ಶೂದ್ರನೂ ರಾಜನ ಸಮ್ಮತಿಯಿಂದ ಸಭೆಯಲ್ಲಿ ಕುಳಿತು ಎಲ್ಲರೊಂದಿಗೆ ಪುರಾಣಶ್ರವಣ ಮಾಡುತ್ತಲಿದ್ದನು. ಒಮ್ಮೆ ಮಳೆಗಾಲದಲ್ಲಿ ರಭಸದಿಂದ ಮಳೆ ಸುರಿಯತೊಡಗಿ— ದಾಗ ರಾತ್ರಿ ಅನೇಕ ಗೋವುಗಳು ಶೂದ್ರನಿದ್ದ ಊರೊಳಗೆ ಹೊಕ್ಕು ಗಲಾಟೆ ಮಾಡತೊಡಗಿದವು. ಇದರಿಂದ ಎಲ್ಲೆಡೆ ಕೋಲಾಹಲವುಂಟಾಗಿ ವಿಶ್ರಾಮ ಶೂದ್ರನು ಕೈಯಲ್ಲಿ ಕೋಲನ್ನು ಹಿಡಿದುಕೊಂಡು ಹೊಲದಲ್ಲಿಯ ಬೆಳೆಯನ್ನು ರಕ್ಷಿಸಲು ಗೋವುಗಳನ್ನು ಬಡಿದು ಓಡಿಸತೊಡಗಿದನು. ಆಗ ಎಲ್ಲ ಗೋವು ಗಳು ಹೆದರಿ ಓಡತೊಡಗಿದರೂ ಒಂದು ಗೋವು ಮಾತ್ರ ಅತಿ ಅಶಕ್ತವಾಗಿದ್ದ ರಿಂದ ಓಡಿ ಹೋಗಲಾಗದೇ ಅಲ್ಲಿಯೇ ನಿಧಾನವಾಗಿ ಸಾಗತೊಡಗಿತು. ಆ ಶೂದ್ರನು ಆ ಗೋವಿನ ತಲೆಯ ಮೇಲೆ ದಂಡದಿಂದ ಪ್ರಹಾರ ಮಾಡುತ್ತಲೇ ಅದು ಪೆಟ್ಟಿನಿಂದ ಅಲ್ಲಿಯೇ ಸತ್ತು ಬಿದ್ದಿತು. ಈ ರೀತಿ ಆ ಗೋವನ್ನು ತಾನು ಕೊಂದಿದ್ದರಿಂದ ಶೂದ್ರನು ಬಹು ದುಃಖಿತನಾಗಿ ಗೋವಿನ ಮೃತದೇಹ ವನ್ನು ಸಮೀಪದಲ್ಲೇ ಇದ್ದ ನದಿಯ ದಂಡೆಯವರೆಗೆ ಒಯ್ದು ಅಲ್ಲಿ ತಗ್ಗಿನಲ್ಲಿ ಹುಗಿದು ಬಂದನು. ಗೋಹತ್ಯೆಯ ಮಹಾಪಾಪದ ಫಲವಾಗಿ ಶೂದ್ರನು ಮುಂದೆ ಮೃತನಾಗಿ ಒಬ್ಬ ಚಂಡಾಲೀ ಸ್ತ್ರೀಯ ಗರ್ಭದಿಂದ ಜನಿಸ— ಬೇಕಾಯಿತು. ಇವನು ಜನಿಸುತ್ತಲೇ ತಾಯಿ ಚಂಡಾಲಿಯು ಮೃತಳಾದಳಲ್ಲದೇ ಹತ್ತನೆಯ ದಿನ ತಂದೆಯೂ ಮೃತನಾದನು. ಹೀಗೆ ತಂದೆ—ತಾಯಿಗಳನ್ನು ಕಳೆದುಕೊಂಡು ಅನಾಥವಾದ ಶಿಶುವನ್ನು ತಾಯಿಯ ತಂದೆಯ ಮನೆಯ— ವರು ಕರೆದೊಯ್ದು ಪೋಷಿಸತೊಡಗಿದರು. ಮಾತಾಮಹನ ಮನೆಯಲ್ಲೇ ಬೆಳೆದು ದೊಡ್ಡವನಾಗಿ ನಂತರ ವೃದ್ಧಾಪ್ಯ ಬರಲು ಆ ಚಂಡಾಲನು ಕೈಯಲ್ಲಿ ಕೋಲನ್ನು ಹಿಡಿದುಕೊಂಡು ಕುಂಟುತ್ತ ಬೇಳುತ್ತ, ಪರಾಧೀನನಾಗಿ ದಿಕ್ಕಿಲ್ಲದೇ ಬಹು ದುಃಖಿಸತೊಡಗಿದನು. ಒಮ್ಮೆ ಮಳೆಗಾಲದಲ್ಲಿ ಧಾರಾಕಾರವಾಗಿ

ರಭಸದಿಂದ ಸುರಿದ ಮಳೆಯಲ್ಲಿ ಸಿಕ್ಕು ಬಹು ತೊಂದರೆಗೊಳಗಾದ ಆ ವೃದ್ಧ ಚಂಡಾಲನು ಕುಂಟುತ್ತ ಆ ಊರಿನ ಬ್ರಾಹ್ಮಣರ ಅಗ್ರಹಾರದ ದಾರಿಗೆ ಬಂದು ಅಲ್ಲಿದ್ದ ಒಂದು ಗಿಡದ ಬುಡದಲ್ಲಿ ನಿಂತುಕೊಂಡನು. ಆಗ ಹತ್ತಿರದಲ್ಲೇ ಇದ್ದ ಒಂದು ದೇವಸ್ಥಾನದಲ್ಲಿ ನಡೆಯುತ್ತಿದ್ದ ಭಾಗವತ ಪುರಾಣದ ನವಮಸ್ಕಂಧದ ಪ್ರವಚನವನ್ನು ಭಕ್ತಿಯಿಂದ ಕೇಳಿದಾಕ್ಷಣವೇ ಅವನು ಆ ಚಾಂಡಾಲದೇಹದಿಂದ ಮುಕ್ತನಾಗಿ ಸೂರ್ಯನಂತೆ ಪ್ರಕಾಶ ಮಾನವಾದ ಒಂದು ದಿವ್ಯವಿಮಾನದಲ್ಲಿ ಕುಳಿತು ವೈಕುಂಠ ಲೋಕವನ್ನು ಸೇರಿದನು.

ಹೇ ನಾರದಾ! ಈ ಭಾಗವತ ನವಮಸ್ಕಂಧದ ಮಹಾತ್ಮೆಯು ಎಷ್ಟು ಮಹಾನ್ ಆಗಿದೆ ಎಂಬುದನ್ನು ತಿಳಿದೆಯಲ್ಲವೇ!

॥ ಇಲ್ಲಿಗೆ ಪದ್ಮಪುರಾಣೋಕ್ತ ಶ್ರೀಮದ್ಭಾಗವತದ–ಸ್ಕಂಧ–ಮಾಹಾತ್ಮೆಯಲ್ಲಿ ೯ ನೆಯ ಅಧ್ಯಾಯವು ಸಮಾಪ್ತವಾಯಿತು. ॥

ಅಧ್ಯಾಯ – ೧೦

॥ಹರಿಃ ಓಂ॥ ಶ್ರೀ ಬ್ರಹ್ಮೋವಾಚ –
ಗುರುಹತ್ಯಾ ಸುರಾಪಾನಂ ಗುರುಸ್ತ್ರೀಗಮನಂ ತಥಾ ।
ಸ್ವಪುತ್ರೀಗಮನಂ ಪಾಪಂ ಸ್ವರ್ಣಸ್ತೇಯಂ ವಿನಶ್ಯತಿ   ॥೦॥

ಸ್ಕಂಧಸ್ಯ ದಶಮಸ್ಕೈವ ಶ್ರವಣಾನ್ನಾತ್ರ ಸಂಶಯಃ ।
ಅತ್ರಾಪ್ಯುದಾಹರಂತೀಮಮಿತಿಹಾಸಂ ಪುರಾತನಮ್   ॥೨॥

ಚಂಪಾಪುರೇ ದ್ವಿಜೋ ನಾಮ್ನಾ ವಾಮನೋಽಭೂತ್ಸುದುರ್ಮತಿಃ ।
ತೇಜಸ್ವೀ ಬಲವಾನ್ ಶೂರೋ ಪರಸ್ತ್ರೀರತಿಲಾಲಸಃ   ॥೩॥

ರೂಪಯೌವನವಾನಿಚ್ಛನ್ ವಿದ್ಯಾರ್ಥಂ ಗತವಾನ್ ಗುರುಮ್ ।
ಶ್ರೀಕಂಠನಾಮಕಂ ವಿಪ್ರಂ ಶುಶ್ರೂಷಾಂ ಸ ಚಕಾರ ಹ   ॥೪॥

ಪ್ರೀತ್ಯಾ ಪರಮಯಾ ಯುಕ್ತೋ ತಸ್ಯ ಭಾರ್ಯಾಂ ನಿರೀಕ್ಷ್ಯ ಚ ।
ಕುಸುಮೀ ನಾಮ ತತ್ಪತ್ನೀ ರೂಪಯೌವನಸುಂದರೀ   ॥೭॥

ತನ್ವಂಗೀ ಸಾ ಚಂದ್ರಮುಖೀ ಗುರುಪತ್ನೀ ಶುಚಿಸ್ಮಿತಾ ।
ದೃಷ್ಟ್ವಾ ದೃಷ್ಟ್ವಾ ತು ಕುಸುಮೀಂ ವಾಮನೋ ಸುರತೋತ್ಸುಕಃ   ॥೮॥

ಪ್ರಾರ್ಥಯಾಮಾಸ ಸಂಗಾಯ ಕಾಮೋಪಹತಚೇತನಃ ।
ಪ್ರಾರ್ಥಿತಾ ಬಹುಶಸ್ತೇನ ನಾಯಾತಾ ಸುರತಾಯ ವೈ   ॥೯॥

ಅಪ್ರೀತಿಂ ವಾಮನಸ್ತಸ್ಯಾಃ ದೃಷ್ಟ್ವಾ ಚಿಂತಾಮವಾಪ್ತವಾನ್ ।
ಗುರುಂ ಹತ್ವಾ ರಮಿಷ್ಯೇಽಹಮಿತಿ ನಿಶ್ಚಿತವಾನ್ ತದಾ   ॥೮॥

ಏಕದಾ ಗುರುಶಿಷ್ಯೌ ತೌ ಯಾತೌ ದೇಶಾಂತರಂ ಪ್ರತಿ ।
ಶಿಷ್ಯಸ್ಯ ಯಜ್ಞಮುದ್ದಿಶ್ಯ ಮಾರ್ಗೇ ಜಾತಾ ನಿಶಾ ತದಾ   ॥೯॥

ಶಿಷ್ಯಸ್ಸುಪ್ತಂ ಗುರುಂ ದೃಷ್ಟ್ವಾ ಗುರುಸ್ತ್ರೀರತಿಲಾಲಸಃ ।
ಸಂಭಾದ್ಯ ಸ್ವಗುರುಂ ಕಾಷ್ಠೈಃ ತಸ್ಯ ದಾಹಮಕುರ್ವತ   ॥೧೦॥

ಹತೋ ಗುರುಸ್ಸರ್ಪದಷ್ಟ ಇತ್ಯೇವೋಽಟ್ಟೈಃ ರುರೋದ ಹ ।
ದಾಹಾಂತೇ ವಾಮನೋ ವಿಪ್ರೋ ಪುರಂ ಪ್ರಾಪ್ತ ಸುದುರ್ಮತಿಃ   ॥೧೧॥

ಕುಸುಮೀಂ ಕಥಯಾಮಾಸ ಸರ್ಪದಷ್ಟೋ ಮೃತೋ ಗುರುಃ ।
ಅಶ್ವತ್ಥಮೂಲೇ ಸುಪ್ತೋಽಭೂದದಹಂ ತಂ ನದೀತಟೇ   ॥೧೨॥

ಏವಂ ಸ ವಾಮನೋ ವಿಪ್ರೋ ಕೃತ್ವಾ ಹತ್ಯಂ ಗುರೋಸ್ತದಾ ।
ವಸನ್ ಗುರುಗೃಹೇ ಪಾಪೋ ಮದ್ಯಪಾನಂ ತಥಾಽಕರೋತ್   ॥೧೩॥

ಕೃತ್ವಾ ಗುರುವಧಂ ಘೋರಂ ಸುರಾಂ ಪೀತ್ವಾ ಯಥೇಪ್ಸಿತಮ್ ।
ಬಲಾತ್ಕಾರೇಣ ತಾಂ ರಾತ್ರೌ ರಮಯಾಮಾಸ ದುರ್ಮತಿಃ   ॥೧೪॥

ಸುರತಾಂತೇ ತದಾ ಸಾಧ್ವೀ ನಷ್ಟಸಂಜ್ಞಾಽಭವತ್ತದಾ ।
ಮೂರ್ಛಾಕಾಲೇ ಭೂಷಣಾನಿ ಗುರುಪತ್ನ್ಯಾಃ ಸಮಗ್ರಹೀತ್   ॥೧೫॥

ಭಯಾಚ್ಚ ದುದ್ರುವೇ ರಾಜ್ಞೋ ಮದಾಂಧೋ ಮದ್ಯಪಾನತಃ |
ದೇಶಾಂತರಂ ತತೋ ಗತ್ವಾಕನ್ಯಾಂ ವವ್ರೇ ಸುದುರ್ಮತಿಃ ||೧೭||

ಬ್ರಾಹ್ಮಣಾಯ ಧನಂ ದತ್ವಾ ತಯಾ ರೇಮೇ ಖಿಲಶ್ಷಃ |
ನಾಮ್ನಾ ರಾಜೇತಿ ವಿಖ್ಯಾತಾ ಸಾಪಿ ಪುತ್ರೀಮಜೀಜನತ್ ||೧೮||

ಪಂಚವರ್ಷಾ ಯದಾ ಪುತ್ರೀ ತನ್ಮಾತಾ ಮೃತಿಮಾಯಯೌ |
ಷೋಡಶಾಬ್ದಾ ಯದಾ ಪುತ್ರೀ ತಯಾ ಸಂಗಂ ಚಕಾರ ಹಿ ||೧೯||

ವಾಮನೋಽಪಿ ಚ ದುಷ್ಟಾತ್ಮಾ ಮಾಂಸಂ ಭುಕ್ತ್ವಾ ಯಥೇಪ್ಸಿತಮ್|
ಮದ್ಯಪಾನಂ ತಥಾ ಕೃತ್ವಾಪುತ್ಮಾ ರೇಮೇ ಸುದುರ್ಮತಿಃ ||೯||

ತದಾ ತದ್‌ಜ್ಞಾತಿಭಿಶ್ಚೈವ ಪರಿತ್ಯಕ್ತೋ ಬಭೂವ ತು |
ಏಕದಾ ವಾಮದೇವಸ್ಯ ಸುತಾಪಿ ಮೃತಿಮಾಗತಾ ||೨೦||

ಪಾಪಬುದ್ದೇರ್ವಾಮನಸ್ಯ ಧನಂ ಸರ್ವಂ ಲಯಂ ಗತಮ್ |
ಪಶ್ಚಾತ್ಸವನಮಾಶ್ರಿತ್ಯ ಮಾರ್ಗ ಆಗಚ್ಛತೋ ದ್ವಿಜಾನ್ ||೨೧||

ಹತ್ವಾ ತದ್ದ್ರವ್ಯಮಾದಾಯ ಕಾಲಕ್ಷೇಪಂ ಬಕಾರ ಚ |
ತೇನ ಪಾಪೇನ ಮಹತಾ ರೌರವಾದೀನಿ ಚ ಕ್ರಮಾತ್ ||೨೨||

ಭುಕ್ತ್ವಾ ತು ನರಕಾಣ್ಯೇವಂ ಪುನರ್ಜನ್ಮನಿ ಜನ್ಮನಿ |
ಚಂಡಾಲೋಽಭೂತ್ಸ ಪಾಪೇನ ಭವೇ ತು ದಶಮೇ ದ್ವಿಜಃ ||೨೩||

ಆಗತೋ ಗೋಮತೀತೀರಂ ತತ್ರ ಭಾಗವತಂ ಶ್ರುತಮ್ |
ಉಕ್ತೋ ಜಾಬಾಲಿನಾ ಸ್ಕಂಧಃ ದಶಮಃ ಕೃಷ್ಣತುಷ್ಟಿದಃ ||೨೪||

ಶ್ರುತ್ವಾ ತು ದಶಮಸ್ಕಂಧಂ ತ್ಯಕ್ತ್ವಾ ದೇಹಂ ಸ ವಾಮನಃ |
ಗಂತುಮ್ಮೈಚ್ಛತ್ತದಾ ದೂತಾಃ ಯಮಸ್ಯಾಽಽಯಯುರುಲ್ಬಣಾಃ ||೨೫||

ತನ್ಮೋಚನಾರ್ಥಂ ವಿಷ್ಣೋಶ್ಚ ದೂತಾಸ್ತತ್ರ ಸಮಾಯಯುಃ |
ಯಮದೂತಾನ್ ವಿಷ್ಣುದೂತಾ ವಾರಯಾಮಾಸುರೋಜಸಾ ||೨೬||

ಯಮದೂತಾ ಊಚಃ :—

ಸರ್ವಪಾಪೈಸ್ಸಮಾಯುಕ್ತಮಾನೇತಂ ವಯಮಾಗತಾಃ ।
ಕೇ ಯೂಯಂ ಪ್ರತಿಷೇದ್ಧಾರೋ ಧರ್ಮರಾಜಸ್ಯ ಶಾಸನಮ್   ॥೭೨॥

ಇತ್ಯುಕ್ತಾ ವಿಷ್ಣುದೂತಾಸ್ತು ತಾನೂಚುಸ್ಸಹಸಾ ತದಾ ।
ಆಹೋ ಮೂಢತಮಾ ಯೂಯಂ ವಿಷ್ಣುನಾ ಪ್ರೇಷಿತಾ ವಯಮ್   ॥೭೩॥

ದಶಮಶ್ರುತಿಮಾತ್ರೇಣ ಸಂತುಷ್ಟೋಽಸ್ಯ ಜನಾರ್ದನಃ ।
ಸ್ಕಂಧಸ್ಯ ಶ್ರುತ್ವಾ ದಶಮಸ್ಯ ನೂನಂ
ಏತಾದೃಶಂ ಪಾಪಶತಂ ಚ ನಶ್ಯತಿ ।
ತ್ರೈಲೋಕ್ಯನಾಥೇನ ಜನಾರ್ದನೇನ
ಸಂಪ್ರೇಷಿತಾ ಹ್ಯತ್ರ ವಿಮಾನಯುಕ್ತಾಃ   ॥೭೯॥

ಇತ್ಯುಕ್ತ್ವಾ ಯಮದೂತಾಂಶ್ಚ ಪಾಶಾನ್ ಛಿತ್ವಾ ತು ವಾಮನಮ್ ।
ವಾಯುವೇಗವಿಮಾನೇ ಚ ಸಂಸ್ಥಾಪ್ಯ ದ್ರುತಮಾಯಯುಃ   ॥೭೦॥

ವೈಕುಂಠಂ ಪ್ರಾಪ್ಯ ವಿಪ್ರೋಽಸೌ ಮಹಾಮೋದಮವಾಪ ಸಃ ।
ಗುರುಹತ್ಯಾ ಸುರಾಪಾನಂ ಗುರುಸ್ತ್ರೀಗಮನಂ ತಥಾ   ॥೭೧॥

ಕಾಂಚನಾಹರಣಂ ಚೈವ ಸ್ವಸುತಾಗಮನಂ ತಥಾ ।
ದಶಮಶ್ರವಣಾದೇವ ವಿಲಯಂ ಯಾಂತಿ ಸರ್ವಶಃ ।
ಇತ್ಯೇತತ್ಕಥಿತಂ ಸರ್ವಂ ಸ್ಕಂಧಮಾಹಾತ್ಮ್ಯಮುತ್ತಮಮ್   ॥೭೨॥

॥ ಇತಿ ಶ್ರೀಪಾದ್ಮೇ ಶ್ರೀಭಾಗವತ ಸ್ಕಂಧ–ಮಾಹಾತ್ಮ್ಯೇ
ದಶಮೋಽಧ್ಯಾಯಃ ॥

ಅಧ್ಯಾಯ – ೧೦
(ಶ್ರೀಮದ್ಭಾಗವತದ ಹತ್ತನೆಯ ಸ್ಕಂಧದ ಮಹಾತ್ಮೆ)

ಶ್ರೀ ಬ್ರಹ್ಮದೇವರು ಮಗನಿಗೆ ಹೇಳುತ್ತಾರೆ – ವತ್ಸಾ ನಾರದಾ! ಶ್ರೀಮದ್ಭಾಗವತ ಮಹಾಪುರಾಣದ ಹತ್ತನೆಯ ಸ್ಕಂಧವು ಮಹಾಮಹಿಮೋ– ಪೇತವಾಗಿದೆ. ಈ ಸ್ಕಂಧವನ್ನು ಭಕ್ತಿಯಿಂದ ಶ್ರವಣ ಮಾಡಿದರೆ ಗುರುಹತ್ಯಾ, ಸುರಾಪಾನ, ಗುರುಸ್ತ್ರೀಗಮನ, ಸ್ವಪುತ್ರೀಗಮನ, ಸುವರ್ಣಚೌರ್ಯ ಮುಂತಾದ ಮಹಾಮಹಾಪಾತಗಳೂ ದೂರಾಗುವವು. ಈ ಎಲ್ಲ ಪಾಪಕಾರ್ಯಗಳನ್ನು ಜ್ಞಾನಾಜ್ಞಾನದಿಂದ ಮಾಡಿದವನಾಗಿದ್ದರೂ ಹತ್ತನೆಯ ಸ್ಕಂಧವನ್ನು ಶ್ರವಣ ಮಾಡಿ ಎಲ್ಲ ಪಾಪಗಳಿಂದ ಮುಕ್ತನಾಗಿ ವೈಕುಂಠಲೋಕ ವನ್ನು ಸೇರಿದ ಒಬ್ಬ ವ್ಯಕ್ತಿಯ ಪುರಾತನ ಇತಿಹಾಸವನ್ನು ನಿನಗೀಗ ತಿಳಿಸುತ್ತೇನೆ ಕೇಳು.

ಹಿಂದಕ್ಕೆ ಚಂಪಾಪುರವೆಂಬ ಪಟ್ಟಣದಲ್ಲಿ ವಾಮನ ಎಂಬ ಹೆಸರಿನ ಒಬ್ಬ ಬ್ರಾಹ್ಮಣನು ವಾಸ ಮಾಡಿಕೊಂಡಿದ್ದನು. ಈತನು ತೇಜಸ್ವಿಯು, ಬಲಿಷ್ಠನು, ಶೂರನು ಆಗಿದ್ದರೂ ಇವನು ದುಷ್ಟಬುದ್ಧಿಯುಳ್ಳವನೂ, ಪರಸ್ತ್ರೀ ಲಾಲಸನೂ ಆಗಿದ್ದನು. ಸ್ವರದ್ರೂಪದ ಯುವ ವಾಮನನು ವಿದ್ಯಾರ್ಜನೆ ಗೆಂದು ಗುರುಗಳ ಅನ್ವೇಷಣೆ ಮಾಡುತ್ತ ಕೊನೆಗೆ ಶ್ರೀಕಂಠ ಎಂಬ ವಿಪ್ರನನ್ನು ಗುರುವನ್ನಾಗಿ ಪಡೆದು ಅವನ ಮನೆಯಲ್ಲಿಯೇ ಪರಮ ಶ್ರದ್ಧೆಯಿಂದ ಗುರುವಿನ ಶುಶ್ರೂಷೆ ಮಾಡುತ್ತ ವಾಸಿಸಿದನು. ಕುಸುಮೀ ಎಂಬ ಹೆಸರಿನ ಗುರುಪತ್ನಿಯು ಅತಿ ಸುಂದರಿಯೂ ಯುವತಿಯೂ ಸದಾ ಹಸನ್ಮುಖಿಯೂ ನೋಡುವವರೆಲ್ಲರ ಮನೋಹಾರಿಣೆಯೂ ಆಗಿದ್ದಳು. ಇಂಥ ಗುರುಪತ್ನಿ ಯನ್ನು ಕಂಡು ವಿದ್ಯಾರ್ಜನೆಗೆಂದು ಬಂದಿದ್ದ ವಾಮನನು ಅವಳ ರೂಪ ಲಾವಣ್ಯಕ್ಕೆ ಮನಸೋತು ಮತ್ತೆ ಮತ್ತೆ ಅವಳನ್ನೇ ನೋಡುತ್ತ ಅಧ್ಯಯನದ ಕಡೆಗೆ ಲಕ್ಷ್ಯವಿಲ್ಲದೆ ಆ ಯುವತಿಯಲ್ಲೇ ಆಸಕ್ತನಾದನು. ಮನ್ಮಥನ ಬಾಣದಿಂದ ಆಹತನಾದ ವಾಮನನು ಗುರುಪತ್ನಿಯೊಂದಿಗೆ ಕ್ರೀಡಿಸುವ ತನ್ನ ಬಯಕೆಯನ್ನು ವ್ಯಕ್ತಪಡಿಸಿದನು. ಅನೇಕ ವಿಧವಾಗಿ ಅವಳ ಮನ ಒಲಿಸಲು ಪ್ರಯತ್ನಿಸಿದನು. ಇಂಥ ಅಕಾರ್ಯಕ್ಕೆ ಅವಳು ಸಂಮತಿಸದಿದ್ದಾಗ

ಅವನು ಬಹುಚಿಂತಿತನಾಗಿ ತನ್ನ ಗುರುವನ್ನೇ ಕೊಂದು ಗುರುಪತ್ನಿಯೊಂದಿಗೆ ಇರಮಿಸಬೇಕೆಂದು ನಿಶ್ಚಯಿಸಿದನು.

ಒಮ್ಮೆ ಶ್ರೀಕಂಠ ಗುರುಗಳು ತಮ್ಮ ಇನ್ನೊಬ್ಬ ಶಿಷ್ಯನ ಮನೆಯಲ್ಲಿ ಏರ್ಪಡಿಸಲಾಗಿದ್ದ ಒಂದು ಮಹಾಯಜ್ಞಕ್ಕೆ ವಿಶೇಷವಾಗಿ ಆಮಂತ್ರಿತರಾಗಿ ಹೊರಡಲು ನಿಶ್ಚಯಿಸಿ ತಮ್ಮೊಂದಿಗೆ ದುಷ್ಟಬುದ್ಧಿಯ ವಾಮನನ್ನೂ ಕರೆದು ಕೊಂಡು ಹೊರಟರು. ಸಂಚರಿಸುತ್ತ ಹೋಗುವಾಗ ಮಾರ್ಗಮಧ್ಯದಲ್ಲಿ ರಾತ್ರಿಯಾಗಲು ಇಬ್ಬರೂ ಒಂದೆಡೆ ವಿಶ್ರಮಿಸಿದರು. ಆಗ ವಾಮನನು ತನ್ನ ಗುರುವು ಗಾಢನಿದ್ರೆಯಲ್ಲಿರುವಾಗ ಗುರುಪತ್ನಿಯೊಂದಿಗೆ ಕ್ರೀಡಿಸಲು ಬಯಸಿದ್ದ ದುಷ್ಟ ವಾಮನನು ಆ ಗುರುವಿನ ಸುತ್ತಲೂ ಒಣಕಟ್ಟಿಗೆಗಳನ್ನು ಸದ್ದಿಲ್ಲದೇ ಒಟ್ಟಿ ಉರಿಹಚ್ಚಿ ಗುರುವನ್ನು ಸುಟ್ಟು ಹಾಕಿದನು. ತನ್ನ ಗುರುವು ಸರ್ಪ ಕಚ್ಚಿ ಮೃತನಾದನೆಂದು ಸುಳ್ಳು ಸುದ್ದಿಯನ್ನು ಹರಡಿ ದೊಡ್ಡ ಧ್ವನಿ ಯಿಂದ ರೋದಿಸತೊಡಗಿದನು. ಗುರುವಿನ ದಾಹ ಕ್ರಿಯೆಯು ಮುಗಿದ ನಂತರ ದುರ್ಮತಿಯಾದ ವಾಮನವಿಪ್ರನು ತನ್ನ ಊರಾದ ಚಂಪಾಪುರಕ್ಕೆ ಹಿಂದಿರುಗಿ "ಗುರುಗಳು ಅಶ್ವತ್ಥ ವೃಕ್ಷದ ಕೆಳಗೆ ಮಲಗಿಕೊಂಡಿದ್ದಾಗ ಸರ್ಪಕಚ್ಚಿಮೃತರಾಗಿ ಬಿಟ್ಟರು. ನಾನು ನದಿಯ ತೀರದಲ್ಲಿ ಗುರುಗಳ ದಾಹ ಸಂಸ್ಕಾರವನ್ನು ಮಾಡಿದೆನು'' ಎಂದು ಮುಂತಾಗಿ ಗುರುಪತ್ನಿ ಕುಸುಮಿಯ ಮುಂದೆ ಸುಳ್ಳನ್ನು ಹೇಳಿ ಅವರ ಮನೆಯಲ್ಲೇ ಮೊದಲಿನಂತೆಯೇ ವಾಸಮಾಡಿ ದನು. ಮುಂದೆ ಪಾಪಿಷ್ಠನಾದ ಅವನು ಒಂದು ದಿನ ಯಥೇಚ್ಛವಾಗಿ ಸುರಾಪಾನ ಮಾಡಿ ಗುರುಪತ್ನಿಯನ್ನು ಬಲಾತ್ಕಾರದಿಂದ ಭೋಗಿಸಿದನು. ಸಾಧ್ವಿಯಾಗಿದ್ದ ಕುಸುಮೆಯು ಸುರತದ ನಂತರ ಮೂರ್ಛಿತಳಾಗಿ ಬಿದ್ದಿರಲು ಅವಳ ಮೈಮೇಲಿನ ಒಡವೆ—ಆಭರಣಗಳನ್ನೆಲ್ಲ ಅಪಹರಿಸಿ ಮದ್ಯಪಾನ— ದಿಂದ ಮದಾಂಧನಾಗಿದ್ದ ವಾಮನನು ಆ ಊರ ರಾಜನ ಭಯದಿಂದ ದೇಶಾಂತರಕ್ಕೆ ಓಡಿ ಹೋದನು. ದುರ್ಮತಿಯು ಅಲ್ಲಿಯೂ ಒಬ್ಬ ಕನ್ಯೆಯನ್ನು ಮೋಹಿಸಿ ಆ ಕನ್ಯೆಯ ತಂದೆಗೆ ಧನವನ್ನು ಕೊಟ್ಟು ಅವಳನ್ನು ವಿವಾಹವಾದನು. ರಾಜೀ ಎಂಬ ಹೆಸರಿನ ಆ ಕನ್ಯೆಯೊಂದಿಗೂ ಬಹುಕಾಲ ಕ್ರೀಡಿಸುತ್ತಿರಲು ಅವಳಿಗೆ ಒಬ್ಬ ಮಗಳು ಜನಿಸಿದಳು. ಈ ಕನ್ಯೆಯು ಐದು ವರ್ಷದವಳಾಗಿದ್ದಾಗ ಅವಳ ತಾಯಿಯು ಮೃತಳಾದಳು. ಈ ಕನ್ಯೆಯು

ಹದಿನಾರು ವರ್ಷದ ಪ್ರಾಯದವಳಾಗಲು ಕಾಮುಕನಾಗಿದ್ದ ವಾಮನನು ಅವಳೊಂದಿಗೂ ಸಂಗ ಮಾಡಿದನು. ದುಷ್ಟಾತ್ಮನಾದ ಅವನು ಮಾಂಸಭಕ್ಷಣ, ಮದ್ಯಪಾನ ಮಾಡುತ್ತ ತನ್ನ ಪುತ್ರಿಯೊಂದಿಗೇ ಸಂಗ ಮಾಡುತ್ತಿರುವುದನ್ನು ತಿಳಿದು ಅವನ ಬಂಧು–ಬಾಂಧವರೆಲ್ಲ ಅವನನ್ನು ಬಹಿಷ್ಕರಿಸಿದರು. ಕೆಲ ಸಮಯದ ನಂತರ ಅವನ ಮಗಳೂ ಮೃತಳಾದಳು. ಪಾಪ ಬುದ್ಧಿಯವನಾದ ವಾಮನನ ಧನ–ಸಂಪತ್ತು ಎಲ್ಲವೂ ನಷ್ಟವಾಗಿ ಹೋಗಲು ಅವನು ಅನ್ಯಗತಿ ಇಲ್ಲದೇ ಕಾಡನ್ನು ಸೇರಿ ತೀರ್ಥಯಾತ್ರೆಗೆಂದು ಕಾಡಿನಲ್ಲಿ ಸಂಚರಿಸುತ್ತಿದ್ದ ಬ್ರಾಹ್ಮಣರನ್ನು ಕೊಂದು ಅವರಲ್ಲಿಯ ದ್ರವ್ಯ, ಆಭರಣಗಳನ್ನು ಕದ್ದು ತಂದು ಕಾಲ ಕಳೆಯತೊಡಗಿದನು. ಇಷ್ಟುಘೋರ ಪಾಪಗಳನ್ನು ಮಾಡಿದ ವಾಮನನು ಮೃತನಾಗಿ ರೌರವಾದಿ ಅನೇಕ ನರಕಗಳಲ್ಲಿ ಯಾತನೆಗಳನ್ನು ಅನುಭೋಗಿಸಿ ಮತ್ತೆ, ಭೂಲೋಕದಲ್ಲಿ ಚಾಂಡಾಲ ಯೋನಿಯಲ್ಲಿ ಹುಟ್ಟಿದನು. ಚಾಂಡಾಲ ನಾದ ಅವನು ಸಂಚರಿಸುತ್ತ ದಶಮೀ ತಿಥಿಯ ದಿನ ಗೋಮತೀ ನದಿಯ ತೀರಕ್ಕೆ ಬಂದನು. ಅಲ್ಲಿ ಜಾಬಾಲಿ ಎಂಬ ಮುನಿಶ್ರೇಷ್ಠರಿಂದ ಪ್ರಾರಂಭವಾಗಿದ್ದ ಶ್ರೀಮದ್ಭಾಗವತ ಪುರಾಣದ ದಶಮ ಸ್ಕಂಧವನ್ನು ಶ್ರವಣ ಮಾಡಿದನು. ಶ್ರೀಕೃಷ್ಣನ ಅತ್ಯಂತ ಪ್ರೀತಿಗೆ ಪಾತ್ರವಾದ ಮತ್ತು ಆದರ ಶ್ರವಣ ಮಾತ್ರದಿಂದ ಶ್ರೋತೃಗಳಿಗೆ ಶೀಘ್ರದಲ್ಲೇ ಶ್ರೀಕೃಷ್ಣನ ಪ್ರಸಾದವನ್ನು ದೊರಕಿಸಿಕೊಡುವ ಭಾಗವತ ದಶಮ ಸ್ಕಂಧದ ಪ್ರವಚನವನ್ನು ಕೇಳಿದಾಕ್ಷಣವೇ ಚಾಂಡಾಲನಾಗಿದ್ದ ವಾಮನನು ಈ ಪಾಂಚಭೌತಿಕ ದೇಹವನ್ನು ತ್ಯಜಿಸಿದನು. ಆಗ ಅತಿ ಭಯಂಕರ ರೂಪ ಹಾಗೂ ಆಕಾರದ ಯಮದೂತರು ಅವನನ್ನು ಯಮಸದನಕ್ಕೆ ಒಯ್ಯಲು ಧಾವಿಸಿ ಬಂದರು. ಆದೇ ಸಮಯಕ್ಕೆ ಅಲ್ಲಿಗೆ ಬಂದ ವಿಷ್ಣುದೂತರು ವಾಮನನನ್ನು ಯಮದೂತರ ಪಾಶದಿಂದ ಬಲಾತ್ಕಾರದಿಂದ ಮೋಚನಗೊಳಿಸಲು ಯಮದೂತರು ವಿಷ್ಣುದೂತರನ್ನು ಕೇಳುತ್ತಾರೆ – ಎಲ್ಲ ವಿಧದ ಘೋರ ಪಾಪಗಳನ್ನು ಮಾಡಿರುವ ಇವನನ್ನು ಯಮಸದನಕ್ಕೆ ಒಯ್ಯಲು ನಾವು ಬಂದಿದ್ದೇವೆ. ನಮ್ಮ ಸ್ವಾಮಿಯಾದ ಯಮಧರ್ಮರಾಜನ ಆಜ್ಞೆಗೆ ತಡೆಯುಂಟು ಮಾಡುವ ನೀವಾರು? ಎಂದು. ಯಮದೂತರು ಹೀಗೆನ್ನಲು ವಿಷ್ಣುದೂತರು ನುಡಿಯುತ್ತಾರೆ. 'ಅಹೋ, ನೀವೆಲ್ಲರೂ ಮಹಾಮೂರ್ಖರೇ ಸರಿ. ದೇವ ದೇವೋತ್ತಮನಾದ ಹಾಗೂ ನಿಮ್ಮ ಸ್ವಾಮಿಗೂ ಸ್ವಾಮಿಯಾಗಿರುವ ವಿಷ್ಣುವಿನಿಂದ ಆಜ್ಞಪ್ತರಾಗಿ

ಇಲ್ಲಿಗೆ ಬಂದಿರುವ ನಾವು ವಿಷ್ಣುದೂತರಾಗಿದ್ದೇವೆಂದು ತಿಳಿಯಿರಿ. ನೀವು ಯಾವ ಇವನನ್ನು ಯಮಸದನಕ್ಕೆ ಸೆಳೆದೊಯ್ಯಲು ಬಂದಿರುವಿರೋ ಅವನು ಶ್ರೀಮದ್ಭಾಗವತ ಪುರಾಣದ ಹತ್ತನೆಯ ಸ್ಕಂಧದ ಶ್ರವಣವನ್ನು ಶ್ರದ್ಧೆಯಿಂದ ಮಾಡಿದವನಾಗಿದ್ದಾನೆ ಎಂಬುದನ್ನು ತಿಳಿದಿಲ್ಲವೇ? ದಶಮ ಸ್ಕಂಧದ ಶ್ರವಣದಿಂದ ನಮ್ಮ ಸ್ವಾಮಿ ಜನಾರ್ದನನು ಅತಿ ಪ್ರಸನ್ನನಾಗಿದ್ದಾನೆ. ಇವನು ಘೋರವಾದ ಪಾಪಗಳನ್ನು ಮಾಡಿರುವನೆಂದು ಹೇಳುತ್ತಿರುವಿರಿ. ಇದಕ್ಕಿಂತಲೂ ಘೋರವಾದ ನೂರಾರು ಪಾಪಗಳನ್ನು ಮಾಡಿದ್ದರೂ ಆ ಎಲ್ಲ ಪಾಪಗಳು ದಶಮ ಸ್ಕಂಧದ ಶ್ರವಣ ಮಾತ್ರದಿಂದ ನಮ್ಮ ಸ್ವಾಮಿಯ ಅನುಗ್ರಹದ ಫಲವಾಗಿ ನಾಶವಾಗಿ ಹೋಗುತ್ತವೆ. ಶ್ರೀಲೋಕನಾಥನಾದ ಜನಾರ್ದನನೇ ಈ ವಾಮನನನ್ನು ತನ್ನ ಸನ್ನಿಧಿಗೆ ದೇವ ವಿಮಾನದಲ್ಲಿ ಕರೆತರಲು ಆಜ್ಞಾಪಿಸಿದ್ದಾನೆ. ಹೀಗಿರುವಾಗ ನಮ್ಮನ್ನು ತಡೆಯುವ ನೀವು ಮೂರ್ಖಿರಲ್ಲವೇ? ಹೀಗೆ ನುಡಿದು ವಿಷ್ಣುದೂತರು ಯಮದೂತರ ಪಾಶಗಳನ್ನು ಕತ್ತರಿಸಿ ವಾಮನನನ್ನು ವಾಯುವೇಗದ ದೇವವಿಮಾನದಲ್ಲಿ ಕೂಡಿಸಿಕೊಂಡು ಕೂಡಲೇ ಭಗವಂತನ ಸನ್ನಿಧಿಗೆ ಬಂದರು. ವಾಮನ– ನಂತೂ ತಾನು ಗುರುಹತ್ಯ, ಸುರಾಪಾನಾದಿ ಪಾಪ ಕರ್ಮಗಳನ್ನು ಮಾಡಿದ್ದರೂ ಭಾಗವತ ದಶಮಸ್ಕಂಧದ ಶ್ರವಣ ಮಾತ್ರದಿಂದ ಅವೆಲ್ಲವುಗಳಿಂದ ಮುಕ್ತನಾಗಿ ವೈಕುಂಠ ಲೋಕವನ್ನು ಹೊಂದಿ ಮಹಾನ್ ಸಂತೋಷ ಭರಿತನಾದನು.

ಹೇ ವತ್ಸನಾರದಾ! ಗುರುಹತ್ಯ, ಸುರಾಪಾನ, ಗುರುಸ್ತ್ರೀ ಗಮನ, ಕಾಂಚನ ಚೌರ್ಯ, ಸ್ವಸುತಾಗಮನ ಮುಂತಾದ ಮಹಾ ಪಾಪಕರ್ಮ ಗಳನ್ನು ಮಾಡಿದವನಿಗೆ ನರಕವಾಸ ಆಗಬೇಕಾಗಿದ್ದರೂ, ಅವನು ಶ್ರದ್ಧೆಯಿಂದ ಭಾಗವತ ದಶಮಸ್ಕಂಧದ ಶ್ರವಣ ಮಾಡಿದರೆ ಎಲ್ಲ ಪಾಪಗಳು ನಾಶ ವಾಗುತ್ತವೆ. ನೋಡಿದೆಯಾ ದಶಮಸ್ಕಂಧದ ಶ್ರವಣ ಮಹಾತ್ಮೆಯನ್ನು!

|| ಇಲ್ಲಿಗೆ ಪದ್ಮಪುರಾಣೋಕ್ತ ಶ್ರೀಮದ್ಭಾಗವತ–
ಸ್ಕಂಧ–ಮಹಾತ್ಮೆಯಲ್ಲಿ ಹತ್ತನೆಯ ಅಧ್ಯಾಯವು
ಸಮಾಪ್ತವಾಯಿತು. ||

ಅಧ್ಯಾಯ – ೧೧

||ಹರಿಃ ಓಂ|| ಬ್ರಹ್ಮೋವಾಚ –

ಶೃಣುಷ್ವೈಕಾದಶಸ್ಕಂಧಮಾಹಾತ್ಮ್ಯಂ ಪಾಪನಾಶನಮ್ |
ಭಗಿನೀಗಮನಾತ್ಪಾಪಾತ್   ಪಿತೃಸಂಹಾರದೋಷತಃ ||೧||

ಮುಚ್ಯತೇ ನಾತ್ರ ಸಂದೇಹೋ ಶೃಣು ವೃತ್ತಂ ಪುರಾತನಮ್ |
ಪುಷ್ಕಲೇ ನಗರೇ ರಮ್ಯೇ ಜಂಬುಕೋ ನಾಮಕಸ್ಸುಧೀಃ ||೨||

ಶೂದ್ರೋ ಬಭೂವ ವಿಪ್ರಾಣಾಂ ಪೂಜಕಶ್ಚ ಜಿತೇಂದ್ರಿಯಃ |
ವಿಪುಲಂ ಧನಮಾಶ್ರಿತ್ಯ ಪುಣ್ಯಂ ಸ ಕೃತವಾನ್ ಬಹು ||೩||

ವರ್ತಮಾನೋ ನಿಜೇ ಗೇಹೇ ಧನಧಾನ್ಯಸಮನ್ವಿತಃ |
ನಾಮ್ನಾ ಕೃಷ್ಣೇತಿ ವಿಖ್ಯಾತಾ ತಸ್ಯ ಪತ್ನೀ ಬಭೂವ ಹ ||೪||

ತಸ್ಯಾಂ ಸಕ್ತಸ್ಯ ಶೂದ್ರಸ್ಯ ಸಂತಾನಂ ನ ಬಭೂವ ತು |
ಜಂಬುಕೋ ಕೃಷ್ಣಯಾ ಸಾಕಂ ಚಿಂತಾಕ್ರಾಂತೋ ದಿವಾನಿಶಮ್ ||೫||

ನ ಪುತ್ರೋ ನಾಪಿ ಪುತ್ರೀ ಚ ಕಥಂ ಶ್ರೇಯೋ ಭವಿಷ್ಯತಿ |
ಇತಿ ಚಿಂತಾಸಮಾವಿಷ್ಟಂ ಜ್ಞಾತ್ವಾ ಶೂದ್ರಂ ದ್ವಿಜೋತ್ತಮಃ ||೬||

ಭೃಗುಃ ಪ್ರಾದುರ್ಬಭೂವಾಸು ತಂ ದೃಷ್ಟ್ವಾ ಚಾನಮತ್ತದಾ |
ಭೃಗುಃ ಪ್ರೋವಾಚ ಶೂದ್ರಂ ತಂ ಪುರಾ ಪಾಪಂ ತ್ವಯಾ ಕೃತಮ್ ||೭||

ತಸ್ಮಾತ್ತೇ ಜಾಯತೇ ಪುತ್ರೋ ದುರ್ಮತಿಃ ಪಾಪನಿಶ್ಚಯಃ |
ಇತ್ಯುಕ್ತ್ವಾ ತು ಫಲಂ ದತ್ವಾ ಭೃಗೌ ಯಾತೇ ಮಹಾಮತೌ ||೮||

ಪತ್ನ್ಯಃ ಹಸ್ತೇ ಚೂತಫಲಂ ಪ್ರದದೌ ಪುತ್ರಕಾರಣಾತ್ |
ಗರ್ಭಿಣೀ ಸಾ ಬಭೂವಾಥ ಫಲಪ್ರಾಶನಕಾರಣಾತ್ ||೯||

ಪುತ್ರೋ ಬಭೂವ ಶೂದ್ರಸ್ಯ ದುರ್ಮತಿಃ ಪಾಪನಿಶ್ಚಯಃ |
ಸಂವತ್ಸರಾನಂತರಂ ಚ ಪುನರ್ಗರ್ಭಮಧಾರಯತ್ ||೧೦||

ಕನ್ಯಾ ಜಜ್ಞೇಽಥ ಶೂದ್ರಸ್ಯ ದಂಪತೀ ಯುದಮಾಪತುಃ... ।
ಪುತ್ರಸ್ಯ ನಾಮಕರಣಂ ಕೃತವಾಸ್ ಜಂಬುಕಸ್ತದಾ   ॥೧೧॥

ಮಂದಬುದ್ಧಿರಿತಿ ಖ್ಯಾತಃ ತತ್ತ್ರತಶ್ಚೌರ್ಯಮಾಚರತ್ ।
ಇತಸ್ತತೋ ಧನಂ ನಿನ್ಯೇ ವೇಶ್ಯಾಸಂಗೇ ತು ತತ್ಪರಃ   ॥೧೨॥

ದೃಷ್ಟ್ವಾ ಸುತಂ ಜಂಬುಕಸ್ತು ಸದಾ ಸಂತಪ್ತಮಾನಸಃ ।
ತಂ ಚ ಶಿಕ್ಷಯಿತುಂ ನಾಯಂ ಸಮರ್ಥಸ್ಸಂಬಭೂವ ಹ   ॥೧೩॥

ಏಕದಾ ಮಂದಬುದ್ಧಿಸ್ತು ಚೌರ್ಯಾರ್ಥಂ ಸ್ವಗೃಹಂ ಗತಃ ।
ದ್ರವ್ಯಾಗಾರೇ ತದಾ ಸುಪ್ತಂ ಜಂಬುಕಂ ಸಮಪಶ್ಯತ   ॥೧೪॥

ಶಿಲಯಾ ಸಂಜಘಾನಾಶು ಪೈತ್ಯಂ ವಿತ್ತಂ ಪ್ರಗೃಹ್ಯ ಸಃ ।
ವೇಶ್ಯಾನಾಂ ಪ್ರದದೌ ಸಮ್ಯಕ್ ಸರ್ವಂ ವಿತ್ತಂ ಲಯಂ ಗತಮ್   ॥೧೫॥

ವೇಶ್ಯಾವಮಾನಿತಸ್ಸೋಽಪಿ ಭಗಿನೀಸಂಗಮಾಚರತ್ ।
ತೇನ ದೋಷೇಣ ಮಹತಾ ಪೈಶಾಚ್ಯಂ ಜನ್ಮ ಚಾಪ್ತವಾನ್   ॥೧೬॥

ಜಲಂ ತಸ್ಯ ವಿಷಂ ಭಾತಿ ಫಲಂ ವಹ್ನಿಸಮಂ ಮಹತ್ ।
ಆಯುತಾಯುತವರ್ಷಾಣಾಂ ಕಂಟಕಂ ವನಮಾಶ್ರಿತಃ   ॥೧೭॥

ನೇತ್ರಾವತೀನದೀತೀರೇ ಸ್ಕಂಧ ಏಕಾದಶಶ್ರುತಃ ।
ವಾಚಿತಸ್ತು ಸುಮಿತ್ರೇಣ ಹರಿಪ್ರೀತಿಕರಸ್ತದಾ   ॥೧೮॥

ಶ್ರುತ್ವಾ ಪಿಶಾಚದೇಹಂ ಸಃ ತ್ಯಕ್ತ್ವಾ ದಿವ್ಯಂ ಸಮಾರುಹತ್ ।
ವಿಮಾನಂ ಸೂರ್ಯಸಂಕಾಶಂ ವೈಕುಂಠಂ ಪ್ರಯಯೌ ತದಾ   ॥೧೯॥

ಭಗಿನೀಗಮನಾತ್ಪಾಪಾತ್ ಪಿತೃಸಂಹಾರದೋಷತಃ ।
ಮುಕ್ತೋ ಭೂತ್ವಾ ಮುದಂ ಪ್ರಾಪ್ಯ ಸರ್ವದಾ ಹರಿಸನ್ನಿಧೌ ।
ಸ್ಕಂಧೈಕಾದಶಮಾಹಾತ್ಮ್ಯಂ ಇತ್ಯತಃ ಕಥಿತಂ ಮಯಾ   ॥೨೦॥

॥ ಇತಿ ಶ್ರೀಮದ್ಭಾಗವತ ಸ್ಕಂಧ–ಮಾಹಾತ್ಮ್ಯೇ ಪಾದ್ಮೇ
ಏಕಾದಶೋಽಧ್ಯಾಯಃ ॥

ಅಧ್ಯಾಯ–೧೧

(ಶ್ರೀಮದ್ಭಾಗವತದ ಹನ್ನೊಂದನೆಯ ಸ್ಕಂಧದ ಮಹಾತ್ಮೆ)

ಬ್ರಹ್ಮ ದೇವರು ಪುತ್ರ ನಾರದರನ್ನು ಕುರಿತು ಹೇಳುತ್ತಾರೆ – ವತ್ಸ ನಾರದಾ! ಈಗ ನಿನಗೆ ಭಗಿನೀಗಮನ, ಪಿತೃಹತ್ಯ ಈ ನೀಚ ಕರ್ಮಗಳಿಂದ ಬರುವ ಪಾಪಗಳನ್ನು ಕಳೆಯುವ ಶ್ರೀಮದ್ಭಾಗವತದ ಹನ್ನೊಂದನೆಯ ಸ್ಕಂಧದ ಮಹಾತ್ಮೆಯನ್ನು ಹಿಂದಕ್ಕೆ ನಡೆದ ಒಂದು ಪುರಾತನ ವೃತ್ತಾಂತ ದೊಂದಿಗೆ ತಿಳಿಸುವೆನು ಕೇಳು. ಬಹುಕಾಲದ ಹಿಂದೆ ಪುಷ್ಕಲ ಎಂಬ ಒಂದು ರಮಣೀಯವಾದ ನಗರದಲ್ಲಿ ಜಂಬುಕ ಎಂಬ ಹೆಸರಿನ ಒಬ್ಬ ಬುದ್ಧಿವಂತ ನಾದ ಶೂದ್ರನು ವಾಸಿಸಿದ್ದನು. ಬ್ರಾಹ್ಮಣರನ್ನು ಪೂಜ್ಯ ಭಾವನೆಯಿಂದ ಗೌರವಿಸುವವನೂ, ಬ್ರಾಹ್ಮಣರ ಪೂಜಕನೂ, ಜಿತೇಂದ್ರಿಯನೂ ಆಗಿದ್ದ ಜಂಬುಕನು ಬಹು ಧನವನ್ನು ಸಂಪಾದಿಸಿದ್ದನಲ್ಲದೇ ಅವುಗಳ ಸದ್ವಿನಿಯೋಗ ಮಾಡುತ್ತ ಅನೇಕ ಸತ್ಕರ್ಮಗಳನ್ನಾಚರಿಸಿ ಬಹು ಪುಣ್ಯವನ್ನು ಸಂಪಾದಿಸಿದ್ದನು. ಮನೆಯಲ್ಲಿ ಧನ–ಧಾನ್ಯಗಳು ಸಮೃದ್ಧವಾಗಿದ್ದವು. ಇವನ ಪತ್ನಿಯಾದ ಕೃಷ್ಣಾ ಎಂಬುವಳಲ್ಲಿ ಬಹುಕಾಲ ಗತಿಸಿದರೂ ಜಂಬುಕ ಶೂದ್ರನಿಗೆ ಸಂತಾನ ವಾಗಿರಲಿಲ್ಲ. ಇದರಿಂದ ಪತಿ–ಪತ್ನಿಯರಿಬ್ಬರೂ ಹಗಲು–ರಾತ್ರಿ ಚಿಂತಾಕ್ರಾಂತ ರಾಗಿರುತ್ತಿದ್ದರು. ಗಂಡು ಮಗುವಿಲ್ಲ, ಹೆಣ್ಣು ಮಗುವೂ ಇಲ್ಲ. ಹೀಗೆ ಸಂತಾನರಹಿತರಾಗಿದ್ದರೆ ನಮಗೆ ಶ್ರೇಯಸ್ಸು ಹೇಗಾಗಬಲ್ಲದು? ಈ ಪ್ರಕಾರ ಇಬ್ಬರೂ ಚಿಂತಿಸುತ್ತಿರಲು ಒಮ್ಮೆ ಭೃಗು ಮುನಿಗಳ ದರ್ಶನವಾಯಿತು. ಮುನಿಗಳನ್ನು ಕಂಡಾಕ್ಷಣ ಪತಿ–ಪತ್ನಿಯರೀರ್ವರೂ ಮುನಿಗಳ ಪಾದಗಳಲ್ಲಿ ಬಿದ್ದು ನಮಿಸಿ ತಮ್ಮ ಮನದಾಶೆಯನ್ನು ಅವರ ಮುಂದೆ ಬಿನ್ನವಿಸಿ ಅನುಗ್ರಹಿಸುವಂತೆ ಪ್ರಾರ್ಥಿಸಿದರು. ಆಗ ಭೃಗು ಋಷಿಗಳು ಆ ಶೂದ್ರ ದಂಪತಿಗಳನ್ನು ಕುರಿತು ಹೇಳಿದರು – "ಎಲೈ ಶೂದ್ರನೇ! ನೀನು ಹಿಂದಿನ ಜನ್ಮದಲ್ಲಿ ಬಹು ಪಾಪ ಕರ್ಮಗಳನ್ನು ಮಾಡಿದ್ದಿ. ಆದ್ದರಿಂದ ಇಲ್ಲಿಯವರೆಗೆ ನಿನಗೆ ಸಂತಾನವಾಗಿಲ್ಲ. ಈಗ ನಿನಗೆ ಒಂದು ಫಲವನ್ನು ಅಭಿಮಂತ್ರಿಸಿ ಕೊಡುವೆನು. ಅದನ್ನು ನಿನ್ನ ಪತ್ನಿಗೆ ಸೇವಿಸಲು ಕೊಡು. ಅದರಿಂದ ಮುಂದೆ ಒಬ್ಬ ಮಗನು ಜನಿಸುವನು. ಆದರೆ ಅವನು ನಿನ್ನ ಪೂರ್ವಜನ್ಮದ ಪಾಪ ಕರ್ಮದ ಫಲವಾಗಿ ದುಷ್ಟಬುದ್ಧಿಯೂ ಪಾಪಕರ್ಮಗಳಲ್ಲಿ ನಿಷ್ಣೂ

ಆಗಿರುವನು" ಎಂದು ಹೇಳಿ ಒಂದು ಮಾವಿನ ಹಣ್ಣನ್ನು ಅಭಿಮಂತ್ರಿಸಿ ಶೂದ್ರನಿಗೆ ಕೊಟ್ಟು, ಹೊರಟು ಹೋದರು. ಜಂಬುಕನು ಎಂಥದೇ ಮಗನು ಹುಟ್ಟಲಿ ಎಂದು ವಿಚಾರಿಸಿ ಅಭಿಮಂತ್ರಿತವಾದ ಆ ಹಣ್ಣನ್ನು ತನ್ನ ಪತ್ನಿಗೆ ತಿನ್ನಲು ಕೊಟ್ಟನು. ಫಲವನ್ನು ತಿಂದು ಆ ಶೂದ್ರನ ಪತ್ನಿಯು ಗರ್ಭಿಣಿ ಯಾದಳು. ಪೂರ್ವ ಜನ್ಮದ ಪಾಪಕರ್ಮದ ಫಲವಾಗಿ ಶೂದ್ರನಿಗೆ ಮೊದಲು ಜನಿಸಿದ ಗಂಡು ಸಂತಾನವು ಪಾಪಿಷ್ಠನೂ, ದುರ್ಮತಿಯೂ ಆಗಿದ್ದನು. ನಂತರ ಕೆಲ ವರ್ಷಗಳ ನಂತರ ಪುನಃ ಗರ್ಭಿಣಿಯಾದ ಶೂದ್ರನ ಪತ್ನಿಯು ಒಂದು ಹೆಣ್ಣು ಮಗುವಿಗೆ ಜನ್ಮವಿತ್ತಳು. ಜಂಬುಕನು ಮಗನಿಗೆ ಮಂದಬುದ್ಧಿ ಎಂದು ನಾಮಕರಣ ಮಾಡಿದನು. ದುಷ್ಟನಾದ ಮಂದಬುದ್ಧಿಯು ದೊಡ್ಡವನಾದಂತೆ ಪಾಪ ಕಾರ್ಯಗಳನ್ನೇ ಮಾಡತೊಡಗಿದನು. ಇಂಥ ಮಗನನ್ನು ನೋಡಿದಾಗಲೆಲ್ಲ ತಂದೆ ಜಂಬುಕನು ಬಹು ತಪಿಸುತ್ತಿದ್ದನು. ಅವನನ್ನು ದಂಡಿಸಿ ಸನ್ಮಾರ್ಗಕ್ಕೆ ತರಲು ಜಂಬುಕನು ಸಮರ್ಥನಾಗಲಿಲ್ಲ. ಕಳ್ಳತನ ಮಾಡುವುದಕ್ಕಾಗಿ ಒಮ್ಮೆ ಮಂದಬುದ್ಧಿಯು ತನ್ನ ಮನೆಗೆ ಬಂದು ಅಲ್ಲಿ ದ್ರವ್ಯಾಗಾರದಲ್ಲೇ ತನ್ನ ತಂದೆಯು ಮಲಗಿರುವುದನ್ನು ಕಂಡು ಕಳ್ಳತನ ಹೇಗೆ ಮಾಡಬೇಕೆಂದು ವಿಚಾರಿಸುತ್ತ, ಅಲ್ಲಿಯೇ ಕೆಲಹೊತ್ತು ನಿಂತು ಕೊಂಡನು. ಅನಂತರ ಒಂದು ದೊಡ್ಡ ಬಂಡೆಗಲ್ಲನ್ನೆತ್ತಿಕೊಂಡು ತಂದೆಯ ತಲೆಯ ಮೇಲೆ ಅಪ್ಪಳಿಸಿ ತಂದೆಯನ್ನೇ ಕೊಂದು ಬಿಟ್ಟನು. ಅನಂತರ ತಂದೆಯು ಕೂಡಿಟ್ಟಿದ್ದ ದ್ರವ್ಯವನ್ನೆಲ್ಲ ತನ್ನ ಮನೆಯಿಂದ ಅಪಹರಿಸಿ ಒಯ್ದು ವೇಶ್ಯೆಯರಿಗೆ ಕೊಟ್ಟು ಅವರ ಸಂಗ ಮಾಡತೊಡಗಿದನು. ತಂದೆಯು ಸಂಪಾದಿಸಿಟ್ಟಿದ್ದ ದ್ರವ್ಯವನ್ನು ಸ್ವಲ್ಪ ಸ್ವಲ್ಪ ಒಯ್ದು ಪ್ರತಿದಿನವೂ ವೇಶ್ಯೆಯರಿಗೆ ಕೊಟ್ಟು ಅವರೊಂದಿಗೆ ಕ್ರೀಡಿಸತೊಡಗಲು ತಂದೆಯು ಕೂಡಿಟ್ಟ ದ್ರವ್ಯವೆಲ್ಲ ಕ್ಷೀಣಿಸುತ್ತ ಹೋಗಿ ಕೊನೆಗೆ ಏನೂ ಉಳಿಯದಂತಾಯಿತು. ಹಣ ಕೊಡದಿದ್ದರೆ ವೇಶ್ಯೆಯರ ಸಂಗ ದೊರಕುವದೇ? ಬರಿಗೈಯವನಾದ ಆ ಮಂದಮತಿಯನ್ನು ಯಾವ ವೇಶ್ಯೆಯೂ ಹತ್ತಿರ ಬರಗೊಡದೇ ಅವಮಾನಿಸಿ ಕಳಿಸತೊಡಗಿದರು. ವೇಶ್ಯೆಯರಿಂದ ಅವಮಾನಿತನಾದ ಆ ದುಷ್ಟನು ತನ್ನ ಭಗಿನಿಯನ್ನೇ ಬಲಾತ್ಕಾರದಿಂದ ಭೋಗಿಸಿದನು. ಇಂಥ ಮಹಾಪಾಪ ಕಾರ್ಯದಿಂದ ಆ ಮಂದಮತಿಯು ಮೃತನಾಗಿ ಪಿಶಾಚಿ ಜನ್ಮವನ್ನು ಹೊಂದಬೇಕಾಯಿತು. ಪಿಶಾಚಿಯಾಗಿ ಸಂಚರಿಸುತ್ತಿರುವಾಗ ಅವನಿಗೆ

ಭೂಮಿಯ ಮೇಲಿನ ಜಲವೆಲ್ಲ ವಿಷದಂತೆಯೂ, ವೃಕ್ಷದಲ್ಲಿಯ ಪಕ್ವವಾದ ಹಣ್ಣುಗಳು ಬೆಂಕಿಯಂತೆಯೂ ಕಾಣತೊಡಗಿದವು. ಹೀಗೆ ಹತ್ತಾರುಸಾವಿರ ವರ್ಷಗಳವರೆಗೆ ನೀರು–ಆಹಾರಗಳಿಲ್ಲದೇ ಮುಳ್ಳಿನ ಗಿಡಗಳಿಂದ ತುಂಬಿದ ಘೋರಾರಣ್ಯದಲ್ಲಿ ತಿರುಗುತ್ತ ಬಹು ಕಷ್ಟಗಳನ್ನು ಅನುಭವಿಸಿದನು. ಹೀಗೆ ಕಾಡಿನಲ್ಲಿ ಅಲೆಯುತ್ತ ಒಮ್ಮೆ ಆ ಪಿಶಾಚಿಯು ನೇತ್ರಾವತೀ ನದೀ ತೀರಕ್ಕೆ ಬಂದಾಗ ಅಲ್ಲಿ ಸುಮಿತ್ರ ಎಂಬ ಮುನಿಯು ನಡೆಸಿದ್ದ ಭಾಗವತ ಪ್ರವಚನ ದಲ್ಲಿ ಶ್ರೀಹರಿಗೆ ಅತಿ ಪ್ರೀತಿಕರವಾದ ಶ್ರೀಮದ್ಭಾಗವತದ ಹನ್ನೊಂದನೆಯ ಸ್ಕಂಧದ ಅನುವಾದವು ಈ ಆ ಪಿಶಾಚಿಯ ಕಿವಿಗೆ ಬಿದ್ದಿತು. ಈ ಹನ್ನೊಂದನೆಯ ಸ್ಕಂಧದ ಶ್ರವಣ ಮಾತ್ರದಿಂದ ಪಿಶಾಚ ದೇಹದಿಂದ ಮುಕ್ತನಾಗಿ ಸೂರ್ಯ ನಂತೆ ಪ್ರಕಾಶಮಾನವಾದ ವಿಮಾನಾರೂಢನಾಗಿ ವೈಕುಂಠ ಲೋಕವನ್ನು ಸೇರಿದನು. ಈ ರೀತಿ, ನಾರದಾ! ಆ ಮಂದಬುದ್ಧಿಯು ಪಿತೃ ಸಂಹಾರ ಮತ್ತು ಭಗಿನೀಗಮನಾದಿ ಪಾಪಗಳಿಂದ ಮುಕ್ತನಾಗಿ ವೈಕುಂಠದಲ್ಲಿ ಸದಾ ಶ್ರೀಹರಿಯ ಸನ್ನಿಧಿಯಲ್ಲಿ ಮುದದಿಂದ ಇದ್ದನು. ನಾರದಾ! ಶ್ರೀಮದ್ಭಾಗವತದ ಏಕಾದಶ ಸ್ಕಂಧದ ಮಹಾಮಹಿಮೆಯನ್ನು ನಿನಗೆ ತಿಳಿಸಿದ್ದೇನೆ.

॥ ಇಲ್ಲಿಗೆ ಶ್ರೀಪದ್ಮ ಪುರಾಣೋಕ್ತ ಶ್ರೀಮದ್ಭಾಗವತ ಸ್ಕಂಧ ಮಹಾತ್ಮೆಯಲ್ಲಿ ೧೧ ನೆಯ ಅಧ್ಯಾಯವು ಸಮಾಪ್ತವಾಯಿತು. ॥

ಅಧ್ಯಾಯ – ೧೨

॥ಹರಿಃ ಓಂ॥ ಶ್ರೀ ಬ್ರಹ್ಮೋವಾಚ –

ದ್ವಾದಶಸ್ಕಂಧಮಾಹಾತ್ಮ್ಯಂ ಶೃಣು ವತ್ಸ ಸಮಾಸತಃ ।
ಪುರಾಣಾನಾಂ ಪ್ರವಕ್ತೃಷ್ಟ ಮಹಾವಜ್ಞಾ ಕೃತಾ ಯದಿ   ॥೧॥

ತತ್ಪಾಪಾನ್ಮುಚ್ಯತೇ ಶೀಘ್ರಮಿತಿಹಾಸಂ ವದಾಮಿ ತೇ ।
ಪೂರ್ವಂ ರಾಜಾ ಮಹಾನಾಸೀತ್ಸೂರ್ಯರಶ್ಮಿಷ್ಟ ನಾಮತಃ   ॥೨॥

ಪ್ರಜಾಪಾಲನಸಕ್ತಸ್ತು ಸತ್ಯಧರ್ಮಪರಾಯಣಃ |
ಸೂರ್ಯರಶ್ಮಿಸ್ಸೂರ್ಯತುಲ್ಯಃ ಕಥಾಶ್ರವಣತತ್ಪರಃ   ॥೬॥

ರಾಜ್ಞಃ ಪುರಾಣವಕ್ತಾ ತು ದೇವದತ್ತೇತಿ ವಿಶ್ರುತಃ |
ಶಾಸ್ತ್ರವೇತ್ತಾ ಸ ಧರ್ಮಾತ್ಮಾ ಸತ್ಯವಾದೀ ಜಿತೇಂದ್ರಿಯಃ   ॥೭॥

ವಿಷ್ಣುಭಕ್ತಿರತೋ ನಿತ್ಯಂ ಪುರಾಣಜ್ಞಃ ಸುಧೀರಧೀಃ |
ಅವೈಷ್ಣವಮುಖಾತ್ ಶಾಸ್ತ್ರಂ ಗಂಗಾವಾರಿಸುರಾಘಟೇ   ॥೮॥

ಸತ್ಯಂ ಸತ್ಯಂ ಪುನಸ್ಸತ್ಯಂ ಉದ್ಧೃತ್ಯ ಭುಜಮುಚ್ಯತೇ |
ಏತ್ಯೆಸ್ಸುಲಕ್ಷಣ್ಯೆರ್ಯುಕ್ತೋ ವಕ್ತಾ ವ್ಯಾಸೋ ಭವಿಷ್ಯತಿ   ॥೯॥

ನೇತ್ರಹೀನಶ್ಚ ಕುಷ್ಠೀ ಚ ನಾಸಾಹೀನಶ್ಚ ಯೋ ಭವೇತ್ |
ಯಸ್ಯಾಂಗಂ ವಹ್ನಿನಾ ದಗ್ಧಂ ಬಧಿರೋ ಯಶ್ಚ ಮೂಕಕಃ   ॥೬॥

ಅಧಿಕಾಂಗಯುತಃ ಕ್ಲೀಬೋ ಏತ್ಯೆರ್ಯಾದಿ ಶ್ರುತಂ ಭವೇತ್ |
ವಕ್ತಾರಃ ಪೃಚ್ಛಕಾಸ್ಸರ್ವೇ ಶ್ರೋತಾರೋ ನರಕಂ ಧ್ರುವಮ್   ॥೯॥

ಗಮಿಷ್ಯಂತಿ ನ ಸಂದೇಹಃ ಸರ್ವಂ ಭವತಿ ನಿಷ್ಫಲಮ್ |
ಪೂರ್ವೋಕ್ತಗುಣಸಂಯುಕ್ತೋ   ವ್ಯಾಸಾಸನಸಮಾಶ್ರಿತಃ   ॥೮॥

ಯದಿ ವಕ್ತಾ ಭವೇತ್ಸರ್ವಂ ಸಫಲಂ ಭವತಿ ಧ್ರುವಮ್ |
ಇತ್ಯುಕ್ತವಂತಂ ವಿಪ್ರಂ ಸಃ ದೃಷ್ಟ್ವಾ ಕೋಪಸಮನ್ವಿತಃ   ॥೧೦॥

ಪ್ರತ್ಯುವಾಚ ದ್ವಿಜಂ ರಾಜಾ ತ್ವಯಿ ಸರ್ವಂ ಪ್ರತಿಷ್ಠಿತಮ್ |
ವಿಶಿಷ್ಟಗುಣಸಂಯುಕ್ತಃ ತ್ವಮೇವಾಸಿ ನ ಸಂಶಯಃ   ॥೧೧॥

ಸರ್ವಾನನ್ಯಾನ್ ದೂಷಯಸಿ ತಸ್ಮಾತ್ತ್ವಂ ಸಂತ್ಯಜಾಮ್ಯಹಮ್ |
ಏವಮುಕ್ತ್ವಾ ವ್ಯನೃತಂ ಸರ್ವಮಿತಿ ನಿಶ್ಚಿತಮಾನಸಃ   ॥೧೨॥

ತಿರಸ್ಕಾರ ತಂ ವಿಪ್ರಂ ಪುರಾಣಂ ನ ಚ ಶುಶ್ರುವಾನ್ |
ಪುರಾಣಸ್ಯ ಪ್ರವಕ್ತಾರಂ ಕಾರಯಾಮಾಸ ಚಾಪರಮ್   ॥೧೩॥

ತದ್ವಿಜ್ಞಾನಯನೇ ಯತ್ನಂ ರಾಜಾಪಿ ನ ಚಕಾರ ಹಿ ।
ಪುರಾಣಾನಾಂ ಪ್ರವಕ್ತುಶ್ಚ ಮಹಾವಜ್ಞಾನಿಮಿತ್ತತಃ   ।।೧೪।।

ಚತುರಾಶೀತಿ ಲಕ್ಷಾಣಿ ನರಕಾಣಿ ಪ್ರಜಜ್ಞಿವಾನ್ ।
ಆಯುತಾಯುತವರ್ಷಾಣಿ ಭುಕ್ತ್ವಾ ಸರ್ವಾಣಿ ಯಾತನಾಃ   ।।೧೫।।

ತದ್ಯೈವ ದೈವಯೋಗೇನ ಹರಿಣೇಗರ್ಭಮಾವಿಶತ್ ।
ಜಾತಿಸ್ಮರೋ ಮೃಗೋ ಭೂತ್ವಾ ಋಷೀಣಾಂ ವನಮಾಪ್ತವಾನ್ ।।೧೬।।

ಪೂರ್ವಪಾಪಂ ತದಾ ಸ್ಮೃತ್ವಾ ಪಶ್ಚಾತ್ತಪ್ತಸ್ನದೈವ ಹಿ ।
ನಾಮ್ನಾ ವಿಶ್ವೇಶ್ವರಂ ಶಾಂತಂ ನಿಃಶ್ವಸನ್ ಸ ಸಮಭ್ಯಗಾತ್   ।।೧೭।।

ನಿಃಶ್ವಸಂತಂ ಮೃಗಂ ದೃಷ್ಟ್ವಾ ಕೋ ಭವಾನಿತ್ಯಪೃಚ್ಛತ ।
ಅಸಮರ್ಥಶ್ಚ ವಾಗ್ದಾನೇ ರುರೋದಾಶು ಮುನೇಃ ಪುರಃ   ।।೧೮।।

ಪೂರ್ವಪುಣ್ಯೇನ ತಸ್ಮಿಂಸ್ತು ಋಷಿಃ ಕಾರುಣ್ಯಮಾಪ್ತವಾನ್ ।
ಮೃಗತ್ವಂ ಮಾ ಕುರುಷ್ವಾತ್ರ ರೋದನಂ ಚಾಶ್ರಮೇ ಮಮ ।।೧೯।।

ಮಮ್ಮೈವ ತಪಸಾ ತುಲ್ಯಂ ವಾಕ್ಯಂ ಭವತು ಮಾನುಷಮ್ ।
ಇತ್ಯುಕ್ತವಾಕ್ಯೇ ಸ ಮೃಗಃ ಮಾನುಷಂ ವಾಕ್ಯಮುಕ್ತವಾನ್   ।।೨೦।।

ಮೃಗ ಉವಾಚ –

ಸೂರ್ಯರಶ್ಮೀತಿ ನಾಮ್ನಾಹಂ ಪುರಾ ರಾಜಾಭವಂ ಮುನೇ ।
ಪುರಾಣಸ್ಯ ಪ್ರವಕ್ತುಶ್ಚ ದೇವದತ್ತಸ್ಯ ನಾಮತಃ   ।।೨೧।।

ಅವಮಾನಂ ಚ ಕೃತ್ವಾಽಹಂ ನರಕೇ ಪತಿತೋಽಹಮ್ ।
ಪೂರ್ವಪುಣ್ಯಪ್ರವಾಹೇನ ಸ್ಮೃತಿರ್ನಾದ್ಯಾಪಿ ಗಚ್ಛತಿ ।।
ಮಾಮುದ್ಧರ ದಯಾಸಿಂಧೋ ಕೃಪಯಾ ಋಷಿಸತ್ತಮ   ।।೨೨।।

ವಿಶ್ವೇಶ್ವರ ಉವಾಚ –
ಶೃಣುಷ್ವ ತ್ವಂ ಮೃಗಶ್ರೇಷ್ಠ ದ್ವಾದಶಸ್ಕಂಧಮುತ್ತಮಮ್ ।
ಯತ್ಶ್ರುತ್ವಾ ಮೃಗದೇಹಾತ್ತ್ವಂ ಮುಚ್ಯತೇ ಸರ್ವಕಲ್ಮಷೈಃ   ।।೨೩।।

ಇತ್ಯುಕ್ತ್ವಾ ಸ ಮುನಿಶ್ರೇಷ್ಠೋ ದ್ವಾದಶಸ್ಕಂಧಮುತ್ತಮಮ್ ।
ವಾಚಯಾಮಾಸ ತಸ್ಮಾಗ್ರೇ ಋಷಿಃ ಕಾರುಣ್ಯಮಾಗತಃ   ॥೭೭॥

ನಿಸ್ಸ್ಮತಾಃ ವಾಯಸಾಸ್ತಸ್ಯ ನಿಪತಂತೋ ಮಹೀತಲೇ ।
ಪಾಪಾ ವಾಯಸರೂಪೇಣ ನಿಸ್ಸ್ಮತಾಸ್ತಸ್ಯ ದೇಹತಃ   ॥೭೮॥

ತದಾ ವಿಶ್ವೇಶ್ವರಃ ಪ್ರೀತೋ ಮೃಗಂ ಪ್ರೋವಾಚ ಸಸ್ಮಿತಮ್ ।
ಜನ್ಮನ್ಯನಂತರೇ ವಿಪ್ರೋ ಭೂತ್ವಾ ತ್ವಂ ಸಮವಾಪ್ಸ್ಯಸಿ   ॥೭೯॥

ವೈಕುಂಠಂ ನಾತ್ರ ಸಂದೇಹಃ ಇತ್ಯುಕ್ತ್ವಾ ಸ್ವಗೃಹಂ ಯಯೌ ।
ತತಃ ಸ ಬ್ರಾಹ್ಮಣೋ ಭೂತ್ವಾ ವೈಕುಂಠಂ ಪ್ರಯಯೌ ತದಾ   ॥೭೨॥

ಇತ್ಯೇತತ್ತಥಿತಂ ಸರ್ವಂ ಪೃಥಜ್ ಮಾಹಾತ್ಮ್ಯಮುತ್ತಮಮ್ ।
ಸ್ಕಂಧಾನಾಂ ಮಯಾ ವತ್ಸ ಲೋಕಾನುಗ್ರಹಕಾಮ್ಯಯಾ   ॥೭೯॥

॥ ಇತಿ ಶ್ರೀಮದ್ಭಾಗವತಸ್ಕಂಧಮಾಹಾತ್ಮ್ಯೇ ಪಾದ್ಮೇ
ದ್ವಾದಶೋಽಧ್ಯಾಯಃ ॥
॥ ಶ್ರೀ ಕೃಷ್ಣಾರ್ಪಣಮಸ್ತು ॥

॥ ಅಥ ಫಲಶ್ರುತಿಃ ॥
ಶ್ರೀಮದ್ಭಾಗವತಂ ಶಾಸ್ತ್ರಂ ಭುಕ್ತಿಮುಕ್ತಿಪ್ರದಾಯಕಮ್ ।
ನಿತ್ಯಂ ಗೋದಾನಲಕ್ಷ್ಮೈಶ್ಚ ಅಶ್ವಮೇಧಾದಿಭಿರ್ಮಖೈಃ   ॥೦॥

ಯತ್ಪುಣ್ಯಂ ಲಭ್ಯತೇ ಲೋಕೇ ಶ್ಲೋಕಾರ್ಧಶ್ರವಣೇನ ತತ್ ।
ಯಾವದ್ಭೂಮಿರ್ಭವೇಲ್ಲೋಕೇ ಯಾವತ್ಸೂರ್ಯಶ್ಚ ಚಂದ್ರಮಾಃ   ॥೨॥

ತಾವತ್ತಸ್ಯ ಭವೇದೇವಂ ಪುತ್ರಪೌತ್ರಸುಸಂತತಿಃ ।
ಸ್ಕಂಧಾನ್ ದ್ವಾದಶ ಚ ಶ್ರುತ್ವಾ ನರೋ ಮುಕ್ತಂ ಸಮೇಷ್ಯತಿ   ॥೩॥

ವಕ್ತವ್ಯಂ ಕಿಮು ಚ ಬ್ರಹ್ಮನ್ ಶ್ರವಣಂ ಸರ್ವದಾ ಕುರು ।
ನಾರದೋಽಪಿ ವಚಶ್ಶ್ರುತ್ವಾ ಮಹಾಭಕ್ತಿಸಮನ್ವಿತಃ ॥
ಬ್ರಹ್ಮಣಂ ಸ ನಮಸ್ಕೃತ್ಯ ಯಥಾಗತಮಥೋ ಯಯೌ   ॥೪॥

ಶ್ರೀಸೂತ ಉವಾಚ –
ದ್ವಾದಶಸ್ಕಂಧಮಾಹಾತ್ಮ್ಯಂ ಏತನ್ನಿಗದಿತಂ ಮಯಾ   ॥೫೧॥

॥ ಇತಿ ಶ್ರೀಪಾದ್ಮೇ ಶ್ರೀಮದ್ಭಾಗವತಸ್ಕಂಧಮಾಹಾತ್ಮೇ
ದ್ವಾದಶೋಽಧ್ಯಾಯಃ ॥
॥ ಶ್ರೀ ಕೃಷ್ಣಾರ್ಪಣ ಮಸ್ತು ॥

ಅಥ ಹೋಮ :
ಪ್ರತಿಶ್ಲೋಕಂ ಚ ಜುಹುಯಾತ್ ವಿಧಿನಾ ದಶಮಸ್ಯ ಚ ।
ಪಾಯಸಂ ಮಧುಸರ್ಪಿಶ್ಚ ತಿಲಾನ್ನಾದಿಕಸಂಯುತಮ್ ॥
॥ ಇತಿ ಶ್ರೀ ಪಾದ್ಮೇ ೬ – ೩೯ ॥
॥ ಶ್ರೀ ಕೃಷ್ಣಾರ್ಪಣಮಸ್ತು ॥

ಅಧ್ಯಾಯ – ೧೩

(ಶ್ರೀಮದ್ಭಾಗವತದ ೧೩ ನೆಯ ಸ್ಕಂಧದ ಮಹಾತ್ಮೆ)

॥ಹರಿಃ ಓಂ॥ ಚತುರ್ಮುಖಿ ಬ್ರಹ್ಮದೇವರು ಪುತ್ರ ನಾರದರನ್ನು
ಕುರಿತು ಹೇಳುತ್ತಾರೆ – ವತ್ಸ! ನಾರದಾ! ಪೌರಾಣಿಕನ ಅವಮಾನ
ಮಾಡಿದ ಮಹಾಪಾಪದಿಂದ ಶೀಘ್ರದಲ್ಲಿ ವಿಮೋಚನೆಗೊಳಿಸಿದ ಶ್ರೀ
ಮದ್ಭಾಗವತದ ಹನ್ನೆರಡನೆಯ ಸ್ಕಂಧದ ಮಹಿಮೆಯನ್ನು ನಾನೀಗ ನಿನಗೆ
ಹೇಳುವವನಿದ್ದೇನೆ. ಅದನ್ನು ಲಕ್ಷ್ಯಗೊಟ್ಟು ಕೇಳು. ಹಿಂದಕ್ಕೆ ಸೂರ್ಯರಶ್ಮಿ
ಎಂಬ ಹೆಸರಿನ ಒಬ್ಬ ರಾಜನಿದ್ದನು. ಪ್ರಜೆಗಳನ್ನು ಮಕ್ಕಳಂತೆ ಪಾಲಿಸುತ್ತಿದ್ದ
ಆ ರಾಜನು ಸತ್ಯ–ಧರ್ಮಪರಾಯಣನೂ ಸೂರ್ಯನಂತೆ ತೇಜಸ್ವಿಯೂ
ಆಗಿದ್ದು ಸದಾ ಭಾಗವತಾದಿ ಸತ್ಕಥಾಲಾಪ, ಶ್ರವಣಾದಿಗಳಲ್ಲೇ ಆಸಕ್ತನಾಗಿರುತ್ತಿ–
ದ್ದನು. ಇಂಥ ರಾಜನಲ್ಲಿ ದೇವದತ್ತ ಎನ್ನುವ ಪೌರಾಣಿಕನು ರಾಜಸ್ಥಾನದ
ವಿದ್ವಾಂಸನಾಗಿದ್ದನು. ಇವನು ಸಕಲ ಶಾಸ್ತ್ರಗಳನ್ನು ಬಲ್ಲವನೂ, ಧರ್ಮಾತ್ಮನೂ,
ಸತ್ಯವಾದಿಯೂ ಹಾಗೂ ಜಿತೇಂದ್ರಿಯನೂ ಆಗಿದ್ದನು.

ಹೇ ರಾಜನ್! ಪುರಾಣಗಳನ್ನು ಬಲ್ಲ ಪೌರಾಣಿಕನು ತತ್ತ್ವಜ್ಞಾನಿ ಯಾಗಿರುವುದಷ್ಟೇ ಅಲ್ಲ ವಿಷ್ಣುಭಕ್ತನಾಗಿರಬೇಕು. ಅವೈಷ್ಣವರಾದ ಪೌರಾಣಿಕರ ಮುಖದಿಂದ ಹೊರಟ ಶಾಸ್ತ್ರಪ್ರವಚನವು ಮದ್ಯದ ಕೊಡದಲ್ಲಿ ಗಂಗಾಜಲವನ್ನು ತುಂಬಿದಂತೆ ಅನರ್ಥಕಾರಿಯಾಗಿರುವುದು. ಹೇ ರಾಜನ್! ನನ್ನೆರಡೂ ಭುಜಗಳನ್ನು ಮೇಲೆತ್ತಿ ಶಪಥ ಮಾಡಿ ಸತ್ಯವಾದು ದನ್ನೇ ಹೇಳುತ್ತೇನೆ ಏನೆಂದರೆ ಈ ಮೊದಲು ತಿಳಿಸಿದ ಸಲ್ಲಕ್ಷಣಗಳಿಂದ ಯುಕ್ತನಾದವನೇ ವ್ಯಾಸಪೀಠದಲ್ಲಿ ಕುಳಿತು ಶಾಸ್ತ್ರ ಪ್ರಪಚನ ಮಾಡಲು ಅರ್ಹನಾಗುತ್ತಾನೆ. ನೇತ್ರಹೀನನಾದವನು, ಕುಷ್ಠರೋಗಿಯು, ಮೂಗು ಇಲ್ಲದವನು, ಯಾವನಿರುವನೋ ಅವನಾಗಲಿ ಮತ್ತು ಯಾವನ ಅಂಗವು ಬೆಂಕಿಯಿಂದ ಸುಟ್ಟಿರುವುದೋ, ಕಿವುಡನಾಗಿರುವನೋ, ಚೆನ್ನಾಗಿ ಮಾತನಾಡಲು ಬಾರದಿರುವವನೋ (ಅಥವಾ ಮೂಕನಾಗಿರುವನೋ), ಅಧಿ ಕಾಂಗವುಳ್ಳವನೋ (ಬೆರಳು, ಕೈ ಮುಂತಾದವು), ನಪುಂಸಕನೋ ಇಂಥವರು ಪುರಾಣವನ್ನು ಹೇಳಿದರೆ, ಮಧ್ಯೆ ಮಧ್ಯೆ ಪ್ರಶ್ನೆ ಮಾಡುವವರಾಗಿದ್ದರೆ, ಶ್ರೋತ್ಯ ಗಳಾಗಿದ್ದರೆ, ವಕ್ತಾ, ಪೃಚ್ಛಕಾ, ಶ್ರೋತಾ ಇವರೆಲ್ಲರೂ ನರಕಭಾಗಿಗಳಾಗುತ್ತಾರೆ. ಹೇಳಿದ್ದೂ, ಕೇಳಿದ್ದೂ ಎಲ್ಲವೂ ನಿಷ್ಫಲವಾಗುತ್ತವೆ. ಆದರೆ ಪೂರ್ವೋಕ್ತ ಸದ್ಗುಣಗಳಿಂದ ಕೂಡಿದವರು ವ್ಯಾಸ ಪೀಠದಲ್ಲಿ ಕುಳಿತು ಪ್ರವಚನ ಮಾಡಿದರೆ, ಅವರ ಪ್ರವಚನವನ್ನು ಕೇಳಿದರೆ ಎಲ್ಲವೂ ಸಫಲವಾಗುವದು.

ಈ ಪ್ರಕಾರವಾಗಿ ರಾಜಾಸ್ಥಾನದ ಪೌರಾಣಿಕನು ವಸ್ತುಸ್ಥಿತಿಯನ್ನು ಯಥಾಸ್ಥಿತವಾಗಿ ತಿಳಿಸಿದ್ದನ್ನು ಕೇಳಿ ರಾಜನು ಕೋಪಾವಿಷ್ಣನಾಗಿ ಆ ಪೌರಾಣಿಕನನ್ನು ಕುರಿತು – "ಹೇ ವಿಪ್ರೋತ್ತಮರೇ! ಇವೆಲ್ಲ ಸದ್ಗುಣಗಳು ನಿಮ್ಮೊಬ್ಬರಲ್ಲಿಯೇ ಇರುವಂತಿದೆ. ಆದ್ದರಿಂದಲೇ ಇತರೆಲ್ಲ ಪೌರಾಣಿಕ ರನ್ನೂ, ಶಾಸ್ತ್ರಜ್ಞರನ್ನೂ ಈ ಬಗೆಯಾಗಿ ದೂಷಿಸುತ್ತಿರುವಿರಿ. ಈ ರೀತಿ ಆತ್ಮಪ್ರಶಂಸೆ ಮಾಡಿಕೊಳ್ಳುವ ಮತ್ತು ಅನ್ಯರನ್ನು ನಿಂದಿಸುವ ನಿಮ್ಮಂಥವರು ನನ್ನ ಆಸ್ಥಾನದಲ್ಲಿ ಇರುವುದು ನನಗಿಷ್ಟವಿಲ್ಲ. ಈಗಲೇ ನಿಮ್ಮನ್ನು ಬಹಿಷ್ಕರಿಸು ತ್ತೇನೆ" ಎಂದು ಹೇಳಿ ಈ ಬ್ರಾಹ್ಮಣನು ಹೇಳಿದ್ದೆಲ್ಲವೂ ಅಸತ್ಯ ಎಂದು ನಿಶ್ಚಯಿಸಿ ದನು. ಮತ್ತು ಆ ವಿಪ್ರನ್ನು ತಿರಸ್ಕರಿಸಿ ಅವನು ಹೇಳುತ್ತಿದ್ದ ಪುರಾಣವನ್ನು ಕೇಳದೇ ಇನ್ನೊಬ್ಬನನ್ನು ಆಸ್ಥಾನದ ಪೌರಾಣಿಕನೆಂದು ನೇಮಿಸಿಕೊಂಡನು.

ಹೀಗೆ ರಾಜನಿಂದ ಅವಮಾನಿತನಾದ ದೇವದತ್ತ ಪೌರಾಣಿಕನು ಆ ಪೀಠದಿಂದ ಮೇಲೆದ್ದು ಮನೆಗೆ ಹೊರಟು ಹೋದನು. ಬ್ರಾಹ್ಮಣನು ಅವಮಾನಿತನಾಗಿ ಮನೆಗೆ ಹೋಗಿರುವುದನ್ನು ತಿಳಿದರೂ ಅವನನ್ನು ಮತ್ತೆ ಕರೆತರುವಂತೆ ರಾಜನು ಯಾವ ಪ್ರಯತ್ನವನ್ನೂ ಮಾಡಲಿಲ್ಲ. ಹೀಗೆ ಪೌರಾಣಿಕನ ಮಹಾಪಮಾನ ಮಾಡಿದ ಕಾರಣದಿಂದ ರಾಜನು ಮುಂದೆ ಮೃತನಾದ ನಂತರ ಊಳ ಲಕ್ಷ ನರಕಗಳಲ್ಲಿ ಬಿದ್ದು ಹತ್ತಾರು ಸಾವಿರ ವರ್ಷ ಗಳವರೆಗೆ ಅಲ್ಲಿ ಯಾತನೆಗಳನ್ನು ಅನುಭೋಗಿಸಿ ನಂತರ ದೈವಯೋಗದಿಂದ ಒಂದು ಹರಿಣಿಯ ಗರ್ಭವನ್ನು ಸೇರಿ ಆದರ ಗರ್ಭದಿಂದ ರಾಜನು ಮೃಗರೂಪದಿಂದ ಹೊರಬಂದನು. ಪೂರ್ವಜನ್ಮಗಳ ಸ್ಮರಣೆ ಇದ್ದ ಆ ಮೃಗವು ಅನೇಕ ಋಷಿಗಳು ವಾಸಮಾಡಿದ್ದ ಒಂದು ವನವನ್ನು ಪ್ರವೇಶಿಸಿತು. ಹಿಂದಕ್ಕೆ ರಾಜನಾಗಿದ್ದಾಗ ತಾನು ಮಾಡಿದ ಪೌರಾಣಿಕನ ಅವಮಾನವನ್ನು ಸ್ಮರಿಸಿ– ಕೊಂಡು ಅದಕ್ಕೆ ಪಶ್ಚಾತ್ತಾಪವಾಯಿತು. ನಿಟ್ಟುಸಿರು ಬಿಡುತ್ತ ಅದು ಅದೇ ವನದಲ್ಲಿದ್ದ ವಿಶ್ವೇಶ್ವರ ಎಂಬ ಋಷಿಯ ಸನಿಹಕ್ಕೆ ಬಂದಾಗ ಆ ಮೃಗವು ನಿಶ್ವಾಸ ಬಿಡುತ್ತಿರುವುದನ್ನುಕಂಡು ಋಷಿಯು 'ನೀನಾರು?' ನನ್ನ ಆಶ್ರಮ ದಲ್ಲಿ ಹೀಗೆಲ್ಲ ರೋದಿಸಬಾರದು. ನಿನ್ನ ಕಷ್ಟವೇನು? ಎಂದು ಕೇಳಿದನು. ಮೃಗವಾಗಿದ್ದರಿಂದ ಆದು ಮಾತನಾಡಲು ಸಾಧ್ಯವಾಗದೇ ಸುಮ್ಮನೇ ನಿಂತಾಗ "ಎಲೈ ಮೃಗವೇ ನನ್ನ ತಪ್ಪೋಬಲದಿಂದ ನಿನಗೆ ಮನುಷ್ಯರಂತೆ ಮಾತನಾಡಲು ಮಾಡುತ್ತೇನೆ. ಇನ್ನುನೀನು ಮಾತನಾಡು" ಎಂದು ಋಷಿಯು ನುಡಿದಾಗ ಮೃಗವು ಮನುಷ್ಯ ವಾಣಿಯಿಂದ ಮಾತನಾಡತೊಡಗಿತು – "ಹೇ ಮುನಿಶ್ರೇಷ್ಠನೇ! ನಾನು ಹಿಂದಿನ ಜನ್ಮದಲ್ಲಿ ಸೂರ್ಯರಶ್ಮಿ ಎಂಬ ಹೆಸರಿನ ರಾಜನಾಗಿದ್ದೆನು. ಆ ಜನ್ಮದಲ್ಲಿ ದೇವದತ್ತ ಎಂಬ ಒಬ್ಬ ಪೌರಾಣಿಕನನ್ನು ಅವಮಾನಿಸಿದ್ದರಿಂದ ನರಕದಲ್ಲಿ ಬಿದ್ದೆನು. ಪೂರ್ವದಲ್ಲಿ ಮಾಡಿದ್ದ ಪುಣ್ಯ ಪ್ರಭಾವದಿಂದ ನನಗೆ ಹಿಂದೆ ನಡೆದದ್ದು ಯಾವುದೂ ಇಂದಿಗೂ ಮರೆತು ಹೋಗಿಲ್ಲ. ಹೇ ದಯಾಸಿಂಧುವಾದ ಋಷಿಶ್ರೇಷ್ಠನೇ ದಯಮಾಡಿ ನನ್ನನ್ನು ಉದ್ಧರಿಸಿ ಕಾಪಾಡು" ಎಂದು ದೀನವಾಣಿಯಿಂದ ಪ್ರಾರ್ಥಿಸಿತು. ಆಗ ವಿಶ್ವೇಶ್ವರ ಮುನಿಯು ಆ ಮೃಗವನ್ನು ಕೃಪಾದೃಷ್ಟಿ ಯಿಂದ ನೋಡುತ್ತ – "ಹೇ ಮೃಗಶ್ರೇಷ್ಠವೇ! ನೀನು ಈ ದೇಹದಿಂದ

ಮುಕ್ತಿ ಪಡೆಯಬೇಕೆಂದಾದರೆ ಶ್ರೀಮದ್ಭಾಗವತದ ಹನ್ನೆರಡನೆಯ ಸ್ಕಂಧವನ್ನು ಭಕ್ತಿಯಿಂದ ಶ್ರವಣ ಮಾಡು. ಇದರಿಂದ ನೀನು ಹಿಂದಿನ ಎಲ್ಲ ಪಾಪಕರ್ಮಗಳಿಂದ ಮುಕ್ತನಾಗುವಿ" ಎಂದು ನುಡಿದು ಕಾರುಣ್ಯದಿಂದ ಆ ಮೃಗದ ಸಮ್ಮುಖಿದಲ್ಲೇ ದ್ವಾದಶ ಸ್ಕಂಧವನ್ನು ಅನುವಾದ ಮಾಡಿದನು. ಈ ಅನುವಾದವನ್ನು ಕೇಳಿದಾಕ್ಷಣವೇ ಆ ಮೃಗದ ಬಾಯಿ ಯೊಳಗಿಂದ ಒಳಗಿದ್ದ ಪಾಪಗಳೆಲ್ಲ ಕಾಗೆಗಳ ರೂಪದಿಂದ ಸಾಲುಸಾಲಾಗಿ ಹೊರಬಂದು ನೆಲದ ಮೇಲೆ ಬೀಳತೊಡಗಿದವು. ಹೀಗೆ ಎಲ್ಲ ಪಾಪಗಳು ಹೊರಬಿದ್ದ ನಂತರ ಪ್ರೀತನಾದ ವಿಶ್ವೇಶ್ವರ ಮುನಿಯು ಮಂದಹಾಸದಿಂದ ಕೂಡಿ ಹರ್ಷಭರಿತವಾದ ಮೃಗವನ್ನು ಕುರಿತು – "ಹೇ ಮೃಗವೇ! ನೀನೀಗ ಪೂರ್ವಜನ್ಮಕೃತ ಎಲ್ಲ ಪಾಪಗಳಿಂದ ಮುಕ್ತನಾಗಿರುವಿ. ಮುಂದಿನ ಜನ್ಮದಲ್ಲಿ ನೀನು ಒಬ್ಬ ಬ್ರಾಹ್ಮಣಕುಲದಲ್ಲಿ ಜನಿಸಿ ಸಾಧನೆ ಮಾಡಿಕೊಂಡು ನಿಶ್ಚಿತವಾಗಿ ವಿಷ್ಣು ಲೋಕವನ್ನು ಸೇರುವಿ" ಎಂದು ಮೃಗವನ್ನು ಆಶೀರ್ವದಿಸಿ ಮುನಿಯು ಸ್ವಾಶ್ರಮಕ್ಕೆ ಹೊರಟು ಹೋದನು. ಮುನಿಯ ಆಶೀರ್ವಚನ ದಂತೆ ಆ ಮೃಗವು ಪಶುಜನ್ಮವನ್ನು ನೀಗಿ ಬ್ರಾಹ್ಮಣ ಕುಲದಲ್ಲಿ ಹುಟ್ಟಿ ಸಾಧನೆ ಮಾಡಿಕೊಂಡು ಮುಂದೆ ವೈಕುಂಠಲೋಕವನ್ನು ಸೇರಿದನು.

ಹೇ ನಾರದಾ! ಶ್ರೀಮದ್ಭಾಗವತದ ಈ ಪ್ರಕಾರವಾಗಿರುವ ಎಲ್ಲ ಸ್ಕಂಧಗಳ ಮಹಾತ್ಮೆಯನ್ನು ವಿವಿಧ ಐತಿಹಾಸಿಕ ವೃತ್ತಾಂತಗಳೊಂದಿಗೆ ನಿನ್ನ ಮನಮುಟ್ಟುವಂತೆ ತಿಳಿಸಿದ್ದೇನೆ. ಲೋಕದ ಜನರೂ ಈ ಮಹಾತ್ಮೆಗಳನ್ನು ತಿಳಿದು ಶ್ರೀಮದ್ಭಾಗವತ ಪುರಾಣವನ್ನು ಭಕ್ತಿಯಿಂದ ಶ್ರವಣ ಮಾಡಿ ಉದ್ಧೃತರಾಗಲಿ ಎಂಬ ಲೋಕಾನುಗ್ರಹಕಾಮನೆಯಿಂದಲೂ ನಿನ್ನನ್ನು ನಿಮಿತ್ತ ಮಾಡಿಕೊಂಡು ಎಲ್ಲವನ್ನೂ ತಿಳಿಸಿದ್ದೇನೆ.

।। ಇಲ್ಲಿಗೆ ಶ್ರೀ ಪದ್ಮ ಪುರಾಣೋಕ್ತ ಶ್ರೀಮದ್ಭಾಗವತ ಸ್ಕಂಧ– ಮಾಹಾತ್ಮೆಯಲ್ಲಿ ೧೮ ನೆಯ ಅಧ್ಯಾಯವು ಸಮಾಪ್ತವಾಯಿತು. ।।

ಫಲಶ್ರುತಿ :

ಶ್ರೀಮದ್ಭಾಗವತ ಪುರಾಣವೆಂಬುದು ಭುಕ್ತಿ–ಮುಕ್ತಿಗಳನ್ನು ದೊರಕಿಸಿ ಕೊಡುವ ಒಂದು ಶಾಸ್ತ್ರಗ್ರಂಥವಾಗಿದೆ. ನಿತ್ಯ ಒಂದು ಲಕ್ಷ ಗೋವ್ವಗಳ ದಾನ

ಮಾಡುವುದರಿಂದ ಮತ್ತು ಅಶ್ವಮೇಧಾದಿ ಯಾಗಗಳನ್ನು ಮಾಡುವುದರಿಂದ ಎಷ್ಟು ಪುಣ್ಯವು ಪ್ರಾಪ್ತವಾಗುವುದೋ ಅಷ್ಟು ಪುಣ್ಯವು ಈ ಭಾಗವತ ಪುರಾಣದ ಕೇವಲ ಅರ್ಧಶ್ಲೋಕದ ಶ್ರವಣ ಮಾತ್ರದಿಂದ ಪ್ರಾಪ್ತವಾಗುವುದು. ಸೃಷ್ಟಿಯಲ್ಲಿ ಈ ಭೂಮಿ, ಸೂರ್ಯ–ಚಂದ್ರರಿರುವರೆಗೆ ಭಾಗವತ ಪುರಾಣದ ಶ್ರವಣ ಮಾಡುವವರ ಪುತ್ರ–ಪೌತ್ರರ ಸುಸಂತತಿಯು ವರ್ಧಿಸುತ್ತಿರುವುದು. ಈ ಪುರಾಣವು ಅನೇಕ ಮಹಿಮೋಪೇತವಾಗಿರುವುದು. ಆದ್ದರಿಂದ ನಾರದರೂ ಬ್ರಹ್ಮದೇವರಿಂದ ಭಾಗವತ ಪುರಾಣದ ವಿವಿಧ ಮಹಿಮೆಗಳನ್ನು ಕೇಳಿ ಮಹಾಭಕ್ತಿ ಭರಿತರಾಗಿ ತಮ್ಮ ತಂದೆಯಾದ ಚತುರ್ಮುಖ ಬ್ರಹ್ಮದೇವರಿಗೆ ಭಕ್ತಿಯಿಂದ ನಮಿಸಿ ಶ್ರೀಕೃಷ್ಣ ಪರಮಾತ್ಮನ ಗುಣಗಾನ ಮಾಡುತ್ತ ಬಂದ ಹಾದಿಯಿಂದ ತಿರುಗಿ ಲೋಕ ಸಂಚಾರಕ್ಕೆಂದು ಹೊರಟು ಹೋದರು.

ಸೂತರು ಶೌನಕಾದಿ ಮುನಿಗಳನ್ನು ಕುರಿತು – "ಭೋ ಮುನಿಗಳೇ! ನಿಮ್ಮ ಅಪೇಕ್ಷೆಯಂತೆ ಇದುವರೆಗೆ ಬ್ರಹ್ಮ–ನಾರದರ ಸಂವಾದದಲ್ಲಿ ಮೂಡಿ ಬಂದ ಶ್ರೀಮದ್ಭಾಗವತ ಪುರಾಣದ ಪ್ರತಿ ಸ್ಕಂಧದ ಮಹಾತ್ಮೆಯನ್ನು ಯಥಾಮತಿ ತಿಳಿಸಿದ್ದೇನೆ" ಎಂದು ನುಡಿದರು.

॥ ಇಲ್ಲಿಗೆ ಪದ್ಮ ಪುರಾಣದಲ್ಲಿ ಹೇಳಿರುವ ಶ್ರೀಮದ್ಭಾಗವತ ಪುರಾಣದ ಸ್ಕಂಧ–ಮಾಹಾತ್ಮೆಯಲ್ಲಿ ೧೨ ನೆಯ ಅಧ್ಯಾಯವು ಸಮಾಪ್ತವಾಯಿತು. ॥

ಶ್ರೀಮದ್ಭಾಗವತದ ಹತ್ತನೆಯ ಸ್ಕಂಧದ ಪ್ರತಿ ಶ್ಲೋಕವನ್ನು ಪಠಿಸುತ್ತ, ಪಾಯಸ, ಮಧು, ಸರ್ಪ, ತಿಲ, ಆನ್ನ ಇವುಗಳನ್ನು ಸೇರಿಸಿ ಮಾಡಿದ ದ್ರವ್ಯದಿಂದ ಆಹುತಿಗಳನ್ನು ಕೊಟ್ಟು ಹೋಮ ಮಾಡಬೇಕು.

॥ ಶ್ರೀ ಕೃಷ್ಣಾರ್ಪಣಮಸ್ತು ॥

೧೨. ಶ್ರೀಮದ್ಭಾಗವತ ಮಹಾತ್ಮೆಗಳು

(i) (೧) ‖ಶ್ರೀಮದ್ಭಾಗವತೇ ಶ್ರೀಮದ್ಭಾಗವತ ಮಾಹಾತ್ಮ್ಯಂ‖

(ಭಾಗವತ ಸ್ಕಂಧ–೧೨, ಅಧ್ಯಾಯ–೧೨)

ಲೀಲಾವತಾರಕರ್ಮಾಣಿ ಕೀರ್ತಿತಾನೀಹ ಸರ್ವಶಃ ।
ಪತಿತಃ ಸ್ಖಲಿತೋ ವಾssರ್ತಃ ಕ್ಷುತ್ವಾ ವಾ ವಿವಶೋ ಬ್ರುವನ್ ॥
ಹರಯೇ ನಮ ಇತ್ಯುಚ್ಛೈರ್ಮುಚ್ಯತೇ ಸರ್ವಪಾತಕಾತ್   ‖೪೬‖

ಸಂಕೀರ್ತ್ಯಮಾನೋ   ಭಗವಾನನಂತಃ
ಶ್ರುತಾನುಭಾವೋ ವ್ಯಸನಂ ಹಿ ಪುಂಸಾಮ್ ।
ಪ್ರವಿಶ್ಯ ಚಿತ್ತಂ ವಿಧುನೋತ್ಯಶೇಷಂ
ಯಥಾ   ತಮೋssರ್ಕೋssಭ್ರಮಿವಾತಿವಾತಃ   ‖೪೭‖

ಮೃಷಾ ಗಿರಸ್ತಾ ಹ್ಯಸತೀರಸತ್ಕಥಾ
ನ ಕಥ್ಯತೇ ಯದ್ಭಗವಾನಧೋಕ್ಷಜಃ ।
ತದೇವ ಸತ್ಯಂ ತದು ಹೈವ ಮಂಗಲಂ
ತದೇವ ಪುಣ್ಯಂ ಭಗವದ್ಗುಣೋದಯಮ್   ‖೪೮‖

ತದೇವ ಪುಣ್ಯಂ ರುಚಿರಂ ನವಂ ನವಂ
ತದೇವ ಶಶ್ವನ್ಮನಸೋ ಮಹೋತ್ಸವಮ್ ।
ತದೇವ ಶೋಕಾರ್ಣವಶೋಷಣಂ ನೃಣಾಂ
ಯದುತ್ತಮಶ್ಲೋಕಯಶೋssನುಗೀಯತೇ   ‖೪೯‖

ನ ಯದ್ವಚಶ್ಚಿತ್ರಪದಂ ಹರೇರ್ಯಶೋ
ಜಗತ್ಪವಿತ್ರಂ ಪ್ರಗೃಣೀತ ಕರ್ಹಿಚಿತ್ ।
ತದ್ ಧ್ವಾಂಕ್ಷತೀರ್ಥಂ ನ ತು ಹಂಸಸೇವಿತಂ
ಯತ್ರಾಚ್ಯುತಸ್ತತ್ರ ಹಿ ಸಾಧವೋssಮಲಾಃ   ‖೫೦‖

ಭಗವಂತನ ಲೀಲಾವತಾರ ವ್ಯಾಪಾರಗಳು ಇಲ್ಲಿ ಎಲ್ಲೆಡೆ ವರ್ಣಿತ ವಾಗಿವೆ. ಬಿದ್ದಾಗ, ಎಡವಿದಾಗ, ದುಃಖಿತನಾದಾಗ ಅಥವಾ ಸೀನಿದಾಗ ಭಕ್ತಿಪರವಶತೆಯಿಂದ 'ಹರಯೇ ನಮಃ' ಎಂದು ಗಟ್ಟಿಯಾಗಿ ಹೇಳುವವರು ಸಕಲ ಪಾಪಗಳಿಂದ ಮುಕ್ತರಾಗುತ್ತಾರೆ. || ೭೬ || ಭಗವಾನ್ ಅನಂತನ ಸಾಮರ್ಥ್ಯವನ್ನು ಕೇಳಿದರೆ ಹೇಳಿದರೆ ಅವನು ಚಿತ್ತದಲ್ಲಿ ಪ್ರವೇಶಿಸಿ, ಸೂರ್ಯನು, ಕತ್ತಲನ್ನು ಅಥವಾ ಬಿರುಗಾಳಿ ಮೋಡವನ್ನು ಹೇಗೋ ಹಾಗೇ ಸತ್ಪುರುಷರ ಸಮಸ್ತ ವ್ಯಸನಗಳನ್ನು ದೂರ ಮಾಡುವನು. || ೭೭ || ಭಗವಾನ್ ಅಧೋಕ್ಷಜನನ್ನುಕೊಂಡಾಡದ ಮಾತು ವ್ಯರ್ಥ, ಅಂಥ ಮಾತು ದುಷ್ಟವಾಗಿದ್ದು ಅಸತ್ಕಥೆ ಎನಿಸುತ್ತದೆ. ಭಗವಂತನ ಗುಣಗಳನ್ನು ಹೇಳುವ ಮಾತೇ ಸಾರ್ಥಕ, ಮಂಗಳಕರ ಪುಣ್ಯಕರ. || ೭೮ || ಉತ್ತಮ ಕೀರ್ತಿಯುಳ್ಳ ಭಗವಂತನ ಕೀರ್ತಿಯನ್ನುಕೊಂಡಾಡಿದರೆ ಅದೇ ರಮ್ಯ, ಅದೇ ಸುಂದರ, ಅದೇ ನೂತನ, ಅದೇ ಮನಸ್ಸಿಗೆ ಸದಾ ಮಹಾ ಆನಂದಕರ. || ೭೯ || ಲೋಕಪಾವನವಾದ ಹರಿಯ ಯಶೋಗಾನ ಮಾಡದ ಗ್ರಂಥ ಸುಂದರ ಪದಬಂಧಗಳಿಂದ ಗರ್ಭಿತವಾಗಿದ್ದರೂ ಅದೆಂದೂ ಲೋಕಪಾವನವೆನಿಸ ಲಾರದು. ಅದು ಕಾಗೆಗಳು ಬಯಸುವ ಕೊಚ್ಚೆನೀರೇ ಹೊರತು ಹಂಸಗಳು ಸೇವಿಸುವ ಶುದ್ಧ ಜಲವೆನಿಸದು. ಅಚ್ಯುತನ ಗುಣಗಾನವಿರುವಲ್ಲಿ ನಿರ್ಮಲರಾದ ಸತ್ಪುರುಷರು ಆದರ ಮಾಡುವರು. || ೮೦ ||

ಸ ವಾಗ್ವಿಸರ್ಗೋ ಜನತಾಘವಿಪ್ಲವೋ
ಯಸ್ಮಿನ್ ಪ್ರತಿಶ್ಲೋಕಮಬದ್ಧವತ್ಯಪಿ |
ನಾಮಾನ್ಯನಂತಸ್ಯ ಯಶೋಂಕಿತಾನಿ ಯತ್‌–
ಶೃಣ್ವಂತಿ ಗಾಯಂತಿ ಗೃಣಂತಿ ಸಾಧವಃ ||೮೦||

ನೈಷ್ಕರ್ಮ್ಯಮಪ್ಯಚ್ಯುತಭಾವವರ್ಜಿತಂ
ನ ಶೋಭತೇ ಜ್ಞಾನಮಲಂ ನಿರಂಜನಮ್ |
ಕುತಃ ಪುನಃ ಶಶ್ವದಭದ್ರಮೀಶ್ವರೇ |
ನ ಚಾರ್ಪಿತಂ ಕರ್ಮ ಯದಪ್ಯಕಾರಣಮ್ || ೮೧ ||

ಯಶಃಶ್ರಿಯಾಮೇವ ಪರಿಶ್ರಮಃ ಪರೋ
ವರ್ಣಾಶ್ರಮಾಚಾರತಪಃಶ್ರುತಾದಿಷು |

ಆವಿಸ್ಮೃತಿಃ ಶ್ರೀಧರಪಾದಪದ್ಮಯೋ–
ರ್ಗುಣಾನುವಾದಶ್ರವಣಾದಿಭಿರ್ಹರೇಃ   ॥ ೬೨ ॥

ಆವಿಸ್ಮೃತಿಃ ಕೃಷ್ಣಪದಾರವಿಂದಯೋಃ
ಕ್ಷಿಣೋತ್ಯಭದ್ರಾಣಿ ಶಮಂ ತನೋತಿ ಚ ।
ಸತ್ತ್ವಸ್ಯ ಶುದ್ಧಿಂ ಪರಮಾಂ ಚ ಭಕ್ತಿಂ
ಜ್ಞಾನಂ ಚ ವಿಜ್ಞಾನವಿರಾಗಯುಕ್ತಮ್   ॥ ೬೪ ॥

ಯೂಯಂ ದ್ವಿಜಾಗ್ರ್ಯಾ ಬತ ಭೂರಿಭಾಗಾ
ಯಚ್ಛಶ್ವದಾತ್ಮನ್ಯಖಿಲಾತ್ಮಭೂತಮ್ ।
ನಾರಾಯಣಂ ದೇವಮದೇವಮೀಶ–
ಮಹಾಹ್ಯಭಾವಾ ಭಜಥಾಧಿವೇಶ್ಯ   ॥ ೬೬ ॥

ಅನಂತನ ಕೀರ್ತಿಗರ್ಭಿತವಾದ ನಾಮಗಳನ್ನು ಸಜ್ಜನರು ಸದಾ ಕೇಳುತ್ತಾರೆ ಹೇಳುತ್ತಾರೆ ಹಾಡುತ್ತಾರೆ. ಪ್ರತಿ ಶ್ಲೋಕದಲ್ಲಿ ಶಬ್ದಸೌಂದರ್ಯ ವಿಲ್ಲದಿದ್ದರೂ ಚಿಂತೆಯಿಲ್ಲ. ಅನಂತನ ನಾಮಗಳಿದ್ದರೆ ಸಾಕು, ಆ ವಾಜ್ಮಯ ಜನರ ಸಕಲ ಪಾಪಗಳನ್ನು ಕಳೆಯಬಲ್ಲದು. ॥ ೬೧ ॥ ಕರ್ಮಮೋಚನ ಮಾಡಿಸಬಲ್ಲ ನಿರ್ಮಲ ಶಾಸ್ತ್ರಜ್ಞಾನವೂ ಕೂಡ ಅಚ್ಯುತನ ಭಕ್ತಿ ಇಲ್ಲದಿದ್ದಲ್ಲಿ ಶೋಭಿಸದು, ಮೋಕ್ಷಕಾರಣವಾಗದು. ಕರ್ಮವು ಯಾವಾಗಲೂ ದೋಷ– ಕಾರಣ, ಫಲಕಾಮನೆಯಿಲ್ಲದೆ ಮಾಡಿದ್ದರೂ ಭಗವಂತನಿಗೆ ಅರ್ಪಿಸದಿದ್ದಲ್ಲಿ, ಅದು ಶೋಭಿಸಲಾರದೆಂದು ಬೇರೇನು ಹೇಳಬೇಕು? ॥ ೬೨॥ ಅಚ್ಯುತನಲ್ಲಿ ಭಕ್ತಿ ಇಲ್ಲದೆ ವರ್ಣಾಶ್ರಮಾಚಾರ ತಪಸ್ಸು ಅಧ್ಯಯನಾದಿಗಳಲ್ಲಿ ಪರಿಶ್ರಮ ಮಾಡಿದರೂ ಅದು ಕೀರ್ತಿ ಸಂಪತ್ತುಗಳಿಗೆ ಮಾತ್ರ ಕಾರಣವಾದೀತು. ಹರಿಯ ಮಹಿಮೆಗಳನ್ನು ಹೇಳಬೇಕು ಕೇಳಬೇಕು ಅದರಿಂದ ಭಕ್ತಿ ಉಂಟಾಗಬೇಕು. ಆಗಲೇ ಪರಮಾತ್ಮನ ಪಾದಕಮಲಗಳ ನಿರಂತರ ಸ್ಮರಣೆ ಲಭ್ಯವಾದೀತು. ॥ ೬೪ ॥ ಶ್ರೀಕೃಷ್ಣನ ಪಾದಕಮಲಗಳ ಸದಾ ಸ್ಮರಣೆಯೊಂದೇ ಅಮಂಗಳಗಳನ್ನು ಕಳೆದು ಮಂಗಳ ಉಂಟು ಮಾಡೀತು. ಅಂತಃಕರಣ ಶುದ್ಧಿಯನ್ನು ಪರಮಭಕ್ತಿಯನ್ನು ವಿಜ್ಞಾನ ವೈರಾಗ್ಯಯುಕ್ತವಾದ ಜ್ಞಾನವನ್ನು ಉಂಟುಮಾಡೀತು. ॥ ೬೪ ॥ ಬ್ರಾಹ್ಮಣೋತ್ತಮರೇ, ನೀವು

ಮಹಾಭಾಗ್ಯಶಾಲಿಗಳು. ಏಕೆಂದರೆ ನೀವ್ರ ಬೇರೆ ಎಲ್ಲ ದೇವತೆಗಳಿಗಿಂತ
ವಿಲಕ್ಷಣ ದೇವನಾದ ಸರ್ವೇಶ್ವರನಾದ ಪ್ರಭು ನಾರಾಯಣನನ್ನು ಮನಸ್ಸಿನಲ್ಲಿ
ಸದಾ ತುಂಬಿಕೊಂಡು ಅನನ್ಯ ಭಕ್ತಿಯಿಂದ ಭಜಿಸುತ್ತಿರುವಿರಿ. ॥ ೬೬ ॥

ಅಹಂ ಚ ಸಂಸ್ಮಾರಿತ ಆತ್ಮತತ್ತ್ವಂ
ಶ್ರುತಂ ಪುರಾ ಮೇ ಪರಮರ್ಷಿವಕ್ತಾತ್ ।
ಪ್ರಾಯೋಪವೇಶೇ ನೃಪತೇಃ ಪರೀಕ್ಷಿತಃ
ಸದಸ್ಯೃಷೀಣಾಂ ಮಹತಾಂ ಚ ಶೃಣ್ವತಾಮ್   ॥೬೭॥

(ಶ್ರೀಮದ್ ಭಾಗವತ ಪುರಾಣದ ಗುಣಗಾನ)
ಏತದ್ವಃ ಕಥಿತಂ ವಿಪ್ರಾಃ ಕಥನೀಯೋರುಕರ್ಮಣಃ ।
ಮಾಹಾತ್ಮ್ಯಂ ವಾಸುದೇವಸ್ಯ ಸರ್ವಾಶುಭವಿನಾಶನಮ್   ॥೬೮॥

ಯ ಏವಂ ಶ್ರಾವಯೇನ್ನಿತ್ಯಂ ಯಾಮಂ ಕ್ಷಣಮನನ್ಯಧೀಃ ।
ಶ್ರದ್ಧಾವಾನ್ ಯೋ ನುಶೃಣುಯಾತ್ಪುನಾತ್ಯಾತ್ಮಾನಮೇವ ಸಃ   ॥೬೯॥

ದ್ವಾದಶ್ಯಾಮೇಕಾದಶ್ಯಾಂ ವಾ ಶೃಣ್ವನ್ನಾಯುಷ್ಕವಾನ್ ಭವೇತ್ ।
ಪತತ್ಯನಶ್ನನ್ ಪ್ರಯತಃ ಪೂತೋ ಭವತಿ ಪಾತಕೀ   ॥೭೯॥

ಪುಷ್ಕರೇ ಮಧುರಾಯಾಂ ಚ ದ್ವಾರವತ್ಯಾಂ ಯತಾತ್ಮವಾನ್ ।
ಉಪೋಷ್ಯ ಸಂಹಿತಾಮೇತಾಂ ಪರಿತ್ವಾ ಮುಚ್ಯತೇ ಭಯಾತ್   ॥೭೦॥

          ನಾನೂ ಭಾಗ್ಯಶಾಲಿ. ಹಿಂದೆ ಪರೀಕ್ಷಿದ್ರಾಜನ ಪ್ರಾಯೋಪವೇಶ–
ಕಾಲದಲ್ಲಿ ಮಹಾ ಋಷಿಗಳ ಸಭೆಯಲ್ಲಿ ಮಹಾತ್ಮರು ಕೇಳುತ್ತಿದ್ದಾಗ ನಾನೂ
ಶುಕಮಹರ್ಷಿಗಳ ಮುಖದಿಂದ ಪರಮಾತ್ಮ ತತ್ವವನ್ನು ಕೇಳಿದ್ದೆ. ಅದನ್ನು ನೀವ್ರ
ಈಗ ನನಗೆ ನೆನಪಿಸಿದಿರಿ. ॥ ೬೭ ॥ ಬ್ರಾಹ್ಮಣರೇ, ನಾನು ನಿಮಗೆ ಹೇಳಿದ
ಪ್ರಶಂಸನೀಯ ಮಹಾಕಾರ್ಯಗಳನ್ನು ಮಾಡುವ ವಾಸುದೇವನ ಮಹಿಮೆಗಳ
ಶ್ರವಣವ್ರ ಸಕಲ ಅಶುಭಗಳನ್ನೂ ದೂರಮಾಡುವುದು. ॥ ೬೮ ॥ ಯಾರು ಈ
ಭಾಗವತವನ್ನು ನಿತ್ಯ ಒಂದು ಯಾಮ ಅಥವಾ ಒಂದು ಕ್ಷಣವಾದರೂ ಅನನ್ಯ
ಭಕ್ತಿಯಿಂದ ಶ್ರದ್ಧೆಯಿಂದ ಹೇಳುವನೋ ಕೇಳುವನೋ ಅವನು ಅಂತಃಕರಣ
ಶುದ್ಧಿಯನ್ನು ಪಡೆಯುವನು. ॥ ೬೯ ॥ ದ್ವಾದಶಿ ಅಥವಾ ಏಕಾದಶಿಯಲ್ಲಿ

ಶ್ರವಣ ಮಾಡುವವನು ಆಯುಷ್ಮಂತನಾಗುವನು. ಉಪವಾಸದಿಂದಿದ್ದು ಇಂದ್ರಿಯನಿಗ್ರಹಪೂರ್ವಕವಾಗಿ ಪಾರಾಯಣ ಮಾಡುವುದರಿಂದ ಪಾಪಿಯೂ ಪಾಪಮುಕ್ತನಾಗುತ್ತಾನೆ. ॥ ೫೯ ॥ ಪುಷ್ಕರ ಮಧುರೆ ದ್ವಾರಕೆ ಗಳಲ್ಲಿ ಉಪವಾಸದಿಂದಿದ್ದು ಇಂದ್ರಿಯನಿಗ್ರಹ ಪೂರ್ವಕವಾಗಿ ಈ ಭಾಗವತ ಪುರಾಣಸಂಹಿತೆಯನ್ನು ಪಠಿಸಿದರೆ ಭಯದಿಂದ ಮುಕ್ತನಾಗುತ್ತಾನೆ. ॥೬೦॥

ದೇವತಾ ಮುನಯಃ ಸಿದ್ಧಾಃ ಪಿತರೋ ಮನವೋ ನೃಪಾಃ ।
ಯಚ್ಛಂತಿ ಕಾಮಾನ್ ಗೃಣತಃ ಶೃಣ್ವತೋ ಯೇಽನುಕೀರ್ತಿತಾಃ   ॥೬೧॥

ಋಚೋ ಯಜೂಂಷಿ ಸಾಮಾನಿ ದ್ವಿಜೋಽಧೀತ್ಯಾನುವಿಂದತೇ ।
ಮಧುಕುಲ್ಯಾಃ ಪಯಃಕುಲ್ಯಾ ಘೃತಕುಲ್ಯಾಶ್ಚ ತತ್ಫಲಮ್   ॥೬೨॥

ಪುರಾಣಸಂಹಿತಾಮೇತಾಮಧೀತ್ಯ ಪ್ರಯತೋ ದ್ವಿಜಃ ।
ಪ್ರೋಕ್ತಂ ಭಗವತಾ ವಿಷ್ಣೋಸ್ತತ್ಪದಂ ಪರಮಂ ವ್ರಜೇತ್   ॥೬೩॥

ವಿಪ್ರೋಽಧೀತ್ಯಾಪ್ನುಯಾತ್ಪ್ರಜ್ಞಾಂ ರಾಜನ್ಯೋಽಂಬುಧಿಮೇಖಿಲಾಮ್ ।
ವೈಶ್ಯೋ ನಿಧಿಪತಿತ್ವಂ ಚ ಶೂದ್ರಃ ಶುದ್ಧ್ಯೇತ ಪಾತಕಾತ್   ॥೬೪॥

ಕಲಿಮಲಸಂಸ್ಕೃತಿಕಾಲನೋಽಖಿಲೇಶೋ
ಹರಿರಿತರತ್ರ, ನ ಗೀಯತೇ ಹ್ಯಭೀಕ್ಷ್ಣಮ್ ।
ಇಹ ತು ಪುನರ್ಭಗವಾನಶೇಷಮೂರ್ತಿಃ
ಪರಿಪರಿತೋಽನುಪದಂ ಕಥಾಪ್ರಸಂಗೈಃ   ॥೬೫॥

      ಇಲ್ಲಿವರ್ಣಿತರಾದ ದೇವತೆಗಳು, ಮುನಿಗಳು, ಸಿದ್ಧರು, ಪಿತೃಗಳು, ಮನುಗಳು, ರಾಜರು, ಭಾಗವತದ ಪಠಣ ಶ್ರವಣಮಾಡುವವನಿಗೆ ಅಭೀಷ್ಟ ಗಳನ್ನು ನೀಡುವರು. ॥ ೬೧ ॥ ಋಗ್ವೇದ–ಯಜುರ್ವೇದ– ಸಾಮವೇದ ಗಳನ್ನು ಅಧ್ಯಯನ ಮಾಡುವ ದ್ವಿಜನು ಜೇನಿನ–ಹಾಲಿನ–ತುಪ್ಪದ ಹೊಳೆಗಳನ್ನು ಪಡೆಯಬಲ್ಲ. ಇದೇ ಫಲವು ಭಾಗವತದ ಅಧ್ಯಯನ ದಿಂದಲೂ ಲಭ್ಯವಿದೆ. ॥ ೬೨ ॥ ದ್ವಿಜನು ಇಂದ್ರಿಯನಿಗ್ರಹಪೂರ್ವಕವಾಗಿ, ಭಗವಂತನು ಹೇಳಿದ ಈ ಭಾಗವತ ಪುರಾಣ ಸಂಹಿತೆಯನ್ನು ಅಧ್ಯಯನ ಮಾಡಿದರೆ ವಿಷ್ಣುವಿನ ಪರಮಪದವನ್ನು ಹೊಂದುವನು. ॥ ೬೩ ॥ ಇದನ್ನು

ಅಧ್ಯಯನ ಮಾಡಿದರೆ ವಿಪ್ರನು ಉತ್ತಮಜ್ಞಾನವನ್ನು, ಕ್ಷತ್ರಿಯನು ಸಮುದ್ರ
ಪರ್ಯಂತ ಭೂಮಿಯನ್ನು, ವೈಶ್ಯನು ನಿಧಿಗಳ ಒಡೆತನವನ್ನು ಮತ್ತು ಶೂದ್ರನು
ಪಾಪಶುದ್ಧಿಯನ್ನುಪಡೆಯುವನು. ॥೯೭॥ ಕಲಿಮಲವನ್ನು ಹಾಗೂ ಸಂಸಾರವನ್ನು
ನಾಶಮಾಡುವ ಸರ್ವೇಶನಾದ ಶ್ರೀಹರಿಯು ಈ ಸಾತ್ತ್ವಿಕ ಪುರಾಣದಲ್ಲಿ
ಪುನಃ ಪುನಃ ವರ್ಣಿತನಾಗುತ್ತಾನೆ. ಬೇರೆ ರಾಜಸ, ತಾಮಸ ಪುರಾಣಗಳಲ್ಲಿ
ಇಂಥ ವರ್ಣನೆ ಸಿಗಲಾರದು. ಇಲ್ಲಿ ಪದೇ ಪದೇ ಕಥಾ ಪ್ರಸಂಗಗಳಿಂದ
ಪೂರ್ಣ ಸ್ವರೂಪನಾದ ಭಗವಂತನು ಸ್ತುತಿಸಲ್ಪಟ್ಟಿದ್ದಾನೆ. ॥೯೭॥

ಸ್ವಸುಖನಿಭೃತಚೇತಾಸ್ತದ್ವ್ಯುದಸ್ತಾನ್ಯಭಾವೋಽ–
ಪ್ಯಜಿತರುಚಿರಲೀಲಾಕೃಷ್ಟಸಾರಸ್ತದೀಯಮ್   ।
ವ್ಯತನುತ ಕೃಪಯಾ ಯಸ್ತತ್ತ್ವದೀಪಂ ಪುರಾಣಂ
ತಮಖಿಲವೃಜಿನಘ್ನಂ ವ್ಯಾಸಸೂನುಂ ನತೋಽಸ್ಮಿ   ॥೯೬॥

ತಮಹಮಜಮನಂತಮಾತ್ಮತಂತ್ರಂ
ಜಗದುದಯಸ್ಥಿತಿಸಂಯಮಾತ್ಮಶಕ್ತಿಮ್   ।
ದ್ಯುಪತಿಭಿರಜಶಕ್ರಶಂಕರಾದ್ಯೈ–
ರ್ದುರವಸಿತಸ್ತವಮಚ್ಯುತಂ ನತೋಽಸ್ಮಿ   ॥೯೭॥

ಉಪಚಿತನವಶಕ್ತಿಭಿಃ ಸ್ವ ಆತ್ಮ–
ನ್ಯುಪರಚಿತಸ್ಥಿರಜಂಗಮಪಾಲನಾಯ   ।
ಭಗವತ ಉಪಲಬ್ಧಿಮಾತ್ರಧಾಮ್ನೇ
ಸುರಋಷಭಾಯ ನಮಃ ಸನಾತನಾಯ   ॥೯೮॥

       ಸ್ವತಂತ್ರನಾದ ಪರಮಾತ್ಮನು ನೀಡಿದ ಸುಖದಿಂದಲೇ ಸಜ್ಜನರ
ಅಂತಃಕರಣವು ಸದಾ ತುಂಬಿರುವುದರಿಂದ ಆದರಲ್ಲಿ ಬೇರೆ ಆಸೆ ಅಂಕುರಿಸಲು
ಅವಕಾಶವೇ ಇಲ್ಲ. ಆದರೂ ಚಿತ್ತಾಕರ್ಷಕವಾದ ಪರಮಾತ್ಮನ ಮನೋಹರ
ವಾದ ಲೀಲೆ ಅವರ ಆ ಚಿತ್ತಸ್ಥೈರ್ಯವನ್ನು ಹುಸಿಗೊಳಿಸುತ್ತದೆ. ಆದರಿಂದ
ಶುಕಮುನಿ ಕೃತಕೃತ್ಯರಾದರೂ ಸಜ್ಜನರ ಮೇಲಿನ ಕೃಪೆಯಿಂದ ತತ್ತ್ವಬೋಧಕ
ವಾದ ಭಾಗವತ ಪುರಾಣವನ್ನು ಪ್ರಚುರಗೊಳಿಸಿದರು. ಎಲ್ಲರ ಪಾಪಗಳನ್ನು
ಪರಿಹರಿಸುವ ಆ ಶುಕಮುನಿಯನ್ನು ನಮಿಸುತ್ತೇನೆ. ॥ ೯೭ ॥ ಜನನ

ಮರಣರಹಿತ, ಸ್ವತಂತ್ರ, ಜಗತ್ತಿನ ಸೃಷ್ಟಿ–ಸ್ಥಿತಿ–ಲಯಗಳಲ್ಲಿ ಸ್ವರೂಪಶಕ್ತಿ
ಉಳ್ಳ, ಬ್ರಹ್ಮ ಇಂದ್ರ ರುದ್ರ ಮೊದಲಾದ ಲೋಕಪಾಲಕರಿಗೂ ಸ್ತುತಿಗೆ
ನಿಲುಕದ ಆ ಅಚ್ಯುತನನ್ನು ನಮಿಸುತ್ತೇನೆ. ॥ ೪೭ ॥

॥ ಇತಿ ಶ್ರೀಮದ್ಭಾಗವತೇ ಮಹಾಪುರಾಣೇ ಪಾರಮಹಂಸ್ಯಂ
ಅಷ್ಟಾದಶಸಾಹಸ್ರ್ಯಾಂ ಸಂಹಿತಾಯಾಂ ವೈಯಾಸಿಕ್ಯಾಂ
ದ್ವಾದಶಸ್ಕಂಧೇ ದ್ವಾದಶೋऽಧ್ಯಾಯಃ ॥

(೨) ॥ ಶ್ರೀಮದ್ಭಾಗವತ ಮಹಿಮಾ ॥
(ಭಾಗವತ ಸ್ಕಂಧ–೧೨, ಅಧ್ಯಾಯ–೧೩)

ಇದಂ ಭಗವತಾ ಪೂರ್ವಂ ಬ್ರಹ್ಮಣೇ ನಾಭಿಪಂಕಜೇ ।
ಸ್ಥಿತಾಯ ಭವಭೀತಾಯ ಕಾರುಣ್ಯಾತ್ಸಂಪ್ರಕಾಶಿತಮ್ ।
ಆದಿಮಧ್ಯಾವಸಾನೇಷು ವೈರಾಗ್ಯಾಖ್ಯಾನಸಂಯುತಮ್   ॥೧೦॥

ಹರಿಲೀಲಾಕಥಾವ್ರಾತಾಮೃತಾನಂದಿತಸತ್ಸುರಮ್   ।
ಸರ್ವವೇದಾಂತಸಾರಂ ಯದ್ಬ್ರಹ್ಮಾತ್ಮೈಕತ್ವಲಕ್ಷಣಮ್ ।
ವಸ್ತ್ವದ್ವಿತೀಯಂ ತನ್ನಿಷ್ಠಂ ಕೈವಲ್ಯೈಕಪ್ರಯೋಜನಮ್   ॥೧೧॥

ಪ್ರೌಷ್ಠಪದ್ಯಾಂ ಪೌರ್ಣಮಾಸ್ಯಾಂ ಹೇಮಸಿಂಹಸಮನ್ವಿತಮ್ ।
ದದಾತಿ ಯೋ ಭಾಗವತಂ ಸ ಯಾತಿ ಪರಮಾಂ ಗತಿಮ್   ॥೧೨॥

ರಾಜಂತೇ ತಾವದನ್ಯಾನಿ ಪುರಾಣಾನಿ ಸತಾಂ ಗಣೇ ।
ಯಾವನ್ನ ದೃಶ್ಯತೇ ಸಾಕ್ಷಾಚ್ಛ್ರೀಮದ್ಭಾಗವತಂ ಪರಮ್   ॥೧೩॥

ಸರ್ವವೇದಾಂತಸಾರಂ ಹಿ ಶ್ರೀಭಾಗವತಮಿಷ್ಯತೇ ।
ತದ್ರಸಾಮೃತತೃಪ್ತಸ್ಯ ನಾನ್ಯತ್ರ ಸ್ಯಾದ್ರತಿಃ ಕ್ವಚಿತ್   ॥೧೪॥

ನಿಮ್ನಗಾನಾಂ ಯಥಾ ಗಂಗಾ ದೇವಾನಾಮಚ್ಯುತೋ ಯಥಾ ।
ವೈಷ್ಣವಾನಾಂ ಯಥಾ ಶಂಭುಃ ಪುರಾಣಾನಾಮಿದಂ ತಥಾ   ॥೧೫॥

ಈ ಭಾಗವತವು ಮೊದಲಿಗೆ ಭಗವಾನ್ ನಾರಾಯಣನ ನಾಭಿಕಮಲ–
ದಲ್ಲಿ ಜನಿಸಿದ, ಜೀವಿಗಳ ಭವಕ್ಕೆ ಭೀತನಾದ ಬ್ರಹ್ಮನಿಗೆ ಭಗವಾನ್

ನಾರಾಯಣನಿಂದಲೇ ಕರುಣೆಯಿಂದ ಉಪದಿಷ್ಟವಾಗಿದೆ. ಈ ಪುರಾಣವು ಆದಿ ಮಧ್ಯ ಅಂತ್ಯಗಳಲ್ಲಿ ಎಲ್ಲೆಡೆ ವೈರಾಗ್ಯದ ಉಪದೇಶಗಳಿಂದ ಕೂಡಿದೆ. ||೧೦|| ಹರಿಲೀಲೆಗಳ ಕಥಾಸಮೂಹ ರೂಪವಾದ ಅಮೃತದಿಂದ ಸಜ್ಜನರಾದ ದೇವತೆಗಳಿಗೂ ಆನಂದವನ್ನುಂಟುಮಾಡುತ್ತದೆ. ಬ್ರಹ್ಮತ್ವೈತನ್ಯದ ಸರ್ವೋತ್ತಮತ್ವ– ವನ್ನು ಪ್ರತಿಪಾದಿಸುತ್ತದೆ. ಅನುಪಮವಾದ ಯಾವ ಪರ ವಸ್ತು, ವೇದಾಂತ ಸಾರವಾಗಿದೆಯೋ ಅದನ್ನೇ ಈ ಪುರಾಣವು ಹೇಳುತ್ತದೆ. ಮೋಕ್ಷವೇ ಇದರ ಮುಖ್ಯ ಪ್ರಯೋಜನ. || ೧೧ || ಮುಮುಕ್ಷುವು ಭಾದ್ರಪದ ಪೂರ್ಣಿಮೆ ಯಂದು ಭಾಗವತ ಪುರಾಣ ಪುಸ್ತಕವನ್ನು ಬಂಗಾರದ ಸಿಂಹಾಸನದಲ್ಲಿರಿಸಿ ದಾನ ಮಾಡಿದರೆ ಪರಗತಿಯನ್ನು ಹೊಂದುವನು. || ೧೨ || ಸಜ್ಜನರ ಸಮೂಹ ದಲ್ಲಿಸರ್ವೋತ್ತಮ ಪುರಾಣವಾದ ಸಾಕ್ಷಾತ್ ಶ್ರೀದ್ಭಾಗವತವು ಗೋಚರವಾಗುವ ವರೆಗೆ ಮಾತ್ರ ಬೇರೆ ಪುರಾಣಗಳಿಗೆ ಮನ್ನಣೆ ದೊರಕುತ್ತದೆ. || ೧೩ || ಶ್ರೀಭಾಗವತವು ಸರ್ವವೇದಾಂತ ಸಾರವಾಗಿದೆ. ಅದರ ಅಮೃತರಸದಿಂದ ತೃಪ್ತನಾದವನಿಗೆ ಬೇರೆ ಕಡೆ ರುಚಿಯುಂಟಾಗದು. ||೧೪|| ನದಿಗಳಲ್ಲಿ ಗಂಗೆ, ದೇವತೆಗಳಲ್ಲಿ ವಿಷ್ಣು, ವೈಷ್ಣವಲ್ಲಿ ಶಂಭು ಹೇಗೋ ಹಾಗೆ ಪುರಾಣ– ಗಳಲ್ಲಿ ಈ ಭಾಗವತವು ಸರ್ವ ಶ್ರೇಷ್ಠವಾಗಿದೆ. ||೧೫||.

ಕ್ಷೇತ್ರಾಣಾಂ ಚೈವ ಸರ್ವೇಷಾಂ ಯಥಾ ಕಾಶೀ ಹ್ಯನುತ್ತಮಾ |
ತಥಾ ಪುರಾಣವ್ರಾತಾನಾಂ ಶ್ರೀಮದ್ಭಾಗವತಂ ದ್ವಿಜಾಃ ||೧೬||

ಶ್ರೀಮದ್ಭಾಗವತಂ ಪುರಾಣಮಮಲಂ ಯದ್ವೈಷ್ಣವಾನಾಂ ಪ್ರಿಯಂ
ಯಸ್ಮಿನ್ ಪಾರಮಹಂಸ್ಯಮೇಕಮಮಲಂ ಜ್ಞಾನಂ ಪರಂ ಗೀಯತೇ|
ಯತ್ರ ಜ್ಞಾನವಿರಾಗಭಕ್ತಿಸಹಿತಂ ನೈಷ್ಕರ್ಮ್ಯಮಾವಿಷ್ಕೃತಂ
ತತ್ ಶೃಣ್ವನ್ ವಿಪಶ್ಚನ್ ವಿಚಾರಣಪರೋ ಭಕ್ತ್ಯಾ ವಿಮುಚ್ಯೇನ್ನರಃ ||೧೭||

ಕಸ್ಮೈ ಯೇನ ವಿಭಾಸಿತೋಽಯಮತುಲೋ ಜ್ಞಾನಪ್ರದೀಪಃ ಪುರಾ
ತದ್ರೂಪೇಣ ಚ ನಾರದಾಯ ಮುನಯೇ ಕೃಷ್ಣಾಯ ತದ್ರೂಪಿಣೇ |
ಯೋಗೀಂದ್ರಾಯ ತದಾತ್ಮನಾಥ ಭಗವದ್ರಾತಾಯ ಕಾರುಣ್ಯತ–
ಸ್ತಚ್ಛುದ್ಧಂ ವಿಮಲಂ ವಿಶೋಕಮಮೃತಂ ಸತ್ಯಂ ಪರಂ ಧೀಮಹಿ ||೧೮||

ನಮಸ್ತಸ್ಮೈ ಭಗವತೇ ವಾಸುದೇವಾಯ ಸಾಕ್ಷಿಣೇ ।
ಯ ಇದಂ ಕೃಪಯಾ ಕಸ್ಮೈ ವ್ಯಾಚಚಕ್ಷೇ ಮುಮುಕ್ಷವೇ   ॥೧೯॥

ಯೋಗೀಂದ್ರಾಯ ನಮಸ್ತಸ್ಮೈ ಶುಕಾಯ ಬ್ರಹ್ಮರೂಪಿಣೇ ।
ಸಂಸಾರಸರ್ಪದಷ್ಟಂ ಯೋ ವಿಷ್ಣುರಾತಮಮೂಮುಚತ್   ॥೨೦॥

ಭವೇ ಭವೇ ಯಥಾ ಭಕ್ತಿಃ ಪಾದಯೋಸ್ತವ ಜಾಯತೇ ।
ತಥಾ ಕುರುಷ್ವ ಯೋಗೇಶ ನಾಥಸ್ತ್ವಂ ಮೇ ಯತಃ ಪ್ರಭೋ   ॥೨೧॥

ನಾಮಸಂಕೀರ್ತನಂ ಯಸ್ಯ ಸರ್ವಪಾಪಪ್ರಣಾಶನಮ್ ।
ಪ್ರಣಾಮೋ ದುಃಖಶಮನಸ್ತಂ ನಮಾಮಿ ಹರಿಂ ಪರಮ್   ॥೨೨॥

॥ ಇತಿ ಶ್ರೀಮದ್ಭಾಗವತೇ ಮಹಾಪುರಾಣೇ ಪಾರಮಹಂಸ್ಯಾಂ ಅಷ್ಟಾದಶಸಾಹಸ್ಯಾಂ ಸಂಹಿತಾಯಾಂ ವೈಯಾಸಿಕ್ಯಾಂ ದ್ವಾದಶಸ್ಕಂಧೇ ತ್ರಯೋದಶೋಽಧ್ಯಾಯಃ ॥ ॥ ದ್ವಾದಶಃ ಸ್ಕಂಧಃ ಸಮಾಪ್ತಃ ॥

ಎಲ್ಲ ಕ್ಷೇತ್ರಗಳಲ್ಲಿ ಕಾಶಿ ಹೇಗೆ ಸರ್ವೋತ್ತಮವೋ ಹಾಗೇ, ಮುನಿಗಳೇ, ಪುರಾಣಗಳಲ್ಲಿ ಶ್ರೀಮದ್ಭಾಗವತವೇ ಶ್ರೇಷ್ಠ. ॥ ೧೪ ॥ ಶ್ರೀಮದ್ಭಾಗವತ ಪುರಾಣವು ನಿರ್ಮಲವಾದುದು, ವೈಷ್ಣವರಿಗೆ ಪ್ರಿಯವಾದುದು ಆಗಿದೆ, ಇದರಲ್ಲಿ ಪರಮಹಂಸರಿಗೆ ಲಭ್ಯವಾಗುವ ಉತ್ತಮವಾದ ಜ್ಞಾನದ ಉಪದೇಶವಿದೆ. ಇದರಲ್ಲಿ ಜ್ಞಾನವೈರಾಗ್ಯ ಭಕ್ತಿ ಸಹಿತವಾದ ಮೋಕ್ಷಸಾಧನವು ಪ್ರತಿಪಾದಿತವಾಗಿದೆ. ಭಕ್ತಿಯಿಂದ ಇದನ್ನು ಕೇಳುವವನು– ಹೇಳುವವನು– ವಿಚಾರ ಮಾಡುವವನು ಮುಕ್ತಿಹೊಂದುತ್ತಾರೆ. ॥ ೧೪ ॥ ಈ ಅನುಪಮ– ವಾದ ಜ್ಞಾನದೀಪವು ಹಿಂದೆ ಬ್ರಹ್ಮನಿಗೆ ಸಾಕ್ಷಾತ್ ಶ್ರೀಹರಿಯಿಂದ ಉಪದಿಷ್ಟ ವಾಯಿತು. ಹರಿಯ ಚಲಪ್ರತಿಮೆಯಾದ ಆ ಬ್ರಹ್ಮನಿಂದ ನಾರದರಿಗೆ, ಬ್ರಹ್ಮನ ಚಲಪ್ರತಿಮೆಯಾದ ನಾರದರಿಂದ ಶ್ರೀವೇದವ್ಯಾಸ ಮುನಿಗೆ, ಹರಿಸ್ವರೂಪ ರಾದ ವ್ಯಾಸರಿಂದ ಯೋಗೀಂದ್ರರಾದ ಶುಕಮುನಿಗಳಿಗೆ, ಶುಕಮುನಿಗಳಿಂದ ಪರೀಕ್ಷಿದ್ರಾಜನಿಗೆ ಕರುಣೆಯಿಂದ ಈ ಜ್ಞಾನದೀಪವು ಪ್ರಕಾಶಿತವಾಯಿತು. ಅವಿದ್ಯಾ ದೋಷರಹಿತನೂ, ರಾಗಾದಿ ಅಂತಃಕರಣ ಮಲರಹಿತನೂ, ಶೋಕಾದಿ ದೋಷರಹಿತನೂ, ನಿತ್ಯಮುಕ್ತನೂ, ಸ್ವತಂತ್ರನೂ,

ಸರ್ವೋತ್ತಮನೂ ಆದ ಆ ಶ್ರೀಹರಿಯನ್ನು ಧ್ಯಾನಿಸುವೆವು. || ೧೮ || ಈ ಭಾಗವತ ಪುರಾಣವನ್ನು ಮುಮುಕ್ಷುಗಳಾದ ಬ್ರಹ್ಮಾದಿಗಳಿಗೆ ಕರುಣೆಯಿಂದ ಉಪದೇಶಿಸಿದ ಸರ್ವಸಾಕ್ಷಿಯಾದ ಭಗವಾನ್ ವಾಸುದೇವನಿಗೆ ನಮಸ್ಕಾರ. || ೧೯ || ಸಂಸಾರವೆಂಬ ಸರ್ಪದಿಂದ ಕಚ್ಚಲ್ಪಟ್ಟಿದ್ದ ಪರೀಕ್ಷಿದ್ರಾಜನನ್ನು ವಿಮುಕ್ತನನ್ನಾಗಿ ಮಾಡಿದ ಪರಬ್ರಹ್ಮನ ವಿಶೇಷ ಸನ್ನಿಧಾನಪಾತ್ರರಾದ ಯೋಗಿಶ್ರೇಷ್ಠರಾದ ಶುಕಮುನಿಗೆ ನಮಸ್ಕಾರ. || ೨೦ || ಹೇ ಯೋಗೇಶ್ವರ, ಪ್ರಭೋ ಶ್ರೀಕೃಷ್ಣ, ನೀನೇ ನನ್ನೊಡೆಯ, ನನಗೆ ನಿನ್ನ ಪಾದಗಳಲ್ಲಿ ಜನ್ಮ ಜನ್ಮಗಳಲ್ಲಿಯೂ ಭಕ್ತಿ ಉಂಟಾಗುವಂತೆ ಮಾಡು. || ೨೧ || ಯಾರ ನಾಮಸಂಕೀರ್ತನೆಯು ಸಕಲಪಾಪನಾಶಕವೋ, ಯಾರಿಗೆ ಪ್ರಣಾಮ ಮಾಡುವುದರಿಂದ ಸಕಲದುಃಖಶಮನವೋ ಅಂಥ ಸರ್ವೋತ್ತಮನಾದ ಹರಿಯನ್ನು ನಮಿಸುವೆನು. || ೨೨ ||

|| ಇಲ್ಲಿಗೆ ಶ್ರೀಮದ್ಭಾಗವತ ಮಹಾಪುರಾಣದ ದ್ವಾದಶ ಸ್ಕಂಧದಲ್ಲಿ
ಹದಿಮೂರನೇ ಅಧ್ಯಾಯವು ಮುಗಿಯಿತು. ||

* * * *

(ii) ಶ್ರೀಮದ್ಭಾಗವತ ಮಹಿಮಾ

(ಸ್ಕಂದ ಪುರಾಣ—ಮಾರ್ಗಶೀರ್ಷಮಾಸ ಮಹಾತ್ಮೆ ಅ.೧೪)

ವೈಷ್ಣವಾನಾಂ ವ್ರತಾನಾಂ ಚ ಕುರ್ಯಾತ್ ಸ್ವೀಕರಣಂ ಬುಧಃ ।
ಮತ್ರಿಯಂ ಶ್ರುಣುಯಾಚ್ಚಶ್ವಚ್ಛ್ರೀಮದ್ಭಾಗವತಂ ಪರಮ್   ॥೭೯॥

ಶ್ರೀಮದ್ಭಾಗವತಂ ನಾಮ ಪುರಾಣಂ ಲೋಕವಿಶ್ರುತಮ್ ।
ಶೃಣುಯಾಚ್ಚಶ್ರದ್ಧಯಾ ಯುಕ್ತೋ ಮಮ ಸಂತೋಷಕಾರಕಂ   ॥೨೦॥

ನಿತ್ಯಂ ಭಾಗವತಂ ಯಸ್ತು ಪುರಾಣಂ ಪಠತೇ ನರಃ ।
ಪ್ರತ್ಯಕ್ಷರಂ ಭವೇತ್ತಸ್ಯ ಕಪಿಲಾದಾನಜಂ ಫಲಮ್   ॥೨೧॥

ಶ್ಲೋಕಾರ್ಧಂ ಶ್ಲೋಕಪಾದಂ ವಾ ನಿತ್ಯಂ ಭಾಗವತೋದ್ಭವಮ್ ।
ಪಠೇಚ್ಛೃಣೋತಿ ಯೋ ಭಕ್ತ್ಯ ಗೋಸಹಸ್ರಫಲಂ ಲಭೇತ್   ॥೨೨॥

ಯಃ ಪಠೇತ್ ಪ್ರಯತೋ ನಿತ್ಯಂ ಶ್ಲೋಕಂ ಭಾಗವತಂ ಸುತ ।
ಅಷ್ಟಾದಶಪುರಾಣಾನಾಂ ಫಲಂ ಪ್ರಾಪ್ನೋತಿ ಮಾನವಃ   ॥೨೨॥

ಭಗವಾನ್ ವಿಷ್ಣುವು ತನ್ನ ಮಗನಾದ ಬ್ರಹ್ಮ ದೇವನಿಗೆ ಹೇಳುತ್ತಾನೆ—
''ಹೇ ವತ್ಸ! ವೈಷ್ಣವ ವ್ರತಗಳೇನಿವೆಯೋ ಅವುಗಳನ್ನು ಸ್ವೀಕರಿಸಬೇಕು. ಜ್ಞಾನಿ—
ಯಾದ ಆ ಶಿಷ್ಯನು ನನಗೆ ಪ್ರಿಯವಾದ, ಉತ್ಕೃಷ್ಟವಾದ ಶ್ರೀಮದ್ಭಾಗವತವನ್ನು
ಸರ್ವದಾ ಶ್ರವಣ ಮಾಡಬೇಕು. ॥೭೯॥ ಶ್ರೀಮದ್ಭಾಗವತವೆಂಬುದು ಲೋಕ—
ಪ್ರಸಿದ್ಧವಾದ ಪುರಾಣವಾಗಿದೆ. ಇಂಥ ಪುರಾಣವನ್ನು ಸರ್ವದಾ ಭಕ್ತಿಯಿಂದ
ಶ್ರವಣ ಮಾಡಬೇಕು. ಇದರಿಂದ ನನಗೆ ಸಂತೋಷವಾಗುವದು. ॥೨೦॥
ಯಾವ ನರನು ನಿತ್ಯದಲ್ಲಿ ಭಾಗವತ ಪುರಾಣವನ್ನು ಪಠಿಸುವನೋ ಅದರಲ್ಲಿಯ
ಒಂದೊಂದು ಅಕ್ಷರವನ್ನು ಉಚ್ಚರಿಸುತ್ತಿದ್ದಂತೆ ಅವನಿಗೆ ಕಪಿಲಾ ಗೋದಾನದ
ಫಲವು ಪ್ರಾಪ್ತವಾಗುವದು. ॥ ೨೧ ॥ ಇನ್ನು ಯಾವಾತನು ನಿತ್ಯದಲ್ಲಿ ಭಾಗವತ
ಪುರಾಣದಲ್ಲಿಯ ಅರ್ಧ ಶ್ಲೋಕವನ್ನಾಗಲೀ ಅಥವಾ ಅರ್ಧ ಶ್ಲೋಕಪಾದವ—
ನ್ನಾಗಲೀ ಭಕ್ತಿಯಿಂದ ಪಠಿಸುವನೋ ಮತ್ತು ಕೇಳುವನೋ ಅವನಿಗೆ ಸಹಸ್ರ
ಗೋದಾನದ ಫಲವು ಲಭಿಸುವದು. ॥೨೧॥ ಹೇ ವತ್ಸ! ಯಾವಾತನು ನಿತ್ಯ
ದಲ್ಲಿ ತಪ್ಪದೇ ಭಾಗವತದಲ್ಲಿಯ ಒಂದು ಶ್ಲೋಕವನ್ನು ಪಠಿಸುವನೋ ಅವನಿಗೆ
ಅಷ್ಟಾದಶ ಪುರಾಣಗಳನ್ನು ಓದಿದ ಫಲವು ಪ್ರಾಪ್ತವಾಗುವದು. ॥೨೨॥

ನಿತ್ಯಂ ಮಮ ಕಥಾ ಯತ್ರ ತತ್ರ ತಿಷ್ಠಂತಿ ವೈಷ್ಣವಾಃ |
ಕಲಿಬಾಹ್ಯಾ ನರಾಸ್ತೇ ವೈ ಯೇಽರ್ಚಯಂತಿ ಸದಾ ಮಮ					||೭೪||

ವೈಷ್ಣವಾನಿ ತು ಶಾಸ್ತ್ರಾಣಿ ಯೇಽರ್ಚಯಂತಿ ಸದಾ ನರಾಃ |
ಸರ್ವಪಾಪವಿನಿರ್ಮುಕ್ತಾ ಭವಂತಿ ಸುರವಂದಿತಾಃ					||೭೫||

ಯೇಽರ್ಚಯಂತಿ ಗೃಹೇ ನಿತ್ಯಂ ಶಾಸ್ತ್ರಂ ಭಾಗವತಂ ಕಲೌ |
ಆಸ್ಫೋಟಯಂತಿ ವಲ್ಗಂತಿ ತೇಷಾಂ ಪ್ರೀತೋ ಭವಾಮ್ಯಹಮ್					||೭೬||

ಯಾವದ್ದಿನಾನಿ ಹೇ ಪುತ್ರ ಶಾಸ್ತ್ರಂ ಭಾಗವತಂ ಗೃಹೇ |
ತಾವತ್ ಪಿಬಂತಿ ಪಿತರಃ ಕ್ಷೀರಂ ಸರ್ಪಿರ್ಮಧೂದಕಮ್					||೭೭||

ಯಚ್ಛಂತಿ ವೈಷ್ಣವೇ ಶಾಸ್ತ್ರಂ ಭಕ್ತ್ಯಾ ಭಾಗವತಂ ಹಿ ಯೇ |
ಕಲ್ಪಕೋಟಿಸಹಸ್ರಾಣಿ ಮಮ ಲೋಕೇ ವಸಂತಿ ತೇ					||೭೮||

ಪ್ರತಿದಿನ ಎಲ್ಲಿ ನನ್ನ ಕಥಾಕೀರ್ತನೆ ಮತ್ತು ಶ್ರವಣವು ನಡೆಯುವವೋ, ಯಾವ ಸ್ಥಳದಲ್ಲಿ ವಿಷ್ಣು ಭಕ್ತರಿರುವರೋ ಅಂಥ ಸ್ಥಳದಲ್ಲಿದ್ದು ನನ್ನನ್ನು ಪೂಜಿಸುವ ನರರೆಲ್ಲರೂ ಕಲಿಯ ಪ್ರಭಾವದಿಂದ ದೂರವಾಗಿರುವರು. ||೭೪|| ವೈಷ್ಣವಶಾಸ್ತ್ರಗಳನ್ನು ಪೂಜಿಸುವ ನರರು ಸಕಲ ಪಾಪಗಳಿಂದ ಮುಕ್ತರಾಗಿ ದೇವತೆಗಳಿಂದ ವಂದಿತರಾಗುವರು. ||೭೫|| ಕಲಿಯುಗದಲ್ಲಿ ಯಾರು ಮನೆಯೊಳಗೆ ಪ್ರತಿದಿನ ಶ್ರೀಮದ್ಭಾಗವತವನ್ನು ಪೂಜಿಸುವರೋ ಅವರನ್ನು ನಾನು ಅನುಗ್ರಹಿಸುತ್ತೇನೆ. ||೭೬|| ಹೇ ಪುತ್ರಾ! ಎಷ್ಟು ದಿನಗಳ ವರೆಗೆ ಶ್ರೀಭಾಗವತವು ಮನೆಯಲ್ಲಿರುವದೋ (ಪಠಣ ಶ್ರವಣಗಳಿಂದ ಪೂಜಿತವಾಗಿರುವದೋ) ಅಷ್ಟು ದಿನಗಳವರೆಗೆ ಆ ಯಜಮಾನನ ಪಿತೃಗಳು ಪಿತೃಲೋಕದಲ್ಲಿ ನಿತ್ಯ ಹಾಲು, ತುಪ್ಪ, ಜೇನುತುಪ್ಪ, ಸಿಹಿನೀರು ಮುಂತಾದವುಗಳನ್ನು ಕುಡಿಯುತ್ತ ಸಂತೋಷದಿಂದ ಇರುವರು. ||೭೭|| ಯಾರು ಈ ಮಾಸದಲ್ಲಿ ಯೋಗ್ಯನಾದ ವಿಷ್ಣು ಭಕ್ತನಿಗೆ ಭಕ್ತಿಯಿಂದ ಭಾಗವತ ಗ್ರಂಥವನ್ನು ದಾನವಾಗಿ ಕೊಡುವರೋ ಅವರು ಸಹಸ್ರ ಕೋಟಿ ಕಲ್ಪಗಳವರೆಗೆ ನನ್ನ ಲೋಕದಲ್ಲಿ ಆನಂದದಿಂದ ವಾಸಿಸುವರು. ||೭೮||.

ಯೇಽರ್ಚಯಂತಿ ಸದಾ ಗೇಹೇ ಶಾಸ್ತ್ರಂ ಭಾಗವತಂ ನರಾಃ ।
ಪ್ರೀಣಿತಾಸ್ತೈಸ್ತ್ವ ವಿಬುಧಾ ಯಾವದಾಭೂತಸಂಪ್ಲವಮ್   ॥೬೯॥

ಶ್ಲೋಕಾರ್ಧಂ ಶ್ಲೋಕಪಾದಂ ವಾ ವರಂ ಭಾಗವತಂ ಗೃಹೇ ।
ಶತಶೋಽಥ ಸಹಸ್ರೈಸ್ತ್ವ ಕಿಮನ್ಯೈ ಃ ಶಾಸ್ತ್ರಸಂಗ್ರಹೈಃ   ॥೭೦॥

ಸ ಯಸ್ಯ ತಿಷ್ಠೇ ಶಾಸ್ತ್ರಂ ಗೃಹೇ ಭಾಗವತಂ ಕಲೌ ।
ನ ತಸ್ಯ ಪುನರಾವೃತ್ತಿರ್ಯಾಮ್ಯಪಾಶಾತ್ಕಥಂಚ ನ   ॥೭೧॥

ಕಥಂ ಸ ವೈಷ್ಣವೋ ಜ್ಞೇಯಃ ಶಾಸ್ತ್ರಂ ಭಾಗವತಂ ಕಲೌ ।
ಗೃಹೇ ನ ತಿಷ್ಠತೇ ಯೇಷಾಂ ಶ್ವಪಚಾದಧಿಕಾ ಹಿ ತೇ   ॥೭೨॥

ಸರ್ವಸ್ವೇನಾಪಿ ಲೋಕೇಶ ಕರ್ತವ್ಯಃ ಶಾಸ್ತ್ರಸಂಗ್ರಹಃ ।
ವೈಷ್ಣವೈಸ್ತು ಸದಾ ಭಕ್ಕ್ಯಾ ತುಷ್ಟ್ಯರ್ಥಂ ಮಮ ಪುತ್ರಕ   ॥೭೩॥

ಯಾರು ಮನೆಯಲ್ಲಿ ಭಾಗವತವನ್ನು ಪೂಜಿಸುವರೋ ಅಂಥವರು ಪ್ರಲಯಕಾಲದವರೆಗೆ ಲೋಕದಲ್ಲಿದ್ದ ಜ್ಞಾನಿಗಳನ್ನು ಪೂಜಿಸಿದಂತೆ ಆಗುವದು. ॥ ೬೯ ॥ ಸಾವಿರಾರು ಇತರ ಶಾಸ್ತ್ರಪುರಾಣಗಳನ್ನು ನೂರಾರು ಸಲ ಹೇಳುವದಕ್ಕಿಂತಲೂ ನಿತ್ಯ ಮನೆಯಲ್ಲಿ ಭಾಗವತದ ಶ್ಲೋಕಾರ್ಧವಾಗಲೀ, ಶ್ಲೋಕಪಾದವನ್ನಾಗಲೀ ಹೇಳುವದು, ಶ್ರೇಷ್ಠವಾದದ್ದು ॥ ೭೦ ॥ ಯಾವನ ಮನೆಯಲ್ಲಿ ಕಲಿಯುಗದಲ್ಲಿ ಭಾಗವತ ಶಾಸ್ತ್ರಗ್ರಂಥವಿಲ್ಲವೋ ಹಾಗೂ ಆ ಗ್ರಂಥದ ವಿಚಾರವಿಲ್ಲವೋ ಅಂಥವನಿಗೆ ಯಮಪಾಶದಿಂದ ಬಿಡುಗಡೆ ಎಂಬುದೇ ಇರಲಾರದು. ॥ ೭೧ ॥ ಕಲಿಯುಗದಲ್ಲಿ ಯಾರ ಮನೆಯಲ್ಲಿ ಭಾಗವತ ಶಾಸ್ತ್ರವಿಲ್ಲವೋ ಅವರನ್ನು ವಿಷ್ಣುಭಕ್ತರೆಂದು ಹೇಗೆ ತಿಳಿಯುವದು? ಅವರು ಶ್ವಪಚಕ್ಕಿಂತಲೂ ಹೆಚ್ಚಿನ ಕನಿಷ್ಠರು. ॥ ೭೨ ॥ ಹೇ ಬ್ರಹ್ಮ! ನಾನು ಪ್ರಸನ್ನನಾಗಬೇಕೆಂದರೆ ವೈಷ್ಣವರಾದವರು ಪ್ರಯತ್ನಪೂರ್ವಕ ಶ್ರೇಷ್ಠವಾದ ಈ ಭಾಗವತ ಗ್ರಂಥವನ್ನು ಭಕ್ತಿಯಿಂದ ಸಂಗ್ರಹಿಸಬೇಕು. ಅದನ್ನು ಓದಬೇಕು. ಕೇಳಬೇಕು. ॥ ೭೩ ॥ ಹೇ ವತ್ಸ! ಕಲಿಯುಗದಲ್ಲಿ ಎಲ್ಲೆಲ್ಲಿ ಭಾಗವತ ಗ್ರಂಥ ಇರುವದೋ ಮತ್ತು ಆ ಗ್ರಂಥ ವಿಚಾರ ನಡೆದಿರುವದೋ ಆ ಸ್ಥಳದಲ್ಲೆಲ್ಲ ಸಕಲ ದೇವತೆಗಳಿಂದ ಸಹಿತನಾಗಿ ನಾನು ಸನ್ನಿಹಿತನಾಗಿರುವೆನೆಂದು ತಿಳಿ.

ಯತ್ರ, ಯತ್ರ, ಭವೇತ್ಪುಣ್ಯಂ ಶಾಸ್ತ್ರಂ ಭಾಗವತಂ ಕಲೌ ।
ತತ್ರ, ತತ್ರ, ಸದ್ಯೇವಾಹಂ ಭವಾಮಿ ತ್ರಿದಶ್ಶೈಃ ಸಹ   ॥೪೪॥

ತತ್ರ, ಸರ್ವಾಣಿ ತೀರ್ಥಾನಿ ನದೀನದಸರಾಂಸಿ ಚ ।
ಯಜ್ಞಾಸ್ಸಪ್ತಪುರೀನಿತ್ಯಂ ಪುಣ್ಯಂ ಸರ್ವಾಖಿಲಂ ಚ ಯತ್   ॥೪೫॥

ಶ್ರೋತವ್ಯಂ ಮಮ ಶಾಸ್ತ್ರಂ ಹಿ ಯಶೋಧರ್ಮಜಯಾರ್ಥಿನಾ ।
ಪಾಪಕ್ಷಯಾರ್ಥಂ ಲೋಕೇಶ ಮೋಕ್ಷಾರ್ಥಂ ಧರ್ಮಬುದ್ಧಿನಾ ॥೪೬॥

ಶ್ರೀಮದ್ಭಾಗವತಂ ಪುಣ್ಯಮಾಯುರಾರೋಗ್ಯಪುಷ್ಟಿದಮ್ ।
ಪಠನಾತ್ ಶ್ರವಣಾದ್ವಾಪಿ ಸರ್ವಪಾಪ್ಶೈಃ ಪ್ರಮುಚ್ಯತೇ   ॥೪೭॥

ನ ಶೃಣ್ವಂತಿ ನ ಹೃಷ್ಯಂತಿ ಶ್ರೀಮದ್ಭಾಗವತಂ ಪರಮ್ ।
ಸತ್ಯಂ ಸತ್ಯಂ ಹಿ ಲೋಕೇಶ ತೇಷಾಂ ಸ್ವಾಮೀ ಸದಾ ಯಮಃ   ॥೪೮॥

ನ ಗಚ್ಛಂತಿ ಸದಾ ಮರ್ತ್ಯಾ ಶ್ರೋತುಂ ಭಾಗವತಂ ಸುತ ।
ಏಕಾದಶ್ಯಾಂ ವಿಶೇಷೇಣ ನಾಸ್ತಿ ಪಾಪಕ್ಷಯಸ್ತಥಾ   ॥೪೯॥

॥ ೪೪ ॥ ಮತ್ತು ಅಲ್ಲಿ ಸರ್ವತೀರ್ಥಗಳು, ನದಿಗಳು, ಸರೋವರಗಳು, ಯಜ್ಞಗಳು, ಸಪ್ತಪುರಿಗಳು, ಪರ್ವತಗಳು ಮತ್ತು ಪುಣ್ಯವೆಂಬುದು ಎಷ್ಟಿದೆಯೋ ಅವೆಲ್ಲವೂ ಅಲ್ಲಿ ಸನ್ನಿಹಿತವಾಗಿರುತ್ತವೆ. ॥ ೪೫ ॥ ಯಶಸ್ಸು, ಧರ್ಮ, ಜಯವನ್ನು ಅಪೇಕ್ಷಿಸುವವನು ಶ್ರೀಭಾಗವತ ಪುರಾಣದ ಶ್ರವಣ ಮಾಡಬೇಕು. ಧರ್ಮಬುದ್ಧಿಯುಳ್ಳ ಯಾವನೇ ಆಗಲಿ ಅವನು ಪಾಪನಾಶ ಮತ್ತು ಮೋಕ್ಷ ಪ್ರಾಪ್ತಿಗೆ ನಿತ್ಯದಲ್ಲೂ ಭಾಗವತವನ್ನೇ ಆಶ್ರಯಿಸಬೇಕು. ॥ ೪೬ ॥ ಬ್ರಹ್ಮಾ! ಶ್ರೀಭಾಗವತವೆಂಬುದು ಬಹು ಪುಣ್ಯದಾಯಕವಾಗಿದ್ದು, ಆಯುರಾರೋಗ್ಯ ಸಮೃದ್ಧಿಗಳನ್ನು ಕೊಡುವಂಥದ್ದಾಗಿದೆ. ಈ ಪುರಾಣವನ್ನು ಹೇಳುವವರೂ ಕೇಳುವವರೂ ಸರ್ವಪಾಪಗಳಿಂದ ಮುಕ್ತರಾಗುತ್ತಾರೆ. ॥ ೪೭ ॥ ಶ್ರೇಷ್ಠವಾದ ಭಾಗವತವನ್ನು ಯಾರು ಶ್ರವಣ ಮಾಡುವದಿಲ್ಲವೋ ಮತ್ತು ಕೇಳಿ ಆನಂದಬಡುವದಿಲ್ಲವೋ ಅಂಥವರಿಗೆ ಯಮನೇ ಗತಿ! ॥೪೮॥ ವತ್ಸ! ಪ್ರತಿ ತಿಂಗಳು ಆದರಲ್ಲೂ ಈ ಮಾರ್ಗಶೀರ್ಷ ಮಾಸದಲ್ಲಿ ವಿಶೇಷವಾಗಿ ಏಕಾದಶಿಯ ದಿನ ಯಾರು ಭಾಗವತ ಶ್ರವಣ ಮಾಡುವದಿಲ್ಲವೋ ಅಂಥವರ

ಶ್ಲೋಕಂ ಭಾಗವತಂ ಚಾಪಿ ಶ್ಲೋಕಾರ್ಧಂ ಪಾದಮೇವ ವಾ ।
ಲಿಖಿತಂ ತಿಷ್ಟತೇ ಯಸ್ಯ ಗೃಹೇ ತಸ್ಯ ವಸಾಮ್ಯಹಮ್   ॥೯೦॥

ಸರ್ವಾಶ್ರಮಾಭಿಗಮನಂ ಸರ್ವತೀರ್ಥಾವಗಾಹನಮ್ ।
ನ ತಥಾ ಪಾವನಂ ನೃಣಾಂ ಶ್ರೀಮದ್ಭಾಗವತಂ ಯಥಾ   ॥೯೧॥

ಯತ್ರ ಯತ್ರ ಚತುರ್ವಕ್ತ್ರ ಶ್ರೀಮದ್ಭಾಗವತಂ ಭವೇತ್ ।
ಗಚ್ಛಾಮಿ ತತ್ರ ತತ್ರಾಹಂ ಗೌರ್ಯಥಾ ಸುತವತ್ಸಲಾ   ॥೯೨॥

ಮತ್ಕಥಾವಾಚಕಂ ನಿತ್ಯಂ ಮತ್ಕಥಾಶ್ರವಣೇ ರತಮ್ ।
ಮತ್ಕಥಾಪ್ರೀತಮನಸಂ ನಾಹಂ ತ್ಯಕ್ಷ್ಯಾಮಿ ತಂ ನರಮ್   ॥೯೩॥

ಶ್ರೀಮದ್ಭಾಗವತಂ ಪುಣ್ಯಂ ದೃಷ್ಟ್ವಾ ನೋತ್ತಿಷ್ಟತೇ ಹಿ ಯಃ ।
ಸಾಂವತ್ಸರಂ ತಸ್ಯ ಪುಣ್ಯಂ ವಿಲಯಂ ಯಾತಿ ಪುತ್ರಕ   ॥೯೪॥

ಪಾಪಕ್ಷಯವೆಂಬುದು ಎಂದಿಗೂ ಆಗಲಾರದು. ॥ ೯೯ ॥ ಯಾರ ಮನೆಯಲ್ಲಿ ಭಾಗವತದ ಒಂದು ಶ್ಲೋಕವಾಗಲೀ, ಅರ್ಧ ಶ್ಲೋಕವಾಗಲೀ, ಕೊನೆಯ ಪಕ್ಷ ಒಂದು ಪಾದವಾಗಲೀ ಬರೆದದ್ದು ಇದ್ದರೆ ಅಂಥವರ ಮನೆಯಲ್ಲಿ ನಾನು ವಾಸಿಸುವೆನೆಂದು ತಿಳಿ. ॥ ೯೦ ॥ ಶ್ರೀಮದ್ಭಾಗವತವು ಭಕ್ತರನ್ನು ಹೇಗೆ ಪವಿತ್ರಗೊಳಿಸುವದೋ ಹಾಗೇ ಯಾವುದೇ ಆಶ್ರಮ ಸ್ವೀಕಾರವಾಗಲೀ, ಸರ್ವತೀರ್ಥಗಳಲ್ಲಿ ಅವಗಾಹನ ಸ್ನಾನವಾಗಲೀ ಪವಿತ್ರ ಗೊಳಿಸಲಾರವು. ॥ ೯೧ ॥. ಹೇ ಪ್ರಿಯ ಮಗನೇ! ಕರುವಿನ ಮೇಲಿನ ವಾತ್ಸಲ್ಯದಿಂದ ಆಕಳು ಕರುವಿದ್ದಲ್ಲೇ ಹೋಗುವಂತೆ, ಭಾಗವತವಿರುವ ಸ್ಥಳಕ್ಕೆ ನಾನು ಧಾವಿಸಿ ಹೋಗುವೆನು. ॥ ೯೨ ॥ ನಿತ್ಯವೂ ನನ್ನ ಕಥಾಕೀರ್ತನೆ ಮತ್ತು ಕಥಾಶ್ರವಣದಲ್ಲಿ ಆಸಕ್ತನಾದವನನ್ನು ಹಾಗೂ ನನ್ನ ಕಥಾ ಕೀರ್ತನ, ಶ್ರವಣಗಳಿಂದ ಹರ್ಷಚಿತ್ತನಾದವನನ್ನು ನಾನೆಂದಿಗೂ ಬಿಡುವದಿಲ್ಲ. ॥ ೯೩ ॥ ಪುಣ್ಯಪ್ರದವಾದ ಶ್ರೀಮದ್ಭಾಗವತವನ್ನು ಕಂಡು ಯಾರು ಗೌರವಸೂಚಕವಾಗಿ ಎದ್ದು ನಿಲ್ಲುವದಿಲ್ಲವೋ ಒಂದು ವರ್ಷವಿಡೀ ಸಂಪಾದಿಸಿದ ಅವರ ಪುಣ್ಯವು ನಾಶವಾಗಿ ಹೋಗುವದು. ॥ ೯೪ ॥

ಶ್ರೀಮದ್ಭಾಗವತಂ ದೃಷ್ಟ್ವ ಪ್ರತ್ಯುತ್ಥಾನಾಭಿವಾದನ್ಕೈ: ।
ಸನ್ಮಾನಯೇತ ತಂ ದೃಷ್ಟ್ವ ಭವೇತ್ರೀತಿರ್ಮಮಾತುಲಾ   ॥೭೬॥

ದೃಷ್ಟ್ವ ಭಾಗವತಂ ದೂರಾತ್ ಪ್ರಕ್ರಮೇತ್ ಸಂಮುಖಿಂ ಹಿ ಯ: ।
ಪದೇ ಪದೇಽಶ್ವಮೇಧಸ್ಯ ಫಲಂ ಪ್ರಾಪ್ನೋತ್ಯಸಂಶಯಮ್   ॥೭೭॥

ಉತ್ಥಾಯ ಪ್ರಣಮೇದ್ಯೋ ವೈ ಶ್ರೀಮದ್ಭಾಗವತಂ ನರ: ।
ಧನಂ ಪುತ್ರಾಂಸ್ತಥಾ ದಾರಾನ್ ಭಕ್ತಂ ಚ ಪ್ರದದಾಮ್ಯಹಮ್   ॥೭೮॥

ಮಹಾರಾಜೋಪಚಾರೈಶ್ಚ ಶ್ರೀಮದ್ಭಾಗವತಂ ಸುತ ।
ಶೃಣ್ವಂತಿ ಯೇ ನರಾ ಭಕ್ತ್ಯಾ ತೇಷಾಂ ವಶ್ಯೋ ಭವಾಮ್ಯಹಮ್   ॥೭೯॥

ಮಮೋತ್ಸವೇಷು ಸರ್ವೇಷು ಶ್ರೀಮದ್ಭಾಗವತಂ ಪರಮ್ ।
ಸಮರ್ಚಯಂತಿ ಭಕ್ತ್ಯಾ ಯೇ ಮಮಾಭೇದೇನ ಸುವ್ರತ   ॥೭೯॥

ವಸ್ತ್ರಾಲಂಕರಣ್ಕೈ: ಪ್ರೇಷ್ಠ್ಯೈರ್ಧೂಪೈರ್ದೀಪೋಪಹಾರಕ್ಕೈ: ।
ವಶೀಕೃತೋ ದೃಢಂ ವತ್ಸ ಸತ್ಸ್ತ್ರಿಯಾ ಸತ್ಪತಿಃ ಯಥಾ   ॥೮೦॥

ಶ್ರೀಮದ್ಭಾಗವತವನ್ನು ಕಂಡು ಪ್ರತ್ಯುತ್ಥಾನ ಅಭಿವಾದನಾದಿಗಳಿಂದ ಯಾರು ಆ ಗ್ರಂಥವನ್ನು ಸನ್ಮಾನಿಸುವರೋ ಅವರಲ್ಲಿ ನನಗೆ ಅಧಿಕವಾದ ಪ್ರೀತಿಯುಂಟಾಗುತ್ತದೆ. ॥೭೬॥ ದೂರದಿಂದ ಭಾಗವತವನ್ನು ಕಂಡಾಕ್ಷಣವೇ ಅದರ ಸನಿಹಕ್ಕೆ ಯಾವಾತನು ಧಾವಿಸಿ ಹೋಗುವನೋ ಹಾಗೆ ಹೋಗುವಾಗ ಅವನಿಡುವ ಒಂದೊಂದು ಹೆಜ್ಜೆಗೂ ಆತನು ಅಶ್ವಮೇಧಯಾಗದ ಫಲವನ್ನು ಹೊಂದುವನು. ॥೭೭॥ ಮೇಲೆದ್ದು ಭಾಗವತವನ್ನು ನಮಸ್ಕರಿಸುವವನಿಗೆ ಅಧಿಕವಾದ ಸಂಪತ್ತು, ಹೆಂಡತಿ, ಪುತ್ರರು ಇವರುಗಳನ್ನು ಕೊಡುವದಲ್ಲದೇ ನನ್ನಲ್ಲಿ ಅಧಿಕವಾದ ಭಕ್ತಿಯುಂಟಾಗುವಂತೆ ಮಾಡುವೆನು. ॥೭೮॥ ಮಹಾ ರಾಜೋಪಚಾರಗಳಿಂದಲೂ, ಭಕ್ತಿಯಿಂದಲೂ ಶ್ರೀಭಾಗವತವನ್ನು ಶ್ರವಣ ಮಾಡುವವರ ವಶದಲ್ಲಿ ನಾನಿರುವೆನು. ॥೭೯॥ ವತ್ಸಾ! ನನ್ನಸಂಬಂಧಿಯಾದ ಎಲ್ಲ ಉತ್ಸವಗಳಲ್ಲಿ ಶ್ರೀಮದ್ಭಾಗವತ ಪುರಾಣದ ಪಠಣ ಶ್ರವಣವೆಂಬ ಉತ್ಸವವೇ ಶ್ರೇಷ್ಠವಾದುದು. ಶ್ರೀಭಾಗವತ ಮತ್ತು ನನ್ನಮಧ್ಯೆ ಭೇದವನ್ನೆಣಿಸದೇ ಯಾರು. ॥೭೯॥ ವಸ್ತ್ರಾಭರಣಗಳಿಂದಲೂ, ಶ್ರೇಷ್ಠವಾದ ಧೂಪ, ದೀಪ, ನೈವೇದ್ಯ ಸಮರ್ಪಣೆಗಳಿಂದಲೂ ಭಾಗವತವನ್ನುಪೂಜಿಸುವರೋ ಅವರು, ಪತಿವ್ರತೆಯು ತನ್ನ ಪತಿಯನ್ನು ವಶೀಕರಿಸಿಕೊಳ್ಳುವಂತೆ ನನ್ನನ್ನು ನಿಶ್ಚಿತವಾಗಿ ವಶೀಕರಿಸಿಕೊಳ್ಳುವರು. ॥೮೦॥

|| ಇತಿ ಶ್ರೀಸ್ಕಂದಪುರಾಣೇ ಬ್ರಹ್ಮ–ವಿಷ್ಣು ಸಂವಾದೇ
ಮಾರ್ಗಶೀರ್ಷಮಾಹಾತ್ಮ್ಯೇ ಪಂಚದಶೋಽಧ್ಯಾಯಃ ||

ಇಲ್ಲಿಗೆ ಶ್ರೀ ಸ್ಕಂದಪುರಾಣದಲ್ಲಿಯ

|| ಮಾರ್ಗಶೀರ್ಷಮಾಸಮಹಾತ್ಮೆಯಲ್ಲಿ ಶ್ರೀ ವಿಷ್ಣು–ಬ್ರಹ್ಮರ
ಸಂವಾದದಲ್ಲಿ ಧ್ಯಾನ, ಶ್ರೀದಾಮೋದರ ಮಂತ್ರ, ಶಿಷ್ಯ–ಗುರುಲಕ್ಷಣ,
ಶ್ರೀ ಭಾಗವತ ಮಹಿಮೆ ಎಂಬ ಹದಿನೈದನೆಯ ಅಧ್ಯಾಯವು
ಸಮಾಪ್ತವಾಯಿತು. ||

|| ಶ್ರೀ ಕೃಷ್ಣಾರ್ಪಣಮಸ್ತು ||

(iii) ಭಾಗವತ ಶ್ರವಣ ಮಹಿಮೆ
(ಶ್ರೀಭವಿಷ್ಯೋತ್ತರ ಪುರಾಣೇ ಆಶ್ವಿನ ಮಾಸಮಾಹಾತ್ಮ್ಯೇ ಅಧ್ಯಾಯ ೩೬)

ಸೋಮಶರ್ಮ ಉವಾಚ –

ಅಶಕ್ತೋ ವಿಧಿವತ್ ರಾಜನ್ ಕ್ರಿಯಾ ಭಾಗವತಸ್ಯ ಚ ।
ಶ್ರುತಂ ಭಾಗವತಂ ತಚ್ಚ ಸಮಂ ಪಾರಾಯಣಂ ಮತಮ್   ॥೧॥

ಕಥಯಾಮಿ ಕಥಾಂ ದಿವ್ಯಾಂ ತಥಾ ಸಂತಾಪಹಾರಿಣೀಮ್ ।
ಅಂತರ್ವೇದ್ಯಾಂ ಪುರಾ ವಿಪ್ರಸ್ತುಂದಿಲೋ ನಾಮ ವಿಶ್ರುತಃ   ॥೨॥

ವೇದಶಾಸ್ತ್ರಪುರಾಣಜ್ಞಃ ಸರ್ವದಾ ದ್ರವ್ಯಲಂಪಟಃ ।
ದ್ವೇಷಾಲ್ಲೋಭಾನ್ಮತ್ಸರಾದ್ವಾ ತೇನ ಹ್ಯಧ್ಯಾಪನಂ ಕೃತಮ್   ॥೩॥

ಶಿಷ್ಯೇಭ್ಯೋ ನ ಕದಾ ರಾಜನ್ ಸೇವಾಕೃದ್ಭ್ಯೋಽಪಿ ಕಿಂಚನ ।
ತೇನ ಕರ್ಮವಿಪಾಕೇನ ಭುಕ್ತ್ವಾ ಚ ನಿರಯಾನ್ಬಹೂನ್   ॥೪॥

ಸೋಮಶರ್ಮನು ಹೇಳುತ್ತಾನೆ – ಹೇ ರಾಜಾ, ವಿಧಿಪೂರ್ವಕ ವೇದಪಾರಾಯಣ ಮಾಡುವದು ಆಗದಿದ್ದರೆ, ಭಾಗವತದ ಪಾರಾಯಣ– ವನ್ನಾದರೂ ಮಾಡಬಹುದು. ಏಕೆಂದರೆ ಭಾಗವತವ ವೇದಕ್ಕೆಸಮಾನವೆಂದೂ, ಭಾಗವತ ಪಠಣವು ವೇದಪಾರಾಯಣಕ್ಕೆ ಸಮವೆಂದೂ ಜ್ಞಾನಿಗಳಿಂದ ತಿಳಿಯಲ್ಪಟ್ಟಿದೆ. ॥೧॥ ಭಾಗವತ ಮಹಿಮೆಯ ವಿಷಯದಲ್ಲಿ ನಿನಗೊಂದು ದಿವ್ಯವಾದ ಕಥೆಯನ್ನು ಹೇಳುವೆನು ಕೇಳು. ಈ ಶ್ರವಣವೇ ಸಂತಾಪವನ್ನು ಕಳೆಯುವಂಥಾದ್ದು ಆಗಿದೆ. ಹಿಂದೆ ಅಂತರ್ವೇದೀ ಎಂಬ ಪಟ್ಟಣದಲ್ಲಿ ತುಂದಿಲ ಎಂಬ ಹೆಸರಿನ ಒಬ್ಬ ವಿಪ್ರನಿದ್ದನು. ॥ ವೇದಶಾಸ್ತ್ರ ಪುರಾಣಜ್ಞ– ನಾಗಿದ್ದರೂ ಆ ವಿಪ್ರನು ಸದಾ ದ್ರವ್ಯ ಸಂಪಾದನೆಯಲ್ಲಿಯೇ ತೊಡಗಿರುತ್ತಿದ್ದನು. ಅವನು ಕೇವಲ ಅನ್ಯ ವಿದ್ವಾಂಸರ ಮೇಲಿನ ದ್ವೇಷದಿಂದ ಅಥವಾ ದ್ರವ್ಯದ ಮೇಲಿನ ಲೋಭದಿಂದ ಅಥವಾ ಮತ್ಸರದಿಂದ ಇನ್ನೊಬ್ಬರಿಗೆ ಪಾಠವನ್ನು ಹೇಳುತ್ತಲಿದ್ದನು. ॥ ೨ ॥ ೩ ॥ ಕರ್ತವ್ಯವೆಂದು ಹೇಳುತ್ತಿರಲಿಲ್ಲ. ಹೇ ರಾಜಾ, ಅವನು ತನ್ನ ಶಿಷ್ಯರು ಪರಿಪರಿಯಿಂದ ಸೇವೆ ಮಾಡಿದರೂ ಅವರಿಗೆ

ರಾಕ್ಷಸೀಂ ಯೋನಿಮಾಪನ್ನೋ ಬಭ್ರಾಮ ಚ ಇತಸ್ತತಃ |
ಹನ್ಯಾತ್ಸಹಸ್ರಶೋ ಬಾಲಾನ್ ಸ್ತ್ರಿಯಶ್ಚಾನ್ಯತರಾಂಸ್ತಥಾ ||೭||

ಬಭಕ್ಷ ಮಲಮೂತ್ರಾದೀನ್ಸ್ವಿಕಟಂಜಯಮಾಸ್ಥಿತಃ |
ಬಭ್ರತಾ ಬಹುಕಾಲೇನ ವಟವೃಕ್ಷಃ ಸಮಾಶ್ರಿತಃ ||೬||

ಅಥ ಕೇನಾಪಿ ವಿಪ್ರೇಣ ಮಂತ್ರಯಂತ್ರವಿದಾರಕಮ್ |
ಸಾಧಿತಂ ಯಕ್ಷಿಣೀದೇವಿ ಯಾತನಾ ಬಹುವಾಸರಮ್ ||೭||

ಸೋತದೃಷ್ಟೋ ಚಾಥ ವಿಪ್ರೇಣ ಕೋತಸಿ ತ್ವಂ ಇತಿ ಸೋತಬ್ರವೀತ್ |
ಅಹಂ ವಿಪ್ರಕುಲೋತ್ವನ್ಃ ಸರ್ವವಿದ್ಯಾವಿಶಾರದಃ ||೮||

ನ ದತ್ತಂ ಕಸ್ಯ ಯತ್ಕಿಂಚಿದ್ವಿದ್ಯಾಧನಮುಪಾರ್ಜಿತಮ್ |
ತೇನ ಕರ್ಮವಿಪಾಕೇನ ಜಾತೋತಹಂ ಬ್ರಹ್ಮರಾಕ್ಷಸಃ ||೯||

ಪಾಠವನ್ನು ಹೇಳುತ್ತಿರಲಿಲ್ಲ. ವಿದ್ಯಾದಾನ ಮಾಡುತ್ತಿರಲಿಲ್ಲ. ಈ ಕರ್ಮದ ಫಲವಾಗಿ ತುಂದಿಲನು ಮರಣಾನಂತರ ಅನೇಕ ನರಕಗಳಲ್ಲಿ ಯಾತನೆ ಗಳನ್ನು ಅನುಭೋಗಿಸಿದನು. ||೪|| ಕೊನೆಗೆ ರಾಕ್ಷಸನಾಗಿ ಸ್ಥಳದಿಂದ ಸ್ಥಳಕ್ಕೆ ತಿರುಗತೊಡಗಿದನು. ಸಾವಿರಾರು ನಿರಪರಾಧಿ ಬಾಲಕರನ್ನು, ಸ್ತ್ರೀಯರನ್ನು ಮತ್ತು ಇತರ ಅನೇಕರನ್ನು ಕೊಂದನು. ||೭||. ಒಂದು ಶಮೀವೃಕ್ಷದಲ್ಲಿದ್ದು ಮಲಮೂತ್ರಗಳನ್ನು ಮತ್ತು ಸುಂಬಳವನ್ನು ಭಕ್ಷಿಸುತ್ತ ಬಹುಕಾಲ ತಿರುಗಿದ ಮೇಲೆ ಒಂದು ದೊಡ್ಡ ವಟವೃಕ್ಷದಲ್ಲಿ ವಾಸಿಸತೊಡಗಿದನು. ||೬|| ಅಲ್ಲಿಯೇ ಹತ್ತಿರದ ಒಂದು ಹಳ್ಳಿಯಲ್ಲಿ ಒಬ್ಬ ಬ್ರಾಹ್ಮಣನಿದ್ದನು. ಅವನು ಬಹುದಿನಗಳ ತಪಸ್ಸಿನಿಂದ, ಇತರರು ಮಾಡಿದ ಮಂತ್ರ, ಯಂತ್ರಗಳ ಪರಿಣಾಮವಾಗದಂತೆ ಯಕ್ಷಿಣೀ ವಿದ್ಯೆಯನ್ನು ಸಾಧಿಸಿಕೊಂಡಿದ್ದನು. ||೭|| ಆ ಬ್ರಾಹ್ಮಣನು ಸಂಚಾರ ಮಾಡುತ್ತ ಬರುತ್ತಿರುವಾಗ ಈ ಪಿಶಾಚಿಯನ್ನು ಕಂಡು ನೀನಾರು? ಎಂದು ಪ್ರಶ್ನಿಸಿದನು. ಆಗ ಪಿಶಾಚಿ ಜನ್ಮದಲ್ಲಿದ್ದ ತುಂದಿಲನು ಅಯ್ಯಾ ವಿಪ್ರೋತ್ತಮಾ, ಜನ್ಮಾಂತರದಲ್ಲಿ ನಾನೊಬ್ಬ ಬ್ರಾಹ್ಮಣ ನಾಗಿದ್ದೆನು. ಸರ್ವವಿದ್ಯಾವಿಶಾರದನಾಗಿದ್ದ ನಾನು ||೮|| ಒಬ್ಬರಿಗೂ ವಿದ್ಯಾದಾನ ಮಾಡಲಿಲ್ಲ. ಅಲ್ಲದೇ ಕೈಯೆತ್ತಿ ಒಂದು ಕಾಸು ಧನವನ್ನೂ ದಾನ ಮಾಡಲಿಲ್ಲ. ಕೇವಲ ವಿದ್ಯಾ ಮತ್ತು ಧನವನ್ನು

ಆತ್ಮಾಪಿ ಚ ಕೃತಂ ಕರ್ಮ ಸಕಲಂ ದೋಷಸಂಯುತಮ್ ।
ಏವಮೇತನ್ಮಯಾಖ್ಯಾತಂ ಕೋಽಸಿ ತ್ವಮಿತಿ ಸೋಽಬ್ರವೀತ್   ॥೧೦॥

ವಿಪ್ರ ಉವಾಚ –
ಇಹ ಗ್ರಾಮ್ಯೇ ದ್ವಿಜವರೋ ದೇವ್ಯಾರಾಧನತತ್ಪರಃ ।
ರಾತ್ರೌ ಜಪಂ ಕರಿಷ್ಯಾಮಿ ಪ್ರಭಾತೇ ನಿಲಯಂ ಗತೇ   ॥೧೧॥

ತದೇತದ್ವಚನಂ ಶ್ರುತ್ವಾ ರಾಕ್ಷಸಃ ಪುನರಬ್ರವೀತ್ ।
ಜ್ಞಾತೋಽಸಿ ತ್ವಂ ದ್ವಿಜವರಃ ಸರ್ವಭೂತಹಿತೇ ರತಃ   ॥೧೨॥

ಯತಸ್ತ್ವದ್ದರ್ಶನೇನಾಹಂ ನಿವೃತ್ತಿಂ ಪರಮಾಂ ಗತಃ ।
ಅತೋ ಮೇ ಬ್ರೂಹಿ ವಿಪ್ರರ್ಷೇ ಯೇನ ಮುಕ್ತೋ ಭವಾಮ್ಯಹಮ್   ॥೧೩॥

ಬ್ರಾಹ್ಮಣ ಉವಾಚ –
ಗ್ರಾಮಸ್ಯ ಪಶ್ಚಿಮೇ ಭಾಗೇ ಭದ್ರಕಾಲ್ಯಾ ಮನೋಹರಃ ।
ಪ್ರಾಸಾದೋ ವರ್ತತೇ ತಸ್ಮಿನ್ಮಹೋತ್ಸಾಹೋ ಭವಿಷ್ಯತಿ   ॥೧೪॥

ಸಂಪಾದಿಸುತ್ತ ಹೋದೆನು. ಇದರಿಂದ ನಾನು ಬ್ರಹ್ಮರಾಕ್ಷಸನಾಗಿದ್ದೇನೆ. ॥೯॥
ಬ್ರಹ್ಮರಾಕ್ಷಸನಾದ ಮೇಲೆಯೂ ದುಷ್ಟಕರ್ಮಗಳನ್ನೇ ಮಾಡುತ್ತಲಿದ್ದೇನೆ. ನನ್ನ
ವೃತ್ತಾಂತವನ್ನೆಲ್ಲ ನಿನಗೆ ತಿಳಿಸಿದೆನು. ಇನ್ನು ನೀನಾರು ಎಂಬುದನ್ನು ದಯವಿಟ್ಟು
ತಿಳಿಸುವೆಯಾ? ಎಂದು ಕೇಳಿದನು. ॥೧೦॥. ಆಗ ಆ ವಿಪ್ರಮು – ''ಇಲ್ಲಿಯೇ
ಸನಿಹದಲ್ಲಿರುವ ಒಂದು ಗ್ರಾಮದಲ್ಲಿ ನಾನು ವಾಸಿಸಿದ್ದೇನೆ. ದೇವಿಯ
ಆರಾಧಕನು. ದೇವಾಲಯದಲ್ಲಿ ರಾತ್ರಿ ಜಪ ಮಾಡುವೆನು ಬೆಳಗಾಗುತ್ತಲೇ
ಮನೆಗೆ ಹೋಗುವೆನು.'' ॥ ೧೧ ॥ ಬ್ರಾಹ್ಮಣನ ಮಾತುಗಳನ್ನು ಕೇಳಿ
ಬ್ರಹ್ಮರಾಕ್ಷಸ ತುಂದಿಲನು – 'ಅಯ್ಯಾ, ವಿಪ್ರೋತ್ತಮಾ, ಸರ್ವ ಪ್ರಾಣಿಗಳ
ಕಲ್ಯಾಣದಲ್ಲೇ ತೊಡಗಿರುವ ಬ್ರಾಹ್ಮಣಶ್ರೇಷ್ಠನೆಂದು ನೀನು ಖ್ಯಾತನಾಗಿ
ರುವಿ. ॥ ೧೨ ॥ ಏಕೆಂದರೆ ನಿನ್ನ ದರ್ಶನ ಮಾತ್ರದಿಂದಲೇ ನನಗೆ
ಪರಮಾನಂದವಾಗುತ್ತಿದೆ. ಆದ್ದರಿಂದ ಹೇ ವಿಪ್ರರ್ಷೇ! ನಾನು ಯಾವ
ಉಪಾಯದಿಂದ ಮುಕ್ತನಾದೇನು ಎಂಬುದನ್ನು ತಿಳಿಸಿ ಅನುಗ್ರಹಿಸು' ಎಂದು
ಪ್ರಾರ್ಥಿಸಲು ॥ ೧೩ ॥ ಬ್ರಾಹ್ಮಣನು ಹೇಳುತ್ತಾನೆ – ಹೇ ಬ್ರಹ್ಮರಾಕ್ಷಸಾ!

ಆದ್ಯಪ್ರಭೃತಿ ವಿಂಶಾಹೇ ನವರಾತ್ರಂ ಭವಿಷ್ಯತಿ ।
ಪೂಜಾಜಪಮಹೋತ್ಸಹೈಸ್ತಥಾ ಪಾರಾಯಣ್ಯೈರಪಿ   ॥೧೭॥

ತತ್ರ, ಗಚ್ಛ ನಿಶಾವಾಸಂ ಶೃಣುಂ ಪಾರಾಯಣಂ ಶುಭಮ್ ।
ಶ್ರುತಂ ಭಾಗವತಸ್ಯಾಪಿ ಸಮಾನಂ ಪರಿಕೀರ್ತಿತಮ್   ॥೧೮॥

ರಾಕ್ಷಸ ಉವಾಚ –
ಸರ್ವಂ ಫಲಸಮಾನಂ ಚ ಕಥಂ ವೇದಪುರಾಣಯೋ: ।

ಬ್ರಾಹ್ಮಣ ಉವಾಚ –
ಯದಾ ಶಂಖಾಸುರೋ ನಾಮ ದೈತ್ಯೋ ವೇದಾನ್ ಜಹಾರ ಚ   ॥೧೯॥

ತದಾ ತೇ ಬ್ರಾಹ್ಮಣಾಸ್ಸರ್ವೇ ಜಾತಾ ವೇದವಿವರ್ಜಿತಾ: ।
ವೇದಹೀನೋ ದ್ವಿಜೋ ಯಶ್ಚ ಶೂದ್ರ ಏವ ನ ಸಂಶಯ: ॥೧೦॥

ಕೇಳು. ಈ ಗ್ರಾಮದ ಪಶ್ಚಿಮ ದಿಕ್ಕಿನಲ್ಲಿ ಭದ್ರಕಾಳಿಯ ಮನೋಹರವಾದ ಒಂದು ದೇವಾಲಯವಿದೆ. ಅಲ್ಲಿ ನವರಾತ್ರಿಯಲ್ಲಿ ಮಹಾಸಂಭ್ರಮದಿಂದ ಉತ್ಸವವು ನಡೆಯುವದು. ಇವತ್ತಿನಿಂದ ಇಪ್ಪತ್ತನೆಯ ದಿವಸದಿಂದ ಆರಂಭಿಸಿ ಒಂಬತ್ತು ದಿನಗಳವರೆಗೆ ನವರಾತ್ರೋತ್ಸವವು ನಡೆಯುವದು, ಆಗ ಪೂಜಾ, ಜಪಾದಿಗಳ ಮಹೋತ್ಸವವೂ ಅಖಂಡ ಪಾರಾಯಣಗಳೂ ನಡೆಯುವವು. ॥ ೧೭ ॥ ಅಲ್ಲಿ ನೀನು ಹೋಗಿ ರಾತ್ರಿ ವಾಸಮಾಡು. ನಡೆದಿರುವ ಶುಭ ಪಾರಾಯಣವನ್ನು ಶ್ರವಣ ಮಾಡು. ಭಾಗವತ ಶ್ರವಣವು ವೇದಪಾಠಗಳ ಶ್ರವಣಕ್ಕೆ ಸಮಾನವೆಂದು ಜ್ಞಾನಿಗಳು ಹೇಳಿದ್ದಾರೆ. ॥ ೧೮ ॥.

ಇದೆಲ್ಲವನ್ನು ಕೇಳಿದ ರಾಕ್ಷಸ ತುಂದಿಲನು – ಭೋ ವಿಪ್ರವರ್ಯಾ, ವೇದ ಮತ್ತು ಪುರಾಣಗಳಿಂದ ಸಮಾನವಾದ ಫಲವು ಹೇಗೆ ಬರುವದು? ಎಂದು ಪ್ರಶ್ನಿಸಲು ಬ್ರಾಹ್ಮಣನು ಹೇಳಿದನು ಯಾವಾಗ ಶಂಖಾಸುರನು ವೇದಗಳನ್ನೆಲ್ಲ ಅಪಹರಿಸಿದನೋ ॥ ೧೯ ॥ ಆಗ ಎಲ್ಲ ಬ್ರಾಹ್ಮಣರಿಗೆ ಅಧ್ಯಯನ–ಅಧ್ಯಾಪನಗಳಿಗೆ ವೇದಗಳೇ ದೊರೆಯದಂತಾದವು. ವೇದಾಧ್ಯಯನ ರಹಿತನಾದವನು ಬ್ರಾಹ್ಮಣನಾಗಿದ್ದರೂ ಶೂದ್ರನೇ ಸರಿ. ॥ ೧೦ ॥

ಏತಸ್ಮಿನ್ನಮಯೇ ಜಾತಾ ನಭೋವಾಣೇ ಋಷೀನ್ ಪ್ರತಿ ।
ಅಹೋ ಮಹರ್ಷಯಃ ಸರ್ವೇ ವೇದಂ ಸಾಗರಭೂಮಿತಃ ॥೧೯॥

ಉದ್ಧರಿಷ್ಯತಿ ಗೋವಿಂದೋ ನಿದ್ರಾಂತೇ ಮತ್ಸ್ಯರೂಪಧೃಕ್ ।
ತಾವತ್ಸರ್ವೇ ಸಮಾಗಮ್ಯ ವ್ಯಾಸಂ ಗತ್ವಾ ನಿವೇದ್ಯತಾಮ್ ॥೨೦॥

ತಸ್ಮಾತ್ ಶೃಣುಧ್ವಂ ಸರ್ವೇಽಪಿ ಮಹಾಭಾಗವತಂ ಪರಮ್ ।
ಪಠನಂ ಪಾಠನಂ ತಸ್ಯ ಚತುರ್ವೇದಸಮಂ ಭವೇತ್ ॥೨೧॥

ಇತಿ ಶ್ರುತ್ವಾ ಜಹರ್ಷುಸ್ತೇ ತೂರ್ಣಂ ವ್ಯಾಸಾಂತಿಕಂ ಗತಾಃ ।
ತಸ್ಮಾತ್ ಶ್ರುತಂ ಭಾಗವತಂ ಮಾಸೇಽಸ್ಮಿನ್ನವರಾತ್ರಕೇ ॥೨೨॥

ತತ್ತಸ್ಯ ಪಠನಂ ದುರ್ಗಾನವರಾತ್ರೇ ಚ ಕಾಮದಮ್ ।
ಕೇಚಿತ್ಪಠಂತಿ ಋಷಯಃ ಪಾಠಯಂತಿ ತಥಾಪರೇ ॥೨೩॥

ವೇದಸ್ತೇನ ತ್ವದೋಷಾತ್ತೇ ಮುಕ್ತಾಜ್ಞಾನವಿಶಾರದಾಃ ।
ಯಸ್ಮಾತ್ಪ್ವರೀಕ್ಷಿತೋ ರಾಜಾ ಷಷ್ಠಾಹೇ ತ್ವತಿಪುಣ್ಯದಮ್ ॥೨೪॥

ಆ ಸಮಯದಲ್ಲಿ ಖಿನ್ನರಾದ ಎಲ್ಲ ಋಷಿಗಳನ್ನು ಉದ್ದೇಶಿಸಿ ಆಕಾಶವಾಣಿ
ಯಾಯಿತು. ಏನೆಂದರೆ – ಅಹೋ ಮಹರ್ಷಿಗಳೇ, ನಿದ್ರಾಂತದಲ್ಲಿ
ಶ್ರೀಹರಿಗೋವಿಂದನು ಮತ್ಸ್ಯರೂಪವನ್ನು ಧರಿಸಿ ಸಕಲ ವೇದಗಳನ್ನು
ಸಾಗರದಿಂದ ಉದ್ಧರಿಸುತ್ತಾನೆ. ಅಲ್ಲಿಯವರೆಗೆ ನೀವೆಲ್ಲರೂ ಶ್ರೀವೇದ–
ವ್ಯಾಸರಿದ್ದಲ್ಲಿ ಹೋಗಿ ಅವರಿಗೆ ಸರ್ವವನ್ನು ನಿವೇದಿಸಿರಿ. ॥ ೨೦ ॥ ಅವರ
ಮುಖದಿಂದ ನೀವೆಲ್ಲರೂ ಶ್ರೇಷ್ಠವಾದ ಮಹಾಭಾಗವತ ಪುರಾಣವನ್ನು
ಶ್ರವಣ ಮಾಡಿರಿ. ಭಾಗವತದ ಪಠಣ, ಪಾಠನಗಳೆರಡೂ ಚತುರ್ವೇದಗಳ
ಪಠಣ–ಪಾಠನಗಳಿಗೆ ಸಮನಾಗಿವೆ. ॥ ೨೧ ॥ ಋಷಿಗಳೆಲ್ಲರೂ ಇದನ್ನು
ಕೇಳಿ ಸಂತುಷ್ಟರಾದರು. ನಭೋವಾಣಿಯ ಆದೇಶದಂತೆ ಎಲ್ಲರೂ ತಡ
ಮಾಡದೆ ಶ್ರೀವೇದವ್ಯಾಸರ ಸನ್ನಿಧಿಗೆ ಹೋಗಿ ಆಶ್ವೀನಮಾಸದ ನವರಾತ್ರಿ
ಯಲ್ಲಿ ಅವರ ಮುಖದಿಂದ ಭಾಗವತವನ್ನು ಕೇಳಿದರು. ॥ ೨೨ ॥ ಕೆಲವರು
ನಂತರ ಇಷ್ಟಾರ್ಥಪ್ರದವಾದ ಭಾಗವತದ ಪಾರಾಯಣವನ್ನು ದುರ್ಗಾ
ನವರಾತ್ರಿಯಲ್ಲಿ ಪ್ರಾರಂಭಿಸಿದರು. ಇನ್ನು ಕೆಲವರು ಭಾಗವತ ಪುರಾಣವನ್ನು
ಹೇಳಿದರು. ॥ ೨೩ ॥ ವೇದತುಲ್ಯವಾದ ಮತ್ತು ದೋಷರಹಿತವಾದ

ಶುಕಂ ಪ್ರಪೂಜ್ಯ ವಿಧಿವತ್ ಶ್ರುತ್ವಾ ಭಾಗವತಂ ಪರಮ್ ।
ತಸ್ಮಾನ್ನಮೋಚ ರೇ ರಕ್ಷ ಗಚ್ಛ ದೇವಾಲಯೇ ಶುಭೇ   ॥೭೫॥

ಶೃಣು ಪಾರಾಯಣಂ ತತ್ರ ಶ್ರೀಮದ್ಭಾಗವತಸ್ಯ ಚ ।

ಬ್ರಾಹ್ಮಣ ಉವಾಚ –
ತಸ್ಯ ತದ್ವಚನಂ ಶ್ರುತ್ವಾ ತತ್ರ ಗತ್ವಾ ಸಮಾಹಿತಃ   ॥೭೬॥

ಐಚ್ಛಿಕಂ ದೇಹಮಾಸಾದ್ಯ ಶ್ರುತಂ ಪಾರಾಯಣಂ ಪರಮ್ ।
ತಸ್ಯ ಪುಣ್ಯಪ್ರಭಾವೇನ ದೇವತಾದರ್ಶನೇನ ಚ   ॥೭೭॥

ಆಶ್ವಿನಸ್ತೋತ್ರಲೋಕಾನಾಂ ದರ್ಶನೇನ ತಥ್ಯೈವ ಚ ।
ಸದ್ಯೋ ವಿಮಾನಮಾರೂಢೋ ದಿವ್ಯದೇಹೋ ದಿವಂ ಯಯೌ   ॥೭೮॥

ಭಾಗವತದ ಪಠಣ, ಪಾಠನಗಳಿಂದ ಅಪರೋಕ್ಷಜ್ಞಾನವನ್ನು ಹೊಂದಿದ ವಿಪ್ರರು ನಂತರ ಮೋಕ್ಷವನ್ನು ಪಡೆದರು. ಈ ಕಾರಣದಿಂದಲೇ ಪರೀಕ್ಷಿತ ರಾಜನು ಶುಕಾಚಾರ್ಯರನ್ನು ನವರಾತ್ರಿಯಲ್ಲಿ ॥ ೭೪ ॥ ವಿಧಿಪೂರ್ವಕ ಪೂಜಿಸಿ ಅವರ ಮುಖದಿಂದ ಅತಿಪುಣ್ಯಪ್ರದವಾದ ಭಾಗವತವನ್ನು ಕೇಳಿ ಮುಕ್ತನಾದನು. ಆದ್ದರಿಂದ ಎಲೈ ರಾಕ್ಷಸನೇ! ಒಂದು ಒಳ್ಳೆಯ ದೇವಾಲಯಕ್ಕೆ ಹೋಗಿ ॥ ೭೫ ॥ ಅಲ್ಲಿ ಶ್ರೀಮದ್ಭಾಗವತದ ಪಾರಾಯಣ ವನ್ನು ಭಕ್ತಿಯಿಂದ ಕೇಳು. ಬ್ರಾಹ್ಮಣನ ಮಾತುಗಳನ್ನು ಕೇಳಿ ರಾಕ್ಷಸನು ಒಂದು ದೇವಾಲಯಕ್ಕೆ ಹೋಗಿ ಏಕಾಂತದಲ್ಲಿ ॥ ೭೬ ॥ ಇಚ್ಛಾದೇಹವನ್ನು ಸ್ವೀಕಾರಮಾಡಿ ಅಲ್ಲಿ ನಡೆದಿದ್ದ ಭಾಗವತ ಪಾರಾಯಣವನ್ನು ಕೇಳಿದನು. ಭಾಗವತ ಶ್ರವಣ ಪ್ರಭಾವದಿಂದ ಮತ್ತು ದೇವಾಲಯದಲ್ಲಿ ದೇವತಾ ದರ್ಶನದಿಂದ ॥ ೭೭ ॥ ಹಾಗೂ ಅಲ್ಲಿ ಆಶ್ವಿನ ಮಾಸದ ಮಹಿಮೆಗಳನ್ನು ವರ್ಣಿಸುತ್ತಿರುವ ಭಗವದ್ಭಕ್ತರ ದರ್ಶನದಿಂದ ರಾಕ್ಷಸನು ಸಕಲ ಪಾಪಗಳಿಂದ ಮುಕ್ತನಾದನು. ದಿವ್ಯ ದೇಹವನ್ನು ಹೊಂದಿ ದಿವ್ಯವಾದ ವಿಮಾನದಲ್ಲಿ ಕುಳಿತುಕೊಂಡು ದೇವಲೋಕಕ್ಕೆ ಪ್ರಯಾಣ ಬೆಳೆಸಿದನು. ॥ ೭೮ ॥.

ಇತಿ ತದ್ಧಿ ಸಮಾಕರ್ಣ್ಯ ರಾಘವಃ ಪರಮಂ ಹಿತಮ್ |
ಜಹರ್ಷ ಪೂಜಯಾಮಾಸ ನಮಸ್ಕೃತ್ಯ ಯಥಾವಿಧಿ ||೭೯||

ಸೂತ ಉವಾಚ –

ಗತೇ ತಸ್ಮಿನ್ ದ್ವಿಜವರೇ ರಾಘವೋಽಪಿ ಚಕಾರ ತಮ್ |
ತಸ್ಯ ಪ್ರಭಾವಾದ್ವಿರಜೌ ಜಜ್ಞಾತೇ ಜರತಃ ಸುತೌ ||೮೦||

ತಥ್ಯೈವ ಸುಖಸಂಪತ್ತಿಂ ಭುಕ್ತ್ವಾ ತತ್ರ ಯಥೇಪ್ಸಿತಾಮ್ |
ಅಂತೇ ಜಗಾಮ ಕೈಲಾಸಂ ಶಾಶ್ವತಂ ಶೂಲಿನಃ ಪದಮ್ ||೮೧||

ಏವಂ ಪ್ರಭಾವಃ ಕಥಿತೋ ವೇದಪಾರಾಯಣಸ್ಯ ಚ |
ಪುನಃ ಶೃಣು ಮಹಾಭಾಗ ಮಾಹಾತ್ಮ್ಯಂ ನವರಾತ್ರಕಮ್ ||೮೨||

|| ಇತಿ ಶ್ರೀ ಭವಿಷ್ಯೋತ್ತರಪುರಾಣೇ ಆಶ್ವಿನಮಾಸಮಾಹಾತ್ಮ್ಯೇ
   ಭಾಗವತ ಶ್ರವಣಮಹಿಮಾವರ್ಣನಂ ನಾಮ ಪಂಚಮೋಽಧ್ಯಾಯಃ||

ಈ ವೃತ್ತಾಂತವನ್ನು ಕೇಳಿದ ರಾಘವನು ಪರಮ ಹರ್ಷಭರಿತನಾದನು. ಸೋಮಶರ್ಮ ಬ್ರಾಹ್ಮಣನನ್ನು ನಮಸ್ಕರಿಸಿ ಆವನನ್ನು ಯಥಾವಿಧಿ ಪೂಜಿಸಿದನು. || ೭೯ || ಸೂತರು ಹೇಳುತ್ತಾರೆ – ಭೋ ಶೌನಕಾದಿ ಋಷಿಗಳೇ, ಈ ಪ್ರಕಾರ ಉಪದೇಶಿಸಿ ಸೋಮಶರ್ಮ ಬ್ರಾಹ್ಮಣನು ಹೊರಟು ಹೋದ ಮೇಲೆ ರಾಘವನೂ ಆವನ ಉಪದೇಶದಂತೆ ನಡೆದನು. ಅವನು ಮಾಡಿದ ವೇದ–ಭಾಗವತಗಳ ಪಾರಾಯಣದ ಪ್ರಭಾವದಿಂದ ಮೃತರಾದ ಮಲತಮ್ಮಂದಿರಿಬ್ಬರೂ ಪುನಃ ಜೀವಂತರಾಗಿ ಬಂದರು. || ೮೦ || ರಾಜನಾಗಿದ್ದಾಗಿನಂತೆಯೇ ಪುನಃ ಎಲ್ಲವನ್ನೂ ಸಂಪಾದಿಸಿ ವಿವಿಧ ಭೋಗಗಳನ್ನು ಭೋಗಿಸಿ ಕೊನೆಗೆ ಶಾಶ್ವತ ಸ್ಥಾನವಾದ ಕೈಲಾಸಕ್ಕೆ ಹೋದನು. || ೮೧ || ಹೇ ಶೌನಕಾದಿಗಳೇ, ವೇದಪಾರಾಯಣದ ಈ ಪ್ರಕಾರ ವಾಗಿರುವ ಪ್ರಭಾವವನ್ನು ನಿಮಗೆ ತಿಳಿಸಿದಂತಾಯಿತು. ಇನ್ನು ನವರಾತ್ರಿಯ ಮಹಿಮೆಯನ್ನು ತಿಳಿಸುವೆನು ಕೇಳಿರಿ. || ೮೨ ||

|| ಇಲ್ಲಿಗೆ ಶ್ರೀಮದ್ಭವಿಷ್ಯೋತ್ತರ ಪುರಾಣದಲ್ಲಿಯ ಆಶ್ವಿನಮಾಸದ
   ಮಹಾತ್ಮೆಯಲ್ಲಿ 'ಭಾಗವತಶ್ರವಣಮಹಿಮಾ ವರ್ಣನೆ' ಎಂಬ
   ಐದನೆಯ ಅಧ್ಯಾಯವು ಸಮಾಪ್ತವಾಯಿತು. ||

(iv) ಪದ್ಮ ಪುರಾಣೋಕ್ತ
ಶ್ರೀಮದ್ಭಾಗವತ ಮಹಾತ್ಮ್ಯ

ಮೊದಲನೆಯ ಅಧ್ಯಾಯ
(ಭಕ್ತಿದೇವಿಯೊಂದಿಗೆ ದೇವರ್ಷಿ ನಾರದರ ಭೇಟಿ)

ಸಚ್ಚಿದಾನಂದರೂಪಾಯ ವಿಶ್ವೋತ್ಪತ್ತ್ಯಾದಿಹೇತವೇ ।
ತಾಪತ್ರಯವಿನಾಶಾಯ ಶ್ರೀಕೃಷ್ಣಾಯ ವಯಂ ನುಮಃ   ॥೧॥

ಯಂ ಪ್ರವ್ರಜಂತಮನುಪೇತಮಪೇತಕೃತ್ಯಂ
ದ್ವೈಪಾಯನೋ ವಿರಹಕಾತರ ಆಜುಹಾವ ।
ಪುತ್ರೇತಿ ತನ್ಮಯತಯಾ ತರವೋಽಭಿನೇದು—
ಸ್ತಂ ಸರ್ವಭೂತಹೃದಯಂ ಮುನಿಮಾನತೋಽಸ್ಮಿ   ॥೨॥

ನೈಮಿಷೇ ಸೂತಮಾಸೀನಮಭಿವಾದ್ಯ ಮಹಾಮತಿಮ್ ।
ಕಥಾಮೃತರಸಾಸ್ವಾದಕುಶಲಃ ಶೌನಕೋಽಬ್ರವೀತ್   ॥೩॥

ಶೌನಕ ಉವಾಚ —
ಅಜ್ಞಾನಧ್ವಾಂತವಿಧ್ವಂಸಕೋಟಿಸೂರ್ಯಸಮಪ್ರಭ   ।
ಸೂತಾಖ್ಯಾಹಿ ಕಥಾಸಾರಂ ಮಮ ಕರ್ಣರಸಾಯನಮ್   ॥೪॥

ಭಕ್ತಿಜ್ಞಾನವಿರಾಗಾಪ್ತೋ ವಿವೇಕೋ ವರ್ಧತೇ ಮಹಾನ್ ।
ಮಾಯಾಮೋಹನಿರಾಸಶ್ಚ ವೈಷ್ಣವೈಃ ಕ್ರಿಯತೇ ಕಥಮ್   ॥೫॥

ಇಹ ಘೋರೇ ಕಲೌ ಪ್ರಾಯೋ ಜೀವಶ್ಚಾಸುರತಾಂ ಗತಃ ।
ಕ್ಲೇಶಾಕ್ರಾಂತಸ್ಯ ತಸ್ಯೈವ ಶೋಧನೇ ಕಿಂ ಪರಾಯಣಮ್   ॥೬॥

ಶ್ರೇಯಸಾಂ ಯದ್ಭವೇಚ್ಛ್ರೇಯಃ ಪಾವನಾನಾಂ ಚ ಪಾವನಮ್ ।
ಕೃಷ್ಣಪ್ರಾಪ್ತಿಕರಂ ಶಶ್ವತ್ಸಾಧನಂ ತದ್ವದಾಧುನಾ   ॥೭॥

ಚಿಂತಾಮಣಿರ್ಲೋಕಸುಖಂ ಸುರದ್ರುಃ ಸ್ವರ್ಗಸಂಪದಮ್ |
ಪ್ರಯಚ್ಛತಿ ಗುರುಃ ಪ್ರೀತೋ ವೈಕುಂಠಂ ಯೋಗಿದುರ್ಲಭಮ್   ॥೮॥

ಸೂತ ಉವಾಚ–
ಪ್ರೀತಿಃ ಶೌನಕ ಚಿತ್ತೇ ತೇ ಹ್ಯತೋ ವಚ್ಮಿ ವಿಚಾರ್ಯ ಚ |
ಸರ್ವಸಿದ್ಧಾಂತನಿಷ್ಠನ್ನಂ   ಸಂಸಾರಭಯನಾಶನಮ್   ॥೯॥

ಭಕ್ತ್ಯೋಘವರ್ಧನಂ ಯಚ್ಚ ಕೃಷ್ಣಸಂತೋಷಹೇತುಕಮ್ |
ತದಹಂ ತೇಽಭಿಧಾಸ್ಯಾಮಿ ಸಾವಧಾನತಯಾ ಶೃಣು   ॥೧೦॥

ಕಾಲವ್ಯಾಲಮುಖಿಗ್ರಾಸತ್ರಾಸನಿರ್ಣಾಶಹೇತವೇ |
ಶ್ರೀಮದ್ಭಾಗವತಂ ಶಾಸ್ತ್ರಂ ಕಲೌ ಕೀರೇಣ ಭಾಷಿತಮ್   ॥೧೧॥

ಏತಸ್ಮಾದಪರಂ ಕಿಂಚಿನ್ಮನಃಶುದ್ಧ್ಯೈ ನ ವಿದ್ಯತೇ |
ಜನ್ಮಾಂತರೇ ಭವೇತ್ ಪುಣ್ಯಂ ತದಾ ಭಾಗವತಂ ಲಭೇತ್   ॥೧೨॥

ಪರೀಕ್ಷಿತೇ ಕಥಾಂ ವಕ್ತುಂ ಸಭಾಯಾಂ ಸಂಸ್ಥಿತೇ ಶುಕೇ |
ಸುಧಾಕುಂಭಂ ಗೃಹೀತ್ವೈವ ದೇವಾಸ್ತತ್ರ ಸಮಾಗಮನ್   ॥೧೩॥

ಶುಕಂ ನತ್ವಾವವದನ್ ಸರ್ವೇ ಸ್ವಕಾರ್ಯಕುಶಲಾಃ ಸುರಾಃ |
ಕಥಾಸುಧಾಂ ಪ್ರಯಚ್ಛಸ್ವ ಗೃಹೀತ್ವೈವ ಸುಧಾಮಿಮಾಮ್   ॥೧೪॥

ಏವಂ ವಿನಿಮಯೇ ಜಾತೇ ಸುಧಾ ರಾಜ್ಞಾಪ್ರಪೀಯತಾಮ್ |
ಪ್ರಪಾಸ್ಯಾಮೋ ವಯಂ ಸರ್ವೇ ಶ್ರೀಮದ್ಭಾಗವತಾಮೃತಮ್   ॥೧೫॥

ಕ್ವ ಸುಧಾ ಕ್ವ ಕಥಾ ಲೋಕೇ ಕ್ವ ಕಾಚಃ ಕ್ವ ಮಣಿರ್ಮಹಾನ್ |
ಬ್ರಹ್ಮರಾತೋ ವಿಚಾರ್ಯೈವಂ ತದಾ ದೇವಾಂಜಹಾಸ ಹ   ॥೧೬॥

ಅಭಕ್ತಾಂಸ್ತಾಂಶ್ಚ ವಿಜ್ಞಾಯ ನ ದದೌ ಸ ಕಥಾಮೃತಮ್ |
ಶ್ರೀಮದ್ಭಾಗವತೀ ವಾರ್ತಾ ಸುರಾಣಾಮಪಿ ದುರ್ಲಭಾ   ॥೧೭॥

ರಾಜ್ಞೋ ಮೋಕ್ಷಂ ತಥಾ ವೀಕ್ಷ್ಯ ಪುರಾ ಧಾತಾಪಿ ವಿಸ್ಮಿತಃ |
ಸತ್ಯಲೋಕೇ ತುಲಾಂ ಬದ್ಧ್ವಾತೋಲಯತ್ಸಾಧನಾನ್ಯಜಃ   ॥೧೮॥

ಲಘೂನ್ಯನ್ಯಾನಿ ಜಾತಾನಿ ಗೌರವೇಣ ಇದಂ ಮಹತ್ ।
ತದಾ ಋಷಿಗಣಾಃ ಸರ್ವೇ ವಿಸ್ಮಯಂ ಪರಮಂ ಯಯುಃ   ॥೧೯॥

ಮೇನಿರೇ ಭಗವದ್ರೂಪಂ ಶಾಸ್ತ್ರಂ ಭಾಗವತಂ ಕಲೌ ।
ಪಠನಾಚ್ಛ್ರವಣಾತ್ಸದ್ಯೋ ವೈಕುಂಠಫಲದಾಯಕಮ್   ॥೨೦॥

ಸಪ್ತಾಹೇನ ಶ್ರುತಂ ಚೈತತ್ಸರ್ವಥಾ ಮುಕ್ತಿದಾಯಕಮ್ ।
ಸನಕಾದ್ಯೈಃ ಪುರಾ ಪ್ರೋಕ್ತಂ ನಾರದಾಯ ದಯಾಪರೈಃ   ॥೨೧॥

ಯದ್ಯಪಿ ಬ್ರಹ್ಮಸಂಬಂಧಾಚ್ಛ್ರುತಮೇತತ್ಸುರರ್ಷಿಣಾ ।
ಸಪ್ತಾಹಶ್ರವಣವಿಧಿಃ ಕುಮಾರೈಸ್ತಸ್ಯ ಭಾಷಿತಃ   ॥ ೨೨ ॥

ಶೌನಕ ಉವಾಚ—
ಲೋಕವಿಗ್ರಹಮುಕ್ತಸ್ಯ ನಾರದಸ್ಯಾಸ್ಥಿರಸ್ಯ ಚ ।
ವಿಧಿಶ್ರವೇ ಕುತಃ ಪ್ರೀತಿಃ ಸಂಯೋಗಃ ಕುತ್ರ ತೈಃ ಸಹ   ॥೨೩॥

ಸೂತ ಉವಾಚ—
ಅತ್ರ ತೇ ಕೀರ್ತಯಿಷ್ಯಾಮಿ ಭಕ್ತಿಯುಕ್ತಂ ಕಥಾನಕಮ್ ।
ಶುಕೇನ ಮಮ ಯತ್ಪ್ರೋಕ್ತಂ ರಹಃ ಶಿಷ್ಯಂ ವಿಚಾರ್ಯ ಚ   ॥೨೪॥

ಏಕದಾ ಹಿ ವಿಶಾಲಾಯಾಂ ಚತ್ವಾರ ಋಷಯೋಽಮಲಾಃ ।
ಸತ್ಸಂಗಾರ್ಥಂ ಸಮಾಯಾತಾ ದದೃಶುಸ್ತತ್ರ ನಾರದಮ್   ॥೨೫॥

ಕುಮಾರಾ ಊಚುಃ—
ಕಥಂ ಬ್ರಹ್ಮನ್ ದೀನಮುಖಃ ಕುತಶ್ಚಿಂತಾತುರೋ ಭವಾನ್ ।
ತ್ವರಿತಂ ಗಮ್ಯತೇ ಕುತ್ರ ಕುತಶ್ಚಾಗಮನಂ ತವ   ॥ ೨೬ ॥

ಇದಾನೀಂ ಶೂನ್ಯಚಿತ್ತೋಽಸಿ ಗತವಿತ್ತೋ ಯಥಾ ಜನಃ ।
ತವೇದಂ ಮುಕ್ತಸಂಗಸ್ಯ ನೋಚಿತಂ ವದ ಕಾರಣಮ್   ॥೨೭॥

ನಾರದ ಉವಾಚ—
ಅಹಂ ತು ಪೃಥಿವೀಂ ಯಾತೋ ಜ್ಞಾತ್ವಾ ಸರ್ವೋತ್ತಮಾಮಿತಿ ।
ಪುಷ್ಕರಂ ಚ ಪ್ರಯಾಗಂ ಚ ಕಾಶೀಂ ಗೋದಾವರೀಂ ತಥಾ   ॥೨೮॥

ಹರಿಕ್ಷೇತ್ರಂ ಕುರುಕ್ಷೇತ್ರಂ ಶ್ರೀರಂಗಂ ಸೇತುಬಂಧನಮ್ |
ಏವಮಾದಿಷು ತೀರ್ಥೇಷು ಭ್ರಮಮಾಣ ಇತಸ್ತತಃ || ೧೯ ||

ನಾಪಶ್ಯಂ ಕುತ್ರಚಿಚ್ಛರ್ಮ ಮನಸ್ಸಂತೋಷಕಾರಕಮ್ |
ಕಲಿನಾಧರ್ಮಮಿತ್ರೇಣ ಧರೇಯಂ ಬಾಧಿತಾಧುನಾ || ೨೦ ||

ಸತ್ಯಂ ನಾಸ್ತಿ ತಪಃ ಶೌಚಂ ದಯಾ ದಾನಂ ನ ವಿದ್ಯತೇ |
ಉದರಂಭರಿಣೋ ಜೀವಾ ವರಾಕಾಃ ಕೂಟಭಾಷಿಣಃ || ೨೧ ||

ಮಂದಾಃ ಸುಮಂದಮತಯೋ ಮಂದಭಾಗ್ಯಾ ಹ್ಯುಪದ್ರುತಾಃ |
ಪಾಖಂಡನಿರತಾಃ ಸಂತೋ ವಿರಕ್ತಾಃ ಸಪರಿಗ್ರಹಾಃ ||೨೨||

ತರುಣೀಪ್ರಭುತಾ ಗೇಹೇ ಶ್ಯಾಲಕೋ ಬುದ್ಧಿದಾಯಕಃ |
ಕನ್ಯಾವಿಕ್ರಯಿಣೋ ಲೋಭಾದ್ದಂಪತೀನಾಂ ಚ ಕಲ್ಕನಮ್ ||೨೩||

ಆಶ್ರಮಾ ಯವನೈ ರುದ್ಧಾಸ್ತೀರ್ಥಾನಿ ಸರಿತಸ್ತಥಾ |
ದೇವತಾಯತನಾನ್ಯತ್ರ ದುಷ್ಟೈರ್ನಷ್ಟಾನಿ ಭೂರಿಶಃ ||೨೪||

ನ ಯೋಗೀ ನೈವ ಸಿದ್ಧೋ ವಾ ನ ಜ್ಞಾನೀ ಸತ್ಕ್ರಿಯೋ ನರಃ |
ಕಲಿದಾವಾನಲೇ ನಾದ್ಯ ಸಾಧನಂ ಭಸ್ಮತಾಂ ಗತಮ್ ||೨೫||

ಆಟ್ಟಶೂಲಾ ಜನಪದಾಃ ಶಿವಶೂಲಾ ದ್ವಿಜಾತಯಃ |
ಕಾಮಿನ್ಯಃ ಕೇಶಶೂಲಿನ್ಯಃ ಸಂಭವಂತಿ ಕಲಾವಿಹ ||೨೬||

ಏವಂ ಪಶ್ಯನ್ ಕಲೇರ್ದೋಷಾನ್ ಪರ್ಯಟನ್ನವನೀಮಹಮ್ |
ಯಾಮುನಂ ತಟಮಾಪನ್ನೋ ಯತ್ರ ಲೀಲಾ ಹರೇರಭೂತ್ ||೨೭||

ತತ್ರಾಶ್ಚರ್ಯಂ ಮಯಾ ದೃಷ್ಟಂ ಶ್ರೂಯತಾಂ ತನ್ಮುನೀಶ್ವರಾಃ |
ಏಕಾ ತು ತರುಣೀ ತತ್ರ ನಿಷಣ್ಣಾ ಖಿನ್ನಮಾನಸಾ || ೨೮ ||

ವೃದ್ಧೌ ದ್ವೌ ಪತಿತೌ ಪಾರ್ಶ್ವೇ ನಿಃಶ್ವಸಂತಾವಚೇತನೌ |
ಶುಶ್ರೂಷಂತೀ ಪ್ರಬೋಧಂತೀ ರುದತೀ ಚ ತಯೋಃ ಪುರಃ ||೨೯||

ದಶದಿಕ್ಷು ನಿರೀಕ್ಷಂತೀ ರಕ್ಷಿತಾರಂ ನಿಜಂ ವಪುಃ |
ವೀಕ್ಷ್ಯಮಾಣಾ ಶತಸ್ತ್ರೀಭಿರ್ಬೋದ್ಧ್ಯಮಾನಾ ಮುಹುರ್ಮುಹುಃ ||೩೦||

ದೃಷ್ಟ್ವಾ ದೂರಾದಗತಃ ಸೋಽಹಂ ಕೌತುಕೇನ ತದಂತಿಕಮ್ ।
ಮಾಂ ದೃಷ್ಟ್ವಾ ಚೋತ್ಥಿತಾ ಬಾಲಾ ವಿಹ್ವಲಾ ಚಾಬ್ರವೀದ್ವಚಃ ॥೭೧॥

ಬಾಲೋವಾಚ

ಭೋ ಭೋಃ ಸಾಧೋ ಕ್ಷಣಂ ತಿಷ್ಠ ಮಚ್ಚಿಂತಾಮಪಿ ನಾಶಯ ।
ದರ್ಶನಂ ತವ ಲೋಕಸ್ಯ ಸರ್ವಥಾಘಹರಂ ಪರಮ್   ॥೭೨॥

ಬಹುಧಾ ತವ ವಾಕ್ಯೇನ ದುಃಖಶಾಂತಿರ್ಭವಿಷ್ಯತಿ ।
ಯದಾ ಭಾಗ್ಯಂ ಭವೇದ್ಧೂರಿ ಭವತೋ ದರ್ಶನಂ ತದಾ   ॥೭೩॥

ನಾರದ ಉವಾಚ

ಕಾಸಿ ತ್ವಂ ಕಾವಿಮೌ ಚೇಮಾ ನಾರ್ಯಃ ಕಾಃ ಪದ್ಮಲೋಚನಾಃ ।
ವದ ದೇವಿ ಸವಿಸ್ತಾರಂ ಸ್ವಸ್ಯ ದುಃಖಸ್ಯ ಕಾರಣಮ್   ॥೭೪॥

ಬಾಲೋವಾಚ

ಅಹಂ ಭಕ್ತಿರಿತಿ ಖ್ಯಾತಾ ಇಮೌ ಮೇ ತನಯೌ ಮತೌ ।
ಜ್ಞಾನವೈರಾಗ್ಯನಾಮಾನೌ ಕಾಲಯೋಗೇನ ಜರ್ಜರೌ   ॥೭೫॥

ಗಂಗಾದ್ಯಾಃ ಸರಿತಶ್ಚೇಮಾ ಮತ್ಸೇವಾರ್ಥಂ ಸಮಾಗತಾಃ ।
ತಥಾಪಿ ನ ಚ ಮೇ ಶ್ರೇಯಃ ಸೇವಿತಾಯಾಃ ಸುರೈರಪಿ   ॥೭೬॥

ಇದಾನೀಂ ಶೃಣು ಮದ್ವಾರ್ತಾಂ ಸಚಿತ್ತಸ್ತ್ವಂ ತಪೋಧನ ।
ವಾರ್ತಾ ಮೇ ವಿತತಾಷ್ಟ್ಷಿ ತಾಂ ಶ್ರುತ್ವಾಸುಖಿಮಾವಹ   ॥೭೭॥

ಉತ್ಪನ್ನಾ ದ್ರವಿಡೇ ಸಾಹಂ ವೃದ್ಧಿಂ ಕರ್ಣಾಟಕೇ ಗತಾ ।
ಕ್ವಚಿತ್ಕ್ವಚಿನ್ಮಹಾರಾಷ್ಟ್ರೇ ಗುರ್ಜರೇ ಜೀರ್ಣತಾಂ ಗತಾ   ॥೭೮॥

ತತ್ರ ಘೋರಕಲೇರ್ಯೋಗಾತ್ಪಾಖಂಡೈಃ ಖಂಡಿತಾಂಗಕಾ ।
ದುರ್ಬಲಾಹಂ ಚಿರಂ ಯಾತಾ ಪುತ್ರಾಭ್ಯಾಂ ಸಹ ಮಂದತಾಮ್ ॥೭೯॥

ವೃಂದಾವನಂ ಪುನಃ ಪ್ರಾಪ್ಯ ನವೀನೇವ ಸುರೂಪಿಣೇ ।
ಜಾತಾಹಂ ಯುವತೀ ಸಮ್ಯಕ್ ಪ್ರೇಷ್ಠರೂಪಾ ತು ಸಾಂಪ್ರತಮ್ ॥೮೦॥

ಇಮೌ ತು ಶಯಿತಾವತ್ರ ಸುತೌ ಮೇ ಕ್ಲಿಶ್ಯತಃ ಶ್ರಮಾತ್ |
ಇದಂ ಸ್ಥಾನಂ ಪರಿತ್ಯಜ್ಯ ವಿದೇಶಂ ಗಮ್ಯತೇ ಮಯಾ ||೭೦||

ಜರತತ್ವಂ ಸಮಾಯಾತೌ ತೇನ ದುಃಖೇನ ದುಃಖಿತಾ |
ಸಾಹಂ ತು ತರುಣೇ ಕಸ್ಮಾತ್ಸುತೌ ವೃದ್ಧಾವಿಮೌ ಕುತಃ ||೭೧||

ತ್ರಯಾಣಾಂ ಸಹಚಾರಿತ್ವಾದ್ವೈಪರೀತ್ಯಂ ಕುತಃ ಸ್ಥಿತಮ್ |
ಘಟತೇ ಜರಠಾ ಮಾತಾ ತರುಣೌ ತನಯಾವಿತಿ ||೭೨||

ಅತಃ ಶೋಚಾಮಿ ಚಾತ್ಮಾನಂ ವಿಸ್ಮಯಾವಿಷ್ಟ ಮಾನಸಾ |
ವದ ಯೋಗನಿಧೇ ಧೀಮನ್ ಕಾರಣಂ ಚಾತ್ರ ಕಿಂ ಭವೇತ್ ||೭೩||

ನಾರದ ಉವಾಚ–
ಜ್ಞಾನೇನಾತ್ಮನಿ ಪಶ್ಯಾಮಿ ಸರ್ವಮೇತತ್ತ್ವಾನಘೇ |
ನ ವಿಷಾದಸ್ತ್ವಯಾ ಕಾರ್ಯೋ ಹರಿಃ ಶಂ ತೇ ಕರಿಷ್ಯತಿ ||೭೪||

ಸೂತ ಉವಾಚ–
ಕ್ಷಣಮಾತ್ರೇಣ ತಜ್ಜ್ಞಾತ್ವಾ ವಾಕ್ಯಮೂಚೇ ಮುನೀಶ್ವರಃ ||೭೫||

ನಾರದ ಉವಾಚ–
ಶೃಣುಷ್ವಾವಹಿತಾ ಬಾಲೇ ಯುಗೋಽಯಂ ದಾರುಣಃ ಕಲಿಃ |
ತೇನ ಲುಪ್ತಃ ಸದಾಚಾರೋ ಯೋಗಮಾರ್ಗಸ್ತಪಾಂಸಿ ಚ ||೭೬||

ಜನಾ ಅಘಾಸುರಾಯಂತೇ ಶಾಠ್ಯ ದುಷ್ಕರ್ಮಕಾರಿಣಃ |
ಇಹ ಸಂತೋ ವಿಷೀದಂತಿ ಪ್ರಹೃಷ್ಯಂತಿ ಹ್ಯ ಸಾಧವಃ |
ಧತ್ತೇ ಧೈರ್ಯಂ ತು ಯೋ ಧೀಮಾನ್ಸ ಧೀರಃ ಪಂಡಿತೋಽಥವಾ ||೭೭||

ಅಸ್ಪೃಶ್ಯಾನವಲೋಕ್ಯೇಯಂ ಶೇಷಭಾರಕರೀ ಧರಾ |
ವರ್ಷೇ ವರ್ಷೇ ಕ್ರಮಾಜ್ಜಾತಾ ಮಂಗಲಂ ನಾಪಿ ದೃಶ್ಯತೇ ||೭೮||

ನ ತ್ವಾಮಪಿ ಸುತೈಃ ಸಾಕಂ ಕೋಽಪಿ ಪಶ್ಯತಿ ಸಾಂಪ್ರತಮ್ |
ಉಪೇಕ್ಷಿತಾನುರಾಗಾಂಧೈರ್ಜರ್ಜರತ್ವೇನ ಸಂಸ್ಥಿತಾ ||೭೯||

ವೃಂದಾವನಸ್ಯ ಸಂಯೋಗಾತ್ ಪುನಸ್ತ್ವಂ ತರುಣೀ ನವಾ |
ಧನ್ಯಂ ವೃಂದಾವನಂ ತೇನ ಭಕ್ತಿರ್ನೃತ್ಯತಿ ಯತ್ರ ಚ ||೯೦||

ಅತ್ರೇಮೌ ಗ್ರಾಹಕಾಭಾವಾನ್ನ ಜರಾಮಪಿ ಮುಂಚತಃ |
ಕಿಂಚಿದಾತ್ಮಸುಖೀನೇಹ ಪ್ರಸುಪ್ತಿರ್ಮನ್ಯತೇಽನಯೋಃ ||೯೨||

ಭಕ್ತಿರುವಾಚ—
ಕಥಂ ಪರೀಕ್ಷಿತಾ ರಾಜ್ಞಾ ಸ್ಥಾಪಿತೋ ಹ್ಯಶುಚಿಃ ಕಲಿಃ |
ಪ್ರವೃತ್ತೇ ತು ಕಲೌ ಸರ್ವಸಾರಃ ಕುತ್ರ ಗತೋ ಮಹಾನ್ ||೯೩||

ಕರುಣಾಪರೇಣ ಹರಿಣಾಪ್ಯಧರ್ಮಃ ಕಥಮೀಕ್ಷ್ಯತೇ |
ಇಮಂ ಮೇ ಸಂಶಯಂ ಛಿಂಧಿ ತ್ವದ್ವಾಚಾ ಸುಖಿತಾಸ್ಮ್ಯಹಮ್ ||೯೪||

ನಾರದ ಉವಾಚ—
ಯದಿ ಪೃಷ್ಟಸ್ತ್ವಯಾ ಬಾಲೇ ಪ್ರೇಮತಃ ಶ್ರವಣಂ ಕುರು |
ಸರ್ವಂ ವಕ್ಷ್ಯಾಮಿ ತೇ ಭದ್ರೇ ಕಶ್ಮಲಂ ತೇ ಗಮಿಷ್ಯತಿ ||೯೫||

ಯದಾ ಮುಕುಂದೋ ಭಗವಾನ್ ಕ್ಷ್ಮಾಂ ತ್ಯಕ್ತ್ವಾ ಸ್ವಪದಂ ಗತಃ |
ತದ್ದಿನಾತ್ಕಲಿರಾಯಾತಃ ಸರ್ವಸಾಧನಬಾಧಕಃ ||೯೬||

ದೃಷ್ಟೋ ದಿಗ್ವಿಜಯೇ ರಾಜ್ಞಾ ದೀನವಚ್ಚರಣಂ ಗತಃ |
ನ ಮಯಾ ಮಾರಣೇಯೋಽಯಂ ಸಾರಂಗ ಇವ ಸಾರಭುಕ್ ||೯೭||

ಯತ್ಫಲಂ ನಾಸ್ತಿ ತಪಸಾ ನ ಯೋಗೇನ ಸಮಾಧಿನಾ |
ತತ್ಫಲಂ ಲಭತೇ ಸಮ್ಯಕ್ಕಲೌ ಕೇಶವಕೀರ್ತನಾತ್ ||೯೮||

ಏಕಾಕಾರಂ ಕಲಿಂ ದೃಷ್ಟ್ವಾ ಸಾರವತ್ಸಾರನೀರಸಮ್ |
ವಿಷ್ಣುರಾತಃ ಸ್ಥಾಪಿತವಾನ್ ಕಲಿಜಾನಾಂ ಸುಖಾಯ ಚ ||೯೯||

ಕುಕರ್ಮಚರಣಾತ್ಸಾರಃ ಸರ್ವತೋ ನಿರ್ಗತೋಽಧುನಾ |
ಪದಾರ್ಥಾಃಸಂಸ್ಥಿತಾ ಭೂಮೌ ಬೀಜಹೀನಾಸ್ತುಷಾ ಯಥಾ ||೧೦೦||

ವಿಪ್ರೈರ್ಭಾಗವತೀ ವಾರ್ತಾ ಗೇಹೇ ಗೇಹೇ ಜನೇ ಜನೇ |
ಕಾರಿತಾ ಕಣಲೋಭೇನ ಕಥಾಸಾರಸ್ತತೋ ಗತಃ ||೧೦೧||

ಅತ್ಯಗ್ರಭೂರಿಕರ್ಮಾಣೋ ನಾಸ್ತಿಕಾ ರೌರವಾ ಜನಾಃ ।
ತೇಽಪಿ ತಿಷ್ಠಂತಿ ತೀರ್ಥೇಷು ತೀರ್ಥಸಾರಸ್ತತೋ ಗತಃ   ॥೭೨॥

ಕಾಮಕ್ರೋಧಮಹಾಲೋಭತೃಷ್ಣಾ ವ್ಯಾಕುಲಚೇತಸಃ ।
ತೇಽಪಿ ತಿಷ್ಠಂತಿ ತಪಸಿ ತಪಸ್ಸಾರಸ್ತತೋ ಗತಃ   ॥೭೩॥

ಮನಸಶ್ಚಾಜಯಾಲ್ಲೋಭಾದ್ದಂಭಾತ್ವಾಖಂಡಸಂಶ್ರಯಾತ್ ।
ಶಾಸ್ತ್ರಾನಭ್ಯಸನಾಚ್ಚೈವ ಧ್ಯಾನಯೋಗಫಲಂ ಗತಮ್   ॥೭೪॥

ಪಂಡಿತಾಸ್ತು ಕಲತ್ರೇಣ ರಮಂತೇ ಮಹಿಷಾ ಇವ ।
ಪುತ್ರಸ್ಕೋತ್ಪಾದನೇ ದಕ್ಷಾ ಅದಕ್ಷಾ ಮುಕ್ತಿ ಸಾಧನೇ   ॥೭೫॥

ನ ಹಿ ವೈಷ್ಣವತಾ ಕುತ್ರ, ಸಂಪ್ರದಾಯಪುರಸ್ಸರಾ ।
ಏವಂ ಪ್ರಲಯತಾಂ ಪ್ರಾಪ್ತೋ ವಸ್ತುಸಾರಃ ಸ್ಥಲೇ ಸ್ಥಲೇ   ॥೭೬॥

ಆಯಂ ತು ಯುಗಧರ್ಮೋ ಹಿ ವರ್ತತೇ ಕಸ್ಯ ದೂಷಣಮ್ ।
ಅತಸ್ತು ಪುಂಡರೀಕಾಕ್ಷಃ ಸಹತೇ ನಿಕಟೇ ಸ್ಥಿತಃ   ॥ ೭೭ ॥

ಸೂತ ಉವಾಚ—
ಇತಿ ತದ್ವಚನಂ ಶ್ರುತ್ವಾ ವಿಸ್ಮಯಂ ಪರಮಂ ಗತಾ ।
ಭಕ್ತಿರೂಚೇ ವಚೋ ಭೂಯಃ ಶ್ರೂಯತಾಂ ತಚ್ಚ ಶೌನಕ   ॥೭೮॥

ಭಕ್ತಿರುವಾಚ—
ಸುರರ್ಷೇ ತ್ವಂ ಹಿ ಧನ್ಯೋಽಸಿ ಮದ್ಭಾಗ್ಯೇನ ಸಮಾಗತಃ ।
ಸಾಧೂನಾಂ ದರ್ಶನಂ ಲೋಕೇ ಸರ್ವಸಿದ್ಧಿ ಕರಂ ಪರಮ್   ॥೭೯॥

ಜಯತಿ ಜಗತಿ ಮಾಯಾಂ ಯಸ್ಯ ಕಾಯಾಧವಸ್ತೇ
ವಚನರಚನಮೇಕಂ ಕೇವಲ ಚಾಕಲಯ್ಯ ।
ಧ್ರುವಪದಮಪಿ ಯಾತೋ ಯತ್ಕೃಪಾತೋ ಧ್ರುವೋಽಯಂ
ಸಕಲಕುಶಲಪಾತ್ರಂ ಬ್ರಹ್ಮಪುತ್ರಂ ನತಾಸ್ಮಿ   ॥೮೦॥

॥ ಇತಿ ಶ್ರೀ ಪದ್ಮಪುರಾಣೇ ಉತ್ತರಖಂಡೇ
ಶ್ರೀಮದ್ಭಾಗವತಮಾಹಾತ್ಮ್ಯೇ ಭಕ್ತಿನಾರದಸಮಾಗಮೋ ನಾಮ
ಪ್ರಥಮೋಽಧ್ಯಾಯಃ ॥ ೧ ॥

ಅಧ್ಯಾಯ – ೧

ಭಕ್ತಿದೇವಿಯೊಂದಿಗೆ ದೇವರ್ಷಿ ನಾರದರ ಭೇಟಿ ಮತ್ತು ವಾರ್ತಾಲಾಪ

ಭಗವತ್ಕಥಾರೂಪೀ ಅಮೃತರಸದ ರಸಾಸ್ವಾದನೆಯಲ್ಲಿ ಕುಶಲರಾದ ಮುನಿವರ ಶೌನಕರು ನೈಮಿಷಾರಣ್ಯ ಕ್ಷೇತ್ರದಲ್ಲಿ ನಡೆಸಿದ ಜ್ಞಾನಸತ್ರದಲ್ಲಿ ಅನೇಕ ಋಷಿಮುನಿಗಳೊಂದಿಗೆ ಸಮ್ಮಿಲಿತರಾದಾಗ ಮೊದಲು ಶ್ರೀಕೃಷ್ಣನನ್ನು ಭಕ್ತಿಯಿಂದ ನಮಿಸಿ ನಂತರ ಪರೀಕ್ಷಿತ ರಾಜನಿಗೆ ಈ ಭಾಗವತ ಪುರಾಣೋ– ಪದೇಶಕರಾದ ಶ್ರೀ ಶುಕಾಚಾರ್ಯರನ್ನೂ ನಮಿಸುತ್ತಾರೆ. ಅನಂತರ –

ನೈಮಿಷೇ ಸೂತಮಾಸೀನಮಭಿವಾದ್ಯ ಮಹಾಮತಿಮ್ |

ಕಥಾಮೃತರಸಾಸ್ವಾದಕುಶಲಃ ಶೌನಕೋಽಬ್ರವೀತ್ ||

ಆ ಜ್ಞಾನಸತ್ರದಲ್ಲಿ ಭಾಗವಹಿಸಲು ಬಂದು ಉಚ್ಚಾಸನದಲ್ಲಿ ವಿರಾಜ– ಮಾನರಾದ ಸೂತಪುರಾಣಿಕರನ್ನು ಅಭಿವಂದಿಸಿ ಆವರೆದುರು ಬಿನ್ನವಿಸಿಕೊಳ್ಳು ತ್ತಾರೆ, "ಭೋ ಸೂತಪುರಾಣಿಕರೇ! ನೀವು ಅಜ್ಞಾನರೂಪೀ ಅಂಧಕಾರವನ್ನು ಹೋಗಲಾಡಿಸುವಲ್ಲಿ ಸೂರ್ಯನಂತಿದ್ದೀರಿ. ಈ ಕಲಿಕಾಲದಲ್ಲಿ ಆಸುರೀ– ಸ್ವಭಾವದವರಾಗಿ ಜೀವರು ನಾನಾ ಪ್ರಕಾರದ ಕ್ಲೇಶಗಳಿಂದ ಪೀಡಿತರಾಗಿ– ದ್ದಾರೆ. ಶ್ರೀಕೃಷ್ಣನಿಂದ ವಿಮುಖರಾಗಿ ದುಃಖಿಗಳಾಗಿರುವ ಜನರು ದುಃಖದಿಂದ ಮುಕ್ತರಾಗಿ ಭಗವಂತನಲ್ಲಿ ಭಕ್ತಿ ಮಾಡಿ ಅವನ ಶಾಶ್ವತವಾದ ಪ್ರಸನ್ನತೆಯನ್ನು ಪಡೆಯುವ ಶ್ರೇಷ್ಠವಾದ ಉಪಾಯವನ್ನು ನಮಗೆ ತಿಳಿಸಿರಿ. ಚಿಂತಾಮಣಿಯು ಕೇವಲ ಲೌಕಿಕ ಸುಖವನ್ನು ನೀಡಬಲ್ಲದು, ಕಲ್ಪವೃಕ್ಷವ ಹೆಚ್ಚೆಂದರೆ ಸ್ವರ್ಗದ ಸಂಪತ್ತನ್ನು ಕೊಡಬಲ್ಲದು. ಆದರೆ ತಮ್ಮಂಥ ಜ್ಞಾನಿಗಳು ಪ್ರಸನ್ನರಾದರೆ ಯೋಗಿಗಳಿಗೂ ದುರ್ಲಭವಾದ ಭಗವಂತನ ವೈಕುಂಠ ಧಾಮವನ್ನೇ ದೊರಕಿಸಿ ಕೊಡುತ್ತಾರೆ."

ಶೌನಕರು ಮಾಡಿದ ತಮ್ಮ ಪ್ರಶಂಸಾಪೂರ್ವಕ ಪ್ರಾರ್ಥನೆಯನ್ನು ಕೇಳಿದ ಸೂತರು ಹೇಳುತ್ತಾರೆ – ಶೌನಕರೇ! ಶ್ರೀಕೃಷ್ಣನ ಪರಮಭಕ್ತರಾದ ನಿಮ್ಮ ಲೋಕೋದ್ಧದ ವಿಷಯದಲ್ಲಿರುವ ಕಳಕಳಿಯನ್ನು ಕಂಡು ನಾನು ಹರ್ಷಿತನಾಗಿದ್ದೇನೆ. ನಿಮ್ಮ ಅಪೇಕ್ಷೆಯಂತೆ ಭಗವಂತನ ಪ್ರಾಪ್ತಿಯ ಉತ್ತಮ ಸಾಧನವನ್ನು ನಿಮಗೆ ತಿಳಿಸುವೆನು. ನೀವೆಲ್ಲರೂ ಸಾವಧಾನ ಚಿತ್ತರಾಗಿ ಇದನ್ನು ಕೇಳಿರಿ. ಕಾಲರೂಪೀ ಮಹಾಸರ್ಪದ ಭಯದಿಂದ ಪಾರಾಗಲೆಂದೇ ಪೂಜ್ಯ

ಶುಕಾಚಾರ್ಯರು ಪರೀಕ್ಷಿತ ಮಹಾರಾಜನನ್ನು ನಿಮಿತ್ತ ಮಾಡಿಕೊಂಡು ಶ್ರೀಮದ್ಭಾಗವತವೆಂಬ ಪುರಾಣವನ್ನು ಪ್ರವಚನ ಮಾಡಿದ್ದಾರೆ. ಈ ಪುರಾಣದ ಶ್ರವಣದಿಂದ ಭಕ್ತಿಯು ಅಭಿವೃದ್ಧವಾಗಿ ಆದರಿಂದ ಭಗವಂತನು ಪ್ರಸನ್ನನಾಗು ತ್ತಾನೆ. ಮನುಷ್ಯರ ಚಿತ್ತಶುದ್ಧಿಯಾಗಲು ಈ ಸಂಸಾರದಲ್ಲಿ ಭಾಗವತ ಶ್ರವಣಕ್ಕಿಂತ ಶ್ರೇಷ್ಠವಾದ ಅನ್ಯ ಉಪಾಯವೇ ಇಲ್ಲ. ಪೂರ್ವಜನ್ಮಗಳ ಪುಣ್ಯವ ಉದಯಿಸಿದಾಗಲೇ ಮನುಷ್ಯನಿಗೆ ಭಾಗವತವನ್ನು ಶ್ರವಣ ಮಾಡಬೇಕೆಂಬ ಮನಸ್ಸಾಗುತ್ತದೆ. ಭಾಗವತ ಪುರಾಣವು ಅಮೃತಕ್ಕಿಂತಲೂ ಅತಿಮಧುರ ಮತ್ತು ದುರ್ಲಭವಾಗಿದೆ. ಶೌನಕರೇ! ಶುಕಾಚಾರ್ಯರು ವ್ಯಾಸಪೀಠದಲ್ಲಿ ಕುಳಿತು ಯಾವಾಗ ಪರೀಕ್ಷಿತ ಮಹಾರಾಜನಿಗೆ ಈ ಭಾಗವತ ಕಥೆಯನ್ನು ಹೇಳಲು ಸಿದ್ಧರಾದರೋ ಆಗ ಎಲ್ಲ ದೇವತೆಗಳು ತಮ್ಮ ಕೈಯಲ್ಲಿ ಅಮೃತ ಕಲಶವನ್ನು ಹಿಡಿದುಕೊಂಡು ಅವರ ಸನಿಹಕ್ಕೆ ಬಂದು "ಕಥಾಸುಧಾಂ ಪ್ರಯಚ್ಛಸ್ವ ಗೃಹೀತ್ವೈವ ಸುಧಾಮಿಮಾಂ !" – ಪೂಜ್ಯ ಶುಕಮುನಿಗಳೇ! ಈ ಅಮೃತ ಕಲಶವನ್ನು ಸ್ವೀಕರಿಸಿ ಬದಲಿಗೆ ನಮಗೆ ಭಾಗವತ ಕಥಾಮೃತದ ದಾನ ಮಾಡಿರಿ ಎಂದು ಕೇಳಿಕೊಂಡರು. ದೇವತೆಗಳ ಮಾತುಗಳನ್ನು ಕೇಳಿ ಶುಕಮುನಿಗಳು ನಕ್ಕುಬಿಟ್ಟರು. ಹೀಗೆ ಕೇಳುತ್ತಿರುವ ಈ ದೇವತೆಗಳು ಹರಿಭಕ್ತರೇ ಅಲ್ಲವೆಂದು ವಿಚಾರಿಸಿ ಅಮೃತದ ಬದಲಿಗೆ ಭಾಗವತ ಕಥಾಮೃತ ವನ್ನು ಕೊಡಲಿಲ್ಲ. ಬೆಲೆಯುಳ್ಳ ಮಣಿ ಎಲ್ಲಿ? ಕಾಜು ಎಲ್ಲಿ? ಭಾಗವತ ಕಥೆಯ ಶ್ರವಣ ಮಾತ್ರದಿಂದಲೇ ಪರೀಕ್ಷಿತ ಮಹಾರಾಜನು ಮುಕ್ತನಾಗಿರು ವುದನ್ನು ತಿಳಿದು ಚತುರ್ಮುಖ ಬ್ರಹ್ಮದೇವನು ಆಶ್ಚರ್ಯಚಕಿತನಾದನು. ಆವನು ತನ್ನ ಸತ್ಯ ಲೋಕದಲ್ಲಿ ಒಂದು ತಕ್ಕಡಿಯನ್ನು ತರಿಸಿ ಅದರ ಒಂದು ತಟ್ಟೆಯಲ್ಲಿ ಜಪ, ತಪ, ಯಜ್ಞ, ದಾನ ಇವೇ ಮೊದಲಾದ ಪುಣ್ಯ ಕರ್ಮ– ಗಳಿಂದ ಪ್ರಾಪ್ತವಾಗುವ ಪುಣ್ಯಸಂಗ್ರಹವನ್ನೆಲ್ಲ ಇರಿಸಿದನು. ಇನ್ನೊಂದು ಬದಿಯಲ್ಲಿ ಶ್ರೀಮದ್ಭಾಗವತ ಮಹಾಪುರಾಣವನ್ನಿರಿಸಿ ನೋಡಿದಾಗ ಶ್ರೀಮದ್ಭಾಗವತ ಪುರಾಣವಿಟ್ಟಿದ್ದ ತಟ್ಟೆಯು ಭಾರವಾಗಿ ಕೆಳಗೆ ಇಳಿಯಿತು. ಇದರಿಂದ ಎಲ್ಲರಿಗೂ ಆಶ್ಚರ್ಯವಾಯಿತು ಮತ್ತು ಶ್ರೀಮದ್ಭಾಗವತ ಪುರಾಣವು ಸಾಕ್ಷಾತ್ ಭಗವಂತನ ಸ್ವರೂಪವೆಂದು ಮನವರಿಕೆಯಾಯಿತು. (ಶ್ರೀಮದ್ಭಾಗವತಾಖ್ಯೋऽಯಂ ಪ್ರತ್ಯಕ್ಷಂ ಕೃಷ್ಣ ಏವ ಹಿ | ಭಾಗ. ಮ. ಪದ್ಮ ಪು.ಅ–೯, ೨೦). ಇಂಥ ಭಾಗವತವನ್ನು ಸಪ್ತಾಹರೂಪದಿಂದ ಭಕ್ತಿಯಿಂದ

ಶ್ರವಣ ಮಾಡಿದವರಿಗೆ ಮುಕ್ತಿಯು ನಿಶ್ಚಿತ. ಭೋ ಶೌನಕರೇ! ಇಂಥ ಮಹಿಮೋಪೇತವಾದ, ಮುಕ್ತಿಪ್ರದವಾದ ಭಾಗವತವನ್ನು ದೇವರ್ಷಿ ನಾರದರು ಮೊಟ್ಟಮೊದಲು ಚತುರ್ಮುಖ ಬ್ರಹ್ಮದೇವರಿಂದ ಶ್ರವಣ ಮಾಡಿದ್ದರೂ ಸನಕಾದಿ ಮುನಿಗಳಿಂದ ವಿಧಿಪೂರ್ವಕ ಸಪ್ತಾಹ ಶ್ರವಣ ಮಾಡಿದರು. ಸೂತರು ಹೀಗೆ ನುಡಿಯಲು ಶೌನಕರು ಪ್ರಶ್ನಿಸುತ್ತಾರೆ. ಭೋ ಸೂತರೇ! ದೇವರ್ಷಿ ನಾರದರು ಸದಾ ಎಲ್ಲೆಡೆ ಸಂಚರಿಸುತ್ತ ಇರುವವರು. ಒಂದೆಡೆ ಸ್ಥಿರವಾಗಿ ನಿಲ್ಲದೇ ಲೀಲಾರ್ಥವಾಗಿ ಸಂಚರಿಸುತ್ತ ಒಬ್ಬರಿಂದೊಬ್ಬ ರಿಗೆ ಜಗಳವನ್ನು ಹಚ್ಚುತ್ತ ಇರುವ ನಾರದರು ಏಳು ದಿನಗಳವರೆಗೆ ಒಂದೆಡೆ ಏಕಾಗ್ರಚಿತ್ತರಾಗಿದ್ದು ಸನಕಾದಿ ಮುನಿಗಳಿಂದ ಭಾಗವತವನ್ನು ಶ್ರವಣ ಮಾಡಿದ್ದು ಆಶ್ಚರ್ಯವೇ ಸರಿ. ನಾರದರಿಗೆ ಸನಕಾದಿಮುನಿಗಳ ಸಮಾಗಮವು ಎಲ್ಲಿ ಆಯಿತು? ಹೀಗೆ ಸಪ್ತಾಹಶ್ರವಣ ಮಾಡುವ ಪ್ರಸಂಗವು ಹೇಗೆ ಪ್ರಾಪ್ತವಾಯಿತು? ಸೂತರು ನುಡಿಯುತ್ತಾರೆ – ಭೋ ಶೌನಕರೇ! ನಿಮ್ಮ ಪ್ರಶ್ನೆಗಳಿಗೆ ಉತ್ತರ ರೂಪವಾಗಿ ಶುಕಮುನಿಗಳಿಂದ ನಾನು ಕೇಳಿದ್ದ ಒಂದು ರೋಚಕವಾದ ಇತಿಹಾಸವನ್ನು ನಿಮಗೆ ತಿಳಿಸುತ್ತೇನೆ ಕೇಳಿರಿ. ಒಮ್ಮೆ ಸನಕಾದಿ ನಾಲ್ವೂ ಮುನಿಗಳು ಸತ್ಸಂಗಕ್ಕಾಗಿ ಬದರಿಕಾಶ್ರಮಕ್ಕೆ ಬಂದಾಗ ಅಲ್ಲಿ ಖಿನ್ನ ಮನಸ್ಕರಾಗಿ ಕುಳಿತಿದ್ದ ನಾರದರನ್ನು ಕಂಡು – ನಾರದರೇ! ನಿಮ್ಮ ಮುಖವು ಹೀಗೆ ಬಾಡಿ ವ್ಯಾಕುಲ ಚಿತ್ತರಾಗಿರುವುದಕ್ಕೇನು ಕಾರಣ? ಎಂದು ಮುಂತಾಗಿ ವಿಚಾರಿಸಿದರು. ಆಗ ನಾರದರು ಹೇಳಿದರು – ಭೋ ಸನಕಾದಿ ಮುನೀಶ್ವರರೇ! ಕರ್ಮಸ್ಥಲಿಯಾದ ಈ ಪೃಥ್ವಿಯು ಸರ್ವೋತ್ತಮ ಲೋಕವೆಂದು ಭಾವಿಸಿ ಸಂಚರಿಸುತ್ತ ಇಲ್ಲಿಗೆ ಧಾವಿಸಿ ಬಂದೆ. ಪ್ರಯಾಗ, ಪುಷ್ಕರ, ಕಾಶೀ, ಗೋದಾವರೀ ಮೊದಲಾದ ತೀರ್ಥ–ಕ್ಷೇತ್ರಗಳಲ್ಲಿ ಅತ್ತ– ಇತ್ತ ಅಲೆಯುತ್ತಿದ್ದೆ. ಆದರೆ ನನ್ನ ಮನಸ್ಸಿಗೆ ಎಲ್ಲಿಯೂ ಶಾಂತಿಯು ದೊರೆಯ ಲಿಲ್ಲ. ನೋಡಿದಲೆಲ್ಲ ಕಲಿಯ ಆಕ್ರಮಣವಾಗಿ ಬಿಟ್ಟಿತ್ತು. ಮನುಷ್ಯರಲ್ಲಿ ಸತ್ಯ, ತಪಸ್ಸು, ಶೌಚ, ದಯೆ, ದಾನ, ಇವ ಸ್ವಲ್ಪವೂ ಉಳಿದಿರಲಿಲ್ಲ. ಮನುಷ್ಯ– ರೆಲ್ಲ ಅಸತ್ಯವಾದಿಗಳೂ, ಅಧಾರ್ಮಿಕರೂ ಆಗಿ ತಮ್ಮ ಹೊಟ್ಟೆ ತುಂಬಿಸಿ ಕೊಳ್ಳಲು ಎಂಥ ತುಚ್ಛ ಕರ್ಮಗಳನ್ನೂ ಮಾಡಲು ಹಿಂಜರಿಯುತ್ತಿರಲಿಲ್ಲ. ಮನೆಯಲ್ಲಿ ಸ್ತ್ರೀಯರದೇ ಪ್ರಭುತ್ವ, ಸಾಧು–ಸಂತರೆನ್ನುವವರು ತಮ್ಮ ಕರ್ತವ್ಯ ಕರ್ಮಗಳನ್ನು ಮರೆತು ಕೇವಲ ಕಪಟವೇಷಧಾರಿಗಳಾಗಿದ್ದರು.

ಕಲಿಯ ಈ ವಿಧದ ದುಷ್ಟ ಪ್ರಭಾವವನ್ನು ನೋಡುತ್ತ ಮನನೊಂದು ನಾನು ಯಮುನಾ ನದಿಯ ತೀರಕ್ಕೆ ಬಂದಾಗ ಅಲ್ಲಿ ಒಂದು ಆಶ್ಚರ್ಯಮಯ– ವಾದ ದೃಶ್ಯವು ನನ್ನ ದೃಷ್ಟಿಗೆ ಬಿದ್ದಿತು. ಅದನ್ನು ನಿಮಗೆ ತಿಳಿಸುತ್ತೇನೆ ಕೇಳಿರಿ.

ಯಮುನಾ ತೀರದಲ್ಲಿ ಒಬ್ಬ ಯುವತಿಯು ದುಃಖಿಸುತ್ತ ಕುಳಿತಿದ್ದಳು. ಅವಳ ಸನಿಹದಲ್ಲಿ ಅಚೇತನರಂತೆ ಇದ್ದ ಇಬ್ಬರು ವೃದ್ಧರು ಜೋರಾಗಿ ಉಸಿರಾಡಿಸುತ್ತ ಬಿದ್ದಿದ್ದರು. ಅವಳ ಸುತ್ತಲೂ ಅನೇಕ ಸ್ತ್ರೀಯರು ಆ ಯುವತಿ ಯನ್ನು ಸಾಂತ್ವನ ವಚನಗಳಿಂದ ಸಮಾಧಾನ ಪಡಿಸುತ್ತ ಕುಳಿತಿದ್ದರು. ಆ ಯುವತಿಯಾದರೋ ತನ್ನೆದುರು ಬಿದ್ದಿರುವ ವೃದ್ಧರನ್ನು ಎಬ್ಬಿಸುತ್ತ ನಾಲ್ಕೂ ದಿಕ್ಕುಗಳಲ್ಲಿ ತನ್ನ ರಕ್ಷಕರನ್ನು ಶೋಧಿಸುತ್ತ, ರೋದಿಸುತ್ತಿದ್ದಳು. ಈ ದೃಶ್ಯವನ್ನು ದೂರದಿಂದಲೇ ನೋಡಿದ ನಾನು ಆ ಸ್ಥಳಕ್ಕೆ ಹೋದೆನು. ಆಗ ನನ್ನನ್ನು ಕಂಡು ಸ್ವಲ್ಪ ಶಾಂತಿ ದೊರಕಿದಂತಾದ ಆ ಯುವತಿಯು 'ಭೋ ಮಹಾತ್ಮರೇ! ತಮ್ಮ ದರ್ಶನಮಾತ್ರದಿಂದ ನನಗೆ ಸ್ವಲ್ಪ ಸಮಾಧಾನವಾಗಿದೆ. ನಿಮ್ಮ ಮಾತು ಗಳಿಂದ ನನ್ನ ದುಃಖವು ದೂರವಾದೀತು. ತಾವು ಸ್ವಲ್ಪ ಸಮಯ ಇಲ್ಲಿ ನಿಂತು ನನ್ನ ಚಿಂತೆಯನ್ನು ದೂರಮಾಡಿರಿ'. ಈ ಪ್ರಕಾರವಾಗಿ ಆ ಯುವತಿಯ ಮಾತುಗಳನ್ನು ಕೇಳಿದ ನಾನು ಅವಳನ್ನು ಕುರಿತು – 'ಹೇ ಸ್ತ್ರೀಯೇ! ನೀನಾರು? ನಿನ್ನೆದುರು ಅಚೇತನರಂತೆ ಬಿದ್ದಿರುವ ಇವರಾರು? ನಿನ್ನ ಸುತ್ತಲೂ ಕುಳಿತಿರುವ ಈ ಸ್ತ್ರೀಯರಾರು? ನಿನ್ನ ದುಃಖಕ್ಕೇನು ಕಾರಣ? ಎಲ್ಲವನ್ನೂ ವಿವರವಾಗಿ ತಿಳಿಸುವಂತೆ ಕೇಳಿದೆನು.' ಆಗ ಆ ಯುವತಿಯು ಇಂತೆಂದಳು– ಭೋ ಮಹಾತ್ಮರೇ! ನನ್ನ ಹೆಸರು ಭಕ್ತಿ ಎಂದು. ಇಲ್ಲಿ ಹೀಗೆ ಬಿದ್ದಿರುವ ಇವರೀರ್ವರೂ ಜ್ಞಾನ, ವೈರಾಗ್ಯ ಎಂಬ ಹೆಸರಿನ ನನ್ನ ಇಬ್ಬರು ಪುತ್ರರಾಗಿ ದ್ದಾರೆ. ಕಲಿಕಾಲದ ಪ್ರಭಾವದಿಂದ ಇಬ್ಬರೂ ವೃದ್ಧರಾಗಿದ್ದಾರೆ. ನನ್ನ ಸುತ್ತಲೂ ನನಗೆ ಸಮಾಧಾನಪಡಿಸುತ್ತಿರುವ ಈ ಸ್ತ್ರೀಯರು ಗಂಗಾದಿ ನದಿಗಳ ಅಭಿಮಾನಿ ದೇವತೆಗಳಾಗಿದ್ದಾರೆ. ಇವರ ವಚನಗಳಿಂದ ನನಗೆ ಸಮಾಧಾನ ವಾಗುತ್ತಿಲ್ಲ. ನಾನು ದ್ರಾವಿಡ ದೇಶದಲ್ಲಿ ಜನಿಸಿ ಕರ್ನಾಟದಲ್ಲಿ ಬೆಳೆದೆನು. ಮುಂದೆ ಗುರ್ಜರ ಮೊದಲಾದ ಪ್ರದೇಶಗಳಲ್ಲಿದ್ದ ಪಾಖಂಡಿಗಳಿಂದ ನಾನು ಕೃಶಳಾದೆನು. ಮತ್ತು ನನ್ನ ಈ ಇಬ್ಬರೂ ಪುತ್ರರೂ ವೃದ್ಧರಾಗಿ ಬಿಟ್ಟಿದ್ದಾರೆ. ಆದರೆ ಈ ವೃಂದಾವನದ ಪ್ರಭಾವದಿಂದ ನಾನೇನೋ ಮೊದಲಿನಂತೆ

ತರುಣೆಯಾದೆನು. ಆದರೆ ನನ್ನಿಬ್ಬರೂ ಮಕ್ಕಳು ವೃದ್ಧರಾಗಿಯೇ ಇರುವರಲ್ಲ! ಲೋಕದಲ್ಲಿ ತಾಯಿಯು ವೃದ್ಧಳಾಗಿ ಮಕ್ಕಳು ತರುಣರಾಗಿರುವುದು ಕಂಡಿದೆ. ಇಲ್ಲಿ ಮಾತ್ರ ಇದಕ್ಕೆ ವಿಪರೀತವಾಗಿರುವುದೇಕೆ? ಇದರಿಂದ ದುಃಖಿ ತಳಾದ ನಾನು ಇಲ್ಲಿ ಕುಳಿತು ಶೋಕಿಸುತ್ತಿದ್ದೇನೆ. ತಾನು ಈ ವೈಷಮ್ಯದ ಕಾರಣವನ್ನು ತಿಳಿಸಿ ನನ್ನ ದುಃಖವನ್ನು ದೂರ ಮಾಡಬೇಕು. ಎಷ್ಟೇ ಪ್ರಯತ್ನಿಸಿದರೂ ಫಲಕಾರಿಯಾಗದ್ದರಿಂದ ನಾನು ಈ ಸ್ಥಳದಿಂದ ಬೇರೆಡೆ ಹೋಗಬೇಕೆಂದು ವಿಚಾರಿಸುತ್ತಿದ್ದೇನೆ. ಅಧಾರ್ಮಿಕನಾದ ಕಲಿಯಿಂದ ನನಗೆ ಇಂಥ ಕಷ್ಟವು ಒದಗಿದೆ. ಪರೀಕ್ಷಿತ ಮಹಾರಾಜನು ತನ್ನ ಕೈಯಲ್ಲೇ ಸಿಕ್ಕ ಇಂಥ ದುಷ್ಟ ಕಲಿಯನ್ನು ಕೊಲ್ಲದೇ ಅವನಿಗೆ ಆಶ್ರಯ ಕೊಟ್ಟದ್ದು ತಪ್ಪಲ್ಲವೇ? ಭಕ್ತಿಯ ಈ ಮಾತುಗಳನ್ನು ಕೇಳಿ ನಾರದರು ಹೇಳಿದರು – ಹೇ ಸ್ತ್ರೀಯೇ! ನೀನು ಚಿಂತಿಸದಿರು. ನಿನ್ನ ದುಃಖದ ಕಾರಣವನ್ನು ತಿಳಿದಿದ್ದೇನೆ. ಮತ್ತು ನಿನ್ನ ದುಃಖವನ್ನು ಪರಮಾತ್ಮನು ಖಂಡಿತವಾಗಿ ದೂರ ಮಾಡುವನು. ಪರಮಾತ್ಮನು ತನ್ನ ಅವತಾರ ಕಾರ್ಯವನ್ನು ಮುಗಿಸಿದ ನಂತರ ಭೂಲೋಕ ವನ್ನು ತ್ಯಜಿಸಿ ಪರಮಧಾಮಕ್ಕೆ ಹೋದ ದಿನವೇ ಕಲಿಯು ಭೂಲೋಕವನ್ನು ಆಕ್ರಮಿಸಿದ್ದಾನೆ. ಇಂಥ ದುಷ್ಟ ಕಲಿಯು ಕೈಯಲ್ಲಿ ಸಿಕ್ಕಾಗ ಪರೀಕ್ಷಿತ ಮಹಾರಾಜನು ಅವನನ್ನು ಕೊಲ್ಲಲು ಮುಂದಾದಾಗ ಆ ಕಲಿಯು ಮಹಾರಾಜನ ಪಾದಗಳಲ್ಲಿ ಬಿದ್ದು ಪ್ರಾಣಭಿಕ್ಷೆಯನ್ನು ಕೇಳಲು ಮಹಾರಾಜನು ಕಲಿಯಲ್ಲಿ ಸಾರಭೂತವಾದ ಗುಣವನ್ನು ಕಂಡು ಅವನನ್ನು ಸಂಹರಿಸಲಿಲ್ಲ. ಆ ಸಾರಭೂತವಾದ ಗುಣ ಯಾವುದೆಂದರೆ –

ಯತ್ಫಲಂ ನಾಸ್ತಿ ತಪಸಾ ನ ಯೋಗೇನ ಸಮಾಧಿನಾ ।
ತತ್ಫಲಂ ಲಭತೇ ಸಮ್ಯಕ್ ಕಲೌ ಕೇಶವಕೀರ್ತನಾತ್ ॥ ೧–೯೯ ॥

ಯಾವ ಫಲವು ಕೃತಾದಿ ಅನ್ಯಯುಗಗಳಲ್ಲಿ ತಪಸ್ಸು–ಯೋಗ– ಸಮಾಧಿಗಳಿಂದಲೂ ದುರ್ಲಭವಾಗಿದ್ದಿತೋ ಅದು ಈ ಕಲಿಯುಗದಲ್ಲಿ ಕೇವಲ ಭಗವನ್ನಾಮಸ್ಮರಣೆಯಿಂದಲೇ ಪ್ರಾಪ್ತವಾಗುವದು. ಇದೊಂದೇ ಕಲಿಕಾಲದ ಗುಣದ ಕಾರಣದಿಂದ ಪರೀಕ್ಷಿತ ರಾಜನು ಕೈಯಲ್ಲಿ ಸಿಕ್ಕಿಬಿದ್ದ ಕಲಿಯನ್ನು ಸಂಹರಿಸಲಿಲ್ಲ. ಹೀಗೆ ಜೀವಂತವಾಗಿ ಉಳಿದ ಕಲಿಯು ಮುಂದೆ ಪ್ರಬಲನಾಗಿ ತಪಸ್ಸು, ತೀರ್ಥ, ಧ್ಯಾನ, ಕಥಾ ಮೊದಲಾದವು–

ಗಳಲ್ಲಿಯ ಸಾರಭಾಗವನ್ನು ಅಪಹರಿಸಿ ಅವೆಲ್ಲ ಸಾರಹೀನವಾಗುವಂತೆ
ಮಾಡಿಬಿಟ್ಟಿದ್ದಾನೆ.

ವಿಪ್ರೈಭಾರ್ಗವತೀ ವಾರ್ತಾ ಗೇಹೇ ಗೇಹೇ ಜನೇ ಜನೇ |
ಕಾರಿತಾ ಕಣಲೋಭೇನ ಕಥಾಸಾರಸ್ತತೋ ಗತಃ ||೭೦||

ಅತ್ಯುಗ್ರಭೂರಿಕರ್ಮಾಣೋ ನಾಸ್ತಿಕಾ ರೌರವಾ ಜನಾಃ |
ತೇಽಪಿ ತಿಷ್ಠಂತಿ ತೀರ್ಥೇಷು ತೀರ್ಥಸಾರಸ್ತತೋ ಗತಃ ||೭೧||

      ಅಲ್ಪಜ್ಞರಾದ ಕೆಲವು ಬ್ರಾಹ್ಮಣರು ಆಮಂತ್ರಿತರಾಗದಿದ್ದರೂ
ಧನದಾಸೆಯಿಂದ ಮನೆ ಮನೆಗೆ ಹೋಗಿ ಭಾಗವತ ಪುರಾಣವನ್ನು
ಹೇಳತೊಡಗಿದ್ದರಿಂದ ಆ ಪುರಾಣದ ಸಾರವೇ ನಷ್ಟವಾಗಿ ಹೋಗಿದೆ.
ಅತ್ಯಂತ ಕ್ರೂರ ಕರ್ಮಗಳನ್ನು ಮಾಡುವ ನಾಸ್ತಿಕ ಜನರು ತೀರ್ಥಕ್ಷೇತ್ರಗಳಲ್ಲಿ
ವಾಸ ಮಾಡತೊಡಗಿದ್ದರಿಂದ ತೀರ್ಥಕ್ಷೇತ್ರಗಳ ಪ್ರಭಾವವೂ ಕಡಿಮೆ
ಯಾಗುತ್ತಿದೆ. ಎಲ್ಲೆಡೆ ವಸ್ತುಗಳ ಸಾರವು ಉಡುಗಿ ಹೋಗಿದೆ. ಇದೆಲ್ಲ
ಕಲಿಯುಗದ ಸ್ವಭಾವವೇ ಆಗಿದ್ದು ಇದರಲ್ಲಿ ಯಾರ ದೋಷವೂ ಇಲ್ಲ. ಕಲಿ
ಪ್ರಭಾವದಿಂದ ಮನುಷ್ಯರೆಲ್ಲ ಆಸುರೀ ಸ್ವಭಾವದವರಾಗಿದ್ದಾರೆ, ಈ
ಭೂಮಿಯು ಸ್ಪರ್ಶಕ್ಕೆ ಅನರ್ಹವಾಗಿದೆ, ಎಲ್ಲೆಡೆ ಅನಾಚಾರ ಹೆಚ್ಚಾಗಿದೆ.
ಹೀಗಾದರೂ ಇಂಥ ಸಮಯದಲ್ಲಿ ಯಾರು ಧೈರ್ಯದಿಂದ ಇದ್ದು
ಸ್ವಧರ್ಮಾಚರಣೆಯನ್ನು ಮಾಡಿಕೊಂಡಿರುವರೋ ಅವರೇ ನಿಜವಾದ
ಜ್ಞಾನಿಗಳು, ವಿವೇಕಿಗಳು. ಹೇ ಸ್ತ್ರಿಯೇ! ವೃಂದಾವನದ ಈ ಪವಿತ್ರ ಭೂಮಿಯ
ಸಂಪರ್ಕದಿಂದ ನಿನಗೆ ಯೌವನಾವಸ್ಥೆಯು ಪ್ರಾಪ್ತವಾಗಿದೆಯೆಂದು ತಿಳಿ. ನಿನ್ನೀ
ಪುತ್ರರ ರಕ್ಷಕರಾರೂ ಈ ಭಾಗದಲ್ಲಿ ಇಲ್ಲದಿರುವುದರಿಂದ ಅವರ ವೃದ್ಧತ್ವವು
ಹೊರಟು ಹೋಗಿಲ್ಲ. ಆದರೂ ನೀನು ಚಿಂತಿಸದಿರು. ಇದೆಲ್ಲ ಕಲಿಯುಗದ
ಪ್ರಭಾವವಾಗಿರುವುದರಿಂದಲೇ   ನಮ್ಮೆಲ್ಲರ   ಅತಿ   ಸನಿಹದಲ್ಲಿದ್ದರೂ
ಭಗವಾನ್ ಪುಂಡರೀಕಾಕ್ಷನು ಎಲ್ಲವನ್ನೂ ಸಹಿಸಿಕೊಂಡಿರುವನು.

      ಇಷ್ಟು ವೃತ್ತಾಂತವನ್ನು ಶೌನಕರಿಗೆ ತಿಳಿಸಿದ ಸೂತರು ಹೇಳುತ್ತಾರೆ –
ನಾರದರ ಮುಖದಿಂದ ಇದೆಲ್ಲವನ್ನು ಕೇಳಿದ ಭಕ್ತಿ ಯುವತಿಯು
ನುಡಿಯುತ್ತಾಳೆ – ಮಹಾತ್ಮರೇ! ತಾವು ನಿಜವಾಗಿಯೂ ಧನ್ಯರಾಗಿದ್ದೀರಿ.
ನನ್ನ ಪುಣ್ಯದ ಫಲವಾಗಿ ಇಂದು ತಮ್ಮಂಥ ಮಹಾತ್ಮರ ದರ್ಶನವಾಗಿದೆ.

ಇನ್ನು ನನ್ನ ದುಃಖವು ದೂರಾಗುವಲ್ಲಿ ಸಂಶಯವೇ ಇಲ್ಲ. ಯಾವ ತಮ್ಮಂಥ ಮಹಾತ್ಮರ ಉಪದೇಶದಿಂದ ಕಯಾಧು ಪುತ್ರ ಪ್ರಹ್ಲಾದನು ಮಾಯೆಯನ್ನು ಗೆದ್ದನೋ, ಧ್ರುವನೂ ಕೂಡ ತಮ್ಮ ಉಪದೇಶದ ಕೃಪೆಯಿಂದಲೇ ಧ್ರುವಲೋಕವನ್ನು ಪಡೆಯಲು ಸಾಧ್ಯವಾಯಿತೋ ಬ್ರಹ್ಮಪುತ್ರರಾದ ತಮ್ಮ ಸಮಾಗಮದಿಂದ ನಾನು ಧನ್ಯಳಾದೆನು. ತಮಗೆ ನಾನು ನಮಸ್ಕರಿಸುತ್ತೇನೆ. (ಸಕಲಕುಶಲಪಾತ್ರಂ ಬ್ರಹ್ಮಪುತ್ರಂ ನತಾಸ್ಮಿ ।)

॥ ಶ್ರೀ ಪದ್ಮಪುರಾಣಂತರ್ಗತ ಶ್ರೀಮದ್ಭಾಗವತ ಮಹಾತ್ಮೆಯಲ್ಲಿ
ಒಂದನೇ ಅಧ್ಯಾಯವು ಸಮಾಪ್ತವಾಯಿತು. ॥

ಪದ್ಮ ಪುರಾಣದ ಭಾಗವತ ಮಹಾತ್ಮೆಯಲ್ಲಿ
ಎರಡನೆಯ ಅಧ್ಯಾಯ

(ಭಕ್ತಿ ದೇವಿಯ ದುಃಖವನ್ನು ದೂರಗೊಳಿಸಲು ನಾರದರ ಪ್ರಯತ್ನ)

ನಾರದ ಉವಾಚ—

ವೃಥಾ ಖೇದಯಸೇ ಬಾಲೇ ಅಹೋ ಚಿಂತಾತುರಾ ಕಥಮ್ |
ಶ್ರೀಕೃಷ್ಣಚರಣಾಂಭೋಜಂ ಸ್ಮರ ದುಃಖಂ ಗಮಿಷ್ಯತಿ ||೧||

ದ್ರೌಪದೀ ಚ ಪರಿತ್ರಾತಾ ಯೇನ ಕೌರವಕಶ್ಮಲಾತ್ |
ಪಾಲಿತಾ ಗೋಪಸುಂದರ್ಯಃ ಸ ಕೃಷ್ಣಃ ಕ್ವಾಪಿ ನೋ ಗತಃ ||೨||

ತ್ವಂ ತು ಭಕ್ತಿಃ ಪ್ರಿಯಾ ತಸ್ಯ ಸತತಂ ಪ್ರಾಣತೋಽಧಿಕಾ |
ತ್ವಯಾಽಽಹೂತಸ್ತು ಭಗವಾನ್ ಯಾತಿ ನೀಚಗೃಹೇಷ್ವಪಿ ||೩||

ಸತ್ಯಾದಿತ್ರಿಯುಗೇ ಬೋಧವೈರಾಗ್ಯೌ ಮುಕ್ತಿಸಾಧಕೌ |
ಕಲೌ ತು ಕೇವಲಾ ಭಕ್ತಿರ್ಬ್ರಹ್ಮಸಾಯುಜ್ಯಕಾರಿಣೇ ||೪||

ಇತಿ ನಿಶ್ಚಿತ್ಯ ಚಿದ್ರೂಪಃ ಸದ್ರೂಪಾಂ ತ್ವಾಂ ಸಸರ್ಜ ಹ |
ಪರಮಾನಂದಚಿನ್ಮೂರ್ತಿಃ ಸುಂದರೀಂ ಕೃಷ್ಣವಲ್ಲಭಾಮ್ ||೫||

ಬದ್ಧಾಂಜಲಿಂ ತ್ವಯಾ ಪೃಷ್ಟಂ ಕಿಂ ಕರೋಮೀತಿ ಚೈಕದಾ |
ತ್ವಾಂ ತದಾಽಽಜ್ಞಾಪಯತ್ಯೃಷ್ಟೋ ಮದ್ಭಕ್ತಾನ್ ಪೋಷಯೇತಿ ಚ ||೬||

ಅಂಗೀಕೃತಂ ತ್ವಯಾ ತದ್ವೈ ಪ್ರಸನ್ನೋಽಭೂದ್ಧರಿಸ್ತದಾ |
ಮುಕ್ತಿಂ ದಾಸೀಂ ದದೌ ತುಭ್ಯಂ ಜ್ಞಾನವೈರಾಗ್ಯಕಾವಿಮೌ ||೭||

ಪೋಷಣಂ ಸ್ವೇನ ರೂಪೇಣ ವೈಕುಂಠೇ ತ್ವಂ ಕರೋಷಿ ಚ |
ಭೂಮೌ ಭಕ್ತವಿಪೋಷಾಯ ಭಾಯಾರೂಪಂ ತ್ವಯಾ ಕೃತಮ್ ||೮||

ಮುಕ್ತಿಂ ಜ್ಞಾನಂ ವಿರಕ್ತಂ ಚ ಸಹ ಕೃತ್ವಾ ಗತಾ ಭುವಿ |
ಕೃತಾದಿದ್ವಾಪರಸ್ಯಾಂತಂ ಮಹಾನಂದೇನ ಸಂಸ್ಥಿತಾ ||೯||

ಕಲೌ ಮುಕ್ತಿಃ ಕ್ಷಯಂ ಪ್ರಾಪ್ತಾ ಪಾಖಂಡಾಮಯಪೀಡಿತಾ ।
ತ್ವದಾಜ್ಞಯಾ ಗತಾ ಶೀಘ್ರಂ ವೈಕುಂಠಂ ಪುನರೇವ ಸಾ   ॥೧೦॥

ಸ್ಮೃತಾ ತ್ವಯಾಪಿ ಚಾತ್ರೈವ ಮುಕ್ತಿರಾಯಾತಿ ಯಾತಿ ಚ ।
ಪುತ್ರೀಕೃತ್ಯ ತ್ವಯೇಮೌ ಚ ಪಾರ್ಶ್ವೇ ಸ್ವಸ್ಯೈವ ರಕ್ಷಿತೌ   ॥೧೧॥

ಉಪೇಕ್ಷಾತಃ ಕಲೌ ಮಂದೌ ವೃದ್ಧೌ ಜಾತೌ ಸುತೌ ತವ ।
ತಥಾಪಿ ಚಿಂತಾಂ ಮುಂಚ ತ್ವಮುಪಾಯಂ ಚಿಂತಯಾಮ್ಯಹಮ್   ॥೧೨॥

ಕಲಿನಾ ಸದೃಶಃ ಕೋಽಪಿ ಯುಗೋ ನಾಸ್ತಿ ವರಾನನೇ ।
ತಸ್ಮಿಂಸ್ತ್ವಾಂ ಸ್ಥಾಪಯಿಷ್ಯಾಮಿ ಗೇಹೇ ಗೇಹೇ ಜನೇ ಜನೇ   ॥೧೩॥

ಅನ್ಯಧರ್ಮಾಂಸ್ತಿರಸ್ಕೃತ್ಯ ಪುರಸ್ಕೃತ್ಯ ಮಹೋತ್ಸವಾನ್ ।
ತದಾ ನಾಹಂ ಹರೇರ್ದಾಸೋ ಲೋಕೇ ತ್ವಾಂ ನ ಪ್ರವರ್ತಯೇ ॥೧೪॥

ತ್ವದನ್ವಿತಾಶ್ಚ ಯೇ ಜೀವಾ ಭವಿಷ್ಯಂತಿ ಕಲಾವಿಹ ।
ಪಾಪಿನೋಽಪಿ ಗಮಿಷ್ಯಂತಿ ನಿರ್ಭಯಂ ಕೃಷ್ಣಮಂದಿರಮ್   ॥೧೫॥

ಯೇಷಾಂ ಚಿತ್ತೇ ವಸೇದ್ಭಕ್ತಿಃ ಸರ್ವದಾ ಪ್ರೇಮರೂಪಿಣೇ ।
ನ ತೇ ಪಶ್ಯಂತಿ ಕೀನಾಶಂ ಸ್ವಪ್ನೇಽಪ್ಯಮಲಮೂರ್ತಯಃ   ॥೧೬॥

ನ ಪ್ರೇತೋ ನ ಪಿಶಾಚೋ ವಾ ರಾಕ್ಷಸೋ ವಾಸುರೋಽಪಿ ವಾ ।
ಭಕ್ತಿಯುಕ್ತಮನಸ್ಕಾನಾಂ ಸ್ಪರ್ಶನೇ ನ ಪ್ರಭುರ್ಭವೇತ್   ॥೧೭॥

ನ ತಪೋಭಿರ್ನ ವೇದೈಶ್ಚ ನ ಜ್ಞಾನೇನಾಪಿ ಕರ್ಮಣಾ ।
ಹರಿರ್ಹಿ ಸಾಧ್ಯತೇ ಭಕ್ತ್ಯಾ ಪ್ರಮಾಣಂ ತತ್ರ ಗೋಪಿಕಾಃ   ॥೧೮॥

ನೃಣಾಂ ಜನ್ಮ ಸಹಸ್ರೇಣ ಭಕ್ತೌ ಪ್ರೀತಿರ್ಹಿ ಜಾಯತೇ ।
ಕಲೌ ಭಕ್ತಿಃ ಕಲೌ ಭಕ್ತರ್ಭಕ್ತ್ಯಾ ಕೃಷ್ಣಃ ಪುರಃ ಸ್ಥಿತಃ   ॥೧೯॥

ಭಕ್ತಿದ್ರೋಹಕರಾ ಯೇ ಚ ತೇ ಸೀದಂತಿ ಜಗತ್ತ್ರಯೇ ।
ದುರ್ವಾಸಾ ದುಃಖಮಾಪನ್ನಃ ಪುರಾ ಭಕ್ತವಿನಿಂದಕಃ   ॥೨೦॥

ಆಲಂ ವ್ರತ್ಯೈರಲಂ ತೀರ್ಥ್ಯೈರಲಂ ಯೋಗ್ಯೈರಲಂ ಮಖ್ಯೈ: |
ಆಲಂ ಜ್ಞಾನಕಥಾಲಾಪ್ಯೈರ್ಭಕ್ತಿರೇಕೈವ ಮುಕ್ತಿದಾ   ॥೨೦॥

ಸೂತ ಉವಾಚ—

ಇತಿ ನಾರದನಿರ್ಗೀತಂ ಸ್ವಮಾಹಾತ್ಮ್ಯಂ ನಿಶಮ್ಯ ಸಾ |
ಸರ್ವಾಂಗಪುಷ್ಟಿ ಸಂಯುಕ್ತಾ ನಾರದಂ ವಾಕ್ಯಮಬ್ರವೀತ್   ॥೨೧॥

ಭಕ್ತಿರುವಾಚ—

ಅಹೋ ನಾರದ ಧನ್ಯೋಽಸಿ ಪ್ರೀತಿಸ್ತೇ ಮಯಿ ನಿಶ್ಚಲಾ |
ನ ಕದಾಚಿದ್ವಿಮುಂಚಾಮಿ ಚಿತ್ತೇ ಸ್ಥಾಸ್ಯಾಮಿ ಸರ್ವದಾ   ॥೨೨॥

ಕೃಪಾಲುನಾ ತ್ವಯಾ ಸಾಧೋ ಮದ್ಬಾಧಾ ಧ್ವಂಸಿತಾ ಕ್ಷಣಾತ್ |
ಪುತ್ರಯೋಶ್ಚೇತನಾ ನಾಸ್ತಿ ತತೋ ಬೋಧಯ ಬೋಧಯ   ॥೨೩॥

ಸೂತ ಉವಾಚ—

ತಸ್ಯಾ ವಚ: ಸಮಾಕರ್ಣ್ಯ ಕಾರುಣ್ಯಂ ನಾರದೋ ಗತ: |
ತಯೋರ್ಬೋಧನಮಾರೇಭೇ ಕರಾಗ್ರೇಣ ವಿಮರ್ದಯನ್   ॥೨೪॥

ಮುಖಂ ಸಂಯೋಜ್ಯ ಕರ್ಣಾಂತೇ ಶಬ್ದಮುಚ್ಚೈ: ಸಮುಚ್ಚರನ್ |
ಜ್ಞಾನ ಪ್ರಬುದ್ಧತಾಂ ಶೀಘ್ರಂ ರೇ ವೈರಾಗ್ಯ ಪ್ರಬುದ್ಧತಾಮ್   ॥೨೫॥

ವೇದವೇದಾಂತಘೋಷೈಶ್ಚ ಗೀತಾಪಾಠೈರ್ಮುಹುರ್ಮುಹು: |
ಬೋಧ್ಯಮಾನೌ ತದಾ ತೇನ ಕಥಂಚಿಚ್ಚೋತ್ಥಿತೌ ಬಲಾತ್   ॥೨೬॥

ನೇತ್ರೈರನವಲೋಕಂತೌ ಜೃಂಭಂತೌ ಸಾಲಸಾವುಭೌ |
ಬಕವತ್ವಲಿತೌ ಪ್ರಾಯ: ಶುಷ್ಕಕಾಷ್ಠಸಮಾಂಗಕೌ   ॥೨೭॥

ಕ್ಷುತ್ಕ್ಷಾಮೌ ತೌ ನಿರೀಕ್ಷ್ಯೈವ ಪುನ: ಸ್ವಾಪಪರಾಯಣೌ |
ಋಷಿಶ್ಚಿಂತಾಪರೋ ಜಾತ: ಕಿಂ ವಿಧೇಯಂ ಮಯೇತಿ ಚ   ॥೨೮॥

ಅಹೋ ನಿದ್ರಾ ಕಥಂ ಯಾತಿ ವೃದ್ಧತ್ವಂ ಚ ಮಹತ್ತರಮ್ |
ಚಿಂತಯನ್ನಿತಿ ಗೋವಿಂದಂ ಸ್ಮರಯಾಮಾಸ ಭಾರ್ಗವ   ॥೨೯॥

ವ್ಯೋಮವಾಣೇ ತದ್ಯೈವಾಭೂನ್ಮಾ ಖುಷೇ ಖಿದ್ಯತಾಮಿತಿ |
ಉದ್ಯಮಃ ಸಫಲಸ್ತೇಯಂ ಭವಿಷ್ಯತಿ ನ ಸಂಶಯಃ ||೨೦||

ಏತದರ್ಥಂ ತು ಸತ್ಕರ್ಮ ಸುರರ್ಷೇ ತ್ವಂ ಸಮಾಚರ |
ತತ್ತೇ ಕರ್ಮಾಭಿಧಾಸ್ಯಂತಿ ಸಾಧವಃ ಸಾಧುಭೂಷಣಾಃ ||೨೧||

ಸತ್ಕರ್ಮಣಿ ಕೃತೇ ತಸ್ಮಿನ್ ಸನಿದ್ರಾವೃದ್ಧತಾಸನಯೋಃ |
ಗಮಿಷ್ಯತಿ ಕ್ಷಣಾದ್ಭಕ್ತಿಃ ಸರ್ವತಃ ಪ್ರಸರಿಷ್ಯತಿ ||೨೨||

ಇತ್ಯಾಕಾಶವಚಃ ಸ್ಪಷ್ಟಂ ತತ್ಸರ್ವೈರಪಿ ವಿಶ್ರುತಮ್ |
ನಾರದೋ ವಿಸ್ಮಯಂ ಲೇಭೇ ನೇದಂ ಜ್ಞಾತಮಿತಿ ಬ್ರುವನ್ ||೨೩||

ನಾರದ ಉವಾಚ—
ಅನಯಾಕಾಶವಾಣ್ಯಾಪಿ ಗೋಪ್ಯತ್ವೇನ ನಿರೂಪಿತಮ್ |
ಕಿಂ ವಾ ತತ್ಸಾಧನಂ ಕಾರ್ಯಂ ಯೇನ ಕಾರ್ಯಂ ಭವೇತ್ತಯೋಃ ||೨೪||

ಕ್ವ ಭವಿಷ್ಯಂತಿ ಸಂತಸ್ತೇ ಕಥಂ ದಾಸ್ಯಂತಿ ಸಾಧನಮ್ |
ಮಯಾತ್ರ ಕಿಂ ಪ್ರಕರ್ತವ್ಯಂ ಯದುಕ್ತಂ ವ್ಯೋಮಭಾಷಯಾ ||೨೫||

ಸೂತ ಉವಾಚ—
ತತ್ರ ದ್ವಾವಪಿ ಸಂಸ್ಥಾಪ್ಯ ನಿರ್ಗತೋ ನಾರದೋ ಮುನಿಃ |
ತೀರ್ಥಂ ತೀರ್ಥಂ ವಿನಿಷ್ಟಮ್ಯ ಪೃಚ್ಛನ್ನಾರ್ಗೇ ಮುನೀಶ್ವರಾನ್ ||೨೬||

ವೃತ್ತಾಂತಃ ಶ್ರೂಯತೇ ಸರ್ವೈಃ ಕಿಂಚಿನ್ನಿಶ್ಚಿತ್ಯ ನೋಚ್ಯತೇ |
ಅಸಾಧ್ಯಂ ಕೇಚನ ಪ್ರೋಚುರ್ದುಜ್ಞೇಯಮಿತಿ ಚಾಪರೇ |
ಮೂಕೀಭೂತಾಸ್ತಥಾನ್ಯೇ ತು ಕಿಯಂತಸ್ತು ಪಲಾಯಿತಾಃ ||೨೭||

ಹಾಹಾಕಾರೋ ಮಹಾನಾಸೀತ್ ತ್ರೈಲೋಕ್ಯೇ ವಿಸ್ಮಯಾವಹಃ |
ವೇದವೇದಾಂತಘೋಷೈಶ್ಚ ಗೀತಾಪಾಠ್ಯೈರ್ವಿಬೋಧಿತಮ್ ||೨೮||

ಭಕ್ತಿಜ್ಞಾನವಿರಾಗಾಣಾಂ ನೋದತಿಷ್ಠತ್ತಿಕಂ ಯದಾ |
ಉಪಾಯೋ ನಾಪರೋಽಸ್ತೀತಿ ಕರ್ಣೇ ಕರ್ಣೇಜಪಂಜನಾಃ ||೨೯||

ಯೋಗಿನಾ ನಾರದೇನಾಪಿ ಸ್ವಯಂ ನ ಜ್ಞಾಯತೇ ತು ಯತ್ |
ತತ್ಕಥಂ ಶಕ್ಯತೇ ವಕ್ತುಮಿತರೈರಿಹ ಮಾನುಷೈಃ ||೩೦||

ಏವಮೃಷಿಗಣೈಃಪೃಷ್ಟೈರ್ನಿರ್ಣೇಯೋಕ್ತಂ ದುರಾಸದಮ್ ||೭೨||

ತತಶ್ಚಿಂತಾತುರಃ ಸೋಽಥ ಬದರೀವನಮಾಗತಃ |
ತಪಶ್ಚರಾಮಿ ಚಾತ್ರೇತಿ ತದರ್ಥಂ ಕೃತನಿಶ್ಚಯಃ ||೭೩||

ತಾವದ್ದದರ್ಶ ಪುರತಃ ಸನಕಾದೀನ್ ಮುನೀಶ್ವರಾನ್ |
ಕೋಟಿಸೂರ್ಯಸಮಾಭಾಸಾನುವಾಚ ಮುನಿಸತ್ತಮಃ ||೭೪||

ನಾರದ ಉವಾಚ—
ಇದಾನೀಂ ಭೂರಿಭಾಗ್ಯೇನ ಭವದ್ಭಿಃ ಸಂಗಮೋಽಭವತ್ |
ಕುಮಾರಾ ಬ್ರುವತಾಂ ಶೀಘ್ರಂ ಕೃಪಾಂ ಕೃತ್ವಾ ಮಮೋಪರಿ ||೭೫||

ಭವಂತೋ ಯೋಗಿನಃ ಸರ್ವೇ ಬುದ್ಧಿಮಂತೋ ಬಹುಶ್ರುತಾಃ |
ಪಂಚಹಾಯನಸಂಯುಕ್ತಾಃ ಪೂರ್ವೇಷಾಮಪಿ ಪೂರ್ವಜಾಃ ||೭೬||

ಸದಾ ವೈಕುಂಠನಿಲಯಾ ಹರಿಕೀರ್ತನತತ್ಪರಾಃ |
ಲೀಲಾಮೃತರಸೋನ್ಮತ್ತಾಃ ಕಥಾಮಾತ್ರೈಕಜೀವಿನಃ ||೭೭||

ಹರಿಃ ಶರಣಮೇವಂ ಹಿ ನಿತ್ಯಂ ಯೇಷಾಂ ಮುಖೀ ವಚಃ |
ಅತಃ ಕಾಲಸಮಾದಿಷ್ಟಾ ಜರಾ ಯುಷ್ಮಾನ್ನ ಬಾಧತೇ ||೭೮||

ಯೇಷಾಂ ಭ್ರೂಭಂಗಮಾತ್ರೇಣ ದ್ವಾರಪಾಲೌ ಹರೇಃ ಪುರಾ |
ಭೂಮೌ ನಿಪತಿತೌ ಸದ್ಯೋ ಯತ್ಕೃಪಾತಃ ಪುರಂ ಗತೌ ||೭೯||

ಅಹೋ ಭಾಗ್ಯಸ್ಯ ಯೋಗೇನ ದರ್ಶನಂ ಭವತಾಮಿಹ |
ಅನುಗ್ರಹಸ್ತು ಕರ್ತವ್ಯೋ ಮಯಿ ದೀನೇ ದಯಾಪರೈಃ ||೮೦||

ಅಶರೀರಗಿರೋಕ್ತಂ ಯತ್ತತ್ಕಿಂ ಸಾಧನಮುಚ್ಯತಾಮ್ |
ಅನುಷ್ಠೇಯಂ ಕಥಂ ತಾವತ್ಬ್ರುವಂತು ಸವಿಸ್ತರಮ್ ||೮೧||

ಭಕ್ತಿಜ್ಞಾನವಿರಾಗಾಣಾಂ ಸುಖಮುತ್ಪದ್ಯತೇ ಕಥಮ್ |
ಸ್ಥಾಪನಂ ಸರ್ವವರ್ಣೇಷು ಪ್ರೇಮಪೂರ್ವಂ ಪ್ರಯತ್ನತಃ ||೮೨||

ಕುಮಾರಾ ಊಚುಃ :–

ಮಾ ಚಿಂತಾಂ ಕುರು ದೇವರ್ಷೇ ಹರ್ಷಂ ಚಿತ್ತೇ ಸಮಾವಹ ।
ಉಪಾಯಃ ಸುಖಸಾಧ್ಯೋತ್ರ ವರ್ತತೇ ಪೂರ್ವ ಏವ ಹಿ   ॥೭೨॥

ಆಹೋ ನಾರದ ಧನ್ಯೋಽಸಿ ವಿರಕ್ತಾನಾಂ ಶಿರೋಮಣಿಃ ।
ಸದಾ ಶ್ರೀಕೃಷ್ಣದಾಸಾನಾಮಗ್ರಣೇಯೋಽಗಭಾಸ್ಕರಃ   ॥೭೩॥

ತ್ವಯಿ ಚಿತ್ರಂ ನ ಮಂತವ್ಯಂ ಭಕ್ತ್ಯರ್ಥಮನುವರ್ತಿನಿ ।
ಘಟತೇ ಕೃಷ್ಣದಾಸಸ್ಯ ಭಕ್ತೇಃ ಸಂಸ್ಥಾಪನಾ ಸದಾ   ॥೭೪॥

ಋಷಿಭಿರ್ಬಹವೋ ಲೋಕೇ ಪಂಥಾನಃ ಪ್ರಕಟೀಕೃತಾಃ ।
ಶ್ರಮಸಾಧ್ಯಾಶ್ಚ ತೇ ಸರ್ವೇ ಪ್ರಾಯಃ ಸ್ವರ್ಗಫಲಪ್ರದಾಃ   ॥೭೫॥

ವೈಕುಂಠಸಾಧಕಃ ಪಂಥಾ ಸ ತು ಗೋಪ್ಯೋ ಹಿ ವರ್ತತೇ ।
ತಸ್ಯೋಪದೇಷ್ಟಾ ಪುರುಷಃ ಪ್ರಾಯೋ ಭಾಗ್ಯೇನಲಭ್ಯತೇ   ॥೭೬॥

ಸತ್ಕರ್ಮ ತವ ನಿರ್ದಿಷ್ಟಂ ವ್ಯೋಮವಾಚಾ ತು ಯತ್ಪುರಾ ।
ತದುಚ್ಯತೇ ಶೃಣುಷ್ವಾದ್ಯ ಸ್ಥಿರಚಿತ್ತಃ ಪ್ರಸನ್ನಧೀಃ   ॥೭೭॥

ದ್ರವ್ಯಯಜ್ಞಾಸ್ತಪೋಯಜ್ಞಾ ಯೋಗಯಜ್ಞಾಸ್ತಥಾಪರೇ ।
ಸ್ವಾಧ್ಯಾಯಜ್ಞಾನಯಜ್ಞಾಶ್ಚ ತೇ ತು ಕರ್ಮವಿಸೂಚಕಾಃ   ॥೭೮॥

ಸತ್ಕರ್ಮಸೂಚಕೋ ನೂನಂ ಜ್ಞಾನಯಜ್ಞಃ ಸ್ಮೃತೋ ಬುಧೈಃ ।
ಶ್ರೀಮದ್ಭಾಗವತಾಲಾಪಃ ಸ ತು ಗೀತಃ ಶುಕಾದಿಭಿಃ   ॥೭೯॥

ಭಕ್ತಿಜ್ಞಾನವಿರಾಗಾಣಾಂ ತದ್ದ್ಯೋಷೇಣ ಬಲಂ ಮಹತ್ ।
ವ್ರಜಿಷ್ಯತಿ ದ್ವಯೋಃ ಕಷ್ಟಂ ಸುಖಂ ಭಕ್ತೇರ್ಭವಿಷ್ಯತಿ   ॥೮೦॥

ಪ್ರಲಯಂ ಹಿ ಗಮಿಷ್ಯಂತಿ ಶ್ರೀಮದ್ಭಾಗವತಧ್ವನೇಃ ।
ಕಲೇರ್ದೋಷಾ ಇಮೇ ಸರ್ವೇ ಸಿಂಹಶಬ್ದಾದ್ ವೃಕಾ ಇವ   ॥೮೧॥

ಜ್ಞಾನವೈರಾಗ್ಯಸಂಯುಕ್ತಾ ಭಕ್ತಿಃ ಪ್ರೇಮರಸಾವಹಾ ।
ಪ್ರತಿಗೇಹಂ ಪ್ರತಿಜನಂ ತತಃ ಕ್ರೀಡಾಂ ಕರಿಷ್ಯತಿ   ॥೮೨॥

ನಾರದ ಉವಾಚ—
ವೇದವೇದಾಂತಘೋಷ್ಯೈಶ್ಚ ಗೀತಾಪಾರ್ಶ್ಯೈಃ ಪ್ರಬೋಧಿತಮ್ ।
ಭಕ್ತಿಜ್ಞಾನವಿರಾಗಾಣಾಂ ನೋದತಿಷ್ಠತ್ತ್ರಿಕಂ ಯದಾ   ॥ ೯೭ ॥

ಶ್ರೀಮದ್ಭಾಗವತಾಲಾಪಾತ್ತತ್ಕಥಂ ಬೋಧಮೇಷ್ಯತಿ ।
ತತ್ಕಥಾಸು ತು ವೇದಾರ್ಥಃ ಶ್ಲೋಕೇ ಶ್ಲೋಕೇ ಪದೇ ಪದೇ   ॥೯೭॥

ಛಿಂದಂತು ಸಂಶಯಂ ಹ್ಯೇನಂ ಭವಂತೋಽಮೋಘದರ್ಶನಾಃ ।
ವಿಲಂಬೋ ನಾತ್ರ ಕರ್ತವ್ಯಃ ಶರಣಾಗತವತ್ಸಲಾಃ   ॥೯೯॥

ಕುಮಾರಾ ಊಚುಃ—
ವೇದೋಪನಿಷದಾಂ ಸಾರಾಜ್ಞಾತಾ ಭಾಗವತೀ ಕಥಾ ।
ಆತ್ಯುತ್ತಮಾ ತತೋ ಭಾತಿ ಪೃಥಗ್ಭೂತಾ ಫಲಾಕೃತಿಃ   ॥೯೯॥

ಆಮೂಲಾಗ್ರಂ ರಸಸ್ತಿಷ್ಠನ್ನಾಸ್ತೇ ನ ಸ್ವಾದ್ಯತೇ ಯಥಾ ।
ಸ ಭೂಯಃ ಸಂಪೃಥಗ್ಭೂತಃ ಫಲೇ ವಿಶ್ವಮನೋಹರಃ   ॥೯೮॥

ಯಥಾ ದುಗ್ಧೇ ಸ್ಥಿತಂ ಸರ್ಪಿರ್ನ ಸ್ವಾದಾಯೋಪಕಲ್ಪತೇ ।
ಪೃಥಗ್ಭೂತಂ ಹಿ ತದ್ದ್ರವ್ಯಂ ದೇವಾನಾಂ ರಸವರ್ಧನಮ್   ॥೯೮॥

ಇಕ್ಷೂಣಾಮಪಿ ಮಧ್ಯಾಂತಂ ಶರ್ಕರಾ ವ್ಯಾಪ್ಯ ತಿಷ್ಠತಿ ।
ಪೃಥಗ್ಭೂತಾ ಚ ಸಾ ಮಿಷ್ಟಾ ತಥಾ ಭಾಗವತೀ ಕಥಾ   ॥೧೦೦॥

ಇದಂ ಭಾಗವತಂ ನಾಮ ಪುರಾಣಂ ಬ್ರಹ್ಮಸಮ್ಮಿತಮ್ ।
ಭಕ್ತಿಜ್ಞಾನವಿರಾಗಾಣಾಂ ಸ್ಥಾಪನಾಯ ಪ್ರಕಾಶಿತಮ್   ॥೧೦೧॥

ವೇದಾಂತವೇದಸುಸ್ನಾತೇ ಗೀತಾಯಾ ಅಪಿ ಕರ್ತರಿ ।
ಪರಿತಾಪವತಿ ವ್ಯಾಸೇ ಮುಹ್ಯತ್ಯಜ್ಞಾನಸಾಗರೇ   ॥೧೦೨॥

ತದಾ ತ್ವಯಾ ಪುರಾ ಪ್ರೋಕ್ತಂ ಚತುಃಶ್ಲೋಕಸಮನ್ವಿತಮ್ ।
ತದೀಯಶ್ರವಣಾತ್ಸದ್ಯೋ ನಿರ್ಬಾಧೋ ಬಾದರಾಯಣಃ   ॥೧೦೩॥

ತತ್ರ ತೇ ವಿಸ್ಮಯಃ ಕೇನ ಯತಃ ಪ್ರಶ್ನಕರೋ ಭವಾನ್ ।
ಶ್ರೀಮದ್ಭಾಗವತಂ ಶ್ರಾವ್ಯಂ ಶೋಕದುಃಖವಿನಾಶನಮ್   ॥೧೦೪॥

ನಾರದ ಉವಾಚ–

ಯದ್ದರ್ಶನಂ ಚ ವಿನಿಹಂತ್ಯ ಶುಭಾನಿ ಸದ್ಯಃ
ಶ್ರೇಯಸ್ತನೋತಿ ಭವದುಃಖಿದವಾರ್ದಿತಾನಾಮ್ ।
ನಿಃಶೇಷಶೇಷಮುಖಗೀತಕಥೈಕಪಾನಾಃ
ಪ್ರೇಮಪ್ರಕಾಶಕೃತಯೇ ಶರಣಂ ಗತೋಽಸ್ಮಿ   ॥೨೫॥

ಭಾಗ್ಯೋದಯೇನ   ಬಹುಜನ್ಮಸಮರ್ಜಿತೇನ
ಸತ್ಸಂಗಮಂ ಚ ಲಭತೇ ಪುರುಷೋ ಯದಾ ವೈ ।
ಅಜ್ಞಾನಹೇತುಕೃತಮೋಹಮದಾಂಧಕಾರ–
ನಾಶಂ ವಿಧಾಯ ಹಿ ತದೋದಯತೇ ವಿವೇಕಃ   ॥೨೬॥

॥ ಇತಿಶ್ರೀ ಪದ್ಮಪುರಾಣೇ ಉತ್ತರಖಂಡೇ
ಶ್ರೀಮದ್ಭಾಗವತಮಾಹಾತ್ಮ್ಯೇ   ಕುಮಾರನಾರದಸಂವಾದೋ
ನಾಮ ದ್ವಿತೀಯೋಽಧ್ಯಾಯಃ ॥ ೨ ॥

ಅಧ್ಯಾಯ – ೩

ಭಕ್ತಿದೇವಿಯ ದುಃಖವನ್ನು ನಿವಾರಿಸಲು ಶ್ರೀನಾರದರ ಪ್ರಯತ್ನ

ಭಕ್ತಿ ದೇವಿಯ ದುಃಖಭರಿತವಾದ ಮಾತುಗಳನ್ನು ಕೇಳಿದ ನಾರದರು ನುಡಿಯುತ್ತಾರೆ –

ವೃಥಾ ಖೀದಯಸೇ ಬಾಲೇ ಅಹೋ ಚಿಂತಾತುರಾ ಕಥಮ್ ।
ಶ್ರೀಕೃಷ್ಣಚರಣಾಂಭೋಜಂ ಸ್ಮರ ದುಃಖಂ ಗಮಿಷ್ಯತಿ   ॥೧॥

ಹೇ ಬಾಲೇ! ಇಷ್ಟುಚಿಂತೆಯಿಂದ ಏಕೆ ವ್ಯಾಕುಲಳಾಗಿರುವೆ? ಭಗವಾನ್ ಶ್ರೀಕೃಷ್ಣನ ಚರಣಕಮಲವನ್ನು ಧ್ಯಾನಿಸು, ಇದರಿಂದ ನಿನ್ನ ದುಃಖವು ದೂರಾಗುವುದು. ಯಾವನು ಕೌರವರೂಪೀ ದುಃಖಸಾಗರದಿಂದ ದ್ರೌಪದಿಯನ್ನು ಉದ್ಧರಿಸಿದ್ದನೋ, ಮತ್ತು ಗೋಪಿಕಾಸ್ತ್ರೀಯರನ್ನು

ರಕ್ಷಿಸಿದ್ದನೋ ಅಂಥ ಶ್ರೀಕೃಷ್ಣನು ಎಲ್ಲಿಯೂ ಹೊರಟು ಹೋಗಿಲ್ಲ. ನೀನಂತೂ ಶ್ರೀಕೃಷ್ಣನಿಗೆ ಪ್ರಾಣಪ್ರಿಯಳಾಗಿರುವಿ. ನೀನು 'ಬಾ' ಎಂದು ಕರೆದೆಯಾದರೆ ಶ್ರೀಕೃಷ್ಣನು ನೀಚರ ಮನೆಗಳಿಗೂ ಹೊರಟು ಬರುತ್ತಾನೆ. ಕೃತ–ತ್ರೇತಾ–ದ್ವಾಪರ ಈ ಮೂರು ಯುಗಗಳಲ್ಲಿ ಜ್ಞಾನ ಮತ್ತು ವೈರಾಗ್ಯಗ ಗಳು ಮುಕ್ತಿಯ ಸಾಧಕಗಳಾಗಿದ್ದವು. ಆದರೆ ಕಲಿಯುಗದಲ್ಲಿ ಮಾತ್ರ ಭಗವಂತನ ಸಾಕ್ಷಾತ್ಕಾರವಾಗಲು ಭಕ್ತಿಯೊಂದೇ ಸಾಕು. ಭಗವಂತನು ಈ ವಿಚಾರದಿಂದಲೇ ಭಕ್ತರ ರಕ್ಷಣೆಗೋಸ್ಕರ ನಿನ್ನನ್ನು ಈ ಲೋಕಕ್ಕೆ ಕಳುಹಿಸಿರು ವನು. ನೀನು ಸಾಕ್ಷಾತ್ ರೂಪದಿಂದ ವೈಕುಂಠದಲ್ಲೇ ವಾಸವಾಗಿರುವಿ. ಭೂಲೋಕದಲ್ಲಿ ಭಕ್ತರ ಪುಷ್ಟಿಗಾಗಿ ನೀನು ಕೇವಲ ಛಾಯಾರೂಪವನ್ನು ಧರಿಸಿರುವಿ. ನೀನು ವೈಕುಂಠದಿಂದ ಭೂಲೋಕಕ್ಕೆ ಛಾಯಾರೂಪದಿಂದ ಬರುವಾಗ ಜೊತೆಗೆ ಮುಕ್ತಿ, ಜ್ಞಾನ, ವೈರಾಗ್ಯಗಳನ್ನು ಕರೆದುಕೊಂಡು ಬಂದೆ. ಹಾಗೂ ಕೃತಯುಗದಿಂದ ದ್ವಾಪರಯುಗದ ವರೆಗೆ ಈ ಮೂವರೊಂದಿಗೆ ಆನಂದದಿಂದ ವಾಸಿಸಿದೆ. ನಿನ್ನ ದಾಸಿಯಾದ ಮುಕ್ತಿಯು ಕಲಿಯುಗದಲ್ಲಿ ಪಾಖಂಡರೆಂಬ ರೋಗದಿಂದ ಪೀಡಿತಳಾಗಿ ಕೃಶವಾಗತೊಡಗಿದಳು. ಇದರಿಂದ ಮುಕ್ತಿಯು ನಿನ್ನ ಆಜ್ಞೆಯನ್ನು ಪಡೆದು ಕೂಡಲೇ ವೈಕುಂಠ ಲೋಕಕ್ಕೆ ಹೊರಟು ಹೋದಳು. ಈ ಭೂಲೋಕದಲ್ಲಿಯೂ ನೀನು ನೆನೆದಾಗಲೆಲ್ಲ ವೈಕುಂಠಲೋಕದಿಂದ ಹೊರಟು ಬರುತ್ತಾಳೆ. ಆದರೆ ಈ ಜ್ಞಾನ ಮತ್ತು ವೈರಾಗ್ಯಗಳನ್ನು ನಿನ್ನ ಪುತ್ರರೆಂದು ಬಗೆದು ನಿನ್ನ ಆಶ್ರಯ ದಲ್ಲಿಯೇ ಇರಿಸಿಕೊಂಡಿರುವಿ. ಕಲಿಯುಗದ ಜನರ ಉಪೇಕ್ಷೆಯಿಂದಾಗಿ ನಿನ್ನ ಈ ಇಬ್ಬರು ಪುತ್ರರು ಈಗ ಉತ್ಸಾಹಹೀನರಾಗಿ ವೃದ್ಧರಾಗಿದ್ದಾರೆ. ಆದರೂ ನೀನು ಚಿಂತಿಸಬೇಡ. ಇವರನ್ನು ಉತ್ಸಾಹಿಗಳನ್ನಾಗಿಸುವ ಉಪಾಯ ವನ್ನು ಯೋಚಿಸುತ್ತೇನೆ. ಹೇ ಸುಂದರ ಸ್ತ್ರೀಯೇ! ಕಲಿಯುಗಕ್ಕೆ ಸಮಾನವಾದ ಬೇರೊಂದು ಯುಗವಿಲ್ಲ ನೋಡುತ್ತಿರು. ಇತರೆಲ್ಲ ಧರ್ಮಗಳನ್ನು ಹಿಂದಿಕ್ಕಿ ಭಕ್ತಿ ವಿಷಯವಾದ ಮಹೋತ್ಸವಗಳನ್ನು ಮುಂದೆ ಮಾಡಿ ನಾನು ಲೋಕ ದಲ್ಲಿಯ ಮನೆ–ಮನೆಗಳಲ್ಲಿ ನಿನ್ನ ಪ್ರಚಾರ ಮಾಡದೇ ಇದ್ದರೆ ನಾನು ಭಗವಂತನ ದಾಸನೇ ಅಲ್ಲ. ಭಗವಂತನ ಪ್ರಾಪ್ತಿಯಾಗುವುದಕ್ಕಾಗಿ ಭಕ್ತಿಯನ್ನು ಮೀರಿದ ಇನ್ನೊಂದು ಸಾಧನವೇ ಇಲ್ಲ. ಭಕ್ತಿಯೊಂದಿದ್ದರೆ ಆದರಿಂದ ಭಗವಂತನು ಬಹು ಸುಲಭವಾಗಿ ದರ್ಶನವನ್ನು ಕೊಡುವನು. ಭಕ್ತಿಗೆ

ದ್ರೋಹವೆಸಗುವವರು ಮೂರು ಲೋಕಗಳಲ್ಲಿಯೂ ಕೇವಲ ದುಃಖವನ್ನು ಹೊಂದುವರು. ಹಿಂದೆ ಭಕ್ತ ಅಂಬರೀಷನ ತಿರಸ್ಕಾರ ಮಾಡಿದ್ದರಿಂದ ದುರ್ವಾಸರಂತಹ ಮಹಾಋಷಿಗಳೂ ಬಹು ಕಷ್ಟಪಡಬೇಕಾಯಿತು. ಭಕ್ತಿಯ ಮುಂದೆ ವ್ರತ, ತೀರ್ಥ, ಯೋಗ, ಯಜ್ಞ, ತಪ, ದಾನ ಮೊದಲಾದವುಗಳು ನಿಷ್ಪ್ರಯೋಜಕಗಳಾಗಿವೆ. ಕೇವಲ ಭಕ್ತಿಯೊಂದರಿಂದಲೇ ಪರಮಾತ್ಮನು ವಶನಾಗಿ ಮುಕ್ತಿಯನ್ನು ಕೊಡುತ್ತಾನೆ.

ಸೂತರು ಶೌನಕರಿಗೆ ಹೇಳುತ್ತಾರೆ – ಶೌನಕರೇ! ಈ ಪ್ರಕಾರ ಭಕ್ತಿದೇವಿಯು ನಾರದರ ಮುಖದಿಂದ ತನ್ನ ಮಹಾತ್ಮೆಯನ್ನು ಕೇಳಿ ಅತ್ಯಂತ ಪ್ರಫುಲ್ಲಿತಳಾಗಿ ನಾರದರನ್ನು ಪ್ರಶಂಸಿಸುತ್ತಾಳೆ – ಭೋ ಮುನಿಶ್ರೇಷ್ಠರೇ! ನಿಮ್ಮಂಥವರಿಂದ ನನ್ನ ಗುಣಗಾನವನ್ನು ಕೇಳಿ ನಾನು ತಮ್ಮನ್ನು ಹೇಗೆ ಸ್ತುತಿಸ ಬಲ್ಲೆನು ಎಂಬುದನ್ನೇ ಅರಿಯೆನು. ಮಹಾತ್ಮರೇ! ತಾವು ಧನ್ಯರು, ಧನ್ಯರು. ನಿಮ್ಮಲ್ಲಿ ನನ್ನ ಗೌರವವು ಅಧಿಕವಾಗಿದೆ. ನಾನು ತಮ್ಮನ್ನು ಎಂದಿಗೂ ಅಗಲಿ ಹೋಗದೇ ಸದಾ ತಮ್ಮ ಹೃದಯದಲ್ಲೇ ವಿರಾಜಮಾನಳಾಗಿರುವೆನು. ನೀವು ಕ್ಷಣಮಾತ್ರದಲ್ಲಿ ನನ್ನ ದುಃಖವನ್ನೆಲ್ಲ ದೂರಮಾಡಿದಿರಿ. ಇನ್ನು ತಾವು ಯಾವುದಾದರೊಂದು ಉಪಾಯ ಮಾಡಿ ದಯಮಾಡಿ ನನ್ನ ಮಕ್ಕಳಲ್ಲಿ ಚೈತನ್ಯ ಬರುವಂತೆ ಮಾಡಿರಿ. ಹಾಗಾದರೆ ಮಾತ್ರ ನನಗೆ ನಿಜವಾಗಿ ಸಮಾಧಾನ ವಾಗುವುದು. ಭಕ್ತಿ ದೇವಿಯ ಪ್ರಾರ್ಥನೆಯನ್ನು ಕೇಳಿದ ನಾರದರು ಕರುಣೆ ತುಂಬಿದವರಾಗಿ ಜ್ಞಾನ ಮತ್ತು ವೈರಾಗ್ಯ ಇಬ್ಬರನ್ನೂ ತಮ್ಮ ಕೈಗಳಿಂದ ಅಲುಗಾಡಿಸುತ್ತ, ಎಚ್ಚರಿಸಲು ಪ್ರಯತ್ನಿಸಿದರು. ಅವರ ಕಿವಿಗಳ ಹತ್ತಿರ ಹೋಗಿ ದೊಡ್ಡ ಧ್ವನಿಯಿಂದ "ಹೇ ಜ್ಞಾನ, ಹೇ ವೈರಾಗ್ಯ! ಎಚ್ಚರಗೊಳ್ಳಿರಿ ಎದ್ದೇಳಿ, ಎದ್ದೇಳಿ (ಜ್ಞಾನ ಪ್ರಬುಧ್ಯತಾಂ ಶೀಘ್ರಂ ರೇ ವೈರಾಗ್ಯ ಪ್ರಬುಧ್ಯತಾಂ ।)" ಎಂದು ಕೂಗಿದರು. ಅನಂತರ ವೇದ, ವೇದಾಂತ ಮತ್ತು ಭಗವದ್ಗೀತೆಯನ್ನು ಪುನಃ ಪುನಃ ಪಠಿಸಿದರು. ಇದರಿಂದ ಅವರು ಸ್ವಲ್ಪ ಸ್ವಲ್ಪ ಎಚ್ಚರಗೊಂಡಂತಾಗಿ ಮತ್ತೆ ಮೊದಲಿನಂತೆ ಮಲಗಿಬಿಟ್ಟರು. ಇದರಿಂದ ಇವರನ್ನು ಎಚ್ಚರಿಸುವ ಉಪಾಯವನ್ನರಿಯದೇ ನಾರದರು ಚಿಂತೆಗೊಳಗಾದರು. ಯೋಗಿಶ್ರೇಷ್ಠರಾದ ನಾರದರಿಗೂ ತಿಳಿಯದಿರುವುದನ್ನು ಇತರ ಸಂಸಾರೀ ಜನರು ಹೇಗೆ ತಿಳಿಯಬಲ್ಲರು? ನಾರದರು ಈ ಬಗ್ಗೆ ಅನೇಕ

ಋಷಿ–ಮುನಿಗಳಲ್ಲಿ ವಿಚಾರಿಸಿದರೂ ಎಲ್ಲರೂ ತಮ್ಮ ಅಸಹಾಯಕತೆಯನ್ನು ಹೇಳಿಬಿಟ್ಟರು.

ಆಗ ನಾರದರು ಬಹು ಚಿಂತಾಕುಲರಾಗಿ ಭಗವಂತನನ್ನು ಸ್ಮರಿಸ ತೊಡಗುತ್ತಲೇ "ಹೇ ಮುನಿಯೇ! ದುಃಖಿಸಬೇಡ. ಧೈರ್ಯಗುಂದಬೇಡ. ನಿನ್ನ ಪ್ರಯತ್ನವು ಸಫಲವಾಗುವುದಕ್ಕಾಗಿ ನೀನು ಒಂದು ಸತ್ಕರ್ಮವನ್ನು ಮಾಡು. ಆಗ ಜ್ಞಾನ, ವೈರಾಗ್ಯ ಈರ್ವರೂ ಜಾಗ್ರತರಾಗುವರು ಮತ್ತು ಲೋಕದಲ್ಲಿ ಭಕ್ತಿಯ ಪ್ರಚಾರವೂ ಆಗುವದು. ಆ ಸತ್ಕರ್ಮ ಯಾವುದೆಂಬು ದನ್ನು ಜ್ಞಾನಿಗಳಾದ ಮಹಾತ್ಮರು ನಿನಗೆ ಉಪದೇಶಪೂರ್ವಕ ತಿಳಿಸುವರು" ಎಂದು ಆಕಾಶವಾಣಿಯು ಕೇಳಿಸಿತು. ಇದನ್ನು ಕೇಳಿದ ನಾರದರು ಆತ್ಮಾಶ್ಚರ್ಯ ಗೊಂಡು ಸತ್ಕರ್ಮವು ಸ್ಪಷ್ಟವಾಗಿ ತಿಳಿಯದೇ ಇದ್ದುದರಿಂದ ಮತ್ತೆ ಚಿಂತಿತರಾಗಿ ಜ್ಞಾನ, ವೈರಾಗ್ಯರನ್ನು ಅಲ್ಲಿಯೇ ಬಿಟ್ಟು ಆ ಸತ್ಕರ್ಮ ಸಾಧನೆಯನ್ನು ತಿಳಿಸುವ ಜ್ಞಾನಿಗಳ ಶೋಧನೆಯನ್ನು ಮಾಡುತ್ತ ಅಲ್ಲಿಂದ ಹೊರಟು ಪ್ರತಿಯೊಂದು ತೀರ್ಥಕ್ಷೇತ್ರಗಳಿಗೆ ಹೋಗಿ ಅಲ್ಲಿದ್ದ ಋಷಿ–ಮುನಿಗಳಲ್ಲಿ ಈ ಬಗ್ಗೆ ವಿಚಾರಿಸಿದರೂ ಎಲ್ಲರೂ 'ಇದು ತಮಗೆ ತಿಳಿಯದು, ಇದು ದುಃಸಾಧ್ಯ ವಾದ ಕಾರ್ಯ' ಎಂದು ಎಲ್ಲರೂ ತಾವು ಅಸಹಾಯಕರೆಂದು ಸ್ಪಷ್ಟವಾಗಿ ಹೇಳಿಬಿಟ್ಟರು. ಇನ್ನೂ ಅಧಿಕವಾಗಿ ಚಿಂತಾತುರರಾದ ನಾರದರು ಸಂಚರಿಸುತ್ತ ಬದರಿಕಾಶ್ರಮಕ್ಕೆ ಬಂದು ಅಲ್ಲಿ ತಪಸ್ಸನ್ನು ಆಚರಿಸಬೇಕೆಂದು ವಿಚಾರಿಸು– ವಷ್ಟರಲ್ಲಿ ಎದುರಿಗೆ ಬರುತ್ತಿರುವ ಸನಕಾದಿ ಮುನಿಗಳನ್ನು ಕಂಡರು. **(ತಾವದ್ ದದರ್ಶ ಪುರತಃ ಸನಕಾದೀನ್ ಮುನೀಶ್ವರಾನ್– ॥ ೪೪॥)** ಆ ಕ್ಷಣವೇ ನಾರದರು ಅವರಿಗೆ ನಮಸ್ಕರಿಸಿ ಸ್ತುತಿಸಿ, ಅದುವರೆಗೆ ನಡೆದುದೆಲ್ಲ ವನ್ನು ತಿಳಿಸಿ ಆಕಾಶವಾಣಿಯು ತಿಳಿಸಿದ ಸತ್ಕರ್ಮ ಯಾವುದೆಂಬುದನ್ನು ಸ್ಪಷ್ಟಪಡಿಸಲು ಅವರನ್ನು ಕೇಳಿಕೊಂಡರು. ಆಗ ಸನಕಾದಿ ಮುನಿಗಳು ಹೇಳಿದರು – ಭೋ ನಾರದಮಹರ್ಷಿಗಳೇ! ಈ ವಿಷಯದಲ್ಲಿ ನೀವು ಇಷ್ಟೇಕೆ ಚಿಂತಿತರಾಗಿರುವಿರಿ? ಪ್ರಸನ್ನ ಚಿತ್ತರಾಗಿರಿ. ವಿರಕ್ತ ಶಿಖಾಮಣಿಗಳಾದ ನೀವು ಶ್ರೀಕೃಷ್ಣನ ಭಕ್ತರಿಗೆ ಶಾಶ್ವತವಾದ ಪಥಪ್ರದರ್ಶಕರಾಗಿದ್ದೀರಿ. ಭಕ್ತಿಯೋಗದ ಭಾಸ್ಕರರಾಗಿರುವಿರಿ. ಪ್ರಪಂಚದಲ್ಲಿ ಋಷಿಗಳು ಭಕ್ತಿಯನ್ನು ಚೆನ್ನಾಗಿ ಸ್ಥಾಪಿಸಿ ಆ ಮೂಲಕ ಶಾಶ್ವತ ಸುಖವನ್ನು ಹೊಂದಲು ಅನೇಕ ಮಾರ್ಗಗಳನ್ನು

ಪ್ರಕಟಿಸಿರುವರು. ಆದರೆ ಅವೆಲ್ಲ ಶ್ರಮಸಾಧ್ಯವಾದ ಮಾರ್ಗಗಳಾಗಿವೆ. ವೈಕುಂಠವನ್ನು ಪಡೆಯುವ ಸಾಧನಮಾರ್ಗವು ಅತ್ಯಂತ ಸುಲಭವೂ ಸರಳವೂ ಆಗಿದ್ದರೂ ಅದು ಅತಿ ಗೋಪ್ಯವಾಗಿದೆ. ಇದನ್ನು ತಿಳಿಸುವ ಜ್ಞಾನಿಯು ಹರಿ–ಗುರು ಕೃಪೆಯಿಂದ ಮಾತ್ರ ದೊರೆಯಬಲ್ಲನು.

ಸತ್ಕರ್ಮಸೂಚಕೋ ನೂನಂ ಜ್ಞಾನಯಜ್ಞಃ ಸ್ಮೃತೋ ಬುಧ್ಯೆಃ ।
ಶ್ರೀಮದ್ಭಾಗವತಾಲಾಪಃ ಸ ತು ಗೀತಃ ಶುಕಾದಿಭಿಃ ॥ ೨–೬೦   ॥

     –ನಾರದರೇ! ದ್ರವ್ಯಯಜ್ಞ, ತಪೋಯಜ್ಞ, ಯೋಗಯಜ್ಞ, ಸ್ವಾಧ್ಯಾಯರೂಪೀ ಜ್ಞಾನಯಜ್ಞ ಇವೆಲ್ಲವೂ ಸ್ವರ್ಗಾದಿ ಲೋಕಗಳನ್ನು ದೊರಕಿಸಿ ಕೊಡುವ ಕರ್ಮವನ್ನೇ ಸೂಚಿಸುತ್ತವೆ. ಆದರೆ ಇವುಗಳಲ್ಲಿ ಜ್ಞಾನಯಜ್ಞ ಎಂಬುದೇನಿದೆಯೋ ಆದೇ ನಿಜವಾದ ಮುಕ್ತಿದಾಯಕ ಸತ್ಕರ್ಮವಾಗಿದ್ದು ಆದೇ ಶ್ರೀಮದ್ಭಾಗವತ ಪುರಾಣದ ಪಾರಾಯಣವಾಗಿದೆ. ಈ ಭಾಗವತ ವನ್ನು ಶುಕಾದಿ ಮಹಾತ್ಮರು ಹಾಡಿರುವರು. ಇದರ ಧ್ವನಿಯನ್ನು ಕೇಳುವ ಮಾತ್ರದಿಂದ ಕಲಿದೋಷವು ನಾಶವಾಗಿ ಜ್ಞಾನ, ವೈರಾಗ್ಯ, ಭಕ್ತಿ ಈ ಮೂವರ ಕಷ್ಟಗಳು ದೂರಾಗುವವು. ಅನಂತರ ಭಕ್ತಿಯು ತನ್ನ ಪುತ್ರರಾದ ಜ್ಞಾನ– ವೈರಾಗ್ಯಗಳೊಂದಿಗೆ ಪ್ರತಿ ಮನೆಗಳಿಗೆ ಹೋಗಿ ಅಲ್ಲಿ ಪ್ರತಿಯೊಬ್ಬರ ಹೃದಯ ದಲ್ಲಿದ್ದು ಕ್ರೀಡಿಸುವಳು. ಆಗ ನಾರದರು ಸನಕಾದಿಗಳನ್ನು ಪ್ರಶ್ನಿಸುತ್ತಾರೆ – ಭೋ ಮುನೀಶ್ವರರೇ! ವೇದ, ವೇದಾಂತ, ಭಗವದ್ಗೀತೆಯ ಪಾಠ ಗಳಿಂದಲೂ ಜ್ಞಾನ, ವೈರಾಗ್ಯರು ಎಚ್ಚರವಾಗದಿದ್ದಾಗ ಭಾಗವತ ಕಥಾ ಶ್ರವಣದಿಂದ ಅವರು ಅದೆಂತು ಎಚ್ಚರವಾಗುವರು? ಈ ನನ್ನ ಸಂದೇಹ ವನ್ನು ನಿವಾರಿಸಬೇಕು. ಹೀಗೆ ನಾರದರು ಕೇಳಿಕೊಂಡಾಗ ಸನಕಾದಿಗಳು ಹೇಳಿದರು ನಾರದರೇ! ಶ್ರೀಮದ್ಭಾಗವತವು ವೇದೋಪನಿಷತ್ತುಗಳ ಸಾರದಿಂದಲೇ ರಚಿತವಾಗಿದ್ದರೂ ಅವುಗಳ ಫಲಸ್ವರೂಪವಾಗಿದೆ. ಮರದ ರಸವು ಬೇರಿನಿಂದ ಹಿಡಿದು ಟೊಂಗೆಯ ತುದಿಯವರೆಗೆ ಇದ್ದರೂ ಆದನ್ನು ಆ ಸ್ಥಿತಿಯಲ್ಲಿ ಆಸ್ವಾದಿಸಲು ಆಗುವುದಿಲ್ಲ. ಆದರೆ ಆ ರಸವು ಬೇರೆಯಾಗಿ ಫಲದ ರೂಪದಲ್ಲಿ ಇದ್ದಾಗಲೇ ಆದು ಎಲ್ಲರಿಗೂ ಪ್ರಿಯವೆನಿಸುತ್ತದೆ. ಹಾಲಿನಲ್ಲಿ ತುಪ್ಪದ ಮತ್ತು ಕಬ್ಬಿನಲ್ಲಿ ಸಕ್ಕರೆಯ ಪೂರ್ಣ ಸ್ವಾದವು ಸಿಗದೇ ಆವು ಬೇರೆ ಬೇರೆಯಾದಾಗಲೇ ಎರಡರ ಸ್ವಾದವು ಪೂರ್ಣವಾಗಿ ದೊರೆಯು–

ವಂತೆ ವೇದೋಪನಿಷತ್ತುಗಳಿಗೆ ಸಮಾನವಾಗಿದ್ದರೂ ಭಾಗವತವು ಅವುಗಳ ಸಾರರೂಪವಾಗಿರುವುದರಿಂದ ಪರಮ ಮಧುರವಾಗಿದೆ. ಜ್ಞಾನ, ಭಕ್ತಿ, ವೈರಾಗ್ಯಗಳ ಸ್ಥಾಪನೆಗಾಗಿಯೇ ಈ ಭಾಗವತ ಪುರಾಣದ ರಚನೆಯಾಗಿದೆ. ನಾರದರೇ! ನೀವೇ ಜ್ಞಾಪಿಸಿಕೊಳ್ಳಿರಿ. ತಮ್ಮೆಲ್ಲ ಕೃತಿಗಳಿಂದ ಅಸಮಾಧಾನ ದಿಂದ ಕುಳಿತವರಂತಿದ್ದ ಭಗವಾನ್ ಶ್ರೀವೇದವ್ಯಾಸರಿಗೆ ಚತುಃಶ್ಲೋಕೀ ಭಾಗವತವನ್ನು ವಿಸ್ತರಿಸಿ ಹೇಳಬೇಕೆಂದು ಹಿಂದಕ್ಕೆ ನೀವೇ ಹೇಳಿರಲಿಲ್ಲವೇ? ಹೀಗಿರುವಾಗ ಭಾಗವತದ ಮಹಾತ್ಮೆಯಲ್ಲಿ ನಿಮಗೇಕೆ ಆಶ್ಚರ್ಯ ವಾಗುತ್ತಿದೆ? ನೀವು ಹೀಗೇಕೆ ನಮ್ಮನ್ನು ಪ್ರಶ್ನಿಸುತ್ತಿರುವಿರಿ? ನಾರದರೇ! ಈಗ ನೀವು ಜ್ಞಾನ, ವೈರಾಗ್ಯ, ಭಕ್ತಿ ಇವರ ದುಃಖವನ್ನು ದೂರ ಮಾಡಲು ಶ್ರೀಮದ್ಭಾಗವತ ಪುರಾಣವನ್ನು ಹೇಳಬೇಕೆಂಬುದೇ ಆ ಆಕಾಶವಾಣಿಯ ಸಂಕೇತವಾಗಿದೆ. ಆಗ ನಾರದರು ಪ್ರಸನ್ನಚಿತ್ತರಾಗಿ ನುಡಿಯುತ್ತಾರೆ – ಸನಕಾದಿ ಮುನಿವರ್ಯರೇ! ಇವತ್ತು ತಮ್ಮ ದರ್ಶನದಿಂದ ನನಗೆ ಶಾಂತಿ ದೊರೆತಿದೆ. ನಿಜವಾಗಿಯೂ ತಮ್ಮಂತಹ ಮಹಾತ್ಮರ ದರ್ಶನವಾಗಬೇಕಾದರೆ ಪೂರ್ವಪುಣ್ಯದ ಸಂಗ್ರಹವು ಪರಿಪಕ್ವವಾಗಿರಬೇಕು.

|| ಇಲ್ಲಿಗೆ ಶ್ರೀ ಪದ್ಮ ಪುರಾಣದಲ್ಲಿಯ ಭಾಗವತ ಮಾಹಾತ್ಮೆಯಲ್ಲಿ
ಎರಡನೆಯ ಅಧ್ಯಾಯವು ಸಮಾಪ್ತವಾಯಿತು. ||

ಪದ್ಮ ಪುರಾಣದ ಭಾಗವತ ಮಹಾತ್ಮೆಯಲ್ಲಿ
ಮೂರನೇಯ ಅಧ್ಯಾಯ

(ಭಕ್ತಿ ದೇವಿಯ ಕಷ್ಟದ ನಿವೃತ್ತಿ ಮತ್ತು ಭಕ್ತಿಯ ಸ್ಥಾಪನೆ)

ನಾರದ ಉವಾಚ—

ಜ್ಞಾನಯಜ್ಞಂ ಕರಿಷ್ಯಾಮಿ ಶುಕಶಾಸ್ತ್ರಥೋಜ್ಜ್ವಲಮ್ |
ಭಕ್ತಿಜ್ಞಾನವಿರಾಗಾಣಾಂ ಸ್ಥಾಪನಾರ್ಥಂ ಪ್ರಯತ್ನತಃ ||೧||

ಕುತ್ರ ಕಾರ್ಯೋ ಮಯಾ ಯಜ್ಞಃ ಸ್ಥಲಂ ತದ್ಬ್ರೂಚ್ಯತಾಮಿಹ |
ಮಹಿಮಾ ಶುಕಶಾಸ್ತ್ರಸ್ಯ ವಕ್ತವ್ಯೋ ವೇದಪಾರಗೈಃ ||೨||

ಕಿಯದ್ಧಿರ್ದಿವಸೈಃ ಶ್ರಾವ್ಯಾ ಶ್ರೀಮದ್ಭಾಗವತೀ ಕಥಾ |
ಕೋ ವಿಧಿಸ್ತತ್ರ ಕರ್ತವ್ಯೋ ಮಮೇದಂ ಬ್ರುವತಾಮಿತಃ ||೩||

ಕುಮಾರಾ ಊಚುಃ –

ಶೃಣು ನಾರದ ವಕ್ಷ್ಯಾಮೋ ವಿನಮ್ರಾಯ ವಿವೇಕಿನೇ |
ಗಂಗಾದ್ವಾರಸಮೀಪೇ ತು ತಟಮಾನಂದನಾಮಕಮ್ ||೪||

ನಾನಾಋಷಿಗಣೈರ್ಜುಷ್ಟಂ ದೇವಸಿದ್ಧನಿಷೇವಿತಮ್ |
ನಾನಾತರುಲತಾಕೀರ್ಣಂ ನವಕೋಮಲವಾಲುಕಮ್ ||೫||

ರಮ್ಯಮೇಕಾಂತದೇಶಸ್ಥಂ ಹೇಮಪದ್ಮಸುಸೌರಭಮ್ |
ಯತ್ಸ್ಮೀಪಸ್ಥಜೀವಾನಾಂ ವೈರಂ ಚೇತಸಿ ನ ಸ್ಥಿತಮ್ ||೬||

ಜ್ಞಾನಯಜ್ಞಸ್ತ್ವಯಾ ತತ್ರ ಕರ್ತವ್ಯೋ ಹ್ಯಪ್ರಯತ್ನತಃ |
ಅಪೂರ್ವರಸರೂಪಾ ಚ ಕಥಾ ತತ್ರ ಭವಿಷ್ಯತಿ ||೭||

ಪುರಃಸ್ಥಂ ನಿರ್ಬಲಂ ಚೈವ ಜರಾಜೀರ್ಣಕಲೇವರಮ್ |
ತದ್ದ್ವಯಂ ಚ ಪುರಸ್ಕೃತ್ಯ ಭಕ್ತಿಸ್ತತ್ರಾಗಮಿಷ್ಯತಿ ||೮||

ಯತ್ರ ಭಾಗವತೀ ವಾರ್ತಾ ತತ್ರ ಭಕ್ತ್ಯಾದಿಕಂ ವ್ರಜೇತ್ |
ಕಥಾಶಬ್ದಂ ಸಮಾಕರ್ಣ್ಯ ತತ್ಕ್ಷಣಂ ತರುಣಾಯತೇ ||೯||

ಸೂತ ಉವಾಚ—
ಏವಮುಕ್ತ್ವಾ ಕುಮಾರಾಸ್ತೇ ನಾರದೇನ ಸಮಂತತಃ |
ಗಂಗಾತಟಂ ಸಮಾಜಗ್ಮುಃ ಕಥಾಪಾನಾಯ ಸತ್ವರಾಃ ||೧೦||

ಯದಾ ಯಾತಾಸ್ತಟಂ ತೇ ತು ತದಾ ಕೋಲಾಹಲೋಽಪ್ಯಭೂತ್ |
ಭೂರ್ಲೋಕೇ ದೇವಲೋಕೇ ಚ ಬ್ರಹ್ಮಲೋಕೇ ತಥೈವ ಚ ||೧೧||

ಶ್ರೀಭಾಗವತಪೀಯೂಷಪಾನಾಯ ರಸಲಂಪಟಾಃ |
ಧಾವಂತೋಽಪಾಯಯುಃ ಸರ್ವೇ ಪ್ರಥಮಂ ಯೇ ಚ ವೈಷ್ಣವಾಃ ||೧೨||

ಭೃಗುರ್ವಸಿಷ್ಠಶ್ಚ್ಯವನಶ್ಚ ಗೌತಮೋ
ಮೇಧಾತಿಥಿರ್ದೇವಲದೇವರಾತೌ |
ರಾಮಸ್ತಥಾ ಗಾಧಿಸುತಶ್ಚ ಶಾಕಲೋ
ಮೃಕಂಡುಪುತ್ರಾತ್ರಿಜಪಿಪ್ಪಲಾದಾಃ || ೧೩ ||

ಯೋಗೇಶ್ವರೌ ವ್ಯಾಸಪರಾಶರೌ ಚ
ಭಾಯಾಶುಕೋ ಜಾಜಲಿಜಹ್ನುಮುಖ್ಯಾಃ |
ಸರ್ವೇಽಪ್ಯಮೀ ಮುನಿಗಣಾಃ ಸಹಪುತ್ರಶಿಷ್ಯಾಃ
ಸ್ವಸ್ತ್ರೀಭಿರಾಯಯುರತಿಪ್ರಣಯೇನ ಯುಕ್ತಾಃ || ೧೪ ||

ವೇದಾಂತಾನಿ ಚ ವೇದಾಶ್ಚ ಮಂತ್ರಾಸ್ತಂತ್ರಾಃ ಸಮೂರ್ತಯಃ |
ದಶಸಪ್ತಪುರಾಣಾನಿ ಷಟ್‌ಶಾಸ್ತ್ರಾಣಿ ತಥಾಯಯುಃ ||೧೫||

ಗಂಗಾದ್ಯಾಃ ಸರಿತಸ್ತತ್ರ ಪುಷ್ಕರಾದಿಸರಾಂಸಿ ಚ |
ಕ್ಷೇತ್ರಾಣಿ ಚ ದಿಶಃ ಸರ್ವಾ ದಂಡಕಾದಿವನಾನಿ ಚ ||೧೬||

ನಗಾದಯೋ ಯಯುಸ್ತತ್ರ ದೇವಗಂಧರ್ವದಾನವಾಃ |
ಗುರುತತ್ತ್ವತ್ರ ನಾಯಾತಾನ್ ಭೃಗುಃ ಸಂಬೋಧ್ಯ ಚಾನಯತ್ ||೧೭||

ದೀಕ್ಷಿತಾ ನಾರದೇನಾಥ ದತ್ತಮಾಸನಮುತ್ತಮಮ್ |
ಕುಮಾರಾ ವಂದಿತಾಃ ಸರ್ವೈರ್ನಿಷೇದುಃ ಕೃಷ್ಣತತ್ಪರಾಃ ||೧೮||

ವೈಷ್ಣವಾಶ್ಚ ವಿರಕ್ತಾಶ್ಚ ನ್ಯಾಸಿನೋ ಬ್ರಹ್ಮಚಾರಿಣಃ |
ಮುಖಭಾಗೇ ಸ್ಥಿತಾಸ್ತೇ ಚ ತದಗ್ರೇ ನಾರದಃ ಸ್ಥಿತಃ ||೧೯||

ಏಕಭಾಗೇ ಋಷಿಗಣಾಸ್ತದನ್ಯತ್ರ ದಿವೌಕಸಃ |
ವೇದೋಪನಿಷದೋಽನ್ಯತ್ರ ತೀರ್ಥಾನ್ಯತ್ರ ಸ್ತ್ರಿಯೋಽನ್ಯತಃ ||೭೦||

ಜಯಶಬ್ದೋ ನಮಃಶಬ್ದಃ ಶಂಖಶಬ್ದಸ್ತಥೈವ ಚ |
ಚೂರ್ಣಲಾಜಾಪ್ರಸೂನಾನಾಂ ನಿಕ್ಷೇಪಃ ಸುಮಹಾನಭೂತ್ ||೭೧||

ವಿಮಾನಾನಿ ಸಮಾರುಹ್ಯ ಕಿಯಂತೋ ದೇವನಾಯಕಾಃ |
ಕಲ್ಪವೃಕ್ಷಪ್ರಸೂನೈಸ್ತಾನ್ ಸರ್ವಾಂಸ್ತತ್ರ ಸಮಾಕಿರನ್ ||೭೨||

ಸೂತ ಉವಾಚ–
ಏವಂ ತೇಷ್ವೇಕಚಿತ್ತೇಷು ಶ್ರೀಮದ್ಭಾಗವತಸ್ಯ ಚ |
ಮಾಹಾತ್ಮ್ಯಮೂಚಿರೇ ಸ್ಪಷ್ಟಂ ನಾರದಾಯ ಮಹಾತ್ಮನೇ ||೭೩||

ಕುಮಾರಾ ಊಚುಃ–
ಅಥ ತೇ ವರ್ಣ್ಯತೇಽಸ್ಮಾಭಿರ್ಮಹಿಮಾ ಶುಕಶಾಸ್ತ್ರಜಃ |
ಯಸ್ಯ ಶ್ರವಣಮಾತ್ರೇಣ ಮುಕ್ತಿಃ ಕರತಲೇ ಸ್ಥಿತಾ ||೭೪||

ಸದಾ ಸೇವ್ಯಾ ಸದಾ ಸೇವ್ಯಾ ಶ್ರೀಮದ್ಭಾಗವತೀ ಕಥಾ |
ಯಸ್ಯಾಃ ಶ್ರವಣಮಾತ್ರೇಣ ಹರಿಶ್ಚಿತ್ತಂ ಸಮಾಶ್ರಯೇತ್ ||೭೫||

ಗ್ರಂಥೋಽಷ್ಟಾದಶಸಾಹಸ್ರೋ ದ್ವಾದಶಸ್ಕಂಧಸಮ್ಮಿತಃ |
ಪರೀಕ್ಷಿಚ್ಛುಕಸಂವಾದಃ ಶೃಣು ಭಾಗವತಂ ಚ ತತ್ ||೭೬||

ತಾವತ್ಸಂಸಾರಚಕ್ರೇಽಸ್ಮಿನ್ ಭ್ರಮತೇಽಜ್ಞಾನತಃ ಪುಮಾನ್ |
ಯಾವತ್ಕರ್ಣಗತಾ ನಾಸ್ತಿ ಶುಕಶಾಸ್ತ್ರಕಥಾ ಕ್ಷಣಮ್ ||೭೭||

ಕಿಂ ಶ್ರುತೈರ್ಬಹುಭಿಃ ಶಾಸ್ತ್ರೈಃ ಪುರಾಣೈಶ್ಚ ಭ್ರಮಾವಹೈಃ |
ಏಕಂ ಭಾಗವತಂ ಶಾಸ್ತ್ರಂ ಮುಕ್ತಿದಾನೇನ ಗರ್ಜತಿ ||೭೮||

ಕಥಾ ಭಾಗವತಸ್ಯಾಪಿ ನಿತ್ಯಂ ಭವತಿ ಯದ್ಗೃಹೇ |
ತದ್ಗೃಹಂ ತೀರ್ಥರೂಪಂ ಹಿ ವಸತಾಂ ಪಾಪನಾಶನಮ್ ||೭೯||

ಅಶ್ವಮೇಧಸಹಸ್ರಾಣಿ ವಾಜಪೇಯಶತಾನಿ ಚ |
ಶುಕಶಾಸ್ತ್ರಕಥಾಯಾಸ್ತ್ವಕಲಾಂ ನಾರ್ಹಂತಿ ಷೋಡಶೀಮ್ ||೮೦||

ತಾವತ್ಪಾಪಾನಿ ದೇಹೇಸ್ಮಿನ್ನಿವಸಂತಿ ತಪೋಧನಾಃ ।
ಯಾವನ್ನ ಶ್ರೂಯತೇ ಸಮ್ಯಕ್ ಶ್ರೀಮದ್ಭಾಗವತಂ ನರೈಃ			॥೨೦॥

ನ ಗಂಗಾ ನ ಗಯಾ ಕಾಶೀ ಪುಷ್ಕರಂ ನ ಪ್ರಯಾಗಕಮ್ ।
ಶುಕಶಾಸ್ತ್ರಕಥಾಯಾಶ್ಚ ಫಲೇನ ಸಮತಾಂ ನಯೇತ್			॥೨೧॥

ಶ್ಲೋಕಾರ್ಧಂ ಶ್ಲೋಕಪಾದಂ ವಾ ನಿತ್ಯಂ ಭಾಗವತೋದ್ಭವಮ್ ।
ಪಠಸ್ವ ಸ್ವಮುಖೇನೈವ ಯದೀಚ್ಛಸಿ ಪರಾಂ ಗತಿಮ್			॥೨೨॥

ವೇದಾದಿರ್ವೇದಮಾತಾ ಚ ಪೌರುಷಂ ಸೂಕ್ತಮೇವ ಚ ।
ತ್ರಯೇ ಭಾಗವತಂ ಚೈವ ದ್ವಾದಶಾಕ್ಷರ ಏವ ಚ			॥೨೩॥

ದ್ವಾದಶಾತ್ಮಾ ಪ್ರಯಾಗಶ್ಚ ಕಾಲಃ ಸಂವತ್ಸರಾತ್ಮಕಃ ।
ಬ್ರಾಹ್ಮಣಾಶ್ಚಾಗ್ನಿಹೋತ್ರಂ ಚ ಸುರಭಿರ್ದ್ವಾದಶೀ ತಥಾ			॥೨೪॥

ತುಲಸೀ ಚ ವಸಂತಶ್ಚ ಪುರುಷೋತ್ತಮ ಏವ ಚ ।
ಏತೇಷಾಂ ತತ್ತ್ವತಃ ಪ್ರಾಜ್ಞೈರ್ನ ಪೃಥಗ್ಭಾವ ಇಷ್ಯತೇ			॥೨೫॥

ಯಶ್ಚ ಭಾಗವತಂ ಶಾಸ್ತ್ರಂ ವಾಚಯೇದರ್ಥತೋನಿಶಮ್ ।
ಜನ್ಮಕೋಟಿಕೃತಂ ಪಾಪಂ ನಶ್ಯತೇ ನಾತ್ರ ಸಂಶಯಃ			॥೨೬॥

ಶ್ಲೋಕಾರ್ಧಂ ಶ್ಲೋಕಪಾದಂ ವಾ ಪಠೇದ್ಭಾಗವತಂ ಚ ಯಃ ।
ನಿತ್ಯಂ ಪುಣ್ಯಮವಾಪ್ನೋತಿ ರಾಜಸೂಯಾಶ್ವಮೇಧಯೋಃ			॥೨೭॥

ಉಕ್ತಂ ಭಾಗವತಂ ನಿತ್ಯಂ ಕೃತಂ ಚ ಹರಿಚಿಂತನಮ್ ।
ತುಲಸೀಪೋಷಣಂ ಚೈವ ಧೇನೂನಾಂ ಸೇವನಂ ಸಮಮ್			॥೨೮॥

ಅಂತಕಾಲೇ ತು ಯೇನೈವ ಶ್ರೂಯತೇ ಶುಕಶಾಸ್ತ್ರವಾಕ್ ।
ಪ್ರೀತ್ಯಾ ತಸ್ಯೈವ ವೈಕುಂಠಂ ಗೋವಿಂದೋಪಿ ಪ್ರಯಚ್ಛತಿ			॥೨೯॥

ಹೇಮಸಿಂಹಯುತಂ ಚೈತದ್ವೈಷ್ಣವಾಯ ದದಾತಿ ಚ ।
ಕೃಷ್ಣೇನ ಸಹ ಸಾಯುಜ್ಯಂ ಸ ಪ್ರಮಾಂಲ್ಲಭತೇ ಧ್ರುವಮ್			॥೩೦॥

ಆಜನ್ಮಮಾತ್ರಮಪಿ ಯೇನ ಶಠೇನ ಕಿಂಚಿತ್
ಚಿತ್ತಂ ವಿಧಾಯ ಶುಕಶಾಸ್ತ್ರಕಥಾ ನ ಪೀತಾ |
ಚಾಂಡಾಲವಚ್ಚ ಖಿರವದ್ಭತ ತೇನ ನೀತಂ
ಮಿಥ್ಯಾ ಸ್ವಜನ್ಮ ಜನನೀಜನಿದುಃಖಭಾಜಾ ||೭೧||

ಜೀವಚ್ಛವೋ ನಿಗದಿತಃ ಸ ತು ಪಾಪಕರ್ಮಾ
ಯೇನ ಶ್ರುತಂ ಶುಕಕಥಾವಚನಂ ನ ಕಿಂಚಿತ್ |
ಧಿಕ್ ತಂ ನರಂ ಪಶುಸಮಂ ಭುವಿ ಭಾರರೂಪ-
ಮೇವಂ ವದಂತಿ ದಿವಿ ದೇವಸಮಾಜಮುಖ್ಯಾಃ ||೭೨||

ದುರ್ಲಭ್ಯೈವ ಕಥಾ ಲೋಕೇ ಶ್ರೀಮದ್ಭಾಗವತೋದ್ಭವಾ |
ಕೋಟಿಜನ್ಮಸಮುತ್ಥೇನ ಪುಣ್ಯೇನೈವ ತು ಲಭ್ಯತೇ ||೭೩||

ತೇನ ಯೋಗನಿಧೇ ಧೀಮನ್ ಶ್ರೋತವ್ಯಾ ಸಾ ಪ್ರಯತ್ನತಃ |
ದಿನಾನಾಂ ನಿಯಮೋ ನಾಸ್ತಿ ಸರ್ವದಾ ಶ್ರವಣಂ ಮತಮ್ ||೭೪||

ಸತ್ಯೇನ ಬ್ರಹ್ಮಚರ್ಯೇಣ ಸರ್ವದಾ ಶ್ರವಣಂ ಮತಮ್ |
ಆಶಕ್ತತ್ವಾತ್ಕಲೌ ಬೋಧ್ಯೋ ವಿಶೇಷೋತ್ರ ಶುಕಾಜ್ಞಯಾ ||೭೫||

ಮನೋವೃತ್ತಿಜಯಶ್ಚೈವ ನಿಯಮಾಚರಣಂ ತಥಾ |
ದೀಕ್ಷಾಂ ಕರ್ತುಮಶಕ್ತ್ವಾತ್ಸಪ್ತಾಹಶ್ರವಣಂ ಮತಮ್ ||೭೬||

ಶ್ರದ್ಧತಃ ಶ್ರವಣೇ ನಿತ್ಯಂ ಮಾಘೇ ತಾವದ್ಧಿ ಯತ್ಫಲಮ್ |
ತತ್ಫಲಂ ಶುಕದೇವೇನ ಸಪ್ತಾಹಶ್ರವಣೇ ಕೃತಮ್ ||೭೭||

ಮನಸಶ್ಚಾಜಯಾದ್ರೋಗಾತ್ಪುಂಸಾಂ ಚೈವಾಯುಷಃ ಕ್ಷಯಾತ್ |
ಕಲೇರ್ದೋಷಬಹುತ್ವಾಚ್ಚ ಸಪ್ತಾಹಶ್ರವಣಂ ಮತಮ್ ||೭೮||

ಯತ್ಫಲಂ ನಾಸ್ತಿ ತಪಸಾ ನ ಯೋಗೇನ ಸಮಾಧಿನಾ |
ಅನಾಯಾಸೇನ ತತ್ಸರ್ವಂ ಸಪ್ತಾಹಶ್ರವಣೇ ಲಭೇತ್ ||೭೯||

ಯಜ್ಞಾದರ್ಜತಿ ಸಪ್ತಾಹಃ ಸಪ್ತಾಹೋ ಗರ್ಜತಿ ವ್ರತಾತ್ |
ತಪಸೋ ಗರ್ಜತಿ ಪ್ರೋಚ್ಚೈಸ್ತೀರ್ಥಾನ್ನಿತ್ಯಂ ಹಿ ಗರ್ಜತಿ ||೮೦||

ಯೋಗಾದರ್ಜತಿ ಸಪ್ತಾಹೋ ಧ್ಯಾನಾಜ್ಞಾನಾರ್ಥ ಗರ್ಜತಿ ।
ಕಿಂ ಬ್ರೂಮೋ ಗರ್ಜನಂ ತಸ್ಯ ರೇ ರೇ ಗರ್ಜತಿ ಗರ್ಜತಿ			॥೫೭॥

ಶೌನಕ ಉವಾಚ—
ಸಾಶ್ಚರ್ಯಮೇತತ್ಕಥಿತಂ ಕಥಾನಕಂ
ಜ್ಞಾನಾದಿಧರ್ಮಾನ್ವಿಗಣಯ್ಯ ಸಾಂಪ್ರತಮ್ ।
ನಿಃಶ್ರೇಯಸೇ ಭಾಗವತಂ ಪುರಾಣಂ
ಜಾತಂ ಕುತೋ ಯೋಗವಿದಾದಿಸೂಚಕಮ್			॥ ೫೨ ॥

ಸೂತ ಉವಾಚ—
ಯದಾ ಕೃಷ್ಣೋ ಧರಾಂ ತ್ಯಕ್ತ್ವಾ ಸ್ವಪದಂ ಗಂತುಮುದ್ಯತಃ ।
ಏಕಾದಶಂ ಪರಿಶ್ರುತ್ಯಾಪ್ಯುದ್ಧವೋ ವಾಕ್ಯಮಬ್ರವೀತ್			॥೫೪॥

ಉದ್ಧವ ಉವಾಚ—
ತ್ವಂ ತು ಯಾಸ್ಯಸಿ ಗೋವಿಂದ ಭಕ್ತಕಾರ್ಯಂ ವಿಧಾಯ ಚ ।
ಮಚ್ಚಿತ್ತೇ ಮಹತೀ ಚಿಂತಾ ತಾಂ ಶ್ರುತ್ವಾ ಸುಖಿಮಾವಹ			॥೫೫॥

ಆಗತೋಽಯಂ ಕಲಿರ್ಘೋರೋ ಭವಿಷ್ಯಂತಿ ಪುನಃ ಖಲಾಃ ।
ತತ್ಸಂಗೇನೈವ ಸಂತೋಽಪಿ ಗಮಿಷ್ಯಂತ್ಯುಗ್ರತಾಂ ಯದಾ			॥೫೬॥

ತದಾ ಭಾರವತೀ ಭೂಮಿರ್ಗೋರೂಪೇಯಂ ಕಮಾಶ್ರಯೇತ್ ।
ಅನ್ಯೋ ನ ದೃಶ್ಯತೇ ತ್ರಾತಾ ತತ್ತಃ ಕಮಲಲೋಚನ			॥೫೭॥

ಅತಃ ಸತ್ಸು ದಯಾಂ ಕೃತ್ವಾ ಭಕ್ತವತ್ಸಲ ಮಾ ವ್ರಜ ।
ಭಕ್ತಾರ್ಥಂ ಸಗುಣೋ ಜಾತೋ ನಿರಾಕಾರೋಽಪಿ ಚಿನ್ಮಯಃ			॥೫೮॥

ತ್ವದ್ವಿಯೋಗೇನ ತೇ ಭಕ್ತಾಃ ಕಥಂ ಸ್ಥಾಸ್ಯಂತಿ ಭೂತಲೇ ।
ನಿರ್ಗುಣೋಪಾಸನೇ ಕಷ್ಟಮತಃ ಕಿಂಚಿದ್ವಿಚಾರಯ			॥೫೯॥

ಇತ್ಯುದ್ಧವವಚಃ ಶ್ರುತ್ವಾ ಪ್ರಭಾಸೇಽಚಿಂತಯದ್ಧರಿಃ ।
ಭಕ್ತಾವಲಂಬನಾರ್ಥಾಯ ಕಿಂ ವಿಧೇಯಂ ಮಯೇತಿ ಚ			॥೬೦॥

ಸ್ವಕೀಯಂ ಯದ್ಭವೇತ್ತೇಜಸ್ತದ್ಭ ಭಾಗವತೇಽದಧಾತ್ ।
ತಿರೋಧಾಯ ಪ್ರವಿಷ್ಟೋಽಯಂ ಶ್ರೀಮದ್ಭಾಗವತಾರ್ಣವಮ್			॥೬೦॥

ತೇನೇಯಂ ವಾಙ್ಮಯೀ ಮೂರ್ತಿಃ ಪ್ರತ್ಯಕ್ಷಾ ವರ್ತತೇ ಹರೇಃ ।
ಸೇವನಾಚ್ಛ್ರವಣಾತ್ಸ್ವಾಠಾದ್ದರ್ಶನಾತ್ಪಾಪನಾಶಿನೀ   ॥೯೨॥

ಸಪ್ತಾಹಶ್ರವಣಂ ತೇನ ಸರ್ವೇಭ್ಯೋಽಪ್ಯಧಿಕಂ ಕೃತಮ್ ।
ಸಾಧನಾನಿ ತಿರಸ್ಕೃತ್ಯ ಕಲೌ ಧರ್ಮೋಽಯಮೀರಿತಃ   ॥೯೩॥

ದುಃಖದಾರಿದ್ರದೌರ್ಭಾಗ್ಯಪಾಪಪ್ರಕ್ಷಾಲನಾಯ ಚ ।
ಕಾಮಕ್ರೋಧಜಯಾರ್ಥಂ ಹಿ ಕಲೌ ಧರ್ಮೋಽಯಮೀರಿತಃ ॥೯೪॥

ಅನ್ಯಥಾ ವೈಷ್ಣವೀ ಮಾಯಾ ದೇವೈರಪಿ ಸುದುಸ್ತ್ಯಜಾ ।
ಕಥಂ ತ್ಯಾಜ್ಯಾ ಭವೇತ್ಪುಂಭಿಃ ಸಪ್ತಾಹೋಽತಃಪ್ರಕೀರ್ತಿತಃ   ॥೯೫॥

ಸೂತ ಉವಾಚ—
ಏವಂ ನಗಾಹಶ್ರವಣೋರುಧರ್ಮೇ
ಪ್ರಕಾಶ್ಯಮಾನೇ ಋಷಿಭಿಃ ಸಭಾಯಾಮ್ ।
ಆಶ್ಚರ್ಯಮೇಕಂ ಸಮಭೂತ್ತದಾನೀಂ
ತದುಚ್ಯತೇ ಸಂಶೃಣು ಶೌನಕ ತ್ವಮ್   ॥ ೯೬ ॥

ಭಕ್ತಿಃ ಸುತೌ ತೌ ತರುಣೌ ಗೃಹಿತ್ವಾ
ಪ್ರೇಮೈಕರೂಪಾ ಸಹಸಾಽವಿರಾಸೀತ್ ।
ಶ್ರೀಕೃಷ್ಣಗೋವಿಂದ ಹರೇ ಮುರಾರೇ
ನಾಥೇತಿ ನಾಮಾನಿ ಮುಹುರ್ವದಂತೀ   ॥ ೯೭ ॥

ತಾಂ ಚಾಗತಾಂ ಭಾಗವತಾರ್ಥಭೂಷಾಂ
ಸುಚಾರುವೇಷಾಂ ದದೃಶುಃ ಸದಸ್ಯಾಃ ।
ಕಥಂ ಪ್ರವಿಷ್ಟಾ ಕಥಮಾಗತೇಯಂ
ಮಧ್ಯೇ ಮುನೀನಾಮಿತಿ ತರ್ಕಯಂತಃ   ॥ ೯೮ ॥

ಊಚುಃ ಕುಮಾರಾ ವಚನಂ ತದಾನೀಂ
ಕಥಾರ್ಥತೋ ನಿಷ್ಪತಿತಾಧುನೇಯಮ್ ।
ಏವಂ ಗಿರಃ ಸಾ ಸಸುತಾ ನಿಶಮ್ಯ
ಸನತ್ಕುಮಾರಂ ನಿಜಗಾದ ನಮ್ರಾ   ॥ ೯೯ ॥

ಭಕ್ತಿರುವಾಚ—
ಭವದ್ಭಿರದ್ಯೈವ ಕೃತಾಸ್ಮಿ ಪುಷ್ಟಾ
ಕಲಿಪ್ರಣಷ್ಟಾಪಿ ಕಥಾರಸೇನ ।
ಕ್ವಾಹಂ ತು ತಿಷ್ಠಮ್ಯಧನಾ ಬ್ರುವಂತು
ಬ್ರಾಹ್ಮ ಇದಂ ತಾಂ ಗಿರಮೂಚಿರೇ ತೇ   ॥ ೨೦ ॥

ಭಕ್ತೇಷು ಗೋವಿಂದ ಸ್ವರೂಪಕತ್ರೀೕ
ಪ್ರೇಮೈಕಧತ್ರೀೕ ಭವರೋಗಹಂತ್ರೀ ।
ಸಾ ತ್ವಂ ಚ ತಿಷ್ಠ ಸ್ವ ಸುಧೈರ್ಯಸಂಶ್ರಯಾ
ನಿರಂತರಂ ವೈಷ್ಣವಮಾನಸಾನಿ   ॥ ೨೧ ॥

ತತೋಽಪಿ ದೋಷಾಃ ಕಲಿಜಾ ಇಮೇ ತ್ವಾಂ
ದ್ರಷ್ಟುಂ ನ ಶಕ್ತಾಃ ಪ್ರಭವೋಽಪಿ ಲೋಕೇ ।
ಏವಂ ತದಾಜ್ಞಾವಸರೇಽಪಿ ಭಕ್ತಿಃ
ತದಾ ನಿಷಣ್ಣಾ ಹರಿದಾಸಚಿತ್ತೇ   ॥ ೨೨ ॥

ಸಕಲಭುವನಮಧ್ಯೇ ನಿರ್ಧನಾಸ್ತೇಽಪಿ ಧನ್ಯಾ
ನಿವಸತಿ ಹೃದಿ ಯೇಷಾಂ ಶ್ರೀಹರೇರ್ಭಕ್ತಿರೇಕಾ ।
ಹರಿರಪಿ ನಿಜಲೋಕಂ ಸರ್ವಥಾತೋ ವಿಹಾಯ
ಪ್ರವಿಶತಿ ಹೃದಿ ತೇಷಾಂ ಭಕ್ತಿಸೂತ್ರೋಪನದ್ಧಃ   ॥ ೨೩ ॥

ಬ್ರೂಮೋದ್ಯ ತೇ ಕಿಮಧಿಕಂ ಮಹಿಮಾನಮೇವಂ
ಬ್ರಹ್ಮಾತ್ಮಕಸ್ಯ ಭುವಿ ಭಾಗವತಾಭಿಧಸ್ಯ ।
ಯತ್ಸಂಶ್ರಯಾನ್ನಿಗದಿತೇ ಲಭತೇ ಸುವಕ್ತಾ
ಶ್ರೋತಾಪಿ ಕೃಷ್ಣ ಸಮತಾಮಲಮನ್ಯಧರ್ಮ್ಯಃ   ॥ ೨೪ ॥

॥ ಇತಿ ಶ್ರೀ ಪದ್ಮಪುರಾಣೇ ಉತ್ತರಖಂಡೇ
ಶ್ರೀಮದ್ಭಾಗವತಮಾಹಾತ್ಮ್ಯೇ ಭಕ್ತಿಕಷ್ಟನಿವರ್ತನಂ ನಾಮ
ತೃತಿಯೋಽಧ್ಯಾಯಃ ॥ ೩ ॥

ಅಧ್ಯಾಯ– ೨

(ಜ್ಞಾನ, ವೈರಾಗ್ಯ ಸಹಿತ ಭಕ್ತಿದೇವಿಯ ಕಷ್ಟನಿವೃತ್ತಿ ಮತ್ತು ಭಕ್ತಿಯ ಸ್ಥಾಪನೆ)

ನಾರದರು ಸನಕಾದಿ ಮುನಿಗಳಿಗೆ ಹೇಳುತ್ತಾರೆ –

ಜ್ಞಾನಯಜ್ಞಂ ಕರಿಷ್ಯಾಮಿ ಶುಕಶಾಸ್ತ್ರಕಥೋಜ್ಜ್ವಲಮ್ ।
ಭಕ್ತಿಜ್ಞಾನವಿರಾಗಾಣಾಂ ಸ್ಥಾಪನಾರ್ಥಂ ಪ್ರಯತ್ನತಃ   ॥೨–೧॥

''ಭೋ ಸನಕಾದಿ ಮುನೀಶ್ವರರೇ! ತಾವು ತಿಳಿಸಿದಂತೆ ಭಕ್ತಿ, ಜ್ಞಾನ, ವೈರಾಗ್ಯ ಇವುಗಳನ್ನು ಸ್ಥಾಪಿಸಲು ನಾನು ಪ್ರಯತ್ನಪೂರ್ವಕ ಶ್ರೀ ಶುಕಮುನಿಗಳು ಹೇಳಿರುವ ಭಾಗವತ ಶಾಸ್ತ್ರವನ್ನು ಕಥೆಯ ಮೂಲಕ ಪ್ರಕಾಶಪಡಿಸಲು ಉಜ್ಜ್ವಲವಾದ ಜ್ಞಾನಯಜ್ಞವನ್ನು ನಡೆಸುವೆನು. ನಾನು ಈ ಯಜ್ಞವನ್ನು ಎಲ್ಲಿ ಮಾಡಬೇಕು? ಇದಕ್ಕಾಗಿ ಯಾವುದಾದರೂ ಯೋಗ್ಯ ಸ್ಥಾನವನ್ನು ತಾವು ತಿಳಿಸಬೇಕು. ನೀವು ವೇದಪಾರಂಗತರು. ಆದ್ದರಿಂದ ಶುಕಶಾಸ್ತ್ರವೆಂದು ಪ್ರಸಿದ್ಧವಾಗಿರುವ ಭಾಗವತದ ಮಹಾತ್ಮೆಯನ್ನು ತಿಳಿಸಿರಿ. ಶ್ರೀಮದ್ಭಾಗವತದ ಕಥೆಯನ್ನು ಎಷ್ಟು ದಿನ ಹೇಳಬೇಕು? ಇದನ್ನು ಕೇಳುವ ವಿಧಾನವೆಂತು? ಇದೆಲ್ಲವನ್ನೂ ದಯ ಮಾಡಿ ತಿಳಿಸಿರಿ. ಆಗ ಸನಕಾದಿಗಳು ನಾರದರಿಗೆ ಹೇಳುತ್ತಾರೆ–ಭೋ ನಾರದ ಮಹರ್ಷಿಗಳೇ! ಕೇಳಿರಿ. ನೀವು ನಡೆಸ ಬೇಕೆಂದಿರುವ ಭಾಗವತ ಜ್ಞಾನಸೂತ್ರಕ್ಕೆ ಹರಿದ್ವಾರ ಕ್ಷೇತ್ರದ ಸಮೀಪದಲ್ಲಿ ಆನಂದನಾಮಕ ಗಂಗಾತಟವು ಯೋಗ್ಯವಾದ ಸ್ಥಾನವಾಗಿದೆ. ಅದು ಅನೇಕ ಋಷಿ–ಮುನಿಗಳು ಹಾಗೂ ದೇವತೆಗಳಿಂದ ಸುಶೋಭಿತವಾದ ಅತ್ಯಂತ ಪವಿತ್ರವಾದ ಏಕಾಂತ ಹಾಗೂ ರಮಣೀಯವಾದ ಸ್ಥಳವಾಗಿದೆ. ಅಲ್ಲಿಗೆ ಹೋದಾಗ ಮನುಷ್ಯರ ಹೃದಯದಲ್ಲಿಯ ವೈರ ಭಾವನೆಯು ಹೊರಟು ಹೋಗುವುದು. ನೀವು ಅಲ್ಲಿಯೇ ಜ್ಞಾನಯಜ್ಞವನ್ನು ಪ್ರಾರಂಭಿಸಿರಿ. ಅಲ್ಲಿ ನೀವು ನಡೆಸುವ ರಸಮಯವಾದ ಭಾಗವತ ಪ್ರವಚನದ ಶಬ್ದವು ಕಿವಿ ಗಳಲ್ಲಿ ಬೀಳುತ್ತಲೇ ಭಕ್ತಿ, ಜ್ಞಾನ, ವೈರಾಗ್ಯ ಈ ಮೂವರು ತಾರುಣ್ಯಾವಸ್ಥೆಯನ್ನು ಹೊಂದಿ ನೀವಿರುವ ಸ್ಥಳಕ್ಕೆ ಹೊರಟು ಬರುವರು.''

ಸೂತರು ನುಡಿಯುತ್ತಾರೆ – ''ಶೌನಕರೇ! ಈ ರೀತಿ ಹೇಳಿ ಸನಕಾದಿ

ಮುನಿಗಳು ನಾರದರನ್ನು ಕರೆದುಕೊಂಡು ಗಂಗಾತಟಕ್ಕೆ ಹೋದರು. ಇವರು ಅಲ್ಲಿಗೆ ಬಂದಿರುವ ಸಮಾಚಾರವು ಮೂರೂ ಲೋಕಗಳಲ್ಲಿ ಪಸರಿಸುತ್ತಲೇ ನಾಲ್ಕೂ ದಿಕ್ಕುಗಳಿಂದ ಅಸಂಖ್ಯ, ಭಗವದ್ಭಕ್ತರು, ಭೃಗು, ವಸಿಷ್ಠ, ಚ್ಯವನ, ಗೌತಮ, ಪರಶುರಾಮ, ವಿಶ್ವಾಮಿತ್ರ, ವ್ಯಾಸ, ಪರಾಶರ, ಮೊದಲಾದ ಋಷಿ–ಮಹರ್ಷಿಗಳು ತಮ್ಮ ಶಿಷ್ಯ ಮತ್ತು ಪತ್ನೀ–ಪುತ್ರರೊಂದಿಗೆ ಶ್ರೀಮದ್ಭಾಗವತ ಕಥಾರೂಪೀ ಅಮೃತದ ಪಾನ ಮಾಡಲು ಆ ಸ್ಥಳಕ್ಕೆ ಧಾವಿಸಿ ಬಂದರು. ಇವರಲ್ಲೇ ಗಂಗಾದಿ ಪ್ರಮುಖ ಪುಣ್ಯ ನದಿಗಳ ಅಭಿಮಾನಿ ದೇವತೆಗಳು, ತೀರ್ಥ–ಕ್ಷೇತ್ರ– ಪುಣ್ಯವನ ಮೊದಲಾದವುಗಳ ಅಭಿಮಾನಿ ದೇವಗಣಗಳು ಅಲ್ಲಿ ಬಂದು ಉಪಸ್ಥಿತರಾದರು. ಹೀಗೆ ಆ ಸ್ಥಳದಲ್ಲಿ ದೇವತೆ ಗಳು, ಋಷಿಮುನಿಗಳು ಹಾಗೂ ಮನುಷ್ಯರ ಒಂದು ದೊಡ್ಡ ಸಮಾರೋಹವೇ ಏರ್ಪಟ್ಟಿತು. ಜಯ ಜಯಕಾರಗಳಿಂದಲೂ, ನಮಃಶಬ್ದ, ಶಂಖಧ್ವನಿ ಗಳಿಂದಲೂ, ಸುಗಂಧಿತ ಜಲ ಮತ್ತು ಗುಲಾಲ, ಪುಷ್ಪವೃಷ್ಟಿಗಳಿಂದಲೂ ಆ ಸ್ಥಳವು ರಮಣೀಯವಾಗಿಯೂ ವರ್ಣರಂಜಿತವಾಗಿಯೂ ಶೋಭಿಸ ತೊಡಗಿತು. ದೇವವಿಮಾನಗಳಲ್ಲಿ ಆರೂಢರಾಗಿದ್ದ ದೇವತೆಗಳು ಮೇಲಿನಿಂದ ಕಲ್ಪವೃಕ್ಷದ ಪುಷ್ಪಗಳನ್ನು ಸುರಿಸತೊಡಗಿದರು. ಭಗವತ್ಕಥೆಗಳನ್ನು ಕೇಳುವಲ್ಲಿ ಅನಾಸಕ್ತರಾಗಿದ್ದ ಕೆಲವರನ್ನು ಭೃಗುಮುನಿಗಳು ಸ್ವಯಂಪ್ರೇರಿತರಾಗಿ ಬರುವಂತೆ ಮಾಡಿ ಕರೆತಂದರು. ಹೀಗೆ ಎಲ್ಲರೂ ಗಂಗಾತಟದಲ್ಲಿ ಸಮ್ಮಿಲಿತ ರಾಗಿ ತಮ್ಮ ತಮ್ಮ ಆಸನಗಳಲ್ಲಿ ಕಥಾಶ್ರವಣ ಮಾಡಲು ಕುತೂಹಲರಾಗಿ ಕುಳಿತಾಗ ನಾಲ್ಕು ಕುಮಾರರಲ್ಲಿ ಹಿರಿಯರಾದ ಶ್ರೀಸನತ್ಕುಮಾರರು ಭಾಗವತದ ಮಹಾತ್ಮೆಯನ್ನು ಹೇಳಲು ಪ್ರಾರಂಭಿಸಿದರು –

ಸದಾ ಸೇವ್ಯಾ ಸದಾ ಸೇವ್ಯಾ ಶ್ರೀಮದ್ಭಾಗವತೀ ಕಥಾ ।
ಯಸ್ಯಾಃ ಶ್ರವಣಮಾತ್ರೇಣ ಹರಿಶ್ಚಿತ್ತಂ ಸಮಾಶ್ರಯೇತ್ ॥

      – ಹೇ ನಾರದಾದಿ ಮಹರ್ಷಿಗಳೇ! ಶ್ರೀಮದ್ಭಾಗವತವನ್ನು ಸದಾ ಶ್ರವಣ ಮಾಡಬೇಕು. ಇದರಿಂದ ಭಗವಾನ್ ಶ್ರೀಕೃಷ್ಣನು ಕಥಾಶ್ರವಣ ಮಾಡುವವರ ಹೃದಯದಲ್ಲಿ ಬಂದು ನೆಲೆಸುತ್ತಾನೆ. ಮುಕ್ತಿ ಪ್ರಧಾನ ಮಾಡಲು ಶ್ರೀಮದ್ಭಾಗವತವೊಂದೇ ಸಮರ್ಥ ಸಾಧನವಾಗಿದೆ. ಗಂಗಾದಿ ತೀರ್ಥಗಳಾಗಲಿ, ಕಾಶೀ ಗಯಾದಿ ಕ್ಷೇತ್ರಗಳಾಗಲಿ, ಈ ಭಾಗವತ

ಕಥಾಶ್ರವಣಕ್ಕೆ ಸಮಾನವಾಗಲಾರವು. ಸದ್ಗತಿಯನ್ನು ಬಯಸುವವರು ಈ ಭಾಗವತ ಪುರಾಣದೊಳಗಿನ ಒಂದು ಅಥವಾ ಅರ್ಧಶ್ಲೋಕವನ್ನಾದರೂ ನಿತ್ಯ ತಪ್ಪದೇ ಪಠಿಸಬೇಕು. ಯಾರು ಪ್ರತಿದಿನ ಭಾಗವತದ ಅರ್ಥವನ್ನು ಲೋಕಭಾಷೆ ಯಲ್ಲಿ ಸುಲಭವಾಗಿ ಅರ್ಥವಾಗುವಂತೆ ಹೇಳುವರೋ ಕೋಟಿ ಕೋಟಿ ಜನ್ಮಗಳಲ್ಲಿ ಮಾಡಿದ ಆವರ ಪಾಪಗಳೆಲ್ಲ ನಾಶವಾಗಿ ಹೋಗುವವು. ಮರಣ ಕಾಲದಲ್ಲಿ ಯಾರ ಕಿವಿಗಳಲ್ಲಿ ಭಾಗವತ ಕಥಾಮೃತದ ಧ್ವನಿಯು ಬೀಳುವದೋ ಆವರು ನೇರವಾಗಿ ವೈಕುಂಠ ಲೋಕಕ್ಕೆ ಹೋಗುವರು. ಯಾರು ಸುವರ್ಣದ ಸಿಂಹಾಸನದಲ್ಲಿ ಶ್ರೀಮದ್ಭಾಗವತ ಗ್ರಂಥವನ್ನಿಟ್ಟು ಅಲಂಕರಿಸಿ ಯೋಗ್ಯ ವಿಷ್ಣುಭಕ್ತನಿಗೆ ದಾನ ಮಾಡುವರೋ ಆವರು ಭಗವಾನ್ ಶ್ರೀಕೃಷ್ಣನೊಂದಿಗೆ ಸಾಯುಜ್ಯ ಮುಕ್ತಿಯನ್ನು ಪಡೆಯುತ್ತಾರೆ.

ಆಜನ್ಮಮಾತ್ರಮಪಿ ಯೇನ ಶಶೇನ ಕಿಂಚಿತ್
ಚಿತ್ತಂ ವಿಧಾಯ ಶುಕಶಾಸ್ತ್ರಕಥಾ ನ ಪೀತಾ ।
ಚಾಂಡಾಲವಚ್ಚ ಖಿರವದ್ ಬತ ತೇನ ನೀತಂ
ಮಿಥ್ಯಾ ಸ್ವಜನ್ಮ ಜನನೀಜನಿದುಃಖಭಾಜಾ   ॥೧–೪೧॥

ಇಂಥ ಮಹಿಮೋಪೇತವಾದ ಶ್ರೀಮದ್ಭಾಗವತದ ಕಥಾಮೃತವನ್ನು ಜೀವನದಲ್ಲಿ ಏಕಾಗ್ರಚಿತ್ತದಿಂದ ಸ್ವಲ್ಪವೂ ಸೇವಿಸದ ದುಷ್ಟನು ಚಂಡಾಲನೇ ಸರಿ. ಆವನು ಕತ್ತೆಯಂತೆ ತನ್ನ ಜೀವನವನ್ನು ವ್ಯರ್ಥವಾಗಿ ಕಳೆದಿರುವನು. ಆವನು ತನ್ನ ತಾಯಿಗೆ ಪ್ರಸವ ವೇದನೆಯನ್ನು ಕೊಡಲೆಂದೇ ಹುಟ್ಟಿರುವನು. ಪೃಥ್ವಿಗೆ ಭಾರಭೂತನಾದ ಇಂಥ ಪಾಪಿಯನ್ನು ಸ್ವರ್ಗದ ದೇವತೆಗಳೂ ಧಿಕ್ಕರಿಸುತ್ತಾರೆ.

ಭಾಗವತ ಕಥಾಶ್ರವಣವು ಸುಲಭವಾಗಿ ದೊರಕುವಂಥದಲ್ಲ. ಅನೇಕ ಜನ್ಮಗಳಲ್ಲಿ ಸಂಚಿತವಾದ ಪುಣ್ಯ ಸಂಗ್ರಹದ ಫಲವಾಗಿ ದೊರೆಯು– ವುದು. ಇದನ್ನು ಕೇಳುವಲ್ಲಿ ದಿನಗಳ ಯಾವ ನಿಯಮವೂ ಇಲ್ಲ. ಶ್ರದ್ಧಾ–ಭಕ್ತಿ ಯಿಂದ ಇದನ್ನು ಸದಾ ಕೇಳಬಹುದು. ಕಲಿಯುಗದಲ್ಲಿ ಮನುಷ್ಯರ ಆಯುಷ್ಯವು ಅಲ್ಪಕಾಲದ್ದಾಗಿರುತ್ತದೆ. ವಿಘ್ನಗಳು ಬಹಳ, ಯಮ–ನಿಯಮಾದಿ ಸಾಧನ ಗಳೂ ಕಠಿನ. ಆದ್ದರಿಂದ ಶುಕಮುನಿಯ ಆದೇಶಾನುಸಾರ ಸಪ್ತಾಹ ಶ್ರವಣ ಮಾಡಿದರೆ ಜಪ, ತಪ, ಯೋಗ, ಸಮಾಧಿ ಮತ್ತು ಮಾಘಸ್ನಾನಾದಿಗಳಿಂದ ಬರುವುದಕ್ಕಿಂತಲೂ ಅಧಿಕ ಫಲವು ಪ್ರಾಪ್ತವಾಗುವುದು.

ಯೋಗಾದ್ ಗರ್ಜತಿ ಸಪ್ತಾಹೋ ಧ್ಯಾನಾತ್ ಜ್ಞಾನಾಚ್ಚ ಗರ್ಜತಿ ।
ಕಿಂ ಬ್ರೂಮೋ ಗರ್ಜನಂ ತಸ್ಯ ರೇ ರೇ ಗರ್ಜತಿ ಗರ್ಜತಿ   ॥೨–೭೨॥

''ಸಪ್ತಾಹ ಶ್ರವಣದ ಮುಂದೆ ಯೋಗ, ಧ್ಯಾನ, ಜ್ಞಾನ ಮಾಘಸ್ನಾನ
ಇವೆಲ್ಲವುಗಳ ಆರ್ಭಟವ ಕುಗ್ಗಿ ಹೋಗುತ್ತದೆ. ಉಳಿದೆಲ್ಲ ಸಾಧನಗಳನ್ನು
ತೃಣೀಕರಿಸಿ ಭಾಗವತ ಸಪ್ತಾಹವು ನಿರಂತರ ಸಿಂಹದಂತೆ ಗರ್ಜಿಸುತ್ತಿರುತ್ತದೆ.''

ಭಾಗವತದ ಇಷ್ಟು ಮಹಿಮೆಯನ್ನು ಕೇಳಿದ ಶೌನಕರು –
''ಸೂತಾಚಾರ್ಯರೇ! ಈ ಭಾಗವತ ಪುರಾಣಕ್ಕೆಇಷ್ಟುಘನತೆಯು ಬರುವುದಕ್ಕೆ
ಏನು ಕಾರಣ?'' ಎಂದು ಕೇಳಲು ಸೂತರು ಸನಕಾದಿಗಳು ತಿಳಿಸಿದ್ದನ್ನೇ
ಹೇಳಿದರು – ಶೌನಕರೇ! ಶ್ರೀಕೃಷ್ಣನು ತನ್ನ ಅವತಾರ ಕಾರ್ಯಗಳನ್ನು
ಮುಗಿಸಿ ತನ್ನ ಪರಮ ಧಾಮಕ್ಕೆ ಹೊರಟು ನಿಂತಾಗ ಭಗವದ್ಭಕ್ತನಾದ
ಉದ್ಧವನು – "ಹೇ ಶ್ರೀಕೃಷ್ಣ! ನೀನು ಭೂಲೋಕವನ್ನು ತ್ಯಜಿಸಿದರೆ ಇಲ್ಲಿ
ಕಲಿಯುಗವ ಆಕ್ರಮಿಸುವುದು. ಆಗ ಭಾಗವತ ಧರ್ಮವು ಯಾರನ್ನು
ಆಶ್ರಯಿಸಬೇಕು? ನಮ್ಮ ರಕ್ಷಕರಾರು?" ಎಂದು ಕೇಳಲು ಪರಮ
ದಯಾಳುವಾದ ಶ್ರೀಕೃಷ್ಣನು ತನ್ನೆಲ್ಲ ತೇಜಸ್ಸನ್ನು ಭಾಗವತ ಪುರಾಣದಲ್ಲಿ
ಇರಿಸಿರುವುದಾಗಿಯೂ, ಅದನ್ನೇ ಸೇವಿಸುತ್ತಿರಬೇಕೆಂದೂ ಹೇಳಿ ಒಂದು
ರೂಪದಿಂದ ತಾನು ಭಾಗವತದಲ್ಲಿ ಪ್ರವೇಶಿಸಿದನು.

ಸ್ವಕೀಯಂ ಯದ್ಭವೇತ್ತೇಜಸ್ತಚ್ಚ ಭಾಗವತೇಽದಧಾತ್ ।
ತಿರೋಧಾಯ ಪ್ರವಿಷ್ಟೋಽಯಂ ಶ್ರೀಮದ್ಭಾಗವತಾರ್ಣವಮ್ ॥೨–೬೧॥

ಈ ಕಾರಣದಿಂದ ಈ ಭಾಗವತಕ್ಕೆ ಇಷ್ಟು ಮಹತ್ವವು ಬಂದಿದೆ.
ಇದರ ಶ್ರವಣ, ಪಠಣ ಮತ್ತು ದರ್ಶನ ಮಾತ್ರದಿಂದ ಪಾಪರಾಶಿ ಎಲ್ಲವೂ
ಸುಟ್ಟುಭಸ್ಮವಾಗುವುದು. ಕಲಿಯುಗದಲ್ಲಿ ಭಾಗವತದ "ಸಪ್ತಾಹ ಶ್ರವಣ"ವ
ಅತ್ಯಂತ ಶ್ರೇಷ್ಠವಾಗಿದೆ. ಸನಕಾದಿ ಮಹರ್ಷಿಗಳು ಸಪ್ತಾಹ–ಶ್ರವಣದ
ಮಹತ್ವವನ್ನು ಹೇಳುತ್ತಿದ್ದಂತೆಯೇ ಭಕ್ತಿದೇವಿಯೇ ಜ್ಞಾನ ಮತ್ತು ವೈರಾಗ್ಯ
ಎಂಬ ಇಬ್ಬರು ಪುತ್ರರು ಚೈತನ್ಯ ತುಂಬಿ ತರುಣರಾಗಿ ತಮ್ಮ ತಾಯಿಯೊಂದಿಗೆ
ಭಗವನ್ನಾಮ ಕೀರ್ತನೆಯನ್ನು ಮಾಡುತ್ತ ಗಂಗಾತಟದಲ್ಲಿ ಭಾಗವತ ಸಪ್ತಾಹ
ನಡೆಯುತ್ತಿದ್ದ ಸಭಾಮಂಟಪದಲ್ಲಿ ಪ್ರಕಟಗೊಂಡರು. ಇದನ್ನು ಕಂಡ
ಸಭಿಕರೆಲ್ಲ ಆಶ್ಚರ್ಯಗೊಂಡು ತಮ್ಮ ತಮ್ಮೊಳಗೆ ಹೀಗೆ ಮಾತನಾಡತೊಡಗಿದರು

''ಇದೇನಾಶ್ಚರ್ಯ! ಈ ಭಕ್ತಿದೇವಿಯು ದಿವ್ಯರೂಪವನ್ನು ಧರಿಸಿ ಇಲ್ಲಿ ಹೇಗೆ ಪ್ರತ್ಯಕ್ಷಳಾದಳು?'' ಆಗ ಸನಕಾದಿಗಳು ''ಸಭಿಕರೇ! ಇದು ಭಾಗವತ ಸಪ್ತಾಹ ಶ್ರವಣದ ಮಹಿಮೆ'' ಎಂದು ಹೇಳಿದರು. ಭಕ್ತಿದೇವಿಯು ವಿನಯದಿಂದ ಸನಕಾದಿ ಕುಮಾರರನ್ನು ಕುರಿತು— ''ಪೂಜ್ಯರೇ! ತಾವು ಭಾಗವತಾಮೃತದ ಪಾನ ಮಾಡಿಸಿ ನನ್ನ ಚಿಂತೆಯನ್ನು ದೂರಮಾಡಿದಿರಿ. ನನ್ನ ಮಕ್ಕಳು ಮೊದಲಿನಂತೆ ಚೈತನ್ಯಯುತರಾಗಿದ್ದಾರೆ. ನಾನು ಎಲ್ಲಿ ವಾಸ ಮಾಡಲಿ? ತಾವು ಆದೇಶಿಸಿರಿ.'' ಎಂದೆನಲು ಆಗ ಸನತ್ಕುಮಾರರು – ಹೇ ದೇವಿ! ನೀನು ಸದಾಕಾಲ ಭಗವದ್ಭಕ್ತರ ಹೃದಯದಲ್ಲಿ ವಾಸಿಸು ಎಂದು ಹೇಳಿದರು. ನಾರದರೇ! ಭಾಗವತದ ಮಹಿಮೆಯನ್ನು ಎಷ್ಟೆಂದು ವರ್ಣಿಸಲಿ? ಈ ಭಾಗವತವು ಶ್ರೀಕೃಷ್ಣನ ಸಾಕ್ಷಾತ್ ವಿಗ್ರಹವಾಗಿದೆ. ಇದನ್ನು ಹೇಳುವವರು ಹಾಗೂ ಕೇಳುವವರು ಇಬ್ಬರೂ ಶ್ರೀಕೃಷ್ಣನ ಸಾರೂಪ್ಯವನ್ನು ಹೊಂದುತ್ತಾರೆ. ಆದ್ದರಿಂದ ಶ್ರೀಮದ್ಭಾಗವತವನ್ನು ಬಿಟ್ಟು ಅನ್ಯ ಧರ್ಮಗಳಿಂದೇನು ಪ್ರಯೋಜನ?

|| ಇಲ್ಲಿಗೆ ಶ್ರೀ ಪದ್ಮಪುರಾಣದಲ್ಲಿ ಬರುವ ಭಾಗವತ ಮಹಾತ್ಮೆಯಲ್ಲಿ ೪ ನೆಯ ಅಧ್ಯಾಯವು ಸಮಾಪ್ತವಾಯಿತು. ||

ಪದ್ಮ ಪುರಾಣದ ಭಾಗವತ ಮಹಾತ್ಮೆಯಲ್ಲಿ
ನಾಲ್ಕನೇಯ ಅಧ್ಯಾಯ
ಗೋಕರ್ಣೋಪಾಖ್ಯಾನ

ಸೂತ ಉವಾಚ–
ಅಥ ವೈಷ್ಣವಚಿತ್ತೇಷು ದೃಷ್ಟ್ವ ಭಕ್ತಿಮಲೌಕಿಕೀಮ್ |
ನಿಜಲೋಕಂ ಪರಿತ್ಯಜ್ಯ ಭಗವಾನ್ ಭಕ್ತವತ್ಸಲಃ || ೧ ||

ವನಮಾಲೀ ಘನಶ್ಯಾಮಃ ಪೀತವಾಸಾ ಮನೋಹರಃ |
ಕಾಂಚೀಕಲಾಪರುಚಿರೋ   ಲಸನ್ಮುಕುಟಕುಂಡಲಃ || ೨ ||

ತ್ರಿಭಂಗಲಲಿತಶ್ಚಾರುಕೌಸ್ತುಭೇನ ವಿರಾಜಿತಃ |
ಕೋಟಿಮನ್ಮಥಲಾವಣ್ಯೋ ಹರಿಚಂದನಚರ್ಚಿತಃ || ೩ ||

ಪರಮಾನಂದಚಿನ್ಮೂರ್ತಿರ್ಮಧುರೋ ಮುರಲೀಧರಃ |
ಆವಿವೇಶ ಸ್ವಭಕ್ತಾನಾಂ ಹೃದಯಾನ್ಯಮಲಾನಿ ಚ || ೪ ||

ವೈಕುಂಠವಾಸಿನೋ ಯೇ ಚ ವೈಷ್ಣವಾ ಉದ್ಧವಾದಯಃ |
ತತ್ಕಥಾಶ್ರವಣಾರ್ಥಂ ತೇ ಗೂಢರೂಪೇಣ ಸಂಸ್ಥಿತಾಃ || ೫ ||

ತದಾ ಜಯಜಯಾರಾವೋ ರಸಪುಷ್ಟಿರಲೌಕಿಕೀ |
ಚೂರ್ಣಪ್ರಸೂನವೃಷ್ಟಿಶ್ಚ ಮುಹುಃ ಶಂಖರವೋಽಷ್ಟಭೂತ್ || ೬ ||

ತತ್ಸಭಾಸಂಸ್ಥಿತಾನಾಂ ಚ ದೇಹಗೇಹಾತ್ಮ ವಿಸ್ಮೃತಿಃ |
ದೃಷ್ಟ್ವ ಚ ತನ್ಮಯಾವಸ್ಥಂ ನಾರದೋ ವಾಕ್ಯಮಬ್ರವೀತ್ || ೭ ||

ನಾರದ ಉವಾಚ–
ಅಲೌಕಿಕೋಽಯಂ ಮಹಿಮಾ ಮುನೀಶ್ವರಾಃ
ಸಪ್ತಾಹಜನ್ಮೋಽದ್ಯ ವಿಲೋಕಿತೋ ಮಯಾ |
ಮೂಢಾಃ ಶಠಾ ಯೇ ಪಶುಪಕ್ಷಿಣೋಽತ್ರ
ಸರ್ವೇಽಪಿ ನಿಷ್ಪಾಪತಮಾ ಭವಂತಿ || ೮ ||

ಅತೋ ನೃಲೋಕೇ ನನು ನಾಸ್ತಿ ಕಿಂಚಿ—
ಚ್ಚಿತ್ತಸ್ಯ ಶೋಧಾಯ ಕಲೌ ಪವಿತ್ರಮ್ |
ಅಘೌಘವಿಧ್ವಂಸಕರಂ ತಥೈವ
ಕಥಾಸಮಾನಂ ಭುವಿ ನಾಸ್ತಿ ಚಾನ್ಯತ್ || ೯ ||

ಕೇ ಕೇ ವಿಶುದ್ಧ್ಯಂತಿ ವದಂತು ಮಹ್ಯಂ
ಸಪ್ತಾಹಯಜ್ಞೇನ ಕಥಾಮಯೇನ |
ಕೃಪಾಲುಭಿರ್ಲೋಕಹಿತಂ ವಿಚಾರ್ಯ
ಪ್ರಕಾಶಿತಃ ಕೋಽಪಿ ನವೀನಮಾರ್ಗಃ || ೧೦ ||

ಕುಮಾರಾ ಊಚುಃ—
ಯೇ ಮಾನವಾಃ ಪಾಪಕೃತಸ್ತು ಸರ್ವದಾ
ಸದಾ ದುರಾಚಾರರತಾ ವಿಮಾರ್ಗಗಾಃ |
ಕ್ರೋಧಾಗ್ನಿದಗ್ಧಾಃ ಕುಟಿಲಾಶ್ಚ ಕಾಮಿನಃ
ಸಪ್ತಾಹಯಜ್ಞೇನ ಕಲೌ ಪುನಂತಿ ತೇ || ೧೧ ||

ಸತ್ಯೇನ ಹೀನಾಃ ಪಿತೃಮಾತೃದೂಷಕಾ—
ಸ್ಸ್ವಷ್ಣಕುಲಾಶ್ಚಾಶ್ರಮಧರ್ಮವರ್ಜಿತಾಃ |
ಯೇ ದಾಂಭಿಕಾ ಮತ್ಸರಿಣೋಽಪಿ ಹಿಂಸಕಾಃ
ಸಪ್ತಾಹಯಜ್ಞೇನ ಕಲೌ ಪುನಂತಿ ತೇ || ೧೨ ||

ಪಂಚೋಗ್ರಪಾಪಾಶ್ಚಲಭದ್ಮಕಾರಿಣಃ
ಕ್ರೂರಾಃ ಪಿಶಾಚಾ ಇವ ನಿರ್ದಯಾಶ್ಚ ಯೇ |
ಬ್ರಹ್ಮಸ್ವಪುಷ್ಟಾ ವ್ಯಭಿಚಾರಕಾರಿಣಃ
ಸಪ್ತಾಹಯಜ್ಞೇನ ಕಲೌ ಪುನಂತಿ ತೇ || ೧೩ ||

ಕಾಯೇನ ವಾಚಾ ಮನಸಾಪಿ ಪಾತಕಂ
ನಿತ್ಯಂ ಪ್ರಕುರ್ವಂತಿ ಶಠಾ ಹಠೇನ ಯೇ |
ಪರಸ್ವಪುಷ್ಟಾ ಮಲಿನಾ ದುರಾಶಯಾಃ
ಸಪ್ತಾಹಯಜ್ಞೇನ ಕಲೌ ಪುನಂತಿ ತೇ || ೧೪ ||

ಅತ್ರ ತೇ ಕೀರ್ತಯಿಷ್ಯಾಮ ಇತಿಹಾಸಂ ಪುರಾತನಮ್ |
ಯಸ್ಯ ಶ್ರವಣಮಾತ್ರೇಣ ಪಾಪಹಾನಿಃ ಪ್ರಜಾಯತೇ ||೧೭||

ತುಂಗಭದ್ರಾತಟೇ ಪೂರ್ವಮಭೂತತ್ತ್ವನಮುತ್ತಮಮ್ |
ಯತ್ರ ವರ್ಣಾಃ ಸ್ವಧರ್ಮೇಣ ಸತ್ಯಸತ್ಕರ್ಮತತ್ಪರಾಃ ||೧೮||

ಆತ್ಮದೇವಃ ಪುರೇ ತಸ್ಮಿನ್ ಸರ್ವವೇದವಿಶಾರದಃ |
ಶ್ರೌತಸ್ಮಾರ್ತೇಷು ನಿಷ್ಠಾತೋ ದ್ವಿತೀಯ ಇವ ಭಾಸ್ಕರಃ ||೧೮||

ಭಿಕ್ಷುಕೋ ವಿತ್ತವಾಂಲ್ಲೋಕೇ ತತ್ಪ್ರಿಯಾ ಧುಂಧುಲೀ ಸ್ಮೃತಾ |
ಸ್ವವಾಕ್ಯಸ್ಥಾಪಿಕಾ ನಿತ್ಯಂ ಸುಂದರೀ ಸುಕುಲೋದ್ಭವಾ ||೧೯||

ಲೋಕವಾರ್ತಾ ರತಾ ಕ್ರೂರಾ ಪ್ರಾಯಶೋ ಬಹುಜಲ್ಪಿಕಾ |
ಶೂರಾ ಚ ಗೃಹಕೃತ್ಯೇಷು ಕೃಪಣಾ ಕಲಹಪ್ರಿಯಾ ||೧೯||

ಏವಂ ನಿವಸತೋಃ ಪ್ರೇಮ್ಣಾ ದಂಪತ್ಯೋ ರಮಮಾಣಯೋಃ |
ಅರ್ಥಾಃ ಕಾಮಾಸ್ತಯೋರಾಸನ್ನ ಸುಖಾಯ ಗೃಹಾದಿಕಮ್ ||೨೦||

ಪಶ್ಚಾದ್ಧರ್ಮಾಃ ಸಮಾರಬ್ಧಾಸ್ತಾಭ್ಯಾಂ ಸಂತಾನಹೇತವೇ |
ಗೋಭೂಹಿರಣ್ಯವಾಸಾಂಸಿ ದೀನೇಭ್ಯೋ ಯಚ್ಛತಃ ಸದಾ ||೨೧||

ಧನಾರ್ಥಂ ಧರ್ಮಮಾರ್ಗೇಣ ತಾಭ್ಯಂ ನೀತಂ ತಥಾಪಿ ಚ |
ನ ಪುತ್ರೋ ನಾಪಿ ವಾ ಪುತ್ರೀ ತತಶ್ಚಿಂತಾತುರೋ ಭೃಶಮ್ ||೨೨||

ಏಕದಾ ಸ ದ್ವಿಜೋ ದುಃಖಾದ್ಗೃಹಂ ತ್ಯಕ್ತ್ವಾ ವನಂ ಗತಃ |
ಮಧ್ಯಾಹ್ನೇ ತೃಷಿತೋ ಜಾತಸ್ತಟಾಕಂ ಸಮುಪೇಯಿವಾನ್ ||೨೩||

ಪೀತ್ವಾ ಜಲಂ ನಿಷಣ್ಣಸ್ತು ಪ್ರಜಾದುಃಖೀನ ಕರ್ಶಿತಃ |
ಮುಹೂರ್ತಾದಪಿ ತತ್ರೈವ ಸಂನ್ಯಾಸೀ ಕಶ್ಚಿದಾಗತಃ ||೨೪||

ದೃಷ್ಟ್ವಾಪೀತಜಲಂ ತಂ ತು ವಿಪ್ರೋ ಯಾತಸ್ತದಂತಿಕಮ್ |
ನತ್ವಾ ಚ ಪಾದಯೋಸ್ತಸ್ಯ ನಿಃಶ್ವಸನ್ ಸಂಸ್ಥಿತಃ ಪುರಃ ||೨೫||

ಯತಿರುವಾಚ–
ಕಥಂ ರೋದಿಷಿ ವಿಪ್ರ ತ್ವಂ ಕಾ ತೇ ಚಿಂತಾ ಬಲೀಯಸೀ |
ವದ ತ್ವಂ ಸತ್ವರಂ ಮಹ್ಯಂ ಸ್ವಸ್ಯ ದುಃಖಸ್ಯ ಕಾರಣಮ್ ||೨೬||

ಬ್ರಾಹ್ಮಣ ಉವಾಚ–
ಕಿಂ ಬ್ರವೀಮಿ ಖುಷೇ ದುಃಖಂ ಪೂರ್ವಪಾಪೇನ ಸಂಚಿತಮ್ |
ಮದೀಯಾಃ ಪೂರ್ವಜಾಸ್ತೋಯಂ ಕಫೋಷ್ಣಮುಪಭುಂಜತೇ ||೨೭||

ಮದ್ದತ್ತಂ ನೈವ ಗೃಹ್ಣಂತಿ ಪ್ರೀತ್ಯಾ ದೇವಾ ದ್ವಿಜಾತಯಃ |
ಪ್ರಜಾದುಃಖೀನ ಶೂನ್ಯೋತಹಂ ಪ್ರಾಣಾಂಸ್ತ್ಯಕ್ತುಮಿಹಾಗತಃ ||೨೮||

ಧಿಗ್ಜೀವಿತಂ ಪ್ರಜಾಹೀನಂ ಧಿಗ್ಗೃಹಂ ಚ ಪ್ರಜಾಂ ವಿನಾ |
ಧಿಗ್ಧನಂ ಚಾನಪತ್ಯಸ್ಯ ಧಿಕ್ಕುಲಂ ಸಂತತಿಂ ವಿನಾ ||೨೯||

ಪಾಲ್ಯತೇ ಯಾ ಮಯಾ ಧೇನುಃ
ಸಾ ವಂಧ್ಯಾ ಸರ್ವಥಾ ಭವೇತ್ |
ಯೋ ಮಯಾ ರೋಪಿತೋ ವೃಕ್ಷಃ
ಸೋತಪಿ ವಂಧ್ಯತ್ವಮಾಶ್ರಯೇತ್ ||೩೦||

ಯತ್ಫಲಂ ಮದ್ಗೃಹಾಯಾತಂ ತಚ್ಚ ಶೀಘ್ರಂ ವಿನಶ್ಯತಿ |
ನಿರ್ಭಾಗ್ಯಸ್ಯಾನಪತ್ಯಸ್ಯ ಕಿಮತೋ ಜೀವಿತೇನ ಮೇ ||೩೧||

ಇತ್ಯುಕ್ತ್ವಾ ಸ ರುರೋದೋಚ್ಚೈಸ್ತ್ವಾರ್ಸ್ವಂ ದುಃಖಪೀಡಿತಃ |
ತದಾ ತಸ್ಯ ಯತೇಶ್ಚಿತ್ತೇ ಕರುಣಾಭೂದುದರ್ಗೀಯಸೀ ||೩೨||

ತದ್ಬಾಲಾಕ್ಷರಮಾಲಾಂ ಚ ವಾಚಯಾಮಾಸ ಯೋಗವಾನ್ |
ಸರ್ವಂ ಜ್ಞಾತ್ವಾ ಯತಿಃ ಪಶ್ಚಾದ್ವಿಪ್ರಮೂಚೇ ಸವಿಸ್ತರಮ್ ||೩೩||

ಯತಿರುವಾಚ–

ಮುಂಚಾಜ್ಞಾನಂ ಪ್ರಜಾರೂಪಂ ಬಲಿಷ್ಠಾ ಕರ್ಮಣೋ ಗತಿಃ |
ವಿವೇಕಂ ತು ಸಮಾಸಾದ್ಯ ತ್ಯಜ ಸಂಸಾರವಾಸನಾಮ್ ||೩೪||

ಶೃಣು ವಿಪ್ರ ಮಯಾ ತೇಽದ್ಯ ಪ್ರಾರಬ್ಧಂ ತು ವಿಲೋಕಿತಮ್ |
ಸಪ್ತಜನ್ಮಾವಧಿ ತವ ಪುತ್ರೋ ನೈವ ಚ ನೈವ ಚ   ॥೨೭॥

ಸಂತತೇಃ ಸಗರೋ ದುಃಖಿಮವಾಪಾಂಗಃ ಪುರಾ ತಥಾ |
ರೇ ಮುಂಚಾದ್ಯ ಕುಟುಂಬಾಶಾಂ ಸಂನ್ಯಾಸೇ ಸರ್ವಥಾ ಸುಖಿಮ್   ॥೨೮॥

ಬ್ರಾಹ್ಮಣ ಉವಾಚ—
ವಿವೇಕೇನ ಭವೇತ್ಕಿಂ ಮೇ ಪುತ್ರಂ ದೇಹಿ ಬಲಾದಪಿ |
ನೋ ಚೇತ್ಯಜಾಮ್ಯಹಂ ಪ್ರಾಣಾಂಸ್ತ್ವದಗ್ರೇ ಶೋಕಮೂರ್ಛಿತಃ   ॥೨೯॥

ಪುತ್ರಾದಿಸುಖಿಹೀನೋಽಯಂ ಸಂನ್ಯಾಸಃ ಶುಷ್ಕ ಏವ ಹಿ |
ಗೃಹಸ್ಥಃ ಸರಸೋ ಲೋಕೇ ಪುತ್ರಪೌತ್ರಸಮನ್ವಿತಃ   ॥೨೯॥

ಇತಿ ವಿಪ್ರಾಗ್ರಹಂ ದೃಷ್ಟ್ವಾ ಪ್ರಾಬ್ರವೀತ್ಸತಪೋಧನಃ |
ಚಿತ್ರಕೇತುರ್ಗತಃ ಕಷ್ಟಂ ವಿಧಿಲೇಖವಿಮಾರ್ಜನಾತ್   ॥೨೬॥

ನ ಯಾಸ್ಯಸಿ ಸುಖಿಂ ಪುತ್ರಾದ್ಯಥಾ ದೈವಹತೋದ್ಯಮಃ |
ಅತೋ ಹರೇನ ಯುಕ್ತೋಽಸಿ ಹ್ಯರ್ಥಿನಂ ಕಿಂ ವದಾಮ್ಯಹಮ್   ॥೪೦॥

ತಸ್ಯಾಗ್ರಹಂ ಸಮಾಲೋಕ್ಯ ಫಲಮೇಕಂ ಸ ದತ್ತವಾನ್ |
ಇದಂ ಭಕ್ಷಯ ಪತ್ನ್ಯೈ ತ್ವಂ ತತಃ ಪುತ್ರೋ ಭವಿಷ್ಯತಿ   ॥೪೦॥

ಸತ್ಯಂ ಶೌಚಂ ದಯಾ ದಾನಮೇಕಭಕ್ತಂ ತು ಭೋಜನಮ್ |
ವರ್ಷಾವಧಿ ಸ್ತ್ರಿಯಾ ಕಾರ್ಯಂ ತೇನ ಪುತ್ರೋಽತಿನಿರ್ಮಲಃ   ॥೪೧॥

ಏವಮುಕ್ತ್ವಾ ಯಯೌ ಯೋಗೀ ವಿಪ್ರಸ್ತು ಗೃಹಮಾಗತಃ |
ಪತ್ನ್ಯೈಃ ಪಾಣೌ ಫಲಂ ದತ್ವಾ ಸ್ವಯಂ ಯಾತಸ್ತು ಕುತ್ರಚಿತ್   ॥೪೨॥

ತರುಣೀ ಕುಟಿಲಾ ತಸ್ಯ ಸಖ್ಯಗ್ರೇ ಚ ರುರೋದ ಹ |
ಆಹೋ ಚಿಂತಾ ಮಮೋತ್ಪನ್ನಾ ಫಲಂ ಚಾಹಂ ನ ಭಕ್ಷಯೇ   ॥೪೩॥

ಫಲಭಕ್ಷೇಣ ಗರ್ಭಃ ಸ್ಯಾದ್ಗರ್ಭೇಣೋದರವೃದ್ಧಿತಾ |
ಸ್ವಲ್ಪಭಕ್ಷಂ ತತೋಽಶಕ್ತಿರ್ಗೃಹಕಾರ್ಯಂ ಕಥಂ ಭವೇತ್   ॥೪೪॥

ದೈವಾದ್ಧಾಟೇ ವ್ರಜೇದ್ಗ್ರಾಮೇ ಪಲಾಯೇದ್ಗರ್ಭಿಣೀ ಕಥಮ್ |
ಶುಕವನ್ನಿವಸೇದ್ಗರ್ಭಸ್ತಂ ಕುಕ್ಷೇಃ ಕಥಮುತ್ಸೃಜೇತ್   ॥೮೮॥

ತಿರ್ಯಕ್ಷೇದಾಗತೋ ಗರ್ಭಸ್ತದಾ ಮೇ ಮರಣಂ ಭವೇತ್ |
ಪ್ರಸೂತೌ ದಾರುಣಂ ದುಃಖಂ ಸುಕುಮಾರೀ ಕಥಂ ಸಹೇ   ॥೮೭॥

ಮಂದಾಯಾಂ ಮಯಿ ಸರ್ವಸ್ವಂ ನನಾಂದಾ ಸಂಹರೇತ್ತದಾ |
ಸತ್ಯಶೌಚಾದಿನಿಯಮೋ ದುರಾರಾಧ್ಯಃ ಸ ದೃಶ್ಯತೇ   ॥೮೬॥

ಲಾಲನೇ ಪಾಲನೇ ದುಃಖಂ ಪ್ರಸೂತಾಯಾಶ್ಚ ವರ್ತತೇ |
ವಂಧ್ಯಾ ವಾ ವಿಧವಾ ನಾರೀ ಸುಖಿನೀ ಚೇತಿ ಮೇ ಮತಿಃ   ॥೮೯॥

ಏವಂ ಕುತರ್ಕಯೋಗೇನ ತತ್ಫಲಂ ನೈವ ಭಕ್ಷಿತಮ್ |
ಪತ್ಯಾ ಪೃಷ್ಟಂ ಫಲಂ ಭುಕ್ತಂ ಭುಕ್ತಂ ಚೇತಿ ತಯೇರಿತಮ್   ॥೯೦॥

ಏಕದಾ ಭಗಿನೀ ತಸ್ಯಾಸ್ತದ್ಗೃಹಂ ಸ್ವೇಚ್ಛಯಾಗತಾ |
ತದಗ್ರೇ ಕಥಿತಂ ಸರ್ವಂ ಚಿತ್ತೇಯಂ ಮಹತೀ ಹಿ ಮೇ   ॥೯೧॥

ದುರ್ಬಲಾ ತೇನ ದುಃಖೀನ ಹ್ಯನುಜೇ ಕರವಾಣಿ ಕಿಮ್ |
ಸಾsಬ್ರವೀನ್ಮಮ ಗರ್ಭೋsಸ್ತಿ ತಂ ದಾಸ್ಯಾಮಿ ಪ್ರಸೂತಿತಃ   ॥೯೨॥

ತಾವತ್ಫಲಂ ಸಗರ್ಭೇವ ಗುಪ್ತಾ ತಿಷ್ಠ ಗೃಹೇ ಸುಖಮ್ |
ವಿತ್ತಂ ತ್ವಂ ಮತ್ಪತೇರ್ಯಚ್ಚ ಸ ತೇ ದಾಸ್ಯತಿ ಬಾಲಕಮ್   ॥೯೩॥

ಷಾಣ್ಮಾಸಿಕೋ ಮೃತೋ ಬಾಲ ಇತಿ ಲೋಕೋ ವದಿಷ್ಯತಿ |
ತಂ ಬಾಲಂ ಪೋಷಯಿಷ್ಯಾಮಿ ನಿತ್ಯಮಾಗತ್ಯ ತೇ ಗೃಹೇ   ॥೯೪॥

ಫಲಮರ್ಪಯ ಧೇನ್ಮೈ ತ್ವಂ ಪರೀಕ್ಷಾರ್ಥಂ ತು ಸಾಂಪ್ರತಮ್ |
ತತ್ತದಾಚರಿತಂ ಸರ್ವಂ ತಥ್ಯೈವ ಸ್ತ್ರೀಸ್ವಭಾವತಃ   ॥೯೫॥

ಅಥ ಕಾಲೇನ ಸಾ ನಾರೀ ಪ್ರಸೂತಾ ಬಾಲಕಂ ತದಾ |
ಆನೀಯ ಜನಕೋ ಬಾಲಂ ರಹಸ್ಯೇ ಘುಂಘುಲೀಂ ದದೌ   ॥೯೬॥

ತಯಾ ಚ ಕಥಿತಂ ಭರ್ತ್ರೇ ಪ್ರಸೂತಃ ಸುಖಮರ್ಭಕಃ |
ಲೋಕಸ್ಯ ಸುಖಮುತ್ಪನ್ನಮಾತ್ಮದೇವಪ್ರಜೋದಯಾತ್ ‖೭೬‖

ದದೌ ದಾನಂ ದ್ವಿಜಾತಿಭ್ಯೋ ಜಾತಕರ್ಮ ವಿಧಾಯ ಚ |
ಗೀತವಾದಿತ್ರಘೋಷೋಽಭೂತ್ತದ್ದ್ವಾರೇ ಮಂಗಲಂ ಬಹು ‖೭೭‖

ಭರ್ತುರಗ್ರೇಽಬ್ರವೀದ್ವಾಕ್ಯಂ ಸ್ತನ್ಯಂ ನಾಸ್ತಿ ಕುಚೇ ಮಮ |
ಅನ್ಯಸ್ತನ್ಯೇನ ನಿರ್ದುಗ್ಧಾ ಕಥಂ ಪುಷ್ಣಾಮಿ ಬಾಲಕಮ್ ‖೭೮‖

ಮತ್ಸಸುಶ್ಚ ಪ್ರಸೂತಾಯಾ ಮೃತೋ ಬಾಲಸ್ತು ವರ್ತತೇ |
ತಾಮಾಕಾರ್ಯ ಗೃಹೇ ರಕ್ಷ ಸಾ ತೇಽರ್ಭರಂ ಪೋಷಯಿಷ್ಯತಿ ‖೮೦‖

ಪತಿನಾ ತತ್ಕೃತಂ ಸರ್ವಂ ಪುತ್ರರಕ್ಷಣಹೇತವೇ |
ಪುತ್ರಸ್ಯ ಧುಂಧುಕಾರೀತಿ ನಾಮ ಮಾತ್ರಾ ಪ್ರತಿಷ್ಠಿತಮ್ ‖೮೧‖

ತ್ರಿಮಾಸೇ ನಿರ್ಗತೇ ಚಾಥ ಸಾ ಧೇನುಃ ಸುಷುವೇಽರ್ಭಕಮ್ |
ಸರ್ವಾಂಗಸುಂದರಂ ದಿವ್ಯಂ ನಿರ್ಮಲಂ ಕನಕಪ್ರಭಮ್ ‖೮೨‖

ದೃಷ್ಟ್ವಾ ಪ್ರಸನ್ನೋ ವಿಪ್ರಸ್ತು ಸಂಸ್ಕಾರಾನ್ ಸ್ವಯಮಾದಧೇ |
ಮತ್ವಾಶ್ಚರ್ಯಂ ಜನಾಃ ಸರ್ವೇ ದಿದೃಕ್ಷಾರ್ಥಂ ಸಮಾಗತಾಃ ‖೮೩‖

ಭಾಗ್ಯೋದಯೋಽಧನಾ ಜಾತ ಆತ್ಮದೇವಸ್ಯ ಪಶ್ಯತ |
ಧೇನ್ವಾ ಬಾಲಃ ಪ್ರಸೂತಸ್ತು ದೇವರೂಪೀತಿ ಕೌತುಕಮ್ ‖೮೪‖

ನ ಜ್ಞಾತಂ ತದ್ರಹಸ್ಯಂ ತು ಕೇನಾಪಿ ವಿಧಿಯೋಗತಃ |
ಗೋಕರ್ಣಂ ತಂ ಸುತಂ ದೃಷ್ಟ್ವಾ ಗೋಕರ್ಣಂ ನಾಮ ಚಾಕರೋತ್ ‖೮೫‖

ಕಿಯತ್ಕಾಲೇನ ತೌ ಜಾತೌ ತರುಣೌ ತನಯಾವುಭೌ |
ಗೋಕರ್ಣಃ ಪಂಡಿತೋ ಜ್ಞಾನೀ ಧುಂಧುಕಾರೀ ಮಹಾಖಲಃ ‖೮೬‖

ಸ್ನಾನಶೌಚಕ್ರಿಯಾಹೀನೋ ದುರ್ಭಕ್ಷೀ ಕ್ರೋಧವರ್ಧಿತಃ |
ದುಷ್ಪರಿಗ್ರಹಕರ್ತಾ ಚ ಶವಹಸ್ತೇನ ಭೋಜನಮ್ ‖೮೮‖

ಚೌರಃ ಸರ್ವಜನದ್ವೇಷೀ ಪರವೇಶ್ಮಪ್ರದೀಪಕಃ ।
ಲಾಲನಾಯಾರ್ಭಕಾನ್ಧೃತ್ವಾ ಸದ್ಯಃ ಕೂಪೇ ನ್ಯಪಾತಯತ್   ॥೭೮॥

ಹಿಂಸಕಃ ಶಸ್ತ್ರಧಾರೀ ಚ ದೀನಾಂಧಾನಾಂ ಪ್ರಪೀಡಕಃ ।
ಚಾಂಡಾಲಾಭಿರತೋ ನಿತ್ಯಂ ಪಾಶಹಸ್ತಃ ಶ್ವಸಂಗತಃ   ॥೭೯॥

ತೇನ ವೇಶ್ಯಾಕುಸಂಗೇನ ಪಿತ್ಯಂ ವಿತ್ತಂ ತು ನಾಶಿತಮ್ ।
ಏಕದಾ ಪಿತರೌ ತಾಡ್ಯ ಪಾತ್ರಾಣಿ ಸ್ವಯಮಾಹರತ್   ॥೮೦॥

ತತ್ಪಿತಾ ಕೃಪಣಃ ಪ್ರೋಚ್ಚೈರ್ಧನಹೀನೋ ರುರೋದ ಹ ।
ವಂಧ್ಯತ್ವಂ ತು ಸಮೀಚೀನಂ ಕುಪುತ್ರೋ ದುಃಖದಾಯಕಃ   ॥೮೧॥

ಕ್ವ ತಿಷ್ಠಾಮಿ ಕ್ವ ಗಚ್ಛಾಮಿ ಕೋ ಮೇ ದುಃಖಂ ವ್ಯಪೋಹಯೇತ್ ।
ಪ್ರಾಣಾಂಸ್ತ್ಯಜಾಮಿ ದುಃಖೇನ ಹಾ ಕಷ್ಟಂ ಮಮ ಸಂಸ್ಥಿತಮ್   ॥೮೨॥

ತದಾನೀಂ ತು ಸಮಾಗತ್ಯ ಗೋಕರ್ಣೋ ಜ್ಞಾನಸಂಯುತಃ ।
ಬೋಧಯಾಮಾಸ ಜನಕಂ ವೈರಾಗ್ಯಂ ಪರಿದರ್ಶಯನ್   ॥೮೩॥

ಆಸಾರಃ ಖಲು ಸಂಸಾರೋ ದುಃಖರೂಪೀ ವಿಮೋಹಕಃ ।
ಸುತಃ ಕಸ್ಯ ಧನಂ ಕಸ್ಯ ಸ್ನೇಹವಾನ್ ಜ್ವಲತೇಽನಿಶಮ್   ॥೮೪॥

ನ ಚೇಂದ್ರಸ್ಯ ಸುಖಂ ಕಿಂಚಿನ್ನ ಸುಖಂ ಚಕ್ರವರ್ತಿನಃ ।
ಸುಖಮಸ್ತಿ ವಿರಕ್ತಸ್ಯ ಮುನೇರೇಕಾಂತಜೀವಿನಃ   ॥೮೫॥

ಮುಂಚಾಜ್ಞಾನಂ ಪ್ರಜಾರೂಪಂ ಮೋಹತೋ ನರಕೇ ಗತಿಃ ।
ನಿಪತಿಷ್ಯತಿ ದೇಹೋಽಯಂ ಸರ್ವಂ ತ್ಯಕ್ತ್ವಾ ವನಂ ವ್ರಜ   ॥೮೬॥

ತದ್ವಾಕ್ಯಂ ತು ಸಮಾಕರ್ಣ್ಯ ಗಂತುಕಾಮಃ ಪಿತಾಬ್ರವೀತ್ ।
ಕಿಂ ಕರ್ತವ್ಯಂ ವನೇ ತಾತ ತತ್ತ್ವಂ ವದ ಸವಿಸ್ತರಮ್   ॥೮೭॥

ಅಂಧಕೂಪೇ ಸ್ನೇಹಪಾಶೇ ಬದ್ಧಃ ಪಂಗುರಹಂ ಶಠಃ ।
ಕರ್ಮಣಾ ಪತಿತೋ ನೂನಂ ಮಾಮುದ್ಧರ ದಯಾನಿಧೇ   ॥೮೮॥

ಗೋಕರ್ಣ ಉವಾಚ –
ದೇಹೇಸ್ಥಿಮಾಂಸರುಧಿರೇಽಭಿಮತಿಂ ತ್ಯಜ ತ್ವಂ
ಜಾಯಾಸುತಾದಿಷು ಸದಾ ಮಮತಾಂ ವಿಮುಂಚ ।
ಪಶ್ಯಾನಿಶಂ ಜಗದಿದಂ ಕ್ಷಣಭಂಗನಿಷ್ಠಂ
ವೈರಾಗ್ಯರಾಗರಸಿಕೋ ಭವ ಭಕ್ತಿನಿಷ್ಠಃ   ॥೮೯॥

ಧರ್ಮಂ ಭಜಸ್ವ ಸತತಂ ತ್ಯಜ ಲೋಕಧರ್ಮಾನ್
ಸೇವಸ್ವ ಸಾಧುಪುರುಷಾನ್ ಜಹಿ ಕಾಮತೃಷ್ಣಾಮ್ ।
ಅನ್ಯಸ್ಯ ದೋಷಗುಣಚಿಂತನಮಾಶು ಮುಕ್ತ್ವಾ
ಸೇವಾಕಥಾರಸಮಹೋ ನಿತರಾಂ ಪಿಬ ತ್ವಮ್   ॥೯೦॥

ಏವಂ ಸುತೋಕ್ತವಶತೋಽಪಿ ಗೃಹಂ ವಿಹಾಯ
ಯಾತೋ ವನಂ ಸ್ಥಿರಮತಿರ್ಗತಷಷ್ಟಿವರ್ಷಃ ।
ಯುಕ್ತೋ ಹರೇರನುದಿನಂ ಪರಿಚರ್ಯಯಾಸೌ
ಶ್ರೀಕೃಷ್ಣಮಾಪ ನಿಯತಂ ದಶಮಸ್ಯ ಪಾಠಾತ್   ॥೯೧॥

॥ ಇತಿ ಶ್ರೀಪದ್ಮಪುರಾಣೇ ಉತ್ತರಖಂಡೇ ಶ್ರೀಮದ್ಭಾಗವತ–
ಮಾಹಾತ್ಮ್ಯೇ ವಿಪ್ರಮೋಕ್ಷೋ ನಾಮ ಚತುರ್ಥೋಽಧ್ಯಾಯಃ ॥೪॥

ಅಧ್ಯಾಯ – ೫

ಭಾಗವತ ಸಪ್ತಾಹದಲ್ಲಿ ಭಗವಂತನ ಪ್ರಾದುರ್ಭಾವ ಮತ್ತು ಗೋಕರ್ಣೋಪಾಖ್ಯಾನ

ಸೂತ ಪುರಾಣಿಕರು ಹೇಳುತ್ತಾರೆ – ''ಶೌನಕರೇ! ಗಂಗಾತಟದಲ್ಲಿ ಸನತ್ಕುಮಾರರು ನಾರದರ ಸಮ್ಮುಖದಲ್ಲಿ ಭಾಗವತ ಸಪ್ತಾಹವನ್ನು ನಡೆಸಿದಾಗ ಅಲ್ಲಿದ್ದ ಎಲ್ಲ ಭಕ್ತರ ಹೃದಯದಲ್ಲಿ ಅಲೌಕಿಕ ಭಕ್ತಿಯ ಪ್ರಾದುರ್ಭಾವವಾಗಿರುವುದನ್ನು ಕಂಡು ಭಕ್ತವತ್ಸಲನಾದ ಭಗವಂತನು ತನ್ನ ವೈಕುಂಠಧಾಮವನ್ನು ಬಿಟ್ಟು ಗಂಗಾತಟದಲ್ಲಿ ನಡೆದಿರುವ ಸಭಾಮಧ್ಯದಲ್ಲಿ ಪ್ರಕಟನಾದನು.

ಪೀತಾಂಬರಧಾರಿಯಾದ ಶ್ರೀಕೃಷ್ಣನ ಕೊರಳಲ್ಲಿ ವನಮಾಲೆಯು ಶೋಭಿಸುತ್ತಿತ್ತು. ಅಂಗವು ಸಜಲ ಮೇಘದಂತೆ ಶ್ಯಾಮಲವರ್ಣದಿಂದ ಕಂಗೊಳಿಸುತ್ತಿತ್ತು. ಕಟಿಯಲ್ಲಿ ರತ್ನಖಚಿತ ಮೇಖಲೆ, ಶಿರದಲ್ಲಿ ಮುಕುಟ, ಕಿವಿಗಳಲ್ಲಿ ಮಕರಾಕೃತಿಯ ಕುಂಡಲಗಳು ಶೋಭಿಸುತ್ತಿದ್ದವು. ಅವನ ತ್ರಿಭಂಗದ ನಿಲುವ ಚಿತ್ತಾಕರ್ಷಕವಾಗಿದ್ದಿತು. ವಕ್ಷಃ ಸ್ಥಳದಲ್ಲಿ ಕೌಸ್ತುಭ ಮಣಿಯು ಶೋಭಿಸುತ್ತಿತ್ತು. ಕೋಟಿ ಮನ್ಮಥರಿಗೆ ಮನ್ಮಥನಂತಿದ್ದ ಶ್ರೀಕೃಷ್ಣನ ಅಂಗಾಂಗಗಳು ಸುಗಂಧದಿಂದ ಲೇಪಿತವಾಗಿದ್ದವು. ಪರಮಾನಂದಮೂರ್ತಿಯಾದ ಇಂಥ ಮುರಳೀಧರನು ಭಕ್ತರ ನಿರ್ಮಲ ಹೃದಯದಲ್ಲಿ ಆವಿರ್ಭವಿಸಿದನು. ಭಗವಂತನ ನಿತ್ಯಲೋಕವಾಸಿಗಳಾದ ಉದ್ಧವಾದಿ ವಿಷ್ಣುಭಕ್ತರು ಭಾಗವತ– ಕಥಾ ಶ್ರವಣ ಮಾಡಲು ಆ ಸ್ಥಳದಲ್ಲಿ ಗುಪ್ತ ರೂಪದಿಂದ ಆಗಮಿಸಿದ್ದರು. ಭಗವಾನ್ ಶ್ರೀಕೃಷ್ಣನು ನಯನ–ಮನೋಹರ ರೂಪದಿಂದ ಆ ಸಭೆಯಲ್ಲಿ ಪ್ರಕಟವಾದೊಡನೆಯೇ ಎಲ್ಲೆಡೆ ಜಯ ಜಯಕಾರದ ಧ್ವನಿಯು ಮೊಳಗಿತು. ಗುಲಾಲ–ಪುಷ್ಪಗಳ ವೃಷ್ಟಿಯಾಯಿತು. ಅಲ್ಲಿಎಲ್ಲರೂ ದೇಹ, ಗೇಹಾದಿಗಳೆಲ್ಲ– ವನ್ನೂ ಮರೆತು ತನ್ಮಯತೆಯಿಂದ ಕಥಾಶ್ರವಣ ಮಾಡುತ್ತಿದ್ದುದನ್ನು ಕಂಡು ನಾರದರು ಸನಕಾದಿಗಳನ್ನು ಪ್ರಶಂಸಿಸುತ್ತ ಹೇಳುತ್ತಾರೆ– ಹೇ ಮುನೀಶ್ವರರೇ! ನೀವ್ರ ಚಿತ್ತಾಕರ್ಷಕವಾಗಿ ನಡೆಸುತ್ತಿದ್ದ ಭಾಗವತ ಸಪ್ತಾಹದ ಮಹಿಮೆಯನ್ನು ಇಂದು ಪ್ರತ್ಯಕ್ಷ ಕಂಡು ಮಂತ್ರಮುಗ್ಧನಾಗಿದ್ದೇನೆ. ಇಂತಹ ಸಪ್ತಾಹದ ಅದ್ಭುತ ಮಹಿಮೆಯನ್ನು ಇದುವರೆಗೂ ನಾನು ಕಂಡಿರಲಿಲ್ಲ. ಚಿತ್ತಶುದ್ಧಿಯಾಗಲು ಈ ಜಗತ್ತಿನಲ್ಲಿ ಈ ಸಪ್ತಾಹ ಶ್ರವಣಕ್ಕಿಂತ ಶ್ರೇಷ್ಠವಾದ ಅನ್ಯ ಉಪಾಯವನ್ನು ನಾನು ಕಾಣೆನು. ಮುನಿವರ್ಯರೇ! ನೀವ್ರ ಬಹು ಕೃಪಾಳುವಾಗಿದ್ದೀರಿ. ನೀವ್ರ ಈ ಲೋಕದ ಜನರ ಕಲ್ಯಾಣಕ್ಕಾಗಿ ನಿಶ್ಚಿತವಾದ ಹೊಸದೊಂದು ಮಾರ್ಗ ವನ್ನು ಪ್ರಕಟಗೊಳಿಸಿರುವಿರಿ. ಮುನಿವರ್ಯರೇ! ಭಾಗವತ ಸಪ್ತಾಹ ಯಜ್ಞದಿಂದ ಯಾವ ಯಾವ ಪಾಪಿಗಳು ಶುದ್ಧರಾಗುತ್ತಾರೆಂಬುದನ್ನು ತಿಳಿಸಿರಿ.

ಆಗ ಸನತ್ಕುಮಾರರು ಹೇಳಿದರು –

ಯೇ ಮಾನವಾಃ ಪಾಪಕೃತಸ್ತು ಸರ್ವದಾ
ಸದಾ ದುರಾಚಾರರತಾ ವಿಮಾರ್ಗಗಾಃ ।

ಕ್ರೋಧಾಗ್ನಿದಗ್ಧಾಃ ಕುಟಿಲಾಶ್ಚ ಕಾಮಿನಃ
ಸಪ್ತಾಹಯಜ್ಞೇನ ಕಲೌ ಪುನಂತಿ ತೇ   ॥೯-೧೧॥

ಸದಾ ಪಾಪಕರ್ಮಗಳಲ್ಲೇ ಆಸಕ್ತರಾದವರು, ದುರಾಚಾರಿಗಳು, ಶಾಸ್ತ್ರವಿರುದ್ಧವಾಗಿ ನಡೆಯುವವರು, ಕ್ರೋಧಾಗ್ನಿಯಿಂದ ದಗ್ಧರಾದವರು, ಮೋಸಗಾರರು, ಕಾಮಿಗಳು ಇವರೇ ಮೊದಲಾದವರು ಈ ಕಲಿಯುಗದಲ್ಲಿ ಸಪ್ತಾಹಯಜ್ಞದಲ್ಲಿ ಭಾಗವಹಿಸಿ ಭಕ್ತಿಯಿಂದ ಕಥಾಶ್ರವಣ ಮಾಡಿದ್ದಾದರೆ ಪವಿತ್ರರಾಗುತ್ತಾರೆ. ಸತ್ಯಹೀನರು, ತಂದೆ-ತಾಯಂದಿರನ್ನು ದೂಷಿಸುವ-ವರು, ತೃಷೆಯಿಂದ ವ್ಯಾಕುಲರಾದವರು, ವರ್ಣಾಶ್ರಮಧರ್ಮಗಳಿಂದ ರಹಿತರಾದವರು, ಡಾಂಭಿಕರು, ಮತ್ಸರಿಗಳು, ಅನ್ಯರನ್ನು ಹಿಂಸಿಸುವ ವರು, ಇವರೆಲ್ಲ ಕಲಿಯುಗದಲ್ಲಿ ಸಪ್ತಾಹ ಯಜ್ಞದಿಂದ ಪವಿತ್ರರಾಗುತ್ತಾರೆ.

ಪಂಚೋಗ್ರಪಾಪಾಶ್ಚಲಭದ್ಧಕಾರಿಣಃ
ಕ್ರೂರಾಃ ಪಿಶಾಚಾ ಇವ ನಿರ್ದಯಾಶ್ಚ ಯೇ ।
ಬ್ರಹ್ಮಸ್ವಪುಷ್ಟಾ ವ್ಯಭಿಚಾರಕಾರಿಣಃ
ಸಪ್ತಾಹಯಜ್ಞೇನ ಕಲೌ ಪುನಂತಿ ತೇ   ॥೯-೧೨॥

–ಸುರಾಪಾನ, ಬ್ರಹ್ಮಹತ್ಯೆ, ಬಂಗಾರವನ್ನು ಕದಿಯುವುದು, ಗುರುಪತ್ನೀ ಗಮನ, ವಿಶ್ವಾಸಘಾತ ಎಂಬ ಪಂಚಮಹಾಪಾತಕಗಳನ್ನು ಮಾಡಿದವರು ಸಪ್ತಾಹ ಯಜ್ಞದಿಂದ ಪವಿತ್ರರಾಗುತ್ತಾರೆ. ಇದಲ್ಲದೇ ದುಷ್ಟರೂ, ಸದಾಕಾಲ ಕಾಯಾ-ವಾಚಾ-ಮನಸಾ ಪಾಪಕರ್ಮಗಳನ್ನು ಮಾಡುತ್ತಿರುವವರು, ಪರರ ಧನದಿಂದ ಪುಷ್ಟರಾದವರು, ಕ್ರೂರ ಪ್ರವೃತ್ತಿಯವರು, ಪಿಶಾಚಿಗಳಂತೆ ನಿರ್ದಯಿಗಳಾದವರು, ನಿರಂತರ ವ್ಯಭಿಚಾರದಲ್ಲಿ ಆಸಕ್ತರಾದವರು ಇವರೆಲ್ಲ ಶ್ರೀಮದ್ಭಾಗವತ ಸಪ್ತಾಹ ಯಜ್ಞದಿಂದ ಪಾಪಮುಕ್ತರಾಗಿ ಪವಿತ್ರರಾಗುತ್ತಾರೆ.

ನಾರದರೇ! ಈ ವಿಷಯದಲ್ಲಿ ನಿಮಗೆ ಒಂದು ಪ್ರಾಚೀನ ಇತಿಹಾಸ ವನ್ನು ಹೇಳುವೆವು. ಇದನ್ನು ಕೇಳುವ ಮಾತ್ರದಿಂದಲೇ ಎಲ್ಲ ಪಾಪಗಳೂ ನಾಶವಾಗಿ ಹೋಗುತ್ತವೆ. ಅದೇನೆಂದರೆ –

ಹಿಂದೆ ತುಂಗಭದ್ರಾ ನದೀ ತೀರದಲ್ಲಿದ್ದ ಒಂದು ನಗರದಲ್ಲಿ ಎಲ್ಲ ವರ್ಣದವರೂ ತಮ್ಮ ತಮ್ಮ ವರ್ಣಾಶ್ರಮಗಳಿಗೆ ಉಚಿತವಾದ ಧರ್ಮ ಗಳನ್ನು ಆಚರಿಸುತ್ತ ಸತ್ಯ ಮತ್ತು ಸತ್ಕರ್ಮಗಳಲ್ಲಿ ತತ್ಪರರಾಗಿ ವಾಸಿಸಿದ್ದರು.

ಈ ನಗರದಲ್ಲಿ ವೇದ–ವೇದಾಂಗಗಳನ್ನು ಅರಿತಿರುವ, ಶ್ರೌತ–ಸ್ಮಾರ್ತ ಕರ್ಮಾನುಷ್ಠಾನದಲ್ಲಿ ನಿಪುಣನೂ ಆದ ಆತ್ಮದೇವ ಎಂಬ ಹೆಸರಿನ ಒಬ್ಬ ಬ್ರಾಹ್ಮಣನು ವಾಸವಾಗಿದ್ದನು. ಸಾಕಷ್ಟು ಧನಿಕನಾಗಿದ್ದರೂ ಭಿಕ್ಷುಕವೃತ್ತಿಯಿಂದ ಜೀವಿಸಿದ್ದ ಅವನಿಗೆ ಧುಂಧುಲಿ ಎಂಬ ಹೆಸರಿನ ಕೃಪಣಳೂ, ಕ್ರೂರಳೂ ಆದ ಒಬ್ಬ ಪತ್ನಿ ಇದ್ದಳು. ಇವರ ಬಳಿ ಮನೆ, ಧನ, ಭೋಗ ಸಾಮಗ್ರಿಗಳು ಎಲ್ಲವೂ ಇದ್ದರೂ ಸಂತಾನ ಸುಖ ಮಾತ್ರ ಇರಲಿಲ್ಲ. ವಯಸ್ಸು ಹೆಚ್ಚಾಗುತ್ತಿ ದ್ದಂತೆ ಪುತ್ರಪ್ರಾಪ್ತಿಗಾಗಿ ಆತ್ಮದೇವನು ಅನೇಕ ಪುಣ್ಯಕರ್ಮಗಳನ್ನು, ದಾನ– ಧರ್ಮಗಳನ್ನು ಮಾಡತೊಡಗಿದನು. ಇದರಿಂದ ಅವನ ಅರ್ಧಭಾಗ ಧನವು ಮುಗಿದು ಹೋದರೂ ಆತ್ಮದೇವನ ದಂಪತಿಗೆ ಗಂಡು ಅಥವಾ ಹೆಣ್ಣು ಸಂತಾನವೇ ಆಗಲಿಲ್ಲ. ಇದರಿಂದ ಬಹು ಚಿಂತಿತನಾದ ಅವನು ಒಂದು ದಿನ ಮನೆಯಿಂದ ಹೊರಹೊರಟು ಕಾಡಿಗೆ ಹೋದನು. ಮಧ್ಯಾಹ್ನದ ಸಮಯ ಬಾಯಾರಿದ್ದರಿಂದ ಅಲ್ಲಿಯೇ ಇದ್ದ ಒಂದು ಸರೋವರಕ್ಕೆ ಹೋಗಿ ನೀರು ಕುಡಿದು ಅಲ್ಲಿಯೇ ವಿಶ್ರಮಿಸುತ್ತ ಕುಳಿತನು. ಎರಡು ಘಳಿಗೆ ಕಳೆದಾದ ಮೇಲೆ ಅಲ್ಲಿ ಒಬ್ಬ ಸಂನ್ಯಾಸಿಯು ಬರಲು ಆತ್ಮದೇವನು ಅವರ ಪಾದಗಳನ್ನು ಮುಟ್ಟಿ ನಮಿಸಿ ನಿಟ್ಟುಸಿರು ಬಿಡುತ್ತ ತನಗೆ ಸಂತಾನವಿಲ್ಲದ ದುಃಖವನ್ನು ಅವರೆದುರು ತೋಡಿಕೊಂಡನು. ಅತಿ ಕಾರುಣಿಕರಾದ ಆ ಸಂನ್ಯಾಸಿಯು ಯೋಗಶಕ್ತಿಯಿಂದ ಆತ್ಮದೇವನ ಹಣೆಬರಹವನ್ನೆಲ್ಲ ಅರಿತು ಅವನಿಗೆ ಹೇಳಿದರು – ಎಲ್ಕೈ ಬ್ರಾಹ್ಮಣನೇ! ನೀನು ಸಂತಾನ ಪ್ರಾಪ್ತಿಯ ಮೋಹವನ್ನು ತ್ಯಜಿಸಿಬಿಡು. ನಿನ್ನ ಪ್ರಾರಬ್ಧವನ್ನು ಕಂಡಾಗ ನಿನಗೆ ಇನ್ನೂ ಏಳು ಜನ್ಮಗಳವರೆಗೆ ಸಂತಾನ ಪ್ರಾಪ್ತಿ ಇಲ್ಲೆಂದು ತಿಳಿಯಿತು. ಇನ್ನು ಮುಂದೆ ನೀನು ಸಂನ್ಯಾಸಿಯಾಗಿದ್ದುಕೊಂಡೇ ಜೀವನ ಸಾಗಿಸು. ಇದರಲ್ಲೇ ಎಲ್ಲ ವಿಧವಾದ ಸುಖವಿದೆ. ಈ ಮಾತುಗಳನ್ನು ಕೇಳಿದ ಆತ್ಮದೇವನು ಬಹು ದುಃಖಿತನಾಗಿ ನುಡಿದನು–"ಯತಿವರ್ಯರೇ!

ಪುತ್ರಾದಿ ಸುಖಹೀನೋಽಯಂ ಸಂನ್ಯಾಸಃ ಶುಷ್ಕ ಏವ ಹಿ ।
ಗೃಹಸ್ಥಃ ಸರಸೋ ಲೋಕೇ ಪುತ್ರಪೌತ್ರಸಮನ್ವಿತಃ ॥

        ಪುತ್ರಾದಿ ಸುಖವಿಲ್ಲದ ಶುಷ್ಕ ಸಂನ್ಯಾಸದಿಂದೇನು ಪ್ರಯೋಜನ? ಪುತ್ರ ಪೌತ್ರಾದಿಗಳಿಂದ ಯುಕ್ತನಾದ ಗೃಹಸ್ಥನೇ ಸುಖಿಯಾಗಿರಬಲ್ಲನು. ಹೇಗಾದರೂ ಮಾಡಿ ನನಗೆ ಸಂತಾನವನ್ನು ಕರುಣಿಸಿರಿ." ಎಷ್ಟು ಪರಿಯಿಂದ

ತಿಳಿ ಹೇಳಿದರೂ ತನ್ನ ಹಠವನ್ನು ಬಿಡದಿರಲು ಸಂನ್ಯಾಸಿಯು ಒಂದು ಫಲವನ್ನು ಅಭಿಮಂತ್ರಿಸಿ ಅದನ್ನು ಪತ್ನಿ ಘುಂಘುಲಿಗೆ ತಿನ್ನಲು ಕೊಡುವಂತೆ ಹೇಳಿ ಅದನ್ನು ತಿಂದ ದಿನದಿಂದ ಒಂದು ವರ್ಷದವರೆಗೆ ಇರಬೇಕಾದ ನಿಯಮಗಳನ್ನೂ ತಿಳಿಸಿ ಹೊರಟು ಹೋದರು. ಆತ್ಮದೇವನು ಕಾಡಿನಿಂದ ಮನೆಗೆ ತಿರುಗಿ ಬಂದು ಆ ಫಲವನ್ನು ತನ್ನ ಪತ್ನಿಗೆ ತಿನ್ನಲು ಕೊಟ್ಟು ಒಂದು ವರ್ಷ ಪಾಲಿಸಬೇಕಾದ ನಿಯಮಗಳನ್ನೂ ತಿಳಿಸಿದನು. ನಂತರ ಅವನು ಕಾರ್ಯನಿಮಿತ್ತ ದೇಶಾಂತರಕ್ಕೆ ಹೊರಟು ಹೋದನು. ಆತ್ಮದೇವನ ಕುಟಿಲ ಪತ್ನಿಯು ಹಣ್ಣನ್ನು ತಿಂದು ಗರ್ಭಿಣೆಯಾಗಿ ಅನುಭವಿಸಬೇಕಾದ ಕಷ್ಟಗಳನ್ನು ಮತ್ತು ಪ್ರಸವಾನಂತರದ ಸಾಂಸಾರಿಕ ದುಃಖಿಗಳನ್ನು ನೆನೆದು ಮನದಲ್ಲಿ ಇಂತಹ ಕುತರ್ಕಗಳನ್ನು ಮಾಡಿ ಅವಳು ಹಣ್ಣನ್ನು ತಿನ್ನಲೇ ಇಲ್ಲ. ಮನೆಗೆ ಬಂದ ಆತ್ಮದೇವನು 'ಹಣ್ಣನ್ನು ತಿಂದೆಯಾ?' ಎಂದು ತನ್ನ ಪತ್ನಿಯನ್ನು ಕೇಳಿದರೆ ಅವಳು ಆಗಲೇ ತಿಂದಿರುವುದಾಗಿ ಸುಳ್ಳು ಹೇಳಿದಳು.

ಪತ್ನ್ಯೆ ಪೃಷ್ಟಂ ಫಲಂ ಭುಕ್ತಂ ಭುಕ್ತಂ ಚೇತಿ ತಯೇದಿತಮ್ ॥೭–೫೦॥

ಒಂದು ದಿನ ಘುಂಘುಲಿಯ ತಂಗಿಯು ಅಕ್ಕನ ಮನೆಗೆ ಬಂದಾಗ ಘುಂಘುಲಿಯು ಆದುವರೆಗೆ ನಡೆದುದೆಲ್ಲವನ್ನೂ ನಿವೇದಿಸಿದಳು. ಆಗ ಅವಳ ತಂಗಿಯು ಹೇಳಿದಳು – ಅಕ್ಕಾ! ಈಗ ನಾನು ಗರ್ಭಿಣೆಯಾಗಿದ್ದೇನೆ. ಹೆರಿಗೆಯೂದ ನಂತರ ನನ್ನ ಗಂಡನಿಗೆ ಸ್ವಲ್ಪ ಹಣವನ್ನು ಕೊಟ್ಟರೆ ಸಾಕು ಅವನೇ ಆ ಮಗುವನ್ನು ನೀನಿರುವಲ್ಲಿ ತಂದು ಕೊಡುವನು. ಅಲ್ಲಿಯವರೆಗೆ ನೀನು ಗರ್ಭಿಣೆಯಾಗಿರುವಂತೆ ನಟಿಸುತ್ತ ಮನೆಯಲ್ಲೇ ಇರು. ನಿನಗೆ ಒಪ್ಪಿಸಿದ ನನ್ನ ಮಗುವನ್ನು ನಿನ್ನ ಮಗುವೆಂದೇ ಎಲ್ಲರಿಗೂ ತಿಳಿಸಿ ಜಾತಕರ್ಮಾದಿಗಳನ್ನು ಮಾಡಿಸಿಕೋ. ನನ್ನ ಮಗುವು ಮೃತವಾಯಿತೆಂದು ಸುಳ್ಳು ಸುದ್ದಿ ಹುಟ್ಟಿಸಿ ನಿನ್ನ ಎದೆಯಲ್ಲಿ ಹಾಲು ಇಲ್ಲದ್ದರಿಂದ ನಾನೇ ಪ್ರತಿದಿನ ನಿನ್ನ ಮನೆಗೆ ಬಂದು ಮಗುವಿನ ಪಾಲನೆ ಪೋಷಣೆ ಮಾಡುತ್ತ ಇರುವೆನು. ಮತ್ತು ಈ ಫಲವೇನಿದೆಯೋ ಅದನ್ನು ನಿನ್ನ ಮನೆಯಲ್ಲೇ ಇರುವ ಒಂದು ಗೋವಿಗೆ ತಿನ್ನಿಸಿ ಸಂನ್ಯಾಸಿಯ ಮಂತ್ರಶಕ್ತಿಯನ್ನು ಪರೀಕ್ಷಿಸು ಎಂದು ಮುಂತಾಗಿ ದುರ್ಬೋಧನೆಯನ್ನು ಮಾಡಿದಳು. ಘುಂಘುಲಿಗೆ ಈ ಯೋಜನೆಯಿಂದ ತೃಪ್ತಿಯಾಗಿ ತಂಗಿಯು ಹೇಳಿದಂತೆಯೇ ಮಾಡಿದಳು.

ಇದಾದ ನಂತರ ಸಮಯಕ್ಕೆ ಸರಿಯಾಗಿ ತಂಗಿಗೆ ಗಂಡು ಮಗು ಜನಿಸಿದಾಗ ಅವಳ ಗಂಡನು ಯಾರಿಗೂ ತಿಳಿಯದಂತೆ ಆ ಮಗುವನ್ನು ತಂದು ಧುಂಧುಲಿಗೆ ಕೊಟ್ಟನು. ಅವಳಾದರೋ ಅದೇ ಸಮಯಕ್ಕೆ ತನಗೆ ಸುಖವಾಗಿ ಮಗುವು ಜನಿಸಿತು ಎಂದು ಆತ್ಮದೇವನಿಗೆ ತಿಳಿಸಲು ಹರ್ಷಿತನಾದ ಅವನು ಜಾತ ಕರ್ಮ ಸಂಸ್ಕಾರವನ್ನು ಮಾಡಿ ಬ್ರಾಹ್ಮಣರಿಗೆ ದಾನ ಧರ್ಮಗಳನ್ನಿತ್ತು ಸಂತಸ ಗೊಂಡನು. ಮುಂದೆ ಧುಂಧುಲಿಯು – ಸ್ವಾಮಿ! ನನ್ನ ಎದೆಯಲ್ಲಿ ಹಾಲೇ ಇಲ್ಲ. ಈ ಮಗುವನ್ನು ಹೇಗೆ ಪೋಷಿಸುವುದು? ನನ್ನ ತಂಗಿಗೆ ಈಗ ತಾನೇ ಹುಟ್ಟಿದ ಮಗು ಸತ್ತು ಹೋಗಿದೆ. ಅವಳನ್ನು ಕರೆಸಿ ಮನೆಯಲ್ಲಿರಿಸಿಕೊಂಡರೆ ಅವಳು ಮಗುವಿಗೆ ತನ್ನ ಎದೆ ಹಾಲನ್ನು ಕೊಡುವಳು. ಇದರಿಂದ ನಮ್ಮ ಕೂಸು ಮತ್ತು ಅವಳಿಗೂ ಸುಖವಾಗುವುದು'' ಪತ್ನಿಯ ಮಾತನ್ನು ನಂಬಿದ ಆತ್ಮದೇವನು ಇದಕ್ಕೆಲ್ಲ ಸಮ್ಮತಿಸಿದನು. ಮುಂದೆ ಆ ಮಗುವಿನ ನಾಮಕರಣ ಸಂಸ್ಕಾರ ನಡೆದು ತಾಯಿಯ ಕೋರಿಕೆಯಂತೆ ಅದಕ್ಕೆ 'ಧುಂಧುಕಾರಿ' ಎಂದು ಹೆಸರಿಟ್ಟರು.

ಇದಾದ ಮೂರು ತಿಂಗಳ ನಂತರ ಆತ್ಮದೇವನ ಮನೆಯಲ್ಲಿದ್ದ ಗೋವಿಗೆ ಮನುಷ್ಯಾಕಾರದ ಒಂದು ಮಗು ಜನಿಸಿತು. ಸರ್ವಾಂಗ ಸುಂದರ ವಾದ ಆ ಮಗುವನ್ನು ಕಂಡು ಎಲ್ಲರಿಗೂ ಆಶ್ಚರ್ಯ. ದೈವಯೋಗದಿಂದ ಧುಂಧುಲಿ, ಅವಳ ತಂಗಿ ಮತ್ತು ಗಂಡ ಇವರೆಲ್ಲ ಸೇರಿ ಮಾಡಿದ ಈ ಗುಪ್ತ ಮೋಸವು ಯಾರಿಗೂ ತಿಳಿಯಲಿಲ್ಲ. (ನ ಜ್ಞಾತಂ ತದ್ರಹಸ್ಯಂ ತು ಕೇನಾಪಿ ವಿಧಿಯೋಗತಃ | ೪–೬೫|). ಕೂಸಿಗೆ ಗೋವಿನ ಕರ್ಣಗಳಂತೆ ಕಿವಿಗಳಿದ್ದುದರಿಂದ ಅದಕ್ಕೆ ಗೋಕರ್ಣ ಎಂದೇ ನಾಮಕರಣ ಮಾಡಿದರು.

ಕಾಲಾಂತರದಲ್ಲಿ ಇಬ್ಬರೂ ಬಾಲಕರು ತರುಣರಾದರು. ಧುಂಧುಕಾರಿಯು ಬ್ರಾಹ್ಮಣ ವರ್ಣದ ಕಾರ್ಯಗಳನ್ನು ಬಿಟ್ಟು ಮಹಾದುಷ್ಟ ಕಾರ್ಯಗಳನ್ನು ಮಾಡುತ್ತ ಎಲ್ಲರನ್ನೂ ಹಿಂಸಿಸತೊಡಗಿದನು. ವೇಶ್ಯೆಯರ ಜಾಲದಲ್ಲಿ ಸಿಕ್ಕಿಕೊಂಡ ಅವನು ತನ್ನ ತಂದೆಯು ಸಂಗ್ರಹಿಸಿಟ್ಟಿದ್ದ ಧನವನ್ನೆಲ್ಲ ನಾಶಮಾಡಿದನು. ತನ್ನ ತಂದೆ–ತಾಯಿಯರನ್ನು ಹೊಡೆದು ಮನೆಯಲ್ಲಿದ್ದ ವಸ್ತುಗಳನ್ನೆಲ್ಲ ದೋಚಿ ಒಯ್ದು ವೇಶ್ಯೆಯರಿಗೆ ಕೊಡತೊಡಗಿದನು. ಹೀಗೆ ಎಲ್ಲ ಸಂಪತ್ತು ಕಳೆದು ಹೋದಾಗ ಕೃಪಣನಾಗಿದ್ದ ಆತ್ಮದೇವನು –

ತಪ್ತಿತಾ ಕೃಪಣೋಚ್ಛೈಃ ಧನಹೀನೋ ರುರೋದ ಹ ।
ವಂಧ್ಯತ್ವಂ ತು ಸಮೀಚೀನಂ ಕುಪುತ್ರೋ ದುಃಖದಾಯಕಃ   ॥೮೦॥

– "ಅಯ್ಯೋ! ಇಂಥ ದುಷ್ಟಪುತ್ರನಿರುವುದಕ್ಕಿಂತ ಇವನ ತಾಯಿಯು ಬಂಜೆಯಾಗಿದ್ದರೇ ಚೆನ್ನಾಗಿತ್ತು" ಎಂದು ಎದೆ ಎದೆ ಬಡೆದುಕೊಂಡು ರೋದಿಸತೊಡಗಿದನು. ಎಲ್ಲವನ್ನೂ ಕಳೆದುಕೊಂಡ ನಾನೀಗ ಎಲ್ಲಿ ಹೋಗಲಿ? ನನ್ನೀ ದುಃಖವನ್ನು ಯಾರು ಕಳೆಯುವರು? ಇನ್ನು ನಾನು ಜೀವಿಸುವುದಕ್ಕಿಂತ ಸಾಯುವುದೇ ಲೇಸು ಎಂದು ತಂದೆಯು ದುಃಖಿಸುತ್ತಿರುವುದನ್ನು ಕೇಳಿದ ಗೋಕರ್ಣನು ತನ್ನ ತಂದೆಗೆ ಸಮಾಧಾನವಾಗುವಂತೆ ಮಾತನಾಡಿದನು.

ಮುಂಚಾಜ್ಞಾನಂ ಪ್ರಜಾರೂಪಂ ಮೋಹತೋ ನರಕೇ ಗತಿಃ ।
ನಿಪತಿಷ್ಯತಿ ದೇಹೋಽಯಂ ಸರ್ವಂ ತ್ಯಕ್ತ್ವಾ ವನಂ ವ್ರಜ   ॥೮೯॥

"ಅಪ್ಪಾ! ಹೆಂಡತಿ ಮಕ್ಕಳು ಮರಿ ಎಂಬ ಮೋಹವನ್ನು ಬಿಟ್ಟುಬಿಡು. ಇವರ ಸಂಗದಿಂದ ನರಕವೇ ಗತಿ. ಆದ್ದರಿಂದ ಎಲ್ಲವನ್ನೂ ತ್ಯಜಿಸಿ ವನಕ್ಕೆ ಹೋಗಿ ಶ್ರೀಹರಿಯನ್ನು ಆರಾಧಿಸು. ಶ್ರೀಮದ್ಭಾಗವತ ದಶಮಸ್ಕಂಧದ ಪಾರಾಯಣ ಮಾಡು." ಗೋಕರ್ಣನು ಹೇಳಿದಂತೆಯೇ ಆತ್ಮದೇವನು ಆತ್ಮಹತ್ಯೆಯ ವಿಚಾರವನ್ನು ಬಿಟ್ಟು ಶ್ರೀಹರಿಯನ್ನು ಆರಾಧಿಸಿ ಭಾಗವತ ದಶಮಸ್ಕಂಧವನ್ನು ಪ್ರತಿದಿನ ಪಠಿಸುತ್ತ ಶ್ರೀಹರಿಯ ಲೋಕವನ್ನು ಸೇರಿದನು.

॥ ಇಲ್ಲಿಗೆ ಪದ್ಮಪುರಾಣದಲ್ಲಿಯ ಶ್ರೀಮದ್ಭಾಗವತ ಮಹಾತ್ಮೆಯಲ್ಲಿ ಳ ನೆಯ ಅಧ್ಯಾಯವು ಸಮಾಪ್ತವಾಯಿತು. ॥

ಪದ್ಮ ಪುರಾಣದ ಭಾಗವತ ಮಹಾತ್ಮೆಯಲ್ಲಿ
ಐದನೆಯ ಅಧ್ಯಾಯ
(ಧುಂಧುಕಾರಿಗೆ ಪ್ರೇತಯೋನಿ ಪ್ರಾಪ್ತಿ ಮತ್ತು ಆದರಿಂದ ಉದ್ಧಾರ)

ಸೂತ ಉವಾಚ—

ಪಿತರ್ಯುಪರತೇ ತೇನ ಜನನೀ ತಾಡಿತಾ ಭೃಶಮ್ ।
ಕ್ವ ವಿತ್ತಂ ತಿಷ್ಠತಿ ಬ್ರೂಹಿ ಹನಿಷ್ಯೇ ಲತ್ತಯಾ ನ ಚೇತ್   ॥ ೧ ॥

ಇತಿ ತದ್ವಾಕ್ಯಸಂತ್ರಾಸಾಜ್ಜನನ್ಯಾ ಪುತ್ರದುಃಖಿತಃ ।
ಕೂಪೇ ಪಾತಃ ಕೃತೋ ರಾತ್ರೌ ತೇನ ಸಾ ನಿಧನಂ ಗತಾ   ॥ ೨ ॥

ಗೋಕರ್ಣಸ್ತೀರ್ಥಯಾತ್ರಾರ್ಥಂ ನಿರ್ಗತೋ ಯೋಗಸಂಸ್ಥಿತಃ ।
ನ ದುಃಖಿಂ ನ ಸುಖಿಂ ತಸ್ಯ ನ ವೈರೀ ನಾಪಿ ಬಾಂಧವಃ   ॥ ೩ ॥

ಧುಂಧುಕಾರೀ ಗೃಹೇ ತಿಷ್ಠತ್ವಂಚಪಣ್ಯವಧೂವ್ರತಃ ।
ಅತ್ಯುಗ್ರಕರ್ಮಕರ್ತಾ ಚ ತತ್ಪೋಷಣವಿಮೂಢಧೀಃ   ॥ ೪ ॥

ಏಕದಾ ಕುಲಟಾಸ್ತಸ್ತು ಭೂಷಣಾನ್ಯಭಿಲಿಪ್ಸವಃ ।
ತದರ್ಥಂ ನಿರ್ಗತೋ ಗೇಹಾತ್ಕ್ಷಮಾಂಧೋ ಮೃತ್ಯುಮಸ್ಮರನ್   ॥ ೫ ॥

ಯತಸ್ತತಸ್ಯ ಸಂಹೃತ್ಯ ವಿತ್ತಂ ವೇಶ್ಮ ಪುನರ್ಗತಃ ।
ತಾಭ್ಯೋ ಽ ಯಚ್ಛತ್ನುವಸ್ತ್ರಾಣಿ ಭೂಷಣಾನಿ ಕಿಯಂತಿ ಚ   ॥ ೬ ॥

ಬಹುವಿತ್ತಚಯಂ ದೃಷ್ಟ್ವಾ ರಾತ್ರೌ ನಾರ್ಯೋ ವ್ಯಚಾರಯನ್ ।
ಚೌರ್ಯಂ ಕರೋತ್ಯಸೌ ನಿತ್ಯಮತೋ ರಾಜಾ ಗ್ರಹೀಷ್ಯತಿ   ॥ ೭ ॥

ವಿತ್ತಂ ಹೃತ್ವಾ ಪುನಶ್ಚೈವಂ ಮಾರಯಿಷ್ಯತಿ ನಿಶ್ಚಿತಮ್ ।
ಅತೋ ಽ ರ್ಥಗುಪ್ತಯೇ ಗೂಢಮಸ್ಮಾಭಿಃ ಕಿಂ ನ ಹನ್ಯತೇ   ॥ ೮ ॥

ನಿಹತ್ಯ ್ ನಂ ಗೃಹೀತ್ವಾರ್ಥಂ ಯಾಸ್ಯಾಮೋ ಯತ್ರ ಕುತ್ರಚಿತ್ ।
ಇತಿ ತಾ ನಿಶ್ಚಯಂ ಕೃತ್ವಾ ಸುಪ್ತಂ ಸಂಬದ್ಧ್ಯ ರಶ್ಮಿಭಿಃ   ॥ ೯ ॥

ಪಾಶಂ ಕಂಠೇ ನಿಧಾಯಾಸ್ಯ ತನ್ಮೃತ್ಯುಮುಪಚಕ್ರಮುಃ |
ತ್ವರಿತಂ ನ ಮಮಾರಾಸೌ ಚಿಂತಾಯುಕ್ತಾಸ್ತದಾಭವನ್ || ೧೦ ||

ತಪ್ತಾಂಗಾರಸಮೂಹಾಂಶ್ಚ ತನ್ಮುಖೇ ಹಿ ವಿಚಿಕ್ಷಿಪುಃ |
ಅಗ್ನಿಜ್ವಾಲಾತಿದುಃಖೀನ ವ್ಯಾಕುಲೋ ನಿಧನಂ ಗತಃ || ೧೧ ||

ತಂ ದೇಹಂ ಮುಮುಚುರ್ಗರ್ತೇ ಪ್ರಾಯಃ ಸಾಹಸಿಕಾಃ ಸ್ತ್ರಿಯಃ |
ನ ಜ್ಞಾತಂ ತದ್ರಹಸ್ಯಂ ತು ಕೇನಾಪೀದಂ ತಥೈವ ಚ || ೧೨ ||

ಲೋಕೈಃ ಪೃಷ್ಟಾ ವದಂತಿ ಸ್ಮ ದೂರಂ ಯಾತಃ ಪ್ರಿಯೋ ಹಿ ನಃ |
ಆಗಮಿಷ್ಯತಿ ವರ್ಷೇಽಸ್ಮಿನ್ ವಿತ್ತಲೋಭವಿಕರ್ಷಿತಃ || ೧೩ ||

ಸ್ತ್ರೀಣಾಂ ನೈವ ತು ವಿಶ್ವಾಸಂ ದುಷ್ಟಾನಾಂ ಕಾರಯೇದ್ಬುಧಃ |
ವಿಶ್ವಾಸೇ ಯಃ ಸ್ಥಿತೋ ಮೂಢಃ ಸ ದುಃಖೈಃ ಪರಿಭೂಯತೇ || ೧೪ ||

ಸುಧಾಮಯಂ ವಚೋ ಯಾಸಾಂ ಕಾಮಿನಾಂ ರಸವರ್ಧನಮ್ |
ಹೃದಯಂ ಕ್ಷುರಧಾರಾಭಂ ಪ್ರಿಯಃ ಕೋ ನಾಮ ಯೋಷಿತಾಮ್ || ೧೫ ||

ಸಂಹೃತ್ಯ ವಿತ್ತಂ ತಾ ಯಾತಾಃ ಕುಲಟಾ ಬಹುಭರ್ತೃಕಾಃ |
ಧುಂಧುಕಾರೀ ಬಭೂವಾಥ ಮಹಾನ್ ಪ್ರೇತಃ ಕುಕರ್ಮತಃ || ೧೬ ||

ವಾತ್ಯಾರೂಪಧರೋ ನಿತ್ಯಂ ಧಾವನ್ ದಶದಿಶೋಽಂತರಮ್ |
ಶೀತಾತಪಪರಿಕ್ಲಿಷ್ಟೋ ನಿರಾಹಾರಃ ಪಿವಾಸಿತಃ || ೧೭ ||

ನ ಲೇಭೇ ಶರಣಂ ಕ್ವಾಪಿ ಹಾ ದೈವೇತಿ ಮುಹುರ್ವದನ್ |
ಕಿಯತ್ಕಾಲೇನ ಗೋಕರ್ಣೋ ಮೃತಂ ಲೋಕಾದಬುಧ್ಯತ || ೧೮ ||

ಅನಾಥಂ ತಂ ವಿದಿತ್ವೈವ ಗಯಾಶ್ರಾದ್ಧಮಚೀಕರತ್ |
ಯಸ್ಮಿಂಸ್ತೀರ್ಥೇ ತು ಸಂಯಾತಿ ತತ್ರ ಶ್ರಾದ್ಧಮವರ್ತಯತ್ || ೧೯ ||

ಏವಂ ಭ್ರಮನ್ ಸ ಗೋಕರ್ಣಃ ಸ್ವಪುರಂ ಸಮುಪೇಯಿವಾನ್ |
ರಾತ್ರೌ ಗೃಹಾಂಗಣೇ ಸ್ವಪ್ತುಮಾಗತೋಽಲಕ್ಷಿತಃ ಪರ್ಯ || ೨೦ ||

ತತ್ರ ಸುಪ್ತಂ ಸ ವಿಜ್ಞಾಯ ಘುಂಧುಕಾರೀ ಸ್ವಬಾಂಧವಮ್ |
ನಿಶೀಥೇ ದರ್ಶಯಾಮಾಸ ಮಹಾರೌದ್ರತರಂ ವಪುಃ || ೨೦ ||

ಸಕೃನ್ನೇಷಃ ಸಕೃದ್ಧಸ್ತೀ ಸಕೃಚ್ಚ ಮಹಿಷೋಽಭವತ್ |
ಸಕೃದಿಂದ್ರಃ ಸಕೃಚ್ಚಾಗ್ನಿಃ ಪುನಶ್ಚ ಪುರುಷೋಽಭವತ್ || ೨೧ ||

ವೈಪರೀತ್ಯಮಿದಂ ದೃಷ್ಟ್ವಾ ಗೋಕರ್ಣೋ ಧೈರ್ಯಸಂಯುತಃ |
ಆಯಂ ದುರ್ಗತಿಕಃ ಕೋಽಪಿ ನಿಶ್ಚಿತ್ಯಾಥ ತಮಬ್ರವೀತ್ || ೨೨ ||

ಗೋಕರ್ಣ ಉವಾಚ—
ಕಸ್ತ್ವಮುಗ್ರತರೋ ರಾತ್ರಾ ಕುತೋ ಯಾತೋ ದಶಾಮಿಮಾಮ್ |
ಕಿಂ ವಾ ಪ್ರೇತಃ ಪಿಶಾಚೋ ವಾ ರಾಕ್ಷಸೋಽಸೀತಿ ಶಂಸ ನಃ || ೨೩ ||

ಸೂತ ಉವಾಚ—
ಏವಂ ಪೃಷ್ಟಸ್ತದಾ ತೇನ ರುರೋದೋಚ್ಚೈಃ ಪುನಃ ಪುನಃ |
ಅಶಕ್ತೋ ವಚನೋಚ್ಚಾರೇ ಸಂಜ್ಞಾಮಾತ್ರಂ ಚಕಾರ ಹ || ೨೪ ||

ತತೋಽಂಜಲೌ ಜಲಂ ಕೃತ್ವಾ ಗೋಕರ್ಣಸ್ತಮುದೈರಯತ್ |
ತತ್ಸೇಕಹತಪಾಪೋಽಸೌ   ಪ್ರವಕ್ತುಮುಪಚಕ್ರಮೇ || ೨೫ ||

ಪ್ರೇತ ಉವಾಚ—
ಅಹಂ ಭ್ರಾತಾ ತ್ವದೀಯೋಽಸ್ಮಿ ಧುಂಧುಕಾರೀತಿ ನಾಮತಃ |
ಸ್ವಕೀಯೇನೈವ ದೋಷೇಣ ಬ್ರಹ್ಮತ್ವಂ ನಾಶಿತಂ ಮಯಾ || ೨೬ ||

ಕರ್ಮಣೋ ನಾಸ್ತಿ ಸಂಖ್ಯಾ ಮೇ ಮಹಾಜ್ಞಾನೇ ವಿವರ್ತಿನಃ |
ಲೋಕಾನಾಂ ಹಿಂಸಕಃ ಸೋಽಹಂ ಸ್ತ್ರೀಭಿರ್ದುಃಖೇನ ಮಾರಿತಃ || ೨೭ ||

ಅತಃ ಪ್ರೇತತ್ವಮಾಪನ್ನೋ ದುರ್ದಶಾಂ ಚ ವಹಾಮ್ಯಹಮ್ |
ವಾತಾಹಾರೇಣ ಜೀವಾಮಿ ದೈವಾಧೀನಫಲೋದಯಾತ್ ||೨೮ ||

ಅಹೋ ಬಂಧೋ ಕೃಪಾಸಿಂಧೋ ಭ್ರಾತರ್ಮಾಮಾಶು ಮೋಚಯ |
ಗೋಕರ್ಣೋ ವಚನಂ ಶ್ರುತ್ವಾ ತಸ್ಮೈ ವಾಕ್ಯಮಥಾಬ್ರವೀತ್ ||೨೯||

ಗೋಕರ್ಣ ಉವಾಚ–
ತ್ವದರ್ಥಂ ತು ಗಯಾಪಿಂಡೋ ಮಯಾ ದತ್ತೋ ವಿಧಾನತಃ |
ತತ್ಕಥಂ ನೈವ ಮುಕ್ತೋಽಸಿ ಮಮಾಶ್ಚರ್ಯಮಿದಂ ಮಹತ್ ||೨೦||

ಗಯಾಶ್ರಾದ್ಧಾನ್ನ ಮುಕ್ತಿಶ್ಚೇದುಪಾಯೋ ನಾಪರಸ್ತ್ವಿಹ |
ಕಿಂ ವಿಧೇಯಂ ಮಯಾ ಪ್ರೇತ ತತ್ತ್ವಂ ವದ ಸವಿಸ್ತರಮ್ ||೨೧||

ಪ್ರೇತ ಉವಾಚ–
ಗಯಾಶ್ರಾದ್ಧಶತೇನಾಪಿ ಮುಕ್ತಿರ್ಮೇ ನ ಭವಿಷ್ಯತಿ |
ಉಪಾಯಮಪರಂ ಕಂಚಿತ್ತ್ವಂ ವಿಚಾರಯ ಸಾಂಪ್ರತಮ್ ||೨೨||

ಇತಿ ತದ್ವಾಕ್ಯಮಾಕರ್ಣ್ಯ ಗೋಕರ್ಣೋ ವಿಸ್ಮಯಂ ಗತಃ |
ಶತಶ್ರಾದ್ಧೈರ್ನ ಮುಕ್ತಿಶ್ಚೇದಸಾಧ್ಯಂ ಮೋಚನಂ ತವ ||೨೩||

ಇದಾನೀಂ ತು ನಿಜಂ ಸ್ಥಾನಮಾತಿಷ್ಠ ಪ್ರೇತ ನಿರ್ಭಯಃ |
ತ್ವನ್ಮುಕ್ತಿಸಾಧಕಂ ಕಿಂಚಿದಾಚರಿಷ್ಯೇ ವಿಚಾರ್ಯ ಚ ||೨೪||

ಧುಂಧುಕಾರೀ ನಿಜಸ್ಥಾನಂ ತೇನಾದಿಷ್ಟಸ್ತತೋ ಗತಃ |
ಗೋಕರ್ಣಶ್ಚಿಂತಯಾಮಾಸ ತಾಂ ರಾತ್ರಿಂ ನ ತದಧ್ಯಗಾತ್ ||೨೫||

ಪ್ರಾತಸ್ತಮಾಗತಂ ದೃಷ್ಟ್ವ ಲೋಕಾಃ ಪ್ರೀತ್ಯಾ ಸಮಾಗತಾಃ |
ತತ್ಸರ್ವಂ ಕಥಿತಂ ತೇನ ಯಜ್ಞಾತಂ ಚ ಯಥಾ ನಿಶಿ ||೨೬||

ವಿದ್ವಾಂಸೋ ಯೋಗನಿಷ್ಠಾಶ್ಚ ಜ್ಞಾನಿನೋ ಬ್ರಹ್ಮವಾದಿನಃ |
ತನ್ಮುಕ್ತಿಂ ನೈವ ತೇಽಪಶ್ಯನ್ ಪಶ್ಯಂತಃ ಶಾಸ್ತ್ರಸಂಚಯಾನ್ ||೨೭||

ತತಃ ಸರ್ವೈಃ ಸೂರ್ಯವಾಕ್ಯಂ ತನ್ಮುಕ್ತೌ ಸ್ಥಾಪಿತಂ ಪರಮ್ |
ಗೋಕರ್ಣಃ ಸ್ತಂಭನಂ ಚಕ್ರೇ ಸೂರ್ಯವೇಗಸ್ಯ ವೈ ತದಾ ||೨೮||

ತುಭ್ಯಂ ನಮೋ ಜಗತ್ಸಾಕ್ಷಿನ್ ಬ್ರೂಹಿ ಮೇ ಮುಕ್ತಿಹೇತುಕಮ್ |
ತಚ್ಛ್ರುತ್ವಾ ದೂರತಃ ಸೂರ್ಯಃ ಸ್ಫುಟಮಿತ್ಯಭ್ಯಭಾಷತ ||೪೦||

ಶ್ರೀಮದ್ಭಾಗವತಾನುಕ್ತಿಃ ಸಪ್ತಾಹಂ ವಾಚನಂ ಕುರು ।
ಇತಿ ಸೂರ್ಯವಚಃ ಸರ್ವೋಧರ್ಮರೂಪಂ ತು ವಿಶ್ರುತಮ್ ॥೭೧॥

ಸರ್ವೇಬ್ರುವನ್ ಪ್ರಯತ್ನೇನ ಕರ್ತವ್ಯಂ ಸುಕರಂ ತ್ವಿದಮ್ ।
ಗೋಕರ್ಣೋ ನಿಶ್ಚಯಂ ಕೃತ್ವಾ ವಾಚನಾರ್ಥಂ ಪ್ರವರ್ತಿತಃ   ॥೭೨॥

ತತ್ರ ಸಂಶ್ರವಣಾರ್ಥಾಯ ದೇಶಗ್ರಾಮಾಜ್ಜನಾ ಯಯುಃ ।
ಪಂಗ್ವಂಧವೃದ್ಧಮಂದಾಶ್ಚ ತೇಪಿ ಪಾಪಕ್ಷಯಾಯ ವೈ   ॥೭೩॥

ಸಮಾಜಸ್ತು ಮಹಾಂಜಾತೋ ದೇವವಿಸ್ಮಯಕಾರಕಃ ।
ಯದ್ವೈವಾಸನಮಾಸ್ಥಾಯ ಗೋಕರ್ಣೋಽಕಥಯತ್ಕಥಾಮ್   ॥೭೪॥

ಸ ಪ್ರೇತೋಽಪಿ ತದಾಯಾತಃ ಸ್ಥಾನಂ ಪಶ್ಯನ್ನಿತಸ್ತತಃ ।
ಸಪ್ತಗ್ರಂಥಿಯುತಂ ತತ್ರಾಪಶ್ಯತ್ಕೀಚಕಮುಚ್ಛ್ರಿತಮ್   ॥೭೫॥

ತನ್ಮೂಲಚ್ಛಿದ್ರಮಾವಿಶ್ಯ ಶ್ರವಣಾರ್ಥಂ ಸ್ಥಿತೋ ಹ್ಯಸೌ ।
ವಾತರೂಪೀ ಸ್ಥಿತಿಂ ಕರ್ತುಮಶಕ್ತೋ ವಂಶಮಾವಿಶತ್   ॥೭೬॥

ವೈಷ್ಣವಂ ಬ್ರಾಹ್ಮಣಂ ಮುಖ್ಯಂ ಶ್ರೋತಾರಂ ಪರಿಕಲ್ಪ್ಯ ಸಃ ।
ಪ್ರಥಮಸ್ಕಂಧತಃ ಸ್ಪಷ್ಟಮಾಖ್ಯಾನಂ ಧೇನುಜೋಕರೋತ್   ॥೭೭॥

ದಿನಾಂತೇ ರಕ್ಷಿತಾ ಗಾಥಾ ತದಾ ಚಿತ್ರಂ ಬಭೂವ ಹ ।
ವಂಶ್ಯೆಕಗ್ರಂಥಿಭೇದೋಽಭೂತ್ಸಶಬ್ದಂ ಪಶ್ಯತಾಂ ಸತಾಮ್   ॥೭೮॥

ದ್ವಿತೀಯೇಽಹ್ನಿ ತಥಾ ಸಾಯಂ ದ್ವಿತೀಯಗ್ರಂಥಿಭೇದನಮ್ ।
ತೃತೀಯೇಽಹ್ನಿ ತಥಾ ಸಾಯಂ ತೃತೀಯಗ್ರಂಥಿಭೇದನಮ್   ॥೭೯॥

ಏವಂ ಸಪ್ತದಿನೈಶ್ಚೈವ ಸಪ್ತಗ್ರಂಥಿವಿಭೇದನಮ್ ।
ಕೃತ್ವಾ ಸ ದ್ವಾದಶಸ್ಕಂಧಶ್ರವಣಾತ್ಪ್ರೇತತಾಂ ಜಹೌ   ॥೮೦॥

ದಿವ್ಯರೂಪಧರೋ ಜಾತಸ್ತುಲಸೀದಾಮಮಂಡಿತಃ ।
ಪೀತವಾಸಾ ಘನಶ್ಯಾಮೋ ಮುಕುಟೀ ಕುಂಡಲಾನ್ವಿತಃ   ॥೮೧॥

ನನಾಮ ಭ್ರಾತರಂ ಸದ್ಯೋ ಗೋಕರ್ಣಮಿತಿ ಚಾಬ್ರವೀತ್ |
ತ್ವಯಾಹಂ ಮೋಚಿತೋ ಬಂಧೋ ಕೃಪಯಾ ಪ್ರೇತಕಶ್ಮಲಾತ್ ‖೫೭‖

ಧನ್ಯ ಭಾಗವತೀ ವಾರ್ತಾ ಪ್ರೇತಪೀಡಾವಿನಾಶಿನೀ |
ಸಪ್ತಾಹೋऽಪಿ ತಥಾ ಧನ್ಯಃ ಕೃಷ್ಣಲೋಕಫಲಪ್ರದಃ   ‖೫೨‖

ಕಂಪಂತೇ ಸರ್ವಪಾಪಾನಿ ಸಪ್ತಾಹಶ್ರವಣೇ ಸ್ಥಿತೇ |
ಅಸ್ಮಾಕಂ ಪ್ರಲಯಂ ಸದ್ಯಃ ಕಥಾ ಚೇಯಂ ಕರಿಷ್ಯತಿ   ‖೫೪‖

ಆರ್ದ್ರಂ ಶುಷ್ಕಂ ಲಘು ಸ್ಥೂಲಂ ವಾಜ್ಞನಃಕರ್ಮಭಿಃ ಕೃತಮ್ |
ಶ್ರವಣಂ ವಿದಹೇತ್ತಾಪಂ ಪಾವಕಃ ಸಮಿಧೋ ಯಥಾ   ‖೫೫‖

ಅಸ್ಮಿನ್ನೈ ಭಾರತೇ ವರ್ಷೇ ಸೂರಿಭಿರ್ದೇವಸಂಸದಿ |
ಅಕಥಾಶ್ರಾವಿಣಾಂ ಪುಂಸಾಂ ನಿಷ್ಫಲಂ ಜನ್ಮ ಕೀರ್ತಿತಮ್   ‖೫೬‖

ಕಿಂ ಮೋಹತೋ ರಕ್ಷಿತೇನ ಸುಪುಷ್ಟೇನ ಬಲೀಯಸಾ |
ಆಧ್ರುವೇಣ ಶರೀರೇಣ ಶುಕಶಾಸ್ತ್ರಕಥಾಂ ವಿನಾ   ‖೫೭‖

ಅಸ್ಥಿಸ್ತಂಭಂ ಸ್ನಾಯುಬದ್ಧಂ ಮಾಂಸಶೋಣಿತಲೇಪಿತಮ್ |
ಚರ್ಮಾವನದ್ಧಂ ದುರ್ಗಂಧಂ ಪಾತ್ರಂ ಮೂತ್ರಪುರೀಷಯೋಃ ‖೫೮‖

ಜರಾಶೋಕವಿಪಾಕಾರ್ತಂ ರೋಗಮಂದಿರಮಾತುರಮ್ |
ದುಷ್ಪೂರಂ ದುರ್ಧರಂ ದುಷ್ಟಂ ಸದೋಷಂ ಕ್ಷಣಭಂಗುರಮ್ ‖೫೯‖

ಕೃಮಿವಿಡ್ಭಸ್ಮ ಸಂಜ್ಞಾಂತಂ ಶರೀರಮಿತಿ ವರ್ಣಿತಮ್ |
ಅಸ್ಥಿರೇಣ ಸ್ಥಿರಂ ಕರ್ಮ ಕುತೋऽಯಂ ಸಾಧಯೇನ್ನ ಹಿ   ‖೬೦‖

ಯತ್ತ್ರಾತಃ ಸಂಸ್ಕೃತಂ ಚಾನ್ನಂ ಸಾಯಂ ತಚ್ಚ ವಿನಶ್ಯತಿ |
ತದೀಯರಸಸಂಪುಷ್ಟೇ ಕಾಯೇ ಕಾ ನಾಮ ನಿತ್ಯತಾ   ‖೬೦‖

ಸಪ್ತಾಹಶ್ರವಣಾಲ್ಲೋಕೇ ಪ್ರಾಪ್ಯತೇ ನಿಕಟೇ ಹರಿಃ |
ಅತೋ ದೋಷನಿವೃತ್ಯರ್ಥಮೇತದೇವ ಹಿ ಸಾಧನಮ್   ‖೬೭‖

ಬುದ್ಬುದಾ ಇವ ತೋಯೇಷು ಮಶಕಾ ಇವ ಜಂತುಷು |
ಜಾಯಂತೇ ಮರಣಾಯೈವ ಕಥಾಶ್ರವಣವರ್ಜಿತಾಃ ||೯೩||

ಜಡಸ್ಯ ಶುಷ್ಕವಂಶಸ್ಯ ಯತ್ರ ಗ್ರಂಥಿ ವಿಭೇದನಮ್ |
ಚಿತ್ರಂ ಕಿಮು ತದಾ ಚಿತ್ತಗ್ರಂಥಭೇದಃ ಕಥಾಶ್ರವಾತ್ ||೯೪||

ಭಿದ್ಯತೇ ಹೃದಯಗ್ರಂಥಿಶ್ಛಿದ್ಯಂತೇ ಸರ್ವಸಂಶಯಾಃ |
ಕ್ಷೀಯಂತೇ ಚಾಸ್ಯ ಕರ್ಮಾಣಿ ಸಪ್ತಾಹಶ್ರವಣೇ ಕೃತೇ ||೯೫||

ಸಂಸಾರಕರ್ದಮಾಲೇಪಪ್ರಕ್ಷಾಲನಪಟೀಯಸಿ |
ಕಥಾತೀರ್ಥೇ ಸ್ಥಿತೇ ಚಿತ್ತೇ ಮುಕ್ತಿರೇವ ಬುಧೈಃ ಸ್ಮೃತಾ ||೯೬||

ಏವಂ ಬ್ರುವತಿ ವೈ ತಸ್ಮಿನ್ನಿಮಾನಮಾಗಮತ್ತದಾ |
ವೈಕುಂಠವಾಸಿಭಿರ್ಯುಕ್ತಂ ಪ್ರಸ್ಫುರದ್ದೀಪ್ತಿಮಂಡಲಮ್ ||೯೭||

ಸರ್ವೇಷಾಂ ಪಶ್ಯತಾಂ ಭೇಜೇ ವಿಮಾನಂ ಧುಂಧುಲೀಸುತಃ |
ವಿಮಾನೇ ವೈಷ್ಣವಾನ್ವೀಕ್ಷ್ಯ ಗೋಕರ್ಣೋ ವಾಕ್ಯಮಬ್ರವೀತ್ ||೯೮||

ಗೋಕರ್ಣ ಉವಾಚ–
ಆತ್ಮೈವ ಬಹವಃ ಸಂತಿ ಶ್ರೋತಾರೋ ಮಮ ನಿರ್ಮಲಾಃ |
ಆನೀತಾನಿ ವಿಮಾನಾನಿ ನ ತೇಷಾಂ ಯುಗಪತ್ ಕುತಃ ||೯೯||

ಶ್ರವಣಂ ಸಮಭಾಗೇನ ಸರ್ವೇಷಾಮಿಹ ದೃಶ್ಯತೇ |
ಫಲಭೇದಃ ಕುತೋ ಜಾತಃ ಪ್ರಬ್ರುವಂತು ಹರಿಪ್ರಿಯಾಃ ||೧೦೦||

ಹರಿದಾಸಾ ಊಚುಃ–
ಶ್ರವಣಸ್ಯ ವಿಭೇದೇನ ಫಲಭೇದೋಽತ್ರ ಸಂಸ್ಥಿತಃ |
ಶ್ರವಣಂ ತು ಕೃತಂ ಸರ್ವೈರ್ನ ತಥಾ ಮನನಂ ಕೃತಮ್ |
ಫಲಭೇದಸ್ತತೋ ಜಾತೋ ಭಜನಾದಪಿ ಮಾನದ ||೧೦೧||

ಸಪ್ತರಾತ್ರಮುಪೋಷ್ಯೈವ ಪ್ರೇತೇನ ಶ್ರವಣಂ ಕೃತಮ್ |
ಮನನಾದಿ ತಥಾ ತೇನ ಸ್ಥಿರಚಿತ್ತೇ ಕೃತಂ ಭೃಶಮ್ ||೧೦೨||

ಆದೃಢಂ ಚ ಹತಂ ಜ್ಞಾನಂ ಪ್ರಮಾದೇನ ಹತಂ ಶ್ರುತಮ್ |
ಸಂದಿಗ್ಧೋ ಹಿ ಹತೋ ಮಂತ್ರೋ ವ್ಯಗ್ರಚಿತ್ತೋ ಹತೋ ಜಪಃ ||೭೫||

ಅವೈಷ್ಣವೋ ಹತೋ ದೇಶೋ ಹತಂ ಶ್ರಾದ್ಧಮಪಾತ್ರಕಮ್ |
ಹತಮಶ್ರೋತ್ರಿಯೇ ದಾನಮನಾಚಾರಂ ಹತಂ ಕುಲಮ್ ||೭೬||

ವಿಶ್ವಾಸೋ ಗುರುವಾಕ್ಯೇಷು ಸ್ವಸ್ಮಿಂದೀನತ್ವಭಾವನಾ |
ಮನೋದೋಷಜಯಶ್ಚೈವ ಕಥಾಯಾಂ ನಿಶ್ಚಲಾ ಮತಿಃ ||೭೭||

ಏವಮಾದಿ ಕೃತಂ ಚೇತ್ತಸ್ಕತ್ತದಾ ವೈ ಶ್ರವಣೇ ಫಲಮ್ |
ಪುನಃ ಶ್ರವಾಂತೇ ಸರ್ವೇಷಾಂ ವೈಕುಂಠೇ ವಸತಿರ್ಧ್ರುವಮ್ ||೭೮||

ಗೋಕರ್ಣ ತವ ಗೋವಿಂದೋ ಗೋಲೋಕಂ ದಾಸ್ಯತಿ ಸ್ವಯಮ್ |
ಏವಮುಕ್ತ್ವಾ ಯಯಯಃ ಸರ್ವೇ ವೈಕುಂಠಂ ಹರಿಕೀರ್ತನಾಃ ||೭೯||

ಶ್ರಾವಣೇ ಮಾಸಿ ಗೋಕರ್ಣಃ ಕಥಾಮೂಚೇ ತಥಾ ಪುನಃ |
ಸಪ್ತರಾತ್ರವತೀಂ ಭೂಯಃ ಶ್ರವಣಂ ತೈಃ ಕೃತಂ ಪುನಃ ||೭೯||

ಕಥಾಸಮಾಪ್ತೌ ಯಜ್ಞಾತಂ ಶ್ರೂಯತಾಂ ತಚ್ಚ ನಾರದ ||೮೦||

ವಿಮಾನ್ಯೈಃ ಸಹ ಭಕ್ತೈಶ್ಚ ಹರಿರಾವಿರ್ಬಭೂವ ಹ |
ಜಯಶಬ್ದಾ ನಮಃ ಶಬ್ದಾಸ್ತ್ರಾಸನ್ ಬಹವಸ್ತದಾ ||೮೦||

ಪಾಂಚಜನ್ಯಧ್ವನಿಂ ಚಕ್ರೇ ಹರ್ಷಾತ್ತತ್ರ ಸ್ವಯಂ ಹರಿಃ |
ಗೋಕರ್ಣಂ ತು ಸಮಾಲಿಂಗ್ಯಾಕರೋತ್ಸ್ವಸದೃಶಂ ಹರಿಃ ||೮೦||

ಶ್ರೋತೄನನ್ಯಾನ್ ಘನಶ್ಯಾಮಾನ್ ಪೀತಕೌಶೇಯವಾಸಸಃ |
ಕಿರೀಟಿನಃ ಕುಂಡಲಿನಸ್ತಥಾ ಚಕ್ರೇ ಹರಿಃ ಕ್ಷಣಾತ್ ||೮೭||

ತದ್ದಾಸ್ಮೇ ಯೇ ಸ್ಥಿತಾ ಜೀವಾ ಅಶ್ವಚಾಂಡಾಲಜಾತಯಃ |
ವಿಮಾನೇ ಸ್ಥಾಪಿತಾಸ್ತೇಽಪಿ ಗೋಕರ್ಣಕೃಪಯಾ ತದಾ ||೮೬||

ಪ್ರೇಷಿತಾ ಹರಿಲೋಕೇ ತೇ ಯತ್ರ ಗಚ್ಛಂತಿ ಯೋಗಿನಃ |

ಗೋಕರ್ಣೇನ ಸ ಗೋಪಾಲೋ ಗೋಲೋಕಂ ಗೋಪವಲ್ಲಭಮ್ ।
ಕಥಾಶ್ರವಣತಃ ಪ್ರೀತೋ ನಿರ್ಯಯೌ ಭಕ್ತವತ್ಸಲಃ   ॥೮೪॥

ಆಯೋಧ್ಯಾವಾಸಿನಃ ಪೂರ್ವಂ ಯಥಾ ರಾಮೇಣ ಸಂಗತಾಃ ।
ತಥಾ ಕೃಷ್ಣೇನ ತೇ ನೀತಾ ಗೋಲೋಕಂ ಯೋಗಿದುರ್ಲಭಮ್   ॥೮೫॥

ಯತ್ರ ಸೂರ್ಯಸ್ಯ ಸೋಮಸ್ಯ ಸಿದ್ಧಾನಾಂ ನ ಗತಿಃ ಕದಾ ।
ತಂ ಲೋಕಂ ಹಿ ಗತಾಸ್ತೇ ತು ಶ್ರೀಮದ್ಭಾಗವತಶ್ರವಾತ್   ॥೮೬॥

ಬ್ರೂಮೋತ್ರ ತೇ ಕಿಂ ಫಲವೃಂದಮುಜ್ಜ್ವಲಂ
ಸಪ್ತಾಹಯಜ್ಞೇನ ಕಥಾಸು ಸಂಚಿತಮ್ ।
ಕರ್ಣೇನ ಗೋಕರ್ಣಕಥಾಕ್ಷರೋ ಯ್ಯೈಃ
ಪೀತಶ್ಚ ತೇ ಗರ್ಭಗತಾ ನ ಭೂಯಃ   ॥೮೭॥

ವಾತಾಂಬುಪರ್ಣಾಶನದೇಹಶೋಷಣ್ಯೈ—
ಸ್ತಪೋಭಿರುಗ್ರೈಶ್ಚಿರಕಾಲಸಂಚಿತ್ಯೈಃ ।
ಯೋಗೈಶ್ಚ ಸಂಯಾಂತಿ ನ ತಾಂ ಗತಿಂ ವೈ
ಸಪ್ತಾಹಗಾಥಾಶ್ರವಣೇನ ಯಾಂತಿ ಯಾಮ್   ॥೮೮॥

ಇತಿಹಾಸಮಿಮಂ ಪುಣ್ಯಂ ಶಾಂಡಿಲ್ಯೋ%ಪಿ ಮುನೀಶ್ವರಃ ।
ಪಠತೇ ಚಿತ್ರಕೂಟಸ್ಥೋ ಬ್ರಹ್ಮಾನಂದಪುರಿಪ್ಲುತಃ   ॥೮೯॥

ಆಖ್ಯಾನಮೇತತ್ಪರಮಂ ಪವಿತ್ರಂ
ಶ್ರುತಂ ಸಕೃದ್ವೈ ವಿದಹೇದಘೌಘಮ್ ।
ಶ್ರಾದ್ಧೇ ಪ್ರಯುಕ್ತಂ ಪಿತೃತೃಪ್ತಿಮಾವಹೇತ್
ನಿತ್ಯಂ ಸುಪಾಠಾದಪುನರ್ಭವಂ ಚ   ॥೯೦॥

ಇತಿ ಶ್ರೀ ಪದ್ಮಪುರಾಣೇ ಉತ್ತರಖಂಡೇ ಶ್ರೀಮದ್ಭಾಗವತ
ಮಾಹಾತ್ಮ್ಯೇ ಗೋಕರ್ಣಮೋಕ್ಷವರ್ಣನಂ ನಾಮ
ಪಂಚಮೋಧ್ಯಾಯಃ ॥ ೫ ॥

ಅಧ್ಯಾಯ – ೫೬
(ಧುಂಧುಕಾರಿಗೆ ಪ್ರೇತಯೋನಿ ಪ್ರಾಪ್ತಿ ಮತ್ತು ಆದರಿಂದ ಮುಕ್ತಿ)

ಸೂತರು ಶೌನಕರಿಗೆ ಸನತ್ಕುಮಾರರು ನಾರದರಿಗೆ ಹೇಳಿದ್ದನ್ನೇ ಮುಂದುವರಿಸಿ ಹೇಳುತ್ತಾರೆ : ಆತ್ಮದೇವನು ಕಾಡಿನಲ್ಲಿಯೇ ಇದ್ದು ಶ್ರೀಮದ್ಭಾಗವತದ ದಶಮಸ್ಕಂಧವನ್ನು ಪಾರಾಯಣ ಮಾಡುತ್ತ ವೈಕುಂಠವಾಸಿ ಯಾದ ನಂತರ ಧುಂಧುಕಾರಿಯು ಪ್ರತಿದಿನ ಹಣಕ್ಕಾಗಿ ತನ್ನ ತಾಯಿಯನ್ನೇ ಪೀಡಿಸತೊಡಗಿದ. ಒಂದು ದಿನ ತಾಯಿಗೆ ಉರಿಯುವ ಕಟ್ಟಿಗೆಯಿಂದ ತುಂಬಾ ಹೊಡೆದು ಹಣವನ್ನು ಕೊಡಬೇಕೆಂದೂ ಇಲ್ಲದಿದ್ದರೆ ಕೊಲ್ಲುವ ದಾಗಿಯೂ ಬೆದರಿಸಿದ. ಮಗನ ಈ ತರಹದ ಕ್ರೂರ ಹಿಂಸೆಗೆ ಹೆದರಿ ಬೇಸತ್ತ ತಾಯಿಯು ಬಾವಿಯಲ್ಲಿ ಹಾರಿ ಮೃತಳಾದಳು. ಯೋಗನಿಷ್ಠನಾದ ಗೋಕರ್ಣನು ಆ ಮೊದಲೇ ಮನೆಯನ್ನು ಬಿಟ್ಟುತೀರ್ಥಯಾತ್ರೆಗೆ ಹೊರಟು ಹೋಗಿದ್ದನು. ಅತಿ ವಿರಕ್ತನಾಗಿದ್ದ ಗೋಕರ್ಣನಿಗೆ ಈ ಎಲ್ಲ ಘಟನೆಗಳಿಂದ ದುಃಖವಾಗಲಿಲ್ಲ. ಅವನಿಗೆ ಶತ್ರು ಅಥವಾ ಮಿತ್ರರಾದವರು ಈ ಜಗತ್ತಿನಲ್ಲಿ ಯಾರೂ ಇರಲಿಲ್ಲ.

ತಂದೆ–ತಾಯಿಯು ಮೃತರಾದ ನಂತರ ಧುಂಧುಕಾರಿಯೊಬ್ಬನೇ ಮನೆಯಲ್ಲಿ ಐದು ಜನ ವೇಶ್ಯೆಯರೊಂದಿಗೆ ಇರತೊಡಗಿದನು. ಕಳ್ಳತನದಿಂದ ಹಣವನ್ನು ತಂದು ಆ ವೇಶ್ಯೆಯರನ್ನು ಪೋಷಿಸತೊಡಗಿದ. ಅವರಿಗಾಗಿ ಅನೇಕ ಕ್ರೂರಕರ್ಮಗಳನ್ನು ಮಾಡತೊಡಗಿದ. ಒಂದು ದಿನ ಆ ವೇಶ್ಯೆಯ ರೆಲ್ಲ ಸೇರಿ ವಿಚಾರಿಸಿದರು. ಏನೆಂದರೆ – "ಈ ಜಾರನು ಪ್ರತಿದಿನ ಕಳ್ಳತನ ಮಾಡಿ ಮನೆಯಲ್ಲಿಹಣ, ವಸ್ತು, ಬಂಗಾರದ ಒಡವೆಗಳನ್ನುತಂದು ಸಂಗ್ರಹಿಸಿ ಇಡುತ್ತಿದ್ದಾನೆ. ಊರ ರಾಜನಿಗೆ ಇದು ಗೊತ್ತಾಗಿ ಒಂದಲ್ಲ ಒಂದು ದಿನ ಇವನನ್ನು ಬಂಧಿಸಿ ಎಲ್ಲ ಸಂಪತ್ತನ್ನು ಕಸಿದುಕೊಂಡು ಇವನಿಗೆ ಪ್ರಾಣದಂಡನೆ ವಿಧಿಸುವುದು ನಿಶ್ಚಿತ. ನಂತರ ನಮ್ಮನ್ನೂ ಬಂಧಿಸಬಹುದು. ಆದ್ದರಿಂದ ನಾವೇ ಇವನನ್ನು ಕೊಂದು ಸಂಪತ್ತನ್ನು ಸ್ವಾಧೀನಪಡಿಸಿಕೊಂಡು ಎಲ್ಲಿಯಾದರೂ ದೂರ ಹೋಗಿ ಸುರಕ್ಷಿತವಾಗಿ ಇರಬಹುದಲ್ಲವೇ?" ಹೀಗೆಂದು ಗುಪ್ತವಾಗಿ ವಿಚಾರಿಸಿದ ವೇಶ್ಯೆಯರು ಒಂದು ದಿನ ರಾತ್ರಿ ಧುಂಧುಕಾರಿಯು ಮಲಗಿರು ವಾಗ ಅವನ ಕೊರಳಿಗೆ ಹಗ್ಗವನ್ನುಕಟ್ಟಿ ಬಿಗಿದು ಕೊಲ್ಲಲು ಪ್ರಯತ್ನಿಸಿದರು.

ಅವನು ಬೇಗನೇ ಸಾಯದಿದ್ದಾಗ ಅವನ ಬಾಯಿಯಲ್ಲಿ ಉರಿಯುವ ಕೆಂಡವನ್ನು ಸುರಿದು ಕೊಂದು ನಂತರ ಅವನ ಶರೀರವನ್ನು ಒಂದು ತೆಗ್ಗಿನಲ್ಲಿ ಹೂತು ಬಿಟ್ಟರು. ಸ್ತ್ರೀಯರು ಪ್ರಾಯಶಃ ದುಸ್ಸಾಹಸಿಗಳಾಗಿರುತ್ತಾರೆ. (ತಂ ದೇಹಂ ಮುಮುಚುರ್ಗರ್ತೇ ಪ್ರಾಯಃ ಸಾಹಸಿಕಾಃ ಸ್ತ್ರಿಯಃ | ೫– ೧೩). ತಮ್ಮ ಪ್ರಿಯತಮನು ವ್ಯಾಪಾರಕ್ಕಾಗಿ ಅಥವಾ ಹಣದ ಲೋಭದಿಂದ ಎಲ್ಲೋ ದೂರ ಹೋಗಿರಬಹುದು ವರ್ಷಾಂತ್ಯದಲ್ಲಿ ತಿರುಗಿ ಬರಬಹುದು ಎಂದು ಎಲ್ಲೆಡೆ ಸುಳ್ಳು ಹೇಳತೊಡಗಿದರು. ವೇಶ್ಯೆಯರು ಘುಂಘುಕಾರಿಯನ್ನು ಕೊಂದ ವಿಷಯ ಯಾರಿಗೂ ತಿಳಿಯಲೇ ಇಲ್ಲ. ಅವರೆಲ್ಲ ಜಾರನ ಸಂಪತ್ತನ್ನು ಅಪಹರಿಸಿ ಪರಾರಿಯಾದರು.

ಸನಕಾದಿಗಳು ನಾರದರಿಗೆ ಹೇಳುತ್ತಾರೆ – "ನಾರದರೇ ನೋಡಿದಿರಾ ಸ್ತ್ರೀಯರ ಮೋಸವನ್ನು ಹಾಗೂ ಕ್ರೂರ ಕಾರ್ಯಗಳನ್ನು! ಆದ್ದರಿಂದಲೇ ಲೋಕದಲ್ಲಿ ಹೇಳುತ್ತಾರೆ – ಏನೆಂದರೆ

ಸ್ತ್ರೀಣಾಂ ನೈವ ತು ವಿಶ್ವಾಸಂ ದುಷ್ಟಾನಾಂ ಕಾರಯೇದ್ಬುಧಃ |
ವಿಶ್ವಾಸೇ ಯಃ ಸ್ಥಿತೋ ಮೂಢಃ ಸ ದುಃಖೈಃ ಪರಿಭೂಯತೇ ||

ಬುದ್ಧಿವಂತರಾದವರು ದುಷ್ಟ ಸ್ತ್ರೀಯರಲ್ಲಿ ಎಂದೂ ವಿಶ್ವಾಸವಿಡ ಬಾರದು. ವಿಶ್ವಾಸವಿಡುವ ಮೂರ್ಖನು ಒಂದಿಲ್ಲೊಂದು ದಿನ ಭಯಾನಕ ದುಃಖವನ್ನು ಹೊಂದಬೇಕಾಗುತ್ತದೆ." ಇದು ಪತಿವ್ರತಾ ಸ್ತ್ರೀಯರಿಗೆ ಅನ್ವಯಿಸು ವುದಿಲ್ಲ.

ಘುಂಘುಕಾರಿಯು ತನ್ನ ಕುಕರ್ಮಗಳಿಂದ ದುರ್ಮರಣಕ್ಕೀಡಾಗಿ ಭಯಂಕರ ಪ್ರೇತವಾದನು. ಗಾಳಿಯಾಗಿ, ಹಸಿವೆ ನೀರಡಿಕೆಗಳಿಂದ ಬಳಲಿ 'ಅಯ್ಯೋ ಅಯ್ಯೋ' ಎಂದು ಕೂಗುತ್ತ ಒಂದೆಡೆ ನಿಲ್ಲಲಾಗದೇ ಎಲ್ಲೆಡೆ ಅಲೆದಾಡತೊಡಗಿದನು.

ಕೆಲವು ದಿನಗಳ ನಂತರ ಗೋಕರ್ಣನು ಜನರ ಬಾಯಿಂದ ಘುಂಘುಕಾರಿಯ ಮರಣ ವಾರ್ತೆಯನ್ನು ಕೇಳಿ ಅವನಿಗೆ ಸದ್ಗತಿಯಾಗ– ಲೆಂದು ಗಯಾ ಕ್ಷೇತ್ರದಲ್ಲಿ ಮತ್ತು ಇತರ ಕ್ಷೇತ್ರಗಳಲ್ಲಿಯೂ ಅವನಿಗೋಸ್ಕರ ಶ್ರಾದ್ಧ ಕರ್ಮವನ್ನು ಮಾಡಿದನು. ಹೀಗೆ ತೀರ್ಥ ಸಂಚಾರ ಮಾಡುತ್ತ

ಗೋಕರ್ಣನು ತಿರುಗಿ ತನ್ನ ಊರಿಗೆ ಮರಳಿ ಬಂದು ರಾತ್ರಿ ತನ್ನ ಮನೆಯ ಅಂಗಳದಲ್ಲಿ ಮಲಗಿಕೊಂಡಾಗ ಅರ್ಧರಾತ್ರಿಯಲ್ಲಿ ಧುಂಧುಕಾರಿಯು ತನ್ನ ವಿಕರಾಳ ರೂಪವನ್ನು ತೋರಿ ಗೋಕರ್ಣನ ಸನಿಹಕ್ಕೆ ಬಂದನು. ಅವನು ಒಮ್ಮೆ ಆಡು, ಒಮ್ಮೆ ಆನೆ, ಒಮ್ಮೆ ಕೋಣ, ಒಮ್ಮೆ ಇಂದ್ರ, ಮತ್ತೊಮ್ಮೆ ಅಗ್ನಿ ಹೀಗಿ ನಾನಾ ರೂಪಗಳಿಂದ ಕಾಣಿಸುತ್ತ ಕೊನೆಗೆ ಮನುಷ್ಯನ ಆಕಾರದಲ್ಲಿ ಪ್ರಕಟನಾದನು. ಇದನ್ನೆಲ್ಲ ನೋಡಿದ ಗೋಕರ್ಣನು ಇವನಾರೋ ದುರ್ಗತಿಯನ್ನು ಪಡೆದ ಜೀವಿಯಾಗಿದ್ದಾನೆಂದು ನಿರ್ಧರಿಸಿ ಧೈರ್ಯದಿಂದ "ನೀನು ಯಾರು? ರಾತ್ರಿಯಲ್ಲಿ ಇಂತಹ ಭಯಾನಕ ರೂಪಗಳನ್ನು ಏಕೆ ತೋರುತ್ತಿರುವೆ? ಇಂತಹ ಸ್ಥಿತಿಯು ನಿನಗೆ ಹೇಗೆ ಉಂಟಾಯಿತು? ನೀನು ಪ್ರೇತವ್ಪೋ, ಪಿಶಾಚಿಯೋ, ಅಥವಾ ಯಾವುದಾದರೂ ರಾಕ್ಷಸನೋ? ಏನು ಹೇಳು" ಎಂದು ಕೇಳಿದನು. ಗೋಕರ್ಣನು ಹೀಗೆ ಕೇಳಲಾಗಿ ಅವನು ಜೋರಾಗಿ ಅಳತೊಡಗಿದನು. ಪ್ರೇತವಾಗಿದ್ದ ಅವನಿಗೆ ಮಾತನಾಡಲು ಸಾಧ್ಯವಾಗದೇ ಕೇವಲ ಸಂಕೇತ ಮಾಡುತ್ತಿರುವುದನ್ನು ಕಂಡ ಗೋಕರ್ಣನು ತನ್ನ ಕಮಂಡಲಿನಲ್ಲಿದ್ದ ಜಲವನ್ನು ಅಭಿಮಂತ್ರಿಸಿ ಪ್ರೇತದ ಮೇಲೆ ಸಂಪ್ರೋಕ್ಷಿಸಲು ಅವನು ತನ್ನ ಪೂರ್ವವೃತ್ತಾಂತ ಮತ್ತು ಪ್ರೇತನಾಗುವುದಕ್ಕೆ ಕಾರಣ ಎಲ್ಲವನ್ನೂ ತಿಳಿಸಿ – 'ಅಯ್ಯಾ ತಮ್ಮನೇ! ನೀನು ದಯಾಸಾಗರನು. ನೀನು ಹೇಗಾದರೂ ಮಾಡಿ ಈ ಪ್ರೇತಯೋನಿಯಿಂದ ನನಗೆ ಮುಕ್ತಿಯಾಗು ವಂತೆ ಮಾಡು' ಎಂದು ದೀನವದನನಾಗಿ ಪ್ರಾರ್ಥಿಸಿದನು. ಇದನ್ನೆಲ್ಲ ಕೇಳಿ ಗೋಕರ್ಣನು – "ಸಹೋದರಾ! ನಿನಗೆ ಸದ್ಗತಿಯಾಗಲೆಂದು ನಾನು ಈಗಾಗಲೇ ಗಯಾದಿ ಕ್ಷೇತ್ರಗಳಲ್ಲಿ ಪಿಂಡ ಪ್ರಧಾನ ಮಾಡಿದ್ದೇನೆ. ಇನ್ನೂ ನಿನಗೆ ಮುಕ್ತಿಯಾಗಿಲ್ಲವೆಂದರೆ ನಾನು ಇನ್ನೇನು ಮಾಡಬಲ್ಲೆ! ನನಗಂತೂ ಯಾವುದೂ ಹೊಳೆಯದಂತಾಗಿದೆ" ಎಂದು ನುಡಿಯಲು ಬಲ್ಲವರನ್ನು ವಿಚಾರಿಸಿ ಬೇರೆ ಉಪಾಯದಿಂದ ತನ್ನ ಬಿಡುಗಡೆಗೆ ಪ್ರಯತ್ನಿಸಬೇಕೆಂದು ಧುಂಧುಕಾರಿಯು ಸೂಚಿಸಿ ಗೋಕರ್ಣನ ಅಪ್ಪಣೆ ಪಡೆದು ಸೂರ್ಯೋದಯದ ಮೊದಲೇ ತನ್ನ ಸ್ಥಳವನ್ನು ಸೇರಿದನು.

ಇತ್ತ ಬೆಳಗಾಗುತ್ತಲೇ ತೀರ್ಥಯಾತ್ರೆಗೆ ಹೋಗಿದ್ದ ಗೋಕರ್ಣನು ತಿರುಗಿ ಬಂದಿರುವುದನ್ನರಿತ ಜನರು ಅವನನ್ನು ಕಾಣಲು ಬಂದರು. ಆಗ

ಗೋಕರ್ಣನು ರಾತ್ರಿ ಧುಂಧುಕಾರಿ ಪ್ರೇತದೊಂದಿಗೆ ನಡೆದ ವಾರ್ತಾಲಾಪ
ವನ್ನು ತಿಳಿಸಿ ಅವನ ಮುಕ್ತಿಗೆ ಏನಾದರೂ ಉಪಾಯವನ್ನು ತಿಳಿಸುವಂತೆ
ಎಲ್ಲರನ್ನೂ ಕೋರಿದನು. ಅಲ್ಲಿಗೆ ಬಂದಿದ್ದ ವಿದ್ವಾಂಸರೂ, ಯೋಗನಿಷ್ಠರೂ,
ಜ್ಞಾನಿಗಳೂ, ವೇದಜ್ಞರೂ ಹೀಗೆ ಎಲ್ಲರೂ ಶಾಸ್ತ್ರಗ್ರಂಥಗಳನ್ನು ತಿರುವಿ
ಹಾಕಿದರೂ ಧುಂಧುಕಾರಿಯು ಮುಕ್ತಿಯ ಉಪಾಯವನ್ನು ತಿಳಿಯದಾದರು.
ಕೊನೆಗೆ ಈ ವಿಷಯದಲ್ಲಿ ಭಗವಾನ್ ಸೂರ್ಯನಾರಾಯಣನ ಆಜ್ಞೆಯಂತೆ
ನಡೆಯುವದು ಎಂದು ಎಲ್ಲರೂ ನಿರ್ಧರಿಸಿದರು. ಮರುದಿನ ಬೆಳಗಾಗು
ತ್ತಲೇ ಗೋಕರ್ಣನು ತನ್ನ ಯೋಗಬಲ ಹಾಗೂ ತಪೋಬಲದಿಂದ ಸೂರ್ಯನ
ಗತಿಯನ್ನು ತಡೆದು ಅವನನ್ನು ಸ್ತುತಿಸಿದನು ಮತ್ತು ಧುಂಧುಕಾರಿಯ
ಮುಕ್ತಿಗಾಗಿ ಸಾಧನೋಪಾಯವನ್ನು ತಿಳಿಸುವಂತೆ ಪ್ರಾರ್ಥಿಸಿದನು. ಆಗ
ಸೂರ್ಯನಾರಾಯಣನು ದೂರದಿಂದಲೇ ಇಂತೆಂದನು –

ಶ್ರೀಮದ್ಭಾಗವತಾನುಕ್ತಿಃ ಸಪ್ತಾಹಂ ವಾಚನಂ ಕುರು ।
ಇತಿ ಸೂರ್ಯವಚಃ ಸರ್ವೇರ್ಧರ್ಮರೂಪಂ ತು ವಿಶ್ರುತಮ್ ॥೭೧॥

   "ಗೋಕರ್ಣನೇ ಕೇಳು, ನಿನ್ನ ತಮ್ಮನ ಮುಕ್ತಿಗಾಗಿ ಶ್ರೀಮದ್ಭಾಗವತ
ವನ್ನು ಸಪ್ತಾಹ ವಿಧಿಯಿಂದ ಪಾರಾಯಣ ಮಾಡು. ಇದನ್ನು ಕೇಳುವ
ಮಾತ್ರದಿಂದಲೇ ಧುಂಧುಕಾರಿಗೆ ಪ್ರೇತಜನ್ಮದಿಂದ ಮುಕ್ತಿ ನಿಶ್ಚಿತ." ಸೂರ್ಯ
ನಾರಾಯಣನ ಈ ಆಕಾಶವಾಣಿಯನ್ನು ಅಲ್ಲಿ ನೆರೆದವರೆಲ್ಲರೂ ಕೇಳಿದರು.
ಭಗವಾನ್ ಸೂರ್ಯನಾರಾಯಣನ ಆಜ್ಞೆಯಂತೆ ಗೋಕರ್ಣನು ಒಂದು
ಶುಭ ಮುಹೂರ್ತದಲ್ಲಿ ಸಪ್ತಾಹ ವಿಧಿಯಿಂದ ಶ್ರೀಮದ್ಭಾಗವತ ಪ್ರವಚನವನ್ನು
ದೊಡ್ಡ ದ್ವನಿಯಿಂದ ಹೇಳಲು ಸಿದ್ಧನಾದನು. ಇದನ್ನು ಕೇಳಲು ಗೋಕರ್ಣನ
ಮನೆಯಲ್ಲಿ ಜನಸಂದಣೆ ಸೇರಿತು. ದೇವತೆಗಳೂ ಆಶ್ಚರ್ಯದಿಂದ ಆಕಾಶದಲ್ಲಿ
ನೆರೆದರು. ಇದನ್ನು ತಿಳಿದ ಧುಂಧುಕಾರಿಯು ಅಲ್ಲಿಗೆ ಬಂದು,
ಕುಳಿತುಕೊಳ್ಳಲು ತನಗೆ ಯೋಗ್ಯವಾದ ಸ್ಥಳವು ಸಿಗದಿರಲು ಅಲ್ಲಿಯೇ ಏಳು
ಗಂಟುಗಳಿದ್ದ ಒಂದು ನೇರವಾದ ಬಿದಿರನ್ನು ಕಂಡು ಅದರಲ್ಲಿ ಸೇರಿ
ಕುಳಿತನು.

   ಗೋಕರ್ಣನು ಓರ್ವ ವೈಷ್ಣವ ಬ್ರಾಹ್ಮಣನನ್ನು ಮುಖ್ಯ ಶ್ರೋತೃ
ವಾಗಿಸಿ, ಪ್ರಥಮ ಸ್ಕಂಧದಿಂದ ಶ್ರೀಮದ್ಭಾಗವತ ಪುರಾಣವನ್ನು ಸುಮಧುರ

ಸ್ವರದಿಂದ ಹೇಳಲು ಪ್ರಾರಂಭಿಸಿದನು. ಸಾಯಂಕಾಲ ಕಥಾಸಮಾಪ್ತಿ–
ಯಾಗುತ್ತಿದ್ದಂತೆಯೇ ಬಿದಿರಿನೊಳಗಿನ ಒಂದು ಗಂಟು 'ಫಟ್' ಎಂದು
ಶಬ್ದಮಾಡುತ್ತ ಒಡೆದು ಹೋಯಿತು. ಹೀಗೆಯೇ ಪ್ರತಿದಿನ ಒಂದೊಂದು
ಗಂಟು ಒಡೆಯುತ್ತ ಹೋಗಿ ಸಪ್ತಾಹ ಸಮಾಪ್ತಿಯ ದಿನ ಏಳನೆಯ ಗಂಟೂ
ಒಡೆದು ಧುಂಧುಕಾರಿಯು ಪ್ರೇತಯೋನಿಯಿಂದ ಮುಕ್ತನಾಗಿ ಪೀತಾಂಬರ
ವನ್ನುಟ್ಟುಕಿರೀಟ ಕುಂಡಲಗಳಿಂದ ಅಲಂಕೃತವಾದ ದಿವ್ಯರೂಪವನ್ನುಧರಿಸಿ
ಅಲ್ಲಿ ಪ್ರಕಟನಾದನು. ಅವನು ಪ್ರೇತ ಯೋನಿಯಿಂದ ತಾನು ಮುಕ್ತನಾಗಲು
ಕಾರಣನಾದ ಭಾಗವತ ಸಪ್ತಾಹವನ್ನು ಸ್ತುತಿಸಿ ಇದನ್ನು ನಡೆಸಿದ ತನ್ನ
ತಮ್ಮನನ್ನು ಪ್ರೀತಿಯಿಂದ ನಮಿಸಿ ಹೀಗೆ ನುಡಿದನು –

ತ್ವಯಾಹಂ ಮೋಚಿತೋ ಬಂಧೋ ಕೃಪಯಾ ಪ್ರೇತಕಶ್ಮಲಾತ್ ।೪೭।

ಧನ್ಯಾ ಭಾಗವತೀ ವಾರ್ತಾ ಪ್ರೇತಪೀಡಾವಿನಾಶಿನೀ ।
ಸಪ್ತಾಹೋಽಪಿ ತಥಾ ಧನ್ಯಃ ಕೃಷ್ಣಲೋಕಫಲಪ್ರದಃ   ॥೪೭॥

    ಹೇ ಪ್ರಿಯಬಂಧೋ! ನೀನು ನನ್ನ ಮೇಲೆ ದಯೆತೋರಿ ನನ್ನನ್ನು
ಪ್ರೇತಯೋನಿಯ ದುಃಖದಿಂದ ಮುಕ್ತಗೊಳಿಸಿದೆ. ಪ್ರೇತಪೀಡೆಯನ್ನು ನಾಶ
ಗೊಳಿಸುವಂತಹ ಮತ್ತು ಶ್ರೀಕೃಷ್ಣನ ಲೋಕವನ್ನು ದೊರಕಿಸಿಕೊಡುವ
ಭಾಗವತ ಸಪ್ತಾಹ ಪಾರಾಯಣವು ಧನ್ಯತಮವಾಗಿದೆ. ಮನುಷ್ಯನು ಸಪ್ತಾಹ
ಶ್ರವಣ ಮಾಡಲು ಸಂಕಲ್ಪಿಸಿದಾಕ್ಷಣ ಅವನು ಮಾಡಿದ ಪಾಪಗಳೆಲ್ಲ ಭಯ
ದಿಂದ ಕಂಪಿಸತೊಡಗುತ್ತವೆ. 'ಈ ಭಾಗವತ ಕಥೆಯು ನಮಗೆ ಪ್ರಲಯಕಾರಿ
ಯಾಗಿದೆ. ನಾವು ಇನ್ನೆಲ್ಲಿ ಓಡಿ ಹೋಗಬೇಕು? ಯಾರನ್ನು ಆಶ್ರಯಿಸಬೇಕು'
ಎಂದು ಆ ಪಾಪಗಳು ದುಃಖಿಸತೊಡಗುತ್ತವೆ. 'ಪೂರ್ವಜನ್ಮದ ಪುಣ್ಯ ವಿಶೇಷ
ದಿಂದ ಭಾರತವರ್ಷದಲ್ಲಿ ಜನ್ಮ ಪಡೆದೂ ಯಾವನು ಭಾಗವತ ಸಪ್ತಾಹದ
ಶ್ರವಣ ಮಾಡುವದಿಲ್ಲವೋ ಅವನ ಜನ್ಮವು ವ್ಯರ್ಥ' ಎಂದು ದೇವತೆಗಳೇ
ಹೇಳುತ್ತಾರೆ. ಯಾವ ಭಾಗವತದ ಕಥೆಗಳಿಂದ, ಒಣಗಿದ ಬಿದಿರಿನಲ್ಲಿದ್ದ
ಗಂಟುಗಳೇ ಒಡೆದು ಹೋದವೆಂದರೆ, ಆ ಭಾಗವತ ಕಥೆಗಳನ್ನು ಏಕಾಗ್ರಚಿತ್ತ
ದಿಂದ ಕೇಳುವ ಮನುಷ್ಯನ ಹೃದಯಗ್ರಂಥಿಯು (ವಾಸನಾ ಗ್ರಂಥಿಯು)
ನಾಶವಾಗಿ ಹೋಗುವುದರಲ್ಲೇನಾಶ್ಚರ್ಯ! ಭಾಗವತ ಸಪ್ತಾಹ ಶ್ರವಣ

ಮಾಡುವವರ ಹೃದಯದಲ್ಲಿ ಪರಮಾತ್ಮನು ಶೀಘ್ರವೇ ಬಂದು ನಿಲ್ಲುತ್ತಾನೆ. ಮತ್ತು ಆ ಭಗವಂತನು ಶ್ರೋತೃಗಳ ಸಕಲ ಸಂಶಯಗಳನ್ನು ಮತ್ತು ಪಾಪ– ತಾಪಗಳನ್ನು ನಾಶಮಾಡಿ ಅವರಿಗೆ ಮುಕ್ತಿಯನ್ನು ಕೊಡುತ್ತಾನೆ.

ಈ ಪ್ರಕಾರವಾಗಿ ಸನತ್ಕುಮಾರರು ನಾರದರಿಗೆ ಹೇಳುತ್ತಾರೆ – ಶ್ರೀಮದ್ಭಾಗವತದ ಮತ್ತು ಭಾಗವತ ಸಪ್ತಹದ ಮಹಾತ್ಮೆಯನ್ನು ಘುಂಧು ಕಾರಿಯು ಹೀಗೆ ವರ್ಣಿಸುತ್ತಿದ್ದಂತೆ ವಿಷ್ಣು ಪಾರ್ಷದರಿಂದ ಸಹಿತವಾದ ಒಂದು ದಿವ್ಯ ವಿಮಾನವು ಆಕಾಶದಿಂದ ಕೆಳಗಿಳಿದು ಬಂದಿತು. ಎಲ್ಲರೂ ನೋಡು ನೋಡುತ್ತಿದ್ದಂತೆಯೇ ವಿಷ್ಣು ಪಾರ್ಷರರು ಘುಂಧುಕಾರಿಯನ್ನು ತಮ್ಮ ವಿಮಾನದಲ್ಲಿ ಕೂಡಿಸಿಕೊಂಡು ವೈಕುಂಠಕ್ಕೆ ಹೊರಡಲು ಸಿದ್ಧರಾದರು. ಇದನ್ನು ನೋಡಿ ಗೋಕರ್ಣನು ಆ ವಿಷ್ಣುದೂತರನ್ನು ಕುರಿತು – ಭೋ ದೂತರೇ! ಇಲ್ಲಿ ಕುಳಿತವರೆಲ್ಲರೂ ಭಾಗವತಕಥಾ ಶ್ರವಣ ಮಾಡಿರುವಾಗ ಉಳಿದವರನ್ನು ಒಟ್ಟಿಗೇ ಕರೆದೊಯ್ಯಲು ದಿವ್ಯವಿಮಾನಗಳನ್ನು ಏಕೆ ತರಲಿಲ್ಲ ಎಂದು ಕೇಳಿದನು. ಆಗ ವಿಷ್ಣುದೂತರು ಹೇಳಿದರು –

ಶ್ರವಣಸ್ಯ ವಿಭೇದೇನ ಫಲಭೇದೋತ್ರ, ಸಂಸ್ಥಿತಃ ।
ಶ್ರವಣಂ ತು ಕೃತಂ ಸರ್ವೇರ್ನ ತಥಾ ಮನನಂ ಕೃತಮ್ ।
ಫಲಭೇದಸ್ತೋ ಜಾತೋ ಭಜನಾದಪಿ ಮಾನದ   ॥೭–೨೦॥

ಅದೃಢಂ ಚ ಹತಂ ಜ್ಞಾನಂ ಪ್ರಮಾದೇನ ಹತಂ ಶ್ರುತಮ್ ।
ಸಂದಿಗ್ಧೋ ಹಿ ಹತೋ ಮಂತ್ರೋ ವ್ಯಗ್ರಚಿತ್ತೋ ಹತೋ ಜಪಃ   ॥೨೧॥

ಗೋಕರ್ಣನೇ! ಎಲ್ಲರೂ ಭಾಗವತ ಸಪ್ತಹವನ್ನು ಕೇಳಿದ್ದರೂ ಪ್ರೇತಯೋನಿಯಲ್ಲಿದ್ದ ಘುಂಧುಕಾರಿಯಂತೆ ಏಳು ದಿನ ಉಪವಾಸದಿಂದ ಇದ್ದು ಏಕಾಗ್ರಚಿತ್ತದಿಂದ ಶ್ರವಣ ಮನನವನ್ನು ಮಾಡಿಲ್ಲ. ಈ ಕಾರಣ ದಿಂದಲೇ ಫಲದಲ್ಲಿ ವ್ಯತ್ಯಾಸವಾಗಿರುತ್ತದೆ.

ದೃಢವಾಗದಿರುವ ಜ್ಞಾನವು ವ್ಯರ್ಥವೇ ಆಗುತ್ತದೆ. ಇದರಂತೆಯೇ ಲಕ್ಷಕೊಡದೇ ಬೆರೆಡೆ ವಿಚಾರ ಮಾಡುತ್ತ ಮಾಡಿದ ಕಥಾ ಶ್ರವಣವು, ಸಂದೇಹದಿಂದ ಪಠಿಸಿದ ಮಂತ್ರವು, ಚಂಚಲತೆಯಿಂದ ಜಪಿಸಿದ ಮಂತ್ರ ಜಪ ಇವೆಲ್ಲ ಫಲಕಾರಿಯಾಗುವುದಿಲ್ಲ. ಈ ಭಾಗವತ ಸಪ್ತಾಹ ಯಜ್ಞದಲ್ಲಿ

ಧುಂಧುಕಾರಿಯನ್ನು ಬಿಟ್ಟು ಉಳಿದೆಲ್ಲ ಶ್ರೋತೃಗಳು ಭಕ್ತಿಯಿಂದ, ಶ್ರದ್ಧೆಯಿಂದ ಏಕಾಗ್ರತೆಯಿಂದ ಶ್ರವಣ ಮಾಡಿಲ್ಲ. ಆದ್ದರಿಂದ ಭಗವಾನ್ ವಿಷ್ಣುವಿನ ಆಜ್ಞಾನುಸಾರವಾಗಿ, ಧುಂಧುಕಾರಿಯೊಬ್ಬನನ್ನು ವೈಕುಂಠಕ್ಕೆ ಕರೆದೊಯ್ಯಲು ನಾವು ಒಂದೇ ದೇವವಿಮಾನವನ್ನು ತಂದಿದ್ದೇವೆ. ಇನ್ನೊಂದು ಸಲ ನೀನು ಪುರಾಣ ಹೇಳಿದಾಗ ಎಲ್ಲರೂ ಸ್ಥಿರಚಿತ್ತದಿಂದ ಹಾಗೂ ಭಕ್ತಿಯಿಂದ ಶ್ರವಣ ಮಾಡಲಿ. ಆಗ ಎಲ್ಲರನ್ನೂ ವಿಷ್ಣುಲೋಕಕ್ಕೆ ಕರೆದೊಯ್ಯಲಾಗು ವುದು." ಇಷ್ಟು ಹೇಳಿ ವಿಷ್ಣುದೂತರು ಧುಂಧುಕಾರಿಯನ್ನು ವಿಷ್ಣುಲೋಕಕ್ಕೆ ಕರೆದುಕೊಂಡು ಹೋದರು.

ಮುಂದೆ ಗೋಕರ್ಣನು ಶ್ರಾವಣ ಮಾಸದಲ್ಲಿ ಮತ್ತೊಮ್ಮೆ ಸಪ್ತಾಹ ಕ್ರಮದಿಂದ ಭಾಗವತ ಪುರಾಣವನ್ನು ಹೇಳಿದನು. ಆಗ ಶ್ರೋತೃಗಳೆಲ್ಲರೂ ಅದನ್ನು ಭಕ್ತಿಯಿಂದ ಶ್ರವಣ ಮಾಡಿದರು. ಏಳನೆಯ ದಿನ ಅಂದರೆ ಸಪ್ತಾಹ ಪುರಾಣದ ಮಂಗಳದ ದಿನ ಕಥಾ ಪ್ರವಚನದಿಂದ ಪ್ರಸನ್ನನಾದ ಭಗವಂತನು ಸರ್ವಾಭರಣಭೂಷಿತನಾಗಿ ಅನೇಕ ವಿಮಾನಗಳಿಂದೊಡಗೂಡಿ ಕಥಾಸಭೆ ಯಲ್ಲಿ ಪ್ರತ್ಯಕ್ಷನಾಗಿ ಗೋಕರ್ಣನನ್ನು ಆಲಿಂಗಿಸಿದನು. ಮತ್ತು ಎಲ್ಲ ಶ್ರೋತೃ ಗಳನ್ನೂ, ಪ್ರವಚನ ಮಾಡಿದ ಗೋಕರ್ಣನನ್ನೂ ದಿವ್ಯವಿಮಾನಗಳಲ್ಲಿ ಕೂಡಿಸಿಕೊಂಡು ತನ್ನ ಗೋಲೋಕಕ್ಕೆ ಕರೆದುಕೊಂಡು ಹೋದನು.

ಶ್ರೀಮದ್ಭಾಗವತವನ್ನು ಸಪ್ತಾಹ ಶ್ರವಣ ಮಾಡಿದರೆ ಎಂಥೆಂಥ ಫಲಗಳು ದೊರೆಯುವವೆಂಬುದನ್ನು ಪುರಾತನ ವೃತ್ತಾಂತದೊಂದಿಗೆ ವಿವರಿಸಿದ ಸನತ್ಕುಮಾರರು ನಾರದರಿಗೆ ಹೇಳುತ್ತಾರೆ – ಹೇ ಮುನೇ! ಭಾಗವತ ಸಪ್ತಾಹದ ಕಥೆಗಳನ್ನು ಕೇಳಿದರೆ ಅನಂತ ಫಲ ಪ್ರಾಪ್ತವಾಗುವುದ ರಿಂದ ಇಷ್ಟೇ ಫಲ ಎಂದು ನಿಶ್ಚಿತವಾಗಿ ನಾನೆಂತು ಹೇಳಲಿ? ಸಪ್ತಾಹ ಕಥೆಯು ನಡೆದಾಗ ಅದರ ಒಂದು ಶಬ್ದವು ಯಾರ ಕಿವಿಗೆ ಬೀಳುವುದೋ ಆವರು ಎಂದಿಗೂ ಮಾತೃಗರ್ಭವಾಸದ ಯಾತನೆಗಳನ್ನು ಭೋಗಿಸಲಾರರು. ನಾರದರೇ! ಸಪ್ತಾಹದ ಮಹಿಮೆಯನ್ನು ಸಂಕ್ಷೇಪದಲ್ಲಿ ಹೇಳಬೇಕೆಂದರೆ –

ವಾತಾಂಬುಪರ್ಣಾಶನದೇಹಶೋಷಣೈಃ
ತಪೋಭಿರುಗ್ರೈಸ್ಥಿರಕಾಲಸಂಚಿತೈಃ   ।

ಯೋಗ್ಯೆಶ್ಚ ಸಂಯಾಂತಿ ನ ತಾಂ ಗತಿಂ ವೈ
ಸಪ್ತಾಹಗಾಥಾಶ್ರವಣೇನ ಯಾಂತಿ ಯಾಮ್   ॥೫೬–೯೯॥

ಜನರು ಕೇವಲ ಗಾಳಿ, ನೀರು, ಎಲೆ ತಿಂದುಕೊಂಡು ತಮ್ಮ ಶರೀರ
ಪೋಷಣೆ ಮಾಡಿಕೊಂಡು, ಅನೇಕ ಕಾಲ ಘೋರವಾದ ತಪಸ್ಸನ್ನು ಮಾಡಿ
ಅಥವಾ ನಿರಂತರ ಯೋಗಾಭ್ಯಾಸದಿಂದ ಪಡೆಯಲಾಗದ ಗತಿಯನ್ನು ಸುಲಭ
ವಾಗಿರುವ ಕೇವಲ ಸಪ್ತಾಹ ಶ್ರವಣದಿಂದ ನಿಶ್ಚಿತವಾಗಿ ಪಡೆಯುತ್ತಾರೆ.
ಭಾಗವತೋಕ್ತ ಕಥೆಯು ಅತ್ಯಂತ ಪವಿತ್ರವಾಗಿದೆ. ಒಂದೇ ಒಂದು ಸಲ
ಇದನ್ನು ಶ್ರವಣ ಮಾಡಿದವರ ಪಾಪರಾಶಿಯು ಸುಟ್ಟು ಭಸ್ಮವಾಗುತ್ತದೆ.
ಇದನ್ನು ಪಿತೃಗಳ ಶ್ರಾದ್ಧದಲ್ಲಿ ಪಾರಾಯಣ ಮಾಡುವುದರಿಂದ ಪಿತೃಗಳಿಗೆ
ಬಹು ತೃಪ್ತಿಯಾಗುವುದು. ಪ್ರತಿದಿನ ಪಾರಾಯಣ ಮಾಡಿದರೆ ಮೋಕ್ಷದ
ಪ್ರಾಪ್ತಿಯಾಗುತ್ತದೆ.

॥ ಇಲ್ಲಿಗೆ ಶ್ರೀ ಪದ್ಮಪುರಾಣದ ಭಾಗವತ ಮಹಾತ್ಮೆಯಲ್ಲಿ ೬
ನೆಯ ಅಧ್ಯಾಯವು ಸಮಾಪ್ತವಾಯಿತು. ॥

ಪದ್ಮ ಪುರಾಣದ ಭಾಗವತ ಮಹಾತ್ಮೆಯಲ್ಲಿ
ಆರನೆಯ ಅಧ್ಯಾಯ
(ಸಪ್ತಾಹ ಯಜ್ಞದ ಶ್ರವಣ ವಿಧಿ)

ಕುಮಾರಾ ಊಚುಃ—
ಅಥ ತೇ ಸಂಪ್ರವಕ್ಷ್ಯಾಮಃ ಸಪ್ತಾಹಶ್ರವಣೇ ವಿಧಿಮ್ |
ಸಹಾಯ್ಯೈರ್ವಸುಭಿಶ್ಚೈವ ಪ್ರಾಯಃ ಸಾಧ್ಯೋ ವಿಧಿಃ ಸ್ಮೃತಃ ॥೧॥

ದೈವಜ್ಞಂ ತು ಸಮಾಹೂಯ ಮುಹೂರ್ತಂ ಪೃಚ್ಛ್ಯ ಯತ್ನತಃ |
ವಿವಾಹೇ ಯಾದೃಶಂ ವಿತ್ತಂ ತಾದೃಶಂ ಪರಿಕಲ್ಪಯೇತ್ ॥೨॥

ನಭಸ್ಯ ಅಶ್ವಿನೋರ್ಜೌ ಚ ಮಾರ್ಗಶೀರ್ಷಃ ಶುಚಿರ್ನಭಾಃ |
ಏತೇ ಮಾಸಾಃ ಕಥಾರಂಭೇ ಶ್ರೋತೃಣಾಂ ಮೋಕ್ಷಸೂಚಕಾಃ ॥೩॥

ಮಾಸಾನಾಂ ವಿಪ್ರ ಹೇಯಾನಿ ತಾನಿ ತ್ಯಾಜ್ಯಾನಿ ಸರ್ವಥಾ |
ಸಹಾಯಾಶ್ಚೇತರೇ ತತ್ರ ಕರ್ತವ್ಯಾಃ ಸೋದ್ಯಮಾಷ್ಟ ಯೇ ॥೪॥

ದೇಶೇ ದೇಶೇ ತಥಾ ಸೇಯಂ ವಾರ್ತಾ ಪ್ರೇಷ್ಯಾ ಪ್ರಯತ್ನತಃ |
ಭವಿಷ್ಯತಿ ಕಥಾ ಚಾತ್ರ ಆಗಂತವ್ಯಂ ಕುಟುಂಬಿಭಿಃ ॥೫॥

ದೂರೇ ಹರಿಕಥಾಃ ಕೇಚಿದ್ದೂರೇ ಚಾಚ್ಯುತಕೀರ್ತನಾಃ |
ಸ್ತ್ರಿಯಃ ಶೂದ್ರಾದಯೋ ಯೇ ಚ ತೇಷಾಂ ಬೋಧೋ ಯತೋ ಭವೇತ್ ॥೬॥

ದೇಶೇ ದೇಶೇ ವಿರಕ್ತಾ ಯೇ ವೈಷ್ಣವಾಃ ಕೀರ್ತನೋತ್ಸುಕಾಃ |
ತೇಷ್ವೇವ ಪತ್ರಂ ಪ್ರೇಷ್ಯಂ ಚ ತಲ್ಲೇಖಿನಮಿತೀರಿತಮ್ ॥೭॥

ಸತಾಂ ಸಮಾಜೋ ಭವಿತಾ ಸಪ್ತರಾತ್ರಂ ಸುದುರ್ಲಭಃ |
ಅಪೂರ್ವರಸರೂಪೈವ ಕಥಾ ಚಾತ್ರ ಭವಿಷ್ಯತಿ ॥೮॥

ಶ್ರೀಭಾಗವತಪೀಯೂಷಪಾನಾಯ ರಸಲಂಪಟಾಃ |
ಭವಂತಶ್ಚ ತಥಾ ಶೀಘ್ರಮಾಯಾತ ಪ್ರೇಮತತ್ಪರಾಃ ॥೯॥

ನಾವಕಾಶಃ ಕದಾಚಿಚ್ಛೇದ್ದಿನಮಾತ್ರಂ ತಥಾಪಿ ತು ।
ಸರ್ವಥಾಗಮನಂ ಕಾರ್ಯಂ ಕ್ಷಣೋತ್ರೈವ ಸುದುರ್ಲಭಃ   ॥೧೦॥

ಏವಮಾಕಾರಣಂ ತೇಷಾಂ ಕರ್ತವ್ಯಂ ವಿನಯೇನ ಚ ।
ಆಗಂತುಕಾನಾಂ ಸರ್ವೇಷಾಂ ವಾಸಸ್ಥಾನಾನಿ ಕಲ್ಪಯೇತ್   ॥೧೧॥

ತೀರ್ಥೇ ವಾಪಿ ವನೇ ವಾಪಿ ಗೃಹೇ ವಾ ಶ್ರವಣಂ ಮತಮ್ ।
ವಿಶಾಲಾ ವಸುಧಾ ಯತ್ರ ಕರ್ತವ್ಯಂ ತತ್ಕಥಾಸ್ಥಲಮ್   ॥೧೨॥

ಶೋಧನಂ ಮಾರ್ಜನಂ ಭೂಮೇರ್ಲೇಪನಂ ಧಾತುಮಂಡನಮ್ ।
ಗೃಹೋಪಸ್ಕರಮುದ್ಧೃತ್ಯ ಗೃಹಕೋಣೇ ನಿವೇಶಯೇತ್   ॥೧೩॥

ಅರ್ವಾಕ್ಪಂಚಾಹತೋ ಯತ್ನಾದಾಸ್ತೀರ್ಣಾಣಿ ಪ್ರಮೇಲಯೇತ್ ।
ಕರ್ತವ್ಯೋ ಮಂಡಪಃ ಪ್ರೋಚ್ಛೈಃ ಕದಲೀಖಂಡಮಂಡಿತಃ   ॥೧೪॥

ಫಲಪುಷ್ಪದಲೈರ್ವಿಷ್ವಗ್ಗ್ರಥಿತಾನೇನ ವಿರಾಜಿತಃ ।
ಚತುರ್ದಿಕ್ಷು ಧ್ವಜಾರೋಪೋ ಬಹುಸಂಪದ್ವಿರಾಜಿತಃ   ॥೧೫॥

ಊರ್ಧ್ವಂ ಸಪ್ತೈವ ಲೋಕಾಶ್ಚ ಕಲ್ಪನೀಯಾಃ ಸವಿಸ್ತರಮ್ ।
ತೇಷು ವಿಪ್ರಾ ವಿರಕ್ತಾಶ್ಚ ಸ್ಥಾಪನೀಯಾಃ ಪ್ರಬೋಧ್ಯ ಚ   ॥೧೬॥

ಪೂರ್ವಂ ತೇಷಾಮಾಸನಾನಿ ಕರ್ತವ್ಯಾನಿ ಯಥೋತ್ತರಮ್ ।
ವಕ್ತುಶ್ಚಾಪಿ ತದಾ ದಿವ್ಯಮಾಸನಂ ಪರಿಕಲ್ಪಯೇತ್   ॥೧೭॥

ಉದಜ್ಮುಖೋ ಭವೇದ್ವಕ್ತಾ ಶ್ರೋತಾ ವೈ ಪ್ರಾಜ್ಮುಖಸ್ತದಾ ।
ಪ್ರಾಜ್ಮುಖಶ್ಚೇದ್ಭವೇದ್ವಕ್ತಾ ಶ್ರೋತಾ ಚೋದಜ್ಮುಖಸ್ತದಾ   ॥೧೮॥

ಅಥವಾ ಪೂರ್ವದಿಗ್ಗೇಯಾ ಪೂಜ್ಯಪೂಜಕಮಧ್ಯತಃ ।
ಶ್ರೋತ್ಯಣಾಮಾಗಮೇ ಪ್ರೋಕ್ತಾ ದೇಶಕಾಲಾದಿಕೋವಿದ್ಯೈಃ   ॥೧೯॥

ವಿರಕ್ತೋ ವೈಷ್ಣವೋ ವಿಪ್ರೋ ವೇದಶಾಸ್ತ್ರವಿಶುದ್ಧಿಕೃತ್ ।
ದೃಷ್ಟಾಂತಕುಶಲೋ ಧೀರೋ ವಕ್ತಾ ಕಾರ್ಯೋ‌ಽತಿನಿಸ್ಪೃಹಃ   ॥೨೦॥

ಅನೇಕಧರ್ಮವಿಭ್ರಾಂತಾಃ ಸ್ತ್ರೈಣಾಃ ಪಾಖಂಡವಾದಿನಃ |
ಶುಕಶಾಸ್ತ್ರಕಥೋಚ್ಚಾರೇ ತ್ಯಾಜ್ಯಾಸ್ತೇ ಯದಿ ಪಂಡಿತಾಃ ||೨೦||

ವಕ್ತುಃ ಪಾರ್ಶ್ವೇ ಸಹಾಯಾರ್ಥಮನ್ಯಃ ಸ್ಥಾಪ್ಯಸ್ತಥಾವಿಧಃ |
ಪಂಡಿತಃ ಸಂಶಯಚ್ಛೇತ್ತಾ ಲೋಕಬೋಧನತತ್ಪರಃ ||೨೧||

ವಕ್ತ್ರಾಕ್ಷೌರಂ ಪ್ರಕರ್ತವ್ಯಂ ದಿನಾದರ್ವಾಗ್ ವ್ರತಾಪ್ತಯೇ |
ಅರುಣೋದಯೇಽಸೌ ನಿರ್ವರ್ತ್ಯ ಶೌಚಂ ಸ್ನಾನಂ ಸಮಾಚರೇತ್ ||೨೨||

ನಿತ್ಯಂ ಸಂಕ್ಷೇಪತಃ ಕೃತ್ವಾ ಸಂಧ್ಯಾದ್ಯಂ ಸ್ವ ಪ್ರಯತ್ನತಃ |
ಕಥಾವಿಘ್ನವಿಘಾತಾಯ ಗಣನಾಥಂ ಪ್ರಪೂಜಯೇತ್ ||೨೩||

ಪಿತೄನ್ ಸಂತರ್ಪ್ಯ ಶುದ್ಧ್ಯರ್ಥಂ ಪ್ರಾಯಶ್ಚಿತ್ತಂ ಸಮಾಚರೇತ್ |
ಮಂಡಲಂ ಚ ಪ್ರಕರ್ತವ್ಯಂ ತತ್ರ ಸ್ಥಾಪ್ಯೋ ಹರಿಸ್ತಥಾ ||೨೪||

ಕೃಷ್ಣಮುದ್ದಿಶ್ಯ ಮಂತ್ರೇಣ ಚರೇತ್ಪೂಜಾವಿಧಿಂ ಕ್ರಮಾತ್ |
ಪ್ರದಕ್ಷಿಣನಮಸ್ಕಾರಾನ್ ಪೂಜಾಂತೇ ಸ್ತುತಿಮಾಚರೇತ್ ||೨೫||

ಸಂಸಾರಸಾಗರೇ ಮಗ್ನಂ ದೀನಂ ಮಾಂ ಕರುಣಾನಿಧೇ |
ಕರ್ಮಮೋಹಗೃಹೀತಾಂಗಂ ಮಾಮುದ್ಧರ ಭವಾರ್ಣವಾತ್ ||೨೬||

ಶ್ರೀಮದ್ಭಾಗವತಸ್ಯಾಪಿ ತತಃ ಪೂಜಾ ಪ್ರಯತ್ನತಃ |
ಕರ್ತವ್ಯಾ ವಿಧಿನಾ ಪ್ರೀತ್ಯಾ ಧೂಪದೀಪಸಮನ್ವಿತಾ ||೨೭||

ತತಸ್ತು ಶ್ರೀಫಲಂ ಧೃತ್ವಾ ನಮಸ್ಕಾರಂ ಸಮಾಚರೇತ್ |
ಸ್ತುತಿಃ ಪ್ರಸನ್ನಚಿತ್ತೇನ ಕರ್ತವ್ಯಾ ಕೇವಲಂ ತದಾ ||೨೮||

ಶ್ರೀಮದ್ಭಾಗವತಾಖ್ಯೋಽಯಂ ಪ್ರತ್ಯಕ್ಷಃ ಕೃಷ್ಣ ಏವ ಹಿ |
ಸ್ವೀಕೃತೋಽಸಿ ಮಯಾ ನಾಥ ಮುಕ್ತ್ಯರ್ಥಂ ಭವಸಾಗರೇ ||೨೯||

ಮನೋರಥೋ ಮದೀಯೋಽಯಂ ಸಫಲಃ ಸರ್ವಥಾ ತ್ವಯಾ |
ನಿರ್ವಿಘ್ನೇನೈವ ಕರ್ತವ್ಯೋ ದಾಸೋಽಹಂ ತವ ಕೇಶವ ||೩೦||

ಏವಂ ದೀನವಚಃ ಪ್ರೋಚ್ಯ ವಕ್ತಾರಂ ಚಾಥ ಪೂಜಯೇತ್ ।
ಸಂಭೂಷ್ಯ ವಸ್ತ್ರಭೂಷಾಭಿಃ ಪೂಜಾಂತೇ ತಂ ಚ ಸಂಸ್ತವೇತ್   ॥೭೨॥

ಶುಕರೂಪ ಪ್ರಬೋಧಜ್ಞ ಸರ್ವಶಾಸ್ತ್ರವಿಶಾರದ ।
ಏತತ್ಕಥಾಪ್ರಕಾಶೇನ ಮದಜ್ಞಾನಂ ವಿನಾಶಯ   ॥೭೩॥

ತದಗ್ರೇ ನಿಯಮಃ ಪಶ್ಚಾತ್ಕರ್ತವ್ಯಃ ಶ್ರೇಯಸೇ ಮುದಾ ।
ಸಪ್ತರಾತ್ರಂ ಯಥಾಶಕ್ತ್ಯಾ ಧಾರಣೇಯಃ ಸ ಏವ ಹಿ   ॥೭೪॥

ವರಣಂ ಪಂಚವಿಪ್ರಾಣಾಂ ಕಥಾಭಂಗನಿವೃತ್ತಯೇ ।
ಕರ್ತವ್ಯಂ ತೈರ್ಹರೇರ್ಜಾಪ್ಯಂ ದ್ವಾದಶಾಕ್ಷರವಿದ್ಯಯಾ   ॥೭೫॥

ಬ್ರಾಹ್ಮಣಾನ್ ವೈಷ್ಣವಾಂಶ್ಚಾನ್ಯಾಂಸ್ತಥಾ ಕೀರ್ತನಕಾರಿಣಃ ।
ನತ್ವಾ ಸಂಪೂಜ್ಯ ದತ್ತಾಜ್ಞಃ ಸ್ವಯಮಾಸನಮಾವಿಶೇತ್   ॥೭೬॥

ಲೋಕವಿತ್ತಧನಾಗಾರಪುತ್ರಚಿಂತಾಂ ವ್ಯುದಸ್ಯ ಚ ।
ಕಥಾಚಿತ್ತಃ ಶುದ್ಧಮತಿಃ ಸ ಲಭೇತ್ಫಲಮುತ್ತಮಮ್   ॥೭೭॥

ಆಸೂರ್ಯೋದಯಮಾರಭ್ಯ ಸಾರ್ಧತ್ರಿಪ್ರಹರಾಂತಕಮ್   ।
ವಾಚನೀಯಾ ಕಥಾ ಸಮ್ಯಗ್ಧೀರಕಂಠಂ ಸುಧೀಮತಾ   ॥೭೮॥

ಕಥಾವಿರಾಮಃ ಕರ್ತವ್ಯೋ ಮಧ್ಯಾಹ್ನೇ ಘಟಿಕಾದ್ವಯಮ್ ।
ತತ್ಕಥಾಮನು ಕಾರ್ಯಂ ವೈ ಕೀರ್ತನಂ ವೈಷ್ಣವೈಸ್ತದಾ   ॥೭೯॥

ಮಲಮೂತ್ರಜಯಾರ್ಥಂ ಹಿ ಲಘ್ವಾಹಾರಃ ಸುಖಾವಹಃ ।
ಹವಿಷ್ಯಾನ್ನೇನ ಕರ್ತವ್ಯೋ ಹ್ಯೇಕವಾರಂ ಕಥಾರ್ಥಿನಾ   ॥೮೦॥

ಉಪೋಷ್ಯ ಸಪ್ತರಾತ್ರಂ ವೈ ಶಕ್ತಶ್ಚೇತ್ಶೃಣುಯಾತ್ತದಾ ।
ಘೃತಪಾನಂ ಪಯಃಪಾನಂ ಕೃತ್ವಾ ವೈ ಶೃಣುಯಾತ್ಖಿಮ್   ॥೮೧॥

ಫಲಾಹಾರೇಣ ವಾ ಭಾವ್ಯಮೇಕಭುಕ್ತೇನ ವಾ ಪುನಃ ।
ಸುಖಸಾಧ್ಯಂ ಭವೇದ್ಯತ್ತು ಕರ್ತವ್ಯಂ ಶ್ರವಣಾಯ ತತ್   ॥೮೨॥

ಭೋಜನಂ ತು ವರಂ ಮನ್ಯೇ ಕಥಾಶ್ರವಣಕಾರಕಮ್ |
ನೋಪವಾಸೋ ವರಃ ಪ್ರೋಕ್ತಃ ಕಥಾವಿಘ್ನಕರೋ ಯದಿ ||೪೨||

ಸಪ್ತಾಹವ್ರತಿನಾಂ ಪುಂಸಾಂ ನಿಯಮಾನ್ ಶೃಣು ನಾರದ |
ವಿಷ್ಣುದೀಕ್ಷಾವಿಹೀನಾನಾಂ ನಾಧಿಕಾರಃ ಕಥಾಶ್ರವೇ ||೪೪||

ಬ್ರಹ್ಮಚರ್ಯಮಧಃಸುಪ್ತಿ ಪತ್ರಾವಲ್ಯಾಂ ಚ ಭೋಜನಮ್ |
ಕಥಾಸಮಾಪ್ತೌ ಭುಕ್ತಂ ಚ ಕುರ್ಯಾನ್ನಿತ್ಯಂ ಕಥಾವ್ರತೀ ||೪೫||

ದ್ವಿದಲಂ ಮಧು ತೈಲಂ ಚ ಗರಿಷ್ಠಾನ್ನಂ ತಥೈವ ಚ |
ಭಾವದುಷ್ಟಂ ಪರ್ಯುಷಿತಂ ಜಹ್ಯಾನ್ನಿತ್ಯಂ ಕಥಾವ್ರತೀ ||೪೬||

ಕಾಮಂ ಕ್ರೋಧಂ ಮದಂ ಮಾನಂ ಮತ್ಸರಂ ಲೋಭಮೇವ ಚ |
ದಂಭಂ ಮೋಹಂ ತಥಾ ದ್ವೇಷಂ ದೂರಯೇಚ್ಚ ಕಥಾವ್ರತೀ ||೪೭||

ವೇದವೈಷ್ಣವವಿಪ್ರಾಣಾಂ ಗುರುಗೋವ್ರತಿನಾಂ ತಥಾ |
ಸ್ತ್ರೀರಾಜಮಹತಾಂ ನಿಂದಾಂ ವರ್ಜಯೇದ್ಯಃ ಕಥಾವ್ರತೀ ||೪೮||

ರಜಸ್ವಲಾಂತ್ಯಜವ್ಲ್ಲೇಂಭಪತಿತವ್ರಾತ್ಯಕೈಸ್ತಥಾ
ದ್ವಿಜದ್ವಿಡ್‌ವೇದಬಾಹ್ಯೈಶ್ಚ ನ ವದೇದ್ಯಃ ಕಥಾವ್ರತೀ ||೪೯||

ಸತ್ಯಂ ಶೌಚಂ ದಯಾ ಮೌನಮಾರ್ಜವಂ ವಿನಯಂ ತಥಾ |
ಉದಾರಮಾನಸಂ ತದ್ವದೇವಂ ಕುರ್ಯಾತ್ಕಥಾವ್ರತೀ ||೫೦||

ದರಿದ್ರಸ್ತ ಕ್ಷಯೀ ರೋಗೀ ನಿರ್ಭಾಗ್ಯಃ ಪಾಪಕರ್ಮವಾನ್ |
ಅನಪತ್ಯೋ ಮೋಕ್ಷಕಾಮಃ ಶೃಣುಯಾಚ್ಚ ಕಥಾಮಿಮಾಮ್ ||೫೧||

ಅಪುಷ್ಟಾ ಕಾಕವಂಧ್ಯಾ ಚ ವಂಧ್ಯಾ ಯಾ ಚ ಮೃತಾರ್ಭಕಾ |
ಸ್ರವದ್ಗರ್ಭಾ ಚ ಯಾ ನಾರೀ ತಯಾ ಶ್ರಾವ್ಯಾ ಪ್ರಯತ್ನತಃ ||೫೨||

ಏತೇಷು ವಿಧಿನಾ ಶ್ರಾವೇ ತದಕ್ಷಯಕರಂ ಭವೇತ್ |
ಅತ್ಯುತ್ತಮಾ ಕಥಾ ದಿವ್ಯಾ ಕೋಟಿಯಜ್ಞಫಲಪ್ರದಾ ||೫೩||

ಏವಂ ಕೃತ್ವಾ ವ್ರತವಿಧಿಮುದ್ಯಾಪನಮಥಾಚರೇತ್ |
ಜನ್ಮಾಷ್ಟಮೀವ್ರತಮಿವ ಕರ್ತವ್ಯಂ ಫಲಕಾಂಕ್ಷಿಭಿಃ ||೪೭||

ಅಕಿಂಚನೇಷು ಭಕ್ತೇಷು ಪ್ರಾಯೋ ನೋದ್ಯಾಪನಾಗ್ರಹಃ |
ಶ್ರವಣೇನೈವ ಪೂತಾಸ್ತೇ ನಿಷ್ಕಾಮಾ ವೈಷ್ಣವಾ ಯತಃ ||೪೪||

ಏವಂ ನಗಾಹಯಜ್ಞೇಽಸ್ಮಿನ್ ಸಮಾಪ್ತೇ ಶ್ರೋತೃಭಿಸ್ತದಾ |
ಪುಸ್ತಕಸ್ಯ ಚ ವಕ್ತುಶ್ಚ ಪೂಜಾ ಕಾರ್ಯಾತಿಭಕ್ತಿತಃ ||೪೮||

ಪ್ರಸಾದತುಲಸೀಮಾಲಾ ಶ್ರೋತೃಭ್ಯಶ್ಚಾಥ ದೀಯತಾಮ್ |
ಮೃದಂಗತಾಲಲಲಿತಂ ಕರ್ತವ್ಯಂ ಕೀರ್ತನಂ ತತಃ ||೪೮||

ಜಯಶಬ್ದಂ ನಮಃಶಬ್ದಂ ಶಂಖಶಬ್ದಂ ತ ಕಾರಯೇತ್ |
ವಿಪ್ರೇಭ್ಯೋ ಯಾಚಕೇಭ್ಯಶ್ಚ ವಿತ್ತಮನ್ನಂ ಚ ದೀಯತಾಮ್ ||೪೮||

ವಿರಕ್ತಶ್ಚೇದ್ಭವೇಚ್ಛ್ರೋತಾ ಗೀತಾ ವಾಚ್ಯಾ ಪರೇಶಹನಿ |
ಗೃಹಸ್ಥಶ್ಚೇತ್ತದಾ ಹೋಮಃ ಕರ್ತವ್ಯಃ ಕರ್ಮಶಾಂತಯೇ ||೪೯||

ಪ್ರತಿಶ್ಲೋಕಂ ತು ಜುಹುಯಾದ್ವಿಧಿನಾ ದಶಮಸ್ಯ ಚ |
ಪಾಯಸಂ ಮಧು ಸರ್ಪಿಶ್ಚ ತಿಲಾನ್ನಾದಿಕಸಂಯುತಮ್ ||೫೦||

ಅಥವಾ ಹವನಂ ಕುರ್ಯಾದ್ಗಾಯತ್ರ್ಯಾ ಸುಸಮಾಹಿತಃ |
ತನ್ಮಯತ್ವಾತ್ಪುರಾಣಸ್ಯ ಪರಮಸ್ಯ ಚ ತತ್ತ್ವತಃ ||೫೦||

ಹೋಮಾಶಕ್ತೌ ಬುಧೋ ಹೌಮ್ಯಂ ದದ್ಯಾತ್ತತ್ಫಲಸಿದ್ಧಯೇ |
ನಾನಾಛಿದ್ರನಿರೋಧಾರ್ಥಂ ನ್ಯೂನತಾಧಿಕತಾನಯೋಃ ||೫೨||

ದೋಷಯೋಃ ಪ್ರಶಮಾರ್ಥಂ ಚ ಪಠೇನ್ನಾಮಸಹಸ್ರಕಮ್ |
ತೇನ ಸ್ಯಾತ್ತತ್ಫಲಂ ಸರ್ವಂ ನಾಸ್ತ್ಯಸ್ಮಾದಧಿಕಂ ಯತಃ ||೫೨||

ದ್ವಾದಶ ಬ್ರಾಹ್ಮಣಾನ್ ಪಶ್ಚಾದ್ಭೋಜಯೇನ್ಮಧುಪಾಯಸೈಃ |
ದದ್ಯಾತ್ಸುವರ್ಣಂ ಧೇನುಂ ಚ ವ್ರತಪೂರ್ಣತ್ವಹೇತವೇ ||೪೭||

ಶಕ್ತೌ ಫಲತ್ರಯಮಿತಂ ಸ್ವರ್ಣಸಿಂಹಂ ವಿಧಾಯ ಚ ।
ತತ್ರಾಸ್ಯ ಪುಸ್ತಕಂ ಸ್ಥಾಪ್ಯಂ ಲಿಖಿತಂ ಲಲಿತಾಕ್ಷರಮ್   ॥೯೭॥

ಸಂಪೂಜ್ಯಾವಾಹನಾದ್ಯೈಸ್ತದುಪಚಾರೈಃ ಸದಕ್ಷಿಣಮ್ ।
ವಸ್ತ್ರಭೂಷಣಗಂಧಾದ್ಯೈಃ ಪೂಜಿತಾಯ ಯತಾತ್ಮನೇ   ॥೯೮॥

ಆಚಾರ್ಯಾಯ ಸುಧೀರ್ದತ್ತ್ವಾ ಮುಕ್ತಃ ಸ್ಯಾದ್ಭವಬಂಧನೈಃ ।
ಏವಂ ಕೃತೇ ವಿಧಾನೇ ಚ ಸರ್ವಪಾಪನಿವಾರಣೇ   ॥೯೮॥

ಫಲದಂ ಸ್ಯಾತ್ಪುರಾಣಂ ತು ಶ್ರೀಮದ್ಭಾಗವತಂ ಶುಭಮ್ ।
ಧರ್ಮಕಾಮಾರ್ಥಮೋಕ್ಷಾಣಾಂ ಸಾಧನಂ ಸ್ಯಾನ್ನ ಸಂಶಯಃ ॥೯೯॥

ಕುಮಾರಾ ಊಚುಃ –
ಇತಿ ತೇ ಕಥಿತಂ ಸರ್ವಂ ಕಿಂ ಭೂಯಃ ಶ್ರೋತುಮಿಚ್ಛಸಿ ।
ಶ್ರೀಮದ್ಭಾಗವತೇನೈವ ಭುಕ್ತಿಮುಕ್ತೀ ಕರೇ ಸ್ಥಿತೇ   ॥೯೯॥

ಸೂತ ಉವಾಚ–
ಇತ್ಯುಕ್ತ್ವಾ ತೇ ಮಹಾತ್ಮನಃ ಪ್ರೋಚುರ್ಭಾಗವತೀಂ ಕಥಾಮ್ ।
ಸರ್ವಪಾಪಹರಾಂ ಪುಣ್ಯಂ ಭುಕ್ತಿಮುಕ್ತಿಪ್ರದಾಯಿನೀಮ್   ॥೭೦॥

ಶೃಣ್ವತಾಂ ಸರ್ವಭೂತಾನಾಂ ಸಪ್ತಾಹಂ ನಿಯತಾತ್ಮನಾಮ್ ।
ಯಥಾವಿಧಿ ತತೋ ದೇವಂ ತುಷ್ಟುವುಃ ಪುರುಷೋತ್ತಮಮ್   ॥೭೦॥

ತದಂತೇ ಜ್ಞಾನವೈರಾಗ್ಯಭಕ್ತೀನಾಂ ಪುಷ್ಟತಾ ಪರಾ ।
ತಾರುಣ್ಯಂ ಪರಮಂ ಚಾಭೂತ್ಸರ್ವಭೂತಮನೋಹರಮ್   ॥೭೨॥

ನಾರದಶ್ಚ ಕೃತಾರ್ಥೋಽಭೂತ್ಸಿದ್ಧೇ ಸ್ವೀಯೇ ಮನೋರಥೇ ।
ಪುಲಕೀಕೃತಸರ್ವಾಂಗಃ ಪರಮಾನಂದಸಂಭೃತಃ   ॥೭೩॥

ಏವಂ ಕಥಾಂ ಸಮಾಕರ್ಣ್ಯ ನಾರದೋ ಭಗವತ್ಪ್ರಿಯಃ ।
ಪ್ರೇಮಗದ್ಗದಯಾ ವಾಚಾ ತಾನುವಾಚ ಕೃತಾಂಜಲಿಃ   ॥೭೪॥

ನಾರದ ಉವಾಚ–
ಧನ್ಯೋಽಸ್ಮ್ಯನುಗೃಹೀತೋಽಸ್ಮಿ ಭವದ್ಭಿಃ ಕರುಣಾಪರೈಃ ।
ಆದ್ಯ ಮೇ ಭಗವಾಂಲ್ಲಬ್ಧಃ ಸರ್ವಪಾಪಹರೋ ಹರಿಃ   ॥೨೭॥

ಶ್ರವಣಂ ಸರ್ವಧರ್ಮೇಭ್ಯೋ ವರಂ ಮನ್ಯೇ ತಪೋಧನಾಃ ।
ವೈಕುಂಠಸ್ಥೋ ಯತಃ ಕೃಷ್ಣಃ ಶ್ರವಣಾದ್ಯಸ್ಯ ಲಭ್ಯತೇ   ॥೨೮॥

ಸೂತ ಉವಾಚ–
ಏವಂ ಬ್ರುವತಿ ವೈ ತತ್ರ ನಾರದೇ ವೈಷ್ಣವೋತ್ತಮೇ ।
ಪರಿಭ್ರಮನ್ ಸಮಾಯಾತಃ ಶುಕೋ ಯೋಗೇಶ್ವರಸ್ತದಾ   ॥೮೮॥

ತತ್ರಾಯಯೌ ಷೋಡಶವಾರ್ಷಿಕಸ್ತದಾ
ವ್ಯಾಸಾತ್ಮಜೋ ಜ್ಞಾನಮಹಾಬ್ಧಿಚಂದ್ರಮಾಃ ।
ಕಥಾವಸಾನೇ ನಿಜಲಾಭಪೂರ್ಣಃ
ಪ್ರೇಮ್ಣಾ ಪಠನ್ ಭಾಗವತಂ ಶನೈಃ ಶನೈಃ   ॥೮೦॥

ದೃಷ್ಟ್ವಾ ಸದಸ್ಯಾಃ ಪರಮೋರುತೇಜಸಂ
ಸದ್ಯಃ ಸಮುತ್ಥಾಯ ದದುರ್ಮಹಾಸನಮ್ ।
ಪ್ರೀತ್ಯಾ ಸುರರ್ಷಿಸ್ತಮಪೂಜಯತ್ಸ್ವಯಂ
ಸ್ಥಿತೋಽವದತ್ಸಂಶೃಣುತಾಮಲಾಂ ಗಿರಮ್   ॥೮೯॥

ಶ್ರೀಶುಕ ಉವಾಚ–
ನಿಗಮಕಲ್ಪತರೋರ್ಗಲಿತಂ ಫಲಂ
ಶುಕಮುಖಾದಮೃತದ್ರವಸಂಯುತಮ್ ।
ಪಿಬತ ಭಾಗವತಂ ರಸಮಾಲಯಂ
ಮುಹುರಹೋ ರಸಿಕಾ ಭುವಿ ಭಾವುಕಾಃ   ॥೯೦॥

ಧರ್ಮಃ ಪ್ರೋಜ್ಝಿತಕೈತವೋಽತ್ರ ಪರಮೋ ನಿರ್ಮತ್ಸರಾಣಾಂ ಸತಾಂ
ವೇದ್ಯಂ ವಾಸ್ತವಮತ್ರ ವಸ್ತು ಶಿವದಂ ತಾಪತ್ರಯೋನ್ಮೂಲನಮ್।
ಶ್ರೀಮದ್ಭಾಗವತೇ ಮಹಾಮುನಿಕೃತೇ ಕಿಂ ವಾ ಪರೈರೀಶ್ವರಃ
ಸದ್ಯೋ ಹೃದ್ಯವರುಧ್ಯತೇಽತ್ರ ಕೃತಿಭಿಃ ಶುಶ್ರೂಷುಭಿಸ್ತತ್ಕ್ಷಣಾತ್ ॥೯೧॥

ಶ್ರೀಮದ್ಭಾಗವತಂ ಪುರಾಣತಿಲಕಂ ಯದ್ವೈಷ್ಣವಾನಾಂ ಧನಂ
ಯಸ್ಮಿನ್ಪಾರಮಹಂಸ್ಯಮೇವಮಮಲಂ ಜ್ಞಾನಂ ಪರಂ ಗೀಯತೇ ।
ಯತ್ರ ಜ್ಞಾನವಿರಾಗಭಕ್ತಿಸಹಿತಂ ನೈಷ್ಕರ್ಮ್ಯಮಾವಿಷ್ಕೃತಂ
ತಚ್ಛೃಣ್ವನ್ ಪ್ರಪಠನ್ ವಿಚಾರಣಪರೋ ಭಕ್ತ್ಯಾ ವಿಮುಚ್ಯೇನ್ನರಃ ॥೮೭॥

ಸ್ವರ್ಗೇ ಸತ್ಯೇ ಚ ಕೈಲಾಸೇ ವೈಕುಂಠೇ ನಾಸ್ತ್ಯಯಂ ರಸಃ ।
ಅತಃ ಪಿಬಂತು ಸದ್ಭಾಗ್ಯಾ ಮಾ ಮಾ ಮುಂಚತ ಕರ್ಹಿಚಿತ್	॥೮೩॥

ಸೂತ ಉವಾಚ—
ಏವಂ ಬ್ರುವಾಣೇ ಸತಿ ಬಾದರಾಯಣೌ
ಮಧ್ಯೇ ಸಭಾಯಾಂ ಹರಿರಾವಿರಾಸೀತ್ ।
ಪ್ರಹ್ಲಾದಬಲ್ಯುದ್ಧವಫಾಲ್ಗುನಾದಿಭಿಃ
ವೃತಃ ಸುರರ್ಷಿಸ್ತಮಪೂಜಯಚ್ಚ ತಾನ್	॥೮೪॥

ದೃಷ್ಟ್ವಾ ಪ್ರಸನ್ನಂ ಮಹದಾಸನೇ ಹರಿಂ
ತೇ ಚಕ್ರಿರೇ ಕೀರ್ತನಮಗ್ರತಸ್ತದಾ ।
ಭವೋ ಭವಾನ್ಯಾ ಕಮಲಾಸನಸ್ತು
ತತ್ಪ್ರಾಗವಮತ್ಕೀರ್ತನದರ್ಶನಾಯ	॥೮೫॥

ಪ್ರಹ್ಲಾದಸ್ತಾಲಧಾರೀ ತರಲಗತಿತಯಾ ಚೋದ್ಧವಃ ಕಾಂಸ್ಯಧಾರೀ
ವೀಣಾಧಾರೀ ಸುರರ್ಷಿಃ ಸ್ವರಕುಶಲತಯಾ
					ರಾಗಕರ್ತಾರ್ಜುನೋಽಭೂತ್ ।
ಇಂದ್ರೋಽವಾದೀನ್ಮೃದಂಗಂ ಜಯಜಯಸುಕರಾಃ
ಕೀರ್ತನೇ ತೇ ಕುಮಾರಾ
ಯತ್ರಾಗ್ರೇ ಭಾವವಕ್ತಾ ಸರಸರಚನಯಾ
ವ್ಯಾಸಪುತ್ರೋ ಬಭೂವ	॥೮೬॥

ನನರ್ತ ಮಧ್ಯೇ ತ್ರಿಕಮೇವ ತತ್ರ
ಭಕ್ತ್ಯಾದಿಕಾನಾಂ ನಟವತ್ತೇಜಸಾಮ್ ।
ಆಲೌಕಿಕಂ ಕೀರ್ತನಮೇತದೀಕ್ಷ್ಯ
ಹರಿಃ ಪ್ರಸನ್ನೋಽಪಿ ವಚೋಽಬ್ರವೀತ್ತತ್	॥೮೭॥

ಮತ್ತೋ ವರಂ ಭಾವವೃತಾದ್ ವೃಣುಧ್ವಂ
ಪ್ರೀತಃ ಕಥಾಕೀರ್ತನತೋಸ್ಮಿ ಸಾಂಪ್ರತಮ್ ।
ಶ್ರುತ್ವೇತಿ ತದ್ವಾಕ್ಯಮತಿಪ್ರಸನ್ನಾಃ
ಪ್ರೇಮಾರ್ದ್ರಚಿತ್ತಾ ಹರಿಮೂಚಿರೇ ತೇ   ।।೮೮।।

ನಗಾಹಗಾಥಾಸು ಚ ಸರ್ವಭಕ್ಷೈ—
ರೇಭಿಸ್ತ್ವಯಾ ಭಾವ್ಯಮಿತಿ ಪ್ರಯತ್ನಾತ್ ।
ಮನೋರಥೋಽಯಂ ಪರಿಪೂರಣೇಯ—
ಸ್ತಥೇತಿ ಚೋಕ್ತ್ವಾಽಂತರಧೀಯತಾಚ್ಯುತಃ   ।।೮೯।।

ತತೋಽನಮತ್ತಚ್ಚರಣೇಷು ನಾರದ—
ಸ್ತಥಾ ಶುಕಾದೀನಪಿ ತಾಪಸಾಂಶ್ಚ ।
ಅಥ ಪ್ರಹೃಷ್ಟಾಃ ಪರಿನಷ್ಟಮೋಹಾಃ
ಸರ್ವೇ ಯಯುಃ ಪೀತಕಥಾಮೃತಾಸ್ತೇ   ।।೯೦।।

ಭಕ್ತಿಃ ಸುತಾಭ್ಯಾಂ ಸಹ ರಕ್ಷಿತಾ ಸಾ
ಶಾಸ್ತ್ರೇ ಸ್ವಕೀಯೇಽಪಿ ತದಾ ಶುಕೇನ ।
ಅತೋ ಹರಿರ್ಭಾಗವತಸ್ಯ ಸೇವನಾ—
ಚ್ಚಿತ್ತಂ ಸಮಾಯಾತಿ ಹಿ ವೈಷ್ಣವಾನಾಮ್   ।।೯೧।।

ದಾರಿದ್ರ್ಯದುಃಖಜ್ವರದಾಹಿತಾನಾಂ
ಮಾಯಾಪಿಶಾಚೀಪರಿಮರ್ದಿತಾನಾಮ್ ।
ಸಂಸಾರಸಿಂಧೌ ಪರಿಪಾತಿತಾನಾಂ
ಕ್ಷೇಮಾಯ ವೈ ಭಾಗವತಂ ಪ್ರಗರ್ಜತಿ   ।।೯೨।।

ಶೌನಕ ಉವಾಚ—
ಶುಕೇನೋಕ್ತಂ ಕದಾ ರಾಜ್ಞೇ ಗೋಕರ್ಣೇನ ಕದಾ ಪುನಃ ।
ಸುರರ್ಷಯೇ ಕದಾ ಬ್ರಾಹ್ಮೈಸ್ತ್ರಿಂಧಿ ಮೇ ಸಂಶಯಂ ತ್ರಿಮಯ್ ।।೯೩।।

ಸೂತ ಉವಾಚ—
ಆಕೃಷ್ಣನಿರ್ಗಮಾತ್ತ್ರಿಂಶದ್ವರ್ಷಾಧಿಕಗತೇ ಕಲೌ ।
ನವಮೀತೋ ನಭಸ್ಯೇ ಚ ಕಥಾರಂಭಂ ಶುಕೋಽಕರೋತ್ ।।೯೪।।

ಪರೀಕ್ಷಿಚ್ಛ್ರವಣಾಂತೇ ಚ ಕಲೌ ವರ್ಷಶತದ್ವಯೇ ।
ಶುದ್ಧೇ ಶುಚೌ ನವಮ್ಯಾಂ ಚ ಧೇನುಜೋಂಕಥಯತ್ಕಥಾಮ್ ॥೯೫॥

ತಸ್ಮಾದಪಿ ಕಲೌ ಪ್ರಾಪ್ತೇ ತ್ರಿಂಶದ್ವರ್ಷಗತೇ ಸತಿ ।
ಊಚುರೂರ್ಜೇ ಸಿತೇ ಪಕ್ಷೇ ನವಮ್ಯಾಂ ಬ್ರಹ್ಮಣಃ ಸುತಾಃ   ॥೯೬॥

ಇತ್ಯೇತತ್ತೇ ಸಮಾಖ್ಯಾತಂ ಯತ್ಪೃಷ್ಟೋಂಹಂ ತ್ವಯಾನಘ ।
ಕಲೌ ಭಾಗವತೀ ವಾರ್ತಾ ಭವರೋಗವಿನಾಶಿನೀ   ॥೯೭॥

ಕೃಷ್ಣಪ್ರಿಯಂ ಸಕಲಕಲ್ಮಷನಾಶನಂ ಚ
ಮುಕ್ತ್ಯೇಕಹೇತುಮಿಹ ಭಕ್ತಿವಿಲಾಸಕಾರಿ ।
ಸಂತಃ ಕಥಾನಕಮಿದಂ ಪಿಬತಾದರೇಣ
ಲೋಕೇ ಹಿ ತೀರ್ಥಪರಿಶೀಲನಸೇವಯಾ ಕಿಮ್   ॥೯೮॥

ಸ್ವಪುರುಷಮಪಿ ವೀಕ್ಷ್ಯ ಪಾಶಹಸ್ತಂ
ವದತಿ ಯಮಃ ಕಿಲ ತಸ್ಯ ಕರ್ಣಮೂಲೇ ।
ಪರಿಹರ ಭಗವತ್ಕಥಾಸು ಮತ್ತಾನ್
ಪ್ರಭುರಹಮನ್ಯನೃಣಾಂ ನ ವೈಷ್ಣವಾನಾಮ್   ॥೯೯॥

ಆಸಾರೇ ಸಂಸಾರೇ ವಿಷಯವಿಷಸಂಗಾಕುಲಧಿಯಃ
ಕ್ಷಣಾರ್ಧಂ ಕ್ಷೇಮಾರ್ಥಂ ಪಿಬತ ಶುಕಗಾಥಾತುಲಸುಧಾಮ್ ।
ಕಿಮರ್ಥಂ ವ್ಯರ್ಥಂ ಭೋ ವ್ರಜತ ಕುಪಥೇ ಕುತ್ಸಿತಕಥೇ
ಪರೀಕ್ಷಿತ್ನಾಕ್ಷೀ   ಯಚ್ಛ್ರವಣಗತಮುಕ್ತ್ಯುಕ್ತಿಕಥನೇ   ॥೧೦೦॥

ರಸಪ್ರವಾಹಸಂಸ್ಥೇನ ಶ್ರೀಶುಕೇನೇರಿತಾ ಕಥಾ ।
ಕಂಠೇ ಸಂಬದ್ಧ್ಯತೇ ಯೇನ ಸ ವೈಕುಂಠಪ್ರಭುರ್ಭವೇತ್   ॥೧೦೧॥

ಇತಿ ಚ ಪರಮಗುಹ್ಯಂ ಸರ್ವಸಿದ್ಧಾಂತಸಿದ್ಧಂ
ಸಪದಿ ನಿಗದಿತಂ ತೇ ಶಾಸ್ತ್ರಪುಂಜಂ ವಿಲೋಕ್ಯ ।
ಜಗತಿ ಶುಕಕಥಾತೋ ನಿರ್ಮಲಂ ನಾಸ್ತಿ ಕಿಂಚಿತ್
ಪಿಬ ಪರಸುಖಹೇತೋರ್ದ್ವಾದಶಸ್ಕಂಧಸಾರಮ್   ॥೧೦೨॥

ಏತಾಂ ಯೋ ನಿಯತತಯಾ ಶೃಣೋತಿ ಭಕ್ತ್ಯ
ಯಶ್ಚೈನಾಂ ಕಥಯತಿ ಶುದ್ಧವೈಷ್ಣವಾಗ್ರೇ ।
ತೌ ಸಮ್ಯಗ್ನಿಧಿಕರಣಾತ್ಫಲಂ ಲಭೇತೇ
ಯಾಥಾರ್ಥ್ಯನ್ನ ಹಿ ಭುವನೇ ಕಿಮಪ್ಯಸಾಧ್ಯಮ್   ॥೧೦೨॥

॥ ಇತಿ ಶ್ರೀಪದ್ಮಪುರಾಣೇ ಉತ್ತರಖಂಡೇ ಶ್ರೀಮದ್ಭಾಗವತ–
ಮಾಹಾತ್ಮ್ಯೇ ಶ್ರವಣವಿಧಿಕಥನಂ ನಾಮ ಷಷ್ಠೋಽಧ್ಯಾಯಃ ॥೬॥

ಅಧ್ಯಾಯ – ೭

(ಸಪ್ತಾಹ ಯಜ್ಞದ ವಿಧಿ)

ಭಾಗವತ ಸಪ್ತಾಹ ಕಥಾ ಶ್ರವಣದ ಮಹಿಮೆಯನ್ನು ತಿಳಿಸಿದ ನಂತರ
ಸನತ್ಕುಮಾರರು ನಾರದರಿಗೆ ಸಪ್ತಾಹ ಯಜ್ಞದ ವಿಧಿಯನ್ನು ತಿಳಿಸಲು
ಪ್ರಾರಂಭಿಸುತ್ತಾರೆ –

ಅಥ ತೇ ಸಂಪ್ರವಕ್ಷ್ಯಾಮಿ ಸಪ್ತಾಹಶ್ರವಣೇ ವಿಧಿಮ್ ।
ಸಹಾಯೈರ್ವಸುಭಿಶ್ಚೈವ ಪ್ರಾಯಃ ಸಾಧ್ಯೋ ವಿಧಿಃ ಸ್ಮೃತಃ ॥೭–೧॥

ಸಪ್ತಾಹ ಯಜ್ಞಕ್ಕೆ ಸುಮುಹೂರ್ತ ಃ ಹೇ ನಾರದ ಮುನಿಗಳೇ!
ಈಗ ನಾನು ಭಾಗವತ ಸಪ್ತಾಹಶ್ರವಣದ ವಿಧಿಯನ್ನು ತಿಳಿಸುತ್ತೇನೆ, ಧ್ಯಾನ
ಪೂರ್ವಕ ಕೇಳಿರಿ. ಯಾರಿಗಾದರೂ ಸಪ್ತಾಹ ಯಜ್ಞವನ್ನು ಸ್ವತಂತ್ರವಾಗಿ
ಅಂದರೆ ಒಬ್ಬರಿಗೇ ಮಾಡಲು ಸಾಧ್ಯವಾಗದಿದ್ದರೆ ಎಂಟು ಜನ ಸಹಾಯಕ
ರೊಂದಿಗೆ ಕೂಡಿಕೊಂಡು ಈ ಶುಭಕಾರ್ಯವನ್ನು ಮಾಡಬಹುದು.
ಎಲ್ಲಕ್ಕಿಂತ ಮೊದಲು ಜ್ಯೋತಿಷ್ಯ ಶಾಸ್ತ್ರದಲ್ಲಿ ಪರಿಣಿತರಾದ ಜ್ಯೋತಿಷಿಯನ್ನು
ಕಂಡು ಅವರಿಂದ ಸಪ್ತಾಹಯಜ್ಞ ಪ್ರಾರಂಭಿಸಲು ಯೋಗ್ಯವಾದ ಮುಹೂರ್ತ
ವನ್ನು ಕೇಳಿಕೊಳ್ಳಬೇಕು. ಕಥಾಯಜ್ಞವನ್ನು ಪ್ರಾರಂಭಿಸಲು ಮತ್ತು ಕಥಾ–
ಶ್ರವಣಕ್ಕೆ ಆಷಾಢ, ಶ್ರಾವಣ, ಭಾದ್ರಪದ, ಆಶ್ವೀಜ, ಕಾರ್ತಿಕ, ಮಾರ್ಗಶೀರ್ಷ,
ಈ ಆರು ತಿಂಗಳುಗಳು ಉತ್ತಮ ಮಾಸಗಳಾಗಿವೆ. ಈ ತಿಂಗಳುಗಳಲ್ಲಿ

ಕಥಾಶ್ರವಣ ಮಾಡುವ ಶ್ರೋತೃಗಳಿಗೆ ಮೋಕ್ಷ ಪ್ರಾಪ್ತಿಯಾಗುವುದು. ದೇವರ್ಷಿಗಳೇ! ಈ ಆರು ತಿಂಗಳುಗಳಲ್ಲಿಯೂ ಭದ್ರಾ–ವ್ಯತೀಪಾತ ಮುಂತಾದ ಕುಯೋಗಗಳು ಕಥಾ ಪ್ರಾರಂಭಕ್ಕೆ ಅನರ್ಹವಾಗಿವೆ. ಕಥಾ ಪ್ರಾರಂಭದ ಬಗ್ಗೆ ಎಲ್ಲ ಶ್ರೋತೃಗಳಿಗೂ ತಿಳಿಸಿ ಅವಶ್ಯ ಬರುವಂತೆ ವಿಧಿ–ಪೂರ್ವಕವಾಗಿ ಬರೆದ ಆಮಂತ್ರಣವನ್ನು ಕಳಿಸಬೇಕು.

ಪದ್ಮಪುರಾಣದಲ್ಲಿ ಈ ಜ್ಞಾನಯಜ್ಞ ಪ್ರಾರಂಭಿಸಲು ಪ್ರಶಸ್ತವಾದ ಮುಹೂರ್ತಗಳನ್ನು ಸ್ವತಃ ಶ್ರೀವೇದವ್ಯಾಸರೇ ಹೀಗೆ ತಿಳಿಸಿದ್ದಾರೆ–ಏನೆಂದರೆ–

ಭೌಮಾರ್ತಿವರ್ಜಿತಾ ವಾರಾ ಭಾನಿ ಧ್ರುವಮೃದೂನಿ ಚ ।
ಶುಭಯೋಗೇ ತಿಥೌ ಲಗ್ನೇ ಕಥಾರಂಭಃ ಪ್ರಶಸ್ಯತೇ ॥
ನಿತ್ಯಾಯಾಂ ಚ ಕಥಾಯಾಂ ಚ ಪುರಾಣಾನಾಂ ಮುನೀಶ್ವರ ।
ದ್ವಾದಶೀಂ ವರ್ಜಯೇತ್ ಪ್ರಾಜ್ಞಃ ಸೂತಸೂತಕಸಂಭವಾತ್ ॥
ಸಪ್ತಾಹೇ ನ ನಿಷೇಧೋಽಸ್ತಿ ಪ್ರಾಹುರೇವಂ ಪುರಾವಿದಃ ॥

– ಪದ್ಮಪುರಾಣ

ಭಾಗವತ ಸಪ್ತಾಹಕ್ಕೆ ಚೈತ್ರ ಮತ್ತು ಪುಷ್ಯ ಮಾಸಗಳನ್ನು ಬಿಟ್ಟು ಉಳಿದೆಲ್ಲ ಮಾಸಗಳು ಶುಭಮಾಸಗಳೆಂದು ಪರಿಗಣಿಸಲ್ಪಟ್ಟಿವೆ. ಮಲಮಾಸ, ಶುಕ್ರಾಸ್ತ ಮತ್ತು ಗುರು, ಚಂದ್ರರ ಅಸ್ತ ಕಾಲದಲ್ಲಿ, ಗುರ್ವಾದಿತ್ಯ ದಿನ, ಮತ್ತು ಕ್ಷಯ ತಿಥಿಗಳಂದು ಸಪ್ತಾಹಯಜ್ಞ ಪ್ರಾರಂಭಿಸಕೂಡದು. ವಾರಗಳಲ್ಲಿ ಮಂಗಳವಾರ, ಮತ್ತು ಶನಿವಾರಗಳು ತ್ಯಾಜ್ಯವಾಗಿವೆ.

ಭಾಗವತ ಕಥೆಯನ್ನು ಹೇಳುವಲ್ಲಿ ನಿತ್ಯಕಥೆ ಮತ್ತು ಸಪ್ತಾಹ ಕಥೆ ಎಂದು ಎರಡು ಕ್ರಮಗಳು ಸಂಪ್ರದಾಯದಲ್ಲಿವೆ. ನಿತ್ಯಕಥೆಯಲ್ಲಿ ದ್ವಾದಶೀತಿಥಿಯು ಕಥಾಪ್ರಾರಂಭಕ್ಕೆ ವರ್ಜಿತವಾಗಿದೆ ಏಕೆಂದರೆ ಆ ದಿನವನ್ನು ಸೂತಾಚಾರ್ಯರ ದೇಹಾವಸಾನದ ದಿನವೆಂದು ಆಚರಿಸಲಾಗುತ್ತದೆ. ಸಪ್ತಾಹ ಕಥೆಗಾಗಿ ದ್ವಾದಶೀತಿಥಿಯು ವರ್ಜಿತವಾಗಿಲ್ಲ.

ಜ್ಯೋತಿಷಿಗಳಿಂದ ಯೋಗ್ಯ ಮುಹೂರ್ತವನ್ನು ತಿಳಿದುಕೊಂಡ ನಂತರ ವಿವಾಹಕ್ಕಾಗಿ ಧನದ ವ್ಯವಸ್ಥೆ ಮಾಡಿಕೊಳ್ಳುವಂತೆ ಪ್ರಯತ್ನಪೂರ್ವಕ ಹಣದ ವ್ಯವಸ್ಥೆಯನ್ನೂ ಮಾಡಿಕೊಳ್ಳಬೇಕು. ಕಥಾಶ್ರವಣಕ್ಕೆ ಬಂದವರೆಲ್ಲ–ರಿಗೂ ವಾಸ ಮಾಡಲು ಯಥೋಚಿತ ವಾಸಸ್ಥಾನಗಳ ವ್ಯವಸ್ಥೆ ಮಾಡಬೇಕು.

ಸಪ್ತಾಹ ಯಜ್ಞಕ್ಕೆ ಯೋಗ್ಯ ಸ್ಥಳ ಮತ್ತು ಆಸನ ವ್ಯವಸ್ಥೆ :

ಸಪ್ತಾಹಯಜ್ಞಕ್ಕೆ ಯಾವುದಾದರೂ ತೀರ್ಥಕ್ಷೇತ್ರವಾಗಲಿ, ವನವಾಗಲೀ, ತನ್ನ ಮನೆಯೇ ಆಗಲಿ ಪ್ರಶಸ್ತವಾದ ಸ್ಥಳವಾಗಿವೆ. ಯಜ್ಞನಡೆಯುವ ಸ್ಥಳವನ್ನು ಶುದ್ಧಗೊಳಿಸಿ ಚೆನ್ನಾಗಿ ಅಲಂಕರಿಸಬೇಕು. ಪ್ರವಚನಕಾರರಿಗೆ ಉನ್ನತವಾದ ಆಸನವನ್ನು ಕಲ್ಪಿಸಿ ಶ್ರೀಭಾಗವತ ಗ್ರಂಥವನ್ನು ಇಡಲು ಒಂದು ಅಲಂಕೃತ ಮಂಟಪವನ್ನು ಸಿದ್ಧಪಡಿಸಬೇಕು. ಪ್ರವಚನಕಾರರು ಉತ್ತರಾಭಿಮುಖ ವಾಗಿಯೂ, ಶ್ರೋತೃಗಳು ಪೂರ್ವಾಭಿಮುಖಿವಾಗಿಯೂ ಕುಳಿತುಕೊಳ್ಳು ವಂತೆ ವ್ಯವಸ್ಥೆ ಮಾಡಬೇಕು ಅಥವಾ ಪ್ರವಚನಕಾರರು ಪೂರ್ವಾಭಿಮುಖಿ ವಾಗಿದ್ದರೆ ಶ್ರೋತೃಗಳಿಗೆ ಉತ್ತರಾಭಿಮುಖಿವಾಗಿ ಕುಳಿತುಕೊಳ್ಳುವ ವ್ಯವಸ್ಥೆ ಮಾಡಬೇಕು. ಪ್ರವಚನಕಾರನ ಅಂದರೆ ಪೌರಾಣಿಕನ ಆಸನವು ಶ್ರೋತೃಗಳ ಆಸನಕ್ಕಿಂತ ಎತ್ತರದಲ್ಲಿರಬೇಕು.

ಊರ್ಧ್ವಂ ಸಪ್ತೈವ ಲೋಕಾಷ್ಟ ಕಲ್ಪನೀಯಾಃ ಸವಿಸ್ತರಮ್ ‖೬–೧೬‖

ಪೌರಾಣಿಕನ ಎದುರು ಕೆಳಗೆ ಏಳು ಪಂಕ್ತಿಗಳಿರಬೇಕು. ಪೌರಾಣಿಕನ ಆಸನಕ್ಕಿಂತ ಕೆಳಗಿರುವ ಮೊದಲನೆಯ ಪಂಕ್ತಿಯು ಸತ್ಯಲೋಕವೆಂದು ತಿಳಿಯಲ್ಪಡುತ್ತದೆ. ಈ ಪಂಕ್ತಿಯಲ್ಲಿ ಸಂನ್ಯಾಸಿ – ಶ್ರೋತೃಗಳು ಕುಳಿತು ಕೊಳ್ಳಬೇಕು. ಎರಡನೆಯ ಪಂಕ್ತಿಯು ತಪೋಲೋಕವಾಗಿದ್ದು ಆದರಲ್ಲಿ ವಾನಪ್ರಸ್ಥರು ಕುಳಿತುಕೊಳ್ಳಬೇಕು. ಜನಲೋಕವೆಂದು ತಿಳಿಯಲ್ಪಡುವ ಮೂರನೆಯ ಪಂಕ್ತಿಯಲ್ಲಿ ಬ್ರಹ್ಮಚಾರಿಗಳು, ನಾಲ್ಕನೆಯ ಪಂಕ್ತಿಯು ಮಹರ್ಲೋಕವಾಗಿದ್ದು ಆದರಲ್ಲಿ ಬ್ರಾಹ್ಮಣರು, ಸ್ವರ್ಗಲೋಕದಂತಿರುವ ಐದನೆಯ ಪಂಕ್ತಿಯಲ್ಲಿ ಕ್ಷತ್ರಿಯರು, ಭುವರ್ಲೋಕದಂತಿರುವ ಆರನೆಯ ಪಂಕ್ತಿಯಲ್ಲಿ ವೈಶ್ಯರು ಮತ್ತು ಏಳನೆಯ ಪಂಕ್ತಿಯಾದ ಭುವಲೋಕದಲ್ಲಿ ಶೂದ್ರರು ಕುಳಿತುಕೊಂಡು ಕಥಾಶ್ರವಣ ಮಾಡಬೇಕು. ಪೌರಾಣಿಕನ ಎಡಭಾಗದಲ್ಲಿ ಸ್ತ್ರೀಯರು ಕುಳಿತುಕೊಳ್ಳಬೇಕು. ಕಥೆಯು ಪ್ರಾರಂಭವಾದ ನಂತರ ಬರುವ ಶ್ರೋತೃರು ದಕ್ಷಿಣ ಭಾಗದಲ್ಲಿ ಕುಳಿತುಕೊಳ್ಳಬೇಕು. ಪೌರಾಣಿಕನಿಗಿಂತ ಎತ್ತರ ಭಾಗದಲ್ಲಿ ಕೂಡುವುದು ನಿಷೇಧಿಸಲ್ಪಟ್ಟಿರುತ್ತದೆ.

ಪೌರಾಣಿಕನ ಕರ್ತವ್ಯ : ಭಾಗವತ ಸಪ್ತಾಹವನ್ನು ಪ್ರಾರಂಭಿಸುವ

ಹಿಂದಿನ ದಿನವೇ ಪೌರಾಣಿಕನು ಕ್ಷೌರ ಮಾಡಿಸಿಕೊಂಡು ಶೌಚಾದಿಗಳ

ನಂತರ ಶುದ್ಧಸ್ನಾನ ಮಾಡಬೇಕು. ಸಂಧ್ಯಾವಂದನಾದಿ ನಿತ್ಯ ಕರ್ಮಗಳನ್ನು ಮುಗಿಸಿ ಸಪ್ತಾಹವು ನಿರ್ವಿಘ್ನವಾಗಿ ಸಾಗಲೆಂದು ಗಣಪತಿಯನ್ನು ಪೂಜಿಸ ಬೇಕು. ಅನಂತರ ಪಿತೃಗಳಿಗೆ ತರ್ಪಣಕೊಟ್ಟು ಹಿಂದಿನ ಪಾಪಗಳ ಶುದ್ಧಿಗಾಗಿ ಪ್ರಾಯಶ್ಚಿತ್ತ ಮಾಡಿಕೊಳ್ಳಬೇಕು. ನಂತರ ಒಂದು ಮಂಡಲವನ್ನು ಮಾಡಿ ಅದರ ಮೇಲೆ ಶ್ರೀಕೃಷ್ಣನ ಪ್ರತಿಮೆಯನ್ನು ಸ್ಥಾಪಿಸಿ ಷೋಡಶೋಪಚಾರ ಗಳಿಂದ ಪೂಜಿಸಬೇಕು. ಪ್ರದಕ್ಷಿಣ, ನಮಸ್ಕಾರಗಳನ್ನು ಮಾಡಿ ಹೀಗೆ ಪ್ರಾರ್ಥಿಸಬೇಕು —

ಸಂಸಾರಸಾಗರೇ ಮಗ್ನಂ ದೀನಂ ಮಾಂ ಕರುಣಾನಿಧೇ ।
ಕರ್ಮಮೋಹಗೃಹೀತಾಂಗಂ ಮಾಮುದ್ಧರ ಭವಾರ್ಣವಾತ್ ॥೧೨॥

ಹೇ ಕರುಣಾನಿಧೇ! ಶ್ರೀಕೃಷ್ಣ! ಸಂಸಾರ ಸಾಗರದಲ್ಲಿ ಮುಳುಗಿರುವ ಈ ನನ್ನನ್ನು ಉದ್ಧರಿಸಿ ಕಾಪಾಡು. ಹೀಗೆ ಪ್ರಾರ್ಥಿಸಿ ನಂತರ ಶ್ರೀಮದ್ಭಾಗವತ ಗ್ರಂಥವನ್ನು ಪೂಜಿಸಿ ನಮಸ್ಕರಿಸಬೇಕು. ಆ ಗ್ರಂಥದ ಮುಂದೆ ತೆಂಗಿನ ಕಾಯಿಯನ್ನು ಇಟ್ಟು ನಮಸ್ಕರಿಸಿ ಹೀಗೆ ಸ್ತುತಿಸಬೇಕು —

ಶ್ರೀಮದ್ಭಾಗವತಾಖ್ಯೋಯಂ ಪ್ರತ್ಯಕ್ಷಂ ಕೃಷ್ಣ ಏವ ಹಿ ।
ಸ್ವೀಕೃತೋಸಿ ಮಯಾ ನಾಥ ಮುಕ್ತ್ಯರ್ಥಂ ಭವಸಾಗರೇ ॥೧೩॥

ಮನೋರಥೋ ಮದೀಯೋಯಂ ಸಫಲಃ ಸರ್ವಥಾ ತ್ವಯಾ ।
ನಿರ್ವಿಘ್ನೇನೈವ ಕರ್ತವ್ಯೋ ದಾಸೋಹಂ ತವ ಕೇಶವ ॥೧೪॥

ಹೇ ಶ್ರೀಕೃಷ್ಣ! ನೀನು ಈ ಭಾಗವತ ಗ್ರಂಥರೂಪದಿಂದ ಪ್ರಕಾಶಿಸುತ್ತಿ— ರುವಿ. ನಾನು ನಡೆಸಬೇಕೆಂದಿರುವ ಭಾಗವತ ಸಪ್ತಾಹವು ನಿರ್ವಿಘ್ನವಾಗಿ ನಡೆಯುವಂತೆ ಅನುಗ್ರಹಿಸು.

ಯಜಮಾನ ಹಾಗೂ ಶ್ರೋತೃಗಳ ಕರ್ತವ್ಯ :

ಆಮೇಲೆ ಪೌರಾಣಿಕನಿಗೆ ವಸ್ತ್ರಾಭರಣಗಳನ್ನಿತ್ತು ಪೂಜಿಸಿ ಅವನನ್ನು ಸ್ತುತಿಸಬೇಕು. ಪೌರಾಣಿಕನು ದ್ವಾದಶಾಕ್ಷರ ಮಂತ್ರವನ್ನು ಜಪಿಸುತ್ತ ಅಲ್ಲಿ ಉಪಸ್ಥಿತರಿದ್ದ ಹಿರಿಯರಾದ ವಿಷ್ಣು ಭಕ್ತರನ್ನು ನಮಸ್ಕರಿಸಿ ತನಗಾಗಿ ಸಿದ್ಧಪಡಿಸಿರುವ ಆಸನದಲ್ಲಿ ಕುಳಿತುಕೊಳ್ಳಬೇಕು. ಪೌರಾಣಿಕನು ಲೌಕಿಕ ಪದಾರ್ಥಗಳವಿಚಾರಗಳ ಚಿಂತೆಯನ್ನು ಬಿಟ್ಟು ಕೇವಲ ಶ್ರೀಕೃಷ್ಣನಲ್ಲೇ

ಚಿತ್ತವಿಟ್ಟು ಪ್ರತಿದಿನ ಸೂರ್ಯೋದಯದಿಂದ ಕಥೆಯನ್ನು ಪ್ರಾರಂಭಿಸಬೇಕು. ಮೂರುವರೆ ಪ್ರಹರದವರೆಗೆ ಕಥಾವಾಚನ ಮಾಡಿ ಎರಡು ಘಳಿಗೆಯ ಸಮಯ ವಾಚನವನ್ನು ನಿಲ್ಲಿಸಬೇಕು. ಅಲ್ಪಾಹಾರವನ್ನು ಅಥವಾ ಹವಿಷ್ಯಾನ್ನವನ್ನು ಸ್ವೀಕರಿಸಿ ಕಥಾವಾಚನ ಮಾಡಬೇಕು. ಶಕ್ತಿ ಇದ್ದರೆ ಏಳೂ ದಿನ ಉಪವಾಸದಿಂದ ಇದ್ದು ಕಥಾವಾಚನ ಮಾಡಬಹುದು.

ಸಪ್ತಾಹ ಯಜ್ಞದಲ್ಲಿ ಭಾಗವಹಿಸಿದವರು ಕಥಾ ಸಮಯದಲ್ಲಿ ಮಾತನಾಡಬಾರದು, ಅನ್ಯರ ಅದರಲ್ಲೂ ವೇದಗಳ ಹಾಗೂ ವಿಷ್ಣುಭಕ್ತರ ನಿಂದೆ ಮಾಡಬಾರದು. ರಜಸ್ವಲೆಯರು, ಚಾಂಡಾಲರು, ಮ್ಲೇಚ್ಛರು ಮೊದಲಾದವರೊಂದಿಗೆ ಮಾತನಾಡಬಾರದು.

ದರಿದ್ರಶ್ಚ ಕ್ಷಯೀ ರೋಗೀ ನಿರ್ಭಾಗ್ಯಃ ಪಾಪಕರ್ಮವಾನ್ ।
ಅನಪತ್ಯೋ ಮೋಕ್ಷಕಾಮಃ ಶೃಣುಯಾಚ್ಚ ಕಥಾಮಿಮಾಮ್ ॥೫೧॥

ಅಪುಷ್ಪಾ ಕಾಕವಂಧ್ಯಾ ಚ ವಂಧ್ಯಾ ಯಾ ಚ ಮೃತಾರ್ಭಕಾ ।
ಸ್ರವದ್ಗರ್ಭಾ ಚ ಯಾ ನಾರೀ ತಯಾ ಶ್ರಾವ್ಯಾ ಪ್ರಯತ್ನತಃ ॥೫೭॥

ಏತೇಷು ವಿಧಿನಾ ಶ್ರಾವೇ ತದಕ್ಷಯಕರಂ ಭವೇತ್ ।
ಅತ್ಯುತ್ತಮಾ ಕಥಾ ದಿವ್ಯಾ ಕೋಟಿಯಜ್ಞಫಲಪ್ರದಾ   ॥೫೨॥

ಬಡವನು, ಕ್ಷಯವೇ ಮೊದಲಾದ ರೋಗಗಳಿಂದ ಪೀಡಿತನು, ಭಾಗ್ಯಹೀನನು, ಪಾಪಕರ್ಮಿಯು, ಸಂತಾನಹೀನನು, ಮುಮುಕ್ಷುವು, ಇವರೆಲ್ಲ ಭಾಗವತ ಸಪ್ತಾಹದಲ್ಲಿ ಭಾಗವಹಿಸಿ ಕಥಾಶ್ರವಣ ಮಾಡಬೇಕು. ಇವರಲ್ಲದೇ ರಜೋದರ್ಶನ ನಿಂತು ಹೋದ ಸ್ತ್ರೀಯು, ಹುಟ್ಟಿದೊಡನೆಯೇ ಸಾಯುವ ಮಕ್ಕಳನ್ನು ಪಡೆದವಳು (ಕಾಕವಂಧ್ಯಾ), ಬಂಜೆಯು, ಗರ್ಭ ಸ್ರಾವವಾಗಿರುವ ಸ್ತ್ರೀಯು ಇವರೆಲ್ಲ ಪ್ರಯತ್ನಪೂರ್ವಕ ಕಥಾಶ್ರವಣ ಮಾಡ ಬೇಕು. ಇದರಿಂದ ಅವರೆಲ್ಲರ ಕಷ್ಟಗಳು ದೂರಾಗಿ ಕಾಮನೆಗಳು ಫಲಿಸುವವು.

ಈ ರೀತಿ ಸಪ್ತಾಹ ವಿಧಿಯನ್ನು ಪಾಲಿಸಿ ಕೊನೆಯ ದಿನ ಕಥಾ ಸಮಾಪ್ತಿಯ ನಂತರ ವೈಭವದಿಂದ ಉದ್ಯಾಪನೆಯನ್ನು ಮಾಡಿ ಶ್ರೀಕೃಷ್ಣನಿಗೆ ಸಮರ್ಪಿಸಬೇಕು. ಮಹಾಮಂಗಳಾರತಿಯ ನಂತರ ಪೌರಾಣಿಕನ ಸತ್ಕರವಾದ ನಂತರ ಪೌರಾಣಿಕನು ಶ್ರೋತೃಗಳಿಗೆ ಪ್ರಸಾದ, ತುಳಸೀ

ಹೂಮಾಲೆ, ಮಂತ್ರಾಕ್ಷತೆಗಳನ್ನು ಆನುಗ್ರಹಿಸಬೇಕು. ಅನಂತರ ಬ್ರಾಹ್ಮಣ–ಸುಹಾಸಿನಿಯರಿಗೆ ಪ್ರಸಾದ ವಿತರಣೆ (ಭೋಜನ) ಯಾಗಬೇಕು.

ನಾರದ ಮುನಿಯೇ! ಈ ರೀತಿ ನಡೆಸಬೇಕಾದ ಭಾಗವತ ಸಪ್ತಾಹ ವಿಧಿಯನ್ನು ನಿಮಗೆ ಪೂರ್ಣವಾಗಿ ತಿಳಿಸಿದ್ದೇವೆ. ಹೀಗೆ ಸಪ್ತಾಹ ಯಜ್ಞದ ವಿಧಿ–ವಿಧಾನಗಳನ್ನು ತಿಳಿಸಿ ಸನಕಾದಿಗಳು ಪರಮ ಪವಿತ್ರವಾದ ಶ್ರೀಮದ್ಭಾಗವತ ಪುರಾಣವನ್ನು ಏಳು ದಿನಗಳವರೆಗೆ ನಾರದರ ಸಮ್ಮುಖದಲ್ಲಿ ಪ್ರವಚನ ಮಾಡಿದರು. ಅನಂತರ ದೇವದೇವೋತ್ತಮನಾದ ಶ್ರೀಕೃಷ್ಣನ್ನು ಭಕ್ತಿಯಿಂದ ಸ್ತುತಿಸಿದರು. ಕಥಾ ಶ್ರವಣ ಮಾಡಿದ ಭಕ್ತಿ–ಜ್ಞಾನ–ವೈರಾಗ್ಯ ಗಳು ಆಕರ್ಷಕವಾದ ತಾರುಣ್ಯ–ಪುಷ್ಟಿಗಳನ್ನು ಪಡೆದು ನರ್ತಿಸ ತೊಡಗಿದರು. ತಮ್ಮ ಮನೋರಥವು ಈಡೇರಿದ್ದರಿಂದ ನಾರದರೂ ಪರಮಾನಂದ ಭರಿತರಾಗಿ ಸನಕಾದಿಗಳನ್ನು ಸ್ತುತಿಸಿದರು.

ಅಷ್ಟರಲ್ಲಿ ದೇಶಸಂಚಾರದಲ್ಲಿದ್ದ ಮಗಾಭಾಗವತೋತ್ತಮರಾದ ಹದಿನಾರು ವರ್ಷದ ಶುಕಾಚಾರ್ಯರು ಶ್ರೀಭಾಗವತವನ್ನು ಮೆಲ್ಲನೆ ಪಠಿಸುತ್ತ ಅಲ್ಲಿಗೆ ದಯಮಾಡಿಸಿದರು. ಮಹಾಮಹಿಮರೂ, ಪರಮ ತೇಜಸ್ವಿಗಳೂ ಆದ ಶುಕಾಚಾರ್ಯರನ್ನು ಕಂಡಾಕ್ಷಣವೇ ಎಲ್ಲ ಸಭಾಸದರು ಮೇಲೆದ್ದು ಅವರನ್ನು ಸ್ವಾಗತಿಸಿ ಭಕ್ತಿಯಿಂದ ನಮಿಸಿದರು. ಶ್ರೀ ಶುಕಾಚಾರ್ಯರು ಸುಖಾಸೀನರಾಗಿ ಭಾಗವತದ ವಿಶೇಷ ಮಹಿಮೆಯನ್ನು ಹೇಳಿ ಎಲ್ಲರನ್ನೂ ಅನುಗ್ರಹಿಸಿದರು.

ಶ್ರೀವ್ಯಾಸಪುತ್ರರಾದ ಶುಕಾಚಾರ್ಯರು ಭಾಗವತರ ಮಹಿಮೆಯನ್ನು ಹೇಳುತ್ತಿದ್ದಂತೆಯೇ ಸಭೆಯ ಮಧ್ಯದಲ್ಲಿ ಶ್ರೀಹರಿ ಶ್ರೀಕೃಷ್ಣನು, ಪ್ರಹ್ಲಾದ–ಬಲಿ–ಉದ್ಧವ–ಅರ್ಜುನ ಮತ್ತು ವಿಷ್ಣು ಪಾರ್ಷದರೊಂದಿಗೆ ಪ್ರಕಟನಾದನು. ಆಗ ದೇವರ್ಷಿ ನಾರದರು ಭಗವಂತನನ್ನು ಹಾಗೂ ಅವನ ಭಕ್ತರನ್ನು ಯಥೋಚಿತವಾಗಿ ಪೂಜಿಸಿದರು. ಸುವರ್ಣದ ಸಿಂಹಾಸನದಲ್ಲಿ ಶ್ರೀಕೃಷ್ಣನು ವಿರಾಜಮಾನನಾಗಿರಲು ಪ್ರಸನ್ನನಾದ ಶ್ರೀಹರಿಯನ್ನು ಕಂಡು ಎಲ್ಲರೂ ಅವನೆದುರು ನರ್ತಿಸುತ್ತ ಸಂಕೀರ್ತನೆಯನ್ನು ಪ್ರಾರಂಭಿಸಿದರು. ಆ ದೃಶ್ಯವನ್ನು ನೋಡಲು ಬ್ರಹ್ಮ ರುದ್ರರು ತಮ್ಮ ಕುಟುಂಬದೊಂದಿಗೆ ಅಲ್ಲಿಗೆ ದಯಮಾಡಿಸಿದರು. ಆಗ ಪ್ರಹ್ಲಾದನು ಕರತಾಳ ಬಾರಿಸುತ್ತ ಕುಣೆಯ–

ತೊಡಗಿದನು. ಉದ್ಧವನು ಕಂಚಿನ ತಾಳವನ್ನು ಬಾರಿಸತೊಡಗಿದನು, ನಾರದರು ವೀಣೆಯನ್ನು ನುಡಿಸಿದರೆ ಸ್ವರ ವಿಜ್ಞಾನ ಕುಶಲನಾದ ಅರ್ಜುನನು ರಾಗಾಲಾಪನೆ ಮಾಡತೊಡಗಿದನು. ಇಂದ್ರನು ಮೃದಂಗವನ್ನು ಬಾರಿಸುತ್ತಿ ದ್ದರೆ ಸನಕಾದಿಗಳು ಜಯ ಜಯಕಾರ ಮಾಡುತ್ತಿದ್ದರು. ಇವರೆಲ್ಲರ ಮುಂದೆ ನಿಂತು ಶುಕಮುನಿಗಳು ಬಗೆ–ಬಗೆಯ ಅಂಗಭಂಗಿಗಳಿಂದ ಕುಣೆಯ ತೊಡಗಿದರು. ಎಲ್ಲರ ನಡುವೆ ಪರಮತೇಜೋ ನಿಧಿಗಳಾದ ಭಕ್ತಿ ದೇವತೆ, ಜ್ಞಾನ, ವೈರಾಗ್ಯರು ಕುಶಲ ನಟರಂತೆ ನರ್ತಿಸತೊಡಗಿದರು.

ಇಂತಹ ಅಲೌಕಿಕವಾದ ಸಂಭ್ರಮಭರಿತವಾದ ಮಹೋತ್ಸವವನ್ನು ಕಂಡು ಪ್ರಸನ್ನನಾದ ಶ್ರೀಹರಿಯು ನುಡಿದನು – ಭಗವದ್ಭಕ್ತಾಗ್ರಣಿಗಳೇ! ನಿಮ್ಮ ಈ ಭಾಗವತ ಪ್ರವಚನ ಕೀರ್ತನ–ನರ್ತನಾದಿಗಳಿಂದ ನಾನು ಸುಪ್ರೀತನಾಗಿದ್ದೇನೆ. ನಿಮಗಿಷ್ಟವಾದ ವರಗಳನ್ನು ಕೇಳಿರಿ. ಆಗ ಅಲ್ಲಿದ್ದವರೆಲ್ಲ ಸಂತಸಗೊಂಡು 'ಹೇ ಪ್ರಭೋ! ಮುಂದೆಯೂ ಕೂಡ, ಎಲ್ಲೆಲ್ಲಿ ಭಾಗವತ ಸಪ್ತಾಹ ಯಜ್ಞವು ನಡೆಯುವದೋ ಅಲ್ಲೆಲ್ಲ ನೀನು ಈ ಪಾರ್ಷದರೊಂದಿಗೆ ಅವಶ್ಯವಾಗಿ ಆಗಮಿಸಿ ಅಲ್ಲಿಯ ಶ್ರೋತೃಗಳ ಮನೋರಥಗಳನ್ನು ಈಡೇರಿಸಿ ಅನುಗ್ರಹಿಸು' ಎಂದು ಪ್ರಾರ್ಥಿಸಿದರು. ಭಗವಂತನು ತಥಾಸ್ತು ಎಂದು ಹೇಳಿ ಅಂತರ್ಧಾನನಾದನು.

ಆನಂತರ ನಾರದಮುನಿಗಳು ಭಗವಾನ್ ಶ್ರೀಕೃಷ್ಣನ ಹಾಗೂ ಅವನೊಂದಿಗೆ ಸಪ್ತಾಹ ಯಜ್ಞಕ್ಕೆ ಬಂದಿದ್ದ ಪ್ರಹ್ಲಾದ–ಧ್ರುವಾದಿಗಳನ್ನು ಮತ್ತು ಪಾರ್ಷದವರನ್ನು ಧ್ಯಾನಿಸುತ್ತ ಅವರನ್ನು ಮನಸಾ ನಮಸ್ಕರಿಸಿದರು. ಶುಕಮಹಾಮುನಿಗಳೇ ಮೊದಲಾದ ಭಾಗವತೋತ್ತಮರಿಗೂ ನಮಸ್ಕರಿಸಿ– ದರು. ಬಂದಿದ್ದ ಎಲ್ಲರೂ ಭಾಗವತ ಕಥಾಮೃತವನ್ನು ಪಾನ ಮಾಡಿ ಪರಮಾನಂದಭರಿತರಾಗಿ ತಮ್ಮ ತಮ್ಮ ಸ್ಥಾನಗಳಿಗೆ ಹೊರಟು ಹೋದರು. ನಂತರ ಶುಕಮುನಿಗಳು ಭಕ್ತಿದೇವಿಯನ್ನು ಅವಳ ಪುತ್ರರಾದ ಜ್ಞಾನ ಮತ್ತು ವೈರಾಗ್ಯರೊಂದಿಗೆ ತಮ್ಮ ಭಾಗವತ ಶಾಸ್ತ್ರದಲ್ಲಿ ಸ್ಥಾಪಿಸಿದರು. ಆದ್ದರಿಂದಲೇ ಭಾಗವತ ಪುರಾಣವನ್ನು ಶ್ರವಣ ಮಾಡುವುದರಿಂದ ವಿಷಯ ವೈರಾಗ್ಯ, ತತ್ತ್ವಜ್ಞಾನ ನಂತರ ಪರಮಾತ್ಮನಲ್ಲಿ ಭಕ್ತಿಗಳು ಉತ್ಪನ್ನವಾಗುತ್ತವೆ ಮತ್ತು ಶ್ರೀಕೃಷ್ಣ ಪರಮಾತ್ಮನು ಬಂದು ಶ್ರೋತೃಗಳ ಹೃದಯದಲ್ಲಿ ನೆಲೆಸುತ್ತಾನೆ.

ದಾರಿದ್ರ್ಯದುಃಖಜ್ವರದಾಹಿತಾನಾಂ
ಮಾಯಾಪಿಶಾಚೀಪರಿಮರ್ದಿತಾನಾಮ್   ।
ಸಂಸಾರಸಿಂಧೌ ಪರಿಪಾತಿತಾನಾಂ
ಕ್ಷೇಮಾಯ ವೈ ಭಾಗವತಂ ಪ್ರಗರ್ಜತಿ   ॥೧೮–೯೨॥

ಇಂಥ ಮಹಿಮೋಪೇತವಾದ ಶ್ರೀಮದ್ಭಾಗವತವು ದಾರಿದ್ರ್ಯ, ವಿವಿಧ ದುಃಖಿ, ಜ್ವರಗಳ ಜ್ವಾಲೆಗಳಿಂದ ಬಳಲಿ ಬೆಂಡಾದವರ, ಮಾಯಾ, ಪಿಶಾಚಾದಿಗಳಿಂದ ಪೀಡಿತರಾದವರ ಮತ್ತು ಸಂಸಾರ ಸಾಗರದಲ್ಲಿ ಬಿದ್ದು ಒದ್ದಾಡುತ್ತಿರುವವರ ಶ್ರೇಯಸ್ಸಿಗಾಗಿ ಸಿಂಹಗರ್ಜನೆ ಮಾಡುವಂಥದಾಗಿದೆ.

ಇಷ್ಟೆಲ್ಲ ಶ್ರೀಮದ್ಭಾಗವತದ ಮಹಿಮೆಗಳನ್ನು ಸೂತರು ಹೇಳಿಯಾದ ನಂತರ ಶೌನಕರು ಕೇಳುತ್ತಾರೆ – ಸೂತ ಮಹಾಭಾಗರೇ! ಈ ಭಾಗವತ ಸಪ್ತಾಹ ಯಜ್ಞವನ್ನು ಸನಕಾದಿಗಳು ನಾರದರ ಮುಂದೆ, ಶುಕಾಚಾರ್ಯರು ಪರೀಕ್ಷಿತರಾಜನ ಮುಂದೆ ಮತ್ತು ಗೋಕರ್ಣನು ತನ್ನ ಅಣ್ಣನ ಉದ್ಧಾರಕ್ಕಾಗಿ ಯಾವ ಯಾವ ಕಾಲದಲ್ಲಿ ನಡೆಸಿದರು? ಆಗ ಸೂತರು ಹೇಳುತ್ತಾರೆ. ಕಲಿಯುಗ ಪ್ರಾರಂಭವಾಗಿ ಮೂವತ್ತು ವರ್ಷಗಳು ಕಳೆದಾದ ಮೇಲೆ ಕಾರ್ತಿಕ ಶುಕ್ಲನವಮಿಯಿಂದ ಪೌರ್ಣಿಮೆಯವರೆಗೆ ಇದನ್ನುಸನಕಾದಿಗಳು ನಾರದರಿಗೆ ಉಪದೇಶಿಸಿದರೆಂದೂ, ಕಲಿಯುಗ ಪ್ರಾರಂಭವಾಗಿ ಮೂವತ್ತು ವರ್ಷಗಳಿಗಿಂತ ಸ್ವಲ್ಪ ಹೆಚ್ಚು ಕಾಲ ಗತಿಸಿದ ನಂತರ ಭಾದ್ರಪದ ಶುದ್ಧ ನವಮಿಯಿಂದ ಪೌರ್ಣಿಮೆಯವರೆಗೆ ಶುಕಮುನಿಗಳು ಪರೀಕ್ಷಿತರಾಜನಿಗೆ ಉಪದೇಶಿಸಿದರೆಂದೂ, ಈ ಉಪದೇಶ ನಡೆದು ಇನ್ನೂರು ವರ್ಷಗಳು ಕಳೆದ ನಂತರ ಆಷಾಢ ಶುದ್ಧ ನವಮಿಯಿಂದ ಪೌರ್ಣಿಮೆಯವರೆಗೆ ಗೋಕರ್ಣನು ಈ ಸಪ್ತಾಹಯಜ್ಞವನ್ನು ನಡೆಸಿದನೆಂದು ತಿಳಿಸಿದರು.

ಶ್ರೀ ಭಾಗವತದ ಮಹಿಮೆಯನ್ನುಇಷ್ಟುವಿಸ್ತಾರವಾಗಿ ತಿಳಿಸಿ ನಂತರ ಸೂತರು ಶೌನಕಾದಿ ಮುನಿಗಳನ್ನು ಉದ್ದೇಶಿಸಿ ಈ ಪುರಾಣದ ಸಪ್ತಾಹ ಶ್ರವಣದ ಮಹತ್ವವನ್ನು ಮತ್ತೊಮ್ಮೆ ಹೇಳಿ ಪರಮ ಸುಖ ಪ್ರಾಪ್ತಿಗಾಗಿ ಇಂಥ ಶ್ರೀಮದ್ಭಾಗವತದ ಅಮೃತರಸವನ್ನು ಪುನಃ ಪುನಃ ಪಾನ ಮಾಡಿ ಎಲ್ಲರೂ ಪರಮಗತಿಯನ್ನು ಹೊಂದಬೇಕು ಎಂಬ ತಮ್ಮ ಆಶಯವನ್ನು ವ್ಯಕ್ತಪಡಿಸಿ ವಿರಮಿಸಿದರು.

ಇತಿ ಚ ಪರಮಗುಹ್ಯಂ ಸರ್ವಸಿದ್ಧಾಂತಸಿದ್ಧಂ
ಸಪದಿ ನಿಗದಿತಂ ತೇ ಶಾಸ್ತ್ರಪುಂಜಂ ವಿಲೋಕ್ಯ ।
ಜಗತಿ ಶುಕಕಥಾತೋ ನಿರ್ಮಲಂ ನಾಸ್ತಿ ಕಿಂಚಿತ್
ಪಿಬ ಪರಸುಖಹೇತೋಃ ದ್ವಾದಶಸ್ಕಂಧಸಾರಮ್ ॥೯–೧೦೨॥

॥ ಇಲ್ಲಿಗೆ ಶ್ರೀಪದ್ಮಪುರಾಣದ ಶ್ರೀಮದ್ಭಾಗವತ ಮಹಾತ್ಮೆಯಲ್ಲಿ
ಆರನೆಯ ಅಧ್ಯಾಯವು ಸಮಾಪ್ತವಾಯಿತು. ॥

॥ ಶ್ರೀ ಕೃಷ್ಣಾರ್ಪಣಮಸ್ತು ॥

*   *   *   *

(v) ॥ಸ್ಕಾಂದ ಪುರಾಣೇ ಶ್ರೀಮದ್ಭಾಗವತಮಾಹಾತ್ಮ್ಯಮ್॥
ಮೊದಲನೆಯ ಅಧ್ಯಾಯ

(ಪರೀಕ್ಷಿದ್ರಾಜ ಮತ್ತು ವಜ್ರನಾಭರ ಸಮಾಗಮ,
ಶಾಂಡಿಲ್ಯಮುನಿಯು ಭಗವಂತನ ಲೀಲೆಯ ರಹಸ್ಯವನ್ನೂ
ಮತ್ತು ವಜ್ರಭೂಮಿಯ ಮಹತ್ತ್ವವನ್ನೂ ವರ್ಣಿಸಿದುದು)

ವ್ಯಾಸ ಉವಾಚ—
ಶ್ರೀ ಸಚ್ಚಿದಾನಂದಘನಸ್ವರೂಪಿಣೇ
ಕೃಷ್ಣಾಯ ಚಾನಂತಸುಖಾಭಿವರ್ಷಿಣೇ ।
ವಿಶ್ವೋದ್ಭವಸ್ಥಾನನಿರೋಧಹೇತವೇ
ನುಮೋ ವಯಂ ಭಕ್ತಿರಸಾಪ್ತಯೇಽನಿಶಮ್   ॥ ೧ ॥

ನೈಮಿಷೇ ಸೂತಮಾಸೀನಮಭಿವಾದ್ಯ ಮಹಾಮತಿಮ್ ।
ಕಥಾಮೃತರಸಾಸ್ವಾದಕುಶಲಾ ಋಷಯೋಽಬ್ರುವನ್   ॥ ೨ ॥

ಋಷಯ ಊಚುಃ —
ವಜ್ರಂ ಶ್ರೀಮಾಥುರೇ ದೇಶೇ ಸ್ವಪೌತ್ರಂ ಹಸ್ತಿನಾಪುರೇ ।
ಅಭಿಷಿಚ್ಯ ಗತೇ ರಾಜ್ಞಿ ತೌ ಕಥಂ ಕಿಂ ಚ ಚಕ್ರತುಃ   ॥ ೩ ॥

ಸೂತ ಉವಾಚ—
ನಾರಾಯಣಂ ನಮಸ್ಕೃತ್ಯ ನರಂ ಚೈವ ನರೋತ್ತಮಮ್ ।
ದೇವೀಂ ಸರಸ್ವತೀಂ ವ್ಯಾಸಂ ತತೋ ಜಯಮುದೀರಯೇತ್   ॥ ೪ ॥

ಮಹಾಪಥಂ ಗತೇ ರಾಜ್ಞಿ ಪರೀಕ್ಷಿತ್ ಪೃಥಿವೀಪತಿಃ ।
ಜಗಾಮ ಮಥುರಾಂ ವಿಪ್ರಾ ವಜ್ರನಾಭದಿದೃಕ್ಷಯಾ   ॥ ೫ ॥

ಪಿತೃವ್ಯಮಾಗತಂ ಜ್ಞಾತ್ವಾ ವಜ್ರಃ ಪ್ರೇಮಪರಿಪ್ಲುತಃ ।
ಅಭಿಗಮ್ಯಾಭಿವಾದ್ಯಾಥ ನಿನಾಯ ನಿಜಮಂದಿರಮ್   ॥ ೬ ॥

ಪರಿಷ್ವಜ್ಯ ಸ ತಂ ವೀರಃ ಕೃಷ್ಣೈಕಗತಮಾನಸಃ ।
ರೋಹಿಣ್ಯಾದ್ಯಾ ಹರೇಃ ಪತ್ನೀರ್ವವಂದಾಯತನಾಗತಃ   ॥ ೭ ॥

ತಾಭಿಃ ಸಂಮಾನಿತೋತ್ಕರ್ಷಂ ಪರೀಕ್ಷಿತ್ ಪೃಥಿವೀಪತಿಃ ।
ವಿಶ್ರಾಂತಃ ಸುಖಮಾಸೀನೋ ವಜ್ರನಾಭಮುವಾಚ ಹ   ॥ ೮ ॥

ಪರೀಕ್ಷಿದುವಾಚ—
ತಾತ ತ್ವತ್ಪಿತೃಭಿರ್ನೂನಮಸ್ಮತ್ತ್ರಿತ್ವಪಿತಾಮಹಾಃ ।
ಉದ್ಧೃತಾ ಭೂರಿದುಃಖೌಘಾದಹಂ ಚ ಪರಿರಕ್ಷಿತಃ   ॥ ೯ ॥

ನ ಪಾರಯಾಮ್ಯಹಂ ತಾತ ಸಾಧು ಕೃತ್ಯೋಪಕಾರತಃ ।
ತ್ವಾಮತಃ ಪ್ರಾರ್ಥಯಾಮ್ಯಂಗ ಸುಖಂ ರಾಜ್ಯೇಕನಯುಜ್ಯತಾಮ್ ॥೧೦॥

ಕೋಶಸೈನ್ಯಾದಿಜಾ ಚಿಂತಾ ತಥಾರಿದಮನಾದಿಜಾ ।
ಮನಾಗಪಿ ನ ಕಾರ್ಯಾ ತೇ ಸುಸೇವ್ಯಾಃ ಕಿಂತು ಮಾತರಃ   ॥ ೧೧ ॥

ನಿವೇದ್ಯ ಮಯಿ ಕರ್ತವ್ಯಂ ಸರ್ವಾಧಿಪರಿವರ್ಜನಮ್ ।
ಶ್ರುತ್ವೈತತ್ಪರಮಪ್ರೀತೋ ವಜ್ರಸ್ತಂ ಪ್ರತ್ಯುವಾಚ ಹ   ॥ ೧೨ ॥

ವಜ್ರನಾಭ ಉವಾಚ—
ರಾಜನ್ನುಚಿತಮೇತತ್ತೇ ಯದಸ್ಮಾಸು ಪ್ರಭಾಷತೇ ।
ತ್ವತ್ಪಿತೋಪಕೃತಶ್ಚಾಹಂ ಧನುರ್ವಿದ್ಯಾಪ್ರದಾನತಃ   ॥ ೧೩ ॥

ತಸ್ಮಾನ್ನಾಲ್ಪಾಪಿ ಮೇ ಚಿಂತಾ ಕ್ಷಾತ್ರಂ ದೃಢಮುಪೇಯುಷಃ ।
ಕಿಂ ತ್ವೇಕಾ ಪರಮಾ ಚಿಂತಾ ತತ್ರ ಕಿಂಚಿದ್ವಿಚಾರ್ಯತಾಮ್   ॥೧೪॥

ಮಾಥುರೇ ತ್ವಭಿಷಿಕ್ತೋತಪಿ ಸ್ಥಿತೋತಹಂ ನಿರ್ಜನೇ ವನೇ ।
ಕ್ವ ಗತಾ ವೈ ಪ್ರಜಾತ್ರತ್ಯಾ ಯತ್ರ ರಾಜ್ಯಂ ಪ್ರರೋಚತೇ   ॥ ೧೫ ॥

ಇತ್ಯುಕ್ತೋ ವಿಷ್ಣುರಾತಸ್ತು ನಂದಾದೀನಾಂ ಪುರೋಹಿತಮ್ ।
ಶಾಂಡಿಲ್ಯಮಾಜುಹಾವಾಶು ವಜ್ರಸಂದೇಹನುತ್ತಯೇ   ॥ ೧೬ ॥

ಅಥೋಟಜಂ ವಿಹಾಯಾಶು ಶಾಂಡಿಲ್ಯಃ ಸಮುಪಾಗತಃ ।
ಪೂಜಿತೋ ವಜ್ರನಾಭೇನ ನಿಷಸಾದಾಸನೋತ್ತಮೇ   ॥ ೧೭ ॥

ಉಪೋದ್ಘಾತಂ ವಿಷ್ಣುರಾತಶ್ಚಕಾರಾಶು ತತಸ್ತ್ವಸೌ |
ಉವಾಚ ಪರಮಪ್ರೀತಸ್ತಾವುಭೌ ಪರಿಸಾಂತ್ವಯನ್ || ೧೭ ||

ಶಾಂಡಿಲ್ಯ ಉವಾಚ—
ಶೃಣುತಂ ದತ್ತಚಿತ್ತೌ ಮೇ ರಹಸ್ಯಂ ವ್ರಜಭೂಮಿಜಮ್ |
ವ್ರಜನಂ ವ್ಯಾಪ್ತಿರಿತ್ಯುಕ್ತ್ವಾ ವ್ಯಾಪನಾದ್ವ್ರಜ ಉಚ್ಯತೇ || ೧೮ ||

ಗುಣಾತೀತಂ ಪರಂ ಬ್ರಹ್ಮ ವ್ಯಾಪಕಂ ವ್ರಜ ಉಚ್ಯತೇ |
ಸದಾನಂದಂ ಪರಂ ಜ್ಯೋತಿರ್ಮುಕ್ತಾನಾಂ ಪದಮವ್ಯಯಮ್ || ೨೦ ||

ತಸ್ಮಿನ್ನಂದಾತ್ಮಜಃ ಕೃಷ್ಣಃ ಸದಾನಂದಾಂಗವಿಗ್ರಹಃ |
ಆತ್ಮಾರಾಮಶ್ಚಾಪ್ತಕಾಮಃ ಪ್ರೇಮಾಕ್ಕೈರನುಭೂಯತೇ || ೨೧ ||

ಆತ್ಮಾ ತು ರಾಧಿಕಾ ತಸ್ಯ ತಯ್ಕವ ರಮಣಾದಸೌ |
ಆತ್ಮಾರಾಮತಯಾ ಪ್ರಾಜ್ಞ್ಯೈಃ ಪ್ರೋಚ್ಯತೇ ಗೂಢವೇದಿಭಿಃ || ೨೨ ||

ಕಾಮಾಸ್ತು ವಾಂಛಿತಾಸ್ತಸ್ಯ ಗಾವೋ ಗೋಪಾಶ್ಚ ಗೋಪಿಕಾಃ |
ನಿತ್ಯಾಃ ಸರ್ವೇ ವಿಹಾರಾದ್ಯಾ ಆಪ್ತಕಾಮಸ್ತತಸ್ತ್ವಯಮ್ || ೨೩ ||

ರಹಸ್ಯಂ ತ್ರಿದಮೇತಸ್ಯ ಪ್ರಕೃತೇಃ ಪರಮುಚ್ಯತೇ |
ಪ್ರಕೃತ್ಯಾ ಖೀಲತಸ್ತಸ್ಯ ಲೀಲಾನ್ಯೈರನುಭೂಯತೇ || ೨೪ ||

ಸರ್ಗಸ್ಥಿತ್ಯಪ್ಯಯಾ ಯತ್ರ ರಜಃಸತ್ತ್ವತಮೋಗುಣೈಃ |
ಲೀಲೈವಂ ದ್ವಿವಿಧಾ ತಸ್ಯ ವಾಸ್ತವೀ ವ್ಯಾವಹಾರಿಕೀ || ೨೫ ||

ವಾಸ್ತವೀ ತತ್ಸ್ವಸಂವೇದ್ಯಾ ಜೀವಾನಾಂ ವ್ಯಾವಹಾರಿಕೀ |
ಆದ್ಯಂ ವಿನಾ ದ್ವಿತೀಯಾ ನ ದ್ವಿತೀಯಾ ನಾದ್ಯಗಾ ಕ್ವಚಿತ್ || ೨೬ ||

ಯುವಯೋರ್ಗೋಚರೇಯಂ ತು ತಲ್ಲೀಲಾ ವ್ಯಾವಹಾರಿಕೀ |
ಯತ್ರ ಭೂರಾದಯೋ ಲೋಕಾ ಭುವಿ ಮಾಥುರಮಂಡಲಮ್ || ೨೭ ||

ಆತ್ಮೈವ ವ್ರಜಭೂಮಿಃ ಸಾ ಯತ್ರ ತತ್ತ್ವಂ ಸುಗೋಪಿತಮ್ |
ಭಾಸತೇ ಪ್ರೇಮಪೂರ್ಣಾನಾಂ ಕದಾಚಿದಪಿ ಸರ್ವತಃ || ೨೮ ||

ಕದಾಚಿದ್ ದ್ವಾಪರಸ್ಯಾಂತೇ ರಹೋಲೀಲಾಧಿಕಾರಿಣಃ |
ಸಮವೇತಾ ಯದಾತ್ರ ಸ್ಮ್ಯರ್ಥಭೇದಾನೀಂ ತದಾ ಹರಿಃ ||೭೯||

ಸ್ಯೈಃ ಸಹಾವತರೇತ್ಸ್ವೇಷು ಸಮಾವೇಶಾರ್ಥಮೀಪ್ಸಿತಾಃ |
ತದಾ ದೇವಾದಯೋಽಪ್ಯನ್ಯೇಽವತರಂತಿ ಸಮಂತತಃ || ೮೦ ||

ಸರ್ವೇಷಾಂ ವಾಂಛಿತಂ ಕೃತ್ವಾ ಹರಿರಂತರ್ಹಿತೋಽಭವತ್ |
ತೇನಾತ್ರ ತ್ರಿವಿಧಾ ಲೋಕಾಃ ಸ್ಥಿತಾಃ ಪೂರ್ವಂ ನ ಸಂಶಯಃ || ೮೧ ||

ನಿತ್ಯಾಸ್ತಲ್ಲಿಪ್ಸವಶ್ಚೈವ ದೇವಾದ್ಯಾಶ್ಚೇತಿ ಭೇದತಃ |
ದೇವಾದ್ಯಾಸ್ತೇಷು ಕೃಷ್ಣೇನ ದ್ವಾರಕಾಂ ಪ್ರಾಪಿತಾಃ ಪುರಾ || ೮೨ ||

ಪುನರ್ಮೋಶಲಮಾರ್ಗೇಣ ಸ್ವಾಧಿಕಾರೇಷು ಚಾಪಿತಾಃ |
ತಲ್ಲಿಪ್ಸೂನಂಶ್ಚ ಸದಾ ಕೃಷ್ಣಃ ಪ್ರೇಮಾನಂದೈಕರೂಪಿಣಃ || ೮೩ ||

ವಿಧಾಯ ಸ್ವೀಯನಿತ್ಯೇಷು ಸಮಾವೇಶಿತವಾಂಸ್ತದಾ |
ನಿತ್ಯಾಃ ಸರ್ವೇಽಪ್ಯಯೋಗ್ಯೇಷು ದರ್ಶನಾಭಾವತಾಂ ಗತಾಃ || ೮೪ ||

ವ್ಯಾವಹಾರಿಕಲೀಲಾಸ್ಥಾಸ್ತತ್ರ ಯನ್ನಾಧಿಕಾರಿಣಃ |
ಪಶ್ಯಂತ್ಯತ್ರಾಗತಾಸ್ತಸ್ಮಾನ್ನಿರ್ಜನತ್ವಂ   ಸಮಂತತಃ || ೮೫ ||

ತಸ್ಮಾಚ್ಚಿಂತಾ ನ ತೇ ಕಾರ್ಯಾ ವಜ್ರನಾಭ ಮದಾಜ್ಞಯಾ |
ವಾಸಯಾತ್ರ ಬಹೂನ್ ಗ್ರಾಮಾಮ್ ಸಂಸಿದ್ಧಿಸ್ತೇ ಭವಿಷ್ಯತಿ || ೮೬ ||

ಕೃಷ್ಣಲೀಲಾನುಸಾರೇಣ ಕೃತ್ವಾ ನಾಮಾನಿ ಸರ್ವತಃ |
ತ್ವಯಾ ವಾಸಯತಾ ಗ್ರಾಮಾನ್ ಸಂಸೇವ್ಯಾ ಭೂರಿಯಂ ಪರಾ || ೮೭ ||

ಗೋವರ್ಧನೇ ದೀರ್ಘಪುರೇ ಮಥುರಾಯಾಂ ಮಹಾವನೇ |
ನಂದಿಗ್ರಾಮೇ ಬೃಹತ್ಸಾನೌ ಕಾರ್ಯಾ ರಾಜ್ಯಸ್ಥಿತಿಸ್ತ್ವಯಾ || ೮೮ ||

ನದ್ಯದ್ರಿದ್ರೋಣೆಕುಂಡಾದಿಕುಂಜಾನ್ ಸಂಸೇವತಸ್ತವ |
ರಾಜ್ಯೇ ಪ್ರಜಾಃ ಸುಸಂಪನ್ನಾಸ್ತ್ವಂ ಚ ಪ್ರೀತೋ ಭವಿಷ್ಯಸಿ || ೮೯ ||

ಸಚ್ಚಿದಾನಂದಭೂರೇಷಾ ತ್ವಯಾ ಸೇವ್ಯಾ ಪ್ರಯತ್ನತಃ ।
ತವ ಕೃಷ್ಣಸ್ಥಲಾನ್ಯತ್ರ ಸ್ಫುರಂತು ಮದನುಗ್ರಹಾತ್   ॥ ೪೦ ॥

ವಜ್ರ ಸಂಸೇವನಾದಸ್ಯ ಉದ್ಧವಸ್ತ್ವಂ ಮಿಲಿಷ್ಯತಿ ।
ತತೋ ರಹಸ್ಯಮೇತಸ್ಮಾತ್ಸ್ರ್ಪಸ್ಯ ತ್ವಂ ಸಮಾತೃಕಃ   ॥ ೪೧ ॥

ಏವ ಮುಕ್ತ್ವ ತು ಶಾಂಡಿಲ್ಯೋ ಗತಃ ಕೃಷ್ಣಮನುಸ್ಮರನ್ ।
ವಿಷ್ಣುರಾತೋಽಥ ವಜ್ರಶ್ಚ ಪರಾಂ ಪ್ರೀತಿಮವಾಪತುಃ   ॥ ೪೨ ॥

॥ ಇತಿ ಶ್ರೀ ಸ್ಕಾಂದೇ ವೈಷ್ಣವಖಂಡೇ ಶ್ರೀಮದ್ಭಾಗವತ–
ಮಾಹಾತ್ಮ್ಯೇ ಶಾಂಡಿಲ್ಯೋಪದಿಷ್ಟ ವ್ರಜಭೂಮಿ ಮಾಹಾತ್ಮ್ಯ–
ವರ್ಣನಂ ನಾಮ ಪ್ರಥಮೋಽಧ್ಯಾಯಃ ॥

ಮೊದಲನೆಯ ಅಧ್ಯಾಯ
ವ್ರಜಭೂಮಿ ಮಹಾತ್ಮೆ

ಭಗವಾನ್ ಶ್ರೀವೇದವ್ಯಾಸ ಮಹರ್ಷಿಗಳು ಹೇಳುತ್ತಾರೆ –
ನಿರಂತರ ಭಕ್ತಿರಸಾನುಭವವನ್ನು ಪಡೆಯುವುದಕ್ಕಾಗಿ ನಾವು ಸಚ್ಚಿದಾನಂದ
ಸ್ವರೂಪಿಯಾದ, ಅನಂತವಾದ ಆನಂದವನ್ನು ಸುರಿಸುವ ಮತ್ತು ವಿಶ್ವದ
ಸೃಷ್ಟಿ–ಸ್ಥಿತಿ–ಲಯಗಳಿಗೆ ಮುಖ್ಯ ಕಾರಣನಾದ ಶ್ರೀಕೃಷ್ಣಪರಮಾತ್ಮನನ್ನು
ಯಾವಾಗಲೂ ನಮಿಸುತ್ತೇವೆ. (ಎಲ್ಲರೂ ನಮಿಸಬೇಕು ಎಂದು ಅರ್ಥ).
ಭಗವಂತನ ಚಿತ್ರ–ವಿಚಿತ್ರವಾದ ಕಥೆಗಳನ್ನು ಕೇಳುವುದಕ್ಕೆ ಸದಾ ಕುತೂಹಲಿ–
ಗಳಾಗಿರುವ ಶೌನಕಾದಿ ಋಷಿಗಳು ಒಮ್ಮೆ ನೈಮಿಷ ಕ್ಷೇತ್ರದಲ್ಲಿ ಸುಖಾಸೀನ
ರಾಗಿದ್ದ ಮಹಾತ್ಮರಾದ ಸೂತ ಪೌರಾಣಿಕರ ಸನಿಹಕ್ಕೆ ಹೋಗಿ ನಮಸ್ಕರಿಸಿ
ಹೀಗೆ ಪ್ರಶ್ನಿಸಿದರು –

ವಜ್ರಂ ಶ್ರೀಮಾಥುರೇ ದೇಶೇ ಸ್ವಪೌತ್ರಂ ಹಸ್ತಿನಾಪುರೇ ।
ಅಭಿಷಿಚ್ಯ ಗತೇ ರಾಜ್ಞಿ ತೌ ಕಥಂ ಕಿಂ ಚ ಚಕ್ರತುಃ   ॥೧–೨॥

ಸೂತ ಮಹಾತ್ಮರೇ! ಧರ್ಮರಾಜನು ಶ್ರೀಕೃಷ್ಣನ ಮರಿಮಗನೂ, ಅನಿರುದ್ಧನ ಪುತ್ರನೂ ಆದ ವಜ್ರನಾಭವನ್ನು ಶ್ರೀಮಥುರಾಮಂಡಲದಲ್ಲಿಯೂ ತನ್ನ ಮೊಮ್ಮಗನಾದ ಪರೀಕ್ಷಿತನನ್ನು ಹಸ್ತಿನಾಪುರದಲ್ಲಿಯೂ ಪಟ್ಟಾಭಿಷೇಕ ಮಾಡಿ ರಾಜ್ಯವನ್ನು ಒಪ್ಪಿಸಿ ಮಹಾಪ್ರಸ್ಥಾನ ಮಾಡಿ ಹಿಮಾಲಯಕ್ಕೆ ಹೋದ ನಂತರ ಮಹಾರಾಜರಾದ ವಜ್ರನಾಭ ಮತ್ತು ಪರೀಕ್ಷಿತ ಇವರು ಏನೇನು ಕಾರ್ಯಗಳನ್ನು ಮಾಡಿದರು? ಮತ್ತು ಹೇಗೆ ರಾಜ್ಯಭಾರ ಮಾಡುತ್ತಿದ್ದರು? ಎಂಬುದನ್ನು ತಿಳಿಸಿರಿ ಎಂದು ಕೇಳಲು ಸೂತರು ಹೇಳಿದರು. ಭೋ ಶೌನಕಾದಿ ಮಹರ್ಷಿಗಳೇ !

ನಾರಾಯಣಂ ನಮಸ್ಕೃತ್ಯ ನರಂ ಚೈವ ನರೋತ್ತಮಮ್ |
ದೇವೀಂ ಸರಸ್ವತೀಂ ವ್ಯಾಸಂ ತತೋ ಜಯಮುದೀರಯೇತ್ ||

ಭಗವಾನ್ ನಾರಾಯಣನನ್ನು, ನರೋತ್ತಮನನ್ನು, ಶ್ರೀಸರಸ್ವತೀ ದೇವಿಯರನ್ನು ಮತ್ತು ವ್ಯಾಸಮಹರ್ಷಿಗಳನ್ನು ನಮಸ್ಕರಿಸಿ ಯಾವುದೇ ಇತಿಹಾಸ ಪುರಾಣ ಗ್ರಂಥವನ್ನು ಪ್ರಾರಂಭಿಸಬೇಕು ಎಂಬ ಸಂಪ್ರದಾಯ ದಂತೆ ಈಗ ನಾನು ಇವರೆಲ್ಲರನ್ನು ನಮಸ್ಕರಿಸಿ ನಿಮ್ಮ ಪ್ರಶ್ನೆಗಳಿಗೆ ಉತ್ತರವನ್ನು ಹೇಳುತ್ತೇನೆ ಲಕ್ಷ್ಯಗೊಟ್ಟು ಕೇಳಿರಿ.

ಧರ್ಮರಾಜನೇ ಮೊದಲಾದವರು ಸ್ವರ್ಗಾರೋಹಣ ಮಾಡುತ್ತ ಹೊರಟು ಹೋಗಿ ಕೆಲ ಕಾಲ ಗತಿಸಿದ ನಂತರ ಒಮ್ಮೆ ಪರೀಕ್ಷಿತ ಮಹಾರಾಜನು ವಜ್ರನಾಭನನ್ನು ಕಾಣಲು ಬಯಸಿ ಮಥುರಾ ಪಟ್ಟಣಕ್ಕೆ ಬಂದನು. ಆಕಸ್ಮಾತ್ತಾಗಿ ಪರೀಕ್ಷಿತನು ಬಂದಿರುವುದನ್ನು ಕೇಳಿ ಬಹು ಸಂತುಷ್ಟನಾದ ವಜ್ರನಾಭನು ಅವನನ್ನು ನಮಸ್ಕರಿಸಿ ಬಲು ಪ್ರೀತಿಯಿಂದ ಆಲಿಂಗಿಸಿ ಸ್ವಾಗತಿಸಿ ತನ್ನ ಅರಮನೆಗೆ ಕರೆದುಕೊಂಡು ಬಂದನು. ಅರಮನೆಯಲ್ಲಿ ಪರೀಕ್ಷಿತನು ಅಂತಃಪುರದಲ್ಲಿದ್ದ ರೋಹಿಣಿಯೇ ಮೊದಲಾದ ಶ್ರೀಕೃಷ್ಣನ ಪತ್ನಿಯರಿಗೆ ನಮಸ್ಕರಿಸಿ ನಂತರ ವಿಶ್ರಾಂತಿ ಪಡೆದು ವಜ್ರನಾಭನಿಗೆ ಹೇಳಿದನು. ''ಮಿತ್ರ! ವಜ್ರನಾಭ! ನಿನ್ನ ತಂದೆ–ತಾತಂದಿರು ಮತ್ತು ಶ್ರೀಕೃಷ್ಣ ಪರಮಾತ್ಮನು ನಮ್ಮ ಹಿರಿಯರನ್ನು ರಕ್ಷಿಸಿ ಎಷ್ಟು ಉಪಕಾರ ಮಾಡಿದರೆಂಬು ದನ್ನು ಎಣಿಸಲಾಗದು. ಶ್ರೀಕೃಷ್ಣನಂತೂ ಮೃತಪ್ರಾಯನಾಗಿದ್ದ ನನ್ನನ್ನು ತಾಯಿಯ ಗರ್ಭದಲ್ಲಿದ್ದಾಗಿನಿಂದಲೂ ರಕ್ಷಿಸಿದನು. ನಿಮ್ಮ ಹಿರಿಯರು

ಮಾಡಿದ ಅನಂತ ಉಪಕಾರವನ್ನು ನಾವು ಏನು ಮಾಡಿದರೂ ತೀರಿಸಲಾಗದು. ಆದರೂ ನಿನ್ನಲ್ಲಿ ಒಂದು ಪ್ರಾರ್ಥನೆ ಇದೆ. ಅದನ್ನು ನೀನು ನಡೆಸಿಕೊಡ ಬೇಕು. ಆದೇನೆಂದರೆ ನೀನು ಅರಮನೆಯೊಳಗಿದ್ದು ರಾಣೆ, ಮಕ್ಕಳು ಮುಂತಾದವರನ್ನು ರಕ್ಷಿಸುತ್ತ ಜೀವನ ನಡೆಸುತ್ತಿರು. ಕೋಶ, ಸೈನ್ಯಾದಿಗಳ ರಕ್ಷಣೆ ಮಾಡುವುದು, ಶತ್ರುಗಳ ಸದ್ದನ್ನು ಅಡಗಿಸುವುದು ಇವೇ ಮೊದಲಾದ ಹೊರಗಿನ ಕೆಲಸಗಳನ್ನು ನಾನು ನೋಡಿಕೊಂಡು ನಿನಗೆ ಸಹಾಯಕನಾಗಿರು ವೆನು. ನೀನು ನಿಶ್ಚಿಂತೆಯಿಂದ ರಾಜ್ಯಭಾರ ಮಾಡುತ್ತಿರು." ಪರೀಕ್ಷಿದ್ರಾಜನ ಪ್ರಿಯವಾದ ಈ ಮಾತುಗಳನ್ನು ಕೇಳಿ ವಜ್ರನಾಭನು ಹೇಳಿದನು. "ಮಹಾರಾಜ! ನಿನ್ನೀ ಮಾತುಗಳು ನಿನ್ನ ಸೌಹಾರ್ದ, ಸೌಜನ್ಯ, ಬಂಧು ಪ್ರೇಮಾದಿಗಳಿಗೆ ಅನುಗುಣವಾಗಿಯೇ ಇವೆ. ನಮ್ಮ ಹಿರಿಯರಿಂದ ನೀವು ಉಪಕೃತರಾದಂತೆಯೇ ನನಗೂ ಕೂಡ ನಿನ್ನ ತಂದೆಯು ಧನುರ್ವಿದ್ಯೆ ಯನ್ನು ಕಲಿಸಿ ಪರಮೋಪಕಾರ ಮಾಡಿದ್ದಾನೆ. ಆತನ ಕೃಪೆಯಿಂದಲೇ ನನ್ನಲ್ಲಿಕ್ಷತ್ರಿಯೋಚಿತವಾದ ಶಕ್ತಿ–ಶೌರ್ಯಗಳು ತುಂಬಿವೆ. ಆದ್ದರಿಂದ ನನ್ನ ರಾಜ್ಯ–ಕೋಶಾದಿಗಳ ಬಗ್ಗೆ ನೀನು ದಯವಿಟ್ಟು ಚಿಂತಿಸಬೇಡ. ಆದರೆ ಒಂದೇ ಒಂದು ವಿಷಯವು ನನ್ನನ್ನು ಬಾಧಿಸುತ್ತಿದೆ. ಅದನ್ನು ನೀನು ಪರಿಹರಿಸಿ ಸಮಾಧಾನ ಮಾಡಿದರೆ ಸಾಕು, ಮಹೋಪಕಾರ ಮಾಡಿದಂತಾಗು– ವದು. ನನಗೆ ಮಧುರಾಪಟ್ಟಣದಲ್ಲಿ ರಾಜನೆಂದು ಪಟ್ಟಾಭಿಷೇಕವಾಗಿ ದ್ದರೂ, ಇಲ್ಲಿ ಪ್ರಜೆಗಳೇ ಇಲ್ಲದ್ದರಿಂದ ನಾನು ಒಂದು ಅರಣ್ಯದಲ್ಲಿದ್ದಂತೆ ಆಗಿದೆ. ಮೊದಲು ಜನನಿಬಿಡವಾಗಿ ವೈಭವದಿಂದ ಮೆರೆಯುತ್ತಿದ್ದ ಈ ನಗರವು ಈಗ ನಿರ್ಜನವಾಗಿರಲು ಏನು ಕಾರಣ? ಇಲ್ಲಿದ್ದ ಪ್ರಜೆಗಳು ಎಲ್ಲಿ ಕಾಣೆಯಾದರು? ಎಂಬುದೇ ನನಗೆ ತಿಳಿಯದಾಗಿದೆ. ಪ್ರಜೆಗಳು ಇದ್ದರಷ್ಟೇ ರಾಜ್ಯಾಧಿಪತ್ಯದ ಸುಖ!" ವಜ್ರನಾಭನ ಮಾತುಗಳನ್ನು ಕೇಳಿ ಆಶ್ಚರ್ಯಗೊಂಡ ಪರೀಕ್ಷಿತನು ತ್ರಿಕಾಲಜ್ಞಾನಿಗಳಾದ ನಂದನೇ ಮೊದಲಾದ ಗೋಪರಿಗೆ ಪುರೋಹಿತರಾಗಿದ್ದ ಶಾಂಡಿಲ್ಯ ಮುನಿಗಳಿಗೆ ಅರಮನೆಗೆ ಬರುವಂತೆ ಹೇಳಲು ತನ್ನ ದೂತರನ್ನು ಕಳುಹಿಸಿದನು.

ಪರೀಕ್ಷಿತರಾಜನ ಸಂದೇಶವನ್ನು ಕೇಳಿ ಶಾಂಡಿಲ್ಯರು ಲಗು–ಬಗೆ ಯಿಂದ ತಮ್ಮ ಆಶ್ರಮದಿಂದ ಹೊರಟು ರಾಜನ ಸನ್ನಿಧಿಗೆ ಆಗಮಿಸಿದರು.

ಮಹಾರಾಜರೀರ್ವರೂ ಮುನಿಗಳನ್ನು ವಿಧಿಪೂರ್ವಕ ಸತ್ಕರಿಸಿ ಉಚ್ಚಾಸನ ದಲ್ಲಿ ಕುಳ್ಳಿರಿಸಿದರು. ಆಗ ಪರೀಕ್ಷಿತರಾಜನು ವಜ್ರನಾಭನು ಹೇಳಿದ ಮಾತನ್ನು ಶಾಂಡಿಲ್ಯರ ಮುಂದೆ ನಿವೇದಿಸಲು ಅವರು ಸ್ವಲ್ಪ ಹೊತ್ತು ವಿಚಾರಿಸಿ ಇಬ್ಬರನ್ನೂ ಸಮಾಧಾನಪಡಿಸುತ್ತ ಇಂತೆಂದರು – ಪ್ರಿಯ ಪರೀಕ್ಷಿತ ಮತ್ತು ವಜ್ರನಾಭ ಮಹಾರಾಜರೇ! ಈ ವ್ರಜಭೂಮಿಯ ರಹಸ್ಯವನ್ನು ಹೇಳುತ್ತೇನೆ. ನೀವೆಲ್ಲ ಕೇಳಿರಿ. ವ್ರಜ ಎಂಬ ಶಬ್ದಕ್ಕೆ ವ್ಯಾಪ್ತಿ ಎಂದರ್ಥ. ಭಗವಾನ್ ಶ್ರೀಕೃಷ್ಣನ ಲೀಲೆಗಳು ಇಲ್ಲಿ ಎಲ್ಲೆಡೆ ವ್ಯಾಪಿಸಿರುವುದರಿಂದ ಈ ಭೂಮಿಗೆ ವ್ರಜ ಎಂದು ಹೆಸರು ಬಂದಿದೆ. ನಂದಕುಮಾರನಾದ, ಸಚ್ಚಿದಾನಂದ ಸ್ವರೂಪಿಯಾದ ಭಗವಾನ್ ಶ್ರೀಕೃಷ್ಣನು ಮುಕ್ತಪುರುಷರೊಂದಿಗೆ ನೆಲಿಸಿರುವ ಪುಣ್ಯಭೂಮಿ ಇದು. ಶ್ರೀಕೃಷ್ಣನಂತೂ ಆಪ್ತಕಾಮನಾಗಿದ್ದರಿಂದ ಆಪ್ತಾರಾಮ ಎಂದು ಕರೆಯಲ್ಪಡುತ್ತಾನೆ. ರಾಧಾದೇವಿಯು ಶ್ರೀಕೃಷ್ಣನಿಗೆ ಆತ್ಮ ಎನಿಸು ತ್ತಾಳೆ. ಅವಳಲ್ಲಿ ರಮಿಸುವುದರಿಂದ ಶ್ರೀಕೃಷ್ಣನನ್ನು ಆತ್ಮಾರಾಮ ಎಂದು ಕರೆಯುತ್ತಾರೆ. ಆಪ್ತಕಾಮ ಎಂಬುದಕ್ಕೆ ಇನ್ನೊಂದು ವಿಶೇಷಾರ್ಥವಿದೆ. 'ಕಾಮ' ಎಂದರೆ ಅಭಿಲಾಷೆ ಎಂದರ್ಥ. ಈ ವ್ರಜದಲ್ಲಿ ಶ್ರೀಕೃಷ್ಣನ ಅಭಿಲಾಷೆಗೆ ಪಾತ್ರವಾದ ಅನೇಕ ಪದಾರ್ಥಗಳಿವೆ. ಗೋವ್ರಗಳು, ಗೋಪಾಲಕರು, ಗೋಪಿಯರು ಮತ್ತು ಇವರೊಂದಿಗೆ ಶ್ರೀಕೃಷ್ಣನ ವಿಹಾರ ಲೀಲೆಗಳು ಮೊದಲಾದವು ಇವೆಲ್ಲ ಈ ಭೂಮಿಯಲ್ಲಿ ತುಂಬಿವೆ. ಶ್ರೀಕೃಷ್ಣನ ಲೀಲೆ ಗಳಲ್ಲಿ 'ವಾಸ್ತವ ಲೀಲಾ' ಮತ್ತು 'ವ್ಯಾವಹಾರಿಕ ಲೀಲಾ' ಎಂದು ಎರಡು ಪ್ರಕಾರಗಳು ಕಂಡುಬರುತ್ತವೆ. ರಹಸ್ಯವಾದ ವಾಸ್ತವಲೀಲೆಯು ಸ್ವಾನುಭವ ದಿಂದ ತನಗೇ ತಿಳಿಯುವಂಥದು. ಇದನ್ನು ಸ್ವಯಂ ಭಗವಂತನು ಮತ್ತು ಆತನ ಅಂತರಂಗ ಭಕ್ತರು ಮಾತ್ರ ತಿಳಿಯಬಲ್ಲರು. ಜೀವರುಗಳ ಎದುರು ನಡೆಯುವ ಭಗವದ್‌ಲೀಲೆಗಳು ವ್ಯಾವಹಾರಿಕ ಲೀಲೆಗಳು. ವಾಸ್ತವಿಕ ಲೀಲೆ ಇಲ್ಲದೇ ವ್ಯಾವಹಾರಿಕ ಲೀಲೆಯು ನಡೆಯಲಾರದು. ಆದರೆ ವಾಸ್ತವಿಕ ಲೀಲೆಗೆ ವ್ಯಾವಹಾರಿಕ ಲೀಲೆಯ ಅವಶ್ಯಕತೆ ಇರುವುದಿಲ್ಲ.

ಹೇ ವ್ರಜನಾಭ ಮತ್ತು ಪರೀಕ್ಷಿತ ಮಹಾರಾಜರೇ! ನೀವಿಬ್ಬರೂ ಈಗ ನೋಡುತ್ತಿರುವುದು ವ್ಯಾವಹಾರಿಕ ಲೀಲೆ ಮಾತ್ರ. ಈ ಭೂಮಿ, ಮತ್ತು ಸ್ವರ್ಗಲೋಕಗಳು ಈ ವ್ಯಾವಹಾರಿಕ ಲೀಲೆಯಲ್ಲೇ ಅಡಕವಾಗಿವೆ. ಕಣ್ಣಿಗೆ

ಕಾಣುತ್ತಿರುವ ಮಧುರಾ ಮಂಡಲವು ಭೂಮಿಯಲ್ಲೇ ಸೇರಿದೆ. ಶ್ರೀಕೃಷ್ಣನು ಪರಂಧಾಮಕ್ಕೆ ಹೋಗುವ ಪೂರ್ವದಲ್ಲಿ ಮಧುರಾ ಮಂಡಲದಲ್ಲಿ ಮೂರು ವರ್ಗಗಳಿಗೆ ಸೇರಿದ ಭಕ್ತ ಜನರಿದ್ದರು. ಈ ಮೂರು ವರ್ಗಗಳಲ್ಲಿ ಮೊದಲನೆಯವರು ಭಗವಂತನ ನಿತ್ಯರಾದ ಅಂತರಂಗ ಪಾರ್ಷದರು. ಇವರು ಎಂದಿಗೂ ಭಗವಂತನನ್ನು ಅಗಲಿ ಇರುವವರಲ್ಲ. ಭಗವಂತನ ಅಂತರಂಗಲೀಲೆಗಳನ್ನು ನೋಡಲು ಬಯಸುವವರು ಎರಡನೆಯ ವರ್ಗದವರು. ಮೂರನೇ ವರ್ಗದಲ್ಲಿ ದೇವತೆಗಳೇ ಮುಂತಾದವರು ಸೇರಿರುತ್ತಾರೆ. ದೇವತೆಗಳ ಅಂಶದಿಂದ ಅವತಾರ ಮಾಡಿದ್ದವರನ್ನು ಭಗವಂತನು ವ್ರಜಭೂಮಿಯಿಂದ ದೂರದ ದ್ವಾರಕೆಗೆ ಮೊದಲೇ ಕಳುಹಿಸಿ— ಬಿಟ್ಟಿರುವನು. ಯದುಕುಲದಲ್ಲಿ ಅವತಾರ ಮಾಡಿದ್ದ ದೇವತೆಗಳನ್ನು ಬ್ರಾಹ್ಮಣರ ಶಾಪದಿಂದುಂಟಾದ ಒನಕೆಯನ್ನು ನಿಮಿತ್ತ ಮಾಡಿಕೊಂಡು ಪರಸ್ಪರ ಹೊಡೆದಾಡಿಸಿ ಸ್ವರ್ಗಕ್ಕೆ ಕಳುಹಿಸಿ ಆವರವರ ಅಧಿಕಾರದಲ್ಲಿ ನೆಲೆಗೊಳಿಸಿಬಿಟ್ಟಿದ್ದಾನೆ. ಭಗವಂತನೊಬ್ಬನನ್ನೇ ಪಡೆಯಬೇಕೆಂದು ಬಯಸಿದ್ದ ಭಕ್ತರನ್ನು ಸದಾ ತನ್ನೊಂದಿಗೆ ಇರುವ ತನ್ನ ಅಂತರಂಗ ಪಾರ್ಷದರೊಡನೆ ಸೇರಿಸಿಕೊಂಡಿರುವನು. ಈ ಪಾರ್ಷದರು ಭಗವಂತನ ನಿತ್ಯ ಲೀಲೆಗಳನ್ನು ಸದಾ ನೋಡುತ್ತ ತಮ್ಮ ದರ್ಶನಕ್ಕೆ ಅಧಿಕಾರಿಗಳಲ್ಲದವರಿಗೆ ಅಗೋಚರ ರಾಗಿರುತ್ತಾರೆ. ವ್ಯಾವಹಾರಿಕ ಲೀಲೆಯಲ್ಲಿರುವವರು ನಿತ್ಯ ಲೀಲೆಗಳ ದರ್ಶನ ಪಡೆಯಲು ಅಧಿಕೃತರಾಗಿರುವುದಿಲ್ಲ. ಆದ್ದರಿಂದ ಅವರು ಈ ಪ್ರದೇಶಕ್ಕೆ ಬಂದಾಗ ಎಲ್ಲೆಡೆ ಜನರಹಿತವಾದ ಅರಣ್ಯವನ್ನೇ ಕಾಣುತ್ತಾರೆ.

ಹೇ ವಜ್ರನಾಭ! ನೀನು ರಾಜನಾಗಿದ್ದರೂ ಪ್ರಜೆಗಳೇ ಇಲ್ಲದ ರಾಜ್ಯದ ರಾಜನಾಗಿರುವುದಾಗಿ ಭಾವಿಸಬೇಡ. ನನ್ನ ಆದೇಶದಂತೆ ಇಲ್ಲಿ ಬಹಳಷ್ಟು ಗ್ರಾಮಗಳನ್ನು ನಿರ್ಮಾಣಮಾಡಿ ಅಲ್ಲಿ ಎಲ್ಲೆಡೆ ನಿಬಿಡವಾದ ಜನವಸತಿಗಳಾಗುವಂತೆ ಮಾಡು. ಭಗವಂತನಾದ ಶ್ರೀಕೃಷ್ಣನು ಎಲ್ಲೆಲ್ಲಿ ಯಾವ ಯಾವ ಲೀಲೆಗಳನ್ನು ತೋರಿದನೋ ಅದಕ್ಕನುಸಾರವಾಗಿ ಆಯಾ ಹೆಸರಿನ ಅನೇಕ ಗ್ರಾಮಗಳನ್ನು ನಿರ್ಮಿಸಿ ವ್ರಜಭೂಮಿಯು ವೈಭವದಿಂದ ಮೆರೆಯುವಂತೆ ಮಾಡಿ ಶ್ರೀಕೃಷ್ಣನ ಲೀಲೆಗಳನ್ನು ನೆನೆಯುತ್ತ ಆರಾಧಿಸು. ಭಗವಂತನ ಲೀಲಾಸ್ಥಾನಗಳಾದ ನದೀ, ಪರ್ವತ, ವನ, ಕಣಿವೆ,

ಸರೋವರ, ಲತಾಗೃಹ ಮುಂತಾದವುಗಳನ್ನು ಸೇವಿಸುತ್ತಿರು. ಹೀಗೆ ಮಾಡಿದೆಯಾದರೆ ನಿನ್ನ ರಾಜ್ಯದಲ್ಲಿ ನೋಡಿದಲ್ಲೆಲ್ಲ ಶ್ರೀಕೃಷ್ಣನ ಭಕ್ತರು ತುಂಬಿ ತುಳುಕುವದು. ಭಗವಂತನ ಲೀಲಾಸ್ಥಳಗಳೆಲ್ಲವೂ ನಿನ್ನ ದೃಷ್ಟಿಗೆ ಬೀಳುವಂತೆ ನಾನು ನಿನಗೆ ಅನುಗ್ರಹಿಸುತ್ತೇನೆ. ವ್ರಜಭೂಮಿಯ ದರ್ಶನ, ಪೂಜೆ, ಸೇವನಾದಿಗಳಿಂದ ಒಂದಲ್ಲ ಒಂದು ದಿನ ನಿನಗೆ ಶ್ರೀಕೃಷ್ಣನ ಅಂತರಂಗ ಭಕ್ತನಾದ ಉದ್ಧವನ ಸಮಾಗಮವು ಆಗುವುದು. ಮತ್ತು ಆ ಉದ್ಧವನಿಂದಲೇ ನೀನು ಹಾಗೂ ನಿನ್ನ ತಾಯಂದಿರು ಈ ವ್ರಜಭೂಮಿಯ ಮತ್ತು ಭಗವಾನ್ ಶ್ರೀಕೃಷ್ಣನ ಲೀಲಾರಹಸ್ಯವನ್ನು ತಿಳಿಯಲು ಸಮರ್ಥ ರಾಗುವಿರಿ.

ಮುನಿಶ್ರೇಷ್ಠರಾದ ಶಾಂಡಿಲ್ಯರು ಈ ಪ್ರಕಾರ ಅನೇಕ ರಹಸ್ಯ ವಿಷಯಗಳನ್ನು ತಿಳಿಸುತ್ತ ವಜ್ರನಾಭ ಮತ್ತು ಪರೀಕ್ಷಿತರಿಗೆ ಸಮಾಧಾನ ಹೇಳಿ ಶ್ರೀಕೃಷ್ಣನನ್ನು ಸ್ಮರಿಸುತ್ತ ತಮ್ಮ ಆಶ್ರಕ್ಕೆ ಹೊರಟು ಹೋದರು. ಶಾಂಡಿಲ್ಯರ ಮಾತುಗಳನ್ನು ಕೇಳಿ ಇಬ್ಬರೂ ನೃಪತಿಗಳೂ ಬಹು ಸಂತುಷ್ಟರಾದರು.

|| ಇಲ್ಲಿಗೆ ಶ್ರೀ ಸ್ಕಂದಪುರಾಣದ ವೈಷ್ಣವ ಖಂಡದಲ್ಲಿ ಬರುವ ಶ್ರೀಮದ್ಭಾಗವತ ಮಹಾತ್ಮೆಯಲ್ಲಿ ವ್ರಜಭೂಮಿ ಮಹಾತ್ಮೆ ಎಂಬ ಮೊದಲನೆಯ ಅಧ್ಯಾಯವು ಸಮಾಪ್ತವಾಯಿತು. ||

* * * *

ಶ್ರೀಸ್ಕಂದ ಪುರಾಣದ ಶ್ರೀಮದ್ಭಾಗವತ ಮಹಾತ್ಮೆಯಲ್ಲಿ
ಎರಡನೆಯ ಅಧ್ಯಾಯ
(ಯಮುನಾ ಮತ್ತು ಶ್ರೀಕೃಷ್ಣಪತ್ನಿಯರ ಸಂವಾದ,
ಕೀರ್ತನೋತ್ಸವದಲ್ಲಿ ಉದ್ಧವನು ಪ್ರಕಟನಾದುದು)

ಋಷಯ ಊಚುಃ—

ಶಾಂಡಿಲ್ಯೇ ತೌ ಸಮಾದಿಶ್ಯ ಪರಾವೃತ್ತೇ ಸ್ವಮಾಶ್ರಮಮ್ ।
ಕಿಂ ಕಥಂ ಚಕ್ರತುಸ್ತೆ ತು ರಾಜಾನೌ ಸೂತ ತದ್ವದ   ॥ ೧ ॥

ಸೂತ ಉವಾಚ—

ತತಸ್ತು ವಿಷ್ಣುರಾತೇನ ಶ್ರೇಣೀಮುಖ್ಯಾಃ ಸಹಸ್ರಶಃ ।
ಇಂದ್ರಪ್ರಸ್ಥಾತ್ಸಮಾನಾಯ್ಯ ಮಥುರಾಸ್ಥಾನಮಾಪಿತಾಃ   ॥ ೨ ॥

ಮಾಥುರಾನ್ ಬ್ರಾಹ್ಮಣಾಂಸ್ತತ್ರ ವಾನರಾಂಶ್ಚ ಪುರಾತನಾನ್ ।
ವಿಜ್ಞಾಯ ಮಾನನೀಯತ್ವಂ ತೇಷು ಸ್ಥಾಪಿತವಾನ್ ಸ್ವರಾಟ್ ॥ ೩ ॥

ವಜ್ರಸ್ತು ತತ್ಸಹಾಯೇನ ಶಾಂಡಿಲ್ಯಸ್ಯಾಪ್ಯನುಗ್ರಹಾತ್ ।
ಗೋವಿಂದಗೋಪಗೋಪೀನಾಂ ಲೀಲಾಸ್ಥಾನಾನ್ಯನುಕ್ರಮಾತ್ ॥ ೪ ॥

ವಿಜ್ಞಾಯಾಭಿಧಯಾಽಽಸಸ್ಥಾಪ್ಯ ಗ್ರಾಮಾನಾವಾಸಯದ್ಬಹೂನ್ ।
ಕುಂಡಕೂಪಾದಿಪೂರ್ತೇನ ಶಿವಾದಿಸ್ಥಾಪನೇನ ಚ   ॥ ೫ ॥

ಗೋವಿಂದಹರಿದೇವಾದಿಸ್ವರೂಪಾರೋಪಣೇನ ಚ ।
ಕೃಷ್ಣೈಕಭಕ್ತಂ ಸ್ವೇ ರಾಜ್ಯೇ ತತಾನ ಚ ಮುಮೋದ ಹ   ॥ ೬ ॥

ಪ್ರಜಾಸ್ತು ಮುದಿತಾಸ್ತಸ್ಯ ಕೃಷ್ಣಕೀರ್ತನತತ್ಪರಾಃ ।
ಪರಮಾನಂದಸಂಪನ್ನಾ ರಾಜ್ಯಂ ತಸ್ಯೈವ ತುಷ್ಟುವುಃ   ॥ ೭ ॥

ಏಕದಾ ಕೃಷ್ಣಪತ್ನ್ಯಸ್ತು ಶ್ರೀಕೃಷ್ಣವಿರಹಾತುರಾಃ ।
ಕಾಲಿಂದೀಂ ಮುದಿತಾಂ ವೀಕ್ಷ್ಯ ಪಪ್ರಚ್ಛುರ್ಗತಮತ್ಸರಾಃ ॥ ೮ ॥

ಶ್ರೀಕೃಷ್ಣಪತ್ನ್ಯ ಊಚುಃ :—
ಯಥಾ ವಯಂ ಕೃಷ್ಣಪತ್ನ್ಯಸ್ತಥಾ ತ್ವಮಪಿ ಶೋಭನೇ ।
ವಯಂ ವಿರಹದುಃಖಾರ್ತಾಸ್ತ್ವಂ ನ ಕಾಲಿಂದಿ ತದ್ವದ   ॥೮॥

ತಚ್ಛ್ರುತ್ವಾ ಸ್ಮಯಮಾನಾ ಸಾ ಕಾಲಿಂದೀ ವಾಕ್ಯಮಬ್ರವೀತ್ ।
ಸಾಪತ್ನ್ಯಂ ವೀಕ್ಷ್ಯ ತತ್ತಾಸಾಂ ಕರುಣಾಪರಮಾನಸಾ   ॥೦೦॥

ಕಾಲಿಂದ್ಯುವಾಚ—
ಆತ್ಮಾರಾಮಸ್ಯ ಕೃಷ್ಣಸ್ಯ ಧ್ರುವಮಾತ್ಮಾಸ್ತಿ ರಾಧಿಕಾ ।
ತಸ್ಯಾ ದಾಸ್ಯಪ್ರಭಾವೇಣ ವಿರಹೋತ್ಸ್ಮಾನ್ನ ಸಂಸ್ಪೃಶೇತ್   ॥೦೦॥

ತಸ್ಯಾ ಏವಾಂಶವಿಸ್ತಾರಾಃ ಸರ್ವಾಃ ಶ್ರೀಕೃಷ್ಣನಾಯಿಕಾಃ ।
ನಿತ್ಯಸಂಭೋಗ ಏವಾಸ್ತಿ ತಸ್ಯಾಃ ಸಾಮ್ಮುಖ್ಯಯೋಗತಃ   ॥೦೨॥

ಸ ಏವ ಸಾ ಸ ಸ್ಯೈವಾಸ್ತಿ ವಂಶೀ ತತ್ತ್ವೇಮರೂಪಿಕಾ ।
ಶ್ರೀಕೃಷ್ಣನಖಚಂದ್ರಾಲಿಸಂಗಾಚ್ಚಂದ್ರಾವಲೀ ಸ್ಮೃತಾ   ॥೦೩॥

ರೂಪಾಂತರಮಗೃಹ್ಣಾನಾ ತಯೋಃ ಸೇವಾತಿಲಾಲಸಾ ।
ರುಕ್ಮಿಣ್ಯಾದಿಸಮಾವೇಶೋ ಮಯಾತ್ರ್ಯೇವ ವಿಲೋಕಿತಃ   ॥೦೪॥

ಯುಷ್ಮಾಕಮಪಿ ಕೃಷ್ಣೇನ ವಿರಹೋ ನೈವ ಸರ್ವತಃ ।
ಕಿಂತು ಏವಂ ನ ಜಾನೀಥ ತಸ್ಮಾದ್ವ್ಯಾಕುಲತಾಮಿತಾಃ   ॥೦೫॥

ಏವಮೇವಾತ್ರ ಗೋಪೀನಾಮಕ್ರೂರಾವಸರೇ ಪುರಾ ।
ವಿರಹಾಭಾಸ ಏವಾಸೀದುದ್ಧವೇನ ಸಮಾಹಿತಃ   ॥೦೬॥

ತೇನೈವ ಭವತೀನಾಂ ಚೇದ್ಭವೇದತ್ರ ಸಮಾಗಮಃ ।
ತರ್ಹಿ ನಿತ್ಯಂ ಸ್ವಕಾಂತೇನ ವಿಹಾರಮಪಿ ಲಪ್ಸ್ಯಥ   ॥೦೭॥

ಸೂತ ಉವಾಚ—
ಏವಮುಕ್ತಾಸ್ತು ತಾಃ ಪತ್ನ್ಯಃ ಪ್ರಸನ್ನಾಂ ಪುನರಬ್ರುವನ್ ।
ಉದ್ಧವಾಲೋಕನೇನಾತ್ಮಪ್ರೇಷ್ಠಸಂಗಮಲಾಲಸಾಃ   ॥೦೮॥

ಶ್ರೀಕೃಷ್ಣಪತ್ನ್ಯ ಊಚುಃ—
ಧನ್ಯಾಸಿ ಸಖಿ ಕಾಂತೇನ ಯಸ್ಯಾ ನೈವಾಸ್ತಿ ವಿಚ್ಯುತಿಃ ।
ಯತಸ್ತೇ ಸ್ವಾರ್ಥಸಂಸಿದ್ಧಿಸ್ತಸ್ಯಾ ದಾಸ್ಯೋ ಭಭೂವಿಮ   ॥೧೯॥

ಪರಂತೂದ್ಧವಲಾಭೇ ಸ್ಯಾದಸ್ಮತ್ಸರ್ವಾರ್ಥಸಾಧನಮ್ ।
ತಥಾ ವದಸ್ಕಾಲಿಂದಿ ತಲ್ಲಾಭೋಽಪಿ ಯಥಾ ಭವೇತ್   ॥೨೦॥

ಸೂತ ಉವಾಚ—
ಏವಮುಕ್ತಾ ತು ಕಾಲಿಂದೀ ಪ್ರತ್ಯುವಾಚಾಥ ತಾಸ್ತಥಾ ।
ಸ್ಮರಂತೀ ಕೃಷ್ಣಚಂದ್ರಸ್ಯ ಕಲಾಃ ಷೋಡಶರೂಪಿಣೀಃ   ॥೨೧॥

ಸಾಧನಭೂಮಿರ್ಬದರೀ ವ್ರಜತಾ (ಕೃಷ್ಣೇನ) ಮಂತ್ರಿಣೇ ಪ್ರೋಕ್ತಾ।
ತತ್ರಾಸ್ತೇ ಸ ತು ಸಾಕ್ಷಾತ್ ತದ್ವಯುನಂ ಗ್ರಾಹಯನ್‌ಲೋಕಾನ್   ॥೨೨॥

ಫಲಭೂಮಿರ್ವ್ರಜಭೂಮಿಃ ದತ್ತಾ ತಸ್ಮೈ ಪುರೈವ ಸರಹಸ್ಯಮ್ ।
ಫಲಮಿಹ ತಿರೋಹಿತಂ ಸತ್ ತದಿಹೇದಾನೀಂ ಸ ಉದ್ಧವೋಽಲಕ್ಷಃ   ॥೨೩॥

ಗೋವರ್ಧನಗಿರಿನಿಕಟೇ ಸವೀಸ್ಥಲೇ ತದ್ರಜಃಕಾಮಃ ।
ತತ್ರತ್ಯಾಂಕುರವಲ್ಲೀರೂಪೇಣಾಸ್ತೇ ಸ ಉದ್ಧವೋ ನೂನಮ್   ॥೨೪॥

ಆತ್ಮೋತ್ಸವರೂಪತ್ವಂ ಹರಿಣಾ ತಸ್ಮೈ ಸಮರ್ಪಿತಂ ನಿಯತಮ್ ।
ತಸ್ಮಾತ್ತತ್ರ ಸ್ಥಿತ್ವಾ ಕುಸುಮಸರಃಪರಿಸರೇ ಸವಜ್ರಾಭಿಃ   ॥೨೫॥

ವೀಣಾವೇಣುಮೃದಂಗ್ಯೈಃ ಕೀರ್ತನಕಾವ್ಯಾದಿಸರಸಸಂಗೀತ್ಯೈಃ ।
ಉತ್ಸವ ಆರಬ್ಧವ್ಯೋ ಹರಿರತಲೋಕಾನ್ ಸಮಾನಾಯ್ಯ   ॥೨೬॥

ತತ್ರೋದ್ಧವಾವಲೋಕೋ ಭವಿತಾ ನಿಯತಂ ಮಹೋತ್ಸವೇ ವಿತತೇ।
ಯಾಽಸ್ಮಾಕೀಣಾಮಭಿಮತಸಿದ್ಧಿಂ ಸವಿತಾ ಸ ಏವ ಸವಿತಾನಾಮ್   ॥೨೭॥

ಸೂತ ಉವಾಚ—
ಇತಿ ಶ್ರುತ್ವಾ ಪ್ರಸನ್ನಾಸ್ತಾಃ ಕಾಲಿಂದೀಮಭಿವಂದ್ಯ ತತ್ ।
ಕಥಯಾಮಾಸುರಾಗತ್ಯ ವಜ್ರಂ ಪ್ರತಿ ಪರೀಕ್ಷಿತಮ್   ॥೨೮॥

ವಿಷ್ಣುರಾತಸ್ತು ತಚ್ಛ್ರುತ್ವಾ ಪ್ರಸನ್ನಸ್ತದ್ಯುತಸ್ತದಾ ।
ತತ್ರೈವಾಗತ್ಯ ತತ್ಸರ್ವಂ ಕಾರಯಾಮಾಸ ಸತ್ವರಮ್   ॥೭೮॥

ಗೋವರ್ಧನಾದದೂರೇಣ ವೃಂದಾರಣ್ಯೇ ಸಖೀಸ್ಥಲೇ ।
ಪ್ರವೃತ್ತಃ ಕುಸುಮಾಂಭೋಧೌ ಕೃಷ್ಣಸಂಕೀರ್ತನೋತ್ಸವಃ   ॥೮೦॥

ವೃಷಭಾನುಸುತಾಕಾಂತವಿಹಾರೇ ಕೀರ್ತನಶ್ರಿಯಾ ।
ಸಾಕ್ಷಾದಿವ ಸಮಾವೃತ್ತೇ ಸರ್ವೇನನ್ಯದೃಶೋsಭವನ್   ॥೮೦॥

ತತಃ ಪಶ್ಯತ್ಸು ಸರ್ವೇಷು ತೃಣಗುಲ್ಮಲತಾಚಯಾತ್ ।
ಆಜಗಾಮೋದ್ಧವಃ ಸ್ರಗ್ವೀ ಶ್ಯಾಮಃ ಪೀತಾಂಬರಾವೃತಃ   ॥೮೧॥

ಗುಂಜಾಮಾಲಾಧರೋ ಗಾಯನ್ನಲ್ಲವೀವಲ್ಲಭಂ ಮುಹುಃ ।
ತದಾಗಮನತೋ ರೇಜೇ ಭೃಶಂ ಸಂಕೀರ್ತನೋತ್ಸವಃ   ॥೮೨॥

ಚಂದ್ರಿಕಾಗಮತೋ ಯದ್ವತ್ ಸ್ಫಾಟಿಕಾಟ್ಟಾಲಭೂಮಣಿಃ ।
ಅಥ ಸರ್ವೇ ಸುಖಾಂಭೋಧೌ ಮಗ್ನಃ ಸರ್ವಂ ವಿಸಸ್ಮರುಃ   ॥೮೩॥

ಕ್ಷಣೇನಾಗತವಿಜ್ಞಾನಾ ದೃಷ್ಟ್ವಾ ಶ್ರೀಕೃಷ್ಣರೂಪಿಣಮ್ ।
ಉದ್ಧವಂ ಪೂಜಯಾಂಚಕ್ರುಃ ಪ್ರತಿಲಬ್ಧ ಮನೋರಥಾಃ   ॥೮೪॥

(ಇತಿ ಶ್ರೀ ಸ್ಕಾಂದೇ ಮಹಾಪುರಾಣೇ ಏಕಾಶೀತಿಸಾಹಸ್ರ್ಯಾಂ
ಸಂಹಿತಾಯಾಂ ದ್ವಿತೀಯೇ ವೈಷ್ಣವಖಂಡೇ
ಶ್ರೀಮದ್ಭಾಗವತಮಾಹಾತ್ಮ್ಯೇ ಗೋವರ್ಧನಪರ್ವತಸಮೀಪೇ
ಪರೀಕ್ಷಿದಾದೀನಾಮುದ್ಧವದರ್ಶನವರ್ಣನಂ ನಾಮ
ದ್ವಿತೀಯೋsಧ್ಯಾಯಃ ॥ ೨ ॥

ಎರಡನೆಯ ಅಧ್ಯಾಯ
(ಯಮುನಾ ಮತ್ತು ಶ್ರೀಕೃಷ್ಣ ಪತ್ನಿಯರ ಸಮಾಗಮ ಉದ್ಧವನ ಪ್ರಾದುರ್ಭಾವ)

"ಸೂತ ಪುರಾಣಿಕರೇ! ಶಾಂಡಿಲ್ಯ ಮಹರ್ಷಿಗಳು ವ್ರಜದ ಮಹತ್ತ್ವವನ್ನು ತಿಳಿಸಿ, ಆದೇಶ ನೀಡಿ ಹೋದ ನಂತರ ಇಬ್ಬರೂ ರಾಜರು ಏನು ಮಾಡಿದರು?" ಎಂದು ಶೌನಕಾದಿ ಋಷಿಗಳು ಕೇಳಲು ಸೂತಪುರಾಣಿಕರು ಹೇಳುತ್ತಾರೆ ಕೇಳಿರಿ. ವ್ರಜಭೂಮಿಯಲ್ಲಿ ಶ್ರೀಕೃಷ್ಣ ಭಕ್ತರು ತುಂಬುವಂತೆ ಶಾಂಡಿಲ್ಯರು ಹೇಳಿ ಹೋದರಷ್ಟೆ, ಅದರಂತೆ ಪರೀಕ್ಷಿತ ಮಹಾರಾಜನು ತನ್ನ ಇಂದ್ರಪ್ರಸ್ಥ ದಿಂದ ಸಾವಿರಾರು ಶ್ರೇಷ್ಠ ವ್ಯಾಪಾರಿಗಳನ್ನು ಕರೆಯಿಸಿ ಮಧುರಾ ನಗರದಲ್ಲಿ ನೆಲೆಸುವಂತೆ ಮಾಡಿದನು. ನಂತರ ವಜ್ರನಾಭನು ಮಧುರಾಮಂಡಲ ದಲ್ಲಿದ್ದ ಬ್ರಾಹ್ಮಣ ಶ್ರೇಷ್ಠರನ್ನೂ, ಪ್ರಾಚೀನರಾದ ವಾನರ ಶ್ರೇಷ್ಠರನ್ನೂ ಮಧುರಾನಗರದಲ್ಲಿ ನೆಲೆಗೊಳಿಸಿದನು. ವಜ್ರನಾಭನು ಶಾಂಡಿಲ್ಯ ಮುನಿಗಳ ಅನುಗ್ರಹದಿಂದಲೂ, ಪರೀಕ್ಷಿತ ರಾಜನ ಸಹಾಯದಿಂದಲೂ ಭಗವಾನ್ ಶ್ರೀಕೃಷ್ಣನು ತನ್ನ ಪ್ರೇಮಿಗಳಾಗಿದ್ದ ಗೋಪ–ಗೋಪಿಯರೊಡನೆ ಲೀಲೆ ಗಳನ್ನು ನಡೆಸಿದ ಸ್ಥಳಗಳನ್ನೆಲ್ಲ ಶೋಧಿಸಿದನು. ಆ ಶ್ರೀಕೃಷ್ಣನು ಅಲ್ಲಿ ನಡೆಸಿದ ಲೀಲೆಗಳಿಗನುಗುಣವಾಗಿ ಆ ಸ್ಥಳಗಳಿಗೆ ಹೆಸರುಗಳನ್ನು ಕೊಟ್ಟು ಅಲ್ಲಿ ಶ್ರೀಕೃಷ್ಣನ ಲೀಲಾ ವಿಗ್ರಹಗಳನ್ನು ಸ್ಥಾಪಿಸಿದನು. ಅಲ್ಲಲ್ಲಿ ಅನೇಕ ಗ್ರಾಮ ಗಳನ್ನು ನೆಲೆಗೊಳಿಸಿ ಲತಾಗೃಹಗಳನ್ನೂ, ಉಪವನಗಳನ್ನೂ ನಿರ್ಮಿಸಿ ಅಲ್ಲಿ ಶಿವನೇ ಮುಂತಾದ ದೇವತೆಗಳ ಮಂದಿರಗಳನ್ನೂ ಕಟ್ಟಿಸಿದನು. ಗೋವಿಂದ– ದೇವ, ಹರಿದೇವ ಮುಂತಾದ ಹೆಸರುಗಳಿಂದ ಕೂಡಿದ ಶ್ರೀಕೃಷ್ಣನ ವಿಗ್ರಹಗಳನ್ನು ಸ್ಥಾಪಿಸಿ ಅಲ್ಲಿ ಭವ್ಯ ಮಂದಿರಗಳನ್ನು ನಿರ್ಮಿಸಿದನು. ಈ ಪ್ರಕಾರದ ಶುಭಕರ್ಮಗಳ ಮೂಲಕ ವಜ್ರನಾಭರಾಜನು ತನ್ನ ರಾಜ್ಯದಲ್ಲಿ ಶ್ರೀಕೃಷ್ಣ ಭಕ್ತಿಯನ್ನು ಪ್ರಚುರಗೊಳಿಸಿ ಪರಮಾನಂದಿತನಾದನು. ಅವನ ಪ್ರಜೆಗಳು ಕೂಡ ರಾಜನ ಸತ್ಕಾರ್ಯಗಳಿಂದ ಸಂತುಷ್ಟರಾಗಿ ಶ್ರೀಕೃಷ್ಣನ ನಾಮಸ್ಮರಣೆ ಮತ್ತು ಅವನ ಲೀಲೆಗಳ ಸಂಕೀರ್ತನೆಯಲ್ಲಿ ತೊಡಗಿದರು.

ವಜ್ರನಾಭನ ಅರಮನೆಯಲ್ಲಿದ್ದ ಶ್ರೀಕೃಷ್ಣನ ಪತ್ನಿಯರು ತಮ್ಮ ಪತಿಯಾಗಿದ್ದ ಶ್ರೀಕೃಷ್ಣನ ವಿರಹದಿಂದ ವ್ಯಥೆಗೊಂಡಿದ್ದರೂ, ಕಾಳಿಂದಿಯು (ಯಮುನೆಯು) ಮಾತ್ರ ಸಂತೋಷವಾಗಿಯೇ ಇರುವುದನ್ನು ಕಂಡು ಯಾವ ಮಾತ್ಸರ್ಯವಿಲ್ಲದೇ ಅವಳನ್ನು ಭೇಟಿಯಾಗಿ ಪ್ರಶ್ನಿಸಿದರು – "ಹೇ ಮಂಗಳಾಂಗಿ ಕಾಳಿಂದಿ! ನಮ್ಮೆಲ್ಲರಂತೆಯೇ ನೀನೂ ಶ್ರೀಕೃಷ್ಣನ ಧರ್ಮ ಪತ್ನಿಯು. ಶ್ರೀಕೃಷ್ಣನು ನಮ್ಮೆಲ್ಲರನ್ನು ಬಿಟ್ಟು ತನ್ನ ಪರಂಧಾಮಕ್ಕೆ ಹೋದಾಗಿ ನಿಂದ ನಾವೆಲ್ಲರೂ ವಿರಹಾಗ್ನಿಯಲ್ಲಿ ಬೆಂದು ಹೋಗುತ್ತಿದ್ದೇವೆ. ಆದರೆ ನೀನೊಬ್ಬಳು ಮಾತ್ರ ಸಂತೋಷದಿಂದ ಇರುವಿಯಲ್ಲಾ! ಇದಕ್ಕೇನು ಕಾರಣ? ಹೇಳುವಿಯಾ?" ಆಗ ಯಮುನೆಯು ತನ್ನ ಸವತಿಯರು ಹೀಗೆ ಕೇಳುತ್ತಿರುವುದನ್ನು ನೋಡಿ ನಕ್ಕು ಅವರೆಲ್ಲರನ್ನೂ ತನ್ನ ಸಹೋದರಿಯರೆಂದೇ ಭಾವಿಸಿ ಮನಕರಗಿ ಹೇಳಿದಳು – "ಆತ್ಮಾರಾಮನಾಗಿರುವ ಶ್ರೀಕೃಷ್ಣನಿಗೆ ರಾಧಿಕಾದೇವಿಯು ಅತ್ಯಂತ ಆತ್ಮೀಯಳಾಗಿದ್ದಾಳೆ. ಅವಳಿಗೆ ಶ್ರೀಕೃಷ್ಣನಿಂದ ವಿಯೋಗವೆಂಬುದೇ ಇಲ್ಲ. ನಾನು ಇಂಥ ರಾಧಿಕಾ ದೇವಿಯನ್ನು ನಾನು ದಾಸಿಯಂತೆ ಸೇವಿಸುತ್ತಿದ್ದೇನೆ. ಈ ಕಾರಣದಿಂದ ಶ್ರೀಕೃಷ್ಣನ ವಿರಹಾಗ್ನಿಯು ನನ್ನನ್ನು ಮುಟ್ಟುತ್ತಿಲ್ಲ. ಶ್ರೀಕೃಷ್ಣ–ರಾಧೆಯರ ನಡುವಿನ ಪ್ರೇಮವೇ ಕೊಳಲಿನ ರೂಪದಲ್ಲಿರುತ್ತದೆ. ಶ್ರೀಕೃಷ್ಣ–ರಾಧೆಯರ ನಡುವೆ ವಿರಹವೆಂಬುದು ಇಲ್ಲದಿರುವಂತೆ ರಾಧೆಯ ಅಂಶರಾದ ಶ್ರೀಕೃಷ್ಣನ ಎಲ್ಲ ಪತ್ನಿಯರೂ ಶ್ರೀಕೃಷ್ಣ ನೊಂದಿಗೆ ನಿತ್ಯ ಸಂಯೋಗದ ಭಾಗ್ಯವನ್ನು ಪಡೆದೇ ಇರುತ್ತಾರೆ. ಅಲ್ಲಿ ಇಬ್ಬರ ನಡುವೆ ವಿಯೋಗವೆಂಬುದೇ ಇರುವುದಿಲ್ಲ. ರಾಧೆಯ ಇನ್ನೊಬ್ಬ ಪ್ರೀತಿಯ ಗೆಳತಿಯು ಶ್ರೀಕೃಷ್ಣನ ಚರಣದ ನಖಿಗಳೆಂಬ ಚಂದ್ರನ ಸೇವೆಯಲ್ಲೇ ತೊಡಗಿರುವುದರಿಂದ ಚಂದ್ರಾವಳೀ ಎಂಬ ಹೆಸರಿನವಳಾಗಿದ್ದಾಳೆ. ಇವಳು ಸದಾ ರಾಧಾ–ಶ್ರೀಕೃಷ್ಣರ ಸೇವೆಯಲ್ಲೇ ಆಸಕ್ತಳಾಗಿರುವುದರಿಂದ ಅವಳೆಂದಿಗೂ ಬೇರೆ ಸ್ವರೂಪವನ್ನು ಧರಿಸುವುದಿಲ್ಲ. ನಾನಾದರೋ ರಾಧೆಯಲ್ಲೇ ರುಕ್ಮಿಣೇ ಮುಂತಾದ ಶ್ರೀಕೃಷ್ಣನ ಮಹಿಷಿಯರು ಸೇರಿಕೊಂಡಿರುವುದನ್ನು ಕಂಡಿದ್ದೇನೆ. ನಿಮಗೂ ಕೂಡ ಶ್ರೀಕೃಷ್ಣನಿಂದ ಅಗಲಿಕೆಯಾಗಿಲ್ಲ. ಆದರೆ ನೀವು ಈ ರಹಸ್ಯ ವನ್ನು ಅರಿತಿಲ್ಲವಾದ್ದರಿಂದ ವ್ಯರ್ಥವಾಗಿ ದುಃಖಿಸುತ್ತಿರುವಿರಿ. ಹೀಗೆಯೇ ಹಿಂದಕ್ಕೆ ಅಕ್ರೂರನು ಶ್ರೀಕೃಷ್ಣನನ್ನು ನಂದಗೋಕುಲದಿಂದ ಮಥುರೆಗೆ ಕರೆದುಕೊಂಡು ಹೋಗಲು ಬಂದಾಗ ಗೋಪಿಯರೆಲ್ಲ ಶ್ರೀಕೃಷ್ಣನ

ವಿರಹವಾಗುವುದೆಂದು ಶೋಕಿಸತೊಡಗಿದರು. ಇದು ವಾಸ್ತವವಾದ ವಿರಹವಾಗಿರಲಿಲ್ಲ. ಆಗ ಉದ್ಧವನು ಬಂದು ಸಮಾಧಾನವನ್ನು ಹೇಳಿ– ದಾಗಲೇ ಆ ಗೋಪಿಯರಿಗೆ ಮೇಲಿನ ರಹಸ್ಯದ ಅರಿವಾಯಿತು. ನಿಮಗೂ ಕೂಡ ಉದ್ಧವನ ಸಮಾಗಮ ಒದಗಿ ಬಂದರೆ ಅವನಿಂದ ರಹಸ್ಯವು ತಿಳಿದು ಪ್ರಿಯತಮನಾದ ಶ್ರೀಕೃಷ್ಣನ ನಿತ್ಯವಿಹಾರದ ಸುಖಿವನ್ನು ನೀವೂ ಅನುಭವಿಸುವಿರಿ." ಕಾಳಿಂದೀದೇವಿಯು ಹೀಗೆ ಹೇಳಿದಾಗ ಶ್ರೀಕೃಷ್ಣನ ಆ ಎಲ್ಲ ಪತ್ನಿಯರ ಮನಸ್ಸಿನಲ್ಲಿ ಮಹಾತ್ಮನಾದ ಉದ್ಧವನ ದರ್ಶನ ಎಂದಾದೀತು, ಹೇಗಾದೀತು ಎಂಬ ಉತ್ಸುಕತೆ ಉಂಟಾಯಿತು. ಉದ್ಧವನು ಬಂದು ತಮಗೆ ಶ್ರೀಕೃಷ್ಣನ ನಿತ್ಯ ಸಂಗಮದ ಸೌಭಾಗ್ಯವು ಸಿಗುವಂತೆ ಎಂದು ಮಾಡುವನೋ ಎಂಬ ನಿರೀಕ್ಷಣೆಯಲ್ಲಿದ್ದರು.

        ಶ್ರೀಕೃಷ್ಣನ ಪತ್ನಿಯರು ಕಾಳಿಂದಿಗೆ ಹೇಳಿದರು – ಹೇ ಸಖಿ! ನೀನು ಧನ್ಯಳು. ಏಕೆಂದರೆ ನೀನು ಎಂದಿಗೂ ಪ್ರಿಯತಮನ ವಿರಹದುಃಖಿವನ್ನು ಹೊಂದುವುದಿಲ್ಲ. ಯಾವ ರಾಧಾದೇವಿಯ ಕೃಪೆಯಿಂದ ನೀನು ಇಷ್ಟಾರ್ಥ ವನ್ನು ಹೊಂದಿರುವಿಯೋ ಆ ದೇವಿಗೆ ನಾವೆಲ್ಲ ಈಗಲೇ ದಾಸಿಯರಾಗು ವೆವು. ಉದ್ಧವನ ದರ್ಶನವಾದರೆ ನಮ್ಮ ಎಲ್ಲ ಇಷ್ಟಾರ್ಥಗಳು ಕೈಗೂಡುವವೆಂದು ನೀನು ಹೇಳಿದಿಯಲ್ಲವೆ? ಮಹಾತ್ಮನಾದ ಆ ಉದ್ಧವನ ದರ್ಶನವು ಬೇಗ ಆಗುವ ಉಪಾಯವೇನಾದರೂ ಇದ್ದರೆ ನಮಗೆ ಬೇಗನೇ ತಿಳಿಸುವ ಕೃಪೆ ಮಾಡು.

        ಸೂತ ಪುರಾಣಿಕರು ಶೌನಕಾದಿಗಳಿಗೆ ಹೇಳುತ್ತಾರೆ – ಶ್ರೀಕೃಷ್ಣಪತ್ನಿ ಯರ ಪ್ರಾರ್ಥನೆಯನ್ನು ಕೇಳಿ ಕಾಳಿಂದಿಯು ಶ್ರೀಕೃಷ್ಣನ ಹದಿನಾರೂ ಕಲೆಗಳನ್ನು ಸ್ಮರಿಸುತ್ತ ಹೀಗೆಂದಳು – "ಸಖಿಯರೇ! ಕೇಳಿರಿ ಶ್ರೀಕೃಷ್ಣನು ತನ್ನ ಪರಂಧಾಮಕ್ಕೆ ತೆರಳುವ ಸಂದರ್ಭದಲ್ಲಿ ಪ್ರಿಯ ಭಕ್ತನಾದ ಉದ್ಧವನನ್ನು ಕರೆದು "ಅಪ್ಪಾ ಉದ್ಧವಾ! ಹಿಮಾಲಯದಲ್ಲಿ ಬದರಿಕಾಶ್ರಮವೇನಿದೆಯೋ ಆದು ಶ್ರೇಷ್ಠ ಸಾಧನ ಭೂಮಿಯಾಗಿದ್ದು ನಿನ್ನ ಸಾಧನೆಯನ್ನು ಪೂರ್ತಿ ಗೊಳಿಸಿಕೊಳ್ಳಲು ನೀನಿನ್ನು ಅಲ್ಲಿಗೆ ಹೋಗು" ಎಂದು ಹೇಳಿದ್ದನು. ಭಗವಂತನ ಆಜ್ಞಾನುಸಾರವಾಗಿ ಉದ್ಧವನು ಬದರಿಕಾಶ್ರಮಕ್ಕೆ ಹೋಗಿ ಅಲ್ಲಿ ಪರಮಾತ್ಮ– ನನ್ನು ಧ್ಯಾನಿಸುತ್ತಲಿದ್ದಾನೆ. ತತ್ತ ಜಿಜ್ಞಾಸುಗಳು ಯಾರೇ ಅಲ್ಲಿಗೆ ಹೋದರೂ

ಅವರಿಗೆ ಉದ್ಧವನು ಪ್ರತ್ಯಕ್ಷ ಗೋಚರಿಸಿ ಭಗವಂತನು ತನಗೆ ಉಪದೇಶಿಸಿದ ತತ್ತ್ವಗಳನ್ನು ಅವರಿಗೆ ತಿಳಿಸಿ ಅನುಗ್ರಹಿಸುತ್ತಿರುತ್ತಾನೆ. ವಜ್ರನಾಭ ರಾಜನ ವ್ರಜಭೂಮಿ ಏನಿದೆಯೋ ಅದೂ ಕೂಡ ಸಾಧನ ಭೂಮಿಯೇ ಆಗಿದೆ. ಈ ವಿಷಯವನ್ನು ಶ್ರೀಕೃಷ್ಣನು ಉದ್ಧವನಿಗೆ ಮೊದಲೇ ತಿಳಿಸಿದ್ದನು. ಆದರೆ ಈ ಭೂಮಿಯ ಸಾಮರ್ಥ್ಯವು ಪರಮಾತ್ಮನು ಪರಂಧಾಮಕ್ಕೆ ಹೋಗುವಾಗ ಅವನೊಟ್ಟಿಗೇ ಅದೂ ಕೂಡ ಸ್ಥೂಲದೃಷ್ಟಿಗೆ ಮರೆಯಾಗಿಬಿಟ್ಟಿದೆ. ಆದ್ದರಿಂದ ಉದ್ಧವನೂ ಇಲ್ಲಿ ನೋಡಿದಲ್ಲೆಲ್ಲ ಪ್ರತ್ಯಕ್ಷಗೋಚರನಾಗಲಾರನು. ಆದರೂ ಈ ವ್ರಜಭೂಮಿಯಲ್ಲೇ ಉದ್ಧವನ ದರ್ಶನವಾಗುವ ಒಂದು ರಹಸ್ಯ ಸ್ಥಳವಿದೆ. ಅದಾವುದೆಂದರೆ ಗೋವರ್ಧನ ಪರ್ವತದ ಬಳಿ ಗೋಪಿಕಾಸ್ತ್ರಿಯ– ರೊಡನೆ ಶ್ರೀಕೃಷ್ಣನು ವಿಹಾರ ಮಾಡಿದ ಪವಿತ್ರವಾದ ಸ್ಥಳವಾಗಿದೆ. ಅಲ್ಲಿಯ ಲತೆ–ಬಳ್ಳಿ–ಚಿಗುರುಗಳ ರೂಪದಲ್ಲಿ ಉದ್ಧವನು ಈಗಲೂ ಸನ್ನಿಹಿತನಾಗಿ ದ್ದಾನೆ. ಭಗವಂತನ ಪ್ರಿಯತಮೆಯರಾದ ಗೋಪಿಕಾಸ್ತ್ರಿಯರ ಪಾದ ಧೂಳಿಯು ತನ್ನ ಮೇಲೆ ಬೀಳಲಿ ಎಂಬಾಶೆಯಿಂದ ಉದ್ಧವನು ಈಗಲೂ ಅಲ್ಲಿರುವನು. ಇದಲ್ಲದೇ ಭಗವಂತನು ಹೊರಡುವಾಗ ಉದ್ಧವನಿಗೆ ತನ್ನ ಉತ್ಸವ ಸ್ವರೂಪವನ್ನು ಕೊಟ್ಟಿದ್ದಾನೆ. ಆದ್ದರಿಂದ ಭಗವಂತನನ್ನು ಉದ್ದೇಶಿಸಿ ಮಾಡುವ ಉತ್ಸವವೆಲ್ಲವೂ ಉದ್ಧವನ ಒಂದು ಅಂಗವಾಗುತ್ತದೆ. ಉದ್ಧವನು ಅಂಥ ಉತ್ಸವದಿಂದ ಎಂದೂ ಬಿಟ್ಟಿರುವುದಿಲ್ಲ. ಶ್ರೀಕೃಷ್ಣನ ಉತ್ಸವ ನಡೆದಲ್ಲೆಲ್ಲ ಉದ್ಧವನು ನಿಶ್ಚಿತವಾಗಿ ಸನ್ನಿಹಿತನಾಗಿ ಪಾಲ್ಗೊಳ್ಳುತ್ತಾನೆ. ಆದ್ದರಿಂದ ಹೇ ಸಖಿಯರೇ! ನೀವು ವಜ್ರನಾಭರಾಜನನ್ನು ಜೊತೆಗೆ ಕರೆದುಕೊಂಡು ಅಲ್ಲಿಯೇ ಇರುವ 'ಕುಸುಮ' ಎಂಬ ಹೆಸರಿನ ಸರೋವರದ ಬಳಿ ಹೋಗಿ ನಿಲ್ಲಿರಿ. ಭಗವದ್ಭಕ್ತರನ್ನು ಸೇರಿಸಿಕೊಂಡು ವೀಣಾ–ವೇಣು–ಮೃದಂಗ ಗಳನ್ನು ಬಾರಿಸುತ್ತ, ಭಗವನ್ನಾಮಗಳನ್ನು ಹಾಗೂ ಲೀಲೆಗಳನ್ನು ಸುಶ್ರಾವ್ಯ ವಾಗಿ ಹಾಡುತ್ತ, ನರ್ತಿಸುತ್ತ ಮಹೋತ್ಸವವನ್ನು ಆಚರಿಸಿರಿ. ಹೀಗೆ ಮಹೋತ್ಸವವು ದಿನದಿಂದ ದಿನಕ್ಕೆ ವರ್ಧಿಸುತ್ತ ಹೋದರೆ ಉದ್ಧವನು ಅಲ್ಲಿ ಬಾರದೇ ಇರುವನೆ? ಲತೆ–ಬಳ್ಳಿಗಳಲ್ಲಿ ಅಡಗಿಕೊಂಡಿದ್ದ ಉದ್ಧವನು ಮೇಲೆದ್ದು ಬಂದು ನಿಶ್ಚಿತವಾಗಿ ನಿಮ್ಮ ದೃಷ್ಟಿಗೆ ಗೋಚರನಾಗುವನು. ಮತ್ತು ನಿಮ್ಮ ಮನೋರಥವನ್ನು ಪೂರ್ಣಗೊಳಿಸುವನು."

ಕಾಳಿಂದಿಯ ಮಾತುಗಳಿಂದ ಶ್ರೀಕೃಷ್ಣನ ಪತ್ನಿಯರಿಗೆ ಬಹು ಸಂತೋಷವಾಯಿತು. ಅವರೆಲ್ಲ ಕಾಳಿಂದೀ ದೇವಿಗೆ ನಮಸ್ಕರಿಸಿ ಅವಳಿಂದ ಬೀಳ್ಕೊಟ್ಟು ವಜ್ರನಾಭ ಮತ್ತು ಪರೀಕ್ಷಿತ ಮಹಾರಾಜರಿರುವಲ್ಲಿ ಬಂದು ನಡೆದುದೆಲ್ಲವನ್ನೂ ತಿಳಿಸಿದರು. ಇದನ್ನು ಕೇಳಿ ಸಂತುಷ್ಟನಾದ ಪರೀಕ್ಷಿತ ರಾಜನು ತಡಮಾಡದೇ ವಜ್ರನಾಭ ಮತ್ತು ಶ್ರೀಕೃಷ್ಣನ ಪತ್ನಿಯರನ್ನು ಕರೆದುಕೊಂಡು ಕುಸುಮ ಸರೋವರಕ್ಕೆ ಬಂದು ಅಸಂಖ್ಯ ಭಗವದ್ಭಕ್ತರನ್ನು ಸೇರಿಸಿಕೊಂಡು ಯಮುನಾದೇವಿ (ಕಾಳಿಂದಿಯು) ಹೇಳಿದಂತೆಯೇ ಶ್ರೀಕೃಷ್ಣೋತ್ಸವವನ್ನು ಪ್ರಾರಂಭಿಸಿದರು. ಅಲ್ಲಿ ಎಲ್ಲರೂ ಶ್ರೀಕೃಷ್ಣನ ಗುಣಗಾನ ಮಾಡುತ್ತ, ವಿವಿಧ ವಾದ್ಯಗಳನ್ನು ಬಾರಿಸುತ್ತ, ನರ್ತಿಸುತ್ತ ಶ್ರೀಕೃಷ್ಣನ ಧ್ಯಾನದಲ್ಲೇ ತನ್ಮಯರಾಗಿರಲು ಆಲ್ಲಿನ ಹುಲ್ಲು, ಬಳ್ಳಿಗಳೊಳ– ಗಿಂದ ಮಹಾತ್ಮನಾದ ಉದ್ಧವನು ಪ್ರಕಟಗೊಂಡು ಎಲ್ಲರ ಮುಂದೆ ಕಾಣಿಸಿಕೊಂಡನು. ಶ್ಯಾಮಲ ವರ್ಣದ ದೇಹಕಾಂತಿ, ಪೀತಾಂಬರದ ಉಡುಗೆ, ಕೊರಳಲ್ಲಿ ವನಮಾಲೆ ಮತ್ತು ಗುಲಗಂಜಿಗಳ ಮಾಲೆಯಿಂದ ಅಲಂಕೃತನಾಗಿ ಪ್ರಕಾಶಿಸುತ್ತಿದ್ದ ಉದ್ಧವನ ಮುಖದಿಂದ ಶ್ರೀಕೃಷ್ಣನ ಮಧುರ ಲೀಲೆಗಳ ಗಾನವು ಹೊರಸೂಸುತ್ತಿದ್ದಿತು. ಉದ್ಧವನನ್ನು ಕಂಡಾಕ್ಷಣವೇ ಎಲ್ಲರೂ ಹರ್ಷಿತರಾಗಿ ಜಯ ಜಯಕಾರ ಮಾಡುತ್ತ, ಭಗವಂತನ ನಾಮ ಸಂಕೀರ್ತನೆಯನ್ನು ಹೆಚ್ಚಿನ ಉತ್ಸಾಹದಿಂದ ಮಾಡತೊಡಗಿದರು. ಆ ಉತ್ಸವದ ಶೋಭೆ ಹೆಚ್ಚಾಗಿ ಸೇರಿದವರೆಲ್ಲ ಉದ್ಧವನನ್ನು ಪ್ರೀತ್ಯಾದರಗಳಿಂದ ಸ್ವಾಗತಿಸಿ ಪೂಜಿಸಿದರು.

|| ಇಲ್ಲಿಗೆ ಶ್ರೀ ಸ್ಕಂದಪುರಾಣದ ವೈಷ್ಣವ ಖಂಡದಲ್ಲಿ ಬರುವ ಶ್ರೀಮದ್ಭಾಗವತ ಮಹಾತ್ಮೆಯಲ್ಲಿ ಯಮುನಾ–ಶ್ರೀಕೃಷ್ಣ ಪತ್ನಿಯರ ಸಮಾಗಮ ಹಾಗೂ ಉದ್ಧವನ ಪ್ರಾದುರ್ಭಾವ ಎಂಬ ಎರಡನೆಯ ಅಧ್ಯಾಯವು ಸಮಾಪ್ತವಾಯಿತು. ||

॥ ಶ್ರೀ ಸ್ಕಾಂದ ಪುರಾಣದ ಶ್ರೀಮದ್ಭಾಗವತ ಮಹಾತ್ಮೆಯಲ್ಲಿ ॥

ಮೂರನೆಯ ಅಧ್ಯಾಯ

(ಶ್ರೀಮದ್ಭಾಗವತದ ಪರಂಪರೆ/ಮಾಹಾತ್ಮ್ಯ/ ಭಾಗವತಶ್ರವಣದಿಂದ ಭಗವದ್ಭಾವದ ಪ್ರಾಪ್ತಿ)

ಸೂತ ಉವಾಚ–
ಅಥೋದ್ಧವಸ್ತು ತಾನ್ ದೃಷ್ಟ್ವಾ ಕೃಷ್ಣಕೀರ್ತನತತ್ಪರಾನ್ ।
ಸತ್ಕೃತ್ಯಾಥ ಪರಿಷ್ವಜ್ಯ ಪರೀಕ್ಷಿತಮುವಾಚ ಹ			॥ ೧ ॥

ಉದ್ಧವ ಉವಾಚ–
ಧನ್ಯೋಽಸಿ ರಾಜನ್ಯೃಷ್ಣೈಕಭಕ್ತ್ಯಾ ಪೂರ್ಣೋಽಸಿ ನಿತ್ಯದಾ ।
ಯಸ್ತ್ವಂ ನಿಮಗ್ನಚಿತ್ತೋಽಸಿ ಕೃಷ್ಣಸಂಕೀರ್ತನೋತ್ಸವೇ			॥ ೨ ॥

ಕೃಷ್ಣಪತ್ನೀಷು ವಜ್ರೇ ಚ ದಿಷ್ಟ್ಯಾ ಪ್ರೀತಿಃ ಪ್ರವರ್ತಿತಾ ।
ತವೋಚಿತಮಿದಂ ತಾತ ಕೃಷ್ಣದತ್ತಾಂಗವೈಭವ			॥ ೩ ॥

ದ್ವಾರಕಾಸ್ಥೇಷು ಸರ್ವೇಷು ಧನ್ಯಾ ಏತೇ ನ ಸಂಶಯಃ ।
ಯೇಷಾಂ ವ್ರಜನಿವಾಸಾಯ ಪಾರ್ಥಮಾದಿಷ್ಟವಾನ್ ಪ್ರಭುಃ			॥ ೪ ॥

ಶ್ರೀಕೃಷ್ಣಸ್ಯ ಮನಶ್ಚಂದ್ರೋ ರಾಧಾಸ್ಯ ಪ್ರಭಯಾನ್ವಿತಃ ।
ತದ್ವಿಹಾರವನಂ ಗೋಭಿರ್ಮಂಡಯನ್ ರೋಚತೇ ಸದಾ			॥ ೫ ॥

ಕೃಷ್ಣಚಂದ್ರಃ ಸದಾ ಪೂರ್ಣಸ್ತಸ್ಯ ಷೋಡಶ ಯಾಃ ಕಲಾಃ ।
ಚಿತ್ಸಹಸ್ರಪ್ರಭಾಭಿನ್ನಾ ಆತ್ರಾಸ್ತೇ ತತ್ಸ್ವರೂಪತಾ			॥ ೬ ॥

ಏವಂ ವಜ್ರಸ್ತು ರಾಜೇಂದ್ರ, ಪ್ರಪನ್ನಭಯಭಂಜಕಃ ।
ಶ್ರೀಕೃಷ್ಣದಕ್ಷಿಣೇ ಪಾದೇ ಸ್ಥಾನಮೇತಸ್ಯ ವರ್ತತೇ			॥ ೭ ॥

ಅವತಾರೇಽತ್ರ ಕೃಷ್ಣೇನ ಯೋಗಮಾಯಾತಿಭಾವಿತಾಃ ।
ತದ್ಬಲೇನಾತ್ಮವಿಸ್ಮೃತ್ಯಾ ಸೀದಂತ್ಯೇತೇ ನ ಸಂಶಯಃ			॥ ೮ ॥

ಋತೇ ಕೃಷ್ಣಪ್ರಕಾಶಂ ತು ಸ್ವಾತ್ಮಬೋಧೋ ನ ಕಸ್ಯಚಿತ್ |
ತತ್ಪ್ರಕಾಶಸ್ತು ಜೀವಾನಾಂ ಮಾಯಯಾ ಪಿಹಿತಃ ಸದಾ || ೯ ||

ಅಷ್ಟಾವಿಂಶೇ ದ್ವಾಪರಾಂತೇ ಸ್ವಯಮೇವ ಯದಾ ಹರಿಃ |
ಉತ್ಸಾರಯೇನ್ನಿಜಾಂ ಮಾಯಾಂ ತತ್ಪ್ರಕಾಶೋ ಭವೇತ್ತದಾ || ೧೦ ||

ಸ ತು ಕಾಲೋ ವ್ಯತಿಕ್ರಾಂತಸ್ತೇನೇದಮಪರಂ ಶೃಣು |
ಅನ್ಯದಾ ತತ್ಪ್ರಕಾಶಸ್ತು ಶ್ರೀಮದ್ಭಾಗವತಾದ್ಭವೇತ್ || ೧೧ ||

ಶ್ರೀಮದ್ಭಾಗವತಂ ಶಾಸ್ತ್ರಂ ಯತ್ರ ಭಾಗವತೈರ್ಯದಾ |
ಕೀರ್ತ್ಯತೇ ಶ್ರೂಯತೇ ಚಾಪಿ ಶ್ರೀಕೃಷ್ಣಸ್ತತ್ರ ನಿಶ್ಚಿತಮ್ || ೧೨ ||

ಶ್ರೀಮದ್ಭಾಗವತಂ ಯತ್ರ ಶ್ಲೋಕಂ ಶ್ಲೋಕಾರ್ಧಮೇವ ಚ |
ತತ್ರಾಪಿ ಭಗವಾನ್ ಕೃಷ್ಣೋ ಬಲ್ಲವೀಭಿರ್ವಿರಾಜತೇ || ೧೩ ||

ಭಾರತೇ ಮಾನವಂ ಜನ್ಮ ಪ್ರಾಪ್ಯ ಭಾಗವತಂ ನ ಯೈಃ |
ಶ್ರುತಂ ಪಾಪಪರಾಧೀನೈರಾತ್ಮಘಾತಸ್ತು ತೈಃ ಕೃತಃ || ೧೪ ||

ಶ್ರೀಮದ್ಭಾಗವತಂ ಶಾಸ್ತ್ರಂ ನಿತ್ಯಂ ಯೈಃ ಪರಿಸೇವಿತಮ್ |
ಪಿತುರ್ಮಾತುಶ್ಚ ಭಾರ್ಯಾಯಾಃ ಕುಲಪಂಕ್ತಿಃ ಸುತಾರಿತಾ || ೧೫ ||

ವಿದ್ಯಾಪ್ರಕಾಶೋ ವಿಪ್ರಾಣಾಂ ರಾಜ್ಞಾಂ ಶತ್ರುಜಯೋ ವಿಶಾಮ್ |
ಧನಂ ಸ್ವಾಸ್ಥ್ಯಂ ಚ ಶೂದ್ರಾಣಾಂ ಶ್ರೀಮದ್ಭಾಗವತಾದ್ಭವೇತ್ || ೧೬ ||

ಯೋಷಿತಾಮಪರೇಷಾಂ ಚ ಸರ್ವವಾಂಛಿತಪೂರಣಮ್ |
ಅತೋ ಭಾಗವತಂ ನಿತ್ಯಂ ಕೋ ನ ಸೇವೇತ ಭಾಗ್ಯವಾನ್ || ೧೭ ||

ಅನೇಕಜನ್ಮಸಂಸಿದ್ಧಃ ಶ್ರೀಮದ್ಭಾಗವತಂ ಲಭೇತ್ |
ಪ್ರಕಾಶೋ ಭಗವದ್ಭಕ್ತೇರುದ್ಭವಸ್ತತ್ರ ಜಾಯತೇ || ೧೮ ||

ಸಾಂಖ್ಯಾಯನಪ್ರಸಾದಾಪ್ತಂ ಶ್ರೀಮದ್ಭಾಗವತಂ ಪುರಾ |
ಬೃಹಸ್ಪತಿರ್ದತ್ತವಾನ್ ತೇ ತೇನಾಹಂ ಕೃಷ್ಣವಲ್ಲಭಃ || ೧೯ ||

ಆಖ್ಯಾಯಿಕಾಂ ಚ ತೇನೋಕ್ತಂ ವಿಷ್ಣುರಾತ ನಿಬೋಧ ತಾಮ್ |
ಜ್ಞಾಯತೇ ಸಂಪ್ರದಾಯೋಽಪಿ ಯತ್ರ, ಭಾಗವತಶ್ರುತೇಃ || ೨೦ ||

ಬೃಹಸ್ಪತಿರುವಾಚ—
ಈಕ್ಷಾಂಚಕ್ರೇ ಯದಾ ಕೃಷ್ಣೋ ಮಾಯಾಪುರುಷರೂಪಧೃಕ್ |
ಬ್ರಹ್ಮಾ ವಿಷ್ಣುಃ ಶಿವಶ್ಚಾಪಿ ರಜಃಸತ್ತ್ವತಮೋಗುಣೈಃ || ೨೧ ||

ಪುರುಷಾಸ್ತ್ರಯ ಉತ್ತಸ್ಥುರಧಿಕಾರಾಂಸ್ತದಾದಿಶತ್ |
ಉತ್ಪತ್ತೌ ಪಾಲನೇ ಚೈವ ಸಂಹಾರೇ ಪ್ರಕ್ರಮೇಣ ತಾನ್ || ೨೨ ||

ಬ್ರಹ್ಮಾ ತು ನಾಭಿಕಮಲಾದುತ್ಪನ್ನಸ್ತಂ ವ್ಯಜಿಜ್ಞಪತ್ |

ಬ್ರಹ್ಮೋವಾಚ—
ನಾರಾಯಣಾದಿಪುರುಷ ಪರಮಾತ್ಮನ್ನಮೋಽಸ್ತು ತೇ || ೨೩ ||

ತ್ವಯಾ ಸರ್ಗೇ ನಿಯುಕ್ತೋಽಸ್ಮಿ ಪಾಪಿಯಾನ್ ಮಾಂ ರಜೋಗುಣಃ |
ತ್ವತ್ಸ್ಮೃತೌ ನೈವ ಬಾಧೇತ ತಥೈವ ಕೃಪಯಾ ಪ್ರಭೋ || ೨೪ ||

ಬೃಹಸ್ಪತಿರುವಾಚ—
ಯದಾ ತು ಭಗವಾಂಸ್ತಸ್ಮೈ ಶ್ರೀಮದ್ಭಾಗವತಂ ಪುರಾ |
ಉಪದಿಶ್ಯಾಬ್ರವೀದ್ಬ್ರಹ್ಮನ್ ಸೇವಸ್ಸೈನತ್ಸ್ವ ಸಿದ್ಧಯೇ || ೨೫ ||

ಬ್ರಹ್ಮಾ ತು ಪರಮಪ್ರೀತಸ್ತೇನ ಕೃಷ್ಣಪ್ರಯೇಽನಿಶಮ್ |
ಸಪ್ತಾವರಣಭಂಗಾಯ ಸಪ್ತಾಹಂ ಸಮವರ್ತಯತ್ || ೨೬ ||

ಶ್ರೀಭಾಗವತಸಪ್ತಾಹಸೇವನಾಪ್ತಮನೋರಥಃ |
ಸೃಷ್ಟಿಂ ವಿತನುತೇ ನಿತ್ಯಂ ಸಸಪ್ತಾಹಃ ಪುನಃ ಪುನಃ || ೨೭ ||

ವಿಷ್ಣುರಪ್ಯರ್ಥಯಾಮಾಸ ಪುಮಾಂಸಂ ಸ್ವಾರ್ಥಸಿದ್ಧಯೇ |
ಪ್ರಜಾನಾಂ ಪಾಲನೇ ಪುಂಸಾ ಯದನೇನಾಪಿ ಕಲ್ಪಿತಃ || ೨೮ ||

ವಿಷ್ಣುರುವಾಚ—
ಪ್ರಜಾನಾಂ ಪಾಲನಂ ದೇವ ಕರಿಷ್ಯಾಮಿ ಯಥೋಚಿತಮ್ |
ಪ್ರವೃತ್ತ್ಯಾ ಚ ನಿವೃತ್ತ್ಯಾ ಚ ಕರ್ಮಜ್ಞಾನಪ್ರಯೋಜನಾತ್ || ೨೯ ||

ಯದಾ ಯದ್ವೈವ ಕಾಲೇನ ಧರ್ಮಗ್ಲಾನಿರ್ಭವಿಷ್ಯತಿ ।
ಧರ್ಮಂ ಸಂಸ್ಥಾಪಯಿಷ್ಯಾಮಿ ಹ್ಯವತಾರೈಸ್ತದಾ ತದಾ   ॥ ೭೦ ॥

ಭೋಗಾರ್ಥಿಭ್ಯಸ್ತು ಯಜ್ಞಾದಿಫಲಂ ದಾಸ್ಯಾಮಿ ನಿಶ್ಚಿತಮ್ ।
ಮೋಕ್ಷಾರ್ಥಿಭ್ಯೋ ವಿರಕ್ತೇಭ್ಯೋ ಮುಕ್ತಿಂ ಪಂಚವಿಧಾಂ ತಥಾ ॥ ೭೧ ॥

ಯೇಽಪಿ ಮೋಕ್ಷಂ ನ ವಾಂಛಂತಿ ತಾನಕಥಂ ಪಾಲಯಾಮ್ಯಹಮ್ ।
ಆತ್ಮಾನಂ ಚ ಶ್ರಿಯಂ ಚಾಪಿ ಪಾಲಯಾಮಿ ಕಥಂ ವದ   ॥ ೭೨ ॥

ತಸ್ಮಾ ಅಪಿ ಪುಮಾನಾದ್ಯಃ ಶ್ರೀಭಾಗವತಮಾದಿಶತ್ ।
ಉವಾಚ ಚ ಪತಸ್ತ್ವಿನತ್ತವ ಸವಾರ್ಥಸಿದ್ಧಯೇ   ॥ ೭೩ ॥

ತತೋ ವಿಷ್ಣುಃ ಪ್ರಸನ್ನಾತ್ಮಾ ಪರಮಾರ್ಥಕಪಾಲನೇ ।
ಸಮರ್ಥೋಽಭೂಚ್ಛ್ರಿಯಾ ಮಾಸಿ ಮಾಸಿ ಭಾಗವತಂ ಸ್ಮರನ್ ॥ ೭೪ ॥

ಯದಾ ವಿಷ್ಣುಃ ಸ್ವಯಂ ವಕ್ತಾ ಲಕ್ಷ್ಮೀಶ್ಚ ಶ್ರವಣೇ ರತಾ ।
ತದಾ ಭಾಗವತಶ್ರಾವ್ಯೋ ಮಾಸೇನೈವ ಪುನಃ ಪುನಃ   ॥ ೭೫ ॥

ಯದಾ ಲಕ್ಷ್ಮೀಃ ಸ್ವಯಂ ವಕ್ತ್ರೀ ವಿಷ್ಣುಶ್ಚ ಶ್ರವಣೇ ರತಃ ।
ಮಾಸದ್ವಯಂ ರಸಾಸ್ವಾದಸ್ತದಾತೀವ ಸುಶೋಭತೇ   ॥ ೭೬ ॥

ಅಧಿಕಾರೇ ಸ್ಥಿತೋ ವಿಷ್ಣುರ್ಲಕ್ಷ್ಮೀರ್ನಿಶ್ಚಿಂತಮಾನಸಾ ।
ತೇನ ಭಾಗವತಾಸ್ವಾದಸ್ತಸ್ಯಾ ಭೂರಿ ಪ್ರಕಾಶತೇ   ॥ ೭೭ ॥

ಅಥ ರುದ್ರೋಽಪಿ ತಂ ದೇವಂ ಸಂಹಾರಾಧಿಕೃತಃ ಪುರಾ ।
ಪುಮಾಂಸಂ ಪ್ರಾರ್ಥಯಾಮಾಸ ಸ್ವಸಾಮರ್ಥ್ಯವಿವೃದ್ಧಯೇ ॥ ೭೮ ॥

ರುದ್ರ ಉವಾಚ—
ನಿತ್ಯೇ ನೈಮಿತ್ತಿಕೇ ಚೈವ ಸಂಹಾರೇ ಪ್ರಾಕೃತೇ ತಥಾ ।
ಶಕ್ತಯೋ ಮಮ ವಿದ್ಯಂತೇ ದೇವದೇವ ಮಮ ಪ್ರಭೋ   ॥ ೭೯ ॥

ಆತ್ಯಂತಿಕೇ ತು ಸಂಹಾರೇ ಮಮ ಶಕ್ತಿರ್ನವಿದ್ಯತೇ ।
ಮಹದ್ದುಃಖಂ ಮಮ್ಯೆತತ್ತು ತೇನ ತ್ವಾಂ ಪ್ರಾರ್ಥಯಾಮ್ಯಹಮ್ ॥ ೮೦ ॥

ಬೃಹಸ್ಪತಿರುವಾಚ—
ಶ್ರೀಮದ್ಭಾಗವತಂ ತಸ್ಮಾ ಅಪಿ ನಾರಾಯಣೋ ದದೌ ।
ಸ ತು ಸಂಸೇವನಾದಸ್ಯ ಜಿಗ್ಯೇ ಚಾಪಿ ತಮೋಗುಣಮ್   ॥ ೪೧ ॥

ಕಥಾ ಭಾಗವತೀ ತೇನ ಸೇವಿತಾ ವರ್ಷಮಾತ್ರತಃ ।
ಲಯೇ ತ್ವಾತ್ಯಂತಿಕೇ ತೇನಾವಾಪ ಶಕ್ತಿಂ ಸದಾಶಿವಃ   ॥ ೪೨ ॥

ಉದ್ಧವ ಉವಾಚ—
ಶ್ರೀಭಾಗವತಮಹಾತ್ಮ್ಯಮಿಮಾಮಾಖ್ಯಾಯಿಕಾಂ ಗುರೋಃ ।
ಶ್ರುತ್ವಾ ಭಾಗವತಂ ಲಬ್ಧ್ವಾಮುಮುದೇಶಹಂ ಪ್ರಣಮ್ಯ ತಮ್   ॥ ೪೩ ॥

ತತಸ್ತು ವೈಷ್ಣವೀಂ ರೀತಿಂ ಗೃಹೀತ್ವಾ ಮಾಸಮಾತ್ರತಃ ।
ಶ್ರೀಮದ್ಭಾಗವತಾಸ್ವಾದೋ ಮಯಾ ಸಮ್ಯಗ್ನಿಷೇವಿತಃ   ॥ ೪೪ ॥

ತಾವತ್ಯೇವ ಬಭೂವಾಹಂ ಕೃಷ್ಣಸ್ಯ ದಯಿತಃ ಸಖಾ ।
ಕೃಷ್ಣೇನಾಥ ನಿಯುಕ್ತೋಽಹಂ ವ್ರಜೇ ಸ್ವಪ್ರೇಯಸೀಗಣೇ ॥ ೪೫ ॥

ವಿರಹಾರ್ತಾಸು ಗೋಪೀಷು ಸ್ವಯಂ ನಿತ್ಯವಿಹಾರಿಣಾ ।
ಶ್ರೀಭಾಗವತಸಂದೇಶೋ ಮನ್ಮುಖೇನ ಪ್ರಯೋಜಿತಃ   ॥ ೪೬ ॥

ತಂ ಯಥಾಮತಿ ಲಬ್ಧ್ವಾ ತಾ ಆಸನ್ನಿರಹವರ್ಜಿತಾಃ ।
ನಾಜ್ಞಾಸಿಷಂ ರಹಸ್ಯಂ ತಚ್ಚಮತ್ಕಾರಸ್ತು ಲೋಕತಃ   ॥ ೪೭ ॥

ಸರ್ವಾಸಂಪ್ರಾರ್ಥ್ಯ ಕೃಷ್ಣಂ ಚ ಬ್ರಹ್ಮಾದ್ಯೇಷು ಗತೇಷು ಮೇ ।
ಶ್ರೀಮದ್ಭಾಗವತೇ ಕೃಷ್ಣಸದ್ರಹಸ್ಯಂ ಸ್ವಯಂ ದದೌ   ॥ ೪೮ ॥

ಪುರತೋಽಶ್ವತ್ಥಮೂಲಸ್ಯ ಚಕಾರ ಮಯಿ ತದ್ದೃಢಮ್ ।
ತೇನಾತ್ರ ವ್ರಜವಲ್ಲೀಷು ವಸಾಮಿ ಬದರೀಂ ಗತಃ   ॥ ೪೯ ॥

ತಸ್ಮಾನ್ನಾರದಕುಂಡೇತತ್ರ ತಿಷ್ಠಾಮಿ ಸ್ವೇಚ್ಛಯಾ ಸದಾ ।
ಕೃಷ್ಣಪ್ರಕಾಶೋ ಭಕ್ತಾನಾಂ ಶ್ರೀಮದ್ಭಾಗವತಾದ್ಭವೇತ್   ॥ ೫೦ ॥

ತದೇಷಾಮಪಿ ಕಾರ್ಯಾರ್ಥಂ ಶ್ರೀಮದ್ಭಾಗವತಂ ತ್ವಹಮ್ ।
ಪ್ರವಕ್ಷ್ಯಾಮಿ ಸಹಾಯೋಽತ್ರ ತ್ವಯ್ಯೇವಾನುಷ್ಠಿತೋ ಭವೇತ್   ॥ ೫೧ ॥

ಸೂತ ಉವಾಚ–
ವಿಷ್ಣುರಾತಸ್ತು ಶ್ರುತ್ವಾ ತದುದ್ಧವಂ ಪ್ರಣತೋಽಬ್ರವೀತ್ ।

ಪರೀಕ್ಷಿದುವಾಚ–
ಹರಿದಾಸ ತ್ವಯಾ ಕಾರ್ಯಂ ಶ್ರೀಭಾಗವತಕೀರ್ತನಮ್   ॥ ೫೭ ॥

ಆಜ್ಞಾಪ್ಯೋಽಹಂ ಯಥಾ ಕಾರ್ಯಃ ಸಹಾಯೋಽತ್ರ ಮಯಾ ತಥಾ।

ಸೂತ ಉವಾಚ–
ಶ್ರುತ್ವೈತದುದ್ಧವೋ ವಾಕ್ಯಮುವಾಚ ಪ್ರೀತಮಾನಸಃ   ॥ ೫೨ ॥

ಉದ್ಧವ ಉವಾಚ–
ಶ್ರೀಕೃಷ್ಣೇನ ಪರಿತ್ಯಕ್ತೇ ಭೂತಲೇ ಬಲವಾನ್ಕಲಿಃ ।
ಕರಿಷ್ಯತಿ ಪರಂ ವಿಘ್ನಂ ಸತ್ಕಾರ್ಯೇ ಸಮುಪಸ್ಥಿತೇ   ॥ ೫೪ ॥

ತಸ್ಮಾದ್ದಿಗ್ವಿಜಯಂ ಯಾಹಿ ಕಲಿನಿಗ್ರಹಮಾಚರ ।
ಅಹಂ ತು ಮಾಸಮಾತ್ರೇಣ ವೈಷ್ಣವೀಂ ರೀತಿಮಾಸ್ಥಿತಃ   ॥ ೫೫ ॥

ಶ್ರೀಮದ್ಭಾಗವತಾಸ್ವಾದಂ ಪ್ರಚಾರ್ಯ ತ್ವತ್ಸಹಾಯತಃ ।
ಏತಾನ್ ಸಂಪ್ರಾಪಯಿಷ್ಯಾಮಿ ನಿತ್ಯಧಾಮ್ನಿ ಮಧುದ್ವಿಷಃ   ॥ ೫೬ ॥

ಸೂತ ಉವಾಚ–
ಶ್ರುತ್ವೈವಂ ತದ್ವಚೋ ರಾಜಾ ಮುದಿತಶ್ಚಿಂತಯಾಽಽತುರಃ ।
ತದಾ ವಿಜ್ಞಾಪಯಾಮಾಸ ಸ್ವಾಭಿಪ್ರಾಯಂ ತಮುದ್ಧವಮ್ ॥ ೫೭ ॥

ಪರೀಕ್ಷಿದುವಾಚ–
ಕಲಿಂ ತು ನಿಗ್ರಹಿಷ್ಯಾಮಿ ತಾತ ತೇ ವಚಸಿ ಸ್ಥಿತಃ ।
ಶ್ರೀಭಾಗವತಸಂಪ್ರಾಪ್ತಿಃ ಕಥಂ ಮಮ ಭವಿಷ್ಯತಿ   ॥ ೫೮ ॥

ಅಹಂ ತು ಸಮನುಗ್ರಾಹ್ಯಸ್ತವ ಪಾದತಲೇ ಶ್ರಿತಃ ।

ಸೂತ ಉವಾಚ–
ಶ್ರುತ್ವೈತದ್ವಚನಂ ಭೂಯೋಽಪ್ಯುದ್ಧವಸ್ತಮುವಾಚ ಹ   ॥ ೫೯ ॥

ಉದ್ಧವ ಉವಾಚ–
ರಾಜನ್ಶ್ಚಿಂತಾ ತು ತೇ ಕಾಪಿ ನೈವ ಕಾರ್ಯಾ ಕಥಂಚನ |
ತವೈವ ಭಗವಚ್ಛಾಸ್ತ್ರೇ ಯತೋ ಮುಖ್ಯಾಧಿಕಾರಿತಾ || ೮೦ ||

ಏತಾವತ್ಕಾಲಪರ್ಯಂತಂ ಪ್ರಾಯೋ ಭಾಗವತಶ್ರುತೇಃ |
ವಾರ್ತಾಮಪಿ ನ ಜಾನಂತಿ ಮನುಷ್ಯಾಃ ಕರ್ಮತತ್ಪರಾಃ || ೮೧ ||

ತ್ವತ್ಪ್ರಸಾದೇನ ಬಹವೋ ಮನುಷ್ಯಾ ಭಾರತಾಜಿರೇ |
ಶ್ರೀಮದ್ಭಾಗವತಪ್ರಾಪ್ತೌ ಸುಖಿಂ ಪ್ರಾಪ್ಸ್ಯಂತಿ ಶಾಶ್ವತಮ್ || ೮೨ ||

ನಂದನಂದನರೂಪಸ್ತು ಶ್ರೀಶುಕೋ ಭಗವಾನೃಷಿಃ |
ಶ್ರೀಮದ್ಭಾಗವತಂ ತುಭ್ಯಂ ಶ್ರಾವಯಿಷ್ಯತ್ಯಸಂಶಯಮ್ || ೮೩ ||

ತೇನ ಪ್ರಾಪ್ಸ್ಯಸಿ ರಾಜನ್ ಸ್ವ್ವಂ ನಿತ್ಯಂ ಧಾಮ ವ್ರಜೇಶಿತುಃ |
ಶ್ರೀಭಾಗವತಸಂಚಾರಸ್ತತೋ ಭುವಿ ಭವಿಷ್ಯತಿ || ೮೪ ||

ತಸ್ಮಾತ್ತ್ವಂ ಗಚ್ಛ ರಾಜೇಂದ್ರ, ಕಲಿನಿಗ್ರಹಮಾಚರ |

ಸೂತ ಉವಾಚ–
ಇತ್ಯುಕ್ತಸ್ತಂ ಪರಿಕ್ರಮ್ಯ ಗತೋ ರಾಜಾ ದಿಶಾಂ ಜಯೇ || ೮೫ ||

ವಜ್ರಸ್ತು ನಿಜರಾಜ್ಯೇಶಂ ಪ್ರತಿಬಾಹುಂ ವಿಧಾಯ ಚ |
ತತ್ಕೈವ ಮಾತೃಭಿಃ ಸಾಕಂ ತಸ್ಥೌ ಭಾಗವತಾಶಯಾ || ೮೬ ||

ಅಥ ವೃಂದಾವನೇ ಮಾಸಂ ಗೋವರ್ಧನಸಮೀಪತಃ |
ಶ್ರೀಮದ್ಭಾಗವತಾಸ್ವಾದಸ್ತೂದ್ಧವೇನ   ಪ್ರವರ್ತಿತಃ || ೮೭ ||

ತಸ್ಮಿನ್ನಾಸ್ವಾದ್ಯಮಾನೇ ತು ಸಚ್ಚಿದಾನಂದರೂಪಿಣೇ |
ಪ್ರಚಕಾಶೇ ಹರೇರ್ಲೀಲಾ ಸರ್ವತಃ ಕೃಷ್ಣ ಏವ ಚ || ೮೮ ||

ಆತ್ಮಾನಂ ಚ ತದಂತಃಸ್ಥಂ ಸರ್ವೇಽಪಿ ದದೃಶುಸ್ತದಾ |
ವಜ್ರಸ್ತು ದಕ್ಷಿಣೇ ದೃಷ್ಟ್ವ ಕೃಷ್ಣಪಾದಸರೋರುಹೇ || ೮೯ ||

ಸ್ವಾತ್ಮಾನಂ ಕೃಷ್ಣಮೈಧುರ್ಯಾನುಕ್ತಸ್ತದ್ಭವ್ಯಶೋಭತ |
ತಾಸ್ತ ತನ್ಮತರಃ ಕೃಷ್ಣೇ ರಾಸರಾತ್ರಿಪ್ರಕಾಶಿನಿ || ೮೦ ||

ಚಂದ್ರೇ ಕಲಾಪ್ರಭಾರೂಪಮಾತ್ಮಾನಂ ವೀಕ್ಷ್ಯ ವಿಸ್ಮಿತಾಃ |
ಸ್ವಪ್ರೇಷ್ಠವಿರಹವ್ಯಾಧಿವಿಮುಕ್ತಾಃ ಸ್ವಪದಂ ಯಯುಃ || ೭೦ ||

ಯೇಽನ್ಯೇ ಚ ತತ್ರ ತೇ ಸರ್ವೇ ನಿತ್ಯಲೀಲಾಂತರಂ ಗತಾಃ |
ವ್ಯಾವಹಾರಿಕಲೋಕೇಭ್ಯಃ ಸದ್ಯೋಽದರ್ಶನಮಾಗತಾಃ || ೭೧ ||

ಗೋವರ್ಧನನಿಕುಂಜೇಷು ಗೋಷು ವೃಂದಾವನಾದಿಷು |
ನಿತ್ಯಂ ಕೃಷ್ಣೇನ ಮೋದಂತೇ ದೃಶ್ಯಂತೇ ಪ್ರೇಮತತ್ವರ್ಕೈಃ || ೭೨ ||

ಸೂತ ಉವಾಚ—
ಯ ಏತಾಂ ಭಗವತ್ಪ್ರಾಪ್ತಿಂ ಶೃಣುಯಾಚ್ಛಾಪಿ ಕೀರ್ತಯೇತ್ |
ತಸ್ಯ ವೈ ಭಗವತ್ಪ್ರಾಪ್ತಿರ್ದುಃಖಹಾನಿಶ್ಚ ಜಾಯತೇ || ೭೩ ||

|| ಇತಿ ಶ್ರೀಸ್ಕಾಂದೇ ಮಹಾಪುರಾಣೇ ಏಕಾಶೀತಿಸಾಹಸ್ರ್ಯಂ
ಸಂಹಿತಾಯಾಂ ದ್ವಿತೀಯೇ ವೈಷ್ಣವಖಂಡೇ
ಶ್ರೀಮದ್ಭಾಗವತಮಾಹಾತ್ಮ್ಯೇ   ಪರೀಕ್ಷಿದುದ್ಧವ—ಸಂವಾದೇ
ತೃತೀಯೋಽಧ್ಯಾಯಃ || ೩ ||

ಅಧ್ಯಾಯ – ೪

(ಶ್ರೀಮದ್ಭಾಗವತದ ಪರಂಪರೆ, ಮಹಾತ್ಮೆ, ಈ ಪುರಾಣಶ್ರವಣದ ಮಹಾತ್ಮೆ)

ಸೂತ ಪುರಾಣಿಕರು ಹೇಳುತ್ತಾರೆ—''ಕುಸುಮ ಸರೋವರದ ಸುತ್ತಲೂ ಸಂಭ್ರಮದಿಂದ ನಡೆದಿದ್ದ ಶ್ರೀಕೃಷ್ಣೋತ್ಸವದಲ್ಲಿ ಪ್ರಕಟನಾದ ಉದ್ಧವನು ಆ ಉತ್ಸವವನ್ನ ಕಂಡು ಪರಮ ಹರ್ಷಿತನಾಗಿ ಅಲ್ಲಿದ್ದ ಪರೀಕ್ಷಿತ ರಾಜನನ್ನು ಆಲಿಂಗಿಸಿಕೊಂಡು ಹೇಳಿದನು'' – ''ಹೇ ಪರೀಕ್ಷಿತ ಮಹಾರಾಜಾ! ಇಷ್ಟು ವೈಭವದಿಂದ ನೀವೆಲ್ಲ ಶ್ರೀಕೃಷ್ಣೋತ್ಸವದಲ್ಲಿ ತಲ್ಲೀನರಾಗಿರುವುದು ನಿನಗೂ

ನಿಮಗೂ. ಶ್ರೀಕೃಷ್ಣನ ಪತ್ನಿಯರಿಗೂ ಭಗವಂತನಲ್ಲಿರುವ ಭಕ್ತಿಯ ಪರಾಕಾಷ್ಠೆಯ ದ್ಯೋತಕವಾಗಿದೆ. ನೀವೆಲ್ಲರೂ ಭಾಗ್ಯಶಾಲಿಗಳು. ಉತ್ತರೆಯ ಗರ್ಭದಲ್ಲಿ ಇರುವಾಗಿನಿಂದಲೇ ಶ್ರೀಕೃಷ್ಣನ ಕೃಪೆಗೆ ಪಾತ್ರನಾಗಿ ಜೀವಂತ– ವಾಗಿರುವ ನಿನಗೆ ಅವನ ಮರಿಮೊಮ್ಮಗನಾದ ವಜ್ರನಾಭನ ಮೇಲೆ ಇಷ್ಟು ಪ್ರೇಮ ಉಂಟಾಗಿರುವುದು ಸ್ವಾಭಾವಿಕವೇ ಆಗಿದೆ. ಶ್ರೀಕೃಷ್ಣನ ದ್ವಾರಕೆಯಲ್ಲಿ ವಾಸಿಸಿದ್ದವರೆಲ್ಲರೂ ಪುಣ್ಯವಂತರೇ. ಅವರಲ್ಲಿಯೂ ಈ ವ್ರಜದಲ್ಲಿ ಶ್ರೀಕೃಷ್ಣನ ಪತ್ನಿಯರು ವಾಸಮಾಡಲು ವ್ಯವಸ್ಥೆ ಮಾಡುವಂತೆ ಶ್ರೀಕೃಷ್ಣನೇ ಅರ್ಜುನನಿಗೆ ಆಜ್ಞಾಪಿಸಿದ್ದನು. ಶ್ರೀಕೃಷ್ಣನ ಲೀಲಾಭೂಮಿಯಾದ ಈ ನಂದ ವ್ರಜದಲ್ಲಿ ಶ್ರೀಕೃಷ್ಣನು ಸದಾಕಾಲ ಸನ್ನಿಹಿತನಾಗಿರುವನು. ಪರಿಪೂರ್ಣನಾದ ಶ್ರೀಕೃಷ್ಣಚಂದ್ರನು ಪ್ರಾಕೃತಚಂದ್ರನಂತೆ ವೃದ್ಧಿ–ಕ್ಷಯಗಳನ್ನು ಹೊಂದುವವ ನಲ್ಲ. ಪರೀಕ್ಷಿದ್ರಾಜನೇ! ಎಲ್ಲ ವ್ರಜವಾಸಿಗಳು ಶ್ರೀಕೃಷ್ಣನ ಅಂಗಗಳನ್ನು ಆಶ್ರಯಿಸಿಕೊಂಡಿದ್ದಾರೆ. ನಿನ್ನ ಪ್ರಿಯಸಖಿನಾದ ವಜ್ರನಾಭನು ಶ್ರೀಕೃಷ್ಣನ ಬಲಚರಣದಲ್ಲಿ ವಾಸಿಸಿರುವನು. ಭಗವಾನ್ ಶ್ರೀಕೃಷ್ಣನು ವ್ರಜವಾಸಿಗಳ ನ್ನೆಲ್ಲ ತನ್ನ ಯೋಗಮಾಯೆಯಿಂದ ವ್ಯಾಪಿಸಿರುವನು. ಈ ಮಾಯೆ ಯಿಂದಲೇ ಇವರೆಲ್ಲ ತಮ್ಮ ಸ್ವರೂಪವನ್ನು ಮರೆತಿರುವರು. ಹೀಗಾಗಿ ಶ್ರೀಕೃಷ್ಣನು ತಮ್ಮನ್ನು ಅಗಲಿ ದೂರಾಗಿದ್ದಾನೆ ಎಂದು ಭ್ರಮಿಸಿ ಇವರು ದುಃಖಿತರಾಗಿರುವರು. ಇಪ್ಪತ್ತೆಂಟನೆಯ ದ್ವಾಪರಯುಗದ ಕೊನೆಯಲ್ಲಿ ಶ್ರೀಕೃಷ್ಣನು ಸಾಕ್ಷಾತ್ತಾಗಿ ಪ್ರಕಟಗೊಂಡು ತನ್ನ ಮಾಯೆಯ ಪರದೆಯನ್ನು ಸರಿಸಿದಾಗ ಜೀವಿಗಳಿಗೆ ಅವನ ಪ್ರಕಾಶವು ಗೋಚರಿಸುವುದು. ಇಪ್ಪತ್ತೆಂಟನೆಯ ದ್ವಾಪರಯುಗವನ್ನು ಬಿಟ್ಟು ಬೇರೆ ಸಮಯದಲ್ಲಿ ಶ್ರೀಕೃಷ್ಣನ ದರ್ಶನವಾಗಬೇಕಾದರೆ ಅದು ಕೇವಲ ಶ್ರೀಮದ್ಭಾಗವತದ ಮೂಲಕವೇ ಆಗಬೇಕು. (ಅದಕ್ಕೆ **ಶ್ರೀ ಮದ್ಭಾಗವತಂ ನಾಮ ಪ್ರತ್ಯಕ್ಷಂ ಕೃಷ್ಣ ಏವ ಹಿ** ಎಂದು ಹೇಳಿದ್ದು). ಶ್ರೀಮದ್ಭಾಗವತ ಪುರಾಣದ ಪ್ರವಚನ, ಶ್ರವಣ, ಸಂಕೀರ್ತನೆಗಳು ಎಲ್ಲೆಲ್ಲಿ ನಡೆದಿರುವುದೋ ಅಲ್ಲಿ ಶ್ರೀಕೃಷ್ಣನು ನಿಶ್ಚಿತವಾಗಿ ಸನ್ನಿಹಿತನಾಗಿರುವನು. ಭಗವದ್ಭಕ್ತರು ಶ್ರೀಮದ್ಭಾಗವತದ ಒಂದು ಶ್ಲೋಕ ವನ್ನಾಗಲಿ, ಅರ್ಧಶ್ಲೋಕವನ್ನಾಗಲಿ ಎಲ್ಲಿದ್ದು ಸಂಕೀರ್ತನೆ, ಶ್ರವಣಗಳನ್ನು ಮಾಡುತ್ತಿರುವರೋ ಅಲ್ಲಿ ಶ್ರೀಕೃಷ್ಣನು ಗೋಪೀ ಸಮೇತನಾಗಿ ಬಂದು ಅನುಗ್ರಹಿಸುವನು.

ಭಾರತೇ ಮಾನವಂ ಜನ್ಮ ಪ್ರಾಪ್ಯಂ ಭಾಗವತಂ ನ ಯ್ಯೈಃ ।
ಶ್ರುತಂ ಪಾಪಪರಾಧೀನ್ಯೈಃ ಆತ್ಮಘಾತಸ್ತು ತ್ಯೈಃ ಕೃತಃ   ॥ ೩–೧೪ ॥

ಪವಿತ್ರವಾದ ಭಾರತಭೂಮಿಯಲ್ಲಿ ಮನುಷ್ಯನಾಗಿ ಜನಿಸಿ ಯಾರು ಭಾಗವತವನ್ನು ಕೇಳುವುದಿಲ್ಲವ್ಪೋ ಪಾಪಾತ್ಮರಾದ ಅವರು ತಮ್ಮ ಕೈಯಿಂದ ತಮ್ಮನ್ನೇ ಹತ್ಯೆ ಮಾಡಿಕೊಂಡಂತೆ ಆಗುತ್ತದೆ.

ಶ್ರೀಮದ್ಭಾಗವತಂ ಶಾಸ್ತ್ರಂ ನಿತ್ಯಂ ಯ್ಯೈಃ ಪರಿಸೇವಿತಮ್ ।
ಪಿತುರ್ಮಾತುಶ್ಚ ಭಾರ್ಯಾಯಾಃ ಕುಲಪಂಕ್ತಿಃ ಸುತಾರಿತಾ ॥ ೧೬ ॥

ವಿದ್ಯಾಪ್ರಕಾಶೋ ವಿಪ್ರಾಣಾಂ ರಾಜ್ಞಾಂ ಶತ್ರುಜಯೋ ವಿಶಾಮ್ ।
ಧನಂ ಸ್ವಾಸ್ಥ್ಯಂ ಚ ಶೂದ್ರಾಣಾಂ ಶ್ರೀಮದ್ಭಾಗವತಾದ್ಭವೇತ್ ॥ ೧೭ ॥

ಯೋಷಿತಾಮಪರೇಷಾಂ ಚ ಸರ್ವವಾಂಛಿತಪೂರಣಮ್ ।
ಅತೋ ಭಾಗವತಂ ನಿತ್ಯಂ ಕೋ ನ ಸೇವೇತ ಭಾಗ್ಯವಾನ್ ॥ ೧೮ ॥

–ಅಂಥಹ ಮಹಿಮೋಪೇತವಾದ ಇಂಥ ಶ್ರೀಮದ್ಭಾಗವತ ಪುರಾಣ–ವನ್ನು ಸದಾಕಾಲ ಭಕ್ತಿಯಿಂದ ಸೇವಿಸುವವರು ತಮ್ಮ ತಂದೆ, ತಾಯಿ, ಪತ್ನಿ ಇವರನ್ನೂ ಮತ್ತು ಈ ಮೂವರ ಕುಲಗಳನ್ನೂ ಉದ್ಧರಿಸುತ್ತಾರೆ. ಶ್ರೀಮದ್ಭಾಗವತದ ಸೇವನೆಯಿಂದ ವಿಪ್ರರಿಗೆ ಶಾಸ್ತ್ರಜ್ಞಾನವು, ರಾಜರಿಗೆ ಶತ್ರುಜಯವು ದೊರೆಯುತ್ತದೆ. ವೈಶ್ಯರಿಗೆ ಸಾಕಷ್ಟು ಸಂಪತ್ತು ಮತ್ತು ಶೂದ್ರರಿಗೆ ಆರೋಗ್ಯಲಾಭವು ದೊರೆಯುತ್ತದೆ. ಅನೇಕ ಜನ್ಮಗಳಲ್ಲಿ ಸಂಪಾದಿಸಿದ ಪುಣ್ಯದ ಪ್ರಭಾವದಿಂದಲೇ ಶ್ರೀಮದ್ಭಾಗವತ ಪುರಾಣದ ಶ್ರವಣಾದಿಗಳು ಲಭಿಸುತ್ತವೆ. ಭಗವಂತನ ದರ್ಶನವಾಗುತ್ತದೆ, ಭಗವದ್ಭಕ್ತಿಯೂ ಆಗಲೇ ಉದ್ಭವಿಸುತ್ತದೆ.''

ಈ ರೀತಿ ಶ್ರೀಮದ್ಭಾಗವತ ಪುರಾಣದ ಮಹಿಮೆಯನ್ನು ಹೇಳಿದ ನಂತರ ಉದ್ಧವನು ಪರೀಕ್ಷಿತರಾಜನಿಗೆ ಆ ಪುರಾಣವು ಲೋಕದಲ್ಲಿ ಪ್ರಸಿದ್ಧಿಗೆ ಬಂದ ಕ್ರಮವನ್ನು ತಿಳಿಸುತ್ತಾನೆ – ''ಹೇ ಪರೀಕ್ಷಿತ! ಕೇಳು. ಹಿಂದಿನ ಕಾಲದಲ್ಲಿ ಸಾಂಖ್ಯಾಯನ ಮುನಿಗಳಿಂದ ಬೃಹಸ್ಪತ್ಯಾಚಾರ್ಯರು ಇದನ್ನು ಪಡೆದರು. ಬೃಹಸ್ಪತ್ಯಾಚಾರ್ಯರು ನನಗೆ (ಉದ್ಧವನಿಗೆ) ಅದನ್ನು ಅನುಗ್ರಹಿಸಿದರು. ಇದರಿಂದಲೇ ನಾನು ಶ್ರೀಕೃಷ್ಣನಿಗೆ ಅತ್ಯಂತ ಪ್ರಿಯಮಿತ್ರ–

ನಾಗಲು ಸಾಧ್ಯವಾಯಿತು. ಹೇ ಪರೀಕ್ಷಿತ ರಾಜಾ! ಹಿಂದಕ್ಕೆ ಒಮ್ಮೆ ಬೃಹಸ್ಪತ್ಯಾಚಾರ್ಯರು ಭಾಗವತಕ್ಕೆ ಸಂಬಂಧಿಸಿದ ಒಂದು ಆಖ್ಯಾಯಿಕೆ— ಯನ್ನು ನನಗೆ ಹೇಳಿದ್ದರು. ಆದನ್ನು ಕೇಳುವುದರಿಂದ ಲೋಕದಲ್ಲಿ ಶ್ರೀಮದ್ಭಾಗವತ ಶ್ರವಣದ ಸಂಪ್ರದಾಯದ ಕ್ರಮವು ತಿಳಿಯುತ್ತದೆ. ಹೇ ರಾಜನ್! ಶ್ರೀ ಬೃಹಸ್ಪತ್ಯಾಚಾರ್ಯರು ಹೇಳುತ್ತಾರೆ – ತನ್ನ ಮಾಯೆಯಿಂದ ಶ್ರೀಕೃಷ್ಣ ಪರಮಾತ್ಮನು ಪುರುಷರೂಪವನ್ನು ತಾಳಿ ಸೃಷ್ಟಿಯನ್ನು ಮಾಡಲು ಸಂಕಲ್ಪಿಸಿದಾಕ್ಷಣ ಅವನ ದಿವ್ಯ ಮಂಗಳ ದೇಹದಿಂದ ಮೂವರು ಪುರುಷರು ಪ್ರಕಟಗೊಂಡರು. ಆ ಮೂವರಲ್ಲಿ ರಜೋಗುಣ ಪ್ರಾಧಾನ್ಯದಿಂದ ಬ್ರಹ್ಮದೇವನೂ, ಸತ್ತ್ವಗುಣ ಅಧಿಕದಿಂದ ಮಹಾವಿಷ್ಣುವೂ ಮತ್ತು ತಮೋಗುಣದ ಪ್ರಾಧಾನ್ಯದಿಂದ ರುದ್ರದೇವನೂ ಪ್ರಕಟಗೊಂಡರು. ಶ್ರೀಕೃಷ್ಣ ಪರಮಾತ್ಮನು ಈ ಮೂವರಿಗೆ ಕ್ರಮವಾಗಿ ಲೋಕಗಳ ಸೃಷ್ಟಿ, ಸ್ಥಿತಿ ಮತ್ತು ಲಯ ಮಾಡುವ ಅಧಿಕಾರವನ್ನು ಕೊಟ್ಟನು. ಈ ಮೂವರೂ ತಮ್ಮ ಕಾರ್ಯದಲ್ಲಿ ಬರುವ ಒಂದೊಂದು ವಿಷ್ಣಕಾರಿ ಪ್ರಸಂಗವನ್ನು ತಿಳಿಸಿ ಆದರಿಂದ ಪಾರಾಗುವ ಉಪಾಯವನ್ನು ತಿಳಿಸುವಂತೆ ಭಗವಂತನನ್ನು ಕೇಳಿಕೊಳ್ಳಲು ಭಗವಂತನು ಎಲ್ಲರಿಗೂ ಶ್ರೀಮದ್ಭಾಗವತದ ಸೇವನೆಯೆಂಬ ಉಪಾಯವನ್ನು ಬೋಧಿಸಿದನು. ಶ್ರೀಮದ್ಭಾಗವತದ ಸೇವನೆಯಿಂದ ಬ್ರಹ್ಮದೇವನ ಸೃಷ್ಟಿಕಾರ್ಯದಲ್ಲಿ ರಜೋಗುಣವು ಭಗವಂತನ ವಿಸ್ಮರಣೆಗೆ ಕಾರಣವಾಗಲಿಲ್ಲ. ಭಾಗವತ ಪ್ರವಚನ ಮತ್ತು ಶ್ರವಣದಿಂದ ಜಗತ್ತಿನ ಪಾಲನೆ ಮಾಡುವ ಜವಾಬ್ದಾರಿಯನ್ನು ಹೊತ್ತ ವಿಷ್ಣುವು ಮೋಕ್ಷವನ್ನು ಬಯಸದವರನ್ನೂ ಹಾಗೂ ತನ್ನನ್ನೂ ರಕ್ಷಿಸಿ ಪಾಲಿಸುವ ಸಾಮರ್ಥ್ಯವನ್ನು ಪ್ರಕಟಪಡಿಸಿದನು. ಹೀಗೆಯೇ ಶ್ರೀಮದ್ಭಾಗವತದ ಸೇವನೆಯಿಂದಲೇ ರುದ್ರದೇವನೂ ಜಗತ್ತಿನ ನಿತ್ಯ, ನೈಮಿತ್ತಿಕ ಸಂಹಾರ ಮಾಡುವ ತನ್ನ ಸ್ವಾಭಾವಿಕ ಶಕ್ತಿಯಂದಿಗೆ ಆತ್ಯಂತಿಕ ಸಂಹಾರ ಮಾಡುವ ಶಕ್ತಿಯನ್ನೂ ಪಡೆದುಕೊಂಡನು.

ಶ್ರೀಮದ್ಭಾಗವತಕ್ಕೆ ಸಂಬಂಧಿಸಿದ ಈ ಆಖ್ಯಾಯಿಕೆಯನ್ನು ತಾನು ಬೃಹಸ್ಪತ್ಯಾಚಾರ್ಯರಿಂದ ಕೇಳಿದ್ದಾಗಿಯೂ ಅವರಿಂದಲೇ ಸಮಗ್ರ ಭಾಗವತದ ಉಪದೇಶವನ್ನು ಪಡೆದಿರುವುದಾಗಿಯೂ ಉದ್ಧವನು ಹೇಳಿದನು. ಅನಂತರ ಉದ್ಧವನು ಹೇಳುತ್ತಾನೆ– ''ಹೇ ಪರೀಕ್ಷಿದ್ರಾಜನೇ! ಬೃಹಸ್ಪತ್ಯಾಚಾರ್ಯರಿಂದ

ಉಪದೇಶಪೂರ್ವಕ ಕೇಳಿದ ಭಾಗವತದ ಪುನಃ ಪುನಃ ಸ್ಮರಣೆ ಶ್ರವಣ ಮನನಾದಿಗಳಿಂದ ಪರಮಾನಂದ ಭರಿತನಾದೆನು. ಇದರಿಂದಲೇ ನನಗೆ ಶ್ರೀಕೃಷ್ಣನ ಪ್ರಿಯಮಿತ್ರನಾಗುವ ಭಾಗ್ಯ ದೊರೆಯಿತಲ್ಲದೇ ವ್ರಜದಲ್ಲಿರುವ ಗೋಪಿಯರನ್ನು ಸಂತೈಸಲು ಅವನ ಸಂದೇಶವಾಹಕನಾಗಿ ಹೋಗುವ ಸೌಭಾಗ್ಯ ದೊರೆಯಿತು. ಹೇ ರಾಜಾ! ಭಗವಂತನು ತನ್ನ ಸಕಲ ಪರಿವಾರ ಲೀಲಾ ಪರಿಕರಗಳೊಂದಿಗೆ ಇಲ್ಲಿ ಸದಾಕಾಲ ವಿಹರಿಸುತ್ತಿರುವುದರಿಂದ ಗೋಪ–ಗೋಪಿಯರಿಗೆ ಶ್ರೀಕೃಷ್ಣನಿಂದ ಎಂದಿಗೂ ವಿರಹವುಂಟಾಗ ಲಾರದು. ಆದರೂ ವಿರಹದ ಭ್ರಮೆಯಿಂದ ಗೋಪಿಯರು ದುಃಖಿಸುತ್ತಿರು ವಾಗ ಭಗವಂತನು ಭಾಗವತದ ಸಂದೇಶವನ್ನು ನನ್ನ ಮೂಲಕ ಕೊಟ್ಟು ಕಳುಹಿಸಿದನು. ನನ್ನಿಂದ ಭಾಗವತವನ್ನು ಕೇಳಿ ಗೋಪಿಯರೆಲ್ಲ ವಿರಹವೇದನೆ ಯಿಂದ ಮುಕ್ತರಾದರು. ಭಾಗವತದ ಮಹಿಮೆಯನ್ನು ನಾನು ತಿಳಿಯದಿದ್ದರೂ ಅದರ ಚಮತ್ಕಾರವನ್ನು ಆಗ ನಾನು ಪ್ರತ್ಯಕ್ಷ ಕಂಡು ಆಶ್ಚರ್ಯಚಕಿತ ನಾದೆನು. ಇದಾದ ಬಹಳ ಸಮಯದ ನಂತರ ಬ್ರಹ್ಮಾದಿ ದೇವತೆಗಳು ಶ್ರೀಕೃಷ್ಣನ ಬಳಿಗೆ ಬಂದು ಅವತಾರಕಾರ್ಯವು ಸಮಾಪ್ತಿಯಾಗಿದ್ದರಿಂದ ಇನ್ನು ಪರಂಧಾಮಕ್ಕೆ ದಯಮಾಡಿಸಬೇಕೆಂದು ಪ್ರಾರ್ಥನೆ ಮಾಡಿ ಹೋದರು. ಆಗ ಶ್ರೀಕೃಷ್ಣ ಪ್ರಭುವು ಅಶ್ವತ್ಥವೃಕ್ಷದ ಕೆಳಗೆ ನಿಂತಿದ್ದ ನನ್ನನ್ನು ಕರೆದು ಶ್ರೀಮದ್ಭಾಗವತದ ರಹಸ್ಯವನ್ನೆಲ್ಲ ನನಗೆ ಪ್ರಸನ್ನತೆಯಿಂದ ಉಪದೇಶಿಸಿ ಭಾಗವತವು ನನ್ನ ಮನದಲ್ಲಿ ದೃಢವಾಗಿ ನಿಲ್ಲುವಂತೆ ಮಾಡಿದನು. ಶ್ರೀಕೃಷ್ಣನು ಮಾಡಿದ ಶ್ರೀಮದ್ಭಾಗವತೋಪದೇಶದ ಪ್ರಭಾವದಿಂದಲೇ ನಾನು ಬದರಿಕಾಶ್ರಮದಲ್ಲಿ ವಾಸವಾಗಿದ್ದರೂ ಈ ವ್ರಜದ ಗಿಡ ಬಳ್ಳಿಗಳಲ್ಲಿಯೂ ವಾಸಿಸಲು ಸಾಧ್ಯವಾಗಿದೆ. ಭಗವಂತನ ಭಕ್ತರು ಶ್ರೀಮದ್ಭಾಗವತವನ್ನು ಸೇವಿಸಿದರೆ ಅವರಿಗೂ ಭಗವತ್ತತ್ವದ ಜ್ಞಾನವುಂಟಾಗಿ ವಿಶಿಷ್ಟಶಕ್ತಿಯು ಪ್ರಾಪ್ತ ವಾಗುವುದೆಂಬುದಕ್ಕೆ ನಾನೇ ಪ್ರತ್ಯಕ್ಷ ದೃಷ್ಟಾಂತವಾಗಿದ್ದೇನೆ. ನಾನು ಇಲ್ಲಿರುವ ಎಲ್ಲ ಭಕ್ತರ ಇಷ್ಟಾರ್ಥ ಸಿದ್ಧಿಗೋಸ್ಕರ ಶ್ರೀಮದ್ಭಾಗವತದ ಪಾರಾಯಣ ಮಾಡು ವೆನು. ಹೇ ರಾಜನ್! ನೀನಾದರೂ ಈ ನನ್ನ ಕಾರ್ಯದಲ್ಲಿ ಸಹಕರಿಸಬೇಕು.''

ಇಷ್ಟು ಸಮಾಚಾರವನ್ನು ತಿಳಿಸಿದ ಸೂತರು ಮುಂದೆ ಉದ್ಧವ ಮತ್ತು ಪರೀಕ್ಷಿತ ಮಹಾರಾಜರ ನಡುವೆ ನಡೆದ ಸಂವಾದವನ್ನು ತಿಳಿಸುತ್ತಾರೆ.

ಉದ್ಧವರು ಶ್ರೀಮದ್ಭಾಗವತದ ಮಹಿಮೆಯನ್ನು, ಶ್ರೀಕೃಷ್ಣನು ತಮ್ಮ ಮೇಲೆ ಮಾಡಿದ ಅನುಗ್ರಹಾದಿಗಳನ್ನು ತಿಳಿಸಿದ ನಂತರ ಪರೀಕ್ಷಿತ ರಾಜನು – "ಸ್ವಾಮಿ! ನಾನು ತಮ್ಮ ಸೇವೆಯನ್ನು ಹೇಗೆ ಮಾಡಲಿ? ಆಜ್ಞಾಪಿಸಿರಿ" ಎಂದು ಕೇಳಿಕೊಂಡನು. ಆಗ ಉದ್ಧವರು ರಾಜನಿಗೆ ಹೇಳುತ್ತಾರೆ – ಹೇ ಪರೀಕ್ಷಿತ ರಾಜೇಂದ್ರ! ಶ್ರೀಕೃಷ್ಣನು ಈ ಭೂಮಿಯನ್ನು ತ್ಯಜಿಸಿ ತನ್ನ ಲೋಕಕ್ಕೆ ಹೋದ ನಂತರ ದುಷ್ಟನಾದ ಕಲಿಯು ಎಲ್ಲೆಡೆ ವ್ಯಾಪಿಸಿ ಸತ್ಕಾರ್ಯಗಳಿಗೆ ವಿಘ್ನಗಳ– ನ್ನುಂಟು ಮಾಡುತ್ತಿದ್ದಾನೆ. ನಾನು ಮಾಡುತ್ತಿರುವ ಶ್ರೀಮದ್ಭಾಗವತ ಪಾರಾಯಣವೂ ನಿರ್ವಿಘ್ನವಾಗಿ ನಡೆಯದಂತೆ ಮಾಡುತ್ತಿದ್ದಾನೆ. ನೀನು ದಿಗ್ವಿಜಯಕ್ಕೆ ಹೊರಟು ಈ ದುಷ್ಟನನ್ನು ನಿಗ್ರಹಿಸು. ಆಗ ನಾನು ನಿಶ್ಚಿಂತನಾಗಿ ಒಂದು ತಿಂಗಳು ಇಲ್ಲಿಯೇ ವಾಸಮಾಡಿ ಶ್ರೀಮದ್ಭಾಗವತದ ಕಥಾಮೃತದ ರಸದೂಟವನ್ನು ನಿಮಗೆಲ್ಲ ಮಾಡಿಸುವೆನು. ಇದನ್ನು ಕೇಳುವ ಎಲ್ಲ ಶ್ರೋತೃ ಗಳಿಗೆ ನಿತ್ಯವಾದ ಗೋಲೋಕ ಪ್ರಾಪ್ತಿಯಾಗುವಂತೆ ಮಾಡುವೆನು. ಉದ್ಧವರ ಮಾತುಗಳಿಂದ ಸಂತುಷ್ಟನಾದರೂ ಪರೀಕ್ಷಿತರಾಜನು ಕಲಿಯನ್ನು ನಿಗ್ರಹಿಸಲು ತಾನು ದಿಗ್ವಿಜಯಕ್ಕೆ ಹೋದರೆ ಉದ್ಧವರು ಇಲ್ಲಿ ನಡೆಸುವ ಭಾಗವತ ಪ್ರವಚನವನ್ನು ತಪ್ಪಿಸಿಕೊಳ್ಳಬೇಕಾಗುವುದಲ್ಲ ಎಂದು ಚಿಂತಿತನಾಗಿ ಉದ್ಧವ ರನ್ನು ಕೇಳಿದನು – ಮಹಾತ್ಮರೆ! ತಮ್ಮ ಆದೇಶದಂತೆ ನಾನು ಕಲಿಯನ್ನು ನಿಗ್ರಹಿಸಲು ದಿಗ್ವಿಜಯಕ್ಕೆ ಹೊರಡಲು ಸಿದ್ಧನಾಗುತ್ತೇನೆ. ಆದರೆ ಅದೇ ಕಾಲದಲ್ಲಿ ನೀವು ಇಲ್ಲಿ ನಡೆಸುವ ಭಾಗವತರಸಾಮೃತದ ಆಸ್ವಾದನೆಯು ನನಗೆ ಮತ್ತೆ ಹೇಗೆ ದೊರೆಯಬೇಕು? ಆದ್ದರಿಂದ ನಾನು ತಮಗೆ ಶರಣು ಬಂದಿದ್ದೇನೆ ಅನುಗ್ರಹಿಸಿರಿ.'' ಹೀಗೆ ವಿಜ್ಞಾಪಿಸಿದ ಪರೀಕ್ಷಿತ ರಾಜನಿಗೆ ಉದ್ಧವರು ಹೇಳುತ್ತಾರೆ– ''ಹೇ ರಾಜೇಂದ್ರ! ನಿನ್ನ ಅನುಪಸ್ಥಿತಿಯಲ್ಲಿ ನಾನು ನಡೆಸುವ ಭಾಗವತ ಪ್ರವಚನವನ್ನು ಭಾಗವತ ವೆಂದರೇನು ಎಂಬುದನ್ನೇ ಅರಿಯದ ಅನೇಕ ಭಕ್ತರು ಶ್ರವಣ ಮಾಡಿ ಉದ್ಧೃತರಾಗುವರು. ಆವರ ಪುಣ್ಯದಲ್ಲಿ ನೀನೂ ಪಾತ್ರನಾಗುವಿ. ಇಷ್ಟೇ ಅಲ್ಲ ಶ್ರೀಕೃಷ್ಣನ ಅನುಗ್ರಹದಿಂದಲೇ ಜನಿಸಿರುವ ನಿನಗೆ ಕಾಲಾಂತರದಲ್ಲಿ, ಸಾಕ್ಷಾತ್ ಶ್ರೀಕೃಷ್ಣನಂತಿರುವ ಭಾಗವತೋತ್ತಮರಾದ ಶ್ರೀಶುಕಾಚಾರ್ಯರೆಂಬುವವರು ಶ್ರೀಮದ್ಭಾಗವತರ ಸಾಮೃತವನ್ನು ಪಾನ ಮಾಡಿಸಿ ನಿನಗೆ ಮೋಕ್ಷವಾಗುವಂತೆ ಮಾಡುವರು. ಇದರಲ್ಲಿ ಸಂದೇಹ ಪಡಬೇಡ. ನಂತರ ಈ ಭೂಲೋಕದಲ್ಲಿ

ನೋಡಿದಲ್ಲೆಲ್ಲ ಶ್ರೀಮದ್ಭಾಗವತದ ಪ್ರಚಾರವಾಗುವುದು. ಆದ್ದರಿಂದ ನೀನೀಗ ಯಾವ ಆಲೋಚನೆಯನ್ನೂ ಮಾಡದೇ ಭಾಗವತ ಪ್ರವಚನಾದಿ ಗಳಿಗೆ ವಿಘ್ನಕಾರಿಯಾದ ಕಲಿಯನ್ನು ನಿಗ್ರಹಿಸಲು ಹೊರಡು'' ಎಂದು ಹೇಳುತ್ತಾರೆ.

ನಂತರ ಸೂತಪುರಾಣಿಕರು ಶೌನಕಾದಿಗಳಿಗೆ ಮುಂದಿನ ವೃತ್ತಾಂತ ವನ್ನು ತಿಳಿಸುತ್ತಾರೆ – ಶೌನಕರೇ! ಉದ್ಧವರ ಆದೇಶದಂತೆ ಪರೀಕ್ಷಿತ ರಾಜನು ಕಲಿಯ ನಿಗ್ರಹಕ್ಕಾಗಿ ಹೊರಡುತ್ತಾನೆ. ಇತ್ತ ವಜ್ರನಾಭ ರಾಜನು ಉದ್ಧವರು ನಡೆಸಲಿರುವ ಭಾಗವತ ಪ್ರವಚನವನ್ನು ಕೇಳುವಲ್ಲಿ ಉತ್ಸುಕನಾಗಿ ತನ್ನ ರಾಜ್ಯಭಾರವನ್ನೆಲ್ಲ ಮಗನಾದ ಪ್ರತಿಬಾಹು ಎಂಬುವವನಿಗೆ ಒಪ್ಪಿಸಿ ತನ್ನ ತಾಯಿ ಮತ್ತು ಮಾತೃ ಸಮಾನರಾದ ಶ್ರೀಕೃಷ್ಣನ ಎಲ್ಲ ಪತ್ನಿಯರೊಂದಿಗೆ ಭಾಗವತ ಪ್ರವಚನ ನಡೆಯುವ ವಿಶಿಷ್ಟಸ್ಥಾನಕ್ಕೆ ಆಗಮಿಸಿ ಅಲ್ಲಿಯೇ ವಾಸಿಸು– ತ್ತಾನೆ. ಸುಮುಹೂರ್ತದಲ್ಲಿ ಉದ್ಧವರು ವೃಂದಾವನದ ಗೋವರ್ಧನ ಪರ್ವತದ ಬಳಿ ಒಂದು ತಿಂಗಳು ಅಖಂಡ ಶ್ರೀಮದ್ಭಾಗವತದ ಕಥಾಮೃತ ವನ್ನು ಹರಿಯಿಸಿದರು. ಈ ಅಮೃತರಸವನ್ನು ಪಾನ ಮಾಡುತ್ತಿದ್ದ ಶ್ರೋತೃಗಳಿಗೆ ಎಲ್ಲೆಡೆಯಲ್ಲಿ ಶ್ರೀಕೃಷ್ಣ ಮತ್ತು ಅವನ ಲೀಲೆಗಳೇ ಕಾಣತೊಡಗಿದವು. ಎಲ್ಲರೂ ತಾವು ಶ್ರೀಕೃಷ್ಣನ ದೇಹದೊಳಗೇ ಇರುವುದನ್ನು ಕಂಡು ಅವನ ಅಗಲುವಿಕೆಯ ಭ್ರಮದಿಂದ ಉಂಟಾಗಿದ್ದ ದುಃಖವನ್ನು ಮರೆತು ಆನಂದ ದಿಂದ ಮೈಮರೆತರು. ಕೊನೆಗೆ ಶ್ರೀಕೃಷ್ಣನ ಪರಮಧಾನವನ್ನೇ ಸೇರಿದರು. ಅಲ್ಲಿದ್ದ ಎಲ್ಲ ಶ್ರೋತೃಗಳೂ ಈ ಲೋಕದಿಂದ ಕಣ್ಮರೆಯಾಗಿ ಮುಕ್ತರಾದರು. ಶ್ರೀಕೃಷ್ಣನ ಆ ಎಲ್ಲ ಭಕ್ತರು ಗೋವರ್ಧನ ಪರ್ವತದ ಲತಾಗೃಹಗಳಲ್ಲಿಯೂ ಪೊದೆಗಳಲ್ಲಿಯೂ, ಬೃಂದಾವನದ ಕಾಮ್ಯವನವೇ ಮೊದಲಾದ ಉದ್ಯಾನವನ ಗಳಲ್ಲಿಯೂ ದಿವ್ಯವಾದ ಗೋವುಗಳಿಂದ ಕೂಡಿರುವ ಶ್ರೀಕೃಷ್ಣನೊಡನೆ ಸಂಚರಿಸುತ್ತ ಸದಾ ಅನಂತವಾದ ಆನಂದವನ್ನು ಅನುಭವಿಸುತ್ತಿರುತ್ತಾರೆ. ಶ್ರೀಕೃಷ್ಣನಲ್ಲಿ ಅಖಂಡ ಭಕ್ತಿಯನ್ನು ಮಾಡುತ್ತಿರುವ ಯೋಗ್ಯ ಭಕ್ತರಿಗೆ ಇಂದಿಗೂ ಇವರ ದರ್ಶನವು ಆಗುತ್ತಿರುವುದು.

ಯ ಏತಾಂ ಭಗವತ್ಪ್ರಾಪ್ತಿಂ ಶೃಣುಯಾಚ್ಛಾದಿ ಕೀರ್ತಯೇತ್ ।
ತಸ್ಯ ವೈ ಭಗವತ್ಪ್ರಾಪ್ತಿಃ ದುಃಖಹಾನಿಶ್ಚ ಜಾಯತೇ   ॥ ೭–೨೭ ॥

ಸೂತರು ಹೇಳುತ್ತಾರೆ – ಶೌನಕಾದಿ ಮಹರ್ಷಿಗಳೇ! ಭಕ್ತರಾದ

ವಜ್ರನಾಭನೇ ಮೊದಲಾದವರು ಭಗವಲ್ಲೋಕವನ್ನು ಹೊಂದಿದ ಈ ಅದ್ಭುತವಾದ ಕಥೆಯ ಶ್ರವಣ–ಸಂಕೀರ್ತನೆಗಳನ್ನು ಮಾಡುವವರೆಲ್ಲರೂ ಇಹದಲ್ಲಿ ಯಾವ ದುಃಖವೂ ಇಲ್ಲದೇ ಕೊನೆಗೆ ಭಗವಂತನ ಲೋಕದಲ್ಲಿ ಪರಮಸೌಖ್ಯವನ್ನು ಹೊಂದುವರು.

|| ಇಲ್ಲಿಗೆ ಶ್ರೀಸ್ಕಂದ ಪುರಾಣದ ವೈಷ್ಣವ ಖಂಡದಲ್ಲಿಯ ಶ್ರೀಮದ್ಭಾಗವತ ಮಹಾತ್ಮೆಯಲ್ಲಿ ಶ್ರೀಮದ್ಭಾಗವತದ ಪರಂಪರೆ, ಮಹಾತ್ಮೆ, ಶ್ರವಣ ಮಹಾತ್ಮೆ ಎಂಬ ಮೂರನೆಯ ಅಧ್ಯಾಯವು ಸಮಾಪ್ತವಾಯಿತು. ||

ಶ್ರೀ ಸ್ಕಂದ ಪುರಾಣದ ಶ್ರೀಮದ್ಭಾಗವತ ಮಹಾತ್ಮೆಯಲ್ಲಿ

ನಾಲ್ಕನೆಯ ಅಧ್ಯಾಯ

(ಶ್ರೀಮದ್ಭಾಗವತದ ಸ್ವರೂಪ, ಪ್ರಮಾಣ, ಶ್ರೋತೃಗಳ ಮತ್ತು ಪ್ರವಚನಕಾರರ ಲಕ್ಷಣ, ಶ್ರವಣವಿಧಿ ಮತ್ತು ಮಾಹಾತ್ಮ್ಯ)

ಋಷಯ ಊಚುಃ–

ಸಾಧು ಸೂತ ಚಿರಂ ಜೀವ ಚಿರಮೇವಂ ಪ್ರಶಾಧಿ ನಃ |
ಶ್ರೀಭಾಗವತಮಾಹಾತ್ಮ್ಯಮಪೂರ್ವಂ ತ್ವನ್ಮುಖಾಚ್ಛ್ರುತಮ್ || ೧ ||

ತತ್ಸ್ವರೂಪಂ ಪ್ರಮಾಣಂ ಚ ವಿಧಿಂ ಚ ಶ್ರವಣೇ ವದ |
ತದ್ವಕ್ತೃಲಕ್ಷಣಂ ಸೂತ ಶ್ರೋತುಶ್ಚಾಪಿ ವದಾಧುನಾ || ೨ ||

ಸೂತ ಉವಾಚ–

ಶ್ರೀಮದ್ಭಾಗವತಸ್ಯಾಥ ಶ್ರೀಮದ್ಭಗವತಃ ಸದಾ |
ಸ್ವರೂಪಮೇಕಮೇವಾಸ್ತಿ ಸಚ್ಚಿದಾನಂದಲಕ್ಷಣಮ್ || ೩ ||

ಶ್ರೀಕೃಷ್ಣಾಸಕ್ತಭಕ್ತಾನಾಂ ತನ್ಮಾಧುರ್ಯಪ್ರಕಾಶಕಮ್ |
ಸಮುಜ್ಜೃಂಭತಿ ಯದ್ವಾಕ್ಯಂ ವಿದ್ಧಿ ಭಾಗವತಂ ಹಿ ತತ್ || ೪ ||

ಜ್ಞಾನವಿಜ್ಞಾನಭಕ್ತ್ಯಂಗಚತುಷ್ಟಯಪರಂ ವಚಃ |
ಮಾಯಾಮರ್ದನದಕ್ಷಂ ಚ ವಿದ್ಧಿ ಭಾಗವತಂ ಚ ತತ್ || ೫ ||

ಪ್ರಮಾಣಂ ತಸ್ಯ ಕೋ ವೇದ ಹ್ಯನಂತಸ್ಯಾಕ್ಷರಾತ್ಮನಃ |
ಬ್ರಹ್ಮಣೇ ಹರಿಣಾ ತದ್ದಿಕ್ಚತುಃಶ್ಲೋಕ್ಯಾ ಪ್ರದರ್ಶಿತಾ || ೭ ||

ತದಾನಂತ್ಯಾವಗಾಹೇನ ಸ್ವೇಪ್ಸಿತಾವಹನಕ್ಷಮಾಃ |
ತ ಏವ ಸಂತಿ ಭೋ ವಿಪ್ರಾ ಬ್ರಹ್ಮವಿಷ್ಣುಶಿವಾದಯಃ || ೮ ||

ಮಿತಬುದ್ಧ್ಯಾದಿವೃತ್ತೀನಾಂ ಮನುಷ್ಯಾಣಾಂ ಹಿತಾಯ ಚ |
ಪರೀಕ್ಷಿಚ್ಛುಕಸಂವಾದೋ ಯೋಽಸೌ ವ್ಯಾಸೇನ ಕೀರ್ತಿತಃ || ೯ ||

ಗ್ರಂಥೋಽಷ್ಟಾದಶಸಾಹಸ್ರೋ ಯೋಽಸೌ ಭಾಗವತಾಭಿದಃ |
ಕಲಿಗ್ರಾಹಗೃಹೀತಾನಾಂ ಸ ಏವ ಪರಮಾಶ್ರಯಃ || ೧೦ ||

ಶ್ರೋತಾರೋಽಥ ನಿರೂಪ್ಯಂತೇ ಶ್ರೀಮದ್ವಿಷ್ಣುಕಥಾಶ್ರಯಾಃ |
ಪ್ರವರಾ ಅವರಾಶ್ಚೇತಿ ಶ್ರೋತಾರೋ ದ್ವಿವಿಧಾ ಮತಾಃ || ೧೦ ||

ಪ್ರವರಾಶ್ಚಾತಕೋ ಹಂಸಃ ಶುಕೋ ಮೀನಾದಯಸ್ತಥಾ |
ಆವರಾ ವೃಕಭೂರುಂಡವೃಷೋಽಷ್ಟಾದ್ಯಾಃ ಪ್ರಕೀರ್ತಿತಾಃ || ೧೧ ||

ಅಖಿಲೋಪೇಕ್ಷಯಾ ಯಸ್ತು ಕೃಷ್ಣಶಾಸ್ತ್ರಶ್ರುತೌ ವ್ರತೀ |
ಸ ಚಾತಕೋ ಯಥಾಂಭೋದಮುಕ್ತೇ ಪಾಥಸಿ ಚಾತಕಃ || ೧೨ ||

ಹಂಸಃ ಸ್ಯಾತ್ಸ್ವರಮಾದತ್ತೇ ಯಃ ಶ್ರೋತಾ ವಿವಿಧಾತ್ ಶ್ರುತಾತ್ |
ದುಗ್ಧೇನೈಕ್ಯಂ ಗತಾತ್ತೋಯಾದ್ ಯಥಾ ಹಂಸೋಽಮಲಂ ಪಯಃ ||೧೩||

ಶುಕಃ ಸುಷ್ಠು ಮಿತಂ ವಕ್ತಿ ವ್ಯಾಸಂ ಶ್ರೋತೃಂಶ್ಚ ಹರ್ಷಯನ್ |
ಸುಪಾರಿತಃ ಶುಕೋ ಯದ್ವಚ್ಛಿಕ್ಷಕಂ ಪಾರ್ಶ್ವಗಾನಪಿ || ೧೪ ||

ಶಬ್ದಂ ನಾನಿಮಿಷೋ ಚಾತು ಕರೋತ್ಯಾಸ್ವಾದಯನ್ ರಸಮ್ |
ಶ್ರೋತಾ ಸ್ನಿಗ್ಧೋ ಭವೇನ್ನೇನೋ ಮೀನಃ ಕ್ಷೀರನಿಧೌ ಯಥಾ || ೧೫ ||

ಯಸ್ತುದನ್ ರಸಿಕಾನ್ ಶ್ರೋತ್ಳನ್ ವಿರೌತ್ಯಜ್ಞೋ ವೃಕೋ ಹಿ ಸಃ |
ವೇಣುಸ್ವನರಸಾಸಕ್ತಾನ್ ವೃಕೋಽರಣ್ಯೇ ಮೃಗಾನ್ ಯಥಾ ||೧೬||

ಭೂರುಂಡಃ ಶಿಕ್ಷಯೇದನ್ಯಾನ್ ಚ್ಛುತ್ವಾ ನ ಸ್ವಯಮಾಚರೇತ್ ।
ಯಥಾ ಹಿಮವತಃ ಶೃಂಗೇ ಭೂರುಂಡಾಖ್ಯೋ ವಿಹಂಗಮಃ ॥ ೧೭ ॥

ಸರ್ವಂ ಶ್ರುತಮುಪಾದತ್ತೇ ಸಾರಾಸಾರಾಂಧಧೀರ್ವೃಷಃ ।
ಸ್ವಾದುದ್ರಾಕ್ಷಾಂ ಖಿಲಂ ಚಾಪಿ ನಿರ್ವಿಶೇಷಂ ಯಥಾ ವೃಷಃ ॥ ೧೯ ॥

ಸ ಉಷ್ಟ್ರೀ ಮಧುರಂ ಮುಂಚನ್ ವಿಪರೀತೇ ರಮೇತ ಯಃ ।
ಯಥಾ ನಿಂಬಂ ಚರತ್ಯುಷ್ಟ್ರೀ ಹಿತ್ವಾಮ್ರಮಪಿ ತದ್ದುತಮ್ ॥ ೧೯ ॥

ಅನ್ಯೇಽಪಿ ಬಹವೋ ಭೇದಾ ದ್ವಯೋರ್ಭೃಂಗಖಿರಾದಯಃ ।
ವಿಜ್ಞೇಯಾಸ್ತತ್ತದಾಚಾರ್ಯೈಸ್ತತ್ತತ್ಪ್ರಕೃತಿಸಂಭವೈಃ   ॥ ೨೦ ॥

ಯಃ ಸ್ಥಿತ್ವಾಭಿಮುಖಿಂ ಪ್ರಣಮ್ಯ ವಿಧಿವತ್ಪೃಕ್ತಾನ್ಯವಾದೋ ಹರೇಃ ।
ಲೀಲಾಃ ಶ್ರೋತುಮಭೀಪ್ಸತೇಽತಿನಿಪುಣೋ ನಮ್ರೋಽಥ ಕ್ಲ‍ೃಪ್ತಾಂಜಲಿಃ।
ಶಿಷ್ಯೋ ವಿಶ್ವಸಿತೋಽನುಚಿಂತನಪರಃ ಪ್ರಶ್ನೇಽನುರಕ್ತಃ ಶುಚಿಃ
ನಿತ್ಯಂ ಕೃಷ್ಣಜನಪ್ರಿಯೋ ನಿಗದಿತಃ ಶ್ರೋತಾ ಸ ವೈ ವಕ್ಕೃಭಿಃ ॥ ೨೧ ॥

ಭಗವನ್ನತಿರನಪೇಕ್ಷಃ ಸುಹೃದೋ ದೀನೇಷು ಸಾನುಕಂಪೋ ಯಃ ।
ಬಹುಧಾ ಬೋಧನಚತುರೋ ವಕ್ತಾ ಸಮ್ಮಾನಿತೋ ಮುನಿಭಿಃ ॥ ೨೨ ॥

ಅಥ ಭಾರತಭೂಸ್ಥಾನೇ ಶ್ರೀಭಾಗವತಸೇವನೇ ।
ವಿಧಿಂ ಶೃಣುತ ಭೋ ವಿಪ್ರಾ ಯೇನ ಸ್ಯಾತ್ಸುಖಸಂತತಿಃ   ॥ ೨೩ ॥

ರಾಜಸಂ ಸಾತ್ತ್ವಿಕಂ ಚಾಪಿ ತಾಮಸಂ ನಿರ್ಗುಣಂ ತಥಾ ।
ಚತುರ್ವಿಧಂ ತು ವಿಜ್ಞೇಯಂ ಶ್ರೀಭಾಗವತಸೇವನಮ್ ॥ ೨೪ ॥

ಸಪ್ತಾಹಂ ಯಜ್ಞವದ್ಯತ್ತು ಸಶ್ರಮಂ ಸತ್ವರಂ ಮುದಾ ।
ಸೇವಿತಂ ರಾಜಸಂ ತತ್ತು ಬಹುಪೂಜಾದಿಶೋಭನಮ್ ॥ ೨೫ ॥

ಮಾಸೇನ ಋತುನಾ ವಾಪಿ ಶ್ರವಣಂ ಸ್ವಾದಸಂಯುತಮ್ ।
ಸಾತ್ತ್ವಿಕಂ ಯದನಾಯಾಸಂ ಸಮಸ್ತಾನಂದವರ್ಧನಮ್ ॥ ೨೬ ॥

ತಾಮಸಂ ಯತ್ತು ವರ್ಷೇಣ ಸಾಲಸಂ ಶ್ರದ್ಧಯಾ ಯುತಮ್ ।
ವಿಸ್ಮೃತಿಸ್ಮೃತಿಸಂಯುಕ್ತಂ ಸೇವನಂ ತಚ್ಚ ಸೌಖ್ಯದಮ್ ॥ ೨೭ ॥

ವರ್ಷಮಾಸದಿನಾನಾಂ ತು ವಿಮುಚ್ಯ ನಿಯಮಾಗ್ರಹಮ್ |
ಸರ್ವದಾ ಪ್ರೇಮಭಕ್ಕೈವ ಸೇವನಂ ನಿರ್ಗುಣಂ ಮತಮ್ || ೭೮ ||

ಪಾರೀಕ್ಷಿತೇಽಪಿ ಸಂವಾದೇ ನಿರ್ಗುಣಂ ತತ್ಪಕೀರ್ತಿತಮ್ |
ತತ್ರ ಸಪ್ತದಿನಾಖ್ಯಾನಂ ತದಾಯುರ್ದಿನಸಂಖ್ಯಯಾ		|| ೭೯ ||

ಅನ್ಯತ್ರ ತ್ರಿಗುಣಂ ಚಾಪಿ ನಿರ್ಗುಣಂ ಚ ಯಥೇಚ್ಛಯಾ |
ಯಥಾ ಕಥಂಚಿತ್ಕರ್ತವ್ಯಂ ಸೇವನಂ ಭಗವಚ್ಛ್ರುತೇः		|| ೮೦ ||

ಯೇ ಶ್ರೀಕೃಷ್ಣವಿಹಾರೈಕಭಜನಾಸ್ವಾದಲೋಲುಪಾః |
ಮುಕ್ತಾವಪಿ ನಿರಾಕಾಂಕ್ಷಾಸ್ತೇಷಾಂ ಭಾಗವತಂ ಧನಮ್		|| ೮೧ ||

ಯೇಽಪಿ ಸಂಸಾರಸಂತಾಪನಿರ್ವಿಣ್ಣಾ ಮೋಕ್ಷಕಾಂಕ್ಷಿಣః |
ತೇಷಾಂ ಭವೌಷಧಂ ಚೈತತ್ಕಲೌ ಸೇವ್ಯಂ ಪ್ರಯತ್ನತः		|| ೮೨ ||

ಯೇ ಚಾಪಿ ವಿಷಯಾರಾಮಾः ಸಾಂಸಾರಿಕಸುಖಸ್ಪೃಹಾः |
ತೇಷಾಂ ತು ಕರ್ಮಮಾರ್ಗೇಣ ಯಾ ಸಿದ್ಧಿः ಸಾಧನಾ ಕಲೌ || ೮೩ ||

ಸಾಮರ್ಥ್ಯಧನವಿಜ್ಞಾನಾಭಾವಾದತ್ಯಂತದುರ್ಲಭಾ	|
ತಸ್ಮಾತ್ತೈರಪಿ ಸಂಸೇವ್ಯಾ ಶ್ರೀಮದ್ಭಾಗವತೀ ಕಥಾ		|| ೮೪ ||

ಧನಂ ಪುತ್ರಾಂಸ್ತಥಾ ದಾರಾನ್ ವಾಹನಾದಿ ಯಶೋ ಗೃಹಾನ್ |
ಆಸಾಪತ್ಯಂ ಚ ರಾಜ್ಯಂ ಚ ದದ್ಯಾದ್ಭಾಗವತೀ ಕಥಾ		|| ೮೫ ||

ಇಹ ಲೋಕೇ ವರಾನುಭಕ್ತ್ವಾ ಭೋಗಾನ್ವೈ ಮನಸೇಪ್ಸಿತಾನ್ |
ಶ್ರೀಭಾಗವತಸಂಗೇನ ಯಾತ್ಯಂತೇ ಶ್ರೀಹರೇः ಪದಮ್		|| ೮೬ ||

ಯತ್ರ ಭಾಗವತೀ ವಾರ್ತಾ ಯೇ ಚ ತಚ್ಛ್ರವಣೇ ರತಾः |
ತೇಷಾಂ ಸಂಸೇವನಂ ಕುರ್ಯಾದ್ದೇಹೇನ ಚ ಧನೇನ ಚ		|| ೮೭ ||

ತದನುಗ್ರಹತೋಽಸ್ಯಾಪಿ ಶ್ರೀಭಾಗವತಸೇವನಮ್	|
ಶ್ರೀಕೃಷ್ಣವ್ಯತಿರಿಕ್ತಂ ಯತ್ತತ್ಸರ್ವಂ ಧನಸಂಜ್ಞಿತಮ್		|| ೮೮ ||

ಕೃಷ್ಣಾರ್ಥೀತಿ ಧನಾರ್ಥೀತಿ ಶ್ರೋತಾ ವಕ್ತಾ ದ್ವಿಧಾ ಮತः |
ಯಥಾ ವಕ್ತಾ ತಥಾ ಶ್ರೋತಾ ತತ್ರ ಸೌಖ್ಯಂ ವಿವರ್ಧತೇ		|| ೮೯ ||

ಉಭಯೋರ್ವ್ಯಪರೀತ್ಯೇ ತು ರಸಾಭಾಸೇ ಫಲಚ್ಯುತಿಃ |
ಕಿಂತು ಕೃಷ್ಣಾರ್ಥಿನಾಂ ಸಿದ್ಧಿರ್ವಿಲಂಬೇನಾಪಿ ಜಾಯತೇ || ೪೦ ||

ಧನಾರ್ಥಿನಸ್ತು ಸಂಸಿದ್ಧಿರ್ವಿಧಿಸಂಪೂರ್ಣತಾವಶಾತ್ |
ಕೃಷ್ಣಾರ್ಥಿನೋ ಗುಣಸ್ಯಾಪಿ ಪ್ರೇಮ್ಣೈವ ವಿಧಿರುತ್ತಮಃ || ೪೧ ||

ಆಸಮಾಪ್ತಿ ಸಕಾಮೇನ ಕರ್ತವ್ಯೋ ಹಿ ವಿಧಿಃ ಸ್ವಯಮ್ |
ಸ್ನಾತೋ ನಿತ್ಯಕ್ರಿಯಾಂ ಕೃತ್ವಾ ಪ್ರಾಶ್ಯ ಪಾದೋದಕಂ ಹರೇಃ || ೪೨ ||

ಪುಸ್ತಕಂ ಚ ಗುರುಂ ಚೈವ ಪೂಜಯಿತ್ವೋಪಚಾರತಃ |
ಬ್ರೂಯಾದ್ವಾ ಶೃಣುಯಾದ್ವಾಪಿ ಶ್ರೀಮದ್ಭಾಗವತಂ ಮುದಾ || ೪೩ ||

ಪಯಸಾ ವಾ ಹವಿಷ್ಕೇಣ ಮೌನಂ ಭೋಜನಮಾಚರೇತ್ |
ಬ್ರಹ್ಮಚರ್ಯಮಧಃ ಸುಪ್ತಿಂ ಕ್ರೋಧಲೋಭಾದಿವರ್ಜನಮ್ || ೪೪ ||

ಕಥಾಂತೇ ಕೀರ್ತನಂ ನಿತ್ಯಂ ಸಮಾಪ್ತೌ ಜಾಗರಂ ಚರೇತ್ |
ಬ್ರಾಹ್ಮಣಾನ್ ಭೋಜಯಿತ್ವಾ ತು ದಕ್ಷಿಣಾಭಿಃ ಪ್ರತೋಷಯೇತ್ || ೪೫ ||

ಗುರವೇ ವಸ್ತ್ರಭೂಷಾದಿ ದತ್ತ್ವಾ ಗಾಂ ಚ ಸಮರ್ಪಯೇತ್ |
ಏವಂ ಕೃತೇ ವಿಧಾನೇ ತು ಲಭತೇ ವಾಂಛಿತಂ ಫಲಮ್ || ೪೬ ||

ದಾರಾಗಾರಸುತಾನ್ ರಾಜ್ಯಂ ಧನಾದಿ ಚ ಯದೀಪ್ಸಿತಮ್ |
ಪರಂ ತು ಶೋಭತೇ ನಾತ್ರ ಸಕಾಮತ್ವಂ ವಿಡಂಬನಮ್ || ೪೭ ||

ಕೃಷ್ಣಪ್ರಾಪ್ತಿಕರಂ ಶಶ್ವತ್ ಪ್ರೇಮಾನಂದಫಲಪ್ರದಮ್ |
ಶ್ರೀಮದ್ಭಾಗವತಂ ಶಾಸ್ತ್ರಂ ಕಲೌ ಕೀರೇಣ ಭಾಷಿತಮ್ || ೪೮ ||

|| ಇತಿ ಶ್ರೀಸ್ಕಾಂದೇ ಮಹಾಪುರಾಣೇ ಏಕಾಶೀತಿ ಸಾಹಸ್ಯಂ
ಸಂಹಿತಾಯಾಂ ದ್ವಿತೀಯೇ ವೈಷ್ಣವಖಿಂಡೇ
ಶ್ರೀಮದ್ಭಾಗವತಮಾಹಾತ್ಮ್ಯೇ
ಭಾಗವತಶ್ರೋತೃ−ವಕ್ತೃಲಕ್ಷಣ−ಶ್ರವಣವಿಧಿ−ನಿರೂಪಣಂ   ನಾಮ
ಚತುರ್ಥೋಽಧ್ಯಾಯಃ || ೪ ||
ಶ್ರೀಮದ್ಭಾಗವತಮಾಹಾತ್ಮ್ಯವು   ಸಂಪೂರ್ಣವಾಯಿತು.

<h1 style="text-align:center">ಅಧ್ಯಾಯ – ೪</h1>

<h2 style="text-align:center">(ಶ್ರೀಮದ್ಭಾಗವತದ ಸ್ವರೂಪ, ಪ್ರಮಾಣ, ವಕ್ತೃ–ಶ್ರೋತೃಗಳ
ಲಕ್ಷಣ, ಶ್ರವಣವಿಧಿ ಮತ್ತು ಮಹಾತ್ಮೆ)</h2>

''ಸೂತ ಪುರಾಣಿಕರೇ! ನೀವು ತಿಳಿಸಿದ ಶ್ರೀಮದ್ಭಾಗವತದ ವಿಶಿಷ್ಟ ಹಾಗೂ ಅಶ್ರುತ ಮಹಾತ್ಮೆಗಳನ್ನು ಕೇಳಿ ನಮಗೆ ತುಂಬಾ ಹರ್ಷವಾಗಿದೆ. ಭಗವಾನ್ ಶ್ರೀವೇದವ್ಯಾಸರು ರಚಿಸಿದ ಹದಿನೆಂಟು ಪುರಾಣಗಳಲ್ಲಿ ಶ್ರೇಷ್ಠವಾದ ಭಾಗವತ ಪುರಾಣದ ಸ್ವರೂಪ, ಪ್ರಮಾಣ, ಶ್ರವಣವಿಧಿ, ಪ್ರವಚನಕಾರರ ಹಾಗೂ ಶ್ರೋತೃಗಳ ಲಕ್ಷಣಗಳನ್ನು ತಿಳಿಸಬೇಕು'' ಎಂದು ಶೌನಕರು ಬಿನ್ನವಿಸಲು ಸೂತರು ಒಂದೊಂದೇ ವಿಷಯವನ್ನು ಸ್ಪಷ್ಟಪಡಿಸಲು ಪ್ರಾರಂಭಿಸುತ್ತಾರೆ.

ಭಾಗವತದ ಸ್ವರೂಪ : ಭೋ ಶೌನಕಾದಿ ಋಷಿಗಳೇ! ಶ್ರೀಮದ್ಭಾಗವತ ವೆಂದರೆ ಸಾಕ್ಷಾತ್ ಶ್ರೀಕೃಷ್ಣನೇ ಆಗಿದ್ದಾನೆ (ಶ್ರೀಮದ್ಭಾಗವತಾಖ್ಯೋಽಯಂ ಪ್ರತ್ಯಕ್ಷಂ ಕೃಷ್ಣ ಏವ ಹಿ।)

ಶ್ರೀಕೃಷ್ಣಾಸಕ್ತಭಕ್ತಾನಾಂ ತನ್ಮಾಧುರ್ಯಪ್ರಕಾಶಕಮ್ ।
ಸಮುಜ್ಜೃಂಭತಿ ಯದ್ವಾಕ್ಯಂ ವಿದ್ಧಿ ಭಾಗವತಂ ಹಿ ತತ್ ॥ ೪–೪ ॥

ಜ್ಞಾನವಿಜ್ಞಾನಭಕ್ತ್ಯಂಗಚತುಷ್ಟಯಪರಂ ವಚಃ ।
ಮಾಯಾಮರ್ದನದಕ್ಷಂ ಚ ವಿದ್ಧಿ ಭಾಗವತಂ ಚ ತತ್ ॥ ೪–೫ ॥

ಭಾಗವತದ ಲಕ್ಷಣ : ಶ್ರೀಕೃಷ್ಣನಲ್ಲಿ ಆಸಕ್ತರಾಗಿರುವ ಭಕ್ತರ ಹೃದಯದಲ್ಲಿ ಶ್ರೀಕೃಷ್ಣಭಕ್ತಿಯ ಮಾಧುರ್ಯವನ್ನು ಅನುಭವಕ್ಕೆ ತಂದುಕೊಡುವ, ಯಾವ ಯಾವ ವಾಕ್ಯಗಳಿರುವವೋ ಆವೆಲ್ಲವೂ ಭಾಗವತವೇ ಆಗಿವೆ. ಜ್ಞಾನ– ವಿಜ್ಞಾನ, ಭಕ್ತಿ ಮತ್ತು ಇವುಗಳಿಗೆ ಅಂಗವಾದ ಸಾಧನಚತುಷ್ಟಯವನ್ನು ಪ್ರಕಾಶಗೊಳಿಸುವ ಮತ್ತು ಮಾಯೆಯನ್ನು (ಸಂಸಾರ ಮೋಹವನ್ನು) ನಾಶಪಡಿಸುವ, ಶಕ್ತಿಯುಳ್ಳ ವಾಕ್ಯಗಳನ್ನೂ ಭಾಗವತ ಎಂದೇ ತಿಳಿಯಿರಿ.

ಭಾಗವತದ ಪ್ರಮಾಣ :
ಪ್ರಮಾಣಂ ತಸ್ಯ ಕೋ ವೇದ ಹ್ಯನಂತಸ್ಯಾಕ್ಷರಾತ್ಮನಃ ।
ಬ್ರಹ್ಮಣೇ ಹರಿಣಾ ತದ್ದಿಕ್ಷತಃ ಶ್ಲೋಕ್ಯ ಪ್ರದರ್ಶಿತಾ   ॥ ೬ ॥

ತದಾನಂತ್ಯಾವಗಾಹೇನ ಸ್ವೇಪ್ಸಿತಾವಹನಕ್ಷಮಾಃ ।
ತ ಏವ ಸಂತಿ ಭೋ ವಿಪ್ರಾ, ಬ್ರಹ್ಮವಿಷ್ಣುಶಿವಾದಯಃ   ॥ ೭ ॥

ಮಿತಬುದ್ಧ್ಯಾದಿವೃತ್ತೀನಾಂ ಮನುಷ್ಯಾಣಾಂ ಹಿತಾಯ ಚ ।
ಪರೀಕ್ಷಿಚ್ಛುಕಸಂವಾದೋ ಯೋಽಸೌ ವ್ಯಾಸೇನ ಕೀರ್ತಿತಃ   ॥ ೮ ॥

ಗ್ರಂಥೋಽಷ್ಟಾದಶಸಾಹಸ್ರೋ ಯೋಽಸೌ ಭಾಗವತಾಭಿಧಃ ।
ಕಲಿಗ್ರಾಹಗೃಹೀತಾನಾಂ ಸ ಏವ ಪರಮಾಶ್ರಯಃ   ॥ ೯-೯ ॥

          ಶ್ರೀಮದ್ಭಾಗವತವು ಅಸಂಖ್ಯ ಅಕ್ಷರಗಳಿಂದ ಯುಕ್ತವಾಗಿದೆ. ಇದರ ಪ್ರಮಾಣವು ಇಷ್ಟೇ ಎಂದು ಯಾರು ಬಲ್ಲರು? ಹಿಂದೆ ಚತುರ್ಮುಖ ಬ್ರಹ್ಮನಿಗೆ ಭಗವಾನ್ ನಾರಾಯಣನು ನಾಲ್ಕೇ ಶ್ಲೋಕಗಳಲ್ಲಿ ಶ್ರೀಮದ್ಭಾಗವತದ ದಿಗ್ದರ್ಶನ ಮಾಡಿದ್ದನು. ಶೌನಕಾದಿ ಮುನಿಗಳೇ ಭಗವಾನ್ ನಾರಾಯಣ– ನಿಂದ ಬ್ರಹ್ಮದೇವನಿಗೆ ಉಪದೇಶಿಸಲ್ಪಟ್ಟ ಚತುಃಶ್ಲೋಕೀ ಭಾಗವತದಿಂದ ಸಾಮಾನ್ಯ ಜನರು ಪೂರ್ಣ ಲಾಭ ಪಡೆಯಲಾರರು. ಭಾಗವತದ ಆಳದಲ್ಲಿ ಮುಳುಗಿ ಅದರ ರಹಸ್ಯಾರ್ಥಗಳನ್ನು ತಿಳಿದು ತಮ್ಮ ಇಷ್ಟಾರ್ಥಗಳನ್ನು ಪಡೆಯುವ ಸಾಮರ್ಥ್ಯವು ಬ್ರಹ್ಮ, ವಿಷ್ಣು, ರುದ್ರಾದಿಗಳಿಗೆ ಮಾತ್ರ ಇರುವುದು. ಪರಿಮಿತವಾದ ಬುದ್ಧಿಸಾಮರ್ಥ್ಯವುಳ್ಳ ಮನುಷ್ಯರ ಹಿತಸಾಧನೆಗೆ ಭಗವಾನ್ ಶ್ರೀವೇದವ್ಯಾಸರಿಂದ, ಶ್ರೀಶುಕಾಚಾರ್ಯರು ಮತ್ತು ಪರೀಕ್ಷಿತ ರಾಜನ ಸಂಭಾಷಣೆಯ ರೂಪದಲ್ಲಿ ಪ್ರಕಟಿಸಿದ ಹದಿನೆಂಟು ಸಾವಿರ ಶ್ಲೋಕಗಳ ಭಾಗವತ ಗ್ರಂಥವೇ ಸಮರ್ಥವಾಗಿದೆ. ಕಲಿಕಾಲವೆಂಬ ಮೊಸಳೆಯ ಹಿಡಿತಕ್ಕೆ ಸಿಕ್ಕು ಒದ್ದಾಡುತ್ತಿರುವ ಮನುಷ್ಯರಿಗೆ ಈ ಭಾಗವತ ಪುರಾಣವೇ ಪರಮಾಶ್ರಯವಾಗಿದೆ.

ಶ್ರೋತೃಗಳ ಲಕ್ಷಣ : ಶ್ರೀಮದ್ವಿಷ್ಣುವಿನ ಕಥೆಯನ್ನು ಆಸಕ್ತಿಯಿಂದ ಕೇಳುವ ಶ್ರೋತೃಗಳು ಪ್ರವರ (ಉತ್ತಮ) ಮತ್ತು ಅವರ (ಅಧಮ) ಎಂದು ಎರಡು ವಿಧವಾಗಿರುತ್ತಾರೆ. ಪ್ರವರಶ್ರೋತೃಗಳಲ್ಲಿಯೂ ಚಾತಕ, ಹಂಸ, ಶುಖ ಮತ್ತು ಮೀನ ಎಂದು ಮುಂತಾಗಿ ಉಪಭೇದಗಳಿವೆ. ಅವರ ಶ್ರೋತೃಗಳಲ್ಲಿಯೂ ವೃಕ, ಭೂರುಂಡ, ವೃಷ ಮತ್ತು ಉಷ್ಟ್ರವೇ ಮೊದಲಾದ ನಾಲ್ಕು ಉಪಭೇದಗಳಿವೆ. ಚಾತಕ ಪಕ್ಷಿಯ ಭೂಮಿಯನ್ನು ಮುಟ್ಟುವ

ಮೊದಲೇ ಮೋಡದಿಂದ ಸುರಿಯುವ ನೀರನ್ನು ಮಾತ್ರ ಸೇವಿಸುವಂತೆ ಯಾವ ಶ್ರೋತೃಗಳು ಉಳಿದೆಲ್ಲವನ್ನೂ ಬಿಟ್ಟು ಕೇವಲ ಶ್ರೀಕೃಷ್ಣನಿಗೆ ಸಂಬಂಧಿ ಸಿದ ಶ್ರೀಮದ್ಭಾಗವತ ಮುಂತಾದ ಶಾಸ್ತ್ರಗ್ರಂಥಗಳನ್ನು ಕೇಳುವ ವ್ರತವನ್ನು ಗ್ರಹಿಸಿರುವರೋ ಆವರು 'ಚಾತಕ ಶ್ರೋತೃಗಳು'. ಹಂಸ ಪಕ್ಷಿಯು ನೀರು ಮಿಶ್ರಿತವಾದ ಹಾಲಿನೊಳಗಿಂದ ನಿರ್ಮಲವಾದ ಹಾಲನ್ನು ಮಾತ್ರ ಸೇವಿಸಿ ಜಲಭಾಗವನ್ನು ಬಿಟ್ಟು ಬಿಡುವಂತೆ ಅನೇಕ ಶಾಸ್ತ್ರಗಳನ್ನು ಕೇಳಿದರೂ ಅವುಗಳಲ್ಲಿ ಸಾರಭೂತವಾದ ಶ್ರೀಕೃಷ್ಣನ ಕಥೆಯನ್ನು ಮಾತ್ರ ಪ್ರತ್ಯೇಕಿಸಿ ಗ್ರಹಿಸುವ ಶ್ರೋತೃಗಳು 'ಹಂಸ' ಎನಿಸುತ್ತಾರೆ. ಚೆನ್ನಾಗಿ ಶಿಕ್ಷಣ ಪಡೆದ ಶುಕವು (ಗಿಳಿಯು) ತನ್ನ ಮಧುರವಾಣಿಯಿಂದ ತನಗೆ ಶಿಕ್ಷಣವನ್ನು ಕೊಟ್ಟ– ವರಿಗೂ ಹಾಗೂ ಹತ್ತಿರದಲ್ಲಿರುವ ಶ್ರೋತೃಗಳಿಗೂ ಸಂತೋಷವನ್ನುಂಟು ಮಾಡುವಂತೆ ಯಾವ ಶ್ರೋತೃಗಳು ಕಥೆಯನ್ನು ಹೇಳುವವರ ಬಾಯಿಂದ ಬರುವ ಶ್ರೀವ್ಯಾಸರ ಉಪದೇಶವನ್ನು ಕೇಳಿ, ಅದನ್ನು ಸುಂದರವೂ ಪರಿಮಿತವೂ ಆದ ವಾಣಿಯಿಂದ ತಾನೂ ಹಾಗೆಯೇ ಇತರ ಶ್ರೋತೃಗಳಿಗೆ ಭಾಗವತವನ್ನು ಹೇಳಿ ಶ್ರೀವ್ಯಾಸರಿಗೂ ಹಾಗೂ ಇತರ ಶ್ರೋತೃಗಳಿಗೂ ಆನಂದವನ್ನುಂಟು ಮಾಡುವರೋ ಆವರು 'ಶುಕ' ಎಂಬ ವರ್ಗಕ್ಕೆ ಸೇರಿದ ಶ್ರೋತೃಗಳು. ಕ್ಷೀರ ಸಾಗರದಲ್ಲಿರುವ ಮೀನು ಎವೆಯಿಕ್ಕದ ಕಣ್ಣುಗಳಿಂದ ನೋಡುತ್ತಾ ಸದಾ ಹಾಲನ್ನು ಕುಡಿಯುತ್ತಿರುವಂತೆ ಯಾರು ಭಾಗವತ ಪ್ರವಚನ ನಡೆದಾಗ ಎವೆಯಿಕ್ಕದೇ ಹಾಗೂ ಯಾವ ಮಾತನ್ನಾಡದೇ ಏಕಾಗ್ರತೆಯಿಂದ ಕಥಾಶ್ರವಣ ಮಾಡುವರೋ ಅವರು 'ಮೀನ' ಎಂಬ ವರ್ಗಕ್ಕೆ ಸೇರಿದ ಶ್ರೋತೃ ಗಳಾಗಿರುವರು. ಇವರೆಲ್ಲ ಪ್ರವರವರ್ಗದ ಶ್ರೋತೃಗಳಾಗಿದ್ದಾರೆ.

    ಇನ್ನು ಮುಂದೆ 'ಆವರ' ವರ್ಗದ ಶ್ರೋತೃಗಳ ಉಪಭೇದಗಳ ಬಗ್ಗೆ ತಿಳಿಸುವೆನು. ಈ ವರ್ಗದಲ್ಲಿ ವೃಕ, ಭೂರುಂಡ, ವೃಷ ಮತ್ತು ಉಷ್ಟ್ರ ಎಂಬ ನಾಲ್ಕು ಪ್ರಕಾರದ ಶ್ರೋತೃಗಳೆಂದು ಈ ಮೊದಲು ನಿಮಗೆ ತಿಳಿಸಿದ್ದೇನೆ. ವೃಕ ಎಂದರೆ ತೋಳ. ವೃಕವು ಅರಣ್ಯದಲ್ಲಿ ಕೊಳಲಿನಂತೆ ಮಧುರಧ್ವನಿ ಮಾಡುತ್ತಿರುವ ಸಾಧುಪ್ರಾಣಿಗಳಿಗೆ ಭಯಂಕರವಾದ ಗರ್ಜನೆಯನ್ನು ಮಾಡುವಂತೆ ಯಾವ ಮೂರ್ಖ ಶ್ರೋತೃಗಳು ಕಥಾಪ್ರವಚನ ನಡೆದಾಗ ಮಧ್ಯೆ ಮಧ್ಯೆ ಗಟ್ಟಿಯಾಗಿ ಮಾತನಾಡುತ್ತ ಕಥಾಶ್ರವಣದಲ್ಲಿ ತಲ್ಲೀನರಾದ

ಇತರ ಶ್ರೋತೃಗಳಿಗೆ ಉದ್ವೇಗವನ್ನು ಉಂಟು ಮಾಡುವರೋ ಅವರು ಈ 'ವೃಕ' ವರ್ಗಕ್ಕೆ ಸೇರಿದ ಶ್ರೋತೃಗಳು. ಭೂರುಂಡ ಎಂಬುದು ಹಿಮಾಲಯದ ಶಿಖರಗಳಲ್ಲಿರುವ ಒಂದು ಜಾತಿಯ ಪಕ್ಷಿ. ಇದು ಇತರರು ಹೇಳುವ ಒಳ್ಳೆಯ ವಾಕ್ಯಗಳನ್ನು ಕೇಳಿ ತಾನೂ ಅದರಂತೆಯೇ ಉಚ್ಚರಿಸುತ್ತದೆ. ಆದರೆ ಅವರ ವಾಕ್ಯಗಳಲ್ಲಿರುವ ಉಪದೇಶದಂತೆ ತಾನು ನಡೆಯುವದಿಲ್ಲ. ವಾಕ್ಯಗಳ ಅರ್ಥಜ್ಞಾನವಾಗದೇ ಇರುವುದರಿಂದ ಆ ಮಾತುಗಳಿಂದ ತಾನು ಯಾವುದೇ ಲಾಭ ಪಡೆಯುವುದಿಲ್ಲ. ಹಾಗೆಯೇ ಕಥಾ ಪ್ರವಚನ ನಡೆದಾಗ ಅದನ್ನೆಲ್ಲ ಕೇಳಿಕೊಂಡು ಯಾವ ಶ್ರೋತೃಗಳು ಇತರರಿಗೆ ಪ್ರವಚನದ ಸಾರವನ್ನು ರಂಜನೆಗಾಗಿ ಮಾತ್ರ ಹೇಳಿ ತಾವು ಮಾತ್ರ ಅದರ ಅರ್ಥಜ್ಞಾನವಾದರೂ ಆದನ್ನು ಉಪೇಕ್ಷಿಸಿ ಅದರಲ್ಲಿಯ ಉಪದೇಶದಂತೆ ನಡೆಯುವ ಪ್ರಯತ್ನ ಮಾಡುವುದಿಲ್ಲವೋ ಆವರನ್ನು ಆವರ ವರ್ಗದ ಶ್ರೋತೃಗಳಲ್ಲಿ ಎರಡನೆಯ ಭೇದವಾದ 'ಭೂರುಂಡ' ಎಂದು ಕರೆಯಲಾಗುತ್ತದೆ. ಇನ್ನು **ವೃಷ** ಎಂಬುದು ಆವರದಲ್ಲಿಯ ಮೂರನೇಯ ಪ್ರಕಾರದ ಶ್ರೋತೃ ವರ್ಗ. ವೃಷ ಎಂದರೆ ಎತ್ತು. ಎತ್ತಿನ ಮುಂದೆ ಸಿಹಿಯಾದ ಪದಾರ್ಥವಿರಲಿ ಅಥವಾ ಕಹಿಯಾದ ಪದಾರ್ಥವಿರಲಿ ಎರಡನ್ನೂ ಸಮನಾಗಿ ತಿಳಿದು ತಿನ್ನುತ್ತದೆ. ಆದರಂತೆಯೇ ಕಥಾಪ್ರವಚನದಲ್ಲಿ ಕೆಲವು ಗ್ರಾಹ್ಯ ಇನ್ನು ಕೆಲವು ಅಗ್ರಾಹ್ಯ ವಿಷಯಗಳಿರುತ್ತವೆ. ಈ ಎರಡನ್ನೂ ವಿವೇಚಿಸದೇ ಸಾರಾಸಾರ ಉಪದೇಶ ಗಳೆರಡನ್ನೂ ಸೇವಿಸುವ ಕುರುಡಬುದ್ಧಿಯ ಶ್ರೋತೃಗಳನ್ನು **ವೃಷ** ಎಂದು ಕರೆಯುವರು. ಇನ್ನು ಕೊನೆಯದಾದದ್ದು '**ಉಷ್ಟ್ರ**' ಪ್ರಕಾರವು. ಉಷ್ಟ್ರ ಎಂದರೆ ಒಂಟೆ. ಇದು ರುಚಿಕರವಾದ ಎಳಸಾದ ಮಾವಿನ ಚಿಗುರುಗಳನ್ನು ತಿನ್ನದೇ ಕಹಿಯಾದ ಬೇವಿನ ಎಲೆಗಳನ್ನು, ಮುಳ್ಳುಕಂಟೆಗಳನ್ನು ತಿನ್ನುತ್ತದೆ. ಹಾಗೆಯೇ ಕಥಾಪ್ರವಚನದಲ್ಲಿಯ ಸಾರಭಾಗವನ್ನು ಬಿಟ್ಟು ಸಾಂಸಾರಿಕ ಕಥಾ ಪ್ರಸಂಗಗಳನ್ನೇ ಆಸಕ್ತಿಯಿಂದ ಶ್ರವಣ ಮಾಡಿ ಆನಂದ ಪಡುವ ಶ್ರೋತೃಗಳು **ಉಷ್ಟ್ರವರ್ಗಕ್ಕೆ** ಸೇರಿದವರೆಂದು ಹೇಳಲಾಗುತ್ತದೆ.

ಪ್ರವರ ಮತ್ತು ಆವರ ವರ್ಗದ ಶ್ರೋತೃಗಳಲ್ಲಿ ಈಗ ಹೇಳಿರುವ ಭೇದಗಳಲ್ಲದೇ '**ಭ್ರಮರ**', '**ಗರ್ದಭ**' ಇವೇ ಮೊದಲಾದ ಇನ್ನೂ ಅನೇಕ ಭೇದಗಳಿದ್ದು ಅವುಗಳನ್ನು ಆಯಾ ಶ್ರೋತೃಗಳ ಆಚಾರ–ಸ್ವಭಾವಗಳಿಂದ ನಿರ್ಧರಿಸಬೇಕು.

ಶ್ರೀಮದ್ಭಾಗವತ ಪ್ರವಚನ ನಡೆಯುವಾಗ ಯಾವನು ಪ್ರವಚನ–ಕಾರನಿಗೆ ವಿಧಿಪೂರ್ವಕ ಗೌರವದಿಂದ ನಮಿಸಿ, ಆತನ ಮುಂದೆ ಕುಳಿತು, ಸಾಂಸಾರಿಕ ವಿಚಾರಗಳನ್ನು ತೊರೆದು ಮೌನದಿಂದ ಕೇವಲ ಭಗವಂತನ ಮಹಿಮೆಗಳನ್ನು ಕೇಳಲು ಬಯಸುವನೋ, ಪ್ರವಚನದಲ್ಲಿಯ ವಿಷಯಗಳನ್ನು ಸರಿಯಾಗಿ ಅರ್ಥಮಾಡಿಕೊಳ್ಳುವಲ್ಲಿ ಕುಶಲನಾಗಿರುವನೋ, ಕೇಳಿದ್ದನ್ನು ಚಿಂತನೆ ಮಾಡಿ ಆಗ ಬಂದ ಸಂಶಯಗಳನ್ನು ಪ್ರವಚನಕಾರರಲ್ಲಿ ನಿವೇದಿಸಿ ಪರಿಹರಿಸಿಕೊಳ್ಳುವನೋ ಮತ್ತು ಶ್ರೀಕೃಷ್ಣನ ಎಲ್ಲ ಭಕ್ತರೊಂದಿಗೆ ಸದಾ ಪ್ರೇಮಭಾವದಿಂದ ಇರುವನೋ ಅಂಥವನೇ ಉತ್ತಮ ಶ್ರೋತೃನೆಂದು ಪರಿಗಣಿಸಲ್ಪಡುತ್ತಾನೆ.

ಪ್ರವಚನಕಾರನ ಲಕ್ಷಣಗಳು : ಶೌನಕಾದಿ ಮುನಿಗಳೇ! ಈಗ ಶ್ರೀಮದ್ಭಾಗವತಾದಿ ಪುರಾಣಗಳ ಪ್ರವಚನ ಮಾಡುವವರ ಲಕ್ಷಣಗಳನ್ನು ತಿಳಿಸುವೆನು ಕೇಳಿರಿ. ಪ್ರವಚನಕಾರನು ಮುಖ್ಯವಾಗಿ ಶ್ರೀಕೃಷ್ಣನ ಭಕ್ತನಾಗಿರ ಬೇಕು. ಭಗವಂತನಲ್ಲಿ ದೃಢವಾದ ಭಕ್ತಿಯೊಂದನ್ನು ಬಿಟ್ಟು ಇನ್ನಾವುದನ್ನೂ ಅಪೇಕ್ಷಿಸಬಾರದು. ಶ್ರೀಕೃಷ್ಣನ ಎಲ್ಲ ಭಕ್ತರಲ್ಲಿ ಸ್ನೇಹ ಸೌಹಾರ್ದಗಳನ್ನು ಹೊಂದಿರಬೇಕು. ದೀನರಲ್ಲಿ ದಯಾಳುವಾಗಿರಬೇಕು. ವಿವಿಧವಾದ ಯುಕ್ತಿ ಹಾಗೂ ದೃಷ್ಟಾಂತಗಳೊಂದಿಗೆ ಶ್ರೋತೃಗಳ ಮನಮುಟ್ಟುವಂತೆ ಪುರಾಣ ದೊಳಗಿನ ಕಥೆಗಳನ್ನೂ, ತತ್ತ್ವಗಳನ್ನೂ ತಿಳಿಸುವಂಥವನಾಗಿರಬೇಕು. ಇಂತಹ ಲಕ್ಷಣಗಳಿಂದ ಕೂಡಿದ ಪ್ರವಚನಕಾರನನ್ನು ಮುನಿಗಳೂ ಸಮ್ಮಾನಿಸುತ್ತಾರೆ.

ಕಥಾಸೇವನೆಯ ವಿಧಿಗಳು : ಶೌನಕಾದಿಗಳೇ! ಶ್ರೀಮದ್ಭಾಗವತ ಪುರಾಣವನ್ನು ಸೇವಿಸಲು ಶ್ರೋತೃಗಳು ಅನುಸರಿಸಬೇಕಾದ ವಿಧಿಗಳ ಬಗ್ಗೆ ತಿಳಿಸುತ್ತೇನೆ ಕೇಳಿರಿ. ಈ ವಿಧಿಗಳ ಪಾಲನೆಯಿಂದ ಶ್ರೋತೃಗಳಿಗೆ ಸುಖ ಪರಂಪರೆಯು ಉಂಟಾಗುವುದು.

ರಾಜಸಂ ಸಾತ್ತ್ವಿಕಂ ಚಾಪಿ ತಾಮಸಂ ನಿರ್ಗುಣಂ ತಥಾ ।
ಚತುರ್ವಿಧಂ ತು ವಿಜ್ಞೇಯಂ ಶ್ರೀಭಾಗವತಸೇವನಮ್ ॥ ೪–೨೪ ॥

ಶ್ರೀಮದ್ಭಾಗವತದ ಸೇವನೆಯಲ್ಲಿ ೧. ಸಾತ್ತ್ವಿಕ, ೨. ರಾಜಸ, ೩. ತಾಮಸ ಮತ್ತು ೪. ನಿರ್ಗುಣ ಎಂಬ ನಾಲ್ಕು ವಿಧಾನಗಳಿವೆ.

ಬಹು ಪರಿಶ್ರಮಪೂರ್ವಕ ಮತ್ತು ಉತ್ಸಾಹದಿಂದ ಭಾಗವತದ ಪ್ರವಚನಕಾರರಿಗೂ ಮತ್ತು ಶ್ರೋತೃಗಳಿಗೂ ತಕ್ಕ ವ್ಯವಸ್ಥೆಯನ್ನು ಮಾಡಿ ಏಳುದಿನಗಳವರೆಗೆ ಶ್ರೀಮದ್ಭಾಗವತದ ಶ್ರವಣ ಮಾಡಿ ಮಂಗಳ ಮಾಡುವ ಭಾಗವತ ಸೇವನೆಯು **ರಾಜಸ** ಸೇವನೆಯಾಗುತ್ತದೆ. ಯಾವ ಆತುರವೂ ಇಲ್ಲದೆ ನಿಧಾನವಾಗಿ ನಡೆಸುತ್ತಾ ಒಂದು ಅಥವಾ ಎರಡು ತಿಂಗಳುಗಳ ವರೆಗೆ ಯಾವ ಆಯಾಸವೂ ಇಲ್ಲದೇ ಸಂತೋಷದಿಂದ ಭಾಗವತ ಪುರಾಣದ ರಸಾಸ್ವಾದನೆ ಮಾಡುವ ಸೇವನೆಯು **ಸಾತ್ತ್ವಿಕ** ಸೇವನೆ ಎನಿಸುತ್ತದೆ. ಪ್ರವಚನದ ಮಧ್ಯ ಮಧ್ಯದಲ್ಲಿ ಮರೆವಿನಿಂದ ಕೆಲವು ವಿಷಯಗಳನ್ನು ಬಿಟ್ಟು ನೆನಪಿಗೆ ಬಂದಾಗ ಅವುಗಳನ್ನು ಮತ್ತೆ ಪ್ರಾರಂಭದಿಂದ ಹೇಳುವುದು, ಹೀಗೆ ಒಂದು ವರ್ಷದವರೆಗೆ ಆಲಸ್ಯ ಅಶ್ರದ್ಧೆಗಳಿಂದ ನಡೆಸುವ ಭಾಗವತ ಕಥಾ ಸೇವನೆಯು ‘ತಾಮಸ’ ಸೇವನೆ ಎಂದು ಕರೆಯಲ್ಪಡುತ್ತದೆ. ಪರೀಕ್ಷಿದ್ರಾಜ ಮತ್ತು ಶುಕಮುನಿಗಳ ಮಧ್ಯೆ ಏಳುದಿನಗಳವರೆಗೆ ಸಂಭಾಷಣೆ ರೂಪದಲ್ಲಿ ನಡೆದ ಕಥಾಶ್ರವಣವು **ನಿರ್ಗುಣ** ಸೇವನೆ ಎನಿಸುತ್ತದೆ. ಇವರೀರ್ವರ ಮಧ್ಯೆ ಏಳು ದಿನಗಳವರೆಗೆ ಸಂಭಾಷಣೆಯ ರೂಪದಲ್ಲಿ ಕಥಾಸೇವನೆಯು ನಡೆಯಿ ತಲ್ಲ. ಇಲ್ಲಿಯೂ ರಾಜಸ ಸೇವನೆಯಂತೆ ಏಳು ದಿನಗಳ ಕಾಲಮಿತಿ ಕಂಡು ಬರುವದರಿಂದ ಇದೂ ರಾಜಸ ಸೇವನೆಯೇ ಏಕಾಗಬಾರದು? ನಿರ್ಗುಣ ಸೇವೆ ಹೇಗಾಗುವುದು? ಎಂದು ಶಂಕಿಸಬಾರದು. ಏಕೆಂದರೆ ಇಲ್ಲಿ ರಾಜನ ಆಯುಸ್ಸಿನಲ್ಲಿ ಉಳಿಕೆಯ ದಿನಗಳು ಏಳೇ ಆಗಿದ್ದರಿಂದ ಶುಕಾಚಾರ್ಯರು ಏಳು ದಿನ ಭಾಗವತವನ್ನು ಉಪದೇಶಿಸಿದರು. ಪರೀಕ್ಷಿತ ರಾಜನು ಏಳು ದಿನ ಕೇಳಿದನು ಎಂದು ಏಳು ದಿನಗಳ ಸಂಖ್ಯೆಯು ಬಂದಿದೆಯಲ್ಲದೇ ಸಪ್ತಾಹ ಕಥಾ ನಿಯಮವನ್ನು ತಿಳಿಸುವುದಕ್ಕಾಗಿ ಅದು ಬಂದಿಲ್ಲ. (ತತ್ರ ಸಪ್ತದಿನಾಖ್ಯಾನಂ ತದಾಯುರ್ದಿನಸಂಖ್ಯಯಾ । ೭–೨೯॥)

ಅನ್ಯತ್ರ ತ್ರಿಗುಣಂ ಚಾಪಿ ನಿರ್ಗುಣಂ ಚ ಯಥೇಚ್ಛಯಾ ।
ಯಥಾಕಥಂಚಿತ್ ಕರ್ತವ್ಯಂ ಸೇವನಂ ಭಗವಚ್ಚುತೇಃ ॥ ೭–೨೦॥

ಭಾರತವರ್ಷವನ್ನು ಬಿಟ್ಟು ಇತರ ಸ್ಥಾನಗಳಲ್ಲಿ ತನ್ನ ಇಚ್ಛಾನುಸಾರ ವಾಗಿ ಸಾತ್ತಿಕ, ರಾಜಸ, ತಾಮಸ ಅಥವಾ ನಿರ್ಗುಣ ರೂಪವಾದ ಶ್ರೀಮದ್ಭಾಗವತ ಸೇವನೆಯನ್ನು ಮಾಡಬಹುದು. ಯಾವುದೇ ರೀತಿಯ

ಲ್ಲಾದರೂ ಶ್ರೀಮದ್ಭಾಗವತ ಪುರಾಣದ ಸೇವನೆಯನ್ನು ಮಾಡುತ್ತಲೇ ಇರಬೇಕಷ್ಟೇ.

ಧರ್ಮ, ಅರ್ಥ, ಕಾಮ ಮೋಕ್ಷಗಳೆಂಬ ಪುರಾಷಾರ್ಥಗಳನ್ನು ಬಯಸುವವರೆಲ್ಲ ಶ್ರೀಮದ್ಭಾಗವತ ಕಥಾಮೃತ ಪಾನ ಮಾಡಬೇಕು. ಇದರ ಸೇವನೆಯಿಂದ ಐಹಿಕ ಹಾಗೂ ಪಾರಮಾರ್ಥಿಕ ಫಲಗಳೆಲ್ಲವೂ ಲಭಿಸುವವ.

ಎಲ್ಲಿಯಾದರೂ ಶ್ರೀಮದ್ಭಾಗವತ ಸಪ್ತಾಹವು ನಡೆಯುವುದೆಂದು ತಿಳಿದು ಬಂದರೆ ಅಲ್ಲಿ ಹೋಗಿ ಭಾಗವಹಿಸಿ ಆಯೋಜಕರಿಗೂ ಅಲ್ಲಿ ಬಂದ ಸಜ್ಜನರಿಗೂ ತನು–ಮನ–ಧನಗಳನ್ನಿತ್ತು ಕಾಯಾ–ವಾಚಾ–ಮನಸಾ ಸೇವೆ ಯನ್ನು ಸಲ್ಲಿಸಬೇಕು. ಆಯೋಜಕರ ಹಾಗೂ ಸಜ್ಜನರ ಅನುಗ್ರಹದಿಂದ ದಾನಿಗೆ ಪುಣ್ಯವ ಲಭಿಸುವುದು.

ಲೋಕದಲ್ಲಿ ಎರಡು ತರಹದ ಧನಗಳು ಕಂಡುಬರುತ್ತವೆ. ಒಂದು ಶ್ರೀಕೃಷ್ಣನೆಂಬ ಶ್ರೇಷ್ಠಧನವಾದರೆ ಇನ್ನೊಂದು ಲೌಕಿಕ ಧನ. ಶ್ರೀಮದ್ಭಾಗವತ ಪುರಾಣದ ಪ್ರವಚನಕಾರರಾಗಲಿ, ಶ್ರೋತೃಗಳಾಗಲೀ ಈ ಎರಡೂ ಧನಗಳಲ್ಲಿ ಅದರಲ್ಲಿಯೂ ಪುರಾಣ ಹೇಳಿ ಲೌಕಿಕ ಧನವನ್ನೇ ಬಯಸುವ ಜನರೇ ಹೆಚ್ಚಾಗಿ ಕಾಣಿಸುತ್ತಾರೆ. ಕೇವಲ ಶ್ರೀಕೃಷ್ಣನ ಅನುಗ್ರಹ ರೂಪವಾದ ಧನವನ್ನು ಬಯಸುವವರು ಬಹು ಕಡಿಮೆ. ಇನ್ನು ಪ್ರಹ್ಲಾದನಂತಹ ಕೆಲವು ಏಕಾಂತ ಭಕ್ತರು ಎರಡನ್ನೂ ಬಯಸದೇ ಕೇವಲ ಭಗವಂತನ ನಿರಂತರ ಧ್ಯಾನ–ದರ್ಶನಗಳನ್ನು ಬಯಸುತ್ತಾರೆ.

ಸಕಾಮರಾದ ಶ್ರೋತೃಗಳು ಮತ್ತು ಪ್ರವಚನಕಾರರು ಕಥೆಯು ಮುಗಿಯುವವರೆಗೆ ಪ್ರತಿದಿನ ಎಲ್ಲ ವಿಧಿಗಳನ್ನೂ ಎಚ್ಚರಿಕೆಯಿಂದ ಪಾಲಿಸ ಬೇಕು. ಪ್ರಾತಃಕಾಲ ಶೌಚಾದಿ ಪ್ರಾತರ್ವಿಧಿಗಳನ್ನು ಮುಗಿಸಿ ಪ್ರಾತಃಸ್ನಾನ, ಮಾಡಿ ಸಂಧ್ಯಾವಂದನಾದಿ ನಿತ್ಯ ಕರ್ಮಗಳನ್ನು ಮುಗಿಸಿ ಭಗವಂತನ ಪೂಜಾದಿಗಳನ್ನು ಮಾಡಿ ಮುಗಿಸಬೇಕು. ಅನಂತರ ಭಗವಂತನ ನಿರ್ಮಾಲ್ಯ ತೀರ್ಥವನ್ನು ಸೇವಿಸಿ ಶ್ರೀಮದ್ಭಾಗವತವನ್ನೂ ಶ್ರೀವ್ಯಾಸಮಹರ್ಷಿಗಳನ್ನೂ ಪೂಜಿಸಬೇಕು. ಅನಂತರ ಶ್ರೀಮದ್ಭಾಗವತ ಪುರಾಣದ ಪ್ರವಚನ ಮತ್ತು ಶ್ರವಣವನ್ನು ಮಾಡಬೇಕು. ಪ್ರವಚನ ಮುಗಿದ ನಂತರ ತೀರ್ಥ ಸೇವಿಸಿ ಗಂಧಾಕ್ಷತೆಗಳನ್ನು ಹಚ್ಚಿಕೊಂಡು ಕ್ಷೀರ ಅಥವಾ ಕ್ಷೀರಾನ್ನವನ್ನು ಸೇವಿಸಬೇಕು. ನಿತ್ಯ ಬ್ರಹ್ಮಚರ್ಯವನ್ನು ಪಾಲಿಸಬೇಕು. ನೆಲದ ಮೇಲೆಯೇ ಮಲಗಬೇಕು.

ಕ್ರೋಧ–ಲೋಭಾದಿ ಷಡ್ರಿಪುಗಳನ್ನು ತ್ಯಜಿಸಿ ಶಾಂತಚಿತ್ತನಾಗಿದ್ದು ಪ್ರವಚನ–
ಶ್ರವಣಾದಿಗಳನ್ನು ಮಾಡಬೇಕು. ಪ್ರತಿದಿನವೂ ಕಥೆಯ ಕೊನೆಯಲ್ಲಿ
ಶ್ರೀಹರಿನಾಮಸಂಕೀರ್ತನೆಯನ್ನು ಮಾಡಬೇಕು ಮತ್ತು ಮಂಗಳದ ದಿನ
ರಾತ್ರಿಯಲ್ಲೂ ಜಾಗರಣೆ ಮಾಡಿ ಹರಿಕೀರ್ತನೆ ಮಾಡಬೇಕು. ಮಂಗಳದ ದಿನ
ಬ್ರಾಹ್ಮಣರಿಗೆ ಭೋಜನ ಮಾಡಿಸಿ ಯಥಾಶಕ್ತಿ ದಕ್ಷಿಣಾದಿ ಗಳನ್ನಿತ್ತು
ಸಂತೋಷಬಡಿಸಬೇಕು. ಪೌರಾಣಿಕನಿಗೂ ಯಥಾಯೋಗ್ಯವಾಗಿ ದಕ್ಷಿಣ–
ವಸ್ತ್ರಾದಿಗಳನ್ನಿತ್ತು ಸತ್ಕರಿಸಿ ಗೋದಾನ ಮಾಡಬೇಕು.

ಗುರವೇ ವಸ್ತ್ರಭೂಷಾದಿ ದತ್ತ್ವಾ ಗಾಂ ಚ ಸಮರ್ಪಯೇತ್ ।
ಏವಂ ಕೃತೇ ವಿಧಾನೇ ತು ಲಭತೇ ವಾಂಛಿತಂ ಫಲಮ್   ॥ ೪೬ ॥

ದಾರಾಗಾರಸುತಾನ್ ರಾಜ್ಯಂ ಧನಾದಿ ಚ ಯದೀಪ್ಸಿತಮ್ ।
ಪರಂ ತು ಶೋಭತೇ ನಾತ್ರ ಸಕಾಮತ್ವಂ ವಿಡಂಬನಮ್ ॥ ೪೭ ॥

ಕೃಷ್ಣಪ್ರಾಪ್ತಿಕರಂ ಶಶ್ವತ್ ಪ್ರೇಮಾನಂದಫಲಪ್ರದಮ್ ।
ಶ್ರೀಮದ್ಭಾಗವತಂ ಶಾಸ್ತ್ರಂ ಕಲೌ ಕೀರೇಣ ಭಾಷಿತಮ್   ॥ ೪೮ ॥

    ಹೀಗೆ ಮಾಡುವುದರಿಂದ ಯಜಮಾನನಿಗೂ, ಶ್ರೋತೃಗಳಿಗೂ
(ಮನೆ–ಪತ್ನಿ–ಮಕ್ಕಳು–ಭೂಮಿ–ಧನಾದಿ) ಸಕಲ ಇಷ್ಟಾರ್ಥಗಳೂ ಕೈಗೂಡು
ವವು. ಸಕಾಮರಾಗಿ ಶ್ರೀಮದ್ಭಾಗವತವನ್ನು ಸೇವಿಸುವುದು ವಿಡಂಬನೆಯೇ
ಆಗುತ್ತದೆ.

    ಶ್ರೀಶುಕಮಹರ್ಷಿಗಳ ಮುಖಕಮಲದಿಂದ ಹೊರಸೂಸಿದ
ಶ್ರೀಮದ್ಭಾಗವತವೆಂಬುದು ಕಲಿಯುಗದಲ್ಲಿಸಾಕ್ಷಾತ್ ಶ್ರೀಕೃಷ್ಣಪರಮಾತ್ಮನನ್ನೇ
ದೊರಕಿಸಿ ಕೊಡುವಂಥ ಮಹಾಶಾಸ್ತ್ರವಾಗಿದೆ. ಇಷ್ಟೇ ಅಲ್ಲ ಆ ಪುರಾಣದ
ನಿರಂತರ ಅವಲೋಕನ, ನಿಯಮದಿಂದ ಪಠಣ– ಪಾರಾಯಣಾದಿಗಳು
ಪ್ರೇಮಾನಂದರೂಪವಾದ ಫಲವನ್ನು ಕೊಡುವವು.

    ॥ ಇಲ್ಲಿಗೆ ಶ್ರೀಸ್ಕಂದ ಪುರಾಣದ ವೈಷ್ಣವ ಖಂಡದಲ್ಲಿ ಬರುವ
    ಶ್ರೀಮದ್ಭಾಗವತ ಮಹಾತ್ಮೆಯಲ್ಲಿ ಶ್ರೀಮದ್ಭಾಗವತದ ಸ್ವರೂಪ,
    ಪ್ರಮಾಣ, ವಕ್ತೃ–ಶ್ರೋತೃಗಳ ಲಕ್ಷಣ, ಶ್ರವಣವಿಧಿ ಮತ್ತು
    ಶ್ರವಣಮಹಾತ್ಮೆ ಎಂಬ ನಾಲ್ಕನೆಯ ಅಧ್ಯಾಯವು ಸಮಾಪ್ತವಾಯಿತು. ॥

        ॥ ಶ್ರೀಕೃಷ್ಣಾರ್ಪಣಮಸ್ತು ॥

೧೯. (i) ಸಮಗ್ರ ಭಾಗವತದ ಸಂಕ್ಷಿಪ್ತ ವಿಷಯಾನುಕ್ರಮಣಿಕೆ

(ಭಾಗ. ೧೨.೧೨. ೫–೪೫)

ಸೂತ ಉವಾಚ–

ನಮೋ ಧರ್ಮಾಯ ಮಹತೇ ನಮಃ ಕೃಷ್ಣಾಯ ವೇಧಸೇ ॥
ಬ್ರಾಹ್ಮಣೇಭ್ಯೋ ನಮಸ್ಕೃತ್ಯ ಧರ್ಮಾನ್ ವಕ್ಷ್ಯೇ ಸನಾತನಾನ್ ॥೧॥

ಸೂತರು ನುಡಿಯುತ್ತಾರೆ –

ಲೋಕಧಾರಕನಾದ ಮಹಾತ್ಮನಾದ ಸೃಷ್ಟಿಕರ್ತನಾದ ಶ್ರೀಕೃಷ್ಣನಿಗೆ ನಮಸ್ಕರಿಸಿ ಬ್ರಹ್ಮಜ್ಞಾನಿಗಳಿಗೂ ನಮಿಸಿ ಸನಾತನ ಧರ್ಮಗಳನ್ನು ಹೇಳುವೆನು.

ಏತದ್ವಃ ಕಥಿತಂ ವಿಪ್ರಾ ವಿಷ್ಣೋಶ್ಚರಿತಮದ್ಭುತಮ್ ।
ಭವದ್ಭಿರ್ಯದಹಂ ಪೃಷ್ಟೋ ನರಾಣಾಂ ಪುರುಷೋಚಿತಮ್ ॥೨॥

ಮುನಿಗಳೇ, ನೀವು ಕೇಳಿದ ವಿಷ್ಣುವಿನ ಅದ್ಭುತ ಚರಿತ್ರೆಯನ್ನು ಭಾಗವತದಲ್ಲಿ ನಿಮಗೆ ಹೇಳಿದ್ದೇನೆ. ಅದು ಸತ್ಪುರುಷರಿಗೆ ಮಾತ್ರ ಕೇಳಲು ಯೋಗ್ಯವಾದುದು.

ಅತ್ರ ಸಂಕೀರ್ತ್ಯತೇ ಸಾಕ್ಷಾತ್ಸರ್ವಪಾಪಹರೋ ಹರಿಃ ।
ನಾರಾಯಣೋ ಹೃಷೀಕೇಶೋ ಭಗವಾನ್ ಸಾತ್ವತಾಂ ಪತಿಃ   ॥೩॥

ಈ ಭಾಗವತದಲ್ಲಿ ಸರ್ವಪಾಪ ಪರಿಹಾರಕನಾದ ಹರಿಯೇ ಮುಖ್ಯ– ವಾಗಿ ವರ್ಣಿತನಾಗುತ್ತಾನೆ. ಅವನೇ ಸಾಕ್ಷಾತ್ ನಾರಾಯಣ ಹೃಷೀಕೇಶ, ಭಗವಂತ, ಸಜ್ಜನರಿಗೊಡೆಯ.

ಯತ್ತದ್ ಬ್ರಹ್ಮಪರಂ ಗುಹ್ಯಂ ಜಗತಃ ಪ್ರಭವಾಪ್ಯಯಮ್ ।
ಜ್ಞಾನಂ ಚ ಸದುಪಾಖ್ಯಾನಂ ಪ್ರೋಕ್ತಂ ವಿಜ್ಞಾನಸಂಯುತಮ್   ॥೪॥

ಜಗತ್ತಿನ ಸೃಷ್ಟಿಸ್ಥಿತಿ ಲಯಕಾರಿಯಾದ ರಹಸ್ಯವಾದ ಪರಬ್ರಹ್ಮ ತತ್ವವ

ಈ ಪುರಾಣದಲ್ಲಿ ಉಕ್ತವಾಗಿದೆ. ಆ ವಿಷಯದಲ್ಲಿ ಜ್ಞಾನ ವಿಜ್ಞಾನಗಳೂ ಸಜ್ಜನರ ಉಪಾಖ್ಯಾನಗಳೂ ಉಕ್ತವಾಗಿವೆ.

ಭಕ್ತಿಯೋಗಶ್ಚ ವ್ಯಾಖ್ಯಾತೋ ವೈರಾಗ್ಯಂ ಚ ತದಾಶ್ರಯಮ್ |
ಪಾರೀಕ್ಷಿತಮುಪಾಖ್ಯಾನಂ ನಾರದಾಖ್ಯಾನಮೇವ ಚ || ೫ ||

   ಪ್ರಥಮ ಸ್ಕಂಧದಲ್ಲಿ ಭಕ್ತಿಯೋಗವು ವಿವರಿಸಲ್ಪಟ್ಟಿದೆ. ಭಕ್ತಿ ಮೂಲಕ ವಾದ ವೈರಾಗ್ಯ, ಪರೀಕ್ಷಿದ್ರಾಜನ ಕಥೆ ನಾರದೋಪಾಖ್ಯಾನಗಳು ಉಕ್ತವಾಗಿವೆ.

ಪ್ರಾಯೋಪವೇಶೋ ರಾಜರ್ಷೇರ್ವಿಪ್ರಶಾಪಾತ್ಪರೀಕ್ಷಿತಃ |
ಶುಕಸ್ಯ ಬ್ರಹ್ಮರ್ಷಭಸ್ಯ ಸಂವಾದಶ್ಚ ಪರೀಕ್ಷಿತಃ || ೬ ||

   ರಾಜರ್ಷಿಯಾದ ಪರೀಕ್ಷಿತನಿಗೆ ವಿಪ್ರಶಾಪ ಬಂದ ಪ್ರಯುಕ್ತ ಅವನು ಪ್ರಾಯೋಪವೇಶ ಮಾಡಿದ್ದು, ಬ್ರಹ್ಮರ್ಷಿ ಶ್ರೇಷ್ಠರಾದ ಶುಕರಿಗೂ ಪರೀಕ್ಷಿತನಿಗೂ ಸಂವಾದ ನಡೆದಿದ್ದು ಇವಿಷ್ಟೂ ಪ್ರಥಮಸ್ಕಂದದಲ್ಲಿ ವರ್ಣಿತವಾಗಿದೆ.

ಯೋಗಧಾರಣಯೋತ್ಕ್ರಾಂತಿಃ ಸಂವಾದೋ ನಾರದಾಜಯೋಃ |
ಅವತಾರಾನುಗೀತಂ ಚ ಸರ್ಗಃ ಪ್ರಾಧಾನಿಕೋಽಗ್ರತಃ || ೭ ||

   ದ್ವಿತೀಯ ಸ್ಕಂಧದಲ್ಲಿ ಯೋಗಧಾರಣೆಯಿಂದ ದೇಹದಿಂದ ಉತ್ಕ್ರಮಣ ಹೊಂದುವ ವಿಧಾನ, ಬ್ರಹ್ಮನಾರದರ ಸಂವಾದ, ಭಗವಂತನ ಅವತಾರಗಳು, ಪ್ರಕೃತಿಯಿಂದ ಆದ ಸೃಷ್ಟಿ ಇವೆಲ್ಲ ಉಕ್ತವಾಗಿವೆ.

ವಿದುರೋದ್ಧವಸಂವಾದಃ ಕ್ಷತ್ರಮೈತ್ರೇಯಯೋಸ್ತತಃ |
ಪುರಾಣಸಂಹಿತಾಪ್ರಶ್ನೋ ಮಹಾಪುರುಷಸಂಸ್ಥಿತಿಃ || ೮ ||

   ಮೂರನೇ ಸ್ಕಂಧದಲ್ಲಿ ವಿದುರ ಉದ್ಧವರ ಸಂವಾದ, ವಿದುರ ಮೈತ್ರೇಯರ ಸಮಾಗಮ–ಸಂವಾದಗಳು, ಪುರಾಣಸಂಹಿತೆಯ ವಿಷಯ ವಾಗಿ ಬಂದ ಪ್ರಶ್ನೆ, ಪ್ರಳಯದಲ್ಲಿ ಭಗವಂತ ಶೇಷನ ಮೇಲೆ ಪವಡಿಸಿದ್ದು ಉಕ್ತವಾಗಿವೆ.

ತತಃ ಪ್ರಾಕೃತಿಕಃ ಸರ್ಗಃ ಸಪ್ತ ವೈಕೃತಿಕಾಸ್ತಥಾ |
ತತೋ ಬ್ರಹ್ಮಾಂಡಸಂಭೂತಿರ್ವೈರಾಜಃ ಪುರುಷೋ ಯತಃ || ೯ ||

ಪ್ರಕೃತಿಯಿಂದ ಮಹತ್ತತ್ತ್ವ ಅಹಂಕಾರತತ್ತ್ವಪಂಚಭೂತಗಳೆಂಬ ಏಳು ವಿಕಾರಸೃಷ್ಟಿ, ಬಳಿಕ ಬ್ರಹ್ಮಾಂಡ ಸೃಷ್ಟಿ, ಬ್ರಹ್ಮಾಂಡದಲ್ಲಿ ಬ್ರಹ್ಮನ ಉತ್ಪತ್ತಿ ಉಕ್ತವಾಗಿವೆ.

ಕಾಲಸ್ಯ ಸ್ಥೂಲಸೂಕ್ಷ್ಮಸ್ಯ ಗತಿಃ ಪದ್ಮಸಮುದ್ಭವಃ ।
ಭುವ ಉದ್ಧರಣಾಂಭೋಧೇರ್ಹಿರಣ್ಯಾಕ್ಷವಧಸ್ತಥಾ   ॥ ೧೦ ॥

ಸ್ಥೂಲ–ಸೂಕ್ಷ್ಮ ಕಾಲಸ್ವರೂಪ, ಪದ್ಮದ ಉತ್ಪತ್ತಿ, ಸಮುದ್ರದಿಂದ ಭೂಮಿಯನ್ನೆತ್ತಿದ್ದು ಹಿರಣ್ಯಾಕ್ಷವಧೆ ಇವು ಉಕ್ತವಾಗಿವೆ.

ಊರ್ಧ್ವತಿರ್ಯಗಧಃಸರ್ಗೋ ರುದ್ರಸರ್ಗಸ್ತಥೈವ ಚ ।
ಅರ್ಧನಾರೀನರಸ್ಕಥ ಯಥಾ ಸ್ವಾಯಂಭುವೋ ಮನುಃ   ॥ ೧೧ ॥

ಶತರೂಪಾ ಚ ಯಾ ಸ್ತ್ರೀಣಾಮಾದ್ಯಾ ಪ್ರಕೃತಿರುತ್ತಮಾ ।
ಸಂತಾನೋ ಧರ್ಮಪತ್ನೀನಾಂ ಕರ್ದಮಸ್ಯ ಪ್ರಜಾಪತೇಃ   ॥ ೧೨ ॥

ದೇವ–ತಿರ್ಯಕ್ ಮತ್ತು ಅಸುರ ಸೃಷ್ಟಿ, ರುದ್ರ ಸೃಷ್ಟಿ, ಅರ್ಧನಾರೀಶ್ವರ ರೂಪನಾದ ಬ್ರಹ್ಮನಿಂದ ಸ್ವಾಯಂಭುವ ಮನು ಮತ್ತು ಅವನ ಪತ್ನಿಯಾದ ಸ್ತ್ರೀಯರಿಗೆಲ್ಲ ಮೊದಲಿಗಳಾದ ಶತರೂಪೆಯ ಸೃಷ್ಟಿ, ಕರ್ದಮ ಪ್ರಜಾಪತಿಯ ಧರ್ಮಪತ್ನಿ ದೇವಹೂತಿಯಲ್ಲಿ ಒಂಬತ್ತು ಕನ್ನಿಕೆಯರ ಉತ್ಪತ್ತಿ.

ಅವತಾರೋ ಭಗವತಃ ಕಪಿಲಸ್ಯ ಮಹಾತ್ಮನಃ ।
ದೇವಹೂತ್ಯಾಶ್ಚ ಸಂವಾದಃ ಕಪಿಲೇನ ಚ ಧೀಮತಾ   ॥ ೧೩ ॥

ಕರ್ದಮನಿಂದಲೇ ದೇವಹೂತಿಯಲ್ಲಿ ಮಹಾತ್ಮನಾದ ಭಗವಾನ್ ಕಪಿಲನ ಅವತಾರ. ಸರ್ವಜ್ಞನಾದ ಕಪಿಲನೊಂದಿಗೆ ದೇವಹೂತಿಯ ಸಂವಾದ ಇವು ಉಕ್ತವಾಗಿದೆ.

ನವಬ್ರಹ್ಮಸಮುತ್ಪತ್ತಿರ್ದಕ್ಷಯಜ್ಞವಿನಾಶನಮ್   ।
ಧ್ರುವಸ್ಯ ಚರಿತಂ ಪಶ್ಚಾತ್ ಪೃಥೋಃ ಪ್ರಾಚೀನಬರ್ಹಿಷಃ ॥ ೧೪ ॥

ಚತುರ್ಥ ಸ್ಕಂಧದಲ್ಲಿ ಮರೀಚಿ ಮುಂತಾದ ನವಪ್ರಜಾಪತಿಗಳ ಸೃಷ್ಟಿ ಅವರಿಂದ ಸಂತಾನೋತ್ಪತ್ತಿ ಉಕ್ತವಾಗಿದೆ. ಬಳಿಕ ದಕ್ಷಯಜ್ಞ ಧ್ವಂಸ, ಧ್ರುವ–ಪೃಥು–ಪ್ರಾಚೀನ ಬರ್ಹಿಗಳ ಚರಿತ್ರೆಗಳು.

ನಾರದಸ್ಯ ಚ ಸಂವಾದಸ್ತತಃ ಪ್ರೈಯವ್ರತಂ ದ್ವಿಜಾಃ |
ನಾಭೇಸ್ತತೋಽನುಚರಿತಮೃಷಭಸ್ಯ ಭರತಸ್ಯ ಚ |
ಸಪ್ತದ್ವೀಪ–ಸಮುದ್ರಾದ್ರಿ–ವರ್ಷನದ್ಯುಪವರ್ಣನಮ್ || ೧೫ ||

ಮುನಿಗಳೇ, ಇಲ್ಲಿ ಪ್ರಾಚೀನಬರ್ಹಿ ಮತ್ತು ನಾರದರ ಸಂವಾದವೂ ಇವೆ. ಮುಂದೆ ಐದನೇ ಸ್ಕಂಧದಲ್ಲಿ ಪ್ರಿಯವ್ರತ, ನಾಭಿ, ಋಷಭ, ಭರತ ಚಕ್ರವರ್ತಿಗಳ ಚರಿತ್ರೆಗಳು ಸಪ್ತದ್ವೀಪಗಳು ಸಮುದ್ರಗಳು, ಗಿರಿಗಳು ವರ್ಷಗಳು, ನದಿಗಳು, ವರ್ಣಿತವಾಗಿವೆ.

ಜ್ಯೋತಿಶ್ಚಕ್ರಸ್ಯ ಸಂಸ್ಥಾನಂ ಪಾತಾಲನರಕಸ್ಥಿತಿಃ |
ಅಜಾಮಿಲಸ್ಯ ಚರಿತಂ ಸರ್ವಪಾಪಪ್ರಣಾಶನಂ |
ದಕ್ಷಜನ್ಮ ಪ್ರಚೇತೋಽಭ್ಯಸ್ತತ್ಪುತ್ರಿಣಾಂ ಚ ಸಂತತಿಃ || ೧೬ ||

ಯತೋ ದೇವಾಸುರನರಾಸ್ತಿರ್ಯಜ್ಞಗಖಗಾದಯಃ |
ತ್ವಾಷ್ಟ್ರಸ್ಯ ಜನ್ಮ ನಿಧನಂ ಪುತ್ರಯೋಶ್ಚ ದಿತೇರ್ದ್ವಿಜಾಃ || ೧೭ ||

ಜ್ಯೋತಿರ್ಮಂಡಲದ ವಿಸ್ತಾರ, ಪಾತಾಲ ಮತ್ತು ನರಕಗಳ ಸ್ಥಿತಿಗಳು ಉಕ್ತವಾಗಿವೆ. ಮುಂದೆ ಆರನೇ ಸ್ಕಂಧದಲ್ಲಿ ಸಕಲ ಪಾಪಪರಿಹಾರಕವಾದ ಅಜಾಮಿಲನ ಚರಿತ್ರ ವರ್ಣಿತವಾಗಿದೆ. ಪ್ರಚೇತಸರಿಂದ ದಕ್ಷಪ್ರಜಾಪತಿ ಜನಿಸಿದ್ದು, ದಕ್ಷಪುತ್ರಿಯರ ಸಂತಾನವಾದ ದೇವ–ಅಸುರ–ಮಾನವ–ಪಶು–ವೃಕ್ಷ–ಪಕ್ಷಿ ಮುಂತಾದವರ ಉತ್ಪತ್ತಿ, ವೃತ್ರಾಸುರನ ಉತ್ಪತ್ತಿ– ನಾಶಗಳು, ದಿತಿಪುತ್ರರಾದ ಹಿರಣ್ಯಾಕ್ಷ–ಹಿರಣ್ಯ ಕಶಿಪುಗಳ ಉತ್ಪತ್ತಿಗಳು ಉಕ್ತವಾಗಿವೆ.

ದೈತ್ಯೇಶ್ವರಸ್ಯ ಚರಿತಂ ಪ್ರಹ್ಲಾದಸ್ಯ ಮಹಾತ್ಮನಃ |
ಮನ್ವಂತರಾನುಚರಿತಂ ಗಜೇಂದ್ರಸ್ಯ ವಿಮೋಕ್ಷಣಮ್ || ೧೮ ||

ಏಳನೇ ಸ್ಕಂಧದಲ್ಲಿ ಹಿರಣ್ಯಕಶಿಪು ಮತ್ತು ಮಹಾತ್ಮ ಪ್ರಹ್ಲಾದರ ಚರಿತ್ರೆ. ಎಂಟನೇ ಸ್ಕಂಧದಲ್ಲಿ ಮನ್ವಂತರಗಳ ಚರಿತ್ರೆ, ಗಜೇಂದ್ರ ಮೋಕ್ಷಗಳು ಉಕ್ತವಾಗಿವೆ.

ಮನ್ವಂತರಾವತಾರಾಶ್ಚ ವಿಷ್ಣೋರ್ಹಯಶಿರಾದಯಃ |
ಕೌರ್ಮ್ಯಂ ಮಾತ್ಸ್ಯಂ ನಾರಸಿಂಹಂ ವಾಮನಂ ಚ ಜಗತ್ಪತೇಃ || ೧೯ ||

ಮನ್ವಂತರಗಳಲ್ಲಿ ರಾಜರ ಚರಿತ್ರೆಗಳು, ಜಗತ್ಪತಿಯಾದ ವಿಷ್ಣುವಿನ ಹಯಗ್ರೀವಾದಿ ಮತ್ತು ಕೂರ್ಮ–ಮತ್ಸ್ಯ–ನರಸಿಂಹ–ವಾಮನ ಆವತಾರಗಳು.

ಕ್ಷೀರೋದಮಥನಂ ತದ್ವದಮೃತಾರ್ಥೇ ದಿವೌಕಸಾಮ್ |
ದೇವಾಸುರಮಹಾಯುದ್ಧಂ ರಾಜವಂಶಾನುಕೀರ್ತನಮ್ || ೨೦ ||

ಕ್ಷೀರಸಮುದ್ರ ಮಥನವನ್ನು ಅಮೃತಕ್ಕಾಗಿ ದೇವಾಸುರರು ನಡೆಸಿದ್ದು, ಮತ್ತು ದೇವಾಸುರರಲ್ಲಿ ನಡೆದ ಮಹಾಯುದ್ಧಗಳು ಉಕ್ತವಾಗಿವೆ. ಮುಂದೆ ನವಮಸ್ಕಂಧದಲ್ಲಿ ರಾಜವಂಶಗಳ ಚರಿತ್ರೆ ಇದೆ.

ಇಕ್ಷ್ವಾಕುಜನ್ಮ ತದ್ವಂಶಃ ಸುದ್ಯುಮ್ನಸ್ಯ ಮಹಾತ್ಮನಃ |
ಇಲೋಪಾಖ್ಯಾನಮತ್ರೋಕ್ತಂ ತಾರೋಪಾಖ್ಯಾನಮೇವ ಚ || ೨೧ ||

ಇಕ್ಷ್ವಾಕು ರಾಜನ ಜನ್ಮ, ಆವನ ವಂಶ, ಮಹಾತ್ಮ ಸುದ್ಯುಮ್ನನ ಇಲಾ ಉಪಾಖ್ಯಾನ, ತಾರಾದೇವಿಯ ಉಪಾಖ್ಯಾನಗಳಿವೆ.

ಸೂರ್ಯವಂಶಾನುಕಥನಂ ಶಶಾದಾದ್ಯಾ ನೃಪಾದಯಃ |
ಸೌಕನ್ಯಮಥ ಶಾರ್ಯಾತಂ ಕಕುತ್ಸ್ಥಸ್ಯ ಚ ಧೀಮತಃ || ೨೨ ||

ಸೂರ್ಯವಂಶ ಚರಿತ್ರೆ, ಶಶಾದ ಮುಂತಾದ ರಾಜರ ಚರಿತ್ರೆ, ಸುಕನ್ಯಾ ಶರ್ಯಾತಿ ಚರಿತ್ರೆ, ಜ್ಞಾನಿಯಾದ ಕಕುತ್ಸ್ಥ ರಾಜನ ಚರಿತ್ರೆ, ಹಾಗೂ

ಖಿಟ್ವಾಂಗಸ್ಯ ಚ ಮಾಂಧಾತುಃ ಸೌಭರೇಃ ಸಗರಸ್ಯ ಚ |
ರಾಮಸ್ಯ ಕೋಶಲೇಂದ್ರಸ್ಯ ಚರಿತಂ ಕಲ್ಬಿಷಾಪಹಮ್ || ೨೩ ||

ಖಿಟ್ವಾಂಗ–ಮಾಂಧಾತೃ–ಸೌಭರಿ–ಸಗರ ಮತ್ತು ಶ್ರೀರಾಮನ ಚರಿತ್ರೆ ಗಳು ಪಾಪಪರಿಹಾರಕಗಳಾಗಿವೆ.

ನಿಮೇರಂಗಪರಿತ್ಯಾಗೋ ಜನಕಾನಾಂ ಚ ಸಂಭವಃ |
ರಾಮಸ್ಯ ಭಾರ್ಗವೇಂದ್ರಸ್ಯ ನಿಕ್ಷತ್ರೀಕರಣಂ ಭುವಃ || ೨೪ ||

ನಿಮಿರಾಜನ ಶರೀರತ್ಯಾಗ, ಜನಕ ವಂಶದ ರಾಜರ ಉತ್ಪತ್ತಿ. ಪರಶುರಾಮನು ಭೂಮಿಯಲ್ಲಿ ಕ್ಷತ್ರಿಯರಿಲ್ಲದಂತೆ ಮಾಡಿದ್ದು.

ಐಲಸ್ಯ ಸೋಮವಂಶ್ಯಸ್ಯ ಯಯಾತೇರ್ನಹುಷಸ್ಯ ಚ |
ದೌಷ್ಯಂತೇರ್ಭರತಸ್ಯಾಪಿ ಶಂತನೋಸ್ತತ್ಸುತಸ್ಯ ಚ || ೨೫ ||

ಚಂದ್ರವಂಶದ ರಾಜರಾದ ಪುರೂರವ, ಯಯಾತಿ, ನಹುಷ, ದುಷ್ಯಂತ ಪುತ್ರನಾದ ಭರತ, ಶಂತನು, ಅವನ ಪುತ್ರ ಭೀಷ್ಮಾದಿಗಳ ಚರಿತ್ರೆ.

ಯಯಾತೇರ್ಜ್ಯೇಷ್ಠಪುತ್ರಸ್ಯ   ಯದೋರ್ವಂಶೋಽನುಕೀರ್ತಿತಃ   ।
ಯತ್ರಾವತೀರ್ಣೋ ಭಗವಾನ್ ಕೃಷ್ಣಾಖ್ಯೋ ಜಗದೀಶ್ವರಃ   ॥ ೧೯ ॥

ಯಯಾತಿಯ ಜ್ಯೇಷ್ಠಪುತ್ರನಾದ ಯದುವಿನ ವಂಶ ವರ್ಣಿತವಾಗಿದೆ. ಈ ವಂಶದಲ್ಲಿ ಜಗದೀಶ್ವರನು ಭಗವಾನ್ ಶ್ರೀಕೃಷ್ಣನಾಗಿ ಅವತರಿಸಿದ.

ವಸುದೇವಗೃಹೇ ಜನ್ಮ ತಸ್ಯ ವೃದ್ಧಿಷ್ಟ ಗೋಕುಲೇ ।
ತಸ್ಯ ಕರ್ಮಾಣ್ಯಪಾರಾಣ ಕೀರ್ತಿತಾನ್ಯಸುರದ್ವಿಷಃ   ॥ ೧೨ ॥

ದಶಮಸ್ಕಂಧದಲ್ಲಿ ಶ್ರೀಕೃಷ್ಣನು ವಸುದೇವನ ಪತ್ನಿಯಲ್ಲಿ ಅವತರಿಸಿ ನಂದಗೋಕುಲದಲ್ಲಿ ಬೆಳೆದುದು, ಅಸುರವೈರಿಯಾದ ಆತನ ಅಪಾರವಾದ ಲೀಲೆಗಳು ದಶಮಸ್ಕಂಧದಲ್ಲಿ ವರ್ಣಿತವಾಗಿವೆ.

ಪೂತನಾಸುಪಯಃಪಾನಂ ಶಕಟೋಚ್ಚಾಟನಂ ಶಿಶೋಃ ।
ತೃಣಾವರ್ತಸ್ಯ ನಿಷ್ವೇಷಸ್ತಥೈವ ಬಕವತ್ಸಯೋಃ   ॥ ೧೯ ॥

ಪೂತನೆಯ ಪ್ರಾಣದೊಂದಿಗೆ ಆವಳ ಎದೆಹಾಲನ್ನು ಕುಡಿದುದು. ಶಕಟಾಸುರ ಭಂಜನ, ತೃಣಾವರ್ತ, ಸಂಹಾರ, ಬಕಾಸುರ-ವತ್ಸಾಸುರರ ಸಂಹಾರಗಳು.

ಧೇನುಕಸ್ಯ ಸಹ ಭ್ರಾತುಃ ಪ್ರಲಂಬಸ್ಯ ಚ ಸಂಕ್ಷಯಃ ।
ಗೋಪಾನಾಂ ಚ ಪರಿತ್ರಾಣಂ ದಾವಾಗ್ನೇಃ ಪರಿಸರ್ಪತಃ   ॥ ೧೯ ॥

ಬಲರಾಮನೊಂದಿಗೆ ಸೇರಿ ಧೇನುಕಾಸುರ ಪ್ರಲಂಬಾಸುರರನ್ನು ಸಂಹರಿಸಿದ್ದು. ಸುತ್ತಲೂ ಹಬ್ಬಿದ ಕಾಳ್ಗಿಚ್ಚಿನಿಂದ ಗೋಪಾಲಕರನ್ನು ರಕ್ಷಿಸಿದ್ದು.

ದಮನಂ ಕಾಲಿಯಸ್ಯಾಹೇರ್ಮಹಾಹೇರ್ನಂದಮೋಕ್ಷಣಮ್ ।
ವ್ರತಚರ್ಯಾ ಚ ಕನ್ಯಾನಾಂ ಯತ್ರ ತುಷ್ಟೋ ವ್ರತೈಃ ಪ್ರಭುಃ   ॥ ೧೦ ॥

ಕಾಲಿಯನಾಗನ ದಮನ, ಹೆಬ್ಬಾವಿನಿಂದ ನಂದಗೋಪನನ್ನು ರಕ್ಷಿಸಿದ್ದು, ಗೋಪಕನ್ಯೆಯರು ಕಾತ್ಯಾಯನೀವ್ರತವನ್ನಾಚರಿಸಿದ್ದು. ಆದಕ್ಕೆ ಪ್ರಭು ಒಲಿದುದು.

ಪ್ರಸಾದೋ ಯಜ್ಞಪತ್ನೀಭ್ಯೋ ವಿಪ್ರಾಣಾಂ ಚಾನುತಾಪನಮ್ |
ಗೋವರ್ಧನೋದ್ಧಾರಣಂ ಚ ಶಕ್ರಸ್ಯ ಸುರಭೇರಥ || ೬೦ ||

ಯಜ್ಞಾಭಿಷೇಕಃ ಕೃಷ್ಣಸ್ಯ ಸ್ತ್ರೀಭಿಃ ಕ್ರೀಡಾ ಚ ರಾತ್ರಿಷು |
ಶಂಖಚೂಡಸ್ಯ ದುರ್ಬುದ್ಧೇರ್ಘೋರರಿಷ್ಟಸ್ಯ ಕೇಶಿನಃ || ೬೧ ||

ಯಜ್ಞಪತ್ನಿಯರನ್ನು ಅನುಗ್ರಹಿಸಿದ್ದು. ಬ್ರಾಹ್ಮಣರು ಪಶ್ಚಾತ್ತಾಪಪಟ್ಟಿದ್ದು,
ಗೋವರ್ಧನೋದ್ಧಾರ. ದೇವೇಂದ್ರ ಸುರಭಿಯರು ಶ್ರೀಕೃಷ್ಣನನ್ನು ಪೂಜಿಸಿ
ಅಭಿಷೇಕ ಮಾಡಿದ್ದು, ರಾತ್ರಿಗಳಲ್ಲಿ ಶ್ರೀಕೃಷ್ಣನು ಸ್ತ್ರೀಯರೊಂದಿಗೆ ರಾಸಕ್ರೀಡೆ
ಯಾಡಿದ್ದು. ದುರ್ಬುದ್ಧಿಯವರಾದ ಶಂಖಚೂಡ–ಅರಿಷ್ಟಾಸುರ–ಕೇಶಿ–
ದಾನವರ ವಧೆ.

ಅಕ್ರೂರಾಗಮನಂ   ಪಶ್ಚಾತ್ತಸ್ಥಾನಂ ರಾಮಕೃಷ್ಣಯೋಃ |
ವ್ರಜಸ್ತ್ರೀಣಾಂ ವಿಲಾಪಶ್ಚ ಮಧುರಾಲೋಕನಂ ತತಃ || ೬೨ ||

ಬಳಿಕ ನಂದಗೋಕುಲಕ್ಕೆ ಅಕ್ರೂರನ ಆಗಮನ. ರಾಮಕೃಷ್ಣರು
ಮಧುರೆಗೆ ಹೊರಟಿದ್ದು, ಗೋಕುಲ ಸ್ತ್ರೀಯರ ವಿಲಾಪ. ರಾಮಕೃಷ್ಣರು
ಮಧುರಾನಗರದರ್ಶನ ಮಾಡಿದ್ದು.

ಗಜಮುಷ್ಟಿಕಚಾಣೂರಕಂಸಾದೀನಾಂ ತಥಾ ವಧಃ |
ಮೃತಸ್ಯಾನಯನಂ ಸೂನೋಃ ಪುನಃ ಸಾಂದೀಪನೇರ್ಗುರೋಃ || ೬೩ ||

ಕುವಲಯಾಪೀಡ–ಮುಷ್ಟಿಕ–ಚಾಣೂರ–ಕಂಸಾದಿಗಳ   ವಧೆ.
ಗುರು ಸಾಂದೀಪನಿಯ ಮೃತ ಪುತ್ರನನ್ನು ಪುನಃ ತಂದುಕೊಟ್ಟಿದ್ದು.

ಮಧುರಾಯಾಂ ನಿವಸತಾ ಯದುಚಕ್ರಸ್ಯ ಯತ್ಪ್ರಿಯಮ್ |
ಕೃತಮುದ್ಧವರಾಮಾಭ್ಯಾಂ ಯುತೇನ ಹರಿಣಾ ದ್ವಿಜಾಃ || ೬೪ ||

ಮುನಿಗಳೆ! ಮುಂದೆ ಶ್ರೀಕೃಷ್ಣನು ಉದ್ಧವ–ಬಲರಾಮರೊಂದಿಗೆ
ಮಧುರೆ ಯಲ್ಲಿ ವಾಸಮಾಡುತ್ತ ಯಾದವ ಕುಲಕ್ಕೆ ಹರ್ಷ ಉಂಟು ಮಾಡಿದ್ದು.

ಜರಾಸಂಧಸಮಾನೀತಸೈನ್ಯಸ್ಯ ಬಹುಶೋ ವಧಃ |
ಘಾತನಂ ಯವನೇಂದ್ರಸ್ಯ ಕುಶಸ್ಥಲ್ಯಾ ನಿವೇಶನಮ್ || ೬೫ ||

ಅನೇಕ ಬಾರಿ ತನ್ನೊಡನೆ ತಂದ ಜರಾಸಂಧನ ಸೈನ್ಯವನ್ನು ನಾಶ ಗೊಳಿಸಿದ್ದು, ಕಾಲಯವನನನ್ನು ನಾಶಮಾಡಿದ್ದು ದ್ವಾರಕಾನಿರ್ಮಾಣ.

ರುಕ್ಮಿಣ್ಯಾಹರಣಂ ಯುದ್ಧೇ ಪ್ರಮಥ್ಯ ದ್ವಿಷತೋ ಹರೇಃ ।
ಹರಸ್ಯ ಜ್ಯಂಭಣಂ ಯುದ್ಧೇ ಬಾಣಸ್ಯ ಭುಜಕೃಂತನಮ್   ॥ ೩೭ ॥

ಶತ್ರುಗಳನ್ನು ಯುದ್ಧದಲ್ಲಿ ನಿಗ್ರಹಿಸಿ ರುಕ್ಮಿಣಿಯನ್ನು ತಂದುದು. ಯುದ್ಧ ದಲ್ಲಿ ಶಿವನಿಗೆ ಆಕಳಿಕೆ ತಂದುದು. ಬಾಣನ ಬಾಹುಗಳನ್ನು ಕತ್ತರಿಸಿದುದು.

ಪ್ರಾಗ್ಜ್ಯೋತಿಷಪತಿಂ ಹತ್ವಾ ಕನ್ಯಾನಾಂ ಹರಣಂ ಚ ಯತ್ ।
ಪಾರಿಜಾತಸ್ಯ ಹರಣಂ ಸುಧರ್ಮಾಯಾಃ ಸುರಾಲಯಾತ್ ॥ ೩೮ ॥

ನರಕಾಸುರನನ್ನು ಕೊಂದು ಕನ್ಯೆಯರನ್ನು ಬಂಧಮುಕ್ತಗೊಳಿಸಿ ತಂದುದು. ಸ್ವರ್ಗದಿಂದ ಪಾರಿಜಾತವನ್ನು ಅಪಹರಿಸಿ ತಂದುದು, ಸುಧರ್ಮ ಸಭೆಯನ್ನು ತಂದುದು.

ಚೈದ್ಯಪೌಂಡ್ರಕಶಾಲ್ವಾನಾಂ ದಂತವಕ್ರಸ್ಯ ದುರ್ಮತೇಃ ।
ಶಂಬರೋ ವಿವಿದಃ ಪೀಠೋ ಮುರಃ ಪಂಚಜನಾದಯಃ ॥ ೩೯ ॥

ಮಾಹಾತ್ಮ್ಯಂ ಚ ವಧಸ್ತೇಷಾಂ ವಾರಾಣಸ್ಯಾಶ್ಚ ದಾಹನಮ್ ।
ಭಾರಾವತರಣಂ ಭೂಮೇರ್ನಿಮಿತ್ತೀಕೃತ್ಯ ಪಾಂಡವಾನ್   ॥ ೪೦ ॥

ಶಿಶುಪಾಲ–ಪೌಂಡ್ರಕ–ಸಾಲ್ವ–ದುರ್ಮತಿಯಾದ ದಂತವಕ್ರ– ಶಂಬರ–ವಿವಿಧ–ಪೀಠ–ಮುರ–ಪಂಚಜನ ಮುಂತಾದವರ ವಧ, ಶ್ರೀಕೃಷ್ಣನ ಮಾಹಾತ್ಮ್ಯ–ವಾರಾಣಸಿ ದಹನ, ಪಾಂಡವರನ್ನು ನಿಮಿತ್ತ ಮಾಡಿಕೊಂಡು ಕುರುಕ್ಷೇತ್ರ ಯುದ್ಧದಲ್ಲಿ ಭೂಭಾರಹರಣ ಮಾಡಿದ್ದು.

ವಿಪ್ರಶಾಪಾಪದೇಶೇನ ಸಂಹಾರಃ ಸ್ವಕುಲಸ್ಯ ಚ ।
ವಸುದೇವಸ್ಯ ಸಂವಾದೋ ನಾರದೇನ ಸುರರ್ಷಿಣಾ   ॥ ೪೧ ॥

ಏಕಾದಶ ಸ್ಕಂಧದಲ್ಲಿ ವಿಪ್ರಶಾಪ ಮತ್ತು ಶಾಪದ ನೆಪದಿಂದ ಯದುಕುಲ ಸಂಹಾರ ಮಾಡಿದ್ದು. ಇವೆರಡರ ನಡುವೆ ದೇವರ್ಷಿನಾರದ ರೊಂದಿಗೆ ವಸುದೇವನ ಸಂವಾದ.

ಉದ್ಧವಸ್ಯ ಚ ಸಂವಾದೋ ವಾಸುದೇವಸ್ಯ ಚಾದ್ಭುತಃ ।
ಯತ್ರಾತ್ಮವಿದ್ಯಾ ಹ್ಯಖಿಲಾಃ ಪ್ರೋಕ್ತಾ ಧರ್ಮವಿನಿರ್ಣಯಃ ॥
ತತೋ ಮರ್ತ್ಯಪರಿತ್ಯಾಗ ಆತ್ಮಯೋಗಾನುಭಾವತಃ ॥ ೪೦ ॥

 ಉದ್ಧವ–ಶ್ರೀಕೃಷ್ಣರ ಅದ್ಭುತವಾದ ಸಂವಾದ. ಅದರಲ್ಲಿ ಎಲ್ಲ ಅಧ್ಯಾತ್ಮ ವಿದ್ಯೆಗಳೂ ವರ್ಣಾಶ್ರಮಧರ್ಮ ನಿರ್ಣಯಗಳೂ ಗರ್ಭಿತವಾಗಿವೆ. ಬಳಿಕ ಶ್ರೀಕೃಷ್ಣ ತನ್ನ ಯೋಗಸಾಮರ್ಥ್ಯದಿಂದ ಭೂಮಿಯನ್ನು ತ್ಯಜಿಸಿದುದು.

ಯುಗಲಕ್ಷಣವೃತ್ತಿಶ್ಚ ಕಲೌ ನೃಣಾಮುಪಪ್ಲವಃ ।
ಚತುರ್ವಿಧಶ್ಚ ಪ್ರಲಯ ಉತ್ಪತ್ತಿಸ್ತ್ರಿವಿಧಾ ತಥಾ ॥ ೪೧ ॥

 ದ್ವಾದಶ ಸ್ಕಂಧದಲ್ಲಿ ಯುಗಲಕ್ಷಣಗಳು, ಜನರ ವೃತ್ತಿಗಳು. ಕಲಿಯುಗದಲ್ಲಿ ಜನರ ನಾಶ, ನಿತ್ಯಾದಿ ನಾಲ್ಕು ಬಗೆಯ ಪ್ರಳಯ, ರಾಜಸಾದಿ ಮೂರು ಬಗೆಯ ಸೃಷ್ಟಿ

ದೇಹತ್ಯಾಗಶ್ಚ ರಾಜರ್ಷೇರ್ವಿಷ್ಣುದತ್ತಸ್ಯ ಧೀಮತಃ ।
ವೇದಶಾಖಾಪ್ರಣಯನಂ ಮಾರ್ಕಂಡೇಯಸ್ಯ ಸತ್ಕಥಾ ॥ ೪೪ ॥

 ಜ್ಞಾನಿಯಾದ ರಾಜರ್ಷಿ ಪರೀಕ್ಷಿತನ ದೇಹತ್ಯಾಗ. ವೇದಶಾಖಾ–ನಿರ್ಮಾಣ. ಮಾರ್ಕಂಡೇಯ ಋಷಿಯ ಸತ್ಕಥೆ.

ಮಹಾಪುರುಷವಿನ್ಯಾಸಃ ಸೂರ್ಯಸ್ಯ ಜಗದಾತ್ಮನಃ ।
ಇತಿ ಚೋಕ್ತಂ ದ್ವಿಜಶ್ರೇಷ್ಠಾ ಯತ್ಪೃಷ್ಟೋಹಮಿಹಾಸ್ಮಿ ವಃ ॥ ೪೩ ॥

 ಭಗವಂತನ ಅಂಗೋಪಾಂಗಾದಿ ವರ್ಣನೆ. ಜಗತ್ಸ್ವಾಮಿಯಾದ ಸೂರ್ಯನಾರಾಯಣನ ಮಹಿಮೆ ಇವಿಷ್ಟುನಿರೂಪಿತವಾಗಿವೆ. ಮುನಿಗಳೇ, ನೀವು ಕೇಳಿದುದನ್ನೆಲ್ಲ ಹೇಳಿದ್ದೇನೆ.

* * *

೧೯. (ii) ಸ್ಕಂಧವಿಷಯಸಂಗ್ರಾಹಕ ಶ್ಲೋಕಗಳು

॥ ಬೃಹನ್ನಾರದೀಯ ಪುರಾಣೇ ಪೂರ್ವಭಾಗೇ ಬೃಹದುಪಾಖ್ಯಾನೇ ಚತುರ್ಥಪಾದೇ   ಶ್ರೀಭಾಗವತಾನುಕ್ರಮಣೇನಿರೂಪಣಮ್ ನಾಮ ೯೬ ನೇ ಅಧ್ಯಾಯಃ ॥

ಬ್ರಹ್ಮೋವಾಚ –
ಮರೀಚೆ ಶೃಣು ವಕ್ಷ್ಯಮಿ ವೇದವ್ಯಾಸೇನ ಯತ್ಕೃತಮ್ ।
ಶ್ರೀಮದ್ಭಾಗವತಂ ನಾಮ ಪುರಾಣಂ ಬ್ರಹ್ಮಸಮ್ಮಿತಮ್   ॥ ೧ ॥

ತದಷ್ಟಾದಶಸಾಹಸ್ರಂ ಕೀರ್ತಿತಂ ಪಾಪನಾಶನಮ್ ।
ಸುರಪಾದಪರೂಪೋಽಯಂ ಸ್ಕಂಧೈರ್ದ್ವಾದಶಭಿರ್ಯುತಃ   ॥ ೨ ॥

೧) ಪ್ರಥಮ ಸ್ಕಂಧೇ :
ಭಗವಾನೇವ ವಿಪ್ರೇಂದ್ರ, ವಿಶ್ವರೂಪೀ ಸಮೀರಿತಃ ।
ತತ್ರ ತು ಪ್ರಥಮಸ್ಕಂಧೇ ಸೂತರ್ಷೀಣಾಂ ಸಮಾಗಮೇ   ॥ ೩ ॥

ವ್ಯಾಸಸ್ಯ ಚರಿತಂ ಪುಣ್ಯಂ ಪಾಂಡವಾನಾಂ ತಥೈವ ಚ ।
ಪಾರೀಕ್ಷಿತಮುಪಾಖ್ಯಾನಮೀತಿದಂ ಸಮುದಾಹೃತಮ್   ॥ ೪ ॥

೨) ದ್ವಿತೀಯ ಸ್ಕಂಧೇ –
ಪರೀಕ್ಷಿಚ್ಛುಕಸಂವಾದೇ ಸೃಷ್ಟಿದ್ವಯನಿರೂಪಣಮ್ ।
ಬ್ರಹ್ಮನಾರದಸಂವಾದೇ ದೇವತಾಚರಿತಾಮೃತಮ್   ॥ ೫ ॥

ಪುರಾಣಲಕ್ಷಣಂ ಚೈವ ಸೃಷ್ಟಿಕಾರಣಸಂಭವಃ ।
ದ್ವಿತೀಯೋಽಯಂ ಸಮುದಿತಃ ಸ್ಕಂಧೋ ವ್ಯಾಸೇನ ಧೀಮತಾ ॥ ೬ ॥

೩) ತೃತೀಯ ಸ್ಕಂಧೇ –
ಚರಿತಂ ವಿದುರಸ್ಯಾಥ ಮೈತ್ರೇಯೇಣಾಸ್ಯ ಸಂಗಮಃ ।
ಸೃಷ್ಟಿಪ್ರಕರಣಂ ಪಶ್ಚಾದ್ ಬ್ರಹ್ಮಣಃ ಪರಮಾತ್ಮನಃ   ॥ ೭ ॥

೪) ಚತುರ್ಥ ಸ್ಕಂಧೇ –
ಕಾಪಿಲಂ ಸಾಂಖ್ಯಮಪ್ಯತ್ರ ತೃತೀಯೋಽಯಮುದಾಹೃತಃ ।
ಸತ್ಯಶ್ಚರಿತಮಾದೌ ತು ಧ್ರುವಸ್ಯ ಚರಿತಂ ತತಃ   ॥ ೪ ॥

ಪೃಥೋಃ ಪುಣ್ಯಸಮಾಖ್ಯಾನಂ ತತಃ ಪ್ರಾಚೀನಬರ್ಹಿಷಮ್ ।
ಇತ್ಯೇಷ ತುರ್ಯೋ ಗದಿತೋ ವಿಸರ್ಗೇ ಸ್ಕಂಧ ಉತ್ತಮಃ   ॥ ೯ ॥

೫) ಪಂಚಮ ಸ್ಕಂಧೇ –
ಪ್ರಿಯವ್ರತಸ್ಯ ಚರಿತಂ ತದ್ವಂಶ್ಯಾನಾಂ ಚ ಪುಣ್ಯದಮ್ ।
ಬ್ರಹ್ಮಾಂಡಾಂತರ್ಗತಾನಾಂ ಚ ಲೋಕಾನಾಂ ವರ್ಣನಂ ತತಃ   ॥ ೧೦ ॥

೬) ಷಷ್ಠ ಸ್ಕಂಧೇ –
ನರಕಸ್ಥಿತಿರಿತ್ಯೇಷ ಸಂಸ್ಥಾನೇ ಪಂಚಮೋ ಮತಃ ।
ಅಜಾಮಿಲಸ್ಯ ಚರಿತಂ ದಕ್ಷಸೃಷ್ಟಿನಿರೂಪಣಮ್   ॥ ೧೧ ॥

ವೃತ್ರಾಖ್ಯಾನಂ ತತಃ ಪಶ್ಚಾನ್ನರುತಾಂ ಜನ್ಮ ಪುಣ್ಯದಮ್ ।
ಷಷ್ಠೋಽಯಮುದಿತಃ ಸ್ಕಂಧೋ ವ್ಯಾಸೇನ ಪರಿಪೋಷಣೇ ॥ ೧೨ ॥

೭) ಸಪ್ತಮ ಸ್ಕಂಧೇ –
ಪ್ರಹ್ಲಾದಚರಿತಂ ಪುಣ್ಯಂ ವರ್ಣಾಶ್ರಮನಿರೂಪಣಮ್ ।
ಸಪ್ತಮೋ ಗದಿತೋ ವತ್ಸ ವಾಸನಾಕರ್ಮಕೀರ್ತನೇ   ॥ ೧೩ ॥

೮) ಅಷ್ಟಮ ಸ್ಕಂಧೇ –
ಗಜೇಂದ್ರಮೋಕ್ಷಣಾಖ್ಯಾನಂ ಮನ್ವಂತರನಿರೂಪಣಮ್ ।
ಸಮುದ್ರಮಥನಂ ಚೈವ ಬಲಿವೈಭವಬಂಧನಮ್   ॥ ೧೪ ॥

೯) ನವಮ ಸ್ಕಂಧೇ –
ಮತ್ಸ್ಯಾವತಾರಚರಿತಂ ಅಷ್ಟಮೋಽಯಂ ಪ್ರಕೀರ್ತಿತಃ ।
ಸೂರ್ಯವಂಶಸಮಾಖ್ಯಾನಂ ಸೋಮವಂಶನಿರೂಪಣಮ್ ॥ ೧೫ ॥

ವಂಶ್ಯಾನುಚರಿತೇ ಪ್ರೋಕ್ತೋ ನವಮೋಽಯಂ ಮಹಾಮತೇ ।

೧೦) ದಶಮ ಸ್ಕಂಧೇ –
ಕೃಷ್ಣಸ್ಯ ಬಾಲಚರಿತಂ ಕೌಮಾರಂ ಚ ವ್ರಜಸ್ಥಿತಿಃ || ೧೬ ||

ಕೈಶೋರಂ ಮಥುರಾಸ್ಥಾನಂ ಯೌವನೇ ದ್ವಾರಕಾಸ್ಥಿತಿಃ |
ಭೂಭಾರಹರಣಂ ಚಾತ್ರ ನಿರೋಧೇ ದಶಮಃ ಸ್ಮೃತಃ || ೧೭ ||

೧೧) ಏಕಾದಶ ಸ್ಕಂಧೇ –
ನಾರದೇನ ತು ಸಂವಾದೋ ವಸುದೇವಸ್ಯ ಕೀರ್ತಿತಃ |
ಯದೋಶ್ಚ ದತ್ತಾತ್ರೇಯೇಣ ಶ್ರೀಕೃಷ್ಣೇನೋದ್ಧವಸ್ಯ ಚ || ೧೮ ||

೧೨) ದ್ವಾದಶ ಸ್ಕಂಧೇ –
ಯಾದವಾನಾಂ ಮಿಥೋಽಂತಶ್ಚ ಮುಕ್ತಾವೇಕಾದಶಃ ಸ್ಮೃತಃ |
ಭವಿಷ್ಯಕಲಿನಿರ್ದೇಶೋ ಮೋಕ್ಷೋ ರಾಜ್ಞಃ ಪರೀಕ್ಷಿತಃ || ೧೯ ||

ವೇದಶಾಖಾಪ್ರಣಯನಂ ಮಾರ್ಕಂಡೇಯತಪಃ ಕ್ರಿಯಾ |
ಸೌರೀ ವಿಭೂತಿರುದಿತಾ ಸಾತ್ವತೀ ಚ ತತಃ ಪರಮ್ || ೨೦ ||

ಪುರಾಣಸಂಖ್ಯಾಕಥನಮಾಶ್ರಯೇ ದ್ವಾದಶೋ ಹ್ಯಯಮ್ |
ಇತ್ಯೇವಂ ಕಥಿತಂ ವತ್ಸ ಶ್ರೀಮದ್ಭಾಗವತಂ ತವ || ೨೧ ||

ಶ್ರವಣಾದಿಫಲಮಿತಿಕರ್ತವ್ಯತಾನಿರ್ದೇಶೋ ಯಥಾ –
ವಕ್ತುಃ ಶ್ರೋತುಶ್ಚೋಪದೇಷ್ಟುರನುಮೋದಿತುರೇವ ಚ |
ಸಾಹಾಯ್ಯಕರ್ತುರ್ಗದಿತಂ ಭಕ್ತಿಭುಕ್ತಿವಿಮುಕ್ತಿದಮ್ || ೨೨ ||

ಪ್ರೌಷ್ಠಪದ್ಯಾಂ ಪೂರ್ಣಮಾಯಾಂ ಹೇಮಸಿಂಹಸಮನ್ವಿತಮ್ |
ದೇಯಂ ಭಾಗವತಾಯೇದಂ ದ್ವಿಜಾಯ ಪ್ರೀತಿಪೂರ್ವಕಮ್ || ೨೩ ||

ಸಂಪೂಜ್ಯ ವಸ್ತ್ರಹೇಮಾದ್ಯೈಃ ಭಗವದ್ಭಕ್ತಿಮಿಚ್ಛತಾ |
ಸೋಽವಪ್ಯನುಕ್ರಮಣೇಮೇತಾಂ ಶ್ರಾವಯೇತ್ ಶೃಣುಯಾತ್ತಥಾ ||
ಸ ಪುರಾಣಶ್ರವಣಜಂ ಪ್ರಾಪ್ನೋತಿ ಫಲಮುತ್ತಮಮ್ || ೨೪ ||

|| ಇತಿ ಶ್ರೀಬೃಹನ್ನಾರದೀಯಪುರಾಣೇ ಪೂರ್ವಭಾಗೇ
ಬೃಹದುಪಾಖ್ಯಾನೇ ಚತುರ್ಥಪಾದೇ
ಶ್ರೀಮದ್ಭಾಗವತಾನುಕ್ರಮಣೇನಿರೂಪಣಂ ನಾಮ
ಷಣ್ಣವತಿತಮೋಽಧ್ಯಾಯಃ ||

೧೯. (iii) ॥ ಶ್ರೀಮದ್ವಾದಿರಾಜ ಪೂಜ್ಯಚರಣ ವಿರಚಿತಾ ಶ್ರೀಮದ್ಭಾಗವತ ವಿಷಯಾನುಕ್ರಮಣಿಕಾ ॥

೧) ಪ್ರಥಮಃ ಸ್ಕಂಧಃ –

ರಮಾಯಾ ರಮಣಂ ನತ್ವಾ ತುರಂಗವದನಂ ಹರಿಮ್ ।
ಅನುಕ್ರಮಣಿಕಾಧ್ಯಾಯಂ ವ್ಯಾಕರಿಷ್ಯೇ ಯಥಾಮತಿ   ॥ ೧ ॥

ಮಂಗಲಾಚರಣಂ ಪ್ರೋಕ್ತಂ ಅಧಿಕಾರ್ಯಾದಿವರ್ಣನಮ್ ।
ಸೂತಶೌನಕಸಂವಾದಃ ಶೂದ್ರಜನ್ಮಪ್ರಕೀರ್ತನಮ್   ॥ ೨ ॥

ಶ್ರೀಮದ್ಭಾಗವತಸ್ಯೈವ ಕಥನಂ ಚ ಪ್ರಕೀರ್ತಿತಮ್ ।
ಪಾಂಡವಾನಾಂ ಕಥಾ ಪ್ರೋಕ್ತಾ ಸೇನಾಯುದ್ಧಂ ಪರಸ್ಪರಮ್ ॥ ೩ ॥

ಗದಾಯುದ್ಧೇನ ಭೀಮೇನ ದುರ್ಯೋಧನವಧಸ್ತಥಾ ।
ಅಶ್ವತ್ಥಾಮ್ನಸ್ತು ಪಾರ್ಥೇನ ಯುದ್ಧಂ ತೇನ ಪರಾಜಯಃ   ॥ ೪ ॥

ಶಿರೋಮಣೇಸ್ಸಮಾಧಾನಂ ಕೃಷ್ಣೇನೈವ ತು ಮೋಚನಮ್ ।
ಪಾಂಡವಾಗಮನಂ ಭೀಷ್ಮಸ್ತುತಿರತ್ರೈವ ಕೀರ್ತಿತಾ   ॥ ೫ ॥

ದೇಹತ್ಯಾಗಸ್ತು ಭೀಷ್ಮಸ್ಯ ಧರ್ಮರಾಜಸ್ಯ ಪಾಲನಮ್ ।
ಕೃಷ್ಣಸ್ಯ ಸಂಸ್ತುತಿಃ ಕುಂತ್ಯಾ ಕೃತಾ ಭಕ್ತ್ಯಾತ್ರ ಕೀರ್ತಿತಾ (ವಿಸ್ತರಾತ್) ॥ ೬ ॥

ದ್ವಾರಕಾಗಮನಂ ಪಶ್ಚಾತ್ ಉತ್ತರಾಗರ್ಭಪಾಲನಮ್ ।
ದೇಹತ್ಯಾಗಸ್ತು ಸಂಪ್ರೋಕ್ತೋ ಗಾಂಧಾರೀಧೃತರಾಷ್ಟ್ರಯೋಃ   ॥ ೭ ॥

ಪ್ರಲಾಪಶ್ಚೈವ ಪಾರ್ಥಾನಾಂ ಯದುನಾಶಸ್ತತಃ ಪರಮ್ ।
ಸ್ವರ್ಗಪ್ರಾಪ್ತಿಃ ಪಾಂಡವಾನಾಂ ರಾಜ್ಯಪ್ರಾಪ್ತಿಃ ಪರೀಕ್ಷಿತಃ   ॥ ೮ ॥

ತದುತ್ಪತ್ತಿಸಮಾಖ್ಯಾನಂ ದಿಗ್ಜಯೇ ಕಲಿನಿಗ್ರಹಃ ।
ಮೃಗಯಾಗಮನಂ ಪ್ರೋಕ್ತಂ ವಿಪ್ರಶಾಪಸ್ತತಃ ಪರಮ್   ॥ ೯ ॥

ಭಾಗೀರಥ್ಯಾಂ ಪ್ರವೇಶಶ್ಚ ಶುಕಸ್ಯಾಗಮನಂ ತತಃ |
ವಿಂಶತಿಸ್ತತ್ರ ಚಾಧ್ಯಾಯಾ ಆದ್ಯೇ ಸ್ಕಂಧೇ ಪ್ರಕೀರ್ತಿತಾಃ || ೧೦ ||

೨) ದ್ವಿತೀಯಃ ಸ್ಕಂಧಃ –
ವಿರಾಡ್‌ರೂಪಸ್ಯ ಮಾಹಾತ್ಮ್ಯಂ ತಥಾ ಧ್ಯಾನಂ ಪ್ರಕೀರ್ತಿತಮ್ |
ಯೋಗಧಾರಣಯೋತ್ಕ್ರಾಂತಿಮತಿರುಕ್ತಾ ಮನೀಷಿಣಾ || ೧೧ ||

ವಾಸುದೇವಪ್ರಾಪ್ತಿರುಕ್ತಾ ವಿರಕ್ತಿಶ್ಚಾತ್ರ ಕೀರ್ತಿತಾ |
ಪ್ರೋಕ್ತಾ ಶುಕಸ್ತುತಿರ್ಭಕ್ತೇಃ ತತ್ರ ಪ್ರಾಧಾನ್ಯಮೇವ ಚ || ೧೨ ||

ಬ್ರಹ್ಮಾಂಡೋತ್ಪತ್ತಿಕಥನಂ ತಥಾ ಬ್ರಹ್ಮಸಮುದ್ಭವಃ |
ತಪಸಸ್ತಸ್ಯ ಮಾಹಾತ್ಮ್ಯಂ ವರದಾನಂ ತಥ್ಯೈವ ಚ || ೧೩ ||

ಆಧ್ಯಾತ್ಮಿಕಾದಿರೂಪಾಣಾಂ ಮಾಹಾತ್ಮ್ಯಂ ಸಂಪ್ರಕೀರ್ತಿತಮ್ |
ದ್ವಿತೀಯೇಽಸ್ಮಿನ್ ದಶಾಧ್ಯಾಯಾ ವ್ಯಾಸೇನೈವ ಪ್ರಕೀರ್ತಿತಾಃ || ೧೪ ||

೩) ತೃತೀಯಃ ಸ್ಕಂಧಃ –
ಧೃತರಾಷ್ಟ್ರಸ್ಯಾಪರಾಧದರ್ಶನಾದ್ವಿದುರಸ್ಯ ಚ |
ತೀರ್ಥಯಾತ್ರಾ ತು ಸಂಪ್ರೋಕ್ತಾ ಪ್ರಭಾಸಗಮನಂ ತಥಾ || ೧೫ ||

ವಿದುರೋದ್ಧವಸಂವಾದಃ ಕೃಷ್ಣಸ್ಯ ಚರಿತಂ ತಥಾ |
ದ್ವಾರಿ ದ್ಯುನದ್ಯಾ ಮೈತ್ರೇಯದರ್ಶನಂ ಸಂಪ್ರಕೀರ್ತಿತಮ್ || ೧೬ ||

ಸ್ಥೂಲಸೃಷ್ಟಿಸೂಕ್ಷ್ಮಸೃಷ್ಟಿಃ ಷಡ್‌ವಿಧಾ ಪ್ರಾಕೃತಾ ತಥಾ |
ಸ್ವಾಯಂಭುವಸಮುತ್ಪತ್ತಿಃ ವರಾಹಚರಿತಂ ತಥಾ || ೧೭ ||

ವೈಕುಂಠವರ್ಣನಂ ಪ್ರೋಕ್ತಂ ಶಾಪಸ್ತು ದ್ವಾರಪಾಲಯೋಃ |
ಸಂಪ್ರೋಕ್ತಂ ಯುದ್ಧವೈಚಿತ್ರ್ಯಂ ಹಿರಣ್ಯಾಕ್ಷವರಾಹಯೋಃ || ೧೮ ||

ದೇವಹೂತೀಕರ್ದಮಯೋಃ ಮಾಹಾತ್ಮ್ಯಂ ಸಂಪ್ರಕೀರ್ತಿತಮ್ |
ನಿರ್ಮಾಣಂ ಚ ವಿಮಾನಸ್ಯ ಕ್ರೀಡಾವೈಚಿತ್ಯಮದ್ಭುತಮ್ || ೧೯ ||

ಕಪಿಲಾವತಾರಃ ಸಂಪ್ರೋಕ್ತೋ ನವಕನ್ಯಾಸಮುದ್ಭವಃ |
ಸಾಂಖ್ಯೋಪದೇಶಸ್ಸಂಪ್ರೋಕ್ತಃ ಸಮಸ್ತವ್ಯಸ್ತಚಿಂತನಮ್ || ೨೦ ||

ಜೀವಸಂಸಾರಕಥನಂ ತತ್ತ್ವಾನಾಂ ಕಥನಂ ತಥಾ ।
ಗಮನಂ ಕಪಿಲಸ್ಯಾಥ ದೇವಹೂತೀಗತಿಃ ಪರಾ ॥
ಚತುಸ್ತ್ರಿಂಶತಿರಧ್ಯಾಯಾಃ ತೃತೀಯೇಽಸ್ಮಿನ್ ಪ್ರಕೀರ್ತಿತಾಃ		॥ ೨೦ ॥

ಳ) ಚತುರ್ಥಃ ಸ್ಕಂಧಃ –
ದೌಹಿತ್ರಾಣಾಂ ಕರ್ದಮಸ್ಯ ಸಂತತೇರ್ವಿಸೃತಿಃ ಸ್ಮೃತಾ ।
ದತ್ತಾತ್ರೇಯಾವತಾರಸ್ತು ರುದ್ರದ್ವೇಷಃ ಪ್ರಜಾಪತೇಃ		॥ ೨೧ ॥

ದಕ್ಷಸ್ಯ ಯಜ್ಞಕರಣಂ ದೇವಾನಾಂ ಚ ಸಮಾಗಮಃ ।
ಸತೀಕಲೇವರತ್ಯಾಗೋ ರುದ್ರಕೋಪಃ ಪ್ರಕೀರ್ತಿತಃ		॥ ೨೨ ॥

ವೀರಭದ್ರಸಮುತ್ಪತ್ತಿರ್ಯಜ್ಞನಾಶಸ್ತತಃ ಪರಮ್ ।
ಧ್ರುವೋತ್ಪತ್ತಿಸ್ತಪಶ್ಚರ್ಯಾ ವರದಾನಂ ಪ್ರಕೀರ್ತಿತಮ್		॥ ೨೩ ॥

ಧ್ರುವಸಾಮ್ರಾಜ್ಯಸಂಪ್ರಾಪ್ತಿರ್ಗುಹ್ಯಕಾನಾಂ ವಧಸ್ತಥಾ ।
ವೇನಾಪಚಾರೋ ಹುಂಕಾರಾತ್ ಋಷೀಣಾಂ ವೇನನಾಶನಮ್ ॥ ೨೪ ॥

ಪೃಥೋರ್ಬಾಹೂತ್ಪಮುತ್ಪತ್ತಿಃ ರಾಜ್ಯೇ ತಸ್ಯಾಭಿಷೇಚನಮ್ ।
ಗೋದೋಹನಂ ದಿಗ್ದಯಶ್ಚ ಹ್ಯಶ್ವಮೇಧಸಮಾಪನಮ್		॥ ೨೫ ॥

ದರ್ಶನಂ ಸನಕಾದೀನಾಂ ಸಂವಾದೋऽಧ್ಯಾತ್ಮಸಂಭವಃ ।
ಪೃಥೋಃ ಸ್ವಲೋಕಗಮನಂ ಪ್ರಾಚೀನಸ್ಯ ಸಮುದ್ಭವಃ		॥ ೨೬ ॥

ದಶಪ್ರಾಚೇತಸೋತ್ಪತ್ತಿಸ್ತಪಶ್ಚರ್ಯಾ ಪ್ರಕೀರ್ತಿತಾ ।
ಹಂಸಮಂತ್ರೋಪದೇಶಶ್ಚ ಪಥಿ ರುದ್ರೇಣ ಕೀರ್ತಿತಃ		॥ ೨೭ ॥

ಪ್ರಾಚೀನಬರ್ಹಿಷಸ್ತತ್ರ ಪುರಂಜನಕಥಾಪಿ ತು ।
ಜೀವಸಂಸಾರಸಂಜ್ಞಪ್ತೈ ನಾರದೇನ ಪ್ರಕೀರ್ತಿತಾ		॥ ೨೮ ॥

ಪ್ರಚೇತಸಾಂ ತಪಶ್ಚರ್ಯಾ ವರದಾನಂ ಚ ಕೀರ್ತಿತಮ್ ।
ಏಕತ್ರಿಂಶತ್ತಥಾಽಧ್ಯಾಯಾಃ ಚತುರ್ಥಸ್ಕಂಧ ಈರಿತಾಃ		॥ ೨೦ ॥

೫) ಪಂಚಮಃ ಸ್ಕಂಧಃ —
ಪ್ರಿಯವ್ರತಕಥಾ ಪ್ರೋಕ್ತಾ ಬ್ರಹ್ಮಾಜ್ಞಾಪರಿಪಾಲನಮ್ ।
ಗೃಹಸ್ಥಾಶ್ರಮಸಂಪ್ರಾಪ್ತಿಃ   ನವಪುತ್ರಸಮುದ್ಭವಃ   ॥ ೫೧ ॥

ಋಷಭಾವತಾರಚರಿತಂ ಭರತಸ್ಯ ಸಮುದ್ಭವಃ ।
ಋಷಭೇಣೋಪದೇಶಶ್ಚ ತಥಾಜಗರವರ್ಣನಮ್   ॥ ೫೨ ॥

ಏಣೇಜನ್ನ ಪ್ರಸಾದಶ್ಚ ಕೀರ್ತಿತೋ ಭರತಸ್ಯ ಹಿ ।
ಆವಧೂತಬ್ರಾಹ್ಮಣತ್ವಸಂಪ್ರಾಪ್ತಿಃ ಕಥಿತಾತ್ರ ಹಿ   ॥ ೫೩ ॥

ಕಲೇರಭಯಸಂಪ್ರಾಪ್ತಿಃ ತತ್ರಾಂದೋಲಿಕವಾಹನೇ ।
ತಥಾ ರಹೂಗಣೇನೈವ ಸಂವಾದಃ ಸಂಪ್ರಕೀರ್ತಿತಃ   ॥ ೫೪ ॥

ಭವಾಟವೀವರ್ಣನಂ ಚ ತದ್ದಶಾಸ್ಥಾನವರ್ಣನಮ್ ।
ಸಿಂಧುದ್ವೀಪನದೀನಾಂ ಚ ಪರಿಮಾಣಂ ಪ್ರಕೀರ್ತಿತಮ್   ॥ ೫೫ ॥

ಖಂಡಾನಾಂ ಪರಿಮಾಣಂ ಚ ತತ್ಪತೀನಾಂ ಚ ವರ್ಣನಮ್ ।
ತತ್ರ ಸಂಸ್ಥಿತಮೂರ್ತೀನಾಂ ಲೋಕಾಲೋಕಾಚಲಸ್ಯ ಹಿ   ॥ ೫೬ ॥

ಸೂರ್ಯಾದಿಗ್ರಹರಾಶೀನಾಂ ಗಮನಂ ಸಂಪ್ರಕೀರ್ತಿತಮ್ ।
ಶಿಂಶುಮಾರಸ್ಯ ಮಾಹಾತ್ಮ್ಯಂ ನರಕಾಣಾಂ ಚ ಸಂಸ್ಥಿತಿಃ   ॥ ೫೭ ॥

ಭೂಬಿಲಾನಾಂ ಚ ಸರ್ವೇಷಾಂ ಶೇಷಸ್ಯ ಚ ಮಹಾತ್ಮನಃ ।
ಯಾತನಾ ರೌರವಾದೀನಾಂ ತತ್ತತ್ಕರ್ಮಫಲಂ ತಥಾ ॥
ಚತುರ್ವಿಂಶತಿರಧ್ಯಾಯಾಃ ಪಂಚಮೇಽಸ್ಮಿನ್ ಪ್ರಕೀರ್ತಿತಾಃ   ॥ ೫೮ ॥

೬) ಷಷ್ಠಃ ಸ್ಕಂಧಃ —
ನಾಮಸ್ಮರಣಮಾಹಾತ್ಮ್ಯಂ ಷಷ್ಠೇ ಸ್ಕಂಧೇ ಸಮೀರಿತಮ್ ।
ಆಜಾಮಿಲಸ್ಯ ಚರಿತಂ ಯಮದೂತಸಮಾಗಮಃ   ॥ ೫೯ ॥

ದೂತಾನಾಂ ವಿಷ್ಣುಯಮಯೋಃ ಸಂವಾದಃ ಪಾಪನಾಶನಃ ।
ದೂತಾನಾಂ ತು ಯಮೇನೈವ ನಾಮಮಾಹಾತ್ಮ್ಯವರ್ಣನಮ್   ॥ ೬೦ ॥

ಪೌರೋಹಿತ್ಯಪ್ರಭಾವಾಚ್ಚ ದೇವೇಂದ್ರಸ್ಯ ಜಯಸ್ತಥಾ ।
ನಾರಾಯಣಾತ್ಮಕಂ ವರ್ಮ ಪ್ರೋಕ್ತಂ ಶತ್ರುವಿಮರ್ದನಮ್ ॥ ೪೦ ॥

ವೃತ್ರಾಸುರಸಮುತ್ಪತ್ತಿ: ವೃತ್ರಯುದ್ಧಮತಃ ಪರಮ್ ।
ಪರಾಜಯಶ್ಚ ದೇವಾನಾಂ ದೇವಚಿಂತಾ ಪ್ರಕೀರ್ತಿತಾ ॥ ೪೧ ॥

ವಿಷ್ಣುನಾಸ್ಯ ವಧೋಪಾಯೋ ವಜ್ರೋತ್ಪತ್ತಿಸ್ತತಃ ಪರಮ್ ।
ವೃತ್ರನಾಶಸ್ತು ಸಂಪ್ರೋಕ್ತೋ ದೇವಾನಾಂ ವಿಜಯಸ್ತಥಾ ॥ ೪೨ ॥

ಚಿತ್ರಕೇತುಸಮಾಖ್ಯಾನಂ ಪುತ್ರಶೋಕಸ್ತ ಥೈವ ಚ ।
ಮಂತ್ರೋಪದೇಶಾದ್ರಾಜ್ಞಸ್ತು ನಾರದಸ್ಯ ಜಲೇ ತದಾ ॥ ೪೩ ॥

ವಿದ್ಯಾಧರಾಧಿಪತ್ಯಂ ಚ ರುದ್ರಹಾಸ್ಯಮತಃ ಪರಮ್ ।
ಪಾರ್ವತೀಶಾಪದಾನಂ ಚ ಸ್ವಲೋಕಗಮನಂ ಸ್ಮೃತಮ್ ॥ ೪೪ ॥

ವ್ರತಂ ಪುಂಸವನಂ ಪ್ರೋಕ್ತಂ ಮರುತಾಂ ಚ ಸಮುದ್ಭವ: ।
ಏಕೋನವಿಂಶತಿರಧ್ಯಾಯಾ: ಷಷ್ಠೇಽಸ್ಮಿನ್ ಸಂಪ್ರಕೀರ್ತಿತಾ: ॥ ೪೫ ॥

೭) ಸಪ್ತಮಃ ಸ್ಕಂಧ: –
ಧರ್ಮನಾರದಸಂವಾದೋ ಭಕ್ತೇ: ಪ್ರಾಧಾನ್ಯಕೀರ್ತನಮ್ ।
ಹಿರಣ್ಯಕಶಿಪೋರ್ದ್ವೇಷ: ಪ್ರಹ್ಲಾದೇ ಕೀರ್ತಿತಾ ಕ್ರಮಾತ್ ॥ ೪೬ ॥

ಮಾತುಸ್ತತ್ತ್ವೋಪದೇಶಶ್ಚ ತಪಶ್ಚರ್ಯಾ ಪ್ರಕೀರ್ತಿತಾ ।
ಹಿರಣ್ಯಕಶಿಪೋರ್ಬ್ರಹ್ಮವರದಾನಂ ತಥೈವ ಚ ॥ ೪೭ ॥

ಸರ್ವದಿಗ್ವಿಜಯ: ಪ್ರೋಕ್ತೋ ದೇವಚಿಂತಾ ಪ್ರಕೀರ್ತಿತಾ ।
ಶಂಡಾಮರ್ಕೋಪದೇಶಶ್ಚ ಸ್ವವಿದ್ಯಾಪ್ರತಿಪಾದನಮ್ ॥ ೪೮ ॥

ದೈತ್ಯಪುತ್ರೋಪದೇಶಶ್ಚ ಪ್ರಹ್ಲಾದೇನ್ಯೈವ ಕೀರ್ತಿತ: ।
ಹಿರಣ್ಯಕಶಿಪೋ: ಕೋಪಾತ್ ಸಭಾಸ್ತಂಭವಿಭೇದನಮ್ ॥ ೪೦ ॥

ಪಂಚಾಸ್ಯಸ್ಯಾವತಾರಸ್ತು ತೇನ ಯುದ್ಧಮತಃ ಪರಮ್ ।
ಭೇದನಂ ಹೃದಯಸ್ಯೋಕ್ತಂ ದೇವಸ್ತು ಶಿರತಃ ಪರಮ್ ॥ ೫೧ ॥

ಪ್ರಹ್ಲಾದಸ್ಯಾಭಯಃ ಪ್ರೋಕ್ತೋ ವರದಾನಂ ತಥೈವ ಚ ।
ತ್ರಿಪುರಾಸುರಸಂಹಾರಕಥಾ ತತ್ರೈವ ಕೀರ್ತಿತಾ   ॥ ೩೭ ॥

ವರ್ಣಾನಾಮಾಶ್ರಮಾಣಾಂ ಚ ಧರ್ಮಃ ಸ್ತ್ರೀಣಾಂ ಪೃಥಕ್ ಪೃಥಕ್ ।
ತಥಾ ಸಂಕರಜಾತೀನಾಂ ಆಪದ್ಧರ್ಮಸ್ತಥೈವ ಚ ॥
ಸ್ಕಂಧೇಽಸ್ಮಿನ್ ಷೋಡಶಾಧ್ಯಾಯಾಃ ಸಪ್ತಮೇ ಸಂಪ್ರಕೀರ್ತಿತಾಃ ॥ ೩೮ ॥

ಲ) ಅಷ್ಟಮಃ ಸ್ಕಂಧಃ –

ಸ್ವಾಯಂಭುವಸ್ಯ ಮಾಹಾತ್ಮ್ಯಂ ತಥಾ ಯಜ್ಞಸ್ಯ ವೈ ಹರೇಃ ।
ಗಜೇಂದ್ರನಕ್ರಗ್ರಹಣಂ ಹರಿಣಾ ಮೋಚನಂ ತಥಾ   ॥ ೩೯ ॥

ಅಜಿತಾವತಾರಮಾಹಾತ್ಮ್ಯಂ ದೇವಚಿಂತಾ ತತಃ ಪರಮ್ ।
ದೈತ್ಯಾನಾಂ ಚ ಜಯೋಪಾಯೋ ದೇವಾನಾಂ ಹರಿಣಾ ಸ್ಮೃತಃ   ॥ ೪೪ ॥

ಮಂದರಾನಯನಂ ಪ್ರೋಕ್ತಂ ಮಥನಂ ಕ್ಷೀರಸಾಗರೇ ।
ಕೂರ್ಮಾವತಾರಮಾಹಾತ್ಮ್ಯಂ ವಿಷೋತ್ಪತ್ತಿಃ ಪ್ರಕೀರ್ತಿತಾ ॥ ೪೬ ॥

ಉಚ್ಚೈಃಶ್ರವಾಶ್ವಗಜಯೋಃ ಪಾರಿಜಾತಸ್ಯ ಸಂಭವಃ ।
ರಮಾವತಾರಃ ಕಥಿತೋ ರಮಾಸೌಂದರ್ಯವರ್ಣನಮ್   ॥ ೪೭ ॥

ವರಸ್ಯಾನ್ವೇಷಣಂ ಪ್ರೋಕ್ತಂ ವಿವಾಹೋಽಪ್ಯಜಿತಸ್ಯ ಹಿ ।
ವಾರುಣ್ಯಾಶ್ಚ ಸಮುತ್ಪತ್ತಿರಮೃತಸ್ಯ ಚ ಸಂಭವಃ   ॥ ೪೮ ॥

ಧನ್ವಂತರಿಸಮುತ್ಪತ್ತಿರಮೃತಾಹರಣಂ ತಥಾ ।
ಮೋಹಿನೀವರ್ಣನಂ ದೈತ್ಯವಂಚನಾಕರಣಂ ತಥಾ   ॥ ೪೯ ॥

ಅಮೃತಪ್ರಾಶನೇ ರಾಹೋಃ ಶಿರಸಶ್ಛೇದನಂ ತಥಾ ।
ಪುನಃ ಪುರುಷರೂಪತ್ವಸ್ವೀಕಾರೋ ಯಮನಂ ತದಾ   ॥ ೫೦ ॥

ದೈತ್ಯದಾನವಯುದ್ಧಂ ಚ ತತೋ ದೈತ್ಯಪರಾಜಯಃ ।
ರುದ್ರಸ್ಯ ಮೋಹನಂ ಪ್ರೋಕ್ತಂ ತತೋ ಬಲಿಸಮುನ್ನತಿಃ   ॥ ೫೧ ॥

ವಾಮನಾವತಾರಮಾಹಾತ್ಮ್ಯಂ ವಿರಾಡ್ರೂಪಸ್ಯ ವರ್ಣನಮ್ ।
ಸ್ವರ್ಗಾಪಹಾರಃ ಸಂಪ್ರೋಕ್ತೋ ಬಿಲವಾಸೋ ಬಲೇಃ ಸ್ಮೃತಃ ॥ ೫೭ ॥

ಮತ್ಸ್ಯಾವತಾರಮಾಹಾತ್ಮ್ಯಂ ತಥಾ ಸತ್ಯವ್ರತಸ್ಯ ಚ |
ಸ್ಕಂಧೇಽಸ್ಮಿನ್ನಷ್ಟಮೇಽಧ್ಯಾಯಾಃ ತ್ರಯೋವಿಂಶತಿರೀರಿತಾಃ || ೭೨ ||

೯) ನವಮಃ ಸ್ಕಂಧಃ –
ವೈವಸ್ವತಮನೋರ್ಯಜ್ಞೇ ಕನ್ಯಾಯಾ ಜನನಂ ಸ್ಮೃತಮ್ |
ಪುನರ್ವೈವಸ್ವತಮನೋಃ ಪುತ್ರಾಣಾಂ ಚ ಸಮುದ್ಭವಃ || ೭೪ ||

ತೇಷಾಂ ಮಾಹಾತ್ಮ್ಯಕಥನಂ ನಾಭಾಗಚರಿತಂ ತಥಾ |
ಅಂಬರೀಷಸಾಮಾಖ್ಯಾನಂ ದುರ್ವಾಸಪ್ರಪಲಾಯನಮ್ || ೭೫ ||

ಚಕ್ರತಾಪಾತ್ಮನಶ್ಶಾಂತಿಃ ವರದಾನಂ ಚ ಭೂಪತೇಃ |
ಯವನಾಶ್ವಸಮಾಖ್ಯಾನಂ ಮಾಂಧಾತುಸ್ಸೌಭರೇಸ್ತಥಾ || ೭೬ ||

ತ್ರಿಶಂಕುರಾಜಚರಿತಂ ಹರಿಶ್ಚಂದ್ರಸ್ಯ ಕೀರ್ತನಮ್ |
ಸಗರಸ್ಯ ಚ ಮಾಹಾತ್ಮ್ಯಂ ಸಾಗರಾಣಾಂ ಪ್ರಕೀರ್ತನಮ್ || ೭೭ ||

ಭಗೀರಥದಿವೋದಾಸಖಿಟ್ವಾಂಗರಘುಭೂಭೃತಾಮ್ |
ರಾಮಾವತಾರಮಾಹಾತ್ಮ್ಯಂ ಸೀತಾಪಹರಣಂ ತಥಾ || ೭೮ ||

ಸೇತುಬಂಧಸ್ಸಿಂಧುಮಧ್ಯೇ ರಾವಣಸ್ಯ ವಧಸ್ತಥಾ |
ರಾಮಾಭಿಷೇಕಮಾಹಾತ್ಮ್ಯಂ ತದ್ವಂಶಸ್ಯಾನುವರ್ಣನಮ್ || ೭೯ ||

ಚಂದ್ರವಂಶಸಮಾಖ್ಯಾನಂ ಪುರೂರವಶಸಂಕ್ರಮಾತ್ |
ನಹುಷಸ್ಯ ಯಯಾತೇಶ್ಚ ಪುರೋಸ್ಸಂವರಣಸ್ಯ ಚ || ೮೦ ||

ಕುರುಪ್ರತೀಪಯೋಶ್ಚೈವ ಶಂತನೋಸ್ತಸ್ಯ ಪುತ್ರಯೋಃ |
ಪಾಂಡವಾನಾಂ ಕುರೂಣಾಂಚ ಸಮುತ್ಪತ್ತಿಃ ಪ್ರಕೀರ್ತಿತಾ || ೮೦ ||

ಯಾದವಾನಾಂ ಸಮುತ್ಪತ್ತಿರ್ವಸುದೇವಸ್ಯ ಕೀರ್ತಿತಾ |
ಪ್ರಾದುರ್ಭಾವಸ್ತು ಕೃಷ್ಣಸ್ಯ ತತ್ತನ್ಮಾಹಾತ್ಮ್ಯವರ್ಣನಮ್ ||
ಏಕವಿಂಶತಿರಧ್ಯಾಯಾಃ ನವಮೇಽಸ್ಮಿನ್ ಪ್ರಕೀರ್ತಿತಾಃ || ೮೧ ||

೧೦) ದಶಮಸ್ಕಂಧಃ ಪೂರ್ವಾರ್ಧಃ –

ಭೂಭಾರಕ್ಷಾಪನೋದಾರ್ಥಂ ಬ್ರಹ್ಮಾದಿಪ್ರಾರ್ಥನಂ ತಥಾ ।
ಕೃಷ್ಣಾವತಾರೋ ದೇವಕ್ಯಾಂ ವಸುದೇವಸ್ತುತಿಃ ಪರಾ   ॥ ೨೩ ॥

ಕೃಷ್ಣಸ್ತುತಿಸ್ತು ದೇವಕ್ಯಾಃ ಶಂಖಚಕ್ರಾದಿಧಾರಣಮ್ ।
ಪುನರ್ದ್ವಿಭುಜಸಂಪ್ರಾಪ್ತಿರ್ಗೋಕುಲಾಗಮನಂ ತಥಾ   ॥ ೨೪ ॥

ಪೂತನಾಯಾ ವಧಃ ಪ್ರೋಕ್ತಃ ಶಕಟಾಸುರಪಾತನಮ್ ।
ತೃಣಾವರ್ತಸ್ಯ ಹನನಂ ಬಾಲಕ್ರೀಡಾ ಚ ಗೋಕುಲೇ   ॥ ೨೫ ॥

ಗರ್ಗೇಣ ನಾಮಕರಣಂ ದಧಿಭಾಂಡಸ್ಯ ಭಂಜನಮ್ ।
ನವನೀತಾದಿಹರಣಂ ಬಂಧನಂ ಚಾಪ್ಯುಲೂಖಲೇ   ॥ ೨೬ ॥

ಯಮಲಾರ್ಜುನಯೋರ್ಭಂಗೋ ವತ್ಸಾನಾಂ ಪರಿಪಾಲನಮ್ ।
ವತ್ಸಾಸುರಸ್ಯ ಹನನಂ ಬಕಸ್ಯ ಹನನಂ ತಥಾ   ॥ ೨೭ ॥

ಕಾಲೀಯಮರ್ದನಂ ರಾತ್ರಾ ದಾವಾಗ್ನೇಃ ಪಾನಮೀಶಿತುಃ ।
ಯಜ್ಞಪತ್ನೀಸಮಾನೀತಭೋಜನಂ ಪೃಥಗೀರಿತಮ್   ॥ ೨೮ ॥

ದೇವೇಂದ್ರಯಜ್ಞಹನನಂ ಗೋವರ್ಧನಸಮುದ್ಧೃತಿಃ ।
ಕಾಮಧೇನ್ವಭಿಷೇಕಶ್ಚ ಋತುವರ್ಣನಮೇವ ತು   ॥ ೨೯ ॥

ವಸ್ತ್ರಾಪಹಾರೋ ಗೋಪೀನಾಂ ರಾಸಕ್ರೀಡಾ ಚ ಗೋಕುಲೇ ।
ವನಗೀತಾ ಗೋಪಿಗೀತಾ ವೇಣುಗೀತಾ ತತಃ ಪರಮ್   ॥ ೩೦ ॥

ಜಲಕ್ರೀಡಾ ವನಕ್ರೀಡಾ ಶಂಖಚೂಡವಧಸ್ತಥಾ ।
ವೃಷಾಸುರವಧಃ ಪ್ರೋಕ್ತಃ ಸಂಹಾರೋ ವ್ಯೋಮಕೇಶಿನೋಃ   ॥ ೩೧ ॥

ಅಕ್ರೂರಾಗಮನಂ ಪ್ರೋಕ್ತಂ ಗೋಪೀನಾಂ ಶೋಕಸಂಭವಃ ।
ಮಧುರಾಗಮನಂ ಪ್ರೋಕ್ತಂ ವಿಶ್ವರೂಪಸ್ಯ ದರ್ಶನಮ್   ॥ ೩೨ ॥

ಅಕ್ರೂರಸಂಸ್ತುತಿಃ ಪಶ್ಚಾತ್ ಮಧುರಾಯಾಂ ಪ್ರವೇಶನಮ್ ।
ಮಧುರಾಂಗನಾನಾಂ ಸಂಮರ್ದೋ ರಜಕಸ್ಯ ವಧಸ್ತಥಾ   ॥ ೩೩ ॥

ಪುಷ್ಪಮಾಲಾಧಾರಣಂ ಚ ವರದಾನಂ ತಥೈವ ಚ ।
ತ್ರಿವಕ್ರಾಯಾ ಹ್ಯವಕ್ರತ್ವಂ ಧನುರ್ಭಂಗಸ್ತಥೈವ ಚ   ॥ ೮೪ ॥

ಗಜಸ್ಯ ಹನನಂ ಪ್ರೋಕ್ತಂ ರಂಗಸ್ಥಾನೇ ಪ್ರವೇಶನಮ್ ।
ಚಾಣೂರಮುಷ್ಟಿಕಾಪಾತಃ ಪಾತನಂ ಮಾತುಲಸ್ಯ ಚ   ॥ ೮೭ ॥

ಸ್ತ್ರೀಪ್ರಲಾಪಸಮಾಧಾನಂ ಪಿತೃಮಾತೃಪ್ರಮೋಚನಮ್ ।
ಉಗ್ರಸೇನಾಧಿಪತ್ಯಂ ಚ ತಥಾ ಗುರುಕುಲೇ ಸ್ಥಿತಿಃ   ॥ ೮೬ ॥

ಗುರುಪುತ್ರಸಮುದ್ಧಾರಃ ಪ್ರೇಷಣಂ ಚೋದ್ಧವಸ್ಯ ತು ।
ಗೋಪಸ್ತ್ರೀಣಾಂ ಸಮಾಧಾನಂ ಪುನರಾಗಮನಂ ತಥಾ   ॥ ೮೬ ॥

ಸೈರಂಧ್ರಿಕಾಸಮಾಧಾನಂ ಅಕ್ರೂರಪ್ರೇಷಣಂ ತಥಾ ।
ಚತ್ವಾರಿಂಶತ್ ತಥಾಷ್ಟೌ ಚ ಪೂರ್ವಾರ್ಧೇ ಸಂಪ್ರಕೀರ್ತಿತಾಃ   ॥ ೮೮ ॥

೧೦) ದಶಮಸ್ಕಂಧಃ ಉತ್ತರಾರ್ಧಃ –
ಅಸ್ತಿಪ್ರಾಸ್ಮುಕ್ತವಾಕ್ಯೇನ ಪ್ರತಿಜ್ಞಾ ಮಾಗಧಸ್ಯ ಚ ।
ಜರಾಸಂಧಸಮಾನೀತಸೈನ್ಯಸ್ಯ ಬಹುಶೋ ವಧಃ   ॥ ೮೯ ॥

ಗೋಮಂತಾರೋಹಣಂ ಪ್ರೋಕ್ತಂ ಶೃಗಾಲಸ್ಯ ವಧಃ ಸ್ಮೃತಃ ।
ವೈನತೇಯಸ್ತುತಿಃ ಪ್ರೋಕ್ತಾ ಕಿರೀಟಾಗಮನಂ ತದಾ   ॥ ೯೦ ॥

ಗೋಮಂತದಾಹನಂ ಪ್ರೋಕ್ತಂ ಮಥುರಾಗಮನಂ ಸ್ಮೃತಮ್ ।
ದ್ವಾರವತ್ಯಾಶ್ಚ ಕರಣಂ ಸ್ಥಾಪನಂ ಸ್ವಜನಸ್ಯ ಚ   ॥ ೯೧ ॥

ಗುಹಾಪ್ರವೇಶಃ ಕೃಷ್ಣಸ್ಯ ಯವನಸ್ಯ ವಧಸ್ತಥಾ ।
ಮುಚುಕುಂದಸ್ತುತಿಃ ಪ್ರೋಕ್ತಾ ದ್ವಾರಕಾಗಮನಂ ಸ್ಮೃತಮ್   ॥ ೯೨ ॥

ರುಕ್ಮಿಣೀಹರಣಂ ರುಕ್ಮಿಮಾನಭಂಗಃ ಪ್ರಕೀರ್ತಿತಃ ।
ಜಾಂಬವತ್ಯಾ ವಿವಾಹಸ್ಯ ಸತ್ರಾಜಿತ್ಯಾಸ್ತಥೈವ ಚ   ॥ ೯೩ ॥

ಭದ್ರಾನೀಲಾಮಿತ್ರವಿಂದಾಲಕ್ಷಣಾನಾಂ ಸಮಸ್ತಶಃ ।
ನರಕಸ್ಯ ಚ ಸಂಹಾರಃ ಕನ್ಯಾನಾಂ ದರ್ಶನಂ ಸ್ಮೃತಮ್   ॥ ೯೪ ॥

ಸ್ವರ್ಗಸ್ಯ ದರ್ಶನಂ ಪ್ರೋಕ್ತಂ ದೇವಾನಾಂ ಚ ಪರಾಜಯಃ |
ಪಾರಿಜಾತಸ್ಯ ಹರಣಂ ದ್ವಾರಕಾಗಮನಂ ಸ್ಮೃತಮ್ || ೯೭ ||

ಷೋಡಶಸ್ತ್ರೀವಿವಾಹಸ್ತ ಪ್ರದ್ಯುಮ್ನಜನನಂ ತಥಾ |
ಪೌಂಡ್ರಕಸ್ಯ ವಧಃ ಪ್ರೋಕ್ತಃ ಕಾಶಿಸಂದೀಪನಂ ತಥಾ || ೯೮ ||

ರುಕ್ಮಿಣೀಕೃಷ್ಣಯೋಃ ಪ್ರೇಮಕಲಹಃ ಸಂಪ್ರಕೀರ್ತಿತಃ |
ನಾರದಾಗಮನಂ ಪ್ರೋಕ್ತಂ ವಿಶ್ವರೂಪಪ್ರದರ್ಶನಮ್ || ೯೮ ||

ರಾಜಸೂಯಸಮಾರಂಭೋ ಜರಾಸಂಧವಧಸ್ತದಾ |
ರಾಜಸೂಯಸಮಾಪ್ತಿಶ್ಚ ದ್ಯೂತೋಪಕ್ರಮಣಂ ತಥಾ || ೯೪ ||

ವನವಾಸಃ ಪಾಂಡವಾನಾಂ ಸಾಲ್ವಯುದ್ಧಮತಃ ಪರಮ್ |
ಪ್ರೋಕ್ತಂ ರಾಮಸ್ಯ ಮಾಹಾತ್ಮ್ಯಂ ವಿವಿದಸ್ಯ ವಧಸ್ತಥಾ || ೯೯ ||

ಯಮುನಾಕರ್ಷಣಂ ಪ್ರೋಕ್ತಂ ಕುರುಪುರ್ಯಾಃ ಪ್ರಕರ್ಷಣಮ್ |
ತಥಾ ಸಾಂಬವಿವಾಹಸ್ತ ಶ್ರುತದೇವಪ್ರಸನ್ನತಾ || ೧೦೦ ||

ಬಕಾಸುರವಧಶ್ಚೈವ ಶ್ರುತಿಗೀತಾ ತತಃ ಪರಮ್ |
ವಿಶಿಷ್ಟಕೌರವವಧೋ ಧರ್ಮಸಾಮ್ರಾಜ್ಯವರ್ಣನಮ್ || ೧೦೧ ||

ಸುದಾಮದ್ವಿಜಮಾಹಾತ್ಮ್ಯಂ ಅಶ್ವಮೇಧಸಮುನ್ನತಿಃ |
ಬ್ರಾಹ್ಮಣಸ್ಯ ಚ ಪುತ್ರಾಣಾಂ ಆಧಾನಂ ಚ ಸ್ವಧಾಮತಃ || ೧೦೨ ||

ಪ್ರೋಕ್ತಂ ಚಾವಭೃಥಸ್ನಾನಂ ದಂತವಕ್ತ್ರವಧಃ ಸ್ಮೃತಃ |
ಷೋಡಶಸ್ತ್ರೀವಿಹಾರಶ್ಚ ಪುತ್ರಪೌತ್ರಸಮುನ್ನತಿಃ ||
ತ್ರ್ಯಧಿಕಂ ಶತಮಧ್ಯಾಯಾ ದಶಮೇಽಸ್ಮಿನ್ ಪ್ರಕೀರ್ತಿತಾಃ || ೧೦೩ ||

೧೧) ಏಕಾದಶಃ ಸ್ಕಂಧಃ –
ಶೌರಿನಾರದಸಂವಾದೋ ವಿದೇಹೇನ ಚ ಯೋಗಿನಾಮ್ |
ಸಾಂಬಾಪರಾಧಾಚ್ಛಾಪಸ್ತು ಯದೂನಾಂ ಸಂಪ್ರಕೀರ್ತಿತಮ್ || ೧೦೪ ||

ಪ್ರೋಕ್ತಾ ಸ್ತುತಿಸ್ತು ದೇವಾನಾಂ ಕೃಷ್ಣವಾಕ್ಯಮತಃ ಪರಮ್ |
ಕೃಷ್ಣಾಪಗವಿಸಂವಾದೋ ಮನಸಃ ಕಾರಣತ್ವತಃ || ೧೦೫ ||

ಅವಧೂತಕಥಾ ಚಾತ್ರ ಬಹುಗುರ್ವೀ ಪ್ರಕೀರ್ತಿತಾ |
ಹರೇರ್ಧ್ಯಾನಪ್ರಕಾರಶ್ಚ ತಾರತಮ್ಯಂ ತಥೈವ ಚ || ೧೦೬ ||

ವರ್ಣಾನಾಮಾಶ್ರಮಾಣಾಂ ಚ ಧರ್ಮಾ: ಪ್ರೋಕ್ತಾ: ಪೃಥಕ್ ಪೃಥಕ್ |
ಆವಂತಿಕಸ್ಯ ಚರಿತಂ ಕ್ರಿಯಾಯೋಗಸಮುನ್ನತಿ: || ೧೦೭ ||

ತ್ರಿಗುಣಾನಾಂ ಫಲಪ್ರಾಪ್ತಿ: ಶುದ್ಧ್ಯಶುದ್ಧೀ ಪ್ರಕೀರ್ತಿತೇ |
ಕೃಷ್ಣಾಜ್ಞಯಾ ಚೋದ್ಧವಸ್ಯ ಬದರೀಗಮನಂ ಸ್ಮೃತಮ್ || ೧೦೮ ||

ಉತ್ಪಾತಾನಾಂ ದರ್ಶನಂ ಚ ಪ್ರಭಾಸಗಮನಂ ತಥಾ |
ಮೈರೇಯಪಾನಾದನ್ಯೋನ್ಯಂ ಯದೂನಾಂ ನಾಶ ಈರಿತ: || ೧೦೯ ||

ದೇಹತ್ಯಾಗಸ್ತು ರಾಮಸ್ಯ ಪಿಪ್ಪಲೋಪಸ್ಥಸಂಸ್ಥಿತಿ: |
ಬ್ರಹ್ಮಾದೀನಾಮಾಗಮನಂ ಸ್ವಲೋಕಗಮನಂ ತಥಾ || ೧೧೦ ||

ಪಾರ್ಥಸ್ಯಾಗಮನಂ ಪ್ರೋಕ್ತಂ ಶವಾನಾಂ ದಾಹನಂ ತಥಾ |
ಪಾರ್ಥಾನಾಂ ಮೂಲರೂಪೈಕ್ಯಪ್ರಾಪ್ತಿರುಕ್ತಾ ತತ: ಪರಮ್ ||
ಏಕತ್ರಿ ಶಂತಿರಧ್ಯಾಯಾ: ಸ್ಕಂಧೇಽಸ್ಮಿನ್ ಸಂಪ್ರಕೀರ್ತಿತಾ: || ೧೧೧ ||

೧೨) ದ್ವಾದಶ: ಸ್ಕಂಧ: –
ಭವಿಷ್ಯದ್ರಾಜಚರಿತಂ ಯುಗಸಂಖ್ಯಾ ಸಮಾಸತ: |
ಆಯುರ್ಹ್ರಾಸೋ ದುರಾಚಾರೋ ವರ್ಣಾಶ್ರಮವಿಲೋಮತ: || ೧೧೨ ||

ಪರೀಕ್ಷಿದ್ರಾಜಶುಕಯೋ: ಸಂವಾದಸ್ಯ ಸಮಾಪನಮ್ |
ತಥಾ ವೇದವಿಭಾಗಶ್ಚ ವೇದಾನಾಂ ಪ್ರಚಯಸ್ತಥಾ || ೧೧೩ ||

ಯಾಜ್ಞವಲ್ಕ್ಯಸ್ಯ ಮಾಹಾತ್ಮ್ಯಂ ರೋಮಹರ್ಷಣಸೂತಯೋ: |
ಮಾರ್ಕಂಡೇಯಸ್ಯ ಚರಿತಂ ವಟಪತ್ರಸ್ಯ ದರ್ಶನಮ್ || ೧೧೪ ||

ಜಗತೋ ದರ್ಶನಂ ಪ್ರೋಕ್ತಂ ಉದರೇ ಬಾಲಕಸ್ಯ ಹಿ |
ವರದಾನಂ ತಥಾ ಪ್ರೋಕ್ತಂ ಮಾರ್ಕಂಡೇಯಸ್ಯ ರುದ್ರತ: || ೧೧೫ ||

ಪ್ರತ್ಯೇಕಮಾಸಸಂಚಾರ: ಸೂರ್ಯಸ್ಯ ಸಸಮೂಹತ: |
ಪುರಾಣಕಥನಂ ಪ್ರೋಕ್ತಂ ಧ್ಯಾನಂ ವಿಶ್ವಾತ್ಮನೋ ಹರೇ: || ೧೧೬ ||

ಇತಿ ಚೋಕ್ತಂ ದ್ವಿಜಶ್ರೇಷ್ಠಾಃ ಯತ್ಪೃಷ್ಟೋऽಹಮಿಹಾಸ್ಮಿ ವಃ ।
ಲೀಲಾವತಾರಕರ್ಮಾಣಿ ಕೀರ್ತಿತಾನೀಹ ಸರ್ವಶಃ ।
ಸ್ಕಂಧೇऽಸ್ಮಿನ್ ದ್ವಾದಶಾಧ್ಯಾಯಾಃ ಕೀರ್ತಿತಾ ಇಹ ಸರ್ವಶಃ ॥ ೧೧೭ ॥

॥ ಇತಿ ಶ್ರೀಮದ್ವಾದಿರಾಜಪೂಜ್ಯಚರಣವಿರಚಿತಾಯಾಂ
ಭಾಗವತಾನುಕ್ರಮಣಿಕಾಯಾಂ   ದ್ವಾದಶಸ್ಕಂಧಾನುಕ್ರಮಣಿಕಾ
ಸಮಾಪ್ತಾ ॥ ಶ್ರೀಹಯಗ್ರೀವಾರ್ಪಣಮಸ್ತು ॥

* * *

೧೯. (iv) ಶ್ರೀ ವಿಷ್ಣುತೀರ್ಥ ವಿರಚಿತ

|| ಶ್ರೀಮದ್ಭಾಗವತ ಧೃತಸಾರಃ ||

(ಸ್ಕಂಧಾರ್ಥ ಸಂಗ್ರಹಶ್ಲೋಕಾಃ)

I. ಪ್ರಥಮಃ ಸ್ಕಂಧಃ –

೧. ಜನ್ಮಾದ್ಯಸ್ಯ ಯತೋಽನ್ವಯಾದಿತರತಶ್ಚಾರ್ಥೇಷ್ವಭಿಜ್ಞಃ ಸ್ವರಾಟ್
    ತೇನೇ ಬ್ರಹ್ಮ ಹೃದಾ ಯ ಆದಿಕವಯೇ ಮುಹ್ಯಂತಿ ಯಂ ಸೂರಯಃ|
    ತೇಜೋವಾರಿಮೃದಾಂ ಯಥಾ ವಿನಿಮಯೋ ಯತ್ರ ತ್ರಿಸರ್ಗೋ ಮೃಷಾ
    ಧಾಮ್ನಾ ಸ್ವೇನ ಸದಾ ನಿರಸ್ತಕುಹಕಂ ಸತ್ಯಂ ಪರಂ ಧೀಮಹಿ ||
                                                        ೧–೧–೧.

೨. ನಿಗಮಕಲ್ಪತರೋರ್ಗಲಿತಂ ಫಲಂ
    ಶುಖಮುಖಾದಮೃತದ್ರವಸಂಯುತಮ್ |
    ಪಿಬತ ಭಾಗವತಂ ರಸಮಾಲಯಂ
    ಮುಹುರಹೋ ರಸಿಕಾ ಭುವಿ ಭಾವುಕಾಃ || ೧–೧–೩

೩. ಯಂ ಪ್ರವ್ರಜಂತಮನುಪೇತಮಪೇತಕೃತ್ಯಂ
    ದ್ವೈಪಾಯನೋ ವಿರಹಕಾತುರ ಆಜುಹಾವ |
    ಪುತ್ರೇತಿ ತನ್ಮಯತಯಾ ತರವೋಽಪಿ ನೇದು–
    ಸ್ತಂ ಸರ್ವಭೂತಹೃದಯಂ ಮುನಿಮಾನತೋಽಸ್ಮಿ || ೧–೨–೨

II. ದ್ವಿತೀಯಃ ಸ್ಕಂಧಃ –

೪. ಪಿಬಂತಿ ಯೇ ಭಗವತ ಆತ್ಮನಃ ಸತಾಂ
    ಕಥಾಮೃತಂ ಶ್ರವಣಪುಟೇಷು ಸಂಭೃತಮ್ |
    ಪುನಂತಿ ತೇ ವಿಷಯದೂಷಿತಾಶಯಂ
    ವ್ರಜಂತಿ ತಚ್ಚರಣಸರೋರುಹಾಂತಿಕಮ್ || ೨–೨–೩೭.

೩. ತಪಸ್ವಿನೋ ದಾನಪರಾ ಯಶಸ್ವಿನೋ
   ಮನಸ್ವಿನೋ ಮಂತ್ರವಿದಃ ಸುಮಂಗಲಾಃ |
   ಕ್ಷೇಮಂ ನ ವಿಂದಂತಿ ವಿನಾ ಯದರ್ಪಣಂ
   ತಸ್ಮೈ ಸುಭದ್ರಶ್ರವಸೇ ನಮೋ ನಮಃ || ೨-೪-೧೯

೪. ಯೇಷಾಂ ಸ ಏವ ಭಗವಾನ್ ದಯಯೇದನಂತಃ
   ಸರ್ವಾತ್ಮನಾಶ್ರಿತಪದೋ ಯದಿ ನಿರ್ವ್ಯಲೀಕಮ್ |
   ತೇ ವೈ ವಿದಂತ್ಯತಿತರಂತಿ ಚ ದೇವಮಾಯಾಂ
   ನೈಷಾಂ ಮಮಾಹಮಿತಿ ಧೀಃ ಶ್ವಸೃಗಾಲಭಕ್ಷ್ಯೇ || ೨-೭-೪೨.

III. ತೃತೀಯಃ ಸ್ಕಂಧಃ–

೨. ತಸ್ಮಿನ್ ಪ್ರಸನ್ನೇ ಸಕಲಾಶಿಷಾಂ ಪತೌ
   ಕಿಂ ದುರ್ಲಭಂ ತಾಭಿರಲಂ ಲವಾತ್ಮಭಿಃ |
   ಅನನ್ಯಭಕ್ತ್ಯಾ ಭಜತಾಂ ಗುಹಾಶಯಃ
   ಸ್ವಯಂ ವಿಧತ್ತೇ ಸ್ವಗತಿಂ ಪರಃ ಪುಮಾನ್ || ೩-೧೪-೩೦.

೪. ಸಂಚಿಂತಯೇದ್ ಭಗವತಶ್ಚರಣಾರವಿಂದಂ
   ವಜ್ರಾಂಕುಶಧ್ವಜಸರೋರುಹಲಾಂಛನಾಢ್ಯಮ್ |
   ಉತ್ತುಂಗರಕ್ತವಿಲಸನ್ನಖಚಕ್ರವಾಲ –
   ಜ್ಯೋತ್ಸ್ನಾಭಿರಾಹತಮಹದ್ ಹೃದಯಾಂಧಕಾರಮ್ ||
                                ೩-೨೮-೨೧.

೫. ಯಚ್ಛೌಚನಿಃಸೃತಸರಿತ್ಪ್ರವರೋದಕೇನ
   ತೀರ್ಥೇನ ಮೂರ್ಧ್ನ್ಯಧಿಧೃತೇನ ಶಿವಃ ಶಿವೋಽಭೂತ್ |
   ಧ್ಯಾತುರ್ಮನಃ ಶಮಲಶೈಲನಿಸೃಷ್ಟವಜ್ರಂ
   ಧ್ಯಾಯೇಚ್ಚಿರಂ ಭಗವತಶ್ಚರಣಾರವಿಂದಮ್ || ೩-೯-೨೨.

IV. ಚತುರ್ಥಃ ಸ್ಕಂಧಃ –

೧೦. ಯೋಽಂತಃ ಪ್ರವಿಶ್ಯ ಮಮ ವಾಚಮಿಮಾಂ ಪ್ರಸುಪ್ತಾಂ
     ಸಂಜೀವಯತ್ಯಖಿಲಶಕ್ತಿಧರಃ ಸ್ವಧಾಮ್ನಾ ।
     ಅನ್ಯಾಂಶ್ಚ ಹಸ್ತಚರಣಶ್ರವಣತ್ವಗಾದೀನ್
     ಪ್ರಾಣಾನ್ ನಮೋ ಭಗವತೇ ಪುರುಷಾಯ ತುಭ್ಯಮ್ ॥ ೪–೧೦–೨.

೧೧. ಯಸ್ಮಿನ್ ವಿರುದ್ಧಗತಯೋಽಪ್ಯನಿಶಂ ಪತಂತಿ
     ವಿದ್ಯಾದಯೋ ವಿವಿಧಶಕ್ತಯೋ ಆನುಪೂರ್ವ್ಯ
     ತದ್ ಬ್ರಹ್ಮ ವಿಶ್ವಭವಮೇಕಮವಿಶ್ವಮಾದ್ಯಂ
     ಆನಂದಮಾತ್ರಮವಿಕಾರಮಹಂ ಪ್ರಪದ್ಯೇ ॥   ೪–೧೦–೧೭

೧೨. ಅಥಾನಘಾಂಘ್ರೋಸ್ತವ ಕೀರ್ತಿತೀರ್ಥಯೋ–
     ರಂತರ್ಬಹಿಃ ಸ್ನಾನವಿಧೂತಪಾಪ್ಮನಾಮ್ ।
     ಭೂತೇಷ್ವನುಕ್ರೋಶಸುಸತ್ತ್ವಶೀಲಿನಾಂ
     ಸ್ಯಾತ್ಸಂಗಮೋಽನುಗ್ರಹ ಏಷ ನಸ್ತವ ॥   ೪–೨೪–೫೯

V. ಪಂಚಮಃ ಸ್ಕಂಧಃ –

೧೩. ಮಹತ್ಸೇವಾಂ ದ್ವಾರಮಾಹುರ್ವಿಮುಕ್ತೇಃ
     ತಮೋದ್ವಾರಂ ಯೋಷಿತಾಂ ಸಂಗಿಸಂಗಮ್ ।
     ಮಹಾಂತಸ್ತೇ ಸಮಚಿತ್ತಾಃ ಪ್ರಶಾಂತಾ
     ವಿಮನ್ಯವಃ ಸುಹೃದಃ ಸಾಧವೋ ಯೇ ॥   ೫–೫–೨

೧೪. ಅಹೋ ಬತೈಷಾಂ ಕಿಮಕಾರಿ ಶೋಭನಂ
     ಪ್ರಸನ್ನ ಏಷಾಂ ಸ್ವಿದುತ ಸ್ವಯಂ ಹರಿಃ ।
     ಯೈರ್ಜನ್ಮ ಲಬ್ಧಂ ನೃಷು ಭಾರತೇಽಜಿರೇ
     ಮುಕುಂದಸೇವೌಪಯಿಕಸ್ಪೃಹಾತ್ಭಿಃ ॥   ೫–೧೯–೨೧

೧೫. ಸುರೋಽಸುರೋ ವಾಽಥ ನರೋಽಥ ವಾನರಃ
     ಸರ್ವಾತ್ಮನಾ ಯಃ ಸುಕೃತಜ್ಞಮುತ್ತಮಮ್ ।
     ಭಜೇತ ರಾಮಂ ಮನುಜಾಕೃತಿಂ ಹರಿಂ
     ಯ ಉತ್ತರಾನನಯತ್ ಕೋಸಲಾನ್ ದಿವಮಿತಿ ॥   ೫–೧೯–೮

VI. ಷಷ್ಠಃ ಸ್ಕಂಧಃ –

೧೭. ಸಕೃನ್ಮನಃ ಕೃಷ್ಣಪದಾರವಿಂದಯೋಃ
ನಿವೇಶಿತಂ ತದ್ಗುಣರಾಗಿ ಯೈರಿಹ ।
ನ ತೇ ಯಮಂ ಪಾಶಭೃತಶ್ಚ ತದ್ಭಟಾನ್
ಸ್ವಪ್ನೇಽಪಿ ಪಶ್ಯಂತಿ ಹಿ ಚೀರ್ಣನಿಷ್ಕೃತಾಃ ॥   ೬–೧–೧೯

೧೮. ಜಿಹ್ವಾಂ ನ ವಕ್ತಿ ಭಗವದ್ಗುಣನಾಮಧೇಯಂ
ಚೇತಶ್ಚ ನ ಸ್ಮರತಿ ಚಕ್ತರಣಾರವಿಂದಮ್ ।
ಕೃಷ್ಣಾಯ ನೋ ನಮತಿ ಯಚ್ಛಿರ ಏಕದಾಽಪಿ
ತಾನಾನಯಧ್ವಮಸತೋಽಕೃತ ವಿಷ್ಣುಕೃತ್ಯಾನ್ ॥   ೬–೩–೨೯

೧೯. ನ ನಾಕಪೃಷ್ಠಂ ನ ಚ ಪಾರಮೇಷ್ಠ್ಯಂ
ನ ಸಾರ್ವಭೌಮಂ ನ ರಸಾಧಿಪತ್ಯಮ್ ।
ನ ಯೌಗಸಿದ್ಧೀರಪುನರ್ಭವಂ ವಾ
ಸಮಂಜಸಂ ತ್ವಾ ವಿರಹಯ್ಯ ಕಾಂಕ್ಷೇ ॥   ೬–೧೧–೨೫

ಅಥವಾ

೧೯. ಮಮೋತ್ತಮಶ್ಲೋಕಜನೇಷು   ಸಖ್ಯಂ
ಸಂಸಾರಚಕ್ರೇ ಭ್ರಮತಃ ಸ್ವಕರ್ಮಭಿಃ ।
ತ್ವನ್ಮಾಯಯಾಽಽತ್ಮಜದಾರಗೇಹೇ–
ಷ್ವಾಸಕ್ತಚಿತ್ತೇಷು ನ ನಾಥ ಭೂಯಾತ್ ॥   ೬–೧೧–೨೭

VII. ಸಪ್ತಮಃ ಸ್ಕಂಧಃ–

೧೯. ನ ಕೇವಲಂ ಮೇ ಭವತಶ್ಚ ರಾಜನ್
ಸ ವೈ ಬಲಂ ಬಲಿನಾಂ ಚಾಪರೇಷಾಮ್ ।
ಪರಾವರೇಽಮೀ ಸ್ಥಿರಜಂಗಮಾ ಯೇ
ಬ್ರಹ್ಮದಯೋ ಯೇನ ವಶಂ ಪ್ರಣೇತಾಃ ॥   ೭–೮–೯

೨೦. ಸತ್ಯಂ ವಿಧಾತುಂ ನಿಜಭೃತ್ಯಭಾಷಿತಂ
ವ್ಯಾಪ್ತಿಂ ಚ ಭೂತೇಷ್ವಖಿಲೇಷು ಚಾತ್ಮನಃ ।
ಅದೃಶ್ಯತಾತ್ಮದ್ಭುತರೂಪಮುದ್ವಹನ್
ಸ್ತಂಭೇ ಸಭಾಯಾಂ ನ ಮೃಗಂ ನ ಮಾನುಷಮ್ ॥ ೭–೮–೧೮

೭೨. ಪಾದೌ ಹರೇಃ ಕ್ಷೇತ್ರಪಥಾನುಸರ್ಪಣೇ
ಶಿರೋ ಹೃಷೀಕೇಶಪದಾಭಿವಂದನೇ।
ಕಾಮಂ ತು ದಾಸ್ಯೇ ನ ತು ಕಾಮ್ಯಕಾಮ್ಯಯಾ
ತಥೋತ್ತಮಶ್ಲೋಕಜನಾಶ್ರಯಾಂ ರತಿಮ್ ॥   ೯–೪–೯

X. ದಶಮಃ ಸ್ಕಂಧಃ –

೭೩. ಮತ್ಸ್ಯಾಶ್ವಕಚ್ಛಪನೃಸಿಂಹವರಾಹಹಂಸ–
ರಾಜನ್ಯ ವಿಪ್ರವಿಬುಧೇಷು ಕೃತಾವತಾರಃ ।
ತ್ವಂ ಪಾಸಿ ನಸ್ತ್ರಿಭುವನಂ ಚ ತಥಾsಧುನೇಶ
ಭಾರಂ ಭುವೋ ಹರ ಯದೂತ್ತಮ ವಂದನಂ ತೇ ॥ ೧೦–೨–೪೦

೭೪. ತಮದ್ಭುತಂ ಬಾಲಕಮಂಬುಜೇಕ್ಷಣಂ
ಚತುರ್ಭುಜಂ ಶಂಖಗದಾದ್ಯುದಾಯುಧಮ್ ।
ಶ್ರೀವತ್ಸಲಕ್ಷ್ಂ ಗಲಶೋಭಿಕೌಸ್ತುಭಂ
ಪೀತಾಂಬರಂ ಸಾಂದ್ರಪಯೋದಸೌಭಗಮ್ ॥ ೧೦–೪–೧೦

೭೦. ಯತ್ಪಾದಪಂಕಜರಜಃ ಶಿರಸಾ ಬಿಭರ್ತಿ
ಶ್ರೀರಬ್ಜಜಸ್ತ ಗಿರಿಶಃ ಸಹಲೋಕಪಾಲ್ಃ ।
ಲೀಲಾತನೂಃ ಸ್ವಕೃತಸೇತುಪರೀಪ್ಸಯಾ ಯಃ
ಕಾಲೇ ದಧತ್ಸ ಭಗವಾನ್ ಸ್ವಕೃತೇನ ತುಷ್ಯೇತ್ ॥ ೧೦–೮೭–೪೨

XI. ಏಕಾದಶಃ ಸ್ಕಂಧಃ –

೭೧. ಧ್ಯೇಯಂ ಸದಾ ಪರಿಭವಘ್ನಮಭೀಷ್ಟದೋಹಂ
ತೀರ್ಥಾಸ್ಪದಂ ಶಿವವಿರಿಂಚಿನುತಂ ಶರಣ್ಯಮ್ ।
ಭೃತ್ಯಾರ್ತಿಹಂ ಪ್ರಣತಭಕ್ತಭವಾಬ್ಧಿಪೋತಂ
ವಂದಾಮಹೇ ಪುರುಷ ತೇ ಚರಣಾರವಿಂದಮ್ ॥ ೧೧–೫೬–೫೬

೭೨. ತ್ಯಕ್ತ್ವಾ ಸುದುಸ್ತ್ಯಜಸುರೇಪ್ಸಿತರಾಜ್ಯಲಕ್ಷ್ಮೀಂ
ಧರ್ಮಿಷ್ಠಮಾರ್ಯವಚಸಾ ಯದಗಾದರಣ್ಯಮ್ ।
ಮಾಯಾಮೃಗಂ ದಯಿತಯೇಪ್ಸಿತಮನ್ವಧಾವತ್
ವಂದಾಮಹೇ ಪುರುಷ ತೇ ಚರಣಾರವಿಂದಮ್ ॥ ೧೧–೫೬–೪೮

೧೧. ಭವಭಯಮಪಹರ್ತುಂ   ಜ್ಞಾನವಿಜ್ಞಾನಸಾರಂ
ನಿಗಮಕುಮುದದಬ್ರಂ ಭೃಂಗವದ್ವೇದ್ಯಸಾರಮ್ ।
ಅಮೃತಮುದಧಿಕಲ್ಪಂ ಪಾಯಯನ್ ಭೃತ್ಯವರ್ಗಾನ್
ಪುರುಷಋಷಭಮಾದ್ಯಂ ವಿಷ್ಣುಸಂಜ್ಞಂ ನತೋಽಸ್ಮಿ ॥ ೧೧–೨೯–೫೦

XII. ದ್ವಾದಶಃ ಸ್ಕಂಧಃ :

೧೫. ತಸ್ಮೈ ನಮೋ ಭಗವತೇ ಪುರುಷಾಯ ಭೂಮ್ನೇ
ವಿಶ್ವಾಯ ವಿಶ್ವಗುರವೇ ಪರದೇವತಾಯೈ ।
ನಾರಾಯಣಾಯ ಋಷಯೇ ಚ ನರೋತ್ತಮಾಯ
ಹಂಸಾಯ ಸಂಯತಗಿರೇ ನಿಗಮೇಶ್ವರಾಯ ॥ ೧೨–೮–೪೫

೧೬. ಉಪಚಿತನವಶಕ್ತಿಭಿಃ ಸ್ವ ಆತ್ಮ–
ನ್ಯುಪರಚಿತಸ್ಥಿರಜಂಗಮಪಾಲನಾಯ ।
ಭಗವತ ಉಪಲಬ್ಧಿಮಾತ್ರಧಾಮ್ನೇ
ಸುರಋಷಭಾಯ ನಮಃ ಸನಾತನಾಯ ॥   ೧೨–೧೨–೬೯

೧೭. ಶ್ರೀಕೃಷ್ಣ ಕೃಷ್ಣಸಖ ವೃಷ್ಣ್ಯೃಷಭಾವನಿಧ್ರು–
ಗ್ರಾಜನ್ಯವಂಶದಹನಾಮರವಂದ್ಯವೀರ್ಯ ।
ಗೋವಿಂದ ಗೋದ್ವಿಜಸುರಾರ್ತಿಹರಾವತಾರ
ತೀರ್ಥಶ್ರವಃ ಶ್ರವಣಮಂಗಲ ಪಾಹಿ ಭೃತ್ಯಾನ್ ॥ ೧೨–೧೧–೨೫

॥ ಇತಿ ಶ್ರೀ ಅವಧೂತ ಶಿರೋಮಣಿ ಶ್ರೀಮದ್ವಿಷ್ಣುತೀರ್ಥವಿರಚಿತಃ
ಶ್ರೀ ಮದ್ಭಾಗವತ ಧೃತಸಾರಃ (ಸ್ಕಂಧಾರ್ಥ ಸಂಗ್ರಹಃ) ಸಮಾಪ್ತಃ ॥

೧೯. ಭಾಗವತದಲ್ಲಿಯ ಪ್ರಶ್ನೆಗಳ ಸಂಗ್ರಹ

ಶ್ರೀಮದ್ಭಾಗವತದಲ್ಲಿ ವಿವಿಧ ಭಗವದ್ಭಕ್ತರು ತತ್ತ್ವಜಿಜ್ಞಾಸೆಗಾಗಿ ಗುರುಗಳಲ್ಲಿ ಹಲವು ಪ್ರಶ್ನೆಗಳನ್ನೂ ಹಾಗೂ ಪ್ರಾರ್ಥನೆಗಳನ್ನೂ ಮಾಡಿದ್ದು ಕಂಡು ಬರುತ್ತದೆ. ಈ ಪ್ರಶ್ನೆಗಳ ಅವಲೋಕನ ಮತ್ತು ಅವುಗಳಿಗೆ ಗುರು– ಗಳಿಂದ ಬಂದ ಉತ್ತರಗಳನ್ನು ಅಧ್ಯಯನ ಮಾಡುವುದರಿಂದ ಸಮಗ್ರ ಭಾಗವತವು ಸುಲಭವಾಗಿ ಬುದ್ಧ್ಯಾರೂಢವಾಗುತ್ತದೆ. ಈ ವಿಚಾರದಿಂದ ಕೆಳಗೆ ಶ್ರೀಮದ್ಭಾಗವತದ ಸ್ಕಂಧಗಳಲ್ಲಿ ಕಂಡು ಬರುವ ಪ್ರಶ್ನೆ–ಪ್ರಾರ್ಥನೆಗಳನ್ನು ಸಂಗ್ರಹಿಸಿ ಕೊಡಲಾಗಿದೆ.

ಶ್ರೀಮದ್ಭಾಗವತ ಪುರಾಣದಲ್ಲಿ ಶೌನಕರ ಆರು ಪ್ರಮುಖ ಪ್ರಶ್ನೆಗಳು ಮತ್ತು ಸೂತ ಪುರಾಣಿಕರಿಂದ ಇವುಗಳಿಗೆ ಸಂಕ್ಷೇಪದಲ್ಲಿ ಉತ್ತರ ಇವುಗಳನ್ನು ಕೆಳಗೆ ಕಾಣಿಸಲಾಗಿದೆ. ಈ ಪ್ರಶ್ನೋತ್ತರಗಳ ವಿವರಣೆಯೇ 'ಭಾಗವತ' ಪುರಾಣವಾಗಿದೆ.

ಶೌನಕಾದಿ ಮುನಿಗಳು ನೈಮಿಷಾರಣ್ಯದಲ್ಲಿ ಒಂದು ದೊಡ್ಡ ಯಜ್ಞವನ್ನು ನಡೆಸುತ್ತಿದ್ದುದನ್ನು ತೀರ್ಥ–ಕ್ಷೇತ್ರ ಸಂಚಾರದಲ್ಲಿದ್ದ ಸೂತರು ದೂರದಿಂದಲೇ ಕಂಡು ಯಜ್ಞ ನಡೆದ ಸ್ಥಳಕ್ಕೆ ಆಗಮಿಸುತ್ತಾರೆ. ಆಗ ಅಲ್ಲಿ ಸೇರಿದ್ದ ಋಷಿ– ಮುನಿಗಳೆಲ್ಲ ಅನಾಹೂತರಾಗಿ ಆಗಮಿಸಿದ ಸೂತರನ್ನು ನೋಡಿ "ಇವರು ಸಾಮಾನ್ಯರಲ್ಲ, ಶ್ರೀವೇದವ್ಯಾಸರು ಶುಕಾಚಾರ್ಯರಿಗೆ ಭಾಗವತವನ್ನು ಉಪದೇಶಿಸುತ್ತಿದ್ದುದನ್ನು ಅಲ್ಲಿಯೇ ಕುಳಿತು ಕೇಳಿದವರು, ಅನೇಕ ಪುರಾಣಾದಿಗಳನ್ನು ಕೇಳಿ ಬಲ್ಲ ಮಹಾತ್ಮರು" ಎಂದು ಗುರುತಿಸಿ ಸೂತರನ್ನು ಅರ್ಘ್ಯ–ಪಾದ್ಯಾದಿಗಳಿಂದ ಸ್ವಾಗತಿಸಿ ಉಚ್ಚಾಸನದಲ್ಲಿ ಕುಳ್ಳಿರಿಸುತ್ತಾರೆ. ತಾವೆಲ್ಲರೂ ಸೂತರ ಮುಖದಿಂದಲೇ ಭಗವನ್ಮಹಿಮೆಗಳನ್ನು, ತತ್ತ್ವರಹಸ್ಯ ಗಳನ್ನು ತಿಳಿಯಬೇಕೆಂದು ಬಯಸಿ ಅವರ ಸುತ್ತಲೂ ಕುಳಿತು ಶ್ರದ್ಧೆಯಿಂದ ಅವರಲ್ಲಿ ಕೆಲವು ಪ್ರಶ್ನೆಗಳನ್ನು ಮಾಡುತ್ತಾರೆ. ಭಾಗವತದಲ್ಲಿರುವ ಆ ಪ್ರಶ್ನೆಗಳಲ್ಲಿ

ಆರು ಪ್ರಶ್ನೆಗಳು ಉಲ್ಲೇಖನೀಯವಾಗಿದ್ದು ಈ ಪ್ರಶ್ನೆಗಳನ್ನು ಕೆಲವು ವಿದ್ವಾಂಸರು ಕೆಳಗಿನಂತೆ ಸಂಗ್ರಹಿಸಿದ್ದಾರೆ –

೧. ಕಿಂ ಶ್ರೇಯಃ ಶಾಸ್ತ್ರಸಾರಃ ಕಃ ಸ್ವಾವತಾರಪ್ರಯೋಜನಮ್ ।
    ಕಿಂ ಕರ್ಮ ಕೇ ಅವತಾರಾಶ್ಚ ಧರ್ಮಃ ಕಂ ಶರಣಂ ಗತಃ ।
    ಇತ್ಯೇತೇ ಸೂತಮುದ್ದಿಶ್ಯ ಷಟ್ ಪ್ರಶ್ನಾ ಮುನಿಭಿಃ ಕೃತಾಃ । –?

    ೨. ಶ್ರೀಧರೀಯ ಭಾಗವತ ವ್ಯಾಖ್ಯಾನದ ಟಿಪ್ಪಣೆಯಲ್ಲಿ ಶೌನಕರ ಆರು ಪ್ರಶ್ನೆಗಳ ಸಂಗ್ರಹ ಕೆಳಗಿನಂತಿದೆ –

    ಪುಂಸಾಮೇಕಾಂತತಃ   ಶ್ರೇಯಶ್ಚಾವತಾರಪ್ರಯೋಜನಮ್।
    ತಸ್ಯ ಕರ್ಮಾಣ್ಯಪಿ ತಥಾ ಚಾವತಾರಕಥಾ ಅಪಿ ।
    ಕೃಷ್ಣಾವತಾರಚರಿತಂ ಧರ್ಮಃ ಕಂ ಶರಣಂ ಗತಃ ॥

    ಪ್ರ. ೧. ಪುಂಸಾಮೇಕಾಂತತಃ ಶ್ರೇಯಃ ಕಿಮ್ ? ।

    ಸಜ್ಜನರಿಗೆ ಮುಖ್ಯವಾದ ಶ್ರೇಯಸ್ಸು ಅಂದರೆ ಶ್ರೇಯಸ್ಸಿಗೆ ಸಾಧನವ್ ಯಾವುದು ?

    ಪ್ರ. ೨. ಸರ್ವಶಾಸ್ತ್ರಾರ್ಥ ಸಾರಃ ಕಃ ।

    ಮುಖ್ಯವಾದ ಶ್ರೇಯಸ್ಸನ್ನು ಪಡೆಯಲು ಸಾಧನವಾದ ಸಕಲ ಶಾಸ್ತ್ರಗಳ ಸಾರವು ಯಾವುದು?

    ಪ್ರ. ೩. ಅವತಾರಪ್ರಯೋಜನಂ ಕಿಮ್ ? (ಭಗವಾನ್ ದೇವಕ್ಯಂ ಕಿಮರ್ಥಂ ಜಾತಃ ?)

    – ಶ್ರೀಕೃಷ್ಣನು ವಸುದೇವನಿಂದ ದೇವಕಿಯಲ್ಲಿ ಅವತರಿಸಿರುವ ಉದ್ದೇಶವಾವುದು?

    ಪ್ರ. ೪. ತಸ್ಯ ಕರ್ಮಾಣಿ ಕಾನಿ ?

    – ಶ್ರೀಕೃಷ್ಣನ ಅವತಾರ ಕಾರ್ಯಗಳಾವುವ?

    ಪ್ರ. ೫. ತಸ್ಯ ಅವತಾರಕಥಾಃ ಕಾಃ ? ಬ್ರೂಹಿ

    – ಶ್ರೀಕೃಷ್ಣನ ಅವತಾರ ಕಥೆಗಳಾವುವ? ಅವುಗಳನ್ನು ವಿಸ್ತಾರವಾಗಿ ಹೇಳಿರಿ.

ಪ್ರ. ೭. ಧರ್ಮಃ ಕಂ ಶರಣಂ ಗತಃ ?

— ಶ್ರೀಕೃಷ್ಣನು ತನ್ನ ಪರಂಧಾಮಕ್ಕೆ ತೆರಳಿದ ಬಳಿಕ ಲೋಕದಲ್ಲಿ ಧರ್ಮವು ಯಾರನ್ನು ಆಶ್ರಯಿಸಿತು?

''ನಾಪೃಷ್ಟಃ ಕಸ್ಯಚಿತ್ ಬ್ರೂಯಾತ್'' ಅಂದರೆ ಯಾರೇ ಆಗಲಿ ಜಿಜ್ಞಾಸೆಯಿಂದ ಪ್ರಶ್ನಿಸದಿದ್ದರೆ ಅಂಥವರಿಗೆ ತಾವಾಗಿಯೇ ಉತ್ತರವನ್ನು ಹೇಳಲು ಮುಂದಾಗಬಾರದು ಎಂದಿರುವುದರಿಂದ ಶೌನಕರು ಪ್ರಶ್ನೆಗಳನ್ನು ಕೇಳಿದ ನಂತರ ಸೂತರು ಉತ್ತರಿಸುತ್ತಾರೆ —

ಶೌನಕರ ಇವೇ ಆರು ಪ್ರಶ್ನೆಗಳನ್ನು ಭಾಗವತದ ಮೊದಲನೆಯ ಸ್ಕಂಧದ ೧ ನೆಯ ಅಧ್ಯಾಯದ ಕೆಳಗಿನ ಶ್ಲೋಕಗಳಲ್ಲಿ ಕಾಣಬಹುದು. ಈ ಪ್ರಶ್ನೆಗಳಿಗೆ ಉತ್ತರರೂಪವಾದ ಶ್ಲೋಕಗಳನ್ನೂ ಅಲ್ಲಿ ಮುಂದೆಯೇ ಕೊಡಲಾಗಿದೆ.

ತದೇವಂ ಪ್ರಥಮೇಽಧ್ಯಾಯೇ ಷಟ್ಪ್ರಶ್ನಾಃ ಮುನಿಭಿಃ ಕೃತಾಃ ।
ದ್ವಿತೀಯೇ ತೂತ್ತರಂ ಸೂತಃ ಚತುರ್ಣಾಮಿಹ ದತ್ತವಾನ್ ॥
ದ್ವಾದಶ ಸ್ಕಂಧಾತ್ಮಕಂ ಸಮಗ್ರಂ ಭಾಗವತಮಪಿ ।
ಪೂರ್ವೋಕ್ತಾನಾಂ ಷಟ್ಪ್ರಶ್ನಾನಾಮೇವ ವಿವರಣರೂಪಮ್ ॥
                                    ಭಾ. ಅನು.

ಈ ಎಲ್ಲ ಪ್ರಶ್ನೆಗಳಿಗೆ ಉತ್ತರರೂಪವಾಗಿ ಇರುವುದೇ ೧೨ ಸ್ಕಂಧಗಳ ಭಾಗವತ ಪುರಾಣವು

ಶೌನಕರ ಮೊದಲನೆಯ ಪ್ರಶ್ನೆ

ಪ್ರ. ೧. (ಭಾಗ – ೧, ಅಧ್ಯಾಯ –೧)
ತತ್ರ ತತ್ರಾಂಜಸಾಽಽಯುಷ್ಮನ್ ಭವತಾ ಯದ್ವಿನಿಶ್ಚಿತಮ್ ।
ಪುಂಸಾಮೇಕಾಂತತಃ ಶ್ರೇಯಸ್ತನ್ನಃ ಶಂಸಿತುಮರ್ಹಸಿ   ॥ ೯ ॥

ಆಯುಷ್ಮಂತರಾದ ಸೂತರೇ! ಪುರಾಣಾದಿಗಳಲ್ಲಿ ಸಜ್ಜನರು ಋಜುಮಾರ್ಗದಿಂದ ಹೊಂದಬಹುದಾದ ಮುಖ್ಯಶ್ರೇಯಸ್ಸು ಯಾವುದೆಂದು ನೀವು ನಿರ್ಣಯಿಸಿರುವಿರೋ ಆದನ್ನು ನಮಗೆ ತಿಳಿಸಿರಿ. (ಇಲ್ಲಿ 'ಶ್ರೇಯಸ್ಸು' ಅಂದರೆ ಶ್ರೇಯಸ್ಸನ್ನು ಪಡೆಯಲು ಮುಖ್ಯ ಸಾಧನ ಎಂದು ತಿಳಿಯಬೇಕು.)

ಈ ೧ ನೆಯ ಪ್ರಶ್ನೆಗೆ ಸೂತರು ಉತ್ತರಿಸುವ ಭಾಗವತ ಶ್ಲೋಕಗಳು ಹೀಗಿವೆ : (ಭಾಗ. ಸ್ಕಂಧ. ೧ – ಅ. – ೨).

ಸ ವೈ ಪುಂಸಾಂ ಪರೋ ಧರ್ಮೋ ಯತೋ ಭಕ್ತಿರಧೋಕ್ಷಜೇ ।
ಅಹೈತುಕ್ಯವ್ಯವಹಿತಾ ಯಯಾತ್ಮಾಸುಪ್ರಸೀದತಿ   ॥ ೬ ॥

ವಾಸುದೇವೇ ಭಗವತಿ ಭಕ್ತಿಯೋಗಃ ಪ್ರಯೋಜಿತಃ ।
ಜನಯತ್ಯಾಶು ವೈರಾಗ್ಯಂ ಜ್ಞಾನಂ ಚ ಯದಹೈತುಕಮ್   ॥ ೭ ॥

ಧರ್ಮಸ್ತ್ಯನುಷ್ಠಿತಃ ಪುಂಸಾಂ ವಿಷ್ವಕ್ಸೇನಕಥಾಶ್ರಯಾಮ್ ।
ನೋತ್ಪಾದಯೇದ್ಯದಿ ರತಿಂ ಶ್ರಮ ಏವ ಹಿ ಕೇವಲಮ್   ॥ ೮ ॥

ಅತಃ ಪುಂಭಿಃ ದ್ವಿಜಶ್ರೇಷ್ಠಾಃ ವರ್ಣಾಶ್ರಮವಿಭಾಗಶಃ ।
ಸ್ವನುಷ್ಠಿತಸ್ಯ ಧರ್ಮಸ್ಯ ಸಂಸಿದ್ಧಿರ್ಹರಿತೋಷಣಮ್   ॥ ೧೪ ॥

ತಸ್ಮಾದೇಕೇನ ಮನಸಾ ಭಗವಾನ್ಸಾತ್ವತಾಂ ಪತಿಃ ।
ಶ್ರೋತವ್ಯಃ ಕೀರ್ತಿತವ್ಯಶ್ಚ ಧ್ಯೇಯಃ ಪೂಜ್ಯಶ್ಚ ನಿತ್ಯದಾ   ॥ ೧೫ ॥

ಏವಂ ಪ್ರಸನ್ನಮನಸೋ ಭಗವದ್ಭಕ್ತಿಯೋಗತಃ ।
ಭಗವತ್ತತ್ತ್ವವಿಜ್ಞಾನಂ ಮುಕ್ತಸಂಗಸ್ಯ ಜಾಯತೇ   ॥ ೨೦ ॥

ಭಿದ್ಯತೇ ಹೃದಯಗ್ರಂಥಿಃ ಛಿದ್ಯಂತೇ ಸರ್ವಸಂಶಯಾಃ ।
ಕ್ಷೀಯಂತೇ ಚಾಸ್ಯ ಕರ್ಮಾಣಿ ದೃಷ್ಟ ಏವಾತ್ಮನೀಶ್ವರೇ   ॥ ೨೧ ॥

ಅತೋ ವೈ ಕವಯೋ ನಿತ್ಯಂ ಭಕ್ತಿಂ ಪರಮಯಾ ಮುದಾ ।
ವಾಸುದೇವೇ ಭಗವತಿ ಕುರ್ವಂತ್ಯಾತ್ಮಪ್ರಸಾದನೀಮ್ ॥ ೨೨ ॥

— ಯಾವ ಧರ್ಮಾಚರಣೆಯಿಂದ ನಮ್ಮ ಮನಸ್ಸು, ಪ್ರತ್ಯಕ್ಷಗೋಚರ ನಾಗದ ಪರಮಾತ್ಮನಲ್ಲಿ ಅವನ ಪ್ರಸಾದವನ್ನು ಬಿಟ್ಟು ಇನ್ನಾವುದನ್ನೂ ಬಯಸುವುದಿಲ್ಲವೋ, ಬೇರೆಡೆ ಆಸಕ್ತವಾಗದೇ ಭಗವಂತನಲ್ಲಿಯೇ ಆಸಕ್ತವಾಗಿರುವುದೋ ಮತ್ತು ಯಾವ ನಿರ್ವ್ಯಾಜ ಪ್ರೇಮದಿಂದ ಭಗವಂತನು ತಡವಿಲ್ಲದೇ ಪ್ರಸನ್ನವಾಗುವನೋ ಆ ಧರ್ಮವೇ ಸಜ್ಜನರ ಶ್ರೇಷ್ಠ ಧರ್ಮ ವಾಗಿದೆ. ॥ ೬ ॥ ಭಗವಾನ್ ವಾಸುದೇವನಲ್ಲಿ ಭಕ್ತಿ ಮಾಡಿದಾಗಲೇ ನಿರ್ಮಲವಾದ ಜ್ಞಾನ–ವೈರಾಗ್ಯಗಳೂ ಬರುತ್ತವೆ. ಚೆನ್ನಾಗಿ ಧರ್ಮಾಚರಣ

ಮಾಡಿದಾಗಲೂ ಹರಿಕಥಾಶ್ರವಣದಲ್ಲಿ ಆಸಕ್ತಿ ಉಂಟಾಗದಿದ್ದರೆ ಅಂಥ ಧರ್ಮಾಚರಣವು ಕೇವಲ ಶ್ರಮದಾಯಕವೇ ಸರಿ. ಆಚರಣೆ ಮಾಡುವಾಗ ಸುಖವಿಲ್ಲ, ನಂತರವೂ ಸುಖವಿಲ್ಲವಾದರೆ ಅಂಥ ಧರ್ಮಾಚರಣೆಯು ಶ್ರಮದಾಯಕವಲ್ಲದೇ ಇನ್ನೇನು! || ೮ || ಸ್ವವರ್ಣ – ಆಶ್ರಮಗಳ ಧರ್ಮಾನುಷ್ಠಾನಕ್ಕೆ ಜ್ಞಾನ–ಭಕ್ತಿ–ವೈರಾಗ್ಯ ಸಂಪಾದನೆಯ ಮೂಲಕ ಶ್ರೀಹರಿಯ ಸಾಕ್ಷಾತ್ಕಾರ ಮತ್ತು ಪ್ರೀತಿಯನ್ನು ಪಡೆಯುವುದೇ ಮುಖ್ಯ ಗುರಿಯಾಗಿರುತ್ತದೆ.   ಆದ್ದರಿಂದ   ಶ್ರವಣ–ಕೀರ್ತನ–ಧ್ಯಾನಗಳಿಂದ ಶ್ರೀಹರಿಯನ್ನು ನಿರಂತರ ಏಕಚಿತ್ತದಿಂದ ಆರಾಧಿಸಬೇಕು. || ೧೪ || ೧೫ ||. ಹೀಗೆ ಭಕ್ತಿಯಿಂದ ಪರಮಾತ್ಮನನ್ನು ಆರಾಧಿಸುವುದರಿಂದ ಕಾಮ– ಲೋಭಾದಿಗಳಿಂದ ಮುಕ್ತನಾಗಿ ಪ್ರಸನ್ನಚಿತ್ತನಾದ ವ್ಯಕ್ತಿಗೆ ಶ್ರೀಹರಿಯ ಸಾಕ್ಷಾತ್ಕಾರವಾಗುತ್ತದೆ. || ೨೧ || ಸಾಕ್ಷಾತ್ಕಾರವಾದೊಡನೆಯೇ ಲಿಂಗಶರೀರದ ಕಟ್ಟುಸಡಿಲಾಗುತ್ತದೆ. ಪರಮಾತ್ಮನೇ ಮೊದಲಾದ ತತ್ತ್ವಗಳ ವಿಷಯದಲ್ಲಿದ್ದ ಸಂಶಯಗಳೆಲ್ಲವೂ ತಾವಾಗಿಯೇ ದೂರಾಗುವವು. ಪ್ರಾರಬ್ಧಕರ್ಮ ಹೊರತು ಉಳಿದೆಲ್ಲ ಅನಿಷ್ಟ ಕರ್ಮಗಳು ನಾಶವಾಗುತ್ತವೆ. || ೨೨ || ಮೋಕ್ಷವೆಂಬ ಪುರುಷಾರ್ಥವು ದೊರೆಯುವುದರಿಂದ ಜ್ಞಾನಿಗಳು ಭಗವಾನ್ ವಾಸುದೇವನ ಅನುಗ್ರಹಕ್ಕಾಗಿ ಅವನಲ್ಲಿ ಸದಾ ಭಕ್ತಿ ಮಾಡುವರು. || ೨೫ ||

ಒಟ್ಟಿನಲ್ಲಿ ಶ್ರೀಹರಿಯನ್ನು ಭಕ್ತಿಯೋಗದಿಂದ ಆರಾಧಿಸಿ ಮುಖ್ಯ ಶ್ರೇಯಸ್ಸಾದ ಮೋಕ್ಷವನ್ನು ಪಡೆಯಲು ಭಗವದ್ಭಕ್ತಿಯನ್ನುಂಟು ಮಾಡುವ ಧರ್ಮಾನುಷ್ಠಾನವೇ ಪರಮಧರ್ಮವು.

ಪ್ರ. ೨. ಶೌನಕರ ಎರಡನೆಯ ಪ್ರಶ್ನೆ :

i. ಸರ್ವಶಾಸ್ತ್ರಾರ್ಥಸಾರಃ ಕಃ ? = ಮುಖ್ಯವಾದ ಶ್ರೇಯಸ್ಸನ್ನು ಪಡೆಯಲು ಸಾಧನವಾದ ಸರ್ವಶಾಸ್ತ್ರಗಳ ಸಾರವಾವುದು?

ii. ಪ್ರಾಯೇಣಾಲ್ಪಾಯುಷಃ ಮರ್ತ್ಯಃ ಕಲಾವಸ್ಮಿನ್ಯುಗೇ ಜನಾಃ |
ಮಂದಾಃ ಸುಮಂದಮತಯೋ ಮಂದಭಾಗ್ಯಾ ಹ್ಯುಪದ್ರುತಾಃ ||೧೦||

ಭೂರೀಣಿ ಭೂರಿಕರ್ಮಾಣಿ ಶ್ರೋತವ್ಯಾನಿ ವಿಭಾಗಶಃ |
ಅತಃ ಸಾಧೋತ್ರ ಯತ್ಸಾರಂ ಸಮುದ್ಧೃತ್ಯ ಮನೀಷಯಾ ||೧೧||

ಬ್ರೂಹಿ ಭದ್ರಾಯ ಭೂತಾನಾಂ ಯೇನಾತ್ಮಾsಸೌ ಪ್ರಸೀದತಿ ||೧೧||

–ಭಾಗ. ೧.೧.೧

— ಸೂತರೇ! ಈ ಕಲಿಯುಗದಲ್ಲಿ ಮಾನವರು ಅಲ್ಪಾಯುಷಿಗಳು, ಆಲಸಿಗಳು, ಅಲ್ಪವಾದ ಬುದ್ಧಿಶಕ್ತಿಯುಳ್ಳವರು, ಕರ್ಮ ಮಾಡುವ ಸಾಮರ್ಥ್ಯ ವಿಲ್ಲದವರು, ನೂರಾರು ವಿಘ್ನಗಳಿಂದಲೂ ರೋಗಾದಿಗಳಿಂದಲೂ ಉಪದ್ರುತ ರಾಗಿರುವರು. ||೧೦|| ಆಚರಿಸಲು ಲೆಕ್ಕವಿಲ್ಲದಷ್ಟು ಕರ್ಮಗಳಿವೆ ಮತ್ತು ಅಧ್ಯಯನ ಮಾಡಲು ಸಾಧ್ಯವಿಲ್ಲದಷ್ಟು ಶಾಸ್ತ್ರಗಳಿವೆ. ಶಾಸ್ತ್ರೋಕ್ತವಾದ ವಿಷಯಗಳಲ್ಲಿ ಒಮ್ಮತವಿಲ್ಲ. ಈ ತರಹದ ಶಾಸ್ತ್ರಗಳ ಅಧ್ಯಯನವೂ ಕರ್ಮಾನುಷ್ಠಾನವೂ ಕಷ್ಟಸಾಧ್ಯ. ಅದ್ದರಿಂದ ಯಾವುದನ್ನು ಕೇಳಿ, ಅನುಷ್ಠಾನ ಮಾಡುವುದರಿಂದ ಅಂತಃಕರಣಶುದ್ಧಿಯಾಗಿ ಪರಮಾತ್ಮನು ವಿಲಂಬ ಮಾಡದೇ ಪ್ರಸನ್ನನಾಗಿ ಮೋಕ್ಷವನ್ನು ನೀಡುವನೋ ಅಂತಹ ಶಾಸ್ತ್ರಗಳಲ್ಲಿ ಸಾರರೂಪವಾಗಿರುವ ಮತ್ತು ನೇರವಾಗಿ ಮೋಕ್ಷಕ್ಕೆ ಕಾರಣವಾಗುವ ಶಾಸ್ತ್ರವನ್ನು ತಿಳಿಸಿರಿ. ||೧೧||

ಉತ್ತರ – ೨ : (ಭಾಗ. ೧–ಅಧ್ಯಾಯ ೨, ೧೨–೨೦)

i. ಭಗವದ್ಭಜನಸ್ಯೈವ ಸರ್ವಶಾಸ್ತ್ರಗೋಚರತತ್ತ್ವಕಥನೇನ ದ್ವಿತೀಯಸ್ಯೋತ್ತರಮ್|

— ಕೇವಲ ಭಗವಂತನನ್ನು ಆಶ್ರಯಿಸುವುದೇ ಸರ್ವಶಾಸ್ತ್ರಗಳ ಸಾರವಾಗಿದೆ.

ii. ಮುಮುಕ್ಷವೋ ಘೋರಮೂಢಾನ್ ಹಿತ್ವಾ ಭೂತಪತೀನಥ |
ನಾರಾಯಣಕಲಾಃ ಶಾಂತಾ ಭಜಂತಿ ಹ್ಯನಸೂಯವಃ || ೧–೧೨ ||

ರಜಸ್ತಮಃಪ್ರಕೃತಯಃ ಸಮಶೀಲಾನ್ ಭಜಂತಿ ವೈ |
ಪಿತೃಭೂತಪ್ರಜೇಶಾದೀನ್ ಶ್ರಿಯ್ಯೈಶ್ವರ್ಯಪ್ರಜೇಪ್ಸವಃ || ೧೩ ||

ವಾಸುದೇವಪರಾ ದೇವಾ ವಾಸುದೇವಪರಾ ಮಖಾಃ |
ವಾಸುದೇವಪರಾ ಯೋಗಾ ವಾಸುದೇವಪರಾಃ ಕ್ರಿಯಾಃ || ೧೪ ||

ವಾಸುದೇವಪರಂ ಜ್ಞಾನಂ ವಾಸುದೇವಪರಂ ತಪಃ |
ವಾಸುದೇವಪರೋ ಧರ್ಮೋ ವಾಸುದೇವಪರಾ ಗತಿಃ || ೨೦ ||

– ಭಾಗ. ೧–೨, ೧೨–೨೦

– ಮೋಕ್ಷವನ್ನು ಬಯಸುವ ಸಜ್ಜನರು ರಾಜಸ–ತಾಮಸ ಫಲಗಳನ್ನು ಕೊಡುವ ಬ್ರಹ್ಮ–ರುದ್ರಾದಿ ದೇವತೆಗಳನ್ನು ಬಿಟ್ಟು ಸಾತ್ತ್ವಿಕ ಫಲವಾದ ಮೋಕ್ಷಾನಂದ ಪ್ರದನಾದ ವಿಷ್ಣುವನ್ನೇ ಭಜಿಸುತ್ತಾರೆ. ॥ ೨೬ ॥ ರಾಜಸ ತಾಮಸ ಸ್ವಭಾವದವರು ಮೋಕ್ಷಾರ್ಥಿಗಳಲ್ಲ. ಅವರು ಕೇವಲ ಲೌಕಿಕ ಸಂಪತ್ತು, ಅಧಿಕಾರ, ಸಂತತಿ ಮುಂತಾದವುಗಳನ್ನು ಪಡೆಯುವಲ್ಲೇ ಆಸಕ್ತರಾಗಿ ಅವುಗಳನ್ನು ಪಡೆಯ ಬೇಕೆಂದು ಪಿತೃದೇವತೆಗಳು, ಭೂತಪತಿಯಾದ ರುದ್ರದೇವ, ಹಾಗೂ ಪ್ರಜೇಶ್ವರರನ್ನು ಸೇವಿಸುತ್ತಾರೆ. ॥ ೨೭ ॥ ವೇದಗಳೆಲ್ಲವೂ ಮುಖ್ಯವಾಗಿ ವಾಸುದೇವನ ಗುಣಗಾನ ಮಾಡುತ್ತವೆ. ಯಜ್ಞ ಯಾಗಾದಿಗಳೆಲ್ಲವೂ ವಾಸು ದೇವನ ಪರವಾಗಿಯೇ ಇರುತ್ತವೆ. ಪ್ರಾಣಾಯಾಮಾದಿ ಯೋಗಾನುಷ್ಠಾನ– ಗಳು ವಾಸುದೇವನ ಪ್ರೀತಿಸಂಪಾದನೆಗಾಗಿಯೇ ಇರುತ್ತವೆ. ಸಂಧ್ಯೋ ಪಾಸನಾದಿ ಕ್ರಿಯೆಗಳೆಲ್ಲ ವಾಸುದೇವನ ಆರಾಧನೆಗಾಗಿಯೇ ಇರುತ್ತವೆ. ॥ ೨೮ ॥ ತಾರತಮ್ಯ – ಪಂಚಭೇದಾದಿ ಪ್ರಮೇಯ ಜ್ಞಾನವಾಗಲಿ, ಕೃಚ್ಛ್ರ– ಚಾಂದ್ರಾಯಣಾದಿ ತಪಸ್ಸುಗಳು, ಪುಣ್ಯ– ಸಂಪಾದಕಗಳಾದ ದಾನಾದಿ ಧರ್ಮಗಳು ಎಲ್ಲವೂ ಶ್ರೀಹರಿ ವಾಸುದೇವನ ಅನುಗ್ರಹ ಸಂಪಾದನೆ ಗಾಗಿಯೇ ನಡೆಸಲ್ಪಡುತ್ತವೆ. ಹೀಗೆ ಸಕಲ ಸಾಧನೆಗಳಿಗೆ ಶ್ರೀಹರಿ ವಾಸುದೇವನ ಅನುಗ್ರಹ ಸಂಪಾದನೆಯೇ ಪರಮಗುರಿಯಾಗಿರುವುದು.

ಇದೆಲ್ಲವನ್ನು ಗಮನಿಸಿದಾಗ ಮುಮುಕ್ಷುವು ಯೋಗ, ಕರ್ಮ, ಜ್ಞಾನ, ತಪಸ್ಸು, ಧರ್ಮ ಎಲ್ಲವನ್ನೂ ಶ್ರೀವಾಸುದೇವನನ್ನು ಉದ್ದೇಶಿಸಿಯೇ ಮಾಡಬೇಕೆಂದು ಶಾಸ್ತ್ರಗಳು ಸಾರುತ್ತಿರುವುದರಿಂದ ಇಂಥ ಭಗವಂತನನ್ನೇ ಆಶ್ರಯಿಸಿ ಶ್ರೀಹರಿ ವಾಸುದೇವನಲ್ಲಿಯೇ ಭಕ್ತಿಯನ್ನು ಮಾಡಬೇಕೆಂಬುದು ಸಕಲ ಶಾಸ್ತ್ರಗಳ ಸಾರವಾಗಿದೆ ಮತ್ತು ಭಗವಂತನನ್ನೇ ಆಶ್ರಯಿಸಬೇಕೆಂಬುದು ಸಕಲಶಾಸ್ತ್ರಗಳ ಮುಖ್ಯ ಬೋಧನೆಯಾಗಿದೆ ಎಂದು ಸೂತರು ಉತ್ತರಿಸುತ್ತಾರೆ.

ಪ್ರ. ೬. ಶೌನಕರ ಮೂರನೇಯ ಪ್ರಶ್ನ ಯಾವುದೆಂದರೆ—i. ಭಗವಾನ್ ದೇವಕ್ಯಾಂ ಕಿಮರ್ಥಂ ಜಾತಃ ? ಆರ್ಥಾತ್ ಭಗವದವತಾರಪ್ರಯೋಜನಂ ಕಿಮ್ ? ।

– ಶ್ರೀಕೃಷ್ಣನು ವಸುದೇವನಿಂದ ದೇವಕಿಯಲ್ಲಿ ಅವತರಿಸುವ ಉದ್ದೇಶವೇನು?

ಭಾಗವತದ ಶ್ಲೋಕಗಳಲ್ಲಿ ಈ ಮೂರನೆಯ ಪ್ರಶ್ನೆ ಹೀಗಿದೆ –

ಸೂತ ಜಾನಾಸಿ ಭದ್ರಂ ತೇ ಭಗವಾನ್ ಸಾತ್ವತಾಂ ಪತಿಃ |
ದೇವಕ್ಯಾಂ ವಸುದೇವಸ್ಯ ಜಾತೋ ಯಸ್ಯ ಚಿಕೀರ್ಷಯಾ || ೧೨ ||
ತನ್ನಃ ಶುಶ್ರೂಷಮಾಣಾನಾಂ ಅರ್ಹಸ್ಯಂಗಾನುವರ್ಣಿತುಮ್ ||೧೩||

– ಹೇ ಸೂತಮಹಾಭಾಗರೇ! ಶ್ರೀಕೃಷ್ಣನು ಯಾವ ಉದ್ದೇಶಕ್ಕಾಗಿ ವಸುದೇವನಿಂದ ದೇವಕಿಯಲ್ಲಿ ಅವತರಿಸಿದನು? ಇದನ್ನು ವಿವರಿಸಲು ನೀವೇ ಅರ್ಹರಾಗಿದ್ದೀರಿ. ಆದ್ದರಿಂದ ಭಗವಂತನ ಅವತಾರೋದ್ದೇಶವನ್ನು ವರ್ಣಿಸಿರಿ.

ಈ ಪ್ರಶ್ನೆಗೆ ಸೂತರಿಂದ ಉತ್ತರರೂಪವಾದ ಭಾಗವತ ಶ್ಲೋಕವು ಹೀಗಿದೆ –

ಭಾವಯನ್ನೇಷ ಸತ್ತ್ವೇನ ಲೋಕಾನ್ ವೈ ಲೋಕಭಾವನಃ |
ಲೀಲಾವತಾರಾನುಗತಃ ತಿರ್ಯಜ್–ನರ–ಸುರಾದಿಷು || ೨೩ ||
– ಭಾಗ. ೧–೨, ೨೩

ಜಗತ್ತಿನ ಸೃಷ್ಟಿಯೇ ಮೊದಲಾದವುಗಳನ್ನು ಮಾಡುವ ಪರಮ ಪುರುಷನಾದ ಭಗವಂತನು ರಜೋ–ತಮೋ ಗುಣಗಳನ್ನು ಬಿಟ್ಟು ಕೇವಲ ಸತ್ತ್ವಗುಣದಿಂದ ಸಜ್ಜನರನ್ನು ರಕ್ಷಿಸಿ ಅವರಿಂದ ಮೋಕ್ಷಪ್ರಾಪ್ತಿಗಾಗಿ ಸಾಧನೆ–ಗಳನ್ನು ಮಾಡಿಸಲೆಂದೇ ಮತ್ಸ್ಯ–ಕೂರ್ಮ–ವರಾಹಾದಿ ತಿರ್ಯಜ್ ಜಂತುಗಳಲ್ಲಿ, ಪರಶುರಾಮ–ರಾಮ–ಕೃಷ್ಣಾದಿ ಮನುಷ್ಯರೂಪಗಳಲ್ಲಿ, ಋಷಿ–ಮುನಿಗಳಲ್ಲಿ, ದತ್ತ–ಧನ್ವಂತರಿ, ಹಂಸ, ಕಪಿಲ, ನರ–ನಾರಾಯಣ, ಮೊದಲಾದ ದೇವತಾರೂಪಗಳಲ್ಲಿ ಮತ್ತು ಸ್ತಂಭವೇ ಮೊದಲಾದ ಜಡ ಸ್ಥಳಗಳಲ್ಲಿಯೂ ವ್ಯಕ್ತನಾಗುವನು. ಪರಮಾತ್ಮನು ತನ್ನಿಚ್ಛೆಯಿಂದ ಲೀಲೆ ಯಿಂದಲೇ ಸಜ್ಜನಾನುಗ್ರಹಕ್ಕಾಗಿ ಅವತರಿಸುತ್ತಾನೆಂದು ತಿಳಿಯಬೇಕಲ್ಲದೇ ಪೂರ್ವಕರ್ಮಕ್ಕನುಸಾರವಾಗಿ ಅವತರಿಸುತ್ತಾನೆಂದು ತಿಳಿಯಬಾರದು. ಜಗತ್ತಿನಲ್ಲಿ ರಕ್ಷಣಾದಿ ಸಜ್ಜನರ ರಕ್ಷಣೆ–ದುಷ್ಟರ ಸಂಹಾರಕ್ಕಾಗಿ ಆಯಾ ಕಾಲದಲ್ಲಿ ಯಾವ ಯಾವ ರೂಪದ ಅವತಾರವು ಅನುಕೂಲವಾಗಿರು–ವುದೋ ಅಂಥ ರೂಪದಲ್ಲೇ ಅವತರಿಸುವನು.

(ಲೋಕಪಾಲನಮೇವ ಸರ್ವೇಷಾಂ ಭಗವದವತಾರಾಣಾಂ ಪ್ರಯೋಜನಮ್ | ವಿಶೇಷತಃ ಶ್ರೀಕೃಷ್ಣಾವತಾರಸ್ಯೇತಿ ತೃತೀಯ ಸ್ತೋತ್ರಮ್|| – ಲೋಕಪಾಲನವೇ ಭಗವಂತನ ಎಲ್ಲ ಅವತಾರಗಳ ಮುಖ್ಯವಾಗಿ ಶ್ರೀಕೃಷ್ಣಾವತಾರದ ಪ್ರಯೋಜನ ಎಂಬುದು ಈ ೩ ನೆಯ ಪ್ರಶ್ನೆಯ ಉತ್ತರವಾಗಿದೆ.).

ಶೌನಕರ ನಾಲ್ಕನೆಯ ಪ್ರಶ್ನೆ

ಪ್ರ. ೪. "ಶ್ರೀಕೃಷ್ಣಸ್ಯ ಉದಾರಾಣಿ ಕರ್ಮಾಣಿ ಬ್ರೂಹಿ – ಶ್ರೀಕೃಷ್ಣನ ಉದಾರ ಕರ್ಮಗಳು ಯಾವುವು?" ಎಂಬುದು ಶೌನಕರ ನಾಲ್ಕನೆಯ ಪ್ರಶ್ನೆ.

ಭಾಗವತದ ಶ್ಲೋಕದಲ್ಲಿ ಈ ನಾಲ್ಕನೆಯ ಪ್ರಶ್ನೆಯು ಹೀಗೆ ಬಂದಿದೆ—

ತಸ್ಯ ಕರ್ಮಾಣ್ಯುದಾರಾಣಿ ಪರಿಗೀತಾನಿ ಸೂರಿಭಿಃ |
ಬ್ರೂಹಿ ನಃ ಶ್ರದ್ಧಧಾನಾನಾಂ ಲೀಲಯಾ ದಧತಃ ಕಲಾಃ ||

– ಭಾಗ. ೧–೧–೧೮

ಉತ್ತರ : ಈ ಪ್ರಶ್ನೆಗೆ ಸೂತರು ಹೇಳುವದೇನೆಂದರೆ –

ಸ ಏವೇದಂ ಸಸರ್ಜಾಗ್ರೇ ಭಗವಾನಾತ್ಮಮಾಯಯಾ |
ಸದಸದ್ರೂಪಯಾ ಚಾಸೌ ಗುಣಮಯ್ಯಾSಗುಣೋ ವಿಭುಃ ||

– ಭಾಗ. ೧–೨–೩೧

–ಯಾವ ಪರಮಾತ್ಮನು ಸಕಲಶಾಸ್ತ್ರಾರ್ಥಗಳ ಮುಖ್ಯತಾತ್ಪರ್ಯ-ವಿಷಯನೋ ಮತ್ತು ಬ್ರಹ್ಮಾದಿ ಸಚ್ಚೇತನರ ಇಷ್ಟದೈವವೋ ಆ ಪರಮಾತ್ಮನೇ ಸಕಲೈಶ್ವರ್ಯ ಸಂಪನ್ನನಾಗಿ, ಪ್ರಕೃತಿ ಸಂಬಂಧವಿಲ್ಲದೇ ಸಮಸ್ತ ಕಾರಣಗಳಲ್ಲಿ ಪ್ರವರ್ತಕನಾಗಿ ವ್ಯಾಪಿಸಿ ಸೃಷ್ಟಿಯ ಪ್ರಾರಂಭದಲ್ಲಿ ಗುಣತ್ರಯಾತ್ಮಕ ಸ್ವರೂಪ ಭೂತವಾದ ಇಚ್ಛೆಯಿಂದ ಮಹತ್ತತ್ವಾದಿ ಕಾರ್ಯಪ್ರಪಂಚವನ್ನು ಸೃಷ್ಟಿಸಿದನು. ಆದ್ದರಿಂದ ವಿಷ್ಣುವೇ ಸರ್ವೋತ್ತಮನು – ವಿಭುವಾದ ಅವನೇ ನಾನಾ ಅವತಾರಗಳನ್ನೆತ್ತಿ ಚಿತ್ರ–ವಿಚಿತ್ರವಾದ ಕರ್ಮಗಳನ್ನು ಮಾಡಿರುವನು.

(ಜಗತ್ ಸೃಷ್ಟ್ಯಾದೀನಿ ತಸ್ಯೋದಾರಕರ್ಮಾಣೇತಿ ಚತುರ್ಥ-ಪ್ರಶ್ನೋತ್ತರಃ |)

– ಜಗತ್ತಿನ ಸೃಷ್ಟ್ಯಾದಿಗಳನ್ನು ಮಾಡುವುದೇ ಶ್ರೀಕೃಷ್ಣನ ಉದಾರ ಕರ್ಮಗಳು).

ಪ್ರ. ೫. ತಸ್ಯ ಅವತಾರಕಥಾಃ ಕಾಃ ಬ್ರೂಹಿ ।
   (ಭಗವತಃ ಮತ್ಸ್ಯಾದಿ ನಾನಾವತಾರಕಥಾಕಥನಪ್ರಶ್ನಃ)
   – ಶ್ರೀಕೃಷ್ಣನ ಅವತಾರಗಳ ಕಥೆಗಳಾವುವು? ಅವುಗಳನ್ನು ತಿಳಿಸಿರಿ.

– ಇದು ಶೌನಕರ ೫ ನೆಯ ಪ್ರಶ್ನೆಯು.

ಭಾಗವತದಲ್ಲಿ ಶೌನಕರ ೫ ನೆಯ ಪ್ರಶ್ನೆಯನ್ನು ಕುರಿತಾದ ಶ್ಲೋಕಗಳು ಕೆಳಗಿನಂತಿವೆ –

ಅಥಾಖ್ಯಾಹಿ ಹರೇರ್ಧೀಮನ್ ಅವತಾರಕಥಾಃ ಶುಭಾಃ ।
ಲೀಲಾ ವಿದಧತಃ ಸ್ವೈರಮೀಶ್ವರಸ್ಯಾತ್ಮಮಾಯಯಾ   ॥ ೧೮ ॥

ವಯಂ ತು ನ ವಿತೃಪ್ಯಾಮ ಉತ್ತಮಶ್ಲೋಕವಿಕ್ರಮೇ ।
ಯತ್ಶೃಣ್ವತಾಂ ರಸಜ್ಞಾನಾಂ ಸ್ವಾದು ಸ್ವಾದು ಪದೇ ಪದೇ   ॥ ೧೯ ॥

ಕೃತವಾನ್ ಕಿಲ ವೀರ್ಯಾಣಿ ಸಹ ರಾಮೇಣ ಕೇಶವಃ ।
ಅತಿಮರ್ತ್ಯಾನಿ ಭಗವಾನ್ ಗೂಢಃ ಕಪಟಮಾನುಷಃ   ॥ ೨೦ ॥

ಕಲಿಮಾಗತಮಾಜ್ಞಾಯ ಕ್ಷೇತ್ರೇಽಸ್ಮಿನ್ ವೈಷ್ಣವೇ ವಯಮ್ ।
ಆಸೀನಾ ದೀರ್ಘಸತ್ರೇಣ ಕಥಾಯಾಂ ಸಕ್ಷಣಾ ಹರೇಃ   ॥ ೨೧ ॥

ತ್ವಂ ನಃ ಸಂದರ್ಶಿತೋ ಧಾತ್ರಾ ದುಸ್ತರಂ ನಿಸ್ತಿತೀರ್ಷತಾಮ್ ।
ಕಲಿಂ ಸತ್ತ್ವಹರಂ ಪುಂಸಾಂ ಕರ್ಣಧಾರ ಇವಾರ್ಣವಮ್ ॥ ೨೨ ॥
                                        – ಭಾಗ. ೧–೧

–ಸೂತ ಮಹಾಭಾಗರೇ! ಶ್ರೀಹರಿಯು ಸ್ವೇಚ್ಛೆಯಿಂದ ಅನೇಕ ಅವತಾರಗಳನ್ನೆತ್ತುವನು. ಲೀಲಾಮಾನುಷ–ವಿಗ್ರಹನಾದ ಶ್ರೀಹರಿಯ ವಿವಿಧ ಅವತಾರಗಳ ಕಥಾನಕಗಳನ್ನು ತಿಳಿಸಿರಿ. ಕಲಿಕಾಲವು ಬಂದಿರುವುದನ್ನು ತಿಳಿದು ಶ್ರೀಹರಿಯ ಮಹಿಮೋಪೇತವಾದ ಕಥಾನಕಗಳನ್ನು ಕೇಳಲೆಂದೇ ನಾವೆಲ್ಲರೂ ಈ ವೈಷ್ಣವ ಕ್ಷೇತ್ರದಲ್ಲಿ ಸಮ್ಮಿಲಿತರಾಗಿ ಕುಳಿತಿದ್ದೇವೆ. ದುಸ್ತರವಾದ ಕಲಿ ಎಂಬ ಸಮುದ್ರವನ್ನು ದಾಟಿಸಲು ಕರ್ಣಧಾರನಂತಿರುವ ತಮ್ಮ ಈಗಿನ

ಸಂದರ್ಶನವೇನಿದೆಯೋ ಇದನ್ನು ಚತುರ್ಮುಖ ಬ್ರಹ್ಮನೇ ನಮ್ಮ ಮೇಲೆ ದಯೆತೋರಿ ಸಂಘಟಿಸಿದ್ದಾನೆಂದು ತಿಳಿಯುತ್ತೇವೆ.

ಉತ್ತರ – ೫ : ಈ ಪ್ರಶ್ನೆಗೆ ಭಾಗವತ ಶ್ಲೋಕಗಳಲ್ಲಿ ಸೂತರ ಉತ್ತರ ಹೀಗಿದೆ –

ಜಗೃಹೇ ಪೌರುಷಂ ರೂಪಂ ಭಗವಾನ್ ಮಹದಾದಿಭಿಃ ।
ಸಂಭೂತಂ ಷೋಡಶಕಲಮಾದೌ ಲೋಕಸಿಸೃಕ್ಷಯಾ   ॥ ೧ ॥

ಸ ಏವ ಪ್ರಥಮಂ ದೇವಃ ಕೌಮಾರಂ ಸರ್ಗಮಾಸ್ಥಿತಃ ।
ಚಚಾರ ದುಷ್ಕರಂ ಬ್ರಹ್ಮಾ ಬ್ರಹ್ಮಚರ್ಯಮಖಂಡಿತಮ್   ॥ ೬ ॥

– – – – – – – – – – – – – – – –

ಅವತಾರಾ ಹ್ಯಸಂಖ್ಯೇಯಾ ಹರೇಃ ಸತ್ವನಿಧೇರ್ದ್ವಿಜಾಃ ।
ಯಥಾ ವಿದಾಸಿನಃ ಕುಲ್ಯಾಃ ಸರಸಃ ಸ್ಯುಃ ಸಹಸ್ರಶಃ   ॥ ೨೬ ॥

("ಜಗೃಹೇ ಪೌರುಷಂ ರೂಪಂ" ಇತ್ಯಾದಿಭಿಃ ಸಂಕ್ಷೇಪೇಣ ಭಗವತಃ ಪುರುಷಾದ್ಯವತಾರೋಕ್ತ್ಯಾ ಪಂಚಮಪ್ರಶ್ನಸ್ಯೋತ್ತರಮ್।)

ಶೌನಕರ ಮನೋಽಭಿಪ್ರಾಯವನ್ನು ತಿಳಿದ ಸೂತರು ಆಗ ಹೇಳುತ್ತಾರೆ – ಭೋ ಶೌನಕಾದಿಗಳೇ! ಸತ್ವನಿಧಿಯಾದ ಶ್ರೀಹರಿಯ ಅವತಾರಗಳು ಅಸಂಖ್ಯವಾಗಿವೆ. ಆದರಂತೆ ಅವನ ಅವತಾರ ಕಥಾನಕ– ಗಳೂ ಅನಂತ. ಒಟ್ಟಿನಲ್ಲಿ ಶ್ರೀಹರಿಯು ಲೋಕಗಳನ್ನು ಸೃಷ್ಟಿಸುವುದಕ್ಕಾಗಿ ಪುರುಷರೂಪವನ್ನು ಧರಿಸುತ್ತಾನೆ ಎಂದು ಮುಂತಾಗಿ ಹೇಳುತ್ತಾರೆ.

ಪ್ರ. ೬. ಬ್ರೂಹಿ ಲೋಕೇಶ್ವರೇ ಕೃಷ್ಣೇ ಬ್ರಹ್ಮಣ್ಯೇ ಧರ್ಮವರ್ಮಣಿ।
ಸ್ವಾಂ ಕಾಷ್ಠಾಮಧುನೋಪೇತೇ ಧರ್ಮಃ ಕಂ ಶರಣಂ ಗತಃ ॥
                                – ಭಾಗ. ೧–೧–೨೩

– "ಬ್ರಹ್ಮಣ್ಯನಾದ ಶ್ರೀಕೃಷ್ಣನು ಪರಂಧಾಮವಾದ ತನ್ನ ವೈಕುಂಠ ಲೋಕಕ್ಕೆ ಹೊರಟು ಹೋದ ನಂತರ ಭೂಲೋಕದಲ್ಲಿ ಧರ್ಮವು ಯಾರನ್ನು ಆಶ್ರಯಿಸಿತು?" ಎಂಬುದೇ ಶೌನಕರ ಆರನೆಯ ಪ್ರಶ್ನೆಯು. ಈ ಪ್ರಶ್ನೆಗೆ ಉತ್ತರರೂಪವಾಗಿ ಸೂತಾಚಾರ್ಯರು ಹೇಳುತ್ತಾರೆ –

ಇದಂ ಭಾಗವತಂ ನಾಮ ಪುರಾಣಂ ಬ್ರಹ್ಮಸಂಮಿತಮ್ |
ಉತ್ತಮಶ್ಲೋಕಚರಿತಂ ಚಕಾರ ಭಗವಾನ್ಋಷಿಃ || ೪೦ ||

ನಿಃಶ್ರೇಯಸಾಯ ಲೋಕಸ್ಯ ಧನ್ಯಂ ಸ್ವಸ್ತ್ಯಯನಂ ಮಹತ್ |
ತದಿದಂ ಗ್ರಾಹಯಾಮಾಸ ಸುತಮಾತ್ಮವತಾಂ ವರಮ್ || ೪೧ ||

ಸರ್ವವೇದೇತಿಹಾಸಾನಾಂ ಸಾರಂ ಸಾರಂ ಸಮುದ್ಧೃತಮ್ |
ಸ ತು ಸಂಶ್ರಾವಯಾಮಾಸ ಮಹಾರಾಜಂ ಪರೀಕ್ಷಿತಮ್ || ೪೨ ||

ಪ್ರಾಯೋಪವಿಷ್ಟಂ ಗಂಗಾಯಾಂ ಪರೀತಂ ಪರಮರ್ಷಿಭಿಃ |
ತಸ್ಯ ಕೀರ್ತಯತೋ ವಿಪ್ರಾಃ ರಾಜರ್ಷೇರ್ಭೂರಿತೇಜಸಃ || ೪೩ ||

ಅಹಂ ಚಾಧ್ಯಗಮಂ ತತ್ರ ನಿವಿಷ್ಟಸ್ತದನುಗ್ರಹಾತ್ |
ಸೋಽಹಂ ವಃ ಶ್ರಾವಯಿಷ್ಯಾಮಿ ಯಥಾಧೀತಂ ಯಥಾಮತಿ || ೪೪ ||

ಕೃಷ್ಣೇ ಸ್ವಧಾಮೋಪಗತೇ ಧರ್ಮಜ್ಞಾನಾದಿಭಿಃ ಸಹ |
ಕಲೌ ನಷ್ಟದೃಶಾಂ ಪುಂಸಾಂ ಪುರಾಣಾರ್ಕೋಽಮುನೋದಿತಃ || ೪೫ ||

ಶೌನಕರ ಆರನೆಯ ಪ್ರಶ್ನೆಗೆ ಸೂತರು ಭಾಗವತದಲ್ಲಿಯ ಮೇಲಿನ ಆರು ಶ್ಲೋಕಗಳಿಂದ ಉತ್ತರಿಸಿದರೆಂದೂ, ಇವುಗಳ ಭಾವವನ್ನು "ವ್ಯಾಸರೂಪಿಣಂ ಕೃಷ್ಣಂ ಶರಣಂ ಗತಃ" ಅಂದರೆ ಧರ್ಮವು ಯಾದವ ಶ್ರೀಕೃಷ್ಣನ ಇನ್ನೊಂದು ರೂಪವಾದ ವಾಸಿಷ್ಠ ಕೃಷ್ಣನನ್ನು ಅಂದರೆ ಶ್ರೀವೇದವ್ಯಾಸರನ್ನು ಆಶ್ರಯಿಸಿ ಅವರಿಂದ ರಚಿತವಾದ ಭಾಗವತ ಪುರಾಣ ರೂಪದಲ್ಲಿ ಪ್ರಕಟವಾಯಿ ತೆಂದೂ ಶ್ರೀಮದ್ಭಾಗವತ ಪುರಾಣದ ವ್ಯಾಖ್ಯಾನಕಾರರಾದ ಶ್ರೀ ವಿಜಯಧ್ವಜತೀರ್ಥರು ತಿಳಿಸಿದ್ದಾರೆ.

ಈ ಹಿಂದೆ ತಿಳಿಸಿದಂತೆ ಶೌನಕರು ಸೂತರನ್ನು ಕುರಿತು ಕೇವಲ ಆರೇ ಪ್ರಶ್ನೆಗಳನ್ನು ಕೇಳಿ ಸಮಾಧಾನ ಹೊಂದಿದರೆಂದಲ್ಲ. ಇವು ಭಾಗವತ ಪುರಾಣದ ಉದಯಕ್ಕೆ ಕಾರಣಗಳನ್ನು ತಿಳಿಸುವ ಪ್ರಮುಖ ಪ್ರಶ್ನೆಗಳಾದ್ದರಿಂದ ಇವುಗಳನ್ನು ಎತ್ತಿ ತೋರಿಸಲಾಗಿದೆ.

ಈ ಪ್ರಶ್ನೆಗಳಲ್ಲದೇ ತತ್ತ್ವಜಿಜ್ಞಾಸುಗಳಾದ ಶೌನಕರು ಸೂತರನ್ನು ಕುರಿತು ಇನ್ನೂ ಹಲವು ಪ್ರಶ್ನೆಗಳನ್ನು ಕೇಳಿದ್ದಾರೆ – ಉದಾಹರಣೆಗೆ ಸ್ಕಂಧ–೧/ಅಧ್ಯಾಯ – ೪ರಲ್ಲಿಯ ಪ್ರಶ್ನೆ–

ಶೌನಕ ಉವಾಚ –

ಸೂತ ಸೂತ ಮಹಾಭಾಗ ವದ ನೋ ವದತಾಂ ವರ ।
ಕಥಾಂ ಭಾಗವತೀಂ ಪುಣ್ಯಂ ಯಾಮಾಹ ಭಗವಾನ್ ಶುಕಃ ॥ ೨ ॥

ಕಸ್ಮಿನ್ ಯುಗೇ ಪ್ರವೃತ್ತೇಯಂ ಸ್ಥಾನೇ ವಾ ಕೇನ ಹೇತುನಾ ।
ಕುತಃ ಸಂಚೋದಿತಃ ಕೃಷ್ಣಃ ಕೃತವಾನ್ ಸಂಹಿತಾಂ ಮುನಿಃ ॥ ೩ ॥

ತಸ್ಯ ಪುತ್ರೋ ಮಹಾಯೋಗೀ ಸಮದೃಜ್ ನಿರ್ವಿಕಲ್ಪಕಃ ।
ಏಕಾಂತಗತಿರುನ್ನಿದ್ರೋ ಗೂಢೋ ಮೂಢ ಇವೇಯತೇ ॥ ೪ ॥

ಕಥಮಾಲಕ್ಷಿತಃ ಪೌರೈಃ ಸಂಪ್ರಾಪ್ತಃ ಕುರುಜಾಂಗಲಮ್ ।
ಉನ್ಮತ್ತಮೂಢಜಡವತ್ ವಿಚರನ್ ಗಜಸಾಹ್ವಯೇ ॥ ೫ ॥

ಕಥಂ ವಾ ಪಾಂಡವೇಯಸ್ಯ ರಾಜರ್ಷೇರ್ಮುನಿನಾ ಸಹ ।
ಸಂವಾದಃ ಸಮಭೂತ್ತಾತ ಯತ್ರೈಷಾ ಸಾತ್ವತೀ ಶ್ರುತಿಃ ॥ ೬ ॥

ಸ ಗೋದೋಹನಮಾತ್ರಂ ಹಿ ಗೃಹೇಷು ಗೃಹಮೇಧಿನಾಮ್ ।
ಅವೇಕ್ಷತೇ ಮಹಾಭಾಗಃ ತೀರ್ಥೀಕುರ್ವನ್ ತದಾಶ್ರಮಮ್ ॥ ೭ ॥

ಅಭಿಮನ್ಯುಸುತಂ ಸೂತ ಪ್ರಾಹುರ್ಭಾಗವತೋತ್ತಮಮ್ ।
ತಸ್ಯ ಜನ್ಮ ಮಹಾಶ್ಚರ್ಯಂ ಕರ್ಮಾಣಿ ಚ ಗೃಣೀಹಿ ನಃ ॥ ೮ ॥

ಸ ಸಮ್ರಾಟ್ ಕಸ್ಯ ವಾ ಹೇತೋಃ ಪಾಂಡೂನಾಂ ಮಾನವರ್ಧನಃ ।
ಪ್ರಾಯೋಪವಿಷ್ಟೋ ಗಂಗಾಯಾಂ ಅನಾದೃತ್ಯಾಧಿರಾಟ್ ಶ್ರಿಯಮ್ ॥ ೯ ॥

ನಮಂತಿ   ಯತ್ಪಾದನಿಕೇತಮಾತ್ಮನಃ
ಶಿವಾಯ ಚಾನೀಯ ಧನಾನಿ ಶತ್ರವಃ ।
ಕಥಂ ಸ ವೀರಃ ಶ್ರಿಯಮಂಗ ! ದುಸ್ತ್ಯಚಾಂ
ಇಯೇಷ ಛೋತ್ಸೃಷ್ಟಮಹೋ ! ಸಹಾಸುಭಿಃ   ॥ ೧೦ ॥

ಶಿವಾಯ ಲೋಕಸ್ಯ ಭವಾಯ ಭೂತಯೇ
ಯ ಉತ್ತಮಶ್ಲೋಕಪರಾಯಣಾ ಜನಾಃ ।
ಜೀವಂತಿ ನಾತ್ಮಾರ್ಥಮಸೌ ಪರಾಂ ಶ್ರಿಯಂ
ಮುಮೋಚ ನಿರ್ಭಿದ್ಯ ಕುತಃ ಕಲೇವರಮ್   ॥ ೧೧ ॥

ತತ್ಸರ್ವಂ ನಃ ಸಮಾಚಕ್ಷ್ವ ಪೃಷ್ಟೋ ಯದಿಹ ಕಿಂಚನ ।
ಮನ್ಯೇ ತ್ವಾಂ ವಿಷಯೇ ವಾಚಾಂ ಸ್ನಾತಮನ್ಯತ್ರ ಛಾಂದಸಾತ್ ॥ ೧೨ ॥

— ಪರಮಾತ್ಮನ ಮಹಿಮೆಗಳನ್ನು ತಿಳಿಸುವವರಲ್ಲಿ ಅಗ್ರಗಣ್ಯರಾದ ಸೂತ
ಮಹಾಭಾಗರೇ! ಪೂಜ್ಯರಾದ ಶುಕಾಚಾರ್ಯರು ಪರೀಕ್ಷಿತ ರಾಜನಿಗೆ
ಹೇಳಿದ ಪುಣ್ಯ ಪ್ರದವಾದ ಭಾಗವತ ಪುರಾಣದಲ್ಲಿಯ ಶ್ರೀಹರಿಕಥಾಮೃತ
ಸಾರವನ್ನು ನಮಗೋಸ್ಕರ ದಯಮಾಡಿ ತಿಳಿಸಿರಿ. ॥ ೨ ॥ ಈ ಭಾಗವತವೆಂಬ
ಶ್ರೇಷ್ಠವಾದ ಪುರಾಣವು ಯಾವ ಯುಗದಲ್ಲಿ ಪ್ರಚಾರಕ್ಕೆ ಬಂದಿತು? ಯಾವ
ಪುಣ್ಯಕ್ಷೇತ್ರದಲ್ಲಿ ಇದು ಹೇಳಲ್ಪಟ್ಟಿತು? ಈ ಪುರಾಣದ ರಚನೆಯಾಗಲು
ಏನು ಕಾರಣ? ಮತ್ತು ಪುರಾಣಕರ್ತೃಗಳಾದ ಶ್ರೀ ವೇದವ್ಯಾಸರು ಯಾರಿಂದ
ಪ್ರಾರ್ಥಿತರಾಗಿ ೧೮,೦೦೦ ಶ್ಲೋಕಾತ್ಮಕವಾದ ಭಾಗವತ ಎಂಬ ಈ ಪುರಾಣ
ಸಂಹಿತೆಯನ್ನು ರಚಿಸಿದರು? ॥ ೩ ॥ ಶ್ರೀವೇದವ್ಯಾಸರ ಮಕ್ಕಳಾದ
ಶುಕಾಚಾರ್ಯರು ಸ್ಥಿತಪ್ರಜ್ಞರು ಮತ್ತು ಜಡಭರತನಂತಿರುವವರು.
ಮೂಢನಂತೆ ಸದಾ ಸಂಚರಿಸುತ್ತಿದ್ದ ॥ ೪ ॥ ಶುಕಾಚಾರ್ಯರು ಒಮ್ಮೆ
ಹಸ್ತಿನಾಪುರಕ್ಕೆ ಬಂದಾಗ ಅಲ್ಲಿದ್ದ ಪುರಜನರಿಂದ ನೋಡಲ್ಪಟ್ಟರೂ
ಉನ್ಮತ್ತರಂತೆಯೂ ಮೂಢ, ಜಡರಂತೆಯೂ ತೋರಿಸಿಕೊಂಡರು. ॥ ೫ ॥
ಇಂಥ ಶುಕಾಚಾರ್ಯರಿಗೂ ಮತ್ತು ಪರೀಕ್ಷಿತರಾಜನಿಗೂ ಹೇಗೆ ಭೇಟಿ
ಯಾಯಿತು? ಮತ್ತು ಇಬ್ಬರ ನಡುವೆ ಸಂವಾದ ನಡೆದು ಶುಕಾಚಾರ್ಯರು
ರಾಜನಿಗೆ ಭಾಗವತದ ಉಪದೇಶವನ್ನು ಹೇಗೆ ಮಾಡಿದರು? ॥ ೬ ॥
ಒಂದು ಸ್ಥಳದಲ್ಲಿ ಗೋದೋಹನ ಸಮಯದಷ್ಟು ಮಾತ್ರ ನಿಲ್ಲುವಂತಹ
ಶುಕಾಚಾರ್ಯರು ಪರೀಕ್ಷಿತರಾಜನ ಸನಿಹದಲ್ಲಿ ಏಳು ದಿನವಿದ್ದು
ಭಾಗವತೋಪದೇಶವನ್ನು ಮಾಡಿದ್ದು ಮಹದಾಶ್ಚರ್ಯವೇ ಸರಿ!
ಅಭಿಮನ್ಯುವಿನ ಸುತನಾದ ಪರೀಕ್ಷಿತರಾಜನ ಜನ್ಮ ಮತ್ತು ಅವನ ವಿಶಿಷ್ಟ
ಕಾರ್ಯಗಳನ್ನು ವರ್ಣಿಸಿರಿ. ॥ ೭ ॥ ಸಾಮ್ರಾಟನಾದ ಪರೀಕ್ಷಿತನು ಯಾವ
ಕಾರಣಕ್ಕಾಗಿ ರಾಜ್ಯವನ್ನೆಲ್ಲ ತ್ಯಜಿಸಿ ಗಂಗಾತೀರದಲ್ಲಿ ಪ್ರಾಯೋಪವೇಶಕ್ಕೆ
ಕುಳಿತನು? ॥ ೮ ॥ ಶತ್ರುಗಳಾಗಿದ್ದವರು ಮಾಂಡಲಿಕ ರಾಜರಾಗಿ ತಮ್ಮ
ಹಿತಕ್ಕಾಗಿ ಬೆಲೆ ಬಾಳುವ ವಸ್ತುಗಳನ್ನು ಮತ್ತು ಕಪ್ಪ–ಕಾಣಿಕೆಗಳನ್ನು ತಂದು ಯಾವ
ರಾಜನ ಪಾದಗಳಲ್ಲಿ ಸಮರ್ಪಿಸುತ್ತಿದ್ದರೋ ಅಂಥ ಪರಾಕ್ರಮಿ ರಾಜನಾದ

ಪರೀಕ್ಷಿತನು ಬಿಡಲು ಕಷ್ಟವಾದ ರಾಜ್ಯಸಂಪತ್ತನ್ನೆಲ್ಲ ತನ್ನ ಪ್ರಾಣಗಳೊಂದಿಗೆ ತ್ಯಜಿಸಲು ಹೇಗೆ ಮನಸ್ಸುಮಾಡಿದನು? ಇದಕ್ಕೇನಾದರೂ ಮಹತ್ತ್ಕಾರಣವಿರಲೇ ಬೇಕು. ಸೂತ ಮಹಾಭಾಗರೇ ಇದನ್ನೆಲ್ಲ ತಿಳಿಸಿರಿ. || ೧೦ || ಪರೀಕ್ಷಿತ ರಾಜನು ವೈರಾಗ್ಯದಿಂದ ಎಲ್ಲವನ್ನೂ ತ್ಯಜಿಸಿದನೆಂದು ಹೇಳಿದರೆ ಅದನ್ನೂ ನಂಬಲಾಗುತ್ತಿಲ್ಲ. ಅವನು ವಿರಕ್ತನಾದರೂ ಪರೋಪಕಾರಕ್ಕಾಗಿಯಾದರೂ ತನ್ನ ಸಂಪತ್ತನ್ನು ಉಳಿಸಿಕೊಳ್ಳಬಹುದಿತ್ತಲ್ಲವೇ? ಸೂತರೇ! ನಮಗೆ ಉಂಟಾಗಿರುವ ಈ ಎಲ್ಲ ಸಂದೇಹಗಳನ್ನು ನಿವಾರಿಸಿರಿ.

ಭಾಗವತದ ತುಂಬೆಲ್ಲ ಶೌನಕರ ಇಂಥ ಇನ್ನೂ ಅನೇಕ ಪ್ರಶ್ನೆಗಳಿವೆ. ಶುಕಾಚಾರ್ಯರನ್ನು ಕುರಿತು ಪರೀಕ್ಷಿತ ರಾಜನು ಕೇಳಿದ ಪ್ರಶ್ನೆಗಳೂ, ಇತರರ ಪ್ರಶ್ನೆಗಳೂ ಇವೆ. ಅವುಗಳನ್ನು ಮುಂದೆ ಸ್ಕಂಧಾನುಸಾರವಾಗಿ ಸಂಗ್ರಹಿಸಲಾಗಿದೆ.

ಪರೀಕ್ಷಿತ ರಾಜನಿಂದ (ಸ್ಕಂಧ ೧ ಮತ್ತು ೨ರಲ್ಲಿಯ) ಪ್ರಶ್ನೆಗಳು :
ಸ್ಕಂಧ ೧ ಮತ್ತು ೨

ಪರೀಕ್ಷಿನ್ಮಹಾರಾಜನು ಶಮೀಕ ಋಷಿಗಳ ಕುಮಾರ ಶೃಂಗಿಯಿಂದ ಶಪ್ತನಾಗಿ, ತಾನು ಶಮೀಕಋಷಿಗಳಿಗೆ ಮಾಡಿದ ಅಪರಾಧಕ್ಕೆ ನೊಂದು ಕೊಂಡು ಅದರ ಪ್ರಾಯಶ್ಚಿತ್ತಕ್ಕಾಗಿ ಗಂಗಾ ತೀರಕ್ಕೆ ಬಂದು ಪ್ರಾಯೋಪವೇಶ ದಿಂದ ಕುಳಿತುಕೊಳ್ಳುತ್ತಾನೆ. ಅದೇ ಸಮಯಕ್ಕೆ ದೈವವಶಾತ್ ಅಲ್ಲಿಗೆ ಆಗಮಿಸಿದ ಶ್ರೀವೇದವ್ಯಾಸರ ಮಕ್ಕಳಾದ ಶುಕಾಚಾರ್ಯರನ್ನು ಸ್ವಾಗತಿಸಿ ಪ್ರಶ್ನಿಸುತ್ತಾನೆ–

ರಾಜೋವಾಚ : –

ಅಹೋ ಅದ್ಯ ವಯಂ ಬ್ರಹ್ಮನ್ ಸತ್ಸೇವ್ಯಾಃ ಬ್ರಹ್ಮಬಂಧವಃ
ಕೃಪಯಾಽತಿಥಿರೂಪೇಣ ಭವದ್ಭಿಃ ತೀರ್ಥಕಾಃ ಕೃತಾಃ || ೮ ||

ಅತಃ ಪೃಚ್ಛಾಮಿ ಸಂಸಿದ್ಧಂ ಯೋಗಿನಾಂ ಪರಮಂ ಗುರಮ್ |
ಪುರುಷಸ್ಯೇಹ ಯತ್ಕಾರ್ಯಂ ಮ್ರಿಯಮಾಣಸ್ಯ ಸರ್ವದಾ || ೧೯ ||

ಯಚ್ಛ್ರೋತವ್ಯಮಥೋ ಜಪ್ಯಂ ಯತ್ಕರ್ತವ್ಯಂ ನೃಭಿಃ ಸದಾ |
ಸ್ಮರ್ತವ್ಯಂ ಭಜನೀಯಂ ವಾ ಬ್ರೂಹಿ ಯದ್ವಾಽವಿಪರ್ಯಯಮ್ || ೧೪ ||

– ಭಾಗ. ೧–೨೦

– ಮಹಾಜ್ಞಾನಿಗಳಾದ ಶುಕಾಚಾರ್ಯರೇ! ಆಸನ್ನಮರಣನಾದ ಪುರುಷನ ಕರ್ತವ್ಯಗಳೇನು? ಇಂಥ ಸಮಯದಲ್ಲಿ ಯಾರ ಸ್ಮರಣೆ ಮಾಡಬೇಕು? ಯಾರನ್ನು ಕುರಿತು ಜಪ–ತಪಾದಿಗಳನ್ನು ಆಚರಿಸಬೇಕು? ಯಾವುದನ್ನು ಮಾಡಬಾರದು? ಇದೆಲ್ಲವನ್ನು ತಿಳಿಸಿ ಅನುಗ್ರಹಿಸಿರಿ ಎಂದು ರಾಜನು ಪ್ರಾರ್ಥಿಸುತ್ತಾನೆ. ಶ್ರೀ ಹರಿಯ ಗುಣಗಳಾವವು (ಭಾಗ ೨.೪.೬–೧೧) ಆವನು ಸೃಷ್ಟಿ–ಸ್ಥಿತಿ–ಸಂಹಾರಗಳನ್ನು ಹೇಗೆ ಮಾಡುವನು ತಿಳಿಸಿರಿ ಎಂದೂ ರಾಜನು ಪ್ರಶ್ನಿಸುತ್ತಾನೆ. ಇದೇ ರೀತಿ ನಾರದರು ಬ್ರಹ್ಮದೇವನನ್ನು ಪಾರ್ಥಿಸುತ್ತಾರೆ. (ಭಾಗ.೨.೫ ೧–೯)

ಇದೇ ಪ್ರಕಾರವಾಗಿ ಧರ್ಮರಾಜನು ಭೀಷ್ಮಾಚಾರ್ಯರನ್ನು ಕುರಿತು ವಿವಿಧ ಧರ್ಮಗಳ ಬಗ್ಗೆ ಪ್ರಶ್ನಿಸುವುದು (ಭಾಗ ೧.೯ ಶ್ಲೋ. ೪೨–೪೫) ನಾರದರು ಬ್ರಹ್ಮದೇವನನ್ನು ಪ್ರಶ್ನಿಸುವುದು, ಪರೀಕ್ಷಿತರಾಜನು ಶುಕಾಚಾರ್ಯ ರಲ್ಲಿ ಮಾಡಿದ ಪ್ರಶ್ನೆಗಳು ಈ ಸ್ಕಂಧದಲ್ಲಿವೆ.

ಸ್ಕಂಧ–೩ ರಲ್ಲಿಯ ಪ್ರಶ್ನೆಗಳು

ತೀರ್ಥಯಾತ್ರೆಯಲ್ಲಿದ್ದ ವಿದುರನು ಹರಿದ್ವಾರದಲ್ಲಿ ಉದ್ಧವರನ್ನು ಕಂಡಾಗ ಶ್ರೀಕೃಷ್ಣ–ಬಲರಾಮ–ಯಾದವರಾದಿಗಳ ಮತ್ತು ಪಾಂಡವರ ಕುಶಲದ ಬಗ್ಗೆ ಮಾಡಿದ ಪ್ರಶ್ನೆಗಳು (ಅ. ೨. ಶ್ಲೋ ೨೧–೪೦), ಭಗವಂತನ ಸೃಷ್ಟ್ಯಾದಿ ವ್ಯಾಪಾರಗಳ ಬಗ್ಗೆ ವಿದುರನು ಮೈತ್ರೇಯರಲ್ಲಿ ಮಾಡಿದ ಪ್ರಶ್ನೆಗಳು (ಅ. ೧೨. ಶ್ಲೋ. ೨–೧೪), ಪ್ರಜಾಪತಿಗಳು, ಮನ್ವಂತರಗಳೂ, ಮೇಲಿನ ಹಾಗೂ ಕೆಳಗಿನ ಲೋಕಗಳು, ಪರಮಾತ್ಮನ ಅವತಾರಗಳು, ವರ್ಣಾಶ್ರಮ ವಿಭಾಗಗಳು, ಜ್ಞಾನಿಗಳ ಜನ್ಮ ಕರ್ಮಗಳು, ವೇದವಿಭಾಗ, ತತ್ವಗಳ ಲಯ, ಮುಕ್ತರ ಸ್ವರೂಪ, ಜ್ಞಾನ–ಭಕ್ತಿ–ವೈರಾಗ್ಯಗಳು ಇವೆಲ್ಲವುಗಳ ಬಗ್ಗೆ ತಿಳಿಯಲು ವಿದುರನಿಂದ ಕೇಳಲ್ಪಟ್ಟ ಪ್ರಶ್ನೆಗಳು(ಅ.೯.೨೯–೪೦), ವಿದುರನು ಮೈತ್ರೇಯರನ್ನು ಕುರಿತು ಮತ್ತೆ ಯಾವುದನ್ನು ತಿಳಿದುಕೊಳ್ಳಲು ಪ್ರಶ್ನೆಗಳನ್ನು ಮಾಡಿದನೆಂದರೆ–ಕಾಲಮಾನ, ಬ್ರಹ್ಮದೇವನ ಸೃಷ್ಟಿಕ್ರಮ, (ಅ. ೧೦.೧೧) ಚತುರ್ಮುಖಗಳಿಂದ ಸ್ತುತಿಸುತ್ತಿರುವ ವೇದಗಳು,ಸ್ವಾಯಂಭುವ ಮನುವಿನ ಸೃಷ್ಟಿ, ಚರಿತ್ರ, (ಅ. ೨೨. ಶ್ಲೋ. ೧–೩೬), ಯಜ್ಞವರಾಹನಿಂದ ಆದಿ ಹಿರಣ್ಯಾಕ್ಷನ ವಧೆ, ಬ್ರಹ್ಮನ ಅಂಗ ಪುತ್ರರಾದ ಮರೀಚಿ ಮೊದಲಾದ

ಮುನಿಗಳು ಹಾಗೂ ಸ್ವಾಯಂಭುವ ಮನು ಇವರೆಲ್ಲ ಸಂತತಿಯನ್ನು ಬೆಳೆಸಿದ ಕ್ರಮ – ಪತ್ನಿಯರ ಸಹಾಯದಿಂದಲೆ? ಅಥವಾ ತಪೋಬಲದಿಂದ ಸ್ವತಂತ್ರ ವಾಗಿಯೇ? ಅಥವಾ ಎಲ್ಲರೂ ಸೇರಿಯೇ? ಕಪಿಲಾವತಾರ, ಕಪಿಲ– ದೇವಹೂತಿಯರ ಪವಿತ್ರವಾದ ಸಂವಾದ (ಅ. ೨೯,೨–೩೦).

ಸ್ಕಂಧ – ೪

ಸ್ವಾಯಂಭುವ ಮನುವಿನ ಹೆಣ್ಣು–ಮಕ್ಕಳ ಚರಿತ್ರೆ, ದಕ್ಷಪ್ರಜಾಪತಿಯು ತನ್ನ ಮಗಳಾದ ಸತೀದೇವಿಯನ್ನೂ ಅಳಿಯನಾದ ರುದ್ರನನ್ನೂ ದ್ವೇಷಿಸಲು ಕಾರಣವೇನೆಂದು ವಿದುರನ ಪ್ರಶ್ನೆ   (ಅ.೨. ೧,೨)ಪ್ರಚೇತಸರೆಂದರೆ ಯಾರು? ಯಾರ ವಂಶದಲ್ಲಿ ಜನಿಸಿ ಪ್ರಖ್ಯಾತರಾದರು? ಎಲ್ಲಿ ಸತ್ರ ನಡೆಸುತ್ತಿ ದ್ದರು? ಪ್ರಚೇತಸರು ನಡೆಸುತ್ತಿದ್ದ ಸತ್ರಯಾಗದಲ್ಲಿ ದೇವರ್ಷಿಗಳು ವರ್ಣಿಸಿದ ಭಗವತ್ಕಥೆಗಳಾವುವು? ಶೀಲವಂತನೂ ಬ್ರಾಹ್ಮಣಪ್ರಿಯನೂ ಆದ ಅಂಗ ರಾಜನಿಗೆ ವೇನ ಎಂಬ ದುಷ್ಟಮಗನು ಜನಿಸಲು ಕಾರಣವೇನು? (ಅ.೧೩ ೯–೪೧) ವೇನನು ಮಾಡಿದ ಅಕಾರ್ಯಗಳೇನು? ಪೃಥುಚಕ್ರವರ್ತಿಯ ಚರಿತ್ರೆ ಏನು? ಅನೇಕ ರೂಪವುಳ್ಳ ಭೂದೇವಿಯು ಗೋರೂಪವನ್ನೇ ಧರಿಸಲು ಕಾರಣವೇನು? ಚಕ್ರವರ್ತಿಯು ಹಾಲು ಕರೆದಾಗ ಯಾರು ಕರುವಾಗಿ ದ್ದರು? (ಅ.೧೮.೨) ಕರೆದ ಹಾಲನ್ನು ಸಂಗ್ರಹಿಸುವ ಪಾತ್ರೆ, ವಸ್ತುಗಳಾವುವು? (ಅ.೧೮.೧೩–೨೯) ಪೃಥುಚಕ್ರವರ್ತಿಯ ಚರಿತ್ರೆ, (ಅ.೧೯–೨೪) ಸಂತಾನಪ್ರಾಪ್ತಿಗಾಗಿ ಪ್ರಚೇತಸರು ತಪಸ್ಸು ಮಾಡಲು ಅರಣ್ಯಕ್ಕೆ ಹೊರಟು ನಿಂತಾಗ ದಾರಿಯಲ್ಲಿ ಶಿವನ ಭೇಟಿ ಹೇಗಾಯಿತು? ಪ್ರಸನ್ನನಾದ ಶಿವನು ಅವರಿಗೆ ಮಾಡಿದ ಉಪದೇಶದ (ರುದ್ರಗೀತೆಯ)ಸಾರವೇನು? (ಅ.೨೪–೧೬) ಪ್ರಚೇತಸರು ರುದ್ರಗೀತೆಯಿಂದ ಸಂಪಾದಿಸಿದ ಸಿದ್ಧಿ ಯಾವುದು? (ಅ. ೩೦.೧) ಇವೆಲ್ಲವುಗಳನ್ನು ತಿಳಿಸುವಂತೆ ವಿದುರನು ಮೈತ್ರೇಯರನ್ನು ಪ್ರಾರ್ಥಿಸುತ್ತಾನೆ.

ಸ್ಕಂಧ–೪ ರಲ್ಲಿಯ ಪ್ರಶ್ನೆಗಳು

ಪರೀಕ್ಷಿತ್ ರಾಜನು ಶುಕಾಚಾರ್ಯರನ್ನು ಪ್ರಶ್ನಿಸುತ್ತಾನೆ ಏನೆಂದರೆ ೧. ಪರಮಾತ್ಮನ ಧ್ಯಾನದಲ್ಲೇ ಸುಖ ಕಾಣುವ ಯೋಗಿಗಳಿಗೆ ದ್ವೈವೇಚ್ಛೆಯಿಂದ

ಯೋಗಸಿದ್ಧಿಗಳು ಬಳಿಗೆ ಬಂದರೆ ಅವು ಕ್ಲೇಶದಾಯಕವಾಗುವುದಿಲ್ಲ ತಾನೇ? (ಅ. ೯.೧)

ರಹೂಗಣ ಮಹಾರಾಜನು ಜಡಭರತನನ್ನು ಕುರಿತು – ಹೇ ಮಹಾಜ್ಞಾನಿಯಾದ ಅವಧೂತ ಬ್ರಾಹ್ಮಣಾ! ನೀನು ಯಾರ ಮಗ? ಎಲ್ಲಿ ವಾಸಿಸಿರುವಿ? ಯಾವ ಉದ್ದೇಶದಿಂದ ಇಲ್ಲಿ ಬಂದು ನಿಗೂಢವಾಗಿ ಸಂಚರಿಸುತ್ತಿರುವಿ? ನಮ್ಮ ಮೇಲೆ ಅನುಗ್ರಹ ಮಾಡಲು ಬಂದಿರುವುದಾದರೆ ಆ ಪವಿತ್ರಾತ್ಮನಾದ ಕಪಿಲ ಮುನಿಯೇ ಅಲ್ಲತಾನೇ? ಎಂದು ಪ್ರಶ್ನಿಸುತ್ತಾನೆ. (೧೦.೧೪)

ಪ್ರಿಯವ್ರತರಾಜನ ರಥಚಕ್ರಗಳಿಂದ ಉಂಟಾಗ ಸಪ್ತ ಸಮುದ್ರ ದ್ವೀಪಾದಿಗಳು ಮತ್ತು ಅವುಗಳಾಚೆ ಇರುವ ಸ್ವರ್ಣಭೂಮಿ ಮುಂತಾದವನ್ನು, ಪರಮಾತ್ಮನ ಸ್ಥೂಲಪ್ರತಿಮಾರೂಪವಾದ ಭೂಗೋಳದ ಮುಖ್ಯ ಅಂಶಗಳ ಹೆಸರು, ಆಕಾರ, ವಿಸ್ತಾರ ಲಕ್ಷಣಗಳನ್ನು ತಿಳಿಸುವಂತೆ ಪರೀಕ್ಷಿಸುವನು ಶುಕಾಚಾರ್ಯರನ್ನು ಪ್ರಶ್ನಿಸುತ್ತಾನೆ– (ಅ.೧೪.೨). ಸೂರ್ಯ ಮತ್ತು ರಾಶಿಗಳ ಸಂಚಾರ ಬಗ್ಗೆ ಪ್ರಶ್ನಿಸುತ್ತಾನೆ. (ಅ.೨೧, ಅ.೨೨, ಅ.೨೩). ಸಪ್ತ ಪಾತಾಳ 'ಲೋಕಗಳ ಬಗ್ಗೆ (ಅ.೨೪. ೯–೨೪) ನರಕಗಳ ಬಗ್ಗೆ ವಿಚಾರಿಸುತ್ತಾನೆ. (ಅ.೨೭ ಶ್ಲೋಕ ೮–೨೯). ಸುಖಸಾಧನೆಗಾಗಿ ನಡೆಸುವ ಕಾಮ್ಯ ಕರ್ಮಗಳಲ್ಲಿ ವೈಲಕ್ಷಣ್ಯವಿಲ್ಲ. ದಿರುವಾಗ ಅವುಗಳಿಗೆ ಫಲವಾಗಿ ಸಿಗುವ ಲೋಕಗಳಲ್ಲಿ ವೈಲಕ್ಷಣ್ಯ ಹೇಗೆ? (ಅ.೨೭.೧) ಎನ್ನುವುದು ಪರೀಕ್ಷಿತ ರಾಜನ ಇನ್ನೊಂದು ಪ್ರಶ್ನೆ.

ಸ್ಕಂಧ–೬ ರಲ್ಲಿಯ ಪರೀಕ್ಷಿತ ರಾಜನ ಪ್ರಶ್ನೆಗಳ ಸಂಗ್ರಹ

ಮಾನವನು ನಾನಾ ಪ್ರಕಾರದ ಭಯಂಕರ ಯಾತನೆಗಳಿಂದ ತುಂಬಿದ ನರಕಗಳಿಂದ ತಪ್ಪಿಸಿಕೊಳ್ಳುವ ಉಪಾಯವೇನು? (ಅ.೧.೪). ಸ್ವಾಯಂಭುವ ಮನ್ವಂತರದಲ್ಲಿ ಭಗವಂತನು ಸ್ವಸಾಮರ್ಥ್ಯದಿಂದ ನಡೆಸಿದ ಸೃಷ್ಟಿಯ ವಿಚಾರವನ್ನು ವಿಸ್ತಾರವಾಗಿ ತಿಳಿಸುವಂತೆ ರಾಜನು ಪ್ರಾರ್ಥಿಸುತ್ತಾನೆ (ಅ.೪.೧,೨). ದೇವಗುರುಗಳಾದ ಬೃಹಸ್ಪತ್ಯಾಚಾರ್ಯರು ಶಿಷ್ಯರಾದ ಇಂದ್ರಾದಿ ದೇವತೆಗಳನ್ನು ತ್ಯಜಿಸಿ ಹೋಗಲು ಕಾರಣವೇನು? (ಅ.೭.೧)

ವಿಶ್ವರೂಪಾಚಾರ್ಯರು ದೇವತೆಗಳಿಗೆ ಉಪದೇಶಿಸಿದ ನಾರಾಯಣವರ್ಮ ವೆಂಬ ಮಂತ್ರವನ್ನು ತಿಳಿಸುವಂತೆ ರಾಜನ ಪ್ರಾರ್ಥನೆ (ಅ.೪.೧,೨) ವೃತ್ರಾಸುರನ ವಧೆಯಿಂದ ಎಲ್ಲ ದೇವತೆಗಳಿಗೆ ಸಂತೋಷವುಂಟಾದರೂ ಇಂದ್ರನಿಗೆ ಮಾತ್ರ ಏಕೆ ದುಃಖ ಉಂಟಾಯಿತು? (ಅ.೧೩.೩). ಪಾಪಿಯಾದ ಅಸುರ ಮತ್ತು ರಾಜಸ–ತಾಮಸ ಸ್ವಭಾವದ ವೃತ್ರಾಸುರನಿಗೆ ಭಗವಾನ್ ನಾರಾಯಣನಲ್ಲಿ ದೃಢವಾದ ಭಕ್ತಿಯು ಹೇಗೆ ಉಂಟಾಯಿತು? (ಅ. ೧೪.೧–೨). ವಿಷ್ಣುವಿನ ಅನುಗ್ರಹಕ್ಕೆ ಕಾರಣವಾಗಿರುವ ಪುಂಸವನ ವ್ರತದ ವಿಧಾನವೇನು? (ಅ. ೧೯.೧).

ಸ್ಕಂಧ – ೭ ರಲ್ಲಿಯ ಪ್ರಶ್ನೆಗಳು

i) ಎಲ್ಲ ಜೀವಿಗಳಿಗೂ ಸಮನಾಗಿರುವ, ಪ್ರಿಯನಾಗಿರುವ ಮತ್ತು ಎಲ್ಲರಲ್ಲಿಯೂ ಸೌಹಾರ್ದವುಳ್ಳವನಾದ ಭಗವಂತನು ಪಕ್ಷಪಾತಿಯಂತೆ ಇಂದ್ರನ ಪಕ್ಷ ವಹಿಸಿ ದೈತ್ಯರನ್ನು ಏಕೆ ವಧಿಸಿದ? (ಭಾಗ. ೭.೧.೧)

ii) ಪಾಪಿಯಾದ ಶಿಶುಪಾಲನಾಗಲಿ, ದುರ್ಬುದ್ಧಿಯ ದಂತವಕ್ರ– ನಾಗಲಿ ಶ್ರೀಕೃಷ್ಣನ ದ್ವೇಷಿಗಳಾಗಿ ಅನೇಕ ಸಲ ಅವನನ್ನು ನಿಂದಿಸುತ್ತಿದ್ದರೂ ಅವರೀರ್ವರ ನಾಲಿಗೆಯಲ್ಲಿ ಅದೇಕೆ ಕುಷ್ಠ ರೋಗ ಉಂಟಾಗಲಿಲ್ಲ? ಮತ್ತು ಅವರು ಅಂಥಂತಮಸ್ಸಿನಲ್ಲಿ ಬೀಳದೇ ಆ ಭಗವಂತನಲ್ಲಿ ಸಾಯುಜ್ಯವನ್ನು ಹೊಂದಲು ಕಾರಣವೇನು? ದ್ವೇಷವು ಮೋಕ್ಷ ಸಾಧನವೇ? ಎಂದು ಧರ್ಮರಾಜನು ನಾರದರನ್ನು ಪ್ರಶ್ನಿಸುತ್ತಾನೆ. (ಭಾಗ. ೭.೧. ಶ್ಲೋಕ ೧೪–೨೧)

iii) ಧರ್ಮರಾಜನು ನಾರದರನ್ನು ಕುರಿತು ಪ್ರಶ್ನಿಸುತ್ತಾನೆ– ಶ್ರೀ ಹರಿಯ ಏಕಾಂತ ಭಕ್ತರಾದ ಜಯ–ವಿಜಯರಿಗೆ ಶಾಪವೆಂದರೇನು? ಶಾಪವನ್ನು ಕೊಟ್ಟವರಾರು? ಶಾಪ ಕೊಡಲು ಕಾರಣವಾವುದು? ಪುನರ್ಜನ್ಮ– ವಿಲ್ಲದ ಅಪ್ರಾಕೃತ ಶರೀರಿಗಳಾದ ಮತ್ತು ವೈಕುಂಠಪುರವಾಸಿಗಳಾದ ಜಯ–ವಿಜಯರಿಗೆ ಪ್ರಾಕೃತ ಶರೀರ ಬಂದಿರುವುದು ಆಶ್ಚರ್ಯವೇ ಸರಿ. (ಭಾಗ ೭. ೧. ೧೫, ೧೬) ಈ ಎಲ್ಲದರ ಬಗ್ಗೆ ತನಗೆ ಬಂದಿರುವ ಸಂಶಯ ಗಳನ್ನು ನಿವಾರಿಸಬೇಕೆಂದು ಧರ್ಮರಾಜನು ನಾರದರನ್ನು ಪ್ರಾರ್ಥಿಸುತ್ತಾನೆ.

iv) ಗುರುಕುಲದಲ್ಲಿದ್ದು ಇದು ವರೆಗೆ ಕಲಿತಿರುವ ಪಾಠಗಳ ಬಗ್ಗೆ ಹಿರಣ್ಯಕಶಿಪು ಪ್ರಶ್ನೆ ಮಾಡಿದಾಗ ಪ್ರಹ್ಲಾದನು ಶ್ರವಣಂ ಕೀರ್ತನಂ ವಿಷ್ಣೋ .... ಎಂದು ಮುಂತಾಗಿ ಉತ್ತರಿಸುತ್ತಾನೆ. (ಭಾಗ.೭.೫, ೫೬, ೫೪).

v) ಸರ್ವನಿಯಾಮಕನಾದ, ಸರ್ವೋತ್ತಮನಾದ ಶ್ರೀ ಹರಿ ಎನ್ನುವವನು ಎಲ್ಲೆಡೆ ಇರುವನೆಂದು ಮಗನಾದ ಪ್ರಹ್ಲಾದನ ಮುಖದಿಂದ ಹಿರಣ್ಯಕಶಿಪುವು ಕೇಳತ್ತಲೇ ಕ್ರೋಧದಿಂದ ತಪ್ತನಾಗಿ

ಯಸ್ತ್ವಯಾ ಮಂದಭಾಗ್ಯೋಕ್ತೋ ಮದನ್ಯೋ ಜಗದೀಶ್ವರಃ ।
ಕ್ವಾಸೌ ಯದಿ ಸ ಸರ್ವತ್ರ ಕಸ್ಮಾತ್ ಸ್ತಂಭೇ ನ ದೃಶ್ಯತೇ ॥ ೧೬ ॥
– ಭಾಗ.೭.೮.

ನೀನು ಹೇಳುತ್ತಿರುವ ಆ ಹರಿ ಸರ್ವತ್ರ ವ್ಯಾಪ್ತಿನಾಗಿದ್ದರೆ ಇಲ್ಲಿರುವ ಈ ಕಂಬದಲ್ಲಿ ಏಕೆ ಕಾಣುತ್ತಿಲ್ಲ? ಎಂದು ಮಗನನ್ನು ಪ್ರಶ್ನಿಸುತ್ತಾನೆ.

vi) ಧರ್ಮರಾಜನು ವರ್ಣಾಶ್ರಮ ಧರ್ಮಗಳನ್ನು ತಿಳಿಸುವಂತೆ ಶ್ರೀನಾರದರನ್ನು ಪ್ರಾರ್ಥಿಸುತ್ತಾನೆ.   (ಭಾಗ.೭.೧೨.೨)

ಸ್ಕಂಧ – ೮ ರಲ್ಲಿಯ ಪ್ರಶ್ನೆಗಳು

ಸ್ವಾಯಂಭುವ ಮನುವಿನ ಚರಿತ್ರೆಯನ್ನು ತಿಳಿಸಿದಂತೆ ಇತರ ಎಲ್ಲ ಮನುಗಳ ಚರಿತ್ರೆಯನ್ನೂ ತಿಳಿಸಿರಿ. ಉಳಿದ ಮನ್ವಂತರಗಳಲ್ಲಿ ನಾಲ್ಕು ವರ್ಣ ದವರ ನಾನಾ ವಿಧವಾದ ಶುಭಕರವಾದ ಧರ್ಮಗಳು ಹೇಗೆ ಪ್ರವೃತ್ತ ವಾದವು? ಆಗ ಶ್ರೀಹರಿಯ ಅವತಾರ ಲೀಲೆಗಳಾವುವು? ಪ್ರಪಂಚದ ಸೃಷ್ಟಿಕರ್ತ– ನಾದ ಭಗವಂತನು ಈ ವೈವಸ್ವತ ಮನ್ವಂತರದಲ್ಲಿ ಯಾವ ಅವತಾರಗಳನ್ನು ಮಾಡುತ್ತಾನೆ? ಹಿಂದಿನ ಮನ್ವಂತರಗಳಲ್ಲಿ ಮಾಡಿದ್ದಾನೆ? ಮತ್ತು ಮುಂದಿನ ಮನ್ವಂತರಗಳಲ್ಲಿ ಮಾಡಲಿದ್ದಾನೆ? (ಭಾಗ.೮.೧.೫)

ಪೂಜ್ಯ ಶುಕಾಚಾರ್ಯರೇ! –ಶ್ರೀಹರಿಯು ತಾಪಸಮನ್ವಂತರದಲ್ಲಿ ಗಜೇಂದ್ರನನ್ನು ಮೊಸಳೆಯ ಹಿಡಿತದಿಂದ ಮುಕ್ತಗೊಳಿಸಿದ ವೃತ್ತಾಂತವೇನು? (ಭಾಗ.೮.೧.೫೧)

ಪೂಜ್ಯರೇ! ಭಗವಂತನು ಚಾಕ್ಷುಷ ಎಂಬ ಆರನೆಯ ಮನ್ವಂತರದಲ್ಲಿ ಕ್ಷೀರಸಾಗರವನ್ನು ಏತಕ್ಕೆ ಮಥಿಸಿದ? ಮತ್ತು ಹೇಗೆ ಮಥಿಸಿದ? ಅವನು

ಕೂರ್ಮರೂಪವನ್ನು ಹೊಂದಲು ಕಾರಣವೇನು? ಸಮುದ್ರಮಥನದಿಂದ ಉತ್ಪನ್ನವಾದ ಪದಾರ್ಥಗಳಾವು? ದೇವತೆಗಳು ಅಮೃತವನ್ನು ಹೇಗೆ ಪಡೆದರು? (ಭಾಗ.೮.೫. ೧೧.೧೨)

ಪ್ರತಿ ಮನ್ವಂತರದ ಮನು, ಮನಪುತ್ರರು, ಸಪ್ತರ್ಷಿಗಳು, ಇಂದ್ರ, ದೇವತೆ ಗಳು ಮತ್ತು ಮನು ಮುಂತಾದವರು ಯಾರು ? ಮತ್ತು ಅವರ ಮಾಡಿದ ಕಾರ್ಯಗಳಾವುವು? (ಭಾಗ. ೮.೧.೧)

ಪರೀಕ್ಷಿತ್‌ರಾಜನು ಶುಕಾಚಾರ್ಯರನ್ನು ಪ್ರಶ್ನಿಸುತ್ತಾನೆ. ಸರ್ವೇಶ್ವರ ನಾದ ಶ್ರೀಹರಿಯು ದರಿದ್ರನಂತೆ ಬಲಿಚಕ್ರವರ್ತಿಯಿಂದ ಮೂರಡಿ ಭೂಮಿ ಯನ್ನೇಕೆ ಬೇಡಿದ? ಬೇಡಿದ್ದನ್ನು ಪಡೆದ ಮೇಲೂ ಅವನನ್ನು ಏಕೆ ಬಂಧಿಸಿದ? ಪೂರ್ಣಕಾಮನಾದ ಭಗವಂತನು ಬೇಡುವುದು ಮತ್ತು ನಿರಪರಾಧಿಯಾದವನನ್ನು ಬಂಧಿಸುವುದು ಇವೆರಡರ ರಹಸ್ಯವೇನು? (ಭಾಗ.೮.೧೫. ೧.೨). ಪೂಜ್ಯರೇ! ಮತ್ಸ್ಯಾವತಾರದ ಕಥೆಯನ್ನು ಹೇಳಿರಿ. (ಭಾಗ.೮.೨೫. ೧,೨,೫).

ಸ್ಕಂಧ – ೯ ರಲ್ಲಿಯ ಪ್ರಶ್ನೆಗಳು ಮತ್ತು ಪ್ರಾರ್ಥನೆಗಳು

ಮಹಾತ್ಮರಾದ ಶುಕಾಚಾರ್ಯರೇ! ವಿವಸ್ವಾನ್ ಎಂಬ ಸೂರ್ಯನ ಮಗನಾಗಿ ಜನಿಸಿದ ವೈವಸ್ವತ ಮನುವಿನ ಚರಿತ್ರೆಯನ್ನೂ ಮತ್ತು ಅವನ ಮಕ್ಕಳಾದ ಇಕ್ಷ್ವಾಕು ಮೊದಲಾದ ರಾಜರ ಚರಿತ್ರೆಯನ್ನೂ ತಿಳಿಸಿರಿ. ಹಿಂದೆ ಆಗಿ ಹೋಗಿರುವ, ಈಗ ಇರುವ ಮತ್ತು ಮುಂದೆ ಬರಲಿರುವ ವೈವಸ್ವತ ಮನು ವಂಶದ ಎಲ್ಲ ರಾಜರ ಪರಾಕ್ರಮವನ್ನು ವಿವರಿಸಿರಿ. (ಭಾಗ. ೯–೧, ೫–೫೬).

ಗಂಡು ಮಗುವನ್ನು ಅಪೇಕ್ಷಿಸಿ ಯಜ್ಞ ಮಾಡಿಸುತ್ತಲಿದ್ದ ವೈವಸ್ವತ ಮನುವಿಗೆ 'ಇಲಾ' ಎಂಬ ಕನ್ಯೆ ಜನಿಸಿದ್ದನ್ನು ಕಂಡು ಅಸಮಾಧಾನಗೊಂಡ ಮನುವು ವಸಿಷ್ಠ ಗುರುಗಳನ್ನು ಕುರಿತು "ಪೂಜ್ಯರೇ! ನೀವು ಮಾಡಿದ ಈ ಯಾಗದಲ್ಲಿ ಫಲವ್ಯತ್ಯಾಸ ಏಕಾಯಿತು?" ಎಂದು ಪ್ರಶ್ನಿಸಿದನು. (ಭಾಗ. ೯–೧, ೧, ೧೫–೨೦).

ಮೇರು ಪರ್ವತದ ಕೆಳಭಾಗದಲ್ಲಿರುವ 'ಸುಕುಮಾರ' ಎಂಬ ವನವನ್ನು ಪ್ರವೇಶಿಸಿದವರು ಹೆಣ್ಣಾಗುತ್ತಿದ್ದುದನ್ನು ಕಂಡು ಸುದ್ಯುಮ್ನನು ತನ್ನ ಗುರುಗಳಾದ ವಸಿಷ್ಠರಲ್ಲಿ ಇದರ ಹಿಂದಿರುವ ಕಾರಣವೇನೆಂದು ಕೇಳಿದನು. (ಭಾಗ. ೯–೨–೧).

ಬ್ರಾಹ್ಮಣರಾದ ದೂರ್ವಾಸರ ಶಾಪದಿಂದ ಅಂಬರೀಷ ಮಹಾರಾಜನ ಮೇಲೆ ಯಾವುದೇ ಪರಿಣಾಮವಾಗದಿರುವ ಕಾರಣವೇನು? ಎಂದು ಪರೀಕ್ಷಿತ ರಾಜನ ಪ್ರಶ್ನೆ (ಭಾಗ. ೯–೭–೨).

ಮಹಾತ್ಮನಾದ ಸುದಾಸಪುತ್ರನಿಗೆ (ಕಲ್ಮಷಪಾದನಿಗೆ) ಯಾವ ಕಾರಣದಿಂದ ಗುರುವಿನ ಶಾಪ ತಗುಲಿತು? (೮–೯೧).

ಭಗವಾನ್ ಶ್ರೀರಾಮನು ಧರ್ಮಪತ್ನಿಯಾದ ಸೀತೆಯೊಡನೆ ಹೇಗೆ ನಡೆದುಕೊಂಡ? ತನ್ನ ಸೋದರರಾದ ಲಕ್ಷ್ಮಣಾದಿಗಳೊಂದಿಗೆ ಹೇಗೆ ನಡೆದು ಕೊಂಡ? ಸೋದರರು ಶ್ರೀರಾಮನೊಂದಿಗೆ ಹೇಗೆ ನಡೆದುಕೊಂಡರು? ಶ್ರೀರಾಮನು ತನ್ನ ಪ್ರಜೆಗಳೊಡನೆ ಹಾಗೂ ಪುರವಾಸಿಗಳೊಂದಿಗೆ ಹೇಗೆ ವ್ಯವಹರಿಸಿದ ಮತ್ತು ಪ್ರಜೆಗಳು ಹಾಗೂ ಪೌರಜನರು ಶ್ರೀರಾಮನೊಂದಿಗೆ ಹೇಗೆ ನಡೆದುಕೊಂಡರು? ಎಂದು ಮುಂತಾಗಿ ಪರೀಕ್ಷಿನ್ಮಹಾರಾಜನು ಶುಕಾಚಾರ್ಯರನ್ನು ಪ್ರಶ್ನಿಸಿದನು. (ಭಾಗ. ೯–೨೪).

ಮನೋನಿಗ್ರಹವಿಲ್ಲದಿದ್ದ ಕ್ಷತ್ರಿಯರು ಏನು ತಪ್ಪು ಕಾರ್ಯಗಳನ್ನು ಮಾಡಿದರು? ಯಾವ ತಪ್ಪು ಕಾರ್ಯಕ್ಕಾಗಿ ಪರಶುರಾಮನು ಕ್ಷತ್ರಿಯ ಕುಲವೆನ್ನು ಮತ್ತೆ ಮತ್ತೆ ನಾಶಪಡಿಸಿದ? (ಭಾಗ. ೯–೧೬–೧೭).

ಶುಕ್ರಾಚಾರ್ಯರು ಬ್ರಹ್ಮರ್ಷಿಗಳು ಮತ್ತು ಯಯಾತಿ ಕ್ಷತ್ರಿಯನು. ಕ್ಷತ್ರಿಯ–ಬ್ರಾಹ್ಮಣರೊಳಗೆ ಪ್ರತಿಲೋಮ ವಿವಾಹವು ನಡೆಯಲು ಏನು ಕಾರಣ? (ಭಾಗ. ೯–೧೮–೧೯).

ಸ್ಕಂಧ – ೧೦ ರಲ್ಲಿಯ ಪ್ರಶ್ನೆಗಳು

ಸರ್ವಸಮರ್ಥನಾದ ಶ್ರೀಹರಿಯು ಯಾವುದೇ ಅವತಾರ ಮಾಡಿದರೂ ಶ್ರೋತೃಗಳಿಗೆ ಕೇಳಲು ಇಂಪಾಗಿರುವ ಮನಸ್ಸಿಗೆ ಆನಂದ ನೀಡುವ ಲೀಲೆಗಳನ್ನೇ ತೋರುತ್ತಾನೆ. ಭಗವಂತನ ಚರಿತ್ರೆಯನ್ನು ಕೇಳುತ್ತಲಿದ್ದರೆ ಎಲ್ಲ ಸಾಂಸಾರಿಕ ದುಃಖವೂ ವಿಷಯಾಸೆಯೂ ಹೊರಟು ಹೋಗುತ್ತದೆ. ಅಂತಃಕರಣ ಶುದ್ಧವಾಗುತ್ತದೆ, ಶ್ರೀಹರಿಯಲ್ಲಿ ಭಕ್ತಿಯುಂಟಾಗುತ್ತದೆ, ಅವನ ದಾಸರಲ್ಲಿ ಮೈತ್ರಿ ಉಂಟಾಗುತ್ತದೆ. ಸಕಲ ಪಾಪನಾಶಕವಾದ ಭಗವಂತನ ಅದ್ಭುತ ಬಾಲಲೀಲೆಗಳನ್ನು ನಮಗೆ ತಿಳಿಸಿ ಹೇಳಿರಿ ಎಂದು

ರಾಜಾ   ಪರೀಕ್ಷಿತನು   ಶುಕಾಚಾರ್ಯರಲ್ಲಿ   ಪ್ರಾರ್ಥಿಸುತ್ತಾನೆ. (ಭಾಗ.೧೦–೮, ೩, ೪)

ಪರೀಕ್ಷಿತ ರಾಜನು ಶಾಕಾಚಾರ್ಯರಲ್ಲಿ ಮಾಡಿದ ಇನ್ನೂ ಕೆಲವು ಪ್ರಶ್ನೆಗಳು ಕೆಳಗಿನಂತಿವೆ—

ಪೂಜ್ಯ ಶುಕಾಚಾರ್ಯರೇ! ಭಗವಂತನನ್ನು ಮಗನನ್ನಾಗಿ ಪಡೆಯು ವಂಥ ಮಹಾಭಾಗ್ಯವನ್ನು ಹೊಂದಲು ನಂದಗೋಪನು ಏನು ಪುಣ್ಯ ಮಾಡಿದ್ದ? ಮಹಾಭಾಗ್ಯಶಾಲಿನಿಯೂ ಆದ ಯಶೋದೆಯೂ ಅದೇನು ಪುಣ್ಯ ಮಾಡಿದ್ದಳು? (ಭಾಗ.೧೦–೮–೪೮).

ಪೂಜ್ಯರೇ! ನಳಕೂಬರ ಮಣಿಗ್ರೀವರಿಗೆ ನಾರದರಿಂದ ವೃಕ್ಷ ಜನ್ಮದ ಶಾಪ ಬರಲು ಕಾರಣವೇನು? ದೇವರ್ಷಿ ನಾರದರಿಗೆ ಕೋಪ ಬರುವಂತೆ ಅವರೀರ್ವರೂ ಮಾಡಿದ ಅಪಚಾರವೇನು? (ಭಾಗ.೧೦–೧೧–೧).

ಮುನಿಗಳೇ! ಭಗವಂತ, ಯಮುನೆಯ ಆಗಾಧ ಜಲದಲ್ಲಿ ಬಹುಯುಗಗಳ ಕಾಲದಿಂದ ವಾಸಮಾಡಿಕೊಂಡಿದ್ದ ಕಾಲಿಯ ಸರ್ಪವನ್ನು ಹೇಗೆ ದಮನ ಮಾಡಿದ? (೧೪–೨).

ಸರ್ಪರಾಜನಾದ ಕಾಲಿಯನೊಬ್ಬನೇ ಸರ್ಪಗಳ ವಾಸಸ್ಥಾನವಾದ ರಮಣಕದ್ವೀಪವನ್ನು ಬಿಟ್ಟು ಈ ಯಮುನೆಯ ಮಡುವನ್ನೇಕೆ ಸೇರಿದ್ದ? ಅವನೊಬ್ಬನೇ ಗರುಡನಿಗೆ ಮಾಡಿದ ಅಪರಾಧವೇನು? (ಭಾಗ.೧೦– ೧೬–೧).

ಧರ್ಮಸ್ಥಾಪನೆಗಾಗಿ ಅವತರಿಸಿದ ಶ್ರೀಕೃಷ್ಣನು ಪರಸ್ತ್ರೀ ಗಮನವೆಂಬ ಅಧರ್ಮವನ್ನು ಹೇಗೆ ಆಚರಿಸಿದನು? (೧೦.೩೧.೩೪–೩೦).

ಶುಕಾಚಾರ್ಯರೇ! ಗುಹೆಯಲ್ಲಿ ಮಲಗಿದ್ದ ಮನುಷ್ಯನು ಯಾರು? ಯಾವ ಕುಲದವನು? ಅವನ ಸಾಮರ್ಥ್ಯವೇನು? ಗುಹೆಯಲ್ಲಿ ಅವನು ಏಕೆ ಮಲಗಿದ್ದ? (ಎಂದು ಪರೀಕ್ಷಿತರಾಜನು ಶುಕಾಚಾರ್ಯರನ್ನು ಪ್ರಶ್ನಿಸಿದ) (ಭಾಗ.೧೦–೫೧–೧೨)

ಮುಚುಕುಂದ ಮಹಾರಾಜನು ಗುಹೆಯನ್ನು ಪ್ರವೇಶಿಸಿದ ಪುರುಷ ನನ್ನು ಕುರಿತು 'ನೀನಾರು? ಘೋರವಾದ ಅರಣ್ಯದಲ್ಲಿರುವ ಈ ಗುಹೆಗೆ

ಬಂದ ಕಾರಣವೇನು?' ಎಂದು ಪ್ರಶ್ನಿಸಿದನು. (ಭಾಗ.೧೦–೩೭,
೩೯–೪೧).

ಆಚಾರ್ಯರೇ! ರೇವತರಾಜನು ಬ್ರಹ್ಮನಿಂದ ಆದೇಶವನ್ನು ಹೇಗೆ
ಪಡೆದ? ಈ ವೃತ್ತಾಂತವನ್ನು ತಿಳಿಸಿರಿ. (ಭಾಗ.೧೦–೩೨–೩).

ಸುಂದರಮುಖಿಯಾದ ಭೀಷ್ಮಕರಾಜನ ಮಗಳಾದ ರುಕ್ಮಿಣಿಯನ್ನು
ಭಗವಾನ್ ಶ್ರೀಕೃಷ್ಣನು ರಾಕ್ಷಸ ವಿವಾಹ ವಿಧಿಯಿಂದ ಲಗ್ನವಾದನೆಂದು
ಕೇಳಿದ್ದೇನೆ. ಅವನು ಜರಾಸಂಧ, ಸಾಲ್ವ ಮುಂತಾದ ಪರಾಕ್ರಮಿಗಳನ್ನು
ಸೋಲಿಸಿ ತನ್ನ ವಿವಾಹಕಾರ್ಯವನ್ನು ಹೇಗೆ ಸಾಧಿಸಿಕೊಂಡನು?
(ಭಾಗ.೧೦– ೩೨,೧೪,೧೪).

ಶುಕಾಚಾರ್ಯರೇ! ಸತ್ರಾಜಿತ ರಾಜನು ಶ್ರೀಕೃಷ್ಣನಲ್ಲಿ ಏನು
ಅಪರಾಧ ಮಾಡಿದ? ಅವನು ಸ್ಯಮಂತಕಮಣಿಯನ್ನು ಮತ್ತು ತನ್ನ
ಮಗಳಾದ ಸತ್ಯಭಾಮೆಯನ್ನು ಶ್ರೀಕೃಷ್ಣನಿಗೆ ಕೊಡಲು ಕಾರಣವೇನು?
(ಭಾಗ.೧೦–೫೦–೩).

ನರಕಾಸುರನನ್ನು ಸಂಹರಿಸಿ ಅವನ ಬಂಧನದಲ್ಲಿದ್ದ ಸ್ತ್ರೀಯರನ್ನು
ವಿವಾಹವಾದ ಚರಿತೆಯನ್ನು ವಿವರಿಸಿರಿ (ಭಾಗ.೧೦. ೫೩.೫೩).

ಮುನಿಗಳೇ! ಪೌಂಡ್ರಕ ರಾಜನಾರು? ಇವನಾವ ದೇಶದ ರಾಜ?
ಯಾರ ಮಗ? ಎಲ್ಲವನ್ನೂ ನಿವೇದಿಸಿರಿ. (ಭಾಗ.೧೦–೫೯, ೪).

ಹೇ ಪ್ರಭೋ! ಶ್ರೀಕೃಷ್ಣನ ಎಲ್ಲ ಮಹಿಷಿಯರ ಮನಸ್ಸು ಶ್ರೀಕೃಷ್ಣ–
ನಲ್ಲಿಯೇ ಆಸಕ್ತವಾಗಿತ್ತು. ಪ್ರತಿಯೊಬ್ಬಳೂ ತನ್ನಲ್ಲಿಯೇ ಶ್ರೀಕೃಷ್ಣನಿಗೆ
ಉಳಿದವರಿಗಿಂತ ಹೆಚ್ಚಿನ ಪ್ರೀತಿ ಎಂದು ಮನಸ್ಸಿನಲ್ಲಿ ನಿಶ್ಚಯ ಮಾಡಿಕೊಂಡಿ–
ದ್ದಳಂತೆ. ಇಂಥ ಮಹಿಷಿಯರಲ್ಲಿ ಶ್ರೀಕೃಷ್ಣ ಎಲ್ಲರಲ್ಲಿಯೂ ಸಮಾನವಾಗಿ
ಪ್ರೀತಿ ಮಾಡುತ್ತಿದ್ದನೆ? ಅಥವಾ ಅವರಲ್ಲಿ ಒಬ್ಬಳಲ್ಲಿ ಹೆಚ್ಚು ಪ್ರೀತಿ
ಮಾಡುತ್ತಿದ್ದನೆ? (ಭಾಗ.೧೦–೨೪.೩). ಈ ಬಗ್ಗೆ ನಾನು ತಿಳಿಯಲು
ಉತ್ಸುಕನಾಗಿದ್ದೇನೆ. (ಭಾಗ.೧೦–೨೪.೩).

ಮನುಷ್ಯದೇಹವನ್ನು ತಳೆದ ಶ್ರೀಹರಿಯು ಒಬ್ಬನೇ ಹದಿನಾರು
ಸಾವಿರ ಮಹಿಷಿಯರಿಗೆ ಹೇಗೆ ತೃಪ್ತಿಯನ್ನುಂಟು ಮಾಡಿದ? (ಭಾಗ.೧೦–
೨೨.೩).

ಶ್ರೀಕೃಷ್ಣನು ಹಾಳುಬಾವಿಯಲ್ಲಿ ಬಿದ್ದಿದ್ದ ಒಂದು ಓತೀಕಾಟವನ್ನುತನ್ನ ಕರಕಮಲದಿಂದ ಮೇಲೆತ್ತಲು ಶಾಪಮುಕ್ತವಾದ ಓತೀಕಾಟವು ಸುಂದರ ರೂಪವನ್ನು ಹೊಂದಿ ಮೊದಲಿನಂತೆ ನೃಗ ರಾಜನಾದನು. ಸರ್ವಜ್ಞ ನಾಗಿದ್ದರೂ ಆಗ ಶ್ರೀಕೃಷ್ಣನು ನೃಗರಾಜನನ್ನು ಪ್ರಶ್ನಿಸುತ್ತಾನೆ—

ಎಲೈ ಮಹಾಭಾಗ್ಯಶಾಲಿಯೇ! ನೀನಾರು? ಅತ್ಯಂತ ಸುಂದರನಾಗಿ ರುವ ನೀನು ಒಬ್ಬ ದೇವತೆಯೇ ಆಗಿರಬೇಕೆಂದು ಭಾವಿಸುತ್ತೇನೆ. ಯಾವ ಪಾಪಕರ್ಮದಿಂದ ನಿನಗೆ ಇಂಥ ದುರವಸ್ಥೆ ಬಂದಿತು? ನಿನ್ನ ವೃತ್ತಾಂತ— ವನ್ನು ನಾವು ತಿಳಿಯಬಯಸುತ್ತೇವೆ. (ಭಾಗ.೧೦–೮೨, ೨೦,೨೧).

ಭೋ ಶುಕಾಚಾರ್ಯರೇ! ಬಲರಾಮನು ಅದ್ಭುತಕಾರ್ಯಗಳನ್ನು ಮಾಡಲು ಸಮರ್ಥನಾಗಿದ್ದಾನೆ. ಅಪ್ರಮೇಯನಾದ ಶೇಷನ ಅವತಾರ ನಾದ ಆ ಬಲರಾಮನು ಮಾಡಿದ ಬೇರೆ ಕಾರ್ಯಗಳನ್ನೂ ತಿಳಿಸಿರಿ. (ಭಾಗ.೧೦–೭೯–೧).

ಹೇ ಮುನೀಶ್ವರನೇ! ದೇವಾಸುರ ಮನುಷ್ಯರಲ್ಲಿ ಯಾರು ಅಮಂಗಳ— ನಂತೆ ಕಾಣುವ ಮಂಗಳಕರನಾದ ಶಿವನನ್ನು ಭಜಿಸುವರೋ ಅವರೇ ಹೆಚ್ಚಾಗಿ ಶ್ರೀಮಂತರಾಗಿರುತ್ತಾರೆ. ಲಕ್ಷ್ಮೀಪತಿಯಾದ ಶ್ರೀಹರಿಯನ್ನು ಭಜಿಸುವವರು ಪ್ರಾಯಶಃ ನಿರ್ಧನಿಕರಾಗಿರುವರು. ವಿಶುದ್ಧ ಸ್ವಭಾವಶೀಲ ದವರೂ ವಿರುದ್ಧ ಫಲ ನೀಡುವವರೂ ಆದ ಸಮರ್ಥರಾದ ಹರಿ— ಹರರಿಬ್ಬರ ವಿಷಯದಲ್ಲಿ ನನಗಿರುವ ಸಂದೇಹವನ್ನು ನಿವಾರಿಸಿರಿ. (ಭಾಗ.೧೦–೮೯, ೧, ೨)

ಮುನಿವರ್ಯರೇ! ಶ್ರೀಹರಿಯು ಮಾತಿಗೆ ನಿಲುಕುವವನಲ್ಲ, ಗುಣತ್ರಯರಹಿತನಾಗಿದ್ದಾನೆ ಎಂದು ಶ್ರುತಿಗಳೇ ಹೇಳುತ್ತಿವೆ. ಆದರೆ ವ್ಯವಹಾರದಲ್ಲಿ ಶಬ್ದಗಳು ಗುಣತ್ರಯವುಳ್ಳ ವಸ್ತುವನ್ನೇ ಹೇಳುತ್ತವೆ. ಪ್ರಪಂಚದಿಂದ ವಿಲಕ್ಷಣನಾದ ಮಾತಿಗೆ ನಿಲುಕದ ಮತ್ತು ಗುಣವಿಲ್ಲದ ಭಗವಂತನನ್ನು ಶ್ರುತಿ ಹೇಗೆ ಹೇಳುತ್ತದೆ? (ಭಾಗ.೧೦–೮೭–೧)

ಮಹಾಮುನಿಗಳೇ! ಲಕ್ಷ್ಮೀಪತಿಯಾದ ಶ್ರೀಕೃಷ್ಣನು, ರಾಜಾ ಬಹುಲಾಶ್ವನನ್ನು ಮಾತ್ರವಲ್ಲದೇ, ನಿರ್ಧನಿಕನಾದ ಶ್ರುತದೇವನನ್ನೂ ಅನೇಕ ರೀತಿಯಿಂದ ಸಂತೋಷಪಡಿಸಿ ದ್ವಾರಕೆಗೆ ಹಿಂದಿರುಗಿ ಬಂದ ನಂತರ

ಮತ್ತೇನು ಲೀಲೆಗಳನ್ನು ತೋರಿದ? ಎಂಬುದನ್ನು ತಿಳಿಸಿರಿ. (ಭಾಗ.೧೦–
೯೧).

ತಪೋಧನರೇ! ಬಂಧುಗಳು ಯುದ್ಧಸನ್ನಾಹದಲ್ಲಿರುವುದನ್ನು ಕಂಡು
ಅದನ್ನು ತಡೆದು ನಿಲ್ಲಿಸಲು ಮುಂದಾಗದೆ ಬಲರಾಮನು ತೀರ್ಥಸ್ಥಾನಕ್ಕೆ
ಹೊರಟು ಮುಂದೆ ಏನೇನು ಮಾಡಿದ? (ಭಾಗ.೧೦.೯೮–೫೧, ೬).

ಪೂಜ್ಯರೇ! ಮಹಾತ್ಮನಾದ ಶ್ರೀಕೃಷ್ಣನ ಬೇರೆ ಲೀಲೆಗಳನ್ನು ವರ್ಣಿಸಿರಿ.
(ಭಾಗ.೧೦, ೧೦೦–೧೨).

ಸ್ಕಂಧ ೧೧ ರಲ್ಲಿಯ ಕೆಲವು ಪ್ರಶ್ನೆಗಳು

೧. ವಿಪ್ರೋತ್ತಮರಾದ ಶುಕಾಚಾರ್ಯರೇ! ಯಾದವರೆಲ್ಲರೂ
ಬ್ರಾಹ್ಮಣರಲ್ಲಿ ವಿಶೇಷವಾಗಿ ಭಕ್ತಿಯುಳ್ಳವರು, ಉದಾರಿಗಳು, ಜ್ಞಾನವೃದ್ಧ
ರಾದವರ ಹಾಗೂ ವಯೋವೃದ್ಧರಾದವರ ಸೇವೆ ಮಾಡುವ ಸ್ವಭಾವ
ವುಳ್ಳವರು. ಇದಲ್ಲದೇ ಅವರು ಸದಾ ಶ್ರೀಕೃಷ್ಣನಲ್ಲೇ ಮನಸ್ಸಿಟ್ಟವರು.
ಇಂಥವರಿಗೆ ಬ್ರಾಹ್ಮಣರ ಶಾಪ ಹೇಗೆ ಬಂದಿತು? ಯದುಕುಲಕ್ಕೆ ಬಂದ
ಶಾಪ ಎಂತಹುದು? ಏಕೆ ಬಂದಿತು? ಐಕ್ಯಮತ್ಯದಿಂದ ಇದ್ದ ಯಾದವರಲ್ಲಿ
ಅಂತಃಕಲಹ ಹೇಗೆ ಉತ್ಪನ್ನವಾಯಿತು? (ಭಾಗ.೧೧–೧–೮, ೯).
ಎಂದು ಪರೀಕ್ಷಿತರಾಜನು ಪ್ರಶ್ನಿಸಿದನು.

೨. ನಾರದ ಮುನಿಗಳೇ! ಯಾವ ಭಾಗವತ ಧರ್ಮಗಳ ಶ್ರವಣ
ಮಾತ್ರದಿಂದಲೇ ಮಾನವನು ಎಲ್ಲ ಭಯಗಳಿಂದ ಮುಕ್ತನಾಗುವನೋ ಆ
ಧರ್ಮಗಳನ್ನು ತಮ್ಮಿಂದ ಕೇಳಲು ಬಯಸುತ್ತೇನೆ. ಮುನಿಗಳೇ! ಈ
ಸಂಸಾರದಲ್ಲಿ ಉಂಟಾಗುವ ನಾನಾ ವಿಧದ ದುಃಖಗಳಿಂದ ಹಾಗೂ ಎಲ್ಲ
ಬಗೆಯ ಭಯದಿಂದ ನಾವು ಪೂರ್ಣ ಮುಕ್ತಿ ಹೊಂದುವ ಉಪಾಯವನ್ನು
ನಮಗೆ ಉಪದೇಶಿಸಿರಿ ಎಂದು ವಸುದೇವನು ನಾರದ ಮುನಿಗಳನ್ನು
ಪ್ರಶ್ನಿಸಿದನು. (ಭಾಗ.೧೧–೨, ೯).

೩. ವಿದೇಹರಾಜನ ಪ್ರಶ್ನೆಗಳು ಮತ್ತು ಋಷಭದೇವನಿಂದ
ಜಯಂತೀ ದೇವಿಯಲ್ಲಿ ಜನಿಸಿದ ಕವಿ, ಹರಿ, ಅಂತರಿಕ್ಷ, ಪ್ರಬುದ್ಧ,
ಪಿಪ್ಪಲಾಯನ, ಆವಿರ್ಹೋತ್ರ, ದ್ರುಮಿಲ, ಚಮಸ ಮತ್ತು ಕರಭಾಜನ

ಎಂಬ ಒಂಬತ್ತು ಜನ ಜಾಯಂತೇಯರೆಂದು ಪ್ರಸಿದ್ಧರಾದ ಮುನಿ
ಗಳಿಂದ ಭಾಗವತ ಧರ್ಮಗಳ ಉಪದೇಶ :

೧. ಯಾವ ಧರ್ಮಗಳ ಅನುಷ್ಠಾನದಿಂದ ಭಗವಂತನು ಪ್ರಸನ್ನನಾಗಿ
    ಒಲಿಯುವನೋ ಅಂಥ ಭಾಗವತ ಧರ್ಮಗಳನ್ನು ತಮಗೆ
    ಉಪದೇಶಿಸುವಂತೆ ವಿದೇಹರಾಜನು **ಕವಿ** ಎಂಬ ಮಹಾಮುನಿ
    ಗಳನ್ನು ಪ್ರಾರ್ಥಿಸಿದನು. (ಭಾಗ.೧೧–೨, ೨೭).

೨. ಉತ್ತಮ, ಮಧ್ಯಮ, ಅಧಮ ಭಕ್ತರ ಲಕ್ಷಣಗಳೇನು ಎಂದು
    ವಿದೇಹರಾಜನು 'ಹರಿ' ಎಂಬ ಮಹಾಮುನಿಗಳನ್ನು ಪ್ರಶ್ನಿಸಿದನು.
    (ಭಾಗ.೧೧–೨, ೪೪)

೩. ಶ್ರೀಹರಿಯ ಇಚ್ಛಾಶಕ್ತಿಯನ್ನೂ (ಮಾಯೆಯನ್ನು) ಮತ್ತು ಅವನ
    ಅಧೀನವಾದ ಜಡಪ್ರಕೃತಿಯನ್ನೂ ತಿಳಿಸಿರಿ ಎಂದು ರಾಜನು
    'ಆಂತರಿಕ್ಷ' ಎಂಬ ಮುನಿಗಳನ್ನು ಪ್ರಾರ್ಥಿಸಿದ. (ಭಾಗ.೧೧–೩, ೧).

೪. ಶಾಸ್ತ್ರಜ್ಞಾನವನ್ನು ಸಂಪಾದಿಸದವರಿಗೆ ಭಗವಂತನ ಈ ಮಾಯೆ–
    ಯನ್ನು ಅಂದರೆ ಪ್ರಕೃತಿ ಬಂಧವನ್ನು ದಾಟುವುದು ಅಸಾಧ್ಯ.
    ಹೀಗಿರುವಾಗ ಪಾಮರರು, ಮಂದಮತಿಗಳು ಕೂಡ ದುಸ್ತರವಾದ
    ಈ ಬಂಧಕ ಪ್ರಕೃತಿಯನ್ನು ಹೇಗೆ ದಾಟಬಲ್ಲರು? ಇದು
    ವಿದೇಹರಾಜನು 'ಪ್ರಬುದ್ಧ' ಮುನಿಗಳಲ್ಲಿ ಮಾಡಿದ ಪ್ರಶ್ನೆಯು.
    (೧೧–೩–೧೪).

೫. ಪರಬ್ರಹ್ಮನಾದ ನಾರಾಯಣನು ಬ್ರಹ್ಮಾದಿ ಜೀವರಿಗಿಂತ ಹೇಗೆ
    ಉತ್ತಮನು? ಎಂಬುದು **ಪಿಪ್ಪಲಾಯನರನ್ನು** ಕುರಿತು ರಾಜನು
    ಕೇಳಿದ ಪ್ರಶ್ನೆ. (ಭಾಗ.೧೧–೩, ೩೫).

೬. ಕರ್ಮಯೋಗದ ಸ್ವರೂಪವೇನು? ಕರ್ಮಾನುಷ್ಠಾನದಿಂದ ಮಾನವನು
    ಶುದ್ಧಾಂತಃಕರಣನಾಗಿ ಕರ್ಮಬಂಧವನ್ನುಕಡೆದು ಕೊಂಡು ಪರಮ
    ಮುಕ್ತಿಯನ್ನು ಹೇಗೆ ಪಡೆದುಕೊಳ್ಳುತ್ತಾನೆ? ಇದು **ಆವಿರ್ಹೋತ್ರ**
    ಮುನಿಗಳಲ್ಲಿ ವಿದೇಹರಾಜನ ಪ್ರಶ್ನೆಯು. (ಭಾಗ.೧೧–೩, ೪೨).

೭. ಶ್ರೀಹರಿಯು ಸ್ವೇಚ್ಛೆಯಿಂದ ವ್ಯಕ್ತಮಾಡಿರುವ ಯಾವ ಅವತಾರ

ಗಳಿಂದ ಯಾವ ಕರ್ಮಗಳನ್ನು ಮಾಡಿದ್ದಾನೆ? ಮಾಡುತ್ತಿದ್ದಾನೆ ಮತ್ತು ಮುಂದೆ ಮಾಡಲಿದ್ದಾನೆ? ಇವುಗಳನ್ನು ತಿಳಿಸುವಂತೆ **ದ್ರುಮಿಲ** ಮುನಿಗಳನ್ನು ವಿದೇಹರಾಜನು ಪ್ರಾರ್ಥಿಸುತ್ತಾನೆ. (ಭಾಗ.೧೧– ೪–೧).

೮. **ಚಮಸ** ಮುನಿವರ್ಯರೇ! ಇಂದ್ರಿಯನಿಗ್ರಹ ಮಾಡಿಕೊಳ್ಳದವರು, ವಿಷಯಾಸೆಯನ್ನು ಪೂರೈಸಿಕೊಳ್ಳಲಾಗದವರು, ಪ್ರಾಯಃ ಭಗವಾನ್ ಶ್ರೀಹರಿಯನ್ನು ವೇದೋಕ್ತ ಯಜ್ಞಗಳಿಂದ ಆರಾಧಿಸಲು ಸಮರ್ಥ ರಾಗುವುದಿಲ್ಲ. ಇಂಥವರ ಗತಿ ಏನು? ಇದು ವಿದೇಹರಾಜನ ಪ್ರಶ್ನೆ. (ಭಾಗ.೧೧, ೫, ೧)

೯. ಪೂಜ್ಯರಾದ **ಕರಭಾಜನ** ಮುನಿಗಳೇ! ಮುಮುಕ್ಷುಗಳಾದವರು ಭಗವಂತನನ್ನು ಪ್ರತ್ಯೇಕ ಯುಗದಲ್ಲಿ ಯಾವ ವರ್ಣ, ಆಕಾರ, ನಾಮ ಉಳ್ಳವನೆಂದು ಮತ್ತು ಯಾವ ವಿಧಾನದಿಂದ ಆರಾಧಿ ಸಬೇಕು? ಎಂಬುದನ್ನು ತಿಳಿಸಿರಿ ಎಂದು ವಿದೇಹರಾಜನು ಕರಭಾಜನ ಮುನಿಯನ್ನು ಪ್ರಾರ್ಥಿಸುತ್ತಾನೆ. (ಭಾಗ.೧೧–೫, ೨೦).

೪. ಉದ್ಧವನು ಕೆಳಗಿನಂತೆ ಶ್ರೀಕೃಷ್ಣನನ್ನು ಪ್ರಶ್ನಿಸುತ್ತಾನೆ :

೧. "ವಿಷಯಗಳಲ್ಲಿ ಆಶೆ ಬಿಡುವುದು ಅಶಕ್ಯ ಇದಕ್ಕಾಗಿ ಏನು ಮಾಡಲಿ ಹೇಳು" ಎಂದು ಉದ್ಧವನು ಶ್ರೀಕೃಷ್ಣನನ್ನು ಪ್ರಶ್ನಿಸಿದಾಗ ಶ್ರೀಕೃಷ್ಣನು ಅವಧೂತೋಪಾಖ್ಯಾನವನ್ನು ವರ್ಣಿಸುತ್ತಾನೆ. ಯದುಮಹಾರಾಜನು ನಿರ್ಭೀತೆಯಿಂದ ಹಾಗೂ ನಿಶ್ಚಿಂತೆಯಿಂದ ಸಂಚರಿಸುತ್ತಿದ್ದ ಒಬ್ಬ ಅವಧೂತನನ್ನು ಕಂಡು ಅವನ ಸಂತೃಪ್ತ ಜೀವನದ ರಹಸ್ಯವನ್ನು ತಿಳಿಯಲು ಪ್ರಶ್ನಿಸಿದಾಗ ಆ ಅವಧೂತನು ಲೋಕದಲ್ಲಿಯ ೨೪ ಗುರುಗಳಿಂದ ಕಲಿತ ಪಾಠಗಳನ್ನು ತಿಳಿಸುತ್ತಾನೆ. (ಭಾಗ.೧೧–೭, ೧೪–೧೪ ಮತ್ತು ಭಾಗ.೧೧–೭,. ೨೪–೨೪, ೧೧–೯.೧– ೪೧, ೧೧–೯, ೧–೨೦)

೨. ಜೀವರ ದೇಹದೊಳಗಿರುವ ಪರಮಾತ್ಮನು ಗುಣಗಳಿಂದ ಬದ್ಧನೇ ಅಥವಾ ಬದ್ಧನಲ್ಲವೇ? ಬದ್ಧನಲ್ಲದಿದ್ದರೆ ಕಾಮಾದಿಯುಕ್ತನಂತೆ

ಕಾಣುವುದು ಹೇಗೆ? ಬದ್ಧನೆಂದರೆ ದೇಹವಿಲ್ಲದವನೆನ್ನುವುದು ಹೇಗೆ ಕೂಡುತ್ತದೆ? ಎಂದು ಉದ್ಧವನು ಶ್ರೀಕೃಷ್ಣನನ್ನು ಪ್ರಶ್ನಿಸುತ್ತಾನೆ. (ಭಾಗ.೧೧–೧೦, ೩೮).

೩. ಬದ್ಧನಾಗಿದ್ದರೆ ಸೃಷ್ಟ್ಯಾದಿಗಳಲ್ಲಿ ಹೇಗೆ ಪ್ರವರ್ತಿಸುತ್ತಾನೆ? ಹೇಗೆ ವಿಹರಿಸುತ್ತಾನೆ? ಪ್ರವೃತ್ತಿ–ವಿಹಾರಗಳಿಲ್ಲವೆಂದರೆ, ಜನ್ಮಾದಿ ಕರ್ತೃತ್ವವಿಲ್ಲವೆಂದರೆ ಬೇರೆ ಯಾವ ಲಕ್ಷಣಗಳಿಂದ ಪರಮಾತ್ಮನನ್ನು ತಿಳಿಯಬೇಕು? ಬದ್ಧನಾದ್ದರಿಂದ ಕರ್ಮಫಲವನ್ನು ಉಣ್ಣುವನೋ? ಅಥವಾ ಈಶ್ವರನಾದ್ದರಿಂದ ಉಣದಿರುವನೋ? ಶಯನ–ಆಸನ– ಗಮನಾದಿ ಕ್ರಿಯೆಗಳು ಪರಮಾತ್ಮನಿಗೆ ಉಂಟೆ, ಇಲ್ಲವೇ? (೧೦–೩೯) ಬದ್ಧರು ಮುಕ್ತರು ಎಂದು ಬೇರೆ ಬೇರೆ ಇಲ್ಲವೆಂದರೆ ಬಂಧ–ಮುಕ್ತಿ ಗಳು ಹೇಗೆ? (ಭಾಗ.೧೧–೧೦, ೩೯–೪೦).

೪. ಶ್ರೀಕೃಷ್ಣಪ್ರಭೋ! ಸದಾಚಾರಿಗಳ ಲಕ್ಷಣಗಳೇನು? ಅವರ ಮನಸ್ಸು ಹೇಗಿರುತ್ತದೆ? ಸಜ್ಜನರು ಆದರಿಸುವ ಯಾವ ರೀತಿಯ ಭಕ್ತಿಯು ನಿನ್ನ ಉತ್ತಮ ಅನುಗ್ರಹಕ್ಕೆ ಕಾರಣವಾಗುತ್ತದೆ? (ಭಾಗ.೧೧–೧೧ –೨೯).

೫. ಭಕ್ತರಲ್ಲಿ ವಾಯು ಶ್ರೇಷ್ಠನೋ? ಅಥವಾ ಗೋಪಿಯರೋ? (ಭಾಗ. ೧೧–೧೨, ೧೪).

೬. ಅತಿಯಾದ ವಿಷಯಭೋಗಗಳು ಅನರ್ಥಕಾರಿ ಎಂದು ತಿಳಿದೂ ಕೂಡ ಅಜ್ಞಾನಿಗಳು ಕತ್ತೆ–ನಾಯಿ–ಕುರಿಗಳಂತೆ ಅವುಗಳಲ್ಲೇ ಮಗ್ನರಾಗುತ್ತಾರೆ, ಇದಕ್ಕೇನು ಕಾರಣ? (ಭಾಗ.೧೧–೧೨, ೪).

೭. ಹೇ ಕೇಶವ! ನೀನು ಸನಕಾದಿ ಮುನಿಗಳಿಗೆ ಯಾವಾಗ ಮತ್ತು ಯಾವ ರೂಪದಿಂದ ಮೋಕ್ಷೋಪಾಯವನ್ನು ಉಪದೇಶಿಸಿರುವಿ? ಆ ರೂಪವನ್ನು ತಿಳಿಯಬಯಸುತ್ತೇನೆ. (ಭಾಗ.೧೧–೧೨–೧೩).

ಸನಕಾದಿ ಮುನಿಗಳಿಂದ ಚತುರ್ಮುಖ ಬ್ರಹ್ಮದೇವನಲ್ಲಿ ಪ್ರಶ್ನೆ–

– ಹೇ ಪ್ರಭೋ! ಮನಸ್ಸು ವಿಷಯ ಪದಾರ್ಥಗಳಲ್ಲಿ ನೆಲೆಸುತ್ತದೆ. ವಿಷಯ ಪದಾರ್ಥಗಳು ಸಂಸ್ಕಾರ ರೂಪದಿಂದ ಮನಸ್ಸಿನಲ್ಲಿ ನೆಲೆಸಿರುತ್ತವೆ.

ಹೀಗಿರುವಾಗ ಅವುಗಳನ್ನು ದಾಟಿ ಮೋಕ್ಷ ಪಡೆಯಲಿಚ್ಛಿಸುವವರಿಗೆ ವಿಷಯ ಮತ್ತು ಮನಸ್ಸುಗಳನ್ನು ಪರಸ್ಪರ ದೂರವಿರಿಸುವುದು ಹೇಗೆ ಸಾಧ್ಯ? (ಭಾಗ.೧೧–೧೪, ೧೨).

೮. ಭಕ್ತಿಯಿಂದ ಸರ್ವಸಂಗ ಪರಿತ್ಯಾಗ ಮಾಡಿದರೆ ಮನಸ್ಸು ಭಗವಂತ– ನಲ್ಲಿ ಸ್ಥಿರವಾಗಿ ನಿಲ್ಲುವುದು. ಇದೇ ಪರಮ ಶ್ರೇಯಸ್ಸಾಧನ. ಆದರೆ ವೇದವಾದಿಗಳು ಪರಮಶ್ರೇಯಸ್ಸಿಗೆ ಯಜ್ಞದಾನಾದಿ ಬೇರೆ ಬೇರೆ ಸಾಧನಗಳನ್ನು ಹೇಳುತ್ತಾರೆ. ಅವುಗಳಲ್ಲಿ ಅದೂ ಆಗಬಹುದು ಇದೂ ಆಗಬಹುದೆಂದು ವಿಕಲ್ಪವೇ? ಎಲ್ಲವೂ ಬೇಕೆ? ಅಥವಾ ಒಂದು ಮುಖ್ಯವಾಗಿದ್ದು ಉಳಿದವು ಅದಕ್ಕೆ ಸಹಕಾರಿಯಾಗಬೇಕೆ?

ಹೇ ಪ್ರಭೋ! ನೀನು ಮಾತ್ರ ಇತರ ಸಾಧನೆಗಳ ಅಪೇಕ್ಷೆ ಇಲ್ಲದೆ ಕೇವಲ ಭಕ್ತಿಯೋಗ ಒಂದನ್ನೇ ಉಪದೇಶಿಸುವೆ. ಭಕ್ತಿಯಿಂದ ಸರ್ವಸಂಗ ಪರಿತ್ಯಾಗ ಮಾಡಿದರೆ ನಿನ್ನಲ್ಲಿ ಮನಸ್ಸು ನಿಲ್ಲುವುದು ಎಂದು ಹೇಳುವಿ. (ಭಾಗ.೧೧–೧೪, ೧–೨).

೯. ಹೇ ಅರವಿಂದಾಕ್ಷ! ಧ್ಯೇಯನಾದ ನಿನ್ನನ್ನು ಮುಮುಕ್ಷುವು ಹೇಗೆ– (ಯಾವ ರೀತಿಯಿಂದ) ಧ್ಯಾನಿಸಬೇಕು? ಯಾವ ಗುಣಲಕ್ಷಣ ಉಳ್ಳವನೆಂದು ಧ್ಯಾನಿಸಬೇಕು? (ಭಾಗ.೧೧–೧೪, ೩೧).

೧೦. ಯೋಗಿಗಳಿಗೆ ಸಿದ್ಧಿಗಳನ್ನು ಅನುಗ್ರಹಿಸುವ ಹೇ ಶ್ರೀಕೃಷ್ಣ ಪ್ರಭೋ! ಯಾವ ಧಾರಣದಿಂದ ಯಾವ ಸಿದ್ಧಿ ಲಭಿಸುತ್ತದೆ? ಮತ್ತು ಎಷ್ಟು ಸಿದ್ಧಿಗಳಿವೆ? (ಭಾಗ.೧೧–೧೫, ೨)

೧೧. ಹೇ ಪ್ರಭೋ! ಮಹರ್ಷಿಗಳು ನಿನ್ನನ್ನು ಯಾವ ಯಾವ ವಸ್ತುಗಳಲ್ಲಿ ಯಾವ ರೀತಿ ಉಪಾಸನೆ ಮಾಡಿ ಜ್ಞಾನ–ಮೋಕ್ಷ–ಸಿದ್ಧಿಗಳನ್ನು ಸಂಪಾದಿಸುವರು? (ಭಾಗ.೧೧–೧೪–೧).

೧೨. ಹೇ ಶ್ರೀಕೃಷ್ಣ ಪರಮಾತ್ಮಾ! ಭೂಮಿಯಲ್ಲಿ, ಸ್ವರ್ಗದಲ್ಲಿ, ಪಾತಾಳ ದಲ್ಲಿ, ಹಾಗೂ ದಿಕ್ಕುಗಳಲ್ಲಿರುವ ನಿನ್ನ ವಿಭೂತಿ ರೂಪಗಳನ್ನು ತಿಳಿಸು ಮತ್ತು ಮಹಾತ್ಮರು ಏನೇನು ಉಪಾಸನೆ ಮಾಡುವರೋ ಅವನ್ನು ತಿಳಿಸು. (ಭಾಗ.೧೧–೧೪–೩).

೧೫. ನಾಲ್ಕು ವರ್ಣದವರಿಗೆ ಮತ್ತು ನಾಲ್ಕು ಆಶ್ರಮದವರಿಗೆ ಯಾವ ರೀತಿಯ ಧರ್ಮಾಚರಣದಿಂದ ನಿನ್ನಲ್ಲಿ ಭಕ್ತಿ ಉಂಟಾಗುವುದು? (ಭಾಗ.೧೧–೧೪, ೧, ೨).

೧೬. ಹೇ ಮಧುಸೂದನ! ನೀನು ಭೂಮಿಯನ್ನುಬಿಟ್ಟುನಿನ್ನ ಪರಮಧಾಮಕ್ಕೆ ಹೋದ ನಂತರ ನೀನು ಉಪದೇಶಿಸಿದ ಧರ್ಮವು ನಿನ್ನೊಂದಿಗೇ ಮರೆಯಾಗಿ ಹೋದರೆ ಅದನ್ನು ತಿರುಗಿ ಯಾರು ಹೇಳಬಲ್ಲರು? ಆದ್ದರಿಂದ ಸರ್ವಧರ್ಮಜ್ಞನಾದ ಅಚ್ಯುತನೇ! ನಿನ್ನಲ್ಲಿ ಭಕ್ತಿಯ– ನ್ನುಂಟು ಮಾಡಬಲ್ಲ ಸನಾತನ ಧರ್ಮವು ಯಾರಿಗೆ ಹೇಗೆ ವಿಹಿತ ವಾಗಿದೆ ಎಂಬುದನ್ನೂ ತಿಳಿಸಿ ಹೇಳು. (ಭಾಗ.೧೧–೧೪, ೬, ೭).

೧೭. ಹೇ ವಿಶ್ವೇಶ್ವರ ವಿಶ್ವಮೂರ್ತಿ! ಭಕ್ತಿಗೆ ಸಾಧನವಾದ ವೈರಾಗ್ಯ ಮತ್ತು ನಿನ್ನ ಬಗ್ಗೆ ವಿಶೇಷಜ್ಞಾನ ಇವು ಉಪದೇಶ ಪರಂಪರೆಯಿಂದ ಬರುತ್ತವೆ. ಮಹಾತ್ಮರು ಅನ್ವೇಷಣೆ ಮಾಡುವ ಮಿಥ್ಯಾಜ್ಞಾನದ ಸಂಪರ್ಕವಿಲ್ಲದ ಶುದ್ಧಜ್ಞಾನವು ಹೇಗೆ ಉತ್ಪನ್ನವಾಗುವುದು? (ಭಾಗ.೧೧–೧೯–೮). ಕಾಲವೆಂಬ ಸರ್ಪದಿಂದ ಕಚ್ಚಿಸಿಕೊಂಡು ಕ್ಷುದ್ರವಿಷಯಸುಖದ ಬಲವಾದ ಆಸೆ ಎಂಬ ದಾಹದಿಂದ ಕಂಗೆಡುತ್ತಿರುವ ಸಂಸಾರಿಯ ಮೇಲೆ ಕೃಪೆ ಮಾಡಿ ಮೋಕ್ಷಸಾಧನದ ಉಪದೇಶ ಮಾಡು. (ಭಾಗ.೧೧–೧೯, ೮, ೧೦).

೧೬. ಹೇ ಶ್ರೀಕೃಷ್ಣ ಪ್ರಭೋ! ಯಮ, ನಿಯಮ, ಶಮ, ದಮ, ತಿತಿಕ್ಷಾ ಎಂದರೇನು? ಯಮವು ಎಷ್ಟು ವಿಧ? (ಭಾಗ.೧೧–೧೯–೭೮).

೧೭. ದಾನ, ತಪಸ್ಸು, ಶೌರ್ಯ, ಶೌಚ ಎಂದರೇನು? ಸತ್ಯ ಯಾವುದು? ತೃಪ್ತಿಯನ್ನುಂಟು ಮಾಡುವ ಅನ್ನ ಯಾವುದು? (ಭಾಗ.೧೧– ೧೯–೭೬).

೧೮. ಹೇ ಕೇಶವ! ತ್ಯಾಗವೆಂದರೇನು? ಶ್ರೇಷ್ಠ ಧನ ಯಾವುದು? ಯಜ್ಞದಿಂದ ಆರಾಧ್ಯನು ಯಾರು? ದಕ್ಷಿಣೆ ಯಾವುದು? ಮನುಷ್ಯನಿಗೆ ಉತ್ತಮವಾದ ಬಲ ಯಾವುದು? ಭಗ ಎಂದರೇನು, ಲಾಭವೆಂದರೇನು? (ಭಾಗ.೧೧–೧೯–೭೦).

೧೯. ವಿದ್ಯೆ ಯಾವುದು? ಲಜ್ಜೆ ಯಾವುದು? ಉತ್ತಮ ಸಂಪತ್ತು ಯಾವುದು?

ಸುಖ ಯಾವುದು?, ದುಃಖ ಯಾವುದು? ಪಂಡಿತರು ಯಾರು? ಮೂರ್ಖಿನಾರು? ಮಾರ್ಗ ಯಾವುದು? ಮಾರ್ಗಾತಿಕ್ರಮ– ಯಾವುದು? (ಭಾಗ.೧೧–೧೯–೪೧).

೨೦. ಸ್ವರ್ಗ ಯಾವುದು? ನರಕ ಯಾವುದು? ಬಂಧು ಯಾರು? ಮನೆ ಯಾವುದು? ಧನಿಕನಾರು? ದರಿದ್ರನಾರು? ಕೃಪಣನು ಯಾರು? ಈಶ್ವರನಾರು? ವಿಪರ್ಯಯನು ಯಾರು? (ಭಾಗ.೧೧–೧೯– ೪೨).

೨೧. ವಿಧಿ–ನಿಷೇಧರೂಪವಾದ ವೇದವು ಮೋಕ್ಷಸಾಧನವನ್ನು ಹೇಗೆ ಬೋಧಿಸಬಲ್ಲದು? (ಭಾಗ.೧೧–೨೦–೪)

೨೨. ಹೇ ಶ್ರೀಕೃಷ್ಣಪ್ರಭೋ! ತತ್ವಗಳು ಎಷ್ಟು? ಅವು ಯಾವವು? ನೀನು ೯,೧೧,೩,೪ ಎಂದು ವಿಭಾಗ ಮಾಡಿ ತತ್ತ್ವಗಳು ಒಟ್ಟು೨೪ ಎಂದು ಹೇಳಿರುವಿ. ಆದರೆ ಬೇರೆ ಬೇರೆ ಮುನಿಗಳು ಬೇರೆ ಬೇರೆ ರೀತಿಯಲ್ಲಿ ವಿಭಾಗ ಮಾಡಿ ಹೇಳಿದ್ದಾರೆ. ಕೆಲವು ಮುನಿಗಳು ತತ್ವಗಳು ೨೪ ಎಂದೂ, ಕೆಲವರು ೨೩ ಎಂದೂ, ಕೆಲವರು ೨ ಎಂದೂ, ಇನ್ನು ಕೆಲವರು ೯ ಎಂದೂ, ಮತ್ತೆ ಕೆಲವು ಮುನಿಗಳು ೪ ಎಂದೂ, ಇನ್ನೂಕೆಲವರು ೩ ಎಂದೂ ಕೆಲವರು ೧೧, ೧೨, ೧೩, ೧೩ ಎಂದು ಮುಂತಾಗಿ ಹೇಳುತ್ತಾರೆ. ಹೀಗೆ ತತ್ತ್ವಗಳ ವಿಭಾಗದಲ್ಲಿ ಮುನಿಗಳೊಳಗೇ ಒಮ್ಮತ ಕಾಣುವುದಿಲ್ಲ.

ತತ್ತ್ವಗಳು ಯಾವ ವಿವಕ್ಷೆಯಿಂದ ಹೀಗೆ ವಿವಿಧವಾಗಿ ವಿಭಾಗಿಸಲ್ಪಟ್ಟಿವೆ? (ಭಾಗ.೧೧–೨೨, ೧–೪).

೨೩. ಹೇ ಪ್ರಭೋ! ನಿನಗೆ ವಿಮುಖರಾದ ಜೀವರು ತಾವು ಮಾಡಿದ ಕರ್ಮಗಳಿಗೆ ಅನುಸಾರವಾಗಿ ಒಳ್ಳೆಯ ಅಥವಾ ಕೆಟ್ಟಶರೀರಗಳನ್ನು ಪಡೆಯುತ್ತಾರೆ ಇಲ್ಲವೇ ತ್ಯಜಿಸುತ್ತಾರೆ. ಹೀಗೆ ಶರೀರ ಸ್ವೀಕಾರ ತ್ಯಾಗಗಳಿಂದ ಕ್ರಮವಾಗಿ ಜನನ ಅಥವಾ ಮರಣಗಳು ಶರೀರಕ್ಕೆ ಬರಲಿ. ಆದರೆ ಅತ್ಯಂತ ಭಿನ್ನನಾದ, ಅನಾದಿ–ನಿತ್ಯನಾದ ಜೀವನಿಗೆ ಜನನ–ಮರಣಗಳು ಹೇಗೆ? (ಭಾಗ.೧೧–೨೨–೪೩, ೪೪, ೪೩)

೨೬. ಹೇ ಪ್ರಭೋ, ಶ್ರೀಕೃಷ್ಣ! ಮೋಕ್ಷಸಾಧನವಾದ ಭಗವದಾರಾಧನೆ
ರೂಪವಾದ ಕರ್ಮಯೋಗವನ್ನು ನನಗೆ ಉಪದೇಶಿಸು.
'ಪಂಚರಾತ್ರ'ವನ್ನು ಬಲ್ಲವರು ಯಾವ ಸಾಧನದಿಂದ ಮತ್ತು ಯಾವ
ವಿಧಿಯಿಂದ ನಿನ್ನನ್ನು ಆರಾಧಿಸುವರು? ಇದನ್ನು ಭಕ್ತನಾದ ನನಗೆ
ಉಪದೇಶಿಸು. (ಭಾಗ.೧೧–೨೭–೧).

೨೭. ಹೇ ಪ್ರಭೋ! ಈ ಸಂಸಾರವು ಯಾರಿಗೆ? ದೇಹಕ್ಕೋ ಅಥವಾ
ಆತ್ಮನಿಗೋ? ಆತ್ಮನಂತೂ ದ್ರಷ್ಟಾ, ಸ್ವಯಂಪ್ರಕಾಶ, ಜ್ಞಾನಸ್ವರೂಪ.
ಸ್ವಪ್ರಕಾಶನೂ ಜ್ಞಾನಸ್ವರೂಪವೂ ಆದ ಆತ್ಮನಿಗೆ ಸಂಸಾರಮೂಲವಾದ
ಅಜ್ಞಾನವು ಕೂಡಲಾರದಾದ್ದರಿಂದ ಸಂಸಾರವಿಲ್ಲ. ಇನ್ನು ದೇಹಕ್ಕೆ
ಸಂಸಾರವೆಂದರೆ ದೇಹವು ದೃಶ್ಯ, ಅನಾತ್ಮ ಮತ್ತು ಜಡ. ಜಡಕ್ಕೆ ಸುಖ
ದುಃಖಾನುಭವ ಕೂಡಲಾರದು. ಆದರೂ ಅಜ್ಞಾನಪ್ರಯುಕ್ತವಾದ
ವಿಷಯಜನ್ಯ ಸುಖ–ದುಃಖಾನುಭವ ರೂಪವಾದ ಸಂಸಾರ
ಅನುಭವದಲ್ಲಿ ಕಂಡುಬಂದಿದೆ.

ಆದರೆ ನಾಶರಹಿತನೂ, ಗುಣಾತೀತನೂ, ಪಾಪಾದಿದೋಷ
ರಹಿತನೂ, ಸ್ವಪ್ರಕಾಶನೂ, ಜ್ಞಾನಸ್ವರೂಪನೂ, ಆವರಣರಹಿತ ಬೆಂಕಿಯಂತೆ
ಬೆಳಗುವವನೂ ಆದ ಪರಮಾತ್ಮನಿಗೆ ಕಟ್ಟಿಗೆಯಂತೆ ಜಡವಾಗಿರುವ ದೇಹವು
ಬಂಧಕವಾಗಲಾರದು. ಅದರಂತೆಯೇ ಬೆಂಕಿಯಂತಿರುವ ಪರಮಾತ್ಮನಿಗೆ
ಕಟ್ಟಿಗೆಯಂತಿರುವ ದೇಹವೂ ಬಂಧಕವಾಗಲಾರದು. ಆದ್ದರಿಂದ
ಸಂಸಾರವು ಯಾರಿಗೆ? (ಭಾಗ.೧೧–೨೬, ೧೧, ೧೨).

೨೮. ಹೇ ಅಚ್ಯುತ! ನಿತ್ಯ ಯೋಗಾಭ್ಯಾಸ ಮಾಡುವುದರಿಂದಲೇ ಶರೀರವು
ಸಶಕ್ತವಾಗುವಾಗ 'ನನ್ನ ಭಕ್ತನಾದ ಬುದ್ಧಿಶಾಲಿಯಾದ ಮಾನವನು
ಯೋಗಾಭ್ಯಾಸವನ್ನು ಬಿಟ್ಟು ಚೇರೆ ಉಪಾಯದಲ್ಲಿ ಶ್ರದ್ಧೆ
ಮಾಡಬಾರದು. ಯೋಗಾಭ್ಯಾಸವನ್ನು ನಡೆಸುತ್ತ ನನ್ನ ಪಾದಗಳನ್ನು
ಭಜಿಸುತ್ತಿದ್ದರೆ ಸ್ವರೂಪಸುಖವನ್ನು ಅನುಭವಿಸುತ್ತ ವಿಷಯಾಪೇಕ್ಷೆ–
ಯನ್ನು ತ್ಯಜಿಸುತ್ತಾನೆ. ವಿಷ್ಣಗಳಿಂದ ಯೋಗಕ್ಕೆ ತಡೆಯುಂಟಾಗು
ವುದಿಲ್ಲ' ಎಂದು (ಭಾಗ.೧೧–೨೮, ೪೪, ೪೬) ನೀನು ಹೇಳಿರುವೆ.
ಆದರೆ ಮನೋನಿಗ್ರಹವಿಲ್ಲದವನಿಗೆ ಈ ಯೋಗಮಾರ್ಗಕ್ಕೆ

ಪ್ರವೇಶವೇ ಕಷ್ಟಸಾಧ್ಯವೆಂದು ನನ್ನ ಭಾವನೆ. ಅಂಥ ಮಾನವನೂ ಕೂಡ ಯಾವ ಸಾಧನದಿಂದ ಚೆನ್ನಾಗಿ ಸಿದ್ಧಿಪಡೆಯಬಹುದೆಂಬುದನ್ನು ನನಗೆ ತಿಳಿಸು. (ಭಾಗ.೧೧– ೨೯–೧).

೨೬. ಶ್ರೀಕೃಷ್ಣ! ನಿನಗೆ ಶರಣಾಗತನಾಗಿರುವ ನನಗೆ ನಿನ್ನ ಚರಣಕಮಲ– ಭಕ್ತಿ ಎಂದೂ ಕುಂದದಿರುವಂತೆ ಏನು ಮಾಡಬೇಕು?

ಈ ಹನ್ನೊಂದನೆಯ ಸ್ಕಂಧದಲ್ಲಿ ಇದುವರೆಗೆ ಈ ರ ಲ್ಲಿ ನಿರೂಪಿಸಿರುವ ೧ ರಿಂದ ೨೬ರ ವರೆಗೆ ಉದ್ಧವನು ಶ್ರೀಕೃಷ್ಣನಲ್ಲಿ ಕೇಳಿದ ಪ್ರಶ್ನೆಗಳನ್ನು ಶ್ರೀ ಶುಕಾಚಾರ್ಯರು ಸಂಗ್ರಹಿಸಿ ಪರೀಕ್ಷಿತರಾಜನಿಗೆ ಹೇಳಿದ್ದಾಯಿತು.

ಈ ಪ್ರಶ್ನೆಗಳನ್ನು ಮತ್ತು ಅವುಗಳಿಗೆ ಶ್ರೀಕೃಷ್ಣನ ಉತ್ತರಗಳನ್ನು ಕೇಳಿದ ಪರೀಕ್ಷಿತರಾಜನು ಶುಕಾಚಾರ್ಯರನ್ನು ಪ್ರಶ್ನಿಸುತ್ತಾನೆ.

ಜಿ. ಶ್ರೀ ಶುಕಾಚಾರ್ಯರೇ! ಮಹಾಭಗವದ್ಭಕ್ತನಾದ ಉದ್ಧವನು ಶ್ರೀಕೃಷ್ಣನ ಆದೇಶದಂತೆ ಬದರಿಕಾಶ್ರಮದ ವನಕ್ಕೆ ಹೊರಟು ಹೋದ ನಂತರ ಇತ್ತ ದ್ವಾರಕೆಯಲ್ಲಿ ಭಗವಾನ್ ಶ್ರೀಕೃಷ್ಣನು ಏನು ಮಾಡಿದ? ಮತ್ತು ತನ್ನ ಯಾದವ ಕುಲವು ಮುನಿಶಾಪದಿಂದ ಅಳಿದಾಗ ಎಲ್ಲರ ಕಣ್ಣುಗಳಿಗೆ ಆಪ್ಯಾಯಮಾನವಾಗಿದ್ದ ತನ್ನ ಶರೀರವನ್ನು ಪರಂಧಾಮಕ್ಕೆ ಹೇಗೆ ಒಯ್ದ? (ಭಾಗ.೧೧–೨೦–೬೭)

ಸ್ಕಂಧ – ೧೨ ರಲ್ಲಿಯ ಕೆಲವು ಪ್ರಶ್ನೆಗಳು

೧.	ಯದುವಂಶ ವಿಭೂಷಣನಾದ ಶ್ರೀಕೃಷ್ಣನು ಪರಂಧಾಮಕ್ಕೆ ಹೋದ ನಂತರ ಈ ಪೃಥ್ವಿಯಲ್ಲಿ ಯಾವ ಯಾವ ರಾಜರು ಅಳಿ ಅಳಿದು ಹೋದರು? ಎಂಬುದನ್ನು ತಿಳಿಸಿರಿ. ಇದು ಶುಕಾಚಾರ್ಯರನ್ನು ಕುರಿತು ಪರೀಕ್ಷಿತ ರಾಜನ ಪ್ರಶ್ನೆ.

(ರಾಜೋವಾಚ–ಸ್ವಧಾಮಾನುಗತೇ ಕೃಷ್ಣೇ ಯದುವಂಶವಿಭೂಷಣೇ। ಕಸ್ಯ ವಂಶೋಽಭವತ್ ಪೃಥ್ವ್ಯಾಮೇತದಾಚಕ್ಷ್ವ ಮೇ ಮುನೇ ॥
					– (ಭಾಗ.೧೨–೧–೧)

ಟಿಪ್ಪಣಿ : ಈ ಶ್ಲೋಕವು ಕೆಲವು ಭಾಗವತ ಗ್ರಂಥಗಳಲ್ಲಿ ಕಂಡು

ಬರುವದಿಲ್ಲ. ಆದರೆ ಗೋರಖಪುರದ ಗೀತಾಪ್ರೆಸ್ಸಿನಿಂದ ಮುದ್ರಿತವಾದ ಭಾಗವತದಲ್ಲಿ (ಪುಟ ೯೪೭) ಇದೆ. ರಾಜನ ಈ ಪ್ರಶ್ನೆ ಇಲ್ಲಿ ಸಮಂಜಸ ವಾಗಿದೆ. ರಾಜನು ಪ್ರಶ್ನೆ ಮಾಡದೇ ಶ್ರೀಶುಕಾಚಾರ್ಯರು ರಾಜರುಗಳನ್ನು ಹೆಸರಿಸುತ್ತ ಹೋಗುವದು. 'ನಾ ಪೃಷ್ಟಃ ಕಸ್ಯಚಿತ್ ಬ್ರೂಯಾತ್' ಎಂಬ ಸಂಪ್ರದಾಯಕ್ಕೆ ವಿರುದ್ಧವಾಗುತ್ತದೆಂದು ನನ್ನ ಅಭಿಪ್ರಾಯ. ಇದಲ್ಲದೇ ಪ್ರಶ್ನೆಗಳು ತೋರದಿದ್ದ ಸಂದರ್ಭಗಳಲ್ಲಿ ಮುಂದಿನ ಉತ್ತರಗಳಿಗೆ ಸಮಂಜಸ ವಾಗುವಂಥ ಪ್ರಶ್ನೆಗಳನ್ನು ಕಲ್ಪಿಸಲೂ ಬೇಕಾಗುತ್ತದೆ.

೨. ಪೂಜ್ಯ ಶುಕಾಚಾರ್ಯರೇ! ಕಲಿಯುಗದಲ್ಲಿ ಹೆಚ್ಚುವ ಕಲಿಯ ದೋಷ ಗಳನ್ನು ಜನರು ಯಾವ ಉಪಾಯಗಳಿಂದ ಪರಿಹರಿಸಿಕೊಳ್ಳಬಲ್ಲರು? (ಭಾಗ.೧೨–೨–೧೨).

ಶ್ರೀ ಶುಕಾಚಾರ್ಯರು ಪರೀಕ್ಷಿತರಾಜನ ಎಲ್ಲ ಪ್ರಶ್ನೆಗಳಿಗೆ ಉತ್ತರಿಸಿ ಭಾಗವತನನ್ನು ಉಪದೇಶಿಸಿ ಶಿಷ್ಯರೊಂದಿಗೆ ಬದರಿಕಾಶ್ರಮಕ್ಕೆ ಹೊರಟು ಹೋಗುತ್ತಾರೆ. ಇತ್ತ ತಕ್ಷಕನಿಂದ ಕಚ್ಚಲ್ಪಟ್ಟ ಪರೀಕ್ಷಿತನು ಪರಮಾತ್ಮನ ದಿವ್ಯ ಸಾನ್ನಿಧ್ಯವನ್ನು ಹೊಂದುತ್ತಾನೆ. ಅನಂತರ ನೈಮಿಷಾರಣ್ಯದಲ್ಲಿ ಉಳಿದ ಶೌನಕರು ಸೂತರನ್ನು ಕುರಿತು ಕೆಳಗಿನಂತೆ ಪ್ರಶ್ನಿಸುತ್ತ ಹೋಗುತ್ತಾರೆ –

೨. ಮುನಿವರ್ಯರೇ! ಯುಗಗಳನ್ನು, ಆ ಯುಗಗಳ ಪರಿಮಾಣಗಳನ್ನು, ಪ್ರಳಯಗಳು, ಪ್ರಳಯಕಾಲ, ಸೃಷ್ಟಿಗಳು, ಸೃಷ್ಟಿಕಾಲ–ಪರಿಮಾಣ– ಗಳನ್ನೂ, ಸರ್ವಚೇಷ್ಟಕ, ಕಾಲಸ್ವರೂಪಿಯಾದ ಮಹಾವಿಷ್ಣುವಿನ ಪ್ರಭಾವವನ್ನೂ ತಿಳಿಸಿರಿ. (ಭಾಗ.೧೨–೨–೧೨,೧೨).

೩. ತಪಸ್ಸಿನಿಂದ ವೇದಗಳನ್ನು ಕಾಣುವ ಮಹಾತ್ಮರೂ, ವೇದಪ್ರವರ್ತಕರೂ ಆದ ಪೈಲ ಮುಂತಾದ ಶ್ರೀವೇದವ್ಯಾಸಶಿಷ್ಯರು ವೇದಗಳನ್ನು ಎಷ್ಟು ಭಾಗಗಳಲ್ಲಿ ವಿಭಾಗಿಸಿದರು ? (ಭಾಗ.೧೨–೬–೧)

೪. ಪೂಜ್ಯ ಸೂತರೇ! ನಮ್ಮ ಭೃಗುವಂಶದಲ್ಲಿ ಜನಿಸಿದ್ದ ಮಾರ್ಕಂಡೇಯ ರೆಂಬ ಋಷಿಗಳು ಚಿರಜೀವಿಗಳೆಂದೂ ಅವರ ಸ್ಮರಣೆ ಮಾತ್ರದಿಂದ ಅಪಮೃತ್ಯುವ ನಾಶವಾಗುವುದೆಂದೂ ಪ್ರಸಿದ್ಧಿ ಇದೆ.

(ಅಶ್ವತ್ಥಾಮಾ ಬಲಿರ್ವ್ಯಾಸೋ ಹನುಮಾಂಶ್ಚೈವ ವಿಭೀಷಣಃ ।
ಕೃಪಃ ಪರಶುರಾಮಶ್ಚ ಸಪ್ತೈತೇ ಚಿರಜೀವಿನಃ ॥

ಸಪ್ತೈತಾನ್ ಸಂಸ್ಮರೇನ್ನಿತ್ಯಂ ಮಾರ್ಕಂಡೇಯಮಥಾಷ್ಟಕಮ್ ।
ಜೀವೇದ್ವರ್ಷಶತಂ ಸಾಗ್ರಮಪಮೃತ್ಯುವಿವರ್ಜಿತಃ ॥)

ಇಂಥ ಮಹಾತ್ಮರು ಕಲ್ಪ ಪ್ರಳಯವಾಗದಿದ್ದಾಗಲೇ ಪ್ರಳಯಜಲಧಿ
ಯಲ್ಲಿ ಬಹು ಕಷ್ಟಬಡುತ್ತ ಈಸುತ್ತಿರುವಾಗ ಆಲದೆಲೆಯ ಮೇಲೆ ಮಲಗಿದ್ದ
ಒಂದು ಅದ್ಭುತ ಶಿಶುವನ್ನು ಕಂಡರಂತೆ. ಇದೆಲ್ಲ ಅಚಿಂತ್ಯವಾಗಿದೆ. ನಮಗೆ
ಬಂದಿರುವ ಸಂದೇಹವನ್ನು ನಿವಾರಿಸಿರಿ. (ಭಾಗ.೧೨-೨, ೨-೫)

೪. ಸೂತಾಚಾರ್ಯರೇ! ವಿಷ್ಣುಪೂಜಾ ವಿಧಾನವನ್ನು ತಿಳಿಸುವ
ಶಾಸ್ತ್ರಗಳಲ್ಲಿ ನಿಷ್ಣಾತರಾದವರು ಶ್ರೀಪತಿಯಾದ ಕೇಶವನ ಆರಾಧನೆ
ಮಾಡುವಾಗ   ಅಂಗ-ಉಪಾಂಗ-ಆಯುಧ-ಆಭರಣಗಳನ್ನು
ಯಾವ ತತ್ವಗಳಿಂದ ಮತ್ತು ಯಾವ ವಿಧಾನದಿಂದ ಚಿಂತಿಸುತ್ತಾರೆ?
(ಭಾಗ.೧೨-೧೦-೨)

೨. ಭೋ ಮುನಿವರ್ಯರೇ! ಹಿಂದೆ ೫ ನೆಯ ಸ್ಕಂಧದಲ್ಲಿ
ಶುಕಾಚಾರ್ಯರು, ಸೂರ್ಯಾಂತರ್ಗತ ನಾರಾಯಣನ ಉಪಾಸನೆ
ಮಾಡಬೇಕೆಂಬ ಅಭಿಪ್ರಾಯದಿಂದ ಪ್ರಶ್ನೆ ಮಾಡಿದ ಪರೀಕ್ಷಿತ
ರಾಜನಿಗೆ, ಸೂರ್ಯನ ರಥದಲ್ಲಿ ಚೈತ್ರಾದಿ ಪ್ರತಿ ತಿಂಗಳಿನಲ್ಲಿ ಏಳು –
ಏಳರ ಬೇರೆ ಬೇರೆ ಗಣಗಳಿರುತ್ತವೆಂದು ಹೇಳಿದ್ದನ್ನು ನೀವು ತಿಳಿಸಿದಿರಿ.
(ಭಾಗ.೫, ೨೧, ೧೨). ಬ್ರಹ್ಮಾದಿ ಲೋಕಪಾಲಕರಿಂದ ನಿಯುಕ್ತ
ರಾಗಿರುವ ಆ ಗಣದವರ ನಾಮಗಳನ್ನೂ, ಕರ್ಮಗಳನ್ನೂ ಮತ್ತು
ಸೂರ್ಯಾಂತರ್ಯಾಮಿ ನಾರಾಯಣನ ಸ್ಥಿತಿಯನ್ನೂ ಅವನ
ಸುತ್ತಲೂ ಇರುವ ಗಣಗಳ ಸ್ಥಿತಿಯನ್ನೂ ತಿಳಿಸಿರಿ. (ಭಾಗ.೧೨-
೧೧- ೧, ೨)

* * *

೨೦. (i) ಶ್ರೀಮದ್‌ಭಾಗವತ ಧರ್ಮಗಳು

ಧರ್ಮವೆಂದರೇನು? ಭಾಗವತ ಧರ್ಮಗಳೆಂದರೇನು? ಈ ಧರ್ಮ
ಗಳ ಸಂಖ್ಯೆ ಎಷ್ಟು? ಈ ಧರ್ಮಗಳ ಆಚರಣೆಯಿಂದ ಏನು ಪ್ರಯೋಜನ?
ಇವೇ ಮೊದಲಾದವು ಈ ಸಂದರ್ಭದಲ್ಲಿ ವಿಚಾರಣೇಯವಾದ ಅಂಶ
ಗಳಾಗಿವೆ.

ಭಾಗವತ ಪುರಾಣದ ವಿಷಯ, ಅಧಿಕಾರಿ, ಪ್ರಯೋಜ ಮತ್ತು
ಸಂಬಂಧಗಳನ್ನು ತಿಳಿಸುವಾಗ ಭಾಗವತವೇ ಭಾಗವತ ಧರ್ಮಗಳ ಬಗ್ಗೆ
ನಿರೂಪಿಸುತ್ತಿದೆ.

ಧರ್ಮಃ ಪ್ರೋಜ್ಝಿತಕೈತವೋಽತ್ರ ಪರಮೋ ನಿರ್ಮತ್ಸರಾಣಾಂ ಸತಾಂ
ವೇದ್ಯಂ ವಾಸ್ತವಮತ್ರ ವಸ್ತು ಶಿವದಂ ತಾಪತ್ರಯೋನ್ಮೂಲನಮ್ |
ಶ್ರೀಮದ್ಭಾಗವತೇ ಮಹಾಮುನಿಕೃತೇ ಕಿಂ ವಾಽಽಪರೈರೀಶ್ವರಃ
ಸದ್ಯೋ ಹೃದ್ಯವರುಧ್ಯತೇಽತ್ರ ಕೃತಿಭಿಃ ಶುಶ್ರೂಭಿಸ್ತತ್ ಕ್ಷಣಾತ್ || ೨ ||
                                          (ಭಾಗ.೧-೧-೨)

– ಮನುಷ್ಯರು ತಮ್ಮ ತಾಪತ್ರಯಗಳಿಂದ ಮುಕ್ತರಾಗಿ ಶಾಶ್ವತವಾದ
ಮುಕ್ತಿಯನ್ನು ಪಡೆಯಲು ಪರಮಾತ್ಮನ ಪರಮ ಪ್ರಸಾದವನ್ನು ಅವಶ್ಯವಾಗಿ
ಸಂಪಾದಿಸಬೇಕಾಗುತ್ತದೆ (ಪರಮಾತ್ಮನ ಪರಮಾನುಗ್ರಹಕ್ಕೆ ಪಾತ್ರರಾಗ
ಬೇಕಾಗುತ್ತದೆ). ಇದಕ್ಕಾಗಿ ನಿಷ್ಕಪಟವಾದ ಮತ್ತು ಶ್ರೇಷ್ಠವಾದ ಭಾಗವತ
ಧರ್ಮಗಳ ಅನುಷ್ಠಾನವು ಅತ್ಯವಶ್ಯ. ಇಂಥ ಭಾಗವತ ಧರ್ಮಗಳ
ಪ್ರತಿಪಾದನೆಯು ಭಗವಾನ್ ಶ್ರೀವೇದವ್ಯಾಸರಿಂದ ವಿರಚಿತವಾದ ಈ
ಭಾಗವತ ಮಹಾಪುರಾಣದಲ್ಲಿ ವಿಸ್ತಾರವಾಗಿ ಮಾಡಲ್ಪಟ್ಟಿದೆ. ಈ ಧರ್ಮಗಳ
ಅನುಷ್ಠಾನದಿಂದ ಪರಮಾತ್ಮನು ಓಡಿ ಬಂದು ಅನುಷ್ಠಾತೃಗಳ ಹೃದಯದಲ್ಲಿ
ಸ್ಥಿರವಾಗಿ ನೆಲೆಸುತ್ತಾನೆ. ಮುಕ್ತಿಯನ್ನು ಅನುಗ್ರಹಿಸುತ್ತಾನೆ.

ಆದ್ದರಿಂದ ಮೋಕ್ಷಪ್ರದನಾದ ಶ್ರೀಹರಿಯ ಮಹಿಮೆ, ಮತ್ತು ಭಾಗವತ

ಧರ್ಮಗಳು ಈ ಪುರಾಣದ ಮುಖ್ಯ ವಿಷಯ, ಮಾತ್ಸರ್ಯರಹಿತರಾದ
ಮುಮುಕ್ಷುಗಳು ಅಧಿಕಾರಿ, ತಾಪತ್ರಯಗಳ ನಿರ್ಮೂಲನ ಮತ್ತು ಮುಕ್ತಿ
ಸಂಪಾದನೆ ಇವುಗಳು ಪ್ರಯೋಜನ. ಹೀಗೆ ಈ ಪುರಾಣದ ವಿಷಯ, ಅಧಿ
ಕಾರಿ, ಪ್ರಯೋಜನಗಳೆಂದು ತಿಳಿಯುತ್ತದೆ. ಇವುಗಳಲ್ಲಿ ಭಾಗವತ
ಧರ್ಮಗಳ ಬಗ್ಗೆ ವಿಸ್ತಾರವಾಗಿ ತಿಳಿಯೋಣ.

ಇಲ್ಲಿ ಹೇಳಿರುವ ಧರ್ಮವೆಂದರೆ ೧. ಧ್ರಿಯತೇ ಅನೇನ ಅಧಃ
ಪತನ್ ಪುರುಷಃ ಇತಿ ಧರ್ಮಃ = ಯಾವುದರ ಅನುಷ್ಠಾನದಿಂದ
ಅಧಃಪತನವಾಗುವ ಮನುಷ್ಯನು ರಕ್ಷಿಸಲ್ಪಡುವನೋ ಅದು ಧರ್ಮವು.
೨. ಧಾರಯತೀತಿ ಧರೋ ಭಗವಾನ್, ಸಃ ಮೀಯತೇ ಜ್ಞಾಯತೇ
ಅನೇನ ಇತಿ ವಾ ಧರ್ಮಃ = ಯಾವುದರ ಸಹಾಯದಿಂದ ಪರಮಾತ್ಮನ
ಅಥವಾ ಧರ ನಾಮಕ ಪರಮಾತ್ಮನು ತಿಳಿಯಲ್ಪಡುವನೋ ಅದು ಧರ್ಮವು.
೩. ದಧಾತಿ ಕರ್ತಾರಂ, ರಮಯಂತಿ ಮಿನುತೆ ಹಿನಸ್ತಿ ಪಾಪಮಿತಿ ವಾ
ಭಗವತ್ಪ್ರಾಪ್ತಿಸಾಧನಭೂತಃ ಧರ್ಮಃ = ಯಾವುದರ ಅನುಷ್ಠಾನದಿಂದ
ಕರ್ತೃವು ರಕ್ಷಿಸಲ್ಪಡುವನೋ ಮತ್ತು ಆವನ ಪಾಪಗಳೆಲ್ಲ ನಷ್ಟವಾಗಿ ಭಗವತ್–
ಪ್ರಾಪ್ತಿ ಸಾಧನ ಭೂತವಾಗುವುದೋ ಅದೇ ಧರ್ಮವು. ಧರ್ಮದ
ಲಕ್ಷಣವನ್ನು ತಿಳಿದೆವು.

ಭಾಗವತ ಧರ್ಮವೆಂದರೇನು? ಭಗವತ್ಪ್ರಾಪ್ತಿಗಾಗಿ ಅಥವಾ ಮುಕ್ತಿ–
ಸಾಧನ ಭೂತವಾದ ಯಾವ ಧರ್ಮವು ಸಾಕ್ಷಾತ್ ಭಗವಂತನಿಂದಲೇ
ಬ್ರಹ್ಮಾದಿ ದೇವತೆಗಳಿಗೆ, ಸನಕಾದಿಗಳಿಗೆ, ಮಂದರಿಗೆ, ನಾರದರಿಗೆ ಯಥಾ–
ಯೋಗ್ಯವಾಗಿ ಉಪದೇಶಿಸಲ್ಪಟ್ಟಿವೆಯೋ ಅವೇ ಭಾಗವತ ಧರ್ಮಗಳು
ಎಂದು ಭಾಗವತವೇ ಹೇಳುತ್ತದೆ –

ಯೇ ವೈ ಭಗವತಾ ಪ್ರೋಕ್ತಾ ಉಪಾಯಾ ಹ್ಯಾತ್ಮಲಬ್ಧಯೇ ।
ಆಂಜಃ ಪುಂಸಾಮವಿದುಷಾಂ ವಿದ್ಧಿ ಭಾಗವತಾನ್ ಹಿ ತಾನ್ ॥
–ಭಾಗ.೧೧–೨–೩೪

ಯ್ಯೈಃ ಪ್ರಸನ್ನಃ ಪ್ರಪನ್ನಾಯ ದಾಸ್ಯತ್ಯಾತ್ಮಾನಮಪ್ಯಜಃ ॥
–ಭಾಗ.೧೧–೨–೫೧.

ಈ ಭಾಗವತ ಧರ್ಮಗಳ ಅನುಷ್ಠಾನದಿಂದ ಶ್ರೀಹರಿಯು ಪ್ರಸನ್ನನಾಗಿ ಅನುಷ್ಠಾನ ಮಾಡುವ ಭಕ್ತನಿಗೆ ತನ್ನನ್ನೇ ಕೊಡುತ್ತಾನೆ.

ಭಾಗವತ ಧರ್ಮಗಳನ್ನು ತಿಳಿಯಬಯಸಿದ ಯುಧಿಷ್ಠಿರನು ನಾರದರನ್ನು ಕುರಿತು —

ಭಗವನ್ ಶ್ರೋತುಮಿಚ್ಛಾಮಿ ನೃಣಾಂ ಧರ್ಮಂ ಸನಾತನಮ್ ।
ವರ್ಣಾಶ್ರಮಾಚಾರಯುತಂ ಯತ್ಪುಮಾನ್ ವಿಂದತೇ ಪರಮ್ ॥
ಭಾಗ.೭, ೧೧, ೭

— 'ಪೂಜ್ಯರೇ! ಸನಾತನ ಭಾಗವತ ಧರ್ಮಗಳನ್ನು ತಿಳಿಯಲು ಬಯಸಿದ್ದೇನೆ. ಆದ್ದರಿಂದ ಆ ಧರ್ಮಗಳನ್ನು ತಾವು ನಿರೂಪಿಸಿರಿ ಎಂದು ಪ್ರಾರ್ಥಿಸುತ್ತಾನೆ. ಆಗ ನಾರದರು ಭಗವಂತನನ್ನು ನಮಿಸಿ ಎಲ್ಲರಿಂದಲೂ ಆಚರಿಸಲ್ಪಡಬೇಕಾದ ೩೦ ಭಾಗವತ ಧರ್ಮಗಳನ್ನು ಹೇಳುತ್ತಾರೆ. ಅವು ಯಾವುವೆಂದರೆ—

ನತ್ವಾ ಭಗವತೇಜಾಯ ಲೋಕಾನಾಂ ಧರ್ಮಹೇತವೇ ।
ವಕ್ಷ್ಯೇ ಸನಾತನಂ ಧರ್ಮಂ ನಾರಾಯಣಮುಖಾತ್ ಶ್ರುತಮ್ ॥ ೮ ॥

ಸತ್ಯಂ ದಯಾ ತಪಃ ಶೌಚಂ ತಿತಿಕ್ಷೇಜ್ಯಾ ಶಮೋ ದಮಃ ।
ಅಹಿಂಸಾ ಬ್ರಹ್ಮಚರ್ಯಂ ಚ ತ್ಯಾಗಃ ಸಂತೋಷ ಆರ್ಜವಮ್ ॥ ೯ ॥

ಸ್ವಾಧ್ಯಾಯಃ ಸಮದೃಕ್ ಸೇವಾ ಗ್ರಾಮ್ಯೇಹೋಪರಮಃ ಶನೈಃ ।
ನೃಣಾಂ ವಿಪರ್ಯಯೇಹೇಕ್ಷಾ ಮೌನಮಾತ್ಮವಿಮರ್ಶನಮ್ ॥ ೯ ॥

ಅನ್ನಾದ್ಯಾದೇಃ ಸಂವಿಭಾಗೋ ಭೂತೇಭ್ಯಶ್ಚ ಯಥಾರ್ಹತಃ ।
ತೇಷ್ವಾತ್ಮದೇವತಾಬುದ್ಧಿಃ ಸುತರಾಂ ನೃಷು ಪಾಂಡವ ॥ ೧೦ ॥

ಶ್ರವಣಂ ಕೀರ್ತನಂ ಚಾಸ್ಯ ಸ್ಮರಣಂ ಮಹತಾಂ ಗತೇಃ ।
ಸೇವೇಜ್ಯಾವನತಿಃ ಸಖ್ಯಂ ದಾಸ್ಯಮಾತ್ಮಸಮರ್ಪಣಮ್ ॥ ೧೧ ॥

ನೃಣಾಮಯಂ ಪರೋ ಧರ್ಮಃ ಸರ್ವೇಷಾಂ ಸಮುದಾಹೃತಃ ।
ತ್ರಿಂಶಲ್ಲಕ್ಷಣಸಂಯುಕ್ತಃ ಸರ್ವಾತ್ಮಾ ಯೇನ ತುಷ್ಯತಿ ॥ ೧೨ ॥
—ಶ್ರೀ ಭಾಗ. ೭, ಅಧ್ಯಯ – ೧೧

೧. ಸತ್ಯವನ್ನುನುಡಿಯುವುದು, ಅಥವಾ ಸತ್ಯನಾಮಕ ಪರಮಾತ್ಮನಲ್ಲೇ (ಸತ್ತ್ವಾನ್ ಸಾತ್ತ್ವಿಕಃ ಸತ್ಯಃ) ಆಸಕ್ತನಾಗಿರುವುದು, ೨. ಪ್ರಾಣಿದಯೆ, ೩. ಏಕಾದಶಿ ಉಪವಾಸ ಮುಂತಾದ ತಪಸ್ಸು, ೪. ಸ್ನಾನಾದಿ ಶೌಚ, ೫. ಸುಖದುಃಖಾದಿ ದ್ವಂದ್ವಸಹಿಷ್ಣುತೆ, ೬. ದೇವಪೂಜೆ, ೭. ಶಮ, ೮. ದಮ (ಇಂದ್ರಿಯ ನಿಗ್ರಹ), ೯. ಅಹಿಂಸೆ, ೧೦. ಬ್ರಹ್ಮಚರ್ಯ, ಅಂದರೆ ಪರಸ್ತ್ರೀ ಸಂಗ ಮಾಡದಿರುವುದು, ೧೧. ನಿಷಿದ್ಧತ್ಯಾಗ, ೧೨. ಸಿಕ್ಕಷ್ಟದಿಂದಲೇ ತೃಪ್ತಿ ಪಡುವುದು, ೧೩. ಕಪಟವರ್ತನೆ ಇಲ್ಲದಿರುವುದು (ಆರ್ಜವ). ॥ ೮ ॥

೧೪. ಸ್ವಾಧ್ಯಾಯ, ೧೫. ಎಲ್ಲೆಡೆ ಭಗವಂತನನ್ನು ಸಮಾನವಾಗಿ ಕಾಣುವುದು, ೧೬. ಮಹಾತ್ಮರ ಸೇವೆ ಮಾಡುವುದು, ೧೭. ನಿಧಾನವಾಗಿ ದುರ್ವಿಷಯ ಭೋಗದಾಸೆಯನ್ನು ತ್ಯಜಿಸುವುದು, ೧೮. ಪರರಿಗೆ ಕೇಡು ಬಯಸಿದರೆ ತನಗೂ ಕೇಡೆಂದು ಆಲೋಚಿಸುವುದು, ೧೯. ಕೆಟ್ಟ ಮಾತುಗಳನ್ನು ಆಡದಿರುವುದು, ೨೦. ಸದಾ ಪರಮಾತ್ಮ ವಿಚಾರ ॥ ೯ ॥

೨೦. ತಾನು ಉಣ್ಣುವ ಅನ್ನವನ್ನು ಬ್ರಾಹ್ಮಣರಿಗೆ ಹಾಗೂ ಪಶುಗಳಿಗೆ ಯಥಾಯೋಗ್ಯವಾಗಿ ಹಂಚಿಕೊಟ್ಟಾದ ಮೇಲೆ ಉಳಿದದ್ದನ್ನು ತಾನು ಉಣ್ಣುವುದು, ೨೧. ಆಗ ಪಶ್ವಾದಿಗಳಲ್ಲಿಯೂ ಪರಮಾತ್ಮ ಮತ್ತು ತತ್ತ್ವಾಭಿಮಾನಿ ದೇವತೆಗಳಿರುವರೆಂಬ ಅನುಸಂಧಾನ. ॥ ೧೦ ॥

೨೨. ಗುರುವಿನ ಉಪದೇಶವನ್ನು ಶ್ರವಣ ಮಾಡುವುದು, ೨೩. ಭಗವನ್ನಾಮ ಸಂಕೀರ್ತನೆ, ೨೪. ಹರಿಸ್ಮರಣೆ, ೨೫. ಮಹಾತ್ಮರ ಸೇವೆ, ೨೬. ಅರ್ಚನೆ, ೨೭. ಪೂಜ್ಯ ವ್ಯಕ್ತಿಗಳಲ್ಲಿವಿನಯ, ೨೮. ಸಖ್ಯ, ೨೯. ರಾಮಕೃಷ್ಣಾದಿ ಅವತಾರ ರೂಪಗಳ ದಾಸ್ಯ ಮತ್ತು ಹೃದಯದಲ್ಲಿರುವ ಬಿಂಬ ಮೂರ್ತಿಯ ದಾಸ್ಯ ಮತ್ತು ೩೦. ಆತ್ಮ ಸಮರ್ಪಣೆ. ॥ ೧೧ ॥

ಎಲ್ಲ ವರ್ಣಗಳ ಹಾಗೂ ಆಶ್ರಮದವರಿಗೂ ಈ ಮೂವತ್ತು ಭಾಗವತಧರ್ಮಗಳು ಸಾಮಾನ್ಯ ಧರ್ಮವೆನಿಸಿವೆ. ಇವುಗಳ ಅನುಷ್ಠಾನ ದಿಂದ ಪರಮಾತ್ಮನು ಪ್ರೀತನಾಗುತ್ತಾನೆ.

"ಹೇ ಯುಧಿಷ್ಠಿರ! ಈ ಭಾಗವತ ಧರ್ಮಗಳು ಇತರೆಲ್ಲ ಧರ್ಮ ಗಳಿಗಿಂತ ಶ್ರೇಷ್ಠವಾದವುಗಳು ಎಂದು ನಾನು ಮಾತ್ರ ಹೇಳುತ್ತೇನೆಂದಲ್ಲ. ಆದರೆ ಭಗವದ್ಭಕ್ತರಾದ ಹಾಗೂ ೨೪ ಉಪದೇಶಕ ಗುರುಗಳಲ್ಲಿ ಒಬ್ಬರಾದ

'ಪ್ರಬುದ್ಧ' ಎನ್ನುವವರೂ ವಿದೇಹರಾಜನಿಗೆ ತಿಳಿಸಿದ ಭಾಗವತ ಧರ್ಮ
ಗಳಲ್ಲಿ ಇದೇ ಧರ್ಮಗಳ ಉಲ್ಲೇಖವಿದೆ. ಹೇಗೆಂದರೆ —

ಪ್ರಬುದ್ಧ ಉವಾಚ—

ತಸ್ಮಾದ್ಗುರುಂ ಪ್ರಪದ್ಯೇತ ಜಿಜ್ಞಾಸುಃ ಶ್ರೇಯ ಉತ್ತಮಮ್ ।
ಶಾಬ್ದೇ ಪರೇ ಚ ನಿಷ್ಣಾತಂ ಬ್ರಹ್ಮಣ್ಯುಪಶಮಾಶ್ರಯಮ್   ॥ ೨೧ ॥

ತತ್ರ ಭಾಗವತಾನ್ ಧರ್ಮಾನ್ ಶಿಕ್ಷೇತ್ ಗುರ್ವಾತ್ಮದೈವತಃ ।
ಅಮಾಯಯಾಽನುವೃತ್ಯಾ ಯೈಸ್ತುಷ್ಯೇದಾತ್ಮಾಽಽತ್ಮದೋ ಹರಿಃ ॥ ೨೨ ॥

ಸರ್ವತೋ ಮನಸೋಽಸಂಗಮಾದೌ ಸಂಗಂ ಚ ಸಾಧುಷು ।
ದಯಾಂ ಮೈತ್ರೀಂ ಪ್ರಶ್ರಯಂ ಚ ಭೂತೇಷ್ವದ್ಧಾ ಯಥೋಚಿತಮ್ ॥ ೨೩ ॥

ಶೌಚಂ ತಪಸ್ತಿತಿಕ್ಷಾಂ ಚ ಮೌನಂ ಸ್ವಾಧ್ಯಾಯಮಾರ್ಜವಮ್ ।
ಬ್ರಹ್ಮಚರ್ಯಮಹಿಂಸಾಂ ಚ ಸಮತ್ವಂ ದ್ವಂದ್ವಸಂಜ್ಞಯೋಃ   ॥ ೨೪ ॥

ಸರ್ವತ್ರಾತ್ಮೇಶ್ವರಾನ್ವೀಕ್ಷಾಂ ಕೈವಲ್ಯಮನಿಕೇತನಮ್   ।
ವಿವಿಕ್ತಂ ಚೀರವಸನಂ ಸಂತೋಷಂ ಯೇನ ಕೇನಚಿತ್   ॥ ೨೫ ॥

ಶ್ರದ್ಧಾಂ ಭಾಗವತೇ ಶಾಸ್ತ್ರೇಽನಿಂದಾಮನ್ಯತ್ರ ಚಾಪಿ ಹಿ ।
ಮನೋವಾಕ್ಕಾಯದಂಡಂ ಚ ಸತ್ಯಂ ಶಮದಮಾವಪಿ   ॥ ೨೬ ॥

ಶ್ರವಣಂ ಕೀರ್ತನಂ ಧ್ಯಾನಂ ಹರೇರದ್ಭುತಕರ್ಮಣಃ ।
ಜನ್ಮಕರ್ಮಗುಣಾನಾಂ ಚ ತದರ್ಥೇಽಖಿಲಚೇಷ್ಟಿತಮ್   ॥ ೨೭ ॥

ಇಷ್ಟಂ ದತ್ತಂ ತಪೋ ಜಪ್ತಂ ಪೂರ್ತಂ ಯಶ್ಚಾತ್ಮನಃ ಪ್ರಿಯಮ್ ।
ದಾರಾನ್ ಸುತಾನ್ ಪ್ರಿಯಾನ್ ಪ್ರಾಣಾನ್ ಪರಸ್ಮೈ ಸನ್ನಿವೇದಯೇತ್ ॥ ೨೮ ॥

ಏವಂ ಕೃಷ್ಣಾತ್ಮನಾಥೇಷು ಮನುಷ್ಯೇಷು ಚ ಸೌಹೃದಮ್ ।
ಪರಿಚರ್ಯಾಂ ಚೋಭಯತ್ರ ಮಹತ್ಸು ನೃಷು ಸಾಧುಷು ॥ ೨೯ ॥

ಪರಸ್ಪರಾನುಕಥನಂ ಪಾವನಂ ಭಗವದ್ಯಶಃ ।
ಮಿಥೋ ರತಿರ್ಮಿಥಸ್ತುಷ್ಟಿ ನಿವೃತ್ತಿರ್ಮಿಥ ಆತ್ಮನಃ   ॥ ೩೦ ॥

ಸ್ಮರಂತಃ ಸ್ಮಾರಯಂತಶ್ಚ ಮಿಥೋಽಘೌಘಹರಂ ಹರಿಮ್ ।
ಭಕ್ತ್ಯಾ ಸಂಜಾತಯಾ ಭಕ್ತ್ಯಾ ಬಿಭ್ರತ್ಯುತ್ಪುಳಕಾಂ ತನುಮ್ ॥ ೭೧ ॥

ಕ್ವಚಿದ್ ರುದಂತ್ಯಚ್ಯುತಚಿಂತಯಾ
ಕ್ವಚಿದ್ಧಸಂತಿ ನಂದಂತಿ ವದಂತ್ಯಲೌಕಿಕಾನ್ ॥
ನೃತ್ಯಂತಿ ಗಾಯಂತ್ಯನುಶೀಲಯಂತ್ಯಜಂ
ಭವಂತಿ ತೂಷ್ಣೀಂ ಪರಮೇತ್ಯ ನಿರ್ವೃತಾಃ   ॥ ೭೨ ॥

ಇತಿ ಭಾಗವತಾನ್ ಧರ್ಮಾನ್ ಶಿಕ್ಷನ್ ಭಕ್ತ್ಯಾ ತದುತ್ಥಯಾ ।
ನಾರಾಯಣಪರೋ ಮಾಯಾಮಂಜಸ್ತರತಿ ದುಸ್ತರಾಮ್ ॥ ೭೩ ॥
                             – (ಭಾಗ. ೧೧–೩, ೭೧–೭೩)

ಈ ಮೇಲಿನ ಶ್ಲೋಕಗಳಲ್ಲಿ ತಿಳಿಸಿರುವ ಭಾಗವತ ಧರ್ಮಗಳ ತಾತ್ಪರ್ಯವನ್ನು ಟಿಪ್ಪಣಿಗಳ ಆಧಾರದ ಮೇಲೆ ಈಗ ತೋರಿಸಲಾಗುವದು–

೧. ಸರ್ವತೋ ಮನಸೋಽಸಂಗಃ =

i. ಭಗವಂತನು ಸರ್ವೋತ್ತಮನೆಂಬ ನಿಶ್ಚಯ ಬುದ್ಧಿಯುಳ್ಳವನಾಗಿ ಪರಮಾತ್ಮೇತರ ವಸ್ತುಗಳಲ್ಲಿ ಆಸಕ್ತನಾಗದಿರುವುದು.

ii. ಹೀಗೆ ಹೇಳಿದರೆ "ಸಂಗಂ ಚ ಸಾಧುಷು" ಎಂಬ ಧರ್ಮಕ್ಕೆ (೭೩ ನೆಯ ಶ್ಲೋಕದಲ್ಲಿ ಹೇಳಿರುವ ೭ ನೆಯ ಭಾಗವತ ಧರ್ಮ) ವಿರುದ್ಧವಾಗುವುದು ಎಂಬ ಶಂಕೆ ಬರಬಹುದು. ಅದಕ್ಕಾಗಿ ಇಲ್ಲಿ ಅಸಂಗ ಎಂದರೆ ಸರ್ವ ಪ್ರಾಣಿಗಳಲ್ಲಿಯೂ ಯಥಾಯೋಗ್ಯ ಕನಿಕರ/ಸ್ನೇಹ/ಪೂಜ್ಯಭಾವನೆ ಹೊಂದಿರುವುದು ಎಂದು ಅರ್ಥ ಮಾಡಬೇಕು. ಇದರಿಂದ ಪರಮಾತ್ಮನ ಪ್ರಸಾದವಾಗುವುದು.

ಮಹತಾಂ ಬಹುಮಾನೇನ ಹೀನಾನಾಮನುಕಂಪಯಾ ।
ಮೈತ್ರ್ಯಾ ಚೈವಾತ್ಮತುಲ್ಯೇಷು ಭಗವಾನ್ ಸಂಪ್ರಸೀದತಿ ॥
                        – ಭಾಗ–೧೧–೨೦–೧೨

– ಮಹಾತ್ಮರಲ್ಲಿ ಗೌರವ ತೋರುವುದು, ಅಲ್ಪರಲ್ಲಿ ಅನುಕಂಪ, ಸಮಾನರಲ್ಲಿ ಮೈತ್ರೀ ತೋರುವುದರಿಂದ ಪರಮಾತ್ಮನು ಪ್ರೀತನಾಗುವನು. ಇದೇ ಅಸಂಗ.

೨. ಸಾಧುಸಂಗ = ಭಗವದ್ಭಕ್ತರ ಸಹವಾಸ = ದೈವೇಚ್ಛೆಯಿಂದ ಮಹತ್ಸಮಾಗಮವಾದ ನಂತರ ಅವರ ಉಪದೇಶಗಳಿಂದ ಪರಮಾತ್ಮನಲ್ಲಿ ಭಕ್ತಿಯುಂಟಾಗುವುದು ಮತ್ತು ಸಂಸಾರಬಂಧನದಿಂದ ಮುಕ್ತಿಯಾಗುವುದು.

i) ಜನಸ್ಯ ಕೃಷ್ಣಾದ್ವಿಮುಖಸ್ಯ ದೈವಾದಧರ್ಮಶೀಲಸ್ಯ ಸುದುಃಖಿತಸ್ಯ।
ಅನುಗ್ರಹಾಯೇಹ ಚರಂತಿ ನೂನಂ ಭೂತಾನಿ ಭವ್ಯಾನಿ ಜನಾರ್ದನಸ್ಯ ॥

೨–೭–೨

—ಶ್ರೀಕೃಷ್ಣನಿಂದ ವಿಮುಖರಾಗಿ ಅಧರ್ಮಶೀಲರಾದವರನ್ನು ಸದುಪ–ದೇಶದಿಂದ ಅನುಗ್ರಹಿಸುವುದಕ್ಕಾಗಿಯೇ ಮಹಾತ್ಮರು ಸಂಚರಿಸುತ್ತಿರುತ್ತಾರೆ.

ii)   ಭವಾಪವರ್ಗೋ ಭ್ರಮತೋ ಯದಾ ಭವೇದ್
       ಜನಸ್ಯ ತರ್ಹ್ಯಚ್ಯುತ ಸತ್ಸಮಾಗಮಃ ।
       ಸತ್ಸಂಗಮೋ ಯರ್ಹಿ ತದೈವ ಸದ್ಗತೌ
       ಪರಾವರೇಶೇ ತ್ವಯಿ ಜಾಯತೇ ರತಿಃ ॥   ಭಾಗ.೧೦–೫೧–೫೩
ಸತ್ಸಂಗದಿಂದ ಪರಮಾತ್ಮನಲ್ಲಿ ಭಕ್ತಿಯುಂಟಾಗಿ ಸದ್ಗತಿಯಾಗುತ್ತದೆ.

iii)   ನೈಷಾಂ ಮತಿಸ್ತಾವದುರುಕ್ರಮಾಂಘ್ರಿಂ
       ಸ್ಪೃಶತ್ಯನರ್ಥಾಪಗಮೇ ಯದುತ್ಥಃ ।
       ಮಹೀಯಸಾಂ ಪಾದರಜೋಽಭಿಷೇಕಂ
       ನಿಷ್ಕಿಂಚನಾನಾಂ ನ ವೃಣೀತ ಯಾವತ್ ॥   ಭಾಗ.೫–೨–೨೧
ಮಹಾತ್ಮರ ಸಂಗವಾಗುವವರೆಗೆ ಪರಮಾತ್ಮನ ಆರಾಧನೆಯಲ್ಲಿ ಬುದ್ಧಿಯುಂಟಾಗುವುದಿಲ್ಲ.

೩. ಶೌಚಂ = ಕರ್ಮಸ್ವಸಂಗಮಃ ಶೌಚಂ (೧೧–೧೯–೩೯) – ಕರ್ಮಗಳಲ್ಲಿ ಸಂಗವಿರದಿರುವುದು ಶುದ್ಧಿ. ಇದು ಎರಡು ವಿಧ–ಬಾಹ್ಯಶುದ್ಧಿ ಮತ್ತು ಅಂತರಂಗ ಶುದ್ಧಿ.

೪. ತಪಃ = ಕಾಮತ್ಯಾಗಃ ತಪಃ ಸ್ಮೃತಮ್ ॥ ೧೧–೧೯–೩೯ ॥ – ಪಾಪಕರವಾದ ವಿಚಾರಗಳಿಂದ ಮನಸ್ಸನ್ನು ದೂರ ಇಡುವುದು.

೫. ತಿತಿಕ್ಷಾ = ತಿತಿಕ್ಷಾ ದುಃಖಸಂಮರ್ಷಃ ॥ ೧೧–೧೯–೩೬ ॥ –ದುಃಖೋದ್ವೇಗಗಳನ್ನು ಸಹಿಸುವುದು.

೭. ಮೌನಂ = ಕೇವಲ ಮಾತು ನಿಲ್ಲಿಸುವುದಂತಲ್ಲ, ಸದಾ ಪರಮಾತ್ಮನ ಗುಣಗಳನ್ನು ಚಿಂತಿಸುವುದು.

೮. ಸ್ವಾಧ್ಯಾಯಃ = ಸಕಲ ಶಬ್ದಗಳೂ ಪರಮಾತ್ಮನನ್ನೇ ಮುಖ್ಯ– ವೃತ್ತಿಯಿಂದ ಬೋಧಿಸುತ್ತವೆಂಬುದನ್ನು ತಿಳಿಯುವುದು ಶಾಸ್ತ್ರಾಧ್ಯಯನ ಮಾತ್ರವಲ್ಲ.

೮. ಆರ್ಜವಂ = ಮನೋವಾಕ್ಕಾಯಗಳಿಂದ ಏಕಪ್ರಕಾರವಾದವರ್ತನೆ.

೯. ಬ್ರಹ್ಮಚರ್ಯಂ =
ಸ್ಮರಣಂ ಕೀರ್ತನಂ ಕೇಲಿಃ ಪ್ರೇಕ್ಷಣಂ ಗುಹ್ಯಭಾಷಣಂ ।
ಸಂಕಲ್ಪೋಽಧ್ಯವಸಾಯಶ್ಚ ಕ್ರಿಯಾನಿರ್ವೃತಿರೇವ ಚ ॥
ಏತನ್ಮೈಥುನಮಷ್ಟಾಂಗಂ ಪ್ರವದಂತಿ ಮನೀಷಿಣಃ । ಮತ್ತು

ಕರ್ಮಣಾ ಮನಸಾ ವಾಚಾ ಸರ್ವಾವಸ್ಥಾನು ಸರ್ವದಾ ।
ಸರ್ವತ್ರ ಮೈಥುನತ್ಯಾಗಂ ಬ್ರಹ್ಮಚರ್ಯಂ ಪ್ರಚಕ್ಷತೇ ॥
ಬ್ರಹ್ಮಚರ್ಯವೆಂದರೆ ಈ ಮೇಲಿನ ಶ್ಲೋಕಗಳಲ್ಲಿ ತಿಳಿಸಿದ ಅಷ್ಟಾಂಗ ಮೈಥುನವನ್ನು ಬಿಡುವುದೆಂದು ಮಾತ್ರವಲ್ಲ. ಸರ್ವೇಂದ್ರಿಯಾಣಾಂ ತದ್ವೃತ್ತೀನಾಂ ಕಾಯಸ್ಯ ತದ್ವ್ಯಾಪಾರಾಣಾಂ ಚೇತಿ ಸರ್ವೇಷಾಂ ಬ್ರಹ್ಮಣಿ ಚರಣಮೇವ ಬ್ರಹ್ಮ ಚರ್ಯಮಿತಿ ಸ್ವೀಕಾರಾತ್ ।" ಎಂದು ತಿಳಿಸಿದಂತೆ ಸರ್ವೇಂದ್ರಿಯಗಳ ವ್ಯಾಪಾರಗಳನ್ನು ಪರಮಾತ್ಮನ ಪ್ರೀತ್ಯರ್ಥವಾಗಿ ಆಚರಿಸುವುದು ಮತ್ತು ಪರಮಾತ್ಮನಲ್ಲಿ ಸಂತತ ರತಿಯುಳ್ಳವನಾಗಿರುವುದೇ ಬ್ರಹ್ಮಚರ್ಯ.

೧೦. ಅಹಿಂಸಾ = ಅನ್ಯರ ಮನಸ್ಸನ್ನು ನೋಯಿಸದಿರುವುದು ಎಂಬುದು ಸಾಮಾನ್ಯ ಅರ್ಥ. ಇಂಥ 'ಅಹಿಂಸಾ' ಧರ್ಮವನ್ನು ಆಚರಿಸಿದರೆ ಅದು ಭಾಗವತಧರ್ಮವಾಗುವುದಿಲ್ಲ ಮತ್ತು ಮುಕ್ತಿಗೆ ಸಾಧನವೂ ಆಗುವುದಿಲ್ಲ. ಪರಹಿಂಸೆಗೆ ಮೂಲಕಾರಣವೂ, ಅಜ್ಞಾನದಿಂದ ಬಂಧಿಸು ವುದೂ ಮತ್ತು ಅರಿಷಡ್ವರ್ಗದಲ್ಲಿ ಮುಖ್ಯವೂ ಆದ 'ಕಾಮ'ವನ್ನು ಗೆಲ್ಲುವುದೇ ಅಹಿಂಸೆಯ ಮುಖ್ಯಾರ್ಥವು.

೧೧. ಸಮತ್ವಂ = ಸಮತ್ವಂ ದ್ವಂದ್ವಸಂಜ್ಞಯೋಃ ಅಂದರೆ ಸುಖ–ದುಃಖ, ಮಾನಾಪಮಾನ, ಲಾಭಾಲಾಭ, ಜಯಾಪಜಯ, ಇವೇ

ಮೊದಲಾದ ದ್ವಂದ್ವಗಳ ಮೋಹಕ್ಕೆ ಒಳಗಾಗದೇ ಸುಖ–ದುಃಖಾದಿಗಳನ್ನು ಪರಮಾತ್ಮನೇ ಕೊಡುವನೆಂದು ತಿಳಿದು ವಿಷಯಸುಖದ ಭ್ರಮೆಯನ್ನು ತ್ಯಜಿಸುವುದು.

೧೨. ಸರ್ವತ್ರ ಆತ್ಮೇಶ್ವರಾನ್ವೀಕ್ಷಾ = ಪರಮಾತ್ಮನ ಪರಮ ಮಂಗಳರೂಪಗಳನ್ನು ಸರ್ವದಾ ಚಿಂತಿಸುವುದು. ಜೀವಾಂತರ್ಗತನಾಗಿ ಆತ್ಮ, ಪುರುಷ, ಪ್ರತಿಜೀವ, ವಾಸುದೇವ, ಹರಿ ಎಂಬ ನಾಮಗಳಿಂದಲೂ ಬಹಿಸ್ಥಿತನಾಗಿ ಕಾಲ, ಈಶ್ವರಾದಿ ನಾಮಗಳಿಂದಲೂ ಕರೆಯಲ್ಪಡುವ ನಾರಾಯಣನು ಸರ್ವರೂಪಗಳಲ್ಲಿ ಸಮನೆಂದು ತಿಳಿದು ಸರ್ವತ್ರ ವ್ಯಾಪ್ತನೆಂದು ಭಾವಿಸುವುದು.

೧೩. ಕೈವಲ್ಯಂ = ಕೇವಲಃ ಸಹಾಯರಹಿತಃ, ತಸ್ಯ ಭಾವಃ ಕೈವಲ್ಯಂ ಏಕಾಕಿತ್ವಮ್ । – ಏಕಾಕಿಯಾಗಿ ಅಸಹಾಯಕನಾಗಿರುವಿಕೆ ಎಂದರ್ಥ. ತ್ಯಾಗ, ಸಂನ್ಯಾಸ ಮತ್ತು ಅಸ್ತೇಯಗಳಿಂದ ಪರಮಾತ್ಮನನ್ನೇ ಸರ್ವ ಭಾವದಿಂದ ಶರಣು ಹೊಂದಿ ಇತರ ಯಾವ ವಸ್ತುವನ್ನೂ ಆಶ್ರಯಿಸದಿರುವುದು.

೧೪. ಅನಿಕೇತನಂ = ನಿಯತ ಸ್ಥಾನವಿಲ್ಲದಿರುವಿಕೆ, ನಿಯತ ಸ್ಥಳದಲ್ಲಿ ವಾಸ ಮಾಡಿದರೆ ಸ್ಥಳಾದಿಗಳ ಬಗ್ಗೆ ಅಭಿಮಾನವು ಉಂಟಾಗಿ ಮನೋವ್ಯಥೆಗೆ ಕಾರಣವಾಗುತ್ತದೆ. ಹೀಗಾಗದಂತೆ ಸದಾ ತೀರ್ಥಾಟನೆ ಮಾಡುತ್ತ ಭಗವದ್ಭಕ್ತರ ಸಹವಾಸದಲ್ಲಿದ್ದು ಅವರಿಂದ ಉಪದೇಶ ಪಡೆಯಬೇಕು. ಮತ್ತು "ಅಃ ಆಕಾರವಾಚ್ಯಃ ವಿಷ್ಣುರೇವ ಮಮ ನಿಕೇತನಂ ನಾನ್ಯತ್ ಜಡಂ, ತಸ್ಯ ಆಧಾರತಾ ಶಕ್ತಭಾವಾತ್ ತದಾಧಾರತಾಪ್ರತೀತೇಃ ಭ್ರಾಂತಿತ್ವಾತ್।" = ಆಕಾರವಾಚ್ಯನಾದ ಶ್ರೀಹರಿಯೇ ನನ್ನ ಮುಖ್ಯಾಶ್ರಮ, ಜಡವಾದ ಗೇಹಾದಿಗಳಿಗೆ ಇನ್ನೊಬ್ಬರಿಗೆ ಆಧಾರವಾಗಿರುವ ಶಕ್ತಿ ಇಲ್ಲ. ಶಕ್ತಿ ಇದೆ ಎಂದು ತಿಳಿಯುವುದು ಭ್ರಮೆ ಎಂದು ತಿಳಿಯುವುದೇ ಅನಿಕೇತನಂ ಎಂಬ ಭಾಗವತ ಧರ್ಮದ ಲಕ್ಷಣವು.

೧೫. ವಿವಿಕ್ತಂ = ವಿವಿಕ್ತದೇಶಸೇವಿತ್ವಂ = ಇಂದ್ರಿಯಸಹಿತವಾದ ಈ ಪ್ರಾಕೃತ ದೇಹವನ್ನು ಪರಮಾತ್ಮನ ವಾಸಸ್ಥಾನವೆಂದು ತಿಳಿದು, ತನ್ನದೆಂಬ ದುರಭಿಮಾನವನ್ನು ಬಿಟ್ಟು, ವಿವೇಕದಿಂದ ಅಂದರೆ ಜೀವ, ದೇಹದಿಂದ ಬೇರೆಯಾಗಿದೆ ಎಂಬ ಬುದ್ಧಿಯಿಂದ ವಾಸಿಸುವುದು.

೧೭. ಚೀರವಸನಂ = ಹರಿದ ಬಟ್ಟೆ ಎಂದು ಅರ್ಥಮಾಡಬಾರದು. ಶ್ರೀಹರಿಯಿಂದ ದತ್ತವಾದ ದೇಹದಿಂದ ಸ್ವಕರ್ಮ ಫಲವನ್ನು ಭೋಗಿಸಿ ದೇಹಾಂತರಗಳು ಬಾರದಂತೆ ನಿವೃತ್ತ ಕರ್ಮರತನಾಗಿರುವುದು ಎಂದು ಅರ್ಥೈಸಬೇಕು.

೧೮. ಸಂತೋಷಂ ಯೇನ ಕೇನಚಿತ್ = ದೇಹಧಾರಣೆಗೆ ಅತ್ಯವಶ್ಯವಾದ ಯಾವುದಾದರೊಂದು ಯೋಗ್ಯ ಉಪಜೀವಿಕೆಯನ್ನು ಆರಂಭಿಸಿ ಅದರಲ್ಲಿ ದೊರಕುವ ಫಲದಿಂದಲೇ ತೃಪ್ತನಾಗಿ ಶ್ರೀಹರಿಯ ಆರಾಧನೆಯನ್ನು ವಿಚ್ಛೇದವಿಲ್ಲದಂತೆ ಆಚರಿಸುವುದು.

೧೯. ಶ್ರದ್ಧಾಂ ಭಾಗವತೇ ಶಾಸ್ತ್ರೇ = ವೇದ–ಪಂಚರಾತ್ರ– ಭಾರತಾದಿ ಶಾಸ್ತ್ರಗಳಲ್ಲಿ ಶ್ರದ್ಧೆ ಇರಿಸೋಣ,

೧೯. ಅನಿಂದಾಂ /ನಿಂದಾಂ ಅನ್ಯತ್ರ ಚಾಪಿ ಹಿ = i. ಅನ್ಯತ್ರ= ಜ್ಯೋತಿಷ್ಯ, ಸಂಗೀತ, ವೈದ್ಯಶಾಸ್ತ್ರಗಳನ್ನು ಅಧ್ಯಯನ ಮಾಡಿದರೆ ಭಕ್ತಿ– ಶಾಸ್ತ್ರಾಧ್ಯಯನಕ್ಕೆ ಮತ್ತು ಜ್ಞಾನಸಾಧನೆಗೆ ಪೋಷಕವಾಗುವುದರಿಂದ ಆ ಅನ್ಯಶಾಸ್ತ್ರಗಳನ್ನು ನಿಂದಿಸಬಾರದು.

ii. ನಿಂದಾಂ = ಭಕ್ತಿ ಶಾಸ್ತ್ರಜ್ಞಾನವಿಲ್ಲದಿರುವಾಗಲಂತೂ ಅನ್ಯಶಾಸ್ತ್ರಗಳ ಅಧ್ಯಯನವ ಹೇಯ. ಭಕ್ತಿಶಾಸ್ತ್ರಕ್ಕೆ ವಿರೋಧಿಯಾದ ನಾಸ್ತಿಕದರ್ಶನಗಳನ್ನು ಸರ್ವಥಾ ನಿಂದ್ಯ ಎಂದು ತಿಳಿದು ಅವುಗಳನ್ನು ದೂರವಿಡಬೇಕು.

೨೦. ಮನೋ ವಾಕ್ಕಾಯದಂಡಂ = ಮನಸ್ಸು, ವಾಗಾದಿ ಇಂದ್ರಿಯಗಳು ಮತ್ತು ದೇಹ ಇವುಗಳನ್ನು ನಿಗ್ರಹಿಸಿ ಭಗವತ್ಪರವಾಗಿಸುವುದು.

ಸತ್ಯಂ = ಯಥಾರ್ಥಜ್ಞಾನವನ್ನು ಪಡೆದುಕೊಂಡು ಭಗವದ್ಧ್ಯಾನಪರ ನಾಗಿರುವುದು ಎಂಬುದೇ 'ಸತ್ಯ' ಪದದ ಮುಖ್ಯಾರ್ಥವ.

"ಸತ್ಯಂ ಭೂಕಹಿತಂ ಪ್ರೋಕ್ತಂ ನ ಯಥಾರ್ಥಾಭಿಭಾಷಣಂ" ಎಂಬಲ್ಲಿ ಮತ್ತು ಯತ್ನಸ್ತಾಂ ಹಿತಮತ್ಯಂತಂ ತತ್ನ್ತ್ಯಮಿತಿ ಕಥ್ಯತೇ । (ಭಾಗ. ೬–೧–೧೯) ಎಂಬಲ್ಲಿ ಸಜ್ಜನರಿಗೆ ಮತ್ತು ಪ್ರಾಣಿಗಳಿಗೆ ಹಿತಸಾಧಕ ವಾದ ವಚನವೇ 'ಸತ್ಯ' ಎಂದೆನಿಸಿಕೊಳ್ಳುವುದು. ಕೇವಲ ಯಥಾರ್ಥಾಭಿ– ಭಾಷಣ ಎಂದು ಸತ್ಯ ಪದದ ಅರ್ಥವಿದ್ದರೂ ಇದು ಗೌಣವಾದ

(ಅಮುಖ್ಯ) ಅರ್ಥವೆಂದು ತಿಳಿಯಬೇಕು. ಅಥವಾ **ಸತ್ ನೃಣಾಂ ಸಾಧುಭಾವಲಕ್ಷಣಂ ಮೋಕ್ಷಾದಿ ಪುರುಷಾರ್ಥಂ   ಯಾಪಯತೀತಿ ಸತ್ಯಂ**=ಸಜ್ಜನರಿಗೆ ಮೋಕ್ಷಾದಿ ಪುರುಷಾರ್ಥವನ್ನು ಕೊಡುವ ಶ್ರೀಹರಿಯಲ್ಲಿ ಆಸಕ್ತನಾಗಿರುವುದು.

೨೦. **ಶಮ** = **ಶಮೋ ಮನ್ನಿಷ್ಠಿತಾ ಬುದ್ಧಿಃ** = ಪರಮಾತ್ಮನಲ್ಲೇ ಮನಸ್ಸನ್ನು ಇಡುವುದು. ಭಾಗ.೧೧–೧೯–೩೩.

೨೧. **ದಮ** = ಇಂದ್ರಿಯನಿಗ್ರಹ = ಎಲ್ಲ ಇಂದ್ರಿಯಗಳನ್ನು ನಿಗ್ರಹಿಸಿ ಪರಮಾತ್ಮನ ಆರಾಧನೆಯಲ್ಲಿ ತೊಡಗಿಸುವುದು.

೨೨. **ಶ್ರವಣಂ** = ಭಗವನ್ಮಹಿಮೆಗಳನ್ನು ಆದರದಿಂದ ಕೇಳುವುದು.

೨೩. **ಕೀರ್ತನಂ** = ಭಕ್ತಿಯಿಂದ ಭಗವಂತನ ಗುಣಗಾನ ಮಾಡುವುದು.

೨೪. **ಧ್ಯಾನಂ** = ಶ್ರವಣ ದರ್ಶನಾದಿ ಜನಿತ ಮಾನಸವಾಸನಾಮ– ಯಸ್ಯ ವಸ್ತುನಃ ಮನಸಾವಲೋಕನಂ ಧ್ಯಾನಂ = ಗುರುಗಳು ಹೇಳಿದುದನ್ನು ಕೇಳುವುದು **ಶ್ರವಣ**, ಅದನ್ನು ಅನುಸರಿಸಿ ಉಚ್ಚರಿಸುವುದು **ಕೀರ್ತನ**, ಅದನ್ನು ನಿರಂತರ ಅನುಸಂಧಾನ ಮಾಡಿಕೊಳ್ಳುವುದೆಂಬ **ಮನನ** ಮತ್ತು ಭಗವಂತನ ಪ್ರತಿಮೆಗಳ ದರ್ಶನ ಇವುಗಳಿಂದ (ಶ್ರವಣ–ಕೀರ್ತನ– ಮನನ–ದರ್ಶನ) ಉಂಟಾದ ಮಾನಸ ವಾಸನಾಮಯವಾದ ವಸ್ತುವನ್ನು ಮನಸ್ಸಿನಲ್ಲೇ ಚಿಂತಿಸುತ್ತಿರುವುದು ಅಥವಾ ಅಖಂಡವಾಗಿ ನೋಡುತ್ತಿರು ವುದೇ ಧ್ಯಾನ. ಅಥವಾ ಸ್ಮರಣೆಯ ಪರಾಕಾಷ್ಠವೇ ಧ್ಯಾನ. (ಮಾಧ್ವ ನಿಘಂಟು. ಪುಟ. ೨೨೨).

೨೫. **ಸರ್ವಸಮರ್ಪಣಂ** = ತಾನು ಮಾಡುವ ಯಾಗ–ದಾನಾದಿ ಸತ್ಕಾರ್ಯಗಳನ್ನು, ತನಗೆ ಪ್ರಿಯವಾದವುಗಳನ್ನೂ ಮತ್ತು ತನ್ನನ್ನೂ ಶ್ರೀಹರಿಗೆ ಸಮರ್ಪಿಸುವುದು. (ಭಾಗ.೧೧–೨–೩೯).

೨೬. **ಸೌಹೃದಂ** = ಶ್ರೀಕೃಷ್ಣನೇ ತನ್ನ ಸ್ವಾಮಿ ಎಂದು ನಂಬಿರುವ ಸಾಮಾನ್ಯ ಮಾನವರೊಂದಿಗೆ ಸ್ನೇಹದಿಂದ ಇರುವುದು. (೧೧–೨–೩೦).

೨೭. **ಪರಿಚರ್ಯಾ** = ಮಹಾತ್ಮರಾದ ದೇವಾದಿಗಳ ಮತ್ತು ಉತ್ತಮರಾದ ಮನುಷ್ಯರ ಸೇವೆ ಮಾಡುವುದು. (೧೧–೨–೩೦).

೨೯. ಪರಸ್ಪರಾನುಕಥನಂ = ಶ್ರೀಹರಿಯ ಪಾವನವಾದ ಮಹಿಮೆ ಗಳನ್ನು ಭಕ್ತರು ಪರಸ್ಪರ ಹೇಳಿಕೊಳ್ಳುವುದು. (ಭಾಗ.೧೧–೨–೩೧).

೩೦. ರತಿ–ತುಷ್ಟಿ–ನಿವೃತ್ತಿ = ಭಕ್ತರ ಸಹವಾಸದಲ್ಲಿಯೇ ಇದ್ದು ಸುಖ–ಸಂತೋಷಗಳನ್ನು ಕಾಣುತ್ತ ಬೇರೆ ವಿಷಯಗಳ ಕಡೆಗೆ ಹೋಗದಿರು ವುದು. (ಭಾಗ.೧೧–೨–೩೧).

ಭಾಗವತ ೨ ನೆಯ ಸ್ಕಂಧದಲ್ಲಿ ತಿಳಿಸಿದ ೩೦ ಭಾಗವತ ಧರ್ಮ ಗಳಿಗೂ ೧೧ ನೆಯ ಸ್ಕಂಧದಲ್ಲಿ ತಿಳಿಸಿದ ೩೦ ಭಾಗವತ ಧರ್ಮಗಳಿಗೂ ಶಬ್ದ ಹಾಗೂ ಕ್ರಮದಲ್ಲಿ ಸ್ವಲ್ಪ ವ್ಯತ್ಯಾಸವಿದ್ದಂತೆ ತೋರಿದರೂ ಅವುಗಳ ಅರ್ಥದಲ್ಲಿ ವ್ಯತ್ಯಾಸವಿಲ್ಲ.

ಈ ಮೂವತ್ತು ಮುಖ್ಯ ಭಾಗವತ ಧರ್ಮಗಳನ್ನು ಶ್ರದ್ಧೆಯಿಂದ ಅನುಷ್ಠಾನ ಮಾಡಿ ಶ್ರೀಹರಿಯ ಆರಾಧಕನಾದರೆ ಭಗವಂತನು ಪ್ರಸನ್ನನಾಗು ತ್ತಾನೆ (ತ್ರಿಂಶಲ್ಲಕ್ಷಣಸಂಯುಕ್ತಃ ಸರ್ವಾತ್ಮಾ ಯೇನ ತುಷ್ಯತಿ ।– ಭಾಗ. ೨–೧೭–೧೭) ಮತ್ತು ಆ ಆರಾಧಕ ಭಕ್ತನು ದುಸ್ತರವಾದ ಬಂಧಕ ಪ್ರಕೃತಿಯನ್ನು (ಸಂಸಾರ) ದಾಟಿ ಮುಕ್ತನಾಗುತ್ತಾನೆ (ನಾರಾಯಣಪರೋ ಮಾಯಾಮಂಜಸ್ತರತಿ ದುಸ್ತರಾಮ್ ॥– ಭಾಗ. ೧೧–೨–೩೪).

ಈ ಭಾಗವತ ಧರ್ಮಗಳನ್ನು ಚೆನ್ನಾಗಿ ತಿಳಿದು ಅನುಷ್ಠಾನ ಮಾಡಿ ಅನೇಕ ಭಕ್ತರು ಮುಕ್ತರಾಗಿದ್ದಾರೆ. ಅವರಲ್ಲಿ ಪ್ರಮುಖರಾದವರೆಂದರೆ –

ಸ್ವಯಂಭೂಃ ನಾರದಃ ಶಂಭುಃ ಕುಮಾರಃ ಕಪಿಲೋ ಮುನಿಃ ।
ಪ್ರಹ್ಲಾದೋ ಜನಕೋ ಭೀಷ್ಮೋ ಬಲಿರ್ವೈಯಾಸಕಿರ್ವಯಮ್ ॥ ೨೦ ॥

ದ್ವಾದಶೈತೇ ವಿಜಾನೀಮೋ ಧರ್ಮಂ ಭಾಗವತಂ ಭಟಾಃ ।
ಗುಹ್ಯಂ ವಿಶುದ್ಧಂ ದುರ್ಬೋಧಂ ಯಂ ಜ್ಞಾತ್ವಾಮೃತಮಶ್ನುತೇ ॥ ೨೧ ॥
                               (ಭಾಗ.೬–೨–೨೦, ೨೧).

– ಚತುರ್ಮುಖ ಬ್ರಹ್ಮ (ಮುಕ್ತ ಬ್ರಹ್ಮ), ನಾರದ, ಶಂಭು, ಸನತ್ಕುಮಾರ, ಕಪಿಲ, ಸ್ವಾಯಂಭುವ ಮನು, ಪ್ರಹ್ಲಾದ, ಜನಕಮಹಾರಾಜ, ಭೀಷ್ಮ, ಬಲಿ, ಶುಕ ಮತ್ತು ಯಮಧರ್ಮ ಈ ಹನ್ನೆರಡು ಮಂದಿ ಭಾಗವತ ಧರ್ಮಗಳನ್ನು ಚೆನ್ನಾಗಿ ಅರಿತು ಮುಕ್ತರಾದವರಲ್ಲಿ ಪ್ರಮುಖರಾಗಿದ್ದಾರೆ.

೨೦. (ii) ಶ್ರೀಮದ್ಭಾಗವತದಲ್ಲಿ ವೈಷ್ಣವ ಧರ್ಮಶಾಸ್ತ್ರ
(ಭಾಗ.೧೧, ಅ.೨೯)

ಉದ್ಧವ ಉವಾಚ–
ಸುದುಸ್ತರಾಮಿಮಾಂ ಮನ್ಯೇ ಯೋಗಚರ್ಯಾಮನಾತ್ಮನಃ ।
ಯಥಾಂಜಸಾ ಪುಮಾನ್ ಸಿದ್ಧ್ಯೇತ್ತನ್ನೇ ಬ್ರೂಹ್ಯಂಜಸಾಚ್ಯುತ ॥ ೧ ॥

ಪ್ರಾಯಶಃ ಪುಂಡರೀಕಾಕ್ಷ ಯುಂಜತೋ ಯೋಗಿನೋ ಮನಃ ।
ವಿಷೀದತ್ಯಸಮಾಧಾನಾನ್ಮೋನಸಂಯಮಕರ್ಷಿತಮ್   ॥ ೨ ॥

ಅಥೋ ತ ಆನಂದದುಘಂ ಪದಾಂಬುಜಂ
ಹಂಸಾಃ ಶ್ರಯೇರನ್ನರವಿಂದಲೋಚನ ।
ಸುಖಂ ಚ ವಿಶ್ವೇಶ್ವರ ಯೋಗಕರ್ಮಭಿ –
ಸ್ತ್ವನ್ಮಾಯಯಾಮೀ ವಿಹತಾ ನ ಮಾನಿನಃ   ॥ ೩ ॥

ಕಿಂ ಚಿತ್ರಮಚ್ಯುತ ತವೈತದಶೇಷಬಂಧೋ–
ದಾರ್ಸೇಷ್ವನನ್ಯಶರಣೇಷು ಯದಾತ್ಮದಸ್ತ್ವಮ್ ।
ಯೋಽರೋಚಯತ್ತ ಪಶುಪೈಃ ಸ್ವಯಮೀಶ್ವರಾಣಾಂ
ಶ್ರೀಮತ್ಕಿರೀಟಮಣಿಘಟ್ಟಿತಪಾದಪೀಠಃ   ॥ ೪ ॥

ಹೇ ಅಚ್ಯುತ, ಮನೋನಿಗ್ರಹವಿಲ್ಲದ ಮಾನವನಿಗೆ ಈ ಯೋಗ ಮಾರ್ಗ ಪ್ರವೇಶವೇ ಕಷ್ಟಸಾಧ್ಯವೆಂದು ನನ್ನ ಭಾವನೆ. ಅಂಥ ಮಾನವನೂ ಕೂಡ ಯಾವ ಸಾಧನದಿಂದ ಚೆನ್ನಾಗಿ ಸಿದ್ಧಿ ಪಡೆಯಬಹುದೆಂಬುದನ್ನು ನನಗೆ ಹೇಳು. ॥ ೧ ॥ ಪುಂಡರೀಕಾಕ್ಷ, ಪ್ರಾಯಶಃ ಯೋಗಾಭ್ಯಾಸಿಗೆ ಮನಸ್ಸನ್ನು ನಿನ್ನಲ್ಲಿಟ್ಟಿರಿಸುವ ಯತ್ನಕ್ಕೆಗೂಡುವುದಿಲ್ಲ, ಮನಸ್ಸು ಮೌನ ಸಂಯಮಗಳಿಂದ ಸೋತು ಸೊರಗಿ ದುಃಖಪಡುತ್ತದಷ್ಟೇ. ॥ ೨ ॥ ಆದರಿಂದ ಹೇ ಅರವಿಂದ– ಲೋಚನ, ಜಗದೀಶ್ವರ, ಆನಂದದಾಯಕವಾದ ನಿನ್ನ ಪಾದಕಮಲವನ್ನು ರಾಗಾದಿದೋಷರಹಿತ ಶ್ರೇಷ್ಠ ಜ್ಞಾನಿಗಳು ಮಾತ್ರ ಹೊಂದಬಲ್ಲರು. ಅವರು ಮಾತ್ರ ಯೋಗಾನುಷ್ಠಾನಗಳಿಂದ ಸುಖವನ್ನೇ ಪಡೆಯಬಲ್ಲರು. 'ಮಾನಿನಃ' ಜ್ಞಾನಿಗಳನ್ನು ನಿನ್ನ ಬಂಧಕಮಾಯೆ ತಡೆಯಲಾರದು. 'ಮಾನಿನಃ' ದೇಹಾಭಿಮಾನಿಗಳನ್ನು ಮಾತ್ರ ಅದು ಹೊಡೆಯುತ್ತದೆ. ॥ ೩ ॥ ಅಚ್ಯುತ! ಸಕಲ ಸಜ್ಜನರಿಗೆ ಬಂಧುವಾಗಿರುವ ನಿನ್ನ ವಿಷಯದಲ್ಲಿ ಇದೇನಾಶ್ಚರ್ಯ?

ತಂ   ತ್ವಾಖಿಲಾತ್ಮದಯಿತೇಶ್ವರಮಾಶ್ರಿತಾನಾಂ
ಸರ್ವಾರ್ಥದಂ ಸುಕೃತವಿದ್ವಿಸೃಜೇತ ಕೋ ನು ।
ಕೋ ವಾ ಭಜೇತ್ಕಿಮಪಿ ವಿಸ್ಮೃತಚಿತ್ತವೃತ್ತಿಃ
ಕಿಂ ವಾ ನ ವೇದ ತವ ಪಾದರಜೋಽಮೃತಾಂಭಃ   ॥ ೭ ॥

ನೈವೋಪಯಾಂತ್ಯಪಚಿತಿಂ   ಕವಯಸ್ತವೇಶ
ಬ್ರಹ್ಮಾದಯೋಽಪಿ ನತಮೂರ್ಧ ಸದಾ ಸ್ಮರಂತಃ ।
ಯೋಽಂತರ್ಬರ್ಹಿಸ್ತನುಭೃತಾಮಶುಭಂ   ವಿಧುನ್ವ—
ನ್ನಾಚಾರ್ಯಚೈತ್ಯವಪುಷಾ ಸ್ವಗತಿಂ ವ್ಯನಕ್ಷಿ   ॥ ೮ ॥

ಅನ್ಯರನ್ನೊಲ್ಲದೆ ನಿನ್ನನ್ನೇ ಭಜಿಸುವ ಸೇವಕರಿಗೆ ನೀನು ನಿನ್ನನ್ನೇ ಕೊಡುವೆ. ಆದರಿಂದ ಸ್ವಯಂ ಬ್ರಹ್ಮಾದಿಲೋಕಪಾಲಕರ ಹೊಳೆವ ಕಿರೀಟರತ್ನಗಳು ನಿನ್ನ ಪಾದಪೀಠಕ್ಕೆ ತಗಲುತ್ತಿರುವಾಗ ನೀನು ಗೋಪಾಲಕರ ಜೊತೆಗೆ ಆಟವಾಡಲು ಬಯಸಿದೆ! ॥ ೭ ॥ ಎಲ್ಲ ಜೀವರಿಗೆ ಮೆಚ್ಚಿನ ದೊರೆಯಾದ ನೀನು ಆಶ್ರಿತರಿಗೆ ಎಲ್ಲ ಅಭೀಷ್ಟ ನೀಡುತ್ತಿರುವಾಗ ನೀ ಮಾಡುವ ಉಪಕಾರ ವನ್ನು— ಮರೆಯದವನು ಯಾವನು ನಿನ್ನನ್ನು ಬಿಟ್ಟರಬಲ್ಲ? ನಿನ್ನಲ್ಲಿ ಸಮಸ್ತ ಚಿತ್ತವೃತ್ತಿ ಭಕ್ತಿ ಮಾಡುವುದನ್ನು ಮರೆತು ಬೇರೆ ಕ್ಷುದ್ರವಿಷಯವನ್ನು ಸೇವಿಸುವ ಅವನು ನಿನ್ನ ಪಾದರಜೋಮಿಶ್ರಿತ ಅಮೃತಜಲವನ್ನು ಸವಿದೇ ಇಲ್ಲವೇನು? ಹಾಗಾದರೆ ಅವನು ಕೇವಲ ಪಶುವೇ ಸರಿ. ॥ ೭ ॥ ಜ್ಞಾನಿಗಳಾದ ಬ್ರಹ್ಮಾದಿಗಳೂ ಕೂಡ ತಲೆಬಾಗಿ ಸದಾ ನಿನ್ನನ್ನು ನೆನೆಯುತ್ತಾರೆ ಹೊರತು ನೀ ಮಾಡುವ ಉಪಕಾರಕ್ಕೆ ತಕ್ಕುದಾದ ಸೇವೆ ಮಾಡಲು ಶಕ್ತರಾಗುವುದಿಲ್ಲ. ನೀನು ದೇಹಿಗಳ ಒಳಹೊರಗೆ ಇದ್ದು ಅವರ ಪಾಪಗಳನ್ನು ಕಳೆವೆ, ಮಾತ್ರವಲ್ಲದೆ ಶ್ರೀಮಧ್ಧಾಚಾರ್ಯರ ಚಿತ್ತಗೋಚರವಾದ ವ್ಯಾಸಾದಿ ರೂಪದಿಂದ ಅವನ ಮೂಲಕ ಎಲ್ಲರಿಗೂ ಸ್ವಯೋಗ್ಯಜ್ಞಾನವನ್ನು ವ್ಯಕ್ತಮಾಡಿಕೊಡುವಿ. ಚಿತ್ತಾಭಿಮಾನಿ ಜಗದ್ಗುರು ಬ್ರಹ್ಮನೊಳಗಿರುವ ಚಿತ್ತನಿಯಾಮಕರೂಪದಿಂದಲೂ ಜ್ಞಾನವನ್ನು ನೀಡುವಿ. ॥ ೮ ॥

ಶ್ರೀಶುಕ ಉವಾಚ–
ಇತ್ಯುದ್ಧವೇನಾತ್ಯನುರಕ್ತಚೇತಸಾ ಪೃಷ್ಟೋ ಜಗತ್ಕ್ರೀಡನಕಃ ಸ್ವಶಕ್ತಿಭಿಃ ।
ಗೃಹೀತಮೂರ್ತಿತ್ರಯ ಈಶ್ವರೇಶ್ವರೋ ಜಗಾದ ಸಪ್ರೇಮಮನೋಹರಸ್ಮಿತಃ ॥೮॥

ಶ್ರೀಭಗವಾನುವಾಚ–
ಹಂತ ತೇ ವರ್ಣಯಿಷ್ಯಾಮಿ ಮಮ ಧರ್ಮಾನ್ ಸುಮಂಗಲಾನ್।
ಯಾನ್ ಶುದ್ಧಾನಾಚರನ್ ಮರ್ತ್ಯೋ ಮೃತ್ಯುಂ ಜಯತಿ ದುರ್ಜಯಮ್ ॥ ೮ ॥

ಕುರ್ಯಾತ್ಸರ್ವಾಣಿ ಕರ್ಮಾಣಿ ಮದರ್ಥಂ ಶನಕೈಃ ಸ್ಮರನ್ ।
ಮಯ್ಯರ್ಪಿತಮನಶ್ಚಿತ್ತೋ ಮದ್ಧರ್ಮಾತ್ಮಮನೋರತಿಃ   ॥ ೯ ॥

ದೇಶಾನ್ ಪುಣ್ಯಾನ್ ಸಂಶ್ರಯೇತ್ ಮದ್ಭಕ್ತೈಃ ಸಾಧುಭಿಃ ಶ್ರಿತಾನ್ ।
ದೇವಾಸುರಮನುಷ್ಯೇಷು ಮದ್ಭಕ್ತಾಚರಿತಾನಿ ಚ   ॥ ೧೦ ॥

ತನ್ನಲ್ಲಿ ಅತ್ಯಂತ ಅನುರಕ್ತಚಿತ್ತನಾದ ಉದ್ಧವ ಹೀಗೆ ಕೇಳಿದಾಗ ಜಗವನ್ನೇ ಆಟದ ಗೊಂಬೆಯಾಗಿ ಮಾಡಿಕೊಂಡಿರುವ, ತನ್ನ ಶಕ್ತಿಗಳಿಂದ ಆತ್ಮ–ಅಂತರಾತ್ಮ–ಪರಮಾತ್ಮ ಎಂಬ ಮೂರು ರೂಪಗಳನ್ನು ತಳೆದಿರುವ, ಈಶ್ವರರಿಗೂ ಈಶ್ವರನಾದ ಶ್ರೀಕೃಷ್ಣ, ಪ್ರೀತಿಯಿಂದ ಮೋಹಕವಾದ ನಸುನಗೆ ಬೀರುತ್ತ ಹೀಗೆ ನುಡಿದ. ॥ ೮ ॥ ಹೇ ಉದ್ಧವ! ನನಗೆ ಪ್ರೀತಿಕರವಾಗಿದ್ದು ಅತ್ಯಂತ ಮಂಗಳಕರವಾಗಿರುವ ಶುದ್ಧ ವೈಷ್ಣವ ಧರ್ಮಗಳನ್ನು ನಿನಗೆ ವರ್ಣಿಸುವೆನು. ಅವನ್ನು ಆಚರಿಸುವ ಮಾನವನು, ಅಜೇಯವಾದ (ಸಂಸಾರವನ್ನು) ಜಯಿಸುವನು. ॥ ೯ ॥ ಇದಕ್ಕಾಗಿ ನನ್ನಲ್ಲಿ ಮನಸ್ಸನ್ನೂ ಚಿತ್ತ ವನ್ನೂ ಇರಿಸಬೇಕು. ವೈಷ್ಣಧರ್ಮನಿಷ್ಠರನ್ನು ಮನಃಪೂರ್ವಕ ಪ್ರೀತಿಸಬೇಕು. ನನ್ನನ್ನು ನೆನೆಯುತ್ತ ನನ್ನ ಒಲವಿಗಾಗಿ ನಿಧಾನವಾಗಿ ಎಲ್ಲ ಕರ್ಮಗಳನ್ನೂ ಮಾಡಬೇಕು. ॥ ೯ ॥ ಸಜ್ಜನರಾದ ನನ್ನ ಭಕ್ತರಾದ ಬ್ರಹ್ಮಾದಿ ದೇವತೆಗಳು, ಪ್ರಹ್ಲಾದಾದಿ ಅಸುರರು, ಪ್ರಿಯವ್ರತಾದಿ ಮನುಷ್ಯರೇ ಮೊದಲಾದ ಸಜ್ಜನರ ಸನ್ನಿಧಾನಯುಕ್ತವಾದ ಪುಣ್ಯಕ್ಷೇತ್ರಗಳಲ್ಲಿ ವಾಸ ಮಾಡಬೇಕು. ನನ್ನ ಭಕ್ತರು ಆಚರಿಸಿರುವ ಕರ್ಮಗಳನ್ನು ಆಚರಿಸಬೇಕು. ॥ ೧೦ ॥

ಪೃಥಕ್ ಸತ್ರೇಣ ವಾ ಮಹ್ಯಂ ಮಮ ಯಾತ್ರಾಮಹೋತ್ಸವಮ್ ।
ಕಾರಯೇನ್ನೃತ್ಯಗೀತಾದ್ಯೈರ್ಮಹಾರಾಜವಿಭೂತಿಭಿಃ   ॥ ೧೧ ॥

ಮಾಮೇವ ಸರ್ವಭೂತೇಷು ಬಹಿರಂತರವಸ್ಥಿತಮ್ ।
ಈಕ್ಷೇತಾತ್ಮನಿ ಚಾತ್ಮನಂ ಯಥಾ ಖಮಮಲಾಶಯಃ   ॥ ೧೨ ॥

ಇತಿ ಸರ್ವಾಣಿ ಭೂತಾನಿ ಮದ್ಭಾವೇನ ಮಹಾದ್ಯುತೇ ।
ಸಭಾಜಯೇನ್ಮನ್ಯಮಾನೋ ಜ್ಞಾನಂ ಕೇವಲಮಾಶ್ರಯನ್   ॥ ೧೩ ॥

ಬ್ರಾಹ್ಮಣೇ ಪುಲ್ಕಸೇ ಸ್ತೇನೇ ಬ್ರಹ್ಮಣ್ಯರ್ಕೇ ಸ್ಫುಲಿಂಗಕೇ ।
ಅಕ್ರೂರೇ ಕ್ರೂರಕೇ ಚೈವ ಸಮದೃಕ್ಪಂಡಿತೋ ಮತಃ   ॥ ೧೪ ॥

ನರೇಷ್ವಭೀಕ್ಷ್ಣಂ ಮದ್ಭಾವಃ ಪುಂಸೋ ಭಾವಯತೋಽಚಿರಾತ್ ।
ಸ್ಯಾದ್ಭಾ ಮಾಯಾ ತಿರಸ್ಕರಂ ಸಾಹಂಕಾರಾಽಪಿ ಯಾತಿ ಹಿ   ॥ ೧೫ ॥

ತಾನೊಬ್ಬನೆಯಾಗಲಿ ಬೇರೆಯವರೊಂದಿಗೆ ಸೇರಿಕೊಂಡಾಗಲಿ ನನ್ನ ಪ್ರೀತಿಗಾಗಿ ನನಗೆ ರಥೋತ್ಸವವನ್ನು ನಡೆಸಬೇಕು. ಮಹಾರಾಜೋಚಿತ ನೃತ್ಯಗೀತಾದಿ ವೈಭವಗಳನ್ನು ಅರ್ಪಿಸಬೇಕು. ॥ ೧೧ ॥ ನಿರ್ಮಲ ಅಂತಃಕರಣದವನಾಗಿದ್ದು, ಎಲ್ಲ ಪ್ರಾಣಿಗಳಲ್ಲಿಯೂ ಹೊರಗೂ ಒಳಗೂ ಆಕಾಶದಂತೆ ನಿರ್ಲೇಪನಾಗಿ ವ್ಯಾಪಿಸಿರುವ ಪರಮಾತ್ಮನಾದ ನನ್ನನ್ನು ತನ್ನೊಳಗೆ ಕಾಣಬೇಕು. ॥ ೧೨ ॥ ಎಲ್ಲ ಪ್ರಾಣಿಗಳಲ್ಲಿ ನಾನಿರುವೆನೆಂದು ತಿಳಿದು ಅವುಗಳನ್ನು ಉತ್ತಮ ಜ್ಞಾನಪೂರ್ವಕವಾಗಿ ಆದರಿಸಬೇಕು. ॥ ೧೩ ॥ ಬ್ರಾಹ್ಮಣ–ಚಂಡಾಲ–ಕಳ್ಳ–ಚತುರ್ಮುಖಿಬ್ರಹ್ಮ–ಸೂರ್ಯ–ಬೆಂಕಿಯ ಕಿಡಿ–ಅಕ್ರೂರ–ಕ್ರೂರ–ಎನ್ನದೆ ಎಲ್ಲೆಡೆ ವಿಷ್ಣುವನ್ನು ಏಕಪ್ರಕಾರವಾಗಿ ನಿರ್ಮಲಗುಣಪೂರ್ಣನೆಂದೇ ಕಾಣುವವನು ಪಂಡಿತನೆನಿಸುತ್ತಾನೆ. ಇದೇ ಉತ್ತಮಜ್ಞಾನ. ॥ ೧೪ ॥ ನರರಲ್ಲಿ ಮತ್ತೆಮತ್ತೆ ನಾರಾಯಣನನ್ನೇ ಕಾಣುವ ಮಾನವನಿಗೆ ಬೇಗನೇ ನನ್ನಲ್ಲಿ ಭಕ್ತಿ ಉಂಟಾಗಿಯೇ ತೀರುತ್ತದೆ. ಬಂಧಕ ಮಾಯೆ ದೂರವಾಗುತ್ತದೆ, ಮುಕ್ತಿ ಕರಗತವಾಗುತ್ತದೆ. ॥ ೧೫ ॥ ಭಕ್ತನು ಸ್ವತಃ ತನ್ನದೇಹದ ಬಗ್ಗೆ ಮನಸ್ಸಿನಲ್ಲಿ ಮೂಡಿ ವ್ಯಕ್ತವಾಗುವ ಲಜ್ಜೆಯನ್ನು ತೊರೆದು ನಾಯಿ ಚಂಡಾಲ ಪಶು ಕತ್ತೆಗಳರೆಗೆ ಎಲ್ಲ ಪ್ರಾಣಿಗಳಲ್ಲಿ ವ್ಯಾಪ್ತನಾಗಿರುವ

ವಿಸೃಜ್ಯ ಸ್ವಯಮಾತ್ಮಸ್ಥಂ ದೃಶ್ಯಪ್ರೀಡಾಂ ಚ ದೈಹಿಕೀಮ್ ।
ಪ್ರಣಮೇದ್ದಂಡವದ್ಭೂಮಾವಾಶ್ವಚಂಡಾಲಗೋಖರಮ್   ॥ ೧೮ ॥

ಯಾವತ್ಸರ್ವೇಷು ಭೂತೇಷು ಮದ್ಭಾವೋ ನೋಪಜಾಯತೇ ।
ತಾವದೇವಮುಪಾಸೀತ   ವಾಙ್ಮನಃಕಾಯವೃತ್ತಿಭಿಃ   ॥ ೧೮ ॥

ಸರ್ವಂ ಬ್ರಹ್ಮಾತ್ಮಕಂ ತಸ್ಯ ವಿದ್ಯಯಾssತ್ಮಮನೀಷಯಾ ।
ಪರಿಪಶ್ಯತಿ ಚ ಪರಂ ಪರಮಾತ್ಮಾನಮಚ್ಯುತಮ್   ॥ ೧೮ ॥

ಆಯಂ ಹಿ ಸರ್ವಕಲ್ಪಾನಾಂ ಸಧ್ರೀಚಿನೋ ಮತೋ ಮಮ ।
ಮದ್ಭಾವಃ ಸರ್ವಭೂತೇಷು ಮನೋವಾಕ್ಕಾಯಕರ್ಮಭಿಃ   ॥ ೧೯ ॥

ನ ಹ್ಯಂಗೋಪಕ್ರಮೇ ಧ್ವಂಸೋ ನ ಧೂರಸ್ಕೋದ್ಧವಾಣ್ವಪಿ ।
ಮಯಾ ವ್ಯವಸಿತಂ ಸಮ್ಯಕ್ ನಿರ್ಗುಣತ್ವಾದನಾಶಿಷಃ   ॥ ೨೦ ॥

ಹರಿಗೆ ನೆಲದ ಮೇಲೆಬಿದ್ದು ದಂಡ ಪ್ರಣಾಮ ಗೈಯಬೇಕು. ॥ ೧೮ ॥ ಎಲ್ಲ ಪ್ರಾಣಿಗಳಲ್ಲಿ ನಾನಿರುವೆನೆಂದು ದೃಢಜ್ಞಾನ ಉಂಟಾಗುವ ತನಕ ಹೀಗೆ ವಾಕ್ ಮನಸ್ ಕಾಯ ಪ್ರವೃತ್ತಿಗಳಿಂದ ನನ್ನನ್ನು ಆರಾಧಿಸುತ್ತಿರಬೇಕು. ॥ ೧೮ ॥ ಎಲ್ಲ ಪ್ರಾಣಿಗಳಲ್ಲಿ ಭಗವದುಪಾಸನೆಯಿಂದ ತನ್ನ ಆತ್ಮಸ್ವರೂಪಭೂತವಾದ ಜ್ಞಾನವು ವ್ಯಕ್ತವಾದಾಗ ಎಲ್ಲ ಜಗತ್ತು ಪರಮಾತ್ಮನ ಅಧೀನವೆಂದು ತಿಳಿಯುತ್ತಾನೆ. ಆದರಿಂದ ಸರ್ವವಿಲಕ್ಷಣವಾದ ಪರಮಾತ್ಮ ಅಚ್ಯುತನನ್ನು ಕಾಣುತ್ತಾನೆ. ॥ ೧೮ ॥ ಎಲ್ಲ ಪ್ರಾಣಿಗಳಲ್ಲಿ ನಾನಿರುವೆನೆಂದು ಮನಸ್ಸಿನಿಂದ ಸ್ಮರಣ, ವಾಕ್ಕಿನಿಂದ ಕೀರ್ತನ, ಕಾಯದಿಂದ ಪಾದಸೇವನಾದಿ ಕರ್ಮ ಮಾಡುತ್ತ ನನ್ನಲ್ಲಿ ಭಕ್ತಿ ಮಾಡುವುದೇ ಎಲ್ಲ ಮೋಕ್ಷ ಸಾಧನಗಳಲ್ಲಿ ಉತ್ತಮವೆಂಬುದು ನನ್ನ ಅಭಿಪ್ರಾಯವಾಗಿದೆ. ॥ ೧೯ ॥ ಉದ್ಧವ! ನಿಷ್ಕಾಮನೆಯಿಂದ ನನ್ನಾರಾಧನೆ ಮಾಡುವುದೇ ಗುಣತ್ರಯರಹಿತವಾದ ಮೋಕ್ಷಕ್ಕೆ ಸಾಧನ— ವಾಗಿರುವುದರಿಂದ ಈ ವೈಷ್ಣವ ಧರ್ಮಾನುಷ್ಠಾನವನ್ನು ಪ್ರಾರಂಭ ಮಾತ್ರ ಮಾಡಿದರೂ ಅದಕ್ಕೆ 'ಧ್ವಂಸ' ಫಲವಿಲ್ಲವೆಂದಾಗುವುದಿಲ್ಲ. (ಆ ಕರ್ಮವು ಫಲರಹಿತವಾಗುವುದಿಲ್ಲ). ಸ್ವಲ್ಪ ಆಯಾಸವೂ ಇರುವುದಿಲ್ಲ. ಹೀಗೆ ನಾನು ಚೆನ್ನಾಗಿ ನಿಶ್ಚಯ ಮಾಡಿಕೊಂಡಿದ್ದೇನೆ. ॥ ೨೦ ॥

ಯೋ ಯೋಽಪರೋ ಮನೋಧರ್ಮಃ ಕಲ್ಪತೇ ನಿಷ್ಫಲಾಯ ತೇ ।
ತದಾಯಾಸೋ ನಿರರ್ಥಃ ಸ್ಯಾನ್ನಯಾದೇರಿವ ಸತ್ತಮ   ॥ ೨೦ ॥

ಏಷಾ ಬುದ್ಧಿಮತಾಂ ಬುದ್ಧಿರ್ಮನೀಷಾ ಚ ಮನೀಷಿಣಾಮ್ ।
ಯತ್ಸತ್ಯಮನೃತೇನೇಹ ಮರ್ತ್ಯೇನಾಪ್ನೋತಿ ಮಾಽಮೃತಮ್   ॥ ೨೧ ॥

ಏಷ ತೇಽಭಿಹಿತಃ ಕೃತ್ಸ್ನೋ ಬ್ರಹ್ಮವಾದಸ್ಯ ಸಂಗ್ರಹಃ ।
ಸಮಾಸವ್ಯಾಸವಿಧಿನಾ ದೇವಾನಾಮಪಿ ದುರ್ಗಮಃ   ॥ ೨೨ ॥

ಅಭೀಕ್ಷ್ಣಶಸ್ತೇ ಗದಿತಂ ಜ್ಞಾನಂ ವಿಸ್ಪಷ್ಟಯುಕ್ತಿಮತ್ ।
ಏತದ್ವಿಜ್ಞಾಯ ಮುಚ್ಯೇತ ಪುರುಷೋ ನಷ್ಟಸಂಶಯಃ   ॥ ೨೪ ॥

ಸುವಿವಿಕ್ತಂ ತವ ಪ್ರಶ್ನಂ ಮಯೋಕ್ತಮಪಿ ಧಾರಯನ್ ।
ಸನಾತನಂ ಬ್ರಹ್ಮಗುಹ್ಯಂ ಪರಂ ಬ್ರಹ್ಮಾಧಿಗಚ್ಛತಿ   ॥ ೨೫ ॥

ಹೇ ಉದ್ಧವ, ('ತೇ') ನಿನ್ನಂಥ ಮುಕ್ತಿಯೋಗ್ಯ ಚೇತನನಿಗೆ ಅನ್ಯ ದೇವತಾರಾಧನದ ಮನೋಧರ್ಮ ಎಲ್ಲವೂ ನಿಷ್ಫಲ. ಅದರಲ್ಲಿ ಆಯಾಸವೂ ಇದೆ. ಆ ಆಯಾಸವು ದುರ್ನೀತಿಯಲ್ಲಿರುವ ಆಯಾಸದಂತೆಯೇ ನಿರರ್ಥಕ ಮತ್ತು ಅನರ್ಥಕ. ॥ ೨೦ ॥ ಬುದ್ಧಿವಂತರಲ್ಲಿರುವ ವಿವೇಕಬುದ್ಧಿ ಇದು. ಪ್ರಜ್ಞಾವಂತರಲ್ಲಿರುವ ಕರ್ತವ್ಯ ಪ್ರಜ್ಞೆ ಇದು–'ಅಶಾಶ್ವತ, ವಿನಾಶಿಯಾದ ಮಾನವಶರೀರದ ಮೂಲಕವೇ ಶಾಶ್ವತ ನಿತ್ಯಮುಕ್ತನಾದ 'ಮಾ'–ನನ್ನು ದೊರಕಿಸಬಲ್ಲ ಭಕ್ತಿಯನ್ನು ಮಾಡಬೇಕು' ಎಂದು. ॥ ೨೧ ॥ (ಸಮಾಸ=) ಅಲ್ಪಶಬ್ದಗಳಲ್ಲಿ, (ವ್ಯಾಸ=) ಬಹು ಅರ್ಥವನ್ನು ಹೇಳುವ ವಿಧಾನದಿಂದ ನಾನು ನಿನಗೆ ಹೀಗೆ ಬ್ರಹ್ಮವಾದದ ಸಾರಸಂಗ್ರಹವನ್ನು ಪೂರ್ತಿಯಾಗಿ ಹೇಳಿದ್ದೇನೆ. ನನ್ನ ಅನುಗ್ರಹದಿಂದಲ್ಲದೆ ದೇವತೆಗಳಿಗೂ ಇದು ದುರ್ಗಮ. ॥ ೨೨ ॥ ಸ್ಪಷ್ಟಯುಕ್ತಿಯುಕ್ತವಾದ ಬಹ್ವರ್ಥಗರ್ಭಿತವಾದ ಈ ವೈಷ್ಣವಧರ್ಮ ಶಾಸ್ತ್ರವನ್ನು ನಾನು ನಿನಗೆ ಹೇಳಿದ್ದೇನೆ. ಇದನ್ನು ತಿಳಿದಾಗ ಜನರು ತಮ್ಮ ಎಲ್ಲ ಸಂಶಯಗಳನ್ನೂ ದೂರಮಾಡಿಕೊಂಡು ಸಂಸಾರದಿಂದ ಮುಕ್ತರಾಗುವರು. ॥ ೨೪ ॥ ಒಳ್ಳೆಯ ವಿವೇಚನಾಪೂರ್ವಕವಾಗಿ ನೀನು ಮಾಡಿರುವ ಪ್ರಶ್ನೆಯನ್ನೂ ಆದಕ್ಕೆ ನಾನು ಕೊಟ್ಟಿರುವ ಉತ್ತರವನ್ನೂ ಕೇಳಿ ಸನಾತನ ವೇದ

ಯ ಏತನ್ಮಮ ಭಕ್ತೇಷು ಸಂಪ್ರದದ್ಯಾತ್ಸುಪುಷ್ಕಲಮ್ |
ತಸ್ಮಾಹಂ ಬ್ರಹ್ಮದಾಯಸ್ಯ ದದಾಮ್ಯಾತ್ಮಾನಮಾತ್ಮನಾ || ೭೬ ||

ಯ ಏತತ್ಸಮಧೀಯೀತ ಪವಿತ್ರಂ ಪರಮಂ ಶುಚಿ |
ಸ ಪೂಯೇತಾಹರಹರ್ಮಾಂ ಜ್ಞಾನದೀಪೇನ ದರ್ಶಯನ್ || ೭೭ ||

ಯ ಏತಚ್ಛ್ರದ್ಧಯಾ ನಿತ್ಯಮವ್ಯಗ್ರಂ ಶೃಣುಯಾನ್ನರಃ |
ಮಯಿ ಭಕ್ತಿಂ ಪರಾಂ ಕುರ್ವನ್ ಕರ್ಮಭಿರ್ನ ಸ ಬಧ್ಯತೇ || ೭೮ ||

ಅಪ್ಯುದ್ಧವ ತ್ವಯಾ ಬ್ರಹ್ಮ ಸಖೀ ಸಮುಪಧಾರಿತಮ್ |
ಅಪಿ ತೇ ವಿಗತೋ ಮೋಹಃ ಶೋಕಶ್ಚಾಸೌ ಮನೋಭವಃ || ೭೯ ||

ನ್ಯೈತತ್ತ್ವಯಾ ದಾಂಭಿಕಾಯ ನಾಸ್ತಿಕಾಯ ಶಠಾಯ ಚ |
ಅಶುಶ್ರೂಷೋರಭಕ್ತಾಯ ದುರ್ವಿನೀತಾಯ ದೀಯತಾಮ್ || ೮೦ ||

ರಹಸ್ಯವನ್ನು ಮನದಲ್ಲಿರಿಸಿಕೊಂಡು ಧ್ಯಾನಿಸುವವನು ಪರಬ್ರಹ್ಮನನ್ನು ಪ್ರತ್ಯಕ್ಷ
ಕಾಣುತ್ತಾನೆ, ಹೊಂದುತ್ತಾನೆ. || ೭೬ || ಈ ಶಾಸ್ತ್ರವು ಮೋಕ್ಷ ನೀಡಲು
ಬಲು ಸಮರ್ಥವಾಗಿದೆ. ಯಾರು ನನ್ನ ಭಕ್ತರಿಗೆ ಇದನ್ನು (ಆತ್ಮನಾ=)
ಮನಃಪೂರ್ವಕವಾಗಿ ಉಪದೇಶಿಸುವನೋ ಅವನಿಗೆ ನಾನು (ಆತ್ಮಾನಂ=)
ಸಾಯುಜ್ಯ ಮೋಕ್ಷವನ್ನು ನೀಡುವೆನು. || ೭೬ || ಪರಮಪವಿತ್ರ ಹಾಗೂ
ಪರಮಶುಚಿಯಾದ ಈ ಶಾಸ್ತ್ರವನ್ನು ಯಾವನು ಅಧ್ಯಯನ ಮಾಡುವನೋ
ಅವನು ಜ್ಞಾನದೀಪದಿಂದ ನನ್ನನ್ನು ದಿನದಿನ **ದರ್ಶಯನ್–** ಕಾಣುತ್ತ
ಲಿಂಗಭಂಗಾನಂತರ ಪವಿತ್ರನಾಗುವನು. || ೭೭ || ಯಾವನು ಇದನ್ನು
ನಿತ್ಯವೂ ಶ್ರದ್ಧೆಯಿಂದ ಮನಸ್ಸಿಟ್ಟು ಕೇಳುವನೋ ಆ ಮಾನವನು ನನ್ನಲ್ಲಿ ಪರಮ
ಭಕ್ತಿಯನ್ನು ಮಾಡಿ ಕರ್ಮ ಬಂಧನಕ್ಕೊಳಗಾಗದಿರುತ್ತಾನೆ. || ೭೮ || ಮಿತ್ರ
ಉದ್ಧವ! ನೀನೀಗ ಪರಬ್ರಹ್ಮನ ಬಗ್ಗೆ ಚೆನ್ನಾಗಿ ಅರಿತುಕೊಂಡಿರುವೆ ತಾನೆ?
ನಿನ್ನ ಮನದಲ್ಲಿದ್ದ ಅಜ್ಞಾನ–ಸಂಶಯ–ಶೋಕಗಳೆಲ್ಲ ದೂರವಾಗಿವೆ ತಾನೆ?
|| ೭೯ || ಈ ಶಾಸ್ತ್ರವನ್ನು ದಾಂಭಿಕ, ನಾಸ್ತಿಕ, ವಂಚಕ, ಕೇಳುವ
ಮನಸಿಲ್ಲದವ, ಭಕ್ತಿ ಇಲ್ಲದವ ವಿನಯವಿಲ್ಲದವ ಇಂಥವರಿಗೆ ಯಾರಿಗೂ
ಉಪದೇಶಿಸಬೇಡ. || ೮೦ ||

ಐತ್ಯೇದೋಚ್ಛೈರ್ವಿಹೀನಾಯ ಬ್ರಹ್ಮಣ್ಯಾಯ ಪ್ರಿಯಾಯ ಚ ।
ಸಾಧವೇ ಶುಚಯೇ ಬ್ರೂಯಾದ್ಭಕ್ತಿಃ ಸ್ಯಾಚ್ಛೂದ್ರಯೋಷಿತಾಮ್ ॥ ೩೦ ॥

ನೈತದ್ವಿಜ್ಞಾಯ ಜಿಜ್ಞಾಸೋರ್ಜ್ಞಾತವ್ಯಮವಶಿಷ್ಯತೇ ।
ಪೀತ್ವಾ ಪೀಯೂಷಮಮೃತಂ ಪಾತವ್ಯಂ ನಾವಶಿಷ್ಯತೇ ॥ ೩೧ ॥

ಜ್ಞಾನೇ ಕರ್ಮಣಿ ಯೋಗೇ ಚ ವಾರ್ತಾಯಾಂ ದಂಡಧಾರಣೇ ।
ಯಾವಾನರ್ಥೋ ನೃಣಾಂ ತಾತ ತಾವಾನ್ಮೋಹಸ್ತುರ್ವಿಧಃ ॥ ೩೨ ॥

ಮರ್ತ್ಯೋ ಯದಾ ತ್ಯಕ್ತಸಮಸ್ತಕರ್ಮಾ
ನಿವೇಶಿತಾತ್ಮಾ ವಿಚಿಕೀರ್ಷಿತೋ ಮೇ ।
ತದಾಮೃತತ್ವಂ ಪ್ರತಿಪದ್ಯಮಾನೋ
ಮಯಾಽಽತ್ಮಭೂಯಾಯ ಚ ಕಲ್ಪತೇಽಸೌ ॥ ೩೩ ॥

ಈ ಯಾವ ದೋಷವಿಲ್ಲದವನೂ ಬ್ರಾಹ್ಮಣಭಕ್ತನೂ ಪ್ರೀತಿಪಾತ್ರನೂ ಸಜ್ಜನನೂ ಶುಚಿಯೂ ಆದವನಿಗೆ ಮಾತ್ರ ಉಪದೇಶಿಸಬೇಕು. ನನ್ನಲ್ಲಿ ಭಕ್ತಿ ಇದ್ದರೆ ಶೂದ್ರರಿಗೂ ಸ್ತ್ರೀಯರಿಗೂ ಉಪದೇಶಿಸು. ॥ ೩೦ ॥ ಇದನ್ನೆಲ್ಲ ತಿಳಿದ ಮೇಲೆ ಜಿಜ್ಞಾಸುವಿಗೆ ಇನ್ನು ತಿಳಿಯಬೇಕಾದುದು ಏನೂ ಉಳಿಯುವುದಿಲ್ಲ. ಮರಣವನ್ನು ತಪ್ಪಿಸುವ ಅಮೃತವನ್ನು ಕುಡಿದ ಮೇಲೆ ಇನ್ನು ಕುಡಿಯ ಬೇಕಾದುದು ಏನೂ ಉಳಿಯುವುದಿಲ್ಲ. ॥ ೩೧ ॥ ಎಲ್ಲಿಯವರೆಗೆ ಲೌಕಿಕದಲ್ಲಿ ಜ್ಞಾನಶಾಸ್ತ್ರ ಕರ್ಮಶಾಸ್ತ್ರ ಯೋಗಶಾಸ್ತ್ರ ವಾಣಿಜ್ಯ ದಂಡನೀತಿ ಗ್ರಂಥಗಳಿಂದ ತಿಳಿಯಬೇಕಾದ ಪ್ರಮೇಯವಿದೆ ಎಂದೆನಿಸುವುದೋ ಅಲ್ಲಿಯವರೆಗೂ ಈಶ–ಲಕ್ಷ್ಮೀ–ಜೀವ–ಜಡ ಎಂಬ ನಾಲ್ಕು ಅಲೌಕಿಕ ತತ್ತ್ವಗಳ ಬಗ್ಗೆ ನಾಲ್ಕು ಬಗೆಯ ಮೋಹವಿದ್ದೇ ಇರುತ್ತದೆ. ಅದು ಈ ಶಾಸ್ತ್ರ ಶ್ರವಣಕ್ಕೆ ಅಡ್ಡಿಯಾಗುತ್ತದೆ. ॥ ೩೨ ॥ ಈತನಿಂದ ಮೋಕ್ಷಸಾಧನೆ ಮಾಡಿಸುವೆನೆಂದು ನಾನು ಸಂಕಲ್ಪಿಸಿದಾಗಲೆ ನನ್ನ ಅನುಗ್ರಹದಿಂದ ಆ ಮಾನವನು ಶ್ರವಣಾದಿಗಳಿಂದ ಜ್ಞಾನ ಸಂಪಾದಿಸಿ ಎಲ್ಲ ಕರ್ಮವನ್ನೂ ನನಗೆ ಅರ್ಪಿಸುತ್ತ ನನ್ನಲ್ಲಿಯೇ ಮನಸ್ಸಿಡುತ್ತಾನೆ. ಆಗ ಮೋಕ್ಷ ಹೊಂದಲು ಯೋಗ್ಯ ನಾಗುತ್ತಾನೆ. ನಂತರ ಆತ್ಮಸ್ವರೂಪದ ಅಭಿವ್ಯಕ್ತಿರೂಪವಾದ ಮೋಕ್ಷವನ್ನು ಪಡೆಯುತ್ತಾನೆ. ॥ ೩೩ ॥

ಶ್ರೀಶುಕ ಉವಾಚ—
ಸ ಏವಮಾದರ್ಶಿತಯೋಗಮಾರ್ಗ—
ಸ್ತದೋತ್ತಮಶ್ಲೋಕವಚೋ ನಿಶಮ್ಯ ।
ಬದ್ಧಾಂಜಲಿಃ ಪ್ರೀತ್ಯುಪರುದ್ಧಕಂಠೋ
ನ ಕಿಂಚಿದೂಚೇಽಶ್ರುಪರಿಪ್ಲುತಾಕ್ಷಃ   ॥ ೯೫ ॥

ವಿಷ್ಟಭ್ಯ ಚಿತ್ತಂ ಪ್ರಣಯೇನ ಪೂರ್ಣಂ
ಧೈರ್ಯೇಣ ರಾಜನ್ ಬಹು ಮನ್ಯಮಾನಃ ।
ಕೃತಾಂಜಲಿಃ ಪ್ರಾಹ ಯದುಪ್ರವೀರಂ
ಶೀರ್ಷ್ಣಾ ಸ್ಪೃಶಂಸ್ತಚ್ಚರಣಾರವಿಂದಮ್   ॥ ೯೬ ॥

ಉದ್ಧವ ಉವಾಚ—
ವಿದ್ರಾವಿತೋ ಮೋಹಮಯೋಂಧಕಾರೋ
ಯ ಆಶ್ರಿತೋ ಮೇ ತವ ಸನ್ನಿಧಾನಾತ್ ।
ವಿಭಾವಸೋಃ ಕಿನ್ನು ಸಮೀಪಗಸ್ಯ
ಶೀತಂ ತಮೋಽಭಿಪ್ರಭವತ್ಯಜಾದ್ಯ   ॥ ೯೭ ॥

ಪ್ರವರ್ಧಿತಾ ಮೇ ಭವತಾಽನುಕಂಪಿತಾ
ದತ್ತೋ ಹಿ ವಿಜ್ಞಾನಮಯಃ ಪ್ರದೀಪಃ ।
ಹಿತ್ವಾ ಕೃತಜ್ಞಸ್ತವ ಪಾದಮೂಲಂ
ಕೋಽಸಜ್ಞಃ ಸಮೀಯಾಚ್ಚರಣಂ ತ್ವದನ್ಯಮ್   ॥ ೯೮ ॥

ಶ್ರೀಕೃಷ್ಣನು ಹೀಗೆ ಉದ್ಧವನಿಗೆ ಮೋಕ್ಷಸಾಧನ ಮಾರ್ಗವನ್ನು ಪೂರ್ತಿಯಾಗಿ ಉಪದೇಶಿಸಿದಾಗ ಭಗವಂತನ ಉಪದೇಶವನ್ನುಕೇಳಿದ ಆತನಿಗೆ ಆನಂದದಿಂದ ಕಂಠ ಬಿಗಿಯಿತು. ಕಣ್ಣುಗಳಲ್ಲಿ ಆನಂದದ ನೀರು ತುಂಬಿ ಹರಿಯ ತೊಡಗಿತು. ಏನೂ ಹೇಳಲಿಲ್ಲ. ಸುಮ್ಮನೆ ಕೈಮುಗಿದು ನಿಂತ. ॥ ೯೫ ॥ ರಾಜನೆ! ಭಕ್ತಿಭರದಿಂದ ಅಧೀರವಾದ ಚಿತ್ತವನ್ನುಧೈರ್ಯದಿಂದ ಸ್ಥಿರಗೊಳಿಸಿ ಉದ್ಧವನು ಶ್ರೀಕೃಷ್ಣನನ್ನು ಗೌರವಿಸುತ್ತ ಅವನ ಪಾದಕಮಲದಲ್ಲಿ ಶಿರವಿಟ್ಟು ಕೈಮುಗಿದು ನುಡಿದ. ॥ ೯೬ ॥ 'ಜನನ ರಹಿತನೆ, ಆದಿಕರ್ತನೆ, ನಿನ್ನಸನ್ನಿಧಾನದಲ್ಲಿಕುಳಿತುದರಿಂದ ನನ್ನಮನದಲ್ಲಿ ಅನಾದಿಕಾಲದಿಂದ ಮನೆಮಾಡಿದ್ದಮೋಹಮಯ ಅಂಧಕಾರವು ದೂರ ಓಡಿತು. ಬೆಂಕಿಯ ಬಳಿ ಕುಳಿತವನನ್ನು ಚಳಿಯಾಗಲಿ ಕತ್ತಲಾಗಲಿ ಬಾಧಿಸುವುದೇ? ॥ ೯೭ ॥ ನನ್ನಮೇಲೆ ನಿನಗಿರುವ ಅನುಕಂಪೆಯನ್ನುನೀನಿನ್ನೂ ಹೆಚ್ಚಿಸಿರುವೆ. ನನಗೆ ವಿಜ್ಞಾನಮಯ ದೀಪವನ್ನು ನೀಡಿರುವೆ. ನೀ ಮಾಡಿದ

ವೃಕ್ಣಷ್ಟ ಮೇ ಸುದೃಢಸ್ನೇಹಪಾಶೋ
ದಾಶಾರ್ಹವೃಷ್ಣ್ಯಂಧಕಸಾತ್ವತೇಷು   ।
ಪ್ರಸಾರಿತಃ ಸೃಷ್ಟಿವಿವೃದ್ಧಯೇ ತ್ವಯಾ
ಸ್ವಮಾಯಯಾऽಧ್ಯಾತ್ಮಸುಬೋಧಹೇತಿನಾ   ॥ ೯೬ ॥

ನಮೋऽಸ್ತು ತೇ ಮಹಾಯೋಗಿನ್ ಪ್ರಪನ್ನಮನುಶಾಧಿ ಮಾಮ್।
ಯಥಾ ತ್ವಚ್ಚರಣಾಂಭೋಜೇ ರತಿಃ ಸ್ಯಾದನಪಾಯಿನೀ   ॥ ೯೦ ॥

ಯ ದೇತದಾನಂದ ಸಮುದ್ರ ಸಂಭೃತಂ
ಜ್ಞಾನಾಮೃತಂ ಭಾಗವತಾಯ ಭಾಷಿತಮ್
ಕೃಷ್ಣೇನ ಯೋಗೇಶ್ವರಸೇವಿತಾಂಘ್ರಿಣಾ   ।
ಸಚ್ಛ್ರದ್ಧಯಾऽऽಸಸೇವ್ಯ ಜಗದ್ವಿಮುಚ್ಯತೇ   ॥ ೯೯ ॥

ಶ್ರೀಶುಕ ಉವಾಚ–
ಭವಭಯಮಪಹರ್ತುಂ ಜ್ಞಾನವಿಜ್ಞಾನಸಾರಂ
ನಿಗಮಕುಮುದದಬ್ರಂ ಭೃಂಗವದ್ವೇದ್ಯಸಾರಮ್ ।

ಉಪಕಾರವನ್ನು ಮರೆಯುವ ಅಜ್ಞನ ಹೊರತಾಗಿ ಇನ್ನಾವನು ತಾನೇ ನಿನ್ನ ಪಾದಮೂಲವನ್ನು ತೊರೆದು ಅನ್ಯರಿಗೆ ಶರಣಾದಾನು? ॥ ೯೮ ॥ ಸೃಷ್ಟಿ ಬೆಳೆಯಲಿ ಎಂಬ ಉದ್ದೇಶದಿಂದ ದಾಶಾರ್ಹ–ವೃಷ್ಣಿ–ಅಂಧಕ–ಸಾತ್ವತ– ರೊಂದಿಗೆ ಬಹಳ ದೃಢವಾದ ಸ್ನೇಹಪಾಶವನ್ನು ನನಗೆ ನೀನೇ ಬಿಗಿದಿದ್ದೆ. ಇದೀಗ ನೀನೇ ನಿನ್ನಿಚ್ಛೆಯಿಂದಲೇ ನಿನ್ನ ಅಧ್ಯಾತ್ಮತತ್ವ ಜ್ಞಾನವೆಂಬ ಖಡ್ಗದಿಂದ ಆ ಬಂಧನವನ್ನು ಕತ್ತರಿಸಿ ಹಾಕಿರುವೆ. ॥ ೯೬ ॥ ಮಹಾಯೋಗಿಯೇ! ನಿನಗಿದೋ ನಮಸ್ಕಾರ. ಶರಣಾಗತನಾಗಿರುವ ನನಗೆ ನಿನ್ನ ಚರಣಕಮಲ– ಭಕ್ತಿ ಎಂದೂ ಕುಂದದಿರುವಂತೆ ಏನು ಮಾಡಬೇಕೆಂದು ಆಜ್ಞೆಮಾಡು. ॥ ೯೦ ॥ ಇದು ಮೋಕ್ಷಾನಂದ ನೀಡುವ ಶಾಸ್ತ್ರಸಮುದ್ರದಿಂದ ಎತ್ತಿದ ಜ್ಞಾನಾಮೃತ. ಯೋಗೇಶ್ವರರಿಂದ ಪಾದಸೇವೆ ಕೊಳ್ಳುವ ಶ್ರೀಕೃಷ್ಣನು ಭಗವದ್ಭಕ್ತನಾದ ಉದ್ಧವನಿಗೆ ಉಪದೇಶಿಸಿದ್ದು. ಒಳ್ಳೆಯ ಶ್ರದ್ಧೆಯಿಂದ ಸೇವಿಸಿದರೆ ಜಗತ್ತು ಮೋಕ್ಷವನ್ನು ಪಡೆಯಬಲ್ಲುದು. ॥ ೯೯ ॥ ಇದರಲ್ಲಿ ಜ್ಞಾನವಿಜ್ಞಾನಸಾರ ತುಂಬಿದೆ. ಪ್ರಮೇಯಸಾರ ಆಡಗಿದೆ.

ಅಮೃತಮುದಧಿಕಲ್ಪಂ ಪಾಯಯನ್ ಭೃತ್ಯವರ್ಗಾನ್
ಪುರುಷಋಷಭಮಾದ್ಯಂ ವಿಷ್ಣುಸಂಜ್ಞಂ ನತೋಽಸ್ಮಿ   ॥ ೫೦ ॥

॥ ಇತಿ ಶ್ರೀಮದ್ಭಾಗವತೇ ಮಹಾಪುರಾಣೇ ಪಾರಮಹಂಸ್ಯಾಂ
ಅಷ್ಟಾದಶಸಾಹಸ್ರ್ಯಾಂ ಸಂಹಿತಾಯಾಂ ವೈಯಾಸಿಕ್ಯಾಂ
ಏಕಾದಶಸ್ಕಂಧೇ ಏಕೋನತ್ರಿಂಶೋಽಧ್ಯಾಯಃ ॥

ಅರ್ಥದೃಷ್ಟಿಯಿಂದ ನೋಡಿದರೆ ಸಾಗರದಂತಿರುವ ಜ್ಞಾನಾಮೃತವಿದು.
ಶಬ್ದದೃಷ್ಟಿಯಿಂದ ಒಂದು ಸಣ್ಣಶಾಸ್ತ್ರಮಲ. ಕಮಲರಸವನ್ನುಗಂಡುದುಂಬಿ
ಹೆಣ್ಣುದುಂಬಿಗೆ ಪ್ರೀತಿಯಿಂದ ಉಣಿಸುವಂತೆ ಈ ವೇದಶಾಸ್ತ್ರಮಲದ ಈ
ರಸವನ್ನು ಶ್ರೀಕೃಷ್ಣ ಪರಮಾತ್ಮನು ತನ್ನ ಭಕ್ತಸಮೂಹಗಳಿಗೆ ಅವರ
ಸಂಸಾರಭಯಪರಿಹಾರಕ್ಕಾಗಿ, ಉಣಿಸುತ್ತಿದ್ದಾನೆ. ಇಂಥ ಆದಿಕಾರಣನಾದ
ವಿಷ್ಣುನಾಮಕ ಪುರುಷೋತ್ತಮನನ್ನು ನಮಿಸುತ್ತೇನೆ. ॥ ೫೦ ॥

॥ ಶ್ರೀಮದ್ಭಾಗವತ ಮಹಾಪುರಾಣದ ಏಕಾದಶ ಸ್ಕಂಧದಲ್ಲಿ
ಇಪ್ಪತ್ತೊಂಬತ್ತನೆಯ ಅಧ್ಯಾಯವು ಮುಗಿಯಿತು. ॥

೨೧. ಶ್ರೀಮದ್ಭಾಗವತ ಸಪ್ತಾಹ ಮತ್ತು ವಿಶ್ರಾಮ ಸ್ಥಳಗಳು

ಶ್ರೀಮದ್ಭಾಗವತ ಸಪ್ತಾಹ :

ಏಳು ದಿನಗಳಲ್ಲಿ ಪೂರ್ತಿಯಾಗಿ ಶ್ರೀಮದ್ಭಾಗವತ ಪುರಾಣದ ಕಥನಕ್ಕೆ ಅಂದರೆ ಪುರಾಣವನ್ನು ಪೂರ್ತಿಯಾಗಿ ಹೇಳುವುದಕ್ಕೆ ಹಾಗೂ ಅದನ್ನು ಶ್ರವಣ ಮಾಡುವುದಕ್ಕೆ ಅಥವಾ ಪಾರಾಯಣ ಮಾಡುವುದಕ್ಕೆ "ಭಾಗವತ ಸಪ್ತಾಹ" ಎಂದು ಪ್ರಸಿದ್ಧಿ. ಇದಕ್ಕೆ 'ನಗಾಹ ಯಜ್ಞ' 'ನಗಾಹ ಗಾಥಾ' ಎಂದೂ ಹೆಸರು. [ನಗಾಹ = ಸಪ್ತ ದಿನಗಳು, ನಗ= ಸಪ್ತ (ಪರ್ವತ)]

ಬ್ರಹ್ಮದೇವನ ಮಾನಸಪುತ್ರರಾದ ಸನಕಾದಿಗಳು ನಾರದರಿಗೆ ಹೇಳುತ್ತಾರೆ.

ಸದಾ ಸೇವ್ಯಾ ಸದಾ ಸೇವ್ಯಾ ಶ್ರೀಮದ್ಭಾಗವತೀ ಕಥಾ ।
ಯಸ್ಯಾಃ ಶ್ರವಣಮಾತ್ರೇಣ ಹರಿಶ್ಚಿತ್ತಂ ಸಮಾಶ್ರಯೇತ್   ॥ ೨೫ ॥

ಶ್ಲೋಕಾರ್ಧಂ ಶ್ಲೋಕಪಾದಂ ವಾ ನಿತ್ಯಂ ಭಾಗವತೋದ್ಭವಮ್ ।
ಪಠಸ್ವ ಸ್ವಮುಖೇನೈವ ಯದೀಚ್ಛಸಿ ಪರಾಂ ಗತಿಮ್   ॥ ೨೨ ॥
                        – ಭಾಗ. ಮಹಾತ್ಮೆ. (ಪದ್ಮ.ಪು. ೪ ೨)

ದಿನಾನಾಂ ನಿಯಮೋ ನಾಸ್ತಿ ಸರ್ವದಾ ಶ್ರವಣಂ ಮತಮ್ ॥ ೭೫ ॥

ಸತ್ಯೇನ ಬ್ರಹ್ಮಚರ್ಯೇಣ ಸರ್ವದಾ ಶ್ರವಣಂ ಮತಮ್ ।
ಅಶಕ್ತತ್ವಾತ್ ಕಲೌ ಬೋಧ್ಯೋ ವಿಶೇಷೋತ್ತ ಶುಕಾಜ್ಞಯಾ ॥ ೭೬ ॥

ಮನೋವೃತ್ತಿಜಯಶ್ಚೈವ ನಿಯಮಾಚರಣಂ ತಥಾ ।
ದೀಕ್ಷಾಂ ಕರ್ತುಂ ಅಶಕ್ತತ್ವಾದ್ ಸಪ್ತಾಹಶ್ರವಣಂ ಮತಮ್ ॥ ೭೨ ॥

ಶ್ರದ್ಧಾತಃ ಶ್ರವಣೇ ನಿತ್ಯಂ ಮಾಘೇ ತಾವದ್ಧಿ ಯತ್ ಫಲಮ್ ।
ತತ್ ಫಲಂ ಶುಕದೇವೇನ ಸಪ್ತಾಹಶ್ರವಣೇ ಕೃತಮ್   ॥ ೭೮ ॥

ಮನಸಶ್ಚಾಜಯಾದ್ರೋಗಾತ್ ಪುಂಸಾಂ ಚೈವಾಯುಷಃ ಕ್ಷಯಾತ್ |
ಕಲೇರ್ದೋಷಬಹುತ್ವಾಚ್ಚ ಸಪ್ತಾಹಶ್ರವಣಂ ಮತಮ್ || ೯ ||

ಯತ್ ಫಲಂ ನಾಸ್ತಿ ತಪಸಾ ನ ಯೋಗೇನ ಸಮಾಧಿನಾ |
ಅನಾಯಾಸೇನ ತತ್ಸರ್ವಂ ಸಪ್ತಾಹಶ್ರವಣೇ ಲಭೇತ್ || ೧೦ ||

– ಪದ್ಮಪುರಾಣದ ಭಾಗವತಮಹಾತ್ಮೆ ಅಧ್ಯಾಯ–೧

"ಹೇ ನಾರದ! ಶ್ರೀಮದ್ಭಾಗವತ ಪುರಾಣವನ್ನು ದೀಕ್ಷಾಬದ್ಧನಾಗಿ ಸದಾ ಶ್ರವಣ ಮಾಡಬೇಕು. ಇದರ ಶ್ರವಣ ಮಾತ್ರದಿಂದ ಶ್ರೀಕೃಷ್ಣನು ಚಿತ್ತದಲ್ಲಿ ಬಂದು ಸ್ಥಿರವಾಗಿ ನಿಲ್ಲುತ್ತಾನೆ. ಇಡೀ ಭಾಗವತವನ್ನು ದೀಕ್ಷೆಯಿಂದ ಶ್ರವಣ ಮಾಡುವುದಾಗಲಿ, ಪಾರಾಯಣ ಮಾಡುವುದಾಗಲಿ ಸಾಧ್ಯವಾಗದಿದ್ದರೆ ಭಾಗವತದೊಳಗಿನ ಒಂದು ಶ್ಲೋಕ ಅಥವಾ ಅರ್ಧ ಶ್ಲೋಕ ಅಥವಾ ಶ್ಲೋಕದ ಒಂದು ಪಾದವನ್ನಾದರೂ ಪಠಿಸಬೇಕು ಅಥವಾ ಶ್ರವಣ ಮಾಡಬೇಕು. ಅಷ್ಟು ಮಾತ್ರದಿಂದಲೇ ಸಕಲ ದುಃಖಗಳ ನಿವಾರಣೆಯಾಗಿ ಪರಮಗತಿಯು ಪ್ರಾಪ್ತವಾಗುತ್ತದೆ.

ಭಾಗವತ ಪುರಾಣವನ್ನು ದೀಕ್ಷೆಯಿಂದ ಇಷ್ಟೇ ದಿನಗಳವರೆಗೆ ಶ್ರವಣ ಅಥವಾ ಪಾರಾಯಣ ಮಾಡಬೇಕೆಂಬ ನಿಯಮವೇನೂ ಇರುವುದಿಲ್ಲ. ಆದರೆ ಈ ಕಲಿಯುಗದಲ್ಲಿ ಸದಾ ಸತ್ಯನಿಷ್ಠನಾಗಿ, ಬ್ರಹ್ಮಚರ್ಯದಿಂದ ಇದ್ದು, ಮನೋನಿಗ್ರಹ ಮಾಡಿಕೊಂಡು ರೋಗಾದಿ ಉಪದ್ರವಗಳಿಂದಲೂ, ಅಲ್ಪಾಯುಷ್ಯವೇ ಮೊದಲಾದ ಕಲಿಯುಗದ ಅನೇಕ ದೋಷಗಳಿಂದಲೂ ಪೀಡಿತನಾದ ವ್ಯಕ್ತಿಯು ಸದಾ ದೀಕ್ಷೆಯಿಂದ ಇದ್ದು ಭಾಗವತದ ಶ್ರವಣ– ಪಾರಾಯಣಾದಿಗಳನ್ನು ಮಾಡುವುದು ಸಾಧ್ಯವಾಗುವುದಿಲ್ಲ. ಈ ಕಾರಣ ದಿಂದಲೇ ಕನಿಷ್ಠ ಪಕ್ಷ ಏಳು ದಿನಗಳವರೆಗಾದರೂ ದೀಕ್ಷೆಯಿಂದ ಇದ್ದು ಭಾಗವತದ ಶ್ರವಣಾದಿಗಳನ್ನು ಮಾಡಿದರೆ ಸದಾ ಶ್ರವಣಾದಿಗಳನ್ನು ಮಾಡಿದಾಗ ಬರುವಷ್ಟೇ ಫಲವು ದೊರೆಯುವದೆಂದು ಸಾಕ್ಷಾತ್ ಶುಕಾಚಾರ್ಯರೇ ಹೇಳಿದ್ದಾರೆ.

ಈ ಪ್ರಕಾರವಾಗಿರುವ ಭಾಗವತ ಸಪ್ತಾಹದ ಮಹಿಮೆಯನ್ನು ಕೇಳಿ ನಾರದರು ತಮಗೂ ಭಾಗವತ ಪ್ರವಚನವನ್ನು ಕೇಳಿಸಬೇಕೆಂದು

ಪ್ರಾರ್ಥಿಸಿದಾಗ ನಾರದರ ಕೋರಿಕೆಯಂತೆ ಸನತ್ಕುಮಾರಾದಿಗಳು ನಾರದರೊಂದಿಗೆ ಗಂಗಾದ್ವಾರಕ್ಕೆ (ಹರಿದ್ವಾರಕ್ಕೆ) ಬಂದು ಅಲ್ಲಿ ಒಂದು ಸಪ್ತಾಹ ಭಾಗವತ ಪ್ರವಚನ ಮಾಡುತ್ತಾರೆ. ಇದನ್ನು ಕೇಳಿದ ನಾರದರೂ ಭಾಗವತ ಸಪ್ತಾಹ ನಡೆಸುತ್ತಾರೆ. ಗಂಗಾದ್ವಾರದಲ್ಲಿ ನಡೆದ ಈ ಸಪ್ತಾಹ ಶ್ರವಣದಿಂದ ಜ್ಞಾನ ವೈರಾಗ್ಯಗಳೆಂಬ, ಭಕ್ತಿಯ ಮುದಿ ಮಕ್ಕಳು ಕಣ್ಣೆರೆದು, ಹರೆಯು ತುಂಬಿ ಎದ್ದು ನಿಲ್ಲುತ್ತಾರೆ ಎಂಬ ಕಥೆಯು ಶ್ರೀವೇದವ್ಯಾಸರೇ ರಚಿಸಿದ ಪದ್ಮಪುರಾಣದ ಭಾಗವತ ಮಹಾತ್ಮೆಯಲ್ಲಿ ಬರುತ್ತದೆ.

ಭಾಗವತ ಸಪ್ತಾಹ ಶ್ರವಣ ಪಠಣಗಳಿಂದ ಕಲಿಯುಗದಲ್ಲೂ ಈ ನೆಲದಲ್ಲಿ ಭಕ್ತಿ–ಜ್ಞಾನ–ವೈರಾಗ್ಯಗಳು ಉಳಿಯುವುದು ಸಾಧ್ಯವಾಗಿದೆ.

ಪದ್ಮ ಪುರಾಣದಲ್ಲಿಯ ಭಾಗವತ ಮಹಾತ್ಮೆಯಲ್ಲಿ ಬರುವ ಗೋಕರ್ಣೋಪಾಖ್ಯಾನದಲ್ಲೂ ಗೋಕರ್ಣನು ತನ್ನ ಅಣ್ಣನಾದ ಧುಂಧುಕಾರಿಯ ಪ್ರೇತತ್ವವನ್ನು ಕಳೆಯಲು ಸೂರ್ಯದೇವನ ಉಪಾಸನೆ ಮಾಡಿ ಅವನ ಆದೇಶದಂತೆ ಭಾಗವತ ಸಪ್ತಾಹವನ್ನು ನಡೆಸಿದನು. (ಗೋಕರ್ಣಃ ಸ್ತಂಭನಂ ಚಕ್ರೇ ಸೂರ್ಯವೇಗಸ್ಯ ವೈ ತದಾ ॥ ೪೯ ॥ ತುಭ್ಯಂ ನಮೋ ಜಗತ್ಸಾಕ್ಷಿನ್ ಬ್ರೂಹಿ ಮೇ ಮುಕ್ತಿಹೇತುಕಮ್ । ತತ್ ಶ್ರುತ್ವಾ ದೂರತಃ ಸೂರ್ಯಃ ಸ್ಫುಟಮಿತ್ಯಭಾಷತ ॥ ೪೦ ॥ ಶ್ರೀಮದ್ಭಾಗವತಾನ್ಮುಕ್ತಿಃ ಸಪ್ತಾಹಂ ವಾಚನಂ ಕುರು । ಇತಿ ಸೂರ್ಯವಚಃ ಸರ್ವೇಃ ಧರ್ಮರೂಪಂ ತು ವಿಶ್ರುತಮ್ ॥ ೪೧ ॥ – ಭಾಗ. ಮ. ಪದ್ಮ. ಪು. ಅ–೫) ಮತ್ತು ಅಣ್ಣನ ಪ್ರೇತತ್ವವನ್ನೂ ಕಳೆದನು.

ಈ ರೀತಿ ಭಾಗವತ ಸಪ್ತಾಹ ನಡೆದ ಬಗ್ಗೆ ಪದ್ಮ ಪುರಾಣದ ಭಾಗವತ ಮಹಾತ್ಮೆಯಲ್ಲಿ ಎರಡು ನಿದರ್ಶನಗಳು ಮತ್ತು ಇತರೆಲ್ಲ ಶ್ರೋತೃಗಳ ಉದ್ಧಾರಕ್ಕೆಂದು ನಡೆಸಿದ ಇನ್ನೊಂದು ಭಾಗವತ ಸಪ್ತಾಹವೇ ಸಾಕ್ಷಿ. ಹೀಗೆ ನಡೆದ ಭಾಗವತ ಸಪ್ತಾಹಗಳ ಕಾಲಗಳನ್ನು ಈ ರೀತಿ ಸಂಗ್ರಹಿಸಬಹುದು—

೧. ಶ್ರೀಕೃಷ್ಣ ಪರಮಾತ್ಮನು ಪರಂಧಾಮಕ್ಕೆ ತೆರಳಿದ ನಂತರ ಕಲಿಯುಗದಲ್ಲಿ ಮೂವತ್ತು ವರ್ಷಗಳು ಕಳೆಯಲು ಭಾದ್ರಪದ ಮಾಸದ ನವಮಿಯಿಂದ ಪೌರ್ಣಮೆಯವರೆಗೆ ಶುಕಾಚಾರ್ಯರು ಪರೀಕ್ಷಿತ ಮಹಾರಾಜನಿಗಾಗಿ ಶಕ ಕ್ಷೇತ್ರದಲ್ಲಿ ನಡೆಸಿದ ಭಾಗವತ ಸಪ್ತಾಹವು

ಮೊದಲನೆಯದಾಗಿದೆ. (ಅಕೃಷ್ಣನಿರ್ಗಮಾತ್ ತ್ರಿಂಶದ್ವರ್ಷಾಧಿಕಗತೇ ಕಲೌ।
ನವಮೀತೋ ನಭಸ್ಯೇ ಚ ಕಥಾರಂಭಂ ಶುಕೋಕರೋತ್ ॥ಪದ್ಮ ಪು.
ಭಾಗ.ಮ.ಅ.೯.೯೭॥).

        ೭. ಈ ಸಪ್ತಾಹವು ನಡೆದು ೨೦೦ ವರ್ಷಗಳು ಕಳೆದ ಮೇಲೆ
ಕಲಿಯುಗದಲ್ಲಿ ಗೋಕರ್ಣ ಎನ್ನುವ ಬ್ರಾಹ್ಮಣ ಕುಮಾರನು ತನ್ನ ಅಣ್ಣ
ಧುಂಧುಕಾರಿಯ ಪ್ರೇತತ್ವನಿವಾರಣೆಗೆಂದು ತನ್ನ ಮನೆಯಲ್ಲೇ ಭಾಗವತ
ಸಪ್ತಾಹವನ್ನು ನಡೆಸಿ ಆದರಿಂದ ಬಂದ ಪುಣ್ಯವನ್ನು ಅಣ್ಣನಿಗೆ ಸಮರ್ಪಿಸಿ
ಅವನನ್ನು ಪ್ರೇತಜನ್ಮದಿಂದ ಮುಕ್ತಗೊಳಿಸಿದನು. ಈ ಸಪ್ತಾಹವು ಆಷಾಢ
ಮಾಸದ ನವಮಿಯಿಂದ ಪೌರ್ಣಮೆಯವರೆಗೆ ನಡೆದಿತ್ತೆಂದು ಕೆಲವರು
ಹೇಳುತ್ತಾರೆ. (ಪರೀಕ್ಷಿತ್ ಶ್ರವಣಾಂತೇ ಚ ಕಲೌ ವರ್ಷಶತದ್ವಯೇ।
ಶುದ್ಧೇ ಶುಚೌ ನವಮ್ಯಾಂ ಚ ಧೇನುಜೋಕಥಯತ್ ಕಥಾಮ್ ॥
॥೧೭॥

        ಈ ಸಪ್ತಾಹದಲ್ಲಿ ಗೋಕರ್ಣನಿಂದ ನಡೆಸಲ್ಪಟ್ಟ ಭಾಗವತ
ಪ್ರವಚನವನ್ನು ಕೇಳಿ ಪ್ರೇತ ಜನ್ಮದಲ್ಲಿದ್ದ ಅಣ್ಣನಾದ ಧುಂಧುಕಾರಿ ಒಬ್ಬನೇ
ಮುಕ್ತನಾಗಿ ವಿಷ್ಣುದೂತರೊಂದಿಗೆ ದೇವವಿಮಾನದಲ್ಲಿ ಕುಳಿತು ವೈಕುಂಠಕ್ಕೆ
ಹೊರಡುತ್ತಿರುವುದನ್ನು ಕಂಡು ಆಶ್ಚರ್ಯಚಕಿತನಾದ ಗೋಕರ್ಣನು
ವಿಷ್ಣುದೂತರನ್ನುಕುರಿತು – "ಭೋ ವಿಷ್ಣುದೂತರೇ! ಈ ಏಳು ದಿನ ನಾನು
ನಡೆಸಿದ ಭಾಗವತ ಪ್ರವಚನವನ್ನು ಇಲ್ಲಿ ಸಂನಿಹಿತರಾದ ನೂರಾರು ಜನರು
ಶ್ರವಣ ಮಾಡಿದ್ದರೂ ಅವರಿಗೇಕೆ ದೇವವಿಮಾನದಿಂದ ವಿಷ್ಣುಲೋಕ
ಪ್ರಾಪ್ತಿಯಾಗಲಿಲ್ಲ? ಈ ಪಕ್ಷಪಾತಕ್ಕೇನು ಕಾರಣ?" ಎಂದು ಪ್ರಶ್ನಿಸಲು,
ವಿಷ್ಣುದೂತರು ಹೇಳುತ್ತಾರೆ – "ಅಯ್ಯಾ ಗೋಕರ್ಣ! ನಿನ್ನ ಅಣ್ಣನು ಏಳೂ
ದಿನ ಉಪವಾಸದಿಂದ ಇದ್ದು ಅತಿ ಭಕ್ತಿಯಿಂದ ಭಾಗವತವನ್ನು ಶ್ರವಣ
ಮನನಾದಿ ಮಾಡಿದ್ದಾನಾದ್ದರಿಂದ (ಸಪ್ತರಾತ್ರಂ ಉಪೋಷ್ಯೈವ ಪ್ರೇತೇನ
ಶ್ರವಣಂ ಕೃತಮ್ । ಮನನಾದಿ ತಥಾ ತೇನ ಸ್ಥಿರಚಿತ್ತೇ ಕೃತಂ ಭೃಶಮ್
॥ ೭೭ ॥ ವಿಶ್ವಾಸೋ ಗುರುವಾಕ್ಯೇಷು ಸ್ವಸ್ಮಿನ್ ದೀನತ್ವಭಾವನಾ ।
ಮನೋದೋಷಜಯಶ್ಚೈವ ಕಥಾಯಾಂ ನಿಶ್ಚಲಾ ಮತಿಃ ॥ ೭೭ ॥
ಏವಮಾದಿ ಕೃತಂ ಚೇತ್ ಸ್ಯಾತ್ ತದಾ ವೈ ಶ್ರವಣೇ ಫಲಮ್ । ಪುನಃ
ಶ್ರವಾಂತೇ ಸರ್ವೇಷಾಂ ವೈಕುಂಠೇ ವಸತಿಃ ಧ್ರುವಮ್ ॥ ೭೮ ॥ –

(ಭಾಗ.ಮ. ಅಧ್ಯಾಯ–೩೬). ಅವನಿಗೆ ವಿಷ್ಣುಲೋಕ ಪ್ರಾಪ್ತಿಯಾಗಿದೆ. ಹೀಗೆ ಮಾಡಿದರೆ ಎಲ್ಲರಿಗೂ ಮುಕ್ತಿ ನಿಶ್ಚಿತ' ಎಂದು ಹೇಳಿ, ಧುಂಧುಕಾರಿ– ಯನ್ನು ದೇವವಿಮಾನದಲ್ಲಿ ಕುಳ್ಳಿರಿಸಿಕೊಂಡು ಹೊರಟು ಹೋಗುತ್ತಾರೆ.

ಇದನ್ನುಕೇಳಿ ಆ ಸಂದರ್ಭದಲ್ಲೇ ಗೋಕರ್ಣಬ್ರಾಹ್ಮಣನು ಶ್ರಾವಣ ಮಾಸದಲ್ಲಿಇನ್ನೊಮ್ಮೆ ಸಪ್ತಾಹ ವಿಧಿಯಿಂದ ಭಾಗವತ ಕಥಾನುವಾದವನ್ನು (ಶ್ರಾವಣೇ ಮಾಸಿ ಗೋಕರ್ಣ: ಕಥಾಮೂಚೇ ತಥಾ ಪುನಃ ॥ ಸಪ್ತರಾತ್ರವತೀಂ ಭೂಯಃ ಶ್ರವಣ ತ್ಯೈ ಕೃತಂ ಪುನಃ ॥ ೭೯ ॥) ನಡೆಸಿದಾಗ ಅದನ್ನು ಭಕ್ತಿ ಶ್ರದ್ಧೆಯಿಂದ ಕೇಳಿದ ಚಾಂಡಾಲರಾದಿಯಾದ ಶ್ರೋತೃಗಳೆಲ್ಲರೂ ವಿಷ್ಣುಲೋಕವನ್ನು ಹೊಂದಿದರು. (ತದ್ ಗ್ರಾಮೇ ಯೇ ಸ್ಥಿತಾ ಜೀವಾ ಆಶ್ವಚಾಂಡಾಲಜಾತಯಃ । ವಿಮಾನೇ ಸ್ಥಾಪಿತಾಸ್ತೇಽಪಿ ಗೋಕರ್ಣಕೃಪಯಾ ತದಾ ॥ ೮೨ ॥).

೭. ಇದಾದ ನಂತರ ನಾರದ ಋಷಿಗಳು ಭೂಲೋಕಕ್ಕೆ ಬಂದು ಕಾರ್ತಿಕ ಮಾಸದ ಶುದ್ಧ ನವಮಿಯಂದು ಮೂರನೇಯ ಸಲ ಭಾಗವತ ಸಪ್ತಾಹವನ್ನು ನಡೆಸಿದ್ದಾರೆ. ಆಗ ಕಲಿಯುಗ ಪ್ರಾರಂಭವಾಗಿ ೨೯೦ ವರ್ಷಗಳಾಗಿದ್ದವು.

ಇದಾದ ನಂತರ ಕಲಿಯುಗ ಪ್ರಾರಂಭವಾಗಿ ಇನ್ನೂರ ಅರವತ್ತು ವರ್ಷಗಳು ಕಳೆದ ನಂತರ ನಾರದ ಋಷಿಗಳು ಭೂಲೋಕಕ್ಕೆ ಬಂದು ಕಾರ್ತಿಕ ಮಾಸದಲ್ಲಿ ಒಂದು ಭಾಗವತ ಸಪ್ತಾಹ ನಡೆಸಿದ್ದಾರೆಂದು ಶ್ರೀವೇದವ್ಯಾಸರೇ ಪದ್ಮಪುರಾಣದ ಒಂದು ಉಪಾಖ್ಯಾನದಲ್ಲಿಹೇಳಿದ್ದಾರೆ.

೮. ನೈಮಿಷಾರಣ್ಯದಲ್ಲಿಶೌನಕಾದಿ ಋಷಿಗಳು ನಡೆಸಿದ ಜ್ಞಾನಸತ್ರಕ್ಕೆ ಆಗಮಿಸಿದ ಸೂತ ಪುರಾಣಿಕರು ಆ ಋಷಿಗಳ ಪ್ರಾರ್ಥನೆಯಂತೆ ನಡೆಸಿದ ಭಾಗವತ ಸಪ್ತಾಹ ಪ್ರವಚನವು ಐದನೆಯದಾಗಿದೆ.

ಹೀಗೆ ಅನೇಕ ಜ್ಞಾನಿಗಳು ಪೂರ್ವಾಚಾರ್ಯರ ಸಂಪ್ರದಾಯದಂತೆ ಸಪ್ತಾಹ ವಿಧಿಯಿಂದ ಭಾಗವತ ಪ್ರವಚನಗಳನ್ನು ನಡೆಸುತ್ತ ಬಂದಿದ್ದಾರೆ. ಈ ಸಪ್ತಾಹಗಳು ಅಸಂಖ್ಯವಾಗಿವೆ.

* * *

೨೨. ಶ್ರೀಮದ್ಭಾಗವತ ಸಪ್ತಾಹದಲ್ಲಿ ಪಾರಾಯಣದ (ಪುರಾಣ–ಕಥನದ ಹಾಗೂ ಶ್ರವಣದ) ದೈನಂದಿನ ವಿಶ್ರಾಮ ಸ್ಥಳಗಳು

೧. ಮಾಧ್ವ ಸಂಪ್ರದಾಯದಂತೆ –

ಮನುಕರ್ದಮಸಂವಾದಪರ್ಯಂತಂ ಪ್ರಥಮೇಽಹನಿ ।
ಭರತಾಖ್ಯಾನಪರ್ಯಂತಂ ದ್ವಿತೀಯೇಽಹನಿ ವಾಚಯೇತ್ ॥

ತೃತೀಯೇ ದಿವಸೇ ಕುರ್ಯಾತ್ ಸಪ್ತಮಸ್ಕಂಧಪೂರಣಮ್ ।
ಕೃಷ್ಣಾವಿರ್ಭಾವಪರ್ಯಂತಂ ಚತುರ್ಥೇ ದಿವಸೇ ವದೇತ್ ॥

ರುಕ್ಮಿಣ್ಯುದ್ವಾಹಪರ್ಯಂತಂ ಪಂಚಮೇಽಹನಿ ಶಸ್ಯತೇ ।
ಶ್ರೀಹಂಸಾಖ್ಯಾನಪರ್ಯಂತಂ ಷಷ್ಠೇಽಹನಿ ವದೇತ್ ಸುಧೀಃ ॥

ಸಪ್ತಮೇ ತು ದಿನೇ ಕುರ್ಯಾತ್ ಪೂರ್ತಿಂ ಭಾಗವತಸ್ಯ ವೈ ।
ಏವಂ ನಿರ್ವಿಘ್ನತಾಸಿದ್ಧಿಃ ವಿಪರ್ಯಯ ಇತೋಽನ್ಯಥಾ ॥

ದಿನ	ಎಲ್ಲಿಯ ವರೆಗೆ	ಒಟ್ಟು ಅಧ್ಯಾಯಗಳು
೧. ೧ನೆಯ ದಿನ	ಮನುಕರ್ದಮ ಸಂವಾದದ ವರೆಗೆ	೪೮
೨. ೨ ನೆಯ ದಿನ	ಭರತಚರಿತ್ರದ ವರೆಗೆ	೫೨
೩. ೩ ನೆಯ ದಿನ	ಸಪ್ತಮ ಸ್ಕಂಧದ ಸಮಾಪ್ತಿಯ ವರೆಗೆ	೫೩
೪. ೪ ನೆಯ ದಿನ	ಶ್ರೀಕೃಷ್ಣನ ಜನ್ಮದ ವರೆಗೆ	೫೧
೫. ೫ ನೆಯ ದಿನ	ಶ್ರೀರುಕ್ಮಿಣೀ ವಿವಾಹದ ವರೆಗೆ	೫೧
೬. ೬ ನೆಯ ದಿನ	ಹಂಸಾಖ್ಯಾನದ ವರೆಗೆ	೪೩
೭. ೭ ನೆಯ ದಿನ	ಉಳಿದ ಭಾಗದಿಂದ ಪುರಾಣ ಸಮಾಪ್ತಿಯ ವರೆಗೆ	೩೭

ಒಟ್ಟು ಅಧ್ಯಾಯಗಳು ೩೩೫

ಈ ರೀತಿ ಸಪ್ತಾಹವನ್ನು ಆಚರಿಸಿದರೆ ನಿಶ್ಚಿತವಾಗಿ ಕಾಮನಾಪೂರ್ತಿ–ಯಾಗುವುದು. ಇಲ್ಲದಿದ್ದರೆ ಫಲಪ್ರಾಪ್ತಿಯಲ್ಲಿ ವಿಪರೀತವಾಗುವುದು.

ಇದೇ ರೀತಿಯ ವಿಶ್ರಾಮ ಸ್ಥಳಗಳು ಕೌಶಿಕೀ ಸಂಹಿತೆಯಲ್ಲಿಯೂ ಹೇಳಲ್ಪಟ್ಟಿವೆ –

ಕೌಶಿಕೀ ಸಂಹಿತಾ –

ಸಪ್ತಾಹೇ ಪಾಠನಿಯಮಂ ಶೃಣು ಶೌನಕ ಸಂಯತಃ ।
ಮನುಕದರ್ಮಸಂವಾದಪರ್ಯಂತಂ ಪ್ರಥಮೇಽಹನಿ   ॥ ೧ ॥

ಋಷಭಾಖ್ಯಾನಪರ್ಯಂತಂ ದ್ವಿತೀಯೇ ದಿವಸೇ ವದೇತ್ ।
ತೃತೀಯೇ ದಿವಸೇ ಕುರ್ಯಾತ್ ಸಪ್ತಮಸ್ಕಂಧ ಪೂರಣಮ್ ॥ ೨ ॥

ಕೃಷ್ಣಾವಿರ್ಭಾವಪರ್ಯಂತಂ ಚತುರ್ಥೇಽಹನಿ ವಾಚಯೇತ್ ।
ರುಕ್ಮಿಣ್ಯುದ್ವಾಹಪರ್ಯಂತಂ ಪಂಚಮೇಽಹ್ನಿ ವದೇತ್ ಸುಧೀಃ ॥ ೩ ॥

ಶ್ರೀಹಂಸಾಖ್ಯಾನಪರ್ಯಂತಂ ಷಷ್ಠೇಽಹ್ನಿ ವಾಚಯೇದ್ ಧ್ರುವಮ್ ।
ಸಪ್ತಮೇ ದಿವಸೇ ಕುರ್ಯಾತ್ ಶ್ರೀಭಾಗವತಪುರಾಣಮ್   ॥ ೪ ॥

ಮೇಲಿನವುಗಳನ್ನು ನೋಡಲಾಗಿ ಕೌಶಿಕೀ ಸಂಹಿತಾ ಮತ್ತು ಮಾಧ್ವ ಸಂಪ್ರದಾಯದ ವಿಶ್ರಾಮ ಸ್ಥಳಗಳಲ್ಲಿ ಸಾಮ್ಯವಿರುವುದು ಸ್ಪಷ್ಟವಾಗುತ್ತದೆ.

೨) ಮತಾಂತರದಂತೆ ಮುನಿಗಳು ತಿಳಿಸಿದಂತೆ ಸಪ್ತಾಹದಲ್ಲಿ ವಿಶ್ರಾಮ ಸ್ಥಳಗಳು.

ಪ್ರಥಮೇ ಹಿರಣ್ಯಾಕ್ಷವಧೋ ದ್ವಿತೀಯೇ ಭರತಾವಧಿಃ ।
ತೃತೀಯೇ ಕ್ಷೀರಮಥನಂ ಚತುರ್ಥೇ ಕೃಷ್ಣಜನ್ಮನಿ ॥

ಪಂಚಮೇ ರುಕ್ಮಿಣ್ಯುದ್ವಾಹಃ ಷಷ್ಠೇ ಚೋದ್ಧವವಾದತಃ ।
ಸಪ್ತಮೇಽಹ್ನಿ ಸಮಾಪ್ತಿಃ ಸ್ಯಾತ್ ಸಪ್ತಾಹಂ ಮುನಯೋಽಬ್ರುವನ್॥

೧ ನೆಯ ದಿನ	ಹಿರಣ್ಯಾಕ್ಷನ ವಧೆಯ ವರೆಗೆ
೨ ನೆಯ ದಿನ	ಭರತನ ಚರಿತ್ರೆ ಪೂರ್ಣ
೩ ನೆಯ ದಿನ	ಕ್ಷೀರಮಥನದ ನಿರೂಪಣೆ ಮುಗಿಯುವವರೆಗೆ
೪ ನೆಯ ದಿನ	ಶ್ರೀಕೃಷ್ಣನ ಜನ್ಮವಾಗುವ ವರೆಗೆ
೫ ನೆಯ ದಿನ	ಶ್ರೀಕೃಷ್ಣ – ರುಕ್ಮಿಣಿಯರ ವಿವಾಹ ಪೂರ್ತಿ
೬ ನೆಯ ದಿನ	ಶ್ರೀಕೃಷ್ಣನಿಂದ ಉದ್ಧವನಿಗೆ ಉಪದೇಶ ಪೂರ್ತಿ
೭ ನೆಯ ದಿನ	ಆಲ್ಲಿಂದ ಮುಂದಿನಿಂದ ಭಾಗವತ ಪುರಾಣ ಸಮಾಪ್ತಿಯ ವರೆಗೆ.

* * *

೨೩. ಭಾಗವತಸಪ್ತಾಹಯಜ್ಞದ ವಿಧಿ
(ಪದ್ಮಪುರಾಣದ ಭಾಗವತ ಮಹಾತ್ಮೆ – ಅಧ್ಯಾಯ ೯)

ದೈವಜ್ಞನನ್ನು (ಶ್ರೇಷ್ಠ ಜ್ಯೋತಿಷಿ) ವಿಚಾರಿಸಿ ಭಾಗವತ ಸಪ್ತಾಹ ಪ್ರವಚನವನ್ನು ಪ್ರಾರಂಭಿಸಲು ಯೋಗ್ಯ ಮುಹೂರ್ತವನ್ನು ನಿರ್ಧರಿಸಬೇಕು. ಮತ್ತು ಸಪ್ತಾಹ ನಡೆಸಲು ಅವಶ್ಯವಿರುವ ಹಣ ಮುಂತಾದವನ್ನು ಸಂಗ್ರಹಿಸಿ ಇಟ್ಟುಕೊಳ್ಳಬೇಕು. ಶ್ರಾವಣ ಮಾಸ (ನಭಸ್), ಭಾದ್ರಪದ ಮಾಸ (ನಭಸ್ಯಃ), ಆಶ್ವಿನ ಮಾಸ, ಕಾರ್ತಿಕ ಮಾಸ (ಊರ್ಜಃ), ಮಾರ್ಗಶೀರ್ಷ ಮಾಸ, ಈ ಮಾಸಗಳಲ್ಲಿ ಸಪ್ತಾಹವನ್ನು ಪ್ರಾರಂಭಿಸಿ ಶ್ರವಣಾದಿಗಳನ್ನು ಮಾಡುವುದು ಮೋಕ್ಷಸೂಚಕವಾಗಿದೆ. ಇತರ ಮಾಸಗಳು ಸಪ್ತಾಹಕ್ಕೆ ತ್ಯಾಜ್ಯ ವಾಗಿವೆ. ನಂತರ ಭಾಗವತ ಸಪ್ತಾಹ ಪ್ರಾರಂಭದ ಬಗ್ಗೆ ಎಲ್ಲೆಡೆ ಸುದ್ದಿ ಮುಟ್ಟಿಸಿ ಕಥಾಶ್ರವಣಕ್ಕೆ ಸಕುಟುಂಬ ಸಪರಿವಾರ ಎಲ್ಲರೂ ಬರುವಂತೆ ಆಮಂತ್ರಿಸ ಬೇಕು. ಅತಿದೂರದಲ್ಲಿರುವವರಿಗೆ ಪತ್ರಮುಖೀನ ಆಮಂತ್ರಣವನ್ನು ಕಳುಹಿಸಿ ಇಂಥ ದುರ್ಲಭವಾದ ಅವಕಾಶವನ್ನು ಕಳೆದುಕೊಳ್ಳದೇ ಭಾಗವತಾಮೃತಪಾನ ಮಾಡಲು ತಪ್ಪದೇ ಬರುವಂತೆ ವಿನಂತಿಸಬೇಕು. ಕಥಾಶ್ರವಣಕ್ಕೆ ಬರುವವರೆಲ್ಲರಿಗೆ ವಾಸಕ್ಕೆ ಯೋಗ್ಯ ನಿವೇಶನಗಳನ್ನು ಕಲ್ಪಿಸಿಕೊಡಬೇಕು.

ಸಪ್ತಾಹ ಪ್ರವಚನ ಹಾಗೂ ಶ್ರವಣಕ್ಕೆಂದು ಯಾವುದಾದರೂ ತೀರ್ಥ, ವನ ಅಥವಾ ಮನೆಯಲ್ಲೇ ಆಗಲಿ ವಿಶಾಲವಾದ ಸ್ಥಳದ ವ್ಯವಸ್ಥೆ ಮಾಡಬೇಕು. ಆ ಸ್ಥಳವನ್ನು ಸಂಮಾರ್ಜನಾದಿಗಳಿಂದ ಶುದ್ಧಗೊಳಿಸಿ ಅಲ್ಲಿ ಉಚ್ಚ ಸ್ಥಳದಲ್ಲಿ ಬಾಳೆಯ ಕಂಬಗಳಿಂದ ಅಲಂಕೃತವಾದ ಒಂದು ಮಂಟಪವನ್ನು ನಿರ್ಮಿಸಿ ಅದನ್ನು ಫಲ–ಪುಷ್ಪಮಾಲೆಗಳಿಂದ ಚೆನ್ನಾಗಿ ಅಲಂಕರಿಸಿ ಸ್ಥಳದ ನಾಲ್ಕೂ ದಿಕ್ಕುಗಳಲ್ಲಿ ಧ್ವಜಾರೋಹಣವನ್ನು ಮಾಡಬೇಕು. ಪ್ರವಚನಕಾರರಿಗೆ ಒಂದು ಉತ್ತಮವಾದ ಆಸನವನ್ನು ಮತ್ತು ಶ್ರೋತೃಗಳಿಗೂ ಯೋಗ್ಯವಾದ ಆಸನ– ಗಳನ್ನು ವ್ಯವಸ್ಥೆ ಮಾಡಬೇಕು. ಪ್ರವಚನಕಾರನಿಗೆ ಉತ್ತರಕ್ಕೆ ಮುಖವಾಗು– ವಂತೆ, ಶ್ರೋತೃಗಳಿಗೆ ಪೂರ್ವಾಭಿಮುಖಿವಾಗಿ ಕುಳಿತುಕೊಳ್ಳುವಂತೆಯೂ ಅಥವಾ ವಕ್ತೃವ ಪೂರ್ವಾಭಿಮುಖಿನಾಗಿದ್ದರೆ ಶ್ರೋತೃಗಳು ಉತ್ತರಾಭಿಮುಖಿ ವಾಗಿಯೂ ಕುಳಿತುಕೊಳ್ಳುವಂತೆ ಆಸನಗಳ ವ್ಯವಸ್ಥೆಯಾಗಿರಬೇಕು.

ವಿರಕ್ತನೂ, ವಿಷ್ಣು ಭಕ್ತನೂ, ವೇದಾದಿಶಾಸ್ತ್ರಜ್ಞನೂ, ದೃಷ್ಟಾಂತ ಕುಶಲನೂ, ಧೀರನೂ, ಅತಿನಿಸ್ಪೃಹನೂ ಆದ ಒಬ್ಬ ಪ್ರವಚನ ಕುಶಲನನ್ನು ಭಾಗವತ ಸಪ್ತಾಹವನ್ನು ನಡೆಸಿಕೊಡುವಂತೆ ಆಮಂತ್ರಿಸಿರಬೇಕು. ಧರ್ಮಭ್ರಷ್ಟರೂ, ಸ್ತ್ರೀಲಂಪಟರೂ, ಪಾಖಂಡವಾದಿಗಳೂ ಆದವರು ಪಂಡಿತರಾಗಿದ್ದರೂ ಅವರನ್ನು ಭಾಗವತ ಶ್ರವಣಕ್ಕೆ ಆಮಂತ್ರಿಸಬಾರದು. ವಕ್ತೃವಿನ ಪಕ್ಕಕ್ಕೆ ಸಹಾಯಕ್ಕೆಂದು ಸಂಶಯನಿವಾರಕನೂ, ಲೋಕಬೋಧನ– ತತ್ತ್ವರನೂ ಆದ ಇನ್ನೊಬ್ಬ ಕುಶಲ ಪಂಡಿತನನ್ನು ಕೂಡಿಸಬೇಕು.

ಭಾಗವತ ಪ್ರವಚನಕಾರನು ಸಪ್ತಾಹ ಪ್ರವಚನ ವ್ರತವನ್ನು ಪ್ರಾರಂಭಿಸುವ ಒಂದು ದಿನ ಮುಂಚೆಯೇ ಕ್ಷೌರವನ್ನು ಮಾಡಿಸಿಕೊಳ್ಳಬೇಕು. ಯಜಮಾನನು ನಿತ್ಯ ಅರುಣೋದಯಕ್ಕೆ ಮೊದಲು ಶೌಚಾದಿ ವಿಧಿಗಳನ್ನು ಮುಗಿಸಿ, ಸ್ನಾನವನ್ನು ಮಾಡಿ, ಸಂಧ್ಯಾದಿ ಕರ್ಮಗಳನ್ನು ಸಂಕ್ಷೇಪದಲ್ಲಿ ಮಾಡಿ ಮುಗಿಸಬೇಕು. ಕಥಾವಿಘ್ನ ಪರಿಹಾರಕ್ಕಾಗಿ ಮೊದಲು ಗಣನಾಥ ನನ್ನು ಭಕ್ತಿಯಿಂದ ಪೂಜಿಸಿ ನಂತರ ಪಿತೃಗಳ ಪ್ರೀತ್ಯರ್ಥ ತರ್ಪಣವನ್ನು ಸಮರ್ಪಿಸಿ ಸ್ವಶುದ್ಧಿಗೋಸ್ಕರ ಪ್ರಾಯಶ್ಚಿತ್ತವನ್ನು ಮಾಡಿಕೊಳ್ಳಬೇಕು. ನಂತರ ಮಂಡಲವನ್ನು ಮಾಡಿ ಅಲಂಕರಿಸಿ ಅದರ ಮೇಲೆ ಶ್ರೀಕೃಷ್ಣನನ್ನು ಸ್ಥಾಪಿಸಿ ಯಥಾವಿಧಿ ಪೂಜೆಯ ಕೊನೆಗೆ ಸಂಸಾರಸಾಗರೇ ಮಗ್ನಂ ದೀನಂ ಮಾಂ ಕರುಣಾನಿಧೇ | ಕರ್ಮಮೋಹಗೃಹೀತಾಂಗಂ ಮಾಮುದ್ಧರ ಭವಾರ್ಣವಾತ್ || ೧೯ || – ಹೇ ಕರುಣಾನಿಧಿಯಾದ ಶ್ರೀಹರೇ! ಸಂಸಾರ ಸಾಗರದಲ್ಲಿ ಬಿದ್ದು ಒದ್ದಾಡುತ್ತಿರುವ ಕರ್ಮಪಾಶ ಹಾಗೂ ಮೋಹಜಾಲಗಳಿಂದ ಬದ್ಧನಾದ ನನ್ನನ್ನು ಭವಸಾಗರದಿಂದ ದಯಮಾಡಿ ಉದ್ಧರಿಸು” ಎಂದು ಪ್ರಾರ್ಥಿಸಬೇಕು.

ಶ್ರೀಕೃಷ್ಣನ ಪೂಜೆಯ ನಂತರ ಶ್ರೀಕೃಷ್ಣನ ವಾಙ್ಮಯೀಮೂರ್ತಿಯಾದ ಶ್ರೀಮದ್ಭಾಗವತ ಗ್ರಂಥದ ಪೂಜೆಯನ್ನೂ ಯಥಾವಿಧಿ ಆಚರಿಸಬೇಕು. ನಂತರ ಶ್ರೀಫಲವನ್ನು (ತೆಂಗಿನಕಾಯಿ) ಕೈಯಲ್ಲಿ ಹಿಡಿದುಕೊಂಡು ಭಕ್ತಿ ಯಿಂದ ಬಾಗಿ ನಮಿಸುತ್ತ “ಶ್ರೀಮದ್ಭಾಗವತಾಖ್ಯೋಽಯಂ ಪ್ರತ್ಯಕ್ಷಃ ಕೃಷ್ಣ ಏವ ಹಿ | ಸ್ವೀಕೃತೋಽಸಿ ಮಯಾ ನಾಥ ಮುಕ್ತ್ಯರ್ಥಂ ಭವಸಾಗರೇ || ೨೦ || ಮನೋರಥೋ ಮದಿಯೋಽಯಂ ಸಫಲಃ

ಸರ್ವಥಾ ತ್ವಯಾ | ನಿರ್ವಿಘ್ನೇನ ಕರ್ತವ್ಯೋ ದಾಸೋಽಹಂ ತವ ಕೇಶವ || ೩೧ || – ಈ ಭಾಗವತ ಗ್ರಂಥವೇನಿದೆಯೋ ಅದು ಕಣ್ಣಿಗೆ ಕಾಣುತ್ತಿರುವ ಶ್ರೀಕೃಷ್ಣನ ವಾಙ್ಮಯಿ ಮೂರ್ತಿಯೇ ಆಗಿದೆ. "ಹೇ ಸರ್ವೇಶ್ವರ! ಭವಸಾಗರದಿಂದ ಮುಕ್ತನಾಗಲು ನಾನು ನಿನ್ನನ್ನು ಇಲ್ಲಿ ಭಕ್ತಿಯಿಂದ ಆವಾಹಿಸಿದ್ದೇನೆ. ನನ್ನಮನೋರಥಗಳೆಲ್ಲವೂ ನಿನ್ನ ಅನುಗ್ರಹ ದಿಂದ ಸಿದ್ಧಿಸಲಿ. ಈ ಸಪ್ತಾಹಕಾರ್ಯವು ನಿರ್ವಿಘ್ನವಾಗಿ ಸಾಗುವಂತೆ ಮಾಡು. ಹೇ ಕೇಶವ! ನಾನು ನಿನ್ನದಾಸನಾಗಿದ್ದೇನೆ." ಈ ಪ್ರಕಾರ ದೀನನಾಗಿ ಪ್ರಾರ್ಥಿಸಬೇಕು. ನಂತರ ಯಜಮಾನನು ಭಾಗವತ ವಕ್ತೃವಿಗೆ (ಪೌರಾಣಿಕನಿಗೆ) ವಸ್ತ್ರಾಭರಣಗಳನ್ನು ಕೊಟ್ಟು ಸತ್ಕರಿಸಿ ಅವನನ್ನು – "ಹೇ ಶುಕಾಚಾರ್ಯರಂತಿರುವ   ಬ್ರಾಹ್ಮಣರೇ!   ಸರ್ವಶಾಸ್ತ್ರವಿಶಾರದರೂ, ಜ್ಞಾನಿಗಳೂ ಆಗಿರುವ ನೀವು ಕಥಾಪ್ರವಚನಾಮೃತದಿಂದ ನನ್ನ ಅಜ್ಞಾನವನ್ನು ಹೋಗಲಾಡಿಸಿರಿ" ಎಂದು ಪ್ರಾರ್ಥಿಸಬೇಕು. ಆ ಬ್ರಾಹ್ಮಣರ ಮುಂದೆ ತನ್ನ ಶ್ರೇಯಸ್ಸಿಗಾಗಿ ಸಂಕಲ್ಪ ಪೂರ್ವಕ ವ್ರತವನ್ನು ಧಾರಣ ಮಾಡಬೇಕು. ಕಥಾಭಂಗ ನಿವೃತ್ತಿಗಾಗಿ ಐದು ಜನ ಶ್ರೋತ್ರಿಯ ಬ್ರಾಹ್ಮಣರನ್ನು ಆಹ್ವಾಸಿ ಅವರಿಂದ ನಿತ್ಯ "ಓಂ ನಮೋ ಭಗವತೇ ವಾಸುದೇವಾಯ" ಎಂಬ ದ್ವಾದಶಾಕ್ಷರ ಮಂತ್ರವನ್ನು ಜಪಿಸುತ್ತಿರುವಂತೆ ಪ್ರಾರ್ಥಿಸಿ ಯಜಮಾನನು ಪ್ರವಚನಕಾರರನ್ನು, ಶ್ರವಣಕ್ಕೆ ಬಂದ ವೈಷ್ಣವ ಬ್ರಾಹ್ಮಣರನ್ನು ಮತ್ತು ಇತರರನ್ನು ನಮಸ್ಕರಿಸಿ ಅವರಿಂದ ಅನುಜ್ಞೆಪಡೆದು ತಾನು ಕಥಾಶ್ರವಣ ಮಾಡಲು ತನ್ನ ಆಸನದಲ್ಲಿ ಕುಳಿತುಕೊಳ್ಳಬೇಕು. ಲೋಕ ವ್ಯವಹಾರ, ದುಡ್ಡು, ಹೆಂಡತಿ, ಮಕ್ಕಳು ಮುಂತಾದವರ ಚಿಂತೆಯನ್ನು ಬಿಟ್ಟು ಏಕಾಗ್ರ ಮನಸ್ಸಿನಿಂದ ಶ್ರವಣ ಮಾಡಿದವರು ಉತ್ತಮವಾದ ಫಲವನ್ನು ಪಡೆಯುವರು.

ಭಾಗವತ ಪ್ರವಚನಕಾರನು ಸೂರ್ಯೋದಯದಿಂದ ಆರಂಭಿಸಿ ಮೂರುವರೆ ಪ್ರಹರದ ಅಂತ್ಯದವರೆಗೆ ಗಂಭೀರವಾದ ಧ್ವನಿಯಿಂದ ಭಾಗವತ ಪುರಾಣವನ್ನು ಹೇಳಬೇಕು. ಪುರಾಣ ಹೇಳುವುದಾದ ನಂತರ ಮಧ್ಯಾಹ್ನ ಫಳಿಗೆ ವಿರಾಮ ಕೊಟ್ಟು ಅನಂತರ ಅಲ್ಲಿ ಸೇರಿದ್ದ ವಿಷ್ಣು ಭಕ್ತರು ಶ್ರೀಹರಿಯ ಕೀರ್ತನೆಗಳನ್ನು ಹೇಳುತ್ತ ಭಜನೆ ಮಾಡಬೇಕು. ಮಲ– ಮೂತ್ರಗಳನ್ನು ನಿಗ್ರಹಿಸುವುದಕ್ಕಾಗಿ ಪೌರಾಣಿಕನು ಲಘ್ವಾಹಾರವನ್ನು ಮತ್ತು ಪ್ರತಿದಿನ ಒಂದೇ ಸಲ ಹವಿಷ್ಟಾನ್ನವನ್ನು ಸ್ವೀಕರಿಸುತ್ತಿರಬೇಕು.

ಶ್ರವಣ ಮಾಡುವವರು ಸಾಧ್ಯವಿದ್ದರೆ ಏಳೂ ದಿನ ಉಪವಾಸದಿಂದ ಇದ್ದು, ಸಾಧ್ಯವಾಗದಿದ್ದರೆ ಘೃತ ಮತ್ತು ಹಾಲನ್ನು ಸೇವಿಸಿ ಕಥೆಗಳನ್ನು ಕೇಳಬೇಕು. ಅಥವಾ ಫಲಾಹಾರ ಇಲ್ಲವೇ ಒಪ್ಪತ್ತು ಊಟ ಮಾಡಿ ಸುಖವಾಗಿ ಶ್ರವಣ ಮಾಡಬೇಕು. ಉಪವಾಸದಿಂದ ಇರುವುದು ಕಥಾಶ್ರವಣಕ್ಕೆ ವಿಘ್ನಕಾರಿಯಾಗುವಂತಿದ್ದರೆ ಒಪ್ಪತ್ತು ಭೋಜನ ಮಾಡಿ ಕೇಳುವುದೇ ಶ್ರೇಷ್ಠ. ಕಥಾವ್ರತ ಧಾರಣ ಮಾಡಿದವರು ಸಪ್ತಾಹ ಮುಗಿದು ಪುರಾಣ ಮಂಗಲ ವಾಗುವವರೆಗೆ ಬ್ರಹ್ಮಚರ್ಯದಿಂದ ಇರಬೇಕು, ನೆಲದ ಮೇಲೆ ಮಲಗಬೇಕು, ಪತ್ರಾವಲಿಯ ಮೇಲೆ ಭೋಜನ ಮಾಡಬೇಕು. ವ್ರತಿಯಾದವರು ದ್ವಿದಲ, ಮಧು, ಎಣ್ಣೆ, ಜಡವಾದ ಆಹಾರ, ಭಾವದುಷ್ಟವಾದ ಮತ್ತು ತಂಗಳಾನ್ನವನ್ನು ತ್ಯಜಿಸಬೇಕು. ಕಾಮ–ಕ್ರೋಧ–ಮದ–ದುರಭಿಮಾನ– ಮತ್ಸರ, ಲೋಭ–ದಂಭ–ಮೋಹ–ಮತ್ತು ದ್ವೇಷವನ್ನ ತ್ಯಜಿಸಬೇಕು. ವೇದ–ವೈಷ್ಣವ–ವಿಪ್ರರು, ಗುರು–ಗೋವ್ರತಿಗಳು ಇವರೆಲ್ಲರ ಮತ್ತು ಸ್ತ್ರೀಯರು–ರಾಜರು ಮತ್ತು ಮಹಾತ್ಮರ ನಿಂದೆಯನ್ನು ವರ್ಜಿಸಬೇಕು. ರಜಸ್ವಲೆಯರು–ಅಂತ್ಯಜರು ಮ್ಲೇಚ್ಛರು–ಪತಿತರು, ವ್ರಾತ್ಯರು, ದ್ವಿಜದ್ವೇಷಿ– ಗಳು, ವೇದಬಾಹ್ಯರು ಇವರೊಂದಿಗೆ ಮಾತನಾಡಬಾರದು. ಸತ್ಯ–ಶೌಚ– ದಯಾ–ಮೌನ–ಸರಳತನ–ವಿನಯ–ಔದಾರ್ಯಾದಿ   ಗುಣಗಳಿಂದ ಯುಕ್ತರಾಗಿರಬೇಕು.

ದರಿದ್ರನು, ಕ್ಷಯರೋಗ ಪೀಡಿತನು, ನಿರ್ಭಾಗ್ಯನು, ಪಾಪ– ಕರ್ಮಗಳನ್ನು ಮಾಡಿದವನು, ಸಂತತಿರಹಿತನು, ಮೋಕ್ಷಕಾಮಿಯು ಈ ಭಾಗವತ ಆಖ್ಯಾನವನ್ನು ಭಕ್ತಿಯಿಂದ ಶ್ರವಣ ಮಾಡಬೇಕು. ಅಪುಷ್ಪಳು, ಕಾಕವಂಧ್ಯಳು, ವಂಧ್ಯೆಯು, ಪತಿಹೀನಳು, ಗರ್ಭಸ್ರಾವವಾಗುವ ಸ್ತ್ರೀ ಇವರೆಲ್ಲರೂ, ಪ್ರಯತ್ನಪೂರ್ವಕ ಭಾಗವತ ಕಥಾಶ್ರವಣವನ್ನು ಮಾಡಬೇಕು. ಇವರೆಲ್ಲ ಭಕ್ತಿಯಿಂದ ಶ್ರವಣ ಮಾಡಿದರೆ ಅಕ್ಷಯವಾದ ಫಲವು ಪ್ರಾಪ್ತ ವಾಗುವುದು. ಈ ಭಾಗವತ ಕಥಾಶ್ರವಣವು ಕೋಟಿಯಜ್ಞಗಳ ಫಲವನ್ನು ಕೊಡುವುದು. ಕೊನೆಯ ದಿನ ಶ್ರೀಕೃಷ್ಣಾಷ್ಟಮೀ ವ್ರತದೊಡನೆ ಆತ್ಮೋತ್ಸಾಹ ದಿಂದ ಉದ್ಯಾಪನೆಯನ್ನು ಮಾಡಬೇಕು. ಯಜಮಾನನು ನಿರ್ಧನಿಕನಾಗಿ ದ್ದರೆ ಉದ್ಯಾಪನೆಯನ್ನು ಮಾಡಲೇಬೇಕೆಂಬ ಆಗ್ರಹವಿರುವುದಿಲ್ಲ. ಇಂಥವರು ಸಪ್ತಾಹ ಶ್ರವಣ ಮಾತ್ರದಿಂದಲೇ ಪೂತರಾಗುವರು.

ಈ ಭಾಗವತಸಪ್ತಾಹವೆಂಬ ಯಜ್ಞವು ಸಮಾಪ್ತವಾದ ದಿನ ಶ್ರೋತ್ಸ ಗಳೆಲ್ಲರೂ ಭಾಗವತ ಗ್ರಂಥವನ್ನು ಮತ್ತು ಪೌರಾಣಿಕನನ್ನು ಭಕ್ತಿಯಿಂದ ಪೂಜಿಸಬೇಕು. ಪುರುಷ ಶ್ರೋತ್ಸಗಳಿಗೆ ಧರಿಸಲು ತುಳಸೀ ಮಾಲೆಗಳನ್ನು ಕೊಡಬೇಕು. ಶ್ರೋತ್ಸಗಳು ಮೃದಂಗ, ತಾಳಗಳನ್ನು ಬಾರಿಸುತ್ತ ನರ್ತಿಸಬೇಕು. ದೇವರ ನಾಮಗಳನ್ನು ಹೇಳಬೇಕು. ಶಂಖನಾದವನ್ನು ಮಾಡಬೇಕು, ಜಯ ಜಯಕಾರವನ್ನು ಮಾಡಬೇಕು. ಸಪ್ತಾಹ ಶ್ರವಣಕ್ಕೆ ಬಂದ ಬ್ರಾಹ್ಮಣರಿಗೂ, ಯಾಚಕರಿಗೂ ಭೋಜನ ಮಾಡಿಸಿ ದಕ್ಷಿಣೆ ಕೊಡಬೇಕು. ಶ್ರೋತ್ಸವು ವಿರಕ್ತನಾಗಿದ್ದರೆ ಮಂಗಳದ ಮರುದಿನ ಶ್ರೀಭಗವದ್ಗೀತೆಯ ಪಾರಾಯಣ ಮಾಡಿ ಕರ್ಮಶಾಂತಿಗಾಗಿ ಭಾಗವತದ ದಶಮಸ್ಕಂಧದ ಪ್ರತಿಯೊಂದು ಶ್ಲೋಕವನ್ನೂ ಪಠಿಸುತ್ತ ವಿಧಿಪೂರ್ವಕ ಪಾಯಸ–ಮಧು–ಘೃತ–ತಿಲ–ಅನ್ನಾದಿಗಳನ್ನು ಒಟ್ಟಿಗೆ ಸೇರಿಸಿ ಆಹುತಿಗಳನ್ನು ಹಾಕಿ ಹೋಮವನ್ನು ಮಾಡಬೇಕು. ಅಥವಾ ಗಾಯತ್ರೀ ಮಂತ್ರವನ್ನು ಪಠಿಸುತ್ತ ಹೋಮವನ್ನು ಮಾಡಬೇಕು. ಇಷ್ಟೆಲ್ಲ ಮಾಡಲು ಶಕ್ತಿ ಇಲ್ಲದಿದ್ದರೆ ಯೋಗ್ಯನಾದ ಬ್ರಾಹ್ಮಣನಿಗೆ ಹೋಮದ್ರವ್ಯಗಳನ್ನು ಕೊಡಬೇಕು. ಸಪ್ತಾಹದಲ್ಲಿ ಏನಾದರೂ ನ್ಯೂನಾಧಿಕ ದೋಷಗಳಾಗಿದ್ದರೆ ಅವುಗಳ ನಿವಾರಣೆಗಾಗಿ ಶ್ರೀವಿಷ್ಣು ಸಹಸ್ರನಾಮವನ್ನು ಪಠಿಸಬೇಕು. ಹೀಗೆ ಮಾಡುವುದರಿಂದ ಎಲ್ಲವೂ ಸಫಲವಾಗುವುದು. ಅನಂತರ ಹನ್ನೆರಡು ಯೋಗ್ಯ ಬ್ರಾಹ್ಮಣರಿಗೆ ಮೃಷ್ಟಾನ್ನ ಭೋಜನ ಮಾಡಿಸಬೇಕು. ವ್ರತ ಸಂಪೂರ್ತಿಯಾಗಲು ಆ ಬ್ರಾಹ್ಮಣರಿಗೆ ಯಥಾಶಕ್ತಿ ಸುವರ್ಣ–ಧೇನು– ದಕ್ಷಿಣೆಗಳನ್ನು ಕೊಡಬೇಕು. ವಸ್ತ್ರ–ಭೂಷಣ–ಗಂಧಾದಿಗಳಿಂದ ಅಲಂಕೃತ ನಾದ ಬ್ರಾಹ್ಮಣನಿಗೆ ಗ್ರಂಥದಾನ ಮಾಡಬೇಕು. ಈ ಪ್ರಕಾರ ಭಾಗವತ ಸಪ್ತಾಹವನ್ನು ವಿಧಿಪೂರ್ವಕ ಆಚರಿಸಿದರೆ ಸರ್ವಪಾಪಗಳು ದೂರಾಗಿ ಧರ್ಮಾರ್ಥ ಕಾಮಮೋಕ್ಷಗಳು ಸಿದ್ಧಿಸುವವು. (ಏವಂ ಕೃತೇ ವಿಧಾನೇ ಚ ಸರ್ವಪಾಪನಿವಾರಣೇ || ೯೮ || ಫಲದಂ ಸ್ಯಾತ್ ಪುರಾಣಂ ತು ಶ್ರೀಮದ್ಭಾಗವತಂ ಶುಭಮ್ | ಧರ್ಮಕಾಮಾರ್ಥ ಮೋಕ್ಷಾಣಾಂ ಸಾಧನಂ ಸ್ಯಾನ್ನ ಸಂಶಯಃ || ೯೯ || – ಪದ್ಮ ಪುರಾಣದ ಭಾಗ.ಮ. ೪–೯).

* * *

೨೪. ಭಾಗವತ ಸಪ್ತಾಹ ಶ್ರವಣದ ಫಲ
(ಭಾಗ. ಮಹಾತ್ಮೆ. ಪದ್ಮ. ಪು. ೮–೨)

೧. ಶ್ರದ್ಧಾತಃ ಶ್ರವಣೇ ನಿತ್ಯಂ ಮಾಘೇ ತಾವದ್ಧಿ ಯತ್ ಫಲಮ್ ।
ತತ್ ಫಲಂ ಶುಕದೇವೇನ ಸಪ್ತಾಹಶ್ರವಣೇ ಕೃತಮ್   ॥ ೪೮ ॥

— ಮಾಘ ಮಾಸದಲ್ಲಿ ನಿತ್ಯ ಶ್ರೀ ಭಾಗವತವನ್ನು ಶ್ರದ್ಧೆಯಿಂದ ಶ್ರವಣ ಮಾಡಿದರೆ ಎಷ್ಟು ಫಲ ಬರುವದೋ ಅಷ್ಟು ಫಲವು ಸಪ್ತಾಹಶ್ರವಣದಿಂದ ಪ್ರಾಪ್ತವಾಗುವುದೆಂದು ಶ್ರೀಶುಕಾಚಾರ್ಯರೇ ನಿರ್ಧರಿಸಿರುವರು.

೨. ಯಜ್ಞಾದ್ ಗರ್ಜತಿ ಸಪ್ತಾಹಃ ಸಪ್ತಾಹೋ ಗರ್ಜತಿ ವ್ರತಾತ್ ।
ತಪಸೋ ಗರ್ಜತಿ ಪ್ರೋಚ್ಚೈಃ ತೀರ್ಥಾನ್ನಿತ್ಯಂ ಹಿ ಗರ್ಜತಿ   ॥ ೫೧ ॥

ಯೋಗಾದ್ ಗರ್ಜತಿ ಸಪ್ತಾಹೋ ಧ್ಯಾನಾತ್ ಜ್ಞಾನಾಚ್ಚ ಗರ್ಜತಿ ।
ಕಿಂ ಬ್ರೂಮೋ ಗರ್ಜನಂ ತಸ್ಯ ರೇ ರೇ ಗರ್ಜತಿ ಗರ್ಜತಿ   ॥ ೫೨ ॥

(– ಪದ್ಮ ಪುರಾಣದ ಭಾಗ. ಮಹಾತ್ಮೆ ೮–೨)

— ಶ್ರೀಮದ್ಭಾಗವತದ ಸಪ್ತಾಹ ಶ್ರವಣವು ಯಜ್ಞ, ವ್ರತಗಳು, ತಪಸ್ಸು, ತೀರ್ಥಸ್ನಾನ, ಯೋಗಾನುಷ್ಠಾನ, ಧ್ಯಾನ, ಜ್ಞಾನ, ಇವೆಲ್ಲವುಗಳಿಗಿಂತಲೂ ಹೆಚ್ಚಿನದಾಗಿದೆ.

೩. ಸೂತ ಉವಾಚ—
ಸ್ವಕೀಯಂ ಯದ್ಭವೇತ್ತೇಜಃ ತಚ್ಚ ಭಾಗವತೇ ಅಧಾತ್ ।
ತೇನೇಯಂ ವಾಙ್ಮಯೀ ಮೂರ್ತಿಃ ಪ್ರತ್ಯಕ್ಷಾ ವರ್ತತೇ ಹರೇಃ ॥
ಸೇವನಾತ್ ಶ್ರವಣಾತ್ ಪಾರಾತ್ ದರ್ಶನಾತ್ ಪಾಪನಾಶಿನೀ ॥೬೧, ೬೨॥

ಸಪ್ತಾಹಶ್ರವಣಂ ತೇನ ಸರ್ವೇಭ್ಯೋಽಪ್ಯಧಿಕಂ ಕೃತಮ್ ।
ಸಾಧನಾನಿ ತಿರಸ್ಕೃತ್ಯ ಕಲೌ ಧರ್ಮೋಽಯಮೀರಿತಃ   ॥ ೬೨ ॥

ದುಃಖದಾರಿದ್ರ್ಯದೌರ್ಭಾಗ್ಯಪಾಪಪ್ರಕ್ಷಾಲನಾಯ ಚ ।
ಕಾಮಕ್ರೋಧಜಯಾರ್ಥಂ ಹಿ ಕಲೌ ಧರ್ಮೋಽಯಮೀರಿತಃ ॥ ೬೪ ॥

ಅನ್ಯಥಾ ವೈಷ್ಣವೀ ಮಾಯಾ ದೇವೈರಪಿ ಸುದುಸ್ತ್ಯಜಾ ।
ಕಥಂ ತ್ಯಾಜ್ಯಾ ಭವೇತ್ ಪುಂಭಿಃ ಸಪ್ತಾಹೋಽತಃ ಪ್ರಕೀರ್ತಿತಃ ॥ ೬೫ ॥

(ಅಧ್ಯಾಯ–೨)

ಸೂತರು ಹೇಳುತ್ತಾರೆ – ಶೌನಕಾದಿ ಋಷಿಗಳೇ! ಕೇಳಿರಿ – "ಶ್ರೀಕೃಷ್ಣನು ಪರಂಧಾಮಕ್ಕೆ ಹೋಗಲು ಸಿದ್ಧನಾದಾಗ ಅವನನ್ನು ಬಿಟ್ಟು ಇನ್ನು ತಾನು ಹೇಗೆ ಇರಲು ಸಾಧ್ಯ ಎಂದು ಉದ್ಧವನು ಶೋಕಿಸುತ್ತಿರುವಾಗ ಶ್ರೀಕೃಷ್ಣನು ತನ್ನ ತೇಜಸ್ಸನ್ನೆಲ್ಲ ಶ್ರೀಮದ್ಭಾಗವತದಲ್ಲಿರಿಸಿ ತನ್ನ ಗಮನದ ನಂತರ ಭಾಗವತವನ್ನೇ ಆಶ್ರಯಿಸಿ ಅಂದರೆ ಆದರಲ್ಲಿರುವ ಶ್ರೀಹರಿಯ (ಶ್ರೀಕೃಷ್ಣನ) ಮಹಿಮೆಗಳನ್ನು ಮನನ ಮಾಡುತ್ತ, ಪ್ರಸಾರ ಮಾಡುತ್ತ, ಇರಬೇಕೆಂದು ಶ್ರೀಕೃಷ್ಣನು ಉದ್ಧವನಿಗೆ ತಿಳಿಸುತ್ತಾನೆ." ಆದ್ದರಿಂದ, ಶ್ರೀಮದ್ಭಾಗವತವೆಂಬುದು ಶ್ರೀಕೃಷ್ಣನ ಸಾಕ್ಷಾತ್ ಶಬ್ದಮಯೀ (ವಾಙ್ಮಯೀ) ಮೂರ್ತಿಯಾಗಿದೆ. ಈ ಗ್ರಂಥದ ಶ್ರವಣ, ಪಾರಾಯಣ, ಅಷ್ಟೇಕೆ ದರ್ಶನ ಮಾತ್ರದಿಂದ ಸಕಲ ಪಾಪಗಳ ಪರಿಹಾರವಾಗುವುದು.

ಕಲಿಯುಗದಲ್ಲಿ ಭಾಗವತದ ಸಪ್ತಾಹ ಶ್ರವಣವ ಪಾಪನಿವೃತ್ತಿ ಹಾಗೂ ಮೋಕ್ಷಪ್ರಾಪ್ತಿಗೆ ಇತರೆಲ್ಲ ಸಾಧನೆಗಳಿಗಿಂತ ಅತಿಶ್ರೇಷ್ಠವಾಗಿದೆ. ಕಲಿಯುಗದಲ್ಲಿ ದುಃಖ – ದಾರಿದ್ರ್ಯ – ದೌರ್ಭಾಗ್ಯ – ಪಾಪಪ್ರಕ್ಷಾಲನೆ, ಕಾಮ–ಕ್ರೋಧಾದಿಗಳ ಜಯಗಳಿಗಾಗಿ ಸಪ್ತಾಹಶ್ರವಣವ ಶ್ರೇಷ್ಠವಾದ ಉಪಾಯವಾಗಿದೆ. ಹೀಗಿರದಿದ್ದರೆ ದೇವತೆಗಳಿಗೂ ಬಿಡಿಸಿಕೊಳ್ಳಲಾಗದ ವಿಷ್ಣುಮಾಯೆಯಿಂದ ಮನುಷ್ಯರು ಹೇಗೆ ಪಾರಾಗಬಲ್ಲರು? ಆದ್ದರಿಂದ ವಿಷ್ಣುಮಾಯೆಯಿಂದ ಮುಕ್ತಿಯಾಗಲು ಸಪ್ತಾಹ ಶ್ರವಣದ ವಿಧಾನವು ಮಾಡಲ್ಪಟ್ಟಿದೆ.

೮. ಆಲೌಕಿಕೋಽಯಂ ಮಹಿಮಾ ಮುನೀಶ್ವರಾಃ
ಸಪ್ತಾಹಜನ್ಮೋಽದ್ಯ ವಿಲೋಕಿತೋ ಮಯಾ ।
ಮೂಢಾಃ ಶಠಾ ಯೇ ಪಶುಪಕ್ಷಿಣೋಽತ್ರ
ಸರ್ವೇಽಪಿ ನಿಷ್ಪಾಪತಮಾ ಭವಂತಿ   ॥ ೮ ॥

ಅತೋ ನೃಲೋಕೇ ನನು ನಾಸ್ತಿ ಕಂಚಿತ್
ಚಿತ್ತಸ್ಯ ಶೋಧಾಯ ಕಲೌ ಪವಿತ್ರಮ್ ।
ಅಘೌಘವಿಧ್ವಂಸಕರಂ ತಥ್ಯೆವ
ಕಥಾಸಮಾನಂ ಭುವಿ ನಾಸ್ತಿ ಚಾನ್ಯತ್   ॥ ೯ ॥

ಕೇ ಕೇ ವಿಶುಧ್ಯಂತಿ ವದಂತು ಮಹ್ಯಂ
ಸಪ್ತಾಹಯಜ್ಞೇನ ಕಥಾಮಯೇನ ।
ಕೃಪಾಲುಭಿಃ ಲೋಕಹಿತಂ ವಿಚಾರ್ಯ
ಪ್ರಕಾಶಿತಃ ಕೋಽಪಿ ನವೀನ ಮಾರ್ಗಃ   ॥ ೧೦ ॥

     —ಸನತ್ಕುಮಾರರು ಸಭೆಯಲ್ಲಿ ಮಾಡಿದ ಭಾಗವತ ಪ್ರವಚನವನ್ನು
ಕೇಳಿ ಅಲ್ಲಿ ನಡೆದ ಒಂದು ವಿಚಿತ್ರ ಘಟನೆಯಿಂದ ಚಕಿತರಾದ ನಾರದರು
ಸನತ್ಕುಮಾರರನ್ನು ಕುರಿತು – "ಭೋ ಮುನಿವರ್ಯರೇ! ನೀವು ನಡೆಸಿದ
ಶ್ರೀಮದ್ಭಾಗವತ ಸಪ್ತಾಹ ಶ್ರವಣದಿಂದ ಸ್ತ್ರೀ ರೂಪದಲ್ಲಿದ್ದ ಭಕ್ತಿಯು
ಕಲಿದೋಷದಿಂದ ಮುಕ್ತಳಾಗಿ ಹೃಷ್ಟ–ಪುಷ್ಟಳಾಗಿದ್ದ ಅಲೌಕಿಕ ಮಹಿಮೆಯನ್ನು
ಕಂಡು ಪುಳಕಿತನಾಗಿದ್ದೇನೆ. ಈ ಸಪ್ತಾಹ ನಡೆದ ಸ್ಥಳದಲ್ಲಿದ್ದ ಮೂರ್ಖರೂ,
ದುಷ್ಟರೂ, ಅಷ್ಟೇ ಏಕೆ ಪಶುಪಕ್ಷಿಗಳೂ ಕೂಡ ಪಾಪಮುಕ್ತರಾಗಿ ಶುದ್ಧರಾಗಿ
ದ್ದಾರೆ. ಆದ್ದರಿಂದ ನರಲೋಕದಲ್ಲಿ, ಈ ಕಲಿಯುಗದಲ್ಲಿ ಚಿತ್ತಶುದ್ಧಿಗಾಗಿ
ಸಪ್ತಾಹಶ್ರವಣಕ್ಕಿಂತ ಮಿಗಿಲಾದ ಉಪಾಯವಿಲ್ಲೆಂದು ಮನಗಂಡನು.
ಭೋ ಮುನಿವರ್ಯರೇ! ಈ ಭಾಗವತ–ಸಪ್ತಾಹ ಯಜ್ಞದಲ್ಲಿ ಭಾಗವಹಿಸಿ
ಶ್ರೀಮದ್ಭಾಗವತವನ್ನು ಭಕ್ತಿಯಿಂದ ಶ್ರವಣ ಮಾಡುವುದರಿಂದ ಯಾರಾರು
ಪವಿತ್ರರಾಗುವರು ಎಂಬುದನ್ನು ಕೃಪಾಳುಗಳಾದ ತಾವು ತಿಳಿಸಬೇಕು"
ಎಂದು ವಿಜ್ಞಾಪಿಸಲು ಸನತ್ಕುಮಾರರು ಹೇಳುತ್ತಾರೆ – "ಭೋ ನಾರದ
ಮಹರ್ಷಿಗಳೇ! ಕೇಳಿರಿ'' –

ಯೇ ಮಾನವಾಃ ಪಾಪಕೃತಸ್ತು ಸರ್ವದಾ
ಸದಾ ದುರಾಚಾರರತಾ ವಿಮಾರ್ಗಗಾಃ ।
ಕ್ರೋಧಾಗ್ನಿದಗ್ಧಾಃ ಕುಟಿಲಾಶ್ಚ ಕಾಮಿನಃ
ಸಪ್ತಾಹಯಜ್ಞೇನ ಕಲೌ ಪುನಂತಿ ತೇ   ॥ ೧೧ ॥

ಸತ್ಯೇನ ಹೀನಾಃ ಪಿತೃಮಾತೃದೂಷಕಾಃ
ತೃಷ್ಣಾಕುಲಾಶ್ಚಾಸ್ರಮಧರ್ಮವರ್ಜಿತಾಃ ।
ಯೇ ದಾಂಭಿಕಾ ಮತ್ಸರಿಣೋಽಪಿ ಹಿಂಸಕಾಃ
ಸಪ್ತಾಹಯಜ್ಞೇನ ಕಲೌ ಪುನಂತಿ ತೇ   ॥ ೧೨ ॥

ಪಂಚೋಗ್ರಪಾಪಾಶ್ವಲಭದ್ಧಕಾರಿಣಃ
ಕ್ರೂರಾಃ ಪಿಶಾಚಾ ಇವ ನಿರ್ದಯಾಸ್ತಯೇ ।
ಬ್ರಹ್ಮಸ್ವ ಪುಷ್ಟಾ ವ್ಯಭಿಚಾರಕಾರಿಣಃ
ಸಪ್ತಾಹಯಜ್ಞೇನ ಕಲೌ ಪುನಂತಿ ತೇ   ॥ ೧೪ ॥

ಕಾಯೇನ ವಾಚಾ ಮನಸಾಪಿ ಪಾತಕಂ
ನಿತ್ಯಂ ಪ್ರಕುರ್ವಂತಿ ಶಠಾ ಹರೇನ ಯೇ ।
ಪರಸ್ವಪುಷ್ಟಾ ಮಲಿನಾ ದುರಾಶಯಾಃ
ಸಪ್ತಾಹಯಜ್ಞೇನ ಕಲೌ ಪುನಂತಿ ತೇ   ॥ ೧೪ ॥

– ಪದ್ಮ. ಪು. ಭಾಗ. ಮಹಾತ್ಮೆ ೪–೪.

–ಅನೇಕ ಪಾಪಕರ್ಮಗಳನ್ನು ಮಾಡಿದವರು, ಸದಾ ದುರಾಚಾರಿ ಗಳಾದವರು, ದುರ್ಮಾರ್ಗಗಾಮಿಗಳು, ಕೋಪಿಷ್ಠರು, ಮೋಸಗಾರರು, ಕಾಮಿಗಳು, ಅಸತ್ಯವಾದಿಗಳು, ತಂದೆ–ತಾಯಿಗಳನ್ನೇ ನಿಂದಿಸುವವರು, ತೃಷೆಯಿಂದ ವ್ಯಾಕುಲರೂ ವರ್ಣಾಶ್ರಮ ಧರ್ಮವರ್ಜಿತರು, ದಾಂಭಿಕರು, ಮತ್ಸರಿಗಳೂ, ಹಿಂಸಕರು, ಸುರಾಪಾನ–ಬ್ರಹ್ಮಹತ್ಯೆ, ಸುವರ್ಣ ಚೌರ್ಯ– ಗುರುಪತ್ನೀಗಮನ ಮತ್ತು ವಿಶ್ವಾಸಘಾತ ಎಂಬ ಪಂಚಪಾತಕಗಳನ್ನು ಮಾಡಿದವರು, ಛಲ–ಕಪಟಪರಾಯಣರು, ಕ್ರೂರರು, ಪಿಶಾಚಿಗಳಂತೆ ನಿರ್ದಯಿಗಳಾದವರು, ಬ್ರಹ್ಮಸ್ವವನ್ನು ಅಪಹರಿಸಿ ಶ್ರೀಮಂತರಾಗಿರುವವರು, ವ್ಯಭಿಚಾರಿಗಳು, ಕಾಯಾ–ವಾಚಾ–ಮನಸಾ ನಿತ್ಯವೂ ಪಾತಕಗಳನ್ನು ಮಾಡುವವರು, ಪರಧನಾಪಹಾರದಿಂದ ಪುಷ್ಟರಾದವರು, ಕಲುಷಚಿತ್ತರು, ದುರಾಶೆಯುಳ್ಳವರು ಇವರೆಲ್ಲರೂ ಶ್ರೀಮದ್ಭಾಗವತ ಸಪ್ತಾಹ ಯಜ್ಞದಲ್ಲಿ ಭಾಗವಹಿಸಿ, ಭಕ್ತಿಯಿಂದ ಪುರಾಣ ಶ್ರವಣ ಮಾಡಿದರೆ ಪವಿತ್ರರಾಗುತ್ತಾರೆ ಎಂದು.

೪. ತುಭ್ಯಂ ನಮೋ ಜಗತ್ಸಾಕ್ಷಿನ್ ಬ್ರೂಹಿ ಮೇ ಮುಕ್ತಿಹೇತುಕಮ್ ।
ತತ್ ಶ್ರುತ್ವಾ ದೂರತಃ ಸೂರ್ಯಃ ಸ್ಫುಟಮಿತ್ಯಭ್ಯಭಾಷತ ॥ ೪೦ ॥

ಶ್ರೀಮದ್ಭಾಗವತಾನ್ಮುಕ್ತಿಃ ಸಪ್ತಾಹಂ ವಾಚನಂ ಕುರು ।   –೪.೪೬

–ಗೋಕರ್ಣನೆಂಬ ವಿಪ್ರನು ತನ್ನ ಅಣ್ಣ ಧುಂಧುಕಾರಿಯ ಪ್ರೇತತ್ವ– ಮುಕ್ತಿಗಾಗಿ ನಾನಾ ಉಪಾಯಗಳನ್ನು ಮಾಡಿದರೂ ಫಲಕಾರಿಯಾಗ–

ದಿರುವುದರಿಂದ ಚಿಂತಿತನಾದನು. ಕೊನೆಗೆ ಗೋಕರ್ಣನು ತನ್ನ ತಪಃ–
ಶಕ್ತಿಯಿಂದ ಸೂರ್ಯನನ್ನು ನಿಲ್ಲಿಸಿ ಅವನ ಅಂತರ್ಗತನಾದ ಭಗವಂತನನ್ನು
ಕುರಿತು ಅಣ್ಣನ ನಿವೃತ್ತಿಗಾಗಿ ಏನಾದರೊಂದು ಉಪಾಯವನ್ನು ತಿಳಿಸುವಂತೆ
ಭಕ್ತಿಯಿಂದ ಅನನ್ಯಗತಿಕನಾಗಿ ಪ್ರಾರ್ಥಿಸಿದಾಗ ಸೂರ್ಯನಾರಾಯಣನು
ಮುಕ್ತಿ ಹೇತುವಾದ ಶ್ರೀಭಾಗವತ ಸಪ್ತಾಹವನ್ನು ನಡೆಸುವಂತೆ ತಿಳಿಸುತ್ತಾನೆ.
ಆದರಂತೆಯೇ ಗೋಕರ್ಣನು ಭಾಗವತ ಸಪ್ತಾಹ ಯಜ್ಞವನ್ನು ನಡೆಸಿದಾಗ
ಅದನ್ನು ಶ್ರವಣ ಮಾಡಿ ಧುಂಧುಕಾರಿಯು ಪ್ರೇತಜನ್ಮದಿಂದ ಮುಕ್ತನಾಗಿ
ವೈಕುಂಠವನ್ನು ಸೇರಿದನು.

೯. ಧನ್ಯಾ ಭಾಗವತೀ ವಾರ್ತಾ ಪ್ರೇತಪೀಡಾವಿನಾಶಿನೀ ।
    ಸಪ್ತಾಹೋಽಪಿ ತಥಾ ಧನ್ಯಃ ಕೃಷ್ಣಲೋಕಫಲಪ್ರದಃ ॥ ೩೩ ॥

    ಕಂಪಂತೇ ಸರ್ವಪಾಪಾನಿ ಸಪ್ತಾಹಶ್ರವಣೇ ಸ್ಥಿತೇ ।
    ಅಸ್ಮಾಕಂ ಪ್ರಳಯಂ ಸದ್ಯಃ ಕಥಾ ಚೇಯಂ ಕರಿಷ್ಯತಿ ॥ ೩೪ ॥

    ಸಪ್ತಾಹಶ್ರವಣಾಲ್ಲೋಕೇ ಪ್ರಾಪ್ತೇ ನಿಕಟೇ ಹರಿಃ ।
    ಅತೋ ದೋಷನಿವೃತ್ಯರ್ಥಂ ಏತದೇವ ಹಿ ಸಾಧನಮ್ ॥ ೯೭ ॥

    ಭಿದ್ಯತೇ ಹೃದಯಗ್ರಂಥಿಃ ಭಿದ್ಯಂತೇ ಸರ್ವಸಂಶಯಾಃ ।
    ಕ್ಷೀಯಂತೇ ಚಾಸ್ಯ ಕರ್ಮಾಣಿ ಸಪ್ತಾಹಶ್ರವಣೇ ಕೃತೇ ॥ ೯೩ ॥

    ಭೂತ–ಪ್ರೇತ–ಪಿಶಾಚಾದಿಗಳಿಂದಾಗುವ ಪೀಡೆಗಳನ್ನು ನಾಶ
ಗೊಳಿಸುವ ಭಾಗವತ ಪುರಾಣದ ಶ್ರವಣವು ಶ್ರೇಷ್ಠವಾದುದು. ಇದರಂತೆ
ಶ್ರೀಕೃಷ್ಣನ ಗೋಲೋಕವನ್ನು ದೊರಕಿಸಿಕೊಡುವ ಶ್ರೀಮದ್ಭಾಗವತ
ಸಪ್ತಾಹದಲ್ಲಿಯ ಪ್ರವಚನಗಳ ಶ್ರವಣ–ಮನನಾದಿಗಳೂ ಧನ್ಯವಾಗಿವೆ, ॥
೩೩ ॥ ಭಾಗವತ ಸಪ್ತಾಹದಲ್ಲಿಯ ಕಥಾಶ್ರವಣದಿಂದ ಸಕಲ ಪಾಪಗಳು
ಕಂಪಿಸತೊಡಗುತ್ತವೆ ಮತ್ತು ಇಂಥ ಶ್ರವಣವು ನಮ್ಮ ಪಾಪಗಳ ನಾಶವನ್ನೂ
ಆ ಕ್ಷಣದಲ್ಲೇ ಮಾಡಿಬಿಡುತ್ತದೆ. ॥ ೩೪ ॥ ಸಪ್ತಾಹಶ್ರವಣದಿಂದ ಶ್ರೀಹರಿಯು
ಶ್ರೋತೃಗಳ ಸನಿಹದಲ್ಲಿ ಬಂದು ನಿಲ್ಲುತ್ತಾನೆ. ಆದ್ದರಿಂದ ನಮ್ಮಲ್ಲಿರುವ
ದೋಷಗಳ ನಿವಾರಣೆಯಾಗಲು ಭಾಗವತ ಸಪ್ತಾಹ ಶ್ರವಣವೊಂದೇ

ಪರಮ ಸಾಧನವಾಗಿದೆ. ॥ ೭೨ ॥ ಶ್ರೀಮದ್ಭಾಗವತ ಪುರಾಣದ ಸಪ್ತಾಹ ಶ್ರವಣ–ವನ್ನು ಶ್ರದ್ಧಾ–ಭಕ್ತಿಗಳಿಂದ ಮಾಡಿದರೆ ನಮ್ಮ ಹೃದಯಗ್ರಂಥಿಯು ಬಿಚ್ಚುತ್ತದೆ, ನಮ್ಮ ಸಕಲ ಸಂಶಯಗಳು ನಿವಾರಿಸಲ್ಪಡುತ್ತವೆ, ಮತ್ತು ನಮ್ಮ ಎಲ್ಲ ಕರ್ಮಗಳು ನಾಶವಾಗಿ ಕರ್ಮಬಂಧದಿಂದ ಬಿಡುಗಡೆಯಾಗುತ್ತದೆ. ॥ ೭೫ ॥

ಭಾಗವತ ಸಪ್ತಾಹ ಶ್ರವಣದಲ್ಲಿಯೂ ತಾರತಮ್ಯವಿದೆ. ಇದಕ್ಕನುಸಾರ ವಾಗಿ ಫಲದಲ್ಲಿಯೂ ತಾರತಮ್ಯವ ಕಂಡುಬರುವದು. ಉಪವಾಸದಿಂದ ಇದ್ದು ಭಾಗವತ ಪುರಾಣವನ್ನು ಶ್ರದ್ಧೆಯಿಂದ ಶ್ರವಣ ಮಾಡಿ ಮನನ ಮಾಡಿದರೆ ಮುಕ್ತಿಯು ನಿಶ್ಚಿತವಾಗಿ ದೊರೆಯುವುದು. ॥ ೭೨ ॥

ಬ್ರೂಮೋತ್ರ ತೇ ಕಿಂ ಫಲವೃಂದಮುಜ್ಜ್ವಲಂ
ಸಪ್ತಾಹಯಜ್ಞೇನ ಕಥಾಸು ಸಂಚಿತಮ್ ।
ಕರ್ಣೇನ ಗೋಕರ್ಣಕಥಾಕ್ಷರೋ ಯ್ಯೈಃ
ಪೀತಶ್ಚ ತೇ ಗರ್ಭಗತಾ ನ ಭೂಯಃ   ॥ ೮೨ ॥

ವಾತಾಂಬುಪರ್ಣಾಶನದೇಹಶೋಷಣ್ಯೈಃ
ತಪೋಭಿರುಗ್ರೈಃ ಚಿರಕಾಲಸಂಚಿತ್ಯೈಃ ।
ಯೋಗೈಶ್ಚ ಸಂಯಾಂತಿ ನ ತಾಂ ಗತಿಂ ವೈ
ಸಪ್ತಾಹಗಾಥಾಶ್ರವಣೇನ ಯಾಂತಿ ಯಾಮ್   ॥ ೮೩ ॥

ಶ್ರೀಮದ್ಭಾಗವತ ಸಪ್ತಾಹದ ಮಹಾತ್ಮೆಯನ್ನು ತಿಳಿಸುವ ಗೋಕರ್ಣೋಪಾಖ್ಯಾನವನ್ನು ಯಾರು ಶ್ರದ್ಧಾ–ಭಕ್ತಿಯಿಂದ ಕೇಳುವರೋ ಅವರೆಂದಿಗೂ ಮುಂದೆ ಗರ್ಭವಾಸದ ಕ್ಲೇಶಗಳನ್ನು ಹೊಂದುವುದಿಲ್ಲ. ಅರ್ಥಾತ್ ಅವರು ಸಂಸಾರದಿಂದ ಮುಕ್ತರಾಗಿ ಬಿಡುತ್ತಾರೆ. ॥ ೮೨ ॥

ಸಪ್ತಾಹ ವಿಧಿಯಿಂದ ನಡೆದ ಭಾಗವತ ಪ್ರವಚನವೆನ್ನು ಶ್ರವಣ ಮಾಡಿದ ವರು ಯಾವ ಉತ್ತಮಗತಿಯನ್ನು ಹೊಂದುವರೋ ಆದನ್ನು ಕೇವಲ ಗಾಳಿ/ ನೀರು/ ಎಲೆಗಳನ್ನು ತಿಂದು ದೇಹಶೋಷಣೆ ಮಾಡಿಕೊಂಡು ತಪವನ್ನು ಆಚರಿಸಿ ದವರಾಗಲಿ, ಬಹುಕಾಲ ಉಗ್ರವಾದ ತಪವನ್ನು ಆಚರಿಸಿದವರಾಗಲಿ ಆಥವಾ ಯೋಗಾನುಷ್ಠಾನ ಮಾಡುವವರಾಗಲಿ ಎಂದಿಗೂ ಹೊಂದಲಾರರು. ॥೮೩॥

ಇದುವರೆಗೆ ಪದ್ಮಪುರಾಣದ ಭಾಗವತ ಮಹಾತ್ಮೆಯಲ್ಲಿ ಬರುವ ಭಾಗವತ ಸಪ್ತಾಹಶ್ರವಣಾದಿಗಳ ಫಲಗಳನ್ನು ಎತ್ತಿ ತೋರಿಸಿದ್ದಾಯಿತು.

ಇನ್ನು ಮುಂದೆ ಸ್ಕಂದ ಪುರಾಣದಲ್ಲಿರುವ ಭಾಗವತ ಮಹಾತ್ಮೆಯಲ್ಲಿ ತಿಳಿಸಿರುವ ಸಪ್ತಾಹ ಶ್ರವಣಾದಿಗಳ ಫಲಗಳನ್ನು ಉದ್ಧರಿಸಲಾಗುತ್ತದೆ.

ಸ್ಕಾಂದ ಪುರಾಣದ ಭಾಗವತ ಮಹಾತ್ಮೆಯಲ್ಲಿ ಶ್ರೀಮದ್ಭಾಗವತ ಕಥಾಮೃತದ ರಸಾಸ್ವಾದನೆಯು ನಾಲ್ಕು ವಿಧವಾಗಿರುವುದೆಂದು ಹೇಳಲಾಗಿದೆ. ಅವು ೧. ಸಾತ್ವಿಕ, ೨. ರಾಜಸ, ೩. ತಾಮಸ ಮತ್ತು ೪. ನಿರ್ಗುಣ. **(ಸಾತ್ತ್ವಿಕಂ ರಾಜಸಂ ಚಾಪಿ ತಾಮಸಂ ನಿರ್ಗುಣಂ ತಥಾ। ಚತುರ್ವಿಧಂ ತು ವಿಜ್ಞೇಯಂ ಶ್ರೀಭಾಗವತಸೇವನಮ್ ॥ ೨೪ ॥—** ಭಾಗ. ಮ. ಅ–೪). ಭಾಗವತ ಸಪ್ತಾಹವನ್ನು ಯಾವ ಆತುರವೂ ಇಲ್ಲದೇ, ಯಾವ ಆಯಾಸವೂ ಇಲ್ಲದೇ ನಿಧಾನವಾಗಿ ನಡೆಸುತ್ತ ಒಂದು ಅಥವಾ ಎರಡು ತಿಂಗಳು ಪೂರ್ತಿ ಇಡೀ ಭಾಗವತದ ಕಥೆಯ ರಸಾಸ್ವಾದನೆಯನ್ನು ಸಂತೋಷದಿಂದ ಮಾಡುವುದು **ಸಾತ್ವಿಕ** ರಸಾಸ್ವಾದನೆಯು. ಏಳು ದಿನಗಳಲ್ಲಿ ಕೇಳಿ ಅಥವಾ ಪಾರಾಯಣ ಮಾಡಿ ಮುಗಿಸುವುದು **ರಾಜಸ** ಆಸ್ವಾದನೆಯಾಗಿದೆ. ಮಧ್ಯೆ ಮಧ್ಯೆ ಮರೆವಿನಿಂದ ಕೆಲವು ವಿಷಯಗಳನ್ನು ಬಿಟ್ಟು, ಮರೆತದ್ದು ಸ್ಮರಣೆಗೆ ಬಂದಾಗ ಅದನ್ನು ಮತ್ತೆ ಆರಂಭಿಸಿ ಒಂದು ವರ್ಷದವರೆಗೆ ಆಲಸ್ಯ ಅಶ್ರದ್ಧೆಗಳಿಂದ ನಡೆಸಲ್ಪಡುವ ಭಾಗವತ ಕಥಾ ಸೇವನೆಯನ್ನು ತಾಮಸ ಸೇವನೆ ಎನ್ನುತ್ತಾರೆ. ವರ್ಷ, ತಿಂಗಳು, ದಿವಸ ಮುಂತಾದ ಕಾಲನಿಯಮದ ನಿರ್ಬಂಧವಿಲ್ಲದೆ ಸದಾ ಭಕ್ತಿಯಿಂದ, ಶ್ರದ್ಧೆ ಯಿಂದ ಮಾಡುವ ಶ್ರೀಮದ್ಭಾಗವತ ಕಥಾ ಶ್ರವಣವು 'ನಿರ್ಗುಣ' ಎಂದು ಕರೆಯಲ್ಪಡುತ್ತದೆ.

ಶ್ರೀಶುಕಾಚಾರ್ಯರು ಪರೀಕ್ಷಿತ ಮಹಾರಾಜನಿಗೆ ಹೇಳಿದ್ದು 'ನಿರ್ಗುಣ' ವಿಧಕ್ಕೆ ಸೇರಿದ್ದಾಗಿದೆ. ಇವರೀರ್ವರ ನಡುವಿನ ಸಂಭಾಷಣೆಯು ಏಳು ದಿನಗಳವರೆಗೆ ನಡೆದಿದ್ದು ಆದೇ ಭಾಗವತ ಸಪ್ತಾಹವೆಂದು ಲೋಕದಲ್ಲಿ ಪ್ರಸಿದ್ಧವಾಗಿರುವುದರಿಂದ ಅದು ಹೇಗೆ 'ನಿರ್ಗುಣ' ವಾಗುವುದು? ಎಂದರೆ ಪರೀಕ್ಷಿತ ರಾಜನ ಆಯುಸ್ಸಿನಲ್ಲಿ ಉಳಿದ ದಿನಗಳು ಏಳೇ ಆಗಿದ್ದರಿಂದ ಮತ್ತು ಅಷ್ಟೇ ಕಾಲಾವಧಿಯಲ್ಲಿ ಶ್ರೀ ಶುಕಾಚಾರ್ಯರಿಂದ ಪರೀಕ್ಷಿತನಿಗೆ ಭಾಗವತ ಉಪದೇಶವಾಗಬೇಕೆಂದು ಭಗವತ್ಸಂಕಲ್ಪವಿದ್ದುದರಿಂದ ಏಳು ದಿನ ನಡೆದ ಭಾಗವತ ಕಥಾ ಪ್ರವಚನ ಹಾಗೂ ಶ್ರವಣಗಳ ದಿನ ಸಂಖ್ಯೆಯು ಸಪ್ತಾಹ ಎಂದು ಪ್ರಸಿದ್ಧವಾಗಿದೆಯೇ ಹೊರತು ಇದು ಸಪ್ತಾಹ ಕಥಾ ನಿಯಮವನ್ನು

ತಿಳಿಸುವುದಿಲ್ಲ (ಪರೀಕ್ಷಿತೇತಪಿ ಸಂವಾದೇ ನಿರ್ಗುಣಂ ತತ್ ಪ್ರಕೀರ್ತಿತಮ್)
ತತ್ರ ಸಪ್ತದಿನಾಖ್ಯಾನಂ ತದಾಯುರ್ದಿನಸಂಖ್ಯಯಾ || ೨೯ ||).

         ಬೃಹಸ್ಪತ್ಯಾಚಾರ್ಯರು ಉದ್ಧವನಿಗೆ ಹೇಳಿದ ಭಾಗವತ ಮಹಾತ್ಮೆ–
ಯಲ್ಲಿ (ಸ್ಕಂಧ ಪ್ರ. ೮–೨) ಬಂದ ಸಪ್ತಾಹಯಜ್ಞದ ಉಲ್ಲೇಖಿವು
ಕೆಳಗಿನಂತಿದೆ.

ಬ್ರಹ್ಮೋವಾಚ –
ನಾರಾಯಣಾದಿ ಪುರುಷ ಪರಮಾತ್ಮನ್ ನಮೋಽಸ್ತು ತೇ ||೨೨||
ತ್ವಯಾ ಸರ್ಗೇ ನಿಯುಕ್ತೋಽಸ್ಮಿ ಪಾಹೀಯಾನ್ ಮಾಂ ರಜೋಗುಣಃ |
ತ್ವತ್ಸ್ಮೃತೌ ನ್ಯೈವ ಬಾಧೇತ ತಥ್ಯೈವ ಕೃಪಯಾ ಪ್ರಭೋ || ೨೩ ||

ಬೃಹಸ್ಪತಿರುವಾಚ –
ಯದಾ ತು ಭಗವಾಂಸ್ತಸ್ಮೈ ಶ್ರೀಮದ್ಭಾಗವತಂ ಪುರಾ |
ಉಪದಿಶ್ಯಾಬ್ರವೀತ್ ಬ್ರಹ್ಮನ್ ಸೇವಸ್ವೈನತ್ ಸ್ವಸಿದ್ಧಯೇ || ೨೪ ||

ಬ್ರಹ್ಮ ತು ಪರಮಪ್ರೇತಸ್ತೇನ ಕೃಷ್ಣಾಪ್ತಯೇಽನಿಶಮ್ |
ಸಪ್ತಾವರಣಭಂಗಾಯ ಸಪ್ತಾಹಂ ಸಮವರ್ತಯತ್ || ೨೫ ||

ಶ್ರೀಭಾಗವತಸಪ್ತಾಹಸೇವನಾಪ್ತಮನೋರಥಃ |
ಸೃಷ್ಟಿಂ ವಿತನುತೇ ನಿತ್ಯಂ ಸಸಪ್ತಾಹಃ ಪುನಃ ಪುನಃ || ೨೬ ||
                              (ಸ್ಕಂಧ. ಪ್ರ. ಭಾ. ಮ. ೮. ೨)

         –ಬೃಹಸ್ಪತ್ಯಾಚಾರ್ಯರು ಹೇಳುತ್ತಾರೆ – ಭಗವಾನ್ ನಾರಾಯಣನು
ಸೃಷ್ಟಿ ಮಾಡಲು ಸಂಕಲ್ಪಿಸಿಟದಾಕ್ಷಣ ಅವನ ನಾಭಿಕಮಲದಿಂದ ಬ್ರಹ್ಮದೇವನು
ಉದ್ಭವಿಸಿದನು. ಅವನು ನಾರಾಯಣನನ್ನು ಕುರಿತು "ಹೇ ಆದಿಪುರುಷನೇ!
ನಿನಗೆ ನಮಿಸುತ್ತೇನೆ. ಸೃಷ್ಟಿಕಾರ್ಯ ಮಾಡಲು ನನ್ನನ್ನು ನಿಯಮಿಸಿದ ನೀನು
ರಜೋಗಜುಣವ ಆ ಸೃಷ್ಟಿಕಾರ್ಯದಲ್ಲಿ ಅಡ್ಡಿ ಮಾಡದಿರುವಂತೆ
ಅನುಗ್ರಹಿಸು" ಎಂದು ಪ್ರಾರ್ಥಿಸಿದನು. ಆಗ ಪರಮಾತ್ಮನು ಬ್ರಹ್ಮದೇವನಿಗೆ
ಮೊದಲು ಚತುಃಶ್ಲೋಕೀ ಭಾಗವತವನ್ನು ಉಪದೇಶಿಸಿ "ಹೇ ಬ್ರಹ್ಮನೇ! ಈ
ಭಾಗವತವನ್ನು ಸೇವಿಸುತ್ತಿದ್ದರೆ ನಿನ್ನ ಇಷ್ಟಾರ್ಥವ ಸಿದ್ಧಿಸುವುದು" ಎಂದು

ಆದೇಶಿಸಿದನು. ಭಾಗವತದ ಉಪದೇಶವನ್ನು ಪಡೆದ ಬ್ರಹ್ಮದೇವನು ಬಹು ಸಂತೋಷಗೊಂಡು ಶ್ರೀಕೃಷ್ಣನ ಪ್ರಾಪ್ತಿಗಾಗಿಯೂ ಮತ್ತು (ಪ್ರಜೆಗಳ) ಏಳು ಆವರಣಗಳನ್ನು ಭಂಜಿಸುವುದಕ್ಕಾಗಿಯೂ ಶ್ರೀಮದ್ಭಾಗವತದ ಸಪ್ತಾಹ ಪಾರಾಯಣವನ್ನು ಪ್ರಾರಂಭಿಸಿ ಮುಗಿಸಿದನು. ಭಗವಂತನ ಆದೇಶಾನುಸಾರ ಬ್ರಹ್ಮದೇವನು ಸಪ್ತಾಹಯಜ್ಞದ ವಿಧಿಯಂತೆ ಏಳು ದಿನಗಳ ವರೆಗೆ ಶ್ರೀಮದ್ಭಾಗವತ ಪುರಾಣವನ್ನು ಸೇವಿಸಿದ್ದರಿಂದ ಬ್ರಹ್ಮದೇವನ ಎಲ್ಲ ಮನೋರಥಗಳು ಈಡೇರಿದವು. ಇದರಿಂದ ಹರ್ಷಗೊಂಡ ಬ್ರಹ್ಮದೇವನು ಸದಾ ಭಗವಂತನನ್ನು ಭಕ್ತಿಯಿಂದ ಸ್ಮರಿಸುತ್ತ ಭಾಗವತ ಸಪ್ತಾಹಯಜ್ಞವನ್ನು ಮಾಡುತ್ತಿರುತ್ತಾನೆ ಮತ್ತು ಸೃಷ್ಟಿಕಾರ್ಯವನ್ನು ಮುಂದುವರೆಸಿದ್ದಾನೆ – ಇದೆಲ್ಲ ಸ್ಕಂದಪುರಾಣದ ಭಾಗವತಮಹಾತ್ಮೆಯಲ್ಲಿ ಸಪ್ತಾಹಯಜ್ಞದ ಬಗ್ಗೆ ನಿರೂಪಿತವಾದ ವಿಷಯವು.

ಬ್ರಹ್ಮದೇವನು ಸಪ್ತಾವರಣಗಳ ಭಂಜನೆಗೆ (ನಾಶಕ್ಕೆ) ಸಪ್ತಾಹ ವಿಧಿ ಯನ್ನು ಪ್ರಾರಂಭಿಸಿದನು ಎಂದು ಮೇಲಿನ ಶ್ಲೋಕಗಳಲ್ಲಿ ಹೇಳಿದೆ. ಸಪ್ತಾ– ವರಣಗಳು ಯಾವವು ಎಂದರೆ i. ಸಪ್ತ ಪಾತಕಗಳೆಂದು ನಿರುಕ್ತ/ ಋಗ್ವೇದದಲ್ಲಿ ಮತ್ತು ii. ಸಪ್ತನರಕ ಗಳೆಂದು ಉಪನಿಷತ್ತಿನಲ್ಲಿ ಹೇಳಿದೆ. ಅವು ಯಾವುವೆಂದರೆ :

೧. ಸಪ್ತಾವರಣಗಳು :

i. ಆವರಣಕ್ಕೆ ಪಾತಕಗಳೆಂದು ಅರ್ಥ ಮಾಡಿದಾಗ –

ಸಪ್ತ ಮಯ್ರ್ಯಾದಾ: ಕವಯಸ್ತತಕ್ಷು: ತಾಸಾಮೇಕಾಮಿತ್ ಅಭ್ಯಂಹುರೋ ಗಾತ್ || – ಋ. ೧೦–೫–೬.

೧. ಸ್ತೇಯ, ೨. ತಲ್ವಾರೋಹಣ, ೩. ಬ್ರಹ್ಮಹತ್ಯ, ೪. ಭ್ರೂಣಹತ್ಯ, ೫. ಸುರಾಪಾನ, ೬. ಪುನಃ ಪುನಃ ದುಷ್ಟ ಕಾರ್ಯಗಳನ್ನು ಮಾಡುವುದು ಮತ್ತು ೨. ಸುಳ್ಳು ಹೇಳುವುದು.

ಬ್ರಹ್ಮಹತ್ಯಾ ಸುರಾಪಾನಂ ಸ್ತೇಯಂ ಗುರ್ವಂಗನಾಗಮಃ ।
ಮಹಾಂತಿ ಪಾತಕಾನ್ಯಾಹುಃ ಸಂಸರ್ಗಶ್ಚಾಪಿ ತೈಃ ಸಹ ॥
(ಮನುಸ್ಮೃತಿ. ೧೧–೫೪)

ii. ಆವರಣಕ್ಕೆ ನರಕ ಎಂದು ಅರ್ಥ ಮಾಡಿದಾಗ –

ಸಪ್ತ ಆವರಣಂ = ೧. ರೌರವ, ೨. ಮಹಾರೌರವ, ೩. ವಹ್ನಿ, ೪. ವೈತರಣಿ, ೫. ಕುಂಭೀಪಾಕ, ೬. ತಾಮಿಸ್ರ, ೭. ಅಂಧತಾಮಿಸ್ರ.

ಈ ಮೇಲೆ 'ಸಪ್ತಾವರಣಗಳು' ಎಂಬ ಪದಕ್ಕೆ i. ಸಪ್ತಪಾತಕಗಳು ಮತ್ತು ii. ಸಪ್ತ ನರಕಗಳು ಎಂಬ ಅರ್ಥಗಳನ್ನು ಇಟ್ಟುಕೊಂಡಿದೆ. ಪಾತಕಗಳನ್ನು ಮಾಡಿದಾಗ ಮಾತ್ರ ಅವುಗಳಿಗೆ ಫಲರೂಪವಾಗಿ ನರಕಗಳು ಪ್ರಾಪ್ತವಾಗುತ್ತವಷ್ಟೇ. ಆದ್ದರಿಂದ ಇಲ್ಲಿ ಏನು ತಿಳಿಯಬೇಕೆಂದರೆ ಭಾಗವತ ಸಪ್ತಾಹದಲ್ಲಿ ಶ್ರದ್ಧೆಯಿಂದ ಪಾಲ್ಗೊಂಡವರಿಂದ ಪಾತಕಗಳು ಘಟಿಸಲಾರವು, ಹೀಗಾಗಿ ಅವರಿಗೆ ನರಕಗಳ ಭಯವೂ ಇರುವದಿಲ್ಲ ಮತ್ತು ಭಾಗವತ ಸಪ್ತಾಹ ಶ್ರವಣದ ಮೊದಲೇ ಮಾಡಿದ್ದ ಪಾತಕಗಳೂ ನಾಶವಾಗುವವು ಮತ್ತು ಫಲಸ್ವರೂಪವಾಗಿ ಅವರಿಗೆ **ನರಕ ಪ್ರಾಪ್ತಿಯೂ** ಆಗುವುದಿಲ್ಲ.

*   *   *

೭೩. ॥ ಶ್ರೀಮದ್ಭಾಗವತ ಧರ್ಮಸ್ತೋತ್ರಮ್ ॥

(ಶ್ರೀ ವಿಷ್ಣುತೀರ್ಥ ವಿರಚಿತಮ್)

ಯತ ಏತ ಇಹೈವ ವಸಂತಿ ಸುಖಿಂ
ಸುಖಿತೀರ್ಥಸುತೀರ್ಥಸುವೃದ್ಧಿಪರಾಃ ।
ನ ಹಿ ಕಾಲಬಲಂ ಹರಿಪಾದರಜೋ—
ಧುತಪಾಪಗಣೇಷು ಜನೇಷು ಸದಾ   ॥ ೧ ॥

ಲಲನಾಲಯಬಾಲಸುಚೈಲಮುಖಿಂ
ತುಲಯಂತಿ ಲವೇನ ನ ಚಾತ್ರ ಯತಃ ।
ನ ಹಿ ಕಾಲಬಲಂ ....   ॥ ೨ ॥

ಯದಿಹೈವ ಸುದುಸ್ಯಜಮಾನಮಿದಂ
ಕುಣಪೇನ ಸಮಂ ಕಲಯಂತಿ ಕಲೌ ।
ನ ಹಿ ಕಾಲಬಲಂ ....   ॥ ೩ ॥

ಯದಲಂಮತಯಃ ಕಣಚೂರ್ಣಪಯ –
ಸ್ತೃಣಮೂಲಪಲಾಶ ಫಲಾಂಬುಮುಖ್ಯೈಃ ।
ನ ಹಿ ಕಾಲಬಲಂ ....   ॥ ೪ ॥

ಸ್ವಪರಾರ್ಪಿತದುರ್ವಚವಾಕ್ತತಯೋ
ಯದಿಹೈವ ಭವಂತಿ ಸಮಾಃ ಕುಸುಮ್ಯೈಃ ।
ನ ಹಿ ಕಾಲಬಲಂ ....   ॥ ೫ ॥

ವಿಧಿವಾಗ್ವಿಧಿನಿಷೇಧವಚೋಽಪಿ ಹೃದಾ
ಸ್ವನಿವೇದ್ಯಮಿಹೈವ ನಿವೇದಯತಿ ।
ನ ಹಿ ಕಾಲಬಲಂ ....   ॥ ೬ ॥

ಅಪಿ ಕರ್ಕಶತರ್ಕಮುಖ್ಯೈರಪಿ ಯದ್
ಹರಿರೇವ ವಿಭಾತಿ ವಚೋಭಿರಿಹ ।
ನ ಹಿ ಕಾಲಬಲಂ ....   ॥ ೭ ॥

ಯದಮುತ್ರ ಯಮೋಽಪಿ ಸಮಃ ಸಖಿಭಿಃ
ಭವತೀಶ ಪದಾನುಗಜಾತಯುತಃ ।
ನ ಹಿ ಕಾಲಬಲಂ ....   ॥ ೮ ॥

॥ ಇತಿ (ಮಾದನೂರು) ಶ್ರೀ ವಿಷ್ಣುತೀರ್ಥ ವಿರಚಿತಂ ॥

॥ ಶ್ರೀ ಭಾಗವತಧರ್ಮಸ್ತೋತ್ರಮ್ ॥

೨೯.(i) ಶ್ರೀ ಭಾಗವತ ಸಹಸ್ರನಾಮ ಸ್ತೋತ್ರಂ–೧
(ಭಾಗವತೋಕ್ತ ಶ್ರೀಕೃಷ್ಣಸಹಸ್ರನಾಮ ಸ್ತೋತ್ರಂ)

ಪರೀಕ್ಷಿದುವಾಚ –
ತಥಾ ಶ್ರೀಕೃಷ್ಣವೃತ್ತಂ ಮೇ ಕಲಿಕಲ್ಮಷನಾಶನಮ್ ।
ಸಹಸ್ರಶ್ರವಣಂ ನಾಮ್ನಂ ಪಾವನಂ ವದ ಯನ್ಮುನೇ ॥

ಶ್ರೀಶುಕ ಉವಾಚ –
ಶ್ರೀಕೃಷ್ಣಚರಿತಂ ದಿವ್ಯಂ ಶ್ರೀಮದ್ಭಾಗವತೇ ತಥಾ ।
ನಿರೋಧೇ ದಶಮಸ್ಕಂಧೇ ಶುದ್ಧಿ ಪ್ರೀತಿರ್ಹೃದೋ ಯತಃ ॥

ವಿಶೇಷಣತಯಾ ತತ್ರ ನಾಮ್ನಃ ಸಂತಿ ಸಹಸ್ರಧಾ ।
ಪದಾನಿ ಕಲನಂ ತೇಷಾಂ ಕಾಲೇ ಕೋಽಪಿ ಕರಿಷ್ಯತಿ ॥

॥ ಓಂ ॥ ಅಜನಶ್ಚಾಷ್ಟಮೋ ಗರ್ಭಃ ಕ್ರೀಡಾಶ್ರಾಂತಶ್ಚ ಕೇಶವಃ ।
ಅನುಗ್ರಹೋಽರವಿಂದಾಕ್ಷಃ ಕ್ರೀಡಾಮನುಜಬಾಲಕಃ   ॥ ೧ ॥

ಅಂಬುಜಾಕ್ಷೋಽಖಿಲಾತ್ಮಾ ಚ ಕೈವಲ್ಯಾದ್ಯಖಿಲಪ್ರದಃ ।
ಅಚ್ಛೋಽನುಮೇಯವರ್ತ್ಮಾ ಚ ಕಂದಮೂಲಫಲಾಶನಃ   ॥ ೨ ॥

ಅಜೋಽಭಯಾಶ್ರಯಾತ್ಮಾ ಚ ಕೃಷ್ಣಶ್ಚ ಕಾರ್ಯಮಾನುಷಃ ।
ಅನಂತೋಽವ್ಯಕ್ತಬಂಧುಶ್ಚ ಕೃತಾಗಾಃ ಕೇವಲಃ ಕವಿಃ   ॥ ೩ ॥

ಅಂತರ್ಗತೋಽಭವೋಽನೀಹಃ ಕಾಲನಾಭೋಽಂಬುಜೇಕ್ಷಣಃ ।
ಅಗುಣೋಽವಿಕ್ರಿಯೋಽಗದ್ರಃ ಕಾಲಃ ಕಮಲಲೋಚನಃ   ॥ ೪ ॥

ಕೇವಲಾನುಭವಾನಂದಸ್ವರೂಪಃ ಕೃತವಿಗ್ರಹಃ ।
ಕ್ರೋಶಸಂಜಾತಹಾಸಶ್ಚ ಕಾಂತಃ ಕೃತಾಭಿವಾದನಃ   ॥ ೫ ॥

ಅಂತಕಃ ಕಾಲಿಯಗ್ರಸ್ತಃ ಕಾಲಚಕ್ರಾಯುಧೋಽವ್ಯಯಃ ।
ಅಭಿಜ್ಞೋಽಕುಂಠಮೇಧಾಶ್ಚ ಕೃತಶೌಚೋಽದ್ಭುತಾರ್ಭಕಃ   ॥ ೬ ॥

ಕ್ರೀಡಾಮಾನುಷರೂಪೀ ಚ ಕೂಟಸ್ಥೋಽಶೇಷಶೇಖರಃ ।
ಅರ್ಥೀ ಕಮಲಪತ್ರಾಕ್ಷಃ ಕ್ರಾಂತತ್ರಿಭುವನೋಽಕ್ರಿಯಃ   ॥ ೭ ॥

ಅಖಿಲಲೋಕನಾಥಶ್ಚ ಕಂಬುಕಂಠೋಕುತೋಭಯಃ ।
ಅಖಿಲಲೋಕಸಾಕ್ಷೀ ಚ ಕೃತಾಸನಪರಿಗ್ರಹಃ   ।। ೮ ।।

ಅಧ್ಯಕ್ಷೋವ್ಯಾಹೃತೈಶ್ವರ್ಯೋ ಕಾಲಾತ್ಮಾ ಕಾಮದೋಸಮಃ ।
ಅಮೃತೋಗಾಧಬೋಧಶ್ಚ ಕಾಮೀ ಕಾರಣಮಾನುಷಃ   ।। ೯ ।।

ಅದಾಂತ್ಮಾ ಕೃತಾತ್ಮಾ ಚ ಕುಮಾರಃ ಕರುಣೋನಭಃ ।
ಕಾಲಾವಯವಸಾಕ್ಷೀ ಚ ಕುಹಕಃ ಕಿತವೋಜಿತಃ   ।। ೧೦ ।।

ಅಕ್ಷರೋಧ್ಯಾತ್ಮದೀಪಶ್ಚ ಕೃತೋದ್ಯಮೋಖಿಲೇಶ್ವರಃ ।
ಆಸುರದ್ವಿಡಕೂಪಾರಃ ಕುಲಪತಿರಧೋಕ್ಷಜಃ   ।। ೧೧ ।।

ಅನಂತಶಕ್ತಿರವ್ಯಕ್ತಃ ಕಾಮಪೂರೋಭಿರಕ್ಷಿತಾ ।
ಅಚ್ಯುತೋಮಿತತೇಜಾಶ್ಚ ಕೃತಘ್ನೋನಂಗದೀಪನಃ   ।। ೧೨ ।।

ಅಂಗೋರವಿಂದನೇತ್ರಶ್ಚ ಕೃತಜ್ಞೋರ್ಜುನಸಾರಥಿಃ ।
ಅತಿಪ್ರಿಯೋಭಿಜಾತಶ್ಚ ಕೂಜಿತವೇಣುರದ್ವಯಃ   ।। ೧೩ ।।

ಅಪ್ರಾಕೃತೋನಿರುದ್ಧಶ್ಚ ಕಿಶೋರೋಶೇಷದೃಕ್ ತಥಾ ।
ಅಭ್ರವಪುರವಿಶ್ವಶ್ಚ ಕೃತಸಂವಂದನೋರ್ಚಿತಃ   ।। ೧೪ ।।

ಅಧೀಶೋಜಸ್ರಚಿತ್ತಾತ್ಮಾ ಕಾರುಣಿಕೋತಿಸುಂದರಃ ।
ಏಕೋಜಸ್ರಸುಖಶ್ಚೈವ ಕಲ್ಯಾಣೋನಾಥಸಂಶ್ರಯಃ   ।। ೧೫ ।।

ಅವಿಕಾರೋಪ್ರಮೇಯಶ್ಚ ಕೂಟಯೋಧೀ ಗದಾಗ್ರಜಃ ।
ಅರ್ಥಿತೋದೃಷ್ಟಚೇಷ್ಟಶ್ಚ ಕಲ್ಕಿರೂಪೀ ಗುಣಾಲಯಃ   ।। ೧೬ ।।

ಅವ್ಯಾಕೃತವಿಹಾರಶ್ಚ ಗುಣಾತ್ಮಾ ಗೋಕುಲೇಶ್ವರಃ ।
ಅಮಿತ್ರಹಾ ಗುಣದ್ರಷ್ಟಾ ಗೋವಿಂದೋನಂತಶಕ್ತಿಧೃಕ್   ।। ೧೭ ।।

ಗೂಢೋಪ್ರತಿಭಯಶ್ಚೈವ ಗೀತವೇಣುರವಿಸ್ಮಿತಃ ।
ಅಮರೋದ್ಭುತಕರ್ಮಾ ಚ ಖರದಂಡಧರೋಶನಿಃ   ।। ೧೮ ।।

ಅಯನೋऽಕ್ಲಿಷ್ಟಕಾರೀ ಚ ಗೋವರ್ಧನಧರೋऽಗೃಹಃ ।
ದೇವೋऽಮೋಘವಿಹಾರಶ್ಚ ಗೋಪಗೋಕುಲನಂದನಃ   ॥ ೧೯ ॥

ಗೋಪಾಲೋऽರಿಂದಮಶ್ಚೈವ ಗೋಪೀಯುತೋऽಂತರಾತ್ಮದೃಕ್ ।
ಅಸಿತೋऽಧಃಶಯಾನಶ್ಚ ದಯಿತೋऽಖಿಲದೃಕ್ ತಥಾ   ॥ ೨೦ ॥

ಇಂದ್ರೋऽಂಬುದಸಖಾ ಚೈವ ಗೀತಕೀರ್ತಿರಖಂಡಿತಃ ।
ಗುಹಾಶಯೋऽವಿಷಹ್ಯಶ್ಚ ಹೃಕೃತಕಾಲಶಕ್ತಿಧೃಕ್   ॥ ೨೧ ॥

ಅಪ್ರಮತ್ತೋऽದ್ವಿತೀಯಶ್ಚ ತುರ್ಯೋऽರಣ್ಯಜನಪ್ರಿಯಃ ।
ಅದ್ಭುತವಿಕ್ರಮೋऽಮಾನೀ ಚಾನುರತಾ ಬಲಾಗಣಃ   ॥ ೨೨ ॥

ಅನಿಮಿಷೋऽಖಿಲಾವಾಸಸ್ತ್ರೋಕೋऽರವಿಂದಲೋಚನಃ ।
ಅಧೀಶ್ವರೋऽನುಲಿಪ್ತಾಂಗಸ್ತಾತೋऽವರುದ್ಧಸೌರತಃ   ॥ ೨೩ ॥

ಅಭ್ಯರ್ಥಿತೋऽಭಯಾರಾವಸ್ತನಯೋऽಮಿತ್ರಶಾತನಃ ।
ಈಶ್ವರೋऽಚಲಭೂತಿಶ್ಚ ಗುಣಾಸ್ಪದೋऽಭಿರಂಭಿತಃ   ॥ ೨೪ ॥

ಅನುಗೇಡಿತಕೀರ್ತಿಶ್ಚ ಗುಣಾತೀತೋऽರಿಕರ್ಷಣಃ ।
ಈಶೋऽಯತ್ನಹತಾರಿಶ್ಚ ತೋಷಿತೋऽಮೋಘವಿಕ್ರಮಃ   ॥ ೨೫ ॥

ಅನನ್ಯೋऽಕ್ಲಿಷ್ಟಕರ್ಮಾ ಚ ದಾಶಾರ್ಹೋऽಂಬುರುಹೇಕ್ಷಣಃ ।
ದಾಮೋದರೋऽಪ್ರಮೇಯಾತ್ಮಾ ದುರ್ಜ್ಞೋऽಮೋಘವಾಂಛಿತಃ   ॥೨೬॥

ಅಮಲಪಾದರೇಣುಶ್ಚ ಗೋಪೋತ್ಸಂಗೋಪಬರ್ಹಣಃ ।
ದಂಶಿತೋऽಕೃತಚೇತಾಶ್ಚ ನರ್ಮದೋ ನಂದನಂದನಃ   ॥ ೨೭ ॥

ಗುಣಹೀನೋऽಪವರ್ಗೇಶೋ ದಂತಪಾಣಿಶ್ಚ ದುರ್ಜಯಃ ।
ಅನಾರ್ದ್ಧೀರ್ದುರಾರಾಧ್ಯೋ ಗರ್ಭಜಗದಸಂವೃತಃ   ॥ ೨೮ ॥

ಅಖಿಲಹೇತುಹೇತುಶ್ಚ ನಿತ್ಯೋ ದಾರುಕಸಾರಥಿಃ ।
ಉಪೇಂದ್ರೋऽದ್ಭುತಸಿಂಹಶ್ಚ ದುಷ್ಟಾಪಸ್ತದಿದಂಬರಃ   ॥ ೨೯ ॥

ಉದಾರಚೇಷ್ಟಿತೋ ದಾಂತೋ ದೇವದೇವೋ ದುರತ್ಯಯಃ ।
ನಾಥೋಽನಂತಸಖಿಶ್ಚೈವ ನಂದಸೂನುರ್ನವಪ್ರಿಯಃ ॥ ೬೦ ॥

ಅವ್ಯಯಾತ್ಮಾಽಬ್ಜನಾಭಶ್ಚ ಪೂರ್ಣೋಽಮೋಘಗತಿಃ ಪರಃ ।
ದರ್ಪಘ್ನೋಽಕುಂಠಧಾಮಾ ಚ ಪ್ರೇಷ್ಠೋಽಲಬ್ಧಮಣಿಃ ಪತಿಃ ॥ ೬೧ ॥

ಜನಾರ್ದನೋ ಜಗನ್ನಾಥೋಽಪಾಸ್ತತಮೋಽಭಿದಾಭ್ರಮಃ ।
ಅಭೀಷ್ಟೋಽನಂತಮೂರ್ತಿಶ್ಚ ಪ್ರೀತೋಽಖಿಲಗುರುರ್ಮುನಿಃ ॥ ೬೨ ॥

ಅಂಸನ್ಯಸ್ತವಿಷಾಣಶ್ಚ ಗಜದಂತವರಾಯುಧಃ ।
ಅಕಾಮೋಽನನ್ಯದರ್ಶೀ ಚ ಘನಶ್ಯಾಮೋ ಘೃಣಾರ್ದಿತಃ ॥ ೬೩ ॥

ಪಾಂಥೋಽತಿಸುಕುಮಾರಾಂಗಶ್ಚಾಮರವರ್ಯಶರ್ಮಕೃದ್ ।
ಗುಣಾತ್ಮಚ್ಛಾದನೋ ಬಾಲಶ್ಚಾನುಕ್ರೋಶಸ್ಮಿತೇಕ್ಷಣಃ ॥ ೬೪ ॥

ವೀರೋಽವಿಷಕ್ತದೃಷ್ಟಿಶ್ಚ ರಾಮೋಽಕ್ಷತಬಲೋ ವಿಭುಃ ।
ವಿಶ್ವೋಽಖಿಲಾತ್ಮಹೇತುಶ್ಚ ಪ್ರಭುರ್ದುಷ್ಟನಿಬರ್ಹಣಃ ॥ ೬೫ ॥

ಶಾಂತೋಽಪೀಚ್ಯವಯಾಶ್ಚೈವ ಪ್ರವೃತ್ತಃ ಪರದೈವತಃ ।
ವತ್ಸಪಾಲೋಽನವದ್ಯಾತ್ಮಾ ಪ್ರಪನ್ನಾರ್ತಿಹರಃ ಪುಮಾನ್ ॥ ೬೬ ॥

ನಿವೃತ್ತೋಽಸ್ಪಷ್ಟವರ್ತ್ಮಾ ಚ ನಟವರವಪುರ್ಹರಿಃ ।
ಅನತಿರಿಕ್ತದೃಷ್ಟಿಶ್ಚ ವಿಷ್ಣುಃ ಪರಮಮಂಗಲಃ ॥ ೬೭ ॥

ಸತ್ಕೋಽಪವರ್ಗಸಂಪಚ್ಚ ಪಾವನಃ ಪ್ರಣತಾರ್ತಿಹಾ ।
ಅಹೇತುರತಿದೂರಸ್ಥೋ ನಂದಗೋಪಸುತಃ ಶಿಶುಃ ॥ ೬೮ ॥

ಶುದ್ಧೋಽವ್ಯಾಹತದೃಕ್ಚೈವ ನಾರಾಯಣೋ ನಿರಾಯುಧಃ ।
ಅಮಲಹೃದ್ಭಿಭಾವ್ಯಶ್ಚ ದೃಷ್ಟಕೃತೇನ ವಿಸ್ಮಿತಃ ॥ ೬೯ ॥

ಅನಾತ್ಮಾಮಲಕೀರ್ತಿಶ್ಚ ನರಲೋಕಮಹೋತ್ಸವಃ ।
ಶ್ಯಾಮೋಽಮಲಕೀರ್ತಿಶ್ಚ ಸಿದ್ಧಾರ್ಥಃ ಸಾತ್ವತಾಂ ಪತಿಃ ॥ ೭೦ ॥

ಆರೂಪೀ ಲಬ್ಧಸಂಸ್ಕಾರೋ ವಿಶ್ವಾತ್ಮಾ ಲೋಕಭಾವನಃ |
ಕಾರಮರ್ತ್ಯಮೂರ್ತಿಶ್ಚ ನಿಯುದ್ಧಕುಶಲೋ ರಥೀ || ೮೧ ||

ಆತ್ಮಸುಖಾನುಭೂತಿಶ್ಚ ನಿರ್ಜಿತೋ ನಿಗಮಾವನಃ |
ಆತ್ತಲೀಲಾತನುಶ್ಚೈವ ಗೀಯಮಾನಕಥಾಮೃತಃ || ೮೨ ||

ಆದ್ಯಶ್ಚಾತ್ಮಪ್ರದೀಪಶ್ಚ ನಾನಾಕ್ರೀಡಾಪರಿಚ್ಛದಃ |
ಆತ್ಮದಶ್ಚಾದಿಭೂತಶ್ಚ ಪುಣ್ಯಶ್ಲೋಕಶಿಖಾಮಣಿಃ || ೮೩ ||

ಋಷಭಶ್ಚಾತ್ತಚಕ್ರಶ್ಚ ನಿರ್ಗುಣೋ ನಾಪ್ತಯೌವನಃ |
ಆಸೀನಶ್ಚಾತ್ತವಸ್ತುಶ್ಚ ಪುರುಷಶ್ಚಾಶಿಷಾಂ ಪತಿಃ || ೮೪ ||

ಆತ್ಮಾ ಚಾಮೀಲಿತಾಕ್ಷಶ್ಚ ಪುರಸ್ತ್ರೀಜನವಲ್ಲಭಃ |
ಆತ್ಮಾತ್ಮಾ ಚಾರ್ತಬಂಧುತ್ವನವಕಂಜಾರುಣೇಕ್ಷಣಃ || ೮೫ ||

ಆತ್ಮಾರಾಮೋ ಗವಾಮಿಂದ್ರಃ ಪ್ರಶಾಂತಶ್ಚಾದಿಪೂರುಷಃ |
ಆತ್ಮರತೋ ರಮೋಪೇತೋ ರಮಾಸ್ಪದೋ ರಮಾಪತಿಃ || ೮೬ ||

ಆಧಿಹಾ ಚಾಪ್ತಕಾಮಶ್ಚ ಗೋಪಗೋಧನಸಂವೃತಃ |
ಆತ್ಮಶ್ರಯೋ ಮಹಾಭಾಗಶ್ಚಾತ್ತಮಾನುಷ್ಯವಿಗ್ರಹಃ || ೮೭ ||

ಆತ್ಮಪ್ರಿಯೋ ಹೃಷೀಕೇಶಶ್ಚಾತ್ತಲಬ್ಧೋ ಜಗನ್ಮಯಃ |
ಸ್ರಷ್ಟಾ ಚಾನಂದಮೂರ್ತಿಶ್ಚ ನಿಷ್ಕಿಂಚನಜನಪ್ರಿಯಃ || ೮೮ ||

ಆತ್ಮತಂತ್ರಃ ಸ್ವತಲ್ಪಸ್ಥೋ ನೃಸಿಂಹೋ ನರದಾರಕಃ |
ಆದೃತಗೀ ರಮಾನಾಥೋ ರಾವಣಾಂತಕರಃ ಪಿತಾ || ೮೯ ||

ಆರ್ಯಪುತ್ರೋ ಮಹಾವೀರೋ ನಿಗಮಶ್ಚಾರ್ತಿನಾಶನಃ |
ಆದಿಬೀಜೋ ಮಣಿಗ್ರೀವೋ ಮುಕುಂದೋ ಮಧುಸೂದನಃ || ೯೦ ||

ಆತ್ಮಾರ್ಪಿತಶ್ಚ ಸಾಂತ್ವಜ್ಞಶ್ಚಾತ್ಮದೈವಃ ಪರಾಜಿತಃ |
ಆತ್ಮಸ್ವಾಮೀ ಜಗದ್ಧೇತುಃ ಜಗದಾತ್ಮಾ ಜಗತ್ಪತಿಃ || ೯೧ ||

ಇಷ್ಟಭರ್ತಾ ಚ ಭೂತಾತ್ಮಾ ಭ್ರಾತ್ರೇಯೋ ಭಕ್ತವತ್ಸಲಃ |
ಈಡ್ಯಮಾನೋ ನಿರೀಹಶ್ಚ ನಿಖಿಲಾತ್ಮಾ ನಿರಂಜನಃ || ೫೭ ||

ಈಶಿತಾ ಪೃಶ್ನಿಗರ್ಭಶ್ಚ ಪೂರ್ಣಕಾಮಃ ಪ್ರಸಾದಿತಃ |
ಸಮಸ್ತೇಡಿತವೇಣುಶ್ಚ ವರದೋ ವೃಜಿನಾರ್ದನಃ || ೫೨ ||

ಸೂಕ್ಷ್ಮಃ ಕಾರಣಮತ್ಸ್ಯಶ್ಚ ಮಾತುಲೇಯೋ ಮಹೋದಯಃ |
ಶರಣಶ್ಚೇಡಿತಃ ಸಾಕ್ಷೀ ಸಕಲಾತ್ಮಾ ಸನಾತನಃ || ೫೪ ||

ಈಶಾನಃ ಪರಮಾತ್ಮಾ ಚ ವಿಶ್ವತಿರೀಶಚೇಷ್ಟಿತಃ |
ಘೃಣೇಚ್ಛಾತ್ರವಪುಶ್ಚೈವ ದೇಹಭಾಗೀಶ್ವರೇಶ್ವರಃ || ೫೫ ||

ಶ್ಯಾಮಲಶ್ಚೋತ್ತಮಶ್ಲೋಕಃ ಶಾರ್ಙ್ಗಧನ್ವಾ ಶುಚಿಸ್ಮಿತಃ |
ಉದಾರರುಚಿರಕ್ರೀಡೋ ದಿವ್ಯಸ್ರಗ್ಗಂಧಮಂಡಿತಃ || ೫೬ ||

ಸರ್ವಶ್ಚೋಪಾತ್ತದಂಡಶ್ಚ ವೇಧಾ ದೇವವರಾರ್ಚಿತಃ |
ಉದಾಸೀನಃ ಸ್ವಯಂಜೋತಿಃ ಸ್ವರತಿಶ್ಚೋಪಸಂಗತಃ || ೫೭ ||

ಪುರಾಣಶ್ಚೋರುಗಾಯಶ್ಚ ಪರೇಶಶ್ಚೋಪಲಾಲಿತಃ |
ಉಪದೇಶಪದಃ ಶಾಸ್ತಾ ಶ್ರೀವತ್ಸ ಶ್ರೀನಿಕೇತನಃ || ೫೮ ||

ಉರುಕ್ರಮೋ ಮೃಷಾಶ್ಚುಶ್ಚ ಮಂದೋ ಮನ್ಮಥಮನ್ಮಥಃ |
ಉಪಗತೋ ಗದಾಭೃಚ್ಚ ಗುರುಶ್ಚ ಗರುಡಧ್ವಜಃ || ೫೯ ||

ಉರುಶ್ರವಾ ವಿದಗ್ಧಶ್ಚ ಶಂಖಚಕ್ರಗದಾಧರಃ |
ಉಪಾಸೀನಶ್ಚ ಸರ್ವಜ್ಞಃ ಸಗೋಗೋಪಾಲಕಃ ಸಖಾ || ೬೦ ||

ಉದಾಸೀನಃ ಸುಹೃದ್ ಸ್ರಗ್ವೀ ಸ್ನಾತಃ ಸರ್ವೇಶ್ವರೇಶ್ವರಃ |
ಸ್ತಬ್ಧಶ್ಚೋದ್ವಿಗ್ನಚೇತಾಶ್ಚ ಸಮಾನಃ ಸರ್ವದರ್ಶನಃ || ೬೧ ||

ಶೌರಿಶ್ಚೋದಾತ್ತಚಕ್ರಶ್ಚ ಚಾರುಕರ್ಣಶ್ಚತುರ್ಭುಜಃ |
ಉತ್ತಮಪುರುಷೋ ಹೃಷ್ಟೋ ಹಯಶೀರ್ಷೋ ಹುತಾನಲಃ || ೬೨ ||

ಏಕಮೂರ್ತಿರ್ಮಹಾತ್ಮಾ ಚ ಮಾಧವೋ ಮಹತಾಂ ಗತಿಃ |
ಶ್ರೀಕಮಲೋದರಾಂಫ್ರಿಷ್ಟ ಭೀತವದೇಕಹಾಯನಃ || ೪೩ ||

ಸ್ವಾತ್ಮಾ ಕೃತಾವತಾರಷ್ಟ ತಥೋಪಪ್ರುತಸತ್ಕಥಃ |
ಶ್ರಾಂತಃ ಕೈವಲ್ಯನಾಥಷ್ಟ ಗೋಗೋಕುಲಪತಿರ್ಜಡಃ || ೪೪ ||

ಕ್ಷಿತ್ಯುದ್ಧಾರವಿಹಾರಷ್ಟ ತಥಾ ತ್ರಿಭುವನೇಶ್ವರಃ |
ಬಂಧುಗೋಪಾಲಸೂನುಷ್ಟ ಗತಿವಿಜ್ಞಗದೀಶ್ವರಃ || ೪೫ ||

ಗೂಢಸ್ವಾತ್ಮಾನುಭೂತಿಷ್ಟ ಗೋಪರೂಪೀ ಜಗದ್ಗುರುಃ |
ಗುಣವೃತ್ಯುಪಲಕ್ಷ್ಯಷ್ಟ ಚಾಂಬೂನದಪರಿಷ್ಕೃತಃ || ೪೬ ||

ಗೋಪಿಕಾನಂದನೋ ಭರ್ತಾ ಭಕ್ತಾನಾಮಭಯಂಕರಃ |
ಬೃತ್ಯವಿತ್ರಾಸಹಾ ಭೃತ್ಯೋ ಭಗವಾನ್ ಭಕ್ತಭಕ್ತಿಮಾನ್ || ೪೭ ||

ಧರ್ಮಜ್ಞೋ ಗರುಡಾರೂಢಃ ಸ್ವಗಲಶೋಭಿಕೌಸ್ತುಭಃ |
ಬೃಹದ್ಗುಣಪ್ರದೀಪಷ್ಟ ಸ್ವಗೋಪೀನಯನೋತ್ಸವಃ || ೪೮ ||

ಬುದ್ಧೋ ಗಜೇಂದ್ರಲೀಲಷ್ಟ ಸ್ವಗೋಪೀಪರಿಷದ್ಗತಃ |
ವೃದ್ಧೋ ಗೃಹೀತಪಾದಷ್ಟ ಪ್ರಾಕೃತಃ ಪರಮೇಶ್ವರಃ || ೪೯ ||

ಭೀರುರ್ಗೃಹೀತಪದ್ಮಷ್ಟ ಗುಪ್ತಬೋಧೋ ಬುಭುಕ್ಷಿತಃ |
ಬ್ರಹ್ಮ ಗೋಪಪರೀತಷ್ಟ ಪುಣ್ಯಶ್ರವಣಕೀರ್ತನಃ || ೫೦ ||

ಪ್ರೇಯಾನ್ ಗೃಹೀತಚಿತ್ತಷ್ಟ ಪ್ರಸನ್ನಃ ಪುರುಷೋತ್ತಮಃ |
ಭೂಮಾ ಗುಣ್ಯಕಥಾಮಾ ಚ ಸ್ವಭಯವಿಹ್ವಲೇಕ್ಷಣಃ || ೫೧ ||

ಮತ್ರ್ಯೋ ಗೃಹೀತಶಕ್ತಿಷ್ಟ ಚಾರುಜಾನುಯುಗಸ್ಥಾ |
ಗೋಪೀಗುರುಃ ಫಲಾತ್ಮಾ ಚ ಮಾಸ್ಯಃ ಫಾಲ್ಗುನಸಂಯುತಃ || ೫೨ ||

ಗೋಪೀಗತಿರ್ಬಕಾರಿಷ್ಟ ಪ್ರಿಯಕೃಚ್ಚಲಸೌಹೃದಃ |
ದ್ಯುಮಾ ಚರಾಚರಾತ್ಮಾ ಚ ಚಿತ್ರೀಕಥೋ ಯಥಾಶ್ರುತಃ || ೫೩ ||

ಚಾರುಹಾಸೋ ವಿಭೂಮಾ ಚ ವಾಸುದೇವೋ ವೃಷಾಕಪಿಃ |
ಮೃತ್ಯುಶ್ಚರ್ಚಿತಸಂಕಲ್ಪಃ ಚರಾಚರಗುರುಸ್ತಥಾ || ೨೪ ||

ಚಕ್ರಾಯುಧೋ ರಮೇಶಶ್ಚ ರಂಗಗತೋ ರಸಪ್ರದಃ |
ಯೋಗೋ ಜಗನ್ನಿವಾಸಶ್ಚ ಜಗದುಗ್ರುಪಿತಾ ತಥಾ || ೨೫ ||

ಜಾತಹರ್ಷೋ ಹೃದಿಸ್ಥಶ್ಚ ತಥಾ ಜಲರುಹಾನನಃ |
ಜನಯಿತಾ ಸ್ವದೃಗ್ಧೇತುಃ ಸ್ವೈರವರ್ತೀ ಸುರೇಶ್ವರಃ || ೨೬ ||

ಜಾತಹಾಸೋ ವಿಮೋಹಶ್ಚ ವಾಮನೋ ವಿಶ್ವಮೋಹನಃ |
ಶ್ರೀಜಗದಾತ್ಮಕೇತಶ್ಚ ಪ್ರಶ್ರಯಾವನತಸ್ತಥಾ || ೨೭ ||

ಕೃಷ್ಣೋ ಜನನಿವಾಸಶ್ಚ ತಥಾ ತ್ಯಕ್ತನ್ಯಪಾಸನಃ |
ತಾವದ್ಭಿತ್ರರೂಪಶ್ಚ ತಾವದೂಪಧರಸ್ತಥಾ || ೨೮ ||

ಕೃಷ್ಣಸ್ತುಲಸಿದಾಮಾ ಚ ದರ್ಶನೀಯತಮಸ್ತಥಾ |
ದೇವಕೀಜನ್ಮವಾದಶ್ಚ ದೃಷ್ಟಕೃತೇನ ವಿಸ್ಮಿತಃ || ೨೯ ||

ಧರ್ಮವಿದ್ ದೇವಕೀಪುತ್ರೋ ರಮಣೋ ದೇವಕೀಸುತಃ |
ಯೋಗೇತೋ ದುಷ್ಕಜದ್ವಂದ್ವೋ ವಿಶ್ವಾತ್ಮಾ ದುರವಗ್ರಹಃ || ೮೦ ||

ದೈತ್ಯದಾನವಮೋಹೀ ಚ ಧೃತಾದ್ರಿಪ್ರವರಸ್ತಥಾ |
ಕೃಷ್ಣೋ ದುರವಬೋಧಶ್ಚ ದುರಾಪಗತಿರೀಶ್ವರಃ || ೮೧ ||

ದುರ್ವಿಷಹೋಗ್ರತೇಜಾಶ್ಚ ಸುದೃಶಿಮನ್ಮಹೋತ್ಸವಃ |
ದೃಪ್ತಕ್ಷತ್ರವನಚ್ಛೇತ್ತಾ ದೈವಹತೋ ಯದೂತ್ತಮಃ || ೮೨ ||

ಧೂಲಿಧೂಸರಿತಾಂಗಶ್ಚ ಧರ್ಮವಕ್ತಾ ವ್ರಜಸ್ಪತಿಃ |
ನಾರಾಯಣಸಮಃ ಕೃಷ್ಣೋ ವೃಷಣೋ ಧರ್ಮಗುಪ್ತನುಃ || ೮೩ ||

ಪ್ರಾಕ್ಸಿದ್ಧೋ ನಿಷ್ಪ್ರಪಂಚಶ್ಚ ವತ್ಸಪೋ ನರಪುಂಗವಃ |
ನಿಗೂಢಾತ್ಮಗತಿಶ್ಚೈವ ನಿತ್ಯಪ್ರಮುದಿತಸ್ತಥಾ || ೮೪ ||

ನಾನಾವಾದಾನುರೋಧಶ್ಚ ನೃವಿಡಂಬೋ ಮಹಾಭುಜಃ ।
ವನ್ಯಸ್ರಕ್ ನಿಮ್ನನಾಭಿಶ್ಚ ನೃಲೋಕನಿರತಸ್ತಥಾ ॥ ೮೫ ॥

ನಿತ್ಯಪ್ರಿಯಃ ಶರಣ್ಯಶ್ಚ ನರವರೋ ಮುದಾವಹಃ ।
ಕೃಷ್ಣೋ ನರವರಶ್ರೇಷ್ಠಃ ಸುನಿಜಕಾಮಸಂಪ್ಲುತಃ ॥ ೮೬ ॥

ನರಸಖಿಃ ಸಭಾರ್ಯಶ್ಚ ನಿಸ್ತೀರ್ಣಾರಿಬಲಾರ್ಣವಃ ।
ಕೃಷ್ಣೋ ನೃಲಿಂಗಗೂಢಶ್ಚ ನಿಷ್ಕಿಂಚನಃ ಪರೋದ್ಭವಃ ॥ ೮೭ ॥

ವಿಪಶ್ಚಿನ್ನಲಿನಾಭಶ್ಚ ವಿಶ್ವಕೃತ್ಪುಷ್ಕರೇಕ್ಷಣಃ ।
ಪೀತಾಂಬರಸ್ತಿತಶ್ಚ ಬಾಲಿಶಃ ಪರಪೂರುಷಃ ॥ ೮೮ ॥

ಕೃಷ್ಟಃ ಪರಾವರಾತ್ಮಾ ಚ ಪ್ರಿಯಪತಿಶ್ಚ ಸುವ್ರತಃ ।
ಪರಾವರಗತಿಜ್ಞಶ್ಚ ಪ್ರದ್ಯುಮ್ನಃ ಪರವೀರಹಾ ॥ ೮೯ ॥

ಪರವಾನ್ ಪ್ರಶ್ರಯಾನಮ್ರಃ ಪ್ರಲಯಾಬ್ಧಿಚರಸ್ತಥಾ ।
ಪುಣ್ಯಗಂಧಾನುಲಿಪ್ತಾಂಗಃ ಪರಪುಮಾನ್ ಮಹಾರಥಃ ॥ ೯೦ ॥

ಪ್ರಣತಕ್ಲೇಶನಾಶಶ್ಚ ಸುಪ್ರಾಕೃತಶಿಶುಸ್ತಥಾ ।
ಕೃಷ್ಣಃ ಪರಮಕಲ್ಯಾಣಃ ಪ್ರಿಯತಮಃ ಪ್ರಿಯಂಕರಃ ॥ ೯೧ ॥

ಮಾಯೀ ಪಂಡಿತಮಾನೀ ಚ ಸ್ವಪಶುಪ್ಪೈಃ ಪರಿಶ್ರಿತಃ ।
ಕೃಷ್ಣಃ ಪುರುಷಮೌಲಿಶ್ಚ ಮಾನವಃ ಪಶುಪಾಂಗಜಃ ॥ ೯೨ ॥

ಮಿತ್ರಧ್ರುಕ್ ಪರಮಾನಂದಃ ಪೂರ್ಣಬ್ರಹ್ಮ ಸುಹೃತ್ತಮಃ ।
ಕೃಷ್ಣಃ ಪರಮವೇಧಾ ಚ ಪುಣ್ಯಯಶಾಶ್ಚ ಶತ್ರುಹಾ ॥ ೯೩ ॥

ಪ್ರೀತಮನಾಃ ಸದಾರಶ್ಚ ಸುಪೀತವಸನಸ್ತಥಾ ।
ಕಷ್ಣಃ ಪುರುಷಸಾರಶ್ಚ ಪರಭೂತಶ್ಚ ಬಂಧುಹಾ ॥ ೯೪ ॥

ಕೃಷ್ಣಃ ಪ್ರಮಾಣಮೂಲಶ್ಚ ತಥಾ ಪ್ರಹಸಿತಾನನಃ ।
ಪೀತಕೌಶೇಯವಾಸಾಶ್ಚ ತಥಾ ಪುರುಷಭೂಷಣಃ ॥ ೯೫ ॥

ಪೀತಾಂಬರಧರಶ್ಚೈವ ಕೃಷ್ಣ: ಸ್ವಪಿತೃವತ್ಸಲ: ।
ಪ್ರೇಮ್ಣೇಕ್ಷಿತಸ್ತ್ರ್ಯಧೀಶಶ್ಚ ಪದ್ಮಪತ್ರಾರುಣೇಕ್ಷಣ: ॥ ೯೭ ॥

ಪುರುಷೇಷಪ್ರಧಾನಶ್ಚ ಸುಪರಿಪುಷ್ಟಬಾಂಧವ: ।
ಪರತತ್ವಶ್ಚ ಸರ್ವಾತ್ಮಾ ಸ್ವಪ್ರಪನ್ನಭಯಾಪಹ: ॥ ೯೮ ॥

ಪುರಾಣಪುರುಷ: ಕೃಷ್ಣಸ್ತಥಾ ಪ್ರಣತವತ್ಸಲ: ।
ಪ್ರಶ್ರಯಾವನತಶ್ಚೈವ ಪರತಂತ್ರೋ ಬೃಹದೋವಪು:   ॥ ೯೯ ॥

ಕೃಷ್ಣ: ಪಂಕಜನಾಭಶ್ಚ ಯಜ್ಞಭುಕ್ ಪುರುಷರ್ಷಭ: ।
ಸ್ವಜನ: ಪೂರ್ಣಬೋಧಶ್ಚ ಪುರಾಣಪುರುಷಸ್ತಥಾ   ॥ ೯೯ ॥

ಕೃಷ್ಣ: ಪಂಕಜಮಾಲೀ ಚ ಪ್ರಭವಿಷ್ಣುರ್ಬೃಹದ್ಭುಜ: ।
ಲೀಲಾನರಪ್ರಮಾಂಶ್ಚೈವ ಪರಮೇಷ್ಠೀ ಸುದುರ್ಮತಿ: (?) ॥ ೧೦೦ ॥

ಕೃಷ್ಣ: ಪಂಕಜನೇತ್ರಶ್ಚ ಪಂಕಜಾಂಘ್ರಿಶ್ಚ ಸಾಗ್ರಜ: ।
ಫುಲ್ಲದೃಕ್ ಬಾಲಕೇಲಿಶ್ಚ ಬ್ರಹ್ಮಾದ್ವಯಶ್ಚ ಸಾನುಗ: ॥ ೧೦೧ ॥

ಮಧುದ್ವಿಟ್ ಪುರುಷವ್ಯಾಘ್ರೋ ಬದ್ಧಬರ್ಹ: ಸ್ವಬಾಂಧವ: ।
ಕೃಷ್ಣ: ಪರಾವರೇಶಶ್ಚ ಸಬಲೋ ಬಲಸಂಯುತ: ॥ ೧೦೨ ॥

ಬಹುಮೂರ್ತಿಶ್ಚ ಸರ್ವೇಶೋ ಬಾಲದ್ವಿರದವಿಕ್ರಮ: ।
ಶ್ರೀಮಾನ್ ಬ್ರಹ್ಮಮಯಶ್ಚೈವ ಸ್ವಬದ್ಧೋಲೂಖಿಲಸ್ತಥಾ   ॥ ೧೦೩ ॥

ಶ್ರೀಪತಿರ್ಬ್ರಹ್ಮಲಿಂಗಶ್ಚ ಮೃದುಪದ್ಮೋದ್ಭಭಾವನ: ।
ಕೃಷ್ಣೋ ಬ್ರಹ್ಮಣ್ಯದೇವಶ್ಚ ಮಹಾಕಾರುಣಿಕಸ್ತಥಾ   ॥೧೦೪ ॥

ಮುಕ್ತೋ ಭಗ್ನಾರ್ಜುನಶ್ಚೈವ ತಥಾ ಭುವನಸುಂದರ: ।
ಭಾರಾಕ್ರಾಂತೋ ಮಹಾಯೋಗೀ ತಥಾ ಭುವನಮಂಗಲ: ॥ ೧೦೫ ॥

ವಿರಾಡ್ಭೂತಪತಿಶ್ಚೈವ ಭಕ್ತಪ್ರಿಯೋ ವಿಮುಕ್ತಿದ: ।
ಭೂತಾವಾಸ: ಸ್ವಸಂವಿಚ್ಚ ಸುಭಿಕ್ಷುಶ್ಲಾಘಿತಸ್ತಥಾ   ॥ ೧೦೬ ॥

ಸ್ವಾಶ್ರಯೋ ಭಿನ್ನಸೇತುಶ್ಚ ಕೃಷ್ಣೋ ಭೃಗುಪತಿಸ್ತಥಾ |
ಸುಮುಖೋ ಭೂರಿಭೋಜಶ್ಚ ಭೂರಿಕಾರೀ ಚ ಸರ್ವದೃಕ್ || ೧೦೭ ||

ಕೃಷ್ಣೋ ಮಾಯಾಮನುಷ್ಯಶ್ಚ ಸ್ವವಶೋ ಭುವನೇಶ್ವರಃ |
ಕ್ಷೇತ್ರಜ್ಞೋ ಮರ್ತ್ಯಲಿಂಗಶ್ಚ ಮಹಾಪುರುಷಲಕ್ಷಣಃ || ೧೦೯ ||

ಮಹಾಮಣಿಗಣಾಕೀರ್ಣೋ ಯೋಗಮಾಯಾಮುಪಾಶ್ರಿತಃ |
ಸುಮನುಜಾರ್ಭಮಾಯೀ ಚ ಮತ್ತದ್ವಿರೇಂದ್ರವಿಕ್ರಮಃ || ೧೦೯ ||

ಸ್ವಸ್ತಿಮಾನ್ ಮಾಯಿಮಾಯೀ ಚ ಸ್ವಮಾಯಾಮನುಜಸ್ತಥಾ |
ಕೃಷ್ಣೋ ಮಾಯಾರ್ಭಕಶ್ಚೈವ ಸ್ವಯದುಕುಲಪಾಂಸನಃ || ೧೧೦ ||

ಶಾಂತಾತ್ಮಾ ಮೌನಶೀಲೀ ಚ ಕೃಷ್ಣೋ ಮಧುಪತಿಸ್ತಥಾ |
ಮಹೇಂದ್ರಮದಭಿಚ್ಛೈವ ಕೃಷ್ಣೋ ಮಣಿಧರಸ್ತಥಾ || ೧೧೧ ||

ಕೃಷ್ಣೋ ಮುದಿತವಕ್ತ್ರಶ್ಚ ವಿಶ್ವದೃಕ್ ಮೂರ್ತಿಮಾನ್ ಸ್ಮರಃ |
ಮಧುಕೈಟಭಮೃತ್ಯುಶ್ಚ ಕೃಷ್ಣೋ ಯೋಗೇಶ್ವರೇಶ್ವರಃ || ೧೧೭ ||

ಕೃಷ್ಣೋ ಮಂದರಧಾರೀ ಚ ವರವಾರಣವಿಕ್ರಮಃ |
ಕೃಷ್ಣೋ ಮಹಾವಿಭೂತಿಶ್ಚ ವೃಷ್ಣಿಚಕ್ರಾವೃತಸ್ತಥಾ || ೧೧೩ ||

ಕೃಷ್ಣೋ ಮಹಾನುಭಾವಶ್ಚ ವೃಕ್ಷಮೂಲಾಶ್ರಯಸ್ತಥಾ |
ಯಶೋದಾನಂದಸೂನುಶ್ಚ ಸುಮರ್ತ್ಯಾನುವಿಧಸ್ತಥಾ || ೧೧೪ ||

ವಿಶ್ವವಿದ್ಯಾದವೇಂದ್ರಶ್ಚ ಸ್ವದೃಕ್ ಸರ್ವಗುಹಾಶ್ರಯಃ |
ಕೃಷ್ಣೋ ಯಾದವದೇವಶ್ಚ ವೃಂದಾವನಚರಸ್ತಥಾ || ೧೧೫ ||

ಸಾಧ್ಯಾತ್ಮೋ ಯದುದೇವಶ್ಚ ಕೃಷ್ಣೋ ಯಜ್ಞಪತಿಸ್ತಥಾ |
ಕೃಷ್ಣೋ ರತಿವಿಶೇಷಜ್ಞೋ ಯದುಪತಿರ್ವಿಚಕ್ಷಣಃ || ೧೧೬ ||

ಕೃಷ್ಣೋ ಲೀಲಾಮನುಷ್ಯಶ್ಚ ಕೃಷ್ಣಶ್ಚ ಯದುನಂದನಃ |
ಕೃಷ್ಣೋ ವಿಹರ್ತೃಕಾಮಶ್ಚ ತಥೈವ ರುಚಿರೇಕ್ಷಣಃ || ೧೧೭ ||

ಯದುರಾಜಸ್ತಥಾ ಕೃಷ್ಣೋ ಯೋಗಾಧೀಶೋ ವಿಹಾರವಿದ್ |
ರಾಜ್ಞಾಹೂತಸ್ತಥಾ ಕೃಷ್ಣ ಸರ್ವಲೋಕೈಕಪಾಲಕಃ			|| ೧೧೮ ||

ರಘುವರ್ಯಸ್ತಥಾ ಕೃಷ್ಣ ಸಾಧುಲೋಕಭಯಾಪಹಃ |
ಕೃಷ್ಣೋ ಲೋಕರಿರಕ್ಷುಸ್ತ ಕೃಷ್ಣೋ ರಾಮಾನುಜಸ್ತಥಾ			|| ೧೧೯ ||

ಲೋಕನಾಥಸ್ತಥಾ ಕೃಷ್ಣ ಸ್ಥಾನಾಮಭಯದಸ್ತಥಾ |
ಕೃಷ್ಣೋ ಲೋಕಗುರುಶ್ಚೈವ ಕೃಷ್ಣಸ್ತ ಲೋಕಪಾವನಃ			|| ೧೨೦ ||

ಲೋಕಕಲ್ಪಸ್ತಥಾ ಕೃಷ್ಣೋ ವ್ರಜಗೋವತ್ಸಲಸ್ತಥಾ |
ಕೃಷ್ಣೋ ಲಾವಣ್ಯಧಾಮಾ ಚ ವನಿತಾಶತಯೂಥಪಃ			|| ೧೨೧ ||

ಲುಬ್ಧಧರ್ಮಾ ತಥಾ ಕೃಷ್ಣೋ ವರ್ಷ್ಮಧುರ್ಯಗತಿಸ್ತಥಾ |
ಲಜ್ಜಾಗುಪ್ತಸ್ತಥಾ ಕೃಷ್ಣೋ ವಲಿಮತ್ವಲ್ಲವೋದರಃ			|| ೧೨೨ ||

ಕೃಷ್ಣೋ ವಿಶ್ವೇಶ್ವರಶ್ಚೈವ ವತ್ಸಪುರಸ್ಸರಸ್ತಥಾ |
ವಿದಿತಾಖಿಲಚಿತ್ತಜ್ಞಃ ಕೃಷ್ಣೋ ವರದರಾಡ್ತಥಾ			|| ೧೨೩ ||

ವಾಚ್ಯವಾಚಕಶಕ್ತಿಶ್ಚ ಕೃಷ್ಣೋ ವ್ರಜಸುಖಾವಹಃ |
ಕೃಷ್ಣೋ ವಿನಿರ್ಮಿತಾಶೇಷವಿಶೇಷಕಲ್ಪನಸ್ತಥಾ			|| ೧೨೪ ||

ವಿಶ್ವಕರ್ತಾ ತಥಾ ಕೃಷ್ಣ ಶಂಖಿಗದಾರ್ಯುದಾಯುಧಃ |
ಕೃಷ್ಣ ಶ್ರೀವತ್ಸಲಕ್ಷ್ಮ ಚ ಕೃಷ್ಣೋ ವ್ರಜಜನಾರ್ತಿಹಾ			|| ೧೨೫ ||

ವಿಶ್ವಹೇತುಸ್ತಥಾ ಕೃಷ್ಣೋ ವಸುದೇವಸುತಸ್ತಥಾ |
ಕೃಷ್ಣೋ ವರ್ಣಾಶ್ರಮಾತ್ಮಾ ಚ ಕೃಷ್ಣಸ್ತ ಬುಧೋತ್ತಮಃ			|| ೧೨೬ ||

ಕೃಷ್ಣೋ ವಿಚಿತ್ರವೇಷಶ್ಚ ಸುವ್ರಜೇಶಸುತಸ್ತಥಾ |
ವಿಪ್ರದೇವಸ್ತಥಾ ಕೃಷ್ಣ ಸರ್ವದೇವಮಯಸ್ತಥಾ			|| ೧೨೭ ||

ಸ್ವವಿಶ್ವಶರಣಂಫ್ರುಶ್ಚ ಸ್ಮಯಮಾನಮುಖಾಂಬುಜಃ |
ಕೃಷ್ಣೋ ವ್ಯುದಸ್ತಮಾಯಶ್ಚ ಸ್ವಪ್ರತಿಬಿಂಬವಿಭ್ರಮಃ			|| ೧೨೮ ||

ವಿಶುದ್ಧಜ್ಞಾನಮೂರ್ತಿಶ್ಚ ಕೃಷ್ಣೋ ವನಚರಸ್ತಥಾ ।
ಸುವನಚಿತ್ರಮಾಲ್ಯಶ್ಚ ಕೃಷ್ಣಶ್ಚ ವಿಶ್ವಸಂಭವಃ   ॥ ೧೯ ॥

ಕೃಷ್ಣಶ್ಚ ವದತಾಂ ಶ್ರೇಷ್ಠಃ ಸುವರಾಹವಪುಸ್ತಥಾ ।
ವೃಷ್ಣಿಧುರ್ಯಸ್ತಥಾ ಕೃಷ್ಣ ಸರ್ವಕ್ಷೇತ್ರವಿಕಾರವಿದ್   ॥ ೧೨೦ ॥

ಸುವಸುದೇವಪುತ್ರಶ್ಚ ಕೃಷ್ಣಶ್ಚ ವಿರಜೋಂಬರಃ ।
ವ್ಯಜಿನಘ್ನಸ್ತಥಾ ಕೃಷ್ಣಃ ಸ್ವಸಕಲಾಭಯಪ್ರದಃ   ॥ ೧೨೧ ॥

ಕೃಷ್ಣಶ್ಚ ವನಮಾಲೀ ಚ ಕೃಷ್ಣಶ್ಚ ವಿಶ್ವಭಾವನಃ ।
ಕೃಷ್ಣೋ ವಿಜ್ಞಾನಮಾತ್ರಶ್ಚ ಸರ್ವಲೋಕೇಶ್ವರೇಶ್ವರಃ   ॥ ೧೨೭ ॥

ಕೃಷ್ಣೋ ವಿಶ್ವಾಶ್ರಯಶ್ಚೈವ ಸುಕಪೋಲಾರುಣಾಧರಃ ।
ಸ್ವವಿಶ್ವಬೀಜಯೋನಿಶ್ಚ ಸರ್ವಭೂತಾಶಯಾಲಯಃ   ॥ ೧೨೩ ॥

ಸ್ವವಿಜಯಸಖಾ ಕೃಷ್ಣಃ ಸರ್ವಭೂತಸಮಸ್ತಥಾ ।
ವ್ರಜನಾಥಸ್ತಥಾ ಕೃಷ್ಣ ಸಾಂದ್ರಪಯೋದಸೌಭಗಃ   ॥ ೧೨೪ ॥

ವಿದಿತಾರ್ಥಸ್ತಥಾ ಕೃಷ್ಣ ಸರ್ವವಿದ್ಯಾಪ್ರವರ್ತಕಃ ।
ವಿಮನಸ್ಕಸ್ತಥಾ ಕೃಷ್ಣಸ್ತ್ರೈಲೋಕೇಶಪತಿಸ್ತಥಾ   ॥ ೧೨೫ ॥

ಶೇಷಸಂಜ್ಞಸ್ತಥಾ ಕೃಷ್ಣ ಶುದ್ಧಭಾವಪ್ರಸಾದಿತಃ ।
ಕೃಷ್ಣಃ ಶಾಸ್ತ್ರಶರೀರೀ ಚ ಶ್ರಿಯ ಏಕಾಂತವಲ್ಲಭಃ   ॥ ೧೨೬ ॥

ಶ್ರುತಮಾತ್ರಸ್ತಥಾ ಕೃಷ್ಣಃ ಶರದಂಬುರುಹೇಕ್ಷಣಃ ।
ಶ್ರದ್ಧಿತಾತ್ಮಾ ತಥಾ ಕೃಷ್ಣ ಸ್ತ್ರೀಜಿತಃ ಶ್ಯಾಮಸುಂದರಃ   ॥ ೧೨೭ ॥

ಶಾಸ್ತ್ರಯೋನಿಸ್ತಥಾ ಕೃಷ್ಣ ಸರ್ವಭೂತಕ್ಷಯಸ್ತಥಾ ।
ಕೃಷ್ಣಶ್ಚ ಶ್ರೀನಿಕೇತಶ್ಚ ಸ್ವಕ್ಷಣಭಂಗಸೌಹೃದಃ   ॥ ೧೨೮ ॥

ಶ್ರೀರಮಣಸ್ತಥಾ ಕೃಷ್ಣಸ್ತಥಾ ಸರ್ವಸುಹೃದ್ವ್ರತಃ ।
ಕೃಷ್ಣಶ್ಚ ಶಿವರೂಪೀ ಚ ಕೃಷ್ಣಶ್ಚ ಸಾತ್ವತರ್ಷಭಃ   ॥ ೧೨೯ ॥

ಶರಣದಸ್ತಥಾ ಕೃಷ್ಣಃ ಸಾತ್ವತಾಂ ಪ್ರವರಸ್ತಥಾ ।
ಕೃಷ್ಣಶ್ಚ ಸರ್ವಮೂರ್ತಿಶ್ಚ ಜ್ಞಾತಿಪರಿವೃತಸ್ತಥಾ   ॥ ೧೪೦ ॥

ಕೃಷ್ಣಃ ಸತ್ಯಪರಶ್ಚೈವ ಸುಸುಂದರವರಸ್ತಥಾ ।
ಸತ್ಯವ್ರತಸ್ತಥಾ ಕೃಷ್ಣಸ್ತಥಾ ಸರ್ವಫಲಪ್ರದಃ   ॥ ೧೪೧ ॥

ಕೃಷ್ಣಶ್ಚ ಸತ್ಯಯೋನಿಶ್ಚ ಕೃಷ್ಣಃ ಸತ್ಯಾತ್ಮಕಸ್ತಥಾ ।
ಸುಸತ್ಯನಿಹಿತಃ ಕೃಷ್ಣಸ್ತಥಾ ಚ ಸದನುಗ್ರಹಃ   ॥ ೧೪೨ ॥

ಸತ್ಯಸತ್ಯಸ್ತಥಾ ಕೃಷ್ಣಸ್ತಥಾ ಕೃಷ್ಣಃ ಸತಾಂ ಪತಿಃ ।
ಸರ್ವವ್ಯಾಕೃತಸಿದ್ಧಿಶ್ಚ ಕ್ಷೇಮಧಾಮಾ ತಥಾ ಸ್ವಯಮ್   ॥ ೧೪೩ ॥

ಕೃಷ್ಣಃ ಸತಃ ಪ್ರಸೂತಿಶ್ಚ ಕೃಷ್ಣಶ್ಚ ಸಹಲಾಯುಧಃ ।
ಸರ್ವಾಧ್ಯಕ್ಷಸ್ತಥಾ ಕೃಷ್ಣೋ ಜ್ಞಪ್ತಿಮಾತ್ರಸ್ತಥಾ ಸ್ವಯಮ್   ॥೧೪೪ ॥

ಕೃಷ್ಣಶ್ಚ ಸನ್ನಿಧಾನಶ್ಚ ಕೃಷ್ಣಶ್ಚ ಸರ್ವಬುದ್ಧಿದೃಕ್ ।
ಕೃಷ್ಣಶ್ಚ ಸರ್ವಧರ್ಮಜ್ಞಃ ಕ್ಷುತ್ಕ್ಷಾಂತಶ್ಚ ತಥಾ ಸ್ವಯಮ್   ॥ ೧೪೫ ॥

ಕೃಷ್ಣಃ ಸರ್ವಸುರಾಧ್ಯಕ್ಷಸ್ತಥಾ ಕೃಷ್ಣಃ ಸತಾಂ ಗತಿಃ ।
ಸ್ವಚ್ಛಂದೋಪಾತ್ತದೇಹಶ್ಚ ಸೇತುಕರ್ತಾ ತಥಾ ಸ್ವಯಮ್   ॥ ೧೪೬ ॥

ಕೃಷ್ಣಶ್ಚ ಸಾತ್ವತಾಂ ಭರ್ತಾ ಕೃಷ್ಣಶ್ಚ ಸಪ್ತಹಾಯನಃ ।
ಕೃಷ್ಣಶ್ಚ ಸರ್ವಬೀಜಶ್ಚ ಸ್ವಾಯುಧಾಢ್ಯಸ್ತಥಾ ಸ್ವಯಮ್   ॥ ೧೪೭ ॥

ಕೃಷ್ಣಶ್ಚ ಸ್ತನ್ಯಕಾಮಶ್ಚ ಕೃಷ್ಣಃ ಸುಭ್ರೂನ್ನಸಸ್ತಥಾ ।
ಕೃಷ್ಣಃ ಸುರತನಾಥಶ್ಚ ಸಾಧಿಭೂತಸ್ತಥಾ ಸ್ವಯಮ್   ॥ ೧೪೮ ॥

ಕೃಷ್ಣಃ ಸಂಜಾತಕೋಪಶ್ಚ ತಥಾ ಕೃಷ್ಣಃ ಸುರೋತ್ತಮಃ ।
ಕೃಷ್ಣಶ್ಚ ಸತ್ಯಕಾಮಶ್ಚ ಸಾಧಿದೈವಸ್ತಥಾ ಸ್ವಯಮ್   ॥ ೧೪೯ ॥

ಕೃಷ್ಣಃ ಸಪ್ತಾತರಾಶಶ್ಚ ಸ್ಥಿರರತ್ನೈರನ್ವಿತಸ್ತಥಾ ।
ಕೃಷ್ಣಃ ಸಂಧಿತವೇಣುಶ್ಚ ಹತಪಾಪ್ಮಾ ತಥಾ ಸ್ವಯಮ್   ॥ ೧೫೦ ॥

ಸಪಾಣಿಕವಲಃ ಕೃಷ್ಣಃ ಸತಾಂ ಶರಣದಸ್ತಥಾ ।
ಕೃಷ್ಣಃ ಸರ್ವಸ್ವರೂಪಶ್ಚ ಕೃಷ್ಣಃ ಸಂಕರ್ಷಣಸ್ತಥಾ   ॥ ೧೮೧ ॥

ಕೃಷ್ಣಃ ಸ್ವಚ್ಛಂದವರ್ತೀ ಚ ಹಿರಣ್ಯಪರಿಧಿಸ್ತಥಾ ।
ಸುಸ್ಮಿತಸುಂದರಾಸ್ಯಶ್ಚ ಕೃಷ್ಣೋ ಹೃದೀಕೃತಸ್ತಥಾ   ॥ ೧೮೨ ॥

ಕೃಷ್ಣಶ್ಚ ಸರ್ವಜೀವಶ್ಚ ಕೃಷ್ಣಶ್ಚ ತ್ರಿಗುಣಾಗ್ರಹಃ ।
ಕೃಷ್ಣಶ್ಚ ಸುಮಹಾತ್ಮಾ ಚ ಸುತ್ರಿಲೋಕಗುರುಸ್ತಥಾ   ॥ ೧೮೩ ॥

ಸುಸರ್ವಭೂತಗೋಪ್ತಾ ಚ ಕೃಷ್ಣಶ್ಚ ಜ್ಞಾನವಿಗ್ರಹಃ ।
ಕೃಷ್ಣಶ್ಚ ಸರ್ವಭೂತಾತ್ಮಾ ಸರ್ವಪ್ರತ್ಯಯಹೇತುಕಃ   ॥ ೧೮೪ ॥

ಕೃಷ್ಣಶ್ಚ ಸತ್ಯಸಂಕಲ್ಪಃ ಕೃಷ್ಣಃ ಸೂಕರಮೂರ್ತಿಕಃ ।
ಕೃಷ್ಣಃ ಸಮಾಪ್ತಸರ್ವಾರ್ಥಃ ಸ್ವತ್ರಿಗುಣಾಭಿಮಾನಕಃ   ॥ ೧೮೫ ॥

ಸ್ವಕ್ಷತಿರಾಕ್ಷಸಘ್ನಕ್ ಚೈವ ಕೃಷ್ಣಸ್ತ್ರೈಲೋಕ್ಯಕಾಂತಕಃ ।
ಸುಗದಿತಾನುಭಾವಶ್ಚ ಮದಘೂರ್ಣಿತಲೋಚನಃ   ॥ ೧೮೬ ॥

ಸುದೇವಪ್ರವರಃ ಕೃಷ್ಣಃ ಸ್ವಗೃಹಕುಪಿತಸ್ತಥಾ ।
ಸ್ವಗುಣಾಪಿಹಿತಃ ಕೃಷ್ಣಃ ಸುಗಾಢರಶನಸ್ತಥಾ   ॥ ೧೮೭ ॥

ಈಪ್ಸಿತಕನ್ಯಾವರಶ್ಚ ಕೃಷ್ಣೋ ಮಾನಿನೀದರ್ಪಹರಸ್ಮಿತಃ ।
ಆವನಿಕ್ತಾಂಘ್ರಿಯುಗಲಶ್ಚ ಕೃಷ್ಣೋ ಯದುವೃಷ್ಣಿಸಾತ್ತ್ವಾಂ ಧುರ್ಯಃ ॥೧೮೮॥

ಈಡಿತಮನೋಜ್ಞಕಥಶ್ಚ ರಮಾಲಾಲಿತಪಾದಪಲ್ಲವಸ್ತಥಾ ।
ಉಪಗೀಯಮಾನಚರಿತೋ ನಿರ್ಯೋಗಪಾಶಕೃತಲಕ್ಷಣಃ   ॥ ೧೮೯ ॥

ಆಧರಬಿಂಬದತ್ತವೇಣುರಜೇಯಭಟಶೇಖರಿತಾಂಘ್ರಿರೇಣುಶ್ಚ ।
ಆನುಗೀತಪವಿತ್ರಕೀರ್ತಿರುಪಗೀಯಮಾನಮಾಹಾತ್ಮ್ಯಶ್ಚ   ॥ ೧೯೦ ॥

ಆಖಿಲಕಲಾದಿಗುರುಸ್ತಥಾ ಕುಂದದಾಮಕೃತಕೌತುಕವೇಷಶ್ಚ ।
ಆತ್ತಯೋಗಮಾಯಾಕೃತಿರುತ್ತಮಶ್ಲೋಕಶಿಖಾಮಣಿಶ್ಚ   ॥ ೧೯೧ ॥

ಗೋಪೀದೃಗುತ್ಸವದೃಶಿರ್ಯೋ ದೇವಕೀಜಠರಭೂರುಡುರಾಜಃ ।
ಖಲಸಂಯಮನಾವತಾರೋ ಗೋರಜಸ್ತುರಿತಕುಂತಯಸ್ತ ॥ ೧೮೩ ॥

ಋತಸತ್ಯನೇತ್ರಸ್ತಥಾ ಯೋ ನಿಜಜನಸ್ಮಯಧ್ವಂಸನಸ್ಮಿತಃ ।
ಖುರರಜಸ್ತುರಿತಸ್ರಗ್ ಚ ಮ್ಲೇಕ್ಷಪ್ರಾಯಕ್ಷತ್ರಹಂತಾ		॥ ೧೮೪ ॥

ಗಿರಿತ್ರರಮಾರ್ಚಿತಾಂಘ್ರಿರ್ವಾಮಬಾಹುಕೃತವಾಮಕಪೋಲಃ ಕೃಷ್ಣಃ ।
ಚಾರುಪ್ರಸನ್ನವದನೋ ಯೋ ನರಲೋಚನಪಾನಪಾತ್ರಃ ॥ ೧೮೫ ॥

ದ್ವಿರದರಾವಿಹಾರೋ ಗೃಹಾನಪಗೋ ನಿತ್ಯಸುಖಬೋಧತನುಃ ।
ನಾಗಭೋಗಪರಿವೀತೋ ಯೋ ವನಿತೋತ್ಸವರೂಪಶೀಲಃ ॥ ೧೮೬ ॥

ಯೋ ದರ್ಶನೀಯತಿಲಕೋ ಯದೂನಾಂ ಗೋಪ್ತಾ ಪರಮಹಂಸಗತಿಃ ।
ಪ್ರಲಂಬಹೀವರಭುಜಃ ಸ ಕೃಷ್ಣೋ ವಂದ್ಯಮಾನಚರಣಸ್ತ		॥ ೧೮೭ ॥

ಸರ್ವವಿದ್ಯಾಪ್ರಭವ್ಪೋ ನಿತ್ಯನಿವೃತ್ತಮಾಯಾಗುಣಪ್ರವಾಹಃ ।
ವಿಶುದ್ಧವಿಜ್ಞಾನಘನೋ ಯಃ ಸುಕುಮಾರಘನಾವದಾತಃ ॥ ೧೮೮ ॥

ಸರ್ವಭೂತಪ್ರಭವ್ಪೋ ಯೋಗೇಶ್ವರಾಂತರ್ಹ್ಯದಿಕಲ್ಪಿತಾಸನಃ ।
ಸ್ವರ್ಗಾಪವರ್ಗವಿರಮಃ ಕೃಷ್ಣಃ ಸಮನುವರ್ಣೀತವೀರ್ಯಃ ॥ ೧೮೯ ॥

ಬದರಪಾಂಡುವದನೋ ವಿರೂಢಸ್ವೇದಕಣಿಕಾವದನಾಂಬುರುಹಃ ।
ಭುಜಂಗಭೋಗಪರೀತಃ ಕೃಷ್ಣಃ ಸ್ರಗವತಂಸವಿಲಾಸಃ		॥ ೧೯೦ ॥

ಸಮಸ್ತಪುರುಷಾರ್ಥಮಯೋ ವಿಶ್ವೋಪದರ್ಶೀ ವ್ರಜಭಯಾರ್ತಿಹರಃ।
ಸಹಪಶುಪಾಲಬಲೋ ಯಃ ಕೃಷ್ಣೋ ಜ್ಞಾನವಿಜ್ಞಾನನಿಧಿಃ ॥ ೧೯೧ ॥

ಇತ್ಯೇತತ್ ಕೃಷ್ಣಸಂಖ್ಯಾನಂ ಕಾವ್ಯಸಾಹಿತ್ಯಸೌಭಗಮ್ ।
ಪ್ರಮಿಣೋ ಭಾವಕಸ್ಯಾಪಿ ಶ್ರೇಯಃ ಪ್ರೇಯಃ ಪ್ರದಾಯಕಮ್ ॥ ೧೯೨ ॥

॥ ಇತಿ ಶ್ರೀ ಭಾಗವತ ಸಹಸ್ರನಾಮಸ್ತೋತ್ರಮ್ ॥
॥ ಇತಿ ಶಮ್ ॥

೨೨.(ii) ಪುರುಷೋತ್ತಮ ಸಹಸ್ರನಾಮಸ್ತೋತ್ರಂ–೨

(ಶ್ರೀ ಭಾಗವತ ಸಾರಸಮುಚ್ಚಯೇ ಶ್ರೀವೈಶ್ವಾನರೋಕ್ತ)

|| ಶ್ರೀಹರಯೇ ನಮಃ | ಶ್ರೀ ಗುರುಭ್ಯೋ ನಮಃ ||

ಶ್ರೀ ಪುರುಷೋತ್ತಮ ಶ್ರೀ ಕೃಷ್ಣ ಸಹಸ್ರನಾಮಸ್ತೋತ್ರಸ್ಯ ಅಗ್ನಿಋಷಿಃ ಗಾಯತ್ರೀಛಂದಃ ಪುರುಷೋತ್ತಮೋ ದೇವತಾ | ಪರಮ ಪುರುಷಾರ್ಥೇ ಜಪೇ ವಿನಿಯೋಗಃ |

|| ಶ್ರೀ ಭಾಗವತೋದ್ಧೃತ ಪುರುಷೋತ್ತಮ– ಸಹಸ್ರನಾಮಸ್ತೋತ್ರಮ್ ||

ಅಥ ಪ್ರಥಮಸ್ಕಂಧನಾಮಾನಿ –

ಶ್ರೀಕೃಷ್ಣಃ ಸಚ್ಚಿದಾನಂದೋ ನಿತ್ಯಲೀಲಾ ವಿನೋದಕೃತ್ |

ಸರ್ವಾಗಮವಿನೋದೀಚ ಲಕ್ಷ್ಮೀಶಃ ಪುರುಷೋತ್ತಮಃ |

ಆದಿಕಾಲಃ ಸರ್ವಕಾಲಃ ಕಾಲಾತ್ಮ ಮಾಯಯಾವೃತಃ |

ಭಕ್ತೋದ್ಧಾರ ಪ್ರಯತ್ನಾತ್ಮ ಜಗತ್ಕರ್ತಾಜಗನ್ಮಯಃ |

ನಾಮಲೀಲಾಪರೋವಿಷ್ಣುಃ ವ್ಯಾಸಾತ್ಮ ಶುಕಮೋಕ್ಷದಃ |

ವ್ಯಾಪೀ ವೈಕುಂಠದಾತಾ ಚ ಶ್ರೀಮದ್ಭಾಗವತಾಶ್ರಮಃ |

ಶುಕವಾಗಮೃತಾಬ್ಧೀಂದುಃ ಶೌನಕಾದ್ಯಖಿಲೇಷ್ಟದಃ |

ಭಕ್ತಿಪ್ರವರ್ತಕಃ ತ್ರಾತಾ ವ್ಯಾಸಚಿಂತಾವಿನಾಶಕಃ |

ಸರ್ವಸಿದ್ಧಾಂತವಾಗಾತ್ಮ ನಾರದಾದ್ಯಖಿಲೇಷ್ಟದಃ |

ಅಂತರಾತ್ಮ ಧ್ಯಾನಗಮ್ಯೋ ಭಕ್ತಿರತ್ನಪ್ರದಾಯಕಃ |

ಮುಕ್ತೋಪಸೃಷ್ಟಃ ಪೂರ್ಣಾತ್ಮ ಮುಕ್ತಾನಾಂ ರತಿವರ್ಧನಃ |

ಭಕ್ತಕಾರ್ಯಕನಿರತೋ ದ್ರೌಣ್ಯಸ್ತ್ರವಿನಿವಾರಕಃ |

ಭಕ್ತಸ್ಥಯಪ್ರಣೇತಾ ಚ ಭಕ್ತವಾಕ್ ಪರಿಪಾಲಕಃ |

ಬ್ರಹ್ಮಣ್ಯ ದೇವೋ ಧರ್ಮಾತ್ಮ ಭಕ್ತಾನಾಂ ಚ ಪರೀಕ್ಷಕಃ ||

ಆಪನ್ನಹಿತಕರ್ತಾ ಚ ಮಾಯಾಹಿತಕರಪ್ರಭುಃ |
ಉತ್ತರಾಪ್ರಾಣದಾತಾ ಚ ಬ್ರಹ್ಮಾಸ್ತ್ರವಿನಿವಾರಕಃ |
ಸರ್ವತಃ ಪಾಂಡವಪತಿಃ ಪರೀಕ್ಷಿತ್‌ಶುದ್ಧಿಕಾರಣಂ |
ಗೂಢಾತ್ಮಾ ಸರ್ವವೇದೇಷು ಭಕ್ತೈಕಹೃದಯಂಗಮಃ |
ಕುಂತೀಸ್ತುತ್ಯಃ ಪ್ರಸನ್ನಾತ್ಮಾ ಪರಮಾದ್ಭುತಕಾರ್ಯಕೃತ್
ಭೀಷ್ಮಮುಕ್ತಿಪ್ರದಃ ಸ್ವಾಮೀ ಭಕ್ತಮೋಹನಿವಾರಕಃ |
ಸರ್ವಾವಸ್ಥಾಸು ಸಂಸೇವ್ಯಃ ಸಮಃ ಸುಖಿತಪ್ರದಃ ||
ಕೃತಕೃತೋಃ ಸರ್ವಸಾಕ್ಷೀ ಭಕ್ತಸ್ತ್ರೀರತಿವರ್ಧನಃ ||
ಸರ್ವಸೌಭಾಗ್ಯನಿಲಯಃ ಪರಮಾಶ್ಚರ್ಯರೂಪಧೃಕ್ ||
ಅನನ್ಯಪುರುಷಃ ಸ್ವಾಮೀ ದ್ವಾರಕಾಭಾಗ್ಯಭಾಜನಂ |
ಬೀಜಸಂಸ್ಕಾರಕರ್ತಾಚ ಪರೀಕ್ಷಿತ್‌ಜ್ಞಾನಪೋಷಕಃ |
ಸರ್ವತ್ರ ಪೂರ್ಣಗುಣಕಃ ಸರ್ವಭೂಷಣಭೂಷಿತಃ |
ಸರ್ವಲಕ್ಷಣದಾತಾ ಚ ಧೃತರಾಷ್ಟ್ರವಿಮುಕ್ತಿದಃ |
ಸನ್ಮಾರ್ಗರಕ್ಷಕೋ ನಿತ್ಯಂ ವಿದುರಪ್ರೀತಿಪೂರಕಃ |
ಲೀಲಾವ್ಯಾಮೋಹಕರ್ತಾ ಚ ಕಾಲಧರ್ಮಪ್ರವರ್ತಕಃ |
ಪಾಂಡವಾನಾಂ ಮೋಕ್ಷದಾತಾ ಪರೀಕ್ಷಿತ್‌ಭಾಗ್ಯವರ್ಧನಃ |
ಕಾಲನಿಗ್ರಹಕರ್ತಾ ಚ ಧರ್ಮಾದೀನಾಂ ಚ ಪೋಷಕಃ |
ಸತ್ಸಂಗಜ್ಞಾನಹೇತುಶ್ಚ ಶ್ರೀಭಾಗವತಕಾರಣಂ |

ಪ್ರಾಕೃತಾದೃಷ್ಟಮಾರ್ಗಶ್ಚ (೭೭) ಇತಿ ಪ್ರಥಮಸ್ಕಂಧನಾಮಾನಿ

ಅಥ ದ್ವಿತೀಯ ಸ್ಕಂಧನಾಮಾನಿ – ಶ್ರೋತವ್ಯಃ ಸಕಲಾಗಮ್ಯೇ ||
ಶ್ರೋತವ್ಯಃ ಶುದ್ಧಭಾವೈಶ್ಚ ಸ್ಮರ್ತವ್ಯಶ್ಚಾತ್ತವಿತ್ತಮೈಃ |
ಅನೇಕ ಮಾರ್ಗಕರ್ತಾ ಚ ನಾನಾವಿಧಗತಿಪ್ರದಃ |
ಪುರುಷಃ ಸಕಲಾಧಾರಃ ಸತ್ತ್ವೈಕನಿಲಯಾತ್ಮಭೂಃ |
ಸರ್ವಧ್ಯೇಯೋ ಯೋಗಗಮ್ಯೋ ಭಕ್ತ್ಯಾ ಗ್ರಾಹ್ಯಃ ಸುರಪ್ರಿಯಃ
ಜನ್ಮಾದಿಸಾರ್ಥಕಕೃತಿಃ ಲೀಲಾಕರ್ತಾ ಸತಾಂಪತಿಃ |

ಆದಿಕರ್ತಾ ತತ್ಪ್ರಕರ್ತಾ ಸರ್ವಕರ್ತಾ ವಿಶಾರದಃ ||
ವ್ಯಾಸಾವತಾರಕರ್ತಾ ಚ ಬ್ರಹ್ಮಾವಿಭಾರ್ವಕಾರಣಂ |
ದಶಲೀಲಾ ವಿನೋದೀ ಚ ನಾನಾಸೃಷ್ಟಿಪ್ರದರ್ಶಕಃ |
ಅನೇಕಕಲ್ಪಕರ್ತಾ ಚ ಸರ್ವದೋಷವಿವರ್ಜಿತಃ | (೧೦೬)

ಇತಿ ದ್ವಿತೀಯ ಸ್ಕಂಧನಾಮಾನಿ

ಅಥ ತೃತೀಯಸ್ಕಂಧನಾಮಾನಿ

ವೈರಾಗ್ಯ ಹೇತುಸ್ತೀರ್ಥಾತ್ಮಾ ಸರ್ವತೀರ್ಥಫಲಪ್ರದಃ |
ತೀರ್ಥಶುದ್ಧ್ಯೇಕನಿಲಯಃ ಸ್ವಮಾರ್ಗಪರಿಪೋಷಕಃ |
ತೀರ್ಥಕೀರ್ತಿಃ ಭಕ್ತಗಮ್ಯಃ ಭಕ್ತಾನುಶಯಕಾರ್ಯಕೃತ್ |
ಭಕ್ತತುಲ್ಯಃ ಸರ್ವತುಲ್ಯಃ ಸ್ವೇಚ್ಛಾಸರ್ವಪ್ರವರ್ತಕಃ |
ಗುಣಾತೀತೋಽನವದ್ಯಾತ್ಮಾ ಸರ್ಗಲೀಲಾಪ್ರವರ್ತಕಃ |
ಸಾಕ್ಷಾತ್ ಸರ್ವಜಗತ್ಕರ್ತಾ ಮಹದಾದಿಪ್ರವರ್ತಕಃ |
ಮಾಯಾಪ್ರವರ್ತಕಃ ಸಾಕ್ಷೀ ಮಾಯಾರತಿವಿವರ್ಧನಃ |
ಆಕಾಶಾತ್ಮಾ ಚತುರ್ಮೂರ್ತಿಃ ಚತುರ್ಥಾಭೂತಭಾವನಃ |
ರಜಃ ಪ್ರವರ್ತಕೋ ಬ್ರಹ್ಮ ಮರೀಚ್ಯಾದಿಪಿತಾಮಹಃ |
ವೇದಕರ್ತಾ ಯಜ್ಞಕರ್ತಾ ಸರ್ವಕರ್ತಾಽಮಿತಾತ್ಮಕಃ |
ಅನೇಕಸೃಷ್ಟಿಕರ್ತಾ ಚ ದಶಧಾ ಸೃಷ್ಟಿಕಾರಕಃ |
ಯಜ್ಞಾಂಗೋ ಯಜ್ಞವಾರಾಹೋ (೧೪೦) ಭೂಧರೋ ಭೂಮಿಪಾಲಕಃ |
ಸೇತುರ್ವಿಧರಣೋ ಜೈತ್ರೋ ಹಿರಣ್ಯಾಕ್ಷಾಂತಕಃ ಸುರಃ |
ದಿತಿಕಶ್ಯಪಕಾಮೈಕಹೇತುಃ ಸೃಷ್ಟಿಪ್ರವರ್ತಕಃ |
ದೇವಾಭಯಪ್ರದಾತಾ ಚ ವೈಕುಂಠಾಧಿಪತಿಃ ಮಹಾನ್ |
ಸರ್ವಗರ್ವಪ್ರಹಾರೀ ಚ ಸನಕಾದ್ಯಖಿಲಾರ್ಥದಃ |
ಸರ್ವಾಶ್ವಾಸನಕರ್ತಾ ಚ ಭಕ್ತತುಲ್ಯಾಹವಪ್ರದಃ |
ಕಾಲಲಕ್ಷಣಹೇತುಶ್ಚ ಸರ್ವಾರ್ಥಜ್ಞಾಪಕಃ ಪರಃ |
ಭಕ್ತೋನ್ನತಿಕರಃ ಸರ್ವಪ್ರಕಾರಸುಖದಾಯಕಃ |
ನಾನಾಯುದ್ಧ ಪ್ರಹರಣೋ ಬ್ರಹ್ಮಶಾಪವಿಮೋಚಕಃ

ಪುಷ್ಟಿಸರ್ಗಪ್ರಣೇತಾ ಚ ಗುಣಸೃಷ್ಟಿಪ್ರವರ್ತಕಃ |
ಕರ್ಮೇಷ್ಟಪ್ರದಾತಾ ಚ ದೇವಹೂತ್ಯಖಿಲಾರ್ಥದಃ |
ಶುಕ್ಲನಾರಾಯಣಃ ಸತ್ಯಕಾಲಧರ್ಮಪ್ರವರ್ತಕಃ
ತ್ರಿಗುಣಾಧಿಪತಿಃ ಸಂಖ್ಯಶಾಸ್ತ್ರಕರ್ತಾ ವಿಶಾರದಃ
ಸರ್ಗದೂಷಣಹಾರೀ ಚ ಪುಷ್ಟಿಮೋಕ್ಷಪ್ರವರ್ತಕಃ |
ಭಕ್ತಿಸಿದ್ಧಾಂತವಕ್ತಾ ಚ ಸಗುಣಜ್ಞಾನದೀಪಕಃ ||
ಆತ್ಮಪ್ರದಃ ಪೂರ್ಣಕಾಮಃ ಯೋಗಾತ್ಮಾ ಯೋಗಭಾವಿತಃ |
ಜೀವನ್ಮುಕ್ತಿಪ್ರದಃ ಶ್ರೀಮಾನ್ ಅನ್ಯಭಕ್ತಿಪ್ರವರ್ತಕಃ |
ಕಾಲಸಾಮರ್ಥ್ಯದಾತಾ ಚ ಕಾಲದೋಷನಿವಾರಕಃ
ಗರ್ಭೋತ್ತಮಜ್ಞಾನದಾತಾ ಕರ್ಮಮಾರ್ಗನಿಯಾಮಕಃ |
ಸರ್ವಮಾರ್ಗನಿರಾಕರ್ತಾ ಭಕ್ತಿ ಮಾರ್ಗೈಕಪೋಷಕಃ |
ಸಿದ್ಧಿಹೇತುಃ ಸರ್ವಹೇತುಃ ಸರ್ವಾಶ್ಚರ್ಯೈಕಕಾರಣಂ
ಚೇತನಾಚೇತನಪತಿಃ ಸಮುದ್ರಪರಿಪೂಜಿತಃ | (೨೦೦)
ಸಾಂಖ್ಯಾಚಾರ್ಯಸ್ತುತಃ ಸಿದ್ಧಪೂಜಿತಃ ಸರ್ವಪೂಜಿತಃ |

ಇತಿ ತೃತೀಯ ಸ್ಕಂಧನಾಮಾನಿ

ಅಥ ಚತುರ್ಥಸ್ಕಂಧನಾಮಾನಿ

ವಿಸರ್ಗಕರ್ತಾಸರ್ವೇಶಃ ಕೋಟಿಸೂರ್ಯಸಮಪ್ರಭಃ |
ಅನಂತಗುಣಗಂಭೀರಃ ಮಹಾಪುರುಷಪೂಜಿತಃ
ಅನಂತಸುಖದಾತಾ ಚ ಬ್ರಹ್ಮಕೋಟಿಪ್ರಜಾಪತಿಃ |
ಸುಧಾಕೋಟಿಸ್ವಾಸ್ಥ್ಯಹೇತುಃ ಕಾಮಧುಕ್ಕೋಟಿ ಕಾಮದಃ ||
ಸಮುದ್ರಕೋಟಿಗಂಭೀರಃ ತೀರ್ಥಕೋಟಿಸಮಾಹ್ವಯಃ |
ಸುಮೇರುಕೋಟಿನಿಷ್ಕಂಪಃ ಕೋಟಿಬ್ರಹ್ಮಾಂಡವಿಗ್ರಹಃ |
ಕೋಟ್ಯಶ್ವಮೇಧಪಾಪಘ್ನೋ ವಾಯುಕೋಟಿಮಹಾಬಲಃ |
ಕೋಟೀಂದುಜಗದಾನಂದೀ ಶಿವಕೋಟಿಪ್ರಸಾದಕೃತ್ ||
ಸರ್ವಸದ್ಗುಣಮಾಹಾತ್ಮ್ಯಃ ಸದಾಸದ್ಗುಣಭಾಜನಂ |

ಮನ್ವಾದಿಪ್ರೇರಕೋ ಧರ್ಮೋ ಯಜ್ಞನಾರಾಯಣಃ ಪರಃ |
ಆಕೂತಿಸೂನುರ್ದೇವೇಂದ್ರೋ ರುಚಿಜನ್ಮಾಭಯಪ್ರದಃ |
ದಕ್ಷಿಣಾಪತಿರೋಜಸ್ವೀ ಕ್ರಿಯಾಶಕ್ತಿಪರಾಯಣಃ |
ದತ್ತಾತ್ರೇಯೋ ಯೋಗಪತಿಃ ಯೋಗಮಾರ್ಗಪ್ರವರ್ತಕಃ |
ಅನಸೂಯಾಗರ್ಭರತ್ನಂ ಋಷಿವಂಶವಿವರ್ಧಕಃ |
ಗುಣತ್ರಯವಿಭಾಗಜ್ಞ ಚತುರ್ವರ್ಗವಿಶಾರದಃ |
ನಾರಾಯಣೋ ಧರ್ಮಸೂನುಃ ಮೂರ್ತಿಃ ಪುಣ್ಯ ಉಪಸ್ಕರಃ |
ಸಹಸ್ರಕವಚಚ್ಛೇದೀ ತಪಃಸಾರೋ ನರಪ್ರಿಯಃ |
ವಿಶ್ವಾನಂದಪ್ರದಃ ಕರ್ಮಸಾಕ್ಷೀ ಭಾರತಪೂಜಿತಃ |
ಅನಂತಾದ್ಭುತಮಾಹಾತ್ಮ್ಯಃ ಬದರೀಸ್ಥಾನಭೂಷಣಂ ||
ಜಿತಕಾಮೋ ಜಿತಕ್ರೋಧೋ ಜಿತಸಂಗೋ ಜಿತೇಂದ್ರಿಯಃ
ಊರ್ವಶೀಪ್ರಭವಃ ಸ್ವರ್ಗಸುಖದಾಯೀಸ್ಥಿತಿಪ್ರದಃ |
ಅಮಾನೀ ಮಾನದಃ ಗೋಪ್ತಾ ಭಗವತ್ ಶಾಸ್ತ್ರಬೋಧಕಃ |
ಬ್ರಹ್ಮಾದಿವಂದ್ಯಃ ಹಂಸಶ್ರೀಃ ಮಾಯಾವೈಭವಕಾರಣಂ |
ವಿವಿಧಾನಂತಸರ್ಗಾತ್ಮಾ ವಿಶ್ವಪೂರಣತತ್ತ್ವಃ |
ಯಜ್ಞಜೀವನಹೇತುಶ್ಚ ಯಜ್ಞಸ್ವಾಮೀಇಷ್ಟಬೋಧಕಃ |
ನಾನಾಸಿದ್ಧಾಂತಗಮ್ಯಶ್ಚ ಸಪ್ತತಂತುಶ್ಚ ಷಡ್ಗುಣಃ |
ಪ್ರತಿಸರ್ಗಜಗತ್ಕರ್ತಾ ನಾನಾಲೀಲಾವಿಶಾರದಃ |
ಧ್ರುವಪ್ರಿಯೋ ಧ್ರುವಸ್ವಾಮೀ ಚಿಂತಿತಾಧಿಕದಾಯಕಃ |
ದುರ್ಲಭಾನಂದಫಲದೋ ದಯಾನಿಧಿರಮಿತ್ರಹಾ |
ಅಂಗ ಸ್ವಾಮೀ ಕೃಪಾಸಾರೋ ವೈನ್ಯೋ ಭೂಮಿನಿಯಾಮಕಃ |
ಭೂಮಿದೋಗ್ಧಾ ಪ್ರಜಾಪ್ರಾಣಪಾಲನೈಕಪರಾಯಣಃ |
ಯಶೋದಾತಾ ಜ್ಞಾನದಾತಾ ಸರ್ವಧರ್ಮಪ್ರದರ್ಶಕಃ |
ಪ್ರಚೇತಸಾಂಪತಿಶ್ಚಿತ್ರಭಕ್ತಿಹೇತುರ್ಜನಾರ್ದನಃ |
ಸ್ಮೃತಿಹೇತುಃ | ೯೦೦ ಬ್ರಹ್ಮಭಾವಸಾಯುಜ್ಯಾದಿಪ್ರದಃ ಶುಭಃ ||

ಇತಿ ಚತುರ್ಥಸ್ಕಂಧನಾಮಾನಿ

ಅಥ ಪಂಚಮಸ್ಕಂಧನಾಮಾನಿ

ವಿಜಯೀ ಸ್ಥಿತಿಲೀಲಾಬ್ಧಿ ಅಚ್ಯುತೋ ವಿಜಯಪ್ರದಃ |
ಸ್ವಸಾಮರ್ಥ್ಯಪ್ರದೋ ಭಕ್ತಿಕೀರ್ತಿಹೇತುರಧೋಕ್ಷಜಃ |
ಪುರಂಜನೋ ಜಗನ್ಮಿತ್ರಂ ವಿಸರ್ಗಾಂತಪ್ರದರ್ಶನಃ |
ಪ್ರಿಯವ್ರತಪ್ರಿಯಸ್ವಾಮೀ ಸ್ವೇಚ್ಛಾವಾದವಿಶಾರದಃ |
ಸಂಗಾಗಮ್ಯಃ ಸ್ವಪ್ರಕಾಶಃ ಸರ್ವಸಂಗವಿವರ್ಜಿತಃ |
ಇಚ್ಛಾಯಾಂ ಚ ಸಮರ್ಯಾದಃ ತ್ಯಾಗಮಾತ್ರೋಪಲಂಭನಃ |
ಅಚಿಂತ್ಯಕಾರ್ಯಕರ್ತಾ ಚ ತರ್ಕಾಗೋಚರಕಾರ್ಯಕೃತ್ |
ಶೃಂಗಾರರಸಮರ್ಯಾದಃ ಆಗ್ನೀಧ್ರರಸಭಾಜನಂ |
ನಾಭೀಷ್ಟಪೂರಕಃ ಕರ್ಮಮರ್ಯಾದಾದರ್ಶನೋತ್ಸುಕಃ |
ಸರ್ವರೂಪೋದ್ಭುತತಮೋ ಮರ್ಯಾದಾಪುರುಷೋತ್ತಮಃ |
ಸರ್ವರೂಪೇಷು ಸತ್ಯಾತ್ಮಾ ಕಾಲಸಾಕ್ಷೀ ಶಶಿಪ್ರಭಃ |
ಮೇರುದೇವೀ ವ್ರತಫಲಂ ಋಷಭೋ ಭಗಲಕ್ಷಣಃ |
ಜಗತ್‌ಸಂವರ್ತಕೋ ಮೇಘರೂಪೀ ದೇವೇಂದ್ರದರ್ಪಹಾ |
ಜಯಂತೀಪತಿರತ್ಯಂತಪ್ರಮಾಣಾಶೇಷಲೌಕಿಕಃ |
ಶತಧಾನ್ಯಸ್ತ ಭೂತಾತ್ಮಾ ಶತಾನಂದೋ ಗುಣಪ್ರಸೂಃ |
ವೈಷ್ಣವೋತ್ಪಾದನಪರಃ ಸರ್ವಧರ್ಮೋಪದೇಶಕಃ |
ಪರಹಂಸಕ್ರಿಯಾಗೋಪ್ತಾ ಯೋಗಚರ್ಯಾಪ್ರದರ್ಶಕಃ |
ಚತುರ್ಥಾಶ್ರಮನಿರ್ಣೇತಾ ಸದಾನಂದಶರೀರವಾನ್ ||
ಪ್ರದರ್ಶಿತಾನ್ಯಧರ್ಮಶ್ಚ ಭರತಸ್ವಾಮ್ಯಪಾರಕೃತ್ |
ಯಥಾವತ್ ಕರ್ಮಕರ್ತಾ ಚ ಸಂಗಾನಿಷ್ಟಪ್ರದರ್ಶಕಃ |
ಆವಶ್ಯಕಪುನರ್ಜನ್ಮ ಕಮಮಾರ್ಗಪ್ರದರ್ಶಕಃ ||
ಯಜ್ಞರೂಪಮೃಗಃ ಶಾಂತಃ ಸಹಿಷ್ಣುಃ ಸತ್ವರಾಕ್ರಮಃ |
ರಹೂಗಣಗತಿಜ್ಞಶ್ಚ ರಹೂಗಣವಿಮೋಚಕಃ |
ಭವಾಟವೀ ತತ್ವವಕ್ತಾ ಬಹಿರ್ಮುಖಹಿತೇರತಃ |
ಗಯಸ್ವಾಮೀ ಸ್ಥಾನವಂಶಕರ್ತಾ ಸ್ಥಾನವಿಭೇದಕೃತ್ |
ಪುರುಷಾವಯವೋ ಭೂಮಿವಿಶೇಷವಿನಿರೂಪಕಃ |

ಜಂಬೂದ್ವೀಪಪತಿಃ ಮೇರುನಾಭಿಪದ್ಮರುಹಾಶ್ರಯಃ |
ನಾನಾವಿಭೂತಿಲೀಲಾಢ್ಯೋ ಗಂಗೋತ್ಪತ್ತಿನಿದಾನಕೃತ್ |
ಗಂಗಾಮಾಹಾತ್ಮ್ಯಹೇತುಶ್ಚ ಗಂಗಾರೂಪೋತಿಗೂಢಕೃತ್ |
ವೈಕುಂಠದೇಹಹೇತ್ವಂಬು ಜನ್ಮಕೃತ್ ಸರ್ವಪಾವನಃ |
ಶಿವಸ್ವಾಮೀ ಶಿವೋಪಾಸ್ಕೋ ಗೂಢಃ ಸಂಕರ್ಷಣಾತ್ಮಕಃ |
ಸ್ಥಾನರಕ್ಷಾರ್ಥಮತ್ಸ್ಯಾದಿರೂಪಃ ಸರ್ವೈಕಪೂಜಿತಃ |
ಉಪಾಸ್ಯನಾನಾರೂಪಾತ್ಮ ಜ್ಯೋತೀರೂಪೋ ಗತಿಪ್ರದಃ |
ಸೂರ್ಯನಾರಾಯಣೋ ವೇದಕಾಂತಿರುಜ್ಜ್ವಲವೇಷಧೃಕ್ |
ಹಂಸೋಂತರಿಕ್ಷಗಮನಃ ಸರ್ವಪ್ರಸವಕಾರಣಂ |
ಆನಂದಕರ್ತಾ ವಸುದೋ ಬುಧೋ ವಾಕ್ಪತಿರುಜ್ಜ್ವಲಃ |
ಕಾಲಾತ್ಮಾ ಕಾಲಕಾಲಶ್ಚ ಕಾಲಚ್ಛೇದ ಕೃದುತ್ತಮಃ |
ಶಿಂಶುಮಾರಃ ಸರ್ವಮೂರ್ತಿರಾಧಿದೈವಿಕರೂಪಧೃಕ್ |
ಆನಂತಸುಖಭೋಗಾಢ್ಯೋ ಪರಮೈಶ್ವರ್ಯಭಾಜನಂ |
ಸಂಕರ್ಷಣೋ ದೈತ್ಯಪತಿಃ ಸ್ಮೃರ್ವಾಧಾರೋ ಬೃಹದ್ಧ್ರುಪುಃ |
ಆನಂತನರಕಚ್ಛೇದೀ ಸ್ಮೃತಿಮಾತ್ರಾರ್ತಿನಾಶನಃ |
ಸರ್ವಾನುಗ್ರಹಕರ್ತಾ ಚ (೪೧೦)

ಇತಿ ಪಂಚಮಸ್ಕಂಧನಾಮಾನಿ

ಅಥ ಷಷ್ಠ ಸ್ಕಂಧನಾಮಾನಿ

ಮರ್ಯಾದಾಭಿನ್ನಶಾಸ್ತೃಕೃತ್ |
ಕಾಲಾಂತಕಭಯಚ್ಛೇದೀ ನಾಮಸಾಮರ್ಥ್ಯರೂಪಧೃಕ್ |
ಉದ್ಧಾರಾನರ್ಹಗೋಪ್ತಾತ್ಮ ನಾಮಾದಿಪ್ರೇರಕೋತ್ತಮಃ |
ಆಜಾಮಿಲ ಮಹಾದುಷ್ಟಮೋಚಕೋತಘವಿಮೋಚಕಃ |
ಧರ್ಮವಕ್ತಾ ಕ್ಲಿಷ್ಟವಕ್ತಾ ವಿಷ್ಣುಧರ್ಮಸ್ವರೂಪಧೃಕ್ |
ಸನ್ಮಾರ್ಗಪ್ರೇರಕೋ ಧರ್ತಾ ತ್ಯಾಗಹೇತುರಧೋಕ್ಷಜಃ |

ವೈಕುಂಠಪುರನೇತಾ ಚ ದಾಸಸಂವೃದ್ಧಿಕಾರಕಃ |
ದಕ್ಷಪ್ರಸಾದಕೃತ್ ಹಂಸಗುಹ್ಯಸ್ತುತಿವಿಭಾವನಃ |
ಸ್ವಾಭಿಪ್ರಾಯಪ್ರವಕ್ತಾ ಚ ಭಕ್ತಜೀವಿ ಪ್ರಸೂತಿಕೃತ್ |
ನಾರದಪ್ರೇರಣಾತ್ಮಾ ಚ ಹರ್ಯಶ್ವ ಬ್ರಹ್ಮಭಾವನಃ |
ಶಬಲಾಶ್ವಹಿತೋ ಗೂಢವಾಕ್ಯಾರ್ಥಜ್ಞಾಪನಕ್ಷಮಃ |
ಗೂಢಾರ್ಥಜ್ಞಾಪಕಃ ಸರ್ವಮೋಕ್ಷಾನಂದಪ್ರತಿಷ್ಠಿತಃ |
ಪುಷ್ಟಿಪ್ರರೋಹಹೇತುಶ್ಚ ದಾಸ್ಯೈಕಜ್ಞಾತಹೃದ್ಗತಃ |
ಶಾಂತಿಕರ್ತಾ ಸಂಹಿತಕೃತ್ (೪೫೦) ಸ್ತ್ರೀ ಪ್ರಸೂಃ ಸರ್ವಕಾಮಧುಕ್ |
ಪುಷ್ಟಿವಂಶಪ್ರಣೇತಾ ಚ ವಿಶ್ವರೂಪೇಷ್ಟದೇವತಾ |
ಕವಚಾತ್ಮಾ ಪಾಲನಾತ್ಮಾ ವರ್ಮೋಪಚಿತಿಕಾರಣಂ |
ವಿಶ್ವರೂಪಶಿರಃಛೇದೀ ತ್ವಾಷ್ಟ್ರಯಜ್ಞವಿನಾಶಕಃ |
ವೃತ್ರಸ್ವಾಮೀ (೪೫೧) ವೃತ್ರಗಮ್ಯೋ ವೃತ್ರವ್ರತಪರಾಯಣಃ |
ವೃತ್ರಕೀರ್ತಿಃ ವೃತ್ರಮೋಕ್ಷೋ ಮಘವತ್ಪ್ರಾಣರಕ್ಷಕಃ |
ಅಶ್ವಮೇಧಹವಿರ್ಭೋಕ್ತಾ ದೇವೇಂದ್ರಾಮೀವನಾಶಕಃ |
ಸಂಸಾರಮೋಚಕಶ್ಚಿತ್ರಕೇತುಬೋಧನತತ್ಪರಃ |
ಮಂತ್ರಸಿದ್ಧಿಃ (೪೬೦) ಸಿದ್ಧಿಹೇತುಃ ಸಂಸಿದ್ಧಿ ಫಲದಾಯಕಃ |
ಮಹಾದೇವತಿರಸ್ಕರ್ತಾ ಭಕ್ತೈಪೂರ್ವಾರ್ಥನಾಶಕಃ |
ದೇವಬ್ರಾಹ್ಮಣವಿದ್ವೇಷವೈಮುಖ್ಯಜ್ಞಾಪಕಃ ಶಿವಃ |
ಆದಿತ್ಯೋ ದೈತ್ಯರಾಜಶ್ಚ ಮರುತ್ಪ್ತಿರಚಿಂತ್ಯಕೃತ್ |
ಮರುತಾಂ ಭೇದಕಸ್ತ್ರಾತಾ ವ್ರತಾತ್ಮಾ ಚ ಪ್ರಸೂತಿಕೃತ್ |
ಕರ್ಮಾತ್ಮಾ ವಾಸನಾತ್ಮಾ ಚ ಊತಿಲೀಲಾಪರಾಯಣಃ |
ಸಮದ್ವೈತ್ಯಸುರಃ ಸ್ವಾತ್ಮಾವೈಷಮ್ಯಜ್ಞಾನಸಂಶ್ರಯಃ |
ದೇಹಾದ್ಯುಪಾಧಿರಹಿತಃ ಸರ್ವಜ್ಞಃ ಸರ್ವಹೇತುವಿತ್ |
ಬ್ರಹ್ಮವಾಕ್ ಸ್ಥಾಪನಪರಃ ಸ್ವಜನ್ಮಾವಧಿಕಾರ್ಯಕೃತ್ |
ಸದಸದ್ವಾಸನಾಹೇತುಃ ತ್ರಿಸತ್ಯೋ ಭಕ್ತಮೋಚಕಃ |
ಹಿರಣ್ಯಕಶಿಪುದ್ವೇಷೀ ಪ್ರವಿಷ್ಟಾತ್ಮಾತಿಭೀಷಣಃ |

ಶಾಂತಿಜ್ಞಾನಾದಿಹೇತುಶ್ಚ ಪ್ರಹ್ಲಾದೋತ್ಪತ್ತಿಕಾರಣಂ |
ದ್ವೈತ್ಯಸಿದ್ಧಾಂತಸದ್ವಕ್ತಾ ತಪಃ ಸಾರ ಉದಾರಧೀಃ |
ದೈತ್ಯಹೇತುಪ್ರಕಟನೋ ಭಕ್ತಚಿಹ್ನಪ್ರಕಾಶಕಃ |
ಸದ್ವೇಷಹೇತುಃ ಸದ್ವೇಷ ವಾಸನಾತ್ಮಾ (೭೦೦) ನಿರಂತರಃ |

ನೈಷ್ಠುರ್ಯಸೀಮಾ ಪ್ರಹ್ಲಾದವತ್ಸಲಃ ಸಂಗದೋಷಹಾ |
ಮಹಾನುಭಾವಃ ಸಾಕಾರಃ ಸರ್ವಕಾರಃ ಪ್ರಮಾಣಭೂಃ |
ಸ್ತಂಭಪ್ರಸೂತಿಃ ನೃಹರಿಃ ನೃಸಿಂಹೋ ಭೀಮವಿಕ್ರಮಃ |
ವಿಕಟಾಸ್ಯೋ ಲಲಜ್ಜಿಹ್ವೋ ನಖಶಸ್ತ್ರೋ ಜವೋತ್ಕಟಃ |
ಹಿರಣ್ಯಕಶಿಪುಚ್ಛೇದೀ ಕ್ರೂರದೈತ್ಯನಿವಾರಕಃ |
ಸಿಂಹಾಸನಸ್ಥಃ ಕ್ರೋಧಾತ್ಮಾ ಲಕ್ಷ್ಮೀಭಯವಿವರ್ಧನಃ |
ಬ್ರಹ್ಮಾದ್ಯತ್ಯಂತಭಯಭೂಃ ಅಪೂರ್ವಾsಚಿಂತ್ಯರೂಪಧ್ಯುಕ್ |
ಭಕ್ತೈಕಶಾಂತಹೃದಯಃ ಭಕ್ತಸ್ತುತ್ಯಃ ಸ್ತುತಿಪ್ರಿಯಃ |
ಭಕ್ತಾಂಗಲೇಹನೋದ್ಭೂತ ಕ್ರೋಧಪುಂಜಪ್ರಶಾಂತಧೀಃ |
ಸ್ಮೃತಿಮಾತ್ರಭಯತ್ರಾತಾ ಬ್ರಹ್ಮಬುದ್ಧಿಪ್ರದಾಯಕಃ |
ಗೋರೂಪಧಾರ್ಯಮೃತಪಾಃ ಶಿವಕೀರ್ತಿವಿವರ್ಧನಃ |
ಧರ್ಮಾತ್ಮಾ ಸರ್ವಕರ್ಮಾತ್ಮಾ ವಿಶೇಷಾತ್ಮಾ ಆಶ್ರಮಪ್ರಭುಃ |
ಸಂಸಾರಮಗ್ನಸ್ಯೋದ್ಧರ್ತಾsಸನ್ಮಾರ್ಗಾsಖಿಲತತ್ತ್ವವಾಕ್ |
ಆಚಾರಾತ್ಮಾ ಸದಾಚಾರಃ (೭೭೧)

ಇತಿ ಸಪ್ತಮ ಸ್ಕಂಧನಾಮಾನಿ

ಅಥ ಅಷ್ಟಮ ಸ್ಕಂಧನಾಮಾನಿ

ಮನ್ವಂತರ ವಿಭಾವನಃ |
ಸ್ಮೃತ್ಯಾsಶೇಷಾಶುಭಹರೋ ಗಜೇಂದ್ರಸ್ಮೃತಿಕಾರಣಂ
ಜಾತಿಸ್ಮರಣಹೇತ್ವೈಕ ಪೂಜಾಭಕ್ತಿಸ್ವರೂಪದಃ |
ಯಜ್ಞಾಭಯಾತ್ಮ ಸುತ್ರಾತಾ ವಿಭುಃ ಬ್ರಹ್ಮವ್ರತಾಶ್ರಯಃ |
ಸತ್ಯಸೇನೋ ದುಷ್ಟಘಾತೋ ಹರಿಃ ಗಜವಿಮೋಚಕಃ |

ವೈಕುಂಠೋ ಲೋಕಕರ್ತಾ ಚ ಅಜಿತೋಽಮೃತಕಾರಣಂ |
ಉರುಕ್ರಮೋ ಭೂಮಿಹರ್ತಾ ಸಾರ್ವಭೌಮೋ ಬಲಿಪ್ರಿಯಃ |
ವಿಭುಃ ಸರ್ವಹಿತೈಕಾತ್ಮ ವಿಷ್ವಕ್ಸೇನಃ ಶಿವಪ್ರಿಯಃ |
ಧರ್ಮಸೇತುಃ ಲೋಕಧೃತಿಃ ಸುಧಾಮಾಂತರಪಾಲಕಃ |
ಉಪಹರ್ತಾ ಯೋಗಪತಿಃ (೯೮೦) ಬೃಹದ್ಭಾನುಃ ಕ್ರಿಯಾಪತಿಃ |

ಚತುರ್ದಶಪ್ರಮಾಣಾತ್ಮ ಧರ್ಮೋ ಮನ್ವಾದಿಬೋಧಕಃ |
ಲಕ್ಷ್ಮೀಭೋಗೈಕನಿಲಯಃ ದೇವಮಂತ್ರಪ್ರದಾಯಕಃ |
ದೈತ್ಯವ್ಯಾಮೋಹಕಃ ಸಾಕ್ಷಾತ್ ಗರುಡಸ್ಕಂಧಸಂಶ್ರಯಃ |
ಲೀಲಾಮಂದರಧಾರೀ ಚ ದೈತ್ಯವಾಸುಕಿಪೂಜಿತಃ |
ಸಮುದ್ರೋನ್ಮಥನಾಯತ್ತೋಽವಿಷ್ಣಕರ್ತಾ ಸ್ವವಾಕ್ಯಕೃತ್ |
ಆದಿಕೂರ್ಮಃ ಪವಿತ್ರಾತ್ಮ ಮಂದರಾಘರ್ಷಣೋತ್ಸುಕಃ |
ಶಾಸ್ಕೈಜದಬ್ಧಿವಾರ್ವೀಚಿಃ ಕಲ್ಪಾಂತಾವಧಿಕಾರ್ಯಕೃತ್ |
ಚತುರ್ದಶಮಹಾರತ್ನೋ ಲಕ್ಷ್ಮೀಸೌಭಾಗ್ಯವರ್ಧನಃ | (೯೯೦)
ಧನ್ವಂತರಿಃ ಸುಧಾಹಸ್ತೋ ಯಜ್ಞಭೋಕ್ತಾರ್ತಿನಾಶನಃ |
ಆಯುರ್ವೇದಪ್ರಣೇತಾ ಚ ದೇವದೈತ್ಯಾಖಿಲಾರ್ಚಿತಃ |
ಬುದ್ಧಿ ವ್ಯಾಮೋಹಕೋ ದೇವಕಾರ್ಯಸಾಧನತತ್ಪರಃ |
ಸ್ತ್ರೀರೂಪೋಽಮಾಯಯಾ ವಕ್ತಾ (೧೦೦೦) ದೈತ್ಯಾಂತಕರಣಪ್ರಿಯಃ |

ಪಾಯಿತಾಮೃತದೇವಾಂಶಃ ಯುದ್ಧಹೇತುಸ್ಮೃತಿಪ್ರದಃ |
ಸುಮಾಲಿಮಾಲಿವಧಕೃತ್ ಮಾಲ್ಯವತ್ಪ್ರಾಣಹಾರಕಃ |
ಕಾಲನೇಮಿಶಿರಃಚ್ಛೇ(ಶಿರಶ್ಛೇ)ದೀ ದೈತ್ಯಯಜ್ಞವಿನಾಶಕಃ |
ಇಂದ್ರಸಾಮರ್ಥ್ಯದಾತಾ ಚ ದೈತ್ಯಶೇಷಸ್ಥಿತಿಪ್ರಿಯಃ |
ಶಿವವ್ಯಾಮೋಹಕೋ ಮಾಯೀ ಭೃಗುಮಂತ್ರಸ್ವಶಕ್ತಿದಃ |
ಬಲಿಜೀವನಕರ್ತಾ ಚ ಸ್ವರ್ಗಹೇತುವ್ರತಾರ್ಚಿತಃ |
ಆದಿತ್ಯಾನಂದ ಕರ್ತಾಚ ಕಶ್ಯಪಾದಿತಿಸಂಭವಃ |
ಉಪೇಂದ್ರಃಇಂದ್ರಾವರಜೋ ವಾಮನಬ್ರಹ್ಮರೂಪಧೃಕ್ |

ಬ್ರಹ್ಮಾದಿಸೇವಿತವಪುಃ ಯಜ್ಞ,ಪಾವನತತ್ಪರಃ |
ಯಜ್ಞೋಪದೇಶಕರ್ತಾ ಚ ಜ್ಞಾಪಿತಾಶೇಷಸಂಸ್ಥಿತಃ |
ಸತ್ಯಾರ್ಥಪ್ರೇರಕಃ ಸರ್ವಹರ್ತಾ ಗರ್ವವಿನಾಶಕಃ |
ತ್ರಿವಿಕ್ರಮಃ ತ್ರಿಲೋಕಾತ್ಮಾ ವಿಶ್ವಮೂರ್ತಿಃ ಪೃಥುಶ್ರವಾಃ |
ಪಾಶಬದ್ಧಬಲಿಃ ಸರ್ವದೈತ್ಯಪಕ್ಷೋಪಮರ್ದಕಃ |
ಸುತಲಸ್ಥಾಪಿತಬಲಿಃ ಸ್ವರ್ಗಾಧಿಕಸುಖಪ್ರದಃ |
ಕರ್ಮಸಂಪೂರ್ತಿಕರ್ತಾ ಚ ಸ್ವರ್ಗಸಂಸ್ಥಾಪಿತಾಮರಃ |
ಜ್ಞಾತತ್ರಿವಿಧಧರ್ಮಾತ್ಮಾ ಮಹಾಮೀನೋಬ್ಧಿಸಂಕ್ಷಯಃ |
ಸತ್ಯವ್ರತಪ್ರಿಯೋ ಗೋಪ್ತಾ ಮತ್ಸ್ಯಮೂರ್ತಿಃ ಧೃತಶ್ರುತಿಃ |
ಶೃಂಗಬದ್ಧಧೃತಕ್ಷೋಣಿಃ ಸರ್ವಾರ್ಥಜ್ಞಾಪಕೋ ಗುರುಃ |
೯೪೨ –|| ಇತಿ ಅಷ್ಟಮಸ್ಕಂಧನಾಮಾನಿ ||

ಅಥ ನವಮಸ್ಕಂಧ ನಾಮಾನಿ

ಈಶ ಸೇವಕಲೀಲಾತ್ಮಾ ಸೂರ್ಯವಂಶಪ್ರವರ್ತಕಃ |
ಸೋಮವಂಶೋದ್ಭವಕರೋ ಮನುಪುತ್ರಗತಿಪ್ರದಃ ||
ಅಂಬರೀಷಪ್ರಿಯಃ ಸಾಧುಃ ದುರ್ವಾಸೋಗರ್ವನಾಶಕಃ |
ಬ್ರಹ್ಮಶಾಪೋಪಹರ್ತಾ ಚ ಭಕ್ತಕೀರ್ತಿವಿವರ್ಧನಃ |
ಇಕ್ಷ್ವಾಕುವಂಶಜನಕಃ ಸಗರಾದ್ಯಖಿಲಾರ್ಥದಃ |
ಭಗೀರಥಮಹಾಯತ್ನಃ ಗಂಗಾಧೌತಾಂಫ್ರಿಪಂಕಜಃ |
ಬ್ರಹ್ಮಸ್ವಾಮೀ ಶಿವಸ್ವಾಮೀ ಸಗರಾತ್ಮಜ ಮುಕ್ತದಃ |
ಖಟ್ಟಾಂಗಮೋಕ್ಷಹೇತುಶ್ಚ ರಘುವಂಶವಿವರ್ಧನಃ |
ರಘುನಾಥೋ ರಾಮಚಂದ್ರೋ ರಾಮಭದ್ರೋ ರಘುಪ್ರಿಯಃ |
ಅನಂತಕೀರ್ತಿಃ ಪುಣ್ಯಾತ್ಮಾ ಪುಣ್ಯಶ್ಲೋಕೈಕಭಾಸ್ಕರಃ |
ಕೋಸಲೇಂದ್ರೋಃ ಪ್ರಮಾಣಾತ್ಮಾ ಸೇವ್ಯೋ ದಶರಥಾತ್ಮಜಃ |
ಲಕ್ಷ್ಮಣೋ ಭರತಶ್ಚೈವ ಶತ್ರುಘ್ನೋ ವ್ಯೂಹ ವಿಗ್ರಹಃ |
ವಿಶ್ವಾಮಿತ್ರಪ್ರಿಯೋ ದಾಂತಃ ತಾಟಕಾವಧಮೋಕ್ಷದಃ |
ವಾಯವ್ಯಾಸ್ತ್ರಧಿನಿಕ್ಷಿಪ್ತಮಾರೀಚಶ್ಚ ಸುಬಾಹುಹಾ |

ವೃಷಧ್ವಜಧನುರ್ಭಂಗ ಪ್ರಾಪ್ತಸೀತಾಮಹೋತ್ಸವಃ ॥ ೯೮೭ ॥
ಸೀತಾಪತಿಃ ಭೃಂಗುಪತಿಗರ್ವಪರ್ವತನಾಶಕಃ ।
ಆಯೋಧ್ಯಾಸ್ಥಮಹಾಭೋಗಯುಕ್ತಲಕ್ಷ್ಮೀವಿನೋದವಾನ್ ।
ಕೈಕಯೀವಾಕ್ಯಕರ್ತಾ ಚ ಪಿತೃವಾಕ್‌ಪರಿಪಾಲಕಃ ।
ವೈರಾಗ್ಯಬೋಧಕೋತ್ಸನನ್ಯಸಾತ್ತ್ವಿಕಸ್ಥಾನಬೋಧಕಃ ।
ಅಹಲ್ಯಾದುಃಖಹಾರೀ ಚ ಗುಹಾಸ್ವಾಮಿ ಸಲಕ್ಷ್ಮಣಃ ।
ಚಿತ್ರಕೂಟಪ್ರಿಯಸ್ಥಾನೋ ದಂಡಕಾರಣ್ಯಪಾವನಃ ।
ಶರಭಂಗಸುತೀಕ್ಷ್ಣಾದಿಪೂಜಿತೋತ್ಸಗಸ್ಯಭಾಗ್ಯಭೂಃ ॥
ಋಷಿಸಂಪ್ರಾರ್ಥಿತಕೃತಿಃ (೨೦೦) ವಿರಾಧವಧಪಂಡಿತಃ ॥

ಭಿನ್ನಶೂರ್ಪಣಖಾನಾಸಃ ಖರದೂಪಣಘಾತಕಃ ।
ಏಕಬಾಣಹತಾನೇಕಸಹಸ್ರಬಲರಾಕ್ಷಸಃ ।
ಮಾರೀಚಘಾತೀ ನಿಯತಸೀತಾಸಂಬಂಧಶೋಭಿತಃ ।
ಸೀತಾವಿಯೋಗನಾಟ್ಯಜ್ಞ ಜಟಾಯುರ್ವಧಮೋಕ್ಷದಃ ।
ಶಬರೀಪೂಜಿತೋ ಭಕ್ತಹನುಮತ್‌ಪ್ರಮುಖಾವೃತಃ ।
ದುಂದುಭ್ಯಸ್ಥಿಪ್ರಹರಣಃ ಸಪ್ತತಾಲವಿಭೇದನಃ ।
ಸುಗ್ರೀವರಾಜ್ಯದೋ ವಾಲಿಘಾತೀ ಸಾಗರಶೋಷಣಃ ।
ಸೇತುಬಂಧನಕರ್ತಾ ಚ ವಿಭೀಷಣಹಿತಪ್ರದಃ ।
ರಾವಣಾದಿಶಿರಃಶ್ಛೇದೀ ರಾಕ್ಷಸೌಘೌಘನಾಶನಃ ।
ಸೀತಾಭಯಪ್ರದಾತಾ ಚ (೨೧೦) ಪುಷ್ಪಕಾಗಮನೋತ್ಸುಕಃ ।

ಅಯೋಧ್ಯಾಪತಿಃ ಅತ್ಯಂತಸರ್ವಲೋಕಸುಖಪ್ರದಃ ।
ಮಧುರಾಪುರನಿರ್ಮಾತಾ ಸುಕೃತಜ್ಞಸ್ವರೂಪದಃ ।
ಜನಕಜ್ಞಾನಗಮ್ಯಶ್ಚ ಏಲಾಂತಪ್ರಕಟಶ್ರುತಿಃ ।
ಹೈಹಯಾಂತಕರೋ ರಾಮೋ ದುಷ್ಟಕ್ಷತ್ರವಿನಾಶಕಃ । ೨೧೦
ಸೋಮವಂಶಹಿತ್ಯಕಾತ್ಮಾ ಯದುವಂಶವಿವರ್ಧನಃ ।

ಇತಿ ನವಮಸ್ಕಂಧಃ ।

ಅಥ ದಶಮಸ್ಕಂಧಃ (ಪೂರ್ವಾರ್ಧ ನಾಮಾನಿ)

ಪರಬ್ರಹ್ಮಾವತರಣಃ ಕೇಶವಃ ಕ್ಲೇಶನಾಶನಃ |
ಭೂಮಿಭಾರಾವತರಣೋ ಭಕ್ತಾರ್ಥಾಖಿಲಮಾನಸಃ |
ಸರ್ವಭಕ್ತನಿರೋಧಾತ್ಮಾ ಲೀಲಾನಂತನಿರೋಧಕೃತ್ |
ಭೂಮಿಷ್ಠ ಪರಮಾನಂದೋ ದೇವಕೀ ಶುದ್ಧಿಕಾರಣಮ್ |
ವಸುದೇವಜ್ಞಾನನಿಷ್ಠ ಸಮಜೀವನಿವಾರಕಃ |
ಸರ್ವವೈರಾಗ್ಯಕರಣಃ ಸ್ವಲೀಲಾಧಾರಶೋಧಕಃ |
ಮಾಯಾಜ್ಞಾಪನಕರ್ತಾ ಚ ಶೇಷಸಂಭಾರಸಂಭೃತಃ |
ಭಕ್ತಕ್ಲೇಶಪರಿಜ್ಞಾತಾ ತನ್ನಿವಾರಣಲಕ್ಷಣಃ |
ಆವಿಷ್ಟವಸುದೇವಾಂಶೋ ದೇವಕೀಗರ್ಭಭೂಷಣಂ |
ಪೂರ್ಣತೇಜೋಮಯಃ ಪೂರ್ಣಃ | (೯೯೦) ಕಂಸಾದ್ಯದೃಷ್ಟಪ್ರತಾಪವಾನ್ |
ವಿವೇಕಜ್ಞಾನದಾತಾ ಚ ಬ್ರಹ್ಮಾದ್ಯಖಿಲಸಂಸ್ತುತಃ |
ಸತ್ಕೋ ಜಗತ್ಕಲ್ಪತರುಃ ನಾನಾರೂಪವಿಮೋಹನಃ |
ಭಕ್ತಿಮಾರ್ಗಪ್ರತಿಷ್ಠಾತಾ ವಿದ್ವನ್ಮೋಹಪ್ರವರ್ತಕಃ |
ಮೂಲಕಾಲಗುಣದ್ರಷ್ಟಾ ನಯನಾನಂದಭಾಜನಂ |
ವಸುದೇವಸುಖಾಬ್ಧಿಷ್ಠ ದೇವಕೀನಯನಾಮೃತಂ |
ಪಿತೃಮಾತೃಸ್ತುತಃ ಪೂರ್ವಸರ್ವವೃತ್ತಾಂತಬೋಧಕಃ |
ಗೋಕುಲಾಗತಿಲೀಲಾಪ್ತವಸುದೇವಕರಸ್ಥಿತಿಃ |
ಸರ್ವೇಶತ್ವಪ್ರಕಟನೋ ಮಾಯಾವ್ಯತ್ಯಯಕಾರಕಃ |
ಜ್ಞಾನಮೋಹಿತದುಷ್ಟೇಶಃ ಪ್ರಪಂಚಾಸ್ಮೃತಿ ಕಾರಣಂ |
ಯಶೋದಾನಂದನೋ (೯೯೦) ನದಭಾಗ್ಯಭೂಃ ಗೋಕುಲೋತ್ಸವಃ|

ನಂದಪ್ರಿಯೋ ನಂದಸೂನುಃ ಯಶೋದಾಯಾಸ್ತನಂಧಯಃ
ಪೂತನಾಸುಪಯಃಪಾತಾ ಮುಗ್ಧಭಾವಾತಿಸುಂದರಃ |
ಸುಂದರೀ ಹೃದಯಾನಂದೋ ಗೋಪೀಮಂತ್ರಾಭಿಮಂತ್ರಿಕಃ |
ಗೋಪಾಲಾಶ್ವರ್ಯರಸಕೃತ್ ಶಕಟಾಸುರಖಂಡನಃ || (೯೯೦)

ನಂದವ್ರಜಜನಾನಂದೀ ನಂದಭಾಗ್ಯಮಹೋದಯಃ |
ತೃಣಾವರ್ತವಧೋತ್ಸಾಹಃ ಯಶೋದಾಜ್ಞಾನವಿಗ್ರಹಃ |
ಬಲಭದ್ರಪ್ರಿಯಃ ಕೃಷ್ಣಃ ಸಂಕರ್ಷಣಸಹಾಯವಾನ |
ರಾಮಾನುಜೋ ವಾಸುದೇವೋ ಗೋಷ್ಠಾಂಗಣಮತಿಪ್ರಿಯಃ |
ಕಿಂಕಿಣೀರವಭಾವಜ್ಞೋ ವತ್ಸಪುಚ್ಛಾವಲಂಬನಃ |
ನವನೀತಪ್ರಿಯೋ ಗೋಪೀಮೋಹಃ ಸಂಸಾರನಾಶಕಃ |
ಗೋಪಬಾಲಕಭಾವಜ್ಞಃ ಚೌರ್ಯವಿದ್ಯಾವಿಶಾರದಃ |
ಮೃತ್ಸ್ನಾಭಕ್ಷಣಲೀಲಾಸ್ಥ ಮಾಹಾತ್ಮ್ಯಜ್ಞಾನದಾಯಕಃ |
ಧರಾದ್ರೋಣಪ್ರೀತಿಕರ್ತಾ ದಧಿಭಾಂಡವಿಭೇದನಃ |
ಬೃಹದ್ವನಮಹಾಶ್ಚರ್ಯೋ ವೃಂದಾವನಗತಿಪ್ರಿಯಃ |
ವತ್ಸಘಾತೀ ಬಾಲಕೇಲಿಃ ಬಕಾಸುರನಿಷೂದನಃ | (೮೦೨)
ಅರಣ್ಯಭೋಕ್ತಾಧ್ವಧವಾ ಬಾಲಲೀಲಾಪರಾಯಣಃ |
ಪ್ರೋತ್ಸಾಹಜನಕಶ್ಚೈವ ಮಘಾಸುರನಿಷೂದನಃ |
ವ್ಯಾನಮೋಕ್ಷಪ್ರದೋ ಪುಷ್ಪೋ ಬ್ರಹ್ಮಮೋಹಪ್ರವರ್ಧನಃ |
ಅನಂತಮೂರ್ತಿಃ ಸರ್ವಾತ್ಮ ಜಂಗಮಸ್ಥಾವರಾಕೃತಿಃ |
ಬ್ರಹ್ಮಮೋಹನಕರ್ತಾ ಚ ಸ್ತುತ್ಯಆತ್ಮ ಸದಾಪ್ರಿಯಃ |
ಪೌಗಂಡಲೀಲಾಭಿರತಿಃ ಗೋಚಾರಣಪರಾಯಣಃ |
ವೃಂದಾವನಲತಾಗುಲ್ಮವೃಕ್ಷರೂಪನಿರೂಪಕಃ |
ನಾದಬ್ರಹ್ಮಪ್ರಕಟನೋ ವಯಃಪ್ರತಿಕೃತಿಃಸ್ವನಃ ||
ಬರ್ಹಿನೃತ್ಯಾನುಕರಣೋ ಗೋಪಾಲಾನುಕೃತಿ ಸ್ವನಃ |
ಸದಾಚಾರಪ್ರತಿಷ್ಠಾತಾ ಬಲಶ್ರಮನಿರಾಕೃತಿಃ |
ತರುಮೂಲಕೃತಾಶೇಷ ತಲ್ಪಶಾಯೀ ಸುಖೀ ಸ್ತುತಃ |
ಗೋಪಾಲಸೇವಿತಪದಃ ಶ್ರೀಲಾಲಿತಪದಾಂಬುಜಃ | (೮೫೨)

ಗೋಪಸಂಪ್ರಾರ್ಥಿತಫಲದಾನ ನಾಶಿತಧೇನುಕಃ |
ಕಾಲೀಯಫಣಮಾಣಿಕ್ಯ ರಂಜಿತಶ್ರೀಪದಾಂಬುಜಃ |
ದೃಷ್ಟಿಸಂಜೀವಿತಾಶೇಷಗೋಪಗೋ ಗೋಪಿಕಾಪ್ರಿಯಃ |

ಲೀಲಾಸಂಪೀತದಾವಾಗ್ನಿ ಪ್ರಲಂಬವಧಪಂಡಿತಃ |
ದಾವಾಗ್ನ್ಯವೃತಗೋಪಾಲದೃಷ್ಟ್ಯಚ್ಛಾದನವಹ್ನಿಪಃ |
ವರ್ಷಾಶರದ್ವಿಭೂತಿ ಶ್ರೀಗೋಪೀಕಾಮಪ್ರಬೋಧಕಃ |
ಗೋಪೀರತ್ನಸ್ತುತಾಶೇಷವೇಣುವಾದ್ಯವಿಶಾರದಃ |
ಕಾತ್ಯಾಯನೀವ್ರತವ್ಯಾಜಸರ್ವಭಾವಾಶ್ರಿತಾಂಗನಃ |
ಸತ್ಸಂಗತಿಸ್ತುತ ವ್ಯಾಜಸ್ತುತ ವೃಂದಾವನಾಂಘ್ರಿಪಃ |
ಗೋಪಕೃತ್ ಶಾಂತಿಸಂವ್ಯಾಜವಿಪ್ರಭಾರ್ಯಾ ಪ್ರಸಾದಕೃತ್ |
ಹೇತುಪ್ರಾಪ್ತೇಂದ್ರಯಾಗೇ ಸ್ವಕಾರ್ಯಗೋಸವಬೋಧಕಃ |
ಶೈಲರೂಪಕೃತಾಶೇಷರಸಭೋಗಸುಖಾವಹಃ |
ಲೀಲಾಗೋವರ್ಧನೋದ್ಧಾರ ಪಾಲಿತಸ್ವವ್ರಜಪ್ರಿಯಃ |
ಗೋಪಸ್ವಚ್ಛಂದಲೀಲಾರ್ಥಗರ್ಗವಾಕ್ಯಾರ್ಥಬೋಧಕಃ | (೪೬೧೦)
ಇಂದ್ರಧೇನುಸ್ತುತಿಪ್ರಾಪ್ತಗೋವಂದೇಂದ್ರಾಭಿಧಾನವಾನ್
ವ್ರತಾದಿಧರ್ಮಸಂಸಕ್ತ ನಂದಕ್ಲೇಶವಿನಾಶಕಃ |
ನಂದಾದಿಗೋಪಮಾತ್ರೇಷ್ಟವೈಕುಂಠಗತಿದಾಯಕಃ |
ವೇಣುವಾದಸ್ವರಕ್ಷ್ಮೋಭಮತ್ತಗೋಪೀವಿಮುಕ್ತಿದಃ |
ಸರ್ವಭಾವಪ್ರಾಪ್ತಗೋಪೀಸುಖಸಂವರ್ಧನಶ್ರಮಃ |
ಗೋಪೀಗರ್ವ ಪ್ರಣಾಶಾರ್ಥತಿರೋಧಾನ ಸುಖಪ್ರದಃ |
ಕೃಷ್ಣಭಾವವ್ಯಾಪ್ತವಿಶ್ವಗೋಪೀಭಾವಿತ ವೇಷದೃಕ್ |
ರಾಧಾವಿಶೇಷಸಂಭೋಗ ಸರ್ವಾದ್ಭುತ ಮಹಾಗುಣಃ |
ಮಾನಾಪನೋದನಾಕ್ರಂದಗೋಪೀದೃಷ್ಟಿಮಹೋತ್ಸವಃ |
ಗೋಪಿಕಾವ್ಯಾಪ್ತಸರ್ವಾಂಗಃ | (೪೬೨೦) ಸ್ತ್ರೀ ಸಂಭಾಷಾವಿಶಾರದಃ |

ರಾಸೋತ್ಸವ ಮಹಾಸೌಖ್ಯ ಗೋಪೀಸಂಭೋಗಸಾಗರಃ |
ಜಲಸ್ಥಲರತಿವ್ಯಾಪ್ತ ಗೋಪೀದೃಷ್ಟ್ಯಭಿಪೂಜಿತಃ |
ಶಾಸ್ತ್ರಾನಪೇಕ್ಷಕಾಮ್ಮೈಕಮುಕ್ತಿದ್ವಾರವಿವರ್ಧನಃ |
ಸುದರ್ಶನಮಹಾಸರ್ಪಗ್ರಸ್ತನಂದವಿಮೋಚಕಃ |
ಗೀತಮೋಹಿತಗೋಪೀದೃಕ್ ಶಂಖಚೂಡವಿನಾಶಕಃ

ಗುಣಸಂಗೀತಸಂತುಷ್ಟಿ ಗೋಪೀಸಂಸಾರವಿಸ್ಮೃತಿಃ |
ಅರಿಷ್ಟಮಥನೋ ದೈತ್ಯಬುದ್ಧಿ ವ್ಯಾಮೋಹಕಾರಕಃ || (೯೨೦)

ಕೇಶಿಘಾತೀ ನಾರದೇಷ್ಟೋ ವ್ಯೋಮಾಸುರ ವಿನಾಶಕಃ |
ಅಕ್ರೂರಭಕ್ತಿಸಂರಾದ್ಧ ಪಾದರೇಣುಮಹಾನಿಧಿಃ |
ರಥಾವರೋಹಶುದ್ಧಾತ್ಮ ಗೋಪೀಮಾನಸಹಾರಕಃ |
ಹೃದಸಂದರ್ಶಿತಾಶೇಷ ವೈಕುಂಠಾಕ್ರೂರಸಂಸ್ತುತಃ |
ಮಧುರಾಗಮನೋತ್ಸಾಹೋ ಮಧುರಾಭಾಗ್ಯಭಾಜನಂ |
ಮಧುರಾನಗರೀಶೋಭಾ ದರ್ಶನೋತ್ಸುಕಮಾನಸಃ || (೯೨೯)

ದುಷ್ಟರಜಕಘಾತೀಚ ವಾಯಕಾರ್ಚಿತ ವಿಗ್ರಹಃ |
ವಸ್ತ್ರಮಾಲಾಸುಶೋಭಾಂಗಃ ಕುಬ್ಜಾಲೇಪನ ಭೂಷಿತಃ |
ಕುಬ್ಜಾಸುರೂಪಕರ್ತಾ ಚ ಕುಬ್ಜಾರತಿವರಪ್ರದಃ |
ಪ್ರಸಾದರೂಪಸಂತುಷ್ಟ ಹರಕೋದಂಡ ಖಂಡನಃ |
ಶಕಲಾಹತಕಂಸಾಪ್ತ ಧನೂರಕ್ಷಕಸೈನಿಕಃ |
ಜಾಗೃತ್ ಸ್ಪಷ್ಟ ಭಯವ್ಯಾಪ್ತ ಮೃತ್ಯುಲಕ್ಷಣಬೋಧಕಃ |
ಮಧುರಾಮಲ್ಲಓಜಸ್ವೀ ಮಲ್ಲಯುದ್ಧ ವಿಶಾರದಃ |
ಸದ್ಯಃ ಕುವಲಯಾಪೀಡಘಾತೀ ಚಾಣೂರಮರ್ದನಃ |
ಲೀಲಾಹತಮಹಾಮಲ್ಲಃ ಶಲಕೋಶಲಘಾತಕಃ |
ಕಂಸಾಂತಕೋ ಜಿತಾಮಿತ್ರೋ ವಸುದೇವವಿಮೋಚಕಃ |
ಜ್ಞಾತತತ್ವಪಿತೃಜ್ಞಾನಮೋಹನಾಮೃತವಾಣ್ಮಯಃ |
ಉಗ್ರಸೇನಪ್ರತಿಷ್ಠಾತಾ ಯಾದವಾಧಿವಿನಾಶನಃ |
ನಂದಾದಿಸಾಂತ್ವನಕರಃ ಬ್ರಹ್ಮಚರ್ಯವ್ರತೇರತಃ | (ಸ್ಥಿತಃ)
ಗುರುಶುಶ್ರೂಷಣಪರೋ ವಿದ್ಯಾಪಾರಮಹೇಶ್ವರಃ |
ಸಾಂದಿಪಿನಿಮೃತಾಪತ್ಯದಾತಾ ಕಾಲಾಂತಕಾದಿಜಿತ್ |
ಗೋಕುಲಾಶ್ವಾಸನಪರೋ ಯಶೋದಾನಂದಪೋಷಕಃ |
ಗೋಪಿಕಾವಿರಹವ್ಯಾಜಮನೋಗತಿರತಿಪ್ರದಃ |

ಸಮೋದ್ಭವಭ್ರಮರವಾಕ್ ಗೋಪಿಕಾಮೋಹನಾಶಕಃ |
ಕುಬ್ಜಾರತಿಪ್ರದೋಽಕ್ರೂರಪವಿತ್ರೀಕೃತಭೂಗೃಹಃ |
ಪೃಥಾದುಃಖಪ್ರಣೇತಾ ಚ ಪಾಂಡವಾನಾಂ ಸುಖಪ್ರದಃ | (೯೧೯)

|| ಇತಿ ದಶಮ ಸ್ಕಂಧ ಪೂರ್ವಾರ್ಧನಾಮಾನಿ – ||

ಅಥ ಉತ್ತರಾರ್ಧನಾಮಾನಿ

ಜರಾಸಂಧಸಮಾನೀತಸೈನ್ಯಘಾತೀವಿಚಾರಕಃ |
ಯವನವ್ಯಾಪ್ತಮಧುರಾಜನದತ್ತಕುಶಸ್ಥಲೀ |
ದ್ವಾರಕಾದ್ಭುತನಿರ್ಮಾಣ ವಿಸ್ಮಾಪಿತಸುರಾಸುರಃ |
ಮನುಷ್ಯಮಾತ್ರಭೋಗಾರ್ಥಭೂಮ್ಯಾನೀತೇಂದ್ರವೈಭವಃ |
ಯವನವ್ಯಾಪ್ತಮಧುರಾನಿರ್ಗಮಾನಂದವಿಗ್ರಹಃ |
ಮುಚುಕುಂದಮಹಾಬೋಧಯವನಪ್ರಾಣದರ್ಪಹಾ |
ಮುಚುಕುಂದಸ್ತುತಾಶೇಷಗುಣಕರ್ಮಮಹೋದಯಃ |
ಫಲಪ್ರದಾನಸಂತುಷ್ಟಿ ಜನ್ಮಾಂತರಿತಮೋಕ್ಷದಃ |
ಶಿವಬ್ರಾಹ್ಮಣವಾಕ್ಯಾಪ್ತಜಯಭೀತಿವಿಭಾವನಃ |
ಪ್ರವರ್ಷಣಪ್ರಾರ್ಥಿತಾಗ್ನಿ ದಾನಪುಣ್ಯಮಹೋತ್ಸವಃ |
ರುಕ್ಮಿಣೀರಮಣಃ ಕಾಮಪಿತಾ ಪ್ರದ್ಯುಮ್ನಭಾವನಃ | (೯೨೦)

ಸ್ಯಮಂತಕಮಣಿವ್ಯಾಜಪ್ರಾಪ್ತಜಾಂಬವತೀಪತಿಃ |
ಸತ್ಯಭಾಮಾಪ್ರಾಣಪತಿಃ ಕಾಲಿಂದೀರತಿವರ್ಧನಃ |
ಮಿತ್ರವಿಂದಾಪತಿಃ ಸತ್ಯಾಪತಿಃ ವೃಷನಿಷೂದನಃ |
ಭದ್ರಾವಾಂಛಿತಭರ್ತಾ ಚ ಲಕ್ಷಣಾವರಣಕ್ಷಮಃ |
ಇಂದ್ರಾದಿಪ್ರಾರ್ಥಿತವಧನರಕಾಸುರಸೂದನಃ |
ಮುರಾರಿ : (೯೪೦) ಪೀಠಹಂತಾ ಚ ತಾಮ್ರಾದಿಪ್ರಾಣಹಾರಕಃ |

ಷೋಡಶಸ್ತ್ರೀಸಹಸ್ರೇಶಃ ಭತ್ರಕುಂಡಲದಾನಕೃತ್ |
ಪಾರಿಜಾತಾಪಹರಣೋ ದೇವೇಂದ್ರಮದನಾಶಕಃ |
ರುಕ್ಮಿಣೀಸಮಸರ್ವಸ್ತ್ರೀಸಾಧ್ಯಭೋಗರತಿಪ್ರದಃ |
ರುಕ್ಮಿಣೀಪರಿಹಾಸೋಕ್ತಿವಾಕ್ತಿರೋಧಾನಕಾರಕಃ |
ಪುತ್ರಪೌತ್ರಮಹಾಭಾಗ್ಯಗೃಹಧರ್ಮಪ್ರವರ್ತಕಃ | (೯೫೦)

ಶಂಬರಾಂತಕಸತ್ಪುತ್ರ ವಿವಾಹಹತರುಕ್ಮಿಕಃ |
ಉಷಾಪಹೃತಪೌತ್ರಶ್ರೀ ಬಾಣಬಾಹುನಿವಾರಕಃ |
ಶೀತಜ್ವರಭಯವ್ಯಾಪ್ತಜ್ವರಸಂಸ್ತುತಷಡ್ಗುಣಃ |
ಶಂಕರಪ್ರತಿಯೋದ್ಧಾ ಚ ದ್ವಂದ್ವಯುದ್ಧವಿಶಾರದಃ |
ನೃಗಪಾಪಪ್ರಭೇತ್ತಾ ಚ ಬ್ರಹ್ಮಸ್ವಗುಣದೋಷದೃಕ್ |
ವಿಷ್ಣುಭಕ್ತಿವಿರೋಧ್ಯೇಕಬ್ರಹ್ಮಸ್ವವಿನಿವಾರಕಃ | (೯೫೦)

ಬಲಭದ್ರಾಹಿತಗುಣೋ ಗೋಕುಲಪ್ರೀತಿದಾಯಕಃ |
ಗೋಪೀಸ್ನೇಹೈಕನಿಲಯಃ ಗೋಪೀಪ್ರಾಣಸ್ಥಿತಿಪ್ರದಃ |
ವಾಕ್ಯಾತಿಗಾಮಿಯಮುನಾ ಹಲಾಕರ್ಷಣವೈಭವಃ |
ಪೌಂಡ್ರಕತ್ಯಾಜಿತಸ್ಪರ್ಧಃ ಕಾಶೀರಾಜವಿಭೇದನಃ |
ಕಾಶೀನಿದಾಹಕರಣಃ ಶಿವಭಸ್ಮಪ್ರದಾಯಕಃ |
ದ್ವಿವಿದಪ್ರಾಣಘಾತೀ ಚ ಕೌರವಾಖರ್ವಗರ್ವನುತ್ |
ಲಾಂಗಲಾಕೃಷ್ಟನಗರೀ ಸಂವಿಗ್ನಾಖಿಲನಾಗರಃ |
ಪ್ರಪನ್ನಭಯದಃ ಸಾಂಬಪ್ರಾಪ್ತಸಂಮಾನಭಾಜನಂ |
ನಾರದಾನ್ವಿಷ್ಟಚರಣೋ ಭಕ್ತವಿಕ್ಷೇಪನಾಶಕಃ |
ಸದಾಚಾರೈಕನಿಲಯಃ ಸುಧರ್ಮಾಧ್ಯಸಿತಾಸನಃ |
ಜರಾಸಂಧಾವರುದ್ಧೇನ ವಿಜ್ಞಾಪಿತನಿಜಕ್ಲಮಃ |
ಮಂತ್ರ ಬದ್ಧವಾದಿವಾಕ್ಯೋಕ್ತಪ್ರಕಾರೈಕಪರಾಯಣಃ |
ರಾಜಸೂಯಾದಿಮಖಕೃತ್ ಸಂಪ್ರಾರ್ಥಿತಸಹಾಯಕೃತ್ |
ಇಂದ್ರಪ್ರಸ್ಥಪ್ರಯಾಣಾರ್ಥಮಹುತ್‌ಸಂಭಾರಸಂಭೃತಃ |

ಜರಾಸಂಧವಧವ್ಯಾಜಮೋಚಿತಾಶೇಷಭೂಮಿಪಃ |
ಸನ್ಮಾರ್ಗಬೋಧಕೋ ಯಜ್ಞ ಕ್ಷಿತಿವಾರಣತತ್ಪರಃ |
ಶಿಶುಪಾಲಹತಿವ್ಯಾಜಜಯಶಾಪವಿಮೋಚಕಃ |
ದುರ್ಯೋಧನಾಭಿಮಾನಾಬ್ಧಿ ಶೋಷಬಾಣ ವೃಕೋದರಃ |
ಮಹಾದೇವವರಪ್ರಾಪ್ತ ಪುರಸಾಲ್ವವಿನಾಶಕಃ |
ದಂತವಕ್ತ್ರವಧವ್ಯಾಜವಿಜಯಾಘೌಘನಾಶಕಃ |
ವಿಡೂರಥಪ್ರಾಣಹರ್ತಾ ನ್ಯಸ್ತಶಸ್ತ್ರವಿಗ್ರಹಃ |
ಉಪಧರ್ಮವಿಲಿಪ್ತಾಂಗಸುಖಘಾತೀವರಪ್ರದಃ | ೯೭ |
ಬಿಲ್ವಲಪ್ರಾಣಹರಣ ಪಾಲಿತರ್ಷಿಶ್ರುತಿಕ್ರಿಯಃ |
ಸರ್ವತೀರ್ಥಾಘನಾಶಾರ್ಥಂ ತೀರ್ಥಯಾತ್ರಾವಿಶಾರದಃ |
ಜ್ಞಾನಕ್ರಿಯಾವಿಭೇದೇಷ್ಟ ಫಲಸಾಧನತತ್ಪರಃ |
ಸಾರಥ್ಯಾದಿಕ್ರಿಯಾಕರ್ತಾ ಭಕ್ತವಶ್ಯೈಕಬೋಧಕಃ |
ಸುದಾಮರಂಕಭಾರ್ಯಾರ್ಥಂ ಭೂಮ್ಯಾನೀತೇಂದ್ರವೈಭವಃ |
ರವಿಗ್ರಹನಿಮಿತ್ತಾಪ್ತಕುರುಕ್ಷೇತ್ರೈಕಪಾವನಃ |
ನೃಪಗೋಪೀಸಮಸ್ತ ಸ್ತ್ರೀಪಾವನಾರ್ಥಾಖಿಲಕ್ರಿಯಃ |
ಋಷಿಮಾರ್ಗಪ್ರತಿಷ್ಠಾತಾವಸುದೇವಮಖಕ್ರಿಯಃ ೧೦೦೦
ವಸುದೇವಜ್ಞಾನದಾತಾ ದೇವಕೀಪುತ್ರದಾಯಕಃ |
ಅರ್ಜುನಸ್ತ್ರೀಪ್ರದಾತಾ ಚ ಬಹುಲಾಶ್ವಸ್ವರೂಪದಃ |
ಶ್ರುತದೇವೇಷ್ಟದಾತಾ ಚ ಸರ್ವಶ್ರುತಿನಿರೂಪಿತಃ |
ಮಹಾದೇವಾದ್ಯತಿಶ್ರೇಃ ಭಕ್ತಿಲಕ್ಷಣನಿರ್ಣಯಃ |
ವ್ಯಕ್ತಗ್ರಸ್ತಶಿವತ್ರಾತಾ ನಾನಾವಾಕ್ಯವಿಶಾರದಃ |
ನರಗರ್ವವಿನಾಶಾರ್ಥಂ ಹೃತಬ್ರಾಹ್ಮಣಬಾಲಕಃ |
ಲೋಕಾಲೋಕಪರಸ್ಥಾನ ಸ್ಥಿತಬಾಲಕದಾಯಕಃ |
ದ್ವಾರಕಾಸ್ಥ ಮಹಾಭೋಗ ನಾನಾಸ್ತ್ರೀರತಿವರ್ಧನಃ |
ಮನಸ್ತಿರೋಧಾನಕೃತವ್ಯಗ್ರಸ್ತ್ರೀಚಿತ್ತಭಾವಿತಃ | ೧೦೦೬

|| ಇತಿ ದಶಮ ಸ್ಕಂಧನಾಮಾನಿ ||

ಅಥ ಏಕಾದಶ ಸ್ಕಂಧನಾಮಾನಿ
   ಮುಕ್ತಿಲೀಲಾವಿಹರಣೋ ಮೌಸಲವ್ಯಾಜಸಂಹೃತಃ |
   ಶ್ರೀಭಾಗವತಾದಿಧರ್ಮಾದಿಬೋಧಕೋ ಭಕ್ತಿನೀತಿಕೃತ್ |
   ಉದ್ಧವಜ್ಞಾನದಾತಾ ಚ ಪಂಚವಿಂಶತಿಧಾಗುರುಃ |
   ಆಚಾರಮುಕ್ತಿಭಕ್ತ್ಯಾದಿವಕ್ತಾ ಶಬ್ದೋದ್ಭವಸ್ಥಿತಿಃ |
   ಹಂಸೋ ಧರ್ಮಪ್ರವಕ್ತಾ ಚ ಸನಕಾದ್ಯಖಿಲೇಷ್ಟದಃ |
   ಭಕ್ತಿಸಾಧನವಕ್ತಾ ಚ ಯೋಗಸಿದ್ಧಿಪ್ರದಾಯಕಃ |
   ನಾನಾವಿಭೂತಿವಕ್ತಾ ಚ ಶುದ್ಧಧರ್ಮಾವಬೋಧಕಃ |
   ಭಕ್ತಿತ್ರಯವಿಭೇದಾತ್ಮಾ ನಾನಾಶಂಕಾನಿವಾರಕಃ |
   ಭಿಕ್ಷುಗೀತಾಪ್ರವಕ್ತಾ ಚ ಶುದ್ಧಸಾಂಖ್ಯಪ್ರವರ್ತಕಃ |
   ಮನೋಗುಣವಿಶೇಷಾತ್ಮಾ ಜ್ಞಾಪಕೋಕ್ತಪುರೂರವಾಃ |
   ಪೂಜಾವಿಧಿಪ್ರವಕ್ತಾ ಚ ಸರ್ವಸಿದ್ಧಾಂತಬೋಧಕಃ |
   ಲಘುಸ್ವಮಾರ್ಗವಕ್ತಾ ಚ ಸ್ವಸ್ಥಾನಗತಿಬೋಧಕಃ |
   ಯಾದವಾಂಗೋಪಸಂಹರ್ತಾ ಸರ್ವಾಶ್ಚರ್ಯಗತಿಕ್ರಿಯಃ |

      || ಇತಿ ಏಕಾದಶಸ್ಕಂಧನಾಮಾನಿ ||

ಅಥ ದ್ವಾದಶಸ್ಕಂಧನಾಮಾನಿ –
   ಕಾಲಧರ್ಮವಿಭೇದಾರ್ಥ ವರ್ಣನಾಶನತತ್ಪರಃ |
   ಬುದ್ಧೋ ಗುಪ್ತಾರ್ಥವಕ್ತಾ ಚ ನಾನಾಶಾಸ್ತ್ರವಿಧಾಯಕಃ |
   ನಷ್ಟಧರ್ಮಮನುಷ್ಯಾದಿಲಕ್ಷಣಜ್ಞಾಪನೋತ್ಸುಕಃ |
   ಆಶ್ರಯ್ಯೈಕಗತಿಜ್ಞಾತಾ ಕಲ್ಕೀ ಕಲಿಮಲಾಪಹಃ |
   ಶಾಸ್ತ್ರವೈರಾಗ್ಯಸಂಬೋಧೋ ನಾನಾಪ್ರಲಯಬೋಧಕಃ |
   ವಿಶೇಷಃ ಶುಕವ್ಯಾಜಪರೀಕ್ಷಿತ್‌ಜ್ಞಾನಬೋಧಕಃ |
   ಶುಕೇಷ್ಟಗತಿರೂಪಾರ್ತಾ ಪರೀಕ್ಷಿತ್‌ದೇಹಮೋಕ್ಷದಃ |
   ಶಬ್ದರೂಪೋ ನಾದರೂಪೋ ವೇದರೂಪೋ ವಿಭೇದನಃ |
   ವ್ಯಾಸ ಃ (೧೦೬೦) ಶಾಖಾಪ್ರವಕ್ತಾ ಚ ಪುರುಷಾರ್ಥಪ್ರವರ್ತಕಃ |

ಮಾರ್ಕಂಡೇಯಪ್ರಸನ್ನಾತ್ಮ ವಟಪತ್ರಪುಟೇಶಯಃ ।
ಮಾಯಾವ್ಯಾಪ್ತಮಹಾಮೋಹದುಃಖಶಾಂತಿಪ್ರವರ್ತಕಃ ।
ಮಹಾದೇವಸ್ವರೂಪಶ್ಚ ಭಕ್ತಿದಾತಾಕೃಪಾನಿಧಿಃ ।
ಆದಿತ್ಯಂತರ್ಗತಃ ಕಾಲೋ ದ್ವಾದಶಾತ್ಮ ಸುಪೂಜಿತಃ ।
ಶ್ರೀಭಾಗವತರೂಪಶ್ಚ ಸರ್ವಾರ್ಥಫಲದಾಯಕಃ ॥

॥ ಇತ್ಯಗ್ನಿದೇವೇನ ಭಾಗವತೋದ್ಧೃತ
ಪುರುಷೋತ್ತಮ ಸಹಸ್ರನಾಮಸ್ತೋತ್ರಮ್ ॥
॥ ಶ್ರೀ ಹರಿಃ ಪ್ರೀಯತಾಂ ॥

॥ ಶ್ರೀ ಕೃಷ್ಣಾರ್ಪಣಮಸ್ತು ॥

ಇತೀದಂ ಕೀರ್ತನೀಯಸ್ಯ ಹರೇರ್ನಾಮಸಹಸ್ರಕಂ ।
ಪಂಚಸಪ್ತತಿವಿಸ್ತೀರ್ಣಂ ಪುರಾಣಾಂತರಭಾಷಿತಂ ।
ಯ ಏತತ್ಪ್ರಾತರುತ್ಥಾಯ ಶ್ರದ್ಧಾವಾನ್ ಸುಸಮಾಹಿತಃ ।
ಜಪೇದರ್ಥಾಹಿತಮನಃ ಸ ಗೋವಿಂದಪದಂ ವ್ರಜೇತ್ ।
ಸರ್ವಧರ್ಮವಿನಿರ್ಮುಕ್ತಃ ಸರ್ವಸಾಧನವರ್ಜಿತಃ ।
ಏತದ್ಧಾರಣಮಾತ್ರೇಣ ಕೃಷ್ಣಸ್ಯ ಪದವೀಂ ವ್ರಜೇತ್ ।
ಹರ್ಯಾಜ್ಞಯಾಹೃತಾಸ್ತೇನ ಶ್ರೀಭಾಗವತಸಾಗರಾತ್ ।
ಸಮುದ್ಧೃತಾನಿ ನಾಮಾನಿ ಚಿಂತಾಮಣಿನಿಭಾನಿ ಹಿ ।
ಕಂಠೇ ಸ್ಥಿತಸ್ಯಾರ್ಥದೀಪ್ತ್ಯಾ ಬಾಧಂತೇ ಜ್ಞಾನಜಂ ತಮಃ ॥
ಭಕ್ತಂ ಶ್ರೀ ಕೃಷ್ಣದೇವಸ್ಯ ಸಾಧಯಂತಿ ವಿನಿಶ್ಚಯಾತ್ ।
ಕಿಂಬಹೂಕ್ತೇನ ಭಗವಾನ್ ನಾಮಭಿಃ ಸ್ತುತಷಡ್ಗುಣಃ ।
ಆತ್ಮಭಾವಂ ನಯತ್ಯಾಶು ಭಕ್ತಂ ಚ ಕುರುತೇ ದೃಢಾಂ ॥
ಯಃ ಕೃಷ್ಣಭಕ್ತಿಮಿಹ ವಾಂಛತಿ ಸಾಧನೌಘೈಃ
ನಾಮಾನಿ ಭಾಸುರಯತಾಂಸಿ ಜಪೇಚ್ಚ ನಿತ್ಯಂ ।

ತಂ ವೈಹರಿಃ ಸ್ವಪುರುಷಂ ಕುರುತೇತಿಶೀಘ್ರಂ
ಆತ್ಮಾರ್ಪಣಂ ಸಮಧಿಗಚ್ಛತಿ ಭಾವತುಷ್ಟಃ ॥

ಶ್ರೀ ಕೃಷ್ಣ ಕೃಷ್ಣ ಸಖಿ ವೃಷ್ಣಿ ವೃಷಾವನಿಧ್ರುತ್
ರಾಜನ್ಯವಂಶದಹನಾಮರವಂದ್ಯವೀರ್ಯ ।
ಗೋವಿಂದಗೋಪವನಿತಾವ್ರಜಭೃತ್ಯಗೀತ ।
ತೀರ್ಥಶ್ರವಶ್ರವಣಮಂಗಲ ಪಾಹಿ ಭಕ್ತಾನ್ ॥

॥ ಇತಿ ಶ್ರೀಭಾಗವತಸಾರಸಮುಚ್ಚಯೇ ವೈಶ್ವಾನರೋಕ್ತಂ
ಪುರುಷೋತ್ತಮಸಹಸ್ರನಾಮಸ್ತೋತ್ರಂ ಸಂಪೂರ್ಣಂ ॥

॥ ಶ್ರೀ ಕೃಷ್ಣಾರ್ಪಣಮಸ್ತು ॥

* * *

೨೯. ಶ್ರೀಮದ್ಭಾಗವತದಲ್ಲಿ ೩೦ ಭಾಗವತ ಧರ್ಮಗಳು ಮತ್ತು ನೀತಿಗಳು

ಭಗವಾನ್ ಶ್ರೀವೇದವ್ಯಾಸ ಮಹರ್ಷಿಗಳು ತಾವು ರಚಿಸಿದ ಶ್ರೀಮದ್ಭಾಗವತ ಪುರಾಣದಲ್ಲಿ ಸಜ್ಜನರು ಬಯಸುವ ಚತುರ್ವಿಧ ಪುರುಷಾರ್ಥ ಗಳ ಪ್ರಾಪ್ತಿಗಾಗಿ ಮೂವತ್ತು ಭಾಗವತ ಧರ್ಮಗಳ ಅನುಷ್ಠಾನದ ಮಹತ್ವವನ್ನು ವಿವಿಧ ಕಥಾನಕ, ಆಖ್ಯಾನಗಳ ಮೂಲಕ ತಿಳಿಸುತ್ತ, ಅನೇಕ ನೀತಿಗಳನ್ನೂ ಪ್ರಕಾಶಪಡಿಸಿದ್ದಾರೆ. ಈ ಮೂವತ್ತು ಭಾಗವತ ಧರ್ಮಗಳನ್ನು ಶ್ರೀಮದ್ಭಾಗವತ ಪುರಾಣದ ಸಪ್ತಮ ಸ್ಕಂಧದಲ್ಲಿ ನಾರದರು ಧರ್ಮರಾಜನಿಗೆ ಧರ್ಮೋಪದೇಶ ಮಾಡುವ ಪ್ರಸಂಗದಲ್ಲಿ ಕೆಳಗಿನಂತೆ ತಿಳಿಸಿದ್ದಾರೆ –

ಸತ್ಯಂ ದಯಾ ತಪಃ ಶೌಚಂ ತಿತಿಕ್ಷೇಜ್ಯಾ ಶಮೋ ದಮಃ ।
ಅಹಿಂಸಾ ಬ್ರಹ್ಮಚರ್ಯಂ ಚ ತ್ಯಾಗಃ ಸಂತೋಷ ಆರ್ಜವಮ್ ॥ ೮ ॥

ಸ್ವಾಧ್ಯಾಯಃ ಸಮದೃಕ್ಸೇವಾ ಗ್ರಾಮ್ಯೇಹೋಪರಮಃ ಶನೈಃ ।
ನೃಣಾಂ ವಿಪರ್ಯಯೇಹೇಕ್ಷಾ ಮೌನಮಾತ್ಮವಿಮರ್ಶನಮ್ ॥ ೯ ॥

ಅನ್ನಾದ್ಯಾದೇಃ ಸಂವಿಭಾಗೋ ಭೂತೇಭ್ಯಶ್ಚ ಯಥಾರ್ಹತಃ ।
ತೇಷ್ವಾತ್ಮದೇವತಾಬುದ್ಧಿಃ ಸುತರಾಂ ನೃಷು ಪಾಂಡವ   ॥ ೧೦ ॥

ಶ್ರವಣಂ ಕೀರ್ತನಂ ಚಾಸ್ಯ ಸ್ಮರಣಂ ಮಹತಾಂ ಗತೇಃ ।
ಸೇವೇಜ್ಯಾವನತಿಃ ಸಖ್ಯಂ ದಾಸ್ಯಮಾತ್ಮಸಮರ್ಪಣಮ್ ॥ ೧೧ ॥

ನೃಣಾಮಯಂ ಪರೋ ಧರ್ಮಃ ಸರ್ವೇಷಾಂ ಸಮುದಾಹೃತಃ ।
ತ್ರಿಂಶಲ್ಲಕ್ಷಣಸಂಯುಕ್ತಃ ಸರ್ವಾತ್ಮಾ ಯೇನ ತುಷ್ಯತಿ ॥ ೧೨ ॥
                                         – (ಭಾಗ.೭–೧೨.)

೧. ಸತ್ಯ : ಗೋ ಬ್ರಾಹ್ಮಣರಿಗೆ ಹಿತವಾದ ಮಾತುಗಳನ್ನಾಡುವುದು.

೩. ದಯಾ : ಕಷ್ಟದಲ್ಲಿ ಇರುವವರನ್ನು ನೋಡಿ ಮನಕರಗಿ ಅವರಿಗೆ ಸಹಾಯ ಮಾಡುವುದು.

೪. ತಪಸ್ಸು : ದೇಹಕ್ಕೆ ಕಷ್ಟವಾದರೂ ಸಹಿಸಿಕೊಂಡು ಭಗವಂತನಿಗೆ ಪ್ರೀತಿಕರವಾದ ಕಾರ್ಯಗಳನ್ನು ಮಾಡುವುದು.

೫. ಶೌಚ : ನೀರು ಮತ್ತು ಮಣ್ಣಿನಿಂದ ದೇಹದ ಶುದ್ಧಿ, ಮತ್ತು ರಾಗ–ದ್ವೇಷಾದಿಗಳನ್ನು ಬಿಡುವುದರಿಂದ ಮನಸ್ಸಿನ ಶುದ್ಧಿ.

೬. ತಿತಿಕ್ಷಾ : ಥಳಿ–ಮಳಿ, ಗಾಳಿ–ಬಿಸಿಲು, ಸುಖ–ದುಃಖ, ಮಾನ–ಅವಮಾನ, ಜಯ–ಅಪಜಯ, ಲಾಭ–ಹಾನಿ, ನಿಂದಾ–ಸ್ತುತಿ ಮುಂತಾದ ದ್ವಂದ್ವಗಳನ್ನು ಸಹಿಸಿಕೊಳ್ಳುವುದು.

೭. ಇಜ್ಯಾ : ತಮತಮಗೆ ವಿಹಿತವಾದ ಯಜ್ಞ ಮಾಡುವುದು.

೮. ಶಮ : ಭಗವಂತನಲ್ಲೇ ಮನಸ್ಸಿಡುವುದು.

೯. ದಮ : ಇಂದ್ರಿಯಗಳನ್ನು ನಿಗ್ರಹಿಸಿಕೊಂಡಿರುವುದು.

೯. ಅಹಿಂಸಾ : ಇನ್ನೊಬ್ಬರಿಗೆ ಕಾಯಾ–ವಾಚಾ–ಮನಸಾ ಹಿಂಸೆ ಮಾಡದಿರುವುದು.

೧೦. ಬ್ರಹ್ಮಚರ್ಯ : ಎಲ್ಲಾ ರೀತಿಯಿಂದ ಪರಸ್ತ್ರೀ ಸಂಗ ಬಿಡುವುದು ಅಥವಾ ತನ್ನೆಲ್ಲ ಇಂದ್ರಿಯಗಳನ್ನು ಭಗವಂತನ ಸೇವೆಯಲ್ಲಿ ತೊಡಗಿಸುವುದು.

೧೧. ತ್ಯಾಗ : ತನಗೆ ವಿಹಿತವಾದ ಕರ್ಮಗಳನ್ನು ಮಾಡುವಾಗ ಫಲದ ಅಪೇಕ್ಷೆಯನ್ನು ಬಿಡುವುದು.

೧೨. ಸಂತೋಷ : ದೇವರು ಕೊಟ್ಟದ್ದರಲ್ಲಿ ತೃಪ್ತಿಯಿಂದ ಇರುವುದು.

೧೩. ಆರ್ಜವ : ಕಾಯಿಕ–ವಾಚಿಕ–ಮಾನಸಿಕ ಕ್ರಿಯೆಗಳಲ್ಲಿ ಏಕರೂಪತೆ ಇರುವುದು.

೧೪. ಸ್ವಾಧ್ಯಾಯ : ತನ್ನ ಶಾಖಾ ವೇದಾಧ್ಯಯನ – ಹರಿನಾಮ ಸಂಕೀರ್ತನೆಗಳನ್ನು ಮಾಡುವುದು.

೧೫. ಸಮದೃಕ್ : ಎಲ್ಲೆಡೆ ಭಗವಂತನನ್ನು ಸಮಾನವಾಗಿ ಕಾಣುವುದು.

ಸಮದೃಕ್ ಸೇವಾ : ಸಮದರ್ಶಿಗಳಾದ ಮಹಾತ್ಮರ ಸೇವೆ ಮಾಡುವುದು.

೧೭. ಗ್ರಾಮ್ಯೋಪರಮಃ : ದುರ್ವಿಷಯ ಭೋಗದಾಸೆ- ಯನ್ನು ನಿಧಾನವಾಗಿ ಬಿಡುತ್ತ ಬರುವುದು.

೧೮. ವಿಪರ್ಯಯೇಹೇಕ್ಷಾ : ಪರರಿಗೆ ಕೇಡು ಬಯಸಿದರೆ ತನಗೂ ಕೇಡೆಂದು ಆಲೋಚಿಸುವುದು.

೧೯. ಮೌನ : ವ್ಯರ್ಥ ಮಾತುಗಳನ್ನು ಅಥವಾ ಕೆಟ್ಟ ಮಾತುಗಳನ್ನು ಆಡದಿರುವುದು.

೧೯. ಆತ್ಮವಿಮರ್ಶನ : ಭಗವಂತನ ಬಗ್ಗೆಯೇ ವಿಚಾರ ಮಾಡುವುದು.

೨೦. ಸಂವಿಭಾಗ : ದೇವರು ನಮಗೆ ಕೊಟ್ಟಿರುವ ಅನ್ನ (ವಸ್ತಾದಿ ಗಳನ್ನು) ವನ್ನು ಬ್ರಾಹ್ಮಣಾದಿಗಳಿಗೆ, ಪಶುಗಳಿಗೆ ಯಥಾಯೋಗ್ಯವಾಗಿ ಹಂಚಿಕೊಂಡು ಉಣ್ಣುವುದು.

೨೧. ಆತ್ಮದೇವತಾಬುದ್ಧಿ : ಎಲ್ಲ ಸ್ಥಳಗಳಲ್ಲಿಯೂ ವಿಶೇಷವಾಗಿ ಮನುಷ್ಯರಲ್ಲಿ ಭಗವಂತನು ಇರುವನೆಂಬ ಅನುಸಂಧಾನ ಇರುವುದು.

೨೨. ಶ್ರವಣ : ಭಗವಂತನ ಕಥೆಗಳನ್ನು ಮತ್ತು ಗುರುಗಳ ಉಪದೇಶಗಳನ್ನು ಶ್ರವಣ ಮಾಡುವುದು.

೨೩. ಕೀರ್ತನ : ಭಗವಂತನ ಕಥೆಗಳನ್ನು, ನಾಮಗಳನ್ನು ಕೀರ್ತನೆ ಮಾಡುವುದು.

೨೪. ಸ್ಮರಣ : ಭಗವಂತನ ನಾಮ–ರೂಪ–ಗುಣ – ಕ್ರಿಯೆಗಳನ್ನು ಸ್ಮರಿಸುತ್ತಿರುವುದು.

೨೫. ಸೇವಾ : ಮಹಾತ್ಮರ ಸೇವೆ ಮಾಡುವುದು.

೨೬. ಇಜ್ಯಾ : ಮಹಾತ್ಮರ ಸೇವೆ.

೨೭. ಆವನತಿ : ಪೂಜ್ಯ ವ್ಯಕ್ತಿಗಳಲ್ಲಿ ವಿನಯ.

೨೮. ಸಖ್ಯ : ಪೂಜ್ಯ ವ್ಯಕ್ತಿಗಳಲ್ಲಿ ಸಖ್ಯ ಅಥವಾ ಭಗವಂತನು ಮಾಡಿದ ಉಪಕಾರವನ್ನು ಸ್ಮರಿಸುವುದು.

೨೯. ದಾಸ್ಯ : ನಾನು ಭಗವಂತನ ದಾಸ ಎಂದು ಭಾವಿಸುವುದು.

೩೦. ಆತ್ಮಸಮರ್ಪಣಂ : ಸರ್ವಸ್ವವನ್ನೂ ಭಗವಂತನಿಗೆ ಸಮರ್ಪಿಸುವುದು.

ಎಲ್ಲ ವರ್ಣಾಶ್ರಮದವರಿಗೂ ಇವು ಮೂವತ್ತು, ಸಾಮಾನ್ಯ ಧರ್ಮ—ಗಳೆನಿಸಿವೆ. ಇವೇ ಮೂವತ್ತು ನಾರದರು ತಿಳಿಸಿದ ಭಾಗವತ ಧರ್ಮಗಳು.

ಇದೇ ನಾರದ ಮುನಿಗಳು ದ್ವಾರಕೆಯಲ್ಲಿ ವಸುದೇವನೊಂದಿಗೆ ಸಮಾಗಮವಾದಾಗ ಅವನಿಗೆ ಇವೇ ಭಾಗವತ ಧರ್ಮಗಳನ್ನು ಉಪದೇಶಿಸಿದ್ದಾರೆ.

ಈ ಮೇಲಿನ ಭಾಗವತ ಧರ್ಮಗಳ ಆಚರಣೆಯಿಂದ ಭಗವಂತನು ನಿಶ್ಚಯವಾಗಿ ಪ್ರಸನ್ನನಾಗುತ್ತಾನೆ. ಆದ್ದರಿಂದಲೇ ಮಹಾಭಾರತಾದಿ ಗ್ರಂಥಗಳನ್ನು ರಚಿಸಿದ್ದರೂ ಅದರಿಂದ ಆಲಂಬುದ್ಧಿ ಹೊಂದದ ಶ್ರೀವೇದವ್ಯಾಸರು ನಾರದರ ಪ್ರಾರ್ಥನೆಯ ಮೇರೆಗೆ ಶ್ರೀಮದ್ಭಾಗವತವನ್ನು ರಚಿಸಿ ಆದರಲ್ಲಿ ಭವರೋಗ ಪರಿಹಾರಕವಾದ ಭಾಗವತ ಧರ್ಮಗಳನ್ನು ನಿರೂಪಿಸಿದ್ದಾರೆ. ಈ ಧರ್ಮಗಳ ಆಚರಣೆಯಿಂದ ಭಗವಂತನು ನಿಶ್ಚಯವಾಗಿಯೂ ಪ್ರಸನ್ನನಾಗಿ ಚತುರ್ವಿಧ ಪುರುಷಾರ್ಥಗಳನ್ನು ಕರುಣಿಸುತ್ತಾನೆ.

ಈ ಮೇಲಿನ ೩೦ ಭಾಗವತ ಧರ್ಮಗಳ ಬಗ್ಗೆ ೨೦ (i)ನೇ ಪ್ರಕರಣದಲ್ಲಿ ಚರ್ಚಿಸಲಾಗಿದ್ದರೂ ಈಗ ಸ್ವಲ್ಪ ವಿಸ್ತರಿಸಿ ನಿರೂಪಿಸಲಾಗಿದೆ. ಆದ್ದರಿಂದ ಪುನರುಕ್ತಿ ಎಂದು ಪರಿಗಣಿಸಬಾರದು.

*   *   *

೨೯. ಶ್ರೀಮದ್ಭಾಗವತೋಕ್ತ ನೀತಿಗಳು

ಈ ಧರ್ಮಗಳ ಆಚರಣೆಯಲ್ಲಿ ಶ್ರೋತೃಗಳ ಮನಸ್ಸಾಗಬೇಕೆಂದೇ ಶ್ರೀವೇದವ್ಯಾಸರು ಭಾಗವತ ಪುರಾಣದಲ್ಲಿ ನೀತಿಬೋಧಕವಾದ ಅನೇಕ ಆಖ್ಯಾನಗಳನ್ನು, ಭಗವದ್ಭಕ್ತರ ಚರಿತ್ರೆಗಳನ್ನು ನಿರೂಪಿಸಿದ್ದಾರೆ. ಭಾಗವತೋಕ್ತ ನೀತಿಗಳನ್ನು೧. ಅಧ್ಯಾತ್ಮ ನೀತಿಗಳು, ೨. ಸಾಮಾಜಿಕ ವ್ಯವಹಾರ ನೀತಿಗಳು, ೩. ಕೌಟುಂಬಿಕ ವ್ಯವಹಾರ ನೀತಿಗಳು, ೪. ಆಚಾರ ನೀತಿಗಳು, ೫. ದಂಡ ನೀತಿಗಳು ಮತ್ತು ೬. ರಾಜನೀತಿಗಳು ಎಂದು ಆರು ವಿಧಗಳಲ್ಲಿ ವಿಂಗಡಿಸ ಬಹುದು.

೧೨ ನೆಯ ಶತಮಾನದಲ್ಲಿ ಜೀವಿಸಿದ್ದ ಶ್ರೀಸಾಗರ ರಾಮಾಚಾರ್ಯ ರೆಂಬ ವಿದ್ವದ್ವರೇಣ್ಯರು 'ಶ್ರೀಮದ್ಭಾಗವತ' ದಲ್ಲಿಯ ಪ್ರತಿಸ್ಕಂಧದಲ್ಲಿ ಬರುವ ನೀತಿಗಳನ್ನು ತಿಳಿಸಲು 'ಸುನೀತಿ ಭಾಗವತ' ಎಂಬ ಒಂದು ಕೃತಿಯನ್ನು ರಚಿಸಿದ್ದಾರೆ. ಈ ಕೃತಿಯಲ್ಲಿಯ ಸದೃಷ್ಟಾಂತವಾಗಿರುವ ಕೆಲವು ನೀತಿಗಳನ್ನು ಕೆಳಗೆ ಕೊಡಲಾಗಿದೆ. ಶ್ರೀಮದ್ಭಾಗವತವನ್ನು ಅವಲೋಕಿಸುವಾಗ ಅಲ್ಲಿರುವ ಕಥೆಗಳನ್ನು ಕೇವಲ ಕಥಾಕಾಲಕ್ಷೇಪಕ್ಕೆಂದು ಪರಿಗಣಿಸದೇ ಅಲ್ಲಿರುವ ನೀತಿಗಳನ್ನು ಹೆಕ್ಕಿ ತೆಗೆದು, ತಿಳಿದು ಅನುಷ್ಠಾನದಲ್ಲಿ ತಂದು ಜೀವನವನ್ನು ಸನ್ಮಾರ್ಗದಲ್ಲಿ ನಡೆಸಿ ಸಾರ್ಥಕ ಪಡಿಸಿಕೊಳ್ಳಲೆಂಬುದು ಈ ಕೃತಿಯ ಮುಖ್ಯೋದ್ದೇಶವಾಗಿದೆ.

ಈ ಕೃತಿಯಲ್ಲಿಯ ಭಾಗವತೋಕ್ತ ಕೆಲವು ನೀತಿಗಳನ್ನು ಸ್ಕಂಧಾನುಸಾರ ಕೆಳಗೆ ಕಾಣಿಸಲಾಗಿದೆ.

೧) ಸ್ಕಂಧ – ೧

ಗ್ರಾಹ್ಯಾ ವಿದ್ಯೋತ್ತಮಾ ಹೀನಜನ್ಮನೋಽಪಿ ವಿಮತ್ಸರೈಃ |
ಶ್ರೀಮದ್ಭಾಗವತಂ ಸೂತಾತ್ ಶುಶ್ರುವಃ ಶೌನಕಾದಯಃ || ೨೨ ||

ನಿರ್ಮತ್ಸರರಾದವರು ಹೀನಜನ್ಮದವರಿಂದಲೂ ಶ್ರೇಷ್ಠವಾದ ವಿದ್ಯೆಯನ್ನು ಸ್ವೀಕರಿಸಬೇಕು. ಏಕೆಂದರೆ ಶೌನಕಾದಿ ಮಹಾಮುನಿಗಳು ಶೂದ್ರಜನ್ಮದ ಸೂತರಿಂದ ಶ್ರೀಮದ್ಭಾಗವತಾಮೃತವನ್ನು ಶ್ರವಣಮಾಡಿದ ರೆಂಬುದು ಪ್ರಸಿದ್ಧವಾಗಿದೆ.

ನ ಭವೇನ್ಮತ್ಸತೋಪ್ಯುಕ್ತಾ ವಿಶ್ರಂಭಃ ಪಕ್ಷಪಾತಿನಃ ।
ಪ್ರಬೋಧಿತೋಽಪಿ ಕೃಷ್ಣದ್ಯೈರ್ಭೀಷ್ಟಂ ಪಪ್ರಚ್ಛ ಧರ್ಮರಾಟ್ ॥ ೧೯ ॥

ತಮ್ಮ ಪಕ್ಷದವನೇ ಆದವನು ಮಹಾತ್ಮನಾಗಿದ್ದರೂ ಅವನ ಮಾತಿನಲ್ಲಿ ಆ ಪಕ್ಷದ ಜನರಿಗೆ ವಿಶ್ವಾಸವಿರುವದಿಲ್ಲ. ಹೇಗೆಂದರೆ ಧರ್ಮರಾಜನು ಶ್ರೀಕೃಷ್ಣಾದಿಗಳಿಂದ ಪರಿಪರಿಯಾಗಿ ತಿಳಿಹೇಳಲ್ಪಟ್ಟಿದ್ದರೂ ಅವರ ಮಾತಿನಂತೆ ನಡೆಯದೇ ಶತ್ರುಪಕ್ಷದ ಭೀಷ್ಮಾಚಾರ್ಯರನ್ನು ಧರ್ಮ ವಿಷಯದಲ್ಲಿ ಪ್ರಶ್ನಿಸಿದನು.

ಖೇದೇ ಪ್ರಾಪ್ತೇಽಪಿ ನೋ ಮೋಚ್ಯಮಶ್ರು ಕರ್ಮಣಿ ಮಂಗಲೇ ।
ಕೃಷ್ಣೇ ನಿರ್ಯಾತಿ ನೇತ್ರಾಂಬು ನ್ಯರುಂಧನ್ ಪಾಂಡವಸ್ತ್ರಿಯಃ ॥ ೨೦ ॥

ಮಂಗಲಕಾರ್ಯಗಳು ನಡೆದಾಗ ಏನಾದರೊಂದು ಕಾರಣದಿಂದ ಮನಸ್ಸಿಗೆ ಖೇದವಾಗುವ ಘಟನೆಗಳಾದರೂ, ಕಣ್ಣೀರನ್ನು ಸುರಿಸಬಾರದು. ಅಂತೆಯೇ ಶ್ರೀಕೃಷ್ಣನು ಹಸ್ತಿನಾವತಿಯಿಂದ ದ್ವಾರಕೆಗೆ ಹೊರಟು ನಿಂತಾಗ ಪಾಂಡವರ ಪತ್ನಿಯರು ಹಾಗೂ ಪಾಂಡವಪಕ್ಷದ ಸ್ತ್ರೀಯರು ಕಣ್ಣೀರನ್ನು ಒತ್ತಿ ತಡೆಹಿಡಿದಿದ್ದರು.

ಯಸ್ಮಿನ್ ದೇಶೇ ನ ಸುಹೃದೋ ನ ಮಿತ್ರಂ ತತ್ರ ನೋ ವಸೇತ್ ।
ಶ್ರುತ್ವಾರ್ಜುನೋಕ್ತಂ ಕೃಷ್ಣಧಾಮಾಪ್ತಿಂ ಪಾಂಡವಾ ಯಯುಃ ॥ ೨೧ ॥

ಯಾವ ದೇಶದಲ್ಲಿ (ಊರಲ್ಲಿ) ಹಿತಚಿಂತಕರು ಮತ್ತು ಮಿತ್ರರು ಇರುವದಿಲ್ಲವ್ಪೋ ಆ ದೇಶದಲ್ಲಿ (ಊರಲ್ಲಿ) ಯಾವನೂ ವಾಸಿಸಕೂಡದು. ಶ್ರೀಕೃಷ್ಣನು ಪರಂಧಾಮಕ್ಕೆ ಹೋದ ವಿಷಯವನ್ನು ಅರ್ಜುನನ ಮುಖ ದಿಂದ ಕೇಳಿದ ಪಾಂಡವರೆಲ್ಲರೂ ಹಸ್ತಿನಾವತಿಯನ್ನು ಬಿಟ್ಟು ಸ್ವರ್ಗಾರೋಹಣ ನಿಮಿತ್ತವಾಗಿ ಹಿಮಾಲಯಕ್ಕೆ ಹೊರಟು ಹೋದರು.

ಬ್ರವೀತಿ ಚತುರಃ ಪೃಷ್ಟಃ ಸನ್ನೇವಾದರತಃ ಪರ್ಕೈಃ ।
ಪೃಷ್ಟಃ ಪರೀಕ್ಷಿತಾ ರಾಜ್ಞಾ ಶ್ರೀಶುಕಃ ಪ್ರತ್ಯಭಾಷತ   ॥ ೪೭ ॥

ಇತರರಿಂದ ಶ್ರದ್ಧಾದರಪೂರ್ವಕ ಪ್ರಶ್ನಿಸಲ್ಪಟ್ಟಾಗಲೇ ಚತುರನಾದ ಪುರುಷನು ಉತ್ತರಿಸುವಂತೆ ಪರೀಕ್ಷಿನ್ಮಹಾರಾಜನಿಂದ ಪ್ರಶ್ನಿಸಲ್ಪಟ್ಟಾಗಲೇ ಶ್ರೀಶುಕಾಚಾರ್ಯರು ಭಾಗವತಪುರಾಣವನ್ನು ನಿರೂಪಿಸಿದರು.

೨) ಸ್ಕಂಧ – ೨

ಪರಿಪೃಚ್ಛೇದವಿಜ್ಞಾತಮಹಂಕಾರಸಮುಜ್ಝಿತಃ   ।
ಸ್ವಾಜ್ಞಾತಂ   ನಾರದಸ್ತತ್ವಮಪೃಚ್ಛಚ್ಚತುರಾನನಮ್   ॥ ೮ ॥

ಪ್ರತಿಯೊಬ್ಬನು ಅಹಂಕಾರವಿಲ್ಲದವನಾಗಿ ತನಗೆ ತಿಳಿಯದಿದ್ದುದನ್ನು ಜ್ಞಾನಿಗಳನ್ನು ಪ್ರಶ್ನಿಸಿ ತಿಳಿದುಕೊಳ್ಳಬೇಕು. ನಾರದನು ಜ್ಞಾನಿಯಾಗಿದ್ದರೂ ತನಗೆ ತಿಳಿಯದಿದ್ದ ಕೆಲ ತತ್ತ್ವಗಳನ್ನು ಅರಿಯುವ ಉದ್ದೇಶದಿಂದ ಚತುರ್ಮುಖಬ್ರಹ್ಮದೇವರನ್ನು ಕುರಿತು ಪ್ರಶ್ನೆ ಮಾಡಿದನು.

ಸಾಧನೇ ಸತ್ಯಪಿ ಜ್ಞಾನಂ ವಿನಾ ಕಾರ್ಯಂ ನ ಸಿದ್ಧ್ಯತಿ ।
ಜಗತ್ಸೃತಿದೃಶೇ ಬ್ರಹ್ಮಾ ಹಯ್ಯಾೕದಿಷ್ಟಸ್ತಪೋಽಚರತ್   ॥ ೯ ॥

ಬೇಕಾದಷ್ಟು ಇತರ ಸಾಧನಗಳಿದ್ದರೂ ಜ್ಞಾನವಿಲ್ಲದೇ ಯಾವ ಕಾರ್ಯವೂ ಸಿದ್ಧಿಸದು. ಆದ್ದರಿಂದಲೇ ಜಗತ್ಸೃಷ್ಟಿ ಮಾಡುವ ಜ್ಞಾನವನ್ನು ಪಡೆಯುವುದಕ್ಕಾಗಿ ಶ್ರೀಹರಿಯಿಂದ ಆಜ್ಞಾಪಿಸಲ್ಪಟ್ಟ ಚತುರ್ಮುಖಬ್ರಹ್ಮನು ತಪವನ್ನಾಚರಿಸಿದನು.

೩) ಸ್ಕಂಧ – ೩

ಹಿತಮಪ್ಯುಪದೇಷ್ಟವ್ಯಂ ನ ಮೂರ್ಖೇಭ್ಯೋ ವಿಶಾರದೈಃ ।
ಚಕಾರ ವಿದುರಸ್ತೀರ್ಥಯಾತ್ರಾಂ ಭ್ರಾತೃಜಧಿಕ್ಕೃತಃ   ॥ ೪ ॥

ಕುಶಲಮತಿಗಳಾದವರು ಹಿತವಾಗಿದ್ದರೂ ಕೂಡ ಅದನ್ನೆಂದಿಗೂ ಮೂರ್ಖರಿಗೆ ಉಪದೇಶಿಸಲು ಪ್ರಯತ್ನಿಸಬಾರದು. ಹಾಗೆ ಮಾಡಲು ಹೋದ ವಿದುರನು ಅಣ್ಣನಾದ ಧೃತರಾಷ್ಟ್ರನ ಮಕ್ಕಳಾದ ದುರ್ಯೋಧನಾದಿ

ಗಳಿಂದ ಧಿಕ್ಕರಿಸಲ್ಪಟ್ಟು ಅವಮಾನಿತನಾಗಿ ರಾಜ್ಯವನ್ನು ತ್ಯಜಿಸಿ ತೀರ್ಥ ಯಾತ್ರೆಗೆ ಹೊರಡಬೇಕಾಯಿತು.

ಮಹಾನಪಿ ವಿನಾ ಸೇವಾಮಭೀಷ್ಟಂ ನ ದದಾತ್ಯಹೋ |
ಜ್ಞಾನಾರ್ಥಂ ಪ್ರಣುತೋ ವಿಷ್ಣುರ್ಬ್ರಹ್ಮಣೇ ತಪ ಆದಿಶತ್ || ೮ ||

ಮಹಾತ್ಮನು ಸಮರ್ಥನಾಗಿದ್ದರೂ ಸೇವಿತನಾಗದೇ ಭಕ್ತರ ಅಭೀಷ್ಟ ವನ್ನು ಪೂರೈಸುವುದಿಲ್ಲ! ತತ್ತ್ವ ಜ್ಞಾನಕ್ಕಾಗಿ ಪ್ರಾರ್ಥಿತನಾದಾಗಲೇ ವಿಷ್ಣುವು ಬ್ರಹ್ಮನಿಗೆ ತಪವನ್ನಾಚರಿಸಲು ಆದೇಶಿಸಿದನು.

ಯತೇತ ಪಿತೃಶುಶ್ರೂಷಾಕೃತಯೇಕನುಕ್ತ ಆತ್ಮಜಃ |
ಪ್ರಜಾವನಾಯ ಚಾದಿಷ್ಟೋ ವಿಧಾತ್ರಾನಂದಿತೋ ಮನುಃ || ೧೯ ||

ಮಗನಾದವನು ಹೇಳಿಸಿಕೊಳ್ಳದೆಯೇ ತಂದೆ–ತಾಯಿಗಳ ಶುಶ್ರೂಷೆ ಯನ್ನು ಮಾಡಬೇಕು. ಪ್ರಜಾರಕ್ಷಣೆಗಾಗಿ ಬ್ರಹ್ಮನಿಂದ ಆಜ್ಞಾಪಿಸಲ್ಪಟ್ಟ ಮನುವು ಬಹು ಹರ್ಷಿತನಾಗಿ ಪಿತೃವಾಕ್ಯಪರಿಪಾಲನೆಗೆಂದು ಸಿದ್ಧನಾದನು.

ರಕ್ಷನ್ನಾಲಾನುಸಾರೀ ಸ್ವಂ ಗಣಯೇನ್ನ ಪರಾಭವಮ್ |
ನಿಲೀನಾ ನಿರ್ಜರಾ ಪ್ರೇಕ್ಷ್ಯ ಹಿರಣ್ಯಾಕ್ಷಂ ರಣೋದ್ಯತಮ್ || ೨೦ ||

ಪ್ರತಿಯೊಬ್ಬರು ಕಾಲಾನುಸಾರವಾಗಿದ್ದು ತನ್ನನ್ನು ರಕ್ಷಿಸಿಕೊಳ್ಳುತ್ತಿರ ಬೇಕು. ಆ ಸಮಯದಲ್ಲಿ ಕಾಲಬಲದಿಂದ ತನಗೇನಾದರೂ ಪರಾಭವ ಅಥವಾ ಅವಮಾನವಾದರೆ ಅದನ್ನು ಪರಿಗಣಿಸಬಾರದು. ದುಷ್ಟ ಹಿರಣ್ಯಾಕ್ಷನು ಯುದ್ಧೋನ್ಮುಖಿವಾಗಿರುವುದನ್ನುಕಂಡು ದೇವತೆಗಳೆಲ್ಲ ಅಡಗಿ ಕುಳಿತರು.

೪) ಸ್ಕಂಧ – ೪

ಏಕದಾ ನಾರಭೇತ್ಯೈವ ವಿದ್ವೇಷಂ ಬಹುಭಿಃ ಸಹ |
ನಂದಿಶಪ್ತೇಷು ವಿಪ್ರೇಷು ಸದಕ್ಷ್ವೇಷ್ವಶಪದ್ ಭೃಗುಃ || ೬ ||

ಯಾವನೂ ಒಮ್ಮೆಲೇ ಬಹುಜನರೊಂದಿಗೆ ದ್ವೇಷವನ್ನು ಪ್ರಾರಂಭಿಸ ಬಾರದು. ಯಜ್ಞಶಾಲೆಯಲ್ಲಿದ್ದ ಬ್ರಾಹ್ಮಣರನ್ನು ಮತ್ತು ದಕ್ಷನನ್ನು ನಂದಿಯು ನಿಂದಿಸಲು ಅಲ್ಲಿದ್ದ ಭೃಗುಋಷಿಯು ಕುಪಿತನಾಗಿ ಶಿವಭಕ್ತರನ್ನೆಲ್ಲ ಶಪಿಸಿ

ಅವರೆಲ್ಲರ ದ್ವೇಷವನ್ನು ಕಟ್ಟಿಕೊಂಡನು (ಮುಂದೆ ಅನರ್ಥಕ್ಕೆ ಗುರಿ ಯಾಗುವನು).

ಪ್ರಾಣಾನಪ್ಯುತ್ಸೃಜೇನ್ನೈವ ಶೃಣುಯಾತ್ ಶ್ರೇಷ್ಠನಿಂದನಮ್ ।
ರುದ್ರಾವಜ್ಞಾಕರಂ ದಕ್ಷಂ ಸತೀ ವೀಕ್ಷ್ಯ ಜಹಾವಸೂನ್   ॥ ೯ ॥

ತನ್ನ ಪ್ರಾಣವನ್ನಾದರೂ ತ್ಯಜಿಸಬೇಕು. ಆದರೆ ಹಿರಿಯರ ನಿಂದೆಯನ್ನೆಂದಿಗೂ ಕೇಳಬಾರದು. ತಂದೆಯಾದ ದಕ್ಷನು ತನ್ನ ಪತಿಯಾದ ರುದ್ರದೇವನ ನಿಂದೆ ಮಾಡುತ್ತಿರುವದನ್ನು ನೋಡಿ ಸತೀದೇವಿಯು ಯಜ್ಞ ಕುಂಡದಲ್ಲಿ ಹಾರಿ ಪ್ರಾಣವನ್ನು ತ್ಯಜಿಸಿದಳು.

ಸಂಪ್ರೇಷ್ಯೋ ವಿಷಮೇ ಕಾರ್ಯೇ ಸಮರ್ಥಃ ಸ್ವಸಮೋ ಭಟಃ ।
ದಕ್ಷಯಜ್ಞಕ್ಷಯಾಯೇಶೋ ವೀರಭದ್ರಂ ಸಮಾದಿಶತ್   ॥ ೧೦ ॥

ಕಠಿಣವಾದ ಕಾರ್ಯನಿರ್ವಹಣೆಗಾಗಿ ತನಗೆ ಸಮನಾದ ಸಮರ್ಥ ಭಟನನ್ನು ಕಳುಹಿಸಬೇಕು. ಅಂತೆಯೇ ರುದ್ರದೇವನು ದಕ್ಷಯಜ್ಞವನ್ನು ನಾಶಪಡಿಸುವದಕ್ಕಾಗಿ ವೀರಭದ್ರನೆಂಬ ಹೆಸರಿನ ತನ್ನ ಬಲಿಷ್ಠ ಭಟನಿಗೆ ಆಜ್ಞಾಪಿಸಿದನು.

ಪುನರ್ಯಥೈವ ನೋತ್ತಿಷ್ಠೇದ್ಧನ್ಯಾದ್ಯುಕ್ತ್ಯಾ ತಥಾ ರಿಪುಮ್ ।
ದಕ್ಷಿಣಾಗ್ನೌ ಜುಹಾವೇಶಶ್ಛಿತ್ವಾ ದಕ್ಷಪತೋಃ ಶಿರಃ   ॥ ೧೧ ॥

ಶತ್ರುವು ಪುನಃ ಮೇಲೇಳದಂತೆ ಅವನನ್ನು ಯುಕ್ತಿಯಿಂದ ಕೊಂದು ಹಾಕಬೇಕು. ರುದ್ರನು ತನ್ನನ್ನು ನಿಂದಿಸಿ ಅವಮಾನಿಸಿದ ದಕ್ಷನ ತಲೆಯನ್ನು ಕತ್ತರಿಸಿ ಯಜ್ಞಪಶುವಿನಂತೆ ದಕ್ಷಿಣಾಗ್ನಿಯಲ್ಲಿ ಹೋಮಿಸಿದನು.

ಪರೀಕ್ಷ್ಯ ಮಾನಸಂ ಸಮ್ಯಕ್ ಪಶ್ಚಾತ್ಕಾರ್ಯವಿಧಿಂ ವದೇತ್ ।
ನಾರದಃ ಸುಸ್ಥಿರಂ ಮತ್ವಾ ಧ್ರುವಮೂಚೇ ತಪೋವಿಧಿಮ್ ॥ ೧೩ ॥

ಮನುಷ್ಯನ ಮಾನಸಿಕ ಸ್ಥಿತಿಯನ್ನು ಪರೀಕ್ಷಿಸಿದ ನಂತರವೇ ಹಿರಿಯ ರಾದವರು ಅವನು ಮಾಡಬೇಕಾಗಿರುವ ಕಾರ್ಯದ ವಿಧಾನವನ್ನು ತಿಳಿಸಬೇಕು. ಧ್ರುವನು ದೃಢಮನಸ್ಕನಾಗಿರುವುದನ್ನು ಮನಗಂಡ ನಂತರವೇ ನಾರದರು ಅವನಿಗೆ ಮಂತ್ರವನ್ನುಪದೇಶಿಸಿ ತಪೋವಿಧಾನವನ್ನು ತಿಳಿಸಿದರು.

ಆತ್ಮನೋ ಹಿತಕರ್ತಾರಂ ಕಾರ್ಯೇ ಜಾತೇ ನ ವಿಸ್ಮರೇತ್ |
ಸ್ಥಾನಂ ಧ್ರುವೋ ವಿಮಾನೇನ ಗಚ್ಛನ್ ಮಾತರಮಸ್ಮರತ್ || ೨೨ ||

ತನಗೆ ಹಿತಕಾರಿಯಾದವನನ್ನು ಕಾರ್ಯಾಂತದಲ್ಲಿ ಮರೆಯಬಾರದು. ವಿಮಾನದಲ್ಲಿ ಕುಳಿತುಕೊಂಡು ತನ್ನ ಸ್ಥಾನಕ್ಕೆ ಹೊರಡುತ್ತಿರುವ ಧ್ರುವನು ತನ್ನ ತಾಯಿಯನ್ನು ಸ್ಮರಿಸಿದನು.

ದುಷ್ಟಸಂಗತಿತೋ ರಕ್ಷಾ ಬಾಲ್ಯೇ ಬಾಲಾ ಶುಭಾರ್ಥಿಭಿಃ |
ಲಬ್ಧ ಇಷ್ಟ್ವಾ ಹರಿಂ ವೇನೋ ಮೃತ್ಯುಸಂಗಾದಧರ್ಮ್ಯಭೂತ್ || ೨೩ ||

ತಮ್ಮ ಮಕ್ಕಳಿಗೆ ಹಿತವನ್ನು ಬಯಸುವವರು ಬಾಲ್ಯಾವಸ್ಥೆಯಲ್ಲಿರುವ ತಮ್ಮ ಮಕ್ಕಳನ್ನು ದುಷ್ಟರ ಸಹವಾಸದಲ್ಲಿ ಬೀಳದಂತೆ ರಕ್ಷಿಸಬೇಕು. ಏಕೆಂದರೆ ಶ್ರೀಹರಿಯನ್ನು ಕುರಿತು ಯಜ್ಞ ಮಾಡಿದ್ದರಿಂದ ಅಂಗರಾಜನಿಗೆ ಹುಟ್ಟಿದ ವೇನ ಎಂಬ ಪುತ್ರನು ಮೃತ್ಯುವಿನ ಸಂಬಂಧದಿಂದ ಅಧರ್ಮಿಯಾದನು. (ಅಂಗರಾಜನ ಪತ್ನಿಯು ಮೃತ್ಯುವಿನ ಮಗಳು. ಇವರಲ್ಲಿ ಹುಟ್ಟಿದ ವೇನನು ಮೃತ್ಯುವಿನ ಮಗಳ ಮಗನಾಗಿದ್ದನು).

ಸುತ ಉಲ್ಲಂಘಿತಸ್ವಾಜ್ಞೇ ಗಚ್ಛೇದ್ದೇಶಾಂತರಂ ಪಿತಾ |
ತ್ಯಕ್ತಾಜ್ಞೇಽಂಗಃ ಶರೇ ವೇನೇ ಸರ್ವಾನ್ ಹಿತ್ವಾಯಯೌ ನಿಶಿ || ೨೪ ||

ಹೊಟ್ಟೆಯಲ್ಲಿ ಹುಟ್ಟಿದ ಮಗನು ತಂದೆಯ ಆಜ್ಞೆಯನ್ನು (ಮಾತು) ಕೇಳದಂತಾದರೆ ತಂದೆಯು (ತಾಯಿಯರು) ದೇಶಾಂತರಕ್ಕೆ ಹೋಗಬೇಕು. ಮಗನಾದ ದುಷ್ಟ ವೇನನು ಮಾತು ಕೇಳದಂತಾಗಲು ಅಂಗನು ಎಲ್ಲವನ್ನೂ ಬಿಟ್ಟು ರಾತ್ರೋ ರಾತ್ರಿ ಅರಣ್ಯಕ್ಕೆ ಹೊರಟು ಹೋದನು.

ಪರೋಪಜೀವನಾಯ್ಕೈವ ವರ್ಧಯೇದಾತ್ಮಸಂಪದಃ |
ಪ್ರಜಾನ್ನಾರ್ಥಂ ಪೃಥುರ್ಭೀತಾಂ ಪ್ರಣತಾಂ ಪ್ರದುದೋಹ ಗಾಮ್ || ೨೫ ||

ಪ್ರತಿಯೊಬ್ಬನು ಅನ್ಯರ ಉಪಜೀವನಕ್ಕೆ ಸಹಾಯಕವಾಗುವಂತೆ ತನ್ನ ಸಂಪನ್ಮೂಲಗಳನ್ನು ವರ್ಧಿಸಬೇಕು. ಪ್ರಜೆಗಳ ಆಹಾರಕ್ಕಾಗಿಯೇ ಪೃಥುರಾಜನು, ಭೀತಳಾಗಿ ಶರಣುಬಂದ ಪೃಥ್ವಿಯನ್ನು ಗೋವಿನ ಹಾಲು ಕರೆದಂತೆ ಕರೆದನು.

ಅನುಗಮ್ಯ: ಪತಿಃ ಪತ್ನ್ಯಾ ಶ್ರೀಮಾನ್ನಿಷ್ಕೋ ಮೃತೋಽಪಿ ವಾ |
ಅರ್ಚಿರ್ಬಭೂವ ದೇವೀಭಿಃ ಸಂಸ್ತುತಾನುಗತಾ ಪೃಥುಮ್ || ೨೬ ||

ಪತ್ನಿಯಾದವಳು ತನ್ನಗಂಡನು ಶ್ರೀಮಂತನಾಗಿರಲಿ, ಬಡವನಾಗಿರಲಿ
ಅಥವಾ ಮೃತನೇ ಆಗಿರಲಿ ಅವನನ್ನೇ ಸದಾ ಅನುಸರಿಸಿ ಇರಬೇಕು. ಪೃಥು
ರಾಜನನ್ನು ಹಿಂಬಾಲಿಸಿ ಹೋದ ಅವನ ಪತ್ನಿ ಅರ್ಚಿಯು ದೇವಪತ್ನಿ
ಯರಿಂದಲೂ ಸಂಸ್ತುತಳಾದಳು.

ನ ಹಿಂಸ್ಯಾಃ ಪ್ರಾಣಿನಃ ಕಾರ್ಯಾ ವಿಷಯಾತಿರತಿರ್ನ ಚ |
ನಿರಯೇ ಪಶುಭಿಶ್ಛಿನ್ನೋ ವೈದರ್ಭ್ಯಾಸೀತ್ಪುರಂಜನಃ || ೪೧ ||

ಯಾವನೂ ಪ್ರಾಣಿಗಳನ್ನು ಹಿಂಸಿಸಬಾರದು ಮತ್ತು ಅತಿಯಾದ
ವಿಷಯಾಸಕ್ತಿಯನ್ನು ಮಾಡಬಾರದು. ಯಜ್ಞಗಳಲ್ಲಿ ಅನೇಕ ಪಶುಗಳನ್ನು
ಬಲಿಕೊಟ್ಟಿದ್ದರಿಂದ ಪುರಂಜನನು ನರಕದಲ್ಲಿ ಬಿದ್ದು ಅಲ್ಲಿ ಯಜ್ಞಗಳಲ್ಲಿ
ಹತವಾಗಿದ್ದ ಪಶುಗಳಿಂದ ಕತ್ತರಿಸಿ ತಿನ್ನಲ್ಪಟ್ಟನು ಮತ್ತು ಜೀವಿಸಿರುವಾಗ
ಸದಾ ಸ್ತ್ರೀಯರಲ್ಲಿ ಆಸಕ್ತನಾಗಿದ್ದುದರಿಂದ ಜನ್ಮಾಂತರದಲ್ಲಿ ವೈದರ್ಭೀ
ಎಂಬ ಹೆಸರಿನ ಸ್ತ್ರೀಯಾದನು.

೫) ಸ್ಕಂಧ – ೫

ಶಿಕ್ಷಣೇಯಾ ಸುತಾಃ ಪಿತ್ರಾ ಸ್ವಯಂ ಸಂಶಿಕ್ಷಿತಾ ಅಪಿ |
ಅನುಶಿಷ್ಟಾತ್ ತನಯಾನ್ ಋಷಭಃ ಸಮಶಿಕ್ಷಯತ್ || ೧೧ ||

ತಂದೆಯಾದವನು ತನ್ನ ಮಕ್ಕಳು ಸ್ವತಃ ಸುಶಿಕ್ಷಿತರಾಗಿದ್ದರೂ ಅವರಿಗೆ
ಮೇಲಿಂದ ಮೇಲೆ ಹೇಳುತ್ತ ಒಳ್ಳೆಯ ಶಿಕ್ಷಣವನ್ನು ಕೊಡಬೇಕು. ಋಷಭನು
ತನ್ನ ಸುಶಿಕ್ಷಿತ ಮಕ್ಕಳಿಗೆ ಶಿಷ್ಟಾಚಾರಗಳನ್ನು ತಿಳಿಸಿ ಹೇಳಿದನು.

ಪುನಃ ಕುರ್ಯಾನ್ನ ದುಷ್ಕರ್ಮ ಫಲೇ ಜ್ಞಾತೇಽನುತಾಪವಾನ್ |
ಆತ್ಮಜದ್ ಭರತೋಽಸಂಗಃ ಸಂಗಾಪ್ತಂ ಮೃಗವಿಗ್ರಹಮ್ || ೧೫ ||

ದುಷ್ಕರ್ಮದ ಫಲವನ್ನು ಅನುಭೋಗಿಸಿ ತಿಳಿದಾದ ಮೇಲೆ
ಮನುಷ್ಯನು ಪಶ್ಚಾತ್ತಾಪ ಪಡಬೇಕು. ಮತ್ತೆ ಮತ್ತೆ ಅಂಥ ದುಷ್ಕರ್ಮವನ್ನು
ಮಾಡಲು ಬಯಸಬಾರದು. ಸರ್ವಸಂಗಪರಿತ್ಯಾಗ ಮಾಡಿದವನಾಗಿ

ಭರತನು ಪೂರ್ವಜನ್ಮದಲ್ಲಿಯ ಸಂಗದೋಷದಿಂದ ಈ ಜನ್ಮದಲ್ಲಿ ಪ್ರಾಪ್ತ ವಾದ ಮೃಗದೇಹವನ್ನು ತ್ಯಜಿಸಿದನು.

ವೃಥಾಯಾಸನಿವೃತ್ಯರ್ಥಂ ಸ್ವಸ್ಯಾಜ್ಞತ್ವಂ ಪ್ರಕಾಶಯೇತ್ ।
ವಿಪ್ರಜನ್ಮಾತ್ಮನೋ ಜಾಡ್ಯಂ ಭರತಃ ಸಮದರ್ಶಯತ್   ॥ ೧೫ ॥

     ನಿಷ್ಫಯೋಜಕ ಕರ್ಮದಿಂದ ದೂರವಿರುವುದಕ್ಕಾಗಿ ಮನುಷ್ಯನು ಕರ್ಮದಲ್ಲಿ ತನ್ನ ಅಜ್ಞಾನವನ್ನು ಪ್ರಕಟಿಸಬೇಕು. ಬ್ರಾಹ್ಮಣಜನ್ಮದಲ್ಲಿದ್ದ ಭರತನು ತನ್ನ ಮೂಢಬುದ್ಧಿಯನ್ನು ತೋರಿಸಿ ತಾನು ದಡ್ಡನಂತೆ ಕಾಣಿಸಿಕೊಂಡನು.

ಸರ್ವಭೂತಸುಹೃದ್ದಾಂತ ಸದಾಚಾರೀ ಸದಾ ಭವೇತ್ ।
ನರಕೇಷು ಯಮಃ ಪಾಪಾನ್ನಿಪಾತಯತಿ ನಿರ್ದಯಃ   ॥ ೨೫ ॥

     ಮನುಷ್ಯನು ಸದಾ ಸಕಲ ಪ್ರಾಣಿಗಳಿಗೆ ಮಿತ್ರನಾಗಿಯೂ, ಸ್ವತಃ ಸದಾಚಾರಿಯೂ ಆಗಿರಬೇಕು. ಹೀಗಿರದಿದ್ದರೆ ನಿರ್ದಯಿಯಾದ ಯಮನು ಪಾತಕಿಗಳನ್ನು ನರಕಗಳಲ್ಲಿ ಹಾಕಿ ದಂಡಿಸುತ್ತಾನೆ.

೮) ಸ್ಕಂಧ – ೮

ಮಾನಯೇನ್ಮಹತೋ ವಾಕ್ಯಂ ಭದ್ರಾರ್ಥೀ ತೋಷಯೇತ್ ಪ್ರಭುಮ್।
ಕನ್ಯಾ ಪ್ರಚೇತಸಃ ಪ್ರಾಪ್ತಾ ದಕ್ಷೋಽಪ್ಯಾಪೇಪ್ಸಿತಂ ಹರೇಃ   ॥ ೮ ॥

     ತನ್ನ ಕಲ್ಯಾಣವನ್ನು ಬಯಸುವವನು ಮಹಾತ್ಮರ ವಾಕ್ಯವನ್ನು ಗೌರವಿಸಿ ಪಾಲಿಸಬೇಕು, ಪರಮಾತ್ಮನನ್ನು ಸಂತೋಷಪಡಿಸಬೇಕು. ಶ್ರೀಹರಿಯ ಮಾತಿನಂತೆ ನಡೆದ ಪ್ರಚೇತಸರು ಕನ್ಯೆಯನ್ನು ಪಡೆದರು. ದಕ್ಷನೂ ಕೂಡ ಅಭೀಪ್ಸಿತವನ್ನು ಹೊಂದಿದನು.

ದುಷ್ಟಸ್ನೇಹೋ ನ ಕರ್ತವ್ಯೋ ನ ಕಾರ್ಯಂ ಮಿತ್ರವಂಚನಮ್ ।
ಹತ ಇಂದ್ರೇಣ ದೈತ್ಯೇಭ್ಯೋ ವಿಶ್ವರೂಪೋ ದದದ್ಧವಿಃ   ॥ ೧೭ ॥

     ಎಂದಿಗೂ ದುಷ್ಟರ ಸ್ನೇಹ ಮಾಡಬಾರದು ಮತ್ತು ಮಿತ್ರರಿಗೆ ವಂಚನೆ ಮಾಡಬಾರದು. ಗೌಪ್ಯವಾಗಿ ದೈತ್ಯರಿಗೆ ಯಜ್ಞದಲ್ಲಿ ಹವಿಸ್ಸನ್ನು ಕೊಡುತ್ತಿದ್ದ ವಿಶ್ವರೂಪನನ್ನು ಇಂದ್ರನು ಕೊಂದುಹಾಕಿದನು.

ಪರೋಪಕೃತಯೇ ಧೀರಃ ಸ್ವಶರೀರಮಪಿ ತ್ಯಜೇತ್ ।
ದಧೀಚಿರಮರೈಃ ಸೇಂದ್ರೈರ್ಯಾಚಿತಃ ಸ್ವತನುಂ ಜಹೌ   ॥೧೫॥

ಧೀರನಾದ ಪುರುಷನು ಪರೋಪಕಾರಕ್ಕಾಗಿ ತನ್ನ ಶರೀರವನ್ನಾದರೂ
ತ್ಯಜಿಸಬೇಕು. ಇಂದ್ರಾದಿ ದೇವತೆಗಳಿಂದ ಪ್ರಾರ್ಥಿತನಾದ ದಧೀಚಿ ಋಷಿಯು
(ವೃತ್ರಾಸುರನ ವಧಕ್ಕೆ ಅವಶ್ಯವಾಗಿದ್ದ ವಜ್ರಾಯುಧವನ್ನು ತಯಾರಿಸಲು)
ತನ್ನ ದೇಹವನ್ನೇ ಕೊಟ್ಟುಬಿಟ್ಟನು.

೮) ಸ್ಕಂಧ – ೭

ಮತಿರ್ನ ದುಷ್ಟಸಂಸರ್ಗಾನ್ನಿಃಶೇಷಾ ಕ್ಷೀಯತೇ ಸತಃ ।
ದಿತ್ಯಾ ಅಕಥಯತ್ತತ್ವಂ ಹಿರಣ್ಯಕಶಿಪುಃ ಪರಮ್   ॥ ೮ ॥

ದುಷ್ಟರ ಸಂಪರ್ಕದಿಂದ (ಸಜ್ಜನರ) ಕೆಲವರ ಬುದ್ಧಿಯು ಸಂಪೂರ್ಣ
ವಾಗಿ ನಾಶವಾಗುವುದಿಲ್ಲ (ಸಾರಾಸಾರವಿವೇಕ ಸಾಮರ್ಥ್ಯವನ್ನು ಕಳೆದು
ಕೊಳ್ಳುವುದಿಲ್ಲ). ಹಿರಣ್ಯಾಕ್ಷನ ಸಂಹಾರಾನಂತರ ದುಃಖಿತಳಾಗಿದ್ದ ತನ್ನ
ತಾಯಿ ದಿತಿಗೆ ಹಿರಣ್ಯಕಶಿಪು ಪರಮತತ್ತ್ವವನ್ನುಕುರಿತು ಹೇಳಿದನು.

ಪಥ್ಯಮೇವಾಪ್ರಿಯಮಪಿ ಪರೈಃ ಪೃಷ್ಟೋ ವದೇತ್ಸುಧೀಃ ।
ಪಿತ್ರಾ ಪೃಷ್ಟೋಽವದತ್ಸಾಧು ಪ್ರಹ್ಲಾದೋ ಹರಿಸೇವನಮ್   ॥ ೧೭ ॥

ಜ್ಞಾನಿಯು ಬೇರೆಯವರಿಂದ ಪ್ರಶ್ನಿಸಲ್ಪಟ್ಟಾಗ ಅಪ್ರಿಯವಾಗಿದ್ದರೂ
ಹಿತವಾದುದನ್ನೇ ಹೇಳಬೇಕು. ತಂದೆಯಿಂದ ವಿಚಾರಿಸಲ್ಪಟ್ಟ ಪ್ರಹ್ಲಾದನು
ಶ್ರೀಹರಿಸೇವನೆಯೇ ಶ್ರೇಷ್ಠವಾದುದೆಂದು ಹೇಳಿದನು.

ಪರೋಕ್ತಿದೂಷಿತಧಿಯೋ ವಿದ್ವಾನ್ ಜ್ಞಾನ್ ಪ್ರಬೋಧಯೇತ್ ।
ಸತ್ತ್ವಂ ದೈತ್ಯಪುತ್ರೇಭ್ಯಃ ಪ್ರಹ್ಲಾದಃ ಸಂನ್ಯವೇದಯೇತ್   ॥ ೧೮ ॥

ಜ್ಞಾನಿಯಾದವನು ದುಷ್ಟರ ದುರುಕ್ತಿಗಳಿಂದ ಕಲುಷಿತ ಮತಿಗಳಾದ
ಅಜ್ಞರನ್ನು ತನ್ನ ಸದುಪದೇಶಗಳಿಂದ ಎಚ್ಚರಿಸಬೇಕು. ಭಾಗವತೋತ್ತಮ
ನಾದ ಪ್ರಹ್ಲಾದನು ದೈತ್ಯಬಾಲಕರಿಗೆ ಸತ್ತತ್ತ್ವವನ್ನು ತಿಳಿಸಿ ಹೇಳಿದನು.

ಅತ್ಯುತ್ಕಟಂ ಸುದುಷ್ಕರ್ಮ ನ ಕುರ್ಯಾದಕುತೋಭಯಃ ।
ಸ್ತಂಭೋತ್ಥೇನ ನೃಸಿಂಹೇನ ಹಿರಣ್ಯಕಶಿಪುರ್ಹತಃ   ॥ ೧೯ ॥

ತನಗೆ ಯಾರಿಂದಲೂ ಭಯವಿಲ್ಲವೆಂದು ಭ್ರಮಿಸಿ ಮನುಷ್ಯನು ಅತಿದಾರುಣವಾದ ದುಷ್ಕರ್ಮವನ್ನು ಮಾಡಬಾರದು. ಹಾಗೆ ಮಾಡಿದ್ದ ರಿಂದಲೇ ದೈತ್ಯ ಹಿರಣ್ಯಕಶಿಪುವು ಸ್ತಂಭದಿಂದ ಉದ್ಭೂತನಾದ ಶ್ರೀನೃಸಿಂಹದೇವನಿಂದ ಸಂಹರಿಸಲ್ಪಟ್ಟನು.

ಆಸಂಗ್ರಹಪರಶ್ಚ ಸ್ಯಾದ್ದೈವಲಬ್ಧಪ್ರತೋಷವಾನ್ ।
ಮುನಿರ್ಮಧುವ್ರತಾಗ್ರಾಹ್ಯೋ ಶಿಕ್ಷಯಾ ರಮತೇದೃಶಃ ॥ ೨೨ ॥

ಮನುಷ್ಯನು ಸಂಗ್ರಹಬುದ್ದಿಯವನಾಗಿರದೇ ಅಂದರೆ ಪದಾರ್ಥ ಗಳನ್ನು ತನಗೋಸ್ಕರ ಸಂಗ್ರಹ ಮಾಡಿಟ್ಟುಕೊಳ್ಳದೇ ದೈವಲಬ್ಧವಾದುದಷ್ಟ– ರಿಂದಲೇ ತೃಪ್ತನಾಗಿರಬೇಕು. ಭ್ರಮರ ಮತ್ತು ಅಜಗರ ಇವುಗಳಿಂದ ಪಾಠ ಕಲಿತ ಮುನಿಯು ಸಂಗ್ರಹಬುದ್ದಿಯನ್ನು ಬಿಟ್ಟು ಯಾವಾಗಲೂ ಸಂತೃಪ್ತ ನಾಗಿದ್ದನು.

೮) ಸ್ಕಂಧ – ೮

ಗುರು ಸಂಪಾದಯೇತ್ಕಾರ್ಯಂ ಸಂಧಿಂ ಕೃತ್ವಾಪಿ ಶತ್ರುಭಿಃ ।
ಅಮೃತಾರ್ಥೇ ಹರಿಪ್ರೋಕ್ತಾ ದೇವಾ ದೈತ್ಯೈಃ ಸಹೋದ್ಯತಾಃ ॥ ೮ ॥

ಬುದ್ದಿವಂತನಾದ ಮನುಷ್ಯನು ತನ್ನ ಶತ್ರುಗಳೊಂದಿಗೆ ಸಂಧಾನ ಮಾಡಿಕೊಂಡಾದರೂ ತನ್ನ ಮಹತ್ಕಾರ್ಯವನ್ನು ಸಾಧಿಸಿಕೊಳ್ಳಬೇಕು. ಶ್ರೀಹರಿಯಿಂದ ಬೋಧಿಸಲ್ಪಟ್ಟ ದೇವತೆಗಳು ಅಮೃತಪ್ರಾಪ್ತಿಗೋಸ್ಕರ ದೈತ್ಯರೊಂದಿಗೆ ಕೂಡಿ ಸಮುದ್ರಮಥನ ಕಾರ್ಯದಲ್ಲಿ ಉದ್ಯುಕ್ತರಾದರು.

ಉದ್ಯೋಗೋ ನ ಮಹಾಕಾರ್ಯೇ ಕಾರ್ಯ ಸ್ಯಾನುಚಿತೇ ಬಲಾತ್।
ದೇವದೈತ್ಯೋದ್ಧೃತೋದ್ರಿಸ್ಥಾನ್ ಮಂದರೋಽಚೂರ್ಣಯತ್ತನ್ ॥ ೯ ॥

ಯಾರೇ ಆಗಿರಲಿ ತಮ್ಮ ಯೋಗ್ಯತೆ ಮೀರಿರುವ ಮಹಾಕಾರ್ಯ– ದಲ್ಲಿ ಬಲಾತ್ಕಾರದಿಂದ ಕೈಹಾಕಬಾರದು. ದೇವತೆಗಳು ಮತ್ತು ದೈತ್ಯರು ಸೇರಿ ಮೇಲೆತ್ತಿದ ಮಂದರಪರ್ವತವು ಬಿದ್ದು ಕೆಳಗಿರುವವರನ್ನೆಲ್ಲ ಪುಡಿಪುಡಿ ಮಾಡಿತು.

ನೈವ ಪ್ರಾರ್ಥ್ಯಂ ಪ್ರತಿಷ್ಠಾರ್ಥಂ ವರಂ ವಸ್ತು ವಿನಾಶಕೃತ್ ।
ಶ್ರಾಂತಾ ಅತಿತರಾಂ ದೈತ್ಯಾ ಗೃಹೀತ್ವಾ ವಾಸುಕೇರ್ಮುಖಮ್ ॥ ೧೦ ॥

ತಮ್ಮ ಪ್ರತಿಷ್ಠೆಗೋಸ್ಕರ ವಿನಾಶಕಾರಿಯಾದ ಯಾವುದೇ ಶ್ರೇಷ್ಠವಸ್ತು ವನ್ನು ಅಪೇಕ್ಷಿಸಲೇಬಾರದು. ಮಥನ ಸಮಯದಲ್ಲಿ ವಾಸುಕಿ ಸರ್ಪದ ಮುಖವನ್ನು ಹಿಡಿದು ದೈತ್ಯರೆಲ್ಲ ಬಹು ಬಳಲಿ ಹಾನಿಗೊಳಗಾದರು.

ಕ್ವಚಿತ್ ಕ್ಷುದ್ರೇಣ ಯತ್ಸಿದ್ಧ್ಯೇತ್ ಮಹತಾ ತನ್ನ ಸಿಧ್ಯತಿ |
ಫೇನೇನೇಂದ್ರೋಽಹರದ್ವಜ್ರಾದಚ್ಛೇದ್ಯಂ ನಮುಚೇಃ ಶಿರಃ || ೧೯ ||

ಒಮ್ಮೊಮ್ಮೆ ಕ್ಷುದ್ರ ಪದಾರ್ಥದಿಂದ ಸಾಧಿಸಲ್ಪಡುವ ಕಾರ್ಯವು ಮಹಾತ್ತರಿಂದಲೂ ಅಸಾಧ್ಯವಾಗುತ್ತದೆ. ಇಂದ್ರನು ವಜ್ರಾಯುಧದಿಂದಲೂ ಅಚ್ಛೇದ್ಯವಾದ ನಮುಚಿಯ ಶಿರಸ್ಸನ್ನು ಸಮುದ್ರನೀರಿನ ಬುರುಗಿನಿಂದ ಕತ್ತರಿಸಿದನು.

ಪ್ರಾಪ್ತಾರ್ಥಃ ಕಲಹಂ ಮುಂಚೇನ್ಮಧ್ಯಸ್ಥೇನ ನಿವಾರಿತಃ |
ವಿಹಾಯ ಸಮರಂ ದೇವಾ ನಾರದೋಕ್ತಾ ದಿವಂ ಯಯುಃ || ೨೦ ||

ತನ್ನ ಉದ್ದೇಶವು ಈಡೇರಿದ ನಂತರ ಮನುಷ್ಯನು, ಮಧ್ಯಸ್ಥನು ಬೇಡ ವೆಂದು ಹೇಳಿದಾಗ, ಕಲಹ ಮಾಡುವದನ್ನು ಬಿಟ್ಟು ಬಿಡಬೇಕು. ನಾರದ ರಿಂದ ಬೋಧಿಸಲ್ಪಟ್ಟ ದೇವತೆಗಳು ಯುದ್ಧವನ್ನು ನಿಲ್ಲಿಸಿ ದೇವಲೋಕಕ್ಕೆ ಹೊರಟು ಹೋದರು.

ಆವಾಪ್ನೋತಿ ಫಲಂ ಸದ್ಯೋ ಮಹತೋ ವಿಪ್ರಿಯಂ ಬ್ರುವನ್ |
ಆಪ್ತವಾನ್ ಶುಕ್ರತಃ ಶಾಪಂ ಬಲಿಃ ಸ್ವಶ್ರೀಕ್ಷಯಪ್ರದಮ್ || ೨೧ ||

ಮಹಾತ್ತರಿಗೆ ವಿರುದ್ಧವಾದುದನ್ನು ಹೇಳಿದವನು (ಮಾಡಿದವನು) ಕೂಡಲೇ ಅದರ ಫಲವನ್ನು ಹೊಂದುತ್ತಾನೆ. ತನ್ನ ಗುರುವಿನ ವಿರುದ್ಧ ನಡೆದದ್ದರಿಂದ ಬಲಿಚಕ್ರವರ್ತಿಯು ತನ್ನ ಸಂಪತ್ತೆಲ್ಲ ನಾಶವಾಗುವಂಥ ಶಾಪವನ್ನು ದೈತ್ಯ ಗುರು ಶುಕ್ರಾಚಾರ್ಯರಿಂದ ಪಡೆದನು.

ಪ್ರಕಾಶನೀಯಂ ವಿದ್ವದ್ಭಿಃ ಸ್ವರೂಪಂ ಕಾರ್ಯಸಿದ್ಧಯೇ |
ವಾಮನೋ ಬಲಯೇ ವ್ಯಾಪ್ತಂ ಸ್ವರೂಪಂ ಸಮದರ್ಶಯತ್ || ೨೨ ||

ವಿದ್ವಾಂಸರು ತಮ್ಮ ಕಾರ್ಯಸಾಧನೆಗಾಗಿ ಒಮ್ಮೊಮ್ಮೆ ತಮ್ಮ ಸ್ವರೂಪವನ್ನು ಪ್ರಕಾಶಪಡಿಸಬೇಕಾಗುತ್ತದೆ. ದೇವತೆಗಳ ಕಾರ್ಯ ಸಾಧಿಸುವ

ದಕ್ಕಾಗಿ ಅವತರಿಸಿ ಬಂದ ವಾಮನನು ಬಲಿಚಕ್ರವರ್ತಿಗೆ ತನ್ನ ವಿರಾಡ್ರೂಪದ ದರ್ಶನ ಮಾಡಿಸಿದನು.

೯) ಸ್ಕಂಧ – ೯

ಗುರುಮಾರಾಧಯೇತ್ಕಾರ್ಯೋ ಮಹತಿ ಪ್ರತ್ಯುಪಸ್ಥಿತೇ ।
ಗುರುಪ್ರಸಾದತಃ ಪುಂಸ್ತ್ವಂ ಪ್ರಾಪ್ತೇಲಾ ಹಿ ಮನೋಃ ಸುತಾ   ॥ ೪ ॥

ಮಹತ್ಕಾರ್ಯವನ್ನು ಪ್ರಾರಂಭಿಸುವ ಮೊದಲು ಗುರುವನ್ನು ಆರಾಧಿಸಬೇಕು. ಮನುಸುತೆಯಾದ ಇಲಾ ಗುರುಪ್ರಸಾದದಿಂದ ಪುರುಷತ್ವವನ್ನು ಹೊಂದಿದಲು.

ಪೀಡಯೇದ್ವೈಷ್ಣವಾನ್ಯೇವ ಮಹಾನಪಿ ತಪಸ್ವ್ಯಪಿ ।
ಅಂಬರೀಷಾರ್ತಿಕೃತ್ ಪ್ರಾಪ್ತೋ ದುರ್ವಾಸಾ ಆಸಮಾಂ ದಶಾಮ್   ॥ ೧೧ ॥

ತಾನು ಮಹಾತ್ಮನು ಹಾಗೂ ತಪಸ್ವಿಯು ಆಗಿದ್ದರೂ ಕೂಡ ಯಾವನೂ ವಿಷ್ಣುಭಕ್ತರನ್ನು ಪೀಡಿಸಬಾರದು. ಅಂಬರೀಷಮಹಾರಾಜನಿಗೆ ತೊಂದರೆ ಕೊಟ್ಟ ದುರ್ವಾಸಮುನಿಯು ಬಹು ದೀನ ದಶಾವನ್ನು ಹೊಂದಬೇಕಾಯಿತು.

ಸರ್ವಥಾಪಿ ತ್ಯಜೇದೇವ ಮುಮುಕ್ಷುಃ ಸಂಗಮನ್ಯತಃ ।
ಮತ್ಸ್ಯಸಂಗಾತ್ ಪ್ರಿಯಾಪುತ್ರಬಂಧನಂ ಪ್ರಾಪ ಸೌಭರಿಃ   ॥ ೧೪ ॥

ಮುಮುಕ್ಷುವು ಅನ್ಯರಿಂದ ತನಗಾಗುವ ಸಂಗವನ್ನು ಸಂಪೂರ್ಣವಾಗಿ ತ್ಯಜಿಸಲೇಬೇಕು. ಮತ್ಸ್ಯಸಂಗವನ್ನು ನೋಡಿ ಸೌಭರಿಮುನಿಯು ಹೆಂಡಿರು ಮಕ್ಕಳು ಎಂಬ ಸಂಸಾರಬಂಧನದಲ್ಲಿ ಸಿಲುಕಿದನು.

ಅತಿಕ್ರಮಸ್ತು ಮಹತೋ ನ ಕಾರ್ಯೋ ಬಹುಭಿರ್ಜನೈಃ ।
ಸಾಗರಾಃ ಕಪಿಲದ್ರೋಹಾತ್ ಮೃತಾಃ ಷಷ್ಟಿಸಹಸ್ರಿಣಃ   ॥ ೨೨ ॥

ಬಹು ಜನರು ಒಟ್ಟಿಗೆ ಸೇರಿ ಮಹಾಪುರುಷನನ್ನು ಅತಿಕ್ರಮಿಸಬಾರದು. ಕಪಿಲ ಋಷಿಗೆ ದ್ರೋಹ ಮಾಡಿದ್ದರಿಂದ ಅರವತ್ತು ಸಹಸ್ರ ಸಗರಪುತ್ರರು ಮೃತರಾದರು.

ಆಯುಷೋಽಪಚಯಂ ಜಾನನ್ ಕಾರ್ಯಂ ಪ್ರಾಗೇವ ಸಾಧಯೇತ್ ।
ಮುಹೂರ್ತಮಾಯುಶ್ಚಾರ್ತ್ವಾಸ್ತು ಖಟ್ವಾಂಗೋ ಬಂಧನಂ ಜಹೌ   ॥ ೨೪ ॥

ಕ್ಷಣಕ್ಷಣಕ್ಕೂ ಆಯುಸ್ಸು ಕ್ಷೀಣಿಸುವುದರನ್ನಿತು ಮನುಷ್ಯನು ಮಾಡ ಬೇಕಾದ ಸತ್ಕಾರ್ಯವನ್ನು ಮೊದಲೇ ಮಾಡಿ ಮುಗಿಸಬೇಕು. ತನ್ನ ಆಯುಷ್ಯವು ಇನ್ನೊಂದು ಮುಹೂರ್ತ ಮಾತ್ರ ಎಂಬುದನ್ನರಿತ ಖಟ್ವಾಂಗ ರಾಜನು ಸಾಧನವನ್ನು ಮಾಡಿಕೊಂಡು ಸಂಸಾರಬಂಧದಿಂದ ಮುಕ್ತನಾದನು.

ಅವಿಚಾರ್ಯೈವ ಕುರ್ವೀತ ತ್ವರಯಾ ವಚನಂ ಪಿತುಃ ।
ಮಾತ್ರಾ ರಾಮಃ ಸಹ ಭ್ರಾತೃನ್ ಜಮದಗ್ನ್ಯದಿತೋಽವಧೀತ್ ॥ ೭೮ ॥

ಸತ್ಪುತ್ರನು ಹಿಂದೆ ಮುಂದೆ ವಿಚಾರಿಸದೇ ತಂದೆಯ ಆಜ್ಞೆಯನ್ನು ವಿಳಂಬವಿಲ್ಲದೇ ಪಾಲಿಸಬೇಕು. ತಂದೆಯಿಂದ ಆಜ್ಞಾಪಿಸಲ್ಪಟ್ಟ ಪರಶುರಾಮನು ತನ್ನ ತಾಯಿಯಿಂದ ಸಹಿತರಾದ ಸಹೋದರರನ್ನೆಲ್ಲ ಕೊಂದುಬಿಟ್ಟನು.

ನೇಚ್ಛೇತ್ಸ್ಧೀರ್ಮಹೈಶ್ವರ್ಯಮಹಂಕಾರಮದಪ್ರದಮ್   ।
ನಹುಷೇಣ ಯತಿದರ್ತ್ತಂ ರಾಜ್ಯಂ ನ ಜಗೃಹೇ ಯತಃ   ॥ ೭೦ ॥

ಬುದ್ಧಿವಂತನು ಅಹಂಕಾರ ಮದಪ್ರದವಾದ ಅತಿಯಾದ ಐಶ್ವರ್ಯ ವನ್ನು ಎಂದಿಗೂ ಬಯಸಬಾರದು. ಐಶ್ವರ್ಯವು ಅಹಂಕಾರಾದಿಪ್ರದ ವಾಗಿರುವುದರಿಂದಲೇ ಯತಿಯು ನಹುಷನಿಂದ ಕೊಡಲ್ಪಟ್ಟ ರಾಜ್ಯವನ್ನು ಸ್ವೀಕರಿಸಲಿಲ್ಲ.

ದ್ವಿತೀಯಾಂ ನೋದ್ವಹೇದ್ಭಾರ್ಯಾಂ ಸುತಾರ್ಥೀ ತ್ವರಯಾನ್ವಿತಃ ।
ಜ್ಯಾಮಘೋ ನಾಪ ಕಿಂ ಪುತ್ರಂ ಶೈಬ್ಯಾಯಾಮೇವ ಕಾಲತಃ ॥ ೭೮ ॥

ಸಂತಾನವನ್ನಪೇಕ್ಷಿಸಿ ಆವಸರದಿಂದ ಯಾವನೂ ಎರಡನೆಯ ವಿವಾಹವಾಗಬಾರದು. ಜ್ಯಾಮಘನು ಸ್ವಲ್ಪ ಸಮಯಾನಂತರ ತನ್ನ ಮೊದಲನೆಯ ಹೆಂಡತಿ ಶೈಬ್ಯೆಯಲ್ಲಿಯೇ ಪುತ್ರನನ್ನು ಪಡೆಯಲಿಲ್ಲವೇನು?

ವೃಥಾ ವಿದ್ಯಾಂ ಪರೀಕ್ಷೇತ ನ್ಯೈವಾಧರ್ಮಂ ತು ನಾಚರೇತ್ ।
ಕುಂತೀ ಪ್ರಾಪ್ತಾ ರವೇಃ ಪುತ್ರಂ ಕೃಷ್ಣೇನಾಧರ್ಮಿಣೋ ಹತಾಃ ॥ ೭೮ ॥

ಕಲಿತ ವಿದ್ಯೆಯನ್ನು ವ್ಯರ್ಥವಾಗಿ ಪರೀಕ್ಷಿಸಬಾರದು ಮತ್ತು ಅಧರ್ಮ— ವನ್ನೆಂದಿಗೂ ಆಚರಿಸಬಾರದು. ಮಂತ್ರವಿದ್ಯೆಯನ್ನು ಪರೀಕ್ಷಿಸಲು ಹೋದ

ಕುಂತಿಯು ಸೂರ್ಯಪುತ್ರನನ್ನು ಮಗನಾಗಿ ಪಡೆದಳು ಮತ್ತು ಶ್ರೀಕೃಷ್ಣನು ಅಧರ್ಮಿಗಳನ್ನು ಸಂಹರಿಸಿದನು.

೧೦) ಸ್ಕಂದ – ೧೦

ಸನ್ಮಾರ್ಗಂ ಸಂತ್ಯಜಂತ್ಯಜ್ಞಾಃ ಪರವಾಗ್ಭಿನ್ನಬುದ್ಧಯಃ ।
ಸರ್ವಾನ್ನಿಪೀಡಯಮಾಸ ಕಂಸೋ ನಾರದಬೋಧಿತಃ   ॥ ೯ ॥

ಅಜ್ಞರು ಪರೋಪದೇಶದಿಂದ ವಿವೇಕ ಕಳೆದುಕೊಂಡು ಸನ್ಮಾರ್ಗ ವನ್ನು ಪರಿತ್ಯಜಿಸುತ್ತಾರೆ. ನಾರದರ ಮಾತನ್ನು ಕೇಳಿಕೊಂಡು ಕಂಸನು ಎಲ್ಲರನ್ನೂ ಹಿಂಸಿಸತೊಡಗಿದನು.

ಅತಿವಿಭ್ರಷ್ಟಬುದ್ಧಿಃ ಸ್ಯಾತ್ ಸ್ವಯಮಜ್ಞೋಽಜ್ಞಬೋಧಿತಃ ।
ಸದ್ಬುಧಾಯಾದಿಶದ್ದೈತ್ಯಾನ್ಕಂಸಃ ಸಮಂತ್ಯ ಮಂತ್ರಿಭಿಃ   ॥ ೧೯ ॥

ಸ್ವತಃ ಅವಿವೇಕಿಯಾದವನು ಅವಿವೇಕಿಗಳಿಂದ ಉಪದೇಶಿಸಲ್ಪಟ್ಟಾಗ ಇನ್ನೂ ಹೆಚ್ಚು ಅವಿವೇಕಿಯಾಗುತ್ತಾನೆ. ತನ್ನ ಅವಿವೇಕಿಯಾದ ಮಂತ್ರಿ ಗಳೊಂದಿಗೆ ಮಂತ್ರಾಲೋಚನೆ ಮಾಡಿದ ಮೂರ್ಖಕಂಸನು ಸಾಧು ಜನರನ್ನು ಕೊಲ್ಲುವಂತೆ ಆದೇಶಿಸಿದನು.

ಮನಸ್ವೀ ನ ಸ್ವಮಾಹಾತ್ಮ್ಯಂ ಬ್ರೂಯಾತ್ಕಿಂತು ಪ್ರದರ್ಶಯೇತ್ ।
ಮೃದೋಽಶನಾದ್ಧರಿರ್ಮಾತ್ರೋಪಾಲಬ್ಧೋಽದರ್ಶಯಜ್ಜಗತ್ ॥ ೨೧ ॥

ಶ್ರೇಷ್ಠ ಪುರುಷನು ತನ್ನ ದೊಡ್ಡಿಸ್ತಿಕೆಯನ್ನು ಬಾಯಿಯಿಂದ ಹೇಳಿಕೊಳ್ಳದೇ ಕೃತಿಯಿಂದ ತೋರಿಸಬೇಕು. ಮಣ್ಣುಮೆದ್ದದ್ದರಿಂದ ತಾಯಿ ಯಶೋದೆಯಿಂದ ಹಿಡಿಯಲ್ಪಟ್ಟ ಶ್ರೀಕೃಷ್ಣನು ತನ್ನ ಬಾಯಿಯಲ್ಲಿ ಸಮಸ್ತ ಬ್ರಹ್ಮಾಂಡವನ್ನೇ ತೋರಿಸಿದನು.

ಮದಾಹಂಕಾರನಾಶಾಯ ಸ್ವಕೀಯಮಪಿ ಖೇದಯೇತ್ ।
ಅಂತರ್ಹಿತೋ ವಿಭುಃ ಸ್ತ್ರೀಭಿಃ ಕ್ರೀಡನ್ನಪ್ಯೇಕಯಾ ಪುನಃ ॥ ೪೩ ॥

ಜ್ಞಾನಿಯಾದವನು ತನ್ನವರ ಮದ–ಅಹಂಕಾರಾದಿಗಳನ್ನು ನಾಶ– ಮಾಡುವುದಕ್ಕಾಗಿ ಅವರನ್ನೂ ಕೂಡ ದುಃಖಪಡಿಸಬೇಕಾಗುತ್ತದೆ. ಯಮುನಾ– ತೀರದಲ್ಲಿ ಒಮ್ಮೆ ಅನೇಕ ಗೋಪಿಕಾ ಸ್ತ್ರೀಯರೊಂದಿಗೆ, ಮತ್ತೊಮ್ಮೆ

ಒಬ್ಬಳೇ ಸ್ತ್ರೀಯೊಂದಿಗೆ ಕ್ರೀಡಿಸುತ್ತಲಿದ್ದ ಶ್ರೀಕೃಷ್ಣನು ಒಮ್ಮೆಲೇ ಅದೃಶ್ಯ ನಾದನು (ಶ್ರೀಕೃಷ್ಣನ ವಿರಹದಿಂದ ಗೋಪಿಯರು ಶೋಕಾಕುಲರಾಗಿ ಮದ–ಅಹಂಕಾರಾದಿಗಳನ್ನು ಬಿಟ್ಟು ಭಕ್ತಿಯಿಂದ ಶ್ರೀಕೃಷ್ಣನನ್ನು ಪ್ರಾರ್ಥಿಸ ತೊಡಗಿದರು).

ಸ್ವಯಂ ವ್ರಜೇನ್ನ ಯುದ್ಧಾರ್ಥಂ ನ ಮುಂಚೇತ್ಸಮುಪಾಗತಾನ್ ।
ಚಾಪರಕ್ಷಾನ್ಬಲಂ ಚೇತೋ ಗಜಂ ಮಲ್ಲಾನನಾಶಯತ್   ॥ ೫೭ ॥

ಯಾವನೂ ತಾನೇ ಮೇಲೆ ಬಿದ್ದು ಯುದ್ಧಕ್ಕೆ ಹೋಗಬಾರದು. ಆದರೆ ಯುದ್ಧಕ್ಕಾಗಿ ಬಂದವರನ್ನು ಕೊಲ್ಲದೇ ಸುಮ್ಮನೇ ಬಿಡಬಾರದು. ಶ್ರೀಕೃಷ್ಣನು ತಾನು ಸ್ವತಃ ಎಲ್ಲಿಯೂ ಯುದ್ಧಕ್ಕೆ ಹೋಗದಿದ್ದರೂ ತನ್ನ ಮೇಲೆ ಆಕ್ರಮಣ ಮಾಡಲು ಬಂದ ಧನುರ್ಧಾರಿಗಳನ್ನು, ಪ್ರಬಲವಾದ ಸೈನ್ಯವನ್ನು, ಕುವಲ ಯಾಪೀಡ ಎಂಬ ಆನೆಯನ್ನು, ಚಾಣೂರ ಮುಷ್ಟಿಕರೆಂಬ ಹೆಸರಿನ ಮಲ್ಲರನ್ನು ಕೊಂದು ಹಾಕಿದನು.

ಸತಾಮನುಸರೇನ್ಮಾರ್ಗಂ ನಿಷೇವೇತ ವಿಪಶ್ಚಿತಃ ।
ಗರ್ಗೋಪನೀತೋ ಗೋವಿಂದೋ ಭೇಜೇ ಸಾಂದೀಪನಿಂ ಗುರುಮ್ ॥ ೫೮ ॥

ಎಷ್ಟೇ ದೊಡ್ಡವನಾದವನೂ ಕೂಡ ಸಜ್ಜನರ ಮಾರ್ಗವನ್ನು ಅನುಸರಿಸ ಬೇಕು ಮತ್ತು ಜ್ಞಾನಿಗಳನ್ನು ಸೇವಿಸಬೇಕು (ಜ್ಞಾನಿಗಳ ಶುಶ್ರೂಷೆ ಮಾಡಬೇಕು) ಗರ್ಗಾಚಾರ್ಯರಿಂದ ಉಪನೀತನಾದ ಶ್ರೀಕೃಷ್ಣನು ಸಾಂದೀಪನಿ ಗುರುಗಳನ್ನು ಆಶ್ರಯಿಸಿದನು.

ಸ್ವಾನುಗ್ರಹಾಯ ಭಕ್ತೇನ ಕಾರಯೇನ್ಮಹತೀಂ ಕ್ರಿಯಾಮ್ ।
ದದಾಹ ಯವನಂ ಶಾರ್ಙ್ಗೀ ಮುಚುಕುಂದಾಕ್ಷಿವಹ್ನಿತಃ   ॥ ೨೦ ॥

ತನ್ನ ಭಕ್ತನ ಮೇಲೆ ಅನುಗ್ರಹ ಮಾಡುವ ಪೂರ್ವದಲ್ಲಿ ಆ ಭಕ್ತನಿಂದ ಒಂದಾದರೂ ಮಹತ್ಕಾರ್ಯವನ್ನು ಮಾಡಿಸಬೇಕು. ಶ್ರೀಕೃಷ್ಣನು ಮುಚು ಕುಂದ ಮಹಾರಾಜನ ನೇತ್ರಾಗ್ನಿಯಿಂದ ಯುವನನನ್ನು ಸುಡಿಸಿದನು.

ಏಕಾ ಕ್ರಿಯಾ ದ್ವ್ಯರ್ಥಕರೀ ಕ್ರಿಯಾವಿಧಿವಿದಾಂ ಭವೇತ್ ।
ಮಣಿಂ ಜಾಂಬವತೀಂ ಚಾರ ಮಣ್ಯರ್ಥಂ ಪ್ರಗತಃ ಪ್ರಭುಃ   ॥ ೨೧ ॥

ಕೆಲಸಬಲ್ಲವರಿಗೆ ಆವರ ಒಂದು ಕಾರ್ಯವು ಎರಡು ಪ್ರಯೋಜನ ಗಳನ್ನು ಸಾಧಿಸಿಕೊಡುತ್ತದೆ. ಸ್ಯಮಂತಕಮಣಿಯನ್ನು ತರಲು ಹೋದ ಶ್ರೀಕೃಷ್ಣನು ಆ ಮಣಿಯನ್ನೂ ಮತ್ತು ಜಾಂಬವತಿ ಕನ್ಯೆಯನ್ನೂ ಪಡೆದನು.

ಕ್ರಿಯಾಸಿದ್ಧಿರ್ಭವೇತ್ಸತ್ತ್ವೇ ಮಹತಾಂ ನ ತು ಸಾಧನೇ ।
ಮುರಾದೀನಪ್ಯಸೇನೋಽಹನ್ನರಕಂ ತಾರ್ಕ್ಷ್ಯವಾಹನಃ   ॥ ೯೯ ॥

ಮಹತ್ತರ ಕ್ರಿಯಾಸಿದ್ಧಿಯು ಆವರ ಸತ್ತ್ವ (ಪೌರುಷ)ದಲ್ಲಿ ಇರುತ್ತದೆ ಯಲ್ಲದೇ ಸಾಧನಸಾಮಗ್ರಿಗಳಲ್ಲಿರುವದಿಲ್ಲ. ಗರುಡವಾಹನನಾದ ಶ್ರೀಕೃಷ್ಣನು ಯಾವ ಸೇನೆಯ ಬೆಂಬಲವಿಲ್ಲದೇ ಮುರಾರಿ ಅಸುರರನ್ನು ಮತ್ತು ನರಕಾಸುರನನ್ನು ಸಂಹರಿಸಿದನು.

ಕಾರ್ಯಾಣಿ ನಿರ್ವಹತ್ಯೇಕಃ ಸಮರ್ಥಃ ಸುಬಹೂನ್ಯಪಿ ।
ಕ್ರಿಯಾಕೃನ್ನಾರದೇನೇಶೋ ದೃಷ್ಟಃ ಪ್ರತ್ಯಂಗನಾಗೃಹಮ್ ॥ ೧೦೯ ॥

ಸಮರ್ಥನಾದ ಪುರುಷನು ಒಬ್ಬನೇ ಅನೇಕ ಕಾರ್ಯಗಳನ್ನು ನಿರ್ವಹಿಸುತ್ತಾನೆ. ಸರ್ವೋತ್ತಮನಾದ ಶ್ರೀಕೃಷ್ಣನು ಏಕಕಾಲಕ್ಕೆ ತನ್ನ ಪ್ರತಿಯೊಬ್ಬ ಪತ್ನಿಯ ಮನೆಯಲ್ಲಿ ಚಿತ್ರವಿಚಿತ್ರ ಕಾರ್ಯ ಮಾಡುತ್ತಿರುವುದನ್ನು ನಾರದ ಮುನಿಯು ನೋಡಿದನು.

ನ ಶ್ರಾವಯೇದ್ಯಃ ಕ್ರೂರಂ ಮತ್ಸರಂ ಚ ಪರಿತ್ಯಜೇತ್ ।
ಯಜ್ಞೋತ್ಸವೇ ಜಘಾನಾಜಃ ಚೈದ್ಯಮಾಪ್ತಾಗ್ರಪೂಜನಃ   ॥ ೧೧೦ ॥

ಎಂದಿಗೂ ನಿಷ್ಠುರವಚನಗಳನ್ನಾಡಬಾರದು ಮತ್ತು ಮಾತ್ಸರ್ಯವನ್ನು ತ್ಯಜಿಸಬೇಕು. ಇವೆರಡನ್ನೂ ಬಿಡದ ಚೈದ್ಯ ದೇಶದ ರಾಜನಾದ ಶಿಶುಪಾಲನನ್ನು ಯುಧಿಷ್ಠಿರನ ರಾಜಸೂಯ ಯಜ್ಞಮಹೋತ್ಸವದಲ್ಲಿ ಅಗ್ರಪೂಜೆಯನ್ನು ಪಡೆದ ಶ್ರೀಕೃಷ್ಣನು ಸಂಹರಿಸಿದನು.

ದ್ವೇಷಂ ಕುರ್ಯಾನ್ನ ಕಸ್ಯಾಪಿ ವಿಶೇಷಾದ್ಬಲಶಾಲಿನಃ ।
ದುರ್ಯೋಧನೋಽಪಿ ಭೀಮೇನ ಸಾನುಬಂಧೋ ಹತೋ ದ್ವಿಷನ್ ॥೧೧೧॥

ಯಾರ ದ್ವೇಷವನ್ನೂ ಮಾಡಬಾರದು. ಆದರಲ್ಲಿಯೂ ವಿಶೇಷವಾಗಿ ಬಲಶಾಲಿಗಳಾದವರನ್ನು ದ್ವೇಷಿಸಬಾರದು. ಪಾಂಡವರ ದ್ವೇಷ ಮಾಡಿದ ದುರ್ಯೋಧನನು ತನ್ನ ಆನುಜರೊಂದಿಗೆ ಭೀಮನಿಂದ ಹತನಾದನು.

ಸಮರ್ಥೇನಾಪಿ ಕಾರ್ಯಾರ್ಥ್ಯೈ ಕರ್ತವ್ಯೋ ಬೃಹದಾಶ್ರಯಃ ।
ಪ್ರಪೇದಿರೇ ಮಹದ್ರಾಜ್ಯಂ ಪಾಂಡವಾಃ ಕೇಶವಂ ಶ್ರಿತಾಃ ॥ ೧೭ ॥

ಸ್ವತಃ ಸಮರ್ಥನಾಗಿದ್ದವನೂ ಕೂಡ ತನ್ನ ಕೆಲಸವಾಗುವುದಕ್ಕಾಗಿ
ದೊಡ್ಡವರನ್ನು ಆಶ್ರಯಿಸಬೇಕು. ಕೇಶವ (ಶ್ರೀಕೃಷ್ಣ) ನನ್ನು ಆಶ್ರಯಿಸಿದ
ಪಾಂಡವರು ಮಹದ್ರಾಜ್ಯವನ್ನು ಪಡೆದರು.

ಕಾರ್ಯಾ ನ್ಯೆವಾತ್ಮನಃ ಶ್ಲಾಘಾ ಪ್ರತಿಜ್ಞಾಘ್ಯತಿಗರ್ವಿತಃ ।
ದ್ವಿಜಾತ್ಮಜಪ್ರದಾನೇಽತಿಕ್ಲೇಶಮಾಪ ಯತೋಽರ್ಜುನಃ ॥ ೧೮ ॥

ಯಾವನೂ ಅತಿಗರ್ವಿತನಾಗಿ ಎಂದಿಗೂ ಆತ್ಮಪ್ರಶಂಸೆಯನ್ನು
ಮಾಡಿಕೊಳ್ಳಬಾರದು ಅಥವಾ 'ಹಾಗೆ ಮಾಡುತ್ತೇನೆ ಹೀಗೆ ಮಾಡುತ್ತೇನೆ'
ಎಂದು ಪ್ರತಿಜ್ಞೆಯನ್ನು ಮಾಡಬಾರದು. ಏಕೆಂದರೆ ಸಮರ್ಥನಾದ
ಅರ್ಜುನನು ಬ್ರಾಹ್ಮಣನ ಕುಮಾರನನ್ನು ತಂದು ಕೊಡುವಲ್ಲಿ ಅತಿ ಕ್ಲೇಶವನ್ನು
ಹೊಂದಿದನು.

೧೧) ಸ್ಕಂಧ – ೧೧

ಯೋಗ್ಯಂ ಕಿಂಚಿದಪಿ ಸ್ವೇಷ್ಟಂ ಸತಾಂ ಸಂಮತಮಾಚರೇತ್ ।
ಇಯೇಷ ಧಾಮ ಗಂತುಂ ಸ್ವಂ ಕೃಷ್ಣೋ ಬ್ರಹ್ಮಮುಖಾರ್ಥಿತಃ ॥ ೮ ॥

ಮನುಷ್ಯನು ತನಗೆ ಇಷ್ಟವಾದ ಮತ್ತು ಸಜ್ಜನರಿಗೆ ಸಂಮತವಾದ
ಯೋಗ್ಯ ಕಾರ್ಯವನ್ನೇ ಮಾಡಬೇಕು. ಬ್ರಹ್ಮನೇ ಮೊದಲಾದ ದೇವತೆ
ಗಳಿಂದ ಪ್ರಾರ್ಥಿತನಾದ ಶ್ರೀಕೃಷ್ಣನು ತನ್ನ ಸ್ಥಾನವಾದ ವೈಕುಂಠಕ್ಕೆ ಹೋಗಲು
ಇಚ್ಛಿಸಿದನು.

ಸ್ವಧರ್ಮಾನ್ನೋಚ್ಚಲೇಜ್ಞಾನನ್ ಸುಖದುಃಖಪ್ರದಂ ಮನಃ ।
ನ ಚುಕೋಪ ಸ್ವಧರ್ಮಸ್ಥೋ ಭಿಕ್ಷುರ್ದುಷ್ಟೈರುಪದ್ರುತಃ ॥ ೧೪ ॥

ಮನಸ್ಸು ಸುಖ–ದುಃಖಗಳಿಗೆ ಕಾರಣವಾಗಿರುವುದನ್ನು ತಿಳಿದ
ವಿವೇಕಿಯು ಸ್ವಧರ್ಮಾಚರಣೆಯಿಂದ ಚ್ಯುತನಾಗಬಾರದು. ದುಷ್ಟರಿಂದ
ತೊಂದರೆಗೊಳಗಾದರೂ ಕೂಡ ಸ್ವಧರ್ಮಾಸಕ್ತನಾಗಿದ್ದ ಆ ಭಿಕ್ಷುವ
ಎಂದಿಗೂ ಸಿಟ್ಟಿಗೇಳಲಿಲ್ಲ.

೧೨) ಸ್ಕಂಧ – ೧೨

ಧನ್ಯೈಃ ಕೋ ವಶ್ಯತಾಂ ನೈತಿ ಪ್ರಯತ್ನೈಃ ಕಿಂ ನ ಸಾಧ್ಯತೇ ।
ಕಾಶ್ಯಪಂ ತರ್ಪಯಿತ್ವಾರ್ಥೈಃ ನೃಪತಿಂ ತಕ್ಷಕೋಽದಶತ್   ॥ ೭ ॥

ಧನ ಕೊಡುವುದರಿಂದ ಯಾವನು ತಾನೆ ವಶನಾಗುವದಿಲ್ಲ? ಮತ್ತು ಪ್ರಯತ್ನಗಳಿಂದ ಯಾವುದು ತಾನೇ ಅಸಾಧ್ಯ? ತಕ್ಷಕನು ಕಾಶ್ಯಪನಿಗೆ ಸಾಕಷ್ಟು ದ್ರವ್ಯವನ್ನು ಕೊಟ್ಟು ಸಂತೋಷಬಡಿಸಿ ಪರೀಕ್ಷಿತ ಮಹಾರಾಜನನ್ನು ರಕ್ಷಿಸಲು ಅವನಿರುವಲ್ಲಿ ಬಾರದಂತೆ ಮಾಡಿ, ನೃಪತಿಯಾದ ಪರೀಕ್ಷಿನ್ಮಹಾರಾಜ– ನನ್ನು ಕಚ್ಚಿದನು.

ಕ್ಷುದ್ರಾನ್ ಕೃತಪರದ್ರೋಹಾನ್ನಾಂಗೀಕುರ್ಯಾದ್ ಬೃಹನ್ನಪಿ ।
ತಕ್ಷಕಾಂಗೀಕೃತೇರಿಂದ್ರಃ ಸರ್ಪಸತ್ರೇ ಪ್ರಚಾಲಿತಃ   ॥ ೮ ॥

ಪರದ್ರೋಹ ಮಾಡಿದ ಕ್ಷುದ್ರ ಜನರು ಎಷ್ಟೇ ದೊಡ್ಡವರಾಗಿದ್ದರೂ ಅವರಿಗೆ ಯಾರೂ ಆಶ್ರಯ ಕೊಡಬಾರದು. ಪರದ್ರೋಹಿಯಾದ ತಕ್ಷಕನನ್ನು ಸ್ವೀಕರಿಸಿದ ಕಾರಣದಿಂದ ಇಂದ್ರನು ಜನಮೇಜಯ ರಾಜನ ಸರ್ಪ ಯಾಗದಲ್ಲಿ ಸ್ಥಾನಭ್ರಷ್ಟನಾಗಿ ಮಾಡಲ್ಪಟ್ಟನು.

ಮಾನ್ಯಾನ್ಸಮಾನಯೇದ್ ಜಹ್ಯಾತ್ ಸ್ವಾಯೋಗ್ಯಕರಣೇ ರತಿಮ್ ।
ಸರ್ಪಸತ್ರಾನ್ನಿವವೃತೇ ಗುರೂಕ್ತೋ ಜನಮೇಜಯಃ   ॥ ೯ ॥

ಮಾನ್ಯರಾದವರನ್ನು ಗೌರವಿಸಬೇಕು. ಅಯೋಗ್ಯರಾದವರಲ್ಲಿ ಯಾವ ರೀತಿಯ ಆಸಕ್ತಿಯನ್ನೂ ತೋರಿಸಬಾರದು (ಆಸಕ್ತಿಯನ್ನು ಬಿಡಬೇಕು). ಗುರುಗಳ ವಚನವನ್ನು ಪಾಲಿಸಿದ ಜನಮೇಜಯ ಮಹಾರಾಜನು ಸರ್ಪ– ಸತ್ರವನ್ನು ನಿಲ್ಲಿಸಿದನು.

*   *   *

೨೦. ವಿದ್ಯಾವತಾಂ ಭಾಗವತೇ ಪರೀಕ್ಷಾ

ಭಗವಾನ್ ಶ್ರೀವೇದವ್ಯಾಸರಿಂದ ರಚಿತವಾದ ಹದಿನೆಂಟು ಪುರಾಣ ಗಳಲ್ಲಿ ಶ್ರೀಮದ್ಭಾಗವತವು ಸರ್ವಶ್ರೇಷ್ಠವಾದುದೆಂದು ಪದ್ಮಪುರಾಣದಲ್ಲಿ ವರ್ಣಿತವಾಗಿದೆ–

ಪುರಾಣೇಷು ಚ ಸರ್ವೇಷು ಶ್ರೀಮದ್ಭಾಗವತಂ ಪರಮ್ |
ಯತ್ರ ಪ್ರತಿಪದಂ ಕೃಷ್ಣೋ ಗೀಯತೇ ಬಹುದರ್ಶಿಭಿಃ ||
                              – ಪದ್ಮ ಪು. ಉತ್ತರ ಖಂಡ ೧೯೨–೨.

ಭವಿಷ್ಯ ಪುರಾಣದಲ್ಲಿಯೂ ಸರ್ವೇಷಾಂ ಚ ಪುರಾಣಾನಾಂ ಶ್ರೇಷ್ಠಂ ಭಾಗವತಂ ಸ್ಮೃತಮ್| (೨–೨–೨೯–೧೫) ಎಂದು ಎಲ್ಲ೧೭ ಪುರಾಣಗಳಿಗಿಂತ ಭಾಗವತ ಪುರಾಣದ ಶ್ರೇಷ್ಠತ್ವ ಪ್ರತಿಪಾದಿತವಾಗಿದೆ. ಮಹಾಭಾರತದ೧೮ ಪರ್ವಗಳೊಳಗಲ್ಲಿ ಶ್ರೀಮದ್ಭಗವದ್ಗೀತೆಯಂತೆ ಹದಿನೆಂಟು ಪುರಾಣಗಳಲ್ಲಿ ಶ್ರೀಮದ್ಭಾಗವತವು ವೈಶಿಷ್ಟ್ಯಪೂರ್ಣವಾದ ಪುರಾಣವಾಗಿದೆ. ಭಾಗವತ ಪುರಾಣದ ಕರ್ತೃಗಳಾದ ಶ್ರೀವೇದವ್ಯಾಸರ ಸಮನ್ವಯ ದೃಷ್ಟಿಯೇ ಈ ವಿಶಿಷ್ಟತೆಗೆ ಕಾರಣವಾಗಿದೆ. ಈ ಪುರಾಣದಲ್ಲಿ ಸಾಂಖ್ಯ, ಮೀಮಾಂಸಾ, ಯೋಗ, ನ್ಯಾಯ, ವೈಶೇಷಿಕ ಮತ್ತು ವೇದಾಂತಗಳೆಂಬ ಷಡ್‌ದರ್ಶನಗಳ ಸಮನ್ವಯದೊಂದಿಗೆ ಎಲ್ಲ ದರ್ಶನಗಳೂ ಭಕ್ತಿ ಯೋಗವನ್ನೇ ಪ್ರತಿಪಾದಿಸುತ್ತವೆ ಎಂದು ಕಾಣಿಸಲಾಗಿದೆ. ಭಾಗವತವು ಭಕ್ತಿಪ್ರಧಾನವಾದ ಪುರಾಣವಾಗಿದೆ.

ಶ್ರೀಮದ್ಭಾಗವತದಲ್ಲಿ ಎಲ್ಲ ಶಾಸ್ತ್ರಗಳ ಹಾಗೂ ದರ್ಶನಗಳ ಗಂಭೀರವಾದ ಚರ್ಚೆಯು ಮಾಡಲ್ಪಟ್ಟಿರುವುದರಿಂದ ಈ ಪುರಾಣದ ಯಥಾರ್ಥ ಜ್ಞಾನವಾಗಬೇಕಾದರೆ ಎಲ್ಲ ಶಾಸ್ತ್ರಗಳ ಸರಿಯಾದ ಜ್ಞಾನವು ಇರಬೇಕಾಗುತ್ತದೆ.

ಶ್ರೀಮದ್ಭಾಗವತದ ಪ್ರಥಮ ಸ್ಕಂಧದ ಆರಂಭದಲ್ಲಿ – ಈ ಪುರಾಣವು ವೇದಗಳೆಂಬ ಕಲ್ಪವೃಕ್ಷದ ಸಾರಭೂತವಾದ ರಸಭರಿತವಾದ ಪಕ್ಷಫಲವಾಗಿರುವುದೆಂದು ವರ್ಣಿಸಲಾಗಿದೆ. ಇದು ನಮಗೆ ಮನದಟ್ಟಾಗ ಬೇಕಾದರೆ ವೇದಗಳ ಸರಿಯಾದ ಅರ್ಥಜ್ಞಾನವಾಗಿರಬೇಕು. ಹಾಗೆ ಆದಾಗಲೇ ವೇದಾರ್ಥಪರಿಬೃಂ ಹಿತವಾಗಿರುವ ಈ ಭಾಗವತದ ಸರಿಯಾದ ಜ್ಞಾನವಾಗಲು ಸಾಧ್ಯ. ಅದರಂತೆ ಈ ಪುರಾಣದಲ್ಲಿ ಕಾಪಟ್ಯರಹಿತವಾದ ಭಾಗವತ ಧರ್ಮಗಳು ನಿರೂಪಿಸಲ್ಪಟ್ಟಿರುವುದನ್ನು ಹೇಳಲಾಗಿದೆ. ಇದಕ್ಕಾಗಿ ಧರ್ಮಗ್ರಂಥಗಳಾದ ಸ್ಮೃತಿಗಳ ಸರಿಯಾದ ಜ್ಞಾನ ಬೇಕು. ಈ ರೀತಿ ತಾಪತ್ರಯೋನ್ಮೂಲಕ ಶಿವದ ವಾಸ್ತವ ವಸ್ತುವಾದ ಪರಬ್ರಹ್ಮನ ಜ್ಞಾನವಾಗ ಬೇಕಾದರೆ ವೇದ–ಸ್ಮೃತಿ–ನ್ಯಾಯ–ವೇದಾಂತಾದಿ ದರ್ಶನಗಳ ಜ್ಞಾನವು ಅತ್ಯಂತ ಅವಶ್ಯವಾಗಿರುತ್ತದೆ.

ಎರಡನೆಯ ಸ್ಕಂಧದಲ್ಲಿ ಧ್ಯಾನ ವಿಧಿ–ಯೋಗ ಧಾರಣೆಗಳಿಂದ ಉತ್ಕ್ರಾಂತಿ ಹಾಗೂ ವಿವಿಧ ಉಪಾಸನೆಗಳನ್ನು ತಿಳಿಸುವಾಗ ಮತ್ತು ಮೂರನೆಯ ಸ್ಕಂಧದಲ್ಲಿ ತತ್ತ್ವಗಳ ಉತ್ಪತ್ತಿಯನ್ನು ಹೇಳುವಾಗ ಹಾಗೂ ಕಪಿಲ–ದೇವಹೂತಿ ಯರ ಸಂವಾದದಲ್ಲಿ **ಸಾಂಖ್ಯ** ಹಾಗೂ **ಯೋಗದರ್ಶನಗಳ** ಸ್ಪಷ್ಟ ಛಾಯೆಯು ಗೋಚರಿಸುತ್ತದೆ. ಆದ್ದರಿಂದ ಈ ದರ್ಶನಗಳ ಪರಿಚಯವಿ ದ್ದರೆ ಮಾತ್ರ ಈ ಎರಡು ಸ್ಕಂಧಗಳ ರಹಸ್ಯಾರ್ಥವು ಗೋಚರಿಸಲು ಸಾಧ್ಯ.

ನಾಲ್ಕನೆಯ ಸ್ಕಂಧದಲ್ಲಿ ಪ್ರಮುಖಿವಾಗಿರುವ ದಕ್ಷಯಜ್ಞ– ಸತೀದೇವಿಯ ಶರೀರತ್ಯಾಗ, ಧ್ರುವಚರಿತ್ರೆ, ವೇನನ ನಿಗ್ರಹ ಪೃಥುರಾಜನ ಉತ್ಪತ್ತ್ಯಾದಿ ಕಥಾನಕಗಳಲ್ಲಿ, ರಾಜರ –ಪತಿವ್ರತಾ ಸ್ತ್ರೀಯರ ತೇಜಸ್ವಿಗಳಾ ದವರ ಕರ್ತವ್ಯನಿಷ್ಠೆಯನ್ನು ಒತ್ತಿ ತಿಳಿಸಲಾಗಿದೆ. ದುಷ್ಟನಿಗ್ರಹ–ಶಿಷ್ಟ ಪರಿಪಾಲನೆಗಳು ರಾಜರ ಧರ್ಮವೆಂದೂ, ಪತಿನಿಂದಾಶ್ರವಣತ್ಯಾಗ, ಪತಿಗಾಗುವ ಅವಮಾನಾಸಹನೆ ಮುಂತಾದವು ಪತಿವ್ರತಾ ಸ್ತ್ರೀಯರ ಧರ್ಮ ವೆಂದೂ, "ವರಂ ತೇಜಸ್ವಿನೋ ಮೃತ್ಯುಃ ನ ತು ಮಾನಾವಖಂಡನಂ" ಎಂಬುದು ತೇಜಸ್ವಿಯಾದವರ (ಕ್ಷತ್ರಿಯರ) ಧರ್ಮವೆಂದೂ, ಯಜ್ಞ ಯಾಗಾದಿಗಳ ಅನುಷ್ಠಾನ ಮತ್ತು ರಕ್ಷಣೆ ಕ್ಷತ್ರಿಯ ರಾಜರ ಧರ್ಮವೆಂದೂ, ಆತ್ಮಪ್ರಶಂಸಾ ವರ್ಜನೆಯು ಪ್ರತಿಯೊಬ್ಬ ಸಜ್ಜನನ ಕರ್ತವ್ಯವೆಂದೂ ಈ

ಸ್ಕಂಧದಲ್ಲಿ ಬೋಧಿಸಲಾಗಿದೆ. ಇದಕ್ಕಾಗಿ ವರ್ಣಾಶ್ರಮ ಧರ್ಮಗಳ ಹಾಗೂ ಪತಿವ್ರತಾ ಸ್ತ್ರೀಯರ ಧರ್ಮಗಳ ಪರಿಚಯವಿರಬೇಕಾಗುತ್ತದೆ.

ಐದನೆಯ ಸ್ಕಂಧದಲ್ಲಿ ನದೀ–ಸಮುದ್ರ–ದ್ವೀಪಾದಿಗಳು, ಪರ್ವತ ಗಳು, ಗ್ರಹ–ಉಪಗ್ರಹ–ತಾರಾ–ನಕ್ಷತ್ರಾದಿಗಳು, ಇವೆಲ್ಲವುಗಳ ವರ್ಣನೆ ಬರುತ್ತದೆ. ಇವೆಲ್ಲವುಗಳ ಜ್ಞಾನವಾಗಬೇಕಾದರೆ ಭೂಗೋಲ–ಖಗೋಲ– ಜ್ಯೋತಿಷ್ಯಶಾಸ್ತ್ರಗಳ ಪರಿಚಯವಿರಬೇಕು.

ಆರನೆಯ ಸ್ಕಂಧದಲ್ಲಿ ನಿರೂಪಿತವಾದ ಇಂದ್ರ–ವೃತ್ರರ ಯುದ್ಧದಲ್ಲಿ ಪ್ರಮುಖವಾಗಿರುವ ಧನುರ್ವೇದದ ಜ್ಞಾನವಿರಬೇಕು.

ಏಳನೆಯ ಸ್ಕಂಧದಲ್ಲಿ ನಾರದ–ಯುಧಿಷ್ಠಿರ ಇವರ ಸಂವಾದದಲ್ಲಿ ಎದ್ದು ಕಾಣುವ ಪ್ರಹ್ಲಾದ ಚರಿತ್ರೆಯಲ್ಲಿ ಭಕ್ತಿ ಶಾಸ್ತ್ರದ ಮತ್ತು ವರ್ಣಾಶ್ರಮ ಧರ್ಮಗಳ ನಿರೂಪಣೆಯಲ್ಲಿ ಧರ್ಮಶಾಸ್ತ್ರ ಅರಿವು ಅವಶ್ಯವೆಂದು ಮನವರಿಕೆಯಾಗುತ್ತದೆ.

ಎಂಟನೆಯ ಸ್ಕಂಧದಲ್ಲಿ ನಿರೂಪಿತವಾದ ಸಮುದ್ರಮಥನ ಹಾಗೂ ಆ ಸಮಯದಲ್ಲಿ ಪ್ರಾದುರ್ಭವಿಸಿದ ಧನ್ವಂತರಿಯ ಕಥಾನಕದಲ್ಲಿ ಆಯುರ್ವೇದ ಶಾಸ್ತ್ರದ ಉಗಮದ ಬಗ್ಗೆ ವರ್ಣನೆ ಇದೆ. ವಾಮನಾವತಾರದ ಪ್ರಸಂಗದಲ್ಲಿ ನೀತಿಶಾಸ್ತ್ರದ ಬೋಧನೆ ಇದೆ.

ಒಂಬತ್ತನೆಯ ಸ್ಕಂಧದಲ್ಲಿ ಬರುವ ಸೋಮವಂಶ ಹಾಗೂ ಸೂರ್ಯ ವಂಶದ ವರ್ಣನೆಯಿಂದ ನಮ್ಮ ಪ್ರಾಚೀನ ರಾಜವಂಶಗಳ ಇತಿಹಾಸದ ಅರಿವು ಆಗುವದು.

ಹತ್ತನೆಯ ಸ್ಕಂಧದ ರಾಸೋತ್ಸವಾದಿಗಳ ವರ್ಣನೆಯಲ್ಲಿ ಸಾಹಿತ್ಯದ, ಯದು ಶಾಲ್ವರ ನಡುವಿನ ಸಂಗ್ರಾಮದಲ್ಲಿ ವಿಜ್ಞಾನ ಮತ್ತು ರಾಜನೀತಿಗಳ, ವೇದಸ್ತುತಿಯಲ್ಲಿ ವೇದಾಂತ ದರ್ಶನ ವ್ಯಾಕರಣ–ಛಂದಸ್–ಅಲಂಕಾರಾದಿ ಶಾಸ್ತ್ರಗಳ, ವರ್ಣನೆ ಇರುವುದರಿಂದ ಇವೆಲ್ಲವುಗಳ ಸರಿಯಾದ ಜ್ಞಾನವು ಅವಶ್ಯ.

ಹನ್ನೊಂದನೆಯ ಸ್ಕಂಧದಲ್ಲಿ ಬರುವ ನಿಮಿ–ನವಯೋಗೇಶ್ವರರ ನಡುವಿನ ಶಂಕಾ–ಸಮಾಧಾನಗಳ ಮತ್ತು ಶ್ರೀಕೃಷ್ಣ–ಉದ್ಧವರ ನಡುವಿನ

ಸಂವಾದದಲ್ಲಿ ವೇದಾಂತ–ಮೀಮಾಂಸಾದರ್ಶನಗಳಿಗೆ ಸಂಬಂಧಿಸಿದ ಅನೇಕ ವಿಷಯಗಳ ಪ್ರಸ್ತಾಪವಿದೆ. ಇದಕ್ಕಾಗಿ ಆಯಾ ದರ್ಶನಗಳ ಸಮೀಚೀನವಾದ ಜ್ಞಾನವಿರಬೇಕು.

ಹನ್ನೆರಡನೆಯ ಸ್ಕಂಧದಲ್ಲಿ ಯುಗಧರ್ಮಗಳ ಹಾಗೂ ಮಾರ್ಕಂಡೇಯರ ಮಾಯಾದರ್ಶನಗಳು ಪ್ರಮುಖವಾಗಿವೆ.

ಈ ಮೇಲಿನ ವಿವರಣೆಯನ್ನು ಗಮನಿಸಿದಾಗ ಶ್ರೀಮದ್ಭಾಗವತದ ಯಥಾರ್ಥವಾದ ಜ್ಞಾನವಾಗಬೇಕಾದರೆ ಸರ್ವಶಾಸ್ತ್ರಗಳ ಜ್ಞಾನವು ಅತ್ಯವಶ್ಯವೆಂಬುದರ ಅರಿವಾಗುವುದು.

ಶ್ರೀಮದ್ಭಾಗವತವೆಂಬುದು ಕೇವಲ ಪುರಾಣಗ್ರಂಥವಾಗಿರದೇ ಸಕಲ ಶಾಸ್ತ್ರಗರ್ಭಿತವಾದ ಒಂದು ವಿಶಿಷ್ಟವಾದ ಮಹಾಗ್ರಂಥವಾಗಿರು ವುದರಿಂದ ಇದರ ಪ್ರವಚನ ಅಥವಾ ಅಧ್ಯಯನ ಮಾಡುವವರು ಬಹುಶಾಸ್ತ್ರಪ್ರವೀಣರಾಗಿರಬೇಕು. ಶ್ರೀಮದ್ಭಾಗವತ ಪುರಾಣದ ಪ್ರವಚನ ಮಾಡುವವರ (ಪೌರಾಣಿಕರ) ಪಾಂಡಿತ್ಯ ಪ್ರದರ್ಶನವು ಅಥವಾ ಯಾವುದೇ ವಿದ್ವಾಂಸ ಪ್ರಖ್ಯರ ವಿದ್ವತ್ತೆಯ ಆಳದ ಪರಿಚಯವು ಅವರು ಶ್ರೀಮದ್ಭಾಗವತ ಪುರಾಣದ ಪ್ರವಚನ ಮಾಡುವಾಗಲೇ ಪ್ರಕಟವಾಗುವದು. ಆದ್ದರಿಂದಲೇ

ಧನಂಜಯೇ ಹಾಟಕಸಂಪರೀಕ್ಷಾ
ಮಹಾರಣೇ ಶಸ್ತ್ರಭೃತಾಂ ಪರೀಕ್ಷಾ ।
ವಿಪತ್ತಿಕಾಲೇ ಗೃಹಿಣೇಪರೀಕ್ಷಾ
ವಿದ್ಯಾವತಾಂ ಭಾಗವತೇ ಪರೀಕ್ಷಾ ॥

ಎಂದು 'ಸಮಯೋಚಿತ ಪದ್ಯಮಾಲಿಕಾ' ಎಂಬ ಗ್ರಂಥದ ಉಕ್ತಿಯು ಅತ್ಯಂತ ಉಚಿತವಾಗಿದೆ. ಈ ಸುಭಾಷಿತದ ತಾತ್ಪರ್ಯವೇನೆಂದರೆ—

– ಬಂಗಾರವು ಚೊಕ್ಕವಾಗಿರುವುದೇ, ಇಲ್ಲವೇ ಎಂಬುದು ಅದನ್ನು ಬೆಂಕಿಯಲ್ಲಿ ಹಾಕಿ ನೋಡಿದಾಗಲೇ ತಿಳಿಯುವುದು, ದೊಡ್ಡ ದೊಡ್ಡ ಶಸ್ತ್ರಗಳನ್ನು ಧರಿಸಿರುವ ಮಾತ್ರದಿಂದಲೇ ಒಬ್ಬ ವ್ಯಕ್ತಿಯು ಶೂರನಾಗಿರುವ ದೆಂಬುದು ತಿಳಿಯದು. ಆ ವ್ಯಕ್ತಿಯ ಶೌರ್ಯವು ಅವನು ರಣರಂಗ ದಲ್ಲಿ ಹೋರಾಡುವುದನ್ನು ಕಂಡಾಗಲೇ ಸ್ಪಷ್ಟವಾಗುವುದು. ಮನೆಯಲ್ಲಿ

ಆಪತ್ತುಗಳು ಬಂದಾಗ ಮನೆಯ ಗೃಹಿಣೆಯು ಆ ಆಪತ್ತುಗಳನ್ನು ಎದುರಿಸಿ ಮನೆಯ ಮರ್ಯಾದೆಯನ್ನು ಹೇಗೆ ಕಾಪಾಡುವಳು ಎಂಬುದನ್ನು ನೋಡಿದಾಗಲೇ ಅವಳ ಸತ್ತ್ವಪರೀಕ್ಷೆಯಾಗುವುದು. ಇದರಂತೆಯೇ ವಿದ್ಯಾವಂತ ರಾದವರ **ಅಂದರೆ ಪುರಾಣ–ನ್ಯಾಯ– ಮೀಮಾಂಸಾ–ಧರ್ಮ ಶಾಸ್ತ್ರಾಂಗ ಮಿಶ್ರಿತಾಃ | ವೇದಾಃ ಸ್ಥಾನಾನಿ ವಿದ್ಯಾನಾಂ ಧರ್ಮಸ್ಯ ಚ ಚತುರ್ದಶ ||** ಎಂದು ಸ್ಮೃತಿಯಲ್ಲಿ ತಿಳಿಸಿದಂತೆ ವಿದ್ಯೆಗಳೆಂದು ಪ್ರಸಿದ್ಧವಾದ ಪುರಾಣ, ನ್ಯಾಯ, ಮೀಮಾಂಸಾ, ಧರ್ಮಶಾಸ್ತ್ರ ಆರು ವೇದಾಂಗಗಳು (ಶಿಕ್ಷಾ– ವ್ಯಾಕರಣಂ ಛಂದಃ– ನಿರುಕ್ತಂ ಜ್ಯೋತಿಷಂ – ತಥಾ | ಕಲ್ಪಶ್ಚೇತಿ ಷಡಂಗಾನಿ ವೇದಸ್ಯಾಹುರ್ಮನೀಷಿಣಃ || – ಶಿಕ್ಷಾ, ವ್ಯಾಕರಣ, ಛಂದಃ– ಶಾಸ್ತ್ರ ನಿರುಕ್ತ, ಜ್ಯೋತಿಷ್ಯ ಶಾಸ್ತ್ರ ಕಲ್ಪ ಇವು ಆರು ವೇದಾಂಗಗಳು) ಮತ್ತು ನಾಲ್ಕು ವೇದಗಳು (ಋಗ್ವೇದ, ಯಜುರ್ವೇದ, ಸಾಮವೇದ ಮತ್ತು ಅಥರ್ವವೇದ) ಸೇರಿ ಪ್ರಸಿದ್ಧವಾಗಿರುವ ಈ ಎಲ್ಲ ಹದಿನಾಲ್ಕು ವಿದ್ಯೆಗಳಲ್ಲಿ ಅಥವಾ ಒಂದೆರಡರಲ್ಲಿ ಪರಿಣತನಾಗಿರುವುದಾಗಿ ಹೇಳಿಕೊಳ್ಳುವ ವ್ಯಕ್ತಿಯ ಪಾಂಡಿತ್ಯದ ಪರೀಕ್ಷೆಯು ಅವರು ಈ ಎಲ್ಲ ಶಾಸ್ತ್ರಗಳಿಂದ ಸಮಾವಿಷ್ಟವಾದ ಭಾಗವತದ ಪಾಠ–ಪ್ರವಚನಗಳನ್ನು ಮಾಡುವ ಸಂದರ್ಭದಲ್ಲೇ ವ್ಯಕ್ತವಾಗುವುದು." ಎಂಬುದಾಗಿ 'ಸಮಯೋಚಿತ ಪದ್ಯಮಾಲಿಕಾ' ಎಂಬ ಕೃತಿಯಲ್ಲಿಯ ಉಕ್ತಿಯು ಅತ್ಯಂತ ಉಚಿತವಾಗಿದೆ. ಆದ್ದರಿಂದಲೇ "ವಿದ್ಯಾವತಾಂ ಭಾಗವತೇ ಪರೀಕ್ಷಾ" ಎಂಬ ಲೋಕೋಕ್ತಿಯು ಪ್ರಸಿದ್ಧಿಗೆ ಬಂದಿದೆ.

* * *

೨೧. ಶ್ರೀಮದ್ಭಾಗವತದಲ್ಲಿ ಅದ್ಭುತ ವಿಜ್ಞಾನ

ಪ್ರಾಚೀನ ವಿದ್ಯೆಗಳು ಮತ್ತು ಸಿದ್ಧಿಗಳು : ಒಬ್ಬವ್ಯಕ್ತಿಯು ಸಮಾಜದಲ್ಲಿ ಗೌರವಿಸಲ್ಪಡಬೇಕಾದರೆ ಅವನಲ್ಲಿರುವ ಜ್ಞಾನಧನವೇ ಕಾರಣವಾಗಿರುವುದಲ್ಲದೇ ವ್ಯಕ್ತಿಯ ಬೃಹದಾಕಾರವಾಗಲಿ ಅಥವಾ ಅವನು ಸಂಪಾದಿಸಿದ ಅಧಿಕ ಲೌಕಿಕ ಸಂಪತ್ತುಗಳೀ ಕಾರಣವಾಗುವುದಿಲ್ಲ. ಇದನ್ನೇ ಸಂಸ್ಕೃತದಲ್ಲಿಯ "ಜ್ಞಾನೇನ್ಯೈವ ಮಹತ್ವಂ ಸ್ಯಾತ್ ನಾಕಾರೇಣ ಧನೇನ ವಾ" ಎಂಬ ಜ್ಞಾನಿಗಳ ಸೂಕ್ತಿಯು ತಿಳಿಸುತ್ತದೆ. ಜ್ಞಾನವೆಂಬುದು ವಿವಿಧ ವಿದ್ಯೆಗಳನ್ನು ಕುರಿತಾಗಿರುವ ಗ್ರಂಥಗಳ ಅಧ್ಯಯನದ ಮೂಲಕವೇ ಬರುವಂಥದ್ದು. ಈ ವಿದ್ಯೆಯು ಪರಾಪರ ಎಂದು ಎರಡು ವಿಧವಾಗಿದೆ. ಚತುರ್ವಿಧ ಪುರುಷಾರ್ಥ ಗಳಲ್ಲಿ ಮೋಕ್ಷಕ್ಕೆ ಸಾಧನವಾಗುವ ವಿದ್ಯೆಯು ಪರಾವಿದ್ಯೆಯೆಂದೂ ಇದಕ್ಕೆ ಹೊರತಾದುದು ಅಪರಾ ವಿದ್ಯೆಯೆಂದೂ ತಿಳಿಯಲ್ಪಟ್ಟಿವೆ.

ಪ್ರಾಚೀನ ಕಾಲದಲ್ಲಿ ಋಷಿಮುನಿಗಳು ಈ ಎರಡೂ ವಿದ್ಯೆಗಳನ್ನು ಚೆನ್ನಾಗಿ ಬಲ್ಲವರಾಗಿದ್ದು ಅವುಗಳನ್ನು ಯೋಗ್ಯರಾದವರಿಗೆ ಉಪದೇಶ ಪೂರ್ವಕ ಹಾಗೂ ಪಾಠ ಪ್ರವಚನಗಳ ಮೂಲಕ ತಿಳಿಸಿಕೊಟ್ಟು ಅವುಗಳು ಸತ್ವಯುತವಾಗಿ ಉಳಿಯುವಂತೆ ನೋಡಿಕೊಂಡರು.

ಭಾರತೀಯ ಪ್ರಾಚೀನ ಸಂಸ್ಕೃತಿಯ ಹಾಗೂ ಸಮಾಜದ ಉತ್ಕೃಷ್ಟತೆಯು ಆ ಕಾಲದಲ್ಲಿ ಪ್ರಚಲಿತವಿದ್ದ ವಿದ್ಯೆಗಳ ಹಾಗೂ ಸಿದ್ಧಿಗಳ ಅವಲೋಕನದಿಂದ ಅವಗತವಾಗುವುದು. ಈ ವಿದ್ಯೆಗಳ ಹಾಗೂ ಸಿದ್ಧಿಗಳಿಂದ ಭಾರತವಷ್ಟೇ ಅಲ್ಲ ಇಡೀ ವಿಶ್ವವೇ ಪ್ರಭಾವಿತವಾಗಿತ್ತು. ಪ್ರಾಚೀನ ವಿದ್ಯೆಗಳು ಕೇವಲ ಪಠನ– ಪಾಠನಕ್ಕಷ್ಟೇ ಸೀಮಿತವಾಗಿರಲಿಲ್ಲ. ಆದರೆ ಸಮಾಜದ ಸಣ್ಣಪುಟ್ಟ ಕ್ಷೇತ್ರದಿಂದ ಪ್ರಾರಂಭಿಸಿ ದೊಡ್ಡ ದೊಡ್ಡ ಕ್ಷೇತ್ರದವರೆಗೆ ಎಲ್ಲರಿಗೂ ಸುಖ–ಸಮೃದ್ಧಿ ಆರೋಗ್ಯಗಳನ್ನು ನೀಡುವಲ್ಲಿ ಸಮರ್ಥವಾಗಿದ್ದವು ಮತ್ತು ಪಾರಮಾರ್ಥಿಕ ಸುಖದ ಪ್ರಾಪ್ತಿ ಮತ್ತು ಸಾಧನಗಳನ್ನೂ ತಿಳಿಸುತ್ತಿದ್ದವು. ಪರೋಪಕಾರಕ್ಕಾಗಿ ಸಿದ್ಧಿಗಳನ್ನು ಬಳಸಲಾಗುತ್ತಿತ್ತು. ಈ ವಿದ್ಯೆ ಹಾಗೂ ಸಿದ್ಧಿಗಳ ವಿಕಾಸವು ಈಗಿನ

ಭೌತಿಕವಿಜ್ಞಾನದಂತೆ ಕೇವಲ ಯಂತ್ರ ಮೊದಲಾದ ಭೌತಿಕ ಸಾಧನಗಳ ಮೇಲೆ ಅವಲಂಬಿತವಾಗಿರದೇ ಆತ್ಮಶಕ್ತಿ, ನಿಷ್ಠೆ ಮತ್ತು ಸತತ ಪರಿಶ್ರಮಗಳ ಮೇಲೆ ಆಧರಿಸಿದ್ದಿತು. ಆತ್ಮಶಕ್ತಿಯ ವರ್ಧನೆಗೆ ಯೋಗಶಾಸ್ತ್ರ (ಪ್ರಾಣಾಯಾಮ ಇತ್ಯಾದಿ) ಹಾಗೂ ಮಂತ್ರಶಾಸ್ತ್ರಗಳು ಪ್ರಮುಖ ಸಾಧನಗಳಾಗಿದ್ದವು. ಪ್ರಾಚೀನ ವಿದ್ಯೆಗಳು ಹಾಗೂ ಸಿದ್ಧಿಗಳು ಈಗಲೂ ಯೋಗ್ಯ ಸಾಧಕರಿಂದ ಯೋಗ್ಯಸಮಯದಲ್ಲಿ ಪ್ರಕಟವಾಗುತ್ತಿವೆ. ಮತ್ತು ಅವರವರ ಸಾಧನೆಗೆ ತಕ್ಕಂತೆ ಫಲ ನೀಡುತ್ತಿವೆ.

ಭೌತಿಕ ವಿದ್ಯೆಗಳಿಂದ ಸಾಧಿಸಿದ ಪರಿಣಾಮಗಳು ಅಥವಾ ಫಲಗಳು ಶಾಶ್ವತವಾಗಿರುವುದಿಲ್ಲ. ಅವೆಲ್ಲ ಕ್ಷಣಿಕವಾದವುಗಳು. ಆದರೂ ಶೀಘ್ರದಲ್ಲಿ ಪರಿಣಾಮವನ್ನು ತೋರುವ ಕಾರಣದಿಂದ ಭೌತಿಕ ವಿದ್ಯೆಗಳ ಪ್ರಭಾವವು ಹೆಚ್ಚುತ್ತ ಹೋಗಿರುವುದರಿಂದ ಅಧಿಕ ಪ್ರಯಾಸದ ಮತ್ತು ಅಧಿಕ ಸಮಯದ ನಂತರ ಫಲ ನೀಡುವ ಪ್ರಬಲತರ ಆಧ್ಯಾತ್ಮಿಕ ವಿದ್ಯೆಗಳು ಹಾಗೂ ಶಕ್ತಿಗಳು ಲುಪ್ತವಾಗುತ್ತ ಹೋಗುತ್ತಿವೆ. ಅಧಿಕ ಪ್ರಚಾರದಲ್ಲಿರುವ ಭೌತಿಕ ವಿದ್ಯೆ ಗಳಿಂದ ದೊರೆಯುವ ಭೌತಿಕ ಅಥವಾ ಯಾಂತ್ರಿಕ ಸಿದ್ಧಿಗಳು ಆಧ್ಯಾತ್ಮಿಕ ವಿದ್ಯೆಗಳ ಮೂಲದ ಸತತ ಸಾಧನೆಯಿಂದ ಪ್ರಾಪ್ತವಾಗುವ ಪ್ರಬಲತರ ವಾಗಿರುವ ಆಧ್ಯಾತ್ಮಿಕ ಸಿದ್ಧಿಗಳನ್ನೇ ಮರೆಮಾಚುತ್ತಿವೆ, ಇದರಿಂದ ಪ್ರಾಚೀನ ಆಧ್ಯಾತ್ಮಿಕ ವಿದ್ಯೆ–ಸಿದ್ಧಿಗಳಲ್ಲಿ ವಿಶ್ವಾಸವು ಕಡಿಮೆಯಾಗುತ್ತಿದೆ. ಹೀಗಾಗಲು ಇನ್ನೂ ಕೆಲವು ಕಾರಣಗಳೆಂದರೆ ೧. ನಾಸ್ತಿಕರು, ವಿತಂಡವಾದಿಗಳು, ಶಾಸ್ತ್ರಾನಭಿಜ್ಞರು ಮೊದಲಾದವರು ಪ್ರಾಚೀನ ವಿದ್ಯೆ ಹಾಗೂ ಸಿದ್ಧಿಗಳ ವಿಷಯ ದಲ್ಲಿ ಮಾಡುತ್ತಿರುವ ಕೀಳುಮಟ್ಟದ ಆಕ್ಷೇಪಗಳು, ೨. ವೇದಪುರಾಣ – ಇತಿಹಾಸಾದಿ ಪ್ರಾಚೀನ ವಾಙ್ಮಯದಲ್ಲಿ ಮೇಲ್ನೋಟಕ್ಕೆ ಅಶ್ಲೀಲವೆಂದು ಹಾಗೂ ಅಸಂಭಾವಿತ ವೆಂದು ತೋರುವ ಪ್ರಸಂಗಗಳು, ೩. ವೇದಾದಿ ಶಾಸ್ತ್ರಗಳಿಗೇ ವಿರುದ್ಧವಾಗಿ ಭಾಸವಾಗುವ ವರ್ಣನೆಗಳು ಇವೇ ಮೊದಲಾದವೂ ಆಧುನಿಕ ಪಂಡಿತಮ್ಮನ್ಯರ ಆಕ್ಷೇಪಗಳಿಗೆ ಪುಷ್ಟಿಯನ್ನೂ ನೀಡುತ್ತಿವೆಯೆಂದು ಹೇಳಬಹುದು.

ಶ್ರೀಮದ್ಭಾಗವತದಲ್ಲಿಯೂ ಕೂಡ ಈಗಿನ ಸಾಮಾನ್ಯ ಜನರಿಗೆ ನಂಬಲು ಅಥವಾ ಊಹಿಸಲೂ ಸಾಧ್ಯವಾಗದ ಅನೇಕ ಘಟನೆಗಳು ಕಂಡು ಬರುತ್ತಿವೆ. ನಾವು ಕಂಡರಿಯದ ಇಂಥ ಘಟನೆಗಳನ್ನು ಅಸಂಭಾವಿತ,

ಕಲ್ಪಿತವೆಂದು ಬಗೆದು ಉಪೇಕ್ಷಿಸಬಾರದು. ಇವುಗಳ ಹಿಂದಿನ ರಹಸ್ಯ–
ಪ್ರಮೇಯಗಳನ್ನು ವೈಜ್ಞಾನಿಕ ದೃಷ್ಟಿಯಿಂದ ವಿಮರ್ಶಿಸಿ ಅರಿಯಲು ಪ್ರಯತ್ನಿಸ
ಬೇಕು. ಇದಕ್ಕೆ ಮೊದಲು ಪ್ರಾಚೀನ ವಿದ್ಯೆಗಳು ಹಾಗೂ ಸಿದ್ಧಿಗಳ ಮೇಲೆ
ಬೆಳಕು ಚೆಲ್ಲುವ ಶಾಸ್ತ್ರಗ್ರಂಥಗಳನ್ನು ಗುರುಮುಖದಿಂದ ಚೆನ್ನಾಗಿ ಅಧ್ಯಯನ
ಮಾಡಬೇಕು. ಪ್ರಾಚೀನ ಕಾಲದಲ್ಲಿ ಬಹು ದೀರ್ಘಕಾಲದ ಸತತ
ಶ್ರಮದಿಂದ ಸಾಧಿಸಬಹುದಾದ ಈ ವಿದ್ಯೆ–ಸಿದ್ಧಿಗಳನ್ನು ಹಾಗೂ ಅವುಗಳ
ಪ್ರಯೋಗಗಳನ್ನು ಎಲ್ಲ ಜನರಲ್ಲಿದ್ದರೂ ಕೆಲವು ವಿಶಿಷ್ಟ ಜನರು ಅಂದರೆ
ಋಷಿ–ಮುನಿಗಳು, ಸಿದ್ಧರು ಖಂಡಿತವಾಗಿ ತಿಳಿದಿದ್ದರು ಹಾಗೂ ಆ ಸಿದ್ಧಿಗಳನ್ನು
ಹೆಚ್ಚಾಗಿ ಪರೋಪಕಾರಕ್ಕಾಗಿ ಮತ್ತು ಆಪತ್ಕಾಲಗಳಲ್ಲಿ ಮಾತ್ರ ತಮ್ಮ ರಕ್ಷಣೆಗಾಗಿ
ಬಳಸುತ್ತಿದ್ದರು. ಗುರು–ಶಿಷ್ಯ ಪರಂಪರೆಯಿಂದ ಬಂದ ವಿದ್ಯಾ–ಸಿದ್ಧಿಸಾಧನ
ಗಳನ್ನು ಗುರುಗಳು ತಮ್ಮ ಶಿಷ್ಯರಿಗೆ ಉಪದೇಶಿಸುತ್ತಿದ್ದರು. ಈ ಪರಂಪರೆಯು
ಈಗ ಲುಪ್ತ ಪ್ರಾಯವಾಗಿದೆ.

ಪ್ರಾಚೀನ ವಿದ್ಯೆಗಳು, ಯೋಗ, ಸಿದ್ಧಿಗಳು ಇವೇ ಮೊದಲಾದವುಗಳ
ಬಗ್ಗೆ ಸಂಕ್ಷೇಪದಲ್ಲಿ ಕೆಳಗೆ ಕಾಣಿಸಲಾಗಿದೆ.

ಪ್ರಾಚೀನ ವಿದ್ಯೆಗಳು :
ವಿದ್ಯಾಶ್ಚತುರ್ದಶ ಪ್ರೋಕ್ತಾಃ ಕ್ರಮೇಣ ತು ಯಥಾಸ್ಥಿತಿ ।
ಷಡಂಗಮಿಶ್ರಿತಾ ವೇದಾ ಧರ್ಮಶಾಸ್ತ್ರಂ ಪುರಾಣಕಮ್ ॥
ಮೀಮಾಂಸಾ ತರ್ಕಮಪಿ ಚ ಏತಾ ವಿದ್ಯಾಶ್ಚತುರ್ದಶ ॥
– ನಂದಿ ಪುರಾಣ.

ನಾಲ್ಕು ವೇದಗಳು, ಆರು ವೇದಾಂಗಗಳು (ಶಿಕ್ಷಾ, ವ್ಯಾಕರಣ,
ಛಂದಃ, ನಿರುಕ್ತ, ಜ್ಯೋತಿಷ, ಕಲ್ಪ), ಧರ್ಮಶಾಸ್ತ್ರ, ಪುರಾಣ, ಮೀಮಾಂಸಾ,
ತರ್ಕ ಇವು ಹದಿನಾಲ್ಕು ವಿದ್ಯೆಗಳೆಂದು ನಂದಿ ಪುರಾಣದಲ್ಲಿ ಹೇಳಿದೆ.

ಪುರಾಣನ್ಯಾಯಮೀಮಾಂಸಾ ಧರ್ಮಶಾಸ್ತ್ರಾಂಗ ಮಿಶ್ರಿತಾಃ ।
ವೇದಾಃ ಸ್ಥಾನಾನಿ ವಿದ್ಯಾನಾಂ ಧರ್ಮಸ್ಯ ಚ ಚತುರ್ದಶ ॥ ೨ ॥
– ಯಾಜ್ಞ. ಸ್ಮೃತಿ –೧

ಮೇಲಿನಂತೆಯೇ ಯಾಜ್ಞವಲ್ಕ್ಯದ ಸ್ಮೃತಿಯಲ್ಲಿಯೂ ವಿದ್ಯೆಗಳು
ಹದಿನಾಲ್ಕೇ ಎಂದು ತಿಳಿಸಲಾಗಿದೆ.

ವಿಷ್ಣುಪುರಾಣದಲ್ಲಿ ಈ ಹದಿನಾಲ್ಕು ವಿದ್ಯೆಗಳೊಂದಿಗೆ ಆಯುರ್ವೇದ, ಧನುರ್ವೇದ, ಗಾಂಧರ್ವ ವಿದ್ಯೆ ಮತ್ತು ಅರ್ಥಶಾಸ್ತ್ರ ಎಂಬ ನಾಲ್ಕು ವಿದ್ಯೆಗಳನ್ನು ಸೇರಿಸಿ ಒಟ್ಟು ವಿದ್ಯೆಗಳು ೧೮ ಎಂದು ತಿಳಿಸಲಾಗಿದೆ.

ಅಂಗಾನಿ ವೇದಾಶ್ಚತ್ವಾರೋ ಮೀಮಾಂಸಾ ನ್ಯಾಯವಿಸ್ತರಃ ।
ಧರ್ಮಶಾಸ್ತ್ರಂ ಪುರಾಣಂ ಚ ವಿದ್ಯಾ ಹ್ಯೇತಾಶ್ಚತುರ್ದಶ ॥
ಆಯುರ್ವೇದೋ ಧನುರ್ವೇದೋ ಗಾಂಧರ್ವಶ್ಚೇತಿ ತೇ ತ್ರಯಃ ।
ಅರ್ಥಶಾಸ್ತ್ರಂ ಚತುರ್ಥಂ ಚ ವಿದ್ಯಾ ಹ್ಯಷ್ಟಾದಶೈವ ತಾಃ ॥

ತತ್ತ್ವಜ್ಞಾನದ ಮೂಲಕ ಬ್ರಹ್ಮಸಾಕ್ಷಾತ್ಕಾರವೇ ಈ ಎಲ್ಲ ವಿದ್ಯೆಗಳ ಪರಮಗುರಿ. "ಈ ವಿದ್ಯೆಗಳಿಗೆ ಸಂಬಂಧಿಸಿದ ಗ್ರಂಥಗಳನ್ನು ಗುರುಮುಖ ದಿಂದ ಅಧ್ಯಯನ ಮಾಡಿ ತತ್ತ್ವಜ್ಞಾನವನ್ನು ಸಂಪಾದಿಸುವ ಮಾತ್ರದಿಂದ ಬ್ರಹ್ಮಸಾಕ್ಷಾತ್ಕಾರವಾಗಿ ಮೋಕ್ಷವು ಲಭಿಸುವುದಿಲ್ಲ. ಯೋಗಾನುಷ್ಠಾನ ವಿಲ್ಲದೇ ಕೇವಲ ತತ್ತ್ವಜ್ಞಾನದಿಂದ ಮೋಕ್ಷವು ಲಭಿಸುವುದಿಲ್ಲ. ಆದ್ದರಿಂದ ಮುಮುಕ್ಷುಗಳಿಗೆ ಯೋಗಾನುಷ್ಠಾನವೂ ಅತ್ಯವಶ್ಯ. ಇದರಂತೆಯೇ ತತ್ತ್ವಜ್ಞಾನ ವಿಲ್ಲದೆಯೇ ಕೇವಲ ಯೋಗಾನುಷ್ಠಾನದಿಂದ ಮೋಕ್ಷ ದೊರೆಯಲು ಸಾಧ್ಯವಿಲ್ಲ. ಹೀಗಾಗಿ ಮುಕ್ತಿಯನ್ನು ಪಡೆಯಲು ತತ್ತ್ವಜ್ಞಾನ ಮತ್ತು ಯೋಗಾನುಷ್ಠಾನ ಎರಡೂ ಅತ್ಯವಶ್ಯ" ಎಂದು ಯೋಗತತ್ತ್ವ ಉಪನಿಷತ್ತು ತಿಳಿಸುತ್ತದೆ.—

ಯೋಗಹೀನಂ ಕಥಂ ಜ್ಞಾನಂ ಮೋಕ್ಷದಂ ಭವತಿ ಧ್ರುವಮ್ ॥ ೧೪ ॥

ಯೋಗೋ ಹಿ ಜ್ಞಾನಹೀನಸ್ತು ನ ಕ್ಷಮೋ ಮೋಕ್ಷಕರ್ಮಣಿ ।
ತಸ್ಮಾತ್ ಜ್ಞಾನಂ ಚ ಯೋಗಂ ಚ ಮುಮುಕ್ಷುಃ ದೃಢಮಭ್ಯಸೇತ್ ॥ ೧೫ ॥

ಎಂದು ಮುಂತಾಗಿ ಮಹಾಯೋಗಿಯಾದ ಪರಮಾತ್ಮನು ಚತುರ್ಮುಖ ಬ್ರಹ್ಮನಿಗೆ ಉಪದೇಶಿಸಿದ ಯೋಗತತ್ತ್ವೋಪನಿಷತ್ತಿನಲ್ಲಿ ಹೇಳಲಾಗಿದೆ.

ಯೋಗ : ಯೋಗಾನುಷ್ಠಾನ :

i. ಯೋಗ : ಚಿತ್ತವೃತ್ತಿನಿರೋಧಃ = ಮನ ಏವ ಮನುಷ್ಯಾಣಾಂ ಕಾರಣಂ ಬಂಧಮೋಕ್ಷಯೋಃ ಎಂದು ಹೇಳಿದಂತೆ ಮನುಷ್ಯರ

ಸಂಸಾರ ಬಂಧ ಮತ್ತು ಸಂಸಾರದಿಂದ ಮುಕ್ತಿ ಇವೆರಡಕ್ಕೂ ಅವರವರ ಮನಸ್ಸೇ ಮುಖ್ಯ ಕಾರಣವಾಗಿರುತ್ತದೆ. ಆದ್ದರಿಂದ ಮನಸ್ಸನ್ನು ನಿಗ್ರಹಿಸಬೇಕು.) ಮನಸ್ಸಿನ ವ್ಯಾಪಾರವನ್ನು ನಿಗ್ರಹಿಸುವುದಕ್ಕೇ ಯೋಗವೆಂದು ಕರೆಯುತ್ತಾರೆ.

ii. ಯೋಗಃ ಕರ್ಮಸು ಕೌಶಲಂ = ಕರ್ಮಗಳಲ್ಲಿಯ ಕೌಶಲ್ಯವೇ ಯೋಗ.

iii. ಯೋಗಃ ಪ್ರಮರ್ಥೋಪಾಯಃ = ಪುರುಷಾರ್ಥ ಪ್ರಾಪ್ತಿಯ ಉಪಾಯವೇ ಯೋಗ.

iv. ಸಂಯೋಗೋ ಯೋಗ ಇತ್ಯುಕ್ತೋ ಜೀವಾತ್ಮ ಪರಮಾತ್ಮನೋಃ = ಜೀವಾತ್ಮ ಪರಮಾತ್ಮರ ಸಂಯೋಗವೇ ಯೋಗವೆಂದು ಕರೆಯ ಲ್ಪಡುತ್ತದೆ. ಇಲ್ಲಿ ಸಂಯೋಗವೆಂದರೆ ಐಕ್ಯವೆಂದಲ್ಲ. ಜೀವಾತ್ಮನು ಪರಮಾತ್ಮನ ಧ್ಯಾನದಲ್ಲಿ ಏಕಾಗ್ರಚಿತ್ತನಾಗಿರುವುದು ಎಂದು ತಿಳಿಯಬೇಕು.

v. ಪ್ರಾಣ ಮತ್ತು ಅಪಾನ ವಾಯುಗಳ ಮೇಲನಕ್ಕೆ ಯೋಗವೆಂದು ಹೆಸರು.

ಯೋಗ ಪ್ರಕಾರಗಳು : ಯೋಗದಲ್ಲಿ ಅನೇಕ ಪ್ರಕಾರಗಳಿವೆ. ಉದಾಹರಣೆಗೆ ಜ್ಞಾನಯೋಗ, ಕರ್ಮಯೋಗ, ಭಕ್ತಿಯೋಗ, ಕ್ರಿಯಾ– ಯೋಗ, ಲಯಯೋಗ, ಹಠಯೋಗ, ರಾಜಯೋಗ, ಧ್ಯಾನಯೋಗ, ವಿಜ್ಞಾನಯೋಗ, ಬ್ರಹ್ಮಯೋಗ, ವಿವೇಕಯೋಗ, ವಿಭೂತಿಯೋಗ, ಪ್ರಕೃತಿ–ಪುರುಷಯೋಗ, ಮಂತ್ರಯೋಗ, ಪುರುಷೋತ್ತಮಯೋಗ, ಮೋಕ್ಷಯೋಗ ಮುಂತಾದವು. ಸಾಧಕನಿಗೆ ಮೋಕ್ಷ ಮಾರ್ಗವನ್ನು ತೋರಿಸಿ ಅವನನ್ನು ಜನನ–ಮರಣ ರೂಪ ಸಂಸಾರದಿಂದ ಮುಕ್ತಗೊಳಿಸುವುದೇ ಈ ಎಲ್ಲ ಪ್ರಕಾರದ ಯೋಗಗಳ ಪರಮ ಉದ್ದೇಶವಾಗಿದೆ.

ಯೋಗಾನುಷ್ಠಾನ : ಯಾವುದೇ ಪ್ರಕಾರದ ಯೋಗಾನುಷ್ಠಾನದ ಪೂರ್ಣ ಪ್ರಯೋಜನವನ್ನು ಪಡೆಯಲು ಮತ್ತು ಯೋಗವನ್ನು ಸಮೀಚೀನ– ವಾಗಿ ಅನುಷ್ಠಾನ ಮಾಡಬೇಕಾದರೆ ಚಂಚಲವಾದ ನಮ್ಮ ಮನಸ್ಸನ್ನು

ಮೊದಲು ನಿಗ್ರಹಿಸಬೇಕು. ಮನೋನಿಗ್ರಹದಿಂದ ಎಲ್ಲ ಇಂದ್ರಿಯಗಳನ್ನು ನಿಗ್ರಹಿಸಬಹುದು. ಮನಸ್ಸಿನ ನಿಗ್ರಹಕ್ಕೆ "ಯೋಗಶ್ಚಿತ್ತವೃತ್ತಿನಿರೋಧಃ" ಎಂದು ತಿಳಿಸಿದಂತೆ ಯೋಗದ ಅನುಷ್ಠಾನವೇ ಒಂದು ಮುಖ್ಯ ಸಾಧನ 'ವಾಗಿದೆ. ಯೋಗವನ್ನು ಸಮೀಚೀನವಾಗಿ ಅನುಷ್ಠಾನ ಮಾಡಬೇಕಾದರೆ ಯೋಗದ ಎಂಟು ಅಂಗಗಳನ್ನು ತಿಳಿದು ಅಭ್ಯಾಸ ಮಾಡಬೇಕು. ಯೋಗದ ಎಂಟು ಅಂಗಗಳು ಯಾವುವೆಂದರೆ

ಯಮಶ್ಚ ನಿಯಮಶ್ಚೈವ ಆಸನಂ ಚ ತಥೈವ ಚ ।
ಪ್ರಾಣಾಯಾಮಸ್ತಥಾ ಗಾರ್ಗಿ ಪ್ರತ್ಯಾಹಾರಶ್ಚ ಧಾರಣಾ ।
ಧ್ಯಾನಂ ಸಮಾಧಿರೇತಾನಿ ಯೋಗಾಂಗಾನಿ ವರಾನನೆ ॥
                    – ಯೋಗೀ ಯಾಜ್ಞವಲ್ಕ್ಯ ೧–೪೩.

    – ಯಮ, ನಿಯಮ, ಆಸನ, ಪ್ರಾಣಾಯಾಮ, ಪ್ರತ್ಯಾಹಾರ, ಧಾರಣಾ, ಧ್ಯಾನ, ಮತ್ತು ಸಮಾಧಿ ಇವೇ ಯೋಗದ ಎಂಟು ಅಂಗಗಳು. ಮನುಷ್ಯನಾಗಿ ಸ್ವರೂಪಜ್ಞಾನವನ್ನು ಪಡೆಯಲು ಯೋಗದ ಈ ಎಂಟು ಅಂಗಗಳ ಸಾಧನಾ ಅಂದರೆ ಅಭ್ಯಾಸ ಮಾಡಬೇಕು. ಈಗ ಒಂದೊಂದು ಅಂಗದ (ಲಕ್ಷಣ ಮತ್ತು ಅದರ ಅಭ್ಯಾಸ ಅಥವಾ ಸಾಧನೆಯಿಂದ ದೊರೆಯುವ ಪ್ರಯೋಜನವನ್ನು ನೋಡೋಣ)

೧. ಯಮಃ : ಅಹಿಂಸಾ ಸತ್ಯಾಸ್ತೇಯ ಬ್ರಹ್ಮಚರ್ಯಾಪರಿಗ್ರಹಾ ಯಮಾಃ ।
                    – ಪಾತಂಜಲ, ಸಾಧನಪಾದ ೩೦

    ಅಹಿಂಸಾ, ಸತ್ಯ, ಅಸ್ತೇಯ, ಬ್ರಹ್ಮಚರ್ಯ ಮತ್ತು ಅಪರಿಗ್ರಹ ಇವುಗಳಿಗೆ 'ಯಮ' ಎನ್ನುವರು.

i. ಅಹಿಂಸಾ : ಮನೋವಾಕ್ ಕಾಯ್ಕೈಃ ಸರ್ವಭೂತಾನಾಮಪೀಡನಂ ಅಹಿಂಸಾ ।

    ಕಾಯಾ–ವಾಚಾ–ಮನಸಾ ಯಾವುದೇ ಪ್ರಾಣಿಗೆ ಕಷ್ಟಕೊಡದಿರು ವುದೇ ಅಹಿಂಸೆಯು.

    ಅಹಿಂಸಾಪ್ರತಿಷ್ಠಾಯಾಂ ತತ್ಸನ್ನಿಧೌ ವೈರತ್ಯಾಗಃ ॥
                    – ಪಾತಂಜಲ ಸಾಧನಪಾದ ೩೫

ಯಾವನ ಮನಸ್ಸು ಹಿಂಸೆಯಿಂದ ರಹಿತವಾಗಿರುವುದೋ ಆವನಿಗೆ ಸರ್ಪ, ಹುಲಿ ಮುಂತಾದ ಹಿಂಸ್ರ ಪ್ರಾಣಿಗಳು ಯಾವುದೇ ಭಯವನ್ನುಂಟು ಮಾಡುವುದಿಲ್ಲ.

ii. ಸತ್ಯ – ಪರಹಿತಾರ್ಥಂ ವಾಜ್ಮನಸೋ ಯಥಾರ್ಥತ್ವಂ ಸತ್ಯಮ್।

ಅನ್ಯರ ಹಿತಕ್ಕಾಗಿ ವಾಕ್ ಮತ್ತು ಮನಸ್ಸುಗಳ ಯಥಾರ್ಥ ಭಾವವೇ ಸತ್ಯ. ಸತ್ಯಪ್ರತಿಷ್ಠಾಯಾಂ ಕ್ರಿಯಾಫಲಾಶ್ರಯತ್ವಮ್।

– ಪಾತಂಜಲ ಸಾಧನೆಪಾದ ೩೪

ಯಾವನ ಹೃದಯದಲ್ಲಿ ಇಂಥ ಸತ್ಯವ ಪ್ರತಿಷ್ಠಿತವಾಗಿರುವುದೋ ಅವನಿಗೆ ವಾಕ್ಸಿದ್ಧಿಯು ಪ್ರಾಪ್ತವಾಗುವುದು.

iii. ಅಸ್ತೇಯ : ಪರದ್ರವ್ಯಾಪಹರಣತ್ಯಾಗೋ ಅಸ್ತೇಯಮ್।

ಅನ್ಯರ ಪದಾರ್ಥವನ್ನು ಚೌರ್ಯದಿಂದ ತೆಗೆದುಕೊಳ್ಳದಿರುವುದು ಅಸ್ತೇಯವ.

ಅಸ್ತೇಯಪ್ರತಿಷ್ಠಾಯಾಂ ಸರ್ವರತ್ನೋಪಸ್ಥಾನಮ್।

– ಪಾತಂಜಲ ಸಾಧನೆಪಾದ – ೩೭

ಯಾವನ ಹೃದಯದಲ್ಲಿ ಅಸ್ತೇಯವ ಪ್ರತಿಷ್ಠಿತವಾಗಿರುವುದೋ ಅವನಿಗೆ ಎಂದಿಗೂ ಧನ–ಕನಕ–ರತ್ನಾದಿಗಳ ಅಭಾವವ ಉಂಟಾಗಲಾರದು.

iv. ಬ್ರಹ್ಮಚರ್ಯ – ವೀರ್ಯಧಾರಣಂ ಬ್ರಹ್ಮಚರ್ಯಮ್॥

ಶರೀರದಲ್ಲಿರುವ ವೀರ್ಯವನ್ನು ಅವಿಚಲಿತ ಮತ್ತು ಅವಿಕೃತ ಅವಸ್ಥೆ–ಯಲ್ಲಿ ಧಾರಣ ಮಾಡಿಕೊಂಡಿರುವುದೇ ಬ್ರಹ್ಮಚರ್ಯವ. ಮೋಕ್ಷಕ್ಕೆ ಬ್ರಹ್ಮಚರ್ಯವ ಅನಿವಾರ್ಯ.

ಬ್ರಹ್ಮಚರ್ಯಪ್ರತಿಷ್ಠಾಯಾಂ ವೀರ್ಯಲಾಭಃ।

– ಪಾತಂಜಲ, ಸಾಧನಪಾದ ೩೮

ಬ್ರಹ್ಮಚರ್ಯವ ಪ್ರತಿಷ್ಠಿತವಾದ ವ್ಯಕ್ತಿಯ ದೇಹದಲ್ಲಿ ಬ್ರಹ್ಮದೇವನ ವಿಮಲಜ್ಯೋತಿಯು ಪ್ರಕಾಶಿತವಾಗಿರುವುದು. ವೀರ್ಯವನ್ನು ಕಾಪಾಡಿ–ಕೊಂಡಿರುವ ವ್ಯಕ್ತಿಯು ಹೆಚ್ಚು ಕೆಲಸ ಮಾಡಬಲ್ಲನು. ವೀರ್ಯವ ರೋಗ–

ರುಜಿನ, ಜನನ–ಮರಣಗಳನ್ನು ನಿವಾರಿಸತಕ್ಕ ಅಮೃತ. ವೀರ್ಯವನ್ನು ರಕ್ಷಿಸಿಕೊಂಡಿರದಿದ್ದರೆ ನೂರಾರು ಜನ್ಮಗಳು ಕಳೆದರೂ ಯಾವ ಸಿದ್ಧಿಯೂ ಸಿದ್ಧಿಸಲಾರದು.

v.   ಅಪರಿಗ್ರಹ–ದೇಹರಕ್ಷಾತಿರಿಕ್ತಭೋಗಸಾಧನಾಸ್ವೀಕಾರೋಽಪರಿಗ್ರಹಃ |

ಶರೀರರಕ್ಷಣೆಗೆ ಅವಶ್ಯವಾಗಿರುವುದಕ್ಕಿಂತ ಹೆಚ್ಚಿನ ಭೋಗ ವಿಲಾಸ– ಗಳ ಸಾಧನಗಳನ್ನು ತ್ಯಜಿಸುವುದು ಮತ್ತು ಅನ್ಯರಿಂದ ಸ್ವೀಕರಿಸದಿರುವುದೇ ಅಪರಿಗ್ರಹವು.

'ಅಪರಿಗ್ರಹ ಪ್ರತಿಷ್ಠಾಯಾಂ ಜನ್ಮಕಥಂತಾಸಂಬೋಧಃ' |

— **ಪಾತಂಜಲಿ, ಸಾಧನಪಾದ– ೩೯**

ಮನುಷ್ಯನಲ್ಲಿ ಅಪರಿಗ್ರಹವು ಸುಸ್ಥಿರವಾಗಿದ್ದರೆ ಆ ಮನುಷ್ಯನಿಗೆ ಪೂರ್ವಜನ್ಮದ ಘಟನೆಗಳು ಸ್ಮರಣೆಗೆ ಬರತೊಡಗುತ್ತವೆ.

ಇಷ್ಟೆಲ್ಲ ಯೋಗದ ಮೊದಲನೆಯ ಅಂಗವಾದ 'ಯಮ'ದ ಬಗ್ಗೆ ಹೇಳಿದ್ದಾಯಿತು.

೨. ನಿಯಮ : ಶೌಚಸಂತೋಷತಪಃ ಸ್ವಾಧ್ಯಾಯೇಶ್ವರಪ್ರಣಿಧಾನಾನಿ ನಿಯಮಃ |

— **ಪಾತಂಜಲ; ಸಾಧನಪಾದ – ೫೨**

ಶೌಚ, ಸಂತೋಷ, ತಪಸ್ಸು, ಸ್ವಾಧ್ಯಾಯ ಮತ್ತು ಈಶ್ವರ ಪ್ರಣಿಧಾನ ವೆಂಬ ಐದು ಪ್ರಕಾರದ ಕ್ರಿಯೆಗಳಿಗೆ 'ನಿಯಮ'ವೆಂದು ಹೆಸರು. ಇವುಗಳ ಅಭ್ಯಾಸವೇ ನಿಯಮ ಸಾಧನವು.

i. ಶೌಚ : ಶೌಚಂ ದ್ವಿವಿಧಂ ಪ್ರೋಕ್ತಂ ಬಾಹ್ಯಾಭ್ಯಂತರಂ ತಥಾ |
ಮೃತ್‌ಜಲಾಭ್ಯಾಂ ಸ್ಮೃತಂ ಬಾಹ್ಯಂ ಮನಶ್ಯುದ್ಧಿಸ್ತಥಾಂತರಮ್ ||

— **ಯೋಗೀ ಯಾಜ್ಞವಲ್ಕ್ಯ**

ಶರೀರ ಮತ್ತು ಮನಸ್ಸಿನ ಮಾಲಿನ್ಯವನ್ನು ದೂರ ಮಾಡುವುದಕ್ಕೆ ಶೌಚವೆಂದು ಹೆಸರು. ವಿವಿಧ ಸಾಬೂನುಗಳು, ಹ್ಯಾಂಡ್‌ವಾಷ್, ಏಸೆನ್ಸ್ ಇತ್ಯಾದಿ ವಿಲಾಸೀ ಸಾಮಗ್ರಿಗಳು ಶೌಚ ಸಾಧನಗಳಲ್ಲ. ಗೋಮಯ,

ಮೃತ್ತಿಕಾ ಮತ್ತು ಶುದ್ಧ ನೀರು ಇವೇ ಮೊದಲಾದವುಗಳ ಮೂಲಕವೇ ಶರೀರದ ಮಾಲಿನ್ಯವನ್ನು ಮತ್ತು ದಯಾದಿ ಸದ್ಗುಣಗಳ ಮೂಲಕ ಮನಸ್ಸಿನ ಕಶ್ಮಲವನ್ನು ದೂರ ಮಾಡಿಕೊಳ್ಳಬೇಕು.

ಶೌಚಾತ್ ಸ್ವಾಂಗಜುಗುಪ್ಸಾ ಪರೈರಸಂಸರ್ಗಃ |

— ಪಾತಂಜಲ ಸಾಧನಪಾದ — ೪೦

ಹೃದಯದಲ್ಲಿ ಪಾವಿತ್ರ್ಯವು ಇದ್ದರೆ ಶರೀರದಲ್ಲಿ ಎಲ್ಲಿಯಾದರೂ ಕಿಂಚಿತ್ ಅಪಾವಿತ್ರ್ಯವು ಉಂಟಾದಾಗ ಆ ಅಪಾವಿತ್ರ್ಯದ ಬಗ್ಗೆ ಜುಗುಪ್ಸೆ– ಯುಂಟಾಗುತ್ತದೆ ಮತ್ತು ಇನ್ನೊಬ್ಬರ ಜೊತೆ ಸಂಗ ಮಾಡುವಲ್ಲಿಯೂ ಜುಗುಪ್ಸೆಯುಂಟಾಗುವುದು.

ii. ಸಂತೋಷ : ಯದೃಚ್ಛಾಲಾಭತೋ ನಿತ್ಯಂ ಮನ ಪ್ರಂಸೋ ಭವೇದಿತಿ|
ಯಾ ಧೀಸ್ತಾಮೃಷಯೋ ಪ್ರಾಹುಃ ಸಂತೋಷಂ ಸುಖಲಕ್ಷಣಮ್ |

— ಯೋಗೀ ಯಾಜ್ಞವಲ್ಕ್ಯ

ಪ್ರತಿದಿನ ಏನು ಸಿಗುವುದೋ ಅಷ್ಟರಿಂದಲೇ ಮನಸ್ಸಿನಲ್ಲಿ ತೃಪ್ತಿ ಹೊಂದುವುದಕ್ಕೆ ಜ್ಞಾನಿಗಳು ಸಂತೋಷವೆನ್ನುವರು. ಅರ್ಥಾತ್ ದುರಾಶೆ ಯನ್ನು ಪರಿತ್ಯಜಿಸುವುದೇ ಸಂತೋಷವು.

ಸಂತೋಷಾದನುತ್ತಮಃ ಸುಖಲಾಭಃ | — ೪೦

ಸಂತೋಷದ ಸಿದ್ಧಿಯಾದರೆ ಅನುಪಮ ಸುಖವು ಲಭಿಸುವುದು. ಸುಖಪ್ರಾಪ್ತಿಗಾಗಿ ಹೊರಗಿನ ಪದಾರ್ಥಗಳನ್ನು ಅಪೇಕ್ಷಿಸಬೇಕಾಗಿಲ್ಲ. ಇದು ವಿಷಯನಿರಪೇಕ್ಷ ಸುಖವಾಗಿರುತ್ತದೆ.

iii. ತಪಸ್ಯಾ : ವಿಧಿನೋಕ್ತೇಣ ಮಾರ್ಗೇಣ ಕೃಚ್ಛ್ರಚಾಂದ್ರಾಯಣಾದಿಭಿಃ|
ಶರೀರಶೋಷಣಂ ಪ್ರಾಹುಃ ತಪಸ್ಯಂ ತಪ ಉತ್ತಮಮ್ ||

— ಯೋಗೀ ಯಾಜ್ಞವಲ್ಕ್ಯ

ವೇದೋಕ್ತ ವಿಧಿಗಳನ್ನು ಅನುಸರಿಸಿ ಕೃಚ್ಛ್ರ ಚಾಂದ್ರಾಯಣಾದಿ ವ್ರತೋಪವಾಸಾದಿಗಳಿಂದ ಶರೀರವನ್ನು ಶೋಷಿಸುವುದಕ್ಕೆ ಜ್ಞಾನಿಗಳು 'ತಪಸ್ಸು' ಎಂದು ಹೇಳುವರು.

ನಾತಪಸ್ವಿನೋ ಯೋಗಃ ಸಿಧ್ಯತಿ | —

ತಪಸ್ಸಿನಿಂದ ಅಣಿಮಾದಿ ಐಶ್ವರ್ಯಗಳು ಪ್ರಾಪ್ತವಾಗುವುವ ಮತ್ತು ಅತಪಸ್ವಿಯಾದವನಿಗೆ ಈ ಸಿದ್ಧಿಗಳು ಪ್ರಾಪ್ತವಾಗುವುದಿಲ್ಲ.

ಕಾರ್ಯೇಂದ್ರಿಯಸಿದ್ಧಿರಶುದ್ಧಿಕ್ಷಯಾತ್ತಪಸಃ । – ೪೨

ತಪಸ್ಸಿನಿಂದ ಶರೀರ ಮತ್ತು ಇಂದ್ರಿಯಗಳ ಅಶುದ್ಧಿಯು ನಾಶವಾಗು ವುದು. ಶರೀರ ಶುದ್ಧಿಯಿಂದ ಸ್ವೇಚ್ಛಾನುಸಾರ ಶರೀರವನ್ನು ಸ್ಥೂಲ ಅಥವಾ ಸೂಕ್ಷ್ಮ ಮಾಡುವ ಶಕ್ತಿಯು ಲಭಿಸುವುದು. ಮತ್ತು ಇಂದ್ರಿಯಗಳ ಶುದ್ಧಿಯಾದರೆ ಸೂಕ್ಷ್ಮದರ್ಶನ–ಶ್ರವಣ–ಘ್ರಾಣ–ಸ್ವಾದಗ್ರಹಣ–ಸ್ಪರ್ಶನ ಇವೇ ಮೊದಲಾದ ಸೂಕ್ಷ್ಮವಿಷಯಗಳನ್ನು ಗ್ರಹಿಸುವ ಶಕ್ತಿಯು ಉತ್ಪನ್ನ ವಾಗುವುದು.

iv. ಸ್ವಾಧ್ಯಾಯ : ಸ್ವಾಧ್ಯಾಯಃ ಪ್ರಣವಶ್ರೀರುದ್ರಪುರುಷಸೂಕ್ತಾದಿ ಮಂತ್ರಾಣಾಂ ಜಪಃ ಮೋಕ್ಷಶಾಸ್ತ್ರಾಧ್ಯಯನಂ ಚ ।

ಪ್ರಣವ (ಓಂಕಾರ), ಶ್ರೀಸೂಕ್ತ, ರುದ್ರಸೂಕ್ತ, ಪುರುಷಸೂಕ್ತ ಇವೇ ಮುಂತಾದ ಸೂಕ್ತಗಳ ಮತ್ತು ಮಂತ್ರಗಳ ಅರ್ಥವನ್ನು ತಿಳಿದುಕೊಂಡು ಮತ್ತೆ ಮತ್ತೆ ಪಾರಾಯಣ ಮಾಡುವುದು (ಜಪಿಸುವುದು) ಮತ್ತು ಮೋಕ್ಷಶಾಸ್ತ್ರ– ಗ್ರಂಥಗಳ ಅಧ್ಯಯನ ಮಾಡುವುದಕ್ಕೇ ಸ್ವಾಧ್ಯಾಯವೆನ್ನುವರು.

ಸ್ವಾಧ್ಯಾಯಾದಿಷ್ಟದೇವತಾಸಂಪ್ರಯೋಗಃ । – ಪಾತಂಜಲ, ಸಾಧನಪಾದ ೪೪

ಸ್ವಾಧ್ಯಾಯದ ಮೂಲಕ ಇಷ್ಟದೇವತೆಯ ದರ್ಶನವಾಗುತ್ತದೆ.

v. ಈಶ್ವರ ಪ್ರಣಿಧಾನ–'ಈಶ್ವರ ಪ್ರಣಿಧಾನಾದ್ವಾ ।–ಪಾತಂಜಲ ದರ್ಶನ.

ಭಕ್ತಿ ಮತ್ತು ಶ್ರದ್ಧೆಯಿಂದ ಪರಮಾತ್ಮನಲ್ಲಿ ಮನಸ್ಸನ್ನು ಸಮರ್ಪಿಸಿ ಅವನನ್ನು ಪೂಜಿಸುವುದೇ 'ಈಶ್ವರ ಪ್ರಣಿಧಾನ'ವು.

ಸಮಾಧಿರೀಶ್ವರಪ್ರಣಿಧಾನಾತ್ ।

                            – ಪಾತಂಜಲ, ಸಾಧನಪಾದ ೪೫

– ಈಶ್ವರ ಪ್ರಣಿಧಾನದ ಮೂಲಕ ಯೋಗದ ಸರ್ವೋತ್ತಮ ಫಲವಾದ ಸಮಾಧಿಯು ಸಿದ್ಧಿಸುವುದು.

ಇದು ವರೆಗಿನದು ಅಷ್ಟಾಂಗಯೋಗದ ಎರಡನೇಯ ಅಂಗವಾದ 'ನಿಯಮ'ದ ವಿಸ್ತೃತ ವಿವರಣೆಯಾಗಿದೆ.

೩. ಆಸನ : 'ಸ್ಥಿರಸುಖಮಾಸನಮ್' । – **ಪಾತಂಜಲ ಸಾಧನ ಪಾದ ೪೬**, ಎಂದು ತಿಳಿಸಿದಂತೆ ಶರೀರವು ಅಲುಗಾಡದಂತೆ, ಬಾಗದಂತೆ, ಶರೀರಕ್ಕೆ ಯಾವುದೇ ವೇದನೆಯಾಗದಂತೆ ಮತ್ತು ಚಿತ್ತದಲ್ಲಿ ಯಾವುದೇ ಉದ್ವೇಗಗಳುಂಟಾಗದಂತೆ ಇರುವ ಅವಸ್ಥೆಯಲ್ಲಿ ಸುಖಿವಾಗಿ ಕುಳಿತು ಕೊಳ್ಳುವುದಕ್ಕೆ **'ಆಸನ'**ವೆಂದು ಹೆಸರು.

ಯೋಗಶಾಸ್ತ್ರದಲ್ಲಿ ಅನೇಕ ಆಸನಗಳನ್ನು ತಿಳಿಸಲಾಗಿದೆ. ಅವುಗಳಲ್ಲಿ ಪ್ರಧಾನವಾದ ಸುಖಾಸನದ ಪ್ರಯೋಜನವೆಂದರೆ –

'ತತೋ ದ್ವಂದ್ವಾನಭಿಘಾತಃ' ।– ಪಾತಂಜಲ, ಸಾಧನವಾದ ೪೮. ಎಂದು ತಿಳಿಸಿದಂತೆ ಸುಖಾಸನದ ಅಭ್ಯಾಸದಿಂದ ಯೋಗಸಿದ್ಧಿಯಲ್ಲಿ ಎಲ್ಲ ಪ್ರಕಾರದ ದ್ವಂದ್ವಗಳು ಅಂದರೆ ಶೀತ–ಉಷ್ಣ, ಹಸಿವೆ–ನೀರಡಿಕೆ, ರಾಗ– ದ್ವೇಷ, ಮುಂತಾದವುಗಳು ಯಾವುದೇ ರೀತಿಯಿಂದ ಬಾಧಿಸಲಾರವು.

೪. ಪ್ರಾಣಾಯಾಮ : ಪ್ರಾಣಾಯಾಮ ಎಂದರೇನು?

ತಸ್ಮಿನ್ ಸತಿ ಶ್ವಾಸಪ್ರಶ್ವಾಸಯೋಃ ಗತಿವಿಚ್ಛೇದಃ ಪ್ರಾಣಾಯಾಮಃ ।
– ಪಾತಂಜಲ, ಸಾಧನಪಾದ ೪೯.

ಶ್ವಾಸ–ಉಚ್ಛ್ವಾಸಗಳ ಸ್ವಾಭಾವಿಕ ಗತಿಯನ್ನು ತಡೆದು ಶಾಸ್ತ್ರೋಕ್ತ ನಿಯಮದಂತೆ ಪ್ರಾಣವಾಯುವನ್ನು ನಿಯಂತ್ರಿಸುವುದಕ್ಕೆ 'ಪ್ರಾಣಾಯಾಮ' ಎಂದು ಹೆಸರು. ಇದಲ್ಲದೇ ಪ್ರಾಣ ಮತ್ತು ಅಪಾನವಾಯುಗಳ ಸಂಯೋಗಕ್ಕೂ ಪ್ರಾಣಾಯಾಮ ವೆಂದು ಹೇಳುತ್ತಾರೆ.

ಪ್ರಾಣಾಪಾನಸಮಾಯೋಗಃ ಪ್ರಾಣಾಯಾಮ ಇತೀರಿತಃ ।
ಪ್ರಾಣಾಯಾಮ ಇತಿ ಪ್ರೋಕ್ತೋ ರೇಚಕಪೂರಕಕುಂಭಕ್ಕೆಃ ॥
ಯೋಗೀ ಯಾಜ್ಞವಲ್ಕ್ಯಃ ೮ – ೨

ಪ್ರಾಣಾಯಾಮದ ಸಿದ್ಧಿಯಾದ ನಂತರ ಅಜ್ಞಾನಾವರಣವು ನಾಶಹಾಗಿ ದಿವ್ಯಜ್ಞಾನವು ಪ್ರಕಾಶಿಸುವುದು. ಪ್ರಾಣಾಯಾಮವನ್ನು ನಿಷ್ಠೆಯಿಂದ ನಿತ್ಯದಲ್ಲಿ ಮಾಡುವ ವ್ಯಕ್ತಿಯು ಸಕಲರೋಗಗಳಿಂದ ಮುಕ್ತನಾಗುವನು. ಆದರೆ

ಪ್ರಾಣಾಯಾಮವನ್ನು ಸರಿಯಾಗಿ ಮಾಡದಿದ್ದರೆ ನಾನಾ ಪ್ರಕಾರದ ರೋಗ ಗಳುಂಟಾಗುವವು.

ಪ್ರಾಣಾಯಾಮಯುಕ್ತೇನ ಸರ್ವರೋಗಕ್ಷಯೋ ಭವೇತ್ ।
ಅಯುಕ್ತಾಭ್ಯಾಸಯೋಗೇನ ಸರ್ವರೋಗಸಮುದ್ಭವಃ ॥   —

೫. ಪ್ರತ್ಯಾಹಾರ : ಸ್ವಸ್ವ ವಿಷಯಸಂಪ್ರಯೋಗಾಭಾವೇ ಚಿತ್ತಸ್ಯ ಸ್ವರೂಪಾನುಕಾರ ಇವೇಂದ್ರಿಯಾಣಾಂ ಪ್ರತ್ಯಾಹಾರಃ ॥

— ಪಾತಂಜಲ, ಸಾಧನಪಾದ ೫೪.

ಪ್ರತ್ಯೇಕ ಇಂದ್ರಿಯವು ತನಗೆ ಯೋಗ್ಯವಾದ ವಿಷಯದ ಕಡೆಗೆ ಧಾವಿಸುತ್ತದೆ. ಎಲ್ಲ ಇಂದ್ರಿಯಗಳನ್ನು, ಆಯಾ ವಿಷಯಗಳ ಕಡೆಗೆ ಹೋಗದಂತೆ ನಿಗ್ರಹಿಸುವುದಕ್ಕೆ 'ಪ್ರತ್ಯಾಹಾರ' ವೆಂದು ಹೆಸರು.

ತತಃ ಪರಮಾ ವಶ್ಯತೇಂದ್ರಿಯಾಣಾಮ್ ।

— ಪಾತಂಜಲ ಸಾಧನಪಾದ ೫೫

ಪ್ರತ್ಯಾಹಾರದ ಸಾಧನೆಯಿಂದ ಇಂದ್ರಿಯಗಳು ವಶದಲ್ಲಿರುತ್ತವೆ. ಪ್ರತ್ಯಾಹಾರದ ಸಿದ್ಧಿಯನ್ನು ಪಡೆದ ಯೋಗಿಗಳು ಪ್ರಕೃತಿಯನ್ನು (ಇಂದ್ರಿಯ ಗಳನ್ನು) ಚಿತ್ತದ ವಶಕ್ಕೆ ತಂದು ಸ್ಥಿತಪ್ರಜ್ಞರಾಗುತ್ತಾರೆ. ಈ ಪ್ರತ್ಯಾಹಾರ— ದಿಂದಲೇ ಹೊರಗಿನ ಪ್ರಕೃತಿಯು ನಿಯಂತ್ರಣಕ್ಕೆ ಬರುವುದು.

೬. ಧಾರಣಾ : ದೇಶಬಂಧಃ ಚಿತ್ತಸ್ಯ ಧಾರಣಾ ।

— ಪಾತಂಜಲ, ವಿಭೂತಿಪಾದ, ೧

ಮನಸ್ಸನ್ನು ಒಂದು ವಿಶಿಷ್ಟ ಸ್ಥಾನದಲ್ಲಿ ಬಂಧಿಸಿ ಇಡುವುದಕ್ಕೆ ಅಂದರೆ ಮನಸ್ಸನ್ನು ಹದಿನಾರು ಆಧಾರಗಳಲ್ಲಿ ಅಥವಾ ಯಾವುದೇ ದೇವ ಅಥವಾ ದೇವಿಯ ಪ್ರತಿಮೆಯಲ್ಲೇ ನಿಲ್ಲಿಸಿ ಇಡುವುದಕ್ಕೆ ಧಾರಣಾ ಎಂದು ಹೆಸರು.

ಧಾರಣಾದಿಂದ ಚಿತ್ತವು ಚಾಂಚಲ್ಯವನ್ನು ಬಿಟ್ಟು ನಿಧಾನವಾಗಿ ಏಕಮುಖಿಯಾಗುವುದು.

೭. ಧ್ಯಾನ : ತತ್ರ ಪ್ರತ್ಯಯೈಕತಾನತಾ ಧ್ಯಾನಮ್ ।

— ಪಾತಂಜಲ ವಿಭೂತಿಪಾದ—೨

ಧಾರಣಾ ಮೂಲಕ ಧಾರಣೇಯ ಪದಾರ್ಥದಲ್ಲಿ ಉಂಟಾಗುವ ಚಿತ್ತದ ಏಕಾಗ್ರತೆಗೆ ಧ್ಯಾನವೆಂದು ಹೆಸರು. ಧ್ಯಾನದಿಂದ ಚಿತ್ತ ದ್ವಾರಾ ಆತ್ಮ–ಸ್ವರೂಪದ ಚಿಂತನೆಯನ್ನು ಮಾಡಲು ಸಾಧ್ಯವಾಗುವುದು.

೯. ಸಮಾಧಿ : ಧ್ಯಾನಾವಸ್ಥೆಯನ್ನು ಮುಟ್ಟಿದ ಚಿತ್ತವು ಧ್ಯೇಯ ವಸ್ತುವಿನಲ್ಲೇ ಆಸಕ್ತವಾಗಿರುವುದಕ್ಕೆ ಸಮಾಧಿ ಎಂದು ಹೆಸರು. ಸಮಾಧಿ ಯಲ್ಲಿ i) ಸವಿಕಲ್ಪಕ ಸಮಾಧಿ (ಸಂಪ್ರಜ್ಞಾತ ಸಮಾಧಿ) ಮತ್ತು ii. ನಿರ್ವಿಕಲ್ಪಕ ಸಮಾಧಿ (ಅಸಂಪ್ರಜ್ಞಾತ ಸಮಾಧಿ) ಎಂಬ ಎರಡು ಪ್ರಕಾರಗಳಿರುತ್ತವೆ.

ಈ ಪ್ರಕಾರದ ಎಂಟು ಅಂಗಗಳಿಂದ ಯುಕ್ತವಾದ ಯೋಗದ ಸಾಧನೆಯಿಂದ ಸಿದ್ಧಿಯನ್ನು ಸಂಪಾದಿಸಿದ ವ್ಯಕ್ತಿಗೆ ಈ ಮರ್ತ್ಯಲೋಕದಲ್ಲಿ ಯಾವ ದುಃಖಗಳೂ ಉಂಟಾಗಲಾರವು ಮತ್ತೂ ಅಮರತ್ವವೂ ಪ್ರಾಪ್ತವಾಗು ವುದು.

ಪಂಚಧಾರಣಾ ಮತ್ತು ಸಿದ್ಧಿಗಳು : ನಮ್ಮ ದೇಹವು ಪೃಥ್ವೀ, ಅಪ್, ತೇಜ (ಅಗ್ನಿ), ವಾಯು ಮತ್ತು ಆಕಾಶ ಎಂಬ ಪಂಚಮಹಾಭೂತಗಳಿಂದ ನಿರ್ಮಾಣವಾಗಿದೆ. ನಮ್ಮ ದೇಹದಲ್ಲಿ ಈ ಪಂಚಮಹಾಭೂತಗಳ ಸ್ಥಾನ ಮತ್ತು ಆ ಸ್ಥಾನಗಳ ಧಾರಣಾದಿಂದ ಲಭಿಸುವ ಸಿದ್ಧಿಗಳ ಬಗ್ಗೆ ಯೋಗತತ್ತ್ವೋಪನಿಷತ್ತಿನಲ್ಲಿ ಪರಮಾತ್ಮನು ಚತುರ್ಮುಖ ಬ್ರಹ್ಮದೇವನಿಗೆ ಕೆಳಗಿನಂತೆ ತಿಳಿಸಿದ್ದಾನೆ.

೧. ಪೃಥ್ವೀಧಾರಣಾ : ಪಾದದಿಂದ ಮೊಳಕಾಲದವರೆಗೆ ಪೃಥ್ವಿಯ ಸ್ಥಾನವಿರುತ್ತದೆ. ಇದನ್ನರಿತು ಪ್ರತಿಯೊಬ್ಬರೂ ಪ್ರತಿದಿವಸ ಈ ಭಾಗದಲ್ಲಿ ೨ ತಾಸುಗಳ ಸಮಯ ಪ್ರಾಣವನ್ನು ಧಾರಣ ಮಾಡುವುದರಿಂದ ಪೃಥ್ವೀತತ್ವದ ಮೇಲೆ ಪ್ರಭುತ್ವವನ್ನು ಸಾಧಿಸಬಹುದು. ಇದರಿಂದ ಆ ಸಾಧಕನಿಗೆ ಸಾವಿನ ಭಯವಿರುವುದಿಲ್ಲ.

೨. ಅಪ್‌ಧಾರಣ (ಜಲತತ್ತ್ವದ ಧಾರಣ) : ಅಪ್ ತತ್ತ್ವ, ಮೊಳಕಾಲಿನಿಂದ ಗುದದವರೆಗಿನ ಭಾಗದಲ್ಲಿ ವ್ಯಾಪಿಸಿರುತ್ತದೆ. ಪ್ರತಿದಿನ ಎರಡು ತಾಸುಗಳವರೆಗೆ ಈ ಸ್ಥಾನದಲ್ಲಿ ನಾರಾಯಣನನ್ನು ಧ್ಯಾನಿಸುತ್ತ ಪ್ರಾಣ ವನ್ನು ಧಾರಣ ಮಾಡಬೇಕು. ಹೀಗೆ ಮಾಡುವುದರಿಂದ ಎಲ್ಲ ಪಾಪಗಳು ನಾಶವಾಗುವವು ಮತ್ತು ಆ ಸಾಧಕನಿಗೆ ನೀರಿನ ಭಯವಿರುವುದಿಲ್ಲ.

೫. ಅಗ್ನಿ (ತೇಜ) ಧಾರಣ : ಅಗ್ನಿತತ್ತ್ವವು ಗುದದಿಂದ ಹೃದಯದ ವರೆಗಿನ ಭಾಗದಲ್ಲಿ ವ್ಯಾಪಿಸಿರುತ್ತದೆ. ಪ್ರತಿದಿನ ಎರಡು ತಾಸುಗಳ ಸಮಯ ಈ ಭಾಗದಲ್ಲಿ ರುದ್ರದೇವರನ್ನು ಧ್ಯಾನಿಸುತ್ತ ಪ್ರಾಣವನ್ನು ಧಾರಣ ಮಾಡುವ ಅಭ್ಯಾಸ ಮಾಡಿಕೊಂಡರೆ ಸಾಧಕನಿಗೆ ಅಗ್ನಿಯಿಂದ ಯಾವ ಭಯವೂ ಇರುವುದಿಲ್ಲ. ಅವನು ಬೆಂಕಿಯ ಕುಂಡದಲ್ಲಿ ಬಿದ್ದರೂ ಅಗ್ನಿಯು ಅವನನ್ನು ಸುಡಲಾರದು.

೬. ವಾಯುಧಾರಣ : ವಾಯು ತತ್ತ್ವವು ಹೃದಯದಿಂದ ಕಣ್ಣುಗಳ ರೆಪ್ಪೆಗಳವರೆಗೆ ವ್ಯಾಪಿಸಿರುತ್ತದೆ. ಪ್ರತಿದಿನ ಎರಡು ಗಂಟೆಗಳ ಕಾಲ ಈ ಭಾಗದಲ್ಲಿ ಸರ್ವಜ್ಞನಾದ ಪರಮಾತ್ಮನನ್ನು ಧ್ಯಾನಿಸುತ್ತ ಪ್ರಾಣವನ್ನು ಧಾರಣ ಮಾಡುವುದರಿಂದ ವಾಯುತತ್ತ್ವದ ಮೇಲೆ ಪ್ರಭುತ್ವವನ್ನು ಸಾಧಿಸಬಹುದು. ಆಗ ಸಾಧಕನಿಗೆ ವಾಯುವಿನಿಂದ ಮರಣವು ಸಂಭವಿಸಲಾರದು.

೭. ಆಕಾಶಧಾರಣ : ಆಕಾಶ ತತ್ತ್ವದ ಸ್ಥಾನವು ಕಣ್ಣುಗಳ ರೆಪ್ಪೆಯಿಂದ ತಲೆಯ ತುದಿಯವರೆಗೆ ವ್ಯಾಪಿಸಿರುತ್ತದೆ. ಈ ಸ್ಥಾನದಲ್ಲಿ ಪ್ರತಿದಿನ ಎರಡು ಗಂಟೆಗಳ ಸಮಯ ಸದಾಶಿವನನ್ನು ಧ್ಯಾನಿಸುತ್ತ ಪ್ರಾಣವನ್ನು ಧಾರಣ ಮಾಡಬೇಕು. ಇದರಿಂದ ಸಾಧಕನು ಭೂಮಿಯಿಂದ ಮೇಲೆ ಏರುವ ಶಕ್ತಿಯನ್ನು ಪಡೆಯುತ್ತಾನೆ.

ಈ ರೀತಿ ಯೋಗಿಗೆ ಎಲ್ಲ ಬಗೆಯ ಸಿದ್ಧಿಗಳು ಪ್ರಾಪ್ತವಾಗುವವು. ಯೌಗಿಕ ಕ್ರಿಯೆಗಳಿಂದ ಮನಸ್ಸು, ಇಂದ್ರಿಯ ಮೊದಲಾದವುಗಳನ್ನು ನಿಗ್ರಹಿಸುವುದರಿಂದ ದೊರೆಯುವ ಸಿದ್ಧಿಗಳು :

I. ಯೌಗಿಕ ಕ್ರಿಯೆಗಳ ಮೂಲಕ ಮನಸ್ಸನ್ನು ನಿಗ್ರಹಿಸುವುದರಿಂದ ಪ್ರಾಪ್ತ ವಾಗುವ ಎಂಟು ಶಕ್ತಿಗಳು : ಈ ಎಂಟು ಶಕ್ತಿಗಳೇ ಎಂಟು ಸಿದ್ಧಿಗಳೆಂದು ಪ್ರಸಿದ್ಧವಾಗಿವೆ. ಈ ಎಂಟು ಸಿದ್ಧಿಗಳೆಂದರೆ

ಅಣಿಮಾ ಮಹಿಮಾ ಚೈವ ಲಘಿಮಾ ಗರಿಮಾ ತಥಾ ।
ಪ್ರಾಪ್ತಿಃ ಪ್ರಾಕಾಮ್ಯಮೀಶಿತ್ವಂ ವಶಿತ್ವಂ ಚಾಷ್ಟ ಸಿದ್ಧಯಃ ॥

ಅಣಿಮಾ, ಮಹಿಮಾ, ಲಘಿಮಾ, ಗರಿಮಾ, ಪ್ರಾಪ್ತಿ, ಪ್ರಾಕಾಮ್ಯ ಈಶಿತ್ವ ಮತ್ತು ವಶಿತ್ವವೆಂಬಿವೇ ಆ ಎಂಟು ಸಿದ್ಧಿಗಳು. ಈ ಎಂಟು ಸಿದ್ಧಿಗಳ ಪರಿಚಯವು ಕೆಳಗಿನಂತಿದೆ.

೧. ಅಣಿಮಾ : ಈ ಸಿದ್ಧಿಯನ್ನು ಪಡೆದ ವ್ಯಕ್ತಿಯು ತನ್ನ ದೇಹವನ್ನು ಸಂಕಲ್ಪಮಾತ್ರದಿಂದ ತನಗೆ ಇಷ್ಟಬಂದಷ್ಟು ಅತಿ ಸೂಕ್ಷ್ಮವಾಗಿ ಮಾಡಿಕೊಳ್ಳ ಬಲ್ಲನು.

೨. ಮಹಿಮಾ : ಸಂಕಲ್ಪ ಮಾತ್ರದಿಂದ ತನ್ನ ದೇಹವನ್ನು ತನಗೆ ಇಷ್ಟಬಂದಷ್ಟು ಅತಿಮಹತ್ತಾಗಿ ಮಾಡಿಕೊಳ್ಳುವ ಶಕ್ತಿಯು.

೩. ಲಘಿಮಾ : ಸಂಕಲ್ಪಮಾತ್ರದಿಂದ ದೇಹವನ್ನು ಅತಿ ಹಗುರಾಗಿ ಮಾಡಿಕೊಳ್ಳುವ ಶಕ್ತಿಯು.

೪. ಗರಿಮಾ : ಸಂಕಲ್ಪಮಾತ್ರದಿಂದ ದೇಹವನ್ನು ಅತಿ ಭಾರವಾಗಿ ಮಾಡಿಕೊಳ್ಳುವ ಶಕ್ತಿಯು.

೫. ಪ್ರಾಪ್ತಿ : ಈ ಸಿದ್ಧಿಯನ್ನು ಹೊಂದಿದವನು ತಾನಿದ್ದಲ್ಲಿಯೇ ಬಹು ದೂರದ ಘಟನೆಗಳನ್ನು ಪ್ರತ್ಯಕ್ಷ ಕಾಣುವನಷ್ಟೇ ಅಲ್ಲ ಆ ಘಟನೆಗಳ ಮೇಲೆ ಪ್ರಭಾವವನ್ನೂ ಬೀರಬಲ್ಲನು. ಭೂಮಿಯ ಮೇಲೆ ಇದ್ದುಕೊಂಡೇ ಚಂದ್ರನನ್ನು ಸ್ಪರ್ಶಿಸಬಲ್ಲನು.

ಶ್ರೀಕೃಷ್ಣನು ದ್ವಾರಕೆಯಲ್ಲಿದ್ದುಕೊಂಡೇ ಹಸ್ತಿನಾವತಿಯಲ್ಲಿ ದುಷ್ಟ– ದುಃಶಾಸನನು ನಡೆಸಿದ ದ್ರೌಪದಿಯ ವಸ್ತ್ರಾಪಹರಣವನ್ನು ಕಂಡು ಅವಳ ವಸ್ತ್ರಗಳನ್ನು ಬೆಳೆಸುತ್ತ ಹೋದನು.

ಇನ್ನೊಬ್ಬರ ಇಂದ್ರಿಯಗಳಿಂದ ನೋಡುವುದು, ಕೇಳುವುದು ಇತ್ಯಾದಿಯೂ ಪ್ರಾಪ್ತಿಸಿದ್ಧಿಯು. ಪ್ರಾಪ್ತಿಸಿದ್ಧಿಯುಳ್ಳ ಯೋಗಿಯು ತಾನಿಚ್ಛಿಸಿ– ದಾಗ ಒಂದು ಲೋಕದಿಂದ ಇನ್ನೊಂದು ಲೋಕಕ್ಕೆ ಅಂದರೆ ಗ್ರಹ, ಉಪಗ್ರಹ, ಸೂರ್ಯಲೋಕ, ಚಂದ್ರಲೋಕ ಹೀಗೆ ಎಲ್ಲಿ ಬೇಕಾದಲ್ಲಿ ಹೋಗಬಲ್ಲನು.

೬. ಪ್ರಾಕಾಮ್ಯ ಸಿದ್ಧಿಯುಳ್ಳವನು ಎಲ್ಲ ಪದಾರ್ಥಗಳನ್ನು ತನಗೆ ಅನುಕೂಲವಾಗುವಂತೆ ಮಾಡಿಕೊಳ್ಳಬಲ್ಲನು. ಅವನು ನೀರಿನಲ್ಲಿ ಮುಳುಗಿ ಪ್ರವೇಶಿಸುವಂತೆ ಭೂಮಿಯೊಳಗೂ ಪ್ರವೇಶಿಸಬಲ್ಲನು. ಪರ್ವತದ ಶಿಲೆ– ಯೊಳಗೂ ಪ್ರವೇಶ ಮಾಡಬಲ್ಲನು. ಈ ಸಿದ್ಧಿಯುಳ್ಳವನು ನೀರಿನಲ್ಲಿಳಿದರೆ ನೀರು ಅವನ ಮೈಯನ್ನು ತೋಯಿಸಲಾರದು. ಅಗ್ನಿಯಲ್ಲಿ ಪ್ರವೇಶಿಸಿದರೆ ಅಗ್ನಿಯು ದೇಹವನ್ನು ಸುಡಲಾರದು. ಆಕಾಶದಲ್ಲಿ ಒಮ್ಮಿಂದೊಮ್ಮೆಲೇ

ಅದೃಶ್ಯನಾಗಬಲ್ಲನು. ಕಡುಬಿಸಿಲಿನಲ್ಲಿದ್ದರೂ ದಟ್ಟವಾದ ನೆರಳಿನಲ್ಲಿದ್ದಂತಿರು ವನು. ಇಂಥ ಯೋಗಿಯ ಚಲನವಲನಕ್ಕೆ ಯಾರೂ ಅಡ್ಡಿಪಡಿಸಲಾರರು.

ಈಶಿತ್ವ : ಈಶಿತ್ವ ಸಿದ್ಧಿ ಹೊಂದಿದವನು ಅಣಿಮಾದಿ ಸಿದ್ಧಿಗಳನ್ನು ಇನ್ನೊಬ್ಬರಿಗೆ ಯಥೇಚ್ಛವಾಗಿ ಕೊಡಬಲ್ಲನು. ಭೂಮಿಯಲ್ಲಿದ್ದ ಜನರು ತಾನು ಹೇಳಿದ ಮಾತನ್ನು ಕೇಳುವಂತೆ ಮಾಡಬಲ್ಲನು, ತಾನು ಇಚ್ಛಿಸಿದಾಗ ಭೂತ ಹಾಗೂ ಭೌತಿಕ ಪದಾರ್ಥಗಳ ಸೃಷ್ಟಿ, ಸ್ಥಿತಿ ಹಾಗೂ ಲಯಗಳನ್ನು ಆಂಶಿಕವಾಗಿ ಮಾಡಬಲ್ಲನು.

ವಶಿತ್ವ : ಈ ಸಿದ್ಧಿಯಿಂದ ಸಕಲ ಪಂಚಭೂತಗಳು ಹಾಗೂ ಭೌತಿಕ ಪದಾರ್ಥಗಳು ಯೋಗಿಯ ವಶದಲ್ಲಿರುತ್ತವೆ. ತಾನು ಬಯಸಿದಂತೆ ಯೋಗಿಯು ಈ ಪಂಚಭೂತಗಳಿಂದ ಕೆಲಸವನ್ನು ತೆಗೆದುಕೊಳ್ಳಬಲ್ಲನು. ತಾನು ಮಾತ್ರ ಯಾವುದರ ವಶಕ್ಕೊಳಗಾಗುವುದಿಲ್ಲ. ಗುಣತ್ರಯಗಳ ಸಂಪರ್ಕವಿಲ್ಲದಿರುವುದು ಮತ್ತು ವಿಷಯಭೋಗಗಳಲ್ಲಿ ಆಸಕ್ತಿ ಇಲ್ಲದಂತಿರು ವುದು ವಶಿತ್ವಸಿದ್ಧಿ ಉಳ್ಳವರಿಗೆ ಸಾಧ್ಯ.

II. ಯೌಗಿಕ ಕ್ರಿಯೆಗಳಿಂದ ಸಾಧಿಸುವ ಇಂದ್ರಿಯಗಳ ನಿಗ್ರಹದಿಂದ (ಸಂಯಮದಿಂದ) ಪ್ರಾಪ್ತವಾಗುವ ಎಂಟು ದಿವ್ಯದೃಷ್ಟಿ ಸಿದ್ಧಿಗಳು—

೧. **ಭೂತ ಮತ್ತು ಭವಿಷ್ಯಜ್ಞಾನ (ಅತೀತಾನಾಗತ ಜ್ಞಾನ) :** ಈ ಸಿದ್ಧಿಯ ಮೂಲಕ ಅತಿ ಪ್ರಾಚೀನ (ಭೂತ) ಮತ್ತು ಅನಾಗತ (ಭವಿಷ್ಯ) ಕಾಲಗಳಲ್ಲಿಯ ವಿಷಯಗಳನ್ನು ಕಣ್ಣೆದುರಿನಲ್ಲಿ ನಡೆಯುತ್ತಿರುವಂತೆ ಕಾಣಬಹುದು. ಜನ್ಮಾಂತರಗಳ ಜ್ಞಾನವಾಗುವುದೂ ಈ ಸಿದ್ಧಿಯಿಂದಲೇ.

೨. ದಿವ್ಯದೃಷ್ಟಿಯ ಎರಡನೆಯ ಸಿದ್ಧಿಯ ಆಧಾರದಿಂದ ಯೋಗಿಯು ಅತ್ಯಂತ ದೂರದಲ್ಲಿರುವ ಅಥವಾ ಅತಿಕ್ರಾಂತವಾದ ಪದಾರ್ಥಗಳ ದರ್ಶನ ಮತ್ತು ಶಬ್ದಗಳ ಶ್ರವಣ ಮಾಡಬಲ್ಲನು.

೩. **ಸಕಲ ಪ್ರಾಣಿಗಳ ಶಬ್ದಗಳ ಜ್ಞಾನವಾಗುವುದು :** ಮನುಷ್ಯರು ಮಾತುಗಳಿಂದ ತಮ್ಮ ವಿಚಾರಗಳನ್ನು ಪ್ರಕಟಪಡಿಸುತ್ತಾರೆ. ಆದರೆ ಪಶು–ಪಕ್ಷಿಗಳು ತಮ್ಮ ವಿವಿಧ ಕೂಗು–ಧ್ವನಿಗಳ ಮೂಲಕ ಭಾವವನ್ನು ಪ್ರಕಟಪಡಿಸುತ್ತವೆ. ಈ ಭಾವವನ್ನು ಸಾಮಾನ್ಯ ಮನುಷ್ಯನು

ಅರಿಯಲಾರನು. ಆದರೆ ಮೂರನೇಯ ಈ ದಿವ್ಯದೃಷ್ಟಿ ಸಾಧಿಸಿದ ಯೋಗಿಯು ಎಲ್ಲಪಶು–ಪಕ್ಷಿ–ಪ್ರಾಣಿಗಳ ಕೂಗುಗಳಿಂದ ಪ್ರಕಟವಾಗುವ ಅವುಗಳ ಭಾವಗಳನ್ನು ಚೆನ್ನಾಗಿ ತಿಳಿಯಬಲ್ಲನು.

೭. ಮನೋವಿಜ್ಞಾನ : ಯೌಗಿಕ ಕ್ರಿಯೆಗಳ ಮೂಲಕ ಇಂದ್ರಿಯ ಗಳನ್ನು ನಿಗ್ರಹಿಸುವುದನ್ನು ಅಭ್ಯಾಸ ಮಾಡಿ ಸಾಧಿಸಿದರೆ ಇನ್ನೊಬ್ಬರ ಮನಸ್ಸಿನ– ಲ್ಲಿರುವುದನ್ನು ತಿಳಿಯುವ ಶಕ್ತಿಯು ಪ್ರಾಪ್ತವಾಗುತ್ತದೆ. ಇದು ನಾಲ್ಕನೆಯ ಸಿದ್ಧಿಯು. ಎಂಟು ಸಿದ್ಧಿಗಳಲ್ಲಿ ನಾಲ್ಕನೆಯ ಸಿದ್ಧಿಯನ್ನು ಪಡೆದ ವ್ಯಕ್ತಿಯು ಅನ್ಯ–ಪುರುಷನ ಸನಿಹದಿಂದ ಬರುವ ವಾಯುವಿನ ಸಂಪರ್ಕ ಮಾತ್ರದಿಂದ ಅವನ ಮನಸ್ಸಿನಲ್ಲಿರುವುದನ್ನು ತಿಳಿಯಬಲ್ಲನು. ಹೇಗೆಂದರೆ ಯಾವುದೇ ವ್ಯಕ್ತಿಯು ಯಾವುದೇ ಕಾರ್ಯ ಮಾಡುವ ಮೊದಲು ಆ ಕಾರ್ಯದ ಬಗ್ಗೆ ಮೊದಲು ಮನಸ್ಸಿನಲ್ಲಿ ಸಂಕಲ್ಪಿಸುತ್ತಾನೆ. ಸಂಕಲ್ಪಿಸುವ ಸಮಯದಲ್ಲಿ ಆ ವ್ಯಕ್ತಿಯ ಶರೀರದೊಳಗಿನ ಪ್ರಾಣವಾಯುವು ಕ್ಷೋಭಿತಗೊಂಡು ವಿಕಾರ ಗೊಳುತ್ತದೆ. ನಂತರ ಆ ಪ್ರಾಣವಾಯುವು ವ್ಯಕ್ತಿಯ ರೋಮಛಿದ್ರಗಳ ಮೂಲಕ ದೇಹದಿಂದ ಹೊರಬಂದು ಶರೀರದ ನಾಲ್ಕೂ ದಿಕ್ಕುಗಳಲ್ಲಿ ಪಸರಿಸುತ್ತದೆ. ಎಲ್ಲೆಡೆ ಪಸರಿಸಿದ ಈ ಪ್ರಾಣವಾಯುವು ಆ ವ್ಯಕ್ತಿಯ ಮನದಲ್ಲಿರುವುದನ್ನೆಲ್ಲ ಗ್ರಹಿಸಲು ಸಮರ್ಥವಾಗುತ್ತದೆ. (ಮನಸಾ ಸಂಕಲ್ಪಯತಿ ತದ್ವಾತಮಭಿಗಚ್ಛತಿ | ವಾತೋ ದೇವೇಭ್ಯ ಆಚಷ್ಟೆ ಯಥಾ ಪುರುಷ ತೇ ಮನಃ || ಶತಪಥ ಬ್ರಾಹ್ಮಣ. ೬–೬–೬)

೮. ಭೂಗರ್ಭಜ್ಞಾನ : ಐದನೆಯ ದಿವ್ಯದೃಷ್ಟಿಯ ಸಿದ್ಧಿಯನ್ನು ಸಾಧಿಸಿಕೊಂಡ ವ್ಯಕ್ತಿಯು ಭೂಗರ್ಭದೊಳಗೆ ಹತ್ತು ಮಾರು ಕೆಳಗಿರುವ ಪದಾರ್ಥ ಗಳನ್ನೆಲ್ಲ ನೋಡಲು ಸಮರ್ಥನಾಗುತ್ತಾರೆ.

ನೇತ್ರಾಂಜನ ಅಥವಾ ಅದೃಶ್ಯಾಂಜನ ಇವುಗಳಲ್ಲಿ ಯಾವುದಾದರೂ ಒಂದನ್ನು ಕಣ್ಣುಗಳಿಗೆ ಹಚ್ಚಿಕೊಂಡರೆ ದಿವ್ಯದೃಷ್ಟಿ ಬರುತ್ತಿತ್ತು. ಇಂಥ ವ್ಯಕ್ತಿಯೂ ಭೂಗರ್ಭದೊಳಗೆ ಹತ್ತು ಮೊಳ ಆಳದವರೆಗೆ ನೋಡಲು ಸಮರ್ಥನಾಗುತ್ತಿದ್ದನು. ಇದಕ್ಕೆ ಭೂಗರ್ಭಜ್ಞಾನಸಿದ್ಧಿ ಎನ್ನುವರು. ದೈವೀ ದೃಷ್ಟಿಯನ್ನೂ ಇದೇ ಸಿದ್ಧಿಯೊಳಗೆ ಪರಿಗಣಿಸಬಹುದು.

೭. ಭುವನಜ್ಞಾನ : ಸೂರ್ಯನಲ್ಲಿ ಮನಸ್ಸಿನ ಸಂಪೂರ್ಣ ಶಕ್ತಿಯನ್ನು ಕೇಂದ್ರೀಕರಿಸಿದರೆ ಭುವನ ಜ್ಞಾನಸಿದ್ಧಿಯು ದೊರೆಯುವುದು. 'ಭುವನಜ್ಞಾನಂ ಸೂರ್ಯೇ ಸಂಯಮಾತ್' ಎಂಬ ಯೋಗಸೂತ್ರವು ಇದನ್ನೇ ತಿಳಿಸುತ್ತದೆ. ಈ ಸಿದ್ಧಿಯುಳ್ಳವನು ಬ್ರಹ್ಮಲೋಕ, ತ್ರಿಲೋಕ, ಪ್ರಾಜಾಪತ್ಯ ಲೋಕ, ಮಹೇಂದ್ರಲೋಕ (ಸ್ವರ್ಗಲೋಕ). ದ್ಯುಲೋಕ – ಅಂತರಿಕ್ಷಲೋಕ – ಮಹರ್ಲೋಕ ಇವೇ ಮೊದಲಾದ ಲೋಕಗಳ ಸಾಕ್ಷಾತ್ತಾಗಿ ದರ್ಶನ ಮಾಡಿಕೊಳ್ಳುವನು.

೮. ಔಷಧಿ ಪ್ರಭಾವಜ್ಞಾನ : ಈ ದಿವ್ಯ ದೃಷ್ಟಿಯ ಸಿದ್ಧಿಯುಳ್ಳವನಿಗೆ ಔಷಧಿಗಳ ಪ್ರಭಾವದ ಪ್ರತ್ಯಕ್ಷ ಜ್ಞಾನವಾಗುತ್ತದೆ. ಆಯುರ್ವೇದಾದಿ ಶಾಸ್ತ್ರಗಳ ಮೂಲಕ ಬರುವ ಔಷಧಿಗಳ ಜ್ಞಾನವು ಪರೋಕ್ಷ ಜ್ಞಾನವು.

೯. ತಾರಾಮಂಡಲ ಮತ್ತು ಜ್ಯೋತಿಷ ಪ್ರಭಾವ ಜ್ಞಾನ : ಈ ದಿವ್ಯ ದೃಷ್ಟಿ ಸಿದ್ಧಿಯುಳ್ಳ ವ್ಯಕ್ತಿಯು ದ್ಯುಲೋಕದಲ್ಲಿರುವ ಸಕಲ ತಾರೆಗಳ ಪ್ರಭಾವದ ಜ್ಞಾನವನ್ನು ಪಡೆಯುತ್ತಾನೆ.

"ಚಂದ್ರೇ ತಾರಾವ್ಯೂಹಜ್ಞಾನಂ" (ಯೋಗಸೂತ್ರ ೩–೨೭) ಚಂದ್ರನಲ್ಲಿ ಇಂದ್ರಿಯಗಳನ್ನು ಕೇಂದ್ರೀಕರಿಸುವುದರಿಂದ ತಾರೆಗಳ ವ್ಯೂಹಜ್ಞಾನ ವಾಗುತ್ತದೆ ಎಂದು ಯೋಗಸೂತ್ರದಲ್ಲಿ ತಿಳಿಸಲಾಗಿದೆ.

ಮೇಲಿನ ಎಂಟು ಸಿದ್ಧಿಗಳು ಯೌಗಿಕ ಕ್ರಿಯೆಯಿಂದ ಇಂದ್ರಿಯಗಳನ್ನು ಸಂಯಮಗೊಳಿಸುವುದರಿಂದ ಪ್ರಾಪ್ತವಾಗುವ ಸಿದ್ಧಿಗಳು.

III. ಯೌಗಿಕ ಕ್ರಿಯೆಗಳಿಂದ ಹೃದಯದ ಸಂಯಮವನ್ನು ಸಾಧಿ ಸಿದಾಗ ಪ್ರಾಪ್ತವಾಗುವ ಎಂಟು ಸಿದ್ಧಿಗಳು :

೧. ದೇವಪ್ರತ್ಯಕ್ಷೀಕರಣ : ಈ ಸಿದ್ಧಿಯ ಮೂಲಕ ದೇವತೆಗಳ ಪ್ರತ್ಯಕ್ಷದರ್ಶನವಾಗುತ್ತದೆ. ಪ್ರತಿಯೊಬ್ಬನ (ಎಲ್ಲ ಪ್ರಾಣಿಗಳ) ಹೃದಯದಲ್ಲಿ ದೈವೀಶಕ್ತಿಗಳು ಕೇಂದ್ರಿತವಾಗಿರುತ್ತವೆ.

ಈಶ್ವರಃ ಸರ್ವಭೂತಾನಾಂ ಹೃದ್ದೇಶೇಽರ್ಜುನ ತಿಷ್ಠತಿ ।
ಭ್ರಾಮಯನ್ ಸರ್ವಭೂತಾನಿ ಯಂತ್ರಾರೂಢಾನಿ ಮಾಯಯಾ ॥
ಭ.ಗೀ.೧೯–೬೧

– ಹೇ ಅರ್ಜುನ! ಪರಮೇಶ್ವರನು ಸಕಲ ಭೂತಗಳ ಹೃದಯದಲ್ಲಿ ಸಂನಿಹಿತನಾಗಿರುತ್ತಾನೆ. ಅವನೇ ತನ್ನ ಮಾಯಾಶಕ್ತಿಯಿಂದ ಶರೀರವೆಂಬ ಯಂತ್ರದಲ್ಲಿರುವ ಎಲ್ಲ ಜೀವಿಗಳನ್ನು ನಾನಾ ಕರ್ಮಗಳಲ್ಲಿ ತೊಡಗಿಸುತ್ತಾ ಸಮಸ್ತ ಚರಾಚರ ಪ್ರಪಂಚವನ್ನು ತಿರುಗಿಸುತ್ತಿರುತ್ತಾನೆ ಎಂದು ಭಗವದ್ಗೀತೆ ಯಲ್ಲಿ ಶ್ರೀಕೃಷ್ಣನು ತಿಳಿಸಿದ್ದಾನೆ.

ಹೃದ್ದೇಶದಲ್ಲಿರುವ ಪರಮಾತ್ಮನಲ್ಲಿ ನಮ್ಮ ಮನಸ್ಸನ್ನು ಕೇಂದ್ರೀಕರಿಸಿ ನಿಶ್ಚಲವಾಗಿ ನಿಲ್ಲಿಸುವುದರಿಂದ ಪ್ರಾಪ್ತವಾಗುವ ಸಿದ್ಧಿಯ (ಶಕ್ತಿಯ) ಬಲದಿಂದ ದೇವತೆಗಳ ಪ್ರತ್ಯಕ್ಷದರ್ಶನ ಮಾಡಿಕೊಳ್ಳಬಹುದು.

೨. ಅಭಿಚಾರ (ಬಲಗಾ) : ಕೃತ್ಯಾ, ಅಭಿಚಾರ ವಿದ್ಯೆಗೆ ಬಲಗಾ ಎಂದು ಕರೆಯಲಾಗುತ್ತದೆ. ಹೃದಯದ ಸಂಯಮನದಿಂದ ವಿದ್ರೋಹಿಗಳ, ಶತ್ರುಗಳ ಮತ್ತು ಅತ್ಯಾಚಾರಿಗಳ ಶಕ್ತಿಯನ್ನು ನಷ್ಟಗೊಳಿಸಿ ಅವರನ್ನು ಸಂಹರಿಸುವ ಶಕ್ತಿಯು ಪ್ರಾಪ್ತವಾಗುತ್ತದೆ.

ಈ ಪ್ರಕಾರದ ಅಭಿಚಾರ ಪ್ರಯೋಗವು ಹೆಚ್ಚಾಗಿ ಆಸುರೀಪ್ರಕೃತಿಯ ಜನರಲ್ಲಿಯೇ ಪ್ರಚಲಿತವಾಗಿರುತ್ತದೆ. ದುಷ್ಟ ಜನರು ಈ ಸಿದ್ಧಿಯ ಬಲದಿಂದ ಅನ್ಯರಿಗೆ ತೊಂದರೆ ಕೊಡುವ ಕಾರ್ಯಗಳನ್ನು ಮಾಡುತ್ತಿದ್ದರೆ ಈ ಸಿದ್ಧಿಯನ್ನು ಸಂಪಾದಿಸಿದ್ದರೂ ಸಜ್ಜನರು ಈ ಸಿದ್ಧಿಯ ದುರುಪಯೋಗ ವನ್ನು ಎಂದಿಗೂ ಮಾಡುತ್ತಿರಲಿಲ್ಲ.

೩. ಪ್ರಾಣೋತ್ಕ್ರಮಣದ ನಂತರ ಹೋಗುತ್ತಿರುವ ಆತ್ಮದ ದರ್ಶನ:

ಮರಣಾಸನ್ನ ವ್ಯಕ್ತಿಯ ಶರೀರವನ್ನು ಬಿಟ್ಟು ಆಕಾಶದಲ್ಲಿ ಶೀಘ್ರಗತಿ ಯಲ್ಲಿ ಹೋಗುತ್ತಿರುವ ಆತ್ಮವು ಅತ್ಯಂತ ಸೂಕ್ಷ್ಮವಾಗಿರುವುದರಿಂದ ಅದನ್ನು ಯಾರೂ ನೋಡಲಾರರು. ಆದರೆ ಹೃದಯಸಂಯಮದಿಂದ ಸಿದ್ಧಿಯನ್ನು ಪಡೆದ ಜ್ಞಾನೀವ್ಯಕ್ತಿಯು ಆ ಆತ್ಮವನ್ನು ಪ್ರತ್ಯಕ್ಷ ನೋಡಬಲ್ಲನು.

೪. ಮೃತ ಪುರುಷರ ದರ್ಶನ : ಹೃದಯ ಸಂಯಮನದಿಂದ ದೊರಕುವ ಐಯ್ದನೆಯ ಸಿದ್ಧಿಯನ್ನು ಹೊಂದಿದಂಥವರು ಮೃತಪುರುಷರ ಪ್ರತಿಕೃತಿಯಂತಿರುವ ಛಾಯಾ ಪುರುಷರನ್ನು ಪ್ರತ್ಯಕ್ಷದಂತೆ ಕಾಣುವರು.

ಶ್ರೀವೇದವ್ಯಾಸರು ಮಹಾಭಾರತ ಯುದ್ಧದಲ್ಲಿ ಮೃತರಾದ ಸೈನಿಕರ ಆಕೃತಿಗಳಂತಿರುವ ಅವರ ಛಾಯಾ ರೂಪಗಳನ್ನು ತೋರಿಸಿದ್ದರು.

ತನ್ನ ತಂದೆ ದಶರಥನು ಮೃತನಾಗಿ ದಿವ್ಯ ವಿಮಾನದಲ್ಲಿ ಕುಳಿತು ಆಕಾಶಮಾರ್ಗದಿಂದ ಹೋಗುತ್ತಿರುವುದನ್ನು ಶ್ರೀರಾಮಚಂದ್ರನು ಈ ಸಿದ್ಧಿಯ ಬಲದಿಂದಲೇ ಕಾಣಲು ಸಮರ್ಥನಾಗುತ್ತಾನೆ. ಮಹಾಭಾರತ ಯುದ್ಧದಲ್ಲಿ ಶ್ರೀ ವೇದವ್ಯಾಸರು ಮೃತ ಪುರುಷರ ಸಂಬಂಧಿಗಳಿಗೆ ಆಕಾಶ ಮಾರ್ಗದಿಂದ ಹೋಗುತ್ತಿರುವ ಮೃತರನ್ನು ತೋರಿಸಿದರು.

೫. ವಿರಾಟ್ ಪುರುಷನ ದರ್ಶನ : ಭಗವಾನ್ ಶ್ರೀಕೃಷ್ಣನು ಮಹಾಭಾರತ ಯುದ್ಧದ ಪ್ರಾರಂಭದಲ್ಲಿಯೇ ಅರ್ಜುನನಿಗೆ ದಿವ್ಯ ಚಕ್ಷುಗಳನ್ನಿತ್ತು ತನ್ನ ವಿರಾಟ್ ರೂಪವನ್ನು ತೋರಿಸಿದ್ದನು. ತನ್ನ ತಾಯಿ ಯಾದ ಯಶೋದಾದೇವಿಗೆ ತನ್ನ ಮುಖದಲ್ಲಿ ತನ್ನ ವಿರಾಟ್ ರೂಪವನ್ನು ತೋರಿಸಿದ್ದನು.

೬. ಮಾಯಾ ವ್ಯಾಮೋಹನ ಸಿದ್ಧಿ : ಪರಮಾತ್ಮನಂತೂ ಸರಿ. ಈ ಸಿದ್ಧಿಯನ್ನು ಹೊಂದಿದ ಅನೇಕ ದೇವತೆಗಳು ಹಾಗೂ ಋಷಿಮುನಿಗಳೂ ಚಿತ್ರ–ವಿಚಿತ್ರ ಮಾಯೆಗಳನ್ನು ತೋರಿದ ಪ್ರಸಂಗಗಳು ಪುರಾಣಗಳಲ್ಲಿ ಕಂಡು ಬರುತ್ತವೆ.

೭. ಉಪಶ್ರುತಿವಿದ್ಯಾ : ಇದಕ್ಕೆ ರಾತ್ರಿವಿದ್ಯಾ ಎಂದೂ ಹೆಸರು. ಈ ಸಿದ್ಧಿಯ ಆಧಾರದಿಂದ ಅತ್ಯಂತ ಗುಪ್ತವಾಗಿಟ್ಟಿರುವ ಅಥವಾ ಬಚ್ಚಿಟ್ಟಿರುವ ಧನ, ಸುವರ್ಣಾದಿಗಳು ಮತ್ತು ಧನ ಮುಂತಾದವುಗಳನ್ನು ಅನಾಯಾಸ– ವಾಗಿ ಪತ್ತೆ ಹಚ್ಚಬಹುದು.

೮. ಸಂಸ್ಕಾರೋಪಧಾನೀ ವಿದ್ಯಾ : ಈ ವಿದ್ಯೆಯ ಸಿದ್ಧಿಯನ್ನು ಪಡೆದ ಸಿದ್ಧ ಪುರುಷನು ಯಾವನೇ ಬಾಲಕನ ಶಿರಸ್ಸನ್ನು ಸ್ಪರ್ಶಿಸಿ ಅವನಲ್ಲಿ ವಿಲಕ್ಷಣವಾದ ವಿದ್ವತ್ತನ್ನು ಪ್ರಕಾಶಗೊಳಿಸಬಲ್ಲನು.

ಮೇಲೆ ವರ್ಣಿಸಿದ ವಿದ್ಯೆಗಳು ಅಥವಾ ಸಿದ್ಧಿಗಳು ಹೃದಯಸಂಯಮನ ಮಾಡುವುದರಿಂದ ಪ್ರಾಪ್ತವಾಗುತ್ತವೆ. ಹೃದಯಸಂಯಮನವನ್ನು ಸಾಧಿಸಿ ಕೊಂಡ ವ್ಯಕ್ತಿಯು ಜೀವಾತ್ಮನನ್ನು ಹಾಗೂ ಅವನ ಅಂತರಾತ್ಮನನ್ನು ಪ್ರತ್ಯಕ್ಷ ನೋಡಬಲ್ಲನು ಮತ್ತು ಜೀವಾತ್ಮನ ಮೇಲೆ ತನ್ನ ಪ್ರಭಾವವನ್ನು ಬೀರಬಲ್ಲನು. ಉದಾ : i) ಗೌತಮ ಮುನಿಗಳು ii) ಶ್ರೀವಿಜಯದಾಸರು ತಮ್ಮ ಶಿಷ್ಯರನ್ನು ಅನುಗ್ರಹಿಸಿದ ಪ್ರಸಂಗಗಳು.

IV. ಯೌಗಿಕ ಕ್ರಿಯೆಗಳಿಂದ ಪ್ರಾಣದ ಸಂಯಮನ ಮಾಡಿದಾಗ ಪ್ರಾಪ್ತವಾಗುವ ಎಂಟು ದಿವ್ಯ ಸಿದ್ಧಿಗಳು :

೧. **ಕಾಯವ್ಯೂಹರಚನಾ ವಿದ್ಯೆ :** ಈ ವಿದ್ಯೆಯನ್ನು ಸಾಧಿಸಿಕೊಂಡ ವ್ಯಕ್ತಿಯು ಒಮ್ಮೆಲೇ ಅನೇಕ ಶರೀರಗಳನ್ನು ಧಾರಣ ಮಾಡಬಲ್ಲನು ಅಥವಾ ಒಂದೇ ಸಮಯಕ್ಕೆ ಬೇರೆ ಬೇರೆ ಶರೀರಗಳನ್ನು ಧಾರಣ ಮಾಡಿ ಬೇರೆ ಬೇರೆ ಸ್ಥಾನಗಳಲ್ಲಿದ್ದು ವಿಭಿನ್ನ ಕಾರ್ಯಗಳನ್ನು ನಡೆಸಬಲ್ಲವನಾಗುವನು.

ಭಾಗವತ ದಶಮಸ್ಕಂಧದಲ್ಲಿ ಶ್ರೀಕೃಷ್ಣನು ತೋರಿದ ಇಂಥ ವ್ಯಾಪಾರ ಗಳ ವರ್ಣನೆ ಬಂದಿದೆ. ಸೌಭರಿ ಋಷಿಗಳ ಚರಿತ್ರೆಯಲ್ಲಿಯೂ ಈ ವಿದ್ಯೆಯ ವಿಚಿತ್ರ ಪ್ರಭಾವವನ್ನು ಕಾಣಬಹುದು.

೨. **ಪರಕಾಯ ಪ್ರವೇಶ ವಿದ್ಯಾ :** ಈ ವಿದ್ಯೆಯ ಸಿದ್ಧಿಯನ್ನು ಪಡೆದ ಸಿದ್ಧ ಪುರುಷನು ತನ್ನ ಶರೀರವನ್ನು ಒಂದು ಸುರಕ್ಷಿತ ಸ್ಥಳದಲ್ಲಿರಿಸಿ ಅನ್ಯ ಪುರುಷ–ಪಶು–ಪಕ್ಷಿಗಳ ಶರೀರವನ್ನು ಪ್ರವೇಶಿಸಿ ತನ್ನ ಅಭೀಷ್ಟ ಕಾರ್ಯವನ್ನು ಪೂರ್ತಿಗೊಳಿಸಿಕೊಳುತ್ತಾನೆ.

"ಬಂಧಕಾರಣಶೈಥಿಲ್ಯಾಲ್ ಪ್ರಚಾರಸಂವೇದನಾಚ್ಚ ಚಿತ್ತಸ್ಯ ಪರಶರೀರಾವೇಶಃ"। ೨–೩೮ ಅಂದರೆ ಬಂಧಕಾರಕವಾದ ಶರೀರವನ್ನು ಸಡಿಲಿಸಿ ಪ್ರಚಾರದ ಸಂವೇದನೆ ಮಾಡುವುದರಿಂದ ಆತ್ಮವನ್ನು ಅನ್ಯರ ಕಾಯದಲ್ಲಿ ಪ್ರವೇಶಗೊಳಿಸಬಹುದು" ಎಂದು ಪರಕಾಯ ಪ್ರವೇಶದ ವಿಧಾನವು ಯೋಗಸೂತ್ರದಲ್ಲಿ ಹೇಳಲ್ಪಟ್ಟಿದೆ.

೩. **ಪ್ರಾಣಸಂಹಾರಿಣೇ ವಿದ್ಯಾ :** ಈ ವಿದ್ಯೆಯ ಸಿದ್ಧಿ ಪಡೆದ ಸಿದ್ಧ ಪುರುಷನು ಯಾವುದೇ ಪ್ರಾಣಿಯ ಪ್ರಾಣವನ್ನು ತೆಗೆದು ಸಂಹರಿಸಬಲ್ಲನು.

ಭಾಗವತದಲ್ಲಿ ವೇನ ಎಂಬ ರಾಜನ ದುಷ್ಕೃತ್ಯಗಳಿಂದ ತ್ರಸ್ತರಾದ ಪುರೋಹಿತರು ಕುಶದ ಅಗ್ರಭಾಗವನ್ನು ರಾಜನಿಗೆ ಮುಟ್ಟಿಸಿ ಅವನ ಪ್ರಾಣವನ್ನೇ ತೆಗೆದರು (ಹುಂಕಾರದಿಂದ ರಾಜನನ್ನು ಸಂಹರಿಸಿದರು).

೪. **ಮೃತಸಂಜೀವಿನೀ ವಿದ್ಯಾ :** ಶರೀರದೊಳಗಿಂದ ಪ್ರಾಣವು ಹೊರಟು ಹೋದ ನಂತರ ಶರೀರದೊಳಗೆ ಪುನಃ ಆ ಪ್ರಾಣವು ಬರುವಂತೆ ಮಾಡುವ ವಿದ್ಯೆಯೇ ಮೃತಸಂಜೀವಿನೀ ವಿದ್ಯೆಯು.

ಈ ವಿದ್ಯೆಯ ಬಲದಿಂದ ಮೃತರಾದ ವ್ಯಕ್ತಿಗಳನ್ನು ಪುನಃ ಬದುಕು ವಂತೆ ಮಾಡಿದ ಅನೇಕ ನಿದರ್ಶನಗಳು ಮಹಾಭಾರತ–ಭಾಗವತಾದಿ ಪುರಾಣದೊಳಗೆ ಸಿಗುತ್ತಿವೆ. ಉದಾಹರಣೆಗೆ ಹೇಳಬೇಕೆಂದರೆ ೧. ಸಾಂದೀಪಿನೀ ಗುರುಗಳು ಗುರುದಕ್ಷಿಣೆ ರೂಪದಲ್ಲಿ ಮೃತನಾದ ತಮ್ಮ ಏಕಮಾತ್ರ ಪುತ್ರನನ್ನು ತಂದೊಪ್ಪಿಸುವಂತೆ ಪ್ರಾರ್ಥಿಸಿದಾಗ ಶ್ರೀಕೃಷ್ಣನು ಗುರುಪುತ್ರನನ್ನು ತಾನೇ ಪುನರುಜ್ಜೀವಿತಗೊಳಿಸಿ ಗುರುಗಳಿಗೆ ಸಮರ್ಪಿಸಿ ದನು. ೨. ಆರ್ವಾವಸುವಿನ ಪ್ರಾರ್ಥನೆಯಿಂದ ಇಂದ್ರಾದಿ ದೇವತೆಗಳು ಪ್ರಸನ್ನರಾಗಿ ಮೃತರಾದ ರೈಭ್ಯ, ಭರದ್ವಾಜ ಮತ್ತು ಯವಕ್ರೀತರನ್ನು ಪುನರ್ಜೀವಿತಗೊಳಿಸಿದರು.

ಅಕಾಲಮೃತ್ಯುವನ್ನು ತಡೆಯುವುದು, ತಮ್ಮ ಆಯುಸ್ಸಿನಲ್ಲಿ ಕೆಲವು ಭಾಗವನ್ನು ಇನ್ನೊಬ್ಬರಿಗೆ ಸಮರ್ಪಿಸುವುದು, ಸರ್ಪಾದಿ ವಿಷಜಂತುಗಳು ಕಚ್ಚಿದಾಗ ಶರೀರದೊಳಗಿಂದ ಆ ವಿಷವನ್ನು ಹೊರಹಾಕುವ ವಿದ್ಯೆ, ಇವೆಲ್ಲ ಮೃತಸಂಜೀವಿನೀ ವಿದ್ಯೆಯಲ್ಲಿಯೇ ಅಂತರ್ಗತವಾಗುತ್ತವೆ.

೩. ಸ್ಥಾಣೂಜ್ಜೀವಿನೀ ವಿದ್ಯೆ : ಈ ವಿದ್ಯೆಯ ಪ್ರಭಾವದಿಂದ ಪೂರ್ತಿ ಒಣಗಿಹೋಗಿರುವ ವೃಕ್ಷವು ಹಸಿರು ಎಲೆಗಳಿಂದ ತುಂಬಿ ಕಂಗೊಳಿಸುವಂತೆ ಮಾಡಬಹುದು. ಈ ವಿದ್ಯೆಯ ಸಿದ್ಧಿಪಡೆದ ಸಿದ್ಧ ಪುರುಷನು ಗಾಯತ್ರೀಮಂತ್ರ ದಿಂದ ಅಭಿಮಂತ್ರಿತವಾದ ಜಲವನ್ನು ಸಿಂಪಡಿಸಿ ಒಣಗಿದ ವೃಕ್ಷವು ರಸಭರಿತವಾಗುವಂತೆ ಮಾಡಿ ಅದನ್ನು ಪುನರ್ಜೀವಿತಗೊಳಿಸಬಲ್ಲನು.

ಭಾಗವತದಲ್ಲಿಯೇ ಒಂದು ಆಖ್ಯಾನವು ಬರುತ್ತದೆ. ಋಷಿಕುಮಾರ ಶೃಂಗಿಯ ಶಾಪದಿಂದ, ಪರೀಕ್ಷಿತ ರಾಜನಿಗೆ, ಶಾಪಕೊಟ್ಟ ನಂತರದ ಏಳನೆಯ ದಿನ ತಕ್ಷಕ ಎಂಬ ಸರ್ಪವು ಕಚ್ಚಿ ಮರಣ ಹೊಂದುವ ಸಮಯವು ಬಂದಿರುತ್ತದೆ. ಮೃತಸಂಜೀವಿನೀ, ಸ್ಥಾಣೂಜ್ಜೀವಿನೀ ಮುಂತಾದ ವಿದ್ಯೆಗಳಲ್ಲಿ ಸಿದ್ಧಿಪಡೆದಿದ್ದ ಒಬ್ಬ ಬ್ರಾಹ್ಮಣನು ಈ ವಿಷಯವನ್ನು ತಿಳಿದು ಸರ್ಪಕಚ್ಚಿ ಮೃತನಾದರೂ ಆ ರಾಜನನ್ನು ಬದುಕಿಸಿ ಏನಾದರೂ ಬಹುಮಾನ ಪಡೆಯಬೇಕೆಂದು ಪ್ರಾಯೋಪವೇಶಕ್ಕೆ ಕುಳಿತಿದ್ದ ರಾಜನಿರುವ ಸ್ಥಳಕ್ಕೆ ಹೊರಡುತ್ತಾನೆ. ಮಾರ್ಗದಲ್ಲಿ ರಾಜನಿಗೆ ಕಚ್ಚಲು ವೇಷಮರೆಸಿ ಬರುತ್ತಿದ್ದ ತಕ್ಷಕನ ಸಂಪರ್ಕವಾಗುತ್ತದೆ. ಇಬ್ಬರೂ ರಾಜನಿರುವಲ್ಲೇ ಹೊರಟಿದ್ದು ತಮ್ಮ

ಉದ್ದೇಶಗಳ ವಿನಿಮಯ ಮಾಡಿಕೊಳುತ್ತಾರೆ. ಆಗ ತಕ್ಷಕನು ಆ ಬ್ರಾಹ್ಮಣನ ಶಕ್ತಿಯನ್ನು ಪರೀಕ್ಷಿಸಲೋಸುಗ ಅಲ್ಲಿಯೇ ಫಲಭರಿತವಾಗಿದ್ದ ಒಂದು ವೃಕ್ಷಕ್ಕೆ ಕಚ್ಚಿದಾಕ್ಷಣವೇ ಆದು ವಿಷದ ಪ್ರಭಾವದಿಂದ ಸುಟ್ಟು ಕರಕಾಗಿ— ಬಿಡುತ್ತದೆ. ಇದನ್ನು ನೋಡಿ ಅಲ್ಲಿಯೇ ಇದ್ದ ಸಿದ್ಧ ಬ್ರಾಹ್ಮಣನು ತನ್ನ 'ಸ್ಥಾಣೂಜ್ಜೀವಿನೀ ವಿದ್ಯೆ'ಯ ಪ್ರಭಾವದಿಂದ ವೃಕ್ಷಕ್ಕೆ ಅಭಿಮಂತ್ರಿತವಾದ ಜಲವನ್ನು ಪ್ರೋಕ್ಷಿಸಿ ಅದನ್ನು ಮೊದಲಿನಂತೆ ಹಚ್ಚ ಹಸಿರಾದ ಎಲೆಗಳು ಹಾಗೂ ಫಲಗಳಿಂದ ತುಂಬಿ ಕಂಗೊಳಿಸುವಂತೆ ಮಾಡುತ್ತಾನೆ. ಬ್ರಾಹ್ಮಣನ ಈ ವಿದ್ಯೆಯ ಸಾಮರ್ಥ್ಯವನ್ನು ಕಂಡು ತಕ್ಷಕನು ಅತ್ಯಾಶ್ಚರ್ಯಗೊಂಡು ಅವನಿಗೆ ವಿಪುಲವಾಗಿ ರತ್ನ, ಮಣಿ, ಕನಕವನ್ನು ಕೊಟ್ಟು ರಾಜನಿದ್ದಲ್ಲಿ ಬಾರದಂತೆ ಒಪ್ಪಿಸಿ ತಿರುಗಿ ಕಳಿಸಿಬಿಡುತ್ತಾನೆ.

೯. ಛಾಯಾಗ್ರಹಿಣೀ ವಿದ್ಯೆ : ಪ್ರಾಣಸಂಯಮನದಿಂದ ಪ್ರಾಪ್ತವಾಗುವ ಎಂಟು ವಿದ್ಯೆಗಳಲ್ಲಿಇದೂ ಒಂದು. ಯಾವುದೇ ಪ್ರಾಣೆಯ ಶರೀರದ ನೆರಳಿನ ಗಂಧವನ್ನು (ವಾಸನೆ) ತಿಳಿದುಕೊಂಡು ಆ ನೆರಳಿನ ಮೂಲಕವೇ ಆ ಪ್ರಾಣೆಯನ್ನು ತನ್ನೆಡೆಗೆ ಸೆಳೆದುಕೊಳ್ಳುವ ವಿದ್ಯೆಗೆ ಛಾಯಾಗ್ರಹಿಣೀ ವಿದ್ಯೆ ಎಂದು ಹೆಸರು.

ರಾಮಾಯಣದಲ್ಲಿ ಬರುವ ಒಂದು ಸನ್ನಿವೇಶ. ಸೀತನ್ವೇಷಣೆಗಾಗಿ ಸಮುದ್ರದ ಮೇಲೆ ಹಾರಿ ಹೋಗುತ್ತಿರುವಾಗ (ಈ ವಿದ್ಯೆಯನ್ನು ಬಲ್ಲ) ಸಿಂಹಿಕಾ ಎಂಬ ರಾಕ್ಷಸಿಯು ಹನುಮಂತನ ನೆರಳನ್ನು ಹಿಡಿದು ತನ್ನೆಡೆಗೆ ಸೆಳೆದುಕೊಳ್ಳುತ್ತಾಳೆ. ಕೆಳಗೆ ಬಂದ ಹನುಮಂತನು ಆ ರಾಕ್ಷಸಿಯನ್ನು ಕೊಂದು ತನ್ನ ಸಮುದ್ರೋಲ್ಲಂಘನೆಯನ್ನು ಮುಂದುವರೆಸುತ್ತಾನೆ.

೨. ಆಕೃತಿ ಪರಿವರ್ತಿನೀ ವಿದ್ಯೆ : ಈ ವಿದ್ಯೆಯ ಪ್ರಭಾವದಿಂದ ತನ್ನ ಶರೀರದ ಆಕೃತಿಯನ್ನು ಬೇರೇ ಜಾತಿಯ ಪ್ರಾಣೆಯಲ್ಲಿ ಪ್ರವೇಶಿಸಿ ಬದಲಿಸಿಕೊಳ್ಳಬಹುದು.

ಕಿಂದಿಮ ಎಂಬ ಋಷಿಯು ಮೃಗರೂಪವನ್ನೂ ಧರಿಸಿ ಮೃಗಿಯೊಂದಿಗೆ ರಮಣ ಮಾಡುತ್ತಿದ್ದನು. ಇದನ್ನರಿಯದೇ ಪಾಂಡುರಾಜನು ಆ ಮೃಗವನ್ನು ಕೊಲ್ಲುತ್ತಾನೆ. ಇದರಂತೆ ಮನುಷ್ಯಾಕಾರದ ಭಗವಾನ್ ವಿಷ್ಣುವ್ರ ವರಾಹ, ನರಸಿಂಹ, ಮೋಹಿನೀ ಮೊದಲಾದ ರೂಪಗಳನ್ನು ಧರಿಸಿದ

ದೃಷ್ಟಾಂತಗಳಿವೆ. ಯಮಧರ್ಮನು ನಾಯಿಯ ರೂಪವನ್ನು ಧರಿಸಿದ್ದು, ಶಿಬಿ ಚಕ್ರವರ್ತಿಯನ್ನು ಪರೀಕ್ಷಿಸಲು ಅಗ್ನಿಯು ಪಾರಿವಾಳ ಪಕ್ಷಿಯಾದದ್ದು ಮತ್ತು ಇಂದ್ರನು ಗಿಡುಗ ಪಕ್ಷಿಯಾದದ್ದು ಇವೆಲ್ಲ ಈ ವಿದ್ಯೆಯ ಪ್ರಭಾವ ದಿಂದಲೇ ಎಂದು ಹೇಳಬಹುದು.

ಪ್ರಾಚೀನ ಕಾಲದಲ್ಲಿ ದೇವಕುಲದೊಳಗಿನ ಹೆಚ್ಚಿನವರು ಈ ರೂಪಾಂತರ ವಿದ್ಯೆಯಲ್ಲಿ ಪರಿಣಿತರಾಗಿದ್ದರು.

೭. ಲಿಂಗಪರಿವರ್ತಿನೀ ವಿದ್ಯೆ : ಈ ವಿದ್ಯೆಯನ್ನು ಸಾಧಿಸಿ— ಕೊಂಡವರು ಇದರ ಪ್ರಭಾವದಿಂದ ಮನುಷ್ಯರ ಲಿಂಗವನ್ನೇ ಪರಿವರ್ತಿಸ ಬಹುದು. ಶಿವನು ಪಾರ್ವತಿಯ ವನದಲ್ಲಿ ಪ್ರವೇಶ ಮಾಡಿದ ಸುದ್ಯುಮ್ನ ರಾಜನನ್ನು ಸ್ತ್ರೀರೂಪದಲ್ಲಿಯೂ, ಇಲಾ ಸ್ತ್ರೀಯನ್ನು ಪುರುಷ ರೂಪದಲ್ಲಿಯೂ ಬದಲಿಸಿದ್ದು ಭಾಗವತ ಪುರಾಣದಲ್ಲಿ ಬರುವ ಇಲೋಪಾಖ್ಯಾನದಲ್ಲಿ ಪ್ರಸಿದ್ಧವಾಗಿದೆ.

ಮಂತ್ರಗಳ ಪ್ರಭಾವದಿಂದ ಪ್ರಾಪ್ತವಾಗುವ ಎಂಟು ವಿದ್ಯಾ ಸಿದ್ಧಿಗಳು

೧. ಸರ್ಪಾಕರ್ಷಿಣೀ ವಿದ್ಯಾ ಸಿದ್ಧಿ : ಈ ವಿದ್ಯೆಯ ಸಿದ್ಧಿಯನ್ನು ಸಂಪಾದಿಸಿರುವವರು ದೂರ—ದೂರದಲ್ಲಿರುವ ಎಲ್ಲ ಪ್ರಕಾರದ ಸರ್ಪ ಗಳನ್ನು ಮಂತ್ರದ ಪ್ರಭಾವದಿಂದ ಆಕರ್ಷಣ ಮಾಡಿ ಅವುಗಳನ್ನು ತನಗಿಷ್ಟ— ವಾದ ಸ್ಥಳದಲ್ಲಿ ಹೋಗುವಂತೆ ಮಾಡಬಲ್ಲರು ಮತ್ತು ಸರ್ಪಗಳನ್ನು ವಿಷರಹಿತವಾಗಿಯೂ ಮಾಡಬಲ್ಲರು.

ಪರೀಕ್ಷಿತ ಮಹಾರಾಜನು ತಕ್ಷಕ ಸರ್ಪ ಕಚ್ಚಿ ಮೃತನಾದ ನಂತರ ಕುಪಿತನಾದ ರಾಜನ ಮಗನಾದ ಜನಮೇಜಯನು ಋಷಿಗಳಿಂದ ನಾಗಯಜ್ಞ ಮಾಡಿಸಿದಾಗ ಋಷಿಗಳು **ಸರ್ಪಾಕರ್ಷಿಣೀ ವಿದ್ಯೆಯ** ಬಲದಿಂದ ಚಿಕ್ಕ ದೊಡ್ಡ ಸರ್ಪಗಳನ್ನು ಆಕರ್ಷಿಸಿ ಯಜ್ಞಕುಂಡದಲ್ಲಿ ಬಿದ್ದು ಸುಟ್ಟು ಹೋಗುವಂತೆ ಮಾಡಿದರು. ಮುಂದೆ ಬೃಹಸ್ಪತ್ಯಾಚಾರ್ಯರ ಉಪದೇಶದಿಂದ ಜನಮೇಜಯ ರಾಜನು ಸರ್ಪಯಾಗವನ್ನು ನಿಲ್ಲಿಸಿದನು. (ಸ್ಕಂಧ—೧೨, ಅಧ್ಯಾಯ—೬)

ಈ ಮಂತ್ರದ ಸಿದ್ಧಿಯನ್ನು ಹೊಂದಿದವರನ್ನು ಈಗಲೂ ಭಾರತದಲ್ಲಿ ಕಾಣಬಹುದು.

೨. ಅಗ್ನಿಸ್ತಂಭಿನೀ ವಿದ್ಯಾಸಿದ್ಧಿ : ಈ ವಿದ್ಯೆಯ ಸಿದ್ಧಿಯನ್ನು ಹೊಂದಿದ ವರು ಮಂತ್ರದ ಬಲದಿಂದ ಅಗ್ನಿಯು ತಮ್ಮನ್ನು ಸುಡದಂತೆ ಮಾಡಿಕೊಳ್ಳಬಲ್ಲರು. ಇಂಥವರು ಉರಿಯುತ್ತಿರುವ ಅಗ್ನಿಯಲ್ಲಿ ಪ್ರವೇಶಿಸಿದರೂ ಅವರನ್ನು ಅಗ್ನಿಯು ಸುಡುವುದಿಲ್ಲ.

ಅಗ್ನಿಸ್ತಂಭನವು ಮೂರು ಪ್ರಕಾರಗಳಿಂದಾಗುತ್ತದೆ – i. ಸತ್ಯದಿಂದ ii. ಮಂತ್ರದಿಂದ ಮತ್ತು iii. ಮಣೆಯಿಂದ.

i. ಸತ್ಯದಿಂದಾಗುವ ಅಗ್ನಿಸ್ತಂಭನ : ಪ್ರಾಚೀನ ಕಾಲದಲ್ಲಿ ಯಾವನಾದರೂ ನಿಜವಾಗಿ ಅಪರಾಧಿಯಾಗಿರುವನೇ ಅಥವಾ ಆವನ ಮೇಲೆ ಮಿಥ್ಯಾಪರಾಧವನ್ನು ಹೊರಿಸಲಾಗಿದೆಯೋ ಎಂಬುದನ್ನು ತಿಳಿಯು– ವುದಕ್ಕೋಸ್ಕರ ಅನೇಕ ದಿವ್ಯಪರೀಕ್ಷೆಗಳನ್ನು ನಡೆಸಲಾಗುತ್ತಿತ್ತು. ಅವುಗಳಲ್ಲಿ ಒಂದಾದ ಅಗ್ನಿಪರೀಕ್ಷೆಯಲ್ಲಿ ಆ ಪುರುಷನನ್ನು ಉರಿಯುವ ಅಗ್ನಿಯ ಮೇಲೆ ನಡೆಸಲಾಗುತ್ತಿತ್ತು. ಅಗ್ನಿಯು ಆ ಪುರುಷನನ್ನು ಸುಟ್ಟರೆ ಅವನು ಅಪರಾಧಿ ಎಂದೂ ಸುಡದಿದ್ದರೆ ನಿರಪರಾಧಿ ಎಂದೂ ತೀರ್ಮಾನಿಸಲಾಗುತ್ತಿತ್ತು. ಅಗ್ನಿಯ ಮೇಲೆ ನಡೆದಾಗಲೂ ಆ ವ್ಯಕ್ತಿಯನ್ನು ಸುಡದಿರುವುದು ಅವನ ಸತ್ಯದಿಂದಲೇ ಆಗಿರುವುದು.

ಇದೇ ರೀತಿ ಅಗ್ನಿಸ್ತಂಭನವಾಗಿರುವ ಒಂದು ವರ್ಣನೆಯು ಸೀತಾ ದೇವಿಯ ಪಾವಿತ್ರ್ಯದ ಪರೀಕ್ಷೆಯ ಸಂದರ್ಭದಲ್ಲಿ ರಾಮಾಯಣದಲ್ಲಿ ನಡೆದದ್ದು ತಿಳಿದು ಬರುತ್ತದೆ. ಅಗ್ನಿಸ್ತಂಭನ ಸಿದ್ಧಿಯಿಂದಲೇ ಬಾಲಕ್ಕೆ ಹಚ್ಚಿದ ಬೆಂಕಿಯು ಹನುಮಂತನನ್ನು ಸುಡಲಿಲ್ಲ. ಅರಗಿನ ಮನೆಯಲ್ಲಿ ಸಿಕ್ಕಿ ಬಿದ್ದ ಪಾಂಡವರು ಸುಡದೇ ಸುರಕ್ಷಿತವಾಗಿ ಪಾರಾದರು ಎಂದು ತಿಳಿಯಬಹುದು.

ii. ಮಂತ್ರದಿಂದ ಅಗ್ನಿಸ್ತಂಭನ : ಮಂತ್ರಗಳಿಂದ ಅಗ್ನಿಯ ದಾಹಕ ಶಕ್ತಿಯನ್ನು ನಿವಾರಿಸಿ ಆದನ್ನು ತಣ್ಣಗಾಗಿಸಬಹುದು. ನಳ ಮಹಾರಾಜನು ದೇವತೆಗಳಿಂದ ಕೊಡಲ್ಪಟ್ಟ ಮಂತ್ರದಿಂದ ಅಗ್ನಿಯನ್ನು ತಂಪಾಗಿರಿಸುತ್ತಿದ್ದನು.

iii. ಮಣೆಯಿಂದ ಅಗ್ನಿಸ್ತಂಭನ : ಚಂದ್ರಕಾಂತ ಮಣೆಯಿಂದ ಅಗ್ನಿಸ್ತಂಭನ ಮಾಡಬಹುದು. ಈ ಮಣೆಯು ಎರಡು ವಿಧವಾಗಿರುತ್ತದೆ. ಆ. ಓಷಧಿ ಮಣೆ, ಆ. ಕಲ್ಲಿನ ಮಣೆ.

ಓಷಧಿ ಮಣೆಯ ಸನಿಹದಲ್ಲಿ ಉರಿಯುವ ಅಗ್ನಿಯು ಕೂಡ

ತಣ್ಣಗಾಗುತ್ತದೆ. ಈ ಓಷಧಿ ಮಣೆಯ ರಸವನ್ನು ಲೇಪಿಸಿಕೊಂಡ ಕೈಯಿಂದ ಅಗ್ನಿಯನ್ನು ಹಿಡಿದರೆ ಕೈಯು ಸುಡುವುದಿಲ್ಲ ಮತ್ತು ಮೈಗೆ ಲೇಪಿಸಿಕೊಂಡು ಯಾವ ತೊಂದರೆ ಇಲ್ಲದೇ ಅಗ್ನಿಯಲ್ಲಿ ಪ್ರವೇಶಿಸಬಹುದು.

ಚಂದ್ರಕಾಂತ ಮಣೆಯೊಂದಿಗೆ ಸೂರ್ಯಕಾಂತ ಮಣೆಯನ್ನು ಹತ್ತಿರ ಇಟ್ಟುಕೊಂಡರೆ ಚಂದ್ರಕಾಂತ ಮಣೆಯಿಂದ ಶಮನಗೊಂಡ ಅಗ್ನಿಯು ಮತ್ತೆ ಪ್ರಜ್ವಲಿಸತೊಡಗುತ್ತದೆ.

ಎ. ಅಕ್ಷಯ್ಯಕರಣೇ ಮಂತ್ರಸಿದ್ಧಿ : ಈ ವಿದ್ಯೆಯ ಸಿದ್ಧಿಯುಳ್ಳವರ ಮನೆಯಲ್ಲಿಯ ಪಾತ್ರೆಗಳಲ್ಲಿರುವ ಆಹಾರ ಪದಾರ್ಥಗಳು ಸಾವಿರಾರು ಜನರು ಭೋಜನ ಮಾಡಿದರೂ ಕಡಿಮೆಯಾಗುವುದಿಲ್ಲ.

ಪ್ರಾಚೀನ ಕಾಲದಲ್ಲಿ ಸೂರ್ಯದೇವನ ಆರಾಧನೆಯಿಂದ ಯುಧಿ—ಷ್ಠಿರನು ಸೂರ್ಯದೇವನಿಂದ 'ಅಕ್ಷಯಪಾತ್ರೆ' ಎಂಬ ಒಂದು ತಾಮ್ರ ಪಾತ್ರೆ ಯನ್ನು ಅನುಗ್ರಹ ಪೂರ್ವಕ ಪಡೆದಿದ್ದನು. ಈ ಪಾತ್ರೆಯ ಪ್ರಭಾವದಿಂದ ಮನೆಯಲ್ಲಿ ಮಾಡಿದ ಪಾಕಪದಾರ್ಥಗಳೆಲ್ಲ ಅಕ್ಷಯವಾಗುತ್ತಿದ್ದವು. ವನವಾಸದಲ್ಲಿದ್ದಾಗ ಎಲ್ಲ ಪಾಂಡವರ ಭೋಜನವಾದ ನಂತರ ಅಲ್ಲಿಗೆ ಬಂದ ದೂರ್ವಾಸಮುನಿಗಳು ತಮ್ಮೆಲ್ಲರ ಭೋಜನಕ್ಕೆ ಆಗ್ರಹಿಸಿದಾಗ ಪಾಂಡವರು ಈ ಪಾತ್ರೆಯ ಪ್ರಭಾವದಿಂದಲೇ ಅವರನ್ನು ತೃಪ್ತಿ ಬಡಿಸಿದ್ದು ಮಹಾಭಾರತದ ಒಂದು ಪ್ರಸಂಗದಿಂದ ಸ್ಪಷ್ಟವಾಗಿ ತಿಳಿಯುತ್ತದೆ.

ಒ. ನಿಗ್ರಹಿಣೇ ಮಂತ್ರಸಿದ್ಧಿ : ಈ ವಿದ್ಯೆಯ ಪ್ರಭಾವದಿಂದ ಅಗಸ್ತ್ಯ ಋಷಿಗಳು ವಿಂಧ್ಯ ಪರ್ವತವನ್ನು ನಿಗ್ರಹಿಸಿದ್ದರು, ಭಗವಾನ್ ಶ್ರೀಕೃಷ್ಣನು ಮಹಾಭಾರತ ಯುದ್ಧ ನಡೆದಾಗ ಜಯದ್ರಥನ ವಧೆಯ ಸಂದರ್ಭದಲ್ಲಿ ಸೂರ್ಯನ ಗತಿಯನ್ನು ತಡೆದು ಮಧ್ಯಾಹ್ನದಲ್ಲಿಯೇ ಸಾಯಂಕಾಲವಾಗು—ವಂತೆ ಮಾಡಿ ವಧೆಯಾದ ನಂತರ ಮತ್ತೆ, ಮಧ್ಯಾಹ್ನದ ಸೂರ್ಯನನ್ನು ತೋರಿದ್ದನು. ಈ ವಿದ್ಯೆಯ ಪ್ರಭಾವದಿಂದಲೇ i) ಕಪಿಲ ಮುನಿಯು ಸಮುದ್ರ ತೀರದಲ್ಲಿ ಸಗರರಾಜನ ಅರವತ್ತು ಸಾವಿರ ಮಕ್ಕಳನ್ನು ನಿಗ್ರಹಿಸಿದ್ದನು. ii) ದೇವೇಂದ್ರನ ಸ್ಥಾನವನ್ನು ಆಕ್ರಮಿಸಿ ಕುಳಿತಿದ್ದರೂ ನಹುಷ ಚಕ್ರವರ್ತಿಯನ್ನು ಗೌತಮಾದಿ ಋಷಿಗಳು ನಿಗ್ರಹಿಸಿ ಸರ್ಪಜನ್ಮವನ್ನು ಹೊಂದುವಂತೆ ಮಾಡಿದರು. iii) ಮಹರ್ಷಿ ವಿಶ್ವಾಮಿತ್ರರ ಕ್ರೋಧದಿಂದ ಹರಿಶ್ಚಂದ್ರ ಮಹಾರಾಜನು

ಅನೇಕ ಕಷ್ಟಗಳನ್ನು ಅನುಭವಿಸಬೇಕಾಯಿತು. iv) ಪರೀಕ್ಷಿತ ರಾಜನು ಶಮೀಕ ಋಷಿಗಳ ಪುತ್ರನಾದ ಶೃಂಗಿಯ ಶಾಪದಿಂದ ಸರ್ಪಕಚ್ಚಿ ಮರಣ ಹೊಂದಬೇಕಾಯಿತು. v) ಚ್ಯವನ ಋಷಿಗಳ ಕ್ರೋಧದಿಂದ ಶರ್ಯಾತಿ ರಾಜನ ನಗರದಲ್ಲಿದ್ದವರೆಲ್ಲರ ಮಲ–ಮೂತ್ರ ವಿಸರ್ಜನೆಯು ನಿಂತು ಹೋಗಿದ್ದಿತು.

೫. ಅನುಗ್ರಹಿಣೀ ಮಂತ್ರಸಿದ್ಧಿ : ಈ ವಿದ್ಯೆಯ ಬಲದಿಂದ ಪಾಪದ ವಿಮೋಚನೆ ಮಾಡಲಾಗುತ್ತಿತ್ತು. ಗೌತಮ ಋಷಿಗಳ ಶಾಪದಿಂದ ಕಲ್ಲಾಗಿ ಬಿದ್ದಿದ್ದ ಅಹಲ್ಯೆಯು ಭಗವಾನ್ ಶ್ರೀರಾಮಚಂದ್ರನ ಚರಣಸ್ಪರ್ಶ ದಿಂದ ಶಾಪಮುಕ್ತಳಾಗಿ ಮತ್ತೆ ತನ್ನ ಮೊದಲಿನ ರೂಪವನ್ನು ಹೊಂದಿದಳು.

ಇಂಥ ಅನೇಕ ನಿದರ್ಶನಗಳು ಭಾಗವತಾದಿ ಪುರಾಣಗಳಲ್ಲಿ ಮತ್ತು ರಾಮಾಯಣ ಮಹಾಭಾರತಾದಿಗಳಲ್ಲಿ ಕಂಡುಬರುತ್ತವೆ.

೬. ಪುತ್ರಜನನೀ ಮಂತ್ರಸಿದ್ಧಿ : ಸಂಸಾರದಲ್ಲಿ ಸಂತಾನವಾಗು ವುದಕ್ಕೆ ಪ್ರತಿಬಂಧಕಗಳಾದ ಶುಕ್ರದೋಷ, ಶೋಣಿತದೋಷ, ಪಿತೃದೋಷ, ನಾಗದೋಷ, ಗ್ರಹದೋಷ ಇವೇ ಮೊದಲಾದ ಎಂಟು ದೋಷಗಳು ವೈದ್ಯಶಾಸ್ತ್ರದಲ್ಲಿ ಹೇಳಲ್ಪಟ್ಟಿವೆ. ಇಂಥ ದೋಷಗಳಿಂದ ವಂಧ್ಯೆಯರಾಗಿರುವ ಸ್ತ್ರೀಯರ ಎಂಟೂ ದೋಷಗಳು ಒಂದೇ ಯಜ್ಞಾನುಷ್ಠಾನದಿಂದ ನಿವಾರಿಸಲ್ಪಡಲು ಸಾಧ್ಯ.

ವಿಭಾಂಡಕ ಎಂಬ ಋಷಿಯ ಮಗನಾದ ಋಷ್ಯಶೃಂಗ ಎಂಬ ಮುನಿಯು ಪುತ್ರಜನನೀ ಮಂತ್ರಸಿದ್ಧಿಯನ್ನು ಹೊಂದಿದ್ದನು. ಇವನು ಅಯೋಧ್ಯೆಯಲ್ಲಿ "ಪುತ್ರೇಷ್ಟಿ" ಎಂಬ ಯಜ್ಞವನ್ನು ಮಾಡಿ ಯಜ್ಞಪ್ರಸಾದ– ವಾದ ಅಭಿಮಂತ್ರಿತ ಚರುವನ್ನು ದಶರಥ ಮಹಾರಾಜನ ಮೂರು ಜನ ಪತ್ನಿಯರಿಗೆ ಪ್ರಾಶನ ಮಾಡಿಸಿ ಅವರು ರಾಮ–ಲಕ್ಷ್ಮಣಾದಿ ನಾಲ್ಕು ಪುತ್ರರನ್ನು ಪಡೆಯುವಂತೆ ಮಾಡಿದನು. ಇದರಂತೆ ಋಚೀಕ ಮುನಿಯು ಮಾಡಿದ ಯಜ್ಞದ ಚರುವನ್ನು ಭಕ್ಷಿಸಿ ವಿಶ್ವಾಮಿತ್ರ ಮತ್ತು ಪರಶುರಾಮರ ಉತ್ಪತ್ತಿ, ದ್ರುಪದ ಮಹಾರಾಜನಿಗೆ ದ್ರೌಪದೀ ಮತ್ತು ಧೃಷ್ಟದ್ಯುಮ್ನರ ಉತ್ಪತ್ತಿ, ಶ್ರದ್ಧಾದೇವ ಮನುವಿನಿಂದ ಮಾಡಲ್ಪಟ್ಟ ಯಜ್ಞದಿಂದ ಇಲಾಪುತ್ರಿಯ ಉತ್ಪತ್ತಿ, ಕುಂತಿಗೆ ಐದು ಪುತ್ರರ ಉತ್ಪತ್ತಿ ಇವೆಲ್ಲ ಪುತ್ರಜನನೀ ಮಂತ್ರಸಿದ್ಧಿಯ ಬಲದಿಂದ ನಡೆದವುಗಳಾಗಿವೆ ಎಂದು ತಿಳಿಯಬಹುದು.

೭. ಪ್ರಾವೃಷೇಣ್ಯಾ ಮಂತ್ರಸಿದ್ಧಿ : ಇದು ಮೇಘಗಳನ್ನು ತರಿಸಿ ಮಳೆಯನ್ನು ಸುರಿಯುವಂತೆ ಮಾಡುವ ಮಂತ್ರವು. ಅಕಾಲದಲ್ಲಿ 'ಕಾರೀರಿ' ಎಂಬ ಯಜ್ಞಾನುಷ್ಠಾನದಿಂದ ಮಳೆಯಾಗುವಂತೆ ಮಾಡಬಹುದು. ವಿಭಾಂಡಕ ಋಷಿಪುತ್ರ ಋಷ್ಯಶೃಂಗನು ಈ ಮಂತ್ರದ ಸಿದ್ಧಿಯನ್ನು ಪಡೆದವನಾಗಿದ್ದ. ಇವನು ಅಯೋಧ್ಯೆಗೆ ಬಂದು ಅಲ್ಲಿ ಮಳೆಯಾಗುವಂತೆ ಮಾಡಿದ್ದ.

೮. ಆಪೋನಪ್ತ್ರೀಯ ಮಂತ್ರಸಿದ್ಧಿ : ಸೂರ್ಯನ ಕಿರಣಗಳು ಮತ್ತು ವಾಯುವಿನ ಮೂಲಕ ಭೂಮಿಯ ಮೇಲಿರುವ ನೀರು ಆಕಾಶಕ್ಕೆ ಕೊಂಡೊಯ್ಯಲ್ಪಡುತ್ತದೆ ಎನ್ನುವುದು ಸರ್ವವಿದಿತವಾಗಿದೆ. 'ಆಪೋನಪ್ತ್ರೀಯ' (ವಿದ್ಯೆಯ ಮಂತ್ರದ) ಬಲದಿಂದ ಸೂರ್ಯನ ಕಿರಣಗಳು ಮತ್ತು ವಾಯುವಿನಿಂದ ಸಂಗ್ರಹಿಸಲ್ಪಟ್ಟ ಭೂಜಲವು ನಿರ್ಜಲ ಪ್ರದೇಶದಲ್ಲಿ ಸುರಿಯುವಂತೆ ಮಾಡಬಹುದು. ವೇದದ 'ಆಪೋನಪ್ತ್ರೀಯ' ಸೂಕ್ತದಲ್ಲಿ ಈ ವಿದ್ಯೆಯ ವಿವರಣೆ ಇದೆ. ಪ್ರಾಚೀನ ಕಾಲದಲ್ಲಿ ಕವಷ–ಐಲೂಷ ಎನ್ನುವವನು ಆಪೋನಪ್ತ್ರೀಯ ಎಂಬ ಸೂಕ್ತದಿಂದ ಮರುಭೂಮಿಯಲ್ಲಿ ನೀರು ಸುರಿಯುವಂತೆ ಮಾಡಿದ್ದನ್ನು ಕಂಡು ಋಷಿಗಳು ಆಶ್ಚರ್ಯಚಕಿತ ರಾದರು. ಆ ಜಲವೇ ಮುಂದೆ 'ಪರಿಸಾರಕ' ಎಂಬ ಹೆಸರಿನ ನದಿಯಾಗಿ ಹರಿಯಿತು.

೯. ಮಧುವಿದ್ಯಾಸಿದ್ಧಿ : ಮಂತ್ರಗಳ ಪ್ರಭಾವದಿಂದ ಸಿದ್ಧವಾಗುವ ವಿದ್ಯೆಯೇ ಮಧುವಿದ್ಯೆಯು.

ಅಥರ್ವಾ ಋಷಿಯ ಪುತ್ರ ದಧ್ಯಂಗ ಋಷಿಯು ಈ ವಿದ್ಯೆಯ ಸಿದ್ಧಿಯನ್ನು ಪಡೆದಿದ್ದನು. ಇವನಿಂದ ಅಶ್ವಿನೀ ಕುಮಾರರು ಈ ವಿದ್ಯೆಯನ್ನು ಕಲಿತರು.

ಈ ವಿದ್ಯೆಯ ಕಲ್ಪನೆ ಹೀಗಿದೆ – ಸೂರ್ಯಮಂಡಲವನ್ನು ಜೇನುಗೂಡಿನ (ಹುಟ್ಟು) ರೂಪದಲ್ಲಿ ಧ್ಯಾನಿಸಿ ಸೂರ್ಯಮಂಡಲದಿಂದ ಕೆಳಗೆ ಬೀಳುತ್ತಿರುವ ಕಿರಣಗಳನ್ನು ಮಧುರಸದ ಹನಿಗಳೆಂದು ತಿಳಿದು ಆವುಗಳನ್ನು ಸ್ವೀಕರಿಸಿದಾಗ ದೇಹದಲ್ಲಿ ಅದ್ಭುತವಾದ ಶಕ್ತಿಯು ಉದ್ಭವಿಸು ವುದು. ಇದೇ ಮಧುರಸದಿಂದ ಪೃಥ್ವಿಯ ರೂಪವು ಸಂಗಠಿತವಾಗಿದೆ. ಈ

ಮಧುವಿದ್ಯೆಯಿಂದ ಪರಿವರ್ಷಣ – ವಿಜ್ಞಾನವು ಹಸ್ತಗತವಾಗುತ್ತದೆ ಮತ್ತು ಯಥೇಚ್ಛವಾಗಿ ಪರಿವರ್ತನ ಮಾಡುವ ಸಾಮರ್ಥ್ಯವನ್ನು ಪಡೆಯಬಹುದು.

ಮಹೌಷಧಿಗಳ ಬಲದಿಂದ ಪ್ರಾಪ್ತವಾಗುವ ಎಂಟು ಸಿದ್ಧಿಗಳು

೧. ಮೃತಸಂಜೀವಿನೀ : ಈ ಮಂತ್ರದಿಂದ ವನಸ್ಪತಿಯು ಅಭಿಮಂತ್ರಿಸಲ್ಪಟ್ಟಾಗ ಆ ವನಸ್ಪತಿಯು ಎಷ್ಟು ಪ್ರಭಾವಶಾಲಿಯಾಗುತ್ತದೆ ಅಂದರೆ ಮೃತರಾದ ವ್ಯಕ್ತಿಗಳಲ್ಲಿ ಇದನ್ನು ಪ್ರಯೋಗಿಸಿದಾಗ ಅವರು ಪುನರ್ಜೀವಿತರಾಗುತ್ತಾರೆ.

ದೈತ್ಯಗುರುಗಳಾದ ಶುಕ್ರಾಚಾರ್ಯರು ಈ ವಿದ್ಯೆಯ ಸಿದ್ಧಿಯನ್ನು ಪಡೆದಿದ್ದರು. ಅವರು ಪ್ರಾಚೀನ ಕಾಲದಲ್ಲಿ ದೇವಾಸುರ ಸಂಗ್ರಾಮದಲ್ಲಿ ಪ್ರತಿದಿನ ಮೃತರಾದ ಅಸುರರನ್ನು ಮೃತಸಂಜೀವಿನೀ ಔಷಧಿಯ ಪ್ರಭಾವದಿಂದ ಬದುಕಿಸಿಬಿಡುತ್ತಿದ್ದರು.

ಈ   ವಿದ್ಯೆಯನ್ನು   ಕಲಿತುಬರಲೆಂದು   ದೇವಗುರುಗಳಾದ ಬೃಹಸ್ಪತ್ಯಾಚಾರ್ಯರು ತಮ್ಮ ಮಗನಾದ ಕಚನನ್ನು ಶುಕ್ರಾಚಾರ್ಯರ ಪರಮ ಪ್ರಿಯ ಶಿಷ್ಯನಾಗುವಂತೆ ಮಾಡಿ ಆವರಿರುವಲ್ಲಿ ಕಳುಹಿಸಿದರು. ಶುಕ್ರಾಚಾರ್ಯರು ಅತಿ ಪ್ರೀತಿಯಿಂದ ಕಚನನ್ನು ಶಿಷ್ಯನನ್ನಾಗಿ ಸ್ವೀಕರಿಸಿ ಆವನಿಗೆ ಈ ವಿದ್ಯೆಯನ್ನು ಕಲಿಸತೊಡಗಿದರು. ಇದು ಇತರ ಅಸುರರಿಗೆ ಗೊತ್ತಾದ ಕೂಡಲೇ ಅವರೆಲ್ಲ ಸೇರಿ ಕಚನನ್ನು ಕೊಂದು ಹಾಕಿದರು. ಆದರೆ ಶುಕ್ರಾಚಾರ್ಯರು ಈ ಮೃತಸಂಜೀವಿನೀ ವಿದ್ಯೆಯ ಮೂಲಕವೇ ಕಚನನ್ನು ಮತ್ತೆ ಬದುಕಿಸಿದರು.

೨. ಸಂಜೀವಿನೀ ವಿದ್ಯಾ : ಮೂರ್ಛೆಯಿಂದ ಯಾರು ನಿಶ್ಚೇಷ್ಟಿತ– ರಾಗಿ ಬಿದ್ದಿರುವರೋ ಅಂಥವರನ್ನು ಈ ವನಸ್ಪತಿಯು ತತ್ಕಾಲದಲ್ಲೇ ಪುನಶ್ಚೇತನಗೊಳಿಸುವುದು.

ವಾಲ್ಮೀಕಿ ರಾಮಾಯಣದ ಯುದ್ಧ ಕಾಂಡದಲ್ಲಿ ಈ ವನಸ್ಪತಿಯ ಉಲ್ಲೇಖ ಬರುತ್ತದೆ.

೩. ವಿಶಲ್ಯಕರಣೀ – ೪. ಸಾವರ್ಣ್ಯ ಕರಣೀ : ಇವು ಎರಡು ಔಷಧಿಗಳಾಗಿವೆ. ಯುದ್ಧದಲ್ಲಿ ಶಸ್ತ್ರಾಸ್ತ್ರಗಳಿಂದ ಗಾಯ ಹೊಂದಿ ಪೀಡಿತ–

ರಾಗಿರುವ ಯೋಧರನ್ನು ಈ ಔಷಧಿಗಳ ಪ್ರಯೋಗದಿಂದ ತತ್ಕಾಲದಲ್ಲಾಗಲಿ ಅಥವಾ ಒಂದು ರಾತ್ರಿ ಕಳೆಯುವುದರೊಳಗಾಗಲಿ ಪೀಡೆಯಿಂದ ಮುಕ್ತರನ್ನಾಗಿ ಮಾಡಿ ಮತ್ತೆ ಯುದ್ಧಮಾಡಲು ಸನ್ನದ್ಧರನ್ನಾಗಿ ಮಾಡಲಾಗುತ್ತಿತ್ತು.

ಈ ಔಷಧಿಗಳ ಪ್ರಯೋಗದ ವಿಧಾನವನ್ನು ಬಲ್ಲವರು, ಯುದ್ಧದಲ್ಲಿ ಕೈಕಾಲು ಮುರಿದುಕೊಂಡವರಿಗೆ ಹೊಸ ಅಂಗಗಳು ಬರುವಂತೆ ಮಾಡುತ್ತಿದ್ದರು. ಸೂರ್ಯನ ಕಿರಣಗಳ ಪ್ರಭಾವದಿಂದ ಹೊಸ ಅಂಗಗಳು ಹುಟ್ಟಿ ಬೆಳೆಯುವಂತೆ ಮಾಡಲಾಗುತ್ತಿತ್ತು.

ಸುದ್ಯುಮ್ನ ರಾಜನ ಆಜ್ಞಾನುಸಾರ ಕಳ್ಳತನದ ಅಪರಾಧಕ್ಕೆ ದಂಡನೆಗಾಗಿ ಲಿಖಿತ ಎಂಬ ಮುನಿಯ ಕೈಗಳು ಕತ್ತರಿಸಲ್ಪಟ್ಟಾಗ, ಶಂಖ ಎಂಬ ಮುನಿಯು ಲಿಖಿತ ಮುನಿಯನ್ನು ಸೌತವಾಹಿನೀ ಎಂಬ ನದಿಯಲ್ಲಿ ಸ್ನಾನ ಮಾಡಿಸಿ ಈ ವನಸ್ಪತಿಗಳ ಪ್ರಯೋಗ ಮಾಡಿ ಆ ಮುನಿಗೆ ಮೊದಲಿನಂತೆ ಕೈಗಳು ಬರುವಂತೆ ಮಾಡಿದ್ದನು. ಈ ವಿಷಯವು ಪುರಾಣದಲ್ಲಿಯ ಒಂದು ಆಖ್ಯಾನದಲ್ಲಿ ನಿರೂಪಿತವಾಗಿದೆ.

೩. ಸಂಧಾನಕರಣೇ : ಮುರಿದು ಹೋಗಿರುವ ಅಂಗಗಳನ್ನು ಸರಿಯಾಗಿ ಜೋಡಿಸುವಲ್ಲಿ ಈ ಔಷಧಿಯನ್ನು ಉಪಯೋಗಿಸಲಾಗುತ್ತಿತ್ತು.

"ಇಂದ್ರನು ಶತ್ರುವಿನಿಂದ ಕತ್ತರಿಸಲ್ಪಟ್ಟು ದೇಹದಿಂದ ಬೇರೆಯಾದ ಕುತ್ತಿಗೆಯಿಂದ ರಕ್ತ ಸುರಿಯುವ ಪೂರ್ವದಲ್ಲೇ ಕುತ್ತಿಗೆಯನ್ನು ಶರೀರಕ್ಕೆ ಅಂಟಿಸಿ ಕೂಡಿಸಲು ಬೇರಾವ ಅಂಟು ಪದಾರ್ಥವನ್ನು ಉಪಯೋಗಿಸದೆ ಸಂಧಾನಕರಣೇ ಔಷಧಿಯ ಸಹಾಯದಿಂದ ಶಿರಸ್ಸನ್ನು ದೇಹದೊಂದಿಗೆ ಕೂಡಿಸಿ ಬಿಟ್ಟನು" ಎಂದು ಋಗ್ವೇದದಲ್ಲಿ (೮–೧–೧೨) ವರ್ಣನೆ ಬರುತ್ತದೆ.

೯. ಡಿಂಭಪ್ರಸವಿನೀ ಔಷಧಿ : ಈ ಓಷಧಿಯನ್ನು ಎರಡು ಪ್ರಕಾರದ ಕಾರ್ಯಗಳಲ್ಲಿ ಉಪಯೋಗಿಸಲಾಗುತ್ತಿತ್ತು. ಮೊದಲನೆಯದಾಗಿ ಶುಕ್ರದಲ್ಲಿರುವ ಜೀವಿತ ಕೀಟಾಣುಗಳು ತಾಯಿಯ ಗರ್ಭಾಶಯದಿಂದ ಹೊರಗೆ ಬಂದು ಸ್ವಲ್ಪ ಸಮಯದಲ್ಲೇ ಮೃತವಾಗದಿರಲೆಂದು ಆ ಕೀಟಾಣುಗಳು, ಗರ್ಭಾಶಯದಲ್ಲೇ ಉಳಿದು ಬಲಿಷ್ಠವಾಗುವಂತೆ ಈ ಔಷಧಿಯ ಸಹಾಯದಿಂದ ಮಾಡಲಾಗುತ್ತಿತ್ತು. ಈ ಔಷಧಿಯಿಂದ ಸಾಧಿಸ–

ಬಹುದಾದ ಇನ್ನೊಂದು ಕಾರ್ಯವು ಹೀಗಿದೆ – ಒಂದು ಕುಂಭದಲ್ಲಿ (ಕೊಡ) ಗೋಘೃತವನ್ನು ತುಂಬಿ ಆ ಗೋಘೃತದೊಂದಿಗೆ ಈ ಔಷಧಿಯನ್ನು ವಿಧಿಪೂರ್ವಕ ಸೇರಿಸಿದಾಗ ಆ ಗೋಘೃತದಲ್ಲಿ ತಾಯಿಯ ಗರ್ಭಕೋಶದ ಶಕ್ತಿಯು ಪ್ರಾಪ್ತವಾಗುತ್ತಿತ್ತು. ಹೀಗಾಗಿ ಶುಕ್ರ ಕೀಟಾಣುವನ್ನು ಗರ್ಭಾಶಯದ ಹೊರಗೆ ಘಟದೊಳಗಿನ ಘೃತದಲ್ಲಿಟ್ಟು ಪೋಷಿಸಲು ಸಾಧ್ಯವಾಗುತ್ತಿತ್ತು. ಶುಕ್ರ ಕೀಟಾಣುವು ಪೂರ್ಣ ಪೋಷಿತವಾದಾಗ ಪ್ರಾಣಿಯ ರೂಪವನ್ನು ಹೊಂದಿ ಘಟದಿಂದ ಹೊರಕ್ಕೆ ಬರುತ್ತಿತ್ತು. ಅಗಸ್ತ್ಯ ಋಷಿಗಳು ಇದೇ ವಿಧಾನದಿಂದ ಕುಂಭದಿಂದ ಹುಟ್ಟಿದ್ದಾರೆ.

ಶುಕ್ರ ಪಿಂಡಾಂಡದಲ್ಲಿ ಅಸಂಖ್ಯ ಕೀಟಾಣುಗಳಿರುತ್ತವೆ. ಅಮೋಘವೀರ್ಯದ ಆ ಜೀವಿತ ಕೀಟಾಣುಗಳು ಡಿಂಭ ಪ್ರಸವಿನೀ ಔಷಧಿ ಯಿಂದ ಯುಕ್ತವಾದ ಘೃತದಿಂದ ತುಂಬಿದ ಕುಂಭದಲ್ಲಿ ಪೋಷಿತವಾಗಿ ಶಿಶುರೂಪದಿಂದ ಹೊರಬರುವ ಸಾಧ್ಯತೆ ಇದೆ.

(ಬ್ರಹ್ಮ ಪುರಾಣದ ೮ ನೆಯ ಅಧ್ಯಾಯದಲ್ಲಿ ಸಗರರಾಜನ ೬೦,೦೦೦ ಮಕ್ಕಳ ಉತ್ಪತ್ತಿಯ ಬಗ್ಗೆ ವಿಸ್ತಾರವಾಗಿ ಹೇಳಲಾಗಿದೆ). ಈ ವಿಜ್ಞಾನವನ್ನು ತಿಳಿದ ಮಹರ್ಷಿಗಳು, ಸಗರರಾಜನ ಅಮೋಘವೀರ್ಯವು ಮಾತೃಗರ್ಭದಲ್ಲಿ ಬೆಳೆದು ಒಂದು ಪಿಂಡ ರೂಪದಿಂದ ಹೊರಬಂದಾಗ, ಆ ಪಿಂಡವನ್ನು ಅನೇಕ ತುಂಡುಗಳನ್ನಾಗಿ ಕತ್ತರಿಸಿ ಪಿಂಡದ ಆ ತುಂಡು ಗಳನ್ನು ಡಿಂಭಪ್ರಸವಿನೀ ಔಷಧಿಯುಕ್ತ ಘೃತದಿಂದ ತುಂಬಿದ ಒಂದು ಕಲಶದಲ್ಲಿಟ್ಟು ಪೋಷಿಸಿದರು. (ಒಂದೊಂದು ತುಂಡನ್ನು ಬೇರೆ ಬೇರೆ ಕಲಶದಲ್ಲಿಟ್ಟು ಪೋಷಿಸಿದರೆಂದೂ ಹೇಳಲಾಗುತ್ತದೆ). ಕೆಲವು ತಿಂಗಳುಗಳ ನಂತರ ಪಕ್ವವಾದ ಆ ಪಿಂಡ ತುಂಡುಗಳು ಮನುಷ್ಯರೂಪದಿಂದ ಘಟದೊಳಗಿಂದ ಹೊರಬಂದವು. ಋಷಿಗಳು ಪಿಂಡವನ್ನು ಕತ್ತರಿಸಿ ಕುಂಭದೊಳಗಿಟ್ಟ ತುಂಡುಗಳು ೬೦,೦೦೦ ಆಗಿದ್ದರಿಂದ ಸಗರರಾಜನಿಗೆ ೬೦,೦೦೦ ಮಕ್ಕಳಾದರೆಂದು ಹೇಳಲಾಗುತ್ತದೆ.

ಧೃತರಾಷ್ಟ್ರನ೧೦೦ ಮಂದಿ ಮಕ್ಕಳ ವಿಷಯದಲ್ಲೂಹೀಗೇ ತಿಳಿಯಬೇಕು.

೯. ಬಲಾ – ಅತಿಬಲಾ ಔಷಧಿ : ಮಹೌಷಧಿ ಸಿದ್ಧಿ ವಿದ್ಯೆಗಳಲ್ಲಿ ಇದು ಎಂಟನೆಯದು. ಬಲ ಮತ್ತು ಅತಿಬಲ ಎಂಬ ಈ ಔಷಧಿಗಳು

ಮಂತ್ರಯುತವಾಗಿವೆ. ಇವು ಎಲ್ಲ ಓಷಧಿ ವಿದ್ಯೆಗಳಿಗೆ ಮಾತೃರೂಪದಲ್ಲಿವೆ. ಗುರುಮುಖದಿಂದ ಉಪದೇಶಪೂರ್ವಕ ಪಡೆದ ಬಲ ಮತ್ತು ಅತಿಬಲ ಎಂಬ ಮಂತ್ರಗಳಿಂದ ಸಹಿತವಾಗಿ ಈ ಓಷಧಿಗಳ ಸೇವನೆಯನ್ನು ಮಾಡಿದ ಯಾವ ಪುರುಷನಿಗೂ ಶ್ರಮ, ಜ್ವರಾದಿಗಳ ಪೀಡೆಯಾಗುವುದಿಲ್ಲ. ಸುಪ್ತಾವಸ್ಥೆ ಯಲ್ಲಿದ್ದಾಗಲೂ ಯಾವ ಶತ್ರುವೂ ಆ ಪುರುಷನನ್ನು ಬಾಧಿಸಲಾರನು. ಅವನು ಭೂಮಿಯ ಮೇಲೆ ಅದ್ವಿತೀಯ ಪರಾಕ್ರಮಿಯಾಗುತ್ತಾನೆ.

ಶ್ರೀರಾಮ–ಲಕ್ಷ್ಮಣರಿಗೆ ವಿಶ್ವಾಮಿತ್ರ ಋಷಿಗಳು ಇದೇ ಮಂತ್ರ ಗಳನ್ನು ಉಪದೇಶಿಸಿದ್ದರು.

ಯಂತ್ರಗಳ ಬಲದಿಂದ ಪ್ರಾಪ್ತವಾಗುವ ಎಂಟು ಸಿದ್ಧಿಗಳು

ಆಕಾಶದಲ್ಲಿ ವಿಮಾನಗಳ ಸಂಚಾರಕ್ಕಾಗಿ ಆವಶ್ಯವಾದ ಯಂತ್ರಗಳ ಆವಿಷ್ಕಾರವು ಬಹು ಪ್ರಾಚೀನ ಕಾಲದಲ್ಲೇ ಆಗಿರುವ ಬಗ್ಗೆ ನಮ್ಮ ವೇದೇತಿಹಾಸ ಪುರಾಣಾದಿ ಸಾಹಿತ್ಯದಲ್ಲಿ ವಿವಿಧ ವಿಮಾನಗಳ ಉಲ್ಲೇಖದಿಂದ ತಿಳಿದು ಬರುತ್ತದೆ. ವಿಮಾನಗಳನ್ನು ನಡೆಸುವ ಯಂತ್ರಗಳು ಎರಡು ವಿಧವಾಗಿದ್ದವು – i. ಶುದ್ಧ ಯಂತ್ರ ಮತ್ತು ii. ಮಂತ್ರಶಕ್ತಿ. ಸಂಚಾಲಿತ ಯಂತ್ರಗಳು.

ಪ್ರಾಚೀನ ಕಾಲದಲ್ಲಿ ಎಂಟು ಪ್ರಕಾರದ ವಿಮಾನಗಳು ಬಳಕೆ ಯಲ್ಲಿದ್ದವು. ೧. ದಿವ್ಯವಿಮಾನ, ೨. ಪುಷ್ಪಕ ವಿಮಾನ, ೩. ಸೌಭ ವಿಮಾನ, ೪. ಸೂತ ವಿಮಾನ, ೫. ಹರ್ಯಶ್ವ ವಿಮಾನ, ೬. ಪ್ಲವವಿಮಾನ, ೭. ಅಮೃತಗವೀ ವಿಮಾನ ಮತ್ತು ೮. ಶಿಲಾಸಂತರಣೇ ವಿಮಾನ.

೧. ದಿವ್ಯವಿಮಾನ : ಋಗ್ವೇದದ ೪ ನೆಯ ಮಂಡಲದ ೩೬ ನೆಯ ಸೂಕ್ತದ ೧ ನೆಯ ಋಕ್ಕಿನಲ್ಲಿ ಈ ದಿವ್ಯವಿಮಾನದ ಉಲ್ಲೇಖವು ಬಂದಿದೆ. ಭಗವಾನ್ ವಾಮದೇವನು ಋಭುಗಳಿಗೆ ಹೇಳುತ್ತಾನೆ :

ಅನಶ್ವೋ ಜಾತೋ ಅನಭೀಶುರೋಕ್ಥ್ಯ ರಥಸ್ತ್ರಿ ಚಕ್ರೋ ಪರಿವರ್ತತೇ
ರಜಃ ।
ಮಹತ್ತದ್ವೋ ದೇವ್ಯಸ್ಯ ಪ್ರವಾಚನಂ ದ್ಯಾಮೃಭವಃ ಪೃಥಿವೀಂ ಯಚ್ಚ
ಪುಷ್ಕಥ ॥ (ಋ. ೪–೩೬–೧)

"ಹೇ ಋಭುಗಳೇ! ಕುದುರೆಗಳನ್ನು ಹೂಡದ, ಲಗಾಮುಗಳಿಲ್ಲದ,

ಮೂರು ಗಾಲಿಗಳುಳ್ಳ (ಚಕ್ರ) ನಿಮ್ಮ ರಥವು ಅತ್ಯಂತ ಪ್ರಶಂಸನೀಯವಾಗಿದೆ. ನಿಮ್ಮ ಈ ವಾಹನವು (ದಿವ್ಯ ವಿಮಾನವು) ಅಂತರಿಕ್ಷದಲ್ಲಿ ನಾಲ್ಕೂ ದಿಕ್ಕುಗಳಲ್ಲಿ ಸಂಚರಿಸುತ್ತದೆ. ನೀವು ದ್ಯುಲೋಕ ಮತ್ತು ಭೂಲೋಕಗಳಲ್ಲಿ ಎಲ್ಲೆಡೆ ಸಂಚರಿಸುತ್ತ ಆ ಪ್ರದೇಶಗಳನ್ನು ಪ್ರಕಾಶಗೊಳಿಸುವಿರಿ.

೨. ಪುಷ್ಪಕ ವಿಮಾನ : ರಾಮಾಯಣದಲ್ಲಿ ಯುದ್ಧಕಾಂಡದ ೧೨೪ ನೇ ಅಧ್ಯಾಯದ ಶ್ಲೋಕ ೯, ೧೦, ೧೧, ೨೯–೩೦ ರಲ್ಲಿ ಮತ್ತು ೧೨೩ ನೆಯ ಅಧ್ಯಾಯದ ಶ್ಲೋಕ ೧, ೨೧, ೨೨ ರಲ್ಲಿ ಪುಷ್ಪಕ ವಿಮಾನದ ವರ್ಣನೆ ಬರುತ್ತದೆ.

ಮಯ ಎಂಬ ದಾನವನು ನಿರ್ಮಿಸಿದ ಈ ವಿಮಾನವನ್ನು ಬ್ರಹ್ಮ ದೇವನು ಕುಬೇರನಿಗೆ ಕೊಟ್ಟಿದ್ದನು. ರಾವಣನು ಕುಬೇರನನ್ನು ಯುದ್ಧದಲ್ಲಿ ಸೋಲಿಸಿ ಈ ಪುಷ್ಪಕ ವಿಮಾನವನ್ನು ವಶಪಡಿಸಿಕೊಂಡಿದ್ದನು. ಇಚ್ಛಾಚಾರಿ ಯಾದ ಈ ವಿಮಾನವು ಸುವರ್ಣ ಮತ್ತು ರತ್ನಖಚಿತವಾಗಿತ್ತು. ಇದರಲ್ಲಿ ಎಳು ಖಂಡಗಳಿದ್ದವು. ಋತುಗಳಿಗನುಸಾರವಾಗಿ ಇದರಲ್ಲಿಯ ವಾತಾವರಣವು ಬದಲಾಗಿ ಒಳಗಿದ್ದವರಿಗೆ ಸುಖ ಪ್ರದವಾಗಿರುತ್ತಿತ್ತು. ರಾವಣನ ವಧೆಯಾದ ನಂತರ ಶ್ರೀರಾಮನು ವಿಭೀಷಣನಿಂದ ಸಮರ್ಪಿಸಲ್ಪಟ್ಟ ಇದೇ ವಿಮಾನ– ದಲ್ಲಿ ತನ್ನೆಲ್ಲ ಪರಿವಾರದೊಂದಿಗೆ ಕುಳಿತು ಅಯೋಧ್ಯೆಗೆ ತಲುಪಿದನು.

೩. ಸೌಭ ವಿಮಾನ : ಈ ವಿಮಾನವು ಮೂರ್ತಿಕಾವತದ ರಾಜನಾಗಿದ್ದ ಶಾಲ್ವನಿಗೆ ಸೇರಿದ್ದಿತು. ಯುದ್ಧಸಮಯದಲ್ಲಿ ಉಪಯೋಗಿಸ– ಲ್ಪಡುತ್ತಿದ್ದ ಈ ವಿಮಾನವು ಬಹು ವಿಶಾಲವಾಗಿದ್ದಿತು. ಚಾಲಕನ ಇಚ್ಛಾನುಸಾರವಾಗಿ ಚಲಿಸುವ ಈ ವಿಮಾನದ ಬಗ್ಗೆ ಮಹಾಭಾರತದ ವನಪರ್ವದಲ್ಲಿ ವರ್ಣನೆ ಬರುತ್ತದೆ.

೪. ಸೂತ ವಿಮಾನ : ಪ್ರಾಚೀನ ಕಾಲದಲ್ಲಿ ಈ ವಿಮಾನವು ಪಾರದ ಮತ್ತು ಅರ್ಭಕರಿಂದ ಕುಶಲ ಶಿಲ್ಪಿಗಳಿಂದ ನಿರ್ಮಿತವಾಗಿರುತ್ತಿತ್ತು. ಇದನ್ನು ಗಂಧಕದಿಂದಲೂ ನಿರ್ಮಿಸಲಾಗುತ್ತಿತ್ತು. ಈ ಸೂತವಿಮಾನದಲ್ಲಿ ಮೂರು ಕಕ್ಷೆಗಳು ಮತ್ತು ಎರಡು ಭಾಗಗಳಿರುತ್ತಿದ್ದವು. ಒಂದು ಪ್ರಯಾಣಿಕರಿಗೆ ಕುಳಿತುಕೊಳ್ಳುವ ಭಾಗ, ಇನ್ನೊಂದು ಚಾಲಕ ಯಂತ್ರಗಳಿರುವ ಭಾಗ. ಯಂತ್ರ ಭಾಗದಲ್ಲಿ ಮೂರು ಭಾಗಗಳಿರುತ್ತಿದ್ದವು. ಅತಿ ಕೆಳಗಿನ ಭಾಗದಲ್ಲಿ

ಪ್ರಜ್ವಲಿಸುವ ಅಗ್ನಿಯು ಇರುತ್ತಿತ್ತು. ಅದರ ಮೇಲಿನ ಭಾಗವು ಪಾರಜದಿಂದ ತುಂಬಿರುತ್ತಿತ್ತು. ಇದಕ್ಕೂ ಮೇಲಿರುವ ಭಾಗವು ಅಬ್ರಕದಿಂದ ಮುಚ್ಚಲ್ಪ– ಟ್ಟಿರುತ್ತಿತ್ತು. ಈ ವಿಮಾನವ್ನ ಚಾಲಕನ ಇಚ್ಛಾನುಸಾರ ಬೇಕಾದಲ್ಲಿ ತಿರುಗುವಂತೆ ಮತ್ತು ಕೆಳಗೆ ಬಾಗುವಂತೆ ಮಾಡಲು ಇದರೊಳಗೆ ಲೋಹನಿರ್ಮಿತವಾದ ಅನೇಕ ನಳಿಕೆಗಳನ್ನು ಜೋಡಿಸಲಾಗಿರುತ್ತಿತ್ತು.

ಈ ಪ್ರಕಾರದ ಈ ವಿಚಿತ್ರ ವಿಮಾನವು ಗೌರೀ (ಗಂಧಕ), ಮತ್ತು ಶಂಕರ (ಪಾರದ) ಇವರ ಶಕ್ತಿಯಿಂದ ನಿರ್ಮಿತವಾಗಿರುತ್ತದೆ.

೭. **ಹರ್ಯಶ್ವವಿಮಾನ** : ಸುಧನ್ವರಾಜನ ಮಕ್ಕಳಾದ ಋಭುಗಳು ಇಂದ್ರನಿಗೋಸ್ಕರ ಎರಡು ಕುದುರೆಗಳಿಂದ ಎಳೆಯಲ್ಪಡುವ ಈ ವಿಮಾನವನ್ನು ಕಟ್ಟಿಗೆಯಿಂದ ನಿರ್ಮಿಸಿದ್ದರು. ಋಗ್ವೇದದ ೧.೯೬.೧೦ ಮತ್ತು ೧.೯೬.೭ ರಲ್ಲಿ ಈ ವಿಮಾನದ ವರ್ಣನೆ ಬರುತ್ತದೆ.

೮. **ಪ್ಲವ ವಿಮಾನ** : ಈ ವಿಮಾನವು ಸುಧನ್ವರಾಜನ ಮಕ್ಕಳಾದ ಋಭುಗಳಿಂದ ಅಶ್ವಿನೀ ಕುಮಾರರ ಸಂಚಾರಕ್ಕೆಂದು ನಿರ್ಮಿತವಾಗಿತ್ತು. ಕಟ್ಟಿಗೆಯಿಂದ ಪಕ್ಷಿಯ ಆಕಾರದಲ್ಲಿ ನಿರ್ಮಿತವಾದ ಈ ವಿಮಾನವು ಸಮುದ್ರದಲ್ಲಿ ಒಂದು ತೀರದಿಂದ ಇನ್ನೊಂದು ತೀರಕ್ಕೆ ಚಲಿಸಲು ಒಂದು ಶ್ರೇಷ್ಠವಾದ ಸಾಧನವಾಗಿದ್ದಿತು. ಸಮುದ್ರದಲ್ಲಿ ಇದು ಯಾವತ್ತು ಮುಳುಗುತ್ತಿರಲಿಲ್ಲ. ಈ ವಿಮಾನದಲ್ಲಿ ಕುಳಿತ ವ್ಯಕ್ತಿಯು ಭಯಂಕರವಾದ ಅಲೆಗಳಿಂದ ಭೋರ್ಗರೆಯುತ್ತಿರುವ ಸಮುದ್ರವನ್ನು ಅತಿ ಸರಳವಾಗಿ ಯಾವ ತೊಂದರೆಗಳಿಲ್ಲದೇ ದಾಟುತ್ತಿದ್ದನು.

೨. **ಅಮೃತಗವೀ** : ಋಭುಗಳು ತಮ್ಮ ಕುಶಲ ಕೌಶಲ್ಯದಿಂದ ಅನೇಕ ರೂಪಗಳುಳ್ಳ ಗೋವನ್ನು ತಯಾರಿಸಿದರು. 'ಕಾಮಗವೀ' ಎಂಬ ಹೆಸರಿನ ಈ ಗೋವು ಏನನ್ನೇ ತಿಂದರೂ ಆದರಿಂದ ಅಮೃತರೂಪದ ಹಾಲೇ ಉತ್ಪನ್ನವಾಗುತ್ತಿತ್ತು.

೯. **ಶಿಲಾಸಂತರಣೇ ವಿದ್ಯೆ** : ವೀರವಾನರನಾದ ನಲನು ಈ ವಿದ್ಯೆಯನ್ನು ಅರಿತಿದ್ದನು. ಈ ವಿದ್ಯೆಯ ಸಹಾಯದಿಂದ ಅವನು ಶಿಲೆಯ ತುಂಡುಗಳಲ್ಲಿ ವಾಯುವ ಪ್ರವೇಶಿಸುವಂತೆ ಮಾಡಿ ಅವು ನೀರಿನಲ್ಲಿ ತೇಲುವಂತೆ ಮಾಡುತ್ತಿದ್ದನು. ಶಿಲೆಗಳೊಳಗೆ ವಾಯು ಸೇರಿದಾಗ ಅವು

ಭಾರವನ್ನು ಕಳೆದುಕೊಂಡು ಹಗುರಾಗಿ ನೀರಿನಲ್ಲಿ ಈಜುವಾಗ ಕಟ್ಟಿಕೊಳ್ಳುವ ಟ್ಯೂಬುಗಳಂತಾಗುತ್ತಿದ್ದವು. ಇಂಥ ಶಿಲಾಟ್ಯೂಬುಗಳಿಂದ ಐದೇ ದಿನಗಳಲ್ಲಿ ನಲನಿಂದ ಶ್ರೀರಾಮನು ಸೇತುವೆಯನ್ನು ನಿರ್ಮಿಸಿದ್ದನೆಂದು ರಾಮಾಯಣ ದಿಂದ ತಿಳಿಯುತ್ತದೆ.

೯. 'ಸ್ವಯಂವಹ' ಮುಂತಾದ ಯಂತ್ರ ವಿಶೇಷಗಳು : ಈ ವಿಶಿಷ್ಟವಾದ ಯಂತ್ರದಿಂದ ದಿನದ ೬೦ ಘಟಿಕಾಗಳ ಪಲ–ವಿಪಲ ಮುಂತಾದ ಕಾಲ ವಿಶೇಷಗಳ ಯಥಾರ್ಥ ನಿಶ್ಚಿತ ಜ್ಞಾನವನ್ನು ಪಡೆಯಬಹುದು. ಇದಕ್ಕೆ ಘಟೀಯಂತ್ರವೆಂದು ಹೆಸರು. ಈ ಯಂತ್ರದ ನಿರ್ಮಾಣ ಮತ್ತು ಪ್ರಯೋಗ ವಿಧಿಯು 'ಸೂರ್ಯಸಿದ್ಧಾಂತ' ಮತ್ತು 'ಸಿದ್ಧಾಂತಶಿರೋಮಣಿ' ಎಂಬ ಗ್ರಂಥಗಳಲ್ಲಿ ವರ್ಣಿಸಲ್ಪಟ್ಟಿದೆ.

ನವನಿಧಿಗಳು : ಇದುವರೆಗೆ ಮೇಲೆ ವಿವರಿಸಲ್ಪಟ್ಟ ೧. ಯೌಗಿಕ ಕ್ರಿಯೆಗಳಿಂದ ಮನಸ್ಸು, ಇಂದ್ರಿಯ, ಹೃದಯ, ಪ್ರಾಣಗಳನ್ನು ನಿಗ್ರಹಿಸುವುದ– ರಿಂದ ಪ್ರಾಪ್ತವಾಗುವ ಎಂಟೆಂಟು ಸಿದ್ಧಿಗಳು (ವಿದ್ಯೆಗಳು), ೨. ಮಂತ್ರಗಳ ಪ್ರಭಾವದಿಂದ ದೊರೆಯುವ ಎಂಟು ಸಿದ್ಧಿಗಳು, ೩. ಮಹೌಷಧಿಗಳ ಬಲ ದಿಂದ ಸಿಗಬಹುದಾದ ಎಂಟು ಸಿದ್ಧಿಗಳು, ೪. ಯಂತ್ರಗಳ ಸಾಧನಾದಿಂದ ಸಿದ್ಧವಾಗುವ ಎಂಟು ವಿಮಾನವಾಹನಗಳು ಇವೆಲ್ಲವನ್ನು ಅಥವಾ ಒಂದನ್ನು ಆದರೂ ನಾವು ಸಾಧಿಸಿಕೊಳ್ಳಬೇಕಾದರೆ ಬಹುಪ್ರಯಾಸದ ಸಾಧನೆಗಳನ್ನು ಮಾಡಬೇಕಾಗುತ್ತದೆ.

ಬಹುಶ್ರಮ ಸಾಧ್ಯವಾದ ಈ ಸಿದ್ಧಿಗಳು, ಒಂಬತ್ತು ನಿಧಿಗಳಲ್ಲಿ ಒಂದನ್ನಾದರೂ ಹತ್ತಿರದಲ್ಲಿ ಅಥವಾ ಮನೆಯಲ್ಲಿ ಇಟ್ಟುಕೊಳ್ಳುವ ಮಾತ್ರ ದಿಂದಲೇ ಪ್ರಾಪ್ತವಾಗುವವು. ೧. ಮಹಾಪದ್ಮ, ೨. ಪದ್ಮ, ೩. ಶಂಖ, ೪. ಮಕರ, ೫. ಕಚ್ಛಪ, ೬. ಮುಕುಂದ (ಒಂದು ಅಮೂಲ್ಯ ರತ್ನ), ೭. ಕುಂದ (ಒಂದು ವಿಶಿಷ್ಟ ಮುತ್ತು), ೮. ನೀಲಮಣಿ ಮತ್ತು ೯. ಖರ್ವ (ಕುಬೇರನ ನವನಿಧಿಗಳಲ್ಲಿ ಒಂದು ನಿಧಿ). ಇವು ನವನಿಧಿಗಳೆಂದು ಪ್ರಸಿದ್ಧವಾಗಿವೆ.

ಪದ್ಮೋತ್ಸ್ರಿಯಾಂ ಮಹಾಪದ್ಮಃ ಶಂಖೋ ಮಕರಕಚ್ಛಪೌ ।
ಮುಕುಂದಕುಂದನೀಲಾಶ್ಚ ವಚೋೕಽಪಿ (ಖರ್ವೋಽಪಿ)
ನಿಧಯೋ ನವ ॥ – ಹಾರಾವಲೀ

ಮಹಾಪದ್ಮಶ್ಚ ಪದ್ಮಶ್ಚ ಶಂಖೋ ಮಕರಕಚ್ಛಪೌ ।
ಮುಕುಂದಕುಂದನೀಲಾಶ್ಚ ಖರ್ವಶ್ಚ ನಿಧಯೋ ನವ ॥
ಏಷಾಮೇಕೋಽಪಿ ಗೃಹೇ ನಿಹಿತಃ ಪರಮಾಂ ಶ್ರಿಯಂ ತನುತೇ ।
ಸಪರಿಚ್ಛದಾನ್ನವಸ್ತ್ರಾಚುರ್ಯಂ ಭೋಗಸೌಭಾಗ್ಯಮ್ ॥
ನಾಪೇಕ್ಷತೇಽತ್ರ ಮಂತ್ರೋ ನ ಯಂತ್ರತಂತ್ರೇ ನ ಯಜ್ಞಯೋಗೌ ವಾ ।
ಕೇವಲನಿಧಾನಮಂಗೇ ಗೃಹೇಽಪಿ ಲಕ್ಷ್ಮೀಂ ವಿವರ್ಧಯತಿ ॥

ಈ ಮೇಲೆ ತಿಳಿಸಿದ ನವನಿಧಿಗಳಲ್ಲದೇ ಕೆಲವು ಔಷಧಿಗಳೂ ನಿಧಿ ಗಳಾಗಿರುತ್ತವೆ. ಔಷಧಿ ರೂಪವಾಗಿರುವ ಈ ನಿಧಿಗಳು (ಎಂಟು) ಮಣಿಗಳೆಂದೂ ಕರೆಯಲ್ಪಡುತ್ತವೆ.

ಎಲ್ಲ ವನಸ್ಪತಿಗಳೂ ಒಂದಿಲ್ಲೊಂದು ರೀತಿಯಿಂದ ಮನುಷ್ಯರಿಗೆ ಉಪಕಾರಿಗಳೇ ಆಗಿರುತ್ತವೆ. ಅವುಗಳಲ್ಲಿ ವನಸ್ಪತಿಮಣಿಗಳೆಂದು ಪ್ರಸಿದ್ಧವಾದ ಕೆಲವು ವನಸ್ಪತಿಗಳನ್ನು ಮತ್ತು ಅವುಗಳಿಂದಾಗುವ ಪ್ರಯೋಜನಗಳನ್ನೂ ಕೆಳಗೆ ಸಂಕ್ಷೇಪದಲ್ಲಿ ತಿಳಿಸಲಾಗಿದೆ.

ಈ ವಿಷಯವು ಶ್ರೀಮಧುಸೂದನ ಸರಸ್ವತಿ ವಿರಚಿತ 'ಇಂದ್ರವಿಜಯ' ಎಂಬ ಗ್ರಂಥದಿಂದ ಉದ್ಧೃತವಾಗಿದೆ.

i. ಇಂದ್ರಮಣಿ ಎಂಬ ವನಸ್ಪತಿಯನ್ನು ಕೈಯಲ್ಲಿ ಹಿಡಿದುಕೊಂಡಿದ್ದರೆ ಆದು ತನ್ನ ಪ್ರಭಾವದಿಂದ ದಿವ್ಯದೃಷ್ಟಿಯನ್ನು ಕೊಡುತ್ತದೆ. (ಅಥ. ೭–೨೦–೧)

ii. ಜಂಗಿಡ ಎಂಬ ವನಸ್ಪತಿಮಣೆಯನ್ನು ಧರಿಸಿದ ಮನುಷ್ಯನು ಸರ್ವವನ್ನೂ ಪ್ರತ್ಯಕ್ಷ ನೋಡಬಲ್ಲನು. ಭೂಲೋಕ–ಅಂತರಿಕ್ಷಲೋಕ– ದ್ಯುಲೋಕಗಳಲ್ಲಿರುವ ಪ್ರತಿಯೊಂದು ಪದಾರ್ಥವನ್ನು ನೋಡಬಲ್ಲನು. (ಅಥ ೭–೨೦–೨) "ಸಹಸ್ರಾಕ್ಷ ಸೂರ್ಯದೇವನೇ! ನೀನು ಅನುಗ್ರಹಿಸಿದ ಈ ಜಂಗಿಡ ಮಣಿಯನ್ನು ಬಲಗ್ಯೆಯಲ್ಲಿ ಹಿಡಿದುಕೊಂಡು ಎಲ್ಲ ಲೋಕ ಗಳಲ್ಲಿರುವ ಚರಾಚರ ವಸ್ತುಗಳನ್ನು ಕಾಣುವ ಸಾಮರ್ಥ್ಯವುಳ್ಳವನಾಗಿದ್ದೇನೆ" ಎಂಬ ಅನುಸಂಧಾನದಿಂದ ಈ ವನಸ್ಪತಿ ಮಣಿಯನ್ನು ಧರಿಸಬೇಕು. "ಹೇ ವನಸ್ಪತಿಯೇ! ಬಲಗ್ಯೆಯಲ್ಲಿ ನಿನ್ನನ್ನು ಧರಿಸಿರುವ ನನಗೆ ಸಕಲ ರಾಕ್ಷಸ–ರಾಕ್ಷಸಿ ಯರನ್ನು, ಭೂತ–ಪ್ರೇತಾದಿಗಳನ್ನು ತೋರಿಸು". (ಅಥ. ೭–೨೦, ೭, ೯)

ಜಂಗಿಡ ವನಸ್ಪತಿ ಮಣಿಯನ್ನು ಧರಿಸಿದವನ ಆಯುಷ್ಯ ವರ್ಧಿ ಸುವುದು, ಇಂಥವನ ಮೇಲೆ ಯಾವುದೇ ಮಾಟ–ಮಂತ್ರಗಳ ಪರಿಣಾಮವಾಗುವುದಿಲ್ಲ, ಶೋಷಕ ರೋಗವು ದೂರಾಗುವುದು, ಬಲವು ವರ್ಧಿಸುವುದು, (ಅಥ. ೨–೪–೧, ೨). ಈ ಜಂಗಿಡ ಮಣಿಯು ಎಲ್ಲ ಔಷಧಿಗಳ ರಸವಾಗಿದೆ, ಇದು ಎಲ್ಲ ಪಾಪಗಳಿಂದ ರಕ್ಷಿಸುವುದು (ಅಥ. ೨–೪–೩). ಇದು ರೋಗಜಂತುಗಳನ್ನು ನಾಶಗೊಳಿಸುವುದು.

ಶಣ (ಸಣ) ಮತ್ತು ಜಂಗಿಡ ಎಂಬ ಎರಡು ವನಸ್ಪತಿ ಮಣಿಗಳು ಶೋಷಕ ರೋಗಗಳಿಂದ ರಕ್ಷಿಸುವವು (ಅಥ. ೨–೪–೫), ಇವ್ವಗಳಲ್ಲಿ ಒಂದು ವನಸ್ಪತಿಯು ವನದಲ್ಲಿ ದೊರೆತರೆ ಇನ್ನೊಂದನ್ನು ಹೊಲದಲ್ಲಿ ಬೆಳೆದ ವನಸ್ಪತಿಗಳ ರಸಗಳಿಂದ ತಯಾರಿಸಲಾಗುತ್ತದೆ. (ಅಥ ೨–೪–೫). ಈ ಮಣಿಯು ಹಿಂಸೆಯಿಂದ ಮತ್ತು ಶತ್ರುಭೂತವಾದ ರೋಗಗಳಿಂದ ರಕ್ಷಿಸುವುದು, ನಮ್ಮ ಆಯುಷ್ಯವನ್ನು ವರ್ಧಿಸುವುದು. (ಅಥ ೨–೪–೬).

ಅಥರ್ವವೇದದ ೧೯ ನೆಯ ಕಾಂಡದ ೨೪ ನೆಯ ಸೂಕ್ತದಲ್ಲಿ ೫೬ ನೇಯ ಮಂತ್ರದಲ್ಲಿ ಈ ಜಂಗಿಡ ಮಣಿಯ ಬಗ್ಗೆ ವಿಶೇಷವಾಗಿ ವರ್ಣನೆ ಇದೆ. ಇದರಂತೆ **ಪ್ರತಿಸರ ಮಣಿ** (ಅಥ. ೪–೫) ಮತ್ತು **ವರಣ ಮಣಿ** (ಅಥ ೧೦–೩) ಗಳ ಉಲ್ಲೇಖಿವು ಅಥರ್ವವೇದದಲ್ಲಿ ಬರುತ್ತದೆ. ದರ್ಭ ಮಣಿ, ಔದುಂಬರ ಮಣಿ (ಅಥ. ಕಾಂಡ ೧೯ – ಸೂಕ್ತ ೨೪–೫೨), **ಶತವಾರ ಮಣಿ** ಮತ್ತು **ಅಸ್ಯತಮಣಿ** (ಅಥ. ಕಾಂಡ ೧೯) ಗಳ ಉಲ್ಲೇಖಿವೂ ಇದೇ ೧೯ ನೆಯ ಕಾಂಡದಲ್ಲಿ ಬರುತ್ತದೆ.

ವಿವಿಧ ವಿದ್ಯೆಗಳನ್ನು ಕಂಡುಹಿಡಿದ ಋಷಿಗಳು ಭಿನ್ನ ಭಿನ್ನ ಕಾಲ ಗಳಲ್ಲಿ ಜೀವಿಸಿದ್ದು ತಮ್ಮ ಗ್ರಂಥಗಳಲ್ಲಿ ಈ ವಿದ್ಯೆಗಳ ವಿವರವನ್ನು (ತಮ್ಮ ಸಂಶೋಧನ ಗ್ರಂಥ ಪ್ರಬಂಧಗಳಲ್ಲಿ) ಕಾಣಿಸಿದ್ದಾರೆ. ಆದರೆ ಈಗ ಆ ಗ್ರಂಥಗಳಲ್ಲಿ ಕೆಲವು ಲುಪ್ತವಾಗಿ ಹೋಗಿದ್ದರೆ ಇನ್ನು ಕೆಲವು ಇನ್ನೂ ಉಪಲಬ್ಧ ವಾಗಿಲ್ಲ. ಶಾಸ್ತ್ರಗ್ರಂಥಗಳಲ್ಲಿ ಕೆಲವು ವನಸ್ಪತಿಮಣಿಗಳ, ಸಿದ್ಧಿಗಳ (ವಿದ್ಯೆಗಳ) ಉಲ್ಲೇಖಿ ಬರುವುದರಿಂದ ಅವು ಒಂದಾನೊಂದು ಕಾಲದಲ್ಲಿ ಭೂಲೋಕ ದಲ್ಲಿ (ಭಾರತದಲ್ಲಿ) ಉಪಲಬ್ಧವಾಗಿದ್ದವು ಮತ್ತು ಲೋಕವ್ಯವಹಾರದಲ್ಲಿ ಬಳಕೆಯಲ್ಲಿದ್ದವೆಂದು ತರ್ಕಿಸಬಹುದು. ಇದಲ್ಲದೆ ಗ್ರಂಥಗಳ ಮೂಲಕ

ಶ್ರುತವಾಗಿರುವ ಈ ವಿದ್ಯೆ ಹಾಗೂ ವನಸ್ಪತಿಗಳಲ್ಲಿ ಕೆಲವುಗಳ ಬಳಕೆಯು ಈಗಲೂ ನಡೆದಿದ್ದು ಅವುಗಳ ಪರಿಣಾಮಗಳೂ ಪ್ರತ್ಯಕ್ಷ ಕಂಡು ಬರುತ್ತಿರುವುದರಿಂದ ಅವೆಲ್ಲ ಕಾಲ್ಪನಿಕವೆಂದು ಶಂಕಿಸಲು ಯಾವುದೇ ಆಸ್ಪದವಿಲ್ಲ.

ಆನಾಗತಮತೀತಂ ಚ ವರ್ತಮಾನಮತೀಂದ್ರಿಯಮ್ |
ವಿಪ್ರಕೃಷ್ಟಂ ವ್ಯವಹಿತಂ ಸಮ್ಯಕ್ ಪಶ್ಯಂತಿ ಯೋಗಿನಃ ||

– ಭಾಗ. ೧೦, ೬೧–೨೦

ಶ್ರೀಮದ್ಭಾಗವತದಲ್ಲಿ ಸಿದ್ಧಿಗಳನ್ನು ಕುರಿತು ೧೧ ನೆಯ ಸ್ಕಂಧದ ೧೫ ನೆಯ ಅಧ್ಯಾಯದಲ್ಲಿ ಶ್ರೀಕೃಷ್ಣನು ಉದ್ಧವನಿಗೆ ತಿಳಿಸಿದ ವಿಷಯಗಳು ಮನನೀಯವಾಗಿವೆ. ಅಲ್ಲಿ ಸಿದ್ಧಿಗಳ ಸಂಖ್ಯೆ, ಅವುಗಳ ಲಕ್ಷಣ ಮತ್ತು ಪ್ರಯೋಜನ ಗಳನ್ನು ವಿಸ್ತಾರವಾಗಿ ತಿಳಿಸಿದ ಶ್ರೀಕೃಷ್ಣನು ಕೊನೆಗೆ ಸಂಗ್ರಹಿಸಿ ಹೇಳುತ್ತಾನೆ – ಎಲ್ಲ ಪ್ರಕಾರದ ಸಿದ್ಧಿಗಳಿಗೆ ತಾನೇ ನಿಮಿತ್ತ ಕಾರಣನೆಂದೂ ಆ ಎಲ್ಲ ಸಿದ್ಧಿಗಳ ಸ್ವಾಮಿಯೂ ತಾನೇ ಎಂದೂ ಅಂದರೆ ಎಲ್ಲ ಸಿದ್ಧಿಗಳು ತನ್ನ ಆಧೀನದಲ್ಲಿರುವುದಾಗಿಯೂ ಹೇಳುತ್ತಾನೆ –

ಜನ್ಮೌಷಧಿತಪೋಮಂತ್ರೈಃ ಯಾವತೀರಿಹ ಸಿದ್ಧಯಃ |
ಯೋಗೇನಾಪ್ನೋತಿ ತಾಃ ಸರ್ವಾಃ ಯ್ಯೆಯ್ಯೆಯೋಗಗತಿಂ ವ್ರಜೇತ್

|| ೨೪ ||

ಸರ್ವಾಸಾಮಪಿ ಸಿದ್ಧೀನಾಂ ಹೇತುಃ ಪತಿರಹಂ ಪ್ರಭುಃ |
ಆಹಂ ಯೋಗಸ್ಯ ಸಾಂಖ್ಯಸ್ಯ ಧರ್ಮಸ್ಯ ಬ್ರಹ್ಮವಾದಿನಾಮ್ || ೦೫ ||

– ಭಾಗ. ೧೧.೧೫

* * *

ಶ್ರೀಮದ್ಭಾಗವತದಲ್ಲಿ ಅದ್ಭುತ ವಿಜ್ಞಾನದ
ಕೆಲವು ಪ್ರಸಂಗಗಳು

ಇಲ್ಲಿಯ ವರೆಗೆ ಪ್ರಾಚೀನ ವಿದ್ಯೆಗಳು ಹಾಗೂ ಸಿದ್ಧಿಗಳ ಬಗ್ಗೆ ವಿಸ್ತಾರ ದಲ್ಲಿ ತಿಳಿದುಕೊಂಡಿವು. ಈ ಹಿನ್ನೆಲೆಯಲ್ಲಿ ಇನ್ನುಮುಂದೆ ಶ್ರೀಮದ್ಭಾಗವತದಲ್ಲಿ ಬರುವ ವಿಚಿತ್ರ ಪ್ರಸಂಗಗಳನ್ನು ಅಥವಾ ಕಥಾನಕಗಳನ್ನು ಅವಲೋಕಿಸಿದಾಗ ಅವುಗಳ ಹಿಂದಿರುವ ಸಿದ್ಧಿಗಳ ಪ್ರಭಾವವನ್ನು ಊಹಿಸಬಹುದು. ಅಂದರೆ ಯಾವ ಸಿದ್ಧಿಯ ಪ್ರಭಾವದಿಂದ ಆ ಒಂದು ಪ್ರಸಂಗವು ಸಂಭವಿಸಿರಬಹು ದೆಂದು ಸುಲಭವಾಗಿ ತಿಳಿಯಬಹುದು. ಇಂಥ ವಿಚಿತ್ರ ಪ್ರಸಂಗಗಳು ಸಂಭವಿಸಲು ಕಾರಣವಾಗಿರುವ ವೈಜ್ಞಾನಿಕ ಹಿನ್ನೆಲೆ ಇರುವ ಸಿದ್ಧಿಗಳನ್ನೇ ಅದ್ಭುತ ವಿಜ್ಞಾನ ವೆಂದು ಕರೆಯಲಾಗಿದೆ. ಈಗ ಭಾಗವತದ ಪ್ರತಿಯೊಂದು ಸ್ಕಂಧದಲ್ಲಿ ಬರುವ ೧–೨ ವಿಚಿತ್ರ ಪ್ರಸಂಗಗಳನ್ನು ಆರಿಸಿ ಅವುಗಳ ಹಿಂದಿರುವ ಅದ್ಭುತ ವಿಜ್ಞಾನದ ಬಗ್ಗೆ ಚರ್ಚಿಸಲಾಗುವುದು –

ಸ್ಕಂಧ – ೧

೧. ಅಹಂ ಪುರಾತೀತಭವೇಽಭವಂ ಮುನೇ
   ದಾಸ್ಯಾಸ್ತು ಕಸ್ಯಾಶ್ಚನ ವೇದವಾದಿನಾಮ್ |
   ನಿರೂಪಿತೋ ಬಾಲಕ ಏವ ಯೋಗಿನಾಂ
   ಶುಶ್ರೂಷಣೇ ಪ್ರಾವೃಷಿ ನಿರ್ವಿವಕ್ಷತಾಮ್ || ೨೪ ||
                              – ಭಾಗ ೧. – ೬.

ಎಂದು ಮುಂತಾಗಿ ನಾರದ ಮಹರ್ಷಿಗಳು ತಮ್ಮ ಪೂರ್ವಜನ್ಮ ವೃತ್ತಾಂತ ವನ್ನು ಭಗವಾನ್ ಶ್ರೀ ವೇದವ್ಯಾಸರ ಮುಂದೆ ನಿವೇದಿಸುತ್ತಾರೆ.

ಮಹಾತ್ಮರ ಸೇವೆ, ಮಹರ್ಷಿಗಳಿಂದ ಮಂತ್ರೋಪದೇಶ ಮತ್ತು ಅನುಗ್ರಹಗಳಿಂದ ವಿಶಿಷ್ಟ ಸಿದ್ಧಿಯನ್ನು ಪಡೆದ ನಾರದರಿಗೆ ಪೂರ್ವಜನ್ಮದಲ್ಲಿ ನಡೆದ ಘಟನೆಗಳ ವಿಸ್ಮೃತಿಯಾಗಿರಲಿಲ್ಲ ಮತ್ತು ನಾರದರು ಇಷ್ಟ ಬಂದಲ್ಲಿ ಸಂಚರಿಸುವ ಸಾಮರ್ಥ್ಯವನ್ನು ಹೊಂದಿದ್ದರು. ಅವರು ಯಾವ ಅಡೆ–ತಡೆಗಳಿಲ್ಲದೇ ಮೂರೂ ಲೋಕಗಳಲ್ಲಿ ಸಂಚರಿಸುತ್ತಿದ್ದರು.

ಅಂತರ್ಬಹಿಷ್ಟ ಲೋಕಾನ್ ತ್ರೀನ್ ಪರ್ಯೇಮ್ಯಸ್ಕಂದಿತವ್ರತಃ ।
ಅನುಗ್ರಹಾನ್ಮಹಾವಿಷ್ಣೋಃ ಅವಿಘಾತಗತಿಃ ಕ್ವಚಿತ್ ॥
ಭಾಗ. ೭–೨೫ ॥

ii. ಪಾಂಡವರ ವಂಶವನ್ನೇ ನಿರ್ಮೂಲಗೊಳಿಸಲೆಂಬ ದುರಾಲೋಚನೆ ಯಿಂದ ಅರ್ಜುನನ ಮಗ ಅಭಿಮನ್ಯುವಿನ ಹೆಂಡತಿಯಾದ ಉತ್ತರೆಯ ಗರ್ಭದಲ್ಲಿ ಬೆಳೆಯುತ್ತಿದ್ದ ಶಿಶುವಿನ ಮೇಲೆ ಅಶ್ವತ್ಥಾಮನು ಬ್ರಹ್ಮಾಸ್ತ್ರವನ್ನು ಪ್ರಯೋಗಿಸುತ್ತಾನೆ. ಆಗ ಉತ್ತರೆಯು ತನ್ನ ಗರ್ಭವನ್ನು ಅಂದರೆ ಗರ್ಭಸ್ಥ ಶಿಶುವನ್ನು ರಕ್ಷಿಸುವಂತೆ ಶ್ರೀಕೃಷ್ಣನಿಗೆ ಶರಣು ಹೋಗಿ ಪ್ರಾರ್ಥಿಸುತ್ತಾಳೆ –

ಅಭದ್ರವತಿ ಮಾಮೀಶ ಶರಸ್ತಪ್ತಾಯಸೋ ವಿಭೋ ।
ಕಾಮಂ ದಹತು ಮಾಂ ನಾಥ ಮಾ ಮೇ ಗರ್ಭೋ ನಿಪಾತ್ಯತಾಮ್ ॥
– ಭಾಗ. ೧–೮–೧೨

ಆಗ ಯೋಗೇಶ್ವರನೂ, ಸಕಲ ಸಿದ್ಧಿಗಳ ನಿಯಾಮಕನೂ ಆದ ಶ್ರೀಕೃಷ್ಣನು ಸುದರ್ಶನ. ಚಕ್ರದೊಂದಿಗೆ ಉತ್ತರೆಯ ಗರ್ಭದಲ್ಲಿ ಪ್ರವೇಶ ಮಾಡಿ ಅವಳ ಗರ್ಭವನ್ನು ರಕ್ಷಿಸಿದ್ದಲ್ಲದೆ ಗರ್ಭದಲ್ಲಿಯ ಶಿಶುವನ್ನೂ ರಕ್ಷಿಸುತ್ತಾನೆ.

iii. ಉತ್ತರೆಯ ಗರ್ಭದಲ್ಲಿದ್ದಾಗ ಬ್ರಹ್ಮಾಸ್ತ್ರ ಪ್ರಭಾವದಿಂದ ಸತ್ತು ಶ್ರೀಕೃಷ್ಣನ ಅನುಗ್ರಹದಿಂದ ಬದುಕಿ ಉಳಿದು ಜನಿಸಿದ ಪರೀಕ್ಷಿತನ ಮುಂದಿನ ಜೀವನದಲ್ಲಿ ನಡೆಯಲಿರುವ ಎಲ್ಲ ವೃತ್ತಾಂತವನ್ನು ಜಾತಕ ಕೋವಿದರಾದ ಬ್ರಾಹ್ಮಣರು ಸಿದ್ಧಿಯ ಬಲದಿಂದ (ಜ್ಯೋತಿಷ್ಯಶಾಸ್ತ್ರದಿಂದ) ತಿಳಿದು ಧರ್ಮರಾಜನಿಗೆ ತಿಳಿಸಿದರು. (ಭಾಗ ೧–೧೧, ೧೯–೨೯)

iv. ಶಮೀಕ ಋಷಿಯ ಮಗನಾದ ಬಾಲಕ ಶೃಂಗಿಯ ಶಾಪದಿಂದಲೇ ಪರೀಕ್ಷಿತ ರಾಜನ ಮರಣ ಸಂಭವಿಸಿರುವುದನ್ನು ನೋಡಿದರೆ ಆ ಕಾಲದಲ್ಲಿ ಋಷಿಕುಮಾರರೂ ಸಿದ್ಧಹಸ್ತರೂ ಶಾಪಾನುಗ್ರಹಶಕ್ತರೂ ಆಗಿರುತ್ತಿದ್ದರೆಂಬುದು ಸ್ಪಷ್ಟವಾಗುವುದು.

ಸ್ಕಂಧ – ೨

ಅಷ್ಟ ಸಿದ್ಧಿಗಳನ್ನು ಪಡೆದ ಯೋಗಿಯು ತನ್ನ ಮನಸ್ಸು ಹಾಗೂ

ಇಂದ್ರಿಯಗಳನ್ನು ತನ್ನ ಜೊತೆಗೇ ತೆಗೆದುಕೊಂಡು ಶರೀರದಿಂದ ಹೊರ ಹೊರಡಬಲ್ಲನು. ಇಂಥ ಯೋಗಿಯ ಶರೀರವು ವಾಯುವಿನಂತೆ ಸೂಕ್ಷ್ಮವಾಗಿರುತ್ತದೆ. ಹೀಗಾಗಿ ಯೋಗಿಗೆ ತ್ರಿಲೋಕಗಳಲ್ಲಿಎಲ್ಲಿ ಬೇಕಾದಲ್ಲಿ ಸಂಚರಿಸುವ ಸಾಮರ್ಥ್ಯವಿರುತ್ತದೆ.

ಸ್ಕಂಧ – ೩

ಈ ಸ್ಕಂಧದಲ್ಲಿ ಭಗವಾನ್ ಶ್ರೀಕೃಷ್ಣನು ಯೋಗಮಾಯೆಯಿಂದ ಜಗತ್ತಿನಲ್ಲಿ ಮನುಷ್ಯರಂತೆ ತೋರಿಸಿದ ಅನೇಕ ನಿದರ್ಶನಗಳಿವೆ. ಭಾಗ. ಅ–೧, ೨, ೩, ೪

i. ಕಾಮಪೀಡಿತಳಾದ ದಿತಿಯ ಆಗ್ರಹಕ್ಕೆ ಮಣಿದು ಕಶ್ಯಪರು ಅವಳೊಂದಿಗೆ ಅಕಾಲದಲ್ಲಿ ಸಂಗ ಮಾಡಿದರು. ಇದರಿಂದ ಮುಂದೆ ಇಬ್ಬರು ದುಷ್ಟ ಪುತ್ರರು ಜನಿಸುವರೆಂದೂ ಅವರು ಶ್ರೀಹರಿಯಿಂದಲೇ ಸಂಹೃತರಾಗುವರೆಂದೂ ಕಶ್ಯಪರು ಪತ್ನಿ ದಿತಿಗೆ ಮೊದಲೇ ತಿಳಿಸಿದರು. ಅಷ್ಟೇ ಅಲ್ಲದೇ ತನ್ನ ಇಬ್ಬರು ದುಷ್ಟಪುತ್ರರ ಪೈಕಿ ಒಬ್ಬ ಪುತ್ರನಿಂದ ಜನಿಸುವ ಒಬ್ಬ ಪುತ್ರನು ಶ್ರೇಷ್ಠ ಭಾಗವತೋತ್ತಮನಾಗಿರುವನೆಂದು ತಿಳಿಸಿದರು. (ಅಧ್ಯಾಯ ೧೩, ೬೯–೪೦) ಮತ್ತು (ಅ. ೧೩–೪೪–೪೦) ಭವಿಷ್ಯದ ಘಟನೆಗಳನ್ನು ಮೊದಲೇ ಹೇಳುವುದು ಯೋಗಸಿದ್ಧಿಯ ಬಲವುಳ್ಳವರಿಗೆ ಮಾತ್ರ ಸಾಧ್ಯ. ಯಾವ ಸಿದ್ಧಿ ಎಂಬುದನ್ನು "ವಿದ್ಯೆಗಳು ಮತ್ತು ಸಿದ್ಧಿಗಳು" ಎಂಬ ಪರಿಚ್ಛೇದದಿಂದ ತಿಳಿದುಕೊಳ್ಳಬೇಕು.

ii. ಅಧ್ಯಾಯ ೧೬, ೧೭ ರಲ್ಲಿ ದೇವತೆಗಳು ವಿಮಾನಗಳಲ್ಲಿ ಕುಳಿತು ಆಕಾಶದಲ್ಲಿ ಸಂಚರಿಸುವದರ ವರ್ಣನೆ ಬರುತ್ತದೆ.

iii. ಈ ಸ್ಕಂಧದ ೨೪ ನೆಯ ಅಧ್ಯಾಯದಲ್ಲಿ ಅಮೋಘಯೋಗ ಮಾಯಾ ಸಿದ್ಧಿಯುಳ್ಳ ಕರ್ದಮ (ಶ್ಲೋಕ.೧೦) ರೊಂದಿಗೆ ವಿವಾಹವಾದ ನಂತರ ದೇವಹೂತಿಯ ಮನೋಬಯಕೆಗಳನ್ನುತಮ್ಮ ಯೋಗಸಿದ್ಧಿಯಿಂದ ತಿಳಿದ ಕರ್ದಮರು ವಿಹಾರಕ್ಕೆಂದು ದಿವ್ಯವಿಮಾನವೊಂದನ್ನು ಸೃಷ್ಟಿಸುತ್ತಾರೆ. ಆ ವಿಮಾನವು ಸಂಚಾರಿ ಅರಮನೆಯಂತಿತ್ತು (ಶ್ಲೋಕ. ೧೨–೨೧), ನಂತರ ಇಂಥ ಭವ್ಯವಾದ ವಿಮಾನದಲ್ಲಿ ದೇವಹೂತಿಯು ಮಲಿನವಾದ ತನ್ನ ದೇಹದಿಂದ ಕುಳಿತುಕೊಳ್ಳಲು ಹಿಂಜರಿಯುತ್ತಿರುವುದನ್ನು ಯೋಗಬಲ

ದಿಂದ ತಿಳಿದ ಕರ್ದಮರು ಅಲ್ಲಿಯೇ ಇದ್ದ ಒಂದು ಸರೋವರದಲ್ಲಿ ಸ್ನಾನ ಮಾಡಿ ಬರುವಂತೆ ದೇವಹೂತಿಗೆ ತಿಳಿಸುತ್ತಾರೆ. ಸರೋವರದಲ್ಲಿ ಮುಳುಗಿ ಮೇಲೆ ಏಳುತ್ತಲೇ ಅವಳ ೯ ಸುಂದರ ರೂಪಗಳನ್ನು ತಳೆದು ಶೋಭಿಸು ತ್ತಾಳೆ. ಕರ್ದಮರೂ ೯ ರೂಪಗಳನ್ನು ಧರಿಸಿ ವಿಮಾನಗಳಲ್ಲಿ ಕುಳಿತು ಪತ್ನಿಯರೊಂದಿಗೆ ಕ್ರೀಡಿಸುತ್ತಾರೆ. ೯ ಹೆಣ್ಣು ಮಕ್ಕಳು ಜನಿಸುತ್ತಾರೆ. ಕಪಿಲರೂಪೀ ಪರಮಾತ್ಮನು ಇವರ ಮಗನಾಗಿ ಅವತರಿಸುತ್ತಾನೆ. (ಶ್ಲೋಕ ೧೨–೨೧, ಅಧ್ಯಾಯ ೨೪, ೧೨–೨೧, ೪೨, ೪೩, ಅಧ್ಯಾಯ ೨೩–೬).

ಇದುವರೆಗೆ ಕರ್ದಮ ಋಷಿಯ ಯೋಗಸಿದ್ಧಿಯ ಪ್ರಭಾವಗಳನ್ನು ವರ್ಣಿಸಲಾಯಿತು.

iv. ಅಧ್ಯಾಯ ೩೧ ರ ಶ್ಲೋಕ ೧–೧೧ ರ ವರೆಗೆ ಜೀವನು ತಾಯಿಯ ಗರ್ಭದಲ್ಲಿರುವಾಗ ಹಂತ ಹಂತವಾಗಿ ನಡೆಯುವ ಬೆಳವಣಿಗೆಯ ವರ್ಣನೆ ಯನ್ನು ಕಾಣಬಹುದು. ಮತ್ತು ಆಗ ರಕ್ತ–ಮಲ–ಮೂತ್ರ ತುಂಬಿದ ತಾಯಿಯ ಗರ್ಭಕೂಪದಲ್ಲಿ ಬಿದ್ದು ತಾಯಿಯ ಜಠರಾಗ್ನಿಯಿಂದ ಬಹು ತಪ್ತನಾದ ಜೀವನು ಯಾವಾಗ ಈ ಕೂಪದಿಂದ ಹೊರಬಂದೇನು ಎಂದು ಪರಿತಪಿಸುತ್ತಿರುವನಂತೆ (ಅ.೩೧, ಶ್ಲೋಕ ೧೪). ತಾಯಿಯ ಗರ್ಭದಲ್ಲಿರು– ವಾಗ ಜೀವನಿಗೆ ಹಿಂದಿನ ಜನ್ಮಗಳ/ಕರ್ಮಗಳ ಸ್ಮೃತಿ ಇರುತ್ತದಂತೆ. ಗರ್ಭ ವಾಸದ ಕಷ್ಟಗಳನ್ನು ಅನುಭವಿಸಲಾರದೇ ತನ್ನನ್ನು ಆದಷ್ಟು ಬೇಗ ಗರ್ಭದಿಂದ ಹೊರಹಾಕಬೇಕೆಂದು ಪರಮಾತ್ಮನನ್ನು ಪ್ರಾರ್ಥಿಸುತ್ತಿರುತ್ತಾನಂತೆ. ಹತ್ತು ತಿಂಗಳು ನಂತರ ಹೊರಬಂದು ಭೂಸ್ಪರ್ಶವಾಗುತ್ತಿದ್ದಂತೆಯೇ ಗರ್ಭದಲ್ಲಿದ್ದಾಗ ಮಾಡಿದ ಪ್ರಾರ್ಥನೆಗಳೆಲ್ಲ ಮರೆತು ಹೋಗುತ್ತವೆಯಂತೆ (ಶ್ಲೋಕ ೨೪).

ಅತೀಂದ್ರಿಯವಾದ ಈ ಎಲ್ಲ ವಿಷಯಗಳನ್ನು ಆಧುನಿಕ ಡಾಕ್ಟರು ತಿಳಿಯಲಾರರು. ಯೋಗಿಗಳು ಮಾತ್ರ ತಮ್ಮ ವಿಚಿತ್ರ ದೃಷ್ಟಿಯಿಂದ ನೋಡಬಲ್ಲರು ಮತ್ತು ಹೇಳಬಲ್ಲರು.

ಸ್ಕಂಧ – ೪

ದಕ್ಷ ಪ್ರಜಾಪತಿಯ ಯಜ್ಞಕ್ಕೆ ಅನಾಹೂತಳಾದರೂ ತವರು ಮನೆಯ ಅಭಿಮಾನದಿಂದ ಆಗಮಿಸಿದ ಸತೀದೇವಿಯು ಆ ಯಜ್ಞದಲ್ಲಿ ತನ್ನ ಪತಿ

ರುದ್ರದೇವನಿಗೆ ಆಹುತಿ ಕೊಡದೇ ಅವಮಾನ ಮಾಡಿದ್ದನ್ನು ಕಂಡು ಯಜ್ಞಕುಂಡದಲ್ಲಿ ಹಾರಿ ಆತ್ಮಹತ್ಯೆ ಮಾಡಿಕೊಂಡಳೆಂದು ಕೆಲವರು ಹೇಳುವುದು ಸತ್ಯಕ್ಕೆ ದೂರವಾದುದು. ಆವಳು ಯೋಗಬಲದಿಂದ ತನ್ನ ಶರೀರದಲ್ಲಿ ಅಗ್ನಿಯನ್ನು ಪ್ರಜ್ವಲಿಸಿಕೊಂಡು ದೇಹತ್ಯಾಗ ಮಾಡಿದಳು. (ಅ.ಜಿ. ಶ್ಲೋಕ–೪) (ಸತೀ ಸದ್ಯಃ ಪ್ರಜಜ್ವಾಲ ಸಮಾಧಿಜಾಗ್ನಿನಾ I)

ii. ಸತೀದೇವಿಯ ಪ್ರಾಣತ್ಯಾಗದ ಸುದ್ದಿ ನಾರದರಿಂದ ಹಾಗೂ ದೂತರಿಂದ ತಿಳಿದಾಕ್ಷಣ ರುದ್ರದೇವನು ತನ್ನ ಜಟೆಯಲ್ಲಿಯ ಒಂದು ಕೂದಲನ್ನು ತೆಗೆದು ನೆಲಕ್ಕೆ ಅಪ್ಪಳಿಸುತ್ತಾನೆ. ಆಗ ಜಟಾ ಕೂದಲಿನಿಂದ ರುದ್ರದೇವನ ಅಂಶವೇ ಆಗಿದ್ದು ವೀರಭದ್ರ ಜನಿಸಿದ. ಈ ವೀರಭದ್ರನು ದಕ್ಷನ ಯಜ್ಞಮಂಟಪಕ್ಕೆ ಹೋಗಿ ಸತೀದೇವಿಯ ದೇಹತ್ಯಾಗಕ್ಕೆ ಕಾರಣರಾದವರನ್ನೆಲ್ಲ ಒಂದೊಂದು ರೀತಿಯಿಂದ ಶಿಕ್ಷಿಸಿ ಯಜ್ಞವನ್ನು ಧ್ವಂಸಗೊಳಿಸುತ್ತಾನೆ. (ಭಾಗ –೪, ೬, ಶ್ಲೋ. ೪)

ದೇವತೆಗಳ ಪ್ರಾರ್ಥನೆ ಮತ್ತು ಬ್ರಹ್ಮದೇವನ ಸಾಂತ್ವನಗಳಿಂದ ಶಾಂತನಾದ ರುದ್ರದೇವನು ಅಲ್ಲಿ ಕಣ್ಣು, ತಲೆ, ಕಣ್ಣು, ಹಲ್ಲುಗಳು ಗಡ್ಡ, ಕೈ ಕಾಲುಗಳನ್ನು ಕಳೆದುಕೊಂಡು ನಿಶ್ಚೇಷ್ಟಿತರಾಗಿ ಬಿದ್ದಿದ್ದವರೆಲ್ಲರಿಗೆ ಬೇರೆ ಬೇರೆ ವ್ಯಕ್ತಿ, ಪ್ರಾಣಿಗಳ, ಒಂದೊಂದು ಅಂಗಗಳನ್ನು ತರಿಸಿ ಕೂಡಿಸಿ ಅವರೆಲ್ಲ ಮೊದಲಿನಂತೆ ವ್ಯಾಪಾರ ಮಾಡುವಂತೆ ಅನುಗ್ರಹಿಸುತ್ತಾನೆ. (ಭಾಗ. ೪ – ೪, ಶ್ಲೋಕ, ೭, ೪, ೮, ೯)

ಇದೆಲ್ಲವನ್ನು ನೋಡಿದರೆ ಒಂದು ಜೀವಿಯ ಅಂಗವನ್ನು ಇನ್ನೊಂದು ಪ್ರಾಣಿಗೆ ಜೋಡಿಸುವ ವಿದ್ಯೆ (ಅವಯವ ಸಂಧೀಕರಣ ವಿದ್ಯೆ) ಆಗಿನಿಂದಲೂ ಭಾರತೀಯರಿಗೆ ಗೊತ್ತಿತ್ತೆಂಬುದು ಸ್ಪಷ್ಟವಾಗುವುದು.

iii. ಮಲತಾಯಿಯಾದ ಸುರುಚಿಯ ಚುಚ್ಚುನುಡಿ, ತಾಯಿ ಸುನೀತಿಯ ಉಪದೇಶ ಇವುಗಳಿಂದ ಪರಮಾತ್ಮನನ್ನು ತಪಸ್ಸಿನಿಂದ ಒಲಿಸಿಕೊಳ್ಳಲು ಅರಣ್ಯಕ್ಕೆ ಹೊರಟಿದ್ದನ್ನು ಶ್ರೀ ನಾರದರು ದೂರಶ್ರವಣ, ಮತ್ತು ಪರಚಿತ್ತಾಭಿಜ್ಞತ್ವ ಎಂಬ ಯೋಗಸಾಮರ್ಥ್ಯದಿಂದ ತಿಳಿದು ಧ್ರುವಕುಮಾರನಿರುವಲ್ಲೇ ಬಂದು ಅವನಿಗೆ ಯೋಗದ ಅಷ್ಟಾಂಗಗಳನ್ನು ಉಪದೇಶಿಸುತ್ತಾರೆ, ಮಂತ್ರೋಪದೇಶ ಮಾಡುತ್ತಾರೆ, ಧ್ಯಾನಯೋಗ, ಭಕ್ತಿ

ಯೋಗಗಳನ್ನುತಿಳಿಸಿ ಹೇಳುತ್ತಾರೆ. (ಭಾಗ. ಅ. ೯, ಶ್ಲೋಕ ೨೬, ೪೬–೪೯)

iv. ಲೋಹಚುಂಬಕವು ಕಬ್ಬಿಣವನ್ನು ಆಕರ್ಷಿಸುವುದೆಂಬುದು ಪ್ರಾಚೀನರಿಗೆ ತಿಳಿದಿತ್ತು (ಯತ್ರ ಭ್ರಮತಿ ಲೋಹವತ್ I) – ಭಾಗ. ೪–೧೧, ಶ್ಲೋಕ ೪೨

v. ಎತ್ತುಗಳಿಗೆ ಮೂಗುದಾರ (ಮುಗುದಾಣ) ಹಾಕಿ ನಿಯಂತ್ರಿಸುವ ಪದ್ಧತಿ ಪ್ರಾಚೀನ ಕಾಲದಿಂದಲೂ ರೂಢಿಯಲ್ಲಿತ್ತು. (ಭಾಗ ೪– ಅ. ೧೧. ಶ್ಲೋಕ–೪೨)– (ನಸಿ ದಾಮಯಂತ್ರಿತಾಃ)

vi. ಮೃತನಾದ ವೇನರಾಜನ ಅಂಗಮಥನದಿಂದ ಸಂತಾನೋತ್ಪತ್ತಿ : (ಭಾಗ ೪, ೧೪, ೪೪, ೪೬)

ಆಕ್ಷೇಪ : ಶ್ರೀಮದ್ಭಾಗವತ ಪುರಾಣದ ನಾಲ್ಕನೆಯ ಸ್ಕಂಧದಲ್ಲಿ ಒಂದು ವಿಚಿತ್ರವಾದ ವರ್ಣನೆ ಬರುತ್ತದೆ. ಪಾಪಿಷ್ಠನೂ, ಕ್ರೂರನೂ ಆದ ವೇನ ಎಂಬ ರಾಜನು ಮೃತನಾದ ಕೂಡಲೇ ಅಲ್ಲಿದ್ದ ಋಷಿಗಳು ವಿಚಾರಿಸು ತ್ತಾರೆ. ಸಂತಾನವಿಲ್ಲದ ವೇನರಾಜನನ ಸಿಂಹಾಸನದಲ್ಲಿ ಇನ್ನು ಯಾರನ್ನು ಉತ್ತರಾಧಿಕಾರಿಯಾಗಿ ಕೂಡಿಸಿ ಪಟ್ಟಾಭಿಷೇಕ ಮಾಡಬೇಕು? ಎಂದು. ಆಗ ಅವರು ವೇನರಾಜನ ತೊಡೆಯನ್ನು ಮಥಿಸಿ ನಿಷಾದ ಎಂಬ ಹೆಸರಿನ ದುಷ್ಟ ಪುತ್ರನನ್ನೂ, ನಂತರ ರಾಜನ ಭುಜಗಳನ್ನು ಮಥಿಸಿ ಅಲ್ಲಿಂದ ಪೃಥು ಎಂಬ ಮಹಾರಾಜನನ್ನೂ ಮತ್ತು ಅರ್ಚಿ ಎಂಬ ಕನ್ಯೆಯನ್ನೂ ಹುಟ್ಟಿಸಿದರು. ಇದು ಸರ್ವಥಾ ಅಸಂಭವವೆಂದು ತೋರುವುದು.

i. ಮಮಂಥುರೂರುಂ ತರಸಾ ತತ್ರಾಸೀದ್ ಬಾಹುಕೋ ನರಃ I – (ಭಾಗ. ೪–೧೪– ೪೪)

ii. ಬಾಹುಭ್ಯಾಂ ಮಥ್ಯಮಾನಾಭ್ಯಾಂ ಮಿಥುನಂ ಸಮಪದ್ಯತ II – (ಭಾಗ. ೪–೧೪–೪೬)

ಸಮಾಧಾನ : ವೇನರಾಜನು ಮೃತನಾದ ಕೂಡಲೇ ಅಲ್ಲಿದ್ದ ಋಷಿಗಳಿಗೆ ಒಂದು ರಹಸ್ಯವು ಸ್ಮರಣೆಗೆ ಬಂದಿತು. ಅದೇನೆಂದರೆ ಸಾಮಾನ್ಯ ವಾಗಿ ವಿಷ್ಣು ಭಕ್ತರಾದ ರಾಜರು ಯಾವುದೇ ಅವಸ್ಥೆಯಲ್ಲಿರಲಿ ಅವರು ನಿಷ್ಫಲವಾಗದ ವೀರ್ಯವುಳ್ಳವರಾಗಿರುತ್ತಾರೆ. ಇದನ್ನೇ ಭಾಗವತದಲ್ಲಿ

ಅಮೋಘ ವೀರ್ಯಾ ಹಿ ನೃಪಾ ವಂಶೇಽಸ್ಮಿನ್ ಕೇಶವಾಶ್ರಯಾಃ ।।
– ಭಾಗ. ೯–೧೪–೪೭ ಎಂದು ತಿಳಿಸಲಾಗಿದೆ.

ಈ ರಹಸ್ಯವು ಸ್ಮರಣೆಗೆ ಬರುತ್ತಲೇ ಅಲ್ಲಿದ್ದ ಋಷಿಗಳು ವೇನರಾಜನ ಮೃತಶರೀರವನ್ನು ವೈಜ್ಞಾನಿಕವಾಗಿ ಮಥನ ಮಾಡಿ ಅವನ ಸಂತಾನವನ್ನು ಪಡೆಯುತ್ತಾರೆ.

ಈಗಿನ ವಿಜ್ಞಾನಿಗಳು ಶ್ರೇಷ್ಠವಾದ ಸೂಕ್ಷ್ಮದರ್ಶಕ ಯಂತ್ರದಿಂದ ಪ್ರಾಣಿಯ **ವೀರ್ಯಗತ** ಒಂದೊಂದು ಕಣದಲ್ಲಿಯೂ ಅದೇ ರೀತಿ **ರಜೋಗತ** ಒಂದೊಂದು ಕಣದಲ್ಲಿಯೂ ಅಸಂಖ್ಯವಾದ ಕೀಟಾಣುಗಳು ಇರುವುದನ್ನು ಕಂಡುಹಿಡಿದಿದ್ದಾರೆ. ಅತಿ ಕೋಮಲವಾದ ಈ ಕೀಟಾಣುಗಳು ಪ್ರಾಣಿಯ ಶರೀರದಿಂದ ಚ್ಯುತವಾಗುತ್ತಲೇ ಹೊರಗಿನ ವಾತಾವರಣದ ಪ್ರಭಾವದಿಂದ ತತ್ಕಾಲದಲ್ಲೇ ಮೃತವಾಗುತ್ತವೆ.

ಗರ್ಭಾಧಾನದ ಸಮಯದಲ್ಲಿ ವೀರ್ಯಗತ ಮತ್ತು ರಜೋಗತ ಕೀಟಾಣುಗಳು ಪರಸ್ಪರ ತಿನ್ನಲು ಪ್ರಾರಂಭಿಸುತ್ತವೆ. ಹೀಗೆ ಅತಿ ಶೀಘ್ರದಲ್ಲಿ ಈ ಕ್ರಿಯೆಯು ನಡೆದು ಕೊನೆಗೆ ಬಲಿಷ್ಠವಾದ ಒಂದು ಕೀಟಾಣು ಬದುಕಿ ಉಳಿಯುತ್ತದೆ. ವೀರ್ಯವು ಅಧಿಕ ಪ್ರಬಲವಾಗಿದ್ದರೆ ವೀರ್ಯಾಧಿಕ್ಯದಿಂದ ಕೂಡಿದ ಆ ಕೀಟಾಣುವು ಪುರುಷತ್ವ ಪ್ರಧಾನವಾಗಿದ್ದು ಮುಂದೆ ಬೆಳೆದು ಗಂಡು ಕೂಸಿನ ರೂಪದಲ್ಲಿ ಜನಿಸುತ್ತದೆ. ಇದರಂತೆ ರಜಸ್ಸು ಅಧಿಕ ಪ್ರಬಲ ವಾಗಿದ್ದರೆ ರಜೋ ಅಧಿಕ್ಯದಿಂದ ಕೂಡಿದ ಆ ಕೀಟಾಣುವು ಹೆಣ್ಣು ಕೂಸಿನ ರೂಪದಲ್ಲಿ ಜನಿಸುತ್ತದೆ. ವೀರ್ಯ ಮತ್ತು ರಜಸ್ಸು ಎರಡೂ ಸಮಾನವಾಗಿ ದ್ದರೆ ನಪುಂಸಕ ಮಗುವಿನ ಜನನವಾಗುತ್ತದೆಂದು ಪ್ರಾಚೀನ ಋಷಿಗಳು ತಿಳಿಸಿದ್ದಾರೆ.

ಗರ್ಭಾಶಯಾದಿಗಳು ದುಷ್ಟವಾಗಿದ್ದರೆ ಬದುಕಿ ಉಳಿದ ಕೀಟಾಣುವು ಅಲ್ಲಿನ ದೂಷಿತವಾತಾವರಣದಲ್ಲಿ ಮೃತವಾಗುತ್ತದೆ.

ಇದೆಲ್ಲ ಸಾಧಾರಣವಾದ ರಜೋವೀರ್ಯದ ಕೀಟಾಣುಗಳ ವಿಷಯವಾಯಿತು. ಇನ್ನು ಅಮೋಘವೀರ್ಯದ ರಹಸ್ಯವೇನು? ಸೃಷ್ಟಿಯ ಪ್ರಾರಂಭದಿಂದಲೂ ಸ್ವಾಭಾವಿಕವಾಗಿಯೇ ಪ್ರಬಲವಾಗಿರುವ ಮತ್ತು ನಿಯಮಿತ ಆಹಾರ–ವಿಹಾರಗಳಿಂದ ಜೀವನ ನಡೆಸುವ ಪುರುಷರ

ವೀರ್ಯಾಣುವು ಅಮೋಘವಾಗಿರುತ್ತದೆ. ಅದು ಎಂಥದೇ ವಿಷಮ ಪರಿಸ್ಥಿತಿಯಲ್ಲೂ ಸಾಯದೇ ಉಳಿಯುತ್ತದೆ. ಇಂಥ ಪುರುಷರ ವೀರ್ಯಾಣುವಿನ ಉಳಿವಿಕೆ ಹಾಗೂ ಬೆಳವಣಿಗೆಗೆ ಸ್ತ್ರೀಯರ ಗರ್ಭಾಶಯವೇ ಬೇಕೆಂದೇನೂ ಇರುವುದಿಲ್ಲ. ನಮ್ಮ ಪ್ರಾಚೀನ ಋಷಿಗಳು ಅದನ್ನು ಗರ್ಭಾಶಯದ ಹೊರಗೂ ಒಂದು ವಿಶಿಷ್ಟ ವಿಧಾನದಿಂದ ಉಳಿಸಿ ಬೆಳೆಸಬಹುದೆಂಬ ವೈಜ್ಞಾನಿಕ ರಹಸ್ಯವನ್ನು ಅರಿತಿದ್ದರು. ಇದಕ್ಕೆ ಒಂದು ಲೌಕಿಕ ದೃಷ್ಟಾಂತವನ್ನು ತೋರಿಸಬೇಕೆಂದರೆ – ಮಾವಿನ ಗಿಡದಲ್ಲಿಯ ಕಾಯಿಗಳನ್ನು ಹರಿಯದೇ ಹಾಗೆಯೇ ಬಿಟ್ಟರೆ ಪ್ರಕೃತಿ (ದೇವಿ)ಯು ಅವುಗಳನ್ನು ಗಿಡದಲ್ಲಿಯೇ ಮಾಗಿಸಿ ಪಕ್ವಗೊಳಿಸಿ ಹಣ್ಣುಗಳನ್ನಾಗಿಸಿ ಕೊಡುತ್ತದೆ. ಆದರೆ ಸಾಮಾನ್ಯವಾಗಿ ಮನುಷ್ಯರು ಆ ಕಾಯಿಗಳನ್ನು ಹರಿದು ಹುಲ್ಲುಗಳಲ್ಲಿ ಮುಚ್ಚಿಟ್ಟು ಕೃತ್ರಿಮವಾಗಿ ಕಾವು ಕೊಟ್ಟು ಪಕ್ವವಾಗಿಸಿ ಹಣ್ಣುಗಳ– ನ್ನಾಗಿ ಮಾಡುತ್ತಾರೆ. ಇದರಂತೆಯೇ ಬಾಳೇಕಾಯಿ ಅಥವಾ, ಕೋಳೀತತ್ತಿ ಮುಂತಾದವುಗಳನ್ನು ವಿದ್ಯುತ್ತಿನ ಯಂತ್ರಗಳಲ್ಲಿಟ್ಟು ನಕಲೀ ಉಷ್ಣತೆಯಿಂದ ಪಕ್ವಗೊಳಿಸುತ್ತಾರೆ. ಇದೇ ರೀತಿಯಾಗಿ ನಮ್ಮ ಪೂರ್ವಜರು ಅಮೋಘವೀರ್ಯದ ಕೀಟಾಣುವನ್ನು ಸ್ತ್ರೀಯರ ಗರ್ಭಾಶಯದಂತಿರುವ ಒಂದು ಸುರಕ್ಷಿತ ಸ್ಥಳದಲ್ಲಿರಿಸಿ ಬೆಳೆಸುವ ರಹಸ್ಯ ವಿಧಾನವನ್ನು ಅರಿತಿದ್ದರು.

ಇದಕ್ಕನುಸಾರವಾಗಿ ಋಷಿಗಳು ವೇನನ ಮೃತದೇಹವನ್ನು ಒಂದು ಸುರಕ್ಷಿತ ಸ್ಥಳದಲ್ಲಿರಿಸಿ ಒಂದು ದಿನ ಆ ದೇಹದ ತೊಡೆಯ ಅರ್ಧಭಾಗವನ್ನು ಕತ್ತರಿಸಿ ನೋಡಿದಾಗ ಅಲ್ಲಿ ಒಂದು ಜೀವಿತ ಅಮೋಘವೀರ್ಯ ಕೀಟಾಣುವನ್ನು ಕಂಡು ಅದನ್ನು ಮೇಲೆತ್ತಿದರು. ಈ ಕೀಟಾಣುವು ವೇನನ ದುರಾಚಾರಗಳಿಂದ ದುಷ್ಟವಾಗಿರುವುದೆಂದು ತಿಳಿದು ಋಷಿಗಳು ವೇನನ ಭುಜಗಳನ್ನು ಕತ್ತರಿಸಿದಾಗ ಅಲ್ಲಿ ಜೀವಿತದಿಂದ ಇದ್ದ ಎರಡು ಕೀಟಾಣು ಗಳನ್ನು ಕಂಡರು. ಅದರಲ್ಲಿ ಒಂದು ಸತ್ವಪ್ರಧಾನ ಅಮೋಘ ವೀರ್ಯಾಣು ವಾಗಿದ್ದರೆ ಇನ್ನೊಂದು ರಜೋಪ್ರಧಾನವಾದ ಅಮೋಘ ಕೀಟಾಣುವಾಗಿದ್ದಿತು. ಈ ಮೂರೂ ಅಮೋಘ ಕೀಟಾಣುಗಳನ್ನು ಋಷಿಗಳು ವೈಜ್ಞಾನಿಕ ರೀತಿಯಿಂದ ಪರಿಪುಷ್ಟಗೊಳಿಸಿದ ನಂತರ ಅವು ಕ್ರಮವಾಗಿ ನಿಷಾದ, ಪೃಥುಮಹಾರಾಜ ಮತ್ತು ಅರ್ಚಿ ಎಂಬ ಹೆಸರಿನಿಂದ ಪ್ರಸಿದ್ಧರಾದರು. ಹೀಗೆ

ನಮ್ಮ ಪೂರ್ವಜರ ವೈಜ್ಞಾನಿಕ ದೃಷ್ಟಿಯು ಎಷ್ಟು ಉಚ್ಚಮಟ್ಟದ್ದಾಗಿತ್ತೆಂಬುದರ ಅರಿವಾಗುವುದು.

ಹೆಣ್ಣು ಪಶುವಿನ (ಎಮ್ಮೆಯ) ಗರ್ಭಸ್ರಾವವಾದಾಗ ಆ ಪಶುವಿನ ಯೋನಿಯಲ್ಲಿ ಕೈಹಾಕಿ ಒಳಗಿನ ಎಲ್ಲ ವೀರ್ಯವನ್ನು ಬೊಗಸೆಯಲ್ಲಿ ತುಂಬಿ ತುಂಬಿ ಹೊರತೆಗೆದು ಅದನ್ನು ಎಳ್ಳೆಣ್ಣೆ ತುಂಬಿದ ಪಾತ್ರೆಯಲ್ಲಿ ಸಂಗ್ರಹಿಸಿಟ್ಟು ನಂತರ ಅದನ್ನು ಆ ಹೆಣ್ಣು ಪಶುವಿನ (ಎಮ್ಮೆಯ) ಮೂಗಿನ ಹೊರಳಿಗಳ ಮೂಲಕ ಮತ್ತೆ ಗರ್ಭಾಶಯಕ್ಕೆ ಸೇರಿಸಿ ಗಂಡು ಕರುವನ್ನೋ, ಹೆಣ್ಣು ಕರುವನ್ನೋ ಪಡೆಯುವ ಪದ್ಧತಿಯು ಈಗಲೂ ಕೆಲವು ಹಳ್ಳಿಗಳಲ್ಲಿ ರೂಢಿಯಲ್ಲಿದೆ. ಅವಿದ್ಯಾವಂತರಾದ ರೈತರೇ ಇಂಥ ವಿಧಾನವನ್ನು ಅರಿತಿರು ವಾಗ ತ್ರಿಕಾಲಜ್ಞರಾಗಿದ್ದ ನಮ್ಮ ಪೂರ್ವಜರು ಮೃತವೇನನ ದೇಹವನ್ನು ಮಥಿಸಿ ರಾಜನ ಅಮೋಘವೀರ್ಯದ ಕೀಟಾಣುವನ್ನು ಪರಿಪುಷ್ಟಗೊಳಿಸಿ ಸರ್ವಾಂಗಪೂರ್ಣರಾದ ಮನುಷ್ಯರನ್ನು ಪಡೆದಿರುವಲ್ಲಿ ಆಶ್ಚರ್ಯವೇನಿದೆ?

ಶ್ರೀ ಶುಕಾಚಾರ್ಯರ ಜನನ :

ರಜೋವೀರ್ಯಾಣುಗಳಿಲ್ಲದೆಯೇ ಕೇವಲ ತಪಃಪ್ರಭಾವದಿಂದ ಮಾನಸೀ ಸಂತಾನವು ಉತ್ಪನ್ನವಾಗಿರುವ ಬಗ್ಗೆ ವೇದಾದಿ ಶಾಸ್ತ್ರಗಳಲ್ಲಿ ಉಲ್ಲೇಖಿವು ಬರುತ್ತದೆ. ಕಾರಣ ಸಾಮಗ್ರಿಗಳಿಂದ ಪರಿಪುತವಾದ ಸ್ಥೂಲ ಶರೀರದಲ್ಲಿ ಕೇವಲ ಅಮೋಘ ರಜೋ ವೀರ್ಯದಿಂದ ಪುತ್ರ ಸಂತಾನ ವಾಗುವುದೆಂದಾಗ ಶ್ರೀ ವೇದವ್ಯಾಸರ ತಪಃ ಪ್ರಭಾವದಿಂದ ಶುಕಾಚಾರ್ಯರು ಜನಿಸಿದ್ದು ಆಶ್ಚರ್ಯವೇನಲ್ಲ.

ಸ್ಕಂಧ – ೫

i. ಎಲ್ಲರ ಮನಸ್ಸಿನಲ್ಲಿರುವುದನ್ನು ತಿಳಿಯಬಲ್ಲವನಾಗಿದ್ದ ಚತುರ್ಮುಖ ಬ್ರಹ್ಮನು ಯಾವಾಗ ಪ್ರಿಯವ್ರತರಾಜನು ರಾಜ್ಯವನ್ನು ತ್ಯಜಿಸಿ ಅಡವಿಗೆ ಹೋಗಿ ತಪಸ್ಸನ್ನಾಚರಿಸಲು ಬಯಸಿದನೋ ಆಗ ಪ್ರಿಯವ್ರತ ರಾಜನ ಮನದೊಳಗಿನ ಈ ವಿಚಾರವನ್ನು ತಿಳಿದು ಋಷಿ–ಮುನಿಗಳಿಂದ ಕೂಡಿಕೊಂಡು ತನ್ನ ಸತ್ಯಲೋಕದಿಂದ ಕೆಳಗಿಳಿದು ರಾಜನಿರುವಲ್ಲಿ (ವೃವಸಿತ ಸಕಲಜಗದಭಿಪ್ರಾಯ : .... ಸ್ವಭವನಾದವತತಾರ – (ಭಾಗ. ೫–೧–೨) ಬಂದನೆಂದು ೧ ನೆಯ ಅಧ್ಯಾಯದಲ್ಲಿ ಬರುತ್ತದೆ.

ಬ್ರಹ್ಮದೇವನ ಲೋಕವು ಭೂಲೋಕದ ಮೇಲಿರುವುದರಿಂದ ಅವತತಾರ= ಅಂದರೆ ಕೆಳಗಿಳಿದು ಬಂದನೆಂದು ಹೇಳಿದೆ.

ii. ಸೂರ್ಯದೇವನು ಮೇರು ಪರ್ವತವನ್ನು ಪ್ರದಕ್ಷಿಣೆಯಾಗಿ ಸುತ್ತುತ್ತ ಲೋಕಾಲೋಕ ಪರ್ವತದವರೆಗಿನ ಭೂಪ್ರದೇಶದ ಅರ್ಧಭಾಗ— ವನ್ನು ಮಾತ್ರ ಬೆಳಗಿಸುತ್ತಲಿದ್ದ. ಉಳಿದ ಅರ್ಧ ಭಾಗವು ಕತ್ತಲೆಯಲ್ಲೇ ಇರುತ್ತಿತ್ತು. ಇದನ್ನು ಸಹಿಸದ ಪ್ರಿಯವ್ರತರಾಜನು ಸೂರ್ಯನಿಗೆ ಸಮಾನ— ವಾದ ವೇಗವುಳ್ಳ ಜ್ಯೋತಿರ್ಮಯವಾದ ರಥದೊಳಗೆ ಕುಳಿತು ಸೂರ್ಯನ ಹಿಂದೆ ಇನ್ನೊಬ್ಬ ಸೂರ್ಯನಂತೆ ಏಳು ಸಲ ಮೇರುಪರ್ವತವನ್ನು ಸುತ್ತಿದ. ಭಗವಂತನ ಉಪಾಸನೆಯಿಂದ ಅಮಾನುಷ ಶಕ್ತಿಯನ್ನು ಸಂಪಾದಿಸಿದ್ದರಿಂದ ರಾಜನಿಗೆ ಇಷ್ಟು ಮಾಡಲು ಸಾಧ್ಯವಾಯಿತು.

ಮೇರು ಪರ್ವತವನ್ನು ಸುತ್ತುವಾಗ ರಾಜನ ರಥದ ಚಕ್ರಗಳು ಮಾಡಿದ ಏಳು ಕಂದಕಗಳಲ್ಲಿ ನೀರು ತುಂಬಿ ಏಳು ಸಮುದ್ರಗಳಾದವು. ಒಂದೊಂದು ಸಮುದ್ರದ ತೀರದವರೆಗಿನ ಭೂಪ್ರದೇಶವು ಒಂದೊಂದ— ರಂತೆ ಜಂಬೂ ಮೊದಲಾದ ಏಳು ದ್ವೀಪಗಳಾದವು. ಭಾಗ. ೧—ಜ೧

iii. ಸ್ತ್ರೀಯರಿಂದ ಮೋಹಿತನಾದ ಮನುಷ್ಯನ ಮಾನಸಿಕ ಸ್ಥಿತಿ ಹೇಗಿರುವದೆಂಬುದಕ್ಕೆ ಈ ಸ್ಕಂಧದ ಎರಡನೆಯ ಅಧ್ಯಾಯದಲ್ಲಿ ಬರುವ ಒಂದು ವಿಚಿತ್ರ ವರ್ಣನೆ ಸಾಕ್ಷಿಯಾಗಿದೆ.

ಪ್ರಿಯವ್ರತರಾಜನ ಹಿರಿಯ ಮಗನಾದ ಅಗ್ನೀಧ್ರನು ಜಂಬೂ ದ್ವೀಪದ ರಾಜನಾದ. ಇವನು ತನ್ನ ಪುತ್ರರ ಮೂಲಕ ತನಗೆ ಪಿತೃಲೋಕ ಪ್ರಾಪ್ತಿಯಾಗಲೆಂದು ಬಯಸಿ ಮಂದರಪರ್ವತದ ಗುಹೆಯಲ್ಲಿ ಬ್ರಹ್ಮದೇವನನ್ನು ಕುರಿತು ತಪಸ್ಸು ಮಾಡಿದ. ಬ್ರಹ್ಮದೇವನು ತನ್ನ ಆಸ್ಥಾನದ ಗಾಯಕಿಯಾದ ಪೂರ್ವಚಿತ್ತಿ ಎಂಬ ಅಪ್ಸರೆಯನ್ನು ಅಗ್ನೀಧ್ರನನ್ನ ಪರೀಕ್ಷಿಸಲು ಅವನು ತಪಸ್ಸು ಮಾಡುತ್ತಿರುವ ಸ್ಥಳಕ್ಕೆ ಕಳುಹಿಸಿದನು. ಧ್ಯಾನಸ್ಥನಾಗಿ ತಪಸ್ಸು ಮಾಡುತ್ತಲಿದ್ದ ಅಗ್ನೀಧ್ರನು ಈ ಅಪ್ಸರೆಯನ್ನು ಕಂಡಾಕ್ಷಣ ಮೋಹವಶನಾಗಿ ಅವಳನ್ನೇ ವಿಚಿತ್ರವಾಗಿ ಅಧ್ಯಾಯ ೨ ರಿಂದ ಲ ರಿಂದ ೧೨ ಶ್ಲೋಕಗಳಲ್ಲಿ ಪುರುಷ ಸಂಬೋಧನೆಗಳಿಂದ (ಗ್ರಾಮ್ಯ ವೈದಗ್ಧ್ಯಾ ಪರಿಭಾಷಯಾ (೧೯)) ಸ್ತುತಿಸುತ್ತನೆ.

ಅರ್ಥಶೂನ್ಯವಾದ ಅಗ್ನೀದ್ರನ ಮಾತುಗಳಲ್ಲಿ ಬರುವ ೧. ಮುನಿವರ್ಯನೇ, (ಶ್ಲೋಕ – ೮), ೨. ಸುಹೃತ್ತಮ (೧೨), ೩. ಮುನಿಯೇ, ೪. ಪ್ರಿಯನೇ (ಶ್ಲೋಕ–೧೪), ೫. ತಪೋಧನ (೧೨) ಮುಂತಾದ ಸಂಬೋಧನೆಗಳು ಪುರುಷನ ವಿಷಯದಲ್ಲಿ ಯುಕ್ತವಾಗಿದ್ದರೂ ಇಲ್ಲಿಯ ಶ್ಲೋಕಗಳಲ್ಲಿ ಒಬ್ಬ ಪುರುಷ ಮುನಿಯು (ಅಗ್ನೀದ್ರನು), ಒಬ್ಬ ಸ್ತ್ರೀಯನ್ನು ಕುರಿತು (ಪೂರ್ವಚಿತ್ತಿ ಎಂಬ ಅಪ್ಸರೆಗೆ) ಹೇಳುತ್ತಿರುವುದು ಮೋಹಪರವಶನಾದ ಪುರುಷನ ಮನಸ್ಥಿತಿ ಹೇಗಿರುವುದೆಂಬುದನ್ನು ಚಿತ್ರಿಸುವುದು. (ಭಾಗ. ೫–೨–೮–೧೨)

iv. ಯೋಗಿಗಳಿಗೆ ಪೂರ್ವಜನ್ಮದ ಸ್ಮರಣೆ ಇರುತ್ತದೆ. ಇದಕ್ಕೆ ಉದಾಹರಣೆ ಎಂದರೆ ಅಂತ್ಯ ಕಾಲದಲ್ಲಿ ಜಿಂಕೆ ಮರಿಯನ್ನು ಸ್ಮರಿಸುತ್ತ ಮರಣ ಹೊಂದಿದ ಭರತಚಕ್ರವರ್ತಿಯು ಜಿಂಕೆ ಜನ್ಮವನ್ನು ಪಡೆದು ಪಶ್ಚಾತ್ತಪ್ತನಾಗಿ ಕಾಲಂಜರ ಪರ್ವತದಲ್ಲಿ ಸಂಚರಿಸುತ್ತಿರುತ್ತಾನೆ. ಕೆಲ ಸಮಯದ ನಂತರ ಆ ಪರ್ವತದಿಂದ ಹೊರಟು ಪೂರ್ವಜನ್ಮದಲ್ಲಿ ಭರತಮುನಿಯಾಗಿ ತಾನು ವಾಸಿಸಿದ್ದ ಪುಲಹ ಮುನಿಗಳ ಸನಿಹದ ಸಾಲಗ್ರಾಮ ಕ್ಷೇತ್ರಕ್ಕೇ ನಡೆದು ಬರುತ್ತಾನೆ. (ಅಧ್ಯಾಯ ೮, ಶ್ಲೋಕ–೨೫.) ಅಲ್ಲಿ ಜಿಂಕೆಯ ಜನ್ಮಕ್ಕೆ ಕಾರಣವಾದ ತನ್ನ ಪ್ರಾರಬ್ಧ ಕರ್ಮವು ಮುಗಿಯುವ ಕಾಲವನ್ನು ನಿರೀಕ್ಷಿಸುತ್ತ, ಏಕಾಂಗಿಯಾಗಿ ಜೀವಿಸಿದ. ಕೊನೆಗೊಂದು ದಿನ ಗಂಡಕೀನದಿಯ ಪವಿತ್ರ ಜಲದಲ್ಲಿ ಹಾರಿ ಜಿಂಕೆಯ ಜನ್ಮದಿಂದ ಮುಕ್ತನಾಗಿ ಆಂಗಿರಸ್ ಗೋತ್ರದ ಒಬ್ಬ ಬ್ರಾಹ್ಮಣ ಶ್ರೇಷ್ಠನ ಎರಡನೆಯ ಹೆಂಡತಿಯಲ್ಲಿ ಜನಿಸಿದ. ಭಗವಂತನ ಅನುಗ್ರಹದಿಂದ ಹಿಂದಿನ ಎಲ್ಲ ಜನ್ಮಗಳ ಸ್ಮರಣೆ ಇದ್ದಿತಾದರೂ ಅವನು ಜಗಕ್ಕೆ ಮೂಢಬುದ್ಧಿಯವನಂತೆ ತೋರಿಕೊಳುತ್ತಿದ್ದ– ರಿಂದ ಜಡಭರತನೆಂದೇ ಪ್ರಸಿದ್ಧನಾದ. ಈಗಲೂ ಸದಾ ಭಗವಂತನ ಧ್ಯಾನದಲ್ಲೇ ಇರುತ್ತಿದ್ದ. (ಭಾಗ ೫–೮–೨೫ ಮತ್ತು ೫–೯–೧).

ಸ್ಕಂಧ – ೬

i. ದೇವಗುರುಗಳಾದ ಬೃಹಸ್ಪತ್ಯಾಚಾರ್ಯರು ಸುಧರ್ಮ ಸಭಾಗೃಹ ವನ್ನು ಪ್ರವೇಶಿಸಿದಾಗ ಅಲ್ಲಿ ಐಶ್ವರ್ಯಮದದಿಂದ ವಿವೇಕರಹಿತನಾದ ದೇವೇಂದ್ರನಿಂದ ಅವಮಾನಿತರಾಗಿ ಅಲ್ಲಿ ನಿಲ್ಲದೇ ತಮ್ಮ ಆಶ್ರಮಕ್ಕೆ

ಹೊರಟು ಬರುತ್ತಾರೆ. ಇದರಿಂದ ಎಚ್ಚತ್ತ ಇಂದ್ರನು ತಾನು ಮಾಡಿದ ಅಕಾರ್ಯದಿಂದ ಪಶ್ಚಾತ್ತಪ್ತನಾಗಿ ತನ್ನನ್ನುಕ್ಷಮಿಸುವಂತೆ ಪ್ರಾರ್ಥಿಸಬೇಕೆಂದು ಬೃಹಸ್ಪತ್ಯಾಚಾರ್ಯರ ಆಶ್ರಮಕ್ಕೆ ಧಾವಿಸಿ ಬರುತ್ತಾನೆ. ಇಂದ್ರನು ತಮ್ಮೆಡೆಗೆ ಬರುವುದನ್ನು ಬೃಹಸ್ಪತ್ಯಾಚಾರ್ಯರು ಯೋಗಬಲದಿಂದ ಮೊದಲೇ ತಿಳಿದು ಯಾರಿಗೂ ಕಾಣದಂತೆ ತಮ್ಮ ಆಶ್ರಮದಿಂದ ಮರೆಯಾಗಿ ಬಿಟ್ಟಿದ್ದರು.

ಇಂದ್ರನು ತಮ್ಮೆಡೆ ಬರಲಿರುವುದನ್ನು ಮೊದಲೇ ತಿಳಿಯುವುದು ಮತ್ತು ಯಾರಿಗೂ ಕಾಣದಂತೆ ಮರೆಯಾಗಿರುವುದು ಯಾವ ಯೋಗಬಲ ದಿಂದ ಎಂಬುದನ್ನು ಈ ಹಿಂದೆ ಚರ್ಚಿಸಿದ "ಯೋಗಸಿದ್ಧಿಗಳು" ಎಂಬ ಪ್ರಕರಣದಿಂದ ತಿಳಿದುಕೊಳ್ಳಬೇಕು. (ಭಾಗ. ೬–೬–೧೧).

ii. ದೇವತೆಗಳು ಪರಮಾತ್ಮನ ಆದೇಶದಂತೆ ದಧೀಚಿ ಮುನಿಗಳಿದ್ದಲ್ಲಿ ಹೋಗಿ ಅವರ ದೇಹದ ಅಸ್ಥಿಗಳನ್ನು ಕೊಡಬೇಕೆಂದು ಪ್ರಾರ್ಥಿಸಿದಾಗ ಆ ಮುನಿಗಳು ಹೇಳುತ್ತಾರೆ – "ದೇವತೆಗಳೇ! ಪ್ರಾಣಿಗಳು ಸಂಕಟದಲ್ಲಿದ್ದಾಗ ಯಾರು ದಯೆತೋರಿ ತಮ್ಮ ನಶ್ವರವಾದ ಶರೀರವನ್ನು ತ್ಯಜಿಸಿ ಪುಣ್ಯ ಸಂಪಾದನೆ ಮಾಡುವುದಿಲ್ಲವೋ ಅಂಥವರ ದುಃಸ್ಥಿತಿಗೆ ಗಿಡಮರಗಳೂ ಮರುಕಪಡುತ್ತವೆ." ಹೀಗೆ ಹೇಳಿದ ದಧೀಚಿ ಮುನಿಗಳು ತಮ್ಮ ದೇಹದ ಅಸ್ಥಿಗಳನ್ನು ವಜ್ರಾಯುಧದ ನಿರ್ಮಾಣಕ್ಕಾಗಿ ಕೊಡಲು ಮುಂದಾಗುತ್ತಾರೆ.

ಗಿಡಮರಗಳು ಮರುಕಪಡುತ್ತವೆಂದು ಇಲ್ಲಿ ಹೇಳಿರುವುದನ್ನು ನೋಡಿದರೆ ಅವು ಸ್ಥಾವರ ಜೀವಿಗಳಾಗಿರುವವೆಂಬುದು ಸ್ಪಷ್ಟವಾಗು ವುದು. (ಭಾಗ. ೬–೧೦–೯)

iii. ಮಹಾಪರಾಕ್ರಮಿಗಳೂ, ಯೋಧಶ್ರೇಷ್ಠರೂ ಆದ ವೃತ್ರಾಸುರ ಮತ್ತು ಇಂದ್ರ ಇಬ್ಬರೂ ಭಗವಂತನ ಸ್ವರೂಪದ ಬಗ್ಗೆ ವಾಗ್ವಾದ ಮಾಡುತ್ತ ಹೋರಾಡುತ್ತಿರುವಾಗ ವೃತ್ರಾಸುರನು ದೇವೇಂದ್ರನ ಮೇಲೇರಿ ಹೋಗಿ ಇಂದ್ರನನ್ನೂ ಅವನ ವಾಹನವಾದ ಐರಾವತವನ್ನೂ ನುಂಗಿಬಿಡುತ್ತಾನೆ. ವೃತ್ರನ ಹೊಟ್ಟೆಯೊಳಗಿದ್ದರೂ ದೇವೇಂದ್ರನು 'ನಾರಾಯಣಮಂತ್ರಬಲ' ಮತ್ತು ಅಣಿಮಾದಿ ಯೋಗ ಮಹಿಮೆಗಳ ಬಲದಿಂದಲೂ ಸಾಯದೇ ಉಳಿಯುತ್ತಾನೆ.

iv. ತನ್ನ ಮಕ್ಕಳಾದ ಹಿರಣ್ಯಕಶಿಪು, ಹಿರಣ್ಯಾಕ್ಷರನ್ನ ವಿಷ್ಣುವಿನಿಂದ ಕೊಲ್ಲಿಸಿದ ಇಂದ್ರನನ್ನು ಸಂಹಾರ ಮಾಡುವ ಒಬ್ಬ ಬಲಿಷ್ಠ ವ್ಯಕ್ತಿಯನ್ನು ಮಗನನ್ನಾಗಿ ಪಡೆಯುವ ದುರುದ್ದೇಶ ಹೊಂದಿದ ದಿತಿಯು ತನ್ನ ಗಂಡನ ಸೇವೆ ಮಾಡಿ ಅವನಿಂದ ತನ್ನ ಇಂಗಿತವನ್ನು ತಿಳಿಸುತ್ತಾಳೆ. ಉಭಯ ಸಂಕಟಕ್ಕೆ ಒಳಗಾದ ಕಶ್ಯಪರು ಅನಿವಾರ್ಯವಾಗಿ ಸಮ್ಮತಿಸಿ ಅವಳಿಗೆ 'ಪುಂಸವನ' ಎಂಬ ವ್ರತವನ್ನು ಆಚರಿಸುವಂತೆ ತಿಳಿಸುತ್ತಾರೆ. ಗರ್ಭಾಧಾನವಾದ ನಂತರ ದಿತಿಯ ಗರ್ಭದಲ್ಲಿ ಬೆಳೆಯುತ್ತಿರುವ ಶಿಶುವನ್ನು ಕತ್ತರಿಸಿ ಹಾಕಬೇಕೆಂದು ಇಂದ್ರನು ಒಂದು ದಿನ ದಿತಿಯು ಸಂಧ್ಯಾಕಾಲದಲ್ಲಿ ಉಂಡು ಕೈಕಾಲು ತೊಳೆದುಕೊಳ್ಳದೇ ಹಾಗೂ ಆಚಮನ ಮಾಡದೇ ಮಲಗಿಕೊಂಡಿರುವಾಗ ಇದೇ ಸಮಯವೆಂದು ತಿಳಿದು ತನ್ನ ಯೋಗಶಕ್ತಿಯಿಂದ ಅವಳ ಗರ್ಭವನ್ನು ಪ್ರವೇಶಿಸಿ ಅಲ್ಲಿರುವ ಭ್ರೂಣವನ್ನು ವಜ್ರಾಯುಧದಿಂದ ಏಳ್ ತುಂಡುಗಳ— ನ್ನಾಗಿ ಕತ್ತರಿಸುತ್ತಾನೆ.

ಹೀಗೆ ಕತ್ತರಿಸಲ್ಪಟ್ಟ ಏಳ್ ತುಂಡುಗಳೂ ಮೃತವಾಗಲಿಲ್ಲ. (ಭಾಗ ೬–೧೮, ಶ್ಲೋಕ ೨೪–೨೨, ೬೨, ೪೨, ೫೪–೫೬, ೫೦, ೫೧, ೬೫)

ಈ ಕಥಾನಕದಲ್ಲಿ ಇಂದ್ರನ ಪರಕಾಯ ಪ್ರವೇಶ, ಗರ್ಭವು ಇಂದ್ರನ ವಜ್ರಾಯುಧದಿಂದ ಕತ್ತರಿಸಲ್ಪಟ್ಟರೂ ನಾಶವಾಗದಿರುವಲ್ಲಿ ಕಶ್ಯಪರ ಅಮೋಘವೀರ್ಯ, ದಿತಿಯ ವ್ರತದ ಪ್ರಭಾವ ಮತ್ತು ಭಗವದನುಗ್ರಹದ ಪರಿಣಾಮ ಇವೆಲ್ಲ ಗಮನೀಯವಾದ ಅಂಶಗಳಾಗಿವೆ.

ಸ್ಕಂಧ – ೬

ಅಧ್ಯಾಯ – ೫೬

i. ಆಯಸ್ಕಾಂತದ ಬಳಿಯಲ್ಲಿರುವ ಕಬ್ಬಿಣವು ಪರಮಾತ್ಮನ ಇಚ್ಛೆಯಿಂದ ತಾನೇ ಚಲಿಸುವಂತೆ ಬಾಲಕ ಪ್ರಹ್ಲಾದನ ಮನಸ್ಸು ಶ್ರೀಹರಿಯಿಂದ ಅಕರ್ಷಿತ ವಾಗಿರುತ್ತಿತ್ತು.

ಆಯಸ್ಕಾಂತವು ಕಬ್ಬಿಣವನ್ನು ಆಕರ್ಷಿಸುತ್ತದೆ ಎಂಬುದು ಕೃತಯುಗ ದಲ್ಲಿರುವವರಿಗೆ ಗೊತ್ತಿತ್ತು ಎಂಬುದು ಈ ದೃಷ್ಟಾಂತದಿಂದ ಗೊತ್ತಾಗುತ್ತದೆ. (ಭಾಗ.೬–೫೬–೧೪).

ii. "ಶ್ರೀನಾರದರಿಂದ ತಾನು ಈ ಪೂರ್ವದಲ್ಲಿ ಭಾಗವತ ಧರ್ಮ—

ಗಳನ್ನು ಶ್ರವಣ ಮಾಡಿದ್ದೆ" ಎಂದು ಪ್ರಹ್ಲಾದನು ಹೇಳಿದಾಗ ಅಚ್ಚರಿಗೊಂಡ ದೈತ್ಯ ಬಾಲಕರು ಪ್ರಹ್ಲಾದನನ್ನು ವಿಚಾರಿಸುತ್ತಾರೆ – "ಹೇ ಮಿತ್ರ! ಪ್ರಹ್ಲಾದ! ಗುರು ಪುತ್ರರಾದ ಶಂಡ ಹಾಗೂ ಮರ್ಕರಿಗಿಂತ ಬೇರೆ ಗುರುವನ್ನು ಕಂಡಿಲ್ಲ. ಮಹಾರಾಜ ಹಿರಣ್ಯಕಶಿಪುವಿನ ಆಜ್ಞಾನುಸಾರ ನಾವೆಲ್ಲ ಈ ಗುರುಗಳ ಆಶ್ರಮ ಬಿಟ್ಟು ಬೇರೆಡೆ ಹೋಗಿಲ್ಲ. ಹೀಗಾಗಿ ಇನ್ನೊಬ್ಬ ಗುರು ಗಳನ್ನು ಕಂಡು ಅವರಿಂದ ಪಾಠ ಹೇಳಿಸಿಕೊಳ್ಳುವ ಅಥವಾ ಧರ್ಮೋಪದೇಶ ಪಡೆಯುವ ಪ್ರಸಂಗವೇ ಬಂದಿಲ್ಲ. ಇಂಥ ಪರಿಸ್ಥಿತಿಯಲ್ಲಿ ನೀನೊಬ್ಬನೇ ನಾರದರಿಂದ ಭಾಗವತ ಧರ್ಮೋಪದೇಶ ಪಡೆಯುವುದು ಹೇಗೆ ಸಾಧ್ಯವಾಯಿತು?" ಆಗ ದೈತ್ಯ ಬಾಲಕರಿಗೆ ಪ್ರಹ್ಲಾದನು ೭ ನೆಯ ಅಧ್ಯಾಯದ ಶ್ಲೋಕ ೭–೧೫ ರ ವರೆಗೆ ಎಲ್ಲ ಪೂರ್ವ ವೃತ್ತಾಂತವನ್ನು ಪ್ರಕಟಪಡಿಸುತ್ತಾನೆ.

"ಪ್ರಹ್ಲಾದನನ್ನು ಗರ್ಭದಲ್ಲಿ ಧರಿಸಿದ ಕಯಾಧುವನ್ನು ನಾರದರು ತಮ್ಮ ಆಶ್ರಮದಲ್ಲಿ ಇಟ್ಟುಕೊಂಡು ರಕ್ಷಿಸಿದ್ದರು. ಗರ್ಭದಲ್ಲಿರುವ ಶಿಶುವನ್ನು ಉದ್ದೇಶಿಸಿ ಕಯಾಧುವಿಗೆ ಭಗವಂತನ ಮಹಿಮೆಗಳು, ಭಾಗವತ ಧರ್ಮಗಳು ಇವೇ ಮೊದಲಾದವುಗಳನ್ನು ಪ್ರತಿದಿನ ಉಪದೇಶಿಸುತ್ತಿದ್ದರು. ನಾರದರ ಆ ಉಪದೇಶವೇ ಈಗ ತನ್ನ ಸ್ಮೃತಿಯಲ್ಲಿದೆ" ಎಂದು ಪ್ರಹ್ಲಾದನು ತಿಳಿಸುತ್ತಾನೆ.

ಯಾವುದೇ ಶಿಶುವು ತಾಯಿಯ ಗರ್ಭದಲ್ಲಿರುವಾಗ ಹೊರಗೆ ನಡೆಯುವ ಸಂಭಾಷಣಾದಿಗಳನ್ನು ಕೇಳುತ್ತಿರುತ್ತದೆ ಎಂಬುದು ಈ ಸಂದರ್ಭದಿಂದ ಸಿದ್ಧವಾಗುತ್ತದೆ (ಭಾಗ. ೭–೭, ಶ್ಲೋಕ ೭–೧೫)

ಆದ್ದರಿಂದಲೇ ಗರ್ಭಿಣೆಯರಾದ ಸ್ತ್ರೀಯರು ಭಕ್ತಿ ಪ್ರಚೋದಕವಾದ ಶ್ರೀಹರಿ ಕಥೆಗಳನ್ನು ಕೇಳುತ್ತ ಕಾಲಕ್ಷೇಪ ಮಾಡಬೇಕು. ಹಾಳು ಹರಟೆ ಮೊದಲಾದವುಗಳಲ್ಲಿ ಕಾಲಕ್ಷೇಪ ಮಾಡಬಾರದು.

iii. ಕಂಬದಿಂದ ಪ್ರಾದುರ್ಭವಿಸಿದ ಶ್ರೀನರಸಿಂಹದೇವನೊಂದಿಗೆ ಹಿರಣ್ಯಕಶಿಪು ಯುದ್ಧ ಮಾಡಲು ಪ್ರಾರಂಭಿಸುತ್ತಾನೆ. ಶ್ರೀನರಸಿಂಹದೇವರ ದರ್ಶನಕ್ಕೆಂದು ಅಸಂಖ್ಯ ದೇವತೆಗಳು ದೇವ ವಿಮಾನಗಳಲ್ಲಿ ಬಂದು ಆಕಾಶದಲ್ಲಿ ನೆರೆಯುತ್ತಾರೆ. ದೇವ ವಿಮಾನಗಳಿಗೆ ಭೂಲೋಕದ ಆಧುನಿಕ

ವಿಮಾನಗಳಿಗೆ ಬೇಕಾಗುವಂತೆ ವಿಮಾನ ನಿಲ್ದಾಣಗಳ ಅವಶ್ಯಕತೆ ಇರುವುದಿಲ್ಲ. ಆ ವಿಮಾನಗಳು ಅವ್ಯಾಕೃತ ಆಕಾಶದಲ್ಲಿ ಎಲ್ಲಿ ಬೇಕಾದಲ್ಲಿ ನಿಲ್ಲಲು ಸಾಧ್ಯವಿದೆ. ಭೂಮಿಯ ಮೇಲಿನ ವಿಮಾನ ನಿಲ್ದಾಣಗಳಿಗೆ ಸೀಮಿತವಾದ ಸ್ಥಳವು ಬೇಕು. ಏಕಕಾಲಕ್ಕೆ ನೂರಾರು ವಿಮಾನಗಳು ನಿಲ್ಲಲು ಸಾಧ್ಯವಾಗುವುದಿಲ್ಲ. ಆದರೆ ದೇವವಿಮಾನಗಳು ಎಷ್ಟೇ ಬಂದರೂ ಅವು ಆಕಾಶದಲ್ಲಿ ಬೇಕಾದಲ್ಲಿ ಪಾರ್ಕಿಂಗ ಮಾಡಿ ನಿಲ್ಲಲು ಸಾಧ್ಯ. ಇದೂ ಅಲ್ಲದೇ ದೇವ–ವಿಮಾನಗಳು ತಮ್ಮ ಆಕಾರ, ಗಾತ್ರವನ್ನು ಹೆಚ್ಚು ಕಡಿಮೆ ಮಾಡಿಕೊಳ್ಳುವ ಸಾಮರ್ಥ್ಯವನ್ನು ಹೊಂದಿರುತ್ತವೆ ಎಂಬುದೂ ಗಮನೀಯ. – (ಭಾಗ. ೭–೮, ಶ್ಲೋಕ ೨೭).

iv. ಮಯಾಸುರನು ಬಂಗಾರ, ಬೆಳ್ಳಿ ಮತ್ತು ಕಬ್ಬಿಣದ ಮೂರು ಪಟ್ಟಣಗಳನ್ನು ನಿರ್ಮಿಸಿ ಅಸುರರಿಗೆ ಕೊಡುತ್ತಾನೆ. ಈ ಪಟ್ಟಣಗಳು ಒಂದು ಸ್ಥಳದಿಂದ ಇನ್ನೊಂದು ಸ್ಥಳಕ್ಕೆ ಹೋಗುತ್ತಿದ್ದವಂತೆ. ಇವುಗಳ ಸಂಚಾರವು ಯಾರಿಗೂ ತಿಳಿಯುತ್ತಿರಲಿಲ್ಲ. ಈ ಪಟ್ಟಣಗಳಲ್ಲಿ ಅಪಾರ ಶಸ್ತ್ರಾಸ್ತ್ರಗಳಿದ್ದವು.

– (ಭಾಗ. ೭–೧೦ ಶ್ಲೋಕ–೮).

v. ರುದ್ರದೇವನ ಬಾಣಗಳಿಂದ ಹತರಾದ ತ್ರಿಪುರವಾಸಿಗಳನ್ನು ಮಯಾಸುರನು ಚಮತ್ಕಾರದಿಂದ ಎತ್ತಿ ತಂದು ಸಿದ್ಧರಸದ ಬಾವಿಯಲ್ಲಿ ಹಾಕಿ ಬದುಕಿಸುತ್ತಿದ್ದ. – (ಭಾಗ. ೭–೧೦, ಶ್ಲೋ ೯–೧೦)

vi. ಹೊಲದಲ್ಲಿ ಮತ್ತೆ ಮತ್ತೆ ಬೀಜಗಳನ್ನು ಬಿತ್ತಿದರೆ ಆ ಹೊಲವು ಬರಡಾಗುತ್ತದೆ. ಬೆಳೆ ಬರುವುದಿಲ್ಲ. (ಇದನ್ನು ಗಮನಿಸಿದರೆ ಪ್ರಾಚೀನರಿಗೆ ಕೃಷಿ ರಹಸ್ಯಗಳು ತಿಳಿದಿದ್ದವೆಂಬ ಅಂಶವು ಸ್ಪಷ್ಟವಾಗುತ್ತದೆ)

ಸ್ಕಂಧ – ೮

i. ಅಮೃತ ಪ್ರಾಶನ ಮಾಡುವ ಉದ್ದೇಶದಿಂದ ದೇವಾಸುರರು ಕ್ಷೀರಸಮುದ್ರವನ್ನು ಮಂಥನ ಮಾಡಿದರು. ಅಮೃತ ಹೊರ ಬರಲಿಲ್ಲ. ಪರಮಾತ್ಮನೇ ವಿವಿಧ ರೂಪಗಳಿಂದ ಮಂಥನ ಮಾಡಿದಾಗ ಅಮೃತ ಕಲಶವನ್ನು ಕೈಯಲ್ಲಿಟ್ಟಿ ಪರಮಾತ್ಮನೇ ಹೊರಬಂದನು. ಆಗ ಅದನ್ನು ಪಡೆಯಬೇಕೆಂದು ದೇವಾಸುರರ ನಡುವೆ ಘನಘೋರ ಯುದ್ಧವು

ನಡೆಯಿತು. ಆ ಯುದ್ಧದಲ್ಲಿ ಮೃತರಾಗಿ ಬಿದ್ದಿದ್ದ ಅಸುರರನ್ನು ದೈತ್ಯ ಗುರುಗಳಾದ ಶುಕ್ರಾಚಾರ್ಯರು ಸಂಜೀವಿನೀ ಮಂತ್ರದಿಂದ ಬದುಕಿಸುತ್ತಾರೆ. – (ಭಾಗ ೮–೧೦, ಶ್ಲೋಕ ೪೮).

ii. ಸತ್ಸಂತಾನ ಪ್ರಾಪ್ತಿಗಾಗಿ ತನ್ನ ಪತಿಯಾದ ಕಶ್ಯಪ ಮುನಿಗಳ ಆದೇಶದಂತೆ ಅದಿತಿಯು 'ಪಯೋವ್ರತ' ಎಂಬ ವ್ರತವನ್ನು ನಿಷ್ಠೆಯಿಂದ ಆಚರಿಸಿದಾಗ ಪ್ರತ್ಯಕ್ಷನಾದ ಶ್ರೀಹರಿಯು, ತಾನು ಅದಿತಿಯ ಗರ್ಭದಿಂದ ವಾಮನನಾಗಿ ಅವತರಿಸಿ ಬಲಿಯನ್ನು ನಿಗ್ರಹಿಸುವುದಾಗಿಯೂ, ದೈತ್ಯರಿಂದ ಅಪಹರಿಸಲ್ಪಟ್ಟ ಸಂಪತ್ತನ್ನೆಲ್ಲ ಪುನಃ ದೇವತೆಗಳಿಗೆ ಸಿಗುವಂತೆ ಮಾಡುವ ದಾಗಿಯೂ ಆಶ್ವಾಸನೆ ಕೊಡುತ್ತಾನೆ. ಇದೆಲ್ಲ ರಹಸ್ಯವಿಷಯವಾಗಿದ್ದು ದೇವಗುಹ್ಯವಾದ ಈ ರಹಸ್ಯವನ್ನು ಗೋಪ್ಯವಾಗಿರಿಸುವಂತೆ ಅದಿತಿಗೆ ಹೇಳುತ್ತಾನೆ. ಏಕೆಂದರೆ ದೇವರಹಸ್ಯವನ್ನು ಬಹಳ ಗೋಪ್ಯವಾಗಿರಿಸಿದರೆ ಮಾತ್ರ ಪೂರ್ಣಫಲವು ಪ್ರಾಪ್ತವಾಗುವುದೆಂದೂ ತಿಳಿಸಿ ಶ್ರೀಹರಿಯು ಅದೃಶ್ಯನಾಗುತ್ತಾನೆ.

ನೈತತ್ಪರಸ್ಮೈ ಆಖ್ಯೇಯಂ ದೇವಗುಹ್ಯಂ ಕಥಂಚನ ।
ಸರ್ವಂ ಸಂಪದ್ಯತೇ ದೇವಿ ದೇವಗುಹ್ಯಾತ್ ಸುಸಂವೃತಾತ್ ॥ ೨೦ ॥
                                    – (ಭಾಗ. ೮, ೧೯, ೨೦)

ವಿಶೇಷ : "ಶ್ರೀಮದ್ಭಾಗವತದಲ್ಲಿಯ ಎಷ್ಟೋ ಪ್ರಸಂಗಗಳು ನಮಗೆ ವಿಚಿತ್ರವಾಗಿ ತೋರುತ್ತವೆ. ಅವು ಬಿಡಿಸಲಾರದ ಸಮಸ್ಯೆಗಳಾಗಿ ಭಾಸವಾಗುತ್ತವೆ. ಇವುಗಳಿಗೆ ಸಮರ್ಪಕ ಸಮಾಧಾನಗಳು ಸಿಗದಿರುವುದಕ್ಕೆ ಅವು ದೇವಗುಹ್ಯವಾದ ಪ್ರಸಂಗಗಳೇ ಆಗಿರುತ್ತವೆ" ಎಂಬುದು ಇದರಿಂದ ತಿಳಿಯುತ್ತದೆ.

iii.ಅ) ಅದಿತಿಯ ಗರ್ಭದಿಂದ ಜನಿಸಿದ ಶಿಶುವು ಅದಿತಿ–ಕಶ್ಯಪರು ನೋಡು–ನೋಡುತ್ತಿದ್ದಂತೆಯೇ ವಾಮನಾಕಾರದ ವಟುವಾಗಿ ನಿಲ್ಲುವುದು. ಇದು ಪರಮಾತ್ಮನಿಗೆ ಲೀಲೆಯಾದರೂ ನಮ್ಮಂಥವರಿಗೆ ಅತ್ಯಾಶ್ಚರ್ಯದ ವಿಷಯವೇ ಸರಿ. ವಾಮನನಿಗೆ ಉಪನಯನವಾದ ಮೇಲೆ ಅವನು ಬಲಿಚಕ್ರವರ್ತಿಯು ನಡೆಸಿದ್ದ ಯಾಗಶಾಲೆಯನ್ನು ಪ್ರವೇಶಿಸುತ್ತಾನೆ. (ಭಾಗ. ೮–೧೮, ೧೨–೧೪).

ಅಲ್ಲಿ ಬಲಿಚಕ್ರವರ್ತಿಯ ಪ್ರಾರ್ಥನೆಯಂತೆ ವಾಮನನು ತನ್ನ ಪಾದದ ಮೂರು ಹೆಜ್ಜೆಗಳಷ್ಟುಮಾತ್ರ ಭೂಮಿಯನ್ನು ದಾನ ಮಾಡುವಂತೆ ತಿಳಿಸುತ್ತಾನೆ. (ಭಾಗ. ೮–೧೮–೨೨, ೮ –೧೯–೨೧). ಮುಂದೆ ನಡೆಯಲಿರುವುದನ್ನೆಲ್ಲ ದೈತ್ಯ ಗುರುಗಳಾದ ಶುಕ್ರಾಚಾರ್ಯರು ತಮ್ಮ ಯೋಗಸಾಮರ್ಥ್ಯದಿಂದ ಮೊದಲೇ ತಿಳಿದಿದ್ದರಿಂದ ದಾನ ಕೊಡದಂತೆ ಬಲಿಚಕ್ರವರ್ತಿಗೆ ತಿಳಿಸುತ್ತಾರೆ (ಭಾಗ. ೮–೧೯, ೨೦–೨೧). ಕೊಟ್ಟ ಮಾತಿನಿಂದ ಹಿಂದೆ ಸರಿಯಲಾರೆನೆಂದು ಬಲಿಚಕ್ರವರ್ತಿಯು ಗುರುಗಳಿಗೆ ತಿಳಿಸಿ ದಾನ ಸಂಕಲ್ಪವನ್ನು ಮಾಡಿ ಬಿಡುತ್ತಾನೆ. ಆಗ ವಾಮನರೂಪದಿಂದ ಇದ್ದ ಶ್ರೀಹರಿಯು ತ್ರಿವಿಕ್ರಮ ರೂಪ ದಿಂದ ಬೆಳೆದು ನಿಲ್ಲುತ್ತಾನೆ (ಭಾಗ. ೮–೧೮, ೨೨). ಯೋಗೀಶ್ವರನಾದ ಶ್ರೀಹರಿಗೆ ಇದೊಂದು ಲೀಲೆ ಮಾತ್ರ.

ಆ) ಇದರಂತೆಯೇ ಒಮ್ಮೆ ಕೃತಮಾಲಾ ನದಿಯಲ್ಲಿ ಜಲತರ್ಪಣ ಕೊಡುತ್ತಿರುವ ಸತ್ಯವ್ರತ ರಾಜನ ಚೊಗಸೆಯೊಳಗಿನ ನೀರಿನಲ್ಲಿಕಂಡು ಬಂದ ಒಂದು ಚಿಕ್ಕ ಮೀನವು ಬೆಳೆಯುತ್ತ ಹೋಗಿ, ಸಮುದ್ರವನ್ನು ಸೇರಿ ದಿನಪ್ರಳಯದ ಸಮಯದಲ್ಲಿ ತೀರಕ್ಕೆ ಬಂದು ಎಲ್ಲರನ್ನೂ ರಕ್ಷಿಸಿದ್ದೂ ಯೋಗೀಶ್ವರನ ಲೀಲೆಯೇ. (ಭಾಗ.೮–೨೪, ೧೨, ೫೪).

ಸ್ಕಂಧ – ೯

i) ಮಾಂಧಾತಾ–ಶಲ್ಯ ಚಿಕಿತ್ಸೆ(ಸೀಜರಿನ್) (ಭಾಗ. ೯–೨, ೨೦–೨೧)

ಹಿಂದಕ್ಕೆ ಸೂರ್ಯವಂಶದಲ್ಲಿ ಯುವನಾಶ್ವನೆಂಬ ಒಬ್ಬ ಪ್ರತಾಪಿ ಚಕ್ರವರ್ತಿ ರಾಜನಿದ್ದನು. ಅವನಿಗೆ ಒಂದು ನೂರು ಜನ ಪತ್ನಿಯರಿದ್ದರೂ ಮಕ್ಕಳಾಗಲಿಲ್ಲ. ಇದರಿಂದ ಬಹು ದುಃಖಿತನಾದ ರಾಜನು ರಾಜ್ಯ–ಕೋಶ ಎಲ್ಲವನ್ನೂ ಬಿಟ್ಟುವನಕ್ಕೆ ಹೋಗಿ ಅಲ್ಲಿ ಋಷಿಗಳ ಆಶ್ರಮದಲ್ಲಿ ವಾಸಮಾಡ ತೊಡಗಿದನು. ರಾಜನ ಈ ಅವಸ್ಥೆಯನ್ನು ಕಂಡು ಅಲ್ಲಿನ ಋಷಿಗಳು ರಾಜನ ಮೇಲೆ ದಯೆ ತೋರಿ ಅವನಿಗೆ ಪುತ್ರೋತ್ಪತ್ತಿಯಾಗುವುದಕ್ಕಾಗಿ ಇಂದ್ರನನ್ನು ಕುರಿತು ಯಜ್ಞ ಮಾಡತೊಡಗಿದರು. ಅವರಲ್ಲಿ ಪ್ರಧಾನರಾದ ಭೃಗು ಮಹರ್ಷಿಗಳು ಯಜ್ಞಸಮಾಪ್ತಿಯ ದಿನ ಒಂದು ಕಲಶದೊಳಗಿನ ಜಲವನ್ನು ಅಭಿಮಂತ್ರಿಸಿ ಅದನ್ನು ರಾಜನ ಹಿರಿಯ ಪತ್ನಿಗೆ ಕುಡಿಯಲು ಕೊಡಬೇಕೆಂದು ವಿಚಾರಿಸಿ ಯಜ್ಞವೇದಿಕೆಯಲ್ಲಿ ಇಟ್ಟಿದ್ದರು. ರಾತ್ರಿ ಎಲ್ಲ

ಋಷಿಗಳು ವಿಶ್ರಮಿಸುತ್ತಿದ್ದಾಗ ಇದಾವುದೆನ್ನೂ ಅರಿಯದೇ ಅತಿಯಾದ ನೀರಡಿಕೆಯಿಂದ ಬಳಲಿದ ಯುವನಾಶ್ವನು ಅಲ್ಲಿದ್ದ ಕಲಶದೊಳಗಿನ ಅಭಿಮಂತ್ರಿತವಾದ ಜಲವನ್ನೇ ಕುಡಿದುಬಿಟ್ಟನು. ಆ ಜಲದ ಪ್ರಭಾವದಿಂದ ರಾಜನ ಉದರದಲ್ಲಿಯೇ ಶಿಶುವು ಹುಟ್ಟಿ ಬೆಳೆಯ ತೊಡಗಿತು. ಸ್ತ್ರೀಯ ಗರ್ಭಕೋಶದಲ್ಲಿ ಬೆಳೆಯಬೇಕಾದ ಶಿಶುವು ಪುರುಷರ ಜಠರದಲ್ಲಿ ಬೆಳೆಯುವುದು ಈಗಿನ ವಿಜ್ಞಾನಿಗಳಿಗೆ ಒಂದು ತಿಳಿಯಲಾರದ ರಹಸ್ಯ ಎಂದೇ ಹೇಳಬಹುದು. ಶಿಶುವು ಪೂರ್ಣ ಬೆಳೆದ ನಂತರ, ಶಸ್ತ್ರಚಿಕಿತ್ಸೆಯಲ್ಲಿ ವಿಜ್ಞಾನಿಗಳೂ ಆಗಿದ್ದ ಋಷಿಗಳು ಯುವನಾವಶ್ವ ರಾಜನ ಕುಕ್ಷಿಯನ್ನು ಸೀಳಿ ರಾಜನಿಗೆ ಏನೂ ಅಪಾಯವಾಗದಂತೆ ಆ ಶಿಶುವನ್ನು ಹೊರಗೆ ತೆಗೆದರು. ಸ್ತ್ರೀಯರ ಯೋನಿಯ ಮೂಲಕ ಹೊರಗೆ ತಾನೇ ಬರಬೇಕಾಗಿದ್ದ ಶಿಶುವನ್ನು ಈ ಸಂದರ್ಭದಲ್ಲಿ ಅಂಥ ಅವಕಾಶವಿಲ್ಲದ್ದರಿಂದ ಋಷಿಗಳು ಶಸ್ತ್ರಚಿಕಿತ್ಸೆ ಯನ್ನು ಅವಲಂಬಿಸಬೇಕಾಯಿತು.

ಯಾರ ಜೀವಕ್ಕೂ ಧಕ್ಕೆಯಾಗದಂತೆ ಶಸ್ತ್ರಚಿಕಿತ್ಸೆ ಮಾಡಿ ಶಿಶುವನ್ನು ಹೊರತೆಗೆದ ನಮ್ಮ ಪ್ರಾಚೀನ ಋಷಿಗಳು ಈಗಿನ ಸೀಜರಿನಿನಂತಹ ಶಲ್ಯ ಚಿಕಿತ್ಸೆಯಲ್ಲೂ ನಿಷ್ಣಾತರಾಗಿದ್ದರೆಂಬುದಕ್ಕೆ ಇದು ನಿದರ್ಶನ.

ತತಃ ಕಾಲ ಉಪಾವೃತ್ತೇ ಕುಕ್ಷಿಂ ನಿರ್ಭಿದ್ಯ ದಕ್ಷಿಣಮ್ ।
ಯುವನಾಶ್ವಸ್ಯ ತನಯಃ ಚಕ್ರವರ್ತೀ ಜಜಾನ ಹ   ॥ ೨೦ ॥

ಕಂ ಧಾಸ್ಯತಿ ಕುಮಾರೋಽಯಂ
ಸ್ತನ್ಯಂ ರೋರೂಯತೇ ಭೃಶಮ್ ।
ಮಾಂ ಧಾತಾ ವತ್ಸ ಮಾ ರೋದೀ –
ರಿತೀಂದ್ರೋ ದೇಶಿನೀಮದಾತ್   ॥ ೨೧ ॥

ನ ಮಮಾರ ಪಿತಾ ತಸ್ಯ ವಿಪ್ರದೇವಪ್ರಸಾದತಃ   ॥ ೨೨ ॥
                                        – ಭಾಗ. ೯–೨, ೨೦–೨೨.

ರಾಜನ ಉದರಲ್ಲಿದ್ದ ಶಿಶುವು ರಾಜನ ಹೊಟ್ಟೆಯ ಬಲಭಾಗವನ್ನು ಭೇದಿಸಿ ಹೊರಬಂದಿತೆಂದು ಭಾಗವತದಲ್ಲಿ ಹೇಳಿದ್ದರೂ ಋಷಿಗಳು ಶಸ್ತ್ರ ಚಿಕಿತ್ಸೆ ಮಾಡಿಯೇ ಹೊರತೆಗೆದರೆಂದು ಹೇಳುವುದು ಯುಕ್ತವಾಗುವುದು.

ಹುಟ್ಟಿದ ಶಿಶುವು ಅಳತೊಡಗಿದಾಗ ಋಷಿಗಳು ಇದು ಹಾಲಿಗಾಗಿ ಅಳುತ್ತಿದೆ ಎಂದು ಹೇಳಿದಾಗ ಇಂದ್ರದೇವತೆಯು ಬಂದು 'ಮಗು! ಅಳಬೇಡ. 'ಮಾಂ ಧಾತಾ' ಎಂದು ಹೇಳುತ್ತ ಅಮೃತವನ್ನು ಸ್ರವಿಸುವ ತನ್ನ ತೋರುಬೆರಳನ್ನೇ ಆ ಶಿಶುವಿನ ಬಾಯಿಯಲ್ಲಿಟ್ಟು ಅದನ್ನು ಸಮಾಧಾನ ಪಡಿಸಿದನು. ಆದ್ದರಿಂದಲೇ ಯುವನಾಶ್ವರಾಜನ ಪುತ್ರನಿಗೆ 'ಮಾಂಧಾತಾ' ಎಂದೇ ಹೆಸರಾಯಿತು.

ಸುಮಾರು ೨೬೦೦ ವರ್ಷಗಳ ಮೊದಲು ಬುದ್ಧನ ಕಾಲದಲ್ಲಿದ್ದ ಜೀವಕ ಎಂಬ ವೈದ್ಯನು ಇಂಥ ಅನೇಕ ಶಸ್ತ್ರಚಿಕಿತ್ಸೆಗಳನ್ನು ಮಾಡಿದ್ದ ದಾಖಲೆ ಗಳನ್ನು ನೋಡಿದರೆ ಈ ತರಹದ ಆಪರೇಶನ್ (ಶಸ್ತ್ರ ಚಿಕಿತ್ಸೆ) ಮಾಡುವ ಪದ್ಧತಿಯು ಭಾರತದಲ್ಲಿ ಬಹು ಪ್ರಾಚೀನ ಕಾಲದಿಂದಲೂ ಪ್ರಚಲಿತವಾಗಿತ್ತು ಎಂಬುದು ತಿಳಿಯುವುದು.

ii) ಸಗರ (ಭಾಗ. ೯–೮ ಶ್ಲೋಕ ೨, ೩, ೪)

ಸೂರ್ಯವಂಶದ ಹರಿಶ್ಚಂದ್ರನ ಮಗ ರೋಹಿತಾಶ್ವ, ಇವನ ಮಗ ಹರಿತ. ಹರಿತನ ನಂತರ ಚಂಚು–ವಿಜಯ–ರುರುಕ–ಹೃತಕ–ಬಾಹು ಎನ್ನುವವರು ರಾಜ್ಯವಾಳಿದರು. ಬಾಹುವು ರಾಜನಾಗಿದ್ದಾಗ ಶತ್ರುಗಳಿಂದ ಪರಾಜಿತನಾಗಿ ತನ್ನಿಬ್ಬರು ಪತ್ನಿಯರು ಹಾಗೂ ಮಕ್ಕಳೊಂದಿಗೆ ಪಲಾಯನ ಮಾಡಿ ಅರಣ್ಯವನ್ನು ಸೇರಬೇಕಾಯಿತು. ಆ ಸಮಯದಲ್ಲಿ ರಾಜನ ಜ್ಯೇಷ್ಠ ಪತ್ನಿಯಾದ ಯಾದವಿಯು (ಕಾಲಿಂದೀ) ಗರ್ಭಿಣೆಯಾಗಿದ್ದಳು. ಈ ಮಧ್ಯ– ದಲ್ಲಿ ಬಾಹುವು ಆರಣ್ಯದಲ್ಲಿ ಔರ್ವ ಎಂಬ ಋಷಿಯ ಆಶ್ರಮದ ಹತ್ತಿರ ತಪಸ್ಸು ಮಾಡುತ್ತ ವೃದ್ಧಾಪ್ಯದಿಂದ ಮೃತನಾದನು. ಪತಿಯ ಮರಣದಿಂದ ಅತಿ ದುಃಖಿತಳಾದ ಯಾದವಿ (ಕಾಲಿಂದಿ)ಯು ಗರ್ಭಿಣೆಯಾಗಿದ್ದರೂ ಪತಿಯ ಚಿತೆಯೊಂದಿಗೆ ತಾನೂ ಸಹಗಮನ ಮಾಡುವ ಸಿದ್ಧತೆಯಲ್ಲಿದ್ದಳು. ಶ್ರೀಕಾಲಜ್ಞರಾದ ಔರ್ವಮುನಿಗಳು ಈ ವಿಷಯವನ್ನು ತಿಳಿದು ತಮ್ಮ ಆಶ್ರಮದೊಳಗಿಂದ ಯಾದವಿಯ ಸನಿಹಕ್ಕೆ ಬಂದು ಅವಳ ಗರ್ಭದಿಂದ ಅತ್ಯಂತ ಪರಾಕ್ರಮಿಯಾದ ಚಕ್ರವರ್ತಿಯು ಜನಿಸಲಿರುವನು ಮತ್ತು ಗರ್ಭಿಣೆಯಾದವಳು ಸಹಗಮನ ಮಾಡಬಾರದು ಎಂದು ಮುಂತಾಗಿ ತಿಳಿ ಹೇಳಿ ಅವಳು ಸಹಗಮನ ಮಾಡದಂತೆ ತಡೆಯುತ್ತಾರೆ. ಈ ವಿಷಯ

ಯಾದವಿಯ ಸವತಿಯರಿಗೆ ತಿಳಿದಾಗ ಅವರು ಈರ್ಷೆಯಿಂದ ಇವಳಿಗೆ ವಿಷ (ಗರ) ಪ್ರಾಶನ ಮಾಡಿಸಿದರು. ಚೈರ್ವ ಮುನಿಗಳು ಯಾದವಿಯನ್ನು ತಮ್ಮ ಆಶ್ರಮದೊಳಗೆ ಕರೆದೊಯ್ದು ಅವಳಿಗೆ ಔಷಧೋಪಚಾರ ಮಾಡಿದರು. ಔಷಧದ ಪ್ರಭಾವದಿಂದ ಸವತಿಯರು ಕೊಟ್ಟ ವಿಷದ ಯಾವುದೇ ದುಷ್ಪರಿಣಾಮವು ಯಾದವಿಯ ಮೇಲೂ ಅವಳ ಗರ್ಭಸ್ಥ ಶಿಶುವಿನ ಮೇಲೂ ಆಗಲಿಲ್ಲ. ಆದರೆ ಯಾದವಿಯ ಪ್ರಸವ ಕಾಲವು ಸ್ವಲ್ಪ ತಡವಾಯಿತಷ್ಟೆ. ಔಷಧದ ಪ್ರಭಾವದಿಂದ ಯಾದವಿಯು ಒಂದು ಗಂಡು ಮಗುವಿಗೆ ಜನ್ಮವಿತ್ತಳು. ಗರ್ಭವನ್ನು ತಡೆಹಿಡಿದಿದ್ದ ಸವತಿಯರು ಕೊಟ್ಟಿದ್ದ ವಿಷವೂ (ಗರವೂ) ಆ ಶಿಶುವಿನ ಜೊತೆಗೇ ಹೊರಗೆ ಬಂದಿದ್ದರಿಂದ ಆ ಶಿಶುವು (ಗರೇಣ ಸಹಿತಃ ।) ಸಗರ ಎಂದೇ ಪ್ರಸಿದ್ಧವಾಯಿತು.

ಈ ಕಥಾನಕದಿಂದ ಗರ್ಭವನ್ನು ತಡೆಯುವ ವಿಷ, ವಿಷದ ದುಷ್ಪರಿಣಾಮವಾಗದ ವನಸ್ಪತಿ, ಪುತ್ರ ಸಂತಾನವಾಗುವ ಔಷಧಿ, ಮಂತ್ರ ಇವೆಲ್ಲವುಗಳನ್ನೂ ಪ್ರಾಚೀನ ಋಷಿಮುನಿಗಳು ಅರಿತಿದ್ದರು ಎಂಬುದು ತಿಳಿದು ಬರುವರು.

iii) ಸಗರರಾಜನ ಪತ್ನಿಯ ಗರ್ಭದಲ್ಲಿ ೬೦,೦೦೦ ಶಿಶುಗಳು
(ಭಾಗ. ೯-೮, ೯, ೧೧)

ಸಗರರಾಜನಿಗೆ ಕೇಶಿನಿ ಮತ್ತು ಸುಮತಿ ಎಂಬ ಇಬ್ಬರು ಪತ್ನಿಯರಿದ್ದರು. ಇವರು ಸಂತಾನಾರ್ಥಿಗಳಾಗಿ ಚೈರ್ವ ಮುನಿಗಳ ಸೇವೆ ಮಾಡಿದರು. ಮುನಿಯ ಅನುಗ್ರಹದಿಂದ ಕೇಶಿನಿಯು ಅಸಮಂಜಸ ಎಂಬ ಒಬ್ಬ ಮಗನನ್ನು ಪಡೆದಳು. ಎರಡನೆಯ ಪತ್ನಿಯಾದ ಸುಮತಿಯ ಗರ್ಭದಿಂದ ೬೦೦೦೦ ಬೀಜಗಳಿಂದ ಯುಕ್ತವಾದ ಒಂದು ಮಾಂಸದ ಪಿಂಡವು ಹೊರಬಂದಿತು. ರಾಜನು ಇದನ್ನು ಹೊರಚೆಲ್ಲಲು ಸಿದ್ಧನಾದಾಗ ಚೈರ್ವ ಮುನಿಗಳು ಬಂದು ರಾಜನಿಗೆ ತಿಳಿ ಹೇಳುತ್ತಾರೆ. "ಹೇ ರಾಜನ್! ಹಾಗೆ ಮಾಡಬೇಡ. ಈ ಪಿಂಡದಲ್ಲಿ ಅನೇಕ ಜೀವರಾಶಿಗಳು ತುಂಬಿವೆ. ಈಗ ಇವುಗಳನ್ನು ರಕ್ಷಿಸು, ಕಾಲಾಂತರದಲ್ಲಿ ಇವರು ನಿನ್ನ ಮಕ್ಕಳೆಂದು ಪ್ರಸಿದ್ಧ ರಾಗುವರು" ಮುನಿಯ ಆಜ್ಞಾನುಸಾರ ಆ ಮಾಂಸಪಿಂಡದ ೬೦,೦೦೦ ಖಂಡಗಳನ್ನು ಒಂದೊಂದು ಘೃತಕುಂಭದಲ್ಲಿ ಬೇರೆ ಬೇರೆಯಾಗಿ ಇಟ್ಟು

ಪ್ರತಿಕುಂಭದ ರಕ್ಷಣೆಗಾಗಿ ಒಬ್ಬೊಬ್ಬ ದಾದಿ (ಪೋಷಕಿ)ಯು ನೇಮಿಸಲ್ಪಟ್ಟಳು. ಬಹುಕಾಲ ಗತಿಸಿದ ನಂತರ ಪ್ರತಿಕುಂಭದೊಳಗಿಂದ ಒಬ್ಬೊಬ್ಬ ಪುತ್ರನು ಪ್ರಾದುರ್ಭವಿಸಿದನು.

ತತಃ ಸಂವತ್ಸರೇ ಪೂರ್ಣೇ ಘೃತಕುಂಭಾತ್ ಕ್ರಮೇಣ ತೇ |
ಭಿತ್ತ್ವಾ ಭಿತ್ತ್ವಾ ಪುನರ್ಜಜ್ಞುಃ ಸಹಸ್ರೈವಾನುವಾಸರಮ್ || ೪೬ ||

ಏವಂ ಕ್ರಮೇಣ ಸಂಜಾತಾಸ್ತನಯಾಸ್ತೇ ಮಹೀಪತೇಃ |
ವವೃಧುಃ ಸಂಘಶೋ ರಾಜನ್ ಷಷ್ಟಿಸಾಹಸ್ರಸಂಖ್ಯಯಾ || ೪೭ ||

– ಬ್ರಹ್ಮಾಂಡ ಪು.

ಹೀಗೆ ಬ್ರಹ್ಮಾಂಡ ಪುರಾಣದ ಮಧ್ಯಭಾಗದ ತೃತೀಯ ಉಪೋದ್ಘಾತ ಪಾದದ ೫೧ ನೆಯ ಅಧ್ಯಾಯದಲ್ಲಿ (ಪುಟ ೧೪೪) ವರ್ಣನೆ ಬರುತ್ತದೆ. ಭಾಗವತದಲ್ಲಿ ಇಷ್ಟು ವಿಸ್ತಾರದಲ್ಲಿ ಸಗರ ಪುತ್ರರ ಜನ್ಮದ ಬಗ್ಗೆ ವರ್ಣನೆ ಬರದಿದ್ದರೂ ಸಗರರಾಜನಿಗೆ ಸುಮತಿಯೆಂಬ ಪತ್ನಿಯಲ್ಲಿ ಬಹುಪುತ್ರರು ಜನಿಸಿದ್ದರು ಎಂಬ ವಿಷಯವಷ್ಟೇ ಬರುತ್ತದೆ (ಭಾಗ.೯–೮, ೯–೧೧) ಈ ಸಂದರ್ಭದಲ್ಲಿ ಬರುವ ಆಕ್ಷೇಪಗಳೇನೆಂದರೆ –

i. ಒಬ್ಬ ಸ್ತ್ರೀಯು ಏಕಕಾಲಕ್ಕೆ ಈಗ ಲೋಕದಲ್ಲಿ ಕ್ವಚಿತ್ತಾಗಿ ಕಂಡು ಬರುವಂತೆ ಹೆಚ್ಚೆಂದರೆ ೪–೫ ಶಿಶುಗಳನ್ನು ಪ್ರಸವಿಸಬಹುದು. ೬೦,೦೦೦ ಶಿಶುಗಳನ್ನು ಏಕಕಾಲಕ್ಕೆ ಹೆರುವುದು ಅಸಂಭಾವಿತ.

ii. ಪಿಂಡದಲ್ಲಿದ್ದ ೬೦,೦೦೦ ಖಂಡಗಳನ್ನು ಘೃತ ಕುಂಭದಲ್ಲಿಟ್ಟು ಬೆಳೆಸಿ ಕಾಲಾಂತರದಲ್ಲಿ ಶಿಶುಗಳನ್ನಾಗಿ ಪಡೆಯುವುದು ನಂಬಲಾಗದ ವಿಷಯ.

ಸಮಾಧಾನ : ಶ್ರೀಕಾಲಜ್ಞರಾದ ಮಹಾತ್ಮರಾದ ಔರ್ವ ಮುನಿಗಳ ಅನುಗ್ರಹದಿಂದ ಇಷ್ಟೆಲ್ಲ ನಡೆದಿದೆ ಎಂದರೆ ಆಧುನಿಕರಾರೂ ನಂಬ– ಲಾರರು. ಹಾಗಾದರೆ ಇದಕ್ಕೇನು ಸಮಾಧಾನ? ಸಾಮಾನ್ಯ ಪುರುಷನ ವೀರ್ಯದ ಒಂದು ಬಿಂದುವಿನಲ್ಲಿ ಅಸಂಖ್ಯ ಕೀಟಾಣುಗಳಿರುವುದನ್ನು ಆಧುನಿಕ ವಿಜ್ಞಾನಿಗಳು ಸೂಕ್ಷ್ಮ ದರ್ಶಕ ಯಂತ್ರದಿಂದ ಕಂಡಿದ್ದಾರೆ. ಹಾಗಿರು– ವಾಗ ಭಗವದ್ಭಕ್ತನಾದ ಸಗರನ ಆಮೋಘ ವೀರ್ಯದಲ್ಲಿ ೬೦,೦೦೦

ಕೀಟಾಣುಗಳಿರುವುದು ಆಶ್ಚರ್ಯವೇನಲ್ಲ. ಸಾಮಾನ್ಯ ವೀರ್ಯಾಣುಗಳು ಬಹುಕಾಲ ಜೀವಂತವಿರಲಾರವು. ಆದರೆ ಸಗರರಾಜನ ವೀರ್ಯಾಣುಗಳು **ಅಮೋಘವಾದವುಗಳು** ಅಂದರೆ ವಿಶೇಷವಾದ ಸಾಮರ್ಥ್ಯದಿಂದ ಕೂಡಿದವುಗಳಾಗಿದ್ದವು. ಅಂತೆಯೇ ಬಹುಕಾಲ ಜೀವಿಸಿ ಬೆಳೆದು ಶಿಶುಗಳಾ ದವು. ವೀರ್ಯಾಣುಗಳನ್ನು ಬಹುಕಾಲ ಸುರಕ್ಷಿತವಾಗಿರಿಸುವ ರಹಸ್ಯ ವಿಧಾನವನ್ನೂ ನಮ್ಮ ಪ್ರಾಚೀನ ಋಷಿಮುನಿಗಳು ಅರಿತಿದ್ದರೆಂಬುದೂ ಇಲ್ಲಿ ಗಮನಾರ್ಹ. ಈಗ ಗರ್ಭಾಶಯದ ಹೊರಗೆ ಟ್ಯೂಬುಗಳಲ್ಲಿ ವೀರ್ಯವನ್ನಿಟ್ಟು ಬೆಳೆಸಿ ಶಿಶು ಮಾಡುವುದನ್ನು (ಟ್ಯೂಬ ಬೇಬಿ)! ಕೇಳುತ್ತೇವಲ್ಲವೇ!

ಧೃತರಾಷ್ಟ್ರನಿಗೆ ಗಾಂಧಾರಿ ಎಂಬ ಪತ್ನಿಯಲ್ಲಿ ಒಂದೇ ಮಾಂಸ ಪಿಂಡದಿಂದ ನೂರು ಮಕ್ಕಳಾಗಿರುವುದು ಭಾಗವತದಲ್ಲಿ ಬರುತ್ತದೆ— **ಗಾಂಧಾರ್ಯಾಂ ಧೃತರಾಷ್ಟ್ರಸ್ಯ ಜಜ್ಞೇ ಪುತ್ರಶತಂ ನೃಪ । ಭಾಗ –** ೯, ೨೨, ೨೬).

ಗಾಂಧಾರಿಗೆ ೧೦೦ ಪುತ್ರರಾಗುವಂತೆ ಶ್ರೀವೇದವ್ಯಾಸರು ವರವನ್ನು ಕೊಟ್ಟಿದ್ದರು. ಆದರಂತೆ ಅವಳು ಧೃತರಾಷ್ಟ್ರನಿಂದ ಗರ್ಭವನ್ನು ಧರಿಸಿದಳು. ಆದೇ ಸಮಯಕ್ಕೆ ಕುಂತೀದೇವಿಯೂ ಮಂತ್ರಬಲದಿಂದ ಗರ್ಭವತಿಯಾಗಿ ದ್ದಳು. ಕುಂತಿಯಲ್ಲಿ ಧರ್ಮರಾಜ, ಭೀಮಸೇನ ಎಂಬ ಇಬ್ಬರು ಮಂತ್ರಪುತ್ರರು ಜನಿಸಿದರೂ ಗಾಂಧಾರಿಯು ತಾನು ಇನ್ನೂ ಗರ್ಭವತಿಯೇ ಆಗಿರುವುದರಿಂದ ಮಾತ್ಸರ್ಯದಿಂದ ತನ್ನ ಉದರವನ್ನು ಚೆನ್ನಾಗಿ ಒಡೆದುಕೊಂಡು ಗರ್ಭಸ್ರಾವ ಮಾಡಿಕೊಂಡಳು. ಆದರೆ ವೇದವ್ಯಾಸರು ತಮ್ಮ ವರವನ್ನು ಸತ್ಯಮಾಡುವ ಅಭಿಪ್ರಾಯದಿಂದ ಗಾಂಧಾರಿಯ ಮಾಂಸ ಪಿಂಡದ ೧೦೧ ಖಂಡಗಳನ್ನು ಘೃತ ಕುಂಭದಲ್ಲಿ ಸುರಕ್ಷಿತವಾಗಿಟ್ಟಿದ್ದರಿಂದ ಕಾಲಾಂತರದಲ್ಲಿ ಅವು ದುರ್ಯೋಧನಾದಿ ೧೦೦ ಪುತ್ರರಾಗಿಯೂ ದುಃಶಲಾ ಎಂಬ ಒಂದು ಪುತ್ರಿಯಾಗಿಯೂ ಜನಿಸಿದರು.

ಇದು ಭಾಗವತದಲ್ಲಿ ಬರುವ ಧೃತರಾಷ್ಟ್ರನ ೧೦೦ ಪುತ್ರರ ಜನನದ ಹಿನ್ನೆಲೆ.

iv) ವೃದ್ಧಾಪ್ಯದ ಬದಲಿಗೆ ಯಯಾತಿಯು ಯೌವನವನ್ನು ಪಡೆಯುವುದು ಮತ್ತು ಪಡೆದ ಯೌವನವನ್ನು ಕಾಲಾಂತರದಲ್ಲಿ ಹಿಂತಿರುಗಿಸುವುದು.

(ಭಾಗ.೯–೧೫–೪೫)

ಭಾಗವತದ ಒಂಬತ್ತನೆಯ ಸ್ಕಂಧದಲ್ಲಿ (ಅಧ್ಯಾಯ ೧೯) ಒಂದು ವಿಚಿತ್ರ ವೃತ್ತಾಂತವು ಬರುತ್ತದೆ. ಆದರಲ್ಲಿ ಶುಕ್ರಾಚಾರ್ಯರಿಂದ ಶಪ್ತನಾದ ಅಳಿಯ ಯಯಾತಿಯು ಶುಕ್ರಾಚಾರ್ಯರ ಸಲಹೆಯಂತೆ ತನ್ನ ಮುದಿತನ–ವನ್ನು ಸ್ವೀಕರಿಸುವವರ ಶೋಧದಲ್ಲಿದ್ದನು. ತನ್ನ ಐ ಮಕ್ಕಳಲ್ಲಿ ನಾಲ್ಕು ಮಕ್ಕಳು ಸಿದ್ಧರಾಗದಿರಲು ಐನೆಯ ಮಗನಾದ ಪೂರು ಎನ್ನುವವನು ಮಾತ್ರ ತಂದೆಯ ವೃದ್ಧಾಪ್ಯವನ್ನು ಸ್ವೀಕರಿಸಲು ಒಪ್ಪಿದಾಗ ಯಯಾತಿಯು ಹಾಗೆಯೇ ಮಾಡಿದನು.

ಇತಿ ಪ್ರಮುದಿತಃ ಪೂರುಃ ಪ್ರತ್ಯಗೃಹ್ಣಾತ್ ಜರಾಂ ಪಿತುಃ ।
ಸೋಽಪಿ ತದ್ವಯಸಾ ಕಾಮಾನ್ ಯಥಾವಜ್ಜುಜುಷೇ ನೃಪ ॥

(ಭಾಗ. ೯–೧೫–೪೫)

ಇದರಿಂದ ಮತ್ತೆ ಯುವಕನಾದ ಯಯಾತಿಯು ವಿಷಯಾಸಕ್ತನಾಗಿ ಯಥೇಚ್ಛವಾಗಿ ವಿಷಯಗಳನ್ನು ಭೋಗಿಸುತ್ತ ತನ್ನ ಪ್ರಿಯತಮೆಯಾದ ದೇವಯಾನಿಯೊಂದಿಗೆ ಬಹುಕಾಲ ಕ್ರೀಡಿಸುತ್ತಿದ್ದರೂ ತೃಪ್ತನಾಗಲಿಲ್ಲ. ಮುಂದೆ ದೈವಯೋಗದಿಂದ ವೈರಾಗ್ಯವುಂಟಾಗಿ ಮಗನಾದ ಪೂರುವಿಗೆ ಅವನ ಯೌವನವನ್ನು ತಿರುಗಿ ಒಪ್ಪಿಸಿ ಮೊದಲಿನಂತೆ ತನ್ನ ವೃದ್ಧಾಪ್ಯವನ್ನು ಪಡೆದನು.

ಇತ್ಯುಕ್ತ್ವಾ ನಾಹುಷೋ ಜಾಯಾಂ ತದೀಯಂ ಪೂರವೇ ವಯಃ ।
ದತ್ವಾ ಸ್ವಂ ಜರಸಂ ತಸ್ಮಾದಾದದೇ ವಿಗತಸ್ಪೃಹಃ ॥

(ಭಾಗ. ೯–೧೯–೨೧)

ಆಕ್ಷೇಪ : ವೃದ್ಧಾಪ್ಯ – ತಾರುಣ್ಯಗಳ ಅದಲು ಬದಲು ಹೇಗೆ ಸಾಧ್ಯ? ದೇವ ವೈದ್ಯರಾದ ಅಶ್ವಿನೀ ಕುಮಾರರು ಅತಿ ಜೀರ್ಣರಾಗಿದ್ದ ಚ್ಯಮನ ಖುಷಿಗಳನ್ನು ಹದಿಸಾರು ವರ್ಷಗಳ ಯುವಕರನ್ನಾಗಿ ಮಾಡಿದ್ದನ್ನು ವೇದದಲ್ಲಿಯೂ ಮಹಾಭಾರತ ಇತರ ಪುರಾಣಗಳಲ್ಲಿಯೂ ಓದಿದ್ದೇವೆ. ಇದು ಹೇಗೆ ಸಾಧ್ಯ!

i. ಸಾ ಹೋವಾಚ। ಹೇ ಅಶ್ವಿನೌ ಪತಿಂ ನು ಮೇ ಪುನರ್ಯುವಾಣಂ ಕುರುತಮ್ ॥ – ಶತಪಥ ಬ್ರಾಹ್ಮಣ – ೪–೧–೫೬–೧೧.

–"ಹೇ ಅಶ್ವಿನೀ ದೇವತೆಗಳೇ! ನನ್ನ ಪತಿಯನ್ನು ಪುನಃ ತರುಣನನ್ನಾಗಿ ಮಾಡಿರಿ" ಎಂದು ಚ್ಯವನರ ಪತ್ನಿಯಾದ ಸುಕನ್ಯೆಯು ಅಶ್ವಿನೀ ದೇವತೆಗಳನ್ನು ಪ್ರಾರ್ಥಿಸಿದಳು.

ii. ನಿಮಜ್ಜತಾಂ ಭವಾನಸ್ಮಿನ್ ಹ್ರದೇ ಸಿದ್ಧವಿನಿರ್ಮಿತೇ ॥ ೧೯ ॥
ಇತ್ಯುಕ್ತ್ವಾ ಜರಯಾ ಗ್ರಸ್ತದೇಹೋ ಧಮನಿಸಂತತಃ ।
ಹ್ರದಂ ಪ್ರವೇಶಿತೋ ಶ್ವಿಭ್ಯಾಂ ವಲೀಪಲಿತವಿಪ್ರಿಯಃ ॥ ೧೪ ॥
                        – (ಭಾಗ. ೯, ೩, ೧೯, ೧೪)

ಒಮ್ಮೆ ತಮ್ಮ ಆಶ್ರಮಕ್ಕೆ ಬಂದ ಅಶ್ವಿನೀ ಕುಮಾರರನ್ನು ಕುರಿತು ಚ್ಯವನರು ತಮ್ಮನ್ನು ಸ್ವರೂಪಿಯಾದ ಯುವಕನನ್ನಾಗಿಸಬೇಕೆಂದು ಪ್ರಾರ್ಥಿಸಿದರು. ಆಗ ಅಶ್ವಿನೀ ಕುಮಾರರು ಚ್ಯವನರಿಗೆ ಸಿದ್ಧರಿಂದ ನಿರ್ಮಿಸಲ್ಪಟ್ಟ ಅಲ್ಲಿಯೇ ಇದ್ದ ಒಂದು ಕುಂಡದಲ್ಲಿ ಮುಳುಗಿ ಸ್ನಾನ ಮಾಡಲು ತಿಳಿಸಿದರು. ಅದರಂತೆ ಮಾಡಲು ಚ್ಯವನರು ಅತಿ ಮನೋಹರ ರೂಪದ ಒಬ್ಬ ಯುವಕರಾದರು.

ಸಮಾಧಾನ : ಯೋಗದರ್ಶನದ ವಿಭೂತಿ ಪಾದದಲ್ಲಿ ಕೆಲವು ಸಾಧನಗಳ ಮೂಲಕ, ಆಯುರ್ವೇದದಲ್ಲಿ ಕೆಲವು ವಿಶಿಷ್ಟ ಔಷಧಿಗಳ ಸೇವನೆಯಿಂದ ಮತ್ತು ಕೆಲವು ಉಪಚಾರಗಳಿಂದ ವಾರ್ಧಕ್ಯವನ್ನು ಸರ್ವಥಾ ನಿರ್ಮೂಲ ಮಾಡಬಹುದೆಂದು ಹೇಳಿದೆ.

ಇದೇ ಭಾಗವತದಲ್ಲಿ (೧೧.೯.೨೨, ೨೩) ಯಾವುದೋ ಒಂದು ಹುಳುವು ಕಣಜದ ಹುಳುವಿನ ಪ್ರಭಾವದಿಂದ ಕಣಜದ ಹುಳುವಾಗಿ ಪರಿವರ್ತಿತವಾಗಿರುವ ದೃಷ್ಟಾಂತವು ಹೇಳಲ್ಪಟ್ಟಿದೆ –

ಯತ್ರ ಯತ್ರ ಮನೋ ದೇಹೀ ಧಾರಯೇತ್ಸಕಲಂ ಧಿಯಾ ।
ಸ್ನೇಹಾದ್ದ್ವೇಷಾದ್ ಭಯಾದ್ವಾಪಿ ಯಾತಿ ತತ್ತನ್ಸರೂಪತಾಮ್ ॥ ೨೨ ॥

ಕೀಟಃ ಪೇಶಸ್ಕೃತಂ ಧ್ಯಾಯನ್ ಕುಡ್ಯಂ ತೇನ ಪ್ರವೇಶಿತಃ ।
ಯಾತಿ ತತ್ಸಾತ್ಮತಾಂ ರಾಜನ್ ಪೂರ್ವರೂಪಮಸಂತ್ಯಜನ್ ॥ ೨೩ ॥

ಸ್ಕಂಧ – ೧೦

ಶ್ರೀಮದ್ಭಾಗವತದ ಹತ್ತನೆಯ ಸ್ಕಂಧವು ಶ್ರೀಕೃಷ್ಣನ ಅವತಾರ ಪೂರ್ವದ ಘಟನೆಗಳಿಂದ ಪ್ರಾರಂಭವಾಗಿ ಪರಂಧಾಮಕ್ಕೆ ಹೋಗುವವರೆಗಿನ ಮತ್ತು ನಂತರದ ಚಿತ್ರ–ವಿಚಿತ್ರ ವ್ಯಾಪಾರಗಳ ವರ್ಣನೆಗಳಿಂದ ತುಂಬಿ ಹೋಗಿದೆ. ವಿವಿಧ ಸಿದ್ಧಿಗಳ ಹಾಗೂ ಆ ಸಿದ್ಧಿಗಳಿಂದ ಸಾಧ್ಯವಾಗುವ ಕಾರ್ಯಗಳ ಪರಿಚಯವಿಲ್ಲದಿದ್ದರೆ ಅಘಟಿತಘಟನಾಶಕ್ತನೂ, ಅನನ್ಯ– ಕಾರ್ಯ ಸಾಧಕನೂ, ಯೋಗೇಶ್ವರೇಶ್ವರನೂ ಆದ ಶ್ರೀಕೃಷ್ಣನ ಕಲ್ಪನಾತೀತ– ವಾದ ವ್ಯಾಪಾರಗಳನ್ನು ನಂಬುವುದೂ ಅಸಾಧ್ಯವಾಗುತ್ತದೆ. ಇಂಥ ಅಲೌಕಿಕ ವಾದ ಕಾರ್ಯಗಳು ಹೇಗೆ ಸಂಭವಿಸುತ್ತವೆ ಎಂಬುದು ನಮಗೆ ಮನವರಿಕೆ ಯಾಗುವುದಕ್ಕಾಗಿಯೇ 'ಪ್ರಾಚೀನ ವಿದ್ಯೆಗಳು ಮತ್ತು ಸಿದ್ಧಿಗಳು' ಎಂಬ ಪ್ರಾಸ್ತಾವಿಕವನ್ನು ಈ ಅಧ್ಯಾಯದ ಪ್ರಾರಂಭದಲ್ಲಿ ಸೇರಿಸಲಾಗಿದೆ.

ಶ್ರೀಕೃಷ್ಣನ ನಿತ್ಯಾವಿಯೋಗಿನೀ ಪತ್ನಿಯಾದ ಶ್ರೀಲಕ್ಷ್ಮೀದೇವಿ, ಅಷ್ಟಮಹಿಷಿಯರು, ಇತರ ಸಾವಿರಾರು ಪತ್ನಿಯರು, ಬ್ರಹ್ಮಾದಿ ದೇವತೆಗಳು, ಋಷಿ–ಮುನಿಗಳು, ಸುರಾಸುರರು, ನರರು, ಶಪ್ತರಾಗಿ ಅನ್ಯ ಯೋನಿ ಗಳಲ್ಲಿ ಜನಿಸಿದ ಜೀವರು, ಮೃಗಾದಿ ತೃಣಜೀವಾದಿಗಳು ಇವರೆಲ್ಲರಿಗೂ ಅಚಿಂತ್ಯವಾದ ಶ್ರೀಕೃಷ್ಣನ ವ್ಯಾಪಾರಗಳಲ್ಲಿ ಕೆಲವೊಂದನ್ನು ಆರಿಸಿ ಅಧ್ಯಾಯ ಕ್ರಮದಲ್ಲಿ ಕೆಳಗೆ ಕಾಣಿಸಲಾಗಿದೆ. (ಕಂಸಿನಲ್ಲಿ ಶ್ಲೋಕ ಸಂಖ್ಯೆ ಇದೆ). ಈ ಎಲ್ಲ ವ್ಯಾಪಾರಗಳು ಶ್ರೀಕೃಷ್ಣನಿಗೆ ಕ್ರೀಡೆಯಾಗಿದ್ದರೂ ಅವೆಲ್ಲ ಅದ್ಭುತ ವಿಜ್ಞಾನದ ಹಿನ್ನೆಲೆಯುಳ್ಳವುಗಳಾಗಿವೆ ಎಂಬುದನ್ನು ತಿಳಿಸಲು ಇಲ್ಲಿ ಪ್ರಯತ್ನಿಸಲಾಗಿದೆ.

ಅಧ್ಯಾಯ–೧

ಶ್ರೀಕೃಷ್ಣನ ಪ್ರಾದುರ್ಭಾವದ ಹಿನ್ನೆಲೆ (೨೨)

ಅ. ೩ ದುರ್ಗೆಯು ದೇವಕಿಯ ೭ ನೆಯ ಗರ್ಭವನ್ನು ರೋಹಿಣೆಯ ಗರ್ಭದಲ್ಲಿಸ್ಥಾಪಿಸುವುದು, (೧೩), ವಸುದೇವ–ದೇವಕಿಯರಲ್ಲಿಭಗವಂತನ ಪ್ರವೇಶ (೧೭, ೧೮)

ಅ. ೨. ತನ್ನನ್ನೇ ಕೊಲ್ಲಲು ಬಂದ ಪೂತನೆಯಲ್ಲಿ ಆವಿಷ್ಟಳಾದ ಊರ್ವಶಿಗೆ ಸದ್ಗತಿಯನ್ನು ಕೊಡುವುದು. (೩೭, ೩೯)

ಅ. ೭. ತೃಣಾವರ್ತನ ಸಂಹಾರ (೭೯–೮೦) ದಲ್ಲಿ ಲಘಿಮಾ – ಗರಿಮಾ ಸಿದ್ಧಿಗಳು.

ಅ. ೭. ಆಕಳಿಸುವಾಗ ಯಶೋದಾದೇವಿಗೆ ಭುವನವನ್ನೇ ತೋರಿದ್ದು (೮೨, ೮೭)

ಅ. ೯. ಯಶೋದೆಗೆ ತನ್ನ ಬಾಯಲ್ಲಿ ವಿಶ್ವರೂಪದರ್ಶನ (೮೨–೩೯) ಮಾಡಿಸಿದ್ದು.

ಅ. ೧೧. ವೃಕ್ಷ ಜನ್ಮದಲ್ಲಿದ್ದ ಕುಬೇರನ ಭೃತ್ಯರಾದ ನಲಕೂಬರ – ಮಣಿಗ್ರೀವರ ಶಾಪ ವಿಮೋಚನೆ (೭೬, ೪೭, ೪೪)

ಅ. ೧೨. ಕಾಲೀಯನೆಂಬ ಸರ್ಪದ ವಿಷದಿಂದ ದೂಷಿತವಾಗಿದ್ದ ಯಮುನಾ ನದಿಯ ನೀರನ್ನು ಕುಡಿದ ಕೂಡಲೇ ಮೂರ್ಛಿತರಾಗಿ ಸತ್ತಂತೆ ಬಿದ್ದಿದ್ದ ಎಲ್ಲ ಗೋಪಾಲಕರನ್ನು ಅಮೃತ ಧಾರೆಯನ್ನು ಸುರಿಸುವ ತನ್ನ ಕರುಣಾ ದೃಷ್ಟಿ ಬೀರಿ ಬದುಕಿಸಿದ್ದು (೪೯–೫೨)

ಅ. ೫೨. ದ್ವಾದಶಿಯ ದಿನ ಅಸುರರ ಕ್ರೀಡಾ ಸಮಯದಲ್ಲಿ ಸ್ನಾನಕ್ಕೆಂದು ಯಮುನಾ ನದಿಯಲ್ಲಿ ಇಳಿದ ನಂದಗೋಪನನ್ನು ವರುಣನ ಅಸುರ– ಭೃತ್ಯನೋರ್ವನು ಎತ್ತಿಕೊಂಡು ತನ್ನ ಸ್ವಾಮಿಯಾದ ವರುಣನಿರುವಲ್ಲಿ ಒಯ್ಯುತ್ತಾನೆ. ನಂದಗೋಪನನ್ನು ಕಾಣದೆ ಗೋಪಾಲಕರು ಕೂಗತೊಡಗಿ ದಾಗ ಇದನ್ನು ಕೇಳಿದ ಶ್ರೀಕೃಷ್ಣನು ತನ್ನ ತಂದೆಯು ವರುಣಲೋಕದಲ್ಲಿರು– ವುದನ್ನು ತಿಳಿದು ಅಲ್ಲಿಗೆ ಹೋಗಿ ಆ ಲೋಕದಲ್ಲಿದ್ದ ವರುಣ ಮೊದಲಾದವ ರಿಂದ ಸತ್ಕೃತನಾಗಿ ಜೊತೆಗೆ ನಂದಗೋಪನನ್ನು ತನ್ನೊಡನೆ ಕರೆತರುತ್ತಾನೆ. (ಭಾಗ.ಶ್ಲೋಕ ೫, ೯, ೧೦).

ಅ. ೫೭. ಮಹಾಕರುಣಾಳುವಾದ ಶ್ರೀಕೃಷ್ಣನು ಭೂಲೋಕದಲ್ಲಿ ರುವ ತನ್ನವರಾದ ಗೋಪಾಲಕರೆಲ್ಲರಿಗೂ ತನ್ನ ಅಪ್ರಾಕೃತವಾದ ವೈಕುಂಠ ಲೋಕವನ್ನು ತೋರಿಸಿ ಆವರ ಮನೋವಾಂಛಿತವನ್ನು ಪೂರ್ಣಗೊಳಿಸಿ ದನು. (೧೪, ೧೫)

ಅ. ೫೯. ವ್ರಜಾಂಗನೆಯರೊಂದಿಗೆ ವಿಹರಿಸುತ್ತಿರುವ ಶ್ರೀಕೃಷ್ಣನು ಇದ್ದಕ್ಕಿದ್ದಂತೆ ಅದೃಶ್ಯನಾಗಿಬಿಡುತ್ತಾನೆ. (ಶ್ಲೋ. ೧)

ಅ. ೪೦. ಶ್ರೀಕೃಷ್ಣನ ದರ್ಶನಾಕಾಂಕ್ಷಿಗಳಾದ ಗೋಪಿಯರು ಉಚ್ಚ ಧ್ವನಿಯಲ್ಲಿ ಭಗವಂತನ ಮಹಿಮೆಗಳನ್ನು ಸುಸ್ವರದಿಂದ ಭಕ್ತಿಯಿಂದ ಗಾನ ಮಾಡುತ್ತಿರಲು ಅವರ ಭಕ್ತಿಗೆ ಮೆಚ್ಚಿ ಸರ್ವಾಭರಣ ಭೂಷಿತನಾದ ಶ್ರೀಕೃಷ್ಣನು ನಗು ನಗುತ್ತ ಗೋಪಿಯರ ಮಧ್ಯದಲ್ಲಿ ಪ್ರಕಟಗೊಳ್ಳುತ್ತಾನೆ. (೧, ೨)

ಅ. ೪೦. ಶ್ರೀಕೃಷ್ಣ – ಬಲರಾಮರ ಸೌಂದರ್ಯ, ಮಂದಹಾಸ, ಕಡೆಗಣ್ಣ ನೋಟ ಮುಂತಾದವ್ವಗಳಿಂದ ಮೋಹಗೊಂಡ ತ್ರಿವಕ್ರೆ (ಕುಬ್ಜೆ) ಎಂಬ ಕಂಸನ ದಾಸಿಯು ಕಂಸನಿಗಾಗಿ ಒಯ್ಯುತ್ತಿದ್ದ ಸುಗಂಧವನ್ನು ಶ್ರೀಕೃಷ್ಣನಿಗೆ ಸಮರ್ಪಿಸಿ ಬಿಡುತ್ತಾಳೆ (೪), ಇದರಿಂದ ಪ್ರೀತನಾದ ಶ್ರೀಕೃಷ್ಣನು ತ್ರಿವಕ್ರೆಯಾಗಿದ್ದ ಆ ಸ್ತ್ರೀಯ ಪಾದಾಗ್ರವನ್ನು ತನ್ನ ಪಾದಗಳಿಂದ ಒತ್ತಿ ಹಿಡಿದು, ತನ್ನ ಕೈಯ ಎರಡು ಅಂಗುಲಿಗಳನ್ನು ಮೇಲ್ಮುಖವಾಗಿ ಮಾಡಿಕೊಂಡು, ಅವಳ ಗಲ್ಲವನ್ನು ಹಿಡಿದು ಶರೀರದ ಎಲ್ಲ ಭಾಗಗಳನ್ನು ಮೇಲಕ್ಕೆ ಸೆಳೆದು ಎತ್ತುತ್ತಾನೆ. ಆಗ ಅವಳ ದೇಹದ ವಕ್ರತೆಗಳು ಮಾಯವಾಗಿ ಒಂದೇ ಸಮನಾದ ಅಂಗಗಳುಳ್ಳ ಸುಂದರ ಸ್ತ್ರೀಯಾಗಿ ಕಂಗೊಳಿಸುತ್ತಾಳೆ. (೨, ೪).

(ಇದು ಶಸ್ತ್ರಚಿಕಿತ್ಸೆಗಳಿಲ್ಲದೇ ದೇಹದ ವಕ್ರಗಳನ್ನು ಕಳೆಯುವ ಒಂದು ವಿಶಿಷ್ಟ ಚಿಕಿತ್ಸೆ ಎಂದು ತಿಳಿಯಬಹುದು.)

ಅ. ೪೫. ಶ್ರೀಕೃಷ್ಣನು, ಪ್ರಷ್ಕರದ ಸಮುದ್ರದಲ್ಲಿ ಮುಳುಗಿ ಮೃತನಾಗಿದ್ದ ಸಾಂದೀಪಿನೀ ಗುರುಗಳ ಪುತ್ರನನ್ನು ಯಮಲೋಕದಿಂದ ತಂದಿದ್ದನ್ನು ಕೇಳಿ ತಿಳಿದಿದ್ದ ದೇವಕಿಯು ಕಂಸನಿಂದ ಹತರಾದ ತನ್ನ ಆರು ಎಳೆಗೂಸುಗಳನ್ನು ತಂದು ತೋರಿಸಬೇಕೆಂದು ಶ್ರೀಕೃಷ್ಣನನ್ನು ಕೇಳಿಕೊಳ್ಳುತ್ತಾಳೆ (೪೪). ಈ ರೀತಿಯಾಗಿ ತಾಯಿಯಿಂದ ಪ್ರೇರಿತನಾದ ಶ್ರೀಕೃಷ್ಣನು ತನ್ನ ಯೋಗಮಾಯಾ ಬಲದಿಂದ ಸುತಲಲೋಕವನ್ನು ಪ್ರವೇಶಿಸಿ ಅಲ್ಲಿ ಬಲಿಚಕ್ರವರ್ತಿಯಿಂದ ಸತ್ಕೃತನಾಗಿ ಅವನಿಂದ ಸಮರ್ಪಿಸಲ್ಪಟ್ಟ ಅಲ್ಲಿದ್ದ ದೇವಕಿಯ ಆರು ಮಕ್ಕಳನ್ನು ದ್ವಾರಕೆಗೆ ತಂದು ದೇವಕಿಗೆ ಒಪ್ಪಿಸುತ್ತಾನೆ. (೪೪, ೪೫, ೪೨, ೪೯, ೫೦, ೫೨).

ಸತ್ತವರು ಬದುಕಿ ಬರುವುದನ್ನು, ಪುನಃ ದಿವ್ಯ ಶರೀರಧಾರಿಗಳಾಗುವುದನ್ನೂ ನೋಡಿ ದೇವಕೀ ದೇವಿಯು ಅತ್ಯಂತ ಆಶ್ಚರ್ಯಚಕಿತಳಾದಳು. ಇದೆಲ್ಲವೂ ಶ್ರೀಕೃಷ್ಣನ ಅಚಿಂತ್ಯಾದ್ಭುತ ಶಕ್ತಿ ಎಂದು ತಿಳಿದಳು. (೫೨, ೫೫).

ಅ. ೨೨. ಬಾಣನ ಪುತ್ರಿಯಾದ ಉಷೆ ಎನ್ನುವವಳು ಒಮ್ಮೆ ತನ್ನ ಸ್ವಪ್ನದಲ್ಲಿ ಹಿಂದೆಂದೂ ನೋಡದ, ಕೇಳದ ಒಬ್ಬ ಸುಂದರ ಪುರುಷನನ್ನು ಮೋಹಿಸಿ ಅವನೊಂದಿಗೆ ವಿವಾಹವಾಗಲು ಬಯಸಿ ಸದಾ ಅವನ ಅನ್ವೇಷಣೆಯಲ್ಲೇ ಕೊರಗತೊಡಗಿದಳು. ಇದನ್ನು ನೋಡಲಾರದೇ ಉಷೆಯ ಮಿತ್ರೆಯಾಗಿದ್ದ ಚಿತ್ರಲೇಖಾ ಎನ್ನುವವಳು "ತಾನು ಕೆಲವು ಪ್ರಸಿದ್ಧ ಪುರುಷರ ಚಿತ್ರಗಳನ್ನು ಚಿತ್ರಿಸಿ ತೋರಿಸುವುದಾಗಿಯೂ ಅವುಗಳಲ್ಲಿ ಸ್ವಪ್ನದಲ್ಲಿ ಕಂಡ ಪುರುಷನಂತಿರುವ ಚಿತ್ರಿತ ಪುರುಷನನ್ನು ಗುರುತಿಸಿದರೆ ಅವನೆಲ್ಲಿದ್ದರೂ ಕರೆದು ತರುವುದಾಗಿಯೂ ಹೇಳಿದಳು. ಚಿತ್ರಿತ ಪುರುಷರಲ್ಲಿ 'ಅನಿರುದ್ಧನ ಚಿತ್ರವನ್ನು ನೋಡಿದಾಕ್ಷಣವೇ 'ಸೋಕಸೌ' ಅಂದರೆ "ತನ್ನ ಸ್ವಪ್ನದಲ್ಲಿ ಬಂದು ರಮಿಸಿದ ಪುರುಷನು ಇವನೇ" ಎಂದು ಉಷೆಯು ಹೇಳುತ್ತಾಳೆ. (೧೯, ೧೨, ೨೦, ೨೧)

ಯೋಗವಿದ್ಯಾ ನಿಪುಣಳಾದ ಚಿತ್ರಲೇಖಿಯು (ಯೋಗಮಾಸ್ಥಿತಾ – ೨೩) ದ್ವಾರಕೆಯ ಅರಮನೆಯಲ್ಲಿ ಮಲಗಿದ್ದ ಪ್ರದ್ಯುಮ್ನಪುತ್ರನಾದ ಅನಿರುದ್ಧನನ್ನು ಎತ್ತಿಕೊಂಡು ಬಂದು ಬಾಣಾಸುರನ ಶೋಣಿತಪುರದ ಅಂತಃಪುರದಲ್ಲಿ ಪ್ರಿಯತಮನಿಗಾಗಿ ಪರಿತಪಿಸುತ್ತಿದ್ದ ತನ್ನ ಸಖಿ ಉಷೆಗೆ ಕಾಂತನನ್ನು ತೋರಿಸುತ್ತಾಳೆ (೨೩).

ಮುಂದೆ ಇವರೀರ್ವರ ವಿವಾಹ ನಡೆಯುತ್ತದೆ.

(ಅಪರಾಧಿಗಳನ್ನು ಗುರುತಿಸಿ ಬಂಧಿಸುವಲ್ಲಿ ಚಿತ್ರಲೇಖಿನ ಎಂಬ ಒಂದು ವೈಜ್ಞಾನಿಕ ವಿಧಿಯು ಈಗಲೂ ಪೊಲೀಸ ವಿಭಾಗದಲ್ಲಿ ರೂಢಿ ಯಲ್ಲಿರುವುದನ್ನು ಕಾಣಬಹುದು).

ಅ. ೨೬. ಆದಿಕಾಲದಲ್ಲಿ ತನ್ನಿಂದಲೇ ಉಪದೇಶಿಸಲ್ಪಟ್ಟ ಗೃಹಸ್ಥಾ– ಶ್ರಮಿಗಳ ಶ್ರೇಷ್ಠ ಧರ್ಮಗಳನ್ನು ಆಚರಿಸಿ ತೋರಿಸುತ್ತಿರುವ ಒಬ್ಬನೇ ಶ್ರೀಕೃಷ್ಣನನ್ನು ಎಲ್ಲ ಪತ್ನಿಯರ ಮನೆಗಳಲ್ಲಿ ನಾರದರು ನೋಡಿದರು. ಅಚಿಂತ್ಯಾದ್ಭುತ ಶಕ್ತಿವಂತನೂ, ಯೋಗೇಶ್ವರನೂ ಆದ ಶ್ರೀಕೃಷ್ಣನ ಯೋಗ ಮಾಯಾ ವೈಭವವನ್ನು ಪುನಃ ಪುನಃ ನೋಡಿ ಅತ್ಯಾಶ್ಚರ್ಯಭರಿತರಾದರು. (೪೪, ೪೬).

ಅ. ೮೯. ರುದ್ರದೇವನಿಂದ ಆಜ್ಞಪ್ತನಾದ ದೈತ್ಯರ ಬಡಿಗಿಯಾದ ಮಯನು ಒಂದು ದೊಡ್ಡ ಪಟ್ಟಣದಂತಿರುವ ಕಬ್ಬಿಣದ ಸೌಭವೆಂಬ ವಿಮಾನ ವನ್ನು ನಿರ್ಮಿಸಿ ಶಾಲ್ವನಿಗೆ ಕೊಟ್ಟನು. ಈ ವಿಮಾನವು ಶಾಲ್ವನ ಇಚ್ಛಾನು ಸಾರವಾಗಿ ಎಲ್ಲಿ ಬೇಕಲ್ಲಿ ಸಂಚರಿಸುತ್ತಿತ್ತು. (೨೨, ೨೪).

ಅ. ೯೯. ಗೋದಾನದಲ್ಲಿ ತಿಳಿಯದೇ ದತ್ತಾಪಹಾರವಾದ ಪ್ರಯುಕ್ತ ಬ್ರಹ್ಮಸ್ವ ಅಪಹಾರದ ಪಾಪದಿಂದ ಓತೀಕಾಟವೆಂಬ ಪ್ರಾಣೆಯ ಜನ್ಮವನ್ನು ಹೊಂದಿ ನೃಗರಾಜನು ನೀರಿಲ್ಲದ ಒಂದು ಬಾವಿಯಲ್ಲಿ ಬಿದ್ದು ಒದ್ದಾಡುತ್ತಿರು ವಾಗ ಶ್ರೀಕೃಷ್ಣನ ಕರಸ್ಪರ್ಶವಾಗಿ ಆ ಜನ್ಮದಿಂದ ಮುಕ್ತನಾಗುತ್ತಾನೆ.

ಅ. ೧೦೨. ಒಬ್ಬ ಬ್ರಾಹ್ಮಣನ ಪತ್ನಿಯು ಪ್ರಸವಿಸುತ್ತಲೇ ಆ ಶಿಶುವನ್ನು ಯಾರೋ ಅಪಹರಿಸುತ್ತಿದ್ದರು. ಇದರಿಂದ ಚಿಂತಿತನಾದ ಆ ಬ್ರಾಹ್ಮಣನು ಸನಿಹದಲ್ಲೇ ಬಂದೊದಗಲಿರುವ ಇಂಥ ಪ್ರಸಂಗದಿಂದ ತನ್ನನ್ನು ರಕ್ಷಿಸ ಬೇಕೆಂದು ಶ್ರೀಕೃಷ್ಣನಲ್ಲಿ ಪ್ರಾರ್ಥಿಸಿದನು. ಅಲ್ಲಿಯೇ ಇದ್ದ ಅರ್ಜುನನು ಶ್ರೀಕೃಷ್ಣನೇಕೆ ತಾನೇ ಆ ಆಪತ್ತಿನಿಂದ ರಕ್ಷಿಸುವುದಾಗಿ ಹೇಳಿ ಆ ಪ್ರಸಂಗದಲ್ಲಿ ವಿಫಲನಾಗಿ ಗರ್ವಭಂಗ ಹೊಂದುತ್ತಾನೆ. ಆಗ ಯೋಗೇಶ್ವರನಾದ ಶ್ರೀಕೃಷ್ಣನು ತನ್ನೊಂದಿಗೆ ಬ್ರಾಹ್ಮಣನನ್ನೂ ಅರ್ಜುನನನ್ನೂ ರಥದಲ್ಲಿ ಕುಳ್ಳಿರಿಸಿ ಕೊಂಡು ಸಪ್ತ ಪರ್ವತಗಳು, ಸಪ್ತ ದ್ವೀಪಗಳು, ಸಪ್ತ ಸಮುದ್ರಗಳನ್ನು ದಾಟಿ, ಲೋಕಾಲೋಕಪರ್ವತವನ್ನೂ ದಾಟುತ್ತಾನೆ. ಮುಂದೆ ಮಹಾಘೋರವಾದ ಅಂಧಂತಮಸ್ಸು ಪ್ರಾಪ್ತವಾಗಲು ರಥದ ಕುದುರೆಗಳು ದಾರಿ ಕಾಣದೇ ದಾರಿತಪ್ಪಿದಾಗ ಶ್ರೀಕೃಷ್ಣನು ತನ್ನ ಸುದರ್ಶನ ಚಕ್ರದಿಂದ ಪ್ರಕಾಶ ಉಂಟು ಮಾಡಲು ರಥವು ಭಯಂಕರವಾದ ಕತ್ತಲೆಯನ್ನು ದಾಟಿ ಮುಂದೆ ಘನೋದಕ ಎಂಬ ಜಲರಾಶಿಯನ್ನು ಪ್ರವೇಶಿಸಲು ಅಲ್ಲಿದ್ದ ಅನಂತಾಸನ ವೆಂಬ ಸುಂದರ ಭವನವನ್ನು ಪ್ರವೇಶಿಸುತ್ತಾನೆ. ಅಲ್ಲಿದ್ದ ಬ್ರಾಹ್ಮಣ ಕುಮಾರನನ್ನು ತಂದು ಶ್ರೀಕೃಷ್ಣನು ಬ್ರಾಹ್ಮಣನಿಗೆ ಒಪ್ಪಿಸುತ್ತಾನೆ. (೧೨, ೧೪, ೪೨, ೫೪–೬೬).

(ಇಂಥ ಪರಾಕ್ರಮದ ಕಾರ್ಯಗಳನ್ನು ಶ್ರೀಕೃಷ್ಣನು ಯೋಗೇಶ್ವರ– ನಾಗಿದ್ದರಿಂದಲೇ ಮಾಡಲು ಸಮರ್ಥನಾದನು).

ಸ್ಕಂಧ – ೧೧

ಅಧ್ಯಾಯ – ೬ : ಚತುರ್ಮುಖ ಬ್ರಹ್ಮದೇವನು ವಿಮಾನದಲ್ಲಿ

ರುದ್ರಾದಿದೇವತೆ ಗಳೊಂದಿಗೆ ದ್ವಾರಕೆಗೆ ಬಂದು ಅಂತರಿಕ್ಷದಲ್ಲಿಯೇ ನಿಂತು ಶ್ರೀಕೃಷ್ಣನಿಗೆ ಸಾಷ್ಟಾಂಗ ನಮಿಸಿ ಹಿಂದಕ್ಕೆ ತಮ್ಮೆಲ್ಲರ ಪ್ರಾರ್ಥನೆಯನ್ನು ಮನ್ನಿಸಿ ಭೂಭಾರ ಹರಣದ ಕಾರ್ಯವನ್ನು ಮಾಡಿಯಾಗಿದ್ದು ಇನ್ನು ವೈಕುಂಠಕ್ಕೆ ಹಿಂದಿರುಗಬೇಕೆಂದು ವಿಜ್ಞಾಪಿಸುತ್ತಾನೆ. (೨೧, ೨೨).

ಶ್ರೀಕೃಷ್ಣನು ಉಳಿದ ಯಾದವರ ನಾಶವಾದ ಮೇಲೆ ವೈಕುಂಠ ಧಾಮಕ್ಕೆ ಹೋಗಬೇಕೆಂದು ಸಂಕಲ್ಪಿಸಿದ್ದು ಇದಕ್ಕೆ ಹಿನ್ನೆಲೆಯಾಗಿ ಬ್ರಹ್ಮಾದಿ ದೇವತೆಗಳು ದ್ವಾರಕೆಗೆ ಬಂದು ಮೇಲಿನಂತೆ ಪ್ರಾರ್ಥಿಸಿದ್ದಾರೆ.

ದೊಡ್ಡ ದೊಡ್ಡ ದುಷ್ಟ ರಾಜರ ಹಾಗೂ ಅವರ ಸೈನಿಕರ ಮತ್ತು ಪರಿವಾರದವರ ನಾಶವಾಗಿ ಭೂಭಾರವು ಸಾಕಷ್ಟು ಕಡಿಮೆಯಾಗಿದ್ದರೂ ತನ್ನ ಕೃಪಾಛತ್ರದಲ್ಲಿದ್ದು ಉನ್ನತ್ತರಾಗಿರುವ ಯಾದವರಲ್ಲಿ ಅನೇಕರು ಇನ್ನೂ ಜೀವಿಸಿದ್ದರು. ಇಂಥ ಯಾದವರ ಕುಲಕ್ಕೆ ಅಪಜಯವಾಗಲೀ, ನಾಶವಾಗಲಿ ಯಾರಿಂದಲೂ ಮಾಡಲು ಸಾಧ್ಯವಿರಲಿಲ್ಲ. ತನ್ನನ್ನು ಆಶ್ರಯಿಸಿದ ಯಾದವರ ವೀರ್ಯ–ಶೌರ್ಯಾದಿಗಳು ದಿನ–ದಿನಕ್ಕೂ ವೃದ್ಧಿಯಾಗು ತ್ತಿದ್ದುದರಿಂದ ಈ ಎಲ್ಲ ಯಾದವರ ನಾಶಕ್ಕೆ ಏನಾದರೊಂದು ಉಪಾಯ ಮಾಡಲೇಬೇಕೆಂದು ಚಿಂತಿಸುತ್ತಿರಲು ಅವನ ಸಂಕಲ್ಪದಿಂದ ಪ್ರೇರಿತರಾದ ಅನೇಕ ಮಹರ್ಷಿಗಳು ಪಿಂಡಾರಕ ಕ್ಷೇತ್ರಕ್ಕೆ ಆಗಮಿಸುತ್ತಾರೆ. (೧೦, ೧೧)

ಇದೇ ಸಮಯದಲ್ಲಿ ಅಲ್ಲಿಯೇ ಆಟವಾಡುತ್ತಿದ್ದ ತುಂಟ ಸ್ವಭಾವದ ಕೆಲವು ಯಾದವರು ತಮ್ಮ ಗುಂಪಿನಲ್ಲಿಯ ಜಾಂಬವತೀ ಪುತ್ರನಾದ ಸಾಂಬ ಎನ್ನುವವನಿಗೆ ಗರ್ಭಿಣಿಯಂತೆ ವೇಷ ಹಾಕಿ, ಅವನನ್ನು ಅಲ್ಲಿದ್ದ ಋಷಿಗಳ ಮುಂದೆ ನಿಲ್ಲಿಸಿ – 'ಪೂಜ್ಯರಾದ ಋಷಿಗಳೆ! ಈ ಗರ್ಭಿಣೆ ಸ್ತ್ರೀಯು ಗಂಡು ಮಗುವನ್ನು ಅಪೇಕ್ಷಿಸುತ್ತಿದ್ದಾಳೆ. ತಮ್ಮನ್ನು ನೇರವಾಗಿ ಕೇಳಲು ನಾಚಿಕೆ ಗೊಂಡು ಇವಳಿಗೆ ಹುಟ್ಟುವ ಮಗುವು ಗಂಡೋ, ಹೆಣ್ಣೋ ಎಂಬುದನ್ನು ತಿಳಿಯಲು ನಮ್ಮ ಮೂಲಕ ಪ್ರಾರ್ಥಿಸುತ್ತಿದ್ದಾಳೆ' ಎಂದು ಕೇಳುತ್ತಾರೆ.

ಅಪರೋಕ್ಷ ಜ್ಞಾನಿಗಳಾದ ಆ ಋಷಿಮುನಿಗಳು, ಯಾದವರ ಕುಚೋದ್ಯವನ್ನೆಲ್ಲ ತಿಳಿದು ಕೋಪದಿಂದ "ನಿಮ್ಮ ಕುಲವನ್ನು ನಾಶ ಮಾಡುವ ಮುಸಲವನ್ನು (ಒನಕೆ) ಪಡೆಯುತ್ತಾಳೆ, ಹೋಗಿರಿ" ಎಂದು ಶಪಿಸಿ ಕಳುಹಿಸುತ್ತಾರೆ. (೧೫)

ಯಾದವರು ಮರೆಯಲ್ಲಿ ನಿಂತು ಸಾಂಬನ ಸ್ತ್ರೀವೇಷವನ್ನು ತೆಗೆದು ನೋಡಿದಾಗ ಅಲ್ಲಿ ಕಬ್ಬಿಣದ ಮುಸಲವೊಂದನ್ನು ಕಾಣುತ್ತಾರೆ. ಇದರಿಂದ ಭಯಗ್ರಸ್ತರಾದ ಯಾದವರೆಲ್ಲ ಉಗ್ರಸೇನರಾಜನ ರಾಜಸಭೆಗೆ ಬಂದು ಆ ಒನಕೆಯನ್ನು ತೋರಿಸಿ ನಡೆದುದೆಲ್ಲವನ್ನೂ ನಿವೇದಿಸುತ್ತಾರೆ (೧೯). ರಾಜನ ಆಜ್ಞೆಯಂತೆ ಆ ಮುಸಲವನ್ನು ಚೂರು ಚೂರು ಮಾಡಿ, ಕಬ್ಬಿಣದ ತುದಿಯನ್ನು ಪುಡಿ ಮಾಡಿ ಸಮುದ್ರದಲ್ಲಿ ಚೆಲ್ಲುತ್ತಾರೆ. ಮುಸಲದ ತುಂಡುಗಳು ಸಮುದ್ರದ ದಂಡೆಯಲ್ಲಿ ಹರಡಿ ಧಾನ್ಯದ ಸಸಿಯಂತೆ ಬಿರುಸಾದ ಹುಲ್ಲುಗಳಾಗಿ ಬೆಳೆದು ನಿಲ್ಲುತ್ತವೆ. ಕಬ್ಬಿಣ ಚೂರುಗಳು ಹೀಗೆ ಬೆಳೆಯುವುದು ಆಶ್ಚರ್ಯವಲ್ಲವೇ? ಮುಸಲದ ಚೂರುಗಳಲ್ಲಿಯ ಒಂದು ತುಂಡನ್ನು ನುಂಗಿದ್ದ ಸಮುದ್ರ ದಲ್ಲಿಯ ಒಂದು ಮೀನು ಜರಾವ್ಯಾಧನೆಂಬ ಒಬ್ಬ ಬೆಸ್ತನ ಬಲೆಗೆ ಸಿಕ್ಕಿ ಬೀಳುತ್ತದೆ. ಆ ವ್ಯಾಧನು ಮೀನನ್ನು ಕೊಯ್ಯುವಾಗ ಅದರ ಹೊಟ್ಟೆಯಲ್ಲಿದ್ದ ಕಬ್ಬಿಣದ ತುಂಡನ್ನು ತೆಗೆದುಕೊಂಡು ಅದನ್ನು ತನ್ನ ಬಾಣದ ತುದಿಯಲ್ಲಿ ಸೇರಿಸಿಕೊಳ್ಳುತ್ತಾನೆ. (೨೦, ೨೧, ೨೨)

ಈ ರೀತಿ ಶ್ರೀಕೃಷ್ಣನ ಸಂಕಲ್ಪದಂತೆ ಉಳಿದ ಯಾದವರ ಸಂಹಾರಕ್ಕೆ ಮತ್ತು ತನ್ನ ಪರಂಧಾಮ ಯಾತ್ರೆಗೆ ಎಲ್ಲ ಪೂರ್ವ ಸಿದ್ಧತೆಗಳು ನಡೆಯುತ್ತವೆ.

ಈಗ ಗಮನಿಸಬೇಕಾದ ಅಂಶಗಳೆಂದರೆ –

೧. ಋಷಿ ಮುನಿಗಳ ಶಾಪದಂತೆಯೇ ಸಾಂಬನ ಹೊಟ್ಟೆಯ ಮೇಲೆ ಬಟ್ಟೆಗಳ ಕೆಳಗೆ ಬಚ್ಚಿಟ್ಟಿದ್ದ ಒನಕೆಯನ್ನು ಋಷಿಮುನಿಗಳು ಯೋಗದೃಷ್ಟಿ ಯಿಂದ ಕಂಡು ಹಿಡಿದರೆಂದುಕೊಳ್ಳೋಣ. ಆದರೆ ಅದನ್ನು ಕತ್ತರಿಸಿ ಸಮುದ್ರದಲ್ಲಿ ಚೆಲ್ಲಿದ್ದರೂ ತೆರೆಗಳ ಹೊಡೆತದಿಂದ ಒನಕೆಯ ಚೂರುಗಳು ದಂಡೆಯಲ್ಲಿ ಸೇರಿ ದರ್ಭೆಗಳಾಗಿ ಬೆಳೆಯೋಣವೆಂದರೇನು? ಮತ್ತು ಕಬ್ಬಿಣದ ಪುಡಿಗಳು ಸೇರಿ ಬಿಲ್ಲಿನ ತುದಿಗೆ ಸೇರುವಂತೆ ಆಕಾರವುಳ್ಳದ್ದಾ ಗೋಣವೆಂದರೇನು? ಇದೆಲ್ಲ ವಿಚಿತ್ರವೆಂದು ತೋರುತ್ತದೆ. ಶ್ರೀಕೃಷ್ಣನ ಸಂಕಲ್ಪವೇ ಇದಕ್ಕೆಲ್ಲ ಕಾರಣವೆಂದು ಹೇಳದೇ ಗತ್ಯಂತರವಿಲ್ಲ.

ಅಧ್ಯಾಯ – ೮ : ಹೆಬ್ಬಾವು ತನ್ನ ಆಹಾರಕ್ಕಾಗಿ ಯಾವುದೇ ವಿಧದ ಪ್ರಯತ್ನಮಾಡದೇ ಬಿದ್ದಲ್ಲೇ ಬಿದ್ದುಕೊಂಡಿರುತ್ತದೆ. ಅಜಗರ ವ್ರತದಲ್ಲಿರುವ ಯೋಗಿಯು ಹೆಬ್ಬಾವಿನಂತೆ ಆಹಾರಕ್ಕಾಗಿ ಪ್ರಯತ್ನಿಸುವುದಿಲ್ಲ. ಆಹಾರ—

ಎಲ್ಲದೇ ಇದ್ದರೂ ಉಚ್ಛ್ವಾಸ – ನಿಶ್ವಾಸಗಳಲ್ಲಿ ಸೇರುವ ಗಾಳಿಯಿಂದಲೇ ಶರೀರ ಧಾರಣೆಯಾಗುತ್ತದೆ. ಪ್ರಾಣಾಯಾಮಾದಿಗಳಿಂದ ಅನೇಕ ದಿನಗಳ ವರೆಗೆ ಯೋಗಿಯು ನಿರಾಹಾರಿಯಾಗಿ ಸ್ವಸ್ಥನಾಗಿರಬಲ್ಲನು. (ಸಾಮಾನ್ಯ ಮನುಷ್ಯನಿಗೆ ಮಾತ್ರ ಜೀವಧಾರಣೆಗೆ ಆಹಾರದ ಅವಶ್ಯಕತೆ ಇದೆ.). ಆಹಾರಾಭಾವದಿಂದ ಶರೀರದಲ್ಲಿ ಕ್ಷೀಣತೆ ಉಂಟಾಗುವುದಿಲ್ಲ. (ಭಾಗ. ಶ್ಲೋ ೨–೫೬).

ಅಧ್ಯಾಯ – ೯ : ಪೇಶಸ್ಕಾರಿ ಎಂಬ ಕಣಜದ ಹುಳುವು ಒಂದು ಕೀಟವನ್ನು ಹಿಡಿದು ತನ್ನ ಗೂಡಿನಲ್ಲಿ ಬಂಧಿಸಿಟ್ಟು ಆಹಾರಾದಿಗಳನ್ನು ಕೊಟ್ಟು ರಕ್ಷಿಸುತ್ತದೆ. ಆಗ ಆ ಕೀಟವು ತನ್ನನ್ನು ಹಿಡಿದುಗೂಡಿನಲ್ಲಿ ಬಂಧಿಸಿಟ್ಟಿದ್ದರಿಂದ ಪೇಶಸ್ಕಾರಿ ಎಂಬ ಕಣಜದ ಹುಳುವಿನಲ್ಲಿ ದ್ವೇಷಭಾವವನ್ನೂ, ಆಹಾರಾದಿ ಗಳನ್ನು ಕೊಟ್ಟು ತನ್ನನ್ನು ರಕ್ಷಿಸುತ್ತಿರುವುದರಿಂದ ಪೇಶಸ್ಕಾರಿಯಲ್ಲಿ ಸ್ನೇಹ ಭಾವವನ್ನೂ ಹೊಂದುತ್ತದೆ. ಈ ಸ್ನೇಹವು ದಿನದಿಂದ ದಿನಕ್ಕೆ ವರ್ಧಿಸುತ್ತ ಹೋಗುತ್ತದೆ. ಯಾವಾಗ ಪೇಶಸ್ಕಾರಿಯು ಬರುವುದೋ ತನಗೆ ಆಹಾರವನ್ನು ಕೊಡುವುದೋ ಎಂದು ಆ ಪೇಶಸ್ಕಾರಿಯನ್ನೇ ಸದಾ ಧ್ಯಾನಿಸುತ್ತ ಆ ಕೀಟವು ಪೇಶಸ್ಕಾರಿ ಹುಳುವಿನಂತೆಯೇ ಮಾರ್ಪಾಡು ಹೊಂದಿಬಿಡುತ್ತದೆ. ಆಹಾರ ವಿತ್ತ ಪೇಶಸ್ಕಾರಿ ಹುಳುವಾಗಿಯೇ ಬದಲಿಸುವುದಿಲ್ಲ ಅದರ ಸ್ವರೂಪದಂತ ಸ್ವರೂಪ ಪಡೆಯುವುದು. (ಶ್ಲೋ. ೨೫).

ಯಾವ ಮನುಷ್ಯನು ಸ್ನೇಹದಿಂದಾಗಲೀ, ಭಯದಿಂದಾಗಲಿ, ದ್ವೇಷದಿಂದಾಗಲಿ ತನ್ನ ಸಂಪೂರ್ಣವಾದ ಮನಸ್ಸನ್ನು ಯಾವ ವಸ್ತುವಿನಲ್ಲಿ ಕೇಂದ್ರೀಕರಿಸುವನೋ, ಆ ಮನುಷ್ಯನು ಆ ವಸ್ತುವಿಗೆ ಸದೃಶವಾದ ರೂಪವನ್ನು ಹೊಂದುವನು. ಭಕ್ತಿ ಭಾವದಿಂದ ಕೇಂದ್ರೀಕರಿಸಿ ಪರಮಾತ್ಮನನ್ನು ಧ್ಯಾನಿಸಿ ದರೆ ಭಕ್ತಿಯ ಫಲವಾದ ಪರಮಾತ್ಮನ ಸಾರೂಪ್ಯವನ್ನು ಹೊಂದುವನು, ಪರಮಾತ್ಮನನ್ನು ದ್ವೇಷಿಸುತ್ತಾ ಇದ್ದರೆ ದ್ವೇಷದ ಫಲವಾದ ದುಃಖಾದ್ಯನರ್ಥ ಗಳನ್ನು ಹೊಂದುವನು. ಇದನ್ನೇ ಶ್ರೀಮದ್ಭಾಗವತದಲ್ಲಿ ಹೀಗೆ ಹೇಳಿದೆ –

ಯತ್ರ ಯತ್ರ ಮನೋ ದೇಹೀ ಧಾರಯೇತ್ ಸಕಲಂ ಧಿಯಾ ।
ಸ್ನೇಹಾದ್ ದ್ವೇಷಾದ್ ಭಯಾದ್ವಾಪಿ ಯಾತಿ ತತ್ತತ್ಸ್ವರೂಪತಾಮ್ ॥ ೨೨ ॥

ಅಧ್ಯಾಯ – ೧೦ : ಯಜ್ಞಯಾಗಾದಿಗಳಲ್ಲಿ ಎರಡು ಅರಣೆಗಳನ್ನು ಚೆನ್ನಾಗಿ ಮಥಿಸಿ ಅಗ್ನಿಯನ್ನು ಉತ್ಪಾದಿಸುತ್ತಾರೆ.

ಎರಡು ಅರಣೆಗಳಂತಿರುವ ಗುರು–ಶಿಷ್ಯರು ಪಾಠಪ್ರವಚನಗಳೆಂಬ ಮೂಲಕ ಸಂಘರ್ಷಿಸಿ (ಶಾಸ್ತ್ರಾರ್ಥ ವಿಚಾರ ಮಾಡಿ) ತತ್ತ್ವಜ್ಞಾನವೆಂಬ ಅಗ್ನಿಯನ್ನು ಪಡೆದು ಲೋಕವಿಲಕ್ಷಣವಾದ ಸುಖವನ್ನು ಹೊಂದುತ್ತಾರೆ. (೧೨)

ಆ. ೧೩. ಯೋಗಿಯು ಪರಕಾಯವನ್ನು ಪ್ರವೇಶಿಸಲು ಬಯಸಿದಾಗ ಅವನು ಏನು ಮಾಡಬೇಕೆಂಬುದನ್ನು ಶ್ರೀಕೃಷ್ಣನು ಉದ್ಧವನಿಗೆ ಹೀಗೆ ತಿಳಿಸುತ್ತಾನೆ –

ಪರಕಾಯಂ ವಿಶನ್ ಸಿದ್ಧ ಆತ್ಮಾನಂ ತತ್ರ ಭಾವಯೇತ್ |
ಪಿಂಡಂ ಹಿತ್ವಾ ವಿಶೇತ್ ಪ್ರಾಣೋ ವಾಯುಭೂತಃ ಷಡಂಗವತ್ || ೧೩ ||

ಬೇರೆಯವರ ಶರೀರವನ್ನು ಪ್ರವೇಶಿಸಲು ಇಚ್ಛಿಸುವ ಯೋಗಿಯು ತನ್ನಲ್ಲಿ ಅಂತರ್ಗತನಾದ ಭಗವಂತನನ್ನು ಪರದೇಹದಲ್ಲಿ ಧ್ಯಾನಿಸಬೇಕು. ಆಗ ಹೀಗೆ ತನ್ನನ್ನು ಧ್ಯಾನಿಸಿದ ವಾಯ್ವಂತರ್ಗತನಾದ ಶ್ರೀಹರಿಯು ಯೋಗಿಯ ಶರೀರದಲ್ಲಿರುವ ಆತ್ಮವನ್ನು ತನ್ನೊಂದಿಗೆ ಕರೆದುಕೊಂಡು ಭ್ರಮರವು ಒಂದು ಹೂವಿನಿಂದ ಬೇರೊಂದು ಹೂವಿಗೆ ಹಾರಿ ಹೋಗುವಂತೆ ಯೋಗಿಯ ಶರೀರದಿಂದ ಪರಶರೀರವನ್ನು ಪ್ರವೇಶಿಸುತ್ತಾನೆ.

ಸ್ಕಂಧ – ೧೨

ಅಧ್ಯಾಯ–೬ : ಶ್ರೀ ಶುಕಾಚಾರ್ಯರು ಪರೀಕ್ಷಿತ ಮಹಾರಾಜನಿಗೆ ಭಾಗವತವನ್ನು ಉಪದೇಶಿಸಿ ರಾಜನಿಂದ ಸತ್ಕೃತರಾಗಿ ಹೊರಟು ಹೋದ ನಂತರ ಋಷಿಕುಮಾರ ಶೃಂಗಿಯಿಂದ ಶಾಪ ಹೊಂದಿ ರಾಜನಿಗೆ ಏಳು ದಿನವಾಗಿತ್ತು. ಆಗ ತಕ್ಷಕನು ಪರೀಕ್ಷಿತನನ್ನು ಕಚ್ಚಲು ಬರುತ್ತಿರುವಾಗ ಮಾರ್ಗಮಧ್ಯದಲ್ಲಿ ಕಶ್ಯಪನೆಂಬ ವಿಷವೈದ್ಯನನ್ನು ಕಾಣುತ್ತಾನೆ. ಅವನು ರಾಜನಿಗೆ ಸರ್ಪವಿಷದ ಬಾಧೆಯಾಗದಂತೆ ಮಾಡಿ ಅವನಿಂದ ಸಂಭಾವನೆ ಯನ್ನು ಪಡೆಯುವ ಉದ್ದೇಶದಿಂದ ಬರುತ್ತಿರುವುದನ್ನು ತಿಳಿದು ಆ ಕಶ್ಯಪನ ಸಾಮರ್ಥ್ಯವನ್ನು ಪರೀಕ್ಷಿಸಲು ಮುಂದಾದ ತಕ್ಷಕನು ಅಲ್ಲಿಯೇ ಇದ್ದ

ಬೃಹದಾಕಾರದ ಒಂದು ವೃಕ್ಷವನ್ನು ಕಚ್ಚುತ್ತಾನೆ. ಆಗ ಸರ್ಪದ ವಿಷದಿಂದ ಆ ವೃಕ್ಷವು ಸುಟ್ಟುಕರಕಾಗುತ್ತದೆ. ವಿಷವೈದ್ಯನು ತನ್ನ ಮಂತ್ರಶಕ್ತಿಯಿಂದ ಆ ವೃಕ್ಷವು ಮೊದಲಿನಂತೆ ಹಸಿರಾಗುವಂತೆ ಮಾಡುತ್ತಾನೆ. (ಇದು ಪುರಾಣಾಂತರದಲ್ಲಿ ಬಂದ ವಿಷಯವು). ವೈದ್ಯನ ಮಂತ್ರಶಕ್ತಿಯನ್ನು ಕಂಡ ತಕ್ಷಕನು ಆ ವೈದ್ಯನಿಗೆ ಬಹಳ ಧನವನ್ನಿತ್ತು ಅವನು ರಾಜನ ಬಳಿಗೆ ಬರದಂತೆ ಮಾಡಿ ಹಿಂದಕ್ಕೆ ಕಳುಹಿಸಿ ಬಿಡುತ್ತಾನೆ. (೧೧, ೧೨).

ಮುಂದೆ ತಕ್ಷಕನು **ಯೋಗ ಮಾಯೆಯಿಂದ** ತನಗೆ ಬೇಕಾದ ಬ್ರಾಹ್ಮಣ ರೂಪವನ್ನು ಧರಿಸಿ ರಾಜನ ಬಳಿಗೆ ಬಂದು ಅವನನ್ನು ಕಚ್ಚಿ ಬಿಡುತ್ತಾನೆ. ಸರ್ಪವು ಕಚ್ಚುವ ಮೊದಲೇ **ಯೋಗಶಕ್ತಿಯಿಂದ** ಪರಮಾತ್ಮ ನನ್ನು ಧ್ಯಾನಿಸುತ್ತ, ಪ್ರಾಣತ್ಯಾಗ ಮಾಡಿದ್ದ ರಾಜನ ಆತ್ಮವು ಭಗವಾನ್ ವಾಸುದೇವನನ್ನು ಸೇರಿಬಿಟ್ಟಿದ್ದಿತು. ತಕ್ಷಕನು ರಾಜನ ಕೇವಲ ನಿರ್ಜೀವ ದೇಹವನ್ನು ಕಚ್ಚಿದಾಗ ಅದು ವಿಷಜ್ವಾಲೆಗಳಿಂದ ಸುಟ್ಟು ದಗ್ಧವಾಗುತ್ತದೆ. (೧೨).

ಅ. ೯

ಮಾರ್ಕಂಡೇಯ ಮುನಿಗಳ ನೈಷ್ಠಿಕ ಬ್ರಹ್ಮಚರ್ಯವ್ರತಾಚರಣೆ ಯಿಂದ ಪ್ರಸನ್ನನಾಗಿ ಪ್ರತ್ಯಕ್ಷನಾದ ಪರಮಾತ್ಮನು ಬೇಕಾದ ವರವನ್ನು ಕೇಳಲು ತಿಳಿಸಿದಾಗ ಮಾರ್ಕಂಡೇಯರು ಅಕಾಲದಲ್ಲಿ ಪ್ರಲಯವನ್ನು ತೋರುವ ಮೂಲಕ ತನ್ನ ಅಚಿಂತ್ಯಾದ್ಭುತ ಶಕ್ತಿಯನ್ನು ತೋರುವಂತೆ ಪರಮಾತ್ಮನನ್ನು ಕೋರುತ್ತಾರೆ. (೯)

ಮಾರ್ಕಂಡೇಯರ ಇಚ್ಛೆಯಂತೆ ಪರಮಾತ್ಮನು ಆಗ ಪ್ರಲಯ ಕಾಲದ ದೃಶ್ಯಗಳನ್ನೆಲ್ಲ ಸೃಷ್ಟಿಸಿದ್ದಲ್ಲದೇ (೧೦–೧೯) ಪ್ರಲಯ ಜಲಧಿಯಲ್ಲಿ ಶಿಶುವಾಗಿ ಮಲಗಿದ್ದ (೨೫) ತನ್ನ ಬಾಯಿಯಲ್ಲಿ ಮಾರ್ಕಂಡೇಯರು ಪ್ರವೇಶಿಸುವಂತೆ ಮಾಡಿ ಅಲ್ಲಿ ಮುನಿಗೆ ಸಕಲ ಲೋಕಗಳ ದರ್ಶನ ಮಾಡಿಸು ತ್ತಾನೆ. (೨೫–೯೦). ಸ್ವಲ್ಪ ಸಮಯದ ನಂತರ ಮುನಿಗಳನ್ನು ಬಾಯಿ ಯೊಳಗಿಂದ ಹೊರಹಾಕಿ ಪ್ರಲಯ ಮಾಯೆಯನ್ನು ಉಪ ಸಂಹರಿಸುತ್ತಾನೆ. (೨೨).

ಅ. ೯

ಧ್ಯಾನಸ್ಥರಾಗಿ ಕುಳಿತಿದ್ದ ಮಾರ್ಕಂಡೇಯ ಮುನಿಗಳನ್ನು ಕಂಡು ಆಕಾಶಮಾರ್ಗದಿಂದ ಸಂಚರಿಸುತ್ತಿದ್ದ ಶಿವ–ಪಾರ್ವತಿಯರು ಆವರಿದ್ದಲ್ಲೇ ಬರುತ್ತಾರೆ. ಆಗ ರುದ್ರದೇವರು, **ಯೋಗಸಾಮರ್ಥ್ಯದಿಂದ ವಾಯುವು ರೋಮಕೂಪರಂಧ್ರಗಳಲ್ಲಿ ಪ್ರವೇಶಿಸುವಂತೆ** ಮುನಿಯ ಹೃದಯ ವನ್ನು ಪ್ರವೇಶಿಸುತ್ತಾರೆ. ಆಗ ಮಾರ್ಕಂಡೇಯರು ತಮ್ಮ ಹೃದಯದಲ್ಲೇ ಪ್ರತ್ಯಕ್ಷವಾಗಿ ಕಾಣುತ್ತಿರುವ ರುದ್ರದೇವರನ್ನು ಭಕ್ತಿಯಿಂದ ನಮಿಸಿ ಸ್ತುತಿಸುತ್ತಾರೆ. (೧೦, ೧೫–೧೪).

ಇದುವರೆಗೆ ಶ್ರೀಮದ್ಭಾಗವತದ ಹನ್ನೆರಡು ಸ್ಕಂಧಗಳ ಪ್ರತಿಸ್ಕಂಧದಲ್ಲಿ ಬರುವ ಅದ್ಭುತ ವಿಜ್ಞಾನದ ಕೆಲವು ಆಯ್ದ ಪ್ರಸಂಗಗಳನ್ನು ಎತ್ತಿ ತೋರಿಸ– ಲಾಗಿದೆ. ಇವುಗಳ ಯೋಗ್ಯವಾದ ಹಿನ್ನೆಲೆಯನ್ನು ಅಥವಾ ರಹಸ್ಯಗಳನ್ನು/ (ವಿಜ್ಞಾನವನ್ನು) ಪ್ರಾಚೀನ ವಿದ್ಯೆಗಳು–ಸಿದ್ದಿಗಳು' ಎಂಬ ಪೀಠಿಕೆಯಲ್ಲಿ ಶೋಧಿಸಿ ಕಾಣಬಹುದು.

* * *

೭೨. ಶ್ರೀಮದ್ಭಾಗವತ ಮತ್ತು ಭಕ್ತಿಯೋಗ

ಭಾಗವತೋತ್ತಮನಾದ ಉದ್ಧವನಿಗೆ ತತ್ತ್ವೋಪದೇಶ ಮಾಡುವ ಸಂದರ್ಭದಲ್ಲಿ ಶ್ರೀಕೃಷ್ಣನು ಹೇಳುತ್ತಾನೆ –

ಯೋಗಾಸ್ತ್ರಯೋ ಮಯಾ ಪ್ರೋಕ್ತಾ ನೃಣಾಂ ಶ್ರೇಯೋ ವಿಧಿತ್ಸಯಾ।
ಜ್ಞಾನಂ ಕರ್ಮ ಚ ಭಕ್ತಿಶ್ಚ ನೋಪಾಯೋಽನ್ಯೋಽಸ್ತಿ ಕುತ್ರಚಿತ್॥
— ಭಾಗ. ೧೧–೨೦–೬

– ಹೇ ಉದ್ಧವಾ! ಮಾನವರಿಗೆ ಶ್ರೇಯಸ್ಸನ್ನುಂಟು ಮಾಡುವ ಅಭಿಲಾಷೆಯಿಂದ ಅಧಿಕಾರಭೇದದಿಂದ ಜ್ಞಾನಯೋಗ, ಕರ್ಮಯೋಗ ಮತ್ತು ಭಕ್ತಿಯೋಗ ಎಂಬ ಮೂರು ಪ್ರಕಾರದ ಯೋಗಗಳನ್ನು ಅವರಿಗಾಗಿ ಹೇಳಿರುತ್ತೇನೆ. ಇವುಗಳನ್ನು ಬಿಟ್ಟು ಮನುಷ್ಯನ ಪರಮ ಶ್ರೇಯಸ್ಸಿಗೆ ಅನ್ಯ ಯಾವ ಉಪಾಯವೂ ಇರುವುದಿಲ್ಲ.

ಈ ತ್ರಿವಿಧ ಯೋಗಗಳಲ್ಲಿ ಭಕ್ತಿಯೋಗವೇ ಶ್ರೇಷ್ಠವಾದುದೆಂದು ಶುಕಾಚಾರ್ಯರೇ ಮೊದಲಾದ ಜ್ಞಾನಿಗಳು ಹೇಳುತ್ತಾರೆ–

ನ ಹ್ಯತೋಽನ್ಯಃ ಶಿವಃ ಪಂಥಾಃ ವಿಶ್ರುತಃ ಸಂಸೃತಾವಿಹ ।
ವಾಸುದೇವೇ ಭಗವತಿ ಭಕ್ತಿಯೋಗೋ ಯತೋ ಭವೇತ್ ॥
— ಭಾಗ. ೨–೨–೩೬

ಪರಮಾತ್ಮನನ್ನು ಭಕ್ತಿಯೋಗದಿಂದ ಉಪಾಸಿಸಲು ಭಗವಾನ್ ವಾಸುದೇವನಲ್ಲಿ ಭಕ್ತಿಯುಂಟಾಗಬೇಕು. ಈ ಕಲಿಯುಗದಲ್ಲಿ ವಿವಿಧ ಕಥಾನಕಗಳ ಮೂಲಕ ಮನುಷ್ಯನಲ್ಲಿ ಭಕ್ತಿಯನ್ನು ಉದ್ರೇಕಿಸುವ ಶ್ರೀಭಾಗವತ ಪುರಾಣಕ್ಕಿಂತ ಶ್ರೇಷ್ಠವಾದ ಅನ್ಯ ಸಾಧನವಿಲ್ಲ.

ಭಕ್ತಿ ಎಂದರೇನು? ಭಕ್ತಿಯ ಲಕ್ಷಣ ಹಾಗೂ ಪ್ರಕಾರಗಳೆಷ್ಟು? ಮುಂತಾದವ್ವಗಳ ಬಗ್ಗೆ ಶ್ರೀಮದ್ಭಾಗವತವು ಸ್ಪಷ್ಟ ಪಡಿಸುತ್ತದೆ.

ಭಕ್ತಿ : ಮಾಹಾತ್ಮ್ಯಜ್ಞಾನ ಪೂರ್ವಕವಾದ ಸುದೃಢ ಸ್ನೇಹವನ್ನೇ ಭಕ್ತಿ ಎಂದು ಕರೆಯುತ್ತಾರೆ.

ಶ್ರವಣಂ ಕೀರ್ತನಂ ವಿಷ್ಣೋಃ ಸ್ಮರಣಂ ಪಾದಸೇವನಮ್ ।
ಅರ್ಚನಂ ವಂದನಂ ದಾಸ್ಯಂ ಸಖ್ಯಮಾತ್ಮನಿವೇದನಮ್ ॥ ೨೩ ॥

ಇತಿ ಪುಂಸಾರ್ಪಿತಾ ವಿಷ್ಣೌ ಭಕ್ತಿಶ್ಚೇನ್ನವಲಕ್ಷಣಾ ।
ಕ್ರಿಯತೇ ಭಗವತ್ಯದ್ಧಾ ತನ್ಮನ್ಯೇಽಧೀತಮುತ್ತಮಮ್ ॥ ೨೪ ॥
– (ಭಾಗ ೨, ಅ.–೨೪)

೧. ವಿಷ್ಣುವಿನ ಮಹಿಮೆಗಳನ್ನು ಕೇಳುವುದು, ೨. ಹರಿನಾಮ–ಸಂಕೀರ್ತನೆ, ೩. ಹರಿಸ್ಮರಣೆ ಮಾಡುವುದು, ೪. ಭಗವಂತನ ಹಾಗೂ ಭಗವದ್ಭಕ್ತರ ಪಾದಸೇವನೆ ಮಾಡುವುದು, ೫. ತುಲಸೀ –ಪುಷ್ಪಾದಿಗಳಿಂದ ಭಗವಂತನ ಪೂಜೆ ಮಾಡುವುದು, ೬. ಭಗವಂತನಿಗೆ ಭಕ್ತಿಪೂರ್ವಕ ನಮಿಸುವುದು, ೭. ತಾನು ಹರಿದಾಸನೆಂದು ತಿಳಿಯುವುದು, ೮. ಭಗವಂತ ನಲ್ಲಿ ಅತ್ಯಂತ ಸ್ನೇಹವನ್ನು ಮಾಡುವುದು, ೯. ಮೋಕ್ಷದಲ್ಲಿಯೂ ಭಗವಂತನು ಅಂತರ್ನಿಯಾಮಕನಾಗಿ ಸ್ವಾಮಿಯಾಗಿರುವನೆಂಬ ಜ್ಞಾನ ಈ ಒಂಬತ್ತು ಲಕ್ಷಣಗಳಿಂದ ಸೂಚಿತವಾಗಿರುವವೇ ಒಂಬತ್ತು ವಿಧವಾದ ಭಕ್ತಿಗಳು. ಶ್ರವಣಾದಿಗಳು ಭಗವದ್ಭಕ್ತಿಯನ್ನು ಸಂಪಾದಿಸಲು ಸಾಧನ ಗಳಾಗಿವೆ. ಈ ಸಾಧನಗಳಿಂದ ಭಕ್ತಿಯು ಪ್ರಾಪ್ಯ ಅರ್ಥಾತ್ ಶ್ರವಣಭಕ್ತಿ ಎಂದರೆ ಶ್ರವಣ ಜನ್ಯ ಭಕ್ತಿ ಎಂದಂತಾಯಿತು. ಇದೇ ವಿಷಯವನ್ನು ತರ್ಕದಿಂದ ಕೆಳಗಿನಂತೆ ಪ್ರತಿಪಾದಿಸಬಹುದು.

'ನವಲಕ್ಷಣಾ ಭಕ್ತಿ' ಎಂಬಲ್ಲಿ ಶ್ರವಣ ಕೀರ್ತನ, ಸ್ಮರಣ, ಪಾದಸೇವನ, ಅರ್ಚನ, ವಂದನೆ, ದಾಸ್ಯ, ಸಖ್ಯ ಮತ್ತು ಆತ್ಮನಿವೇದನ ಎಂಬ ಒಂಬತ್ತು ಏನಿವೆಯೋ ಇವು "ಸಾಸ್ನಾದಿಮತ್ವವ (ಕುತ್ತಿಗೆಯಲ್ಲಿ ಕಂಬಲವಿರೋಣವು) ಗೋವಿನ ಲಕ್ಷಣ" ಎಂದು ಹೇಳುವಂತೆ ಭಕ್ತಿಯ ಲಕ್ಷಣ, ಅಂದರೆ ಭಕ್ತಿಯ ಅಸಾಧಾರಣ ಧರ್ಮವೆಂದು ತಿಳಿಯಬಾರದು. ಮಾಹಾತ್ಮ್ಯಜ್ಞಾನಪೂರ್ವಸ್ತು, ಸುದೃಢಃ ಸರ್ವತೋಽಧಿಕಃ ।
ಸ್ನೇಹೋ ಭಕ್ತಿರಿತಿ ಪ್ರೋಕ್ತಃ ತಯಾ ಮುಕ್ತಿರ್ನ ಚಾನ್ಯಥಾ ॥ ಎಂಬಲ್ಲಿ

ಹೇಳಿದಂತೆ ಮಾಹಾತ್ಮ್ಯ ಜ್ಞಾನಪೂರ್ವಕವಾದ ಸುದೃಢ ಸ್ನೇಹವೇ ಭಕ್ತಿಯ ಅಸಾಧಾರಣ ಧರ್ಮವಾಗಿರುತ್ತದೆ. ಇಲ್ಲಿ ಸ್ನೇಹವೆಂಬುದು ಅಂತಃಕರಣದ ಧರ್ಮವಾಗಿದ್ದು ಅದು ಕಣ್ಣಿಗೆ ಕಾಣುವುದಲ್ಲ. ಇಲ್ಲಿ ಶ್ರವಣಾದಿ ಒಂಬತ್ತು ಭಕ್ತಿಯ ಲಕ್ಷಣಗಳೆಂದರೆ ಇನ್ನೊಬ್ಬರ ಕಣ್ಣಿಗೆ ಕಾಣದ ಭಕ್ತಿಯನ್ನು ಅನುಮಾನ ಮಾಡುವ ಚಿಹ್ನೆ ಎಂದು ತಿಳಿಯಬೇಕು. ಒಬ್ಬನು ಯಾವಾಗಲೂ ಭಗವಂತನ ಮಹಿಮೆಗಳನ್ನು ಕೇಳುತ್ತ ಇದ್ದರೆ ಅವನಿಗೆ ಭಗವಂತನಲ್ಲಿ ಮಾಹಾತ್ಮ್ಯ ಜ್ಞಾನ ಪೂರ್ವಕ ಸುದೃಢವಾದ ಸ್ನೇಹ ಉಂಟಾಗುತ್ತದೆ. ಆಗ ಅವನು ಭಗವಂತನಲ್ಲಿ ಭಕ್ತಿಯುಳ್ಳವನು ಎಂದು ಅನುಮಾನ ಮಾಡಬಹುದು. ಆದ್ದರಿಂದ ಶ್ರವಣ ಎಂಬುದು ಒಬ್ಬನಲ್ಲಿರುವ ಭಗವದ್ಭಕ್ತಿ ಯನ್ನು ಅನುಮಾನಿಸಲಿಕ್ಕೆ ಸಹಾಯಕವಾಗುವ ಚಿಹ್ನೆಯಾಯಿತು. ಇದರಂತೆ ಕೀರ್ತನಾದಿಗಳೆಲ್ಲ ಭಕ್ತಿಯ ಅನುಮಾನಕ್ಕೆ ಚಿಹ್ನೆಗಳು. ಶ್ರವಣಾದಿಗಳೇ ಭಕ್ತಿಗಳಲ್ಲ. ಈ ವಿಷಯವನ್ನು ಅನುಮಾನದಿಂದ ಹೀಗೆ ವಿವರಿಸಬಹುದು—

ಆಯಂ   ಭಗವದ್ಭಕ್ತಿಮಾನ್   ಭಗವದ್ಭಕ್ತಿಕಾರಣ   — ಭಗವತ್ಕಥಾಶ್ರವಣವತ್ವಾತ್ । ಯಃ ಯತ್ಕಾರಣವಾನ್ ಸಃ ತತ್ಕಾರ್ಯವಾನ್ ಯಥಾ ಅಗ್ನಿಕಾರಣಧೂಮವಾನ್ ಅಗ್ನಿಮಾನ್ ಇತಿ । — ಅಂದರೆ ಇವನು ಭಗವಂತನಲ್ಲಿ ಭಕ್ತಿಯುಳ್ಳವನು, ಭಗವದ್ಭಕ್ತಿಗೆ ಕಾರಣವಾದ ಭಗವಂತನ ಕಥಾ ಕೇಳೋಣವಿರುವವನಾಗಿರುವುದರಿಂದ. ಯಾರು ಯಾವ ಕಾರಣವುಳ್ಳವನಾಗಿರುವನೋ ಅವನು ಅದರ ಕಾರ್ಯ ವುಳ್ಳವನಾಗಿರುತ್ತಾನೆ.

ಆತ್ಮನಿವೇದನೆ ಎಂದರೆ ತನ್ನ ದೇಹವನ್ನು ಸಮರ್ಪಿಸುವುದು ಎಂದು ಮೇಲ್ನೋಟಕ್ಕೆ ತೋರುವ ಅರ್ಥ. ಆದರೆ ಶ್ರೀಮಧ್ವಾಚಾರ್ಯರು ಆತ್ಮ ವೇದನಕ್ಕೆ ಆತ್ಮಸ್ಥತ್ವೇನ ವೇದನಂ ಆತ್ಮನಿವೇದನಮ್ ಎಂದು ತಿಳಿಸಿದ್ದಾರೆ.

"ಮುಕ್ತಸ್ಯಾಪಿ ಮಮಾಂತಸ್ಥೋ ನಿಯಂತ್ಯೆವ ಹರಿಃ ಸದಾ ।
ಇತಿ ಜ್ಞಾನಂ ಸಮುದ್ದಿಷ್ಟಂ ಸಮ್ಯಗಾತ್ಮನಿವೇದನಮ್ ॥"

ಎಂಬ ಬ್ರಹ್ಮತರ್ಕದ ಪ್ರಮಾಣವನ್ನು ಉದಾಹರಿಸಿ 'ತಾನು ಮುಕ್ತನಾದಾಗಲೂ ತನ್ನ ಒಳಗೆ ಇದ್ದುಕೊಂಡು ಪರಮಾತ್ಮನು, ನಿಯಾಮಕನಾಗಿರುವನು' ಎಂಬ 'ಜ್ಞಾನವೇ ಆತ್ಮನಿವೇದನೆ' ಎಂದು ತಿಳಿಸಿದ್ದಾರೆ.

"ಶ್ರವಣಾದಿ ನವಲಕ್ಷಣಯುಕ್ತವಾದ ನಿರ್ವ್ಯಾಜ ಭಕ್ತಿಯನ್ನು ಪರಮಾತ್ಮನಲ್ಲಿ ನಿರಂತರವೂ ಮಾಡಿ ಸಮರ್ಪಿಸುವುದೇ ಭಕ್ತಿಯೋಗವು. ಈ ಯೋಗವನ್ನು ಪ್ರತಿಪಾದಿಸುವ ಭಾಗವತಾದಿ ಶಾಸ್ತ್ರವೇ ಉತ್ತಮ ಶಾಸ್ತ್ರ ಮತ್ತು ಇಂಥ ಶಾಸ್ತ್ರದ ಅಧ್ಯಯನವೇ ಉತ್ತಮವಾದ ಅಧ್ಯಯನ" ಎಂದು ಬಾಲಕ ಪ್ರಹ್ಲಾದನು ತನ್ನ ತಂದೆಯನ್ನು ನಿಮಿತ್ತ ಮಾಡಿಕೊಂಡು ಲೋಕಕ್ಕೆ ತಿಳಿಸಿದ್ದಾನೆ.

ಭಕ್ತಿಸ್ತ್ವೇಕಾ ವಿಮುಕ್ತಯೇ ಎಂದು ಹೇಳಿದಂತೆ ಭಕ್ತಿಯ ನವಲಕ್ಷಣ ಗಳಲ್ಲಿ ಒಂದೊಂದರ ಆಧಿಕ್ಯದಿಂದಲೇ ಪರಮಾತ್ಮನಲ್ಲಿ ಭಕ್ತಿಯನ್ನು ಮಾಡಿ ಮುಕ್ತಿಯನ್ನು ಪಡೆದವರಿದ್ದಾರೆ. ಇವರಲ್ಲಿ ಕೆಲವು ಪ್ರಮುಖರ ಹೆಸರುಗಳನ್ನು ಕೆಳಗಿನ ಶ್ಲೋಕವು ತಿಳಿಸುತ್ತದೆ—

ಶ್ರೀವಿಷ್ಣೋಃ ಶ್ರವಣೇ ಪರೀಕ್ಷಿದಭವತ್ ವೈಯಾಸಕಿಃ ಕೀರ್ತನೇ ।
ಪ್ರಹ್ಲಾದಃ ಸ್ಮರಣೇ ತದಂಘ್ರಿಭಜನೇ ಲಕ್ಷ್ಮೀಃ ಪೃಥುಃ ಪೂಜನೇ ॥
ಆಕ್ರೂರಸ್ತ್ವಭಿವಂದನೇ ಕಪಿಪತಿಃ ದಾಸ್ಯೇತಥ ಸಖ್ಯೇಽರ್ಜುನಃ ।
ಸರ್ವಸ್ವಾತ್ಮನಿವೇದನೇ ಬಲಿರಭೂತ್ ಕೃಷ್ಣಾಪ್ತಿರೇಷಾಂ ಫಲಮ್ ॥

೧. ಶ್ರವಣ : ಸುಮಾರು ೭ × ೨೪ = ೧೬೮ ಗಂಟೆಗಳಷ್ಟು ಕಾಲ ಹಗಲು–ರಾತ್ರಿ ಶ್ರೀಮದ್ಭಾಗವತವನ್ನು ಭಕ್ತಿಯಿಂದ ಶ್ರವಣ ಮಾಡಿದ ಪರೀಕ್ಷಿತ ರಾಜನು ಶ್ರವಣ ಲಕ್ಷಣ ಸೂಚಿತ ಭಕ್ತಿಗೆ ದೃಷ್ಟಾಂತ.

೨. ಕೀರ್ತನ : ಸುಮಾರು 7 × 24 = 168 ಗಂಟೆಗಳ ಕಾಲ ಪರೀಕ್ಷಿತ ರಾಜನಿಗೆ ಶ್ರೀಮದ್ಭಾಗವತವನ್ನು ಉಪದೇಶಿಸಿದ ಶ್ರೀ ಶುಕಾಚಾರ್ಯರು ಕೀರ್ತನ ಲಕ್ಷಣ ಸೂಚಿತ ಭಕ್ತಿಗೆ ದೃಷ್ಟಾಂತ.

೩. ಸ್ಮರಣ : ಹುಟ್ಟಿದಾಗಿನಿಂದ ನಿರಂತರ ಶ್ರೀಹರಿಯ ಸ್ಮರಣೆ ಮಾಡಿದ ಪ್ರಹ್ಲಾದನು ಸ್ಮರಣೆ ಲಕ್ಷಣ ಸೂಚಿತ ಭಕ್ತಿಗೆ ದೃಷ್ಟಾಂತ.

೪. ಪಾದಸೇವನಂ : ಸದಾಕಾಲ ಪರಮಾತ್ಮನ ಪಾದಸೇವನೆ ಮಾಡುತ್ತಿರುವ ಲಕ್ಷ್ಮೀದೇವಿಯು ಪಾದಸೇವನ ಲಕ್ಷಣ ಸೂಚಿತ ಭಕ್ತಿಗೆ ದೃಷ್ಟಾಂತ.

೫. ಅರ್ಚನಂ : ನಿರಂತರ ಪರಮಾತ್ಮನನ್ನು ಅರ್ಚಿಸಿದ ಪೃಥು ಚಕ್ರವರ್ತಿಯೇ ಅರ್ಚನ ಲಕ್ಷಣ ಸೂಚಿತ ಭಕ್ತಿಗೆ ದೃಷ್ಟಾಂತ.

೬. ವಂದನಂ : ಶ್ರೀಕೃಷ್ಣನ ಸಂದರ್ಶನಕ್ಕಾಗಿ ಗೋಕುಲಕ್ಕೆ ಬಂದು ಅಲ್ಲಿ ಕಂಡು ಬಂದ ಶ್ರೀಕೃಷ್ಣನ ಪಾದ ಚಿಹ್ನೆಗಳಿಗೆ ಉರುಳು ಸೇವಾ ಸಲ್ಲಿಸಿದ ಅಕ್ರೂರನು ವಂದನ ಲಕ್ಷಣ ಸೂಚಿತ ಭಕ್ತಿಗೆ ನಿದರ್ಶನ.

೭. ದಾಸ್ಯಮ್ : 'ದಾಸೋಽಹಂ ಕೋಸಲೇಂದ್ರಸ್ಯ' ಎಂದು ಹೆಮ್ಮೆಯಿಂದ ಹೇಳಿದ ಹನುಮಂತನೇ ದಾಸ್ಯ ಲಕ್ಷಣ ಸೂಚಿತ ಭಕ್ತಿಗೆ ನಿದರ್ಶನ.

೮. ಸಖ್ಯಂ : ಯಾವಾಗಲೂ ಶ್ರೀಕೃಷ್ಣನ ಸಖ್ಯೆಯನ್ನೇ ಅಪೇಕ್ಷಿಸಿದ್ದ ಅರ್ಜುನನೇ ಸಖ್ಯ ಲಕ್ಷಣ ಸೂಚಿತ ಭಕ್ತಿಗೆ ನಿದರ್ಶನ.

೯. ಆತ್ಮನಿವೇದನೆ : ಸಮಸ್ತ ಭೂಮಿಯನ್ನು ಪರಮಾತ್ಮನಿಗೆ ದಾನವಾಗಿತ್ತು ತನ್ನನ್ನೂ ವಾಮನಮೂರ್ತಿಗೆ ಸಮರ್ಪಿಸಿಕೊಂಡ ಬಲಿ ಚಕ್ರವರ್ತಿಯೇ 'ಆತ್ಮನಿವೇದನ' ಲಕ್ಷಣ ಸೂಚಿತ ಭಕ್ತಿಗೆ ದೃಷ್ಟಾಂತ.

ಅಥವಾ ಆತ್ಮನಿ+ವೇದನ ಎಂದು ಇಟ್ಟುಕೊಂಡಾಗ ಪರಮಾತ್ಮನು ತನ್ನೊಳಗೆ ಮತ್ತು ಎಲ್ಲ ಜೀವರಾಶಿಯೊಳಗೆ ಇದ್ದು ನಿಯಾಮಕನಾಗಿರುವ ನೆಂಬ ಜ್ಞಾನವಿರುವವರೆಲ್ಲರೂ ಆತ್ಮನಿವೇದನ ಲಕ್ಷಣ ಸೂಚಿತ ಭಕ್ತಿಗೆ ನಿದರ್ಶನವೆಂದು ತಿಳಿಯಬೇಕು.

ಈ ಶ್ರವಣಾದಿ ಒಂಬತ್ತು ವಿಧ ಭಕ್ತಿಯ ಲಕ್ಷಣಗಳನ್ನೇ ಒಂಬತ್ತು ಪ್ರಕಾರದ ಭಕ್ತಿ ಎಂದು ಲೋಕದಲ್ಲಿ ವ್ಯವಹರಿಸಲಾಗುತ್ತದೆ. ಈ ಒಂಬತ್ತು ವಿಧ ಭಕ್ತಿಗಳ ಬಗ್ಗೆ ಶ್ರೀಮದ್ಭಾಗವತವು ಏನು ಹೇಳುತ್ತದೆ ಎಂಬುದನ್ನು ಈಗ ನೋಡೋಣ. ಈ ನವವಿಧ ಭಕ್ತಿಗಳ ಬಗ್ಗೆ ಶ್ರೀ ಭಾಗವತದಲ್ಲಿ ಬಂದಿರುವ ಕೆಲವು ಶ್ಲೋಕಗಳನ್ನು ಮಾತ್ರ ಕೆಳಗೆ ಕೊಡಲಾಗಿದೆ.

೧. ಶ್ರವಣ ಭಕ್ತಿ : (ಶ್ರವಣ ಜನ್ಯ/ಪ್ರಾಪ್ಯ ಭಕ್ತಿ) :

ಶೃಣ್ವತಾಂ ಸ್ವಕಥಾಃ ಕೃಷ್ಣಃ ಪುಣ್ಯಶ್ರವಣಕೀರ್ತನಃ ।
ಹೃದ್ಯಂತಸ್ಥೋ ಹ್ಯಭದ್ರಾಣಿ ವಿಧುನೋತಿ ಸುಹೃತ್ಸತಾಮ್ ॥

– (ಭಾಗ. ೧–೨–೧೭)

ಸೂತರು ಶೌನಕಾದಿ ಮುನಿಗಳಿಗೆ ಹೇಳುತ್ತಾರೆ– ಭೋ ಮುನಿಗಳೇ! ಶ್ರೀಕೃಷ್ಣನ ಮಹಿಮೆಗಳ ಶ್ರವಣ–ಕೀರ್ತನೆಗಳು ಅತ್ಯಂತ ಪುಣ್ಯ ಪ್ರದವಾದವವ ಗಳಾಗಿವೆ. ಪುಣ್ಯ ಶ್ರವಣ ಕೀರ್ತನನಾದ, ಹಾಗೂ ಸಜ್ಜನರ ಅನಿಮಿತ್ತ ಬಂಧುವಾದ ಶ್ರೀಕೃಷ್ಣನು ತನ್ನ ಮಹಾತ್ಮೆಯ ಕಥಾನಕಗಳನ್ನು ಆಸಕ್ತಿಯಿಂದ ಕೇಳುವವರ ಹೃದಯದೊಳಗೆ ಬಂದು ನೆಲಸಿ ಅವರ ಎಲ್ಲ ಅಶುಭಗಳನ್ನು ನಾಶ ಮಾಡಿ ಬಿಡುತ್ತಾನೆ.

ಪಿಬಂತಿ ಯೇ ಭಗವತ ಆತ್ಮನಃ ಸತಾಂ
ಕಥಾಮೃತಂ ಶ್ರವಣಪುಟೇಷು ಸಂಭೃತಮ್ ।
ಪುನಂತಿ ತೇ ವಿಷಯವಿದೂಷಿತಾಶಯಂ
ವ್ರಜಂತಿ ತಚ್ಚರಣಸರೋರುಹಾಂತಿಕಮ್ ॥

– (ಭಾಗ. ೧–೨–೬೯)

ಶುಕಾಚಾರ್ಯರು ಪರೀಕ್ಷಿತ ರಾಜನಿಗೆ ಹೇಳುತ್ತಾರೆ – ಹೇ ರಾಜನ್! ಷಡ್ಗುಣೈಶ್ವರ್ಯ ಸಂಪನ್ನನಾದ ಪರಮಾತ್ಮನ ಕಥಾಮೃತವನ್ನು ಕಿವಿಯೆಂಬ ಬೊಗಸೆಗಳಿಂದೆತ್ತಿ ಯಾರು ಪಾನ ಮಾಡುವರೋ (ಶ್ರವಣ ಮಾಡುವವರಿಗೆ) ಅಂಥವರು ವಿಷಯ ಭೋಗಗಳಿಂದ ಕಲುಷಿತವಾದ ತಮ್ಮ ಮನಸ್ಸನ್ನು ಶುದ್ದೀಕರಿಸಿಕೊಂಡು ಶ್ರೀಹರಿಯ ಪಾದಕಮಲಗಳ ಸಾನ್ನಿಧ್ಯವನ್ನು ಹೊಂದುತ್ತಾರೆ.

ಕೋ ವಾ ಭಗವತಸ್ತಸ್ಯ ಪುಣ್ಯಶ್ಲೋಕೇಡ್ಯಕರ್ಮಣಃ ।
ಶುದ್ಧಿಕಾಮೋ ನ ಶೃಣುಯಾದ್ ಯಶಃ ಕಲಿಮಲಾಪಹಮ್ ॥

–(ಭಾಗ. ೧–೧–೧೬.)

ಪ್ರವಿಷ್ಟಃ ಕರ್ಣರಂಧ್ರೇಣ ಸ್ವಾನಾಂ ಭಾವಸರೋರುಹಮ್ ।
ಧುನೋತಿ ಶಮಲಂ ಕೃಷ್ಣಃ ಸಲಿಲಸ್ಯ ಯಥಾ ಶರತ್ ॥

– (ಭಾಗ. ೨–೮–೬)

ಆಯುರ್ಹರತಿ ವೈ ಪುಂಸಾಮುದ್ಯನ್ನಸ್ತಂ ಚ ಯನ್ನಸೌ ।
ತಸ್ಯರ್ತೇ ಯತ್ ಕ್ಷಣೋ ನೀತಃ ಉತ್ತಮಶ್ಲೋಕವಾರ್ತಯಾ ॥

– (ಭಾಗ. ೨–೩–೧೬)

ತಸ್ಮಾದೀಶಕಥಾಂ ಪುಣ್ಯಂ ಗೋವಿಂದಚರಿತಾಶ್ರಿತಾಮ್ |
ಮಹತ್ಪುಣ್ಯಪ್ರದಾಂ ಯಸ್ಮಾತ್ ಶೃಣುಷ್ವ ನೃಪಸತ್ತಮ ||
                                    — (ಭಾಗ. ೧೧–೨–೨)

ತವ ಕಥಾಮೃತಂ ತಪ್ತಜೀವನಂ ಕವಿಭಿರೀಡಿತಂ ಕಲ್ಮಷಾಪಹಮ್|
ಶ್ರವಣಮಂಗಲಂ ಶ್ರೀಮದಾತತಂ ಭುವಿ ಗೃಣಂತಿ ಯೇ ಭೂರಿದಾ ಜನಾಃ||
                                    — (ಭಾಗ.೧೦–೨೧–೯)

ಯಸ್ತೂತ್ತಮಶ್ಲೋಕಗುಣಾನುವಾದಃ
ಸಂಗೀಯತೇಽಭೀಕ್ಷ್ಣಮಮಂಗಲಘ್ನಃ |
ತಮೇವ ನಿತ್ಯಂ ಶೃಣುಯಾದಭೀಕ್ಷ್ಣಂ
ಕೃಷ್ಣೇಽಮಲಾಂ ಭಕ್ತಿಮಭೀಪ್ಸಮಾನಃ || — (ಭಾಗ. ೧೨–೨–೧೪)

ಶ್ರವಣಂ ಸರ್ವಧರ್ಮೇಭ್ಯೋ ವರಂ ಮನ್ಯೇ ತಪೋಧನಾಃ |
ವೈಕುಂಠಸ್ಥೋ ಯತಃ ಕೃಷ್ಣಃ ಶ್ರವಣಾದ್ ಯಸ್ಯ ಲಭ್ಯತೇ || ೨೯ ||
                                    — (ಭಾಗ. ಮ. ಪದ್ಮ ಪು. ೮–೯)

೨. ಕೀರ್ತನ ಭಕ್ತಿ (ಕೀರ್ತನ ಜನ್ಯ/ಪ್ರಾಪ್ಯ ಭಕ್ತಿ) :

ಆಪನ್ನಃ ಸಂಸೃತಿಂ ಘೋರಾಂ ಯನ್ನಾಮ ವಿವಶೋ ಗೃಣನ್ |
ತತಃ ಸದ್ಯೋ ವಿಮುಚ್ಯೇತ ಯದ್ಬಿಭೇತಿ ಸ್ವಯಂ ಭಯಮ್ ||
                                    ೧–೧–೧೪

ಪ್ರಗಾಯತಃ ಸ್ವವೀರ್ಯಾಣಿ ತೀರ್ಥಪಾದಃ ಪ್ರಿಯಶ್ರವಾಃ |
ಆಹೂತ ಇವ ಮೇ ಶೀಘ್ರಂ ದರ್ಶನಂ ಯಾತಿ ಚೇತಸಿ ||
                                    — ಭಾಗ. ೧–೬–೨೪

ಯಸ್ಯಾವತಾರಗುಣಕರ್ಮವಿಡಂಬನಾನಿ
ನಾಮಾನಿ ಯೇಽಸುವಿಗಮೇ ವಿವಶಾ ಗೃಣಂತಿ |
ತೇಽನೇಕಜನ್ಮಶಮಲಂ ಸಹಸೈವ ಹಿತ್ವಾ
ಸಂಯಾಂತ್ಯಪಾವೃತಮೃತಂ ತಮಜಂ ಪ್ರಪದ್ಯೇ || ೨–೯–೧೪

ಸ್ತೇನಃ ಸುರಾಪೋ ಮಿತ್ರಧ್ರುಗ್ ಬ್ರಹ್ಮಹಾ ಗುರುತಲ್ಪಗಃ ।
ಸ್ತ್ರೀರಾಜಪಿತೃಗೋಹಂತಾ ಯೇ ಚ ಪಾತಕಿನೋಽಪರೇ ॥

ಸರ್ವೇಷಾಮಪ್ಯಘವತಾಮಿದಮೇವ ಸುನಿಷ್ಕೃತಮ್ ।
ನಾಮವ್ಯಾಹರಣಂ ವಿಷ್ಣೋರ್ಯತ್ತದ್ವಿಷಯಾ ಮತಿಃ ॥

                              — (ಭಾಗ. ೬–೨, ೯–೧೦)

ಸಾಂಕೇತ್ಯಂ ಪಾರಿಹಾಸ್ಯಂ ವಾ ಸ್ತೋಭಂ ಹೇಲನಮೇವ ವಾ ।
ವೈಕುಂಠನಾಮಗ್ರಹಣಂ ಅಶೇಷಾಘಹರಂ ವಿದುಃ ॥   ೬–೨–೧೪

ಅಜ್ಞಾನಾದಥವಾ ಜ್ಞಾನಾದುತ್ತಮಶ್ಲೋಕನಾಮ ಯತ್ ।
ಸಂಕೀರ್ತಿತಮಘಂ ಪುಂಸಾಂ ದಹೇದೇಧೋ ಯಥಾನಲಃ ॥
                              ೬–೨–೧೮

ಮ್ರಿಯಮಾಣೋ ಹರೇರ್ನಾಮ ಗೃಹ್ಣನ್ ಪುತ್ರೋಪಚಾರಿತಮ್ ।
ಅಜಾಮಿಲೋಽಪ್ಯಗಾದ್ಧಾಮ ಕಿಮುತ ಶ್ರದ್ಧಯಾ ಗೃಣನ್ ॥
                              — ೬–೨–೪೯

ನಾಮೋಚ್ಚಾರಣಮಾಹಾತ್ಮ್ಯಂ ಹರೇಃ ಪಶ್ಯತ ಪುತ್ರಕಾಃ ।
ಅಜಾಮಿಲೋಽಪಿ ಯೇನೈವ ಮೃತ್ಯುಪಾಶಾದಮೂಮುಚತ್ ॥
                              — ೬–೨–೨೫

ಬ್ರಹ್ಮಹಾ ಪಿತೃಹಾ ಗೋಘ್ನೋ ಮಾತೃಹಾssಚಾರ್ಯಹಾssಭವಾನ್ ।
ಶ್ವಾದಃ ಪುಕ್ಕಶಕೋ ವಾಪಿ ಶುದ್ಧ್ಯೇರನ್ ಯಸ್ಯ ಕೀರ್ತನಾತ್ ॥
                              — ೬–೧೩–೮

ಅಹೋ ಬತ ಶ್ವಪಚೋಽತೋ ಗರೀಯಾನ್
ಯಸ್ಯ ಜಿಹ್ವಾಗ್ರೇ ವರ್ತತೇ ನಾಮ ತುಭ್ಯಮ್ ।
ತೇಽಪುಷ್ಟಪಸ್ತೇ ಜುಹುವುಃ ಸಂತುರಾರ್ಯಾಃ
ಬ್ರಹ್ಮಾನೂಚುರ್ನಾಮ ಗೃಣಂತಿ ಯೇ ತೇ ॥   — ೨–೨೨–೨

ಮಂತ್ರತಸ್ತಂತ್ರತಃ ಛಿದ್ರಂ ದೇಶಕಾಲಾರ್ಹವಸ್ತುತಃ |
ಸರ್ವಂ ಕರೋತಿ ನಿಶ್ಛಿದ್ರಂ ನಾಮಸಂಕೀರ್ತನಂ ತವ ||

                          — (ಭಾಗ. ೮—೨೨—೧೨)

ಕಲಿಂ ಸಭಾಜಯಂತ್ಯಾರ್ಯಾ ಗುಣಜ್ಞಾ ಸಾರಭಾಗಿನಃ |
ಕೀರ್ತನೇನೈವ ಕೃಷ್ಣಸ್ಯ ಮುಕ್ತಸಂಗಃ ಪರಂ ವ್ರಜೇತ್ ||

                                    ೧೧—೩೬—೨೬

ಇತ್ಥಂ ಹರೇರ್ಭಗವತೋ ರುಚಿರಾವತಾರ—
ವೀರ್ಯಾಣಿ ಬಾಲಚರಿತಾನಿ ಚ ಶಂತಮಾನಿ |
ಅನ್ಯತ್ರ ಚೇಹ ಚ ಶ್ರುತಾನಿ ಗೃಣನ್ ಮನುಷ್ಯೋ
ಭಕ್ತಿಂ ಪರಾಂ ಪರಮಹಂಸಗತೌ ಲಭೇತ || ೧೧—೩೧—೨೯

ಕಲೇರ್ದೋಷನಿಧೇ ರಾಜನ್ ಅಸ್ತಿ ಹ್ಯೇಕೋ ಮಹಾನ್ ಗುಣಃ |
ಕೀರ್ತನಾದೇವ ಕೃಷ್ಣಸ್ಯ ಮುಕ್ತಬಂಧಃ ಪರಂ ವ್ರಜೇತ್ ||

                                     ೧೨—೩—೫೧

ಕೃತೇ ಯದ್ಧ್ಯಾಯತೋ ವಿಷ್ಣುಂ ತ್ರೇತಾಯಾಂ ಯಜತೋ ಮಖೈಃ |
ದ್ವಾಪರೇ ಪರಿಚರ್ಯಾಯಾಂ ಕಲೌ ತದ್ಧರಿಕೀರ್ತನಾತ್ ||

                                     ೧೨—೩—೫೨

ಸಂಕೀರ್ತ್ಯಮಾನೋ   ಭಗವಾನನಂತಃ
ಶ್ರುತಾನುಭಾವೋ ವ್ಯಸನಂ ಹಿ ಪುಂಸಾಮ್ |
ಪ್ರವಿಶ್ಯ ಚಿತ್ತಂ ವಿಧುನೋತ್ಯಶೇಷಂ
ಯಥಾ ತಮೋರ್ಕೋಽಭ್ರಮಿವಾತಿವಾತಃ || ೧೨—೧೨—೪೮

ಇ. ಸ್ಮರಣ ಭಕ್ತಿ (ಸ್ಮರಣ ಸಾಧ್ಯ/ಪ್ರಾಪ್ಯ ಭಕ್ತಿ) :

   1. ಸಕೃನ್ಮನಃ ಕೃಷ್ಣಪದಾರವಿಂದಯೋಃ
      ನಿವೇಶಿತಂ ತದ್ಗುಣರಾಗಿ ಯೈರಿಹ |
      ನ ತೇ ಯಮಂ ಪಾಶಭೃತಶ್ಚ ತದ್ಭಟಾನ್
      ಸ್ವಪ್ನೇಽಪಿ ಪಶ್ಯಂತ್ಯಪಿ ಚೀರ್ಣನಿಷ್ಕೃತಾಃ || ೬—೧—೧೯

ii. ಮ್ರಿಯಮಾಣೈರಭಿಧ್ಯೇಯೋ ಭಗವಾನ್ ಪರಮೇಶ್ವರಃ |
ಆತ್ಮಭಾವಂ ನಯತ್ಯಂಗ ಸರ್ವಾತ್ಮಾ ಸರ್ವದರ್ಶನಃ ||

೧೭-೭-೫೦

iii. ಆವಿಸ್ಮೃತಿಃ ಕೃಷ್ಣಪದಾರವಿಂದಯೋಃ
ಕ್ಷಿಣೋತ್ಯಭದ್ರಾಣಿ ಚ ಶಂ ತನೋತಿ |
ಸತ್ವಸ್ಯ ಶುದ್ಧಿಂ ಪರಮಾತ್ಮಭಕ್ತಿಂ
ಜ್ಞಾನಂ ಚ ವಿಜ್ಞಾನವಿರಾಗಯುಕ್ತಮ್ || ೧೭-೧೭-೫೫

iv. ಪುಂಸಾಂ ಕಲಿಕೃತಾನ್ ದೋಷಾನ್ ದ್ರವ್ಯದೇಶಾತ್ಮಸಂಭವಾನ್ |
ಸರ್ವಾನ್ ಹರತಿ ಚಿತ್ತಸ್ಥೋ ಭಗವಾನ್ ಪುರುಷೋತ್ತಮಃ ||

೧೭-೭-೪೫

v. ಯಥಾ ಹೇಮ್ನಿ ಸ್ಥಿತೋ ವಹ್ನಿರ್ದುರ್ವರ್ಣಂ ಹಂತಿ ಧಾತುಜಮ್ |
ಏವಮಾತ್ಮಗತೋ ವಿಷ್ಣುರ್ಯೋಗಿನಾಮಶುಭಾಶಯಮ್ ||

೧೭-೭-೪೭

vi. ವಿಷಯಾನ್ ಧ್ಯಾಯತಶ್ಚಿತ್ತಂ ವಿಷಯೇಷು ವಿಷಜ್ಜತೇ |
ಮಾಮನುಸ್ಮರತಶ್ಚೇತೋ ಮಯ್ಯೇವ ಪ್ರವಿಲೀಯತೇ ||

— ೧೧-೧೪-೭೨

೭. ಪಾದಸೇವನ ಭಕ್ತಿ (ಪಾದಸೇವನ ಜನ್ಯ/ಪ್ರಾಪ್ಯ ಭಕ್ತಿ) :

i. ದೇವೋऽಸುರೋ ಮನುಷ್ಯೋ ವಾ ಯಕ್ಷೋ ಗಂಧರ್ವ ಏವ
ಚ |
ಭಜನ್ ಮುಕುಂದಚರಣಂ ಸ್ವಸ್ತಿಮಾನ್ ಸ್ಯಾದ್ಯಥಾ ವಯಮ್ ||

೭-೭-೫೦

ii. ಯತ್ಪಾದಸೇವಾಭಿರುಚಿಸ್ತಪಸ್ವಿನಾಂ
ಅಶೇಷಜನ್ಮೋಪಚಿತಂ ಮಲಂ ಧಿಯಃ |
ಸದ್ಯಃ ಕ್ಷಿಣೋತ್ಯನ್ವಹಮೇಧತೀ ಸತೀ
ಯಥಾ ಪದಾಂಗುಷ್ಠವಿನಿಃಸೃತಾ ಸರಿತ್ || ೪-೭೧-೫೦

iii. ನ ನಾಕಪೃಷ್ಠಂ ನ ಚ ಸಾರ್ವಭೌಮಂ
ನ ಪಾರಮೇಷ್ಠ್ಯಂ ನ ರಸಾಧಿಪತ್ಯಮ್ ।
ನ ಯೋಗಸಿದ್ಧೀರಪುನರ್ಭವಂ ವಾ
ವಾಂಛಂತಿ ಯತ್ಪಾದರಜಃ ಪ್ರಪನ್ನಾಃ ॥   ೧೦-೧೬-೩೭

iv. ನ ಕಾಮಯೇಽನ್ಯಂ ತವ ಪಾದಸೇವನಾತ್
ಅಕಿಂಚನಪ್ರಾರ್ಥ್ಯತಮಾದ್ವರಂ ವಿಭೋ ।
ಆರಾಧ್ಯ ಕಸ್ತ್ವಾಂ ಹ್ಯಪವರ್ಗದಂ ಹರೇ
ವೃಣೀತ ಆರ್ಯೋ ವರಮಾತ್ಮಬಂಧನಮ್ ॥   ೧೦-೪೧-೪೪

v. ಇತ್ಯಚ್ಯುತಾಂಘ್ರಿಂ   ಭಜತೋಽನುವೃತ್ಯಾ
ಭಕ್ತಿರ್ವಿರಕ್ತಿರ್ಭಗವತ್ಪ್ರಬೋಧಃ ।
ಭವಂತಿ ವೈ ಭಾಗವತಸ್ಯ ರಾಜನ್
ತತಃ ಪರಾಂ ಶಾಂತಿಮುಪೈತಿ ಸಾಕ್ಷಾತ್ ॥   ೧೧-೨-೪೩

vi. ಸಂಚಿಂತಯೇದ್ಭಗವತಶ್ಚರಣಾರವಿಂದಂ
ವಜ್ರಾಂಕುಶಧ್ವಜಸರೋರುಹಲಾಂಭನಾಢ್ಯಮ್   ।
ಉತ್ತುಂಗರಕ್ತವಿಲಸನ್ನಖಚಕ್ರವಾಲ−
ಜ್ಯೋತ್ಸ್ನಾಭಿರಾಹತಮಹದ್ ಹೃದಯಾಂಧಕಾರಮ್ ॥ ೨೧ ॥

ಯಚ್ಛೌಚನಿಃಸೃತಸರಿತ್   ಪ್ರವರೋದಕೇನ
ತೀರ್ಥೇನ ಮೂರ್ಧ್ನ್ಯಧಿಕೃತೇನ ಶಿವಃ ಶಿವೋಽಭೂತ್ ।
ಧ್ಯಾತುರ್ಮನಃಶಮಲಶೈಲನಿಸೃಷ್ಟವಜ್ರಂ
ಧ್ಯಾಯೇಚ್ಚಿರಂ ಭಗವತಶ್ಚರಣಾರವಿಂದಮ್ ॥ ೨೨ ॥

                                    − (ಭಾಗ. ೨-೭೯)

vii. ತಾವದ್ಭಯಂ   ದ್ರವಿಣಗೇಹಸುಹೃನ್ನಿಮಿತ್ತಂ
ಶೋಕಃ ಸ್ಪೃಹಾ ಪರಿಭವೋ ವಿಪುಲಶ್ಚ ಲೋಭಃ ।
ತಾವನ್ಮಮೇತ್ಯಸದವಗ್ರಹ   ಆರ್ತಿಮೂಲಂ
ಯಾವನ್ನ ತೇಂಽಘ್ರಿಮಭಯಂ ಪ್ರವೃಣೀತ ಲೋಕಃ ॥

                                    − (ಭಾಗ. ೨-೯-೬)

viii. ತ್ವಯ್ಯಂಭುಜಾಕ್ಷಾಖಿಲಸತ್ತ್ವಧಾಮ್ನಿ
       ಸಮಾಧಿನಾssವೇಶಿತಚೇತಸೋ ಯೇ ।
       ತ್ವತ್ಪಾದಪೋತೇನ ಮಹತ್ಕೃತೇನ
       ಕುರ್ವಂತಿ ಗೋವತ್ಸಪದಂ ಭವಾಬ್ಧಿಮ್ ॥

                              — (ಭಾಗ. ೧೦–೨–೩೦)

ಇ. ಅರ್ಚನ ಭಕ್ತಿ (ಅರ್ಚನ ಜನ್ಯ/ಪ್ರಾಪ್ಯ ಭಕ್ತಿ) :
   i. ಯಥಾ ತರೋರ್ಮೂಲನಿಷೇಚನೇನ
       ತೃಪ್ಯಂತಿ ತತ್ಸ್ಕಂಧಭುಜೋಪಶಾಖಾಃ ।
       ಪ್ರಾಣೋಪಹಾರಾಚ್ಚ ಯಥೇಂದ್ರಿಯಾಣಾಂ
       ತಥೈವ ಸರ್ವಾರ್ಹಣಮಚ್ಯುತೇಜ್ಯಾ ॥

                              — (ಭಾಗ. ೪–೩೧–೧೪)

   ii. ಯಥಾ ಹಿ ಸ್ಕಂಧಶಾಖಾನಾಂ
       ತರೋರ್ಮೂಲೇsವಸೇಚನಮ್ ।
       ಏವಮಾರಾಧನಂ ವಿಷ್ಣೋಃ
       ಸರ್ವೇಷಾಮಾತ್ಮನಶ್ಚ ಹಿ ॥   — (ಭಾಗ ೪–೩೧–೧೪)

   iii. ಚಿತ್ತಸ್ಕೋಪಶಮೋsಯಂ ವೈ ಕವಿಭಿಃ ಶಾಸ್ತ್ರಚಕ್ಷುಷಾ।
        ದರ್ಶಿತಃ ಸುಗಮೋ ಯೋಗೋ ಧರ್ಮಶ್ಚಾತ್ಮಮುದಾವಹಃ॥

                              — (ಭಾಗ.೧೦–೮೪–೩೬)

   iv. ಅಯಂ ಸ್ವಸ್ತ್ಯಯನಃ ಪಂಥಾ ದ್ವಿಜಾತೇರ್ಗೃಹಮೇಧಿನಃ ।
       ಯತ್ಶ್ರದ್ಧಯಾಪ್ತವಿತ್ತೇನ ಶುಕ್ಲೇನೇಜ್ಯೇತ ಪೂರುಷಮ್ ॥

                              — (ಭಾಗ. ೧೦–೮೪–೩೨)

   v. ಯತ್ವಾದಯೋರಶಶರಧೀಃ ಸಲಿಲಂ ಪ್ರದಾಯ
       ದೂರ್ವಾಂಕುರೈರಪಿ ವಿಧಾಯ ಸತೀಂ ಸಪರ್ಯಾಮ್ ।
       ಅಪ್ಯುತ್ತಮಾಂ ಗತಿಮಸೌ ಭಜತೇ ತ್ರಿಲೋಕೀಂ
       ದತ್ವಾನವಿಕ್ಲವಮನಾಃ ಕಥಮಾರ್ತಿಮಿಚ್ಛೇತ್ ॥

                              — (ಭಾಗ. ೮–೨೧–೧೨)

vi. ಏವಂ ಕ್ರಿಯಾಯೋಗಪಥೈಃ ಪುಮಾನ್ ವೈದಿಕತಾಂತ್ರಿಕೈಃ |
ಅರ್ಚಾನುಭಾವತಃ ಸಿದ್ಧಿಂ ಮತ್ತೋ ವಿಂದತ್ಯಭೀಪ್ಸಿತಾಮ್ ||
— (ಭಾಗ. ೧೧–೨೭–೪೯)

vii. ಸ್ವರ್ಗಾಪವರ್ಗಯೋಃ ಪುಂಸಾಂ ರಸಾಯಾಂ ಭುವಿ ಸಂಪದಾಮ್ |
ಸರ್ವಾಸಾಮಪಿ ಸಿದ್ಧೀನಾಂ ಮೂಲಂ ತಚ್ಚರಣಾರ್ಚನಮ್ ||
— (ಭಾಗ.೧೦–೮೧–೧೯)

೯. ವಂದನಭಕ್ತಿ (ವಂದನ ಜನ್ಯ/ಪ್ರಾಪ್ಯ ಭಕ್ತಿ)

i. ಮಮಾದ್ಯಾಮಂಗಲಂ ನಷ್ಟಂ ಫಲವಾಂಶ್ಚೈವ ಮೇ ಭವಃ |
ಯನ್ನಮಸ್ಯೇ ಭಗವತೋ ಯೋಗಿಧ್ಯೇಯಾಂಘ್ರಿಪಂಕಜಮ್ ||
— (ಭಾಗ. ೧೦–೨೯–೨)

ii. ಪತಿತಃ ಸ್ಖಲಿತೋ ವಾರ್ತಃ ಕ್ಷುಧಯಾ ವಿವಶೋ ಗೃಣನ್ |
ಹರಯೇ ನಮ ಇತ್ಯುಚ್ಚೈರ್ಮುಚ್ಯತೇ ಸರ್ವಪಾತಕಾತ್ ||
— (ಭಾಗ.೧೨–೧೨–೪೮)

iii. ಧ್ಯೇಯಂ ಸದಾ ಪರಿಭವಘ್ನಮಭೀಷ್ಟದೋಹಂ
ತೀರ್ಥಾಸ್ಪದಂ ಶಿವವಿರಿಂಚಿನುತಂ ಶರಣ್ಯಮ್ |
ಭೃತ್ಯಾರ್ತಿಹಂ ಪ್ರಣತಪಾಲ ಭವಾಬ್ಧಿಪೋತಂ
ವಂದೇ ಮಹಾಪುರುಷ ತೇ ಚರಣಾರವಿಂದಮ್ || —
(ಭಾಗ.೧೧–೫–೨೨)

iv. ಖಂ ವಾಯುಮಗ್ನಿಂ ಸಲಿಲಂ ಮಹೀಂ ಚ
ಜ್ಯೋತೀಂಷಿ ಸತ್ತ್ವಾನಿ ದಿಶೋ ದ್ರುಮಾದೀನ್ |
ಸರಿತ್ಸಮುದ್ರಾಂಶ್ಚ ಹರೇಃ ಶರೀರಂ
ಯತ್ಕಿಂಚ ಭೂತಂ ಪ್ರಣಮೇದನನ್ಯಃ ||
— (ಭಾಗ.–೧೧–೨–೪೧)

v. ಪತಿತಃ ಸ್ಖಲಿತಾಶ್ಚಾರ್ತಃ ಕ್ಷುತ್ವಾ ವಾ ವಿವಶೋ ಬ್ರುವನ್ |
ಹರಯೇ ನಮ ಇತ್ಯುಚ್ಚೈರ್ಮುಚ್ಯತೇ ಸರ್ವಪಾತಕಾತ್ ||
— (ಭಾಗ. ೧೨–೧೨–೪೮)

೭. ದಾಸ್ಯಭಕ್ತಿ (ದಾಸ್ಯ ಜನ್ಯ/ಪ್ರಾಪ್ಯ ಭಕ್ತಿ) :

    i. ಯನ್ನಾಮಶ್ರುತಿಮಾತ್ರೇಣ ಪುಮಾನ್ ಭವತಿ ನಿರ್ಮಲಃ |
        ತಸ್ಯ ತೀರ್ಥಪದಃ ಕಿಂವಾ ದಾಸಾನಾಮವಶಿಷ್ಯತೇ ||
                                 — (ಭಾಗ. ೯–೫–೧೬)

    ii. ತಾವದ್ರಾಗಾದಯಸ್ತೇನಾಸ್ತಾವತ್ಕಾರಾಗೃಹಂ ಗೃಹಮ್ |
        ತಾವನ್ಮೋಹೋಂಘ್ರಿನಿಗಡೋ ಯಾವತ್ ಕೃಷ್ಣ ನ ತೇ ಜನಾಃ ||
                                 — (ಭಾಗ. ೧೦–೧೪–೫೬)

    iii. ಕಾಯೇನ ವಾಚಾ ಮನಸೇಂದ್ರಿಯೈರ್ವಾ
        ಬುದ್ಧ್ಯಾತ್ಮನಾ ವಾನುಸೃತಃ ಸ್ವಭಾವಾತ್ |
        ಕರೋತಿ ಯದ್ಯತ್ಸಕಲಂ ಪರಸ್ಮೈ
        ನಾರಾಯಣಾಯೇತಿ ಸಮರ್ಪಯೇತ್ತತ್ ||
                             — (ಭಾಗ. ೧೧–೨–೫೬)

೮. ಸಖ್ಯಭಕ್ತಿ (ಸಖ್ಯಜನ್ಯ/ಪ್ರಾಪ್ಯ ಭಕ್ತಿ) :

    i. ಅಹೋ ಭಾಗ್ಯಮಹೋ ಭಾಗ್ಯಂ ನಂದಗೋಪವ್ರಜೌಕಸಾಮ್|
        ಯನ್ಮಿತ್ರಂ ಪರಮಾನಂದಂ ಪೂರ್ಣಂ ಬ್ರಹ್ಮಸನಾತನಮ್ ||
                            — (ಭಾಗ. ೧೧–೧೪–೫೨)

ಕೆಳಗಿನ ಶ್ಲೋಕಗಳಲ್ಲಿ ಭಕ್ತರಲ್ಲಿ ತೋರಿಸುವ ಭಗವಂತನ ಸಖ್ಯಭಾವದ
ಚಿತ್ರಣವಿದೆ.

    ii. ಸಖ್ಯುಃ ಪ್ರಿಯಸ್ಯ ವಿಪ್ರರ್ಷೇರಂಗಸಂಗಾತಿನಿರ್ವೃತಃ |
        ಪ್ರೀತೋ ವ್ಯಮುಂಚದಬ್ಬಿಂದೂನ್ ನೇತ್ರಾಭ್ಯಾಂ ಪುಷ್ಕರೇಕ್ಷಣಃ
                                  || ೧೯ ||

ಅಥೋಪವೇಶ್ಯ ಪರ್ಯಂಕೇ ಸ್ವಯಂ ಸಖ್ಯುಃ ಸಮರ್ಹಣಮ್|
ಉಪಹೃತ್ಯಾವನಿಜ್ಯಾಸ್ಯ ಪಾದೌ ಪಾದಾವನೇಜನೀಃ || ೨೦ ||

ಅಗ್ರಹೀಚ್ಛಿರಸಾ ರಾಜನ್ ಭಗವಾಂಲ್ಲೋಕಪಾವನಃ |
ವ್ಯಲಿಂಪದ್ ದಿವ್ಯಗಂಧೇನ ಚಂದನಾಗರುಕುಂಕುಮೈಃ ||೨೧||
                               — (ಭಾಗ. ೧೦–೮೦)

೯. ಆತ್ಮನಿವೇದನ ಭಕ್ತಿ (ಆತ್ಮನಿವೇದನ ಜನ್ಯ/ಪ್ರಾಪ್ಯ ಭಕ್ತಿ) :

i. ಮರ್ತ್ಯೋ ಯದಾ ತ್ಯಕ್ತಸಮಸ್ತಕರ್ಮಾ
ನಿವೇದಿತಾತ್ಮಾ ವಿಚಿಕೀರ್ಷಿತೋ ಮೇ ।
ತದಾಽಮೃತತ್ವಂ ಪ್ರತಿಪದ್ಯಮಾನೋ
ಮಯಾತ್ಮಭೂಯಾಯ ಚ ಕಲ್ಪತೇ ವೈ ॥

– (ಭಾಗ. ೧೧–೨೯–೩೪)

ii. ಧರ್ಮಾರ್ಥಕಾಮ ಇತಿ ಯೋಽಭಿಹಿತಸ್ತ್ರಿವರ್ಗ
ಈಕ್ಷಾತ್ರಯೀ ನಯದಮೌ ವಿವಿಧಾ ಚ ವಾರ್ತಾ ।
ಮನ್ಯೇ ತದೇತದಖಿಲಂ ನಿಗಮಸ್ಯ ಸತ್ಯಂ
ಸ್ವಾತ್ಮಾರ್ಪಣಂ ಸ್ವಸುಹೃದಃ ಪರಮಸ್ಯ ಪುಂಸಃ ॥

– (ಭಾಗ. ೭–೬–೨೭)

ಭಾಗವತ ಯೋಗ : i. ಭಕ್ತಿಯೋಗದ ಬಗ್ಗೆ ವಿಸ್ತಾರವಾಗಿ ತಿಳಿಸು–
ವಂತೆ ದೇವಹೂತಿಯು ಕಪಿಲನಾಮಕ ಪರಮಾತ್ಮನನ್ನು ಭಕ್ತಿಯೋಗಸ್ಯ
ಮೇ ಮಾರ್ಗಂ ಬ್ರೂಹಿ ವಿಸ್ತರಶಃ ಪ್ರಭೋ – ಭಾಗ. ೩–೨೦–೭
ಎಂದು ಪ್ರಾರ್ಥಿಸಿದಾಗ ಕಪಿಲನಾಮಕ ಪರಮಾತ್ಮನು – ಭಕ್ತಿಯೋಗೋ
ಬಹುವಿಧೋ ಮಾರ್ಗೈರ್ಭಾಮಿನಿ ಭಾವ್ಯತೇ । ಸ್ವಭಾವಗುಣಮಾರ್ಗೇಣ
ಪುಂಸಾಂ ಭಾವೋ ವಿಭಿದ್ಯತೇ ॥ ೭ ॥ ಎಂದು ಪ್ರಾರಂಭಿಸಿ ಸ ಏವ
ಭಕ್ತಿಯೋಗಾಖ್ಯಃ ಆತ್ಯಂತಿಕ ಉದಾಹೃತಃ ॥ ಏನಾತಿವ್ರಜ್ಯ
ತ್ರಿಗುಣಾನ್ ಮದ್ಭಾವಾಯೋಪಪದ್ಯತೇ ॥ ೧೪ ॥ ಎಂದು ಮುಂತಾಗಿ
ಭಕ್ತಿಯೋಗದ ಬಗ್ಗೆ ತಿಳಿಸುತ್ತಾನೆ.

ಜಿಜ್ಞಾಸುಗಳು ಈ ಬಗ್ಗೆ ಹೆಚ್ಚಿನ ಜ್ಞಾನಕ್ಕಾಗಿ ಭಾಗವತದ ಸ್ಕಂಧ. ೩
ಅಧ್ಯಾಯ ೨೦ ನ್ನು ಅವಲೋಕಿಸಬಹುದು.

ಇದಲ್ಲದೇ ವಿಷ್ಣುಸಂಹಿತಾ ಎಂಬ ಗ್ರಂಥದ ಮೂವತ್ತನೆಯ ಪಟಲದಲ್ಲಿ
ಭಾಗವತ ಯೋಗದ ಬಗ್ಗೆಲ್ ಶ್ಲೋಕಗಳಲ್ಲಿ ವಿಸ್ತಾರವಾಗಿ ನಿರೂಪಿಸಲಾಗಿದೆ.

ಪರಿಶಿಷ್ಟ – ೧

ಗರುಡ ಪುರಾಣೋಕ್ತ 'ಭಾಗವತದ' ವಿಶೇಷಣಗಳ ವಿವರಣೆ :

ಬ್ರಹ್ಮಸೂತ್ರ–ಮಹಾಭಾರತ–ಗಾಯತ್ರೀ–ವೇದಸಂಬಂಧಸ್ತ್ವಾಯಂ
ಗ್ರಂಥಃ ।

ಉಕ್ತಂ ಚ ಗಾರುಡೇ –

ಅರ್ಥೋಽಯಂ ಬ್ರಹ್ಮಸೂತ್ರಾಣಾಂ ಭಾರತಾರ್ಥವಿನಿರ್ಣಯಃ ।
ಗಾಯತ್ರೀಭಾಷ್ಯರೂಪೋಽಸೌ ವೇದಾರ್ಥಪರಿಬೃಂಹಿತಃ   ॥

ಪುರಾಣಾನಾಂ ಸಾರರೂಪಃ ಸಾಕ್ಷಾತ್ ಭಗವತೋದಿತಃ ।
ದ್ವಾದಶಸ್ಕಂಧಯುಕ್ತೋಽಯಂ ಶತವಿಚ್ಛೇದಸಂಯುತಃ ॥
ಗ್ರಂಥೋಽಷ್ಟಾದಶಸಾಹಸ್ರಃ ಶ್ರೀಮದ್ಭಾಗವತಾಭಿಧಃ ॥ ಇತಿ ॥

"ಈ ಭಾಗವತ ಪುರಾಣವು ಹೇಳುವುದೆಲ್ಲವೂ ಬ್ರಹ್ಮಸೂತ್ರೋಕ್ತ ಪ್ರಮೇಯವೇ ಆಗಿದೆ. ಇದನ್ನು ಸೂಚಿಸುವುದಕ್ಕಾಗಿಯೇ ಭಾಗವತದ ಮೊದಲನೇಯ ಮಂಗಲಾಚರಣ ಶ್ಲೋಕದಲ್ಲಿ "ಓಂ ಜನ್ಮಾದ್ಯಸ್ಯ ಯತಃ" ಓಂ, (೧–೧–೨) ಎಂಬ ಬ್ರಹ್ಮಸೂತ್ರವು ಕಾಣಬರುತ್ತದೆ. ಭಾಗವತವು ಮಹಾಭಾರತದ ಅರ್ಥವನ್ನು ನಿರ್ಣಯಿಸಿ ಹೇಳುತ್ತದೆ, ಗಾಯತ್ರಿಗೆ ಭಾಷ್ಯರೂಪವಾಗಿದೆ. ಹೆಜ್ಜೆಹೆಜ್ಜೆಗೂ ವೇದಾರ್ಥದ ವ್ಯಾಖ್ಯಾನ ಮಾಡುತ್ತದೆ. ಅಂದರೆ ವಿಶಿಷ್ಟಶ್ರುತಿಗಳನ್ನು ಸೂಚಿಸುತ್ತ ಅವುಗಳ ಅರ್ಥವನ್ನು ಆಖ್ಯಾನ– ಉಪಾಖ್ಯಾನಾದಿಗಳ ಮೂಲಕ ಸ್ಪಷ್ಟ ಬಡಿಸುತ್ತದೆ. ಇದು ಎಲ್ಲ ಪುರಾಣಗಳ ಸಾರರೂಪವಾಗಿದೆ, ಸಾಕ್ಷಾತ್ ಭಗವಾನ್ ವೇದವ್ಯಾಸರಿಂದ ವಿರಚಿತವಾದ ಈ ಭಾಗವತವು ಹನ್ನೆರಡು ಸ್ಕಂಧಗಳಿಂದಲೂ, ಒಂದು ನೂರು ವಿಚ್ಛೇದಗಳಿಂದಲೂ ಹಾಗೂ ಹದಿನೆಂಟು ಸಹಸ್ರ ಗ್ರಂಥಗಳಿಂದಲೂ (ಶ್ಲೋಕಗಳಿಂದಲೂ!) ಕೂಡಿದೆ." ಇದು ಗರುಡಪುರಾಣದಲ್ಲಿ ಕಂಡು ಬರುವ ಶ್ರೀಮದ್ಭಾಗವತವನ್ನು ಪರಿಚಯಿಸುವ ಶ್ಲೋಕ.

ಗರುಡಪುರಾಣದ ಈ ಶ್ಲೋಕದಲ್ಲಿ ಮೇಲಿನಂತೆ ಉಕ್ತವಾದ ಶ್ರೀಮದ್ಭಾಗವತದ ವಿಶೇಷಣಗಳನ್ನು ಒಂದೊಂದಾಗಿ ಕೆಳಗೆ ವಿವೇಚಿಸಲಾಗಿದೆ.

೧. ಅರ್ಥೋ‌ಽಯಂ ಬ್ರಹ್ಮಸೂತ್ರಾಣಾಂ : ಶ್ರೀವೇದವ್ಯಾಸರು ವೇದ–ವಿಭಾಗ ಮಾಡಿ ವೇದಾರ್ಥನಿರ್ಣಾಯಕವಾದ ಬ್ರಹ್ಮಸೂತ್ರಗಳನ್ನು ವಿರಚಿಸಿದರು. "ಶ್ರೀಮದ್ಭಾಗವತವು ಈ ಬ್ರಹ್ಮಸೂತ್ರಗಳ ಅರ್ಥವನ್ನು ಪ್ರತಿಪಾದಿಸುತ್ತದೆ" ಎಂಬುದು ಮೊದಲನೆಯ ವಿಶೇಷಣದ ಅರ್ಥ. ಹಾಗಾದರೆ ಬ್ರಹ್ಮಸೂತ್ರಗಳು ಪ್ರತಿಪಾದಿಸುವ ಅರ್ಥವನ್ನು ಮೊದಲು ತಿಳಿದು ನಂತರ ಈ ಅರ್ಥವನ್ನು ಭಾಗವತದ ಯಾವ ಯಾವ ಶ್ಲೋಕಗಳು ವಿವರಿಸುತ್ತವೆ ಎಂಬುದನ್ನು ಶೋಧಿಸಿ ಸಮನ್ವಯಿಸಬೇಕಾಗುತ್ತದೆ.

ಬ್ರಹ್ಮಸೂತ್ರಗಳು ಪ್ರತಿಪಾದಿಸುವ ಸಾರಾರ್ಥವನ್ನು ಶ್ರೀಮದಾಚಾರ್ಯರು ಮಹಾಭಾರತ ತಾತ್ಪರ್ಯ ನಿರ್ಣಯದಲ್ಲಿ (ಅ. ೨) ಸಂಗ್ರಹಿಸಿ ಹೀಗೆ ಹೇಳುತ್ತಾರೆ.

ಸರ್ವದೋಷವಿಹೀನತ್ವಂ ಗುಣೈಸ್ಸರ್ವೈರುದೀರ್ಣತಾ || ೪೪ ||
ಅಭೇದಃ ಸರ್ವರೂಪೇಷು ಜೀವಭೇದಸ್ಸದೈವ ಹಿ |
ವಿಷ್ಣೋರುಕ್ತಾನಿ ಸೂತ್ರೇಷು ಸರ್ವವೇದೇಷ್ವತಾ ತಥಾ || ೪೫ ||

ತಾರತಮ್ಯಂ ಚ ಮುಕ್ತಾನಾಂ ವಿಮುಕ್ತಿರ್ವಿದ್ಯಯಾ ತಥಾ |
ತಸ್ಮಾದೇತದ್ವಿರುದ್ಧಂ ಯನ್ನೋಹಾರ್ಥಂ ತದುದಾಹೃತಮ್ || ೪೬ ||

ಈ ಮೇಲಿನ ಶ್ಲೋಕಗಳ ವಿವರಣೆಯನ್ನು ಜನಾರ್ದನ ಭಟ್ಟರು ತಮ್ಮ ಟಿಪ್ಪಣೆಯಲ್ಲಿ ಹೀಗೆ ತಿಳಿಸುತ್ತಾರೆ –

ಕೋಽಸೌ ಸೂತ್ರಾರ್ಥಃ ಯದನುಸಾರೇಣ ಸರ್ವನಿರ್ಣಯಃ ಕಾರ್ಯಃ ಇತ್ಯತ ಆಹ || ಸರ್ವದೋಷೇತಿ || ಸರ್ವದೋಷ ವಿಹೀನತ್ವಾದಿ ವಿಮುಕ್ತಿರ್ವಿದ್ಯಯೇತ್ಯಂತಾನಿ ಪ್ರಮೇಯಾನಿ ಸೂತ್ರೇಷೂಕ್ತಾನಿ ಇತ್ಯನ್ವಯಃ ||

ವಿಷ್ಣುವಿನ ಸರ್ವದೋಷವಿಹೀನತ್ವ, ಸಕಲಗುಣ ಪರಿಪೂರ್ಣತ್ವ ಅವನ ಸರ್ವರೂಪಾವಯವಗಳಲ್ಲಿ ಅಭೇದ, ಸದಾ ಜೀವರಿಂದ ಭೇದ, ಸಕಲವೇದಗಳಲ್ಲಿ ಮುಖ್ಯವಾಚ್ಯತ್ವ, ಮುಕ್ತರಲ್ಲಿ ತಾರತಮ್ಯ ಮತ್ತು ಜ್ಞಾನದ್ವಾರಾ ಮುಕ್ತಿ, ಈ ಪ್ರಮೇಯಗಳು ಬ್ರಹ್ಮಸೂತ್ರಗಳಲ್ಲಿ ಉಕ್ತವಾಗಿವೆ ಎಂದು ಶ್ರೀಮದಾಚಾರ್ಯರು ಮ.ತಾ.ನಿರ್ಣಯದಲ್ಲಿ ತಿಳಿಸಿದ್ದಾರೆ.

ಅ. ಸರ್ವದೋಷವಿಹೀನತ್ವಂ ಗುಣೈಸ್ಸರ್ವೈರುದೀರ್ಣತಾ :

ಸೂತ್ರ : ಪರಮಾತ್ಮನ ಸಕಲ ಗುಣಪೂರ್ಣತ್ವವು ಬ್ರಹ್ಮ–ಮೀಮಾಂಸಾ ಶಾಸ್ತ್ರದ ಪ್ರಥಮಾಧ್ಯಾಯದಲ್ಲಿ, ಸರ್ವದೋಷದೂರತ್ವವು ದ್ವಿತೀಯಾಧ್ಯಾಯ– ದಲ್ಲಿ ನಿರೂಪಿಸಲ್ಪಟ್ಟಿವೆ.

ವಿಷ್ಣುವು ಅನಂತಗುಣ ಪರಿಪೂರ್ಣನು, ಸರ್ವದೋಷರಹಿತನು, ಭಕ್ತಾನುಕಂಪಿಯು, ಮುಕ್ತಿಪ್ರದನು ಎಂದು ಮುಂತಾಗಿ ತಿಳಿಸುವ ಶ್ರೀಮದ್ಭಾಗವತ ಪುರಾಣದ ವಾಕ್ಯಗಳು ಕೆಳಗಿನಂತಿವೆ.

೧. ಸೂತರು ಶೌನಕಾದಿ ಋಷಿಗಳಿಗೆ ಹೇಳುತ್ತಾರೆ –

ಅಹಂ ಹಿ ಪೃಷ್ಟೋಽಸ್ಯ ಗುಣಾನ್ ಭವದ್ಭಿ–
ರಾಚಕ್ಷ ಆತ್ಮಾವಗಮೋತ್ರ ಯಾವಾನ್ |
ನಭಃ ಪತಂತ್ಯಾತ್ಮಸಮಂ ಪತತ್ತ್ರಿಣ –
ಸ್ತಥಾ ಸಮಂ ವಿಷ್ಣುಗತಿಂ ವಿಪಶ್ಚಿತಃ || ೧–೧೮–೨೩

– ಅನಂತವಾದ ಆಕಾಶದಲ್ಲಿ ಪಕ್ಷಿಗಳು ತಮ್ಮ ಶಕ್ತ್ಯನುಸಾರ ಹಾರಬಲ್ಲವು. ಅಂತೆಯೇ ನಿಮ್ಮಿಂದ ಪ್ರಾರ್ಥಿತನಾದ ನಾನು ನನ್ನ ಶಕ್ತಿ ಹಾಗೂ ಬುದ್ಧಿಗನುಸಾರವಾಗಿ ಆ ವಿಷ್ಣುವಿನ ಗುಣಗಳನ್ನು ತಿಳಿಸಬಲ್ಲೆನು.

೨. ಬ್ರಹ್ಮದೇವರು ನಾರದರಿಗೆ ಭಗವನ್ಮಹಿಮೆಗಳನ್ನು ತಿಳಿಸುತ್ತ, ಹೇಳುತ್ತಾರೆ– ಚತುರ್ಮುಖಿನಾದ ನಾನು, ಸಹಸ್ರವದನನಾದ ಆದಿ ಶೇಷದೇವ, ಈ ಮುನಿಗಳು, ಪ್ರಜೇಶರು ಇವರೇ ಮೊದಲಾದವರು ಇಂದಿನ ವರೆಗೂ ಮಾಯಾ ಪುರುಷನಾದ ಈ ಶ್ರೀಮನ್ನಾರಾಯಣನ ಸದ್ಗುಣಗಳ ಅಂತವನ್ನು ಕಾಣಲು ಸಮರ್ಥರಾಗದಿರುವಾಗ ಇತರರ ಪಾಡೇನು!

ನಾಂತಂ ವಿದಾಮ್ಯಹಮಮೀ ಮುನಯಃ ಪ್ರಜೇಶಾ
ಮಾಯಾಬಲಸ್ಯ ಪುರುಷಸ್ಯ ಕುತಃ ಪರೇ ಯೇ |
ಗಾಯನ್ ಗುಣಾನ್ ದಶಶತಾನನಆದಿದೇವಃ
ಶೇಷೋಽಧುನಾಪಿ ಸಮವಸ್ಯತಿ ನಾಸ್ಯ ಪಾರಮ್ || ೨–೭–೪೧

೩. ನಾರಾಯಣನು ಸರ್ವದೋಷದೂರನೂ, ಸರ್ವಸದ್ಗುಣಾ– ಶ್ರಯನೂ ಆಗಿರುವುದರಿಂದಲೇ ಲಕ್ಷ್ಮೀದೇವಿಯು ಆವನನ್ನು ವರಿಸಿದ–

ಕಿಂದು ಭಾಗವತವು ಸಮುದ್ರಮಥನದಲ್ಲಿ ಉದ್ಭವಿಸಿದ ಲಕ್ಷ್ಮಿದೇವಿಯ ಸ್ವಯಂವರದ ಆಖ್ಯಾನದ ಮೂಲಕ ತಿಳಿಸುತ್ತದೆ.

ಏವಂ ವಿಮೃಶ್ಯಾಭಿಚಾರಿಸದ್ಗುಣಂ
ಪದಂ ನಿಜೈಕಾಶ್ರಯಿ ಸದ್ಗುಣಾಶ್ರಯಮ್ ।
ವವ್ರೇ ಪರಂ ಸರ್ವಗುಣೈರಪೇಕ್ಷಿತಂ
ರಮಾ ಮುಕುಂದಂ ನಿರಪೇಕ್ಷಮೀಪ್ಸಿತಮ್ ॥   ೯–೯–೨೨

     ಆ. ಅಭೇದಃ ಸರ್ವರೂಪೇಷು – ಪರಮಾತ್ಮನ ರೂಪ, ಅವಯವ ಗಳಲ್ಲಿ ಯಾವುದೇ ಭೇದವಿಲ್ಲವೆಂದು ತಿಳಿಸುವ ಬ್ರಹ್ಮಸೂತ್ರಗಳು –

ಸೂತ್ರ :

   i. ಓಂ ನ ಸ್ಥಾನತೋಽಪಿ ಪರಸ್ಯೋಭಯಲಿಂಗಂ ಸರ್ವತ್ರ ಹಿ ಓಂ

                                        ॥ ೩–೨–೧೧ ॥

   ii. ಓಂ ನ ಭೇದಾದಿತಿ ಚೇನ್ನ ಪ್ರತ್ಯೇಕಮತದ್ವಚನಾತ್ ಓಂ ॥ ೩–೨–೧೨ ॥

ಭಾಗವತ –

ತಮಿಮಮಹಮಜಂ ಶರೀರಭಾಜಾಂ
ಹೃದಿ ಹೃದಿ ವಿಷ್ಠಿತಮಾತ್ಮಕಲ್ಪಿತಾನಾಮ್ ।
ಪ್ರತಿದೃಶಮಿವ ನೈಕಧಾರ್ಕಮೇಕಂ
ಸಮಧಿಗತೋಽಸ್ಮಿ ವಿಧೂತಭೇದಮೋಹಃ ॥ ೧–೯–೪೯ ॥

     ಇ. ಜೀವಭೇದಸ್ಯದ್ಯೈವ ಹಿ :

ಸೂತ್ರ :

   i. ॥ ಓಂ ಭೇದವ್ಯಪದೇಶಾಚ್ಚಾನ್ಯಃ ಓಂ ॥ ೧–೧–೨೧ ॥

ಭಾಗವತ –

ಪ್ರತ್ಯುದ್ಗಮಪ್ರಶ್ರಯಣಾಭಿವಾದನಂ
ವಿಧೀಯತೇ ಸಾಧು ಮಿಥಃ ಸುಮಧ್ಯಮೇ ।
ಪ್ರಾಜ್ಞೈಃ ಪರಸ್ಮೈ ಪುರುಷಾಯ ಭೂಯಸೇ
ಗುಹಾಶಯಾಯೈವ ನ ದೇಹಮಾನಿನೇ ॥ ೯–೩–೨೨ ॥

ii. || ಓಂ ಶಾರೀರಶ್ಚೋಭಯೇಽಪಿ ಹಿ ಭೇದೇನೈನಮಧೀಯತೇ ಓಂ
                              ಭಾಗ. –|| ೧–೨–೨೦ ||

ಅಥ ಮಾಂ ಸರ್ವಭೂತೇಷು ಭೂತಾತ್ಮಾನಂ ಕೃತಾಲಯಂ |
ಅರ್ಹಯೇದ್ದಾನಮಾನಾಭ್ಯಂ ಮೈತ್ರ್ಯಾಽಭಿನ್ನೇನ ಚಕ್ಷುಷಾ
                              || ೨–೨೦–೨೨ ||

iii. ಓಂ ವಿಶೇಷಣಭೇದವ್ಯಪದೇಶಾಭ್ಯಂ ಚ ನೇತಾರೌ ಓಂ
                              ಭಾಗ. –|| ೧–೨–೨೨ ||

ತಸ್ಮಾದಿಮಾಂ ಸ್ವಾಂ ಪ್ರಕೃತಿಂ ದೇವೀಂ ಸದಸದಾತ್ಮಿಕಾಮ್ |
ದುರ್ವಿಭಾವ್ಯಂ ಪರಾಭಾವ್ಯಂ ಸ್ವರೂಪೇಣಾವತಿಷ್ಠತೇ || ೨–೨೯–೪೨

iv. ಓಂ ಸುಷುಪ್ತ್ಯಾಂತ್ಯೋಽಭೇದೇನ ಓಂ || ೧–೨–೪೨ ||
                              ಭಾಗ.

ಏವಂ ವಿಮೃಶ್ಯ ಗುಣತೋ ಮನಸಸ್ತ್ರ್ಯವಸ್ಥಾಃ
ಮನ್ಮಾಯಯಾ ಮಯಿ ಕೃತಾ ಇತಿ ನಿಶ್ಚಿತಾರ್ಥಾಃ |
ಸಂಛಿದ್ಯ ಹಾರ್ದಮನುಮಾನಸದುಕ್ತಿತೀಕ್ಷ್ಣ –
ಜ್ಞಾನಾಸಿನಾ ಭಜತ ಮಾಖಿಲಸಂಶಯಾಧಿಂ || ೧೧–೧೩–೩೩

v. || ಓಂ ಪೃಥಗುಪದೇಶಾತ್ ಓಂ || ೨–೨–೨೯

ಭಾಗವತೇ –

ಜೀವನು ಪರಮಾತ್ಮನಿಂದ ಭಿನ್ನನು ಎಂಬ ಪ್ರಮೇಯವನ್ನು
ಭಾಗವತದ ಪೌಂಡ್ರಕ ವಾಸುದೇವನ ಕಥೆಯು ಸಾಧಿಸುತ್ತದೆ. ಇದಕ್ಕೆ
ಸಂಬಂಧಿಸಿದ ಭಾಗವತದ ಶ್ಲೋಕಗಳು ಕೆಳಗಿನಂತಿವೆ.

ಕದಾಚಿತ್ ಪೌಂಡ್ರಕೋ ನಾಮ ಕಾಶಿರಾಜಃ ಪ್ರತಾಪವಾನ್ |
ವಾಸುದೇವೋಽಹಮಿತ್ಯಜ್ಞೋ ದೂತಂ ಕೃಷ್ಣಾಯ ಪ್ರಾಹಿಣೋತ್ || ೧೭||

ತ್ವಂ ವಾಸುದೇವೋ ಭಗವಾನವತೀರ್ಣೋ ಜಗತ್ಪತಿಃ |
ಇತಿ ಪ್ರಸ್ತೋಭಿತೋ ಬಾಲ್ಯಃ ಮೇನೇ ಸ್ವಾತ್ಮಾನಮಚ್ಯುತಮ್ || ೧೮ ||

ದೂತಸ್ತು ದ್ವಾರಕಾಮೇತ್ಯ ಸಭಾಯಾಮಾಸ್ಥಿತಂ ಹರಿಮ್ ।
ಕೃಷ್ಣಂ ಕಮಲಪತ್ರಾಕ್ಷಂ ರಾಜಸಂದೇಶಮಬ್ರವೀತ್ ॥ ೧೭ ॥

ವಾಸುದೇವೋಽವತೀರ್ಣೋಽಹಮೇಕ ಏವ ನ ಚಾಪರಃ ।
ಭೂತಾನಾಮನುಕಂಪಾರ್ಥಂ ತ್ವಂ ತು ಮಿಥ್ಯಾಭಿಧಾಂ ತ್ಯಜ ॥ ೧೯ ॥

ಯಾನಿ ತ್ವಮಸ್ಮಚ್ಚಿಹ್ನಾನಿ ಮೌಢ್ಯಾತ್ ಬೀಭರ್ಷ್ಯಭೀತವತ್ ।
ತ್ಯಕ್ತ್ವೈಹಿ ಮಾಂ ತ್ವಂ ಶರಣಂ ನೋ ಚೇತ್‌ದೇಹಿ ಮಮಾಹವಮ್ ॥ ೧೯॥

ಕಥ್ಥನಂ ತದುಪಾಕರ್ಣ್ಯ ಪೌಂಡ್ರಕಸ್ಯಾಲ್ಪಮೇಧಸಃ ।
ಉಚ್ಚಕೈರುಗ್ರಸೇನಾದ್ಯಾಃ ಸಭ್ಯಾಃ ಪ್ರಜಹಸುಸ್ತದಾ   ॥ ೨೦ ॥

ದೃಷ್ಟ್ವಾ ತಮಾತ್ಮನಾ ತುಲ್ಯಂ ಕೃತ್ರಿಮಂ ವೇಷಮಾಸ್ಥಿತಮ್ ।
ಯಥಾ ನಟಂ ರಂಗಗತಂ ವಿಜಹಾಸ ಭೃಶಂ ಹರಿಃ   ॥ ೨೯ ॥

ಏವಂ ಮತ್ಸರಿಣಂ ಹತ್ವಾ ಪೌಂಡ್ರಕಂ ಸಸಖಂ ಹರಿಃ ।
ದ್ವಾರಕಾಮಾವಿಶತ್ ಸಿದ್ಧೈರ್ಗೀಯಮಾನಕಥಾಮೃತಃ ॥ ೩೯ ॥
                         — (ಭಾಗ. ೧೦−೬೯)

ಈ. ಸರ್ವವೇದೇಡ್ಯತಾ :

ಸೂತ್ರ :

    i. ಓಂ ಶಾಸ್ತ್ರಯೋನಿತ್ವಾತ್ ಓಂ ॥ ೧−೧−೩

ಭಾಗವತೇ −

ತಸ್ಮಾದ್ ಬ್ರಹ್ಮಕುಲಂ ಬ್ರಹ್ಮನ್ ಶಾಸ್ತ್ರಯೋನೇಸ್ತ್ವಾತ್ಮನಃ ।
ಸಭಾಜಯಸಿ ಸದ್ಧಾಮ ತದ್‌ಬ್ರಹ್ಮಣ್ಯಗುಣೋ ಭವಾನ್ ॥
                         — (ಭಾಗ.೧೦−೨೩−೧೦)

    (ವಸುದೇವನ ಯಜ್ಞದಲ್ಲಿ ಸೇರಿದ್ದ ಋಷಿಮುನಿಗಳು ಶ್ರೀಕೃಷ್ಣನನ್ನು
ಮೇಲಿನಂತೆ ಸ್ತುತಿಸುತ್ತಾರೆ.)

    ii. ಓಂ ತತ್ತು ಸಮನ್ವಯಾತ್ ಓಂ ॥ ೧−೧−೪

    ॥ ಓಂ ಈಕ್ಷತೇರ್ನಾಶಬ್ದಂ ಓಂ ॥ ೧−೧−೫

ಉ. ತಾರತಮ್ಯಂ ಚ ಮುಕ್ತಾನಾಂ

ಸೂತ್ರ :

    i. ಓಂ ಇಯದಾಮನನಾತ್ ಓಂ ॥ ೨–೨–೨೫

    ii. ಓಂ ತನ್ಮನಃ ಪ್ರಾಣ ಉತ್ತರಾತ್ ಓಂ ॥ ೪–೨–೨–೬

    iii. ಓಂ ಸೋತದ್ಯಕ್ಷೋ ತದುಪಗಮಾದಿಭ್ಯಃ ಓಂ ॥ ೪–೨–೨–೭

ಭಾಗವತೇ : i. ಕ್ವಾಮ್ಭೋ ನಲಾನಿಲವಿಯನ್ನಣಇಂದ್ರಿಯಾರ್ಥ–
ಭೂತಾದಿಭಿಃ ಪರಿವೃತಃ ಪ್ರತಿಸಂಜಿಹೀರ್ಷುಃ ।
ಅವ್ಯಾಕೃತಂ ವಿಶತಿ ಯರ್ಹಿ ಗುಣತ್ರಯಾತ್ಮಾ
ಕಾಲಂ ಪರಂ ಸ್ವಮನುಭೂಯ ಪರಃ ಸ್ವಯಂಭೂಃ ॥
             – (ಭಾಗ.೨–೨೨–೯)

  ii. ಅನ್ನೇ ಪ್ರಲೀಯತೇ ಮರ್ತ್ಯ ಅನ್ನಂ ಧಾನಾಸು ಲೀಯತೇ ।
ಧಾನಾ ಭೂಮೌ ಪ್ರಲೀಯಂತೇ ಭೂಮಿರ್ಗಂಧೇ ಪ್ರಲೀಯತೇ
             ॥ ೨೨ ॥

ಅಪ್ಸು ಪ್ರಲೀಯತೇ ಗಂಧ ಆಪಶ್ಚ ಸ್ವಗುಣೇ ರಸೇ ।
ಲೀಯತೇ ಜ್ಯೋತಿಷಿ ರಸೋ ಜ್ಯೋತೀ ರೂಪೇ ಪ್ರಲೀಯತೇ ॥ ೨೩ ॥

ರೂಪಂ ವಾಯೌ ಸ ಚ ಸ್ಪರ್ಶೇ ಲೀಯತೇ ಸೋತಪಿ ಚಾಂಬರೇ ।
ಅಂಬರಂ ಶಬ್ದತನ್ಮಾತ್ರ ಇಂದ್ರಿಯಾಣ ಸ್ವಯೋನಿಷು   ॥ ೨೪ ॥

ಯೋನಿರ್ವೈಕಾರಿಕೇ ಸೌಮ್ಯ ಲೀಯತೇ ಮಹತೀಶ್ವರೇ ।
ಶಬ್ದೋ ಭೂತಾದಿಮಪ್ಯೇತಿ ಭೂತಾದಿರ್ಮಹತಿ ಪ್ರಭುಃ ॥ ೨೫ ॥

ಸ ಲೀಯತೇ ಮಹಾನ್ ಸ್ವೇಷು ಗುಣೇಷು ಗುಣವತ್ತಮಃ ।
ತೇಽವ್ಯಕ್ತೇ ಸಂಪ್ರಲೀಯಂತೇ ತತ್ಕಾಲೇ ಲೀಯತೇಽವ್ಯಯೇ ॥ ೨೬ ॥

ಕಾಲೋ ಮಾಯಾಮಯೇ ಜೀವೇ ಜೀವ ಆತ್ಮನಿ ಮಯ್ಯಜೇ ।
ಆತ್ಮಾ ಕೇವಲ ಆತ್ಮಸ್ಥೋ ವಿಕಲ್ಪಾಪಾಯ ಲಕ್ಷಣಃ   ॥ ೨೭ ॥
             – (ಭಾಗ.೧೧–೨೪)

(ಎಲ್ಲೆಡೆ ಅಭಿಮಾನಿ ದೇವತೆಗಳನ್ನು ಇಟ್ಟುಕೊಂಡು ಅರ್ಥ ಮಾಡಿಕೊಳ್ಳಬೇಕು. ದೇವತೆಗಳ ಲಯನಿರೂಪಣೆಯೊಂದಿಗೆ ಮುಕ್ತರಾಗುವ ಅವರಲ್ಲಿಯ ತಾರತಮ್ಯವನ್ನು ತಿಳಿಸಲಾಗಿದೆ.)

ಇದರಂತೆಯೇ ಮುಕ್ತರಾದ ಮನುಷ್ಯೋತ್ತಮರಲ್ಲಿಯ ತಾರತಮ್ಯವನ್ನೂ ಮುಂದೆ ಭಾಗವತ ಶ್ಲೋಕಗಳಲ್ಲಿ ವಿವರಿಸಲಾಗಿದೆ).

ಉ. ವಿಮುಕ್ತಿರ್ವಿದ್ಯಯಾ ತಥಾ –

ಸೂತ್ರ :

i. || ಓಂ ವಿದ್ಯಯೈವ ತು ನಿರ್ಧಾರಣಾತ್ ಓಂ || ೨–೨–೨೯

ii. || ಓಂ ದರ್ಶನಾಚ್ಚ ಓಂ || ೨–೨–೨೦

ಭಾಗವತೇ :

ಶ್ರೇಯಸಾಮಿಹ ಸರ್ವೇಷಾಂ ಜ್ಞಾನಂ ನಿಃಶ್ರೇಯಸಂ ಸ್ಮೃತಮ್ |
ಸುಖಂ ತರತಿ ದುಷ್ಪಾರಂ ಜ್ಞಾನನೌರ್ವ್ಯಸನಾರ್ಣವಮ್ ||

– (ಭಾಗ. ೪–೨೯–೨೨)

ಸೂತ್ರ : ಭಾಗವತದ "ಜನ್ಮಾದ್ಯಸ್ಯ......" ಎಂಬ ಆದ್ಯ ಶ್ಲೋಕದಲ್ಲಿ ಕಂಡುಬರುವ 'ಧೀಮಹಿ' ಎಂಬ ಪದದಿಂದ, "ಓಂ ಅಥಾತೋ ಬ್ರಹ್ಮಜಿಜ್ಞಾಸಾ ಓಂ" ಎಂಬ ಸೂತ್ರದ, 'ಜನ್ಮಾದ್ಯಸ್ಯ ಯತಃ' ಎಂಬ ಪದದಿಂದ 'ಓಂ ಜನ್ಮಾದ್ಯಸ್ಯ ಯತಃ ಓಂ' ಎಂಬ ಬ್ರಹ್ಮಸೂತ್ರದ, 'ಇತರತಃ' ಎಂಬ ಪದದಿಂದ "ಓಂ ಶಾಸ್ತ್ರಯೋನಿತ್ವಾತ್ ಓಂ" ಎಂಬ ಸೂತ್ರದ ಅರ್ಥಗಳು ಗೋಚರಿಸುತ್ತವೆ.

ಹೀಗೆ ಈ ಶ್ರೀಮದ್ಭಾಗವತದ 'ಆರ್ಥೋತಯಂ ಬ್ರಹ್ಮಸೂತ್ರಾಣಾಂ' ಎಂಬ ವಿಶೇಷಣವು ಅನ್ವರ್ಥಕವಾಗಿದೆ ಎಂಬುದು ಸ್ಪಷ್ಟವಾಗುತ್ತದೆ.

ಇನ್ನು ಈ ಭಾಗವತದ 'ಭಾರತಾರ್ಥವಿನಿರ್ಣಯಃ' ಎಂಬ ಎರಡನೆಯ ವಿಶೇಷಣದ ಸಾರ್ಥಕ್ಯವನ್ನು ನೋಡೋಣ –

೨. ಭಾರತಾರ್ಥವಿನಿರ್ಣಯ :

"ನಿರ್ಣಯಃ ಸರ್ವಶಾಸ್ತ್ರಾಣಾಂ ಭಾರತಂ ಪರಿಕೀರ್ತಿತಂ" ಅಂದರೆ ಶಾಸ್ತ್ರಗ್ರಂಥಗಳಲ್ಲಿ ಏನೇನದರೂ ಅರ್ಥಗಳು ಮೇಲ್ನೋಟಕ್ಕೆ

ತತ್ತ್ವಾದಕ್ಕೆ ಪರಸ್ಪರ ವಿರುದ್ಧವಾಗಿ, ಅಥವಾ ಸಂಶಯ–ಭ್ರಮಗಳನ್ನುಂಟು ಮಾಡುವಂತೆ ತೋರಿಬಂದರೆ ಆ ವಿರೋಧ–ಸಂಶಯ–ಭ್ರಮಾದಿಗಳನ್ನೆಲ್ಲ ನಿವಾರಿಸಿ ಅಲ್ಲಿರುವ ಯಥಾರ್ಥವನ್ನು ತಿಳಿಸಿಕೊಡುವುದರಿಂದ ಮಹಾಭಾರತವು ಸರ್ವಶಾಸ್ತ್ರಾರ್ಥ ನಿರ್ಣಾಯಕ ಗ್ರಂಥವೆಂದು ಮಾನ್ಯ ವಾಗಿದೆ. ಸಮಾಧಿ– ಗುಹ್ಯ–ದರ್ಶನ ಭಾಷೆಗಳಲ್ಲಿರುವ ಮಹಾಭಾರತವನ್ನು ಓದುವಾಗಲೂ ಎಷ್ಟೋ ಸಂದರ್ಭಗಳಲ್ಲಿ ಅಲ್ಲಿರುವ ಅರ್ಥವು ಸ್ಪಷ್ಟವಾಗುವುದಿಲ್ಲ. ಆದ್ದರಿಂದಲೇ ಶ್ರೀಮದ್ಭಾಗವತವು ಕೇವಲ ಸಮಾಧಿ ಭಾಷೆಯಲ್ಲಿ ರಚಿಸಲ್ಪಡಬೇಕಾಯಿತು. ಶ್ರೀಮದ್ಭಾಗವತದೊಳಗಿನ ಆಖ್ಯಾನ, ಉಪಾಖ್ಯಾನ, ಉಪದೇಶಗಳು ಮಹಾಭಾರತದ ಗೂಢಾರ್ಥಗಳನ್ನು ಸ್ಪಷ್ಟಪಡಿಸುತ್ತವೆ. ಆದ್ದರಿಂದಲೇ, ಮಹಾಭಾರತವು "ಸರ್ವಶಾಸ್ತ್ರಾರ್ಥ ನಿರ್ಣಾಯಕ" ಗ್ರಂಥವಾದರೆ ಶ್ರೀಮದ್ಭಾಗವತವು "ಭಾರತಾರ್ಥವಿ ನಿರ್ಣಯಃ" ಅಂದರೆ ಮಹಾಭಾರತದ ಗೂಢಾರ್ಥಗಳನ್ನು ತಿಳಿಯಾಗಿ ತಿಳಿಸಿಕೊಡುವ ಗ್ರಂಥವೆಂದು ಪ್ರಶಂಸಿಸಲ್ಪಟ್ಟಿದೆ.

ಇತರ ಸಚ್ಛಾಸ್ತ್ರಗ್ರಂಥಗಳಲ್ಲಿ ಅಸ್ಪಷ್ಟವಾಗಿ ಅಥವಾ ವಿಕ್ಷಿಪ್ತವಾಗಿ ಹೇಳಲ್ಪಟ್ಟ ಪ್ರಮುಖ ತತ್ತ್ವಗಳನ್ನು ಶ್ರೀಮದಾಚಾರ್ಯರು ಮಹಾಭಾರತ ತಾತ್ಪರ್ಯನಿರ್ಣಯ ಎಂಬ ತಮ್ಮ ಗ್ರಂಥದಲ್ಲಿ ದೃಷ್ಟಾಂತ ಪೂರ್ವಕ ಸಂಗ್ರಹಿಸಿ ಹೇಳುತ್ತಾರೆ. (ಅಧ್ಯಾಯ ೨, ಶ್ಲೋಕ ೧೨–೩೧)

ನಿರ್ಣಯಃ ಸರ್ವಶಾಸ್ತ್ರಾಣಾಂ ಸದೃಷ್ಟಾಂತೋ ಹಿ ಭಾರತೇ ।
ಕೃತೋ ವಿಷ್ಣುವಶತ್ವಂ ಹಿ ಬ್ರಹ್ಮಾದೀನಾಂ ಪ್ರಕಾಶಿತಮ್ ॥ ೧೨ ॥

ಯತಃ ಕೃಷ್ಣವಶೇ ಸರ್ವೇ ಭೀಮಾದ್ಯಾಃ ಸಮ್ಯಗೀರಿತಾಃ ।
ಸರ್ವೇಷಾಂ ಜ್ಞಾನದೋ ವಿಷ್ಣುಃ ಯತೋದಾತೇತಿ ಚೋದಿತಃ ॥ ೧೩ ॥

– –

ಅತ್ರೋಕ್ತಂ ಸರ್ವಶಾಸ್ತ್ರೇಷು ನ ಹಿ ಸಮ್ಯಗುದಾಹೃತಮ್ ।
ಇತ್ಯಾದಿ ಕಥಿತಂ ಸರ್ವಂ ಬ್ರಹ್ಮಾಂಡೇ ಹರಿಣಾ ಸ್ವಯಮ್ ॥ ೩೧ ॥

ಮಹಾಭಾರತದಲ್ಲಿ ಎಲ್ಲೆಡೆ ವಿಷ್ಣುಸರ್ವೋತ್ತಮತ್ವ, ವಾಯು ಜೀವೋತ್ತಮತ್ವ ಅಲ್ಲದೇ, ಪಂಚಭೇದ, ತಾರತಮ್ಯ, ಜಗತ್ಸತ್ಯತ್ವ, ಮುಕ್ತಿ–

ಸ್ವರೂಪ, ಮುಕ್ತಿ ಸಾಧನಗಳು, ಮುಕ್ತರಲ್ಲಿ ತಾರತಮ್ಯ, ವರ್ಣಾಶ್ರಮ–ಧರ್ಮಗಳು, ಭಾಗವತ ಧರ್ಮಗಳು, ನೀತಿಗಳು, ರಾಜಧರ್ಮಗಳು, ಇವೇ ಮುಂತಾದವುಗಳ ವಿಸ್ತೃತ ನಿರೂಪಣೆ ಕಂಡುಬರುತ್ತದೆ. ಒಟ್ಟಿನಲ್ಲಿ 'ಯದಿಹಾಸ್ತಿ ತದನ್ಯತ್ರ ಯನ್ನೇಹಾಸ್ತಿ ನ ಕುತ್ರಚಿತ್' = ಮಹಾಭಾರತದಲ್ಲಿ ಹೇಳಿರುವ ವಿಷಯಗಳು ಬೇರೆ ಶಾಸ್ತ್ರ–ಪುರಾಣಾದಿ ಗ್ರಂಥಗಳಲ್ಲಿ ಎಲ್ಲಿಯಾದರೂ ಕಂಡು ಬರಬಹುದು ಆದರೆ ಇಲ್ಲಿ ಹೇಳದಿರುವ ವಿಷಯಗಳು ಇನ್ನೆಲ್ಲಿಯೂ ಸಿಗಲಾರವು" ಎಂಬುದು ಮಹಾಭಾರತದ ಹಿರಿಮೆಯನ್ನು ತಿಳಿಸುವ ಉಕ್ತಿಯಾಗಿದೆ.

ಮಹಾಭಾರತವೆಂಬ ಮಹದ್‌ಗ್ರಂಥವನ್ನು ಮತ್ತು ೧೮ ಮಹಾಪುರಾಣಾದಿಗಳನ್ನು ತ್ರಿವಿಧಭಾಷೆಗಳಲ್ಲಿ ರಚಿಸಿದ್ದರೂ ತಮ್ಮ ಅವತಾರ ಕಾರ್ಯದಿಂದ ಸಜ್ಜನರಿಗೆ ಸ್ಪಷ್ಟವಾಗಿ ತತ್ತ್ವ ಜ್ಞಾನ ಮಾಡಿಕೊಡಬೇಕಾಗಿದ್ದ ತಮ್ಮ ಸಂಕಲ್ಪವು ಈಡೇರಲಿಲ್ಲವೆಂದು ಭಗವಾನ್ ಶ್ರೀವೇದವ್ಯಾಸರು ಚಿಂತಿಸುತ್ತಿರುವಂತೆ ನಟನೆ ಮಾಡುತ್ತ ಕುಳಿತಾಗ ನಾರದರು ಬಂದು ಮಹಾಭಾರತೋಕ್ತ ತತ್ತ್ವಗಳನ್ನು ಕೇವಲ ಸಮಾಧಿಭಾಷೆಯಿಂದ ತಿಳಿಸುವ ಗ್ರಂಥವೊಂದನ್ನು ರಚಿಸುವಂತೆ ಪ್ರಾರ್ಥಿಸುತ್ತಾರೆ. ನಾರದರ ಪ್ರಾರ್ಥನೆಯೇ ಶ್ರೀಭಾಗವತ ಗ್ರಂಥದ ಉಗಮಕ್ಕೆ ಕಾರಣವಾಯಿತು. ಈ ರೀತಿಯಾಗಿ ಈ ಮೊದಲೇ ತಿಳಿಸಿದಂತೆ ಶ್ರೀಭಾಗವತವು ಮಹಾಭಾರತದಲ್ಲಿರುವ ತಾತ್ತ್ವಿಕ ವಿಷಯಗಳನ್ನೇ ಆಖ್ಯಾನ–ಉಪಾಖ್ಯಾನಾದಿಗಳ ಮೂಲಕ ಸ್ಪಷ್ಟವಾಗಿ ಮತ್ತು ಸುಲಲಿತವಾಗಿ/ಮನೋಹರವಾಗಿ ತಿಳಿಸುವುದರಿಂದ ಇದು "ಭಾರತಾರ್ಥ ವಿನಿರ್ಣಯ" ಎಂಬ ಪ್ರಶಂಸೆಗೆ ಪಾತ್ರವಾಗಿದೆ.

೩. ಗಾಯತ್ರೀ ಭಾಷ್ಯರೂಪೋSಸೌ

ಶ್ರೀಮದ್ಭಾಗವತವು ಗಾಯತ್ರೀಮಂತ್ರದ ಭಾಷ್ಯರೂಪವಾಗಿದೆ. ಭಾಷ್ಯವೆಂದರೇನು? 'ಸೂತ್ರಾರ್ಥೋ ವರ್ಣ್ಯತೇ ಯತ್ರ ಪದ್ಯೈಃ ಸೂತ್ರಾನುಕಾರಿಭಿಃ | ಸ್ವಪದಾನಿ ಚ ವರ್ಣ್ಯಂತೇ ಭಾಷ್ಯಂ ಭಾಷ್ಯವಿದೋ ವಿದುಃ ||' ಅಂದರೆ ಸೂತ್ರದಲ್ಲಿರುವ ಪ್ರತಿಯೊಂದು ಪದದ ಅರ್ಥವನ್ನು ಪ್ರಮಾಣಪೂರ್ವಕ ವಿವರಿಸುತ್ತ ಇಡೀ ಸೂತ್ರದ ಅರ್ಥವು ಸ್ಪಷ್ಟವಾಗಿ ತಿಳಿಯುವಂತೆ ಮಾಡುವ ವಾಕ್ಯಸಮೂಹಕ್ಕೆ ಭಾಷ್ಯವೆಂದು ಕರೆಯಬೇಕೆಂದು

ಜ್ಞಾನಿಗಳು ಭಾಷ್ಯದ ಲಕ್ಷಣವನ್ನು ತಿಳಿಸಿದ್ದಾರೆ. ಸೂತ್ರಗಳು ಅನೇಕ ಬಗೆಯಾಗಿವೆ. ಉದಾಹರಣೆಗೆ ಬ್ರಹ್ಮಸೂತ್ರ, ವ್ಯಾಕರಣಸೂತ್ರ, ಮೀಮಾಂಸಾ ಸೂತ್ರ, ನ್ಯಾಯಸೂತ್ರ, ವೇದಾಂಗಸೂತ್ರ ಮುಂತಾದವು. ಪ್ರಕೃತದಲ್ಲಿಸೂತ್ರ ವೆಂದರೆ ವೇದಾಂತಸೂತ್ರ ಅರ್ಥಾತ್ ಬ್ರಹ್ಮಸೂತ್ರಗಳಿಂದೇ ತಿಳಿಯಬೇಕು. ಏಕೆಂದರೆ ಉಳಿದವು ವ್ಯಾಕರಣ, ನ್ಯಾಯ ವೇದಾಂಗ ಮುಂತಾದ ವಿಶೇಷಣಗಳಿಂದ ವಿಶೇಷಿತವಾದ ಸೂತ್ರಗಳಾದರೆ ಬ್ರಹ್ಮಸೂತ್ರಗಳು ಮಾತ್ರ ನಿರ್ವಿಶೇಷಿತ ಸೂತ್ರಗಳೆಂದು ಪ್ರಸಿದ್ಧವಾಗಿವೆ.

ಅಲ್ಪಾಕ್ಷರಮಸಂದಿಗ್ಧಂ ಸಾರವದ್ವಿಶತೋಮುಖಮ್ |
ಅಸ್ತೋಭಮನವದ್ಯಂ ಚ ಸೂತ್ರಂ ಸೂತ್ರವಿದೋ ವಿದುಃ ||
ನಿರ್ವಿಶೇಷಿತಸೂತ್ರತ್ವಂ ಬ್ರಹ್ಮಸೂತ್ರಸ್ಯ ಚಾಪ್ಯತಃ |
ಯಥಾ ವ್ಯಾಸತ್ವಮೇಕಸ್ಯ ಕೃಷ್ಣಸ್ಯಾನ್ಯೇ ವಿಶೇಷಣಾತ್ ||

ಶ್ರೀಮದ್ಭಾಗವತವು ಗಾಯತ್ರೀ ಮಂತ್ರದ ಭಾಷ್ಯರೂಪವಾಗಿದೆ ಎಂಬುದ ಸ್ಪಷ್ಟವಾಗಬೇಕಾದರೆ ಮೊದಲು ಗಾಯತ್ರೀ ಮಂತ್ರದ ಅರ್ಥವನ್ನು ತಿಳಿದು ನಂತರ ಇದೇ ಅರ್ಥವು ಭಾಗವತದಲ್ಲಿ ವಿವಿಧ ಆಖ್ಯಾನಗಳಿಂದಲೂ, ಉಪದೇಶಗಳಿಂದಲೂ ವಿಶದೀಕರಿಸಿಲ್ಪಟ್ಟಿರುವುದನ್ನು ತೋರಿಸಬೇಕು.

ಗಾಯತ್ರೀಮಂತ್ರ ಮತ್ತು ಇದರ ಅರ್ಥ :

ಗಾಯತ್ರೀ ಮಂತ್ರ :

ಓಂ ಭೂಃ | ಓಂ ಭುವಃ | ಓಂ ಸ್ವಃ | ಓಂ ಮಹಃ | ಓಂ ಜನಃ | ಓಂ ತಪಃ | ಓಂ ಸತ್ಯಂ | ಓಂ ತತ್ಸವಿತುರ್ವರೇಣ್ಯಂ | ಭರ್ಗೋ ದೇವಸ್ಯ ಧೀ– ಮಹಿ | ಧಿಯೋ ಯೋ ನಃ ಪ್ರಚೋದಯಾತ್ | ಓಮಾಪೋ ಜ್ಯೋತೀರಸೋಽಮೃತಂ ಬ್ರಹ್ಮ ಭೂರ್ಭುವಃ ಸ್ವರೋಮ್ ||

ಅರ್ಥ : ಓಂ ಭೂಃ, ಭುವಃ, ಸ್ವಃ, ಮಹಃ, ಜನಃ, ತಪಃ, ಮತ್ತು ಸತ್ಯಂ ಈ ಏಳು ಸಪ್ತ ವ್ಯಾಹೃತಿಗಳೆಂದು ಪ್ರಸಿದ್ಧಿ.

"ಓಮಾಪೋ ಜ್ಯೋತೀರಸೋಽಮೃತಂ ಬ್ರಹ್ಮ ಭೂರ್ಭುವಃ ಸ್ವರೋಮ್" ಇದು ಗಾಯತ್ರೀ ಶಿರೋಮಂತ್ರವೆಂದು ಪ್ರಸಿದ್ಧ.

i. ಸಪ್ತವ್ಯಾಹೃತಿಗಳ ಅರ್ಥ : ಓಂ = ಓಂಕಾರವಾಚ್ಯನಾದ ಗುಣಪೂರ್ಣನಾದ ಪರಮಾತ್ಮನು, ಭೂಃ = ನಿತ್ಯನು, ಭುವಃ = ನಿರವಧಿಕ ಐಶ್ವರ್ಯವಂತನು, ಸ್ವಃ = ಸ್ವತಂತ್ರನು ಮತ್ತು ಸುಖಿಸ್ವರೂಪನು, ಮಹಃ = ಸರ್ವೋತ್ತಮನೆಂದು ಪೂಜಿಸಲ್ಪಡುವವನು, ಜನಃ = ಸೃಷ್ಟಿಕರ್ತನು, ತಪಃ = ಜ್ಞಾನಸ್ವರೂಪನು, ಸತ್ಯಂ = ಮುಕ್ತಾಮುಕ್ತ ನಿಯಾಮಕನು.

ii. ವಿಶ್ವಾಮಿತ್ರವ್ಯಾಹೃತಿಯ ಅರ್ಥ : ಯಃ = ಯಾವ ಪರಮಾತ್ಮನು, ನಃ = ನಮ್ಮಗಳ, ಧಿಯಃ = ಬುದ್ಧಿಗಳನ್ನು ಹಾಗೂ ಕರ್ಮಾದಿಗಳನ್ನು, ಪ್ರಚೋದಯಾತ್ = ಪ್ರೇರಿಸುತ್ತಾನೋ, ಸವಿತುಃ = ಅಂಥ ಸೃಷ್ಟಿಕರ್ತನಾದ, ದೇವಸ್ಯ = ಕ್ರೀಡಾದಿಗುಣವಿಶಿಷ್ಟವಾದ ಪರಮಾತ್ಮನ, ತತ್ = ಸರ್ವದಾ ಸರ್ವತ್ರ ವ್ಯಾಪ್ತವಾದ, ವರೇಣ್ಯಂ = ಶ್ರೇಷ್ಠರಿಂದಲೂ ಭಜನೀಯವಾದ, ಭರ್ಗಃ = ಜೀವನಿಗೆ ಜ್ಞಾನಾನಂದ ಕೊಡುತಕ್ಕ ತೇಜೋಮಯ ರೂಪವನ್ನು, ಧೀಮಹಿ = ಧ್ಯಾನ ಮಾಡುತ್ತೇವೆ.

iii. ಗಾಯತ್ರೀಶಿರೋಮಂತ್ರದ ಅರ್ಥ : ಆಪಃ = ಆ ಸವಿತೃನಾಮಕ ಪರಮಾತ್ಮನು, ಜ್ಯೋತಿಃ = ಪ್ರಕಾಶರೂಪನು, ರಸಃ = ಸಾರಭೂತನು ಅಥವಾ ಆನಂದಮಯನು, ಅಮೃತಂ = ನಾಶರಹಿತನು, ಭೂಃ = ಗುಣಪೂರ್ಣನು, ಭುವಃ = ನಿರವಧಿಕ ಐಶ್ವರ್ಯವಂತನು, ಸ್ವಃ = ಸುಖಿಸ್ವರೂಪನು. ಓಂ ಬ್ರಹ್ಮ = ಇಂಥ ಗುಣಪೂರ್ಣನಾದ ಪರಮಾತ್ಮನನ್ನು, ಧೀಮಹಿ = ಧ್ಯಾನ ಮಾಡುತ್ತೇವೆ.

ಸಪ್ತವ್ಯಾಹೃತಿಗಳ ಅರ್ಥವು ಭಾಗವತದಲ್ಲಿ ಅನೇಕ ಸಂದರ್ಭಗಳಲ್ಲಿ ಪ್ರಕಾಶಿತವಾಗಿದೆ.

ಗಾಯತ್ರೀ ಮಂತ್ರದ ಅರ್ಥವು ಭಾಗವತದ ಆದಿಮ ಶ್ಲೋಕದಿಂದ ವ್ಯಕ್ತವಾಗುವ ಬಗೆಯನ್ನು ಸಮಗ್ರ ಭಾಗವತಕ್ಕೆ ವ್ಯಾಖ್ಯಾನವನ್ನು ಬರೆದಿರುವ ಶ್ರೀವಿಜಯಧ್ವಜತೀರ್ಥರೆಂಬವರ ವ್ಯಾಖ್ಯಾನದಲ್ಲಿ ಕೆಳಗಿನಂತೆ ಕಾಣಬಹುದು – ಹೇಗೆಂದರೆ –

ಗಾಯತ್ರೀಮಂತ್ರದ ಪದ	ಭಾಗವತ ವ್ಯಾಖ್ಯಾನ
ತತ್ಸವಿತುರ್ದೇವಸ್ಯ	= ಜನ್ಮಾದ್ಯಸ್ಯ ಯತಃ

ವರೇಣ್ಯಂ = ಪರಂ (ವಾಮಂ ವರೇಣ್ಯಂ ಪರಂ)

ಭರ್ಗಃ = ಧಾಮ್ನಾ ಸ್ವೇನ ಸದಾ ನಿರಸ್ತಕುಹಕಂ

(ಭರ್ಗಃ ಸಕಲದುರಿತಭರ್ಜನಂ ಜ್ಯೋತೀರೂಪಂ)

ತತ್ = ಸ್ವರಾಟ್

ಧಿಯೋ ಯೋ ನಃ ಪ್ರಚೋದಯಾತ್ = ತೇನೇ ಬ್ರಹ್ಮ ಹೃದಾ
ಯ ಆದಿಕವಯೇ

ಯಃ ಸವಿತಾ ಜನ್ಮಾದಿಕರ್ತಾ ನಃ ಅಸ್ಮಾಕಂ ಧಿಯಃ ಬುದ್ಧೀಃ ।
ಉಪಲಕ್ಷಣಮೇತತ್ । ಸರ್ವೇಂದ್ರಿಯಾಣಿ । ಸ್ವತತ್ತ್ವವಿಷಯಂ
ಜ್ಞಾನಂ ಗುರುಮುಖೇನ ಉಪದಿಶ್ಯ ತಜ್ಞಾನಸಾಧನಾನಿ ಸರ್ವಾಣಿ
ಕರಣಾನಿ ಪ್ರಚೋದಯಾತ್ ಪ್ರಚೋದಯತಿ ಸ್ವಾತ್ಮವಿಷಯತಯಾ
ಪ್ರೇರಯತಿ, ತಸ್ಯ ಸವಿತುರ್ದೇವಸ್ಯ ಕ್ರೀಡಾದಿಗುಣಸಂಪನ್ನಸ್ಯ
ನಾರಾಯಣಸ್ಯ ಅನನ್ಯಾಧೀನತಯಾ ತತತ್ವಾದ್ ವ್ಯಾಪ್ತತ್ವಾತ್, ತತ್
ವರೇಣ್ಯಂ ಸಕಲಗುಣಾಕರತಯಾ ಪರಮಮಂಗಲಂ ಭರ್ಗಃ
ಜ್ಯೋತೀರೂಪಂ ಭರಣಗಮನಯೋಗಾತ್ಸರ್ವಜ್ಞಂ ವಾ ವಪುಃ
ಜ್ಞಾನಾನಂದ–ಗುಣವಿರಚಿತ–ಕರಚರಣಾದ್ಯವಯವವತ್ ಧೀಮಹಿ
ಧ್ಯಾಯೇಮ । ಜ್ಞಾನಮೇವ ತತ್ಪ್ರೀತಿಜನಕಂ, ನ ಕರ್ಮಾದಿಕಮ್ ।
ತಸ್ಮಾತ್ತಚ್ಚಿಂತನಂ ಕರ್ತವ್ಯಮಿತ್ಯರ್ಥಃ ॥

ಗಾಯತ್ರೀ ಮಂತ್ರದಲ್ಲಿಯ 'ಧಿಯೋ ಯೋ ನಃ ಪ್ರಚೋದಯಾತ್'
ಎಂಬಲ್ಲಿ ನಮ್ಮ ಬುದ್ಧಿಗಳ ಮತ್ತು ಉಪಲಕ್ಷಣಯಾ ಸಕಲೇಂದ್ರಿಯಗಳ
ಪ್ರೇರಕನು ನಾರಾಯಣನೇ ಏಕಾಗಬೇಕು? 'ಭರ್ಗೋ ವೈ ರುದ್ರಃ' ಎಂಬ
ಉಪನಿಷದೋಕ್ತಿಯಿಂದಲೂ, ಮತ್ತು ಅಮರಕೋಶದಲ್ಲಿ ಭರ್ಗ ರುದ್ರ
ಪದಗಳು ಪರ್ಯಾಯವಾಚಕಗಳೆಂದು ತಿಳಿಸಿರುವುದರಿಂದಲೂ ರುದ್ರನೇ
ಬುದ್ಧ್ಯಾದಿಗಳ ಪ್ರೇರಕನಾಗಲಿ ಎಂದು ಚೋದಿಸಬಹುದು. ಆದರೆ ಇದು
ಸರಿಯಲ್ಲ. ಏಕೆಂದರೆ 'ಮನೋ ವೈ ರುದ್ರಃ' ಎಂಬಲ್ಲಿ ರುದ್ರದೇವನು
ಕೇವಲ ಮನಃಪ್ರೇರಕನಾಗಿರಬಲ್ಲನು, ಬುದ್ಧ್ಯಾದಿ ಸಕಲೇಂದ್ರಿಯ
ಪ್ರೇರಕನು ಅಷ್ಟೇಕೆ ಶ್ರೀಬ್ರಹ್ಮರುದ್ರಾದಿದೇವತೆಗಳ ಪ್ರೇರಕನು ಭಗವಾನ್
ನಾರಾಯಣನೇ ಆಗಿರುವನೆಂಬುದು ವೇದೇತಿಹಾಸ ಪುರಾಣಾದಿಗಳಲ್ಲಿ

ವರ್ಣಿತವಾಗಿದೆ. ಇದನ್ನೇ 'ಶ್ರಿಯಃಪತಿಃ, ಯಜ್ಞಪತಿಃ ಪ್ರಜಾಪತಿಃ ಧಿಯಾಂಪತಿಃ ಲೋಕಪತಿಃ, ಧರಾಪತಿಃ ।' ಎಂದು ಗಾಯತ್ರೀ ಭಾಷ್ಯರೂಪವಾದ ಭಾಗವತದಲ್ಲಿ ಕಾಣಬಹುದು. ಉದಾಹರಣೆಗೆ –

ಯೋಽಂತಃ ಪ್ರವಿಶ್ಯ ಮಮ ವಾಚಮಿಮಾಂ ಪ್ರಸುಪ್ತಾಂ
ಸಂಜೀವಯತ್ಯಖಿಲಶಕ್ತಿಧರಃ ಸ್ವಧಾಮ್ನಾ ।
ಅನ್ಯಾಂಶ್ಚ ಹಸ್ತಚರಣಶ್ರವಣತ್ವಗಾದೀನ್
ಪ್ರಾಣಾನ್ನಮೋ ಭಗವತೇ ಪುರುಷಾಯ ತುಭ್ಯಮ್ ॥

ಎಂಬ ಬಾಲಕ ಧ್ರುವನ ವಚನವು ಗಾಯತ್ರೀಮಂತ್ರದಲ್ಲಿ ತಿಳಿಸಿದಂತೆ ನಾರಾಯಣನ ಸರ್ವೇಂದ್ರಿಯ ಪ್ರೇರಕತ್ವವನ್ನೇ ಪ್ರತಿಪಾದಿಸುತ್ತದೆ.

ರುದ್ರದೇವನಿಗೆ ಬುದ್ಧ್ಯಾದಿ ಇಂದ್ರಿಯ ಪ್ರೇರಕತ್ವ ಇಲ್ಲವೆನ್ನುವುದನ್ನು ಭಾಗವತದಲ್ಲಿಯ ಭಸ್ಮಾಸುರನಿಗೆ ಸಂಬಂಧಿಸಿದ ರೋಚಕವಾದ ಒಂದು ಕಥೆಯು ಸ್ಪಷ್ಟಪಡಿಸುತ್ತದೆ. ರುದ್ರದೇವನಿಂದ ಒಂದು ವಿಶಿಷ್ಟ ವರವನ್ನು ಪಡೆದ ಭಸ್ಮಾಸುರನು ಆ ವರದ ಸತ್ಯಾಸತ್ಯತೆಯನ್ನು ಪರೀಕ್ಷಿಸಲಿಚ್ಛಿಸಿ ತನಗೆ ವರವನ್ನಿತ್ತ ರುದ್ರದೇವನ ತಲೆಯ ಮೇಲೆಯೇ ಕೈಇಡಲು ಉದ್ಯುಕ್ತನಾದಾಗ ಆ ಅಸುರನನ್ನು ನಿಯಂತ್ರಿಸಲು ರುದ್ರನು ಶಕ್ತನಾಗಲಿಲ್ಲ. ಪ್ರಾಣ ಸಂಕಟಕ್ಕೊಳ ಗಾದ ರುದ್ರನು ಕೊನೆಗೆ ನಾರಾಯಣನಿಗೇ ಶರಣು ಹೋಗಬೇಕಾಯಿತು. ನಾರಾಯಣನಾದರೋ ತನ್ನ ವಾಕ್‌ಚಾತುರ್ಯಾದಿಗಳಿಂದ ಅಸುರನನ್ನು ಮೋಹಗೊಳಿಸಿ, ಅವನು ತನ್ನ ತಲೆಯ ಮೇಲೆಯೇ ತನ್ನ ಕೈ ಇಟ್ಟುಕೊಳ್ಳು ವಂತೆ ಅವನ ಬುದ್ಧಿಯನ್ನು ಪ್ರೇರಿಸಿ ಭಸ್ಮಾಸುರನನ್ನು ಸಂಹರಿಸಿದನು.

ಗಾಯತ್ರೀ ಮಂತ್ರದಲ್ಲಿ ಪ್ರತಿಪಾದಿತವಾದ ನಾರಾಯಣನ ಅಶೇಷ ಗುಣಪೂರ್ಣತ್ವಾದಿ (ಓಂ ಭೂಃ, ಭುವಃ ಸ್ವಃ) ಲಕ್ಷಣಗಳು ಭಾಗವತದಲ್ಲಿ ವಿಶದವಾಗಿ ವರ್ಣಿಸಲ್ಪಟ್ಟಿರುತ್ತವೆ. ಇದಲ್ಲದೇ 'ನಃ' ಎಂಬ ಪದವ್ಪೊಂದ– ರಿಂದಲೇ ಸೂಚಿತವಾಗುವ ಜೀವ–ಜೀವರಲ್ಲಿಯ ಭೇದ, 'ಧಿಯಃ' ಎಂಬ ಪದದಿಂದ ಜಡ–ಜಡ ಭೇದ (ಧೀ ಎಂಬುದು ಜಡ), 'ಪ್ರಚೋದಯಾತ್' ಎಂಬ ಕ್ರಿಯಾಪದದಿಂದ ಜೀವ–ಪರಮಾತ್ಮರ ಭೇದ, ಜಡ – ಪರಮಾತ್ಮರ ಭೇದ, ಮತ್ತು ಜೀವ–ಜಡ ಭೇದ ಹೀಗೆ ಪಂಚಭೇದಗಳು ಭಾಗವತದಲ್ಲಿ ಅನೇಕ ಸಂದರ್ಭಗಳಲ್ಲಿ ಗೋಚರಿಸುತ್ತವೆ.

ಈ ರೀತಿಯಾಗಿ ಭಾಗವತವು ಗಾಯತ್ರೀ ಮಂತ್ರದಲ್ಲಿರುವ ಪದ–ಗಳನ್ನು ಪದಾನುಸಾರಿಯಾದ 'ಧೀಮಹಿ', 'ಪರಂ' ಇತ್ಯಾದಿ ಪದಗಳಿಂದಲೂ ಮತ್ತು ಗಾಯತ್ರ್ಯರ್ಥಕ್ಕೆ ಉಪೋದ್ಬಲಕವಾಗಿರುವ ಆಖ್ಯಾಯಿಕೆಗಳಿಂದಲೂ ವಿವರಿಸುವುದರಿಂದಲೂ ಈ ಪುರಾಣವು ಗಾಯತ್ರೀ ಭಾಷ್ಯರೂಪವಾಗಿದೆ. (ಗಾಯತ್ರೀ ಭಾಷ್ಯರೂಪೋऽಸೌ) ಎಂದು ವರ್ಣಿಸಲ್ಪಟ್ಟಿದೆ.

೪. ವೇದಾರ್ಥಪರಿಬೃಂಹಿತಃ : ಈ ವಿಶೇಷಣವು ಶ್ರೀಮದ್ಭಾಗವತಕ್ಕೂ ವೇದಗಳಿಗೂ ಇರುವ ಸಂಬಂಧವನ್ನು ಪ್ರಕಟಿಸುತ್ತದೆ. ಈ ವಿಶೇಷಣದಿಂದ ಭಾಗವತವು ವೇದಾರ್ಥಗಳಿಂದ ಸಮೃದ್ಧವಾದದ್ದು ಎಂಬ ಅರ್ಥವು ತೋರುವುದಾದರೂ ಇನ್ನೂ ಒಂದು ಅರ್ಥವು ಗೋಚರಿಸುವುದು. ಆದೇನೆಂದರೆ 'ವೇದಾರ್ಥಃ ಪರಿಬೃಂಹಿತಃ ಯಸ್ಮಾತ್' ಎಂದು ಸಮಾಸ ಮಾಡಿದಾಗ ಭಾಗವತವು ವೇದಾರ್ಥವು ಹೆಚ್ಚು ವ್ಯಾಪಕವಾಗುವಂತೆ ಮಾಡುವಂತಹ ಪುರಾಣವು ಎಂಬ ಅರ್ಥವೂ ಹೊರಡುತ್ತದೆ. ಹೀಗೆ ಭಾಗವತ ಪುರಾಣದ ಈ ವಿಶೇಷಣಕ್ಕೆ ಕೆಳಗಿನಂತೆ ಎರಡು ಬಗೆಯ ಅರ್ಥಗಳನ್ನು ಚಿಂತಿಸಬಹುದು.

೧. ಭಾಗವತದ ವಚನಗಳಿಗೆ ವೇದಾರ್ಥಗಳಿಂದ ಪರಿಪುಷ್ಟಿ

೨. ವೇದಾರ್ಥಗಳಿಗೆ ಭಾಗವತದ ಆಖ್ಯಾನ, ಉಪದೇಶಾದಿಗಳಿಂದ ಪರಿಪುಷ್ಟಿ / ಉದಾಹರಣೆಗೆ ಕೆಳಗೆ ಕೆಲವೊಂದನ್ನು ನಿರ್ದೇಶನ ಮಾಡಲಾಗಿದೆ.

i. ಭಾಗವತದ ವಚನಗಳಿಗೆ ವೇದಾರ್ಥಗಳಿಂದ ಪರಿಪುಷ್ಟಿ :

ಶ್ರೀಮದ್ಭಾಗವತದ ಆದ್ಯ ಶ್ಲೋಕದಲ್ಲಿರುವ ತೇನೇ ಬಹ್ಮಹೃದಾ ಯ ಆದಿಕವಯೇ ಎಂಬ ಪದಗಳಿಂದ ಭಕ್ತರಲ್ಲಿ ಅನುಗ್ರಹ ಮಾಡಲು ಶ್ರೀಹರಿಯ ಇಚ್ಛೆಯೇ ಕಾರಣ ಎಂದು ತಿಳಿಸುವ 'ಯಮೇವೈಷ ವೃಣುತೇ ತೇನ ಲಭ್ಯಃ' ಎಂಬ ವೇದವಾಕ್ಯಾರ್ಥವು ಗೋಚರಿಸುವುದು.

ಆದರಂತೆ 'ಅಭಿಜ್ಞಃ' ಎಂಬ ಪದದಿಂದ 'ಯಃ ಸರ್ವವಿತ್ಸಃ ಸರ್ವಜ್ಞಃ' ಎಂಬ ವೇದವಾಕ್ಯವ, 'ಸ್ವರಾಟ್' (ಪ್ರಯೋಜನರಾಹಿತ್ಯ) ಎಂಬುದರಿಂದ 'ದೇವಸ್ಯೈಷಃ ಸ್ವಭಾವೋऽಯಂ ಆಪ್ತಕಾಮಸ್ಯ ಕಾ ಸ್ಪೃಹಾ' ಎಂಬ ಶ್ರುತಿವಾಕ್ಯವ, 'ಸ್ವರಾಟ್' ಎಂಬ ಪದದಿಂದ 'ಮಮ ಯೋನಿಃ ಅಪ್ಸ್ವಂತಸ್ಸಮುದ್ರೇ' ಎಂಬ ವೇದವಾಕ್ಯವ ಹೀಗೆ ಆದ್ಯಪದ್ಯ

ದಲ್ಲಿರುವ ಕೆಲವು ಪದಗಳಿಂದಲೇ ವಿವಿಧ ವೇದವಾಕ್ಯಗಳು ಧ್ವನಿತವಾಗುವ ವೆಂಬುದನ್ನು ಕಾಣಬಹುದು.

ಇದರಂತೆಯೇ ದೇವಹೂತಿಗೆ ಕಪಿಲೋಪದೇಶ, ನಾರದರಿಗೆ ಬ್ರಹ್ಮೋಪದೇಶ, ಇದರಂತೆಯೇ ಶ್ರೀಮದ್ಭಾಗವತದಲ್ಲಿ ಹಿಂದೆ ಕಾಣಿಸಿದ ಅವಾಂತರ ಭಾಗವತಗಳು, ಗೋಪೀಗೀತೆ, ಶ್ರುತಿಗೀತೆ, ರುದ್ರಗೀತೆ, ಉದ್ಧವನಿಗೆ ಶ್ರೀಕೃಷ್ಣೋಪದೇಶ, ಧರ್ಮರಾಜನಿಗೆ ಭೀಷ್ಮೋಪದೇಶ ಇವೇ ಮೊದಲಾದವುಗಳು ಮತ್ತು ಅನೇಕ ಆಖ್ಯಾನ ಉಪಾಖ್ಯಾನ ಮುಂತಾದವುಗಳು– ವಿವಿಧ ವೇದಾರ್ಥಗಳನ್ನು ಸ್ಪಷ್ಟೀಕರಿಸುತ್ತಿವೆ. ಹೀಗೆ ಇಡೀ ಭಾಗವತವು ವೇದಾರ್ಥಗಳಿಂದ ತುಂಬಿರುವುದರಿಂದ ಇದನ್ನು 'ವೇದಾರ್ಥಪರಿಬೃಂಹಿತಃ' ಎಂದು ವರ್ಣಿಸಲಾಗಿದೆ.

ii. ವೇದಾರ್ಥಗಳಿಗೆ ಶ್ರೀಮದ್ಭಾಗವತ ವಚನಗಳಿಂದ ಪರಿಪುಷ್ಟಿ:

ಭಗವಾನ್ ಶ್ರೀವೇದವ್ಯಾಸರು ಶ್ರೀಮದ್ಭಾಗವತದಲ್ಲಿ ವೇದದ ವಿಸ್ತೃತವಾದ ಸೂಕ್ತಗಳನ್ನು ಪರಿಮಿತವಾದ ಅಕ್ಷರಗಳಲ್ಲಿ "ಕುಂಭದಲ್ಲಿ ಸಾಗರ" ಎಂಬ ಲೋಕೋಕ್ತಿಯಂತೆ ಸಂಗ್ರಹಿಸಿ ಹೇಳಿದ ಕೆಲವು ಉದಾಹರಣೆಗಳನ್ನು ಕೆಳಗೆ ಕೊಡಲಾಗಿದೆ.

ಯಜುರ್ವೇದದ ಈ ಮಂತ್ರಗಳು ಭಾಗವತದ ಕೆಳಗಿನ ಶ್ಲೋಕದಲ್ಲಿ ಗೋಚರಿಸುತ್ತವೆ.

ದ್ಯೌಃ ಶೀರ್ಷಮಾಶಾ ಶ್ರುತಿರಂಘ್ರಿರುರ್ವೀ ॥
ಚಂದ್ರೋ ನಾಭಿರ್ನಭೋ ಗ್ನಿ   ರ್ಮುಖಿಮಂಬುರೇತೋಃ
ಮನೋ ಯಸ್ಯ ದೃಗರ್ಕ ಆತ್ಮಾ, ಆಹಂ ಸಮುದ್ರೋ ಜಠರಂ
ಭುಜೇಂದ್ರಃ ॥ – ಭಾಗ. ೧೦–೮೭–೯೭.

೧) ಚಂದ್ರಮಾ ಮನಸೋ ಜಾತಃ । ಚಕ್ಷೋಸ್ಸೂರ್ಯೋ ಅಜಾಯತ।
ಶ್ರೋತ್ರಾತ್ ವಾಯುಶ್ಚ ಪ್ರಾಣಶ್ಚ, ಮುಖಾದಗ್ನಿರಜಾಯತ ॥ ೧೭ ॥

ನಾಭ್ಯಾ ಆಸೀದಂತರಿಕ್ಷಂ ಶೀಷ್ರ್ಯೋ ದ್ಯೌಃ ಸಮವರ್ತತ । ಪದ್ಭ್ಯಾಂ
ಭೂಮಿರ್ದಿಶಃ ಶ್ರೋತ್ರಾತ್ತಥಾ ಲೋಕಾನಕಲ್ಪಯತ್ ॥ ೧೩ ॥
                              – ಯಜು. ಆ – ೯೧

ii. ಬ್ರಾಹ್ಮಣೋಽಸ್ಯ ಮುಖಮಾಸೀದ್ ಬಾಹೂ ರಾಜನ್ಯಃ ಕೃತಃ |
ಊರೂ ತದಸ್ಯ ಯದ್ವೈಶ್ಯಃ ಪದ್ಭ್ಯಂ ಶೂದ್ರೋ ಅಜಾಯತ ||

೧೦–೧೧

ಭಾಗವತೇ :

ಪುರುಷಸ್ಯ ಮುಖಂ ಬ್ರಹ್ಮ ಕ್ಷತ್ರಮೇತಸ್ಯ ಬಾಹವಃ |
ಊರ್ವೋರ್ವೈಶ್ಯೋ ಭಗವತಃ ಪದ್ಭ್ಯಂ ಶೂದ್ರೋಽಅಜಾಯತ||

– ಭಾಗ. ೨–೫–೨೨

ಈ ಕಾರಣದಿಂದಲೂ ಶ್ರೀ ಭಾಗವತವು ವೇದಾರ್ಥ ಪರಿಬೃಂಹಿತ ಎಂದು ಸಾಧಿಸಬಹುದು.

* * *

ಪರಿಶಿಷ್ಟ – ೨

ಶ್ರೀಮದ್ಭಾಗವತದಲ್ಲಿ ಸೂಕ್ತಿಗಳಿಗೆ ಕೊರತೆ ಇಲ್ಲ. ಈ ಪುರಾಣದ ಪ್ರತಿ ಸ್ಕಂಧದಲ್ಲಿ ಉಕ್ತವಾಗಿರುವ ಸುಭಾಷಿತಗಳನ್ನು (ಸೂಕ್ತಿ) ಹೊರತೆಗೆದು ಅವುಗಳ ಅನುವಾದ ಹಾಗೂ ವಿಸ್ತೃತ ವಿರಣೆಯೊಂದಿಗೆ ಒಂದು ಪ್ರತ್ಯೇಕ ಕಿರುಹೊತ್ತಿಗೆಯನ್ನು ಪ್ರಕಟಿಸುವ ಯೋಜನೆ ಇದೆ. ಈಗಾಗಲೇ ''ಶ್ರೀಮದ್ಭಾಗವತ ಭಾಸ್ಕರ ದರ್ಶನ ಎಂಬ ಈ ಪ್ರಬಂಧವು ಸಾಕಷ್ಟು ದೊಡ್ಡದಾಗಿರುವುದರಿಂದ ಸುಭಾಷಿತಗಳನ್ನು ಇಲ್ಲಿ ಸೇರಿಸದೇ ಪ್ರತ್ಯೇಕ ಪ್ರಕಟಿಸಲು ಯೋಚಿಸಿದ್ದೇನೆ.

ಇದರೊಂದಿಗೆ ಶ್ರೀಮದ್ಭಾಗವತದಲ್ಲಿ ಬರುವ ಶೃಂಗಾರಾದಿ ಕಾವ್ಯರಸ ಗಳನ್ನು ಹೊರಸೂಸುವ ಶ್ಲೋಕಗಳನ್ನು, ಉಪಮಾದಿ ಅಲಂಕಾರಗಳಿಂದ ಶೋಭಿಸುವ ಮತ್ತು ನ್ಯಾಯಗಳನ್ನು ಒಳಗೊಂಡಿರುವ ಶ್ಲೋಕಗಳನ್ನು ಪ್ರತ್ಯೇಕ ತೆಗೆದು ವಿವರಿಸುವ ಯೋಜನೆಯೂ ಬಾಕಿ ಇದೆ.

* * *

ಶ್ರೀಮದ್ಭಾಗವತ ಕಥಾಸಾರ-೧

(ರಾಗ-ಶಂಕರಾಭರಣ-ಆದಿತಾಳ)

ಭಾಗವತಾಮೃತ ಕಥೆಯನು ಶುಕಮುನಿ
ಭಾಗವತಾಗ್ರಣಿ ಪರೀಕ್ಷಿತಗೊರೆದ || ಪ ||

ರಾಗದಿಂದಲಿ ಸೂತ ಶೌನಕರಿಗೆ ಪೇಳ್ದ
ಆಗಮವೇದ್ಯನ ಮುಕ್ತಿದಾತನ ಶ್ರೀ || ಅ.ಪ. ||

ಮೊದಲನೆ ಪದ್ಯವೆ ಮುಕ್ತಿಗೆ ಸಾಧನ
ವದರರ್ಥ ತಿಳಿದರೆ ಸಾಕೆಂದಿಗೂ
ಇದರಲಿ ಪ್ರಣವ ಗಾಯತ್ರೀ ಸೂತ್ರಂಗಳ
ವಿದಿತವಾದರ್ಥವೆ ಹುದುಗಿರುವುದು ಕಂಡ್ಯ ||೧||

ಬಾದರಾಯಣ ದೇವರಿಂದ ಪುಟ್ಟಿದ ಶ್ರೀ—
ಮದ್ಭಾಗವತ ವೃಕ್ಷಕ್ಕಿಹುದು ಕೊಂಬೆಗಳು
ಮೋದದಿಂದಿದರಾ ಫಲಂಗಳ ಶುಕ ಸವಿದು
ಮೇದಿನಿಗೆಲ್ಲ ರಸಾಮೃತ ಸುರಿಸಿದ ||೨||

ವ್ಯಾಸದೇವನು ಸಕಲ ಶಾಸ್ತ್ರಂಗಳ ರಚಿಸಿ
ಭಾಸಿಸಿದನು ಸರ್ವ ತತ್ವಂಗಳ
ಆಶಾಪಾಶದಿ ಸಿಕ್ಕ ಜೀವರ ಬಿಡಿಸಲು
ದೋಷರಹಿತ ಕೃಷ್ಣ ನಾರದರಿಂ ಕೇಳ್ದ ||೩||

---

೧. ವೇದವ್ಯಾಸ

ಧರ್ಮಾದಿ ಪರೀಕ್ಷಿತ ರಾಜ್ಯವ ಪಾಲಿಸೆ
ನಿರ್ಮಮರೆಲ್ಲರು ನಿತ್ಯ ಮಂಗಳರು
ಕರ್ಮಂಗಳೆಲ್ಲ ಶ್ರೀಹರಿಪೂಜೆಯೆಂಬರು
ನಿರ್ಮಲ ಚಿತ್ತರು ಕಲಿದೋಷರಹಿತರು ||೭||

ಪ್ರಾರಬ್ಧ ಕರ್ಮವು ಪೂರೈಸಲೇಬೇಕು
ಯಾರಿಗೂ ಬಿಡದಯ್ಯ ವಿಷ್ಣುರಾತ
ಅರಣ್ಯಾಶ್ರಮದೊಳು ಋಷಿಗಳ ಕೆಣಕಿದ
ಮೂರು ನಾಲ್ಕು ದಿನದೀ ಸಾವನು ಸಾರಿದ ||೮||

ಸಾವಿನ ಭೀತಿಯು ಸಂಗರಹಿತಗುಂಟೆ
ಮಾವರನ ಕರುಣ ಅವಗಿಲ್ಲವೆ
ಆವಾಗಲೇ ಅವಧೂತ ಮಾರ್ಗದ ಶುಕ
ಭೂವರನಿಗೆ ಆಹ ತೋರಿದ ನೊರೆದ ||೯||

ದೇಹಾಭಿಮಾನವೆ ಮೃತಿಭಯ ಜನಕವು
ಈಹೆಯ ನೀಡಾಡಿಯಿರುವುದೇ ಸುಖವು
ಆ ಹರಿಸೇವೆಯೆ ಮುಕುತಿ ಪಂಥಾನವು
ಊಹಾಪೋಹವಲ್ಲ ಸತ್ಯ ಸತ್ಯವೆಂದ ||೧೦||

ಸತ್ಯ ಜಗತ್ತಿಗೆ ಮಿಥ್ಯೆಯ ಪೇಳೋವ
ಸತ್ತರೂ ಒಂದೇ ಇದ್ದರೂ ಕೂಡ ಒಂದೇ
ಅತ್ಯದ್ಭುತ ಮಹಿಮ ನಮ್ಮ ಶ್ರೀಹರಿಯೇ
ಕರ್ತನು ಸೃಷ್ಟ್ಯಾದಿ ಸರ್ವಕಾರ್ಯಂಗಳಿಗೂ ||೧೧||

---

೧. ಪರೀಕ್ಷಿದ್ರಾಜ ಏ.ಲಕ್ಷ್ಮೀಪತಿಯ ಳ. ಆಸೆಯ (ನಿಷಿದ್ಧ)

ಸರ್ವೋತ್ತಮನಿಗೆ ಸರ್ವರೂಪಗಳುಂಟು
ಸರ್ವವ್ಯಾಪ್ತಿಯುಂಟು ಶಕ್ತಿಯುಂಟು
ಶರ್ವಾದಿ ಗೀರ್ವಾಣ ಜನಕನ ಜನಕನು
ಸರ್ವರೊಳು ಸಮನು ಅದ್ವೈತ ಗುಣನು "   ॥೯॥

ಶ್ರೀಲೋಲಗೊಲ್ಲದ ಕರ್ಮವೆ ಕುಕರ್ಮ
ಕಾಲೇಶ್ವರನಿಗೆ ಪ್ರಿಯವಾದ ಕರ್ಮ
ಆಲೋಚಿಸಿ ನೋಡು ಸದ್ಧರ್ಮ ಅದೆ ಕಣಾ
ಆಲಸ್ಯ ಮಾಡದೇ ಆಚರಿಸು ಕಂಡ್ಯ   ॥೧೦॥

ಇಂತೆಂವ ತತ್ತ್ವ ಕೇಳಿ ರಾಜನು ಹರಿ
ಚಿಂತೆಯ ಚಿಂತೆಯು ತನಗಾಗಲು
ಪಂಥದಿ ಹಸಿವು ನಿದ್ರೆಗಳನ್ನೆ ತೊರೆದ
ಶಾಂತ ಮೂರುತಿ ರೂಪ ಮಹಿಮೆಗಳ ಕೇಳ್ದ   ॥೧೧॥

ಹರಿಮಹಿಮೆ ಪೇಳಲು ಕ್ಷರ ಪುರುಷರಿಗಳವೆ
ಕ್ಷರಲಲ್ಲ ಲಕ್ಷ್ಮಿಯು ಅವಳಿಗಸಾಧ್ಯ
ನರಹರಿರೂಪಿ ಶ್ರೀಬಾದರಾಯಣ ದಯದಿ
ಅರಿತಷ್ಟುತಿಳಿಪೆನು ಕೇಳಯ್ಯ ಮಾನ್ಯ   ॥೧೨॥

ಮೂಲನಾರಾಯಣ ಲೀಲೆಯಿಂದಲಿ ನಾಲ್ಕು
ಮೂಲರೂಪಗಳನ್ನೆ ತಾ ತೋರಿದ
ಶ್ರೀಲಕುಮಿ ತಾನು ನಾಲ್ಕು ರೂಪವ ತಾಳಿ
ಕಾಲ ನಿಯಮಕ ಹರಿ ಸೇವೆಗೆಯ್ದಳು   ॥೧೩॥

____

ಋ. ಏಕಮೇವಾದ್ವಿತೀಯಮ್

ಪುರುಷ ರೂಪಕ ಹರಿಯಾಗಲು ದೇವಿಯು
ಪ್ರಕೃತಿಗೆ ಅಭಿಮಾನಿ ತಾನಾದಳು.
ಇರದೆ ಬ್ರಹ್ಮಾಂಡಾದಿ ಸೂಕ್ಷ್ಮ ಸ್ಥೂಲಸೃಷ್ಟಿ
ವಿರಚನೆಯಾಯಿತು ತಾತಮ್ಯದಿಂದ   ॥೧೪॥

ಜನಿಸಿದ ಸರ್ವ ವಸ್ತುಗಳೊಳು ಶ್ರೀಸ್ವಾಮಿ
ಅನಿತಾದರೂಪದಿ ಅವರೊಳಗೆ
ಘನಕಾರ್ಯಕರ್ತನು ಜೀವರಂತಯ್ರಾಮಿ
ಅನಘ ಪೂರ್ಣರೂಪ ನಿರ್ಲಿಪ್ತನೆನಿಸಿದ   ॥೧೫॥

ನಿರ್ಗುಣ ಮೂರು ಗುಣಗಳಿಂದ ಜೀವರ
ಯೋಗ್ಯತೆಗನುಸಾರ ದೇಹಂಗಳ ಕೊಟ್ಟ
ಅಜ್ಞರು ಇದ ಪೇಳೆ ನಗುವರೆ ಹೊರತಯ್ಯೋ
ಪ್ರಾಜ್ಞನ ತಿಳಿವಂಥಾ ಪುಣ್ಯ ಅವರಿಗುಂಟೆ   ॥೧೬॥

ಅವನ ಮಹಿಮೆಗಳಿಗೆ ಮೊದಲು ಕೊನೆಯುಂಟೇ
ಅವನ ನಾಮಂಗಳಿಗು ರೂಪಂಗಳಿಗೂ
ಭವದೊಳು ಬಳಲುವ ಜೀವರ ಗತಿಗಾಗಿ
ಅವತರಿಸಿದ ಮುಖ್ಯ ರೂಪಂಗಳನೊರೆವೆ   ॥೧೭॥

ಯಜ್ಞ ವರಾಹನು ವೃಷಭಕಪಿಲನು
ಪ್ರಾಜ್ಞ ದತ್ತನು ವರದ ಮೋಹಿನಿ ಹಯನು
ಅಗ್ರ್ಯಮೀನ ಕೂರ್ಮ ನರಸಿಂಹ ವಾಮನ
ಉಗ್ರ ಕ್ಷತ್ರಿಯ ಧ್ವಂಸಿ ಶ್ರೀರಾಮನೆನಿಸಿದ   ॥೧೮॥

ಸತ್ವರೂಪಿಯಾಗಿ ಶಾಸ್ತ್ರಕರ್ತನಾದ
ಕ್ಷಾತ್ರರೂಪದಿಂದ ಕ್ಷತಿಯ ಪಾಲಿಸಿದ
ಕತ್ತಲೆರೂಪಿಂದೆ ದೈತ್ಯರ ಕೊಂದವರ

ಹತ್ತಿಸಿ ನರಕಕ್ಕೆ ಭೃತ್ಯರ ಪೊರೆದ ||೧೯||

ಲೋಕದಿ ಸಾರವಸ್ತುಗಳೆಂಬೋದಪ್ಪ
ಶ್ರೀಕಮಲೇಶನ ರೂಪಸಾನಿಧ್ಯ
ಕಾಕುಜನರು ಇದ ತಿಳಿಯದೆ ತಾವೇ
ಲೋಕೇಶನ ರೂಪವೆಂದು ಲಯವಾಗುವರು ||೨೦||

ಇಂತೆನೆ ಪರೀಕ್ಷಿತರಾಜನದಕೇಳಿ
ಸ್ವಾಂತದಿ ಸ್ಮರಿಸಿದ ಕೃಷ್ಣಮೂರುತಿಯ
ಸಂತರೊಡೆಯರೆ ಮುನಿವರ್ಯರೆ ರುಕ್ಮಿಣೇ
ಕಾಂತನವತಾರದ ಕಥೆಯ ವಿಸ್ತರಿಸಿ ||೨೧||

ಎನಲದ ಕೇಳುತ್ತೆ ತಲೆಯನು ತೂಗುತ್ತೆ
ಮನದಲ್ಲಿ ಹರಿರೂಪ ಕಂಡು ನಲಿಯುತ್ತೆ
ಅನಘ ಕೇಳಯ್ಯ ಶ್ರೀಹರಿ ಯದುಕುಲದೊಳು
ಜನಿಸಿದ ತೆರನಂತೆ ಲೋಕಕ್ಕೆ ಮೆರೆದ ||೨೨||

ದೇವಕಿ ವಸುದೇವ ಜನನಿಜನಕರಂತೆ
ಕಾವರು ಗೋಪಯಶೋದೆಯರಂತೆ
ಗೋವುಗಳ ಕಾಯ್ವ ಗೋಪಾಲಕನಂತೆ
ಆವ ವಿಚಿತ್ರವೋ ಶ್ರೀಕೃಷ್ಣ ಲೀಲೆ ||೨೩||

ನಂದಾದಿಗಳಿಗೆ ಕಂದನು ತಾನೆನಿಸಿ
ಒಂದೊಂದು ನೆವದಿಂದ ಇವನೇ ಹರಿಯು
ಎಂದೆಂಬ ಭಾವನೆಯವರಲ್ಲಿ ಮೂಡಿಸಿ
ಸಂದೇಹ ಕಳೆದು ನಿಶ್ಚಲ ಮತಿಕೊಟ್ಟ ||೨೪||

ಗೋಪಿಕೆಯರು ಕೃಷ್ಣ ರೂಪವ ಕಾಣುತ್ತೆ
ಪಾಪರಹಿತ ಕಾಮಕೊಳಗಾದರು
ಆ ಪುಣ್ಯವತಿಯರು ಭಕುತಿ ಪೂರಿತರಾಗಿ
ಶ್ರೀಪತಿ ರೂಪವ ಸರ್ವತ್ರ ಕಂಡರು   ‖೨೭‖

ದ್ವೇಷದ ನೆವದ ಭಕುತಿಯಿಂದ ಕೆಲವರು
ದೋಷರಹಿತರಾಗಿ ಸೇರ್ದರು ಗತಿಯ
ಕಾಷಾಯವಸ್ತ್ರ ಸುಧೋದಧಿ* ಸೇರೆ ನಿ–
ರ್ದೋಷವಾಗುವಂತೆ ಹರಿ ಕರುಣಿಸಿದ   ‖೨೬‖

ವರ್ಣಾಶ್ರಮಂಗಳ ಧರ್ಮವನಾಚರಿಸಿ
ಮಾನ್ಯರಿಗೆಲ್ಲ ಮಾದರಿಯಾದನು
ಇನ್ನೆಷ್ಟು ಪೇಳಲಿ ಗಾರ್ಹಸ್ಥ್ಯ ಧರ್ಮಕ್ಕೆ
ಕಣ್ಣಾಗಿ ಭೂಭಾರ ಹರಣ ಕಾರ್ಯಗೈದ   ‖೨೮‖

ಬುದ್ಧ ನೆನಿಸಿ ಅಪಶುದ್ಧ ದೈತ್ಯರಿಗೆಲ್ಲ
ಬುದ್ಧಿ ಭ್ರಮಣೆಯನಾಗ ತೋರುವನು
ಅದ್ದುವನವರನು ಅಂಧತಾಮಿಸ್ರದಿ
ಕ್ಷುದ್ರಜನರ ತರಿವ ಕಲ್ಕಿಯೆಂದೆನಿಸಿ ‖೨೯‖

ಜಯ ಜಯ ಶ್ರೀಕೃಷ್ಣ ಜಯಕೃಷ್ಣ ಜಯಕೃಷ್ಣ
ಜಯಜಯ ಜಯಜಯ ಶ್ರೀಕೃಷ್ಣ ಜಯಭೋಃ
ಜಯಕೃಷ್ಣ ಜಯವಿಷ್ಣೋ ಜಯಹರೇ ಜಯಶೌರೆ
ಜಯ ಭಕ್ತರಂಜನ ಜಯ ಭವಭಂಜನ   ‖೨೯‖

---

೬. ಕ್ಷೀರ ಸಮುದ್ರ

ಸರ್ವಜ್ಞಸರ್ವಸ್ಥಸರ್ವಶಕ್ತ ನಿತ್ಯ
ಸರ್ವಭೋಕ್ತ ಸರ್ವಕಾರ್ಯಕರ್ತ
ಸರ್ವೇಶ್ವರ ಸರ್ವಶ್ರುತಿಸ್ಮೃತಿಪ್ರತಿಪಾದ್ಯ
ಸರ್ವೋತ್ತಮ ಹರೇ ಸರ್ವೋತ್ತಮ ಹರೇ   ॥೨೦॥

ಪೂರ್ಣಜ್ಞಾನಾನಂದ ಪೂರ್ಣೈಶ್ವರ್ಯ ನಮೋ
ಪೂರ್ಣ ಪ್ರಭಾತ್ಮನೇ ಪೂರ್ಣಶಕ್ತ ನಮೋ
ಪೂರ್ಣ ರೂಪಾತ್ಮನೇ ಪೂರ್ಣ ತೇಜಾತ್ಮನೇ
ಪೂರ್ಣಾವಶಿಷ್ಟನೇ ನಮೋ ನಮೋ   ॥೨೧॥

ಈ ರೀತಿ ಶುಕಲಯಿಷಿ ಈಶಾನುಗ್ರಹಪಾತ್ರ
ಚೀರುತ್ತೆ ಹಾರುತ್ತೆ ಪರವಶನಾಗಿ
ಭೂರಮಣ ಕೇಳು ಭಾಗವತೋತ್ತಮರ
ಚಾರುಚರಣ ಭಕ್ತಿ ಮುಕುತಿಗೆ ಯುಕುತಿ   ॥೨೨॥

ಮರೆಯಬೇಡ ಕಂಡ್ಯ ಭಾಗವತರನು
ಹರಿ ತಾನು ಭಕ್ತರ ಮಾನ ರಕ್ಷಕನು
ಸಿರಿಯನ್ನು ಬಿಟ್ಟರೂ ಭಕ್ತರ ಬಿಡೆನೆಂಬೋ
ವರಸತ್ಯ ಸಂಕಲ್ಪ ಸ್ವಭಾವಯುತನು   ॥೨೩॥

ಶ್ರೀಮದ್ಭಾಗವತದೊಳಗುಳ್ಳ ಭಕ್ತರ
ನಾಮ ನೆನೆವರ ದುರಿತೌಘ ದೂರ
ಆ ಮಹಾರಾಜರು ಗಜರಾಜ ಪ್ರಹ್ಲಾದ
ಭೀಮಸೇನಾಕ್ರೂರ ಧ್ರುವ ಬಲಿ ಭರತ   ॥ ೨೪ ॥

ಉದ್ಧವ ಕುಚೇಲ ಪ್ರದ್ಯುಮ್ನಾದಿಗಳು
ಶುದ್ಧ ಚಿತ್ತರು ಗೋವಕುಲದ ಜನಂಗಳು

ಉದ್ಧರಗೊಂಡ ಪಾಂಡವ ಭೀಷ್ಮ ವಿದುರರು
ಸಿದ್ಧಾನುಗ್ರಹಿಗಳು ಕೃಷ್ಣ ಮಹಿಷಿಯರು ||೨೫೭||

ಇವರನ್ನು ನೆನೆವರ ಭವಬಂಧ ಪರಿಹಾರ
ಇವರ ಸೇವಾಶಕ್ತಿ ಶ್ರೀಹರಿತೃಪ್ತಿ
ಇವರ ದರುಶನ ಹರಿ ದರುಶನಕೆ ದಾರಿ
ಇವರ ಬಿಟ್ಟವನೇ ಕೆಟ್ಟ ಭ್ರಷ್ಟ ||೨೫೮||

ಹರಿಭಕ್ತ ಸಂಗದಿ ಶೂದ್ರನು ಋಷಿಯಾದ
ಹರಿಭಕ್ತ ಸಂಗದಿ ಚಂಡಾಲಾಮರನಾದ
ಹರಿಭಕ್ತ ಸಂಗದಿ ತರಳ್ ಧ್ರುವತಾರೆಯಾದ
ಹರಿಭಕ್ತ ಸಂಗ ಮಾಳ್ಪುದು ಲಿಂಗಭಂಗ ||೨೫೯||

ಒಂದೆ ಪದ್ಯದಿ ಸಾರಾಂಶವ ಪೇಳುವೆ
ಇಂದಿರೆಯರಸನ ಭಕುತಿಯೆ ಭವದ
ಬಂಧವ ಬಿಡಿಸಲು ದಾರಿಯೆಂದರಿತು
ಸಂದೇಹ ಬಿಟ್ಟರೆ ಸಾಕಿದೆ ಗುಟ್ಟು ||೨೬೦||

ಮಂಗಳ ಶ್ರೀಕಾಂತಕೃಷ್ಣ ಮೂರುತಿಗೆ
ಮಂಗಳ ಶ್ರೀಶುಕಮುನಿ ವರ್ಯನಿಗೆ
ಮಂಗಳ ಶ್ರೀ ಪರೀಕ್ಷಿತರಾಜವರ್ಯನಿಗೆ
ಮಂಗಳ ಶ್ರೀ ಹರಿದಾಸ ವರ್ಗಕ್ಕೆ ||೨೬೧||

ಮನದೊಳು ಹರಿವಾಯು ಪ್ರೇರಣೆಯಿಂದ
ಜನಿಸಿದ ಮತಿಯಿಂದ ವಿರಚಿಸಿದ
ಅನಘ ಅಳಗಿರಿ ದೊರೆ ಮಹಿಮೆಯೆಂದಿದ
ಗುಣಗಳು ನೋಡಿ ಕೊಂಡಾಡಿ ಪಾಡಿ ||೨೬೨||

ಶ್ರೀ ಅಳಗಿರೀಶಾಚಾರ್ಯ ವಿರಚಿತ ಶ್ರೀಮದ್ ಭಾಗವತ ಸಾರ
ಸಮಾಪ್ತವಾಯಿತು.
ಶ್ರೀಮದ್ವೇಶಾರ್ಪಣಮಸ್ತು

ಶ್ರೀಮದ್‌ಭಾಗವತ ಕಥಾಸಾರ–೨

ಶ್ರೀ ಭಾಗವತ ಮಹಿಮೆ ಬಣ್ಣಿಸಲಳವೇ || ಪ ||
ಈ ಭವಶರಧಿಗೆ ಸುನಾವೆಯಂತಿಹುದಯ್ಯ || ಅ.ಪ. ||

ವೇದ ಶಾಸ್ತ್ರಾದಿ ಅನೇಕ ಧರ್ಮಗಳಲ್ಲಿ
ಈ ದೇಹ ಸಾಧನವಾದ ಸದ್ಧರ್ಮಗಳು
ಆ ಪರಾಶರ ಸೂನು ಶ್ರೀಮನ್ನಾರಾಯಣ
ಆಪದ್ಬಾಂಧವನಲ್ಲ ದಿನ್ನಿಲ್ಲ ವೆಂಬುವಾ ||೧||

ಪ್ರಥಮ ಸ್ಕಂಧದಲಿ ಶ್ರೀಪರಮಾತ್ಮನ ಜ್ಞಾನಕೆ
ಪಥವೆ ಭಕ್ತಿ ವೈರಾಗ್ಯದ ವಿವರಣೆಯು
ಉತ್ತರಾಗರ್ಭಪಾಲನ ಪರೀಕ್ಷಿತನ ಉತ್ಪತ್ತಿ
ಮತ್ತೆ ಶಾಪದಲಿ ನಾರದನ ವಿಷಯವ ಪೇಳ್ವ ||೨||

ದ್ವತೀಯ ಸ್ಕಂಧದಿ ಪರೀಕ್ಷಿತ ಶುಕ ಸಂವಾದ
ಶ್ರೀ ಹರಿಯ ಅವತಾರ ವರ್ಣನೆಗಳು
ಮತ್ತೆ ಮಹದಾದಿ ತತ್ವಸೃಷ್ಟಿಕ್ರಮ
ಇತ್ಯಾದಿ ಪುಣ್ಯ ಚರಿತಗಳನು ಪೇಳ್ವ ||೩||

ಆ ಬೊಮ್ಮಂಡದಿಂದೆ ಚತುರ್ಮುಖನ ಸೃಷ್ಟಿಯು
ವಿಭಾಗವ ಪೇಳ್ವ ಸೂಕ್ಷ್ಮ ಪರಮಾಣು
ಅಬ್ದಾದಿ ಕಾಲಗಳು ವೃಷ್ಟಿ ಭೂತೋತ್ಪತ್ತಿ
ಶ್ರೀವರಹ ರೂಪದಿ ತೋರಿದ ಮಹಿಮೆಯಾ ||೪||

ವರಹಾವತಾರದೀ ಧರಣೆಯ ತಂದಂಥ
ಪುರುಷ ಸ್ತ್ರೀಯರ ಸೃಷ್ಟಿ ಸರ್ವಸೃಷ್ಟಿಯು ಮತ್ತೆ

ಸ್ವಾಯಂಭುವ ಮನು ಶತರೂಪೆಯರ ಚರಿತೆ
ಶ್ರೀಕಪಿಲ ದೇವಹೂತಿಯ ಸಂವಾದವ ಪೇಳ್ವ   ॥೭॥

ಚತುರ ಸ್ಕಂಧದಿ ನವಬ್ರಹ್ಮರ ಉತ್ಪತ್ತಿ
ದಕ್ಷಾಧ್ವರ ಭಂಗ ಭಕ್ತ ಧ್ರುವ ಚರಿತೆ
ಉಚಿತವಾದ ಪೃಥು ಸಾರ್ವಭೌಮರಿಂದ
ಪ್ರಾಚೀನಬರ್ಹಿಷರ ವೃತ್ತಾಂತವನು ಪೇಳ್ವ   ॥೬॥

ಪಂಚಮ ಸ್ಕಂಧದಿ ಪ್ರಿಯವ್ರತ ನಾಭಿ ನೃಪರ
ಋಷಭ ಚರಿತೆಗಳು ಪುತ್ರ ಭರತನ ಕಥೆಯು
ಅಚಲಲೋಕ ದ್ವೀಪಾದ್ರಿ ನದ ನದಿಗಳ ಸೃಷ್ಟಿ
ಜ್ಯೋತಿಶ್ಚಕ್ರ ನರಕ ಪಾತಾಳಗಳ ಪೇಳ್ವ   ॥೫॥

ಷಷ್ಠ ಸ್ಕಂಧದೊಳು ದಕ್ಷ ಜನ್ಮವು
ಅವರ ಕನ್ಯೆಯರಿಂದ ದೇವ ಮಾನವ ದಾನವ
ದುಷ್ಟಮೃಗ ಪಕ್ಷೀ ಪನ್ನಗಾದಿ ಜನನವು
ವೃತ್ರನ ಜನನ ಮರಣಗಳೆಲ್ಲ ಪೇಳ್ವ   ॥೪॥

ಸಪ್ತಮ ಸ್ಕಂಧದಿ ದಿತಿಪುತ್ರರ ಜನರ
ಹಿರಣ್ಯಕಶಿಪುವಿನ ದುರುಳತನವ
ಮತ್ತೆ ದೀವರನಾದ ಪ್ರಹ್ಲಾದರಾಯನಿಂ ವ–
ರ್ಣಿತವಾದ ಶ್ರೀಹರಿಯ ಮಹಿಮೆ ಪೇಳ್ವ   ॥೩॥

ಅಷ್ಟಮ ಸ್ಕಂಧದಿ ಮನ್ವಂತರ ವಿವರವು
ಗಜರಾಜನಿಗೆ ಮೋಕ್ಷ ಮನ್ವಂತರ ಅವತಾರ
ದಿಟ್ಟ ಕಮಠ ಮತ್ಸ್ಯ ನರಹರಿ ವಾಮನ
ಹಯವದನನವತಾರ ಸುಧೆಯಿತ್ತ ಮಹಿಮೆಯ   ॥೧೦॥

ನವಮ ಸ್ಕಂಧದಿ ನೃಪವಂಶಾನುಚರಿತವು
ಇಕ್ಷ್ವಾಕು ಸುತ ಸುದ್ಯಮ್ನ ರಾಜನ
ಜನನ ದಿವಾಕರ ವಂಶಾನುಕಥನಗಳು
ಇಳೋಪಾಖ್ಯಾನ, ತಾರೋಪಾಖ್ಯಾನವ ಪೇಳ್ವ   ॥೧೧೦॥

ಸೂರ್ಯವಂಶ ಶಶಾದ ರಾಜನ ವೃತ್ತ ಸುಕನ್ಯ
ಶರ್ಯಾತಿ ಕಾಕುಸ್ಥ ಖಿಟ್ವಾಂಗ ಧೀರ ಮಾಂ—
ಧಾತೃ ಸೌಭರಿ ಸಗರರ ಚರಿತೆ ಪರಮಾತ್ಮ
ರಘುರಾಮನ ಚರಿತೆಗಳನು ಪೇಳ್ವ   ॥೧೧೧॥

ಮತ್ತೆ ನಿಮಿಯ ದೇಹತ್ಯಾಗದ ವಿಷಯವು
ಜನಕ ನೃಪ ಭೃಗುರಾಮನ ಚರಿತವು
ಉತ್ತಮ ಚಂದ್ರವಂಶದ ನಹುಷ ಸುತ ಯ—
ಯಾತಿ ಶಂತನು ಯದು ಚರಿತೆಗಳುಳ್ಳ   ॥೧೧೨॥

ದಶಮ ಸ್ಕಂಧದಿ ಹರಿ ಯದುವಂಶದಿ ಜನಿಸಿ
ಶಿಶುಲೀಲೆಗಳ ತೋರಿ ಆಸುರಿ ಪೂತನಿ ಕೊಂದು
ಆಸುರ ಶಕಟ, ತೃಣ, ಬಕ, ವತ್ಸ ಮೊದಲಾದ
ಆಸುರ ಭಂಜಕ ಹರಿಯು ಮೆರೆದ ಮಹಿಮೆಯ ಪೇಳ್ವ   ॥೧೧೩॥

ಮಾಯಾ ಮಹಿಮಧೇನು ಪ್ರಲಂಬಕರಾ ಕೊಂದು
ಕಾಡು ಕಿಚ್ಚಿನಿಂದ ಗೋಪಾಲರ ಕಾಯ್ದು
ನೋಯಿಸಿ ಕಾಳಿಯ ಬಾಯ ಬಿಡಿಸಿ
ಕಾಳಿಮರ್ದನಮಾಡಿ ಕೃಷ್ಣ ನಾಡಿದ   ॥೧೧೪॥

ಗೋಪ ಸ್ತ್ರೀಯರ ಚರಿತ ಗೋವರ್ಧನೋದ್ಧಾರಣ
ಶಂಖ ಚೂಡ ವಧೆ ಅರಿಷ್ಟಕೇಶಿಯ ನಿಧನ

ಭೂಪನೆದುರಿನಲ್ಲಿ ಜಟ್ಟಿ ಮುಷ್ಟಿಕರ ಕೊಂದು
ಕಂಸ ವಧೆಯ ಮಾಡಿ ಗುರು ಸುತನನು ತೋರ್ದ ||೧೬||

ಜರೆಯ ಸೇನೆಯ ಜಯಿಸಿ ಕಾಲಯವನರ ಕೊಂದು
ಪಾರಿಜಾತವ ತಂದು ಸಿರಿ ರುಕ್ಮಿಣಿಯ ಪಡೆದು
ಹರಿಸಿ ಬಾಣನ ತೋಳ ನರಕಾಸುರನ ಗೆದ್ದು
ಸೆರೆಯ ಬಿಡಿಸಿ ರಾಜಕನ್ಯೆಯರನು ಕಾಯ್ದು ||೧೭||

ಶಿಶುಪಾಲ ದಂತವಕ್ತ್ರಪೌಂಡ್ರಕ ಸಾಲ್ವಶಂಬರ
ದ್ವಿವಿದ ಮುರಾಸುರರೆಲ್ಲರ ನಾಶಪಡಿಸಿ
ಕಾಶೀಪುರ ದಹನ ಮಾಡಿ ಪಾಂಡವರನು ಕಾಯ್ದು
ಪರಮ ಮಹಿಮೆಯ ಪೇಳ್ವ ||೧೮||

ಭೂಭಾರನಿಳುಹಲು ಕುರುಪಾಂಡವರೊಳು
ಕ್ರೂರ ಯುದ್ಧವ ಕುರುಕ್ಷೇತ್ರದಿ ಮಾಡಿಸಿ
ಅಭಯದಾಯಕ ಪಾಂಡುನಂದನರಿಂದ
ಸದ್ಧರ್ಮ ಸ್ಥಾಪಿಸಿದ ಶ್ರೀಕೃಷ್ಣ ಚರಿತೆಯ ಪೇಳ್ವ ||೧೯||

ಏಕಾದಶ ಸ್ಕಂಧದಿ ಯಾದವರೆಲ್ಲರು
ಭೂಸುರ ಶಾಪದಿ ಯುದ್ಧವನೆ ಮಾಡಿ
ಏಕನಾಗಿದ್ದ ಉದ್ಧವನಿಗೆ ಬೋಧಿಸಿ
ಲೋಕಾವನ್ಯೆದು ನಿಜಧಾಮಕ್ಕೆ ತೆರಳಿದ ||೨೦||

ದ್ವಾದಶ ಸ್ಕಂಧದೊಳು ಯುಗಭೇದ ಪ್ರಳಯಗಳು
ನಿತ್ಯನೈಮಿತ್ತಿಕ ಪ್ರಾಕೃತಗಳ ಸೃಷ್ಟಿ
ವೇದ ವಿಭಾಗವು ಹರಿರಾತನ ಅಂತ್ಯ
ಮಾರ್ಕಂಡೇಯ ಚರಿತ ಸೂರ್ಯಗಣಗಳ ಪೇಳ್ವ ||೨೧||

ಹರಿಲೀಲೆ ಅವತಾರ ಚರಿತೆಯ ಕೇಳುತ
ಮರೆಯಿಂದಾಗಲೀ ರುಜೆಯಿಂದಾಗಲಿ
ಹರಯೇ ನಮಃ ಎಂದುಚ್ಚರಿಸಿದ ಮಾತ್ರದಿ
ದುರಿತ ಪಾಪವು ನಾಶವಾಗಿ ಪೋಗುವದಯ್ಯ ||೨೨||

ಹರಿಯ ಸ್ಮರಣೆ ಮಾಡಿದರು ಕೇಳಿದರು
ಬಿರುಗಾಳಿಗೆ ಸಿಕ್ಕ ಮೋಡ ಓಡುವಂತೆ
ದುರಿತವ್ಯಾಧಿಗಳು ತ್ವರಿತದಿ ಓಡುವವು
ಹರಿ ಸಂಬಂಧವಲ್ಲದ ಮಾತೆಲ್ಲವೂ ವ್ಯರ್ಥವೋ ||೨೩||

ಯಾಮ ಯಾಮಕೆ ಈ ಭಾಗವತ ಪಠಿಸೆ
ಭಾಗವತದ ಸಪ್ತಾಹ ಪುಣ್ಯ ಫಲವು
ಭಾವ ಭಕುತಿ ಹುಟ್ಟಿಶ್ರೀವೆಂಕಟೇಶನ
ಪಾವನನಾದ ಶ್ರೀಪಾದವ ಸೇರುವ ||೨೪||

ಶ್ರೀ ಉರಗಾದ್ರಿವಾಸ ವಿಠ್ಠಲದಾಸರಿಂದ ರಚಿತವಾದ ಕನ್ನಡ ಭಾಗವತವು
ಸಮಾಪ್ತವಾಯಿತು.

ಶ್ರೀಮಧ್ವೇಶಾರ್ಪಣಮಸ್ತು

* * *